Nguyên Đạo - Nguyên Minh
CHỦ BIÊN

AF735811

# ĐẶC SAN VĂN HÓA PHẬT GIÁO

## TÂM BÌNH THẾ GIỚI BÌNH

*Tuyển tập các khảo luận và sáng tác văn học nghệ thuật của nhiều tác giả*

2025

VIÊN GIÁC
TÙNG THƯ

# MỤC LỤC

## PHẦN B: ĐẠO PHẬT ĐI VÀO CUỘC ĐỜI

## PHẦN C: KHẢO LUẬN & LỊCH SỬ

## PHẦN D: SÁNG TÁC VĂN HỌC

# Lời Trình Thưa

Nam Mô Bổn Sư Thích ca Mâu Ni Phật

Kính bạch Quý Ngài và kính thưa Quý Văn Thi Hữu cùng Quý độc giả đó đây.

Năm 2019 nhân kỷ niệm 40 năm chùa Viên Giác được thành lập tại Hannover, Đức Quốc; năm đó cũng là năm kỷ niệm 70 tuổi của chúng tôi; đồng thời một Đại Giới Đàn Pháp Chuyên cũng đã được tổ chức tại Tổ Đình Viên Giác Hannover, Đức Quốc. Nhân cơ hội này anh Nguyên Trí Nguyễn Hòa (Nhà thơ Tùy Anh), Chủ bút báo Viên Giác lúc bấy giờ, đề nghị chúng tôi nên ra một Đặc san Văn hoá Phật giáo và nhờ bốn thành viên đứng ra đảm nhiệm việc liên lạc gọi mời những cây bút đang ở tại Hải ngoại và trong nước đóng góp bài vở. Đó là anh Nguyên Trí Nguyễn Hoà và anh Nguyên Đạo Văn Công Tuấn (Đức), anh Nguyên Tánh Nguyễn Hiền Đức, anh Nguyên Minh Nguyễn Minh Tiến (Hoa Kỳ).

Số Đặc san đầu tiên có chủ đề là *"40 năm Viên Giác Đức quốc"*. Năm 2020 ra số thứ hai, chủ đề là *"Phật giáo trong đời sống"*. Đến năm 2021 là năm nạn dịch Corona hoành hành khắp nơi trên thế giới, nhưng Quý Anh cũng đã hoàn thành Đặc san Văn hóa Phật giáo thứ ba, chủ đề là *"Chuyển hoá khổ đau"*. Năm 2022 lại tiếp tục với chủ đề *"Tôi học Phật"*; và năm 2023 với chủ đề *"Tu là chuyển nghiệp"*. Cuối năm 2022, anh Nguyên Tánh Nguyễn Hiền Đức vĩnh viễn ra đi, rồi đến tháng 8 năm 2023, anh Chủ bút báo Viên Giác Nguyên Trí Nguyễn Hòa cũng nối bước theo sau.

Đến năm 2024 chỉ còn lại hai anh Nguyên Đạo và Nguyên Minh. Quý Anh Em có tham khảo ý kiến với tôi là có nên tiếp tục ra không, vì nhân sự không còn nhiều. Nhưng lòng người vẫn còn hướng về Đặc San Văn Hoá Phật Giáo, nên tôi trả lời rằng: "Như vậy thì cứ đi tiếp." Và năm 2024 là lần xuất bản thứ 6, lấy chủ đề *"Người cư sĩ Phật giáo"*. Và năm nay 2025 cũng có sự đắn đo là có nên tiếp tục nữa hay đình bản? Nhưng rồi còn nợ văn chương, nợ Đạo, nợ Đời... cuối cùng chúng tôi cùng quyết định là sẽ tiếp tục ra nếu Quý Anh còn đủ sức. Thế là Đặc San Văn hóa Phật giáo lần thứ bảy với chủ đề *"Tâm bình Thế giới bình"* ra đời.

Rõ ràng là thế giới đang nổi loạn ở mọi nơi, mọi chốn. Nhìn đâu cũng thấy hận thù, chiến tranh, tham quyền cố vị, độc tài, hối mại quyền thế v.v. Đúng là một thế giới chẳng an bình gì cả. Cho nên, lần này với chủ đề đã được chọn, có nhiều chư Tôn Đức Tăng Ni và Quý Phật Tử đã đóng góp nhiều bài vở rất có giá trị. Hy vọng khi độc giả đọc đến đâu thì tâm của mình sẽ an đến đó.

Cầu Phật gia hộ cho Quý Ngài và Quý Vị luôn an vui với cuộc sống thế trần, mặc dầu chung quanh mình bao nỗi khổ đau của nhân sinh vẫn còn dẫy đầy khắp chốn; xin hãy lấy con mắt từ bi của Đức Quán Thế Âm để nhìn và ban vui cứu khổ khi chúng ta còn có khả năng.

Kính nguyện được như vậy.

**Sa-môn Thích Như Điển**

*Chủ nhiệm sáng lập báo Viên Giác*

*Cố vấn sáng lập Đặc San Văn Hóa Phật Giáo*

心平世界平

Tâm bình thế giới bình

# PHẦN A

# ĐỨC PHẬT & GIÁO PHÁP

**Với sự đóng góp của các tác giả và dịch giả:**

THÍCH THẮNG HOAN * THÍCH BẢO LẠC * THÍCH NGUYÊN SIÊU * TRANG THƠ TÙY ANH * THÍCH PHƯỚC AN * HUỲNH KIM QUANG * TRANG THƠ SÔNG THU * HOANG PHONG * BẠCH XUÂN PHẺ & EDWARD BUREAU * TRANG THƠ NGUYỄN SĨ LONG * ĐỖ HỒNG NGỌC & MINH LÊ * THÍCH NỮ GIÁC ANH

*Thích Thắng Hoan*

# ĐỨC PHẬT NHÀ ĐẠI CÁCH MẠNG

Xưa nay trong lịch sử loài người, chưa có nhà cách mạng nào đại tài như Đức Phật Thích-ca. Ngài đã thành công vẻ vang trên đường cách mạng bản thân, cách mạng xã hội và cách mạng tư tưởng để giải phóng con người thoát ách nô lệ của Bà-la-môn thống trị. Đường lối và phương thức cách mạng của Ngài không giống những nhà cách mạng khác, có thể nói là đi trước thời đại và cũng là tiên phong cho những phong trào cách mạng về sau. Sự cách mạng của Ngài khởi điểm tại Ấn Độ, khởi đầu bằng sự thành đạo nơi gốc Bồ-đề, sau bốn mươi chín ngày nhập định, tìm ra lối thoát và lẽ sống cho chúng sanh.

Theo Ngài, muốn cách mạng xã hội, phải cách mạng tư tưởng và trước hết phải hoàn tất cuộc cách mạng bản thân.

Lịch sử Ấn Độ cho biết, khoảng 3.000 năm trước kỷ nguyên, xã hội Ấn Độ theo chánh thể Cộng Hoà với nền văn minh sẵn có gọi là nền văn minh Panjab, thuộc vùng thượng lưu sông Indus. Nền văn minh này về sau, khoảng 1.500 năm trước kỷ nguyên bị nền văn minh Rig-Veda của Bà-la-môn Giáo xâm lăng và tiêu diệt bằng cách đồng hóa.

Nền văn minh Rig-Veda của giống Aryan, do Bộ Lạc Bhàrata cầm đầu, phát xuất từ Trung Á Tế Á (Asia, ở bờ biển Caspienne, nay thuộc địa phận nước Nga) mang đến đặt nền móng tại Ấn Độ. Khi xâm lăng, giống Aryan chủ trương chia để trị và nô lệ hóa tư tưởng. Nhờ đó, họ thống trị được dân Ấn và củng cố được uy quyền, suốt dòng lịch sử đến Phật Thích Ca ra đời. Chế độ Cộng Hòa xưa kia tại Ấn đã bị thay thế bằng chế độ Quân chủ chuyên chế của Bà-la-môn và họ chia xã hội thành bốn giai cấp khắt khe, sau khi bộ luật Manu được công bố. Quyển "Phật và Thánh chúng" (của tác giả Cao Hữu Đính, trang 20-22), mục "Xã Hội Ấn Độ" có đề cập đến bộ luật Manu như sau: "Luật Mã-nỗ chia toàn thể lãnh thổ Ấn-Độ của người Dravida thành Ngũ Ấn, và chia toàn thể dân chúng sống trên lãnh thổ ấy thành bốn giai cấp, trong đó có hai giai cấp thống trị là Bà-la-môn và Sát-đế-ly, còn hai giai cấp Phệ-xá và Thủ-đà-la là hai giai cấp bị áp bức... Luật Mã-nỗ, chương 8, tiết 270-272 quy định rằng Thủ-đà-la là giai cấp Trời sinh ra để làm nô lệ, rằng nếu Thủ-đà-la gọi tên Bà-la-môn thì bị cắt lưỡi, rằng nếu không tuân lệnh của giai cấp thống trị thì nấu dầu đổ vào lỗ tai v.v.

Chẳng những xã hội Ấn Độ khổ đau vì giai cấp bất công, chính ngay thời Đức Phật, Phụ vương Ngài cũng bị sự kềm kẹp của chế độ xâm lăng qua Hội Đồng Quân Lực mà Bà-la-môn cầm đầu trong mọi lãnh vực văn hóa, chính trị, kinh tế v.v... Điều kiện đây được thấy trong lịch sử Phật giáo Ấn Độ, qua câu chuyện Vua Tịnh Phạn băn khoăn trước ý chí xuất gia quá mạnh của Hoàng tử Sĩ Đạt Ta. Câu chuyện rằng: Vua Tịnh Phạn sợ Thái Tử xuất gia, sau lời tiên đoán của chiêm tinh gia A-tư-đà (Asita), họp quần thần lại tìm kế hoạch cầm chân Thái tử. Cận thần Ưu-đà-di (Udayin) đề nghị: "Chỉ có sợi tóc của mỹ nhân mới cột chân nổi kẻ anh hùng.." Vua Tịnh Phạn tán thành đề nghị ấy, liền tổ chức cuộc thi hoa hậu mà người chấm thi chính là Thái tử. Hoa hậu được Thái tử chấm hạng nhất là Công chúa Gia-du-đà-la (Yasodhara), con vua Thiện Giác (Suprabuddha) trong các chư hầu.

Theo lẽ, Vua Tịnh Phạn có thẩm quyền trên hết, nhất định tổ chức lễ thành hôn cho Hoàng tử ngay sau khi cuộc thi Hoa hậu chấm dứt. Ngược lại, vua bất lực trước quyết định trên, nguyên do không được sự chấp thuận của Hội Đồng Quân Lực, mặc dù vua muốn thực hiện ngay để sớm cản trở ý nguyện xuất gia của Hoàng tử.

Nguyên vì muốn chiếm đoạt tình yêu của Hoàng tử đã chọn, vừa đẹp nhất, vừa tao nhã lịch thiệp, phản thần Đề-bà-đạt-đa (Devadatta), con của Bạch Phạn Vương, anh em chú bác với Hoàng tử, tấu trình lên Hội Đồng Quân Lực bắt buộc Hoàng tử muốn cưới vợ phải qua cuộc thi võ nghệ. Triều đình ai cũng biết Đề-bà-đạt-đa tài nghệ cao cường, lo sợ Hoàng tử không thể nào thắng được. Không ngờ Hoàng tử đã thắng cuộc một cách vẻ vang trước sự hoan hô nồng nhiệt của khán giả tham dự.

Như thế qua hiện tượng nói trên cũng đủ chứng minh giá trị của vua chúa trước uy quyền tuyệt đỉnh Bà-la-môn thời bấy giờ.

Để đả phá giai cấp bất công trên, Đức Phật ra đời châm ngòi cho cuộc cách mạng xã hội. Ngài ra đời đúng lúc sự bất mãn chế độ giai cấp của quần chúng đang lớn mạnh và lan sâu trong mọi tầng lớp xã-hội.

Ngài ra đời năm 563 trước Tây lịch, là một Thái tử duy nhất của nước Ca-tỳ-la-vệ (Kapilavastu), con vua Tịnh Phạn (Suddhodana), họ Cù-đàm (Gautama), thuộc dòng quí tộc Thích Ca (Sakya). Nước Ca-tỳ-la-vệ nằm phía bắc nước Kiều-tát-la (Kosala) hiện nay là nước Népal.

Về phương diện vật chất, Ngài sung sướng không ai bằng. Vua Tịnh Phạn cầu khẩn khắp đền miếu mới sinh được Ngài. Vua quý trọng Ngài trên hết, xây ba tòa lâu đài hợp với ba mùa để cho Ngài ở, cấp cung tần suốt ngày đêm đàn ca múa hát để Ngài quên bổn phận của dân tộc, của con người trong việc giải phóng nô lệ cho dân Ấn và giải thoát sinh tử cho chúng sinh.

Để hoàn thành sứ mạng cao cả ấy, trước hết, Ngài thoát ly gia đình ràng buộc, vượt thành xuất gia tầm đạo. Ngài ra đi, bỏ lại sau lưng tất cả sự nghiệp huy hoàng của một vương quốc, bỏ lại vua quan yêu chuộng, vợ con luyến ái, dấn thân khổ hạnh suốt sáu năm trường và bốn mươi chín ngày nhập định nơi cội Bồ-đề. Ở đây, Ngài một mặt chiến đấu với bản thân, một mặt chiến đấu với hoàn cảnh cám dỗ. Kết quả cuối cùng cuộc đời tầm đạo, Ngài chứng quả Bồ-Đề. *Cùng một con người xác thịt, Ngài khác hẳn về tính chất: con người giác ngộ đã loại trừ hết tính chất phàm phu đầy phiền não vô minh dục vọng của một Thái tử tầm thường và được thành chánh giác. Từ đây, Ngài đã hoàn thành cuộc cách mạng bản thân.*

Bước sang giai đoạn cách mạng tư tưởng. Theo Ngài, dân tộc Ấn Độ bị đầu độc bởi tư tưởng Bà-la-môn ngoại lai. Họ đầu độc không ngoài mục đích củng cố uy quyền chặt chẽ của một chế độ xâm lăng kéo dài hơn một ngàn năm, bóp chẹt và giết chết mầm móng tư tưởng truyền thống tự do của dân Ấn có tự ngàn xưa. Tư tưởng Bà-la-môn được thể hiện qua bốn bộ Kinh Rig-Veda, Brahamana, Aranyaka, Upanishad và sáu phái triết học. Đáng thương hại, dân tộc Ấn Độ lầm nhận tư tưởng Bà-la-môn ngoại lai cho là nguồn gốc của nền văn minh nước họ và mặc nhiên trung thành phụng sự tuyệt đối. Tư tưởng này, đa số đều xây dựng trên chủ nghĩa Duy thần, để kiện toàn chế độ quân chủ của chúng. Tư tưởng đây được thể hiện qua một "Đấng sáng tạo" siêu nhiên, như các đấng Krishna, Vichnou, Purusha, Prajapati, Brahma Brahaman v.v. Họ quan niệm rằng, những đấng ấy giống như loài người, nghĩa là cũng có đầu, mình, tay, chân, mắt, tai, mũi, lưỡi, biết đi, biết ăn, biết nói, biết mừng, giận, thương yêu, oán, ghét... Uy quyền tuyệt đối của đấng trên so với vũ trụ nhân sinh, cũng như uy quyền của một ông vua chuyên chế đối với thần dân trong nước. Đấng sáng tạo đó có quyền tạo thiên lập địa, ban phước giáng họa cho nhân sinh, chẳng khác nào ông vua nắm trọn trong tay sinh mạng tất cả thần dân v.v.

Khi Đức Phật thành đạo, Ngài bắt đầu thực hiện cuộc cách mạng tư tưởng vĩ đại, đả phá tất cả khuynh hướng cực đoan đương thời bành trướng và đảo lộn luân lý xã hội Ấn Độ. Ngài cực lực bài xích những tư tưởng đoạn kiến ngoại đạo thuộc chủ nghĩa Duy vật và những tư tưởng thường kiến ngoại đạo thuộc chủ nghĩa Duy thần ở trên. Những phái chủ nghĩa Duy vật này thuộc trong nhóm "Lục sư ngoại đạo" như phái: Ajita-Kasakambalin, Pūraṇakassapa v.v. Họ giáo dục con người chỉ biết sống hiện tại, tự do hưởng thụ dục lạc, vô trách nhiệm đối với tương lai. Quyển "Lịch sử Văn Minh Ấn-Độ" (của tác giả Will Durant mà Nguyễn Hiến Lê dịch, trang 87), có đề cập đến lời ông Ajita-Kasakamabalin: "Kẻ điên khùng cũng như người hiền triết, chết rồi, thây rả ra thành cát bụi, tiêu diệt hết, chẳng còn gì cả.." Tác giả tập Anh hùng ca Ramaya tả Jabali là nhà bác học Bà-la-môn hoài nghi, ngụy biện. Bác học Jaba bảo vị quan hầu trẻ tuổi xứ Ayodhya rằng: "Này Rama, tại sao lại để những lời cách ngôn tai hại đó làm mờ ám lương tâm, méo mó trí óc như vậy. Những cách ngôn đó đã làm cho bao nhiêu kẻ chất phác không suy nghĩ phải lầm lạc? Ôi, ta thương hại những kẻ lầm lạc đó cứ mải miết đi tìm một bổn phận ảo huyền, phí thức ăn! Thần và tổ tiên đâu có nhận tế lễ của ta! Và thức ăn một khi phân phát đi rồi nuôi ai được nữa đâu. Thức ăn dâng cho một tu sĩ Bà-la-môn, tổ tiên ta còn làm sao dùng nó được nữa? Chính bọn tu sĩ qui quyệt đó đã đặt ra lệ đó; chúng ích kỷ bảo ta: "Dâng đồ cúng và sống khổ hạnh đi, từ bỏ của cải hết đi mà cầu nguyện. Nhưng làm gì có thế giới vị lai. Rama này, các hy vọng và tín ngưỡng của loài người toàn là ảo cả đấy: Vậy cứ hưởng khoái lạc trên cõi trần này và từ bỏ các ảo tưởng vớ vẩn vô ích đó đi.."

Đây là chủ trương của phái Duy vật tai hại. Chính vì thế, một số người của xã hội Ấn Độ lúc ấy thiếu bổn phận với con người, và hạnh phúc gia đình không được bảo đảm vẹn toàn. Chủ trương trên gây bất mãn trong quần chúng không ít. Nhưng bạo phát bạo tàn, phong trào này không tồn tại trước ánh hào quang của Đức Phật.

Đức Phật đưa ra tư tưởng "Chủ Nghĩa Bình Đẳng" để kiện toàn cho cuộc cách mạng xã hội bằng lý thuyết "Trung Đạo Duyên Khởi." Ngài nói: "Ta là Phật đã thành, các con là Phật sẽ thành" hay "Nhất thiết chúng sanh giai hữu Phật tánh" (nghĩa là tất cả chúng sanh đều có tánh Phật) được ghi lại trong các kinh và nhất là trong bài kệ mở đầu Kinh Phạm Võng (trang 14, bản của Thượng tọa Trí Tịnh dịch). Đây thật là biểu hiện tinh thần bình đẳng tột độ. Tinh thần này được tiêu biểu trên hai phương diện: xã hội và tâm linh. Đối với vũ trụ nhân sinh, Ngài chủ trương "Nhân Duyên Duy Nghiệp" và thăng hoa con người bằng thuyết "Trung đạo trí tuệ giải thoát." Đó là đặc trưng của Phật giáo trong cuộc cách mạng tư tưởng.

Song song với cuộc cách mạng trên, Đức Phật đả phá bốn giai cấp xã hội Ấn Độ, di sản của Bà-la-môn để lại. Ngài cho rằng: Xã hội giai cấp là mầm mống thoái hóa, nguyên nhân chiến tranh, mọi bất công đau khổ của con người cũng từ đây trỗi dậy và làm cho con người trở nên bạc nhược, ươn hèn trước những bạo lực bên ngoài đưa đến. Cũng vì thế, dân tộc Ấn bị và chấp nhận lòn cúi sự nô lệ của Bà-la-môn xâm lăng qua bao thế kỷ, không trỗi dậy được. Ngài thường nói: "Con người không có giai cấp trong nước mắt cùng mặn, giọt máu cùng đỏ." Tiêu biểu cho cuộc cách mạng xã hội. Giáo đoàn của Ngài thâu nhận ông Upali là người thợ cạo, và Matanga là dâm nữ, thuộc giai cấp Thủ-đà-la (Sudra) hạ tiện vào hàng Thánh chúng trước sự ngạc nhiên của các vua chúa.

Đường lối và phương thức cách mạng của Ngài được xây dựng trên tinh thần từ bi làm nền tảng và tinh thần bất bạo động làm mục đích để thực hiện. Lịch sử Phật giáo Ấn Độ đã chứng minh tinh thần này qua con đường truyền giáo và sự đối xử của những kẻ ám hại Ngài do Bà-la-môn cấu kết và chủ trương.

Sự thành đạo của Ngài chính là báo động trọng đại cho chế độ Bà-la-môn lưu tâm. Ngài bắt đầu truyền đạo tại nước Magadha để đặt nền móng Phật giáo cũng như mở rộng tư tưởng qua các nước lân bang nhất định không tránh khỏi những đối kháng mãnh liệt của Bà-la-môn. Những tổ chức đối kháng ám hại Ngài được ghi trong lịch sử Phật giáo như cô Cinca, giả bụng chửa vu oan cho Phật, phản đồ Đề-bà-đạt-đa (Devadatta) xô đá hại Phật, Vua Ajātaśatru phục rượu voi để chà đạp Phật, Vua Virudhaka tàn sát dòng họ Phật v.v. Những kẻ ấy vẫn được Ngài độ cho thành Phật, không đối xử như một kẻ thù. Nhờ sự thêm bạn bớt thù này, Ngài đã thành công hy hữu lật đổ được chế độ độc tài cố hữu của Bà-la-môn và chiếm địa vị độc tôn tại vùng Trung Ấn suốt dòng lịch sử đời Ngài. Sự chiến thắng này không phải bằng xương máu và nước mắt, mà ngược lại bằng tình thương bao la, đánh bại mọi tư tưởng đương thời, san bằng mọi giai cấp xã hội. Trong khi đó, những Giáo chủ khác, những nhà cách mạng khác trên thế giới đều đổi lấy sự thành công bằng xương máu và nước mắt khổ đau của con người.

Để kết luận, những đặc điểm trên đây, cũng nói lên được giá trị của Đức Phật Thích Ca. Ngài xứng đáng là bậc vĩ nhân trên hết trong tất cả vĩ nhân thế giới. Ngài không chỉ là con người của dân tộc Ấn Độ tôn thờ, mà còn là của chung tất cả nhân loại noi gương. Đường lối và phương thức cách mạng của Ngài không những là khuôn vàng thước ngọc cho dân tộc Ấn Độ mà còn chung cho nhân loại muốn thực hiện cách mạng xã hội mai sau.

Phương pháp ấy đã được Thánh Gandhi áp dụng năm 1891 chống lại sự đô hộ của nước Anh, và năm 1963, Phật giáo Việt Nam đem ra chống lại chế độ độc tài gia đình trị họ Ngô. Tất cả đều thành công rực rỡ. Hy vọng chủ thuyết của Ngài sẽ được khai triển tột đỉnh và trở thành trọng điểm công thức cho tư trào cách mạng tương lai trong xã hội văn minh.

*(Bài này đăng trong Đặc San Hoằng Pháp năm Quí Sửu 1975 của Tổng Vụ Hoằng Pháp, Giáo Hội Phật giáo Việt Nam Thống Nhất ở Việt Nam)*

# Giới thiệu sơ lược về dịch giả

## Hòa Thượng Thích Thắng Hoan (1928-2024)

- Thế danh Nguyễn Văn Đồng, sanh năm Kỷ Tỵ (1928) tại thành phố Cần Thơ, miền Nam Việt Nam.

- Xuất gia năm 8 tuổi, tại chùa Hội Thắng, làng Châu Điền, quận Cầu Kè, tỉnh Vĩnh Bình.

- Năm 1953, thọ đại giới tại Phật Học Đường Nam Việt Ấn Quang. Đến năm 1957, Ngài tốt nghiệp chương trình Trung Đẳng tại Phật Học Đường này.

- Cuối năm 1957, tham học chương trình Cao Trung tại Phật Học Viện Trung Phần Nha Trang.

- Đến năm 1960, trở về Phật Học Đường Nam Việt Ấn Quang. Đến năm 1962, Ngài tốt nghiệp Cao Đẳng Phật Học tại đây.

- Song song với Phật Học, Ngài cũng đã tốt nghiệp Cử Nhân Văn Khoa năm 1970 tại Đại Học Vạn Hạnh.

- Đầu năm 1964 đến 1975: Giảng Sư Viện Hóa Đạo Saigon, Tổng Vụ Trưởng Tổng Vụ Tài Chánh GHPGVNTN.

- Năm 1982: xuất ngoại. Năm 1983: Đến Hoa Kỳ, giữ cương vị Phó Hội Chủ chùa Việt Nam ở Los Angeles kiêm Tổng Vụ Trưởng Tổng Vụ Hoằng Pháp Tổng Hội Phật Giáo Việt Nam tại Hoa Kỳ.

- Năm 1988: xây dựng học phái Duy Thức tại các nơi như: Santa Ana, San Jose, San Diego và Tu Viện Kim Sơn v.v...

- Năm 1992: Phó Chủ Tịch GHPGVNTN tại Hoa Kỳ Đặc Trách Liên Lạc Các Châu. Được tấn phong lên phẩm vị Hòa Thượng GHPGVNTN tại Canada và của Giáo Hội PGVNTN tại Hoa Kỳ.

- Năm 1996 - 2000: Chủ Tịch GHPGVNTN tại Canada.

- Năm 2004 - 2024: Thành viên Hội Đồng Trưởng Lão Viện Tăng Thống quốc nội và Chánh Văn Phòng Hội Đồng Giáo Phẩm GHPGVNTNHN tại Hoa Kỳ VPII-VHĐ.

- Viên tịch ngày 25 tháng 1 năm 2024 (nhằm ngày Rằm Tháng Chạp năm Quý Mão), tại California, Hoa Kỳ, trụ thế 97 năm, 72 hạ lạp.

**Những Tác Phẩm Trước Tác Và Dịch Thuật:**

- Bát Nhã Tâm Kinh Qua cái nhìn của Duy Thức Học
- Bát Thức Quy Củ Tụng.
- Khái luận về pháp tướng duy thức học.
- Khảo nghiệm Duy Thức Học.
- Khảo nghiệm Duy Thức Học 2.
- Năm mươi ngôi vị của Bồ Tát. HT Thích Thắng Hoan (dịch)
- Những đặc điểm của văn hóa Phật giáo trong văn hóa Việt Nam.
- Quan niệm sử học của Duy Thức. Pháp Sư Pháp Phảng (dịch)
- Tư tưởng Phật giáo trong thi văn Khuông Việt và Pháp Thuận.
- Thờ Cúng Và Lễ Bái. HT Thích Thắng Hoan
- Yếu chỉ Kinh Pháp Hoa.
- Xây dựng hạnh phúc gia đình.
- Thắng Hoan Thi Tập.
- v.v.

*Thích Bảo Lạc*

# Diệu Hương thành xông hương Bát-nhã

Mỗi người hiện hữu ở thế gian là một đóa hoa kết thành vườn hoa muôn màu sắc, làm đẹp cuộc đời mọi mặt, cùng phong thái đạo đức, theo đó xác định hầu thỏa mãn các giác quan mỗi người. Việc khó là lượng định thế nào để cân đo... chuẩn xác nội tâm, đạo đức, tâm linh... mới định vị giá trị theo cái nhìn thường nghiệm của chúng ta. Do vậy, con người tự nguyện thí nghiệm, như muốn biết vàng thật phải cho vào lửa đỏ nung lên mức 360 độ C. Các vị Bồ Tát, những bậc đại sĩ giàu nội lực mới thể hiện, vì là nguyện lực không phải ai cũng làm được.

Đại Tạng kinh, bản Đại Chánh tân tu, Tập 6, kinh Đại Bát-nhã, 600 quyển, do Tam Tạng pháp sư Huyền Trang (602-664) đời Đường dịch chữ Phạn sang chữ Hán, từ trang 1059 đến trang 1073, quyển 398, Bồ Tát Thường Đề, nêu rõ "thành danh Cụ Diệu Hương". Những vị quan tâm nghiên cứu Phật giáo hẳn rất quen thuộc, vì nơi đó Bồ Tát Pháp Dũng lập đạo tràng giảng kinh Bát-nhã Ba-la-mật-đa, quy tụ thính chúng đủ mọi thành phần: Tỳ-kheo, Tỳ-kheo-ni, Ưu-bà-tắc, Ưu-bà-di, Bồ Tát tại gia, xuất gia. Pháp tịch của Ngài rất hưng long, nên được đông đảo các vị học sĩ tới dự nghe. Không những thính chúng ở gần tới nghe pháp mà những người từ xa như Bồ Tát Thường Đề, các vị thiên vương, trưởng giả nữ, bố mẹ của cô cùng những người tùy tòng đều học được pháp Bát Nhã ba la mật đa vi diệu giải thoát.

Bồ Tát Thường Đề tu hành nghiêm mật nơi thanh tịnh vắng vẻ mà thuật ngữ Phật học gọi là A-lan-nhã, một trong những hạnh đầu đà[1] của người trí cầu học pháp xuất thế. Trong lúc tọa thiền, Ngài bỗng nghe trên hư không có tiếng vọng xuống bảo: "Ta báo cho ngươi biết rằng, muốn mau đắc đạo hãy đi về hướng đông, gặp một bảo thành bảy báu, nơi đó có vị Bồ Tát đang giảng kinh Bát-nhã Ba-la-mật." Rồi âm thanh ấy chợt tắt mất. Bồ Tát suy nghĩ một lúc, hơi phân vân tự hỏi: "Sao lúc nãy ta không hỏi cho rõ ràng, thành đó tên gì, cũng như tên của Bồ Tát chủ trì giảng kinh, và đi về hướng đông cách đây bao xa?" Trong lúc đang phân vân và tự trách như vậy Ngài buồn lòng, nghĩ tới công phu tu hành mình chưa trọn vẹn. Bồ Tát tỏ vẻ buồn rầu như gần mất chánh niệm thì bỗng thấy hình tượng Đức Phật hiện ra, đức tướng trang nghiêm, thân vàng chói sáng, ân cần khuyên bảo: "Đại sĩ chớ quá bi quan như vậy. Muốn đạo nghiệp chóng thành phải dũng mãnh, tinh tấn, nhẫn nhục hơn nữa mới đạt tới đích. Ta bảo cho ông biết, hãy đi về hướng đông cách đây 500 do-tuần sẽ gặp thành Diệu Hương, nơi Bồ Tát Pháp Dũng đang giảng kinh Bát-nhã Ba-la-mật." Như đang lạc đường lại có người chỉ dẫn,

---

[1] Hạnh đầu đà: hay còn gọi là tu khổ hạnh; tu hành để dứt trừ tham đắm ăn mặc, quần áo, ngủ nghỉ, chỗ ở v.v... hầu điều phục tâm thanh tịnh. Hành giả tu hạnh đầu đà phải tuân thủ 12 điều như sau: 1. Ở chỗ thanh vắng (a-lan-nhã), yên tĩnh; xa lánh nơi đông đảo; 2. Thực hành hạnh khất thực mỗi ngày; 3. Khất thực theo thứ tự từng nhà, không phân biệt giàu nghèo; 4. Ngày chỉ ăn một bữa trước giờ ngọ; 5. Ăn đúng lượng trong bình bát, không ăn quá nhiều; 6. Sau giờ ngọ trai không được uống nước trái cây; 7. Đắp cà-sa chắp vá bằng những vải vụn; 8. Chỉ giữ 3 y: y hạ khi làm việc, y trung khi giảng pháp, y thượng khi lễ bái; 9. Ở nơi nghĩa địa hay bãi tha ma; 10.Ban đêm ngủ dưới gốc cây; 11. Ngồi chỗ đất trống; 12. Thường ngồi không nằm. (Một số kinh luận cũng nói khác hơn về 12 hạnh đầu đà này.)

Bồ Tát Thường Đề vô cùng hăm hở phấn chấn tinh thần, định hỏi thêm chi tiết thì Đức Phật đã biến mất.

Lúc ấy, Bồ Tát suy nghĩ rất nhiều: "Đường đi tới thành Diệu Hương tuy không đơn giản, nhưng nếu cố gắng ta cũng có thể tìm tới nơi ra mắt Bồ Tát được. Việc khó là vì nghèo khó ta tìm đâu ra tiền bạc, của báu để dâng lên cúng dường trong lễ nhập môn cho đủ lễ."

Lần này, Bồ Tát buồn tủi xót xa trong lòng, tâm thần trở nên rối rắm như cuộn chỉ nùi khó phăng ra manh mối. Bỗng dưng Ngài nhớ lời khuyến tấn của Đức Phật, liền nghĩ ra một cách: đem thân mình rao bán, hễ có người mua là tâm nguyện được thành tựu. Việc rao bán như vậy trải qua nhiều ngày mà vẫn chẳng thấy ai đoái hoài tới cả. Một lần nữa, Ngài tỏ ra bất lực, hướng vọng lên không kể lể như con trẻ. Do lòng bi cảm, Thiên Đế-thích liền hiện ra thành một người bà-la-môn hỏi han mọi sự. Bồ Tát bèn kể rõ chi tiết hoàn cảnh, cùng tâm trạng của mình cho vị bà-la-môn nghe. Vị bà-la-môn cảm thông đáp lại rằng: "Nay ta muốn tế trời, chỉ cần 3 món để dâng cúng, nhưng e rằng việc này rất khó, Ngài không thể nào đáp ứng được đâu." Bồ Tát hỏi: "Ba món đó là những món gì?"

"Đó là máu, tủy và tim của đại sĩ."

Lặng thinh trong giây lát, rồi Bồ Tát tự nghĩ: "Ta đã phát lời thệ nguyện bố thí chẳng cần cầu báo. Về ngoại tài như cơm áo, của cải, vàng bạc, châu báu... ta chẳng có gì để cho. Giờ đây cơ duyên đến vừa đúng lúc cho ta thực hiện bố thí nội tài." Nghĩ như thế, Bồ Tát lấy đá rạch cánh tay trái trích máu, dùng mảnh nhọn chẻ xương rút tủy, đoạn tới bên vách tường chuẩn bị mổ lấy tim ra. Khi ấy có nữ trưởng giả đứng trên gác cao trong nhà mình nhìn xuống đường thấy rõ hết mọi việc, liền xuống gác ra khỏi nhà đến chỗ Bồ Tát Thường Đề để ngăn lại, hỏi rằng: "Do nhân duyên gì ông đã tự hoại thân lấy máu, lấy tủy, nay lại muốn mổ lấy tim ra?" Bồ Tát Thường Đề liền kể việc muốn cúng dường để cầu học pháp Bát-nhã Ba-la-mật-đa. Nữ trưởng giả nghe xong hết sức vui mừng liền nói: "Ngài vì cầu pháp mà chẳng tiếc thân mạng, huống chi con đây nhà giàu có lại không biết cúng dường sao? Xin ngài chớ tự hại mình nữa, việc cúng dường tất cả phẩm vật, vàng bạc, châu báu con đều có thể lo được. Con cũng muốn được cùng ngài đi đến chỗ Bồ Tát Pháp Dũng để được nghe diệu pháp." Khi ấy, Đế Thích hiện lại nguyên hình, đứng trước Bồ Tát chắp tay cung kính sám hối vì đã làm tổn hại thân thể ngài, xin được hoàn phục thân thể Ngài lại như cũ." Bồ Tát liền nói: "Nếu tâm nguyện của tôi chân thật thì tự nhiên thân thể tôi có thể hoàn phục như cũ, không cần nhọc đến thần lực của ngài." Thiên Đế Thích thưa; "Quả đúng là như vậy. Nhưng vì con đã làm tổn hại đến ngài, xin mở lòng từ bi cho con thực hiện việc này để chuộc tội." Bồ Tát Thường Đề nói: "Vậy xin tùy theo ý ông." Đế Thích liền dùng thần lực khiến cho thân hình Bồ Tát hoàn phục lại như cũ.Chứng kiến việc ấy rồi, vị nữ trưởng giả càng thêm cung kính, liền chắp tay thưa rằng: "Xin thỉnh đại sĩ theo con về nhà, để con thưa cùng cha mẹ sẽ giúp Ngài đạt thành sở nguyện."

Bồ Tát Thường Đề theo nữ trưởng giả về tới nhà, đứng đợi trước cửa. Cô vào nhà trình bày rõ mọi việc cho cha mẹ biết và xin được phép cúng dường Bồ Tát và theo đến Diệu Hương thành để nghe pháp. Không những vui vẻ chấp thuận cho con lên đường học đạo; ông bà còn muốn tiến xa hơn một bước, nên hoan hỷ cùng theo họ tìm tới thành Diệu Hương ra mắt đại Bồ Tát Pháp Dũng.

Đoàn người đem theo nhiều vàng bạc, châu báu với hơn 500 cỗ xe. Một cỗ xe riêng cho Bồ Tát Thường Đề đi phía trước, cha mẹ và nữ trưởng giả cùng với 500 thị nữ đều mỗi người đi trên một xe. Mọi người hăng hái chở báu vật và người lên đường chẳng bao lâu đã tới nơi của Bồ Tát Pháp Dũng. Đoàn người dừng lại trước cổng thành. Đây là chốn trang nghiêm thanh tịnh như tỏa mùi hương giải thoát phảng phất khắp gần xa. Cảnh trí đẹp mà vô cùng thiền vị với đủ loại chim hót nói pháp hòa nhã, có nhạc trời du dương hòa tấu suốt ngày đêm, có cây báu bảy hàng ngay thẳng ngăn nắp, với ao nước trong mát đủ tám thứ công đức,[1] chung quanh trồng chỉ một loại cỏ xanh mượt mà như khiêu vũ trước từng cơn gió thổi. Thật là sạch đẹp tươi sáng, uyển chuyển của cảnh vật chung quanh. Con người nơi đây sống trong cõi tịnh độ, tất cả đều thuần thiện với tâm chân thật, hòa nhã với mọi người, mọi loài và môi trường cuộc sống. Gương mặt họ luôn tươi sáng, đầy đặn nét phúc hậu thuần thiện, nên dễ kết thân với mọi người.

Đoàn người tiến lần vào bên trong qua một cánh cổng như ma thuật, tự động mở đóng phát ra bản nhạc thiền êm nhẹ làm cho những người mới tới đây lần đầu say sưa đứng lại ngắm nhìn chăm chú. Bồ Tát Pháp Dũng đang giảng pháp nơi đài Bát Nhã cho thính chúng đông đảo ở đó. Mọi người phải chờ đợi xong giờ giảng. Hồi chuông vừa báo hiệu chấm dứt, thị giả lên trình báo có Bồ Tát Thường Đề ở xa từ phương Nam đến, cùng với số nam nữ cư sĩ muốn ra mắt đảnh lễ, cúng dường đại sư và cũng muốn theo học đạo. Bồ Tát y phục chỉnh tề rồi bước xuống pháp tòa, mời khách vào ngồi tiếp chuyện. Bồ Tát Thường Đề đảnh lễ đại sĩ Pháp Dũng xong, đi nhiễu quanh 3 vòng rồi dâng hương hoa lễ phẩm, báu vật, các món cần dùng lên cúng dường Bồ Tát Pháp Dũng. Bồ Tát Thường Đề đứng ra tác bạch:

*"Ngưỡng bạch đại sư,*
*chúng đệ tử từng nghe rằng:*
*Đệ tử của đức Đại hiền*
*Ngày đêm tỉnh giác trú thiền niệm tâm*

[1] Nước 8 công đức, bao gồm: 1. Trong lắng sạch sẽ; 2. Thanh tịnh mát mẻ; 3. Vị ngọt thơm tho; 4. Nhẹ nhàng mềm mại; 5. Nhuần vị mượt mà; 6. Yên ổn điều hòa; 7. Trừ được chứng đói khát; 8. Uống vào trưởng dưỡng các căn, thân tâm thư thái.

*Đệ tử đức Chuyển pháp luân*
*Ngày đêm tỉnh giác chuyên cần tấn tu*
*Niềm vui vô hại, vô thù*
*Nằm ngồi, ăn nói, công phu, thiền hành*
*Đệ tử của Đức Vô Sanh*
*Ngày đêm tỉnh giác trong lành hỷ an*
*Thân tâm chú niệm chu toàn*
*Vui đời thiền quán xứng hàng Sa Môn!*[1]

"Cúi xin Ngài từ bi chỉ giáo cho chúng đệ tử được ân triêm công đức."

Nghe bạch xong, Bồ Tát Pháp Dũng đáp lời khuyến tấn rằng: "Lành thay chư nhân giả! Giáo pháp của Phật rộng sâu như đại hải, những thuyền bè muốn vượt đại dương, người thủy thủ cần vững tay lái chống chèo qua tới bờ bên kia. Người học đạo cũng thế chẳng khác chi kẻ bơi thuyền ngược dòng nước. Có bao nhiêu những bất trắc, tai nạn hiểm nguy đang rình rập, ập đến mỗi khi lơ là, giải đãi, thất niệm, buông lơi... để cướp mạng hành giả. Do vậy, những mong chư nhân giả hãy gia tâm chánh niệm, và xin khuyến thỉnh mỗi người cần nên tinh tấn tu tập trong mọi thời mọi khắc để tự độ và độ tha thoát khỏi bến mê sớm về bờ giác. Cầu chúc các vị chóng thành đại nguyện."

Sau khi nghe lời dạy ân cần thực tiễn, sâu sắc của đại sư, Bồ Tát Thường Đề, ông bà trưởng giả, trưởng giả nữ và gia nhân thành tâm lễ ba lạy, rồi ngồi sang một bên dự pháp hội giảng kinh Bát Nhã. Bồ Tát Thường Đề và những người mới dự nghe kinh chưa nắm vững được yếu nghĩa của pháp Bát Nhã nên Bồ Tát Pháp Dũng vì chúng hội giảng giải nghĩa thú qua pháp thoại chuyên đề. Bồ Tát nói:

"Thưa các vị, tất cả chư Phật, bậc Chánh Đẳng Giác, Như Lai, bậc xứng đáng nhận của ứng cúng, bậc Thiện

[1] Theo Giới Đức dịch kinh Lời Vàng, câu 298-301.

Thệ... hạnh sáng viên mãn, bậc Thiện Sĩ tỏ rõ thế gian, bậc trượng phu cao cả, bậc Điều Ngự, thầy của trời người, Đức Bạc-già-phạm. Phật với pháp thân thanh tịnh không từ đâu đến cũng không đi về đâu. Vì lẽ, thật tánh của vạn pháp đều là bất động. Các pháp chân như, không đến cũng chẳng đi nên không thể thiết đặt được. Chân Như ấy tức là Như Lai, Ứng Cúng... Bạc-già-phạm vậy. Các pháp, pháp giới[1] không đến không đi, không thể thiết đặt. Như vậy, pháp giới tức là Như Lai, Ứng Cúng... Bạc-già-phạm. Các pháp pháp tánh không đến không đi không thể thiết đặt. Như thế, pháp tánh tức là Như Lai, là Bạc-già-phạm.

"Tóm lại, các pháp đều tánh không, không đến không đi, không thể thiết đặt. Mọi pháp tánh không tức là Như Lai, Như Lai tức là các pháp tánh không. Tất cả các Đức Như Lai... chẳng phải là các pháp, cũng chẳng lìa mọi pháp. Các pháp Chân Như tức Như Lai Chân Như, một mà chẳng phải hai. Các pháp Chân Như chẳng hiệp chẳng tan, duy chỉ một tướng, và như vậy gọi vô tướng. Mọi pháp chân như chẳng phải một, chẳng hai, ba, chẳng bốn, nói rộng hơn cho đến chẳng phải trăm nghìn v.v. Bởi lẽ, pháp Chân Như không thể dùng toán số tính được, vì chẳng phải hữu tánh. Thí dụ: một người đi dạo chơi giữa cánh đồng trống vào một hôm trời nóng bức, miệng khát nước nên thấy đằng xa có giọt nắng gợn, anh ta lầm tưởng nước, cứ nghĩ giờ mình được uống nước. Anh càng ra sức đi nhanh tới thì bóng dợn càng xa dần. Người bộ hành tìm đủ cách cho có nước uống cũng không có được.

---

[1] Pháp giới: còn gọi là Pháp Tánh, Thật tướng. Các pháp đều có tự thể, giới hạn riêng không giống nhau. Nhưng nói chung, vạn pháp cũng chỉ từ một pháp giới, đó là sự. Còn về lý là Pháp Tướng. Hoa Nghiêm chủ trương lý tính chân như pháp giới hoặc chân như pháp tánh. Trong Pháp Giới bao gồm hết thảy các pháp hữu vi, vô vi, nên cũng gọi là nhân hay tính mà các pháp nương tựa vào; vì các pháp cùng một tính cho nên gọi là Pháp Giới.

Quý vị nghĩ sao? Ở chỗ dợn sóng đó nước từ núi non, khe suối, ao rạch... chảy ra, nay đi đâu? Nước chảy ra biển Đông, Tây hay biển Nam, biển Bắc? Thường Đề đáp:

- Trong chỗ gợn sóng lăn tăn đó, nước còn chẳng có, huống chi cho rằng có nước chảy ra và nơi đến.

Đúng vậy, Ngài nói rất đúng, như người khát nước kia vì không biết, vì sự khát quá bức bách nên thấy dợn sóng lầm tưởng là nước. Nếu cho rằng Như Lai, bậc Chánh Đẳng Giác có đến đi cũng giống như thế. Vì lẽ, không nên lấy sắc tướng thấy Như Lai; Như Lai tức là pháp thân. Pháp Thân Như Lai tức là các pháp Chân Như pháp giới. Chân như pháp giới không thể nói có đến đi; pháp thân Như Lai cũng như thế, không đến không đi.

Lấy một thí dụ khác, như có nhà ảo thuật và các đồ đệ tạo ra đủ loại nào quân tượng, quân mã, quân xa, bộ binh, trâu dê... các thứ, những thứ ấy trong chốc lát không còn trông thấy nữa. Những thứ kia từ đâu đến và rồi đi đâu? Cũng như có người cho rằng Như Lai có đến đi, cũng giống như thế.

Một thí dụ nữa: trong gương có hình trông thấy rõ, hình ảnh đó tạm có rồi hoàn không. Hình ảnh trong gương từ đâu đến và đi đâu, Bồ Tát Pháp Dũng hỏi.

Thường Đề đáp: những hình ảnh kia không thật thì làm sao nói có đến có đi. Như Lai Chánh Đẳng Giác không thể dùng sắc thân trông thấy được. Luận về Như Lai tức là pháp thân; pháp thân Như Lai tức là mọi pháp-pháp giới chân như. Pháp giới chân như bất khả thuyết, không đến đi. Pháp thân Như Lai cũng như thế, không đến đi.

Hỏi: Cũng như thành Diệu Hương đây có nhiều quang cảnh lạ biểu hiện đủ loại, nhưng những cảnh tượng ấy tạm có rồi không. Như thế những cảnh ấy từ đâu đến và đi về đâu?

Đáp: Những cảnh tượng ấy chẳng thật có, như vậy làm sao có thể nói chúng từ đâu đến và đi đâu.

"Đúng như vậy đấy! Thưa Ngài Thường Đề. Người nào chấp những quang cảnh nơi thành này có thật, nên biết kẻ ấy vô trí. Nếu cho rằng Như Lai, bậc Chánh Giác có đến đi, cũng giống như vậy. Tất cả các Đức Như Lai, bậc Chánh Giác không do sắc thân thấy được; luận về Như Lai tức là pháp thân. Pháp thân Như Lai tức là các pháp chân như pháp giới. Pháp giới chân như bất khả thuyết không đến đi; pháp thân Như Lai cũng như thế, không đến đi."

Hỏi: Như có người nằm mộng thấy các Đức Phật hoặc một, hai, ba, mười, trăm hoặc nghìn Đức Phật, cho đến vô số Phật. Lúc tỉnh mộng người ấy biết rằng việc thấy đó đều không có thật. Vậy thì, trong giấc mộng thấy Phật đó từ đâu đến và đi đâu?

Đáp: Việc thấy trong mộng đều không thật mà hư vọng cả, là không thật có làm sao có thể nói là có chỗ đến đi. Quả thật như thế, người chấp việc trong giấc mơ có đến đi, nên biết kẻ ấy vô trí. Nếu cho rằng Như Lai bậc Chánh Giác có đến đi, cũng giống như thế.

"Tất cả Như Lai Chánh Đẳng Giác dạy rằng, hết thảy mọi pháp như cái thấy trong mộng, như những sự biến hóa, như thành Diệu Hương, như ảnh tượng, tiếng vang dội lại, việc ảo, nắng dợn... đều chẳng có thật. Nương những việc như thế, chư Phật diễn nói pháp mầu sâu rộng. Người không hiểu biết chấp thân Như Lai là danh, là sắc, có đến có đi, nên biết người ấy không hiểu biết pháp tánh là gì. Kẻ vô trí ấy trôi lăn trong các cõi thọ khổ sanh tử; xa lìa trí tuệ bát nhã lại cũng xa lìa Phật Pháp.

"Nương những việc như thế, chư Phật thuyết pháp sâu mầu. Hiểu đúng như thật không chấp thân Phật là danh là sắc, cũng chẳng nói Phật có đến đi, nên biết người ấy đối với những lời Phật dạy hiểu rõ đúng, không chấp các pháp có đến đi, có sanh diệt, có nhiễm tịnh. Do không chấp nên tu hành Bát-nhã ba-la-mật-đa, cũng thường luôn tinh tấn tu tập Phật Pháp thời được đáp ứng mong cầu giác ngộ giải thoát, nên cũng gọi vị ấy là chân Phật tử. Người như thế không phụ thọ nhận của đất nước, dân chúng, hay của người cúng thí; cũng trợ giúp làm nơi tạo ruộng phúc mới thọ của thế gian, người và trời cúng dường.

"Như loại đàn không hầu do đầy đủ các duyên hợp mới phát lên thành tiếng. Tiếng đàn ấy nhờ các duyên như dây căng, thân, bụng, cán, phím đàn và người gãy đàn tạo thành. Tách riêng mỗi thứ thì không thể nào phát ra thành tiếng đàn mà phải hợp các thứ lại tiếng đàn mới phát ra được. Âm thanh ấy phát không từ đâu đến và lúc tiếng đàn dứt không đi đâu. Thân chư Phật cũng như thế, nương nhờ các duyên mà sanh. Thân do nhân duyên sanh nên nói rằng có vô lượng phước đức, trí tuệ; hữu tình chúng sanh do tu thấy căn lành Phật thuần thục. Cũng thế, tách mỗi thứ riêng không thể sanh ra thân mà cần hợp các duyên lại thân mới thành. Thân hình thành không từ đâu sanh, hoại diệt cũng không đi đâu. Thân Như Lai bậc Chánh Đẳng Giác cũng thế, không đến đi. Nên biết rằng theo như lý luận, hết thảy mọi pháp, tướng không đến đi, cũng phải biết rõ như thế...

"Với Như Lai bậc Đẳng Chánh Giác hay với hết thảy mọi pháp nên hiểu như vầy: không đến, không đi, không tăng, không giảm, không sanh, không diệt, không nhiễm, không tịnh. Người có quyết tâm tu tập trí tuệ bát nhã thâm sâu với phương tiện khéo léo hẳn đạt tới giải thoát giác ngộ."

Pháp hội giảng kinh Bát Nhã của Bồ Tát Pháp Dũng chấn động đến ba ngàn đại thiên thế giới, làm cho mặt đất, núi non, biển cả, và cả thiên cung đều chấn động. Bồ Tát Thường Đề thấy hiện các tướng chưa từng thấy, bèn hỏi đại sĩ Pháp Dũng do nhân duyên gì mà có điềm lạ như thế?

Ngài Pháp Dũng trả lời: "Do tôi trả lời Ngài những câu hỏi về tướng đến đi của Như Lai bậc Chánh Đẳng Giác. Do vậy, pháp hội này có 8.000 người chứng quả vô sanh, vô số chúng sanh khác phát tâm cầu đạo vô thượng Bồ-đề; còn có 84.000 chúng sanh dứt trừ phiền não đạt chỗ thấy pháp. Do nhân duyên như vậy, làm cho thế giới này cả mặt đất, núi non, biển cả đều chấn động."

Sau khi lãnh thọ pháp mầu sâu sắc, Bồ Tát Thường Đề trong lòng phấn khởi nghĩ rằng, nay ta đạt được những điều thiện lợi là nhờ hỏi pháp Bồ Tát Pháp Dũng, khiến chúng hữu tình nghe được pháp Bát Nhã thâm sâu. Nay đây nơi đạo vô thượng chánh đẳng Bồ-đề, ta không còn nghi vấn gì nữa. Ta nguyện đời sau nhất định sẽ thành Như Lai Chánh Đẳng Giác làm lợi lạc vô số hữu tình. Nghĩ thế rồi Ngài vui mừng bay vọt lên hư không, cao bằng bảy cây đa-la nhưng vẫn phân vân: Ta nên dùng những vật gì cúng dường Đại sư để đền đáp ân đức Ngài đã nói pháp?

Biết được tâm niệm của Ngài, trời Đế Thích hóa hiện vô số hoa hương tươi đẹp mang trao cho Bồ Tát Thường Đề và nói rằng:

- Đại sĩ, nay xin Ngài thương tưởng tôi mà nhận những hoa này đem cúng dường Bồ Tát Pháp Dũng. Mong Ngài hoan hỷ nhận của cúng dường của chúng tôi, đây là tôi tán trợ công đức của đại sĩ. Vì nhờ đại sĩ nên chúng tôi đạt được nhiều lợi ích, và ắt hẳn đạt mong cầu chứng vô thượng Chánh Đẳng Bồ-đề.

Trời Đế Thích nói tiếp: Đại sĩ nên biết, Ngài vì hết thảy hữu tình mà trải qua vô số kiếp phải chịu biết bao nhiêu cần khổ như Đại sĩ thật khó có được. Vì thế mong Ngài thọ nhận của cúng dường này.

Bằng sự ân cần với ý nghĩ chân thật như thế, Bồ Tát Thường Đề hoan hỷ nhận hoa của trời Đế Thích đem dâng cúng Đại Bồ Tát Pháp Dũng xong, rồi từ trên không trung xuống đảnh lễ dưới chân đại sư, Ngài cung kính chắp tay bạch rằng: chúng con từ nay đem thân này dâng hiến hầu hạ đại sư, ngưỡng mong Ngài dủ lòng từ nạp thọ. Nhờ căn lành này mong được pháp thù thắng như Tôn Giả đã chứng, những mong đời sau luôn gần gũi tôn giả, thường thân cận hầu hạ cúng dường chư Phật cùng các đức Bồ Tát đồng tu phạm hạnh.

Đại Bồ Tát Pháp Dũng khi ấy trở vào trong cung, nhập định trong bảy năm, tịnh tu nhất tâm bất loạn, đạt được nhiều loại thần thông tam ma địa.

Học hạnh xả thí như Đại Sư: giữa hội chúng Bồ Tát Thường Đề phát bảy điều tâm nguyện:

- Thứ nhất, không nằm, ngồi mà chỉ đi, đứng; có nghĩa là hy sinh thân mạng cầu pháp, không cần đoái tới những việc khác.
- Thứ hai, không cần ngủ nghỉ. Đây mới quả là nguyện phi thường. Bình thường mỗi ngày ta ngủ ít nhất từ 4 tới 6 tiếng mới giữ gìn được sức khỏe.
- Thứ ba, không nghĩ tới ngày hay đêm. Chỉ những hành giả lắng sâu trong chánh định mới tìm an lạc trong thiền quán mà Bồ Tát Thường Đề muốn dự vào.
- Thứ tư, không cảm thấy mệt mỏi. Sức người thường có giới hạn, làm việc trong ngày phải có giờ nghỉ ngơi, và cuối tuần cần nghỉ dưỡng sức để tiếp tục công việc lâu dài.
- Thứ năm, không nghĩ tới việc ăn uống. Người ta chỉ có thể nhịn ăn, mà không ai nhịn uống tới vài ngày; huống chi nhịn ăn uống trong dài hạn.
- Thứ sáu, không quan tâm tới sự nóng lạnh.
- Thứ bảy, chẳng dính ngoại duyên hay những việc bên trong.

Thời gian an trú trong định Bồ Tát chỉ niệm nghĩ: chừng nào Đại Sư Pháp Dũng xuất định cho ta có dịp hầu hạ cúng dường, học pháp?

Một hôm Bồ Tát đang tọa thiền, bỗng nghe trên không trung có tiếng vọng xuống nói rằng: "Sau đây 7 ngày Bồ Tát Pháp Dũng xuất định."

Nghe xong Ngài liền xuất định trước, lo thiết đặt pháp tòa cho đại sư thuyết pháp. Công việc gần xong, Ngài cần nước rưới quét tòa ngồi, nhưng chúng ác ma ganh tị đem cất giấu hết nước, trong và ngoài thành đều khô cạn. Trong hoàn cảnh khó xử như thế, lại một lần nữa Đại Bồ Tát phát tâm chích máu thay nước để công việc được thành tựu. Thấy sự hy sinh quá dũng mãnh của Bồ Tát, trưởng giả nữ và những người thân thuộc cũng phát nguyện làm theo. Vì thế, ác ma không thể phá được hạnh tu bố thí ba-la-mật-đa của Đại Bồ Tát Thường Đề; cũng như không dám tung hoành, cản ngăn người tu thiện pháp.

Bấy giờ trời Đế Thích hết lời ca tụng hạnh tu hy hữu của Thường Đề và đồ đệ; bèn dùng sức thần thông biến máu ấy thành nước hương chiên đàn rưới quét sạch pháp tòa và khắp chung quanh.

Thệ nguyện hay nguyện lực có sức mạnh phi thường, như mọi người còn nhớ, lúc Thái tử Tất-đạt-đa ngồi thiền định dưới cây Bồ-đề tại Bồ-đề đạo tràng 49 ngày sau cùng, cũng phát lời nguyện đanh thép như sau:

"Ta ngồi thiền quán dưới cội cây này, nếu không thành đạo, dù thịt nát xương tan, ta nhất quyết không rời khỏi nơi đây."

Cho tới ngày cuối, Thái tử chứng được đạo quả, thành Phật hiệu là Thích-ca Mâu-ni. Noi gương hạnh Phật, Bồ Tát Thường Đề không hề đoái tới thân mạng, chỉ mong đạt thành chánh quả. Ngài phát nguyện rằng: "Ta muốn nhổ sạch gốc khổ não thân tâm của vô số chúng sanh trong sanh tử luân hồi mà cầu vô thượng chánh đẳng Bồ-đề. Nếu việc chưa thành, dù phải hy sinh thân mạng, ta quyết đeo đuổi đến cùng không hề thoái lui."

Các vị Bồ Tát thường trưởng dưỡng đạo tâm dũng mãnh nên các Ngài luôn toát ra tâm từ vô lượng, tâm bi, tâm hỷ và tâm xả vô lượng. Sự xả thí cao đẹp của Ngài Thường Đề, lúc đầu ta ngây ngô tưởng là những chuyện tầm thường như của chúng ta hằng ngày. Như việc ăn uống, ngủ nghỉ, không ngồi, không nằm, không nghỉ ngày đêm, không để thân tâm mỏi mệt, không màng chuyện nóng lạnh, không bị mọi duyên ràng buộc chi phối... Hẳn ta nghĩ những việc ấy mình dư sức có gì đâu, như chiếc xe lao nhanh an toàn trên xa lộ. Suy nghĩ là một việc, tới khi bắt tay thực hiện lại là một việc khác, cần phải sẵn sàng bằng tâm từ bi quảng đại mới mong thực hiện được. Y như lời thệ nguyện trên của Bồ Tát, đối với ta phát lên như thế này: "Ta muốn nhổ trừ khổ não thân tâm của vô số chúng sanh trong sanh tử luân hồi mà cầu vô thượng chánh đẳng Bồ-đề. Nếu việc chưa thành, ta quyết chí đeo đuổi tới cùng." Nguyện như thế chưa phải lời thề son sắt, vì không có gì ràng buộc người phát nguyện phải tuân thủ cả. Câu nhấn mạnh quan trọng nhất "Dù phải hy sinh thân mạng" hay câu thệ nguyện của Tất-đạt-đa "Dù thịt nát xương tan", đó chính là cốt tủy của vấn đề. Do nghiệp lực còn nặng, duyên nợ ba sinh, đạo tâm chưa đủ sâu dày, người thường cũng khó mà so sánh xứng với các vị Bồ Tát, nhất là chỉ giới hạn trong việc bố thí thôi. Việt Nam có câu giáo giới này: "Lấy vải thưa che mắt thánh", nên tâm phàm việc gì cũng như nước đổ lá sen chẳng bao giờ dính cả. Do vậy tâm nguyện của ta khó thành hoặc không đạt được là lẽ đương nhiên, không cần đổ thừa, quy kết cho ai cả.

Nhân đây người viết muốn dẫn lại một đoạn của thời pháp thoại ngắn hầu quý vị, nhân đề cập về nhà lãnh đạo cần có các đức tính: kỷ luật, liêm khiết, công tâm, và ngoài ra còn có những đức tính khoan dung rộng lượng, từ bi nhân hậu, thương yêu tha thứ, nhẫn nhục nhu hòa hay bố thí, trì giới kham nhẫn, tinh tấn, thiền định; phát tâm Bồ-đề thương yêu hết thảy mọi loài hữu tình và vô tình chúng sanh, không phân biệt màu da chủng tộc, ngôn ngữ v.v... liệu ta có làm được? Thế nhưng, nhà lãnh đạo một hiệp hội, tổ chức giáo dục, chính phủ, quốc gia hay quốc tế còn nặng gấp trăm ngàn lần hơn vai trò điều hành đơn vị gia đình, ngôi chùa, học đường... như vừa nêu trên.[1]

Bảy điểm Bồ Tát Thường Đề phát nguyện chỉ mới bước khởi đầu, nuôi dưỡng tâm Bồ-đề kiên cố qua những thử thách. Chính việc bố thí cũng đâu có dễ thực hành, bởi do cái tâm ta chưa dứt khoát nên còn sợ sệt, nghi ngờ. Bố thí ngoại tài do công lao mình tạo đã khó, huống chi bố thí nội tài, các cơ phận nơi thân thể lại càng khó gấp trăm lần hơn. Qua kinh nghiệm cho thấy rằng Bồ Tát hy sinh dễ dàng như ánh sáng, như hư không, khiến chư thiên nể phục, ma quân khiếp vía kinh hồn; sau cùng Ngài chứng quả giải thoát.

Hành trình tìm thầy học đạo của Bồ Tát vô cùng gian nan hiểm trở, nhất là trong khi tu hành Bồ Tát đã thể hiện rõ, đúng cách ban cho hơn của đem cho là thế nào. Người ta cần máu cho máu, cần tủy cho tủy, cần tim cho tim... là những việc khó còn làm được, huống gì việc nào khác lại không làm được chứ! Người ta cần gì cho nấy như cần xe cho xe, nhà cửa, vàng bạc, ngọc ngà châu báu v.v... đều ban phát thảy. Nếu có ai xin vợ cho vợ, xin con cho con không chút ngần ngại, không chần chừ suy tính. Thực hành hạnh bố thí như thế mới gọi là bố thí Ba-la-mật. Bởi vì, giữa 3 điều: vật thí, người thí, kẻ nhận bố thí không ngăn cách, không niệm phân biệt, không lui sụt tâm Bồ-đề, chính là phương tiện hay đẹp của Bồ Tát dũng mãnh vào đời thực

[1] Pháp thoại của H.T.Bảo Lạc ngày 29-11-14 tại tu viện Đa Bảo, Sydney.

hành hạnh xả, để tuyên dương giáo pháp Phật đà như trong quá khứ, hiện tại đến tương lai các vị Bồ Tát đều như thế.

*Bố thí không tùy thuộc vào người*
*Vật hay đồng thời bất cứ đâu...*
*Bố thí buông xả không mong cầu*
*Không* lận *tiếc, đắn đo suy tính*
*Tài thí gồm hai loại phân minh*
*Các cơ phận nội tài xác định*
*Tủy não, đầu, mũi, tai, mắt, thận*
*Cứu giúp người nguy khẩn cấp kỳ*
*Vật ngoại tài kể chi của cải*
*Bạc vàng quí ban rải thi ân*
*Về pháp thí là phần cao quí*
*Nghiền ngẫm câu chân lý nằm lòng*
*Nguyện học tu cải đổi thân tâm*
*Diệt phiền não mê lầm hận si*
*Tiếp theo sau là vô úy thí*
*Ban không sợ an nguy tự tại*
*Sống trong đời vô ngại thong dong*
*Trì giới phải chí quyết một lòng*
*Giữ tâm thành mới mong thoát nạn*
*Bi - Trí - Dũng thành toàn mọi hướng*
*Tạo quân bình tư tưởng chánh chân*
*Nhẫn nhục là không sân mọi lẽ*
*Ai khen chê mặc kệ lặng thinh*
*Học như đất bình tĩnh dửng dưng*
*Mọi sóng gió lắng ngưng chớp nhoáng.*
*Tinh tấn giúp thành toàn mọi việc*
*Đạt kết quả ưu việt nhẹ nhàng*
*Trợ giúp người rải ban hạnh phúc*
*Cũng giúp ta đắc lực xả buông.*
*Thiền định trợ giúp luôn an tịnh*
*Quán chiếu xem minh định rõ ràng*

*Đường chánh đạo thênh thang tiến bước*
*Theo dấu chân Bồ Tát Như Lai*
*Trí huệ minh giồi mài trau luyện*
*Diệt não phiền cải thiện mê si*
*Gương Bát-nhã chi li soi tỏ*
*Bộ mặt thật lầm lỡ xưa nay...*[1]

Tấm gương hy sinh cầu pháp của Bồ Tát Thường Đề vẫn luôn sáng tỏ trải qua không gian và thời gian cho cổ kim soi chung. Công hạnh bố thí dũng mãnh của Bồ Tát, tưởng chừng việc vừa xảy ra trước mắt. Thật hùng tráng, trí dũng cao thượng mà lực cảm hóa chúng sanh vẫn còn mạnh mẽ qua lịch sử truyền bá Phật giáo suốt 2.600 năm, khiến người con Phật phải cúi đầu đảnh lễ, học hỏi noi gương Bồ Tát.

***Thích Bảo Lạc***

## Giới thiệu sơ lược về tác giả

**Hòa Thượng Thích Bảo Lạc**

- Pháp danh Đồng An, pháp hiệu Thanh Nghiệp, thế danh Lê Bảo Lạc sinh năm 1942 (năm Nhâm Ngọ) tại Duy Xuyên, Quảng Nam Đà Nẵng Việt Nam.
- Xuất gia năm 1957 tại chùa Linh Ứng - Non Nước - Ngũ Hành Sơn (Đà Nẵng).
- Thọ Tỳ Kheo giới tại Đại Giới Đàn Việt Nam Quốc Tự (Saigon) năm 1964.
-1971- 1973: Giáo sư Việt văn và Pháp ngữ
-1974: du học Nhật Bản

[1] Thi tập Trầm Hương của Sông Thu, chùa Pháp Bảo ấn hành tại Sydney năm 2008.

-1976 - 1978: Tổng thư ký Chi bộ PGVNTN tại Nhật bản

-1978-1980: Chủ nhiệm báo Khuông Việt, tiếng nói của Chi Bộ PGVN tại Nhật Bản.

-1980: Tốt nghiệp cử nhân Tôn giáo Xã hội học Komazawa - Tokyo - Nhật Bản.

-1981: Định cư tại tiểu bang NSW thành phố Sydney, Úc châu.

-1982: Chủ nhiệm Đặc san Pháp Bảo - Sydney (tờ báo Phật Giáo Việt Nam đầu tiên tại Úc)

-1984-1990: Hội Trưởng Hội Phật Giáo Việt Nam tại New South Wales.

-1991- tới nay: Giáo Hội trưởng GHPGVN Thống Nhất NSW

-1999 - 2003: Phó Hội Chủ kiêm Tổng Thư Ký Giáo Hội Phật Giáo Viêt Nam Thống Nhất Hải Ngoại tại Úc Đại Lợi-Tân Tây Lan

- 2003-2007 Phó Hội Chủ Nội Vụ kiêm Tổng Vụ Trưởng Tổng Vụ Hoằng Pháp Giáo Hội Phật Giáo Viêt Nam Thống Nhất Hải Ngoại tại Úc Đại Lợi-Tân Tây Lan

- 2007: Phó Hội Chủ Điều Hành kiêm Tổng Vụ Trưởng Tổng Vụ Tăng Sự Giáo Hội Phật Giáo Viêt Nam Thống Nhất Hải Ngoại tại Úc Đại Lợi-Tân Tây Lan

- 2011: Phó Hội Chủ Điều Hành kiêm Tổng Vụ Trưởng Tổng Vụ Tăng Sự Giáo Hội Phật Giáo Viêt Nam Thống Nhất Hải Ngoại tại Úc Đại Lợi-Tân Tây Lan

- 2015 đến 2022: Hội Chủ Giáo Hội Phật Giáo Viêt Nam Thống Nhất Hải Ngoại tại Úc Đại Lợi-Tân Tây Lan

- 2022 đến nay: Thành viên Hội Đồng Chứng Minh-Cố Vấn Giáo Hội Phật Giáo Viêt Nam Thống Nhất Hải Ngoại tại Úc Đại Lợi-Tân Tây Lan; Thành viên Hội Đồng Chứng Minh Hội Đồng Hoằng Pháp GHPGVNTN.

- Thành viên Hội đồng Trưởng Lão của Hội Đồng Tăng Già Thế Giới (World Buddhist Sangha Council - WBSC) khoá 11.

Ngoài ra Hòa Thượng còn chú trọng việc dịch thuật và sáng tác. Đã cộng tác với Hòa Thượng Thích Tịnh Hạnh (Đài Loan) dịch phần kinh Bát Nhã, Tập 33, Đại Chánh Tân Tu Đại Tạng Kinh (Hán ngữ). Đã trước tác trên 30 tác phẩm.

*Thích Nguyên Siêu*

# PHẬT GIÁO LÀ TIẾNG NÓI TRUNG THỰC CỦA HÒA BÌNH

Xuyên qua các nguyên tắc để tạo điều kiện hưng thịnh cho một quốc gia và thiết lập một xã hội thanh bình, đức Phật cũng có những bài thuyết pháp rất rõ ràng về các lãnh vực chính trị, chiến tranh, hòa bình, điểm này đã được phổ cập hóa trong cộng đồng xã hội. Đức Phật luôn chủ trương bất bạo động, xóa bỏ hận thù, tái lập tình thương và kiến thiết hòa bình chân chánh. Đây là bức thông điệp được truyền đi, và đến từng chúng sanh. Bởi vì theo quan điểm của đức Phật, không có một cuộc chiến tranh nào gọi là chiến tranh chính nghĩa. Tất cả đều chỉ là nhân danh, giả dối và lợi dụng danh nghĩa, bên trong núp lén những hận thù tội ác, chém giết, trả thù bạo tàn mà thôi. Ai có thể nhân danh công lý để khẳng định đâu là chính nghĩa và đâu là không chính nghĩa. Người dùng sức mạnh của bạo lực để chiến thắng kẻ yếu, có thế lực gọi là chính nghĩa, và người yếu kém đã chiến bại gọi là mất chính nghĩa? Đây chỉ là một hình thức ngụy tạo trá hình để dung dưỡng những người nuôi mộng xâm lăng chiến tranh mà đối với tinh thần tích cực hòa bình của đức Phật, Ngài hoàn toàn bác bỏ. Hình thức chiến tranh là hình thức gây xáo trộn, và làm rối loạn đời sống bình an của con người, hình thức binh bị quy mô cướp đoạt nhân mạng và tài sản của con người. Nhưng hình thức này được phát xuất từ mỗi cá nhân rồi mới lan ra giai tầng quốc gia xã hội. Một hình thức quốc gia được xây dựng tức là gồm những thành phần cá nhân hợp lại. Vì vậy, chiến tranh của một quốc gia dân tộc tức là chiến tranh của từng đơn vị cá nhân. Tập hợp mầm mống và tự thân của chiến tranh chính là sự xung đột giữa cá nhân này và cá nhân nọ.

Thực ra không có một quốc gia nào đáng phải chịu đựng chiến tranh, dân tộc nào đáng phải bị xâm lăng cướp đoạt. Người ta chỉ lợi dụng danh nghĩa, nhân danh quốc gia, tổ quốc, quê hương để tham lam và bành trướng bá quyền thế lực của chính mình, mà không phải là sứ mệnh chân chính. Đánh giá sự bình an và hạnh phúc, người ta thường lầm tưởng phải ở nơi quê hương thanh bình, dân tộc thái hòa và một quốc gia an ninh thịnh trị. Trong thực tế, sự bình an của cộng đồng chính là do nơi sự bình an của từng cá thể góp lại. Một tâm hồn con người bình an và mọi tâm hồn con người bình an thì sẽ có một dân tộc bình an, vì vậy mà nói "tâm bình thế giới bình." Một tâm hồn hoàn thiện và trong sáng tức là ý nghĩa thanh bình của một quốc gia.

Yếu tố quan trọng chính là sự kiện toàn an ninh cho một tâm hồn. Trước hết phải: "thành ý chánh tâm, tu thân", rồi sau mới "tề gia, trị quốc, bình thiên hạ." Nếu tâm con người không bình thì chắc chắn thiên hạ không bình, mà lại chính là "đương bình tâm địa, tắc thế giới địa nhất thiết giai bình."

Tâm tư con người là chủ nhân ông sai sử hành động thiện hay bất thiện chứ không phải cái gọi là "quốc gia, dân tộc" sai sử con người gây chiến tranh hay hòa bình. Tự bản thân con người là yếu tố tạo lập tất cả, vì vậy mà "tự thắng mình còn vẻ vang hơn thắng kẻ khác." Muốn thắng mình phải luôn luôn chế ngự lòng tham dục.

Chiến tranh là kết quả lòng tham dục của mỗi con người. Nếu tự thân mỗi con người biết chế ngự lòng tham dục thì điều tốt đẹp sẽ được sinh khởi và điều hẳn nhiên sẽ không xảy ra là một con người lòng không tham dục lại đi xâm lăng những con người cũng không mang lòng tham dục.

Tâm lý chúng sanh là luôn luôn sợ chết và mục đích cao nhất là duy trì sự sống. Điều này nói lên bản năng tự tồn của con người. Chính sự sống là tất cả. Nếu con người không vì sự sống thì chắc chắn họ sẽ không có tham vọng, sẽ không có mưu mô, kế hoạch để thực hiện tham vọng đó. Họ sống trong đau khổ, chịu sự nô lệ, tù đày và nhục nhã cũng chỉ mong cầu mưu kế của mình thành tựu, thực hiện một đời sống riêng tư cho chính mình. Đây chính là tinh thần bạo động của sự chém giết, phá hủy nhưng con người ai cũng sợ trước cảnh máu me chết chóc. Ai cũng muốn bản thân mình bình an, hạnh phúc: *"Ai cũng sợ gươm đao, ai ai cũng sợ sự chết, vậy nên lấy lòng mình suy lòng người, chớ giết chớ bảo giết."*

Tôn trọng sự sống là đức hiếu sinh mà bàng bạc trong Kinh điển đức Phật thường giảng dạy: *"Đây là sự sát sanh, hãy từ bỏ."* Từ bỏ sát sanh thì từ bỏ loài bò bay máy cựa cho đến các loài vi tế côn trùng hay lớn như loài người, tất cả đều không nhẫn tâm giết hại. Trong năm giới của người tại gia cư sĩ, giới không sát sinh là giới đứng đầu.

Đây chính là tinh thần bình đẳng tuyệt đối trong sự sống, nếu được tôn trọng thì quốc gia ấy sẽ có hạnh phúc và bình an. Vì một người mang tâm sát hại đến một người khác thì người khác cũng sẽ mang tâm sát hại đáp lại, và như vậy, sự sát hại sẽ không bao giờ chấm dứt.

Nếu con người ý thức, mong cầu và xây dựng hạnh phúc cho chính mình bằng chất liệu tình thương thì hạnh phúc này mới là hạnh phúc chân chính vĩnh cửu, bằng ngược lại, chỉ biết sự bình an của chính mình, của gia đình mình mà không biết đến nỗi đau thương của kẻ khác khi mất sự sống, dùng thế lực để cướp đoạt sự sống của họ, đó chính là thái độ của kẻ bạo động, phi nhân bản. Người xây dựng hạnh phúc của mình trên máu và nước mắt của kẻ khác thì ý nghĩa của loại hạnh phúc này là ngụy tạo, tự bản thân người này cũng sẽ không bình an khi người khác lăm le trả thù và cưỡng đoạt lại những gì đã mất.

*"Người nào cầu hạnh phúc cho chính mình mà lấy đao gậy phá hại hạnh phúc của kẻ khác, thì sẽ không được hạnh phúc."*

Chiến tranh không chỉ bằng vũ khí đạn dược, không chỉ bằng đao trượng gươm giáo mà ngay cả từng ý nghĩ ác, từng lời nói thô bạo thiếu từ tốn, cũng đủ khiến con người thù hận với nhau. Vì vậy tinh thần giáo lý được xây dựng đến với con người và nơi con người, nơi mỗi bản thân không làm điều ác, không nói lời thô ác và không phát sinh ý nghĩ ác, như lời Phật đã dạy: *"Chư ác mạc tác, chúng thiện phụng hành, tự tịnh kỳ ý, thị chư Phật giáo."*

Đây là ý nghĩa hòa bình chân chính được thiết lập nơi từng cá nhân. Con người xa lạ nhưng có thể thân nhau chỉ vì một lời nói hòa ái, hay ngược lại hai quốc gia đánh nhau chỉ vì có thể một lời nói khiêu khích. Vì vậy, tinh thần hòa bình trung thực của Phật giáo là tinh thần hòa bình được thiết lập trên mỗi cá nhân: bản thân tốt, lời nói tốt và ý nghĩ tốt.

Cho nên con người *"chớ nói lời thô ác. Khi ngươi dùng lời thô ác nói với người khác, người khác cũng dùng lời thô ác nói với ngươi, những lời nói nóng giận thô ác chỉ làm cho các ngươi đau đớn khó chịu như đao gậy mà thôi."*

Con người bị vây quanh bởi chính mình bằng sự sinh hoạt của bản thân, gia đình và xã hội. Họ bị tù túng và lo âu trước những điều họ tạo ra và từ đó họ muốn tìm phương pháp để giải thoát đời mình khỏi vòng ràng buộc.

Nhưng phương pháp để giải thoát ấy, dù ở môi trường quốc gia, dân tộc nào, cũng không thể nằm ngoài những dữ kiện mà đức Phật đã dạy. Dữ kiện ấy chính là *"thông điệp của Ngài về bất bạo động và hòa bình, về tình thương và từ bi, về khoan hồng và thông cảm, về chân lý và trí tuệ, về sự tôn trọng đối với mọi sự sống, về sự vứt bỏ ích kỷ, hận thù và bạo động."*

Đức Phật dạy: *"Một người có thể cướp bóc một người khác, cũng như có thể phục vụ người kia. Nhưng khi bị cướp, người kia chiếm đoạt trở lại. Và cướp bóc, chiếm đoạt, trở đi trở lại không ngừng. Ngày nào quả xấu chưa đủ duyên để trổ, người cuồng si còn tưởng rằng, "thì giờ đã đến, đây là một dịp may." Nhưng khi quả trổ, phải chịu khốn khổ. Người sát nhân gặp kẻ sát nhân, người xâm lăng bị chinh phục, kẻ hỗn hào bị chửi mắng, người ưa quấy rầy bị phiền nhiễu. Vậy, theo tiến trình diễn biến của hành vi, kẻ cướp ắt bị cướp."*

Sự hữu hiệu của nhân quả đối với con người cũng không thể chối cãi. Con người phải chịu trách nhiệm trước hành vi của chính mình, người gây chiến tranh sẽ bị chiến tranh tàn phá, người gây thù hận sẽ bị thù hận đốt cháy. Đức Phật dạy: *"Hận thù không bao giờ được dập tắt bằng hận thù, mà chỉ dập tắt được với tình thương, đây là một sự thật muôn đời."*

*"Người ta nên lấy từ bi thắng lướt hận thù, lấy lòng tốt đối lại với sự xấu xa, lấy bác ái đối lại sự ích kỷ, và lấy sự chân thật đối lại sự gian tà."*

Con người không thể có hạnh phúc an vui khi họ còn khao khát ham muốn chinh phục và chế ngự đồng loại.

Phật dạy: *"Kẻ chiến thắng nuôi hận thù, kẻ chiến bại nằm xuống trong đau khổ. Người nào từ khước cả thắng bại sẽ được hạnh phúc an vui."*

Chiến thắng duy nhất đem lại hòa bình hạnh phúc là chiến thắng tự tâm: *"Người ta có thể chinh phục hàng triệu người trong trận chiến nhưng chỉ người nào tự chinh phục được mình mới là người chiến thắng vinh quang nhất."*

Trong tư tưởng xã hội đương thời, đức Phật không những đề cao tinh thần bất bạo động, lòng thương người, để xây dựng hòa bình chân chính và kiến tạo cho người dân một nếp sống an lành hạnh phúc, mà đích thân Ngài còn đến nơi chiến trường để can thiệp và chặn đứng chiến tranh. Dù trực tiếp hay gián tiếp, đức Phật bằng mọi phương tiện hóa giải sự hận thù, chiến tranh bạo động, và thông qua giáo lý của Ngài, tinh thần hiếu hòa ấy được thể hiện một cách thực tiễn.

**a. Đức Phật hơn một lần đích thân can thiệp ngăn chặn cuộc chiến sắp xảy ra giữa hai vương quốc**

*"Một thời Thế Tôn trú ở Rajagaha (Vương Xá) trên núi Gijjhakūṭa (Linh Thứu). Lúc bấy giờ, Ajātasattu, con bà Videhi, vua nước Magadha, muốn chinh phục dân chúng Vajji. Vua nói như sau: "Ta quyết chinh phạt dân Vajji này, dầu có uy quyền, lành mạnh. Ta quyết làm cỏ dân Vajji. Ta sẽ tiêu diệt dân Vajji. Ta sẽ làm cho dân Vajji bị hoại vong."*

*Rồi Ajātasattu con bà Videhi, vua nước Magadha nói với Bà-la-môn Vassakāra, đại thần nước Magadha: "Này Bà-la-môn, hãy đi đến Thế Tôn, và nhân danh ta cúi đầu đảnh lễ dưới chân Ngài, vấn an Ngài có ít bịnh, ít não, khinh an khỏe mạnh, lạc trú...." Và khanh hãy thưa tiếp: "Bạch Thế Tôn, Ajātasattu con bà Videhi, Vua nước Magadha muốn chinh phục dân Vajji...."*

Sau đó vị đại thần Bà-la-môn *Vassakāra* đã đi đến Thế Tôn và trình bày ý muốn của Vua *Ajātasattu* lên Thế Tôn.

Ngay khi ấy có Tôn giả A-nan đang cầm quạt hầu Phật,

đức Phật đã hỏi ngài A-nan về sự sinh hoạt của người dân Vajji, qua 7 điều kiện làm hưng thịnh một quốc gia. Qua sự vấn đáp của đức Phật và Tôn giả A-nan, đại thần Bà-la-môn *Vassakāra* đã chứng kiến rõ ràng và đã bạch Thế Tôn như sau:

*"Thưa Tôn giả Gotama, nếu dân Vajji, chỉ hội đủ một pháp không suy giảm này, thì nhất định dân Vajji được lớn mạnh không bị suy giảm, huống nữa là đủ cả 7 pháp không bị suy giảm. Thưa Tôn giả Gotama, Ajātasattu, con bà Videhi, vua nước Magadha không thể đánh bại nước Vajji ở chiến trận, trừ khi dùng ngoại giao hay kế ly gián."*

Đã có lần đức Phật phải thân hành đi đến nơi chiến trường để can thiệp và chặn đứng cuộc tranh chấp nước sông Rohini của những người thuộc dòng họ *Sākya* và Koliya.

Trong một trường hợp khác, Vua *Ajātasattu* đã triệu tập 4 binh chủng để gây chiến với Vua Pasenadi nước Kosala và đem quân tiến đánh *Kāsi*. Sau khi Vua Pasenadi biết được như vậy, cũng triệu tập bốn loại binh chủng, dàn trận ở *Kāsi* chống giữ, nhưng cuối cùng Vua Pasenadi đã chiến bại và rút lui về kinh đô *Sāvathi*.

Sau khi đức Thế Tôn được biết như vậy, Ngài bảo chúng tỳ-kheo rằng: *"Này các Tỳ-kheo, Vua Ajātasattu, con bà Videhi nước Magadha là ác hữu, là ác bạn lữ, là ác giao du. Và này các tỳ-kheo, Vua Pasanadi nước Kosala là thiện hữu, là thiện bạn lữ, là thiện của giao du. Và này các Tỳ-kheo, hôm nay, trong đêm này, Vua Pasenadi nước Kosala trải một đêm dài đau khổ của người bại trận."*

*"Thắng trận sanh thù oán*
*Bại trận nếm khổ đau*
*Ai bỏ thắng bỏ bại,*
*Tịch tịnh hưởng an lạc"*

Vẫn nuôi mộng chiến thắng và thù hận, Vua *Ajātasattu* lại cất quân tiến đánh Vua Pasenadi, nhưng lần này *Ajātasattu* lại thất bại, và Vua Pasenadi đã tự nghĩ như sau: *"Tuy Vua Ajātasattu con bà Videhi nước Magadha làm hại, dầu ta không làm hại ai. Nhưng Vua ấy là cháu trai của ta. Vậy ta hãy tịch thu toàn bộ tượng binh, toàn bộ kỵ binh, toàn bộ xa binh, toàn bộ bộ binh của Vua Ajātasattu, con bà Videhi nước Magadha và tha cho Vua ấy mạng sống."*

Rồi đức Thế Tôn đã nói lên quan điểm của Ngài về sự thắng bại của chiến tranh là một hệ thống dây chuyền nhân quả.

*"Vì nghĩ đến tự lợi*
*Nên mới cướp hại người*
*Khi người khác cướp lại*
*Bị hại, lại hại người*
*Người ngu nghĩ như vậy*
*Khi ác chưa chín muồi.*
*Khi ác đã chín muồi*
*Người ngu chịu khổ đau*
*Sát người bị người sát*
*Thắng người bị người thắng*
*Mắng người bị mắng lại*
*Não người người não lại*
*Do nghiệp được diễn tiến*
*Bị hại, lại hại người?"*

**b. Tinh thần khoan dung, vị tha, cảm thông và từ bi của Phật giáo qua giáo lý, qua nền tảng xây dựng giới luật, qua sự thành công thể hiện của vua A-dục**

Tinh thần cảm thông và lòng từ bi là chất liệu nuôi sống tình người trong môi trường cộng đồng xã hội. Tinh thần từ bi là tinh thần *"lấy nước tình thương rưới tắt lửa hận thù."* Con người sống trong ba cõi không an, giống như nhà lửa này, nếu thiếu tinh thần tha thứ, bao dung và lòng từ vô lượng thì thế giới này sẽ không mấy chốc biến thành trường sinh sát.

Lòng từ bi là tình thương bao la xoa dịu và dập tắt tất cả sự thù hận từ bản thân cho đến tha nhân, là ý nghĩa xây dựng hạnh phúc, bình an, từ bi không thể vắng mặt trong lòng người. Vì rằng, từ bi chính là đem niềm vui đến cho mọi người và xóa tan sự phiền não khổ đau của kẻ khác. Từ bi chính là sứ mệnh, là chất liệu tình thương để xây dựng và thắt chặt tình người. Đức Phật dạy các vị tỳ-kheo là hãy đi vì mục đích làm an lạc cho nhiều người, cho phần đông người, đi vì lòng thương tưởng cho đời, vì hạnh phúc và an lạc cho chư thiên và nhân loại, đi để xả trừ vị kỷ, phục vụ tha nhân và đi để gieo rắc tình thương yêu mến cho muôn loại.

Từ bi chính là lưỡi gươm thép cắt đứt sợi dây phân ly và tranh chấp. Vì vậy bất cứ trong lãnh vực nào, từ hoàn cảnh cá nhân đến môi trường xã hội, nếu tinh thần khoan dung, vị tha và thương yêu bị đánh mất thì ngay trong lãnh vực, môi trường ấy, mầm mống chiến tranh sẽ phát sinh từ bản thân, gia đình, hội chúng, quốc gia, xã hội. Như có lần, đức Phật ở tại Kosambi, nơi Tịnh Xá Ghosita, lúc ấy có một số tỳ-kheo sống tranh chấp, nổi loạn với nhau bằng "những binh khí miệng lưỡi", rồi có Tỳ-kheo đến bạch với đức Thế Tôn về sự tranh chấp ấy: *"Ở đây, bạch Thế Tôn, các tỳ-kheo ở Kosambi, sống cạnh tranh, luận tranh, đấu tranh, đả thương nhau bằng những binh khí miệng lưỡi. Tốt lành thay, bạch Thế Tôn, vì lòng từ mẫn, hãy đến với các vị tỳ-kheo ấy."*

Thế Tôn thân hành đi đến và nói với họ rằng: *"Thôi đủ rồi các Tỳ-kheo, chớ có cạnh tranh, luận tranh, phân tranh, đấu tranh nhau."* Nhưng chúng tỳ-kheo ở Kosambi không nghe lời Phật dạy, cuối cùng ngài lấy y bát và nói lên bài kệ:

*"Giữa quần chúng la ó*
*Không ai nghĩ mình ngu*
*Giữa Tăng chúng phân ly*
*Có ai nghĩ hướng thượng*

*Thất niệm kẻ trí nói*
*Ba hoa trăm thứ chuyện*
*Miệng há, nói thả dàn*
*Dẫn đi đâu, ai biết?*

*Nó mắng tôi, đánh tôi!*
*Nó hại tôi, cướp tôi.*
*Ai ôm hiềm hận ấy,*
*Hận thù không thể nguôi.*

*Nó mắng tôi, đánh tôi.*
*Nó hại tôi, cướp tôi.*
*Không ôm niềm hận ấy*
*Hận thù được tự nguôi.*

*Hận thù diệt hận thù,*
*Không đời nào diệt được.*
*Từ bi diệt hận thù,*
*Là định luật ngàn thu.*

*"Người khác không hiểu biết,*
*Ở đây ta bị diệt."*
*Chỗ ấy ai hiểu được,*
*Tranh luận được lắng êm.*

*Kẻ chủ xướng hại mạng*
*Cướp bè, ngựa, tài sản*
*Kẻ cướp đoạt quốc độ*
*Chúng còn biết đoàn kết*

*Sao các ông không vậy?*
*Nếu được bạn hiền trí*
*Đồng hành, khéo an trú*
*Đã thắng mọi hiểm nạn*

*Sống hoan hỷ, chánh niệm*
*Nếu không bạn hiền trí*
*Như vua bỏ quốc độ*
*Cô độc như voi rừng*

*Tốt hơn sống một mình*
*Không bè bạn kẻ ngu*
*Cô độc không làm ác*
*Nhàn hạ như voi rừng"*

Tinh thần khoan dung và lòng từ vô hạn được thể hiện thông qua giáo lý và tinh thần xây dựng an lạc hạnh phúc, bất hại bất sát, làm căn bản xây dựng hòa bình xã hội.

Điều này, trong Kinh Trường Thọ Vương Bổn Khởi đã dạy:

*"Vua nước Câu-sa-la là Trường Thọ và Vua Phạm-mađạt-đa nước Da-xá, hai vị vua này thường gây chiến với nhau, cho đến một hôm, Phạm Ma Đạt Đa chiến thắng và bắt toàn bộ binh lính của vua Trường Thọ. Vua Trường Thọ tự nghĩ: "Chiến tranh là kỳ quái, chiến tranh là tàn bạo, chế phục sẽ bị chế phục, tàn hại sẽ bị tàn hại. Vậy ta nay hãy đơn thân dẫn một người vợ cùng đi một cỗ xe, chạy đến Ba-la-nại".*

Nhưng sau đó, Phạm-ma-đạt-đa đã bắt được Trường Thọ và ra lệnh chặt làm 7 khúc. Trước khi chết, Trường Thọ Vương đã nói với con là Trường Sanh rằng: *"Đồng tử hãy nhẫn, đồng tử hãy nhẫn, chớ khởi oán kết, mà phải thực hành nhân từ."*

Rồi một hôm, cơ hội trả thù cho cha đã đến, mạng sống của Phạm-ma-đạt-đa nằm trong tay Trường Sanh, và Trường Sanh đã nghĩ rằng: *"Phạm-ma-đạt-đa này, Vua nước Da-xá, tàn bạo vô đạo. Nó bắt cha ta, Vua Trường Thọ nước Câu-sa-la, là người vô tội, lại cướp đoạt kho tàng tài sản của nước ta, và vì hận thù mà giết người, chặt ra 7 đoạn một cách oan uổng. Thế mà ngày nay nó nằm trong tay ta, ta phải báo oán." Trường Sanh nghĩ vậy liền tuốt gươm bén, dí vào cổ Phạm-ma-đạt-đa, Vua nước Da-xá mà nói rằng: "Nay ta giết ngươi, nay ta giết ngươi." Trường Sanh lại nghĩ: "Ta làm không đúng, vì sao? Nhớ lại ngày trước, ngồi dưới cây nêu cao, vào phút sắp lâm chung cha ta đã bảo ta rằng: "Đồng tử hãy nhẫn, đồng tử hãy nhẫn, chớ khởi oán kết mà phải thực hành nhân từ." Nhớ lại như vậy, Trường Sanh bèn thu gươm tra vào vỏ."*

Nếu không có lòng nhẫn nhục và nhân từ mà chỉ có lấy hận thù báo đáp hận thù, thì mạng sống của vì vua đã phải lìa đời, và bao nhiêu tang tóc sẽ phải xảy ra sau đó. Nhưng không, nhờ đức khoan dung và lòng từ vô lượng mà đã xóa tan sự thù hận ngập lòng, xây dựng sự bình an cho lòng mình và hạnh phúc cho kẻ khác.

Thái độ ôn hòa, lòng thương yêu không phân biệt, và đức nhẫn nhục khoan dung suốt 45 năm giáo hóa, đức Phật đã mang đến những yếu tố ấy cho mọi người để làm chất liệu xây dựng tình yêu thương, hạnh phúc thiết thực trong cộng đồng xã hội con người... Đức Phật chưa một lần dùng sức mạnh để bắt ai phải theo ngài, ngay cả bằng một lời nói. Vì vậy, đức từ bi, lòng bao dung là một sức mạnh kiên cường phá tan xiềng xích và san bằng mọi ngăn cách giữa người và người. Tinh thần chịu đựng và chất liệu tình thương là điều kiện của người mang sứ mệnh giáo hóa, là bổn phận của kẻ xây dựng hạnh phúc chung cho mọi người. Tinh thần này được thể hiện qua Tôn giả Puṇṇa, sau khi đã được đức Phật giáo giới:

*"Này Puṇṇa, sau khi được nghe giáo giới, với lời giáo giới vắn tắt này của ta, ngươi sẽ trú tại quốc độ nào?"*

*"Bạch Thế Tôn, có một quốc độ tên là Sunāparanta,*[1] *tại đấy con sẽ ở."*

Nhưng đức Phật đã dạy rằng, người dân ở xứ đó rất hung hăng, họ có thể mắng chửi, họ có thể đánh đập và họ có thể giết chết *Puṇṇa*, khi thấy *Puṇṇa* đến xứ của họ. Mặc dù nghe Thế Tôn dạy sự thật là như vậy, nhưng Tôn giả *Puṇṇa* vẫn từ tốn và kiên quyết bạch Thế Tôn:

*"Bạch Thế Tôn, nếu người nước Sunāparanta mắng nhiếc con, nhục mạ con, thời tại đấy, con sẽ nghĩ như sau: 'Thật là hiền thiện, người nước Sunāparanta này! Thật là chí thiện, người nước Sunāparanta này! Vì rằng họ không lấy tay đánh đập ta.' Bạch Thế Tôn, tại đấy con sẽ nghĩ như vậy. Bạch Thiện Thệ, tại đấy con sẽ nghĩ như vậy."*

*"Nhưng này Puṇṇa, nếu các người nước Sunāparanta lấy tay đánh đập ông, thời này Puṇṇa, tại đấy ông sẽ nghĩ như thế nào?"*

*"Bạch Thế Tôn, nếu các người nước Sunāparanta lấy tay đánh đập con; thời tại đấy, con sẽ nghĩ như sau: 'Thật là thiện, người nước Sunāparanta này! Thật là chí thiện, người nước Sunāparanta này! Vì rằng họ không lấy các cục đất ném đánh ta'. Bạch Thế Tôn, tại đấy con sẽ nghĩ như vậy! Bạch Thiện Thệ, tại đấy con sẽ nghĩ như vậy."*

*"Nhưng này Puṇṇa, nếu các người nước Sunāparanta lấy các cục đất ném đánh Ông, thời này Puṇṇa, tại đấy Ông sẽ nghĩ thế nào?*

*"Bạch Thế Tôn, nếu các người nước Sunāparanta lấy cục đất ném đánh con; thời tại đấy, con sẽ nghĩ như sau: 'Thật là hiền thiện, các người nước Sunāparanta! Thật là chí thiện, các người nước Sunāparanta! Vì rằng họ không lấy gậy đánh*

[1] Đây là quê hương của ngài Phú-lâu-na (Puṇṇa). Tên gọi nước này được phiên âm là Tô-na-ba-la-đề (蘇那波羅提) hoặc Thâu-na quốc (輸那國).

*đập ta'. Bạch Thế Tôn, tại đấy con sẽ nghĩ như vậy. Bạch Thiện Thệ, tại đấy con sẽ nghĩ như vậy."*

*"Nhưng này Puṇṇa, nếu các người nước Sunāparanta lấy gậy đánh đập Ông, thời này Puṇṇa, tại đấy Ông nghĩ thế nào?"*

*"Bạch Thế Tôn, nếu các người nước Sunāparanta lấy gậy đánh đập con; thời tại đấy, con sẽ nghĩ như sau: 'Thật là hiền thiện, các người nước Sunāparanta! Thật là chí thiện, các người nước Sunāparanta! Vì rằng họ không lấy dao đâm ta'. Bạch Thế Tôn, tại đấy con sẽ nghĩ như vậy. Bạch Thiện Thệ, tại đấy con sẽ nghĩ như vậy".*

*"Nhưng này Puṇṇa, nếu các người nước Sunāparanta lấy dao đâm ông, thời này Puṇṇa, tại đấy ông nghĩ thế nào?"*

*"Bạch Thế Tôn, nếu các người nước Sunāparanta lấy dao đâm con; thời tại đấy, con sẽ nghĩ như sau: 'Thật là hiền thiện, các người nước Sunāparanta! Thật là chí thiện, các người nước Sunāparanta! Vì rằng họ không lấy dao sắc bén đoạt mạng ta'. Bạch Thế Tôn, tại đấy con sẽ nghĩ như vậy. Bạch Thiện Thệ, tại đấy con sẽ nghĩ như vậy."*

*"Nhưng này Puṇṇa, nếu các người nước Sunāparanta lấy dao sắc bén đoạt mạng ông, thời này Puṇṇa, tại đấy ông nghĩ thế nào?"*

*"Bạch Thế Tôn, nếu các người nước Sunāparanta lấy dao sắc bén đoạt mạng con; thời tại đấy con sẽ nghĩ như sau: 'Có những đệ tử của Thế Tôn, ưu phiền và nhàm chán thân thể và sinh mạng đi tìm con dao (để tự sát). Nay ta khỏi cần đi tìm đã được con dao ấy'. Bạch Thế Tôn, tại đấy con sẽ nghĩ như vậy. Bạch Thiện Thệ, tại đấy, con sẽ nghĩ như vậy."*

Giáo lý từ bi, bất hại, bất sát là tiếng nói trung thực hòa bình của đạo Phật được thể hiện qua đức tánh bao dung của vua A-dục sau khi quy y Tam bảo. Ông đã từng mở những trận chiến ngổn ngang xương núi máu sông và trăm nghìn tù binh trong những chiếc tù xa rên xiết. Nhưng rồi nhà vua đã buông gươm và phản đối chiến tranh, trở về sống trong giáo pháp của đức Phật. Vì rằng, vua đã nhận diện chiến tranh chỉ là kết quả của sự thù hận và tham dục, là con đường đưa người vào hố thẳm của khổ đau, tội lỗi.

Chính điều này đã đánh thức nhà vua choàng tỉnh mộng xâm lăng và đã tự tuyên bố rằng: *"Không có một chiến công nào oanh liệt bằng sự chiến thắng chính mình. Đó là chiến công oanh liệt nhất."*

Sau khi từ giã chiến tranh, vua A-dục đã khép mình, lấy giáo lý đạo Phật làm cương lĩnh cai trị xứ sở một cách an bình thanh lạc. Trong lịch sử nhân loại, vua A-dục là vị vua đầu tiên đã áp dụng tinh thần giáo lý của đức Phật vào sự cai trị của một Hội đồng Nội các, và thể hiện tinh thần từ bi, bao dung, không sát hại, mang tình thương đến cho mọi người một cách rất thiết thực và hữu hiệu. Vua A-dục có đủ thiện chí, đủ can đảm và kiến thức xây dựng giáo pháp của đức Phật đến cho mọi người trong tinh thần bất bạo động, hòa bình và thương yêu cho toàn lãnh thổ của mình. Chính tự thân A-dục, vị hoàng đế quốc vương, đệ tử Phật, người được mệnh danh là "người con yêu quí của các thần linh", giờ được xây dựng nếp sống chan hòa trong ánh sáng chân lý.

Sau đây là sơ lược vài tư liệu về cuộc đời hộ pháp an dân của vua A-dục, tức Asoka Đại Đế, người mang tinh thần giải thoát đi vào đời sống hiện thực.

### 1. Cai trị nhân dân bằng chánh pháp

Sau khi từ giã chiến tranh trở về sống trong tinh thần giáo pháp, Asoka đã thực sự chứng tỏ thiện chí của mình xây dựng sự bình an hạnh phúc đến cho mọi người. Asoka đã thể hiện tinh thần thương yêu qua các pháp lệnh được khắc trên các trụ đá như sau:

**a. Tình thương yêu người và vật**

- Trong pháp lệnh thứ VI, khắc trên trụ đá hồng ở Bénares trong niên vị 26: *"Ta xin nói điều ta nghĩ về quyền lợi và hạnh phúc của thế giới cũng như đối với cha mẹ, bà con quyến thuộc xa gần, ta muốn mang lại hạnh phúc cho họ, ta dùng mọi biện pháp thích ứng để hoạt dụng cho mọi thành phần xã hội."*

- Trong pháp lệnh thứ III, khắc trên trụ đá hồng thành Bénares: *"Mặt khác trên mọi nẻo đường, ta cho trồng những cây đa đổ bóng mát cho người và thú vật, ta sẽ cho trồng những vườn xoài và mỗi khoảng đường 2km đào một nơi chứa nước cho người và vật dùng... Những việc làm này thật ra chẳng đáng kể là bao."*

Ngoài những công trình kiến tạo đời sống an lành cho người dân, nhà vua còn quan tâm đến đời sống của các loài thú vật mà hết lòng trang trải tình yêu thương.

- Trong pháp lệnh thứ I khắc trên núi Kepingala vùng Girua: *"Trước đây mỗi ngày có hàng nghìn thú vật bị giết trong bếp nhà vua, kẻ yêu mến của chư thiên, với cái nhìn bằng hữu, nhưng bây giờ pháp lệnh này được khắc lên, chỉ có 3 con thú sau đây bị giết mà thôi: 2 con công, 1 con nai, ngay cả con nai này cũng không được giết thường xuyên. Ngay cả 3 con vật này rồi đây cũng sẽ không bị giết nữa."*

- Trong pháp lệnh thứ V, niên hiệu thứ 26 khắc trên trụ đá hồng ở Bénarès: *"Cấm giết súc vật, và ghi rõ tên các loại không được giết, gồm có 23 loại chim, cá, thú 4 chân, thêm vào đó dê, cừu, heo có chửa hay đang cho con bú đều không được giết, cho đến cả những con chưa lớn quá 6 tháng."*

**b. Thực hiện nguyện vọng của dân**

Trong pháp lệnh thứ VI khắc trên núi đá vùng Girna:

*"Trong bất cứ lúc nào, dù khi ăn, nơi khuê phòng, nơi nông trại trên xa giá, trong vườn cảnh, khắp nơi các thông tín viên phải phúc trình đầy đủ cho ta biết việc dân sự và ta tham dự vào công vụ ở khắp mọi nơi. Bất cứ khẩu lệnh nào mà ta đã ban bố liên quan đến việc dâng tặng hay tuyên cáo hay những việc khẩn cấp giao phó cho các vị Tổng giám, nếu có điều gì cần phải tranh luận hay bình nghị ở hội đồng, phải thông tin cho ta biết, bất cứ lúc nào hay ở đâu, đó là lệnh của ta. Bởi ta không thỏa mãn việc làm và trong kết luận của công sự. Bởi ta xét rằng nhiệm vụ của ta là mang lại hạnh phúc cho thế giới, trên nguyên tắc là hoạt động và thi hành cho hoàn mỹ nhiệm vụ mới thôi. Bởi không có hành động nào cao cả hơn là việc làm đem lại hạnh phúc cho toàn thế giới. Và mọi cố gắng ta phải đạt là phụng sự cho nhân loại, ở cõi này ta phục vụ hạnh phúc cho họ và ở kiếp sau ta mong muốn cho họ sanh về cõi an lạc."*

Theo dõi mọi tình hình và nguyện vọng của dân, nhà vua gởi những kiểm soát viên đi khắp nơi để giúp vua trong việc an dân.

- Trong pháp lệnh thứ VI khắc trên trụ đá hồng ở Bénarès: *"Quyền lực phán xét và trừng phạt của họ đều do ta nắm giữ, như thế những kiểm soát viên sẽ yên tâm thi hành nhiệm vụ khỏi phải sợ hãi và chỉ lo đến quyền lợi và hạnh phúc của dân chúng ở các tỉnh và bảo trợ cho quần chúng. Họ sẽ hiểu những gì là hạnh phúc và bất hạnh với những kẻ tín thành chánh pháp, họ giáo hóa cho quần chúng các tỉnh, làm cho quần chúng giác ngộ trong đời này cũng như kiếp sau...."*

## 2. Tinh thần chí công vô tư của hành chánh

Trong pháp lệnh thứ I tại Kalinga, Asoka đã ban huấn thị cho các vị Tổng giám:

*"Điều gì ta cho là hoàn mỹ, ta muốn hái lượm bằng hành động của ta và thâu nhiếp một cách có phương pháp. Phương pháp hay nhất mà ta thấy trong vấn đề an dân này là các huấn thị ta ban cho các ngươi. Bởi vì các ngươi được bổ nhiệm phục vụ cho hàng nghìn người." Hãy thu phục cảm tình quần chúng. Mọi người đều là con của ta. Thể như các con của ta, ta muốn cho chúng hết thảy quyền lợi và hạnh phúc trong thế giới này cũng như trong các kiếp sau, đó cũng là điều ta ao ước cho mọi người. Các người chưa thấy có quan hệ đến chừng nào có thể là có kẻ nào trong các người thấy điều đó, nhưng chỉ thấy một phần nào thôi chứ chưa thấy trọn vẹn. Là người có đầy nhiệm vụ các người hãy suy nghĩ kỹ. "Thường có những cá nhân bị bỏ vào tù, bị tra khảo và bị phóng thích không lý do và có nhiều kẻ khác chịu khổ đau hơn thế nữa. Vì vậy mà các ngươi phải thực hành chí công vô tư. Chí công vô tư là không có khuynh hướng ganh ghét, gắt gỏng, ác nghiệp, nông nổi, bướng bỉnh, lười biếng, buông xuôi, phải có ý tránh xa biến chất và nông nổi trong khi hành sự. Kẻ nào chán chường chẳng bao giờ hoạt động thì không tiến bộ được, mà trong công vụ của các người phải tỉnh thức, xúc tiến và hoàn tất."*

## 3. Tinh thần khoan dung, tự do tín ngưỡng

Trong pháp lệnh thứ VII, khắc trên đá vùng Girna:

*"Quốc vương, kẻ yêu mến của chư thiên, với cái nhìn bằng hữu, muốn rằng mọi tông phái đều an vị khắp mọi nơi. Bởi mọi tông phái đều muốn chế ngự các nhục tình và tịnh hóa tâm hồn..."*

Nhà vua cho tự do phát triển và lúc nào cũng quý trọng các giáo phái khác.

Trong pháp lệnh thứ VI khắc trên trụ đá hồng ở Bénarès: *"Ta cũng đã tỏ lòng tôn kính đối với tất cả các giáo phái qua bao nhiêu dấu hiệu tỏ lộ tôn sùng. Nhưng điều mà ta đích thân đến gặp gỡ, tiếp xúc thẳng với họ, ta cho là điều quan trọng hơn cả...."*

Không những tôn kính và cho tự do phát triển, nhà vua còn khuyên bảo các giáo phái khác phải biết nhường nhịn, nương tựa để cùng nhau tồn tại, nên lìa bỏ những hiềm khích tật đố, đấu tranh, vì nó là huyệt sâu chôn vùi giáo phái của chính mình mà thôi.

Trong pháp lệnh thứ VII khắc trên núi đá vùng Girna đã minh xác điều đó: *"Quốc vương, kẻ yêu mến của chư thiên, với cái nhìn bằng hữu, tỏ lòng tôn kính hết thảy các tôn giáo, quý vị tu sĩ, qua những sự khoan dung, cũng như những vinh hạnh khác nhau. Nhưng những kẻ yêu mến của chư thiên không đặt nặng những sự khoan dung cũng như những vinh dự cho rằng sự tiến bộ trong bản chất của mọi tôn giáo. Sự tiến bộ của bản chất tuy thể hiện nhiều cách, nhưng chính thực chỉ là sự tiết chế của ngôn ngữ, làm thế nào để tránh sự tôn xưng riêng tông phái của mình hay sàm báng những tông phái khác, dù vì trường hợp này hay trường hợp kia, dù cho là điều không đáng kể. Trong mọi cơ hội phải tỏ lòng tôn kính những tông phái khác. Có như thế người ta mới làm cho tông phái mình lớn lên, cùng lúc phục vụ cho tông phái kia. Trái lại, ta chỉ làm hại cho tông phái của ta, cùng lúc chẳng giúp ích gì cho tông phái khác...."*

*Trích từ tác phẩm*
*Tư Tưởng Xã Hội Trong*
*Kinh Điển Phật Giáo Nguyên Thủy*
*(Tiết 7, tr.139-157). Hội Đồng Hoằng Pháp tái bản, 2022.*

# Giới thiệu sơ lược về tác giả

**Hòa Thượng Thích Nguyên Siêu**

- Sinh năm 1951 tại Nha Trang.
- Sơ phát tâm xuất gia với Hòa Thượng Bổn Sư Thích Chí Tín, Trụ trì Chùa Long Sơn, Tỉnh Hội Nha Trang, năm 1961.
- 1973 thọ Tỳ Kheo tại Đại Giới Đàn Phước Huệ, Phật Học Viện Hải Đức, Nha Trang.
- 1974 tốt nghiệp Trung Đẳng Chuyên Khoa Phật Học tại Phật Học Viện Hải Đức, Nha Trang.
- 1975 học Cao Đẳng Chuyên Khoa Phật Học, Viện Cao Đẳng Phật Học Hải Đức, Nha Trang.
- 1980 học Cao Cấp Phật Học, Tu Viện Quảng Hương Già Lam, Sài Gòn.
- 1988 vượt biên đến trại Palawan, Phi Luật Tân. 1990 định cư tại Hoa Kỳ.
- 1996 khai sơn Chùa Phật Đà, San Diego, California, Hoa Kỳ.
- 1999 khai sơn Tu Viện Pháp Vương, San Diego, Hoa Kỳ.
- Tổng Vụ Trưởng Tổng Vụ Văn Hóa GHPGVNTNHNHK.
- 2004 Chủ nhiệm tập san Phật Việt.
- 2008-2016: Tổng Thư Ký GHPGVNTN Hoa Kỳ nhiệm kỳ I (2008-2012) và nhiệm kỳ II (2012-2016).
- Từ 2021: Phó Thư Ký Hội Đồng Hoằng Pháp và Phó Thư Ký Ủy Ban Phiên Dịch Tam Tạng Trung Ương GHPGVNTN.
- Từ 2024: Chủ tịch Hội Đồng Điều Hành GHPGVNTN Hải Ngoại tại Hoa Kỳ.
- Ngoài khoảng 20 tác phẩm sáng tác và phiên dịch đã xuất bản, Hòa Thượng cũng đã viết nhiều bài đăng trên các báo chí Phật Giáo Việt Nam tại hải ngoại như Chân Nguyên, Phật Giáo Hải Ngoại, Phật Việt, Phương Trời Cao Rộng, Người Việt, Saigon Times, Thế Kỷ 21, Việt Báo, Việt Tide, Chánh Pháp, v.v... Có bài đăng trên các trang nhà điện toán toàn cầu như Thư Viện Hoa Sen, Quảng Đức, Buddhahome, Thân Hữu Già Lam, Pháp Vân, Hải Triều Âm, Hoa Vô Ưu, v.v...

# trang thơ

# TÙY ANH

## Đêm nghe Tiếng Đại Hồng Chung

*Tiếng chuông - Tiếng đại hồng chung*
*Đêm nghe lòng lắng tiếng lòng, lắng nghe*
*Hồn thảnh thơi nhớ về quê*
*Ngày nao nghe tiếng mẹ về ru con*

*Mẹ ơi, nhớ nước nhớ non*
*Bao nhiêu nỗi nhớ sắt son vô cùng*
*Quê hương biền biệt nghìn trùng*
*Đêm đêm nghe đại hồng chung nhớ chùa*

*Mẹ ơi, chùa cũ xa xưa*
*Bụi thời gian hẳn cũng vừa xanh rêu*
*Mẹ già nắng sớm mưa chiều*
*Nặng vai gánh cả hoang liêu đời mình*

*Cùng trời cuối đất lặng thinh*
*Niệm câu mật hạnh, tụng kinh độ đời*
*Long lanh sáng cả nụ cười*
*Nhìn ra phương ngoại thấy người vô ưu*

*Mênh mang một cõi vô tư*
*Khởi từ vô thỉ, đến từ vô chung.*

*Đêm nghe tiếng đại hồng chung*
*Bao la như thể muôn trùng tánh Không...*

**Tùy Anh**
*Tu Viện Lộc Uyển Rostock - 01.7.2022*
*nhân ngày Giỗ Mẹ lần thứ 22*

## cảm ơn em, mùa xuân

*cảm ơn em,*
*mượt mà nhan sắc*
*anh trót tin trong giấc ngủ muộn phiền*
*tưởng đã khuây quên*
*tháng ngày lưu lạc*
*gót tiêu dao, chân xế mộng chiều nghiêng!*

*cảm ơn em,*
*cuộc tình uyển mộng*
*anh vươn lên với tháng rộng năm dài*
*sương khói miệt mài*
*hư không chao động*
*nụ cười nào không bào ảnh liêu trai?*

*cảm ơn em,*
*thơm mùi da thịt*
*anh về lũng nội thèm vị ái ân*
*bạn với sương khuya chưa quên trần lụy*
*còn thương nhau*
*xin tha thứ lỗi lầm!*

*cảm ơn em,*
*lời thương dẫn dụ*
*thành nhu hương như trăng nước triều dâng*
*lấp liếm môi hôn,*
*xói mòn lữ thứ*
*dấu chân in trên gió cát cồn trăng!*

*cảm ơn em,*
*triêu dương rực nắng*
*trên quê hương*
*sương giáng hạ tà huy*
*nhắn nhủ nhau về mùa xuân quạnh vắng*
*đốt hương trầm nghe khúc hát từ ly!*

*cảm ơn em,*
*sắc không huyền nhiệm*
*mà nguồn xưa còn biền biệt trùng khơi*
*hạt khổ đau*
*vẫn khơi mầm vọng niệm*
*nên nhân duyên mãi quấn quít với đời!*

**Tùy Anh**
*Đức Quốc*

## Gọi Hồn Xuân Giữa Mùa Đông Xứ Người

**1.**

*Em về theo lượng đất trời*
*Vơi niềm hoài cổ, nhẹ đời chia xa*
*Cho anh gởi nỗi nhớ nhà*
*Biết đâu thêm chút mặn mà men xuân!*

*Còn riêng dâu bể trầm luân*
*Anh mang theo gót phong trần tha phương*
*Nơi nào oan khúc còn vương*
*Thắp giùm anh một nén hương, tạ đời!*

*Nơi nào ân nghĩa chưa vơi*
*Vái giùm anh một lần thôi, tạ người!*
*Rồi em rạng rỡ môi cười*
*Rồi xuân, mai cũng vàng tươi sắc màu.*

*Một mai, rằng lại mai sau*
*Bao nhiêu chuyển hóa cơ cầu trả vay!*

**2.**

*Này em khi trở lại đây*
*Mang cho anh những tháng ngày bỏ quên*
*Tình quê theo ngọn triều lên*
*Chơi vơi cuối bãi, lênh đênh giữa dòng*

*Hồn quê vương vất đầu sông*
*Vớt cho anh chút mặn nồng yêu thương*
*Hứng cho anh giọt sương vương*
*Anh soi vào cõi vô thường thế nhân*

*Để còn nhớ những ân cần*
*Để còn mong một đôi lần về thăm!*
*Hay là lỡ cuộc trăm năm*
*Lỏng vòng tay đợi, xa tầm mắt trông?*

*Thế thôi hun hút hư không*
*Gọi hồn xuân, giữa mùa đông xứ người!*

***Tùy Anh***
Ahrensburg, 12.2004

# Mẹ Mất Rồi
# Đời Mất Cả Niềm Vui

*Cơn mưa nhỏ, ngoài song thưa, lạnh ngắt*
*Khói hương cay thêm côi cút niềm đau*
*Thêm ánh nến chập chùng trong lòng mắt*
*Tưởng mẹ về trong trầm tịch ngàn lau.*

*Con thiếp đi trong từng nhịp kinh cầu*
*Nghe đã thấm trong dòng thân-tâm-ý*
*Giọt sầu tan theo từng giọt mưa mau*
*Mà thương tiếc vẫn trên dòng hệ lụy!*

*Con đã khóc âm thầm trong hư ảo*
*Mặn bờ môi nghe xót nỗi ngậm ngùi*
*Còn gì nữa thêm tủi lòng hiếu đạo*
*Mẹ mất rồi, đời mất cả niềm vui!*

*Hai mấy năm con không về với mẹ*
*Tháng ngày dài chồng chất nỗi nhớ thương*
*Mẹ ơi mẹ, đã một lần hưng phế*
*Mà riêng con vẫn lưu lạc tha phương!*

*Con tỉnh giấc giữa mịt mù sương lạnh*
*Mẹ về đây hay bào ảnh trong mơ?*
*Trong hương khói chập chờn lên di ảnh*
*Thấy mẹ cười vẫn độ lượng như xưa.*

**Tùy Anh**

*Để nhớ ngày Mẹ mất*
*05.7.2000*

# Giới thiệu sơ lược về tác giả

## Nhà văn, nhà thơ Tùy Anh (1939-2023)

- Tên thật: Nguyễn Hòa, bút danh: Phù Vân (văn) và Tùy Anh (thơ), Pháp danh Nguyên Trí, quy y từ nhỏ tại chùa Diệu Đế, Huế Việt Nam.
- Sinh ngày 10.05.1939 tại Huế/Việt Nam.
- Học sinh Quốc Học Huế, Tú Tài II (1960).
- Kỹ Sư Thủy Lâm (Saigon).
- Cao Học Quản Trị Kinh Doanh (Saigon).
- Trưởng Ty Thủy Lâm Quảng Nam (1964-1968).
- Trưởng Ty Thủy Lâm Đà Nẵng (1969-1973).
- Kiêm nhiệm Trưởng Khu Thủy Lâm Vùng I Chiến Thuật (1970-1973).
- Chuyên viên Thủy Lâm Saigon (từ 1973-1975).
- Tù cải tạo từ năm (1975-1978).
- Vượt biển và định cư tại Hamburg, Cộng Hòa Liên Bang Đức (1980).
- Ban Chấp Hành Trung Tâm Văn Bút Âu Châu/Văn Bút Việt Nam Hải Ngoại từ năm 1987.
- Cộng tác với Báo chí: Độc Lập (Đức), Lửa Việt, Làng Văn (Canada) từ năm 1983.
- Chủ Bút Báo Viên Giác từ năm 1995.
- Qua đời ngày 18 tháng 8 năm 2023 tại bệnh viện Asklepios Klinikum Harburg Đức quốc.

*** Đã xuất bản:**

+ Ngoài Xa Dấu Chân Mây (Tùy Anh - Thơ, Viên Giác, 1994)
+ Trầm Ngãi Thiết Tha (Tùy Anh - Thơ, Viên Giác, 1997)
+ Khúc Hát Tiêu Dao (Tùy Anh - Thơ, Viên Giác, 2000)
+ Lão Hũ Chìm (Phù Vân - Tập truyện, 2004)
+ Còn Đó Những Tinh Anh (Phù Vân - Tạp Văn, Viên Giác Tùng Thư, 2019)
+ Cũng Đành Dâu Bể Với Thời Gian (Thơ, Viên Giác Tùng Thư, 2023)

*Thích Phước An*

# Khuddaka Nikaya - Con Đường Đến Chân Trời Cao Rộng Của Người Xuất Gia

Khi Phạm Thiên Sahampati biết được đức Phật đang phân vân, lưỡng lự không muốn thuyết giảng giáo pháp mà Ngài vừa chứng ngộ dưới gốc cây Bồ-đề cho thế gian đau khổ này, với lý do:

"Người còn vấn vương trong tham ái và sân hận, không dễ gì lãnh hội được giáo pháp mà Như Lai đã chứng ngộ. Người tham ái chìm đắm trong đêm tối, bị đám mây mù tham ái bao phủ, sẽ không thấy được giáo pháp, bởi giáo pháp đi ngược lại tham ái, giáo pháp sâu kín, thâm diệu, khó nhận thức và tế nhị."[1]

Nhận ra được sự miễn cưỡng, lưỡng lự của đức Phật như vậy, Phạm Thiên hoảng hốt lo sợ, nếu đức Phật không truyền bá giáo pháp, và không được nghe giáo pháp thì thế gian đau khổ này phải chịu sự diệt vong, nên lập tức Phạm Thiên Sahampati thưa với đức Phật:

"Cũng như người đứng trên đỉnh núi cao nhất nhìn xuống, thấy rõ ràng từng người, ở vòng quanh phía dưới,

---

[1] Đức Phật và Phật Pháp của Narada Thera, Phạm Kim Khánh dịch, nxb TP.HCM, 1998.

xin Đấng Thoát Khổ hãy nhìn xuống chúng sanh đang chìm đắm trong biển khổ và đang bị lôi cuốn triền miên trong vòng sanh tử."[1]

Phật sử chép rằng, khi Phạm Thiên Sahampati thỉnh đến lần thứ ba thì đức Phật mới dùng con mắt trí tuệ của mình để quán sát thế gian và:

"Ngài đã nhận thấy rằng có cát bụi vướng trong mắt, có kẻ thông minh sáng suốt, nhưng cũng có nhiều kẻ ngu si tăm tối. Bẩm tính của người này tốt, người kia xấu, có chúng sanh dễ uốn nắn nhưng cũng có nhiều kẻ khó dạy."[2]

Và đức Phật đã rút ra được một kết luận quan trọng là, con người cũng giống như một đầm sen. Dù có sen trắng, vàng hay đỏ, có cọng đã vươn lên khỏi bùn nhưng chưa đến được mặt nước, có cọng ngang mặt nước rồi mà vẫn chưa lên khỏi mặt nước, có cái lên khỏi mặt nước rồi nhưng vẫn chưa nở. Nhưng chúng đều giống nhau là cùng ở dưới bùn vươn lên, và khi đã vươn lên được rồi thì không hề dính bùn nhơ.[3]

Sau khi đã rút ra được kết luận như vậy, đức Phật quyết định quay trở lại trần gian để giải thoát trần gian đang chìm ngập trong đau khổ. Ngài lập tức công bố thông điệp hy vọng đến cho thế gian đau khổ như thế này:

"Cửa vô sinh bất diệt đã được mở ra cho mọi sinh linh đau khổ. Hãy để cho ai có tai muốn nghe được đặt trọn vẹn niềm tin tưởng."[4]

Bởi vậy, các kinh như Lăng-già, Hoa Nghiêm, Pháp Hoa, Duy-ma, Thắng Man, Viên Giác, Đại Niết-bàn..., đặc biệt

---

[1] Sách đã dẫn.
[2] Sách đã dẫn.
[3] Sách đã dẫn.
[4] Sách đã dẫn.

là Bát-nhã, một bộ kinh đã "y chỉ trên diệu nghĩa tức sắc tức không" của Tâm kinh Bát-nhã, đã lưu lại một di sản đồ sộ, có thể nói là di sản văn học tư tưởng vĩ đại nhất trong toàn bộ lịch sử nhân loại từ trước đến nay.[1]

Bộ kinh vĩ đại đến nỗi, Osho, một nhà tư tưởng của Ấn Độ ở hậu bán thế kỷ 20 - người mà Đức Đạt-lai Lạt-ma đã nói: "Osho là bậc chân sư giác ngộ, ngài hoạt động trên mọi lãnh vực để giúp nhân loại vượt qua giai đoạn khó khăn trong việc trau giồi tâm thức." - khi giảng kinh Kim Cang Bát Nhã đã phải thốt ra những lời tuyệt đối như thế này:

"...Tên tiếng Phạn của kinh này là *Vajrachedika Prajnaparamita Sutra*. Nó có nghĩa là "sự hoàn hảo của minh triết sắc bén như cú sét đánh." Nếu bạn cho phép, Phật có thể chém đứt bạn tựa như cú sét đánh. Ngài có thể chặt đầu bạn, Ngài có thể giết chết bạn và giúp bạn tái sinh."[2]

Và Osho đã giải thích vì sao Đức Phật lại phải tàn nhẫn như vậy?

"Vì Phật là cả hai - vừa là 'kẻ sát nhân' vừa là người mẹ. Một mặt Ngài phải giết chết bạn và mặt khác Ngài làm sinh thành con người mới trong bạn. Con người mới chỉ có thể sinh ra được khi con người cũ đã bị phá hủy. Chỉ từ tro tàn của 'con người cũ' mà 'con người mới' mới được sinh ra. Con người là loài phượng hoàng lửa.[3] Loài phượng hoàng này không chỉ có trong thần thoại, nó là biểu tượng. Nó đại diện cho con người, chim phượng hoàng lửa đó không

---

[1] Thiền và Bát Nhã, D.T.Suzuki, Tuệ Sỹ dịch và giới thiệu, VCĐ Phật học Hải Đức, 2004.

[2] Discourses on the Vajrachedika prajnaparamita Sutra of the Gautama, Như Không dịch, xb tại Hoa Kỳ, 2002.

[3] Phượng hoàng lửa: loài chim trong truyền thuyết, khi tuổi thọ đã hết, loài chim này tự bốc cháy toàn thân; sau đó, từ đống tro tàn sau khi ngọn lửa đã tắt, một con phượng hoàng mới được sinh ra.

có ở đâu khác ngoại trừ trong con người. Con người cũ sinh linh phải chết đi để được tái sinh."[1]

Đúng là như vậy rồi, ta thấy kinh Kim Cang Bát Nhã không phải chỉ làm tái sinh con "phượng hoàng" trong lãnh vực tâm linh của mỗi người chúng ta thôi, mà cả trên phương diện quốc gia và xã hội nữa. Bất cứ một quốc gia nào, một dân tộc nào được nuôi dưỡng, được "y chỉ trên diệu nghĩa 'tức sắc tức không'" của kinh Kim Cang Bát Nhã thì lập tức dân tộc đó nhất định cũng sẽ được tái sinh, nghĩa là cũng sẽ cất cánh bay cao như con phượng hoàng trong huyền thoại nữa.

Đó là trường hợp nhà Trần của nước Đại Việt chẳng hạn.

Trong bài *Cư Trần Lạc Đạo Phú,* Trần Nhân Tông, vị hoàng đế vĩ đại nhất của triều Trần đã viết:

*Săn hỷ xả, nhuyễn từ bi,*[2]
*Nội tự tại kinh lòng hằng đọc.*[3]

Và trong bài Phú Vịnh Yên Tử thiền sư Huyền Quang, vị tổ thứ ba của Thiền phái Trúc Lâm Yên Tử đời Trần cũng cho biết:

*Khuya sớm sáng chong đèn Bát-nhã*
*Hôm mai rửa sạch nước Ma-ha,.*

Không còn nghi ngờ gì nữa, triều đại nhà Trần đã dùng đạo lý Bát-nhã như ý thức hệ chỉ đường đi cho dân tộc Đại Việt ở thế kỷ 13. Nếu không thì làm sao một quốc gia quá nhỏ bé[4] lại có thể đánh tan ba cuộc xâm lăng của cường

---

[1] Sách đã dẫn.

[2] Đây là những cách dùng chữ cổ, săn có nghĩa là thường xuyên, siêng năng, ở đây nghĩa là thường siêng năng vun đắp tâm hỷ, tâm xả; nhuyễn là mềm mại, ở đây có nghĩa là động lòng, khởi tâm từ, tâm bi.

[3] Nội tự tại: trong lòng tự do không ràng buộc; kinh lòng: tâm kinh; hằng đọc: thường xuyên đọc.

[4] Vào lúc đó nước Việt chỉ gồm các tỉnh miền Bắc ngày nay.

quốc quân sự hùng mạnh nhất, trong khi từ Đông sang Tây thời bấy giờ đều nằm trong cơn sốt Tartar (Thát Đát).[1]

Nhưng chắc chắn triều đại nhà Trần không chỉ hùng mạnh về quân sự thôi, mà trong hơn một thế kỷ tồn tại lại còn phát triển mạnh mẽ trên nhiều lãnh vực nữa, nhất là lãnh vực văn học và tư tưởng.

Dưới ánh sáng của đạo lý Bát Nhã, nền văn học trên một thế kỷ này chắc chắn đã củng cố và khẳng định mạnh mẽ tinh thần độc lập của dân tộc Việt. Chính vì thấy được mối nguy hiểm về lâu về dài cho chính sách bá quyền nước lớn này, nên khi bắt đầu cuộc xâm lăng thì "Nhà Minh đã quyết tâm đập tan những cơ sở văn hóa đã được xây dựng trong suốt gần 150 năm của Phật giáo đời Trần. Trương Phụ lượm lặt hết sách vở cổ kim của ta, đóng thùng chở về Kim Lăng. Tháng 7 năm Mậu Tuất (1418), nhà Minh còn sai hai cán bộ văn hóa của họ là tiến sĩ Hạ Thì và Hành Nhân Hạ sang tìm tòi và thu lượm tất cả những sách chép về lịch sử và sự tích xưa nay do người Việt viết. Năm 1419, Nhà Minh lại cho người đem sách Khổng giáo, Lão giáo và Phật giáo của họ sang để thay thế cho những sách trước kia đã bị họ lấy. Chính sách tiêu diệt văn hóa thâm độc đó đã phá hoại gia tài tinh thần của triều Trần để lại không phải là ít."[2]

Như vậy, ta có thể tin chắc rằng những gì mà nền văn học đời Trần còn để lại cho đến nay là quá ít so với những gì Nhà Minh đã cướp về nước vậy.

Nhưng một tư tưởng vĩ đại, bên cạnh sự tác động lớn lao và dữ dội đó, thì tất nhiên cũng gây ra sự ngộ nhận lớn lao không phải là ít. Tư tưởng Bát-nhã (hay cả Thiền) nữa, cũng không ra ngoài thông lệ đó.

---

[1] Chỉ cuộc chinh phạt khắp nơi của quân Mông cổ thời đó.

[2] Việt Nam Phật giáo sử luận, Nguyễn Lang, nxb Văn Học Hà Nội 1994.

Chỉ có những bậc đại trí hay nói theo Đức Phật "chỉ những người ít vướng cát bụi trong mắt" thì mới chịu đựng nổi Vajrachedika Prajñāpāramitā, "sự hoàn hảo của minh triết sắc bén như cú sét đánh" này.

Còn ngược lại, những người không chịu nổi cú sét đánh này thì chỉ lợi dụng ngôn ngữ "sấm chẻ" của Bát-nhã để bào chữa và che giấu cho tâm hồn yếu đuối và trống rỗng của mình mà thôi.

Trong tác phẩm *Discourses on the Prajnaparamita - Hridayam Sutra of Gautama the Buhdda* tập hợp những bài giảng về thần chú Bát-nhã tâm kinh, Osho có kể lại một người suốt đời chạy theo ngôn từ để rồi cuối cùng phải ngã gục vì ngôn từ trống rỗng:

"Tôi biết một người theo J. Krishnamurti, ông ấy là một học giả nổi tiếng, cả nước ai cũng biết và trong ít nhất 40 năm ông ấy theo Krishnamurti, cho nên ông ấy không tin Thượng đế, ông ấy không tin Thiền, ông ấy không tin cầu nguyện.

"Thế rồi một hôm, ông ấy lâm bệnh, bị đau tim. Ngẫu nhiên tôi cũng đang ở tại thành phố ấy, con trai của ông ấy gọi cho tôi và nói 'cha con đang ở tình trạng nguy cấp. Nếu Thầy có thể đến thì sẽ an ủi cho cha con nhiều lắm. Rất có thể cha con không qua khỏi lần này.'

"Thế là tôi tới ngay, khi tôi vào phòng thì ông ấy đang nằm trên giường mắt nhắm nghiền và niệm 'Rama, Rama, Rama'.[1]

"Tôi không thể nào tin điều đó được! Suốt 40 năm ông ấy đã liên tục nói 'không có Thượng đế, và tôi không tin' và điều gì đã xảy ra cho ông già này? Tôi lay ông ấy dậy và hỏi: 'Ông đang làm gì vậy?'

---

[1] Danh hiệu Thượng đế của Ấn Độ giáo

"Ông ấy nói 'Đừng quấy rầy tôi. Hãy để tôi làm theo ý tôi muốn.' Nhưng tôi nói: 'Thế này thì ngược lại Krishnamurti.'

"Ông ấy trả lời: 'Hãy quên Krishnamurti đi! Tôi sắp chết rồi mà ông lại nói về Krishnamurti sao?'

"Nhưng 40 năm qua thì sao, vứt đi à? Và ông chưa bao giờ tin rằng niệm Phật là ích lợi, hay cầu nguyện là ích lợi.

"Ông ấy nói: 'Vâng, điều đó đúng. Tôi chưa bao giờ tin cả, nhưng tôi sắp chết rồi. Tôi sợ lắm..."

Osho nói với người bạn thân của mình rằng: "Vậy là bạn cầu nguyện cũng chỉ vì sợ hãi mà ra."

Và Osho đã lưu ý cho người bạn của mình nhớ rằng Đức Phật đã từng dạy: "Trí tuệ không thể sanh ra từ sợ hãi."[1]

Người viết còn nhớ vào khoảng đầu năm 1968, khi tác phẩm *Tự Do Đầu Tiên Và Cuối Cùng* (The first and last freedom) của Krishnamurti được ra mắt tại Việt Nam. Người viết đã thắc mắc hỏi dịch giả của tác phẩm là giáo sư Phạm Công Thiện rằng tại sao Krishnamurti là người Ấn Độ, nhưng chẳng bao giờ thấy Krishnamurti đi thuyết giảng ở các quốc gia Châu Á cả, mà chỉ thuyết giảng ở các nước Tây phương? Thì người viết được dịch giả trả lời rằng, mặc dù không bao giờ Krishnamurti nhắc đến Phật giáo, nhưng thật ra tất cả những gì Krishnamurti phát biểu là một thứ Tánh Không (Sunyavada) khác của tư tưởng Bát-nhã của Phật giáo vậy. Bởi thế nên Krishnamurti không đi thuyết giảng tại các nước ở Châu Á, nơi mà tư tưởng của Phật giáo đã phát triển và tồn tại trên 20 thế kỷ rồi.

Ông học giả theo Krishnamurti trên có lẽ cũng chẳng khác gì những người theo Thiền và Bát-nhã của Phật giáo. Họ cũng hay sử dụng ngôn ngữ của Thiền và Bát-nhã,

---

[1] Vạn Sơn dịch, Hội Osho Việt Nam xb tại Mỹ năm 2003.

nhưng tâm hồn lại chưa đủ sức để chịu đựng cú đánh "sấm sét" của đại thần chú và đại minh chú này.

Osho cho là khi Đức Phật tuyên thuyết rằng, "không có khổ, tập, diệt, đạo" thì "Đức Phật đã đạt tới đỉnh cao nhất của cách mạng, những người khác đều bị loại bỏ đằng sau."

Nhưng không phải ngẫu nhiên mà Đức Phật đã đạt tới đỉnh cao nhất của cuộc cách mạng đó, mà như Ngài đã nói lên lời đầu tiên sau đêm Ngài chứng Vô thượng Chánh đẳng Chánh giác dưới gốc cây Bồ-đề:

*Xuyên qua nhiều kiếp sống luân hồi,*
*Như Lai* lang *thang mãi*
*Như Lai đi tìm mãi mà không gặp.*
*Như Lai đi tìm người thợ* xây *nhà này.*
*Lặp đi lặp lại, đời sống quả thật là phiền muộn.*
*Này hỡi người làm nhà, Như Lai đã tìm được ngươi.*
*Từ đây ngươi không còn xây nhà cho Như Lai nữa.*
*Tất cả sườn nhà đều gãy, cây đòn dông của ngươi dựng lên cũng bị phá tan tành.*

Chính trong những kiếp sống được lặp đi lặp lại "quả thật là phiền muộn" này, mà Đức Phật mới khởi sự cho cuộc hành trình dài như vô tận này để rồi cuối cùng mới hoàn thành cuộc cách mạng cao nhất dưới gốc cây Bồ-đề.

Và cũng chính đã trải qua "nhiều kiếp sống phiền muộn" này mà Đức Phật mới đứng dậy được, nên Ngài cũng muốn các đệ tử của Ngài cũng phải từ "kiếp sống phiền muộn" đó mà đứng dậy và khởi sự cuộc hành trình như Ngài.

Làm cách nào để từ cuộc sống đầy bùn nhơ này mà vươn lên được, cũng như hoa sen vươn lên được mà không bị bùn nhơ vấy bẩn?

Có lẽ *Khuddaka Nikāya* (Tiểu bộ kinh) là bộ kinh mà Đức Phật đã dạy đầy đủ và chi tiết nhất cho các đệ tử của Ngài, đặc biệt là đệ tử xuất gia.

Đọc *Khuddaka Nikāya* ta bắt gặp một không khí khác hẳn các kinh của Đại Thừa như Hoa Nghiêm, Viên Giác, Lăng-già, Bát-nhã v.v. Nghĩa là thay vì tư tưởng cao ngất như Hy-mã-lạp Sơn hùng vĩ thì trong *Khuddaka Nikāya* ta ngạc nhiên thấy xã hội cách đây hơn 20 thế kỷ mà vẫn chẳng khác gì đầu thế kỷ 21 này cho lắm. Nghĩa là Đức Phật và các đệ tử xuất gia của Ngài cũng bị chửi bới, cũng bị lăng nhục, cũng cùng một luận điệu như ngày nay.

Ví dụ, một lần Đức Phật cũng bị kết án là "ăn không ngồi rồi" hay "hộ ăn theo" như kinh *Bhāravāja* (Người cày ruộng) chẳng hạn. Có khi vô cớ bị kêu la mắng chửi giữa đường là "kẻ trọc đầu, sa môn ti tiện, bần tiện" mà kinh *Vasalasuttam* (Kẻ bần tiện) đã ghi lại đầy đủ.

Không phải chỉ chửi bới lăng nhục bằng lời lẽ thô tục thôi, mà có người còn dùng thủ đoạn độc ác để vu khống và chụp mũ chúng đệ tử của Ngài nữa.

Kinh Udana (Ud.43) cho biết rằng, vì Đức Phật và chúng đệ tử của Ngài được "tôn trọng, đảnh lễ, cúng dường, tôn kính, cùng nhận được các vật dụng như y, đồ ăn khất thực, sàng tọa, dược phẩm trị bệnh", nhưng các du sĩ ngoại đạo khác không được như vậy nên đã giết một nữ du sĩ có tên là Sundari, rồi đem chôn nàng vào hố trong cái mương tại Jetavana trong khu vườn của trưởng giả Anāthapindika. Sau khi đã thực hiện xong thủ đoạn, họ đến thưa với vua Pasenadi của nước Kosala. Nhà vua lập tức hỏi họ xác của Sundari chôn ở đâu? Họ liền dẫn đến chỗ đã chôn xác Sundari, đào lên rồi khiêng xác đặt lên giường đi vào thành Savatthi từ đường này đến đường khác. Họ làm cho dân chúng tức giận bằng cách nói rằng: "Các người hãy xem việc làm của các Thích tử! Vô liêm sĩ là sa môn Thích tử này, theo ác giới, theo ác pháp, nói láo (....) sa môn hạnh của chúng đã đi đâu mất."[1]

---

[1] Tất cả đều được trích từ Khuddaka Nikaya (Tiểu bộ kinh) do HT Minh Châu dịch.

Nhưng Đức Phật không hề ngạc nhiên trước tâm địa xấu xa của con người, vì Ngài đã tiên đoán được điều này. Kinh Kandaraka thuộc Trung bộ kinh (Majjhima Nikāya), khi Pessa, con trai người huấn luyện voi đến bạch với Đức Phật rằng:

"Thật hi hữu thay! Bạch Thế Tôn! Thế Tôn hiểu được hạnh phúc và bất hạnh của chúng sanh, trong khi loài người sống trong sự rối ren như vậy, trong sự cặn bã như vậy, trong sự xảo quyệt như vậy. Bạch Thế Tôn, rối ren thay như loài người, Bạch Thế Tôn, cởi mở thay, như loài thú vật."

Và Đức Phật đã xác nhận lời nhận xét trên của Pessa, con của người huấn luyện voi là đúng:

"Thật vậy, này Pessa! Này Pessa, rối ren thay, như loài người; và cởi mở thay như loài thú vật!."

Trong tác phẩm *Zarathustra đã nói như thế* của Nietzsche, một triết gia Đức ở thế kỷ 19 cũng có câu tương tự: "Ước gì những con thú của ta sẽ dẫn đường ta đi! Ta thấy rằng sống giữa loài người lại còn nguy hiểm hơn sống giữa loài thú vật."

Phải chăng khi viết câu trên Nietzsche đã lấy cảm hứng từ kinh Kandaraka của Phật giáo?

Điều đó gần như chắc chắn vì trong tác phẩm cuối cùng của đời mình, Nietzsche đã công nhận sự thán phục của mình đối với Đức Phật:

"Đức Phật, nhà sinh lý học sâu thẳm, đã liễu ngộ hết mọi sự ấy, 'tôn giáo' của Ngài đáng lẽ phải được gọi là một loại 'vệ sinh pháp' để cho người ta đừng lầm lẫn với những hiện tượng đáng thương hại như Kitô giáo: Sự công hiệu của Phật pháp được thể hiện trong việc chiến thắng lòng phẫn hận di oán.

Giải thoát tâm hồn khỏi sự di oán phẫn hận là bước đầu hướng về sự lành bệnh. "Không phải sự oán thù cừu địch được chấm dứt bằng sự oán thù cừu địch; sự oán thù cừu địch chỉ có thể chấm dứt bằng tình thương huynh đệ."

"Những lời này được phát ra ngay từ lần chuyển pháp luân đầu tiên của Đức Phật."[1]

Đọc câu "tôn giáo của Ngài đáng lẽ phải được gọi là một loại 'vệ sinh pháp'", khiến ta liên tưởng đến hai câu kệ vô cùng giản dị trong kinh Pháp cú:

*Tự tịnh kỳ ý,*
*Thị chư Phật giáo.*
*Giữ tâm ý trong sạch*
*Đó là lời dạy của chư Phật.*

Ta có thể xem toàn bộ giáo pháp của Đức Phật không gì khác hơn là làm sao cho ta có thể dọn dẹp sạch sẽ tất cả những rác rưởi dơ bẩn trong tâm của mỗi người chúng ta.

Tỳ-kheo Ittiya, theo Đức Phật đã nhiều năm mà vẫn không đạt được thánh quả. Cuối cùng Ittiya đến xin Đức Phật chỉ bày cho một bài học tóm tắt dễ hiểu nhất. Đức Phật bảo Tỳ-kheo Ittiya rằng, phải làm cho thanh tịnh nếp sống căn bản hằng ngày: *"Tvam adim eva visodha ti."*

Vậy cho nên ta có thể coi toàn bộ *Khuddaka Nikāya* là bộ kinh mà Đức Phật đã chỉ bày cặn kẽ nhất cho "một nếp sống thanh tịnh căn bản" như vậy.

Sở dĩ những người xuất gia chúng ta không giữ được nếp sống thanh tịnh căn bản như trường hợp Tỳ-kheo Ittiya chẳng hạn, là vì chúng ta đã tự đánh mất định hướng lý tưởng xuất gia của chính mình.

Lý tưởng của người xuất gia là gì?

---

[1] Tôi là ai? Phạm Công Thiện dịch, nxb Phạm Hoàng, Sài Gòn 1970.

*"Phù xuất gia giả, phát túc siêu phương."*

*Người xuất gia cất bước là muốn vượt tới phương trời cao rộng.* (HT Trí Quang dịch)

Có lẽ không có câu nào ngắn gọn hơn câu trên để tóm tắt định hướng cho người xuất gia như câu trên trong Quy Sơn cảnh sách.

Đây là một trường hợp điển hình cho sự đánh mất định hướng ấy chăng?

> *"Như vầy tôi nghe. Một thời Thế Tôn ở Savatthi tại Jetavana trong ngôi vườn của trưởng giả* Anāthapindika. *Lúc bấy giờ, nhiều Tỳ-kheo sau bữa ăn trưa, sau khi đi khất thực về, ngồi hội họp tại rạp tròn có cây Kareri, và câu chuyện sau đây được khởi lên: "Này chư hiền, ai biết nghề gì? Ai học tập nghề gì? Nghề gì là nghề tối thượng?' Ở đây, một số người nói như sau: "Huấn luyện voi là nghề tối thượng!" Một số người nói như sau: "Làm xe là nghề tối thượng!" Một số người lại nói như sau: "Nghề bắn cung là nghề tối thượng!" Một số người nói như sau: "Nghề đao kiếm là nghề tối thượng." Mốt số người nữa lại nói như sau: "Nghề ấn hiệu là nghề tối thượng."*[1] *Một số người nói như sau: "Nghề tính toán là nghề tối thượng!" Một số người nữa lại nói như sau: "Nghề ước lượng là nghề tối thượng!" Một số người nói như sau: "Viết văn là nghề tối thượng." Một số người nói như sau: "Làm thơ là nghề tối thượng!" một số người lại nói như sau: "Nghề phỏng đoán các nguyên nhân tự nhiên là nghề tối thượng!" Một số người khác lại cho rằng: "Nghề điều khiển bộ máy quốc gia là nghề tối thượng!"...*

Rồi Đức Thế Tôn, vào buổi chiều, từ Thiền định độc cư

[1] Theo HT Minh Châu thì ấn hiệu, mudda, có nơi giải thích là dấu hiệu ra bằng tay giữa người mua và bán châu báu, che dưới một cái khăn, để người chung quanh không biết giá cả.

đứng dậy, đi đến rạp tròn có cây Kareri. Sau khi ngồi xuống chỗ đã soạn sẵn, Đức Thế Tôn hỏi các Tỳ-kheo đang bàn chuyện gì? Sau khi nghe thuật lại câu chuyện mà các thầy Tỳ-kheo đã bàn vừa rồi. Đức Phật đã quở trách họ:

"Này các Tỳ-kheo, chuyện này thật không xứng đáng với các ngươi, là những thiện nam tử, vì lòng tin xuất gia, từ bỏ gia đình, sống không gia đình mà lại đi nói những câu chuyện như vậy."

Và sau đó Đức Phật đã lưu ý các thầy Tỳ-kheo, khi nào hội họp với nhau, có hai điều cần phải làm là:

*Nói pháp hay giữ im lặng của bậc Thánh.*

Rồi Đức Phật đọc lên lời cảm khái của Ngài sau đây cho các Tỳ-kheo nghe:

*"Ai sống không nghề nghiệp,*
*Nhẹ nhàng, muốn lợi ích,*
*Các căn được chế ngự,*
*Toàn diện được giải thoát.*
*Không nhà, không ngã sở,*
*Không dục, giết ác ma,*
*Vị Tỳ-kheo như vậy,*
*Sống cô độc một mình."*

Chính vì đánh mất định hướng xuất gia của chính mình như vậy nên mới ngồi lê đôi mách để bàn nghề này là tối thượng, nghề kia không tối thượng, để mong tìm kiếm một chút hư danh phù phiếm giữa những người thế tục. Những người xuất gia như vậy đã bị Đức Phật cho là vẫn "bị mù bởi các dục", "bị lưới dục bao phủ", "bị ái dục bao trùm", và tất nhiên họ hiện đang giống "như cá mắc mạng lưới" không gì gì thoát thân được nữa.

Trong các dục vọng, mà người xuất gia chúng ta phải cảnh giác, có thể nói nguy hiểm nhất vẫn là lòng khát khao quyền hành thế tục. Nếu một người xuất gia bị sắc dục quyến rủ, thì có thể vị xuất gia đó chỉ tự làm hại chính bản thân mình thôi, còn say mê quyền lực thế tục thì nhất định sẽ kéo theo sự sụp đổ không chỉ cá nhân họ, mà còn cho tập thể tăng đoàn nữa.

Điều này chúng ta khỏi cần phải tìm kiếm ở đâu trong quá khứ lịch sử, mà chỉ nhìn vào hiện tại thì có thể thấy ngay.

Trong kinh Xuất gia (Sn.72), khi vua Bình Sa nước Ma-kiệt-đà đứng trên lầu của hoàng cung nhìn xuống thì thấy Đức Phật đang ôm bình bát đi khất thực, với "các tướng tốt quang minh." Nhà vua liền đem lòng ngưỡng mộ, ngỏ ý muốn trao tặng quốc gia mà nhà vua đang trị vì cho Đức Phật. Đức Phật đã trả lời:

*"Trên sườn núi Tuyết sơn,*
*Sống dân tộc đoan trực.*
*Tài sản nghị lực đủ,*
*Ở xứ Kô-sa-la.*
*Dòng họ thuộc mặt trời,*
*Sanh tộc là Thích-ca.*
*Từ bỏ gia tộc ấy,*
*Thưa vua, Ta xuất gia!*
*Ta không có tha thiết,*
*Đối với các loại dục.,*
*Thấy nguy hiểm trong dục,*
*Bỏ chúng, là an ổn."*

Đức Phật đã vứt bỏ ngôi vua mà ra đi, bởi vậy cho nên không có thứ quyền lực nào được quyền tồn tại trong đạo Phật cả.

Chắc chắn không phải một sự ngẫu nhiên khi trong phẩm Ngu của kinh Pháp Cú (cũng thuộc Khuddaka Nikāya) có đến hai lần Đức Phật nói về những kẻ đã xuất gia rồi mà vẫn mang tâm niệm thế tục vào chốn Già Lam, xem những trách nhiệm được giao phó có giá trị tinh thần lại giống như lợi danh của thế gian:

Câu thứ 73, Đức Phật chỉ trích những người luôn luôn thấy mình là một nhân vật quan trọng trong Tăng chúng: "Hãy để cho người tăng kẻ tục nghĩ rằng: 'Sự này do ta làm, mọi việc lớn nhỏ đều phải theo lệnh ta', kẻ ngu cứ tưởng lầm như thế nên lòng tham lam ngạo mạn tăng hoài."

Và câu thứ 74, Đức Phật đề cập đến người xem những trách nhiệm tinh thần đó như một phương tiện để đạt mục tiêu là lợi dưỡng cho bản thân mình:

"Kẻ ngu thường muốn hư danh: chỗ ngồi cao trong tăng chúng, viện chủ trong tăng viện, mọi người đều đến để cúng dường." (HT Trí Đức dịch).

Không phải chỉ gạt bỏ mọi ý nghĩ về quyền hành thôi, mà ngay cả mọi luận bàn về quyền hành của người thế tục cũng bị Đức Phật ngăn cấm trong giáo hội thanh tịnh của Ngài:

> *"Một thời Thế Tôn trú ở Savatthi, tại Zetavana, khu vườn trưởng giả Anàthapindika, lúc bấy giờ, nhiều vị Tỳ-kheo sau bữa ăn, đi khất thực về, ngồi họp tại hội trường, và câu chuyện này được khởi lên.*
>
> *"Này chư hiền, giữa hai vị vua này, vua Seniya Bimbisara ở Ma-kiệt-đà và vua Pesenadi xứ Kosala, ai giàu có hơn, ai tài sản lớn hơn, ai kho tàng lớn hơn, ai quốc độ lớn hơn, ai xe cộ lớn hơn, ai sức mạnh lớn hơn, ai thần lực lớn hơn, ai uy lực lớn hơn?" Rồi câu chuyện đang xảy ra giữa các Tỳ-kheo ấy chưa chấm dứt, thì Đức Thế Tôn vào buổi chiều, từ thiền định độc cư đứng dậy đi đến hội trường. Sau khi đến ngồi xuống trên chỗ đã soạn sẵn, Thế Tôn hỏi các thầy Tỳ-kheo: "Này các thầy Tỳ-kheo, ở đây, nay các người ngồi hội*

*họp bàn với nhau chuyện gì? Và câu chuyện gì giữa chừng chưa chấm dứt giữa các người?"*

Sau khi nghe thuật lại, Đức Phật cũng đã quở trách họ, đã xuất gia, từ bỏ gia đình, sống không gia đình, thì không nên nói những chuyện có tính chất thế gian như vậy. Rồi Đức Phật đọc lên lời cảm khái này cho các thầy Tỳ-kheo.

*Dục lạc gì ở đời,*
*Không bằng phần mười sáu,*
*Kể cả thiện lạc này,*
*Lạc do ái đoạn diệt.*
*(Ud.10)*

Chỉ có ngồi tạp thoại về quyền lực thế gian mà còn bị Đức Phật ngăn cấm như vậy, huống chi những người đã xuất gia mà lại đi bắt tay với quyền lực thế gian, rồi lợi dụng quyền lực đó để củng cố địa vị, tạo "chỗ ngồi cao trong tăng chúng" thì tất nhiên những người đó không còn là người xuất gia chân chính nữa rồi, mà họ chính là những kẻ "mượn đạo tạo đời" như cụm từ mà ngày nay chúng ta thường xuyên nghe nhắc đến.

Nhưng chung cuộc của những người chạy theo quyền lực thế gian là gì? Là nỗi bất an, lo sợ luôn luôn đè nặng trong tâm hồn của họ chăng?

*"Như vầy tôi nghe. Một thời Thế Tôn trú ở Anupiya tại rừng xoài. Lúc bấy giờ tôn giả Bhaddiya, con của vua* Kāligodha, *đi đến khu rừng, đi đến gốc cây, đi đến ngôi nhà trống rồi nói lên lời cảm hứng:*

*"Ôi an lạc thay! Ôi an lạc thay! Một số đông tỳ-kheo nghe Tôn Giả Bhaddiya con của* Kāligodha *đi đến khu rừng (...). Nghe vậy, các tỳ-kheo ấy suy nghĩ: không nghi ngờ gì, chư hiền, Tôn Giả Bhaddiya con của* Kāligodha *sống phạm hạnh không có hoan hỷ, vì trước khi còn ở gia đình được hưởng an lạc của nhà vua, vì Tôn Giả nhớ đến an lạc ấy, cho nên mỗi khi đi đến khu rừng (...).*

*"Rồi một số đông Tỳ-kheo đến chỗ Thế Tôn, sau khi đến chỗ Thế Tôn rồi ngồi xuống một bên, các Tỳ-kheo ấy Bạch Thế Tôn:*

*"Bạch Thế Tôn, Tôn giả Bhaddiya con của* Kāligodha *mỗi khi đi đến khu rừng (...).*

*"Sau khi nghe các Tỳ-kheo trình bày xong, Đức Thế Tôn bảo các Tỳ-kheo, này các Tỳ-kheo, hãy đi và nhân danh ta nói với Bhaddiya, con của* Kāligodha*: "Thưa Hiền giả, Bậc Đạo Sư gọi Hiền Giả." "Thưa vâng, Bạch Thế Tôn." Các vị tỳ-kheo ấy đến và nói với Tôn Giả Bhaddiya: "Đấng Đạo Sư gọi Hiền Giả."*

*"Sau khi đến, đảnh lễ Thế Tôn rồi ngồi xuống một bên. Thế Tôn hỏi Tôn Giả Bhaddiya: 'Có thật chăng, này Bhaddiya, mỗi khi người đi đến khu rừng (...)' Do mục đích gì khi đi đến những nơi ấy ngươi lại nói lên những lời cảm hứng như vậy?*

*"Bạch Thế Tôn, thuở trước khi con còn ở trong gia đình, được hưởng an lạc nhà vua, trong nội cung có đặt người khéo bảo vệ, ngoài nội cung có đặt người khéo bảo vệ; trong thành nội có đặt người khéo bảo vệ, ngoài thành có đặt người khéo bảo vệ. Trong nước cũng có đặt người khéo bảo vệ, ngoài nước cũng có đặt người khéo bảo vệ. Bạch Thế Tôn, con được bảo vệ, phòng vệ chặt chẽ như vậy, nhưng con vẫn sống trong sợ hãi, hồi hộp, run sợ, hoảng sợ.*[1] *Nhưng nay con đi đến khu rừng, đi đến gốc cây, đi đến ngôi nhà trống, chỉ sống có một mình, mà con vẫn không sợ hãi, không hồi hộp, không run sợ, không hoảng sợ, không rộn ràng, không hốt hoảng, chỉ có lắng dịu (pannaloma), nhẹ nhàng (paradavutto) tâm hồn con tự do như con thú rừng. Bạch Thế Tôn, do thấy được mục đích như vậy, nên khi con đến khu rừng, đến gốc cây hay đến ngôi nhà trống, con thường nói lên lời cảm hứng: 'Ôi, an lạc thay! Ôi, an lạc thay!'*

[1] Bhito, ubbiggo, ussanki, utrato.

Rồi Đức Thế Tôn đọc lời cảm hứng này để khuyến khích, nâng đỡ cho tâm hồn của Tôn Giả Bhaddiya:

*Với ai trong nội tâm*
*Không có lòng phẫn nộ*
*Vượt qua hữu phi hữu*
*Vị ấy thoát sợ hãi*
*An lạc không sầu muộn ...*
*(Ud.18)*

Kể từ lời bộc bạch chân thành của Tôn Giả Bhaddiya, một người được sống trong sự bảo vệ và che chở của giới thống trị cao nhất thời bấy giờ, với Đức Phật, đến nay đã hơn 20 thế kỷ, thế giới đã đổi thay toàn triệt, nhưng nỗi sợ hãi, bất an, run sợ của những người đang sống trong quyền lực dường như đã không thay đổi chút nào mà lại càng khốc liệt hơn. Vì nỗi bất an đó ngày nay không còn giới hạn trong giới quyền lực nữa mà đã tràn lan trên khắp thế giới. Những người dân vô tội bỗng nhiên thấy mình là nạn nhân của những thế lực đang giành giật quyền lực với nhau.

Vậy đoạn kinh ngắn trên có thể được dùng như kinh nhật tụng, để những người đang khát khao quyền lực thế gian đọc tụng mỗi ngày, để mong tìm một chút thanh thản cho tâm hồn bất an của họ chăng?

Ngoài vấn đề khuyên dạy các Tỳ-kheo không nên tham dự trực tiếp hoặc gián tiếp ngay cả tạp thoại về quyền lực thế tục ra, thì trong Khuddaka Nikàya, Đức Phật còn ngăn cấm các đệ tử xuất gia ba điều quan trọng nữa.

*“Này các Tỳ-kheo, Phạm hạnh được sống, không vì mục đích lừa dối quần chúng, không vì mục đích nịnh hót quần chúng, không vì mục đích được lợi ích, lợi dưỡng, cung kính, danh vọng, nghĩ rằng: “mong quần chúng biết đến ta”, mà này các Tỳ-kheo, Phạm hạnh được sống vì mục đích thắng tri (abhinnattham) vì mục đích liễu tri (parinn-atthamca) (It-28).”*

Hình thức bên ngoài tất nhiên cũng rất cần thiết cho người xuất gia, nhưng nguy hiểm hơn là một số người đã lợi dụng hình thức đó để lừa dối những người ngây thơ chỉ biết tin vào hình thức. Đức Phật đã nhìn thấy điều tai hại này:

> *"Này các Tỳ-kheo, nếu một tỳ-kheo nắm lấy viền áo Tăng-già Lê (Sanghātikanne) đi theo sau lưng ta, chân bước theo chân, nhưng vị ấy có tham ái trong các dục, với lòng sắc sảo, với tâm sân hận, ý tư duy nhiễm ác, thất niệm, không tỉnh giác, không định tĩnh, tâm tán loạn, với các căn hoang dại, vị ấy xa hẳn Ta và Ta xa hẳn vị ấy. Vì sao? Này các tỳ-kheo, tỳ-kheo ấy không thấy Pháp. Do không thấy Pháp nên không thấy Ta. Này các tỳ-kheo, nếu tỳ-kheo nào sống xa Ta đến 100 do tuần và vị ấy không tham ái trong các dục, với lòng tham không sắc sảo, tâm không sân hận, ý tư duy không nhiễm ác, chánh niệm, tỉnh giác, định tĩnh nhất tâm, các căn được chế ngự, thì vị ấy gần Ta và ta gần vị ấy. Vì sao? Này các tỳ-kheo, tỳ-kheo ấy thấy Pháp. Do thấy Pháp nên thấy Ta" (It.90).*

Chính vì thế nên khi vua Pasenadi của nước Kosala thấy những tu sĩ dòng Ni Kiền Tử tu khổ hạnh, dầu bện tóc, không mặc quần áo, bảy người dùng chung một cái y, vua mới đến thưa với Đức Phật những người Ni Kiền Tử ấy có phải là những vị đang đi trên con đường đến thánh quả hay không? Đức Phật trả lời rằng, những cư sĩ đang sống trong gia đình, hưởng thụ mọi thứ dục lạc như nhà vua thì khó mà phân biệt được vị nào đang đi đúng trên con đường đưa đến các bậc thánh.

Sau đó Đức Phật đã lưu ý với nhà vua rằng:

> *"Thưa đại vương, chính phải cộng trú (samvāsena) mới biết được giới đức của một người, và như vậy phải trong một thời gian dài, không thể ít ngày được; phải có tác ý, không phải không có tác ý; phải có trí tuệ; không*

*phải với ác tuệ. Thưa đại vương, chính phải có liên hệ mới biết được sự thanh liêm của một người, phải trong một thời gian dài, không thể ít ngày được; phải có tác ý, không phải không có tác ý, phải có trí tuệ, không phải với ác tuệ. Thưa đại vương, chính trong thời gian bất hạnh mới biết được sự trung kiên của một người."*

Nếu chỉ nhìn bề ngoài của xã hội hiện nay thì ta sẽ thấy đạo Phật đang ở trong thời kỳ cực thịnh, vì màu vàng đang hiện diện khắp nơi. Không chỉ tại nơi các chùa, tự viện, thiền viện mà tại các lễ đài, các buổi họp, hội thảo, meeting v.v. Nhưng nếu chúng ta y theo lời Đức Phật, nghĩa là "phải trong một thời gian dài, không thể ít ngày được", thì chúng ta sẽ nhận ra ngay đó không phải là màu vàng của từ bi, trí tuệ và kham nhẫn của đạo Phật, mà sau màu vàng ấy là nơi chứa đầy ác tuệ của những tâm thức tán loạn, không định tĩnh.

Vậy là dù họ đang "níu áo Tăng-già Lê" của Đức Phật, nhưng họ "xa hẳn Đức Phật." Vì sao? Vì như Đức Phật đã dạy "họ không thấy Pháp, do không thấy Pháp nên không thấy Ta." Mặc dù họ có thể thao thao bất tuyệt trước đám đông về giáo pháp của Đức Phật, nhưng đúng như Đức Phật đã nói trong kinh Kokāliya: "Cái gì rỗng thì cái ấy kêu to" và "cái gì đầy thì cái ấy im lặng.".

Đức Phật (và có lẽ chúng xuất gia của Ngài nữa) thường được người đời ca tụng với một hình ảnh đầy thi ca như thế này:

*Nhất bát thiên gia phạn,*
*Cô thân vạn lý du.*
*Kỳ vi sanh tử sự,*
*Giáo hoá độ xuân thu.*

*Bình bát xin ăn ngàn nhà,*
*Một thân cô độc bước đi khắp nẻo đường của trần gian.*
*Chỉ vì một lý do duy nhất là sống và chết,*
*Giáo hóa đưa con người vượt khỏi ngục tù của thời gian.*

Giáo hóa thì càng khó khăn bao nhiêu Ngài lại càng quyết tâm bấy nhiêu, như trường hợp Ngài đã giáo hóa tên sát nhân khét tiếng nhất thời bấy giờ là Angulāmala. Nhưng bình bát xin cơm ngàn nhà, thì không hẳn như vậy, nghĩa là có những trường hợp Đức Phật đã từ chối, như trường hợp sau đây:

> *"Một thời Thế Tôn trú ở giữa dân chúng Magadha, tại núi Dakkhināgini, trong một làng Bà-la-môn tên là Ekanālā. Lúc bấy giờ Bà-la-môn Kasibhāradvāja có khoảng 500 lưỡi cày sẵn sàng, vì là thời gieo mạ. Rồi Thế Tôn, vào buổi sáng đắp y, cầm bát đi đến chỗ Bà-la-môn Kasibhāradvāja đang làm việc. Lúc bấy giờ, Bà-la-môn Kasibhāradvāja đang phân phát đồ ăn. Đức Thế Tôn đi đến chỗ phân phát đồ ăn, sau khi đến, Ngài đứng một bên. Bà-la-môn Kasibhāradvāja thấy Thế Tôn đang đứng một bên để khất thực, liền nói với Thế Tôn: 'Này sa môn, Ta cày và Ta gieo, sau khi cày, sau khi gieo, ta ăn. Và sa môn, hãy cày và gieo. Sau khi cày và gieo, hãy ăn!' - 'Này Bà-la-môn Kasibhāradvāja, Ta cũng cày và cũng gieo. Sau khi cày và sau khi gieo, Ta ăn!'*
>
> *'Nhưng chúng tôi không thấy cái ách, hay cái cày hay lưỡi cày, hay thúc (trâu bò), hay các con bò đực của Tôn Giả Gotama. Vậy mà Tôn Giả Gotama nói: 'Này Bà-la-môn Kasibhāradvāja, ta có cày và ta có gieo. Sau khi cày và sau khi gieo, ta ăn!'*

Lúc bấy giờ Đức Phật mới giải thích cho Bà-la-môn Kasibhāradvāja biết rằng, Ngài đã cày và bừa như thế nào bằng các câu kệ:

*Lòng tin là hạt giống,*
*Khổ hạnh là cơn mưa.*
*Trí tuệ đối với Ta,*
*Là ách và lưỡi cày.*
*Xấu hổ là cán cày,*

*Ý là sợi dây buộc,*
*Và niệm đối với Ta,*
*Là lưỡi cày, gậy thúc.*
*(...)*
*Với tinh cần tinh tấn,*
*Ta gánh chịu trách nhiệm,*
*Ta tự mình đem lại,*
*An ổn khỏi khổ ách.*

*Như vậy, ta đi tới,*
*Không trở ngại thối lui,*
*Chỗ nào ta đi tới,*
*Chỗ ấy không sầu muộn.*

Và cuối cùng Đức Phật kết luận:

*Cày bừa là như vậy,*
*Được quả là bất tử,*
*Sau cày bừa như vậy,*
*Mọi khổ được giải thoát.*

Lúc đó Bà-la-môn Kasibhāradvāja mới lấy một cái bát bằng đồng lớn, cho đổ đầy cháo với sữa, dâng Đức Phật và thưa:

> *'Thưa Tôn Giả Gotama, hãy dùng cháo và sữa, Tôn Giả là người đi cày! Tôn Giả Gotama đi cày quả bất tử!'*

Đức Phật đã từ chối và đưa ra lý do:

*Ta không hưởng vật dụng,*
*Do tụng kệ đem lại.*
*Đây không phải là Pháp,*
*Của bậc có chánh kiến,*
*Chư Phật đều bác bỏ,*
*Tụng hát các bài kệ,*
*Khi Pháp có hiện hữu,*
*Truyền thống là như vậy.*

Ta có thể suy luận rằng, nếu Bà-la-môn Kasibhāradvāja cúng dường Đức Phật ngay từ đầu, nghĩa là không đợi đến khi Đức Phật giải thích rằng Ngài cũng là một người cày bừa, nhưng là một người cày bừa không phải để đem lúa gạo về nhà, mà cày bừa để giải thoát mọi khổ đau sầu muộn của kiếp người. Mặc dù đoạn kinh sau đó Ngài đã nói là ăn món cháo sữa này rất nguy hiểm, vì "trừ Như Lai hay đệ tử của Như Lai ăn vào mới tiêu hóa được, còn lại tất cả kể cả các Phạm Thiên ăn vào đều không thể tiêu hóa." Nhưng Ta còn nhớ trong bữa ăn cuối cùng do người thợ sắt Cunda cúng dường, trong đó có món ăn có tên là mộc nhĩ, món ăn mà Đức Phật cũng bảo cho Cunda biết là rất nguy hiểm, vì ăn vào không thể tiêu hóa.

Như vậy Ta có thể tự hỏi, vì sao Đức Phật lại từ chối sự cúng dường của Bà-la-môn Kasibhāradvāja mà lại nhận sự cúng dường của người thợ sắt Cunda. Dù biết trước rằng món ăn của Cunda có thể sẽ đem đến nguy hiểm cho bản thân mình?

Sở dĩ Đức Phật nhận sự cúng dường của người thợ sắt Cunda bởi vì sự cúng dường đó phát xuất từ lòng thành kính đối với Đức Phật và giáo Pháp của Ngài. Sự cúng dường chỉ có ý nghĩa khi sự cúng dường đó phải được phát xuất từ sự tự nguyện, nghĩa là mọi "gợi ý", "gài thế" hoặc "thuyết phục" để được cúng dường đều trái với giáo pháp của Đức Phật.

Và sở dĩ Đức Phật từ chối sự cúng dường của Bà-la-môn Kasibhāradvāja vì Kasibhāradvāja chỉ chịu cúng dường sau khi đã bị chinh phục và phải công nhận rằng đức Phật cũng là người đang đi cày bừa, chứ không phải là kẻ "ăn không ngồi rồi" như lúc đầu ông đã có ý nghĩ như vậy.

Trong kinh Ẩn Sĩ (Sn.35) Đức Phật còn nói rằng, một trong những đức tánh của một ẩn sĩ đi khất thực là không được phân biệt giàu nghèo, nhưng quan trọng hơn nữa là khi nhận đồ cúng dường không được ca tụng cũng như không nói lời hạ mình để được lòng người cúng dường:

*Ai sống nhờ người cho,*
*Nhận lãnh đồ khất thực,*
*Nhận từ trên, từ giữa,*
Hay *từ chỗ còn lại.*
*Không đủ để tán thán,*
*Không nói lời hạ mình,*
*Các bậc trí nhận thức,*
*Vị ấy thật ẩn sĩ.*

Tôn Giả Mahakassapa là người được Đức Phật ca ngợi là người thể hiện trọn vẹn sự không phân biệt ấy trong khi đi khất thực:

*"Như vầy tôi nghe, Một thời Thế Tôn trú ở thành Vương Xá tại Trúc Lâm, chỗ nuôi dưỡng các con sóc. Lúc bấy giờ Tôn Giả Mahakassapa trú ở hang Pipphali, đau bệnh, khổ đau, bệnh trầm trọng. Rồi Tôn Giả Mahakassapa sau một thời gian thoát khỏi bệnh ấy liền suy nghĩ như sau: 'Ta hãy đi vào vương xá để khất thực.' Lúc bấy giờ khoảng 500 thiên nhân đang cố gắng sửa soạn để Tôn Giả Mahakassapa nhận được đồ ăn khất thực. Nhưng Tôn Giả Mahakassapa gạt bỏ 500 thiên nhân ấy, vào buổi sáng, đắp y, cầm bát, đi vào thành Vương xá để khất thực, đi ngang những con đường của người nghèo, con đường của những người ăn xin, con đường của những người thợ dệt. Rồi Thế Tôn sau khi hiểu biết được ý nghĩa này, trong lúc ấy, nói lên lời cảm hứng:*

*Ai sống không nhờ người,*
*Không được người biết đến.*
*Sống tự mình chế ngự,*
*An trú trên lõi cây.*
*Các lậu hoặc đã đoạn,*
*Sân hận được trừ diệt,*

*Vị ấy được ta gọi,*
*Là vị Bà-la-môn.*

Vì thấy được sự nguy hiểm trong việc chạy theo đám đông để được tôn xưng cũng như hưởng thụ nên cũng chính Tôn Giả Mahakassapa đã khuyến cáo các tỳ-kheo:

*Chớ du hành đi đầu,*
*Do quần chúng tôn xưng,*
*Tâm ý bị loạn động,*
*Thiền định khó tu chứng.*
*Quần chúng tụ là khổ,*
*Thấy vậy, tránh quần chúng.*

Mặc dù Tôn Giả cũng thừa biết rằng những tỳ-kheo thiếu nội lực thì việc từ bỏ sự cung kính bề ngoài này thực là khó khăn, vì theo Tôn Giả là "như mũi tên tế nhị, rất khó rút ra khỏi":

*Đảnh lễ cúng dường này,*
*Xuất phát từ gia đình,*
*Nên biết chúng thật sự,*
*Là đám bùn sa lầy.*
*Như mũi tên tế nhị,*
*Rất khó rút ra khỏi,*
*Kẻ xấu rất khó lòng,*
*Từ bỏ sự cung kính.*

Nhưng nếu từ bỏ tất cả, quyền thế, quần chúng đám đông, tiếng tăm, lợi danh v.v... vậy thì thông điệp mà Khuddaka Nikāya gửi đến cho tất cả những người xuất gia là gì?

Có lẽ chưa có bộ kinh nào mà lại đề cập nhiều đến núi rừng, đến hạnh viễn ly, đến thiền định độc cư, nghĩa là những đức tính của một bậc ẩn sĩ nhiều như là Khuddaka Nikāya đã đề cập.

Tại sao vậy? Vì Đức Phật đã nói rằng một tỳ-kheo thì nhất định phải "ưa muốn ẩn dật Thiền tịnh (patisallanāmā), thích thú ẩn dật Thiền tịnh, chuyên chú nội tâm tịnh chỉ (ceto samatham), không gián đoạn thiền tịnh (Anirākata-jjhānā), thành tựu quán trí (vipassanāla samanagata), hành trì hạnh đi đến các ngôi nhà trống (brūheta sunāgārānam), thì ngay trong hiện tại đạt được chánh trí, có nghĩa là lời tuyên bố về giác ngộ, mà giác ngộ chính là mục tiêu cuối cùng của hành giả đi tìm chân lý vậy.

Khi có người hỏi Tôn Giả Mahakassapa vì sao Tôn Giả đã già rồi mà ngày nào cũng phải leo núi cao, thì được Tôn Giả trả lời:

*Khi chúng leo núi đá,*
*Một số bị mạng chung,*
*Thừa tự bậc Giác ngộ,*
*Tỉnh giác và chánh niệm.*
*Dựa trên sức thần lực,*
*Kassapa này leo núi.*

Và trong một đoạn khác Tôn Giả Mahakassapa nói:

*Đi khất thực trở về,*
*Ca Diếp leo tảng đá,*
*Ngồi thiền, không chấp thủ,*
*Đoạn sợ hãi* kinh *hoàng.*

Như vậy núi non hùng vĩ luôn luôn là sự thử thách cho những ai đi tìm sự thanh bình cho nội tâm.

Trong cách trả lời của Tôn Giả Ca Diếp ta có thể hiểu rằng, Tôn Giả muốn ví sự chinh phục tâm chúng ta cũng đầy thử thách như khi ta leo núi cao. Nguy hiểm và cheo leo có thể làm ta mất mạng, nhưng một khi đã lên đến tận đỉnh cao rồi thì sẽ thấy được sự hùng vĩ bao la của đất trời. Cũng vậy, kẻ đã chinh phục được tâm mình rồi thì tất cả những bất an, hay nói theo Tôn Giả Ca Diếp thì "sợ hãi kinh hoàng" của con người đều lập tức chấm dứt.

Vậy là, núi cao rừng thẳm chỉ là biểu tượng cho tâm đã được giải thoát chứ không nhất định phải ở trên núi cao mới có thể làm chủ tâm mình.

Đối với Phật giáo, có lẽ nuôi dưỡng đỉnh núi cao trong chính mình mới quan trọng hơn là sống trên núi cao chăng?

Trong Trưởng Lão Tăng Kệ có kể lại một cậu bé có tên là Sivaka, khi mẹ Sivaka được tin em trai mình là Vanavaccha xuất gia, thọ đại giới, nguyện sống trong rừng suốt đời, mẹ Sivaka nói: 'Này Sivaka, con hãy xuất gia dưới sự chỉ dẫn của Vanavaccha và phục vụ cho Ngài, vì nay Ngài đã già!' Sivaka nghe lời mẹ, xuất gia ở trong rừng hầu hạ săn sóc cho Vanavaccha. Một hôm đi đến gần làng thì Sivaka bị đau nặng, thuốc không chữa được. Sivaka không thể trở về rừng, và trưởng lão Vanavaccha đi tìm thì thấy Sivaka đang bị đau nằm ở gần làng. Sau khi được uống thuốc và săn sóc, vết thương đã lành thì trưởng lão Vanavaccha liền nói với Sivaka: 'Này Sivaka, từ khi ta xuất gia đến nay, ta không sống trong làng. Vậy ta hãy cùng nhau vào rừng trở lại.'

Sivaka trả lời: 'Dù thân con đang ở trong làng nhưng tâm con thì bao giờ cũng hướng về núi rừng.'

Câu nói trên của Sivaka khiến ta nhớ đến câu của Trần Nhân Tông trong *Cư Trần Lạc Đạo Phú*:

*Mình ngồi thành thị,*
*Nết dùng sơn lâm.*

Nếu một thiền sư hay một nhà ẩn dật đang sống trên núi cao thì họ chỉ cần buông bỏ những khát vọng trong tâm tưởng về dục vọng, nhưng một người như vua Trần Nhân Tông thì sự buông bỏ để ra đi một mình phải khó khăn gấp bội, vì vừa phải buông bỏ trong tâm tưởng vừa lại phải buông bỏ những cám dỗ trong thực tế nữa, vì những lạc thú của trần gian thì đã có sẵn đó rồi chỉ hưởng thụ hay không mà thôi.

Vậy ta có thể nói rằng toàn thể Khuddaka Nikaya là kêu gọi người xuất gia hãy buông bỏ, từ bỏ và ra đi...

Thí dụ kinh *Con Tê Ngưu Một Sừng* chẳng hạn. Kinh có cả thảy là 368 câu, nhưng có 2 câu được lặp đi lặp lại đến 41 lần. Hai câu đó là:

*Hay sống riêng một mình,*
*Như tê ngưu một sừng.*

Kinh *Con Tê Ngưu Một Sừng* kêu gọi người xuất gia hãy buông bỏ những gì?

Trước hết, Đức Phật khuyên những người xuất gia, hãy buông bỏ những thói hư tật xấu mà tưởng chừng không có gì quan trọng, nhưng cái tưởng chừng không quan trọng này lại đánh mất tư cách của người xuất gia, theo kinh thì đó là:

*Có một số người xuất gia,*
*Chung sống thật khó khăn.*
*Cũng như các gia chủ,*
*Ở tại các cửa nhà.*
*Sống vô tư vô lự,*
*Giữa con cháu người khác.*

Không chạy theo thời thượng, tức là những hình thức phù phiếm bề ngoài:

*Không trang điểm bày biện,*
*Không ước vọng mong cầu.*
*Từ bỏ mọi hào nhoáng,*
*Nói lên lời chân thật.*

Và đặc biệt nhất là kinh nhắc đi nhắc lại nhiều lần người xuất gia không được giao du với bạn xấu, những người bạn "không thấy được mục đích tối thượng của người xuất gia":

*Với bạn bè độc ác,*
*Hãy từ bỏ lánh xa.*
*Bạn không thấy mục đích,*
*Quen nếp sống quanh co.*

Cũng là dễ hiểu khi Đức Phật nhắc đi nhắc lại nhiều lần người xuất gia phải tránh giao du với bạn bè xấu ác, vì bạn bè đóng một vai trò rất quan trọng chẳng những trong việc đi lên hay đi xuống (nghĩa là tốt hoặc xấu) của một cá nhân mà còn là cho cả tập thể Tăng đoàn nữa:

*Nếu tìm được bạn lành,*
*Thận trọng và sáng suốt.*
*Bạn đồng hành chung sống,*
*Bạn thiện trú hiền trí.*

*Cùng nhau đồng nhiếp phục,*
*Tất cả mọi hiểm nạn.*
*Hãy sống với bạn ấy,*
*Hoan hỷ giữ chánh niệm.*

Phải chăng nếu người xuất gia nào cũng luôn luôn thích chung sống với "bạn thiện trú hiền trí" thì tập thể tăng đoàn sẽ không gặp thách thức và hiểm nạn như hiện nay.

Cuối cùng và quan trọng nhất của người xuất gia là:

*Từ bỏ để một bên,*
*Mọi biểu tượng gia đình.*
*Như loại cây san hô,*
*Tước bỏ mọi lá cây.*
*Bậc anh hùng cắt đứt,*
*Mọi trói buộc gia đình.*

Sau khi đã từ bỏ, buông bỏ để ra đi trong cô độc như con tê ngưu một sừng, thì cuối cùng sẽ là gì? Một đời sống mới sẽ xuất hiện chăng?

Kinh *Con Tê Ngưu Một Sừng* đã đưa ra nhiều hình ảnh về sự tự do giải thoát của người đã can đảm từ bỏ ấy, như "gió không vướng mắc khi thổi qua lưới", "như con nai trong núi rừng, không gì bị trói buộc, từ nơi chỗ nó muốn, để tìm kiếm thức ăn" hay như "hoa sen không bị nước thấm ướt."

Nhưng hình ảnh quyến rủ nhất, trầm hùng nhất là khi Đức Phật đã ví sức mạnh của một người đã từ bỏ mọi sự ra đi một mình như sau:

*Giống như con sư tử,*
*Với quai hàm hùng mạnh.*
*Bậc chúa của loài thú,*
*Sống chinh phục chế ngự.*
*Hãy sống các trú xứ,*
*Nhàn tịnh và xa vắng.*
*Hãy sống riêng một mình,*
*Như tê ngưu một sừng.*

Nhưng giữa một xã hội mà lúc nào sức mạnh của tập thể cũng được đề cao, thì hình ảnh con sư tử cô độc rống lên tiếng rống oai hùng làm các loài thú nhỏ bé trong rừng sâu đều phải khiếp sợ có vẻ tiêu cực quá chăng?

Chúng ta nên nhớ rằng, tất cả những cuộc cách mạng, hay những cuộc cải cách xã hội vĩ đại (kể cả cuộc cách mạng vô sản 1917) trên thế giới đều không phải bắt đầu từ những người gọi là tích cực, nghĩa là những người đang giữ những địa vị quan trọng trong xã hội, mà thường bắt đầu từ những nhà tư tưởng, những triết gia, tức là những kẻ sống trầm lặng ngoài đám đông xã hội, nhưng họ mới là những kẻ rống lên tiếng rống của con sư tử, làm rúng động giữa một xã hội đang ngủ say.

Như cuộc cách mạng Pháp (1789) chẳng hạn, mà sau đó tinh thần của cuộc cách mạng này đã tràn lan khắp thế giới và ảnh hưởng cho đến tận ngày nay.

Chẳng phải nhờ những chữ in nằm im lìm bất động trong những tác phẩm Contrat Social (Dân ước), Emile của Rousseau, L'esprit Des Lois (Vạn pháp tinh lý), Lettres persanes (Thư Ba Tư) của Montesquieu hoặc Lettres Philosophiques (Thư triết lý) của Voltaile đã thổi một sức mạnh vào xã hội Pháp đang bị giai cấp tu sĩ và quý tộc chà đạp, bị bắt buộc phải đứng dậy phá tan ngục Bastille vào ngày 14 tháng 7 năm 1789 đó sao?

Nhưng với Phật giáo, có một cuộc cách mạng còn quan trọng hơn, đó là cuộc cách mạng tự thắng những đam mê dục vọng phát xuất từ bản ngã vị kỷ ở chính nơi mỗi người trong chúng ta. Cuộc cách mạng này còn quan trọng hơn là mọi cuộc cách mạng cải tạo xã hội khác đến từ những điều kiện bên ngoài.

Bởi vậy, kinh đã nói rằng, trong đêm Thái tử Tất-đạt-đa đánh phá nội ma ngoại chướng, hoàn thành tuệ giác vô thượng dưới gốc cây Bồ-đề thì quả đất đã rung động đến 7 lần.

Quả đất có rung động hay không?

Điều đó không quan trọng, nhưng điều quan trọng đối với chúng ta, những con người đang ngụ cư trên mặt đất khổ đau này, là từ cái đêm mà Đức Phật đã tự chiến thắng mình một cách oanh liệt đó, đến nay đã hơn 20 thế kỷ rồi, vậy mà vẫn còn tiếp tục làm rung động trong trầm lặng biết bao nhiêu tâm hồn đang khát khao vươn lên khỏi thân phận bi thảm của kiếp người trên hành tinh đầy bất an và hiểm nguy này.

**Lời kết**

Kể từ khi có mặt trên mặt đất này thì điều mà con người gần như lúc nào cũng bị ám ảnh, phải chăng chính là thời gian? Vì thời gian đưa mọi sự đi đến hủy diệt và cuối cùng là cái chết với mỗi người trong chúng ta.

Tất cả những gì con người cố tích lũy, xây dựng đều trở thành vô nghĩa trước sự tàn phá hủy diệt cũng như cái chết này. Đúng như một văn hào Mỹ, William Faulkner, đã viết trong tác phẩm The Sound And The Fury (Âm thanh và cuồng nộ):

*"Này Quentin ạ, cha cho con cái đồng hồ này, cha cho con nấm mồ chôn hết tất cả hy vọng và tất cả ham muốn... Con sẽ dùng đồng hồ này để quy hết tất cả kinh nghiệm của loài người vào chỗ phi lý (Reductio ad absurdum)... Tất cả nhu cầu của đời con sẽ không bao giờ được thỏa mãn, cũng như tất cả nhu cầu của những người xung quanh con cũng thế.*

*Cha cho con cái đồng hồ này không phải để con nhớ đến thời giờ, mà để con có thể quên nó trong một khoảnh khắc, để con đừng hì* hục *mệt nhọc cố gắng chinh phục nó nữa. Bởi vì con ạ, người ta không bao giờ thắng trận, và chiến thắng chỉ là ảo tưởng của những thằng khờ..."*[1]

Cùng một tiếng nói đầy u uất như vậy, nhưng trầm lặng hơn của một thi sĩ phương Đông, Nguyễn Du của Việt Nam, cũng nói qua hai câu thơ:

*Xuân lan thu cúc thành hư sự,*
*Hạ thử đông hàn đoạt thiếu niên.*

*Lan mùa xuân, cúc mùa thu đã trở thành chuyện hão,*
*Mùa đông rét, mùa hè nóng đã cướp đoạt tuổi xanh mất rồi.*

Trong Khuddaka Nikāya, Đức Phật đã chỉ cho con người thấy có một nơi mà con người không bị ám ảnh bởi bóng ma của sự hủy diệt đó nữa, nơi chốn đó được Đức Phật diễn tả như thế này:

*"Này các Tỳ-kheo, có một xứ, tại đấy không có đất, không có nước, không có lửa, không có gió, không có*

[1] Bản dịch của Phạm Công Thiện.

*hư không vô biên xứ; không có thức vô biên xứ; không có vô sở hữu xứ; không có phi tưởng phi phi tưởng xứ; không có đời này, không có đời sau, không có mặt trăng, không có mặt trời.*

*"Do vậy, này các Tỳ-kheo, Ta tuyên bố không có đến, không có đi, không có trụ, không có diệt, không có sanh, không có an trú, không có vận chuyển, không có sở duyên... Đây là sự đoạn tận khổ đau.."*

Và đây là một câu khác nữa của Đức Phật cũng về nơi chốn không có khổ đau ấy:

*"Cái gì có nương tựa, cái ấy có* dao *động, cái gì không nương tựa, cái ấy không* dao *động. Không có* dao *động thời có khinh an, có khinh an thì không có thiên về. Không có thiên về thì không có đến và đi. Không có đến và đi* thì *không có diệt và sanh,* thì *không có đời này, không có đời sau, không có đời giữa. Đây là sự đoạn diệt khổ đau.."*

Mặc dù những lời trên của Đức Phật không nhắc đến Niết-bàn nhưng Hòa thượng Minh Châu cũng như hầu hết các nhà nghiên cứu Phật học đều đồng ý rằng đó là những đoạn Đức Phật mô tả về Niết-bàn, tức là trạng thái của một người đã đạt được tự do và giải thoát hoàn toàn.

Nhưng ta phải đi tìm cái nơi không có đất, không có nước, không có lửa, không có gió, không có đi, không có đến, không có nơi nương tựa... ấy ở đâu?

Tìm ngay trong cái tâm phân biệt của chúng ta chăng?

*Khi tâm sanh hề sanh tử sanh,*
*Khi tâm diệt hề sanh tử diệt.*

Như Tuệ Trung Thượng Sỹ một tư tưởng gia của Thiền học đời Trần đã phát biểu như vậy chăng?

Nhưng dù chúng ta có đi tìm ở bên trong hay bên ngoài, ở trên hay ở dưới hay bất cứ nơi nào đi nữa thì một khi Niết Bàn thường được định nghĩa là: "sở dĩ gọi là Niết Bàn vì Niết Bàn là sự dứt bỏ, sự tách rời (ni) ra khỏi ái dục (vāna) sự thèm khát nhục dục" thì nhất định chúng ta phải buông bỏ, dứt bỏ mọi ràng buộc để ra đi, như con tê ngưu một sừng bước đi một mình trong rừng sâu, thì mới hy vọng tìm được cái chốn không còn đau khổ ấy, nếu không thì suốt đời ta vẫn là kẻ:

*Vĩnh vi lãng đãng phong trần khách,*
*Nhật viễn, gia hương vạn lý trình.*

*Lênh đênh làm khách phong trần mãi,*
*Ngày hết quê xa vạn dặm đường.*
*(Nguyễn Lang dịch)*

Một người như Trần Thái Tông, đang có trong tay tất cả những gì mà con người khao khát thèm muốn, như quyền lực, mọi lạc thú của trần gian... Vậy mà vẫn cảm thấy mình là kẻ đang bị lưu đày nơi chân trời góc bể, vẫn mong tìm về lại mái nhà xưa mà mình đã tự đánh mất trên bước đường lang thang phiêu bạt.

Thật đáng để cho chúng ta, những người xuất gia, suy ngẫm vậy thay!

***Thích Phước An***

# Giới thiệu sơ lược về tác giả

**Hòa Thượng Thích Phước An**

- Sinh: 1949 tại Bình Định.
- Hiện đang tu tập tại chùa Hải Đức (tức Phật Học Viện Trung Phần trước 1975), chùa tọa lạc trên đồi Trại Thủy, thành phố Nha Trang Việt Nam.
- Hòa Thượng Thích Phước An là vị Giáo Phẩm cao cấp của Giáo Hội Phật Giáo Việt Nam Thống Nhất trong nhiều thập niên qua. Hòa Thượng đã từng đảm nhận chức vụ Tổng Vụ Trưởng Tổng Vụ Văn Hóa, Viện Hóa Đạo GHPGVNTN.
- Tăng nghị ngày 29 tháng giêng năm Giáp Thìn (nhằm ngày 09 tháng 03 năm 2024) của Chư Tôn Hội Đồng Giáo Phẩm Trung Ương tại chùa Phật Ân đã cung thỉnh Hòa Thượng Thích Phước An làm Thủ Tòa của Pháp Tòa Hoằng Giáo thuộc Hội Đồng Giáo Phẩm Trung Ương, Giáo Hội Phật Giáo Việt Nam Thống Nhất.

**Tác phẩm đã xuất bản:**

- Đức Phật trên cõi Phù Du (2012)
- Đường Về Núi Cũ Chùa Xưa (tái bản 2016)
- Hiu Hắt Quê Hương Bến Cỏ Hồng (2020)

Và các khảo luận, tạp bút đăng trên các trang Web Thư Viện Hoa Sen, Đạo Phật Ngày Nay, Hoa Vô Ưu, Tu Viện Quảng Đức ...

Phụ bản 1. Nguyện cầu - Tranh ViVi

*Huỳnh Kim Quang*

# Đức Phật và cuộc chuyển hóa nhân sinh tận gốc rễ

Khi Thái tử Siddhartha vượt thành Kapilavatthu trong đêm trường thanh vắng để vào núi Himalaya tìm đường tu tập, Ngài đã xác định hướng đi cho cuộc chuyển hóa nhân sinh toàn diện nhất trong lịch sử nhân loại. Nhưng có lẽ đó chỉ là thời điểm chín muồi của một quá trình tư duy và chiêm nghiệm lâu dài từ trước về bản chất và ý nghĩa đích thực của đời sống. Thật vậy, ở ngôi vị của một Thái tử quyền quý cao sang như Ngài thì quyết định từ bỏ gia đình để xuất gia tầm đạo không thể xảy ra mà không có những nguyên nhân và động lực sâu xa. Sử truyện ghi rằng, khi Thái tử đi dạo chơi trong nhân gian, Ngài đã chứng kiến những thực trạng của cuộc đời như già yếu, bệnh hoạn và chết chóc. Từ đó Ngài bắt đầu tư duy về bản chất vô thường, giả tạm và khổ đau của cuộc đời để rồi quyết tâm tìm đường chuyển hóa. Tuy nhiên, ắt hẳn trên thực tế với trí tuệ nhận thức bén nhạy và lòng thương yêu rộng lớn, Thái tử đã thường trực cảm nhận được bản chất biến dịch không ngừng của cuộc đời ngay trong chính những sinh hoạt và giao tiếp hằng ngày của Ngài, rồi cũng qua đó Ngài đã trầm tư sâu thẳm về con đường diệt khổ cho bản thân và nhân loại.

Sau khi thành đạo, đức Phật cùng chư vị Tỷ-kheo về thăm vua Tịnh Phạn và thân bằng quyến thuộc ở thành

Kapilavatthu. Trong dịp này, hình ảnh của một vị xuất gia đầu tròn áo vuông, tay ôm bình bát, an nhiên đi khất thực từng nhà làm cho vua Tịnh Phạn vì chưa hiểu được công hạnh xuất thế của Phật nên đã cảm thấy đau lòng. Nhưng cũng từ đó, chúng ta thấy được hai biểu tượng: Một nhà vua với tâm nguyện an bang tế thế bằng quyền lực chính trị, quân sự và kinh tế trong tay. Một vị đạo sư với thệ nguyện cứu khổ độ sinh bằng con đường cách mệnh tâm linh tận gốc rễ. Đức Phật trong lần về thăm cố hương này đã lại một lần nữa khẳng quyết con đường chuyển hóa nhân sinh toàn diện của Ngài.

Tại sao đức Phật đã không chọn con đường chuyển hóa nhân sinh bằng quyền lực chính trị, quân sự và kinh tế như phụ thân Ngài đã làm?

Con đường cách mệnh nhân sinh thế tục cưu mang trong nó chủ trương đấu tranh không loại trừ yếu tố bạo lực. Giải pháp nhân sinh như vậy tự nó không thoát khỏi phạm trù ý thức nhị nguyên. Ý thức nhị nguyên dẫn đến thái độ phân biệt bỉ thử, nhân ngã, bạn thù, do đó chỉ chấp nhận cái gì của mình là đúng, là chân lý, còn những cái khác đều sai, đều tà vạy. Thay vì chuyển hóa mọi tranh chấp, bất an trong xã hội, cách mệnh nhân sinh thế tục mang sắc thái nhị nguyên và đấu tranh chỉ tạo ra thêm những đối lực thù nghịch, những chính sách bất công, thiên vị. Hơn nữa, bạo lực không phải là giải pháp nhân sinh kiến hiệu để mang lại ổn định xã hội và hạnh phúc cá nhân. Dùng bạo lực chỉ có thể thống trị xã hội nhất thời, nhưng không thể chuyển hóa được tận gốc mầm mống của phân hóa, thù hận, bất công, lại càng không thể tập trung được sức mạnh của quần chúng để xây dựng xã hội, nâng cao mức sống vật chất và tinh thần của con người.

Con đường cách mệnh nhân sinh thế tục chỉ nhắm đến đối tượng là cái tổng thể xã hội, hoặc là cơ chế lãnh đạo xã hội xét như là một tập hợp quyền lực của tổng thể xã hội, mà không nhắm đến đối tượng cá nhân xét như là thực thể của xã hội. Thực chất, tổng thể xã hội hay một tập hợp quyền lực của tổng thể xã hội chỉ là tên gọi suông không phải là thực thể của xã hội. Thực thể xã hội, nếu có, chính là từng cá nhân, vì xã hội là tập hợp của nhiều cá nhân. Nếu cá nhân không hiện hữu như một thực thể tồn tại thì xã hội cũng không thể hình thành. Tất nhiên, khi quan niệm về cá nhân như là một thực thể thì đó chỉ là nói theo nghĩa thế tục tương đối. Bởi vì, đức Phật qua sự quán chiếu của trí tuệ Bát-nhã thâm sâu đã thấu suốt được bản chất vô thường, giả tạm, không có tự tánh của xác thân tập hợp ngũ uẩn được mệnh danh là cá nhân. Cách mệnh nhân sinh do vậy phải nhắm đến đối tượng là những cá nhân, thực thể của xã hội. Chính vì thế, mọi cuộc cách mệnh nhân sinh chỉ nhắm đến đối tượng là cái tổng thể xã hội hoặc là tập hợp quyền lực của tổng thể xã hội, xưa nay đều không thể hoàn thành được mục đích chuyển hóa xã hội tận gốc rễ.

Con đường cách mệnh nhân sinh thế tục chỉ nhắm đến việc chuyển đổi và cải tạo xã hội ở giới hạn bề ngoài mà không đi sâu vào việc chuyển hóa bản chất bên trong. Thế nào là chuyển đổi và cải tạo xã hội ở giới hạn bề ngoài? Ở đây con người chỉ nhắm đến việc thay đổi, sửa đổi hay cải thiện những mô thức, định chế, cơ cấu, nguyên tắc trong sinh hoạt xã hội, từ văn hóa, giáo dục đến kinh tế, chính trị, v.v. Tất nhiên, không ai chối cãi rằng công cuộc chuyển đổi và cải tạo xã hội ở giới hạn bề ngoài ấy đã có những tác động, những thay đổi, những cải thiện trong chiều hướng tích cực và lợi ích. Nhưng vấn đề mà chúng ta nói đến ở đây chính là sự chuyển hóa tận gốc rễ, mà điều này thì con đường cách mệnh nhân sinh ở giới hạn bề ngoài vẫn chưa thể đạt được. Tại sao? Bởi vì những mầm mống và thảm trạng của bất an, khủng hoảng, khổ đau, và những tệ nạn xã hội khác vẫn còn đó. Một điển hình dễ thấy là luật pháp của các nhà nước đã được công bố và thi hành, nhưng luật pháp ấy chỉ nhắm đến việc ngăn chặn và trừng phạt những hệ quả mà không có giải pháp để chuyển hóa tận gốc từ nguyên nhân. Vậy, muốn giảm thiểu tối đa hay loại trừ các tội trộm cướp, tham nhũng, v.v. thì việc chế tài và trừng phạt theo luật pháp nhà nước đối với tội phạm không thôi vẫn chưa đủ, cần phải có phương thức để con người giảm bớt hay diệt trừ lòng tham lam thì tệ nạn đó mới có thể chấm dứt. Lòng tham chính là căn nguyên của tội trộm cướp, tham nhũng, v.v. Ngày nào mà con người còn lòng tham thì ngày ấy xã hội vẫn còn tội trộm cướp, tham nhũng, v.v. Công cuộc chuyển hóa bản chất bên trong chính là ý nghĩa này. Do đó, các cuộc cách mệnh nhân sinh thế tục không nhắm đến việc chuyển hóa bản chất con người, mà cụ thể là chuyển hóa tâm thức, cho nên đã không thể đem lại thành công tận gốc rễ.

Như vậy, công cuộc chuyển hóa nhân sinh của đức Phật là gì?

Trước hết, đức Phật nêu cao giá trị làm người. Mặc dù nhận thức được bản chất vô thường, giả tạm và không thật của tập hợp ngũ uẩn, đức Phật không có thái độ phủ nhận giá trị hiện hữu của con người, vì ít ra con người còn có thể vận dụng được xác thân ngũ uẩn ấy cho công cuộc chuyển hóa vô minh và giải thoát phiền não khổ đau đối với tự thân và tha nhân. Trong mối tương quan tương duyên của cộng đồng xã hội, mỗi người đều có giá trị hiện hữu bình đẳng như nhau. Không ai có quyền nhân danh bất cứ thế lực nào để chà đạp lên quyền sống và quyền làm người của kẻ khác. Làm người ai cũng muốn bảo vệ sự sống và sợ cái chết, ai cũng tránh khổ đau và mưu cầu hạnh phúc, ai cũng có sự tôn nghiêm trong tư cách làm người. Cho nên phẩm giá của con người là giá trị phổ quát, không một ai có thể chối bỏ hay chà đạp.

Sau khi dựng lại giá trị làm người, đức Phật đã mở ra khung trời quang đãng hơn trước mặt sự hiện hữu quý giá ấy. Khung trời đó chính là khả năng mà con người vốn có trong việc tạo tác khổ đau hoặc xây dựng hạnh phúc. Theo định luật hiển nhiên của nhân quả và lý thuyết tất yếu của nghiệp, khổ đau hay hạnh phúc là do chính con người tạo ra. Tu tập các thiện pháp, gieo trồng những nhân lành thì con người chắc chắn sẽ có được an lạc trong đời này và đời sau. Ngược lại, buông thả ba nghiệp thân-miệng-ý theo sự thao túng của vô minh và các phiền não tham sân si để tạo ra nhiều điều bất thiện thì trong đời này và đời sau không thoát khỏi khổ não. Từ đây, con người có đủ niềm tin và khả lực để đứng lên gánh lấy trách nhiệm trước vận mệnh của cuộc đời mình mà không phải cầu cạnh nơi bất cứ thế lực nào khác. Đây chính là mở đầu của thời đại nhân chủ.

Tuy nhiên, với khả tính vi diệu tiềm tàng bên trong bản thể sâu nhiệm, con người có thể đạt thành mục tiêu tối hậu của đời sống, đó là thực nghiệm sự chuyển hóa toàn diện và tận gốc rễ nơi tự thân để giác ngộ vô minh và giải thoát phiền não khổ đau rốt ráo. Chỉ có con đường này, cảnh giới này mới thật sự kết thúc chuỗi xích trói buộc của sanh tử luân hồi từ vô thỉ kiếp.

Nhưng làm sao để thực nghiệm sự chuyển hóa con người tận gốc rễ?

Một con người có hai bình diện cấu trúc và sinh hoạt chính yếu: Thể xác vật chất với các cơ năng vận hành để duy trì và phát triển sự sống, hoạt động tinh thần bao gồm nhận thức và tình cảm; hay nói cách khác là lãnh vực tâm thức trách nhiệm chi phối và chỉ đạo mọi động thái của tư duy, ngôn ngữ và hành động. Lẽ tất nhiên, cả hai cấu trúc này đều đóng vai trò tương tác như nhau. Trong hoạt động của con người không thể thiếu cái nào cả. Một thân xác không có tâm thức thì đó chỉ là một xác chết. Ngược lại, một tâm thức không có thân xác thì không có căn thân sở y để thực hiện mọi động thái của tư duy, ngôn ngữ và hành động thể xác, như vậy cũng chẳng khác gì là một bóng ma. Cho nên, yếu tố đầu tiên và cơ bản để thực nghiệm sự chuyển hóa con người tận gốc rễ một cách thành công chính là cần có một chánh báo tương đối hoàn bị, nghĩa là một thân xác với các cơ năng đầy đủ và hoạt động tốt, một tâm thức bình thường.

Vấn đề còn lại là công cuộc chuyển hóa. Đến đây chúng ta cần phải ngược dòng lịch sử để dõi theo dấu chân tầm đạo của Thái tử Tất-đạt-đa. Thoạt đầu, Ngài khởi sự công cuộc chuyển hóa nơi thể xác vật chất theo như một số quan niệm về tu tập của các giáo phái đương thời. Chính vì vậy, Ngài đã liên tục thực hiện việc tu khổ hạnh suốt mấy năm trường với ý tưởng rằng làm như thế sẽ đoạn diệt được tất cả nghiệp chướng của tham-sân-si và đạt thành giải thoát. Nhưng thân xác vật chất chỉ là cơ năng thừa hành của tâm thức chủ đạo. Tạo tác nghiệp thiện hay ác, thọ nhận an lạc hay khổ đau đều do tâm thức dẫn đầu. Không có tâm thức tác ý, không có tâm thức điều động thì thân khẩu không làm sao tạo nghiệp.

"Trong các pháp, tâm dẫn đầu, tâm làm chủ, tâm tạo tác tất cả. Nếu đem tâm ô nhiễm tạo nghiệp nói năng hoặc hành động, sự khổ sẽ theo nghiệp kéo đến như bánh xe lăn theo chân con vật kéo xe.." (Kinh Pháp Cú, Phẩm Song Yếu, kệ số 1, Thích Trí Đức dịch).

Tu khổ hạnh áp chế thân xác vật chất không những không đạt được giải thoát mà còn làm suy nhược thể chất và tinh thần khiến cho con người mất sức khỏe, mất nghị lực để tiếp tục cuộc chuyển hóa. Do vậy, Thái tử Tất-đạt-đa đã quyết định chấm dứt việc tu tập theo phương thức này. Ngài bắt đầu suy nghiệm lại để tìm một đạo lộ khác. Khi trải cỏ ngồi dưới gốc cây Tất-bát-la, thệ nguyện không rời bỏ chỗ ngồi này cho đến lúc thành tựu được mục tiêu tối thượng, dường như Thái tử đã khẳng quyết về một phương cách chuyển hóa tận gốc rễ: Chuyển hóa tâm thức. Sau bốn mươi chín ngày đêm tĩnh tọa thiền định, đức Phật đã thành tựu được tuệ giác cứu cánh. Qua bao nhiêu năm đem thân lịch nghiệm con đường giác ngộ vô minh và giải thoát phiền não với muôn vàn gian lao khó nhọc, cuối cùng Ngài đã đến đích, đó là điểm tận cùng siêu việt mà một chúng sinh có thể vươn tới, vì không còn cảnh giới nào cao hơn, rộng lớn hơn, siêu thoát hơn. Đó là cảnh giới Thánh trí tự chứng, cảnh giới của Phật.

Đức Phật đã làm gì khi ngồi dưới cội Bồ-đề suốt bốn mươi chín ngày đêm mà chúng ta gọi đó là cuộc chuyển hóa tâm thức tận gốc rễ?

Điều hiển nhiên là không một ai khác ngoài chính đức Phật có thể hiểu và cảm nhận được những trạng thái tâm thức mà Ngài đã trải qua để chuyển từ tâm vô minh của chúng sinh đến tâm giác ngộ của Phật. Nhưng qua những điều đức Phật đã dạy trong những năm Ngài hóa độ sau này, còn ghi lại trong tam tạng kinh điển, chúng ta có thể hình dung ra những dấu ấn chính trong cuộc chuyển hóa tâm thức tận gốc rễ ấy.

Cuộc chuyển hóa tận gốc rễ mà đức Phật đã thành tựu đó chỉ nhắm đến có mỗi một tiêu đích duy nhất là cái tâm, bởi vì làm chúng sinh hay làm Phật cũng đều do một tâm mà nên. Tâm ấy mà động loạn thì sanh diệt khởi lên, ngã pháp có mặt, kết nghiệp thọ khổ, gọi là chúng sinh. Tâm ấy mà tịch tịnh thì vô sanh hiện bày, ngã pháp trống vắng, không ai tạo nghiệp nhân, không ai thọ quả báo, gọi là giác ngộ giải thoát, là Phật.

Tiến trình chuyển hóa tâm ấy xảy ra trên hai bình diện: Lý kiến tánh thì đốn ngộ, nhưng sự tướng diệt trừ phiền não thì tiệm tu. Điều này có nghĩa là về mặt chứng ngộ lý tánh vô sanh thì xảy ra trong khoảnh khắc, song về mặt diệt trừ các tập khí vô minh phiền não đã được huân tập từ vô lượng kiếp quá khứ thì phải tu tập giới định tuệ để lần hồi chuyển hóa. Cho nên, trong giáo nghĩa Đại thừa nói rằng từ lúc sơ hưng phát Bồ-đề tâm cho đến khi thành Đẳng Chánh Giác phải trải qua ba a-tăng-kỳ kiếp tu tập ở năm mươi ba địa vị, từ Thập Tín, Thập Trụ, Thập Hạnh, Thập Hồi Hướng cho đến Thập Địa, Đẳng Giác, Diệu Giác và Phật.

Đến đây vấn đề này tất phải được đặt ra, rằng như vậy thì cuộc chuyển hóa tâm thức ấy chỉ xảy ra cho mỗi cá nhân con người, như thế làm sao nó có thể là công cuộc chuyển hóa rộng lớn đến toàn thể nhân sinh, toàn thể xã hội? Phải chăng đức Phật đã không đưa ra một phương thức mang tính vĩ mô để chuyển hóa và xây dựng xã hội nhân sinh?

Có một điều mà có lẽ chúng ta đều đồng ý rằng sở dĩ xã hội có những vấn đề như bất công, tham nhũng, trộm cướp, không an ninh, bất ổn, bệnh tật, nghèo khó, v.v. căn nguyên là vấn đề của cá nhân, của mỗi người. Bởi vì chính mỗi cá nhân vẫn còn cưu mang trong tự thân mình những yếu tố căn bản để dẫn đến các vấn đề ấy. Yếu tố căn bản đó chính là một tâm thức nhiễm ô vì vô minh và các phiền não như tham, sân, si, v.v. Khi mỗi cá nhân với tâm thức có vấn đề thì đi đến đâu, sinh hoạt ở đâu, sống ở đâu, cá nhân đó cũng sẽ tạo ra vấn đề cho bản thân, cho cộng đồng, cho xã hội. Một cá nhân có vấn đề, nhiều cá nhân có vấn đề thì đó sẽ là vấn đề chung của xã hội. Nếu từng cá nhân tự chuyển hóa tâm thức để giải tỏa những vấn đề trong chính họ, nghĩa là họ đã giảm trừ hay tận diệt vô minh và các phiền não gây ra bất an khổ não, thì xã hội bớt đi một thành viên tạo tác những vấn đề bất ổn. Đó là mới nói trên lãnh vực tiêu cực, còn trên lãnh vực tích cực thì khi một cá nhân trở thành người hoàn thiện, người tốt, sống lợi ích cho mình và người khác, thì cộng đồng xã hội có thêm một thành viên kiến tạo hòa bình, an lạc và thịnh vượng. Một người thiện, nhiều người thiện thì xã hội sẽ trở thành thiện.

Quan niệm rằng đức Phật chỉ nghĩ đến việc giải thoát cá nhân mà không đoái hoài gì đến khổ đau của nhân loại và chúng sinh là điều không như thật. Bởi vì, sau khi thành đạo, đức Phật đã nỗ lực vân du khắp lưu vực rộng lớn của sông Hằng để thuyết pháp độ sinh. Suốt gần năm mươi năm mà ngày nào cũng vậy với ba y và một bình bát đi khất thực từng nhà, ai có duyên được độ thì độ, không phân biệt thành phần giai cấp xã hội, từ kẻ cùng đinh nghèo khó đến vua chúa trưởng giả, tất cả Ngài đều đối xử bình đẳng như nhau. Tận tụy giáo hóa như vậy cho đến ngày nhập Niết-bàn mới thôi là Ngài vì cái gì? Chẳng phải là vì lòng từ bi thương xót con người và chúng sinh khổ não mà hóa độ đó sao?

Trong những bài Pháp mà Ngài đã dạy cho hàng đệ tử lúc sinh tiền, đức Phật đã đưa ra những phương thức chuyển hóa vừa mang tính triệt để cho từng cá nhân, vừa mang tính phổ cập cho quảng đại quần chúng nhân sinh, chẳng hạn Ngũ giới, Thập thiện, Tứ nhiếp pháp, Lục độ, v.v. Một người khi thực hành Ngũ giới, Thập thiện, Tứ nhiếp pháp, Lục độ không phải chỉ mang lại lợi ích là đời sống an lạc và giải thoát cho cá nhân không thôi, mà còn đem lại sự ổn định trật tự, an ninh, an lạc, tinh thần tích cực dấn thân, lòng thương yêu cứu giúp, đời sống văn hóa đạo đức, trách nhiệm đối với bản thân, gia đình và xã hội, v.v. Đặc biệt, giáo nghĩa Lục độ là nền tảng xây dựng Bồ tát đạo, mà Bồ tát đạo là con đường vị tha toàn diện, lấy việc cứu độ khổ ách cho chúng sinh làm bản hạnh nguyện để qua đó tu tập và khai mở tâm đại từ bi, đồng thời phát huy diệu dụng của trí tuệ Bát-nhã để thành tựu mục đích tự giác, giác tha, giác hạnh viên mãn.

Thực tế, trên hai mươi lăm thế kỷ nay, bắt nguồn từ Ấn Độ rồi sang các nước Á châu, đến các nước Tây phương, và hiện nay trên khắp thế giới, càng ngày loài người càng nhận chân ra được giá trị ưu thắng của việc chuyển hóa tâm thức tận gốc rễ mà đức Phật đã khai thị. Đó chính là sự xác minh rõ ràng nhất về tính phổ quát, hiện thực và kiến hiệu của con đường chuyển hóa nhân sinh toàn diện của đức Thế Tôn.

## Giới thiệu sơ lược về tác giả

**Huỳnh Kim Quang**

- Tác giả Huỳnh Kim Quang sinh năm Đinh Dậu 1957 tại thôn Vĩnh Phú, xã Hòa Thắng, huyện Tuy Hòa, tỉnh Phú Yên, Việt Nam. Đệ tử của Hòa Thượng Thích Vĩnh Lưu, Trú Trì Chùa Kim Cang tại Thành phố Tuy Hòa. Được Hòa Thượng Bổn Sư cho Pháp danh là Tâm Huy.
- Cựu Tổng Thư Ký và cựu Chủ Bút của Nhật Báo Việt Báo tại Quận Cam, California, Hoa Kỳ.
- Đã cộng tác với các báo Pháp Luân (VN), Chân Nguyên, Phật Giáo Hải Ngoại, Phương Trời Cao Rộng, Chánh Pháp, v.v..., và có bài đăng trên các trang mạng toàn cầu như Thư Viện Hoa Sen, Quảng Đức, Pháp Vân, Hoằng Pháp, Phật Việt, Hoa Vô Ưu, Rộng Mở Tâm Hồn, v.v...

**Đã xuất bản:**

- Đức Đạo Kinh của Lão Tử (dựa theo bản mới phát hiện tại Hồ Nam, Trung Hoa năm 1973), 1994;
- Những Mộng Đàm Về Phật Giáo Thiền Tông, 1994;
- Văn Học Phật Giáo Việt Nam Hải Ngoại Sưu Khảo, trong Ban Chủ Biên, 2010;
- Từ Mảnh Đất Tâm, 2017;
- Cảm Đức Từ Bi, 2018;
- Cõi Tâm Vào Cõi Lời, 2022.

trang thơ

# SÔNG THU

## Nẻo Không

*Đôi bờ*
*khúc khuỷu*
*quanh co*
*Phong trần mấy độ*
*cam go chẳng nề*
*Dấu hài lướt nhẹ sơn khê*
*Trầm tư tịch mặc*
*hướng về nẻo không.*

**Sông Thu**

## Tiếng gọi thì thầm

*Đêm nghe tiếng gọi thì thầm*
*Nửa mơ nửa tỉnh giấc nồng đang say*
*Mơ này chẳng hiểu do đâu*
*Lăn lộn trăn trở suốt ngày thâu đêm*

*Tỉnh như con bún mủn mềm*
*Cẩn thận đừng vướng chuốc thêm nghiệp dày*
*Giác trong tỉnh thức mới hay*
*Bao nhiêu nghiệp quả lay hoay tư bề*

*Mong sao gửi lại đôi điều*
*Ngày mai nhắc nhở trát kêu gọi về*
*Tử thần há lại nể vì*
*gọi ai nấy dạ chẳng hề lầm sai*

*Lệnh truyền khẩn cấp những ai*
*Không cho triển hạn chầy mài khất xin*
*Phút này gượng phát lòng tin*
*Vái van khấn niệm ân trên tử thần*

*Tỉnh ra mới biết lỗi lầm*
*Nguyện sang kiếp khác tinh cần tấn tu*
*Sáng chiều thiền quán công phu*
*Chuyển mê dứt nghiệp ngục tù tử sinh*

*Sáng soi dưới ánh quang minh*
*Những lời Phật dạy tinh anh sáng ngời*
*Chúng sanh ba cõi bốn loài*
*Cùng lên bờ giác thoát ngoài trầm luân.*

***Sông Thu***
*Sydney 1/5/25*

## Tân Thế kỷ

*Cái ăn cái mặc tầm thường*
*Nhưng mà thiếu nó họa vương tức thì*
*Ai nấy cẩn thận thực thi*
*Mọi người tôn trọng dám khi dễ nào*

*Nghèo giàu thiếu đủ thấp cao*
*Ấm no kín đáo tự hào văn minh*
*Thế kỷ hăm mốt phát sinh*
*Cá nhân bùng nổ tinh vi khôn lường*
*(the personality broke out)*

*Nhu cầu sinh lý tinh tường*
*Uống ăn nhà cửa đảm đương việc làm*
*Vệ sinh sức khoẻ dục tình*
*Nghỉ ngơi du lịch, giải trí, ngủ nghỉ*

*Nhu cầu bảo trì tính mạng*
*Bảo hiểm nhân thọ tai nạn bất thường*
*Nhu cầu văn hóa đa phương*
*Tinh vi lịch thiệp môi trường sống chung*

*Nhu cầu tôn trọng phổ thông*
*Trẻ già trai gái tương thân rõ ràng*
*Nhu cầu tự bảo vệ mình*
*Là quyền quyết định bản tính nhân sinh*

*Nhu cầu tôn giáo tâm linh*
*Tự do chọn lựa hợp tình thích nghi*
*Đấy là những điểm đáng ghi*
*Xây dựng đời sống tiện nghi hòa hài*

***Sông Thu***

## Buông

*Suối nguồn*
*tĩnh lặng*
*trong veo*
*Gót chân du hóa*
*gieo neo độc hành*

*Thoát ngoài đôi nẻo tử sinh*
*Thung dung tư tại*
*vọng tình xả buông.*

***Sông Thu***[1]
*Thiền Lâm Pháp Bảo*
*Sydney 6/5/25*

[1] Nhà thơ Sông Thu (Hòa thượng Thích Bảo Lạc). Xem tiểu sử ở trang 43.

Phụ bản 2: Hoa - Photo Lương Nguyên Hiền

*HOANG PHONG dịch*

# Hiến chương Phật giáo

*Ghi chú của Ban Biên Tập:*
*Đây là một phần của Chương 3 trích trong tác phẩm "Sự Quán Thấy Của Đức Phật Về Thế Giới - Quyển 1" do Hoang Phong biên soạn và phiên dịch, sắp được Viên Giác Tùng Thư xuất bản vào quý III/2025*

*"Hãy nghi ngờ tất cả*
*nhất là những gì ta sắp nói ra."*
*(Lời Đức Phật)*

Câu trích dẫn trên đây là một câu rút gọn từ một bài giảng mang tựa là Kālāma *Sutta / Bài thuyết giảng cho người dân* Kālāma (AN 3.65). Câu tiếng Việt trích dẫn trên đây được dịch lại từ một câu tiếng Pháp: 'Doutez de tout et surtout de ce que je vais vous dire', viết trên trần cao vút của gian phòng triển lãm mênh mông của Thư viện Quốc gia Pháp *François Mitterrand* tại thủ đô Paris. Câu này được viết cùng với một vài câu phát biểu của các vĩ nhân khác trong lịch sử nhân loại.

Ý nghĩa trong câu phát biểu trên đây nói lên một nền tư tưởng mở rộng, một giáo lý hoàn toàn cởi mở: hãy nghi ngờ tất cả, kể cả những lời thuyết giảng của Đấng Thế Tôn. Dưới đây là bản chuyển ngữ bài thuyết giảng nói trên.

## ***Bài thuyết giảng cho người dân*** Kālāma

Kālāma Sutta - AN 3.65

*(Dựa theo các bản dịch tiếng Anh của Soma Thera, Thanissaro Bhikkhu, Bhikkhu Sujato, Bhikkhu Bodhi, Suddhāso Bhikkhu..., và các bản dịch tiếng Pháp của Rémy, Jeanne Schut...)*

Tôi từng được nghe như vầy:

Một hôm Đấng Thế Tôn cùng với đông đảo Tăng đoàn du hành nơi xứ sở của người dân Kosala và họ đang đi vào Kesaputta, một thị trấn của người dân Kālāma.[1] Nghe được tin này, dân chúng nơi thị trấn Kesaputta bàn bạc với nhau: "Vị tu hành Gotama là một người con của dòng họ Sakya[2] thuộc bộ tộc Sakya, từng từ bỏ gia đình để chọn cuộc sống tu hành. Vị này đang du hành trong xứ Kosala và vừa đến thị trấn Kesaputta." Tiếng tăm của vị Thầy Gotama ấy, con người lừng danh ấy, lan đi khắp nơi:

"Quả thật vị ấy là một Đấng Thế Tôn, một vị Arahant,[3] tự mình đạt được một sự giác ngộ toàn vẹn và đích thật, phát động được một sự hiểu biết minh bạch và một cung cách hành xử hoàn hảo, thực hiện được chủ đích [tu tập] của mình.[4] Vị ấy là Vị Thấu hiểu được vũ trụ, Vị ấy là Vị

---

[1] Kosala: phiên âm là Kiêu-tát-la. Kamala là một bộ tộc nhỏ sống tự trị thuộc lãnh thổ của đế quốc Kiêu-tất-la.

[2] Gotama: phiên âm là Cồ-đàm; Sakya phiên âm là Thích-ca.

[3] Arahant: phiên âm là A-la-hán, dịch là "ứng cúng", xứng đáng nhận sự cúng dường; tiền ngữ arh có nghĩa là xứng đáng.

[4] Thiện Thệ (善逝: Anh ngữ: Well-Gone, một danh hiệu của Đức Phật. Chữ 'Thiện' có nghĩa là sự Tốt lành, chữ 'Thệ' có nghĩa là trải qua, vượt qua và cũng có nghĩa là từng tạo được sự tốt đẹp trong cuộc sống, do đó chữ này trong tiếng Việt có thể tạm hiểu là một vị Thành Đạt. Trong bản dịch dựa vào kinh điển Pali của HT Thích Minh Châu trong Đại Tạng

Hướng dẫn vô song đối với những ai mong cầu được hướng dẫn, Vị ấy là vị Thầy giảng dạy cho các thiên nhân và cả con người, một vị Phật[1] được thế gian tôn kính.[2] Sau khi thực hiện được sự hiểu biết trực tiếp ấy thì Vị ấy thuyết giảng về thế giới này cho các thiên nhân,[3] các Māra,[4] Brahmā[5] cùng các thế hệ những người suy tư,[6] các giáo sĩ [Bà-la-môn], những người thuộc giới hoàng tộc và cả dân gian. Ngài thuyết giảng Dhamma[7] cho họ, tuyệt vời trong đoạn đầu, tuyệt vời nơi đoạn giữa, tuyệt vời cả đoạn cuối. Ngài là hiện thân của một cuộc sống thánh thiện qua từng khía cạnh một và cả thực chất bên trong cuộc sống ấy, một cuộc sống thật hoàn hảo, tinh khiết một cách phi thường. Gặp được một vị Arahant[8] như vậy quả là một cơ may tốt lành."

Vì vậy nên người dân Kālāma nơi thị trấn Kesaputta cùng kéo nhau tìm đến với Đấng Thế Tôn. Khi gặp Ngài thì một số vái chào Ngài và ngồi sang một bên. Một số khác cùng trao đổi với Ngài những lời chào hỏi lễ phép, và sau khi trao đổi những lời chào hỏi thân thiện ấy thì ngồi sang một bên. Một số khác đứng xa hơn thì chắp tay trước ngực vái chào Ngài và ngồi sang một bên. Một số khác nữa

---

Kinh, thì thuật ngữ này lại được dịch là Thiện Tuệ (慧), thế nhưng trong bản dịch của HT Tuệ Sỹ về bài giảng này dựa vào kinh A-hàm và cả bản dịch của HT Thích Thiện Châu dựa vào kinh điển Pali, thì chữ này là Thiện Thệ. Dường như chữ Thệ thì đúng hơn chữ Tuệ. Dầu sao trong cả ba bản dịch tiếng Việt trên đây còn quá nhiều thuật ngữ tiếng Hán.

[1] Phật: một vị hiểu biết, một vị giác ngộ.

[2] Thế Tôn, Anh ngữ: Blessed One.

[3] Thiên nhân: là các chúng sinh thuộc một cấp bậc hiện hữu cao hơn con người.

[4] Mara: Ma vương, các chúng sinh hung dữ, biển lận.

[5] Brahmā: các vị Phạm Thiên, các vị Trời trong Ấn giáo.

[6] Chỉ những người 'tu hành', những người 'khổ hạnh', sống bằng cách khất thực.

[7] Dhamma: Đạo Pháp.

[8] Một vị Xứng đáng, một vị Hoàn hảo, một vị Thành đạt, Thiện thệ.

thì từ xa thốt lên danh tính và gốc gác bộ tộc[1] của mình, sau đó thì ngồi sang một bên. Một số khác nữa thì từ xa lẳng lặng ngồi sang một bên.[2]

Sau khi tất cả ngồi sang một bên thì các người dân Kālāma cất lời hỏi Đấng Thế Tôn: "Thưa Ngài Gotama, có những người suy tư[3] cùng các vị brahman[4] từng đến thị trấn Kesaputta này. Họ thuyết giảng và nêu cao giáo lý của họ, thế nhưng đồng thời thì họ lại bài bác và khinh thường giáo lý của kẻ khác. Sau đó lại có những người suy tư và các vị giáo sĩ khác cũng đến thị trấn Kesaputta này. Cũng vậy, họ thuyết giảng và nêu cao giáo lý của họ, bài bác và khinh thường giáo lý của kẻ khác. Họ tạo ra cho chúng tôi cả một sự hoang mang và nghi ngại, vậy thì trong số các vị trầm tư và các vị brahman ấy, thì vị nào nói lên sự thật và vị nào nói lên những điều dối trá?"

"Này các bạn Kālāma, tất nhiên là các bạn không sao tránh khỏi hoang mang, các bạn không sao tránh khỏi nghi ngại.[5] Các bạn rơi vào tình trạng hoang mang là một điều tất nhiên.[6] Trong trường hợp đó, này các bạn Kālāma, các bạn không nên tin vào những lời thuật lại,[7] các truyền thuyết,[8] các truyền thống [lâu đời],[9] các văn bản tín ngưỡng,[10] các sự viện dẫn có vẻ như là hợp lý, các

[1] Bộ tộc: dòng tộc, gia đình.

[2] "Ngồi sang một bên" là một cách diễn đạt thường nêu lên trong các bài giảng, nhằm nói lên sự kính cẩn và lễ phép, không ngồi đối mặt với vị Gotama mà ngồi dịch sang một bên.

[3] Contemplatives, những người trầm tư, những người tu hành khổ hạnh.

[4] Các giáo sĩ Bà-la-môn.

[5] Nghi ngờ, ái ngại.

[6] Đương nhiên, tất yếu.

[7] Reports, những điều được nghe người khác nói lại, những điều đồn đại.

[8] Legends, các huyền thoại.

[9] Traditions, các thói tục.

[10] Scripture, kinh điển.

sự suy diễn,[1] các quan điểm mang tính cách tự biện,[2] các sự tương đồng có vẻ hợp lý, hoặc các cách suy nghĩ [chẳng hạn như] 'Vị suy tư ấy là thầy mình'.[3] Khi nào các bạn tự mình nhận thấy được bởi chính mình: 'Các đặc tính này[4] không đúng thật, các đặc tính kia đáng bị khiển trách,[5] các đặc tính khác thì bị các vị thông thái[6] chỉ trích, hoặc khi mang ra thực hiện hay tu tập thì các đặc tính ấy sẽ mang lại những điều tồi tệ và khổ đau, thì các bạn phải loại bỏ ngay các đặc tính ấy.[7]

"Vì thế, này các bạn Kālāma, các bạn nghĩ thế nào? Nếu sự thèm khát[8] dấy lên với một người nào đó, thì sự thèm khát đó sẽ mang lại cho người ấy niềm an vui hay những điều tồi tệ?"[9]

"Mang lại những điều tồi tệ, thưa Thế Tôn."

"Này các bạn Kālāma, nếu con người thèm khát ấy cứ để cho sự thèm khát tràn ngập con người mình, cứ để cho sự thèm khát ám ảnh tâm trí mình, thì sẽ khiến mình sát

---

[1] Inferences.

[2] Agreement through, pondering views, speculations.

[3] Những lời do chính thầy mình nói ra thì tất nhiên là mình phải tin những lời ấy là chính đáng, là đúng thật, thế nhưng phải tránh cách suy nghĩ đó, cách suy luận đó.

[4] Qualities, các phẩm tính này, các sự kiện này.

[5] Blameworthy, đáng bị chê trách.

[6] Viññū, observants, sages, các vị sáng suốt, các vị đạo đức, có thể hiểu là các đệ tử uyên bác của Đức Phật, tức là những người đã đạt được một cấp bậc hiểu biết thật cao.

[7] Phân đoạn trên đây nêu lên lời giải đáp của Đức Phật trước sự thắc mắc của người dân Kālāma về thái độ của các vị Thầy khác từng đến thị trấn Kesaputta này giảng dạy, và phân đoạn này cũng là phần chủ yếu nhất, là cái đinh của toàn bộ bài giảng. Tiếp theo dưới đây là phần ứng dụng thiết thực và cụ thể hơn, phù hợp và dễ hiểu hơn cho đông đảo những người dân Kālāma đến nghe giảng.

[8] Greed, tham lam, bám víu, hám lợi, bám vào những lời hứa hẹn.

[9] Harm, tai hại, tệ hại.

hại chúng sinh, lân la với vợ kẻ khác,[1] nói lên những điều giả dối[2] xúi giục kẻ khác hành động giống như mình,[3] thì tất cả các cung cách hành xử đó có mang lại cho người ấy[4] những điều tồi tệ và khổ đau trong lâu dài hay không?"

"Tất nhiên là có, thưa Thế Tôn."

"Đến đây, này các bạn Kālāma, các bạn nghĩ thế nào? Nếu hận thù[5] dấy lên với một người nào đó, thì sự hận thù đó sẽ mang lại cho người ấy niềm an vui hay những điều tồi tệ?"

"Mang lại những điều tồi tệ, thưa Thế Tôn."

"Này các bạn Kālāma, con người mang đầy hận thù ấy - nếu cứ để hận thù tràn ngập con người mình, cứ để hận thù ám ảnh tâm thức mình - thì sẽ khiến mình sát hại chúng sinh, lấy những gì mà kẻ khác không cho, lân la với vợ kẻ khác,[6] nói lên những điều dối trá, xúi giục kẻ khác hành động giống như mình. Tất cả các cung cách hành xử đó có mang lại cho người ấy những điều tồi tệ và khổ đau trong lâu dài hay không?"

"Tất nhiên là có, thưa Thế Tôn."

"Đến đây, này các bạn Kālāma, các bạn nghĩ thế nào? Nếu sự hiểu biết sai lầm[7] dấy lên với một người nào đó, thì sự hiểu biết sai lầm đó sẽ mang lại cho người ấy niềm an vui hay những điều tồi tệ?"

---

[1] Gian dâm, dụ dỗ, ép buộc, ve vãn, lợi dụng người phụ nữ.

[2] Trên phương diện rộng lớn hơn thì đó là các hình thức tuyên truyền, đưa ra các khẩu hiệu giả dối, đạo đức giả để lừa phỉnh kẻ khác...

[3] Trong lãnh vực rộng lớn là hình thức khích động, xúi giục, đánh lừa kẻ khác khiến họ tin tưởng vào mình và hành động theo các chiều hướng và ý đồ đen tối của mình.

[4] Cho tập thể những con người ấy.

[5] Aversion, ghét bỏ, ác cảm.

[6] Phạm vào các hành động gian dâm.

[7] Delusion, ảo giác.

"Tất nhiên là những điều tồi tệ, thưa Thế Tôn."

"Và con người mang đầy ảo giác ấy, nếu cứ để sự hiểu biết sai lầm tràn ngập con người mình, cứ để cho sự hiểu biết sai lầm ám ảnh[1] tâm thức mình, thì sẽ khiến mình sát hại chúng sinh, lấy những gì mà kẻ khác không cho, lân la với vợ kẻ khác,[2] nói lên những điều dối trá, xúi giục kẻ khác hành động giống như mình, tất cả các cung cách hành xử đó có mang lại cho người ấy những điều tồi tệ và khổ đau trong lâu dài hay không?"

"Tất nhiên là có, thưa Thế Tôn."

"Vì vậy, này các bạn Kālāma, các bạn nghĩ thế nào? Các đặc tính ấy[3] là tốt lành hay tai hại?"

"Là những điều tai hại, thưa thế Tôn."

"Các cung cách hành xử ấy đáng bị khiển trách hay khích lệ?"

"Đáng bị khiển trách, thưa Thế Tôn."

"Đáng bị chỉ trích hay tán thành bởi các vị sáng suốt?"

"Bị chỉ trích bởi các vị sáng suốt, thưa Thế Tôn."

"Này các bạn Kālāma, các bạn nghĩ thế nào? Nếu mang ra thực thi thì các cung cách hành xử đó có mang lại những điều tồi tệ và khổ đau hay không?"

"Thưa Thế Tôn, các cung cách hành xử ấy nếu mang ra thực thi thì sẽ mang lại những điều tồi tệ và khổ đau. Chúng tôi nghĩ là như vậy."[4]

---

[1] Bị chi phối.

[2] Tà dâm, gian dâm.

[3] Các sự thèm khát, hận thù, ảo giác.

[4] Đến đây, sau khi nêu lên một cách cụ thể các sự thèm khát, hận thù, các sự hiểu biết sai lầm, các ảo giác và các cung cách hành xử kém tốt lành, khi chúng tràn ngập một người nào đó thì tất sẽ mang lại cho người ấy những điều tồi tệ và khổ đau, thì Đức Phật trở lại với thắc mắc bao quát hơn của người dân Kālāma, liên quan đến các vấn đề tâm linh và tín

"Vì vậy, này các bạn Kālāma, ta tuyên bố rằng: 'Không nên tin vào những lời thuật lại,[1] các truyền thuyết, các văn bản thiêng liêng, những gì có vẻ hợp lý, các sự suy diễn, các sự tương đồng, các quan điểm mang tính cách tự biện, những gì có thể là đúng, hoặc các ý nghĩ [chẳng hạn như]: 'Vị tu hành ấy là thầy mình'. Chỉ khi nào các bạn tự mình nhận thấy bởi chính mình các đặc tính nào không đúng đắn, các đặc tính nào đáng bị chê trách, các đặc tính nào bị các vị sáng suốt chỉ trích, các đặc tính nào khi mang ra thực thi sẽ mang lại những điều tồi tệ và khổ đau, thì các bạn phải loại bỏ chúng. Đó là những lời đã được [Đấng Thế Tôn] nêu lên. Và cũng chính vì các điều đó mà những lời ấy đã được [Đấng Thế Tôn] nêu lên.

"Đến đây, này các bạn Kālāma, không nên tin vào những lời thuật lại, các truyền thuyết, các văn bản thiêng liêng, những gì có vẻ hợp lý, các sự suy diễn, các sự tương đồng, các quan điểm mang tính cách tự biện, những điều có thể là đúng, hoặc các ý nghĩ [chẳng hạn như]: 'Vị suy tư ấy là thầy mình'. Chỉ khi nào các bạn tự mình nhận thấy bởi chính mình các đặc tính nào là đúng thật, các đặc tính nào không hề bị chê trách, các đặc tính nào được các vị sáng suốt ngợi khen, các đặc tính nào được các vị sáng suốt chấp nhận và khi mang ra thực thi thì sẽ mang lại an vui và hạnh phúc, thì khi ấy các bạn hãy hòa nhập với chúng[2] và lưu giữ chúng.

"Này các bạn Kālāma, các bạn nghĩ thế nào? Nếu không có sự thèm khát dấy lên với một người nào đó thì điều ấy sẽ mang lại an vui hay những điều tồi tệ?"

"Mang lại an vui, thưa Thế Tôn."

"Này các bạn Kālāma, con người không thèm khát ấy,

---

ngưỡng.

[1] Những lời đồn đại, những điều mà mình được nghe người khác nói.

[2] Chấp nhận chúng.

không để cho sự thèm khát tràn ngập con người mình, không để cho sự thèm khát ám ảnh tâm trí mình, thì sẽ không sát hại chúng sinh, không lấy những gì mà người khác không cho,[1] không tìm cách lân la với vợ kẻ khác, không nói dối, không xúi giục kẻ khác làm giống như mình,[2] thì các điều đó có mang lại cho người ấy niềm an vui và hạnh phúc trong lâu dài hay không?"

"Tất nhiên là có, thưa Thế Tôn."

"Này các bạn Kālāma, các bạn nghĩ thế nào? Nếu không có hận thù hiện lên với một người nào đó thì điều ấy sẽ mang lại an vui hay những điều tồi tệ?"

"Mang lại an vui, thưa Thế Tôn."

"Và con người không hận thù ấy, không để cho hận thù tràn ngập con người mình, không để cho hận thù ám ảnh tâm trí mình, thì sẽ không giết hại chúng sinh, không lấy những gì mà kẻ khác không cho, không lân la với vợ kẻ khác, không nói dối, không xúi giục kẻ khác làm giống như mình, thì các điều đó có mang lại cho người ấy niềm an vui và hạnh phúc trong lâu dài hay không?"

"Tất nhiên là có, thưa Thế Tôn."

"Này các bạn Kālāma, các bạn nghĩ như thế nào? Nếu sự hiểu biết sai lầm không dấy lên với một người nào đó, thì điều ấy sẽ mang lại an vui hay những điều tồi tệ?"

"Mang lại an vui, thưa Thế Tôn."

"Và khi nào con người không mang ảo giác[3] đó, không để các sự hiểu biết sai lầm tràn ngập con người mình, không để các sự hiểu biết sai lầm ám ảnh tâm trí mình, thì sẽ không sát hại chúng sinh, không lân la với vợ kẻ khác, không lấy những gì mà kẻ khác không cho, không

[1] Không lường gạt, trôm cắp, cướp giật, tham nhũng.

[2] Không hô hào, khích động hận thù, gây ra chia rẽ...

[3] Không rơi vào các sự hiểu biết sai lầm.

nói dối, không xúi giục kẻ khác làm giống như mình, thì các điều ấy có mang lại an vui và hạnh phúc trong lâu dài hay không?"

"Tất nhiên là có, thưa Thế Tôn."

"Đến đây, này các bạn Kālāma, các bạn nghĩ thế nào? Các đức tính[1] ấy là tốt lành hay tồi tệ?"

"Tốt lành, thưa Thế Tôn."

"Các đức tính ấy đáng bị khiển trách hay được khen thưởng bởi các vị sáng suốt?"

"Được khen thưởng, thưa Thế Tôn."

"Các đức tính ấy bị chỉ trích hay được khuyến khích bởi các vị sáng suốt?"

"Được khuyến khích bởi các vị sáng suốt, thưa Thế Tôn."

"Này các bạn Kālāma, các bạn nghĩ thế nào? Nếu chấp nhận và mang ra thực thi, thì các đức tính ấy có mang lại niềm an vui và hạnh phúc hay không?"

"Thưa Thế Tôn, nếu chấp nhận và mang ra thực thi thì các đức tính ấy sẽ mang lại niềm an vui và hạnh phúc, chúng tôi nghĩ là như vậy."[2]

"Vì vậy, này các bạn Kālāma, ta tuyên bố rằng: Không nên tin vào những lời thuật lại, các truyền thuyết, các văn bản thiêng liêng, những gì có vẻ hợp lý, các sự suy diễn, các sự tương đồng, các quan điểm mang tính cách tự biện, những gì có thể là đúng, hoặc các ý nghĩ [chẳng hạn như]: 'Vị tu hành ấy là thầy mình'. Chỉ khi nào các bạn tự mình nhận thấy bởi chính mình các đức tính nào là đúng thật,

[1] Qualities, các đặc tính, phẩm tính, nói chung là tư cách, thái độ.

[2] Cách hỏi đáp dài dòng trên đây là cách mà Đức Phật tập cho người dân Kālāma suy luận, xét đoán và đánh giá các phẩm tính trong những lời giảng dạy của kẻ khác.

các đức tính nào không hề bị chê trách, các đức tính nào được các vị sáng suốt ngợi khen, các đức tính nào khi mang ra thực thi sẽ mang lại niềm an vui và hạnh phúc, thì khi đó các bạn hãy nên hòa nhập với chúng và lưu giữ chúng." Đó là những lời đã được [Đấng Thế Tôn] nêu lên. Và cũng vì chính các điều đó mà những lời ấy đã được [Đấng Thế Tôn] nêu lên.

"Này các bạn Kālāma, một người đệ tử của các vị Cao quý - khi đã thoát khỏi sự thèm khát, thoát khỏi ác tâm, thoát khỏi sự hiểu biết sai lầm, trở nên tỉnh táo[1] và kiên quyết - thì sẽ hướng nhìn vào phương hướng thứ nhất, hướng nhìn vào phương hướng thứ hai, hướng nhìn vào phương hướng thứ ba, hướng nhìn vào phương hướng thứ tư,[2] với một sự tỉnh thức[3] thấm đượm lòng từ tâm.[4] Sau đó người ấy lại tiếp tục hướng vào phía trên đầu, hướng vào phía dưới chân, và tất cả chung quanh mình dù là bất cứ nơi nào trong toàn thể vũ trụ, với một sự tỉnh thức thấm đượm lòng từ tâm: phong phú, tỏa rộng, vô tận, không một thoáng hận thù, không một thoáng ác tâm.

"Người ấy hòa nhập vào phương hướng thứ nhất - hòa nhập vào phương hướng thứ hai, thứ ba và thứ tư - với một sự tỉnh thức thấm đượm lòng từ tâm. Người ấy lại tiếp tục hướng vào phía trên đầu, hướng vào phía dưới chân, và tất cả chung quanh mình dù là bất cứ nơi nào trong toàn thể vũ trụ, với sự tỉnh thức: phong phú, tỏa rộng, vô tận, không một thoáng hận thù, không một thoáng ác tâm."

"Người ấy hòa nhập vào phương hướng thứ nhất - hòa nhập vào phương hướng thứ hai, thứ ba và thứ tư - với một

---

[1] Cảnh giác, chú tâm, thoát khỏi u mê, thực hiện được sự nhận biết minh bạch.

[2] Các phương hướng được trình bày theo thứ tự là hướng đông, hướng tây, hướng bắc và hướng nam.

[3] Awareness, giác ngộ, tỉnh ngộ.

[4] Goodwill, compassion, lòng từ bi, lòng thương cảm.

sự tỉnh thức thấm đượm niềm hân hoan tràn đầy thương cảm.[1] Người ấy lại tiếp tục hướng vào phía trên đầu, hướng vào phía dưới chân, và tất cả chung quanh mình dù là bất cứ nơi nào trong vũ trụ, với một sự tỉnh thức thấm đượm niềm hân hoan tràn đầy thương cảm: phong phú, tỏa rộng, vô tận, không một thoáng hận thù, không một thoáng ác tâm."

"Người ấy hòa nhập vào phương hướng thứ nhất - hòa nhập vào phương hướng thứ hai, thứ ba và thứ tư - với một sự tỉnh thức thấm đượm niềm hân hoan mang lại từ sự thanh thản.[2] Người ấy lại tiếp tục hướng vào phía trên đầu, hướng vào phía dưới chân, và tất cả chung quanh mình dù là bất cứ nơi nào trong vũ trụ, với một sự thanh thản: phong phú, tỏa rộng, vô tận, không một thoáng hận thù, không một thoáng ác tâm."

"Đến đây, này các bạn Kālāma, một đệ tử của các vị Cao quý - khi tâm thức đã thoát khỏi hận thù, thoát khỏi ác tâm, không còn bị ô uế,[3] và đã trở thành tinh khiết - thì sẽ đạt được bốn sự vững tin[4] tại nơi này và ngay trong lúc này:

"Nếu có một thế giới sau khi chết, và nếu có kết quả và hậu quả phát sinh từ các hành động đúng đắn hay sai lầm đã được thực thi, thì Đó là nền tảng giúp tôi, sau khi thân xác này tan rã khi cái chết xảy ra, thì sẽ hiển hiện trở lại trong một cảnh giới tốt đẹp hơn trong thế giới thiên nhân.[5]

---

[1] Empathic joy, niềm vui sướng tràn đầy lòng thiện cảm và thương yêu.

[2] Equanimity, sự bình lặng, an nhiên và thăng bằng của tâm thức.

[3] Undefiled, không còn bị ô nhiễm bởi các ảo giác, các ý niệm sai lầm.

[4] Assurance, conviction, sự tự tin, một sự suy nghĩ hướng vào khả năng của mình, khác hơn với đức tin; faith, foi, là một hình thức suy nghĩ, một khía cạnh xúc cảm hướng vào một quyền lực bên ngoài con người của mình.

[5] Các chữ 'cõi thiên nhân' hay 'thế giới thiên nhân', heavenly world thường thấy nêu trong kinh điển Phật giáo không hề có nghĩa là cõi

Đó là sự vững tin thứ nhất mà người ấy đạt được [tại nơi này và ngay trong lúc này].

"Thế nhưng nếu giả sử không có một thế giới nào sau khi chết, và nếu không có một kết quả và hậu quả nào phát sinh từ các hành động đúng đắn hay sai lầm đã được thực thi đi nữa, thì ngay trong cuộc sống hiện tại này, tôi cũng cứ chăm lo cho [bản thân] tôi - hầu giúp tôi tránh khỏi mọi hận thù, tránh khỏi mọi ác tâm, tránh khỏi mọi sự hoang mang.[1] Đó là sự vững tin thứ hai mà người ấy đạt được [tại nơi này và ngay trong lúc này].[2]

"Nếu sự độc ác [là hậu quả] phát sinh từ hành động,[3] thì [trong trường hợp đó] tôi sẽ không cố tình gây ra một sự độc ác nào đối với bất cứ ai. Nếu không thực thi một hành động độc ác nào, thì khổ đau làm thế nào có thể chạm đến con người của tôi'? Đó là sự vững tin thứ ba mà người ấy đạt được [tại nơi này và ngay trong lúc này].

"Thế nhưng, dù không có một sự độc ác nào phát sinh từ hành động đi nữa, thì [trong trường hợp đó] tôi vẫn cứ

---

'thiên đường' hay 'thượng giới', mà là một cõi hiện hữu chung với tất cả các chúng sinh khác, nhưng thuộc một cấp bậc cao hơn. Các chúng sinh trong cấp bậc này mang các khả năng và phẩm tính cao hơn trên phương diện thể xác và tâm thần so với các chúng sinh bình dị. Sự hiện hữu của họ có thể là vô hình tướng, không trông thấy được bằng mắt bởi các chúng sinh trần tục.

[1] Trouble, quẫn trí, bấn loạn, ảo giác.

[2] Nếu không tin vào sự tiếp nối liên tục giữa các kiếp sống và xem cái chết là một sự chấm dứt hoàn toàn, cũng không tin vào quy luật nguyên nhân hậu quả và cho rằng ý nghĩ, ngôn từ và hành động của mình không tạo ra một hậu quả nào cả trong ngắn hạn và trong lâu dài, thì ngay trong lúc này, trong cuộc sống hiện tại này, nếu biết giữ gìn không thèm khát, không hận thù, không bị chi phối bởi các ảo giác, các sự hiểu biết sai lầm, thì cũng đủ giúp chúng ta tìm được niềm an vui và hạnh phúc, tránh khỏi mọi thứ khó khăn và các cảnh huống khổ đau tại nơi này và ngay trong lúc này, trong cuộc sống hiện tại này.

[3] Qua từng ý nghĩ, ngôn từ và cử chỉ của mình.

giữ con người của tôi được tinh khiết trên cả hai phương diện."[1] Đó là sự vững tin thứ tư mà người ấy đạt được [tại nơi này và ngay trong lúc này].[2]

"Này các bạn Kālāma, một người đệ tử của các vị Cao quý - khi tâm thức đã thoát ra khỏi hận thù, thoát ra khỏi ác tâm, không còn bị ô uế, đã trở nên tinh khiết - thì sẽ đạt được bốn sự vững tin đó tại nơi này và ngay trong lúc này .

"Quả đúng là như thế, thưa Thế Tôn. Quả đúng là như thế, thưa Vị Thành Đạt. Một người đệ tử của các vị Cao quý - khi tâm thức đã thoát ra khỏi hận thù, thoát ra khỏi ác tâm, không còn bị ô uế, đã trở nên tinh khiết - thì sẽ đạt được bốn sự vững tin tại nơi này và ngay trong lúc này.

Giả sử nếu có một thế giới sau khi chết, và nếu có kết quả và hậu quả phát sinh từ các hành động hoặc đúng đắn hoặc sai lầm, thì trên cơ sở[3] đó tôi sẽ hiển hiện trở lại trong một cảnh huống tốt đẹp nơi cõi thiên nhân [nhờ vào các hành động đúng đắn của tôi]. Đó là cách mà người ấy[4] đạt được sự vững tin thứ nhất.[5]

---

[1] Cả hai mặt: không để mình rơi vào các cảnh huống độc ác, hận thù và bấn loạn, cũng không hành động gây ra các cảnh huống độc ác, hận thù và bấn loạn.

[2] Không cần phải chờ đến kiếp sau.

[3] Basis, căn bản, trường hợp.

[4] Người đệ tử của các vị Cao quý.

[5] Câu trên đây có nghĩa là nếu tin là có một kiếp sống khác sau khi chết, và tin vào quy luật nguyên nhân và hậu quả, thì trên cơ sở của niềm tin đó nếu tôi không hận thù, không ác tâm, tránh được các hành động tạo ra các cảnh huống độc ác, hận thù và bấn loạn, thì tôi sẽ hiển hiện trở lại - qua một kiếp sống khác - trong một cảnh huống tốt đẹp hơn, thuộc một cấp bậc hiện hữu cao hơn. Câu tiếp theo dưới đây sẽ cho biết thêm là dù không tin vào sự tiếp nối của một sự sống khác sau khi chết, cũng không tin vào quy luật nguyên nhân và hậu quả đi nữa, thì cũng cứ tránh không gây ra hận thù, không ác tâm, không để bị vướng mắc vào những sự hiểu biết sai lầm - tức là các ảo giác - thì ngay trong hiện tại này, trong kiếp sống này, tôi sẽ tránh khỏi được mọi thứ khổ đau, tránh

"Thế nhưng, giả sử nếu không có một thế giới nào sau khi chết, cũng không có một kết quả nào hay một hậu quả nào phát sinh từ các hành động đúng đắn hay sai lầm đi nữa,[1] thì trong cuộc sống hiện tại này tôi chỉ cần đơn giản chăm lo cho [bản thân] tôi - giúp tôi tránh khỏi mọi hận thù, mọi ác tâm, mọi hoang mang.[2] Đó là cách mà người ấy đạt được sự vững tin thứ hai.[3]

"Giả sử nếu không có một sự độc ác nào phát sinh từ hành động[4] đi nữa, thì tôi cũng sẽ không phát động một sự chủ tâm nào khiến tạo ra sự độc ác đối với bất cứ ai. Nếu tôi không thực thi một hành động độc ác nào, thì khổ đau làm thế nào có thể chạm đến con người của tôi?' Đó là cách mà người ấy đạt được sự vững tin thứ ba.

"Thế nhưng nếu sự độc ác phát sinh từ hành động, thì [trong trường hợp đó] tôi sẽ giữ bản thân tôi được tinh khiết đối với cả hai khía cạnh đó.[5] Đó là cách mà người ấy đạt được sự vững tin thứ tư .

"Này các bạn Kālāma, một người đệ tử của các vị Cao quý - khi đã thoát ra khỏi mọi hận thù, thoát ra khỏi mọi ác tâm, không còn bị ô uế[6] và đã trở nên tinh khiết - thì sẽ đạt được cả bốn sự vững tin đó tại nơi này và ngay trong lúc này."

---

khỏi được các cảnh huống độc ác, kể cả cả các sự hoang mang và lo sợ trong tâm thức mình.

[1] Có nghĩa là không tin vào Dhamma hay Giáo lý của Đức Phật đi nữa.

[2] Không bị chi phối bởi ảo giác và các sự hiểu biết sai lầm.

[3] Câu này có nghĩa là dù không tin vào một kiếp sống khác sau cái chết đi nữa, cũng không tin vào quy luật nguyên nhân và hậu quả đi nữa, thì trên cơ sở không tin đó tôi cũng nên chăm lo cho bản thân tôi, giúp tôi tránh khỏi mọi hình thức khổ đau, mọi sự lo sợ, mọi sự hoang mang, ngay trong hiện tại này, trong kiếp sống này, bằng cách không hành động độc ác, không ác tâm, không tự tạo ra cho mình các ảo giác.

[4] Dù các hành động hung bạo không tạo ra sự độc ác.

[5] Cảnh huống độc ác và cả hành động gây ra sự độc ác.

[6] Bởi sự độc ác và cả hành động gây ra sự độc ác.

"Tuyệt vời thay, thưa Thế Tôn! Tuyệt vời thay! Tất cả không khác gì như một vật bị lật đổ được dựng lên, một vật giấu kín được tìm thấy, hoặc tương tự như chỉ đường cho một người đi lạc, thắp lên một ngọn đèn giúp những ai có mắt trông thấy được hình dạng. Cũng tương tự như vậy, qua nhiều phương cách lý luận, Thế Tôn đã làm cho Dhamma trở nên sáng tỏ. Chúng tôi xin được nương tựa[1] nơi Thế Tôn, nương tựa nơi Dhammma, nương tựa nơi Tăng Đoàn của các vị Tỳ-kheo. Xin Thế Tôn chấp nhận chúng tôi là các đệ tử thế tục nương tựa nơi Thế Tôn, kể từ ngày hôm nay cho đến hết cuộc đời của chúng tôi."[2]

## Vài lời ghi chú

*Tinh thần cảnh giác nêu lên trong bài thuyết giảng trên đây đôi khi có thể khiến một số người Phật giáo Á châu phải kinh ngạc, khi họ nhìn vào Phật giáo như một tín ngưỡng đơn thuần. Trái lại đối với người Tây phương - ít nhất là đối với các học giả và triết gia - thường xuyên tiếp cận với các tín ngưỡng dựa vào đức tin của họ, thì chủ trương tự do tư tưởng và sự tự tin nơi con người của chính mình, nêu lên trong bài giảng trên đây, không khỏi khiến họ phải thán phục. Thật vậy, có rất nhiều sách cùng các bài khảo luận viết về bài giảng này bằng nhiều ngôn ngữ Tây phương, riêng các bản dịch sang tiếng Anh và tiếng Pháp cũng đã có đến hàng chục bản dịch khác nhau do các dịch giả khác nhau. Phải chăng điều đó cho thấy một chút thán phục, hay ít nhất cũng là một chút mới lạ trong lãnh vực tín ngưỡng theo cách hiểu của họ, tức là thay vì khơi động lòng tin thì phải phát động sự nghi ngờ:*

---

[1] Quy y.

[2] Độc giả có thể xem thêm về chủ đề 'tự do tư tưởng' trong một bài viết mang tựa: 'Ý niệm về sự Tự do trong lịch sử nhân loại và theo quan điểm Phật giáo' trên trang mạng Thư Viện Hoa Sen, bằng cách gõ các chữ trên đây vào một công cụ tìm kiếm trên mạng.

1. Không nên tin vào những điều được nghe nói (anussava / hear-say / những điều thuật lại).
2. Không nên tin vào các truyền thống (paramparā / tradition, ancestry / các thói tục lâu đời).
3. Không nên tin vào những lời đồn đại (itikirā / rumor / tin đồn, chuyện tầm phào).
4. Không nên tin vào những điều nêu lên trong các kinh điển thiêng liêng (piṭaka-sampadāna / scripture / kinh thánh, trong trường hợp này là các kinh điển Veda / Vệ-đà).
5. Không nên tin vào những điều phỏng đoán (takka-hetu / surmise, speculation / các điều dự đoán, tự biện, tạo dựng).
6. Không nên tin vào các chuyện được xem như là chân lý (naya-hetu / axiom / các tiền đề được xem như là chính đáng, đúng thật, hầu căn cứ vào đó để chứng minh hay viện dẫn các điều khác).
7. Không nên tin vào những lời xoay quanh một cung cách lý luận nào đó (ākāra-parivitakka/specious resoning/ một phương cách lý luận nhằm mục đích cố tình nêu lên hay chứng minh về một điều gì đó, một chủ đích hay ý niệm nào đó).
8. Không nên tin vào những điều thuộc các xu hướng cố định, các chủ đích có sẵn từ trước (diṭṭhi-nijjhān-akkhantiyā/a notion has been pondered over/một khái niệm dựa vào một chủ đích tự biện, có sẵn, nói một cách khác là cách lèo lái nhằm chứng minh sự tin tưởng hay đức tin của mình).
9. Không nên tin vào những điều xoay quanh các cách diễn giải khéo léo của người khác (bhabba-rūpatāya/seeming ability/một sự lập luận khéo léo).

10. Không nên tin vào một điều nào đó, duy nhất chỉ vì điều ấy là do vị Thầy của mình nêu lên (samaṇo no garū / our Teacher / vị ấy, nhà sư ấy là Thầy mình).

*Không những khuyên chúng ta không nên tin vào 10 điều trên đây, mà Đức Phật còn dặn bảo chúng ta phải xét đoán ngay cả những lời do chính Ngài thuyết giảng: 'Hãy nghi ngờ tất cả, nhất là những gì ta sắp nói ra', một câu tóm lược thật ngắn gọn ý nghĩa của bài giảng trên đây, một câu được viết thật lớn trên trần của gian Phòng triển lãm thênh thang tại Thư viện Quốc gia Pháp.*

*Thật vậy, Giáo huấn của Đức Phật đi ngược lại với tất cả các trào lưu tín ngưỡng khác, Đức Phật không kêu gọi một sự tin tưởng hay một hình thức đức tin nào cả, mà chủ trương một sự tự do tư tưởng hoàn toàn và tuyệt đối. Thế nhưng không phải vì thế mà sự tự do đó là một sự buông thả 'bất định hướng', mà là một sự tin tưởng nơi con người, nơi khả năng xét đoán của từng mỗi con người. Đức Phật khuyên các đệ tử của Ngài hãy tự mình xét đoán: 'Các đặc tính nào là đúng thật, các đặc tính nào không hề bị chê trách, các đặc tính nào được các vị sáng suốt ngợi khen, các đặc tính nào khi mang ra thực thi sẽ mang lại niềm an vui và hạnh phúc, thì khi đó các bạn hãy nên hòa nhập với chúng và lưu giữ chúng [bên trong chính mình]'.*

*Hơn thế nữa, Đức Phật còn xác định thêm là dù mình không tin là sau khi thân xác tan rã vì cái chết xảy ra, thì sẽ có một kiếp sống khác tiếp theo, liên hệ và tùy thuộc vào các phẩm tính của mình trong kiếp sống này đi nữa, thì cũng nên chăm lo cho bản thân mình trong hiện tại, bằng cách biết giữ gìn các hành động của mình - chữ 'hành động' trong Phật giáo bao gồm từ các xúc cảm và ý nghĩ trong tâm thức cho đến ngôn từ và cử chỉ trên thân thể - luôn được đúng đắn. Cung cách hành xử đúng đắn đó sẽ giúp mình tránh khỏi các cảnh huống hận thù và ác cảm tạo ra bởi kẻ khác, cũng như các sự bấn loạn trong tâm thần mình ngay trong những lúc hiện tại này. Nguyên văn câu này trong bài giảng như sau: 'Thế nhưng nếu giả sử không có một thế giới nào sau khi chết, và nếu không có một kết quả hay hậu quả nào phát sinh từ các hành động đúng đắn hay sai lầm đã được thực thi đi nữa, thì ngay trong cuộc sống hiện tại này, tôi biết chăm lo cho [bản thân] tôi - hầu giúp tôi tránh khỏi mọi hận thù, tránh khỏi mọi ác tâm, tránh khỏi mọi sự hoang mang'.*

*Hơn thế nữa, điểm tột đỉnh của bài giảng không phải chỉ là cách hướng vào bên trong con người, vào khả năng xét đoán của từng mỗi cá thể mà còn là một sự mở rộng: "Này các bạn Kālāma, một người đệ tử của các vị Cao quý - khi đã thoát khỏi sự thèm khát, thoát khỏi ác tâm, thoát khỏi sự hiểu biết sai lầm, trở nên tỉnh táo và kiên quyết - thì sẽ hướng nhìn vào phương hướng thứ nhất, hướng nhìn và phương hướng thứ hai, hướng nhìn vào phương hướng thứ ba, hướng nhìn vào phương hướng thứ tư, với một sự tỉnh thức thấm đượm lòng từ tâm. Sau đó người ấy lại tiếp tục hướng vào phía trên đầu, hướng vào phía dưới chân, và tất cả chung quanh mình dù là bất cứ nơi nào trong toàn thể vũ trụ, với một sự tỉnh thức thấm đượm lòng từ tâm: phong phú, tỏa rộng, vô tận, không một thoáng hận thù, không một thoáng ác tâm." Chúng ta sẽ trở lại với lời khuyên này của Đấng Thế Tôn trong một dịp khác. Thiết nghĩ bài thuyết giảng trên đây có thể biểu trưng cho sự tự do tư tưởng trong Dhamma của Đức Phật, nêu lên* ***bản Hiến Chương cho toàn bộ Giáo huấn Phật giáo****.*

# Giới thiệu sơ lược về tác giả

**Hoang Phong**

- Tên thật là Nguyễn Đức Tiến, bút hiệu Hoang Phong.

- Sinh năm 1939, về hưu năm 1999.

- Hội viên Hội Thiền Học Quốc tế AZI (Association Zen Internationale).

- Cựu Giảng sư Đại học Khoa Học Saigon.

- Cựu Địa chất gia và Kỹ sư tầm khảo công ty dầu khí TOTAL.

- Tiến sĩ Khoa học.

Hiện đang sống tại Pháp Quốc.

Email: ndt.ductien@gmail.com

# BÌNH YÊN

T3Music(C)2025

Lời: Gia Phước/Nhạc:T3Music

Phụ bản 3. Những ngọn nến - Photo: Lương Nguyên Hiền

*Bạch Xuân Phẻ & Edward Bureau*

# Quan điểm về tính bất nhị của Phật giáo: Con đường tiềm năng để nuôi dưỡng an lạc nội tâm nhằm kiến tạo hòa bình thế giới


- *Tiến sĩ Bạch Xuân Phẻ, Nhà sáng lập và Giám đốc điều hành C. Mindfulness LLC, Mira Loma High, SJTA, SJUSD, California Teachers Association, Hoa Kỳ.*
- *Tiến sĩ W. Edward Bureau, Giáo sư Lâm sàng (nghỉ hưu), Đại học Drexel, Philadelphia, PA; nơi cư trú: Virginia, Hoa Kỳ.*


## TÓM TẮT

Việc kiến tạo và duy trì hòa bình, hòa hợp và tinh thần bao trùm (*inclusivity*) có thể được thực hiện bởi cá nhân cũng như cộng đồng, thông qua tư duy và thực hành về tính bất nhị (*non-duality*). Thông qua bài thuyết trình này, nguồn gốc Phật giáo của hiện tượng này sẽ được hiển lộ. Những hậu quả chưa trọn vẹn của nhị nguyên (*duality*) được đề cập sơ lược trước khi đi sâu vào cách tiếp cận bất nhị trong đời sống nhằm tạo lập hòa bình. Bài viết cũng nêu lên suy tưởng về sự cộng hưởng giữa bất nhị, an lạc nội tâm và hạnh phúc. Những phẩm chất này có thể được nuôi dưỡng qua các thực hành chánh niệm và thiền định thường nhật, giúp hành giả đi vào chiều sâu của tính bất nhị. Bằng cách đồng hành cùng người khác qua "Con đường O", chúng ta có thể chuyển hóa bất nhị nội tâm thành những nỗ lực xây dựng hòa bình với tha nhân. Cuối cùng, bài viết phân tích cách bất nhị có thể góp phần chữa lành những vết thương của bất hòa và bạo lực, đồng thời vun bồi một nền hòa bình bền vững cho thế giới.

Từ khóa: *Non-duality (Bất nhị), Advaya (tiếng Phạn nghĩa là bất nhị), Mindfulness (Chánh niệm), Meditation (Thiền định), Emptiness (Śūnyatā, Tính Không), Bodhisattva (Bồ-tát), Bodhicitta (Bồ-đề tâm), Upaya (Phương tiện thiện xảo), Inter-being (Tương tức), Compassion (Từ bi), Inclusivity (Tính bao trùm), Unity (Sự hòa hợp), The Middle Way (Con đường Trung đạo), The O Path (Con đường O), Peace (Hòa bình).*

## Suy ngẫm mở đầu

Để đạt được hòa bình thế giới dường như là một mục tiêu xa vời, mặc dù không phải vì thiếu đi những ý định cao quý và sự nỗ lực không ngừng của nhân loại. Là một chúng sinh có tri giác, chúng ta thấu hiểu tầm quan trọng và hệ quả của hòa bình toàn cầu, nhưng thực tế lại bị cản trở bởi niềm tin và hành vi đối lập, như chia rẽ, bị gạt ra bên lề, hay chiến tranh. Tuy nhiên, vẫn có một con đường dẫn đến hòa bình được phản ánh qua chủ đề của Vesak 2025: *"Hợp nhất và Bao dung vì Nhân phẩm Con người: Tuệ giác Phật giáo cho Hòa bình Thế giới và Phát triển Bền vững"*.

Vậy, tuệ giác ấy có thể là gì? Hòa bình thế giới bắt đầu từ mỗi chúng ta khi cùng nhau *"Nuôi Dưỡng An Lạc Nội Tâm cho Hòa Bình Thế Giới."* Ý tưởng này dễ hình dung nhưng không dễ thực hành. Mấu chốt để trở thành một con người an lạc nằm ở tinh thần "bất nhị" (*advaya* trong tiếng Phạn) - tuệ giác then chốt trong Phật giáo. Khi sống với tinh thần này, chúng ta có được sự lắng dịu và an lạc nội tâm, chúng ta mới có thể đóng góp cho hòa bình thế giới, cho sự đoàn kết và tinh thần bao dung.

Chúng ta sẽ tìm hiểu về tuệ giác này cũng như khả năng mang lại hòa bình. Trước tiên, chúng tôi điểm qua khái niệm "nhị nguyên" và những hệ quả của nó, rồi suy xét sâu hơn về "bất nhị" như tuệ giác Phật giáo gắn liền với hòa bình bên trong và bên ngoài. Bất nhị có mối quan hệ mật thiết với hạnh phúc nội tâm và an lạc bền vững. Sau đó, bài viết gợi ý về phương pháp thực hành hằng ngày giúp mỗi cá nhân quay về với cội nguồn bất nhị, đồng thời đề xuất cách thức để mở rộng tư duy *advaya* (bất nhị) sang việc kiến tạo hòa bình trong quan hệ với cộng đồng. Cuối cùng, bài viết xem xét cách thức mà tinh thần bất nhị có thể góp phần chữa lành các vết thương do thiếu vắng hòa bình và do bạo lực, đồng thời nuôi dưỡng sự bền vững cho hòa bình thế giới.

Chúng tôi biết *Kinh Duy-ma-cật*[1] là một bộ kinh Phật giáo Đại thừa, tập trung khảo sát về trí tuệ, tính bất nhị và con đường Bồ Tát. Cư sĩ Duy-ma-cật - một vị Bồ Tát tại gia - thể hiện trí tuệ sâu xa, lòng từ bi rộng lớn và phương tiện thiện xảo (upaya), qua đó thách thức quan điểm cho rằng giác ngộ chỉ dành riêng cho giới xuất gia hay những người ẩn tu. Ngài đã lấy chính bệnh duyên của mình để làm rõ nguyên lý bất nhị (Advaya).

Trong kinh, *advaya* (bất nhị) không chỉ có nghĩa là "không hai" hay phủ nhận các cực đối lập, mà còn vượt lên mọi khuôn khổ tư duy thông thường. Khái niệm này thể hiện sự thấu hiểu về chân lý tuyệt đối, nơi các phạm trù

[1] Kinh Duy-ma-cật (tiếng Phạn: Vimalakīrti Nirdeśa Sūtra) là một bộ kinh quan trọng trong Phật giáo Đại Thừa, nhấn mạnh về trí tuệ, phương tiện thiện xảo (upaya) và con đường Bồ Tát.

đối đãi như tự/tha, thiện/ác, hay luân hồi/niết-bàn đều tan biến. Giáo pháp của Duy-ma-cật vốn sâu sắc, thúc giục hành giả thực hành các nguyên lý Đại Thừa về lòng từ bi phổ quát và tính tương quan rốt ráo.

Bài viết này nhằm giới thiệu và chia sẻ những mâu thuẫn, nghịch lý trong một lộ trình khả thi để đạt đến hòa bình bền vững. Từ đó, chúng tôi đưa ra một góc nhìn phi truyền thống về Tính Bất Nhị (Advaya) như một Phương Tiện Thiện Xảo (Upaya) nhằm đạt được an lạc và hòa bình.

## Nghịch lý của tính nhị nguyên

Con người rất dễ rơi vào lối sống nhị nguyên trong cả tư duy, cảm xúc lẫn hành động. Chúng ta thường quy mọi sự việc thành hai cực đối lập: đúng hoặc sai, hợp lý hay vô lý; vui hay buồn, yêu mến hay chê bai; hợp tác hay phản đối; giúp đỡ hay cản trở. Lối sống "hoặc thế này, hoặc thế kia" minh họa rõ qua quan điểm của Kierkegaard rằng ta chỉ có thể lựa chọn hoặc sống đạo đức, hoặc sống thẩm mỹ, chứ không thể dung hòa cả hai. Cùng lúc đó, ta lại "tải xuống" những ý kiến chủ quan mà không nhận ra "điểm mù" trong nhận thức của chính mình.[1]

Khi sống trong không gian nhị nguyên này, chúng ta không nhận ra tác động của nhị nguyên lên cuộc sống cá nhân của mình và của người khác. Một cách vô thức, chúng ta phán xét người khác và có thể hành động dựa trên những phán xét đó qua việc loại trừ, kỳ thị, định kiến, và bạo lực. Những mô hình tư duy nhị nguyên trở thành mầm mống cho một đời sống thiếu hòa bình và hạnh phúc. Trớ trêu thay, chính nhị nguyên tạo nên khoảng cách giữa lời tuyên bố ủng hộ hòa bình thế giới và những quan điểm cùng hành vi không hòa bình ở cấp độ cá nhân.

---

[1] Scharmer và cộng sự, tr. 6-8 và 34.

Để khởi đầu hành trình vượt thoát chiếc "bẫy nhị nguyên" kiểu *"hoặc là - hoặc không là,"* chúng ta phải nhìn nhận nó bằng một tâm trí tỉnh thức, hướng đến *"Trí tuệ viên mãn"* (Gethin, 235-7). Như Thiền sư Thích Nhất Hạnh từng nói, *"Con đường thoát ra nằm ở bên trong"* - hay con đường giải thoát nằm trong chính nội tâm của chúng ta. Giải phóng bản thân khỏi nhị nguyên là cánh cổng dẫn chúng ta vào hành trình nội tâm để đạt được sự bình an và hạnh phúc, đồng thời mở rộng ra thế giới hòa bình dựa trên sự hòa hợp, bao dung và tương tức (inter-being).

## Bình an khi sống đời bất nhị

Một bức tranh về đời sống "bất nhị" nuôi dưỡng an lạc bên trong trông như thế nào? Không phán xét, chúng ta tương tác với người khác bằng cách thực hành và thể hiện giới thứ tư về Chánh ngữ và lắng nghe sâu, nhằm trở thành những cầu nối đoàn kết. Quan điểm và cách thực hành này được Scharmer và Kaufer đề cập trong "Matrix of Social Evolution - *Ma trận Tiến hóa Xã hội*" ở cấp độ 4: Lắng Nghe Sinh Khởi (*Generative Listening*).[1] Thay vì tranh luận nhị nguyên hay buộc tội lẫn nhau, chúng ta trở thành những người lắng nghe với tâm rộng mở, cùng nhìn với nhau về những khả năng đang dần hình thành - chẳng hạn, khả năng hiện thực hóa hòa bình thế giới. Bên trong lẫn bên ngoài, ta chuyển từ "tôi" sang "chúng ta". Điều này phản ánh chủ đề phụ của hội nghị: "Xây Dựng Đoàn Kết: Nỗ Lực Hợp Tác cho Hòa Hợp Toàn Cầu."

Quá trình chuyển đổi từ nhị nguyên sang bất nhị có thể tạo ra những khó chịu hoặc mơ hồ, nhưng với sự tỉnh thức, chúng ta tìm được sự an ổn trong khoảng không gian "trung gian" giữa hai thái cực. Giống như trong kiến trúc, không gian quá độ (liminal space) giúp ta chuyển tiếp giữa

[1] Scharmer & Kaufer, tr. 146-149.

bên ngoài và bên trong một tòa nhà. Trong hành trình đến với bất nhị, ta cũng có thể lắng đọng trong khoảng không gian "trung gian" về mặt cảm xúc, nhận thức và tâm linh. Tuy nhiên, ta tìm thấy sự thoải mái và an lạc nhờ thực hành chánh niệm và thiền định. Sự bình an ấy lắng sâu thành hạnh phúc nội tại.

Dần dần, cùng với việc khởi lên Bồ-đề tâm (*bodhicitta*), ta phát khởi lòng từ bi với muôn loài, điều này chỉ có thể xảy ra thông qua tinh thần bất nhị. Trong truyền thống Đại thừa, chúng ta là những vị Bồ-tát, buông bỏ nhị nguyên, sống trọn vẹn trong hiện tại. Nhờ vậy, ta hiểu sâu "duyên khởi"[1] và sống an lạc với mọi người theo tinh thần "inter-being" mà Thiền sư Thích Nhất Hạnh thường nhắc tới. Chính trong không gian này, ta sống "trong" thế giới thay vì "áp đặt" lên thế giới.[2]

## Bất nhị trong Phật giáo

Việc sống và trở thành con người bất nhị, có bình an và hạnh phúc, là một hành trình quay vào bên trong. Mỗi bước đi không phải là gắng sức khiên cưỡng, mà là thênh thang nhờ giáo lý Phật giáo nền tảng cùng tâm nguyện bước theo con đường Bồ Tát, như con đường mà Thiền sư Thích Nhất Hạnh đã khai mở. Sau đây là một vài niềm tin cốt lõi và lối sống có thể đưa chúng ta đến bất nhị và hòa bình.

Khái niệm bất nhị trong tiếng Phạn được gọi là *advaya*, chỉ mối tương quan giữa tất cả chúng sinh và mọi sự việc trên đời. Trong sự kết nối ấy, không tồn tại nhị nguyên - chỉ có sự thống nhất và bao dung. Từ đó, chúng ta cảm nhận được sự an lạc nội tâm và hạnh phúc. Advaya làm

---

[1] Duyên khởi (Pratītyasamutpāda): Làm sáng tỏ sự hình thành của mọi hiện tượng thông qua các nhân duyên và điều kiện tương quan.

[2] Kornfield, tr. 367.

nền tảng cho Trung Quán luận (*Madhyamaka*), khuyến khích chúng ta hướng về và thể nhập vào tánh Không.

Trong truyền thống Đại Thừa và nhiều truyền thống Phật giáo khác, khái niệm tánh Không (Śūnyatā)[1] không phải là dẫn đến hư vô. Đúng hơn, tánh Không có nghĩa là không có bất cứ thực thể hay bản chất cố định nào. Nói cách khác, không có nhị nguyên. Trên hành trình đến với Śūnyatā, ta chấp nhận tính duyên sinh và vô thường của muôn loài, vạn pháp. Nhờ đó, ta không còn bám chấp vào ý kiến và định kiến của mình. Ta trở nên bất nhị và bình an.

Khi bước vào tánh Không, ta đi theo "trung đạo," len giữa mọi cặp đối đãi. Trong tác phẩm luận giải về tâm lý học Phật giáo, Kornfield viết: "Trung đạo được tìm thấy giữa mọi đối cực. Hãy an trú nơi trung đạo và sẽ thấy an lạc ở bất kỳ nơi đâu."[2] Hạnh phúc và bình an sẽ hiện hữu ngay trong trung đạo. Ta không thể chỉ dùng ý chí để đạt được trung đạo. Sự tu tập thiền định và chánh niệm hằng ngày mới đưa ta vào con đường ấy.

Qua sự nối dài của giáo pháp, thầy chúng ta - Thiền sư Thích Nhất Hạnh - đã dẫn dắt chúng ta bước vào trung đạo thông qua thực tập Phật giáo dấn thân (*engaged Buddhism*), dựa trên tinh thần bất nhị, inter-being, chánh niệm và hòa bình. Chúng ta có thể tìm đến tác phẩm *Phép Lạ Của Sự Tỉnh Thức* (*The Miracle of Mindfulness*) để bắt đầu và duy trì chánh niệm hướng về an lạc nội tâm, giải thoát ra khỏi khổ đau của nhị nguyên. Trong tác phẩm *An Lạc Từng Bước Chân* (*Peace Is Every Step*), Thầy nhấn mạnh khả năng sống an vui bên trong chính mình và với người khác. Sợi chỉ ngầm xuyên suốt các mẩu chuyện trong sách nhắc nhở rằng nhị nguyên không thể dẫn ta tới hòa

---

[1] Tính Không (Śūnyatā): nhấn mạnh sự vắng mặt của tự tính nơi mọi hiện tượng.

[2] Kornfield, tr. 369.

bình. Ta biết rõ Thầy đã lập Làng Mai như một cộng đồng chánh niệm, giúp chúng ta thể nhập tánh Không, bất nhị, hạnh phúc, và hòa bình.

## Bất nhị là cội nguồn của hòa bình

Khi bước đi trên "trung đạo" với tinh thần bất nhị, chúng ta nhận ra sâu sắc tính tương thuộc của toàn thể nhân loại và nhu cầu cần có hòa bình. Ta buông bỏ tư duy "chúng ta đối lập với họ", vốn chia rẽ cộng đồng và thổi bùng chiến tranh. Thầy nhắc nhở rằng chúng ta cần vượt qua những khác biệt và tránh đổ lỗi lẫn nhau. Chúng ta sẽ hiểu rõ hơn điều này khi đọc lời Thầy kể về cách Thầy tìm thấy điểm tương đồng với một người lính ngoại quốc trong thời Pháp chiếm đóng Việt Nam cuối những năm 1940. Khi còn là một vị sư trẻ, Thầy và người lính ấy đã kết bạn bằng cách gác lại nhị nguyên và hướng đến hòa bình.[1]

Chính nhờ tuệ giác Phật giáo về bất nhị, chúng ta thiết lập nền tảng hòa bình cả trong chính mình lẫn với người khác. Qua *advaya*, ta không còn chỉ nhìn thấy sự cách biệt với tha nhân. Nhờ chánh niệm và thiền tập, chúng ta tìm được con đường "bước ra" cùng nhau, tiến về hòa bình bền vững trên toàn thế giới. Trong chính tâm mình, ta trải nghiệm niềm an lạc, hạnh phúc và lòng từ bi - những hạt mầm của hòa bình.

## Đời sống bất nhị nuôi dưỡng hạnh phúc và an lạc

*"Nếu không đeo bám bất cứ cái gì cả, quý vị sẽ hoàn toàn yên ổn và tự do. Và việc quý vị giành giật với đời cũng chấm dứt." - Ajahn Chah, Đạo Sinh Việt dịch.*

Vậy chúng ta hiểu thế nào về mối quan hệ đan xen giữa hạnh phúc, an lạc và bất nhị? Nghiên cứu hiện nay cho thấy hạnh phúc và an lạc là những khái niệm động,

---

[1] Thích Nhất Hạnh, At Home in the World, tr. 46-51.

bắt nguồn từ các cảm xúc tích cực, các mối quan hệ xã hội sâu sắc và có mục đích sống. Việc nuôi dưỡng cảm xúc tích cực, xây dựng gắn kết vững chắc, cùng những hoạt động ý nghĩa, đồng thời có sự hỗ trợ từ văn hóa và xã hội, chính là nền tảng cho an lạc bền vững. Trong vài thập kỷ trở lại đây, chủ đề này đã mở rộng đáng kể, kết hợp kiến thức từ tâm lý học, xã hội học và khoa học thần kinh.

Công trình tiên phong của Ed Diener (1984; 1999) định nghĩa hạnh phúc chủ quan (subjective well-being) như một cấu trúc đa chiều, bao gồm sự hiện diện của các cảm xúc dễ chịu, sự vắng mặt của cảm xúc tiêu cực, và mức độ hài lòng với cuộc sống. Các yếu tố then chốt tác động đến hạnh phúc gồm yếu tố cá nhân, bối cảnh hoàn cảnh, cũng như các chuẩn mực văn hóa - xã hội. Barbara Fredrickson (2001) nhấn mạnh rằng những cảm xúc tích cực - chẳng hạn như niềm vui, lòng tri ân và hy vọng - có khả năng mở rộng "kho dự trữ" tư duy và hành động, từ đó thúc đẩy sự phát triển của con người. Những ai nuôi dưỡng cảm xúc tích cực lâu dài sẽ tạo ra dấu ấn bền vững, giúp nâng cao mức độ an lạc trong dài hạn.

Chúng ta đều có sự liên kết và tương hỗ lẫn nhau, từ các mối quan hệ cho đến hạnh phúc nội tâm. Theo kinh Giáo thọ Thi-ca-la-việt (Sigalovada Sutta, Dīgha Nikāya 31, bản dịch của Walshe, 1995), có đoạn: "Này gia chủ, thế nào là bậc đệ tử có trí biết che chở sáu phương? Sáu phương ấy là: cha mẹ ở phương Đông, thầy cô ở phương Nam, vợ con ở phương Tây, bạn bè và những người thân thích ở phương Bắc, người hầu, công nhân, và trợ giúp ở phương Dưới, và các bậc sa-môn, bà-la-môn ở phương Trên. Như vậy, bậc đệ tử có trí che chở sáu phương, làm cho họ được yên ổn và không sợ hãi."[1]

[1] Dīgha Nikāya 31: Sigalovada Sutta, bản dịch Anh ngữ của Maurice Walshe, 1995, tr. 462.

Nghiên cứu cũng tập trung vào các mối liên kết xã hội và quan hệ giữa người với người. Sợi dây kết nối bền chặt thường gắn với mức độ hạnh phúc cao hơn. *The Harvard Study of Adult Development*, một nghiên cứu trong thời gian dài có uy tín, cho thấy chất lượng mối quan hệ là yếu tố dự báo quan trọng về sức khỏe và hạnh phúc ở giai đoạn về sau của cuộc đời.[1] Robert Putnam (2000) nhấn mạnh vai trò của "vốn xã hội" - bao gồm niềm tin, mạng lưới liên kết, và sự tham gia cộng đồng - trong việc nâng cao hạnh phúc cá nhân và tập thể. Bên cạnh đó, nghiên cứu về hạnh phúc còn đề cập yếu tố ý nghĩa và mục đích sống. Các nhà khoa học phân biệt hạnh phúc khoái lạc (hedonic well-being) - tập trung vào niềm vui và tránh đau khổ - với hạnh phúc eudaimonic (eudaimonic well-being) - chú trọng tìm kiếm ý nghĩa và hiện thực hóa bản thân. Carol Ryff (1989) phát triển mô hình eudaimonic, nhấn mạnh sự tăng trưởng cá nhân, mục đích sống và quyền tự chủ, xem đó như các thành tố thiết yếu cho một hạnh phúc sâu sắc và bền lâu.

Những phương pháp trị liệu thực chứng lấy trọng tâm là lòng biết ơn,[2] chánh niệm,[3] và hành động tử tế[4] đã cho thấy hiệu quả trong việc cải thiện hạnh phúc. Các kỹ thuật này vận hành bằng cách củng cố thói quen tâm lý lành mạnh, phát triển mối quan hệ bền chặt và nâng cao khả năng tự nhận thức.

Từ góc nhìn của thực hành chánh niệm và giáo pháp, chúng ta có thể nói rằng khi chúng ta sống trong tinh thần bất nhị thì an lạc nội tâm và hạnh phúc càng thêm vững chắc. Nhờ quán chiếu qua thiền định và chánh niệm,

---

[1] Waldinger & Schulz, 2010.

[2] Emmons & McCullough, 2003.

[3] Brown & Ryan, 2003.

[4] Lyubomirsky et al., 2005

chúng ta không còn bám chấp vào cái tôi và cái của tôi, để rồi sẵn sàng hòa điệu với mọi người trong hòa bình chung.

Tương tự, trong Phật giáo, hạnh phúc - thường được gọi là *sukha* - không chỉ là một cảm xúc thoáng qua hay hoàn cảnh bên ngoài. Thay vào đó, nó gắn liền với sự an lạc nội tâm, sự sáng suốt trong nhận thức và sự toàn vẹn đạo đức. Trong truyền thống Phật giáo, có năm yếu tố cốt lõi thường xuyên xuất hiện trong các giáo lý:

### 1. Giới - Đạo đức và hành vi đạo đức (Sīla):

Năm giới dành cho người tại gia định nghĩa việc tuân thủ các nguyên tắc đạo đức và hành động đúng đắn. Tránh các thói quen gây hại và tham gia vào các hành động thiện lành sẽ thúc đẩy lòng từ bi và sự tĩnh lặng. Bằng cách tránh xa căng thẳng tâm lý gây ra bởi nhị nguyên của tội lỗi và hối hận, người thực hành xây dựng nền tảng vững chắc cho sự an lạc bền vững.

### 2. Rèn luyện tâm (Bhāvanā):

Việc nâng cao tâm trí thông qua các kỹ thuật như chánh niệm và thiền định giúp nhận diện và giảm thiểu các trạng thái tâm lý nhị nguyên và tiêu cực như tham lam, hận thù, vô minh và bất hạnh. Khi nhận thức và sự tỉnh thức tăng lên, sự bình an nội tại và sự hiểu biết cũng tăng theo, dẫn đến hạnh phúc lâu dài hơn.

### 3. Trí Tuệ (Paññā):

Một nguyên lý cơ bản trong Phật giáo là sự thừa nhận vô thường (*anicca*), khổ (*dukkha*) và vô ngã (anattā). Sống với trí tuệ này làm giảm đi sự bám víu và khao khát, vốn là nguyên nhân gây ra đau khổ. Trí tuệ giúp con người nhận ra thực tại đúng như bản chất của nó, mang lại sự điềm tĩnh và niềm vui sâu sắc.

**4. Từ bi và lòng bi mẫn (Mettā và Karuṇā):**

Hạnh phúc chân chính xuất phát từ lòng vị tha. Nuôi dưỡng tình yêu thương và lòng bi mẫn - mong muốn mang lại lợi ích cho tất cả chúng sinh và hành động để giảm khổ đau của họ - mở rộng trái tim và giảm bớt tính ích kỷ. Sự thay đổi quan điểm này nuôi dưỡng cảm giác hạnh phúc sâu sắc, tăng cường sự an lạc cho bản thân và người khác.

**5. Tâm Xả (Upekkhā):**

Tâm xả là một trạng thái tinh thần bình thản giúp con người duy trì sự bình an và ổn định trước những thăng trầm không thể tránh khỏi của cuộc sống. Sự giảm thiểu phản ứng và những thái cực của cảm xúc cho phép tâm trí đạt được sự tĩnh lặng, tạo điều kiện cho hạnh phúc bền vững và ổn định hơn.

Những yếu tố này - sống đạo đức, rèn luyện tâm, trí tuệ, lòng từ bi, và tâm xả - hoạt động đồng bộ để thiết lập nền tảng hạnh phúc trong Phật giáo. Việc áp dụng những nguyên tắc này một cách nhất quán dẫn đến sự chuyển hóa từ niềm vui tạm thời sang sự an lạc sâu sắc và lâu bền hơn.

Là một người thực hành Phật pháp, sinh ra và lớn lên ở phương Đông trước khi học tập và làm việc tại phương Tây, tôi (Phẻ) nhận ra rằng quan điểm về hạnh phúc của mình đã thay đổi theo thời gian. Tôi hiểu rằng hạnh phúc không chỉ nằm ở những xa hoa bề ngoài hay những niềm vui thoáng qua. Thay vào đó, nó đến từ việc nuôi dưỡng những phẩm chất dẫn đến sự an lạc và hài hòa lâu dài. Năm yếu tố chính tôi thường chiêm nghiệm là: mục đích sống, sự mãn nguyện, sự hài lòng, bình an nội tâm và sự phục vụ người khác.

**Mục đích sống (Purpose):**

Mục đích sống có thể được hiểu là ý nghĩa cuộc đời và lời kêu gọi hành động vì lợi ích tha nhân. Mục đích rõ ràng mang lại định hướng và ý nghĩa, tương tự như Chánh Kiến và Chánh Tư Duy trong Bát Chánh Đạo.[1] Đối với người cư sĩ, việc xác định mục đích sống phù hợp với các nguyên tắc lành mạnh như tình yêu thương, sự hiểu biết, lòng từ bi và trí tuệ đóng vai trò như một ngọn hải đăng dẫn đường trong sự phức tạp của cuộc đời. Dù đó là cống hiến cho gia đình, công việc hay cộng đồng. Mục đích dựa trên lòng nhân ái, từ bi và hành vi đạo đức sẽ mang lại ý nghĩa sâu sắc hơn cho các hành động hằng ngày.

## Sự mãn nguyện (Contentment):

Sự khao khát thường được thừa nhận là nguồn gốc của khổ đau. Nuôi dưỡng sự mãn nguyện đòi hỏi nhận ra "điểm vừa đủ" - khoảnh khắc mà chúng ta có thể dừng lại và tận hưởng những gì mình đã có thay vì liên tục theo đuổi thêm nữa. Điều này thúc đẩy lòng biết ơn đối với những gì chúng ta có và sự chấp nhận đối với những gì chúng ta không có. Cảm giác nhẹ nhõm này khuyến khích lòng biết ơn, giảm bớt lo lắng và giúp con người sống hòa hợp với hiện tại. Bằng cách ôm lấy sự mãn nguyện, người thực hành chuyển sự bồn chồn thường nhật thành lòng biết ơn đối với những điều nhỏ bé trong cuộc sống.

## Sự hài lòng (Satisfaction):

Trong khi mãn nguyện nhấn mạnh vào "điểm vừa đủ", thì sự hài lòng tập trung vào việc hoàn thành trách nhiệm và khát vọng chính đáng của mỗi người. Trong bối cảnh đời sống cư sĩ, điều này có thể bao gồm việc chăm sóc gia đình hoặc làm việc chăm chỉ. Thực hiện những trách nhiệm này

[1] Right understanding (Sammā diṭṭhi) – Chánh Kiến; Right thought (Sammā saṅkappa) – Chánh Tư Duy; Right speech (Sammā vācā) – Chánh Ngữ; Right action (Sammā kammanta) – Chánh Nghiệp Right livelihood (Sammā ājīva) – Chánh Mạng; Right effort (Sammā vāyāma) – Chánh Tinh Tấn; Right mindfulness (Sammā sati) – Chánh Niệm; Right concentration (Sammā samādhi) – Chánh Định.

một cách cẩn thận có thể mang lại sự hài lòng chân thật - cảm giác đầy đủ và thỏa mãn khi biết rằng mình đã làm điều cần làm với sự trung thực và nỗ lực. Đây cũng là một nguồn động lực nội tại để theo đuổi và đạt được mục tiêu của chúng ta.

### Bình an nội tâm (Inner Peace):

Thiền định và chánh niệm là yếu tố quan trọng để nuôi dưỡng bình an nội tâm. Hơi thở của bạn đóng vai trò như một cầu nối giữa cơ thể và tâm trí, mang lại sự ổn định cần thiết để vượt qua mọi thử thách. Bằng cách rèn luyện tâm trí để giữ bình tĩnh, quan sát, nhận biết và chấp nhận, người thực hành học cách quản lý suy nghĩ và cảm xúc của mình mà không bị chúng chi phối. Sự tĩnh lặng này làm mềm trái tim và tạo không gian tinh thần để phản ứng một cách chín chắn thay vì bốc đồng. Trong bối cảnh đời sống cư sĩ, duy trì bình an nội tâm giúp cân bằng giữa gia đình, công việc và trách nhiệm xã hội, cho phép con người vượt qua những thử thách của cuộc sống một cách điềm tĩnh hơn.

### Phục vụ người khác (Service to Others):

Trong Kinh Hoa Nghiêm, Avataṃsaka- Flower Ornament Sutra, dạy rằng: "Phụng sự chúng sinh là cúng dường chư Phật; khi thực sự lợi lạc cho người khác, cũng là lúc ta dâng hiến sự cúng dường cao quý nhất lên tất cả các bậc Giác Ngộ."[1] Nhận thức về sự tương tức là nền tảng cơ bản của triết lý Phật giáo. Phục vụ người khác, dù là bổn phận hay lòng vị tha chân thật đều là sự củng cố kết nối giữa con người với thế giới. Sự hào phóng, dù lớn hay nhỏ, làm giảm tính vị kỷ và tăng cường lòng thấu cảm. Tham gia vào các hoạt động phục vụ cộng đồng, giúp đỡ người thân, hoặc đơn giản là lắng nghe với lòng từ bi, củng cố quan niệm rằng sự an lạc của chúng ta liên kết chặt chẽ với nhau.

[1] Avataṃsaka Sūtra, thế kỷ 3-4 /1993, tr. 642-690.

Khi kết hợp năm yếu tố này - mục đích sống, sự mãn nguyện, sự hài lòng, bình an nội tâm, và sự phục vụ - chúng ta xây dựng một lộ trình thực tiễn để đạt được hạnh phúc. Bởi lẽ, niềm vui đích thực đến từ một cuộc sống quân bình, được uốn nắn bởi chánh niệm, từ bi và giá trị đạo đức, chứ không phải từ những ham muốn tạm bợ. Khi những phẩm chất này được hội nhập vào hoạt động thường ngày, chúng ta tiến dần đến *advaya* (tính bất nhị), đặt nền móng cho sự an lạc bền vững, hạnh phúc và hòa bình cho bản thân cũng như cho tất cả mọi người.

Có lẽ ta sẽ thắc mắc, làm thế nào để thực hành chánh niệm trong cuộc sống thường ngày hầu hỗ trợ ta sống trọn vẹn năm yếu tố ấy?

## Chánh niệm là cầu nối dẫn đến đời sống bất nhị

> *"Tu tập cho tâm từ bi càng lúc càng rộng lớn thêm lên, đó là thực hành Bồ-tát đạo."* - ***Tuệ Sỹ***

Là những người giáo dục tận tụy đồng thời là một hành giả tâm linh, chúng tôi nhấn mạnh vào việc học hỏi, chia sẻ và giảng dạy chánh niệm thông qua việc đem chánh niệm và lòng từ bi vào đời sống hằng ngày - dù là thiền tọa, làm vườn, rửa chén, hay "presencing / chú tâm trọn vẹn"[1] trong những lúc bên gia đình, bạn bè hoặc cả với người xa lạ. Chánh niệm là một lối sống. Chúng tôi tin rằng ta không thể trao truyền điều mình chưa tự có. Cốt lõi của chúng ta dựa trên nguyên tắc bất nhị - vượt qua ảo tưởng ngăn cách giữa cái tôi và thế giới bên ngoài. Chánh niệm chính là chiếc cầu quan trọng dẫn dắt hành giả đến với sự thấu hiểu và cảm thông, đồng thời đưa đến trạng thái bất nhị.

Xuất phát từ ý thức và khả năng tự điều chỉnh, chánh niệm - được định nghĩa là sự chú tâm vào hiện tại trong

[1] Hãy hiện diện trọn vẹn và cảm nhận bằng tất cả giác quan.

tinh thần cởi mở, sáng tỏ và từ bi - là trọng tâm của cách tiếp cận mà chúng tôi đang thực hành và giảng dạy. Thông qua hơi thở tỉnh thức, thiền tọa, ăn uống chánh niệm, cùng những sinh hoạt thường nhật đầy ý thức, chúng tôi khuyến khích học viên và bạn đồng tu phát triển khả năng nhận biết sâu sắc về dòng chảy liên tục của suy nghĩ, cảm xúc, cũng như cảm nhận của cơ thể. Khi không ngừng hướng tâm vào "hiện tại", ta xóa bỏ quan niệm sai lầm về một "cái tôi" tách biệt hay độc lập với mọi thứ xung quanh; đồng thời, ta không còn phải hối tiếc về quá khứ hay lo sợ về tương lai.

Khi chánh niệm được thực hành và có mặt thường trực hơn, thì tính tự nhận thức và lòng từ bi trong ta cũng lớn dần lên. Một khi nhận ra mình là phần không thể tách rời của một thực thể rộng lớn, tương thuộc, khả năng cảm thông của ta với tha nhân cũng thăng hoa. Trong bối cảnh này, lòng từ bi - khả năng xoa dịu đau khổ của người khác và giúp họ thêm an lạc - không còn đơn thuần là một nguyên tắc đạo đức, mà trở thành hệ quả tự nhiên của việc thấy được sự đan xen trong khổ đau của ta và của người. Như Thiền sư thường nói: "chúng ta liên-tồn" (we inter-are). Nhận thức ấy khơi dậy tâm từ ái chân thành, đồng thời xóa tan những nhị nguyên đối lập như "chúng ta và họ" hay "tôi và người khác". Lúc này, thay vì áp đặt ảnh hưởng của mình lên thế giới, ta trở thành một phần kết nối với thế giới. Kornfield gọi đó là cách ta "hành động trong thế giới chứ không hành động lên thế giới".[1]

Chính vì thế, chúng tôi khuyến khích lồng ghép chánh niệm vào mọi mặt của đời sống - từ việc tiêu thụ, lao động, cống hiến, giao tiếp cho đến cả khi thư giãn. Khi mang chánh niệm vào từng trải nghiệm, hành giả xóa bỏ ranh giới giữa "thời gian thực hành" và "đời sống thường nhật". Cách tiếp cận toàn diện này khẳng định rằng bất nhị không chỉ là ý niệm trừu tượng giới hạn trong giờ thiền, mà là

[1] Kornfield, tr. 367.

một nhận thức sinh động có thể chuyển hóa cách ta nhìn nhận chính mình và vũ trụ. Cuối cùng, chánh niệm trở thành con đường giải phóng chúng ta khỏi những khuôn mẫu suy nghĩ nhị nguyên đã ăn sâu trong tâm thức. Dựa trên nền tảng của lòng từ bi, trí tuệ và sự sáng tỏ về mối tương duyên của muôn pháp, phương pháp này dẫn dắt hành giả đến với lối sống Phật giáo chân thực - nơi mỗi phút giây đều là cơ hội để thể nghiệm sự tinh túy của bất nhị, nhận ra cái thống nhất bao trùm của hiện hữu và sống trong an bình.

## Hướng ra bên ngoài cùng người khác, từ an lạc nội tâm đến hòa bình thế giới: "O" như một con đường từ bên trong ra bên ngoài

Từ sự an lạc nội tâm bất nhị, chúng ta có thể cùng nhau hướng đến hòa bình thế giới. Thực hành chánh niệm và thiền định hằng ngày giúp ta nhận ra "đường thoát nằm ở bên trong." Ở trạng thái *advaya* (bất nhị), ta thấy rõ rằng hướng nội và hướng ngoại luôn đan xen. Bởi vậy, khi ta quay vào để thể nghiệm bất nhị và an lạc, đồng thời ta cũng đi ra cùng người khác trong tinh thần bất nhị và hòa bình. An trú lặng lẽ trong chánh niệm, ta nhận ra vòng tuần hoàn - dòng chảy liên tục của hòa bình bên trong lẫn bên ngoài. Chúng ta có thể tự hỏi: Dòng chảy này sẽ trông như thế nào trong tiến trình kiến tạo hòa bình thế giới?

**"O Path"** (Con đường hình chữ O) đem lại cho chúng ta một lối đi mang tính luân chuyển và vòng tròn để cùng nhau vun bồi hòa bình. Nền tảng của việc bước theo "Con đường O" chính là nuôi dưỡng hòa bình, mặc dù quá trình đó cũng có thể áp dụng cho nhiều thách thức khác mà nhân loại đang đối mặt. Với tinh thần bất nhị, ta nhận ra hòa bình và "phi hòa bình" (non-peace) là những hiện tượng mang tính động và hữu cơ, biến chuyển theo thời gian và bối cảnh. Ta có thể cộng hưởng quá trình kiến tạo hòa bình thông qua Con đường O, vốn lưu chuyển không có khởi đầu hay kết thúc - cũng giống như cách chúng ta xây dựng hòa bình. Khi từ bỏ ý niệm "đạt được" hòa bình, ta thấy rằng hòa bình không phải là một cột mốc chung cuộc. Hòa bình cần được nuôi dưỡng liên tục bên trong mình và cùng với người khác trên hành trình hướng đến hòa bình thế giới. Cùng nhau, ta có thể hiện thân và nuôi dưỡng hòa bình thông qua những yếu tố vòng tròn của Con Đường O: nhận biết (recognizing), chấp nhận (accepting), ôm ấp (embracing), học hỏi (learning), thực hành (practicing), chuyển hóa (transforming), chia sẻ (sharing), tái hình dung (re-imaging).

## Các yếu tố của Con đường O

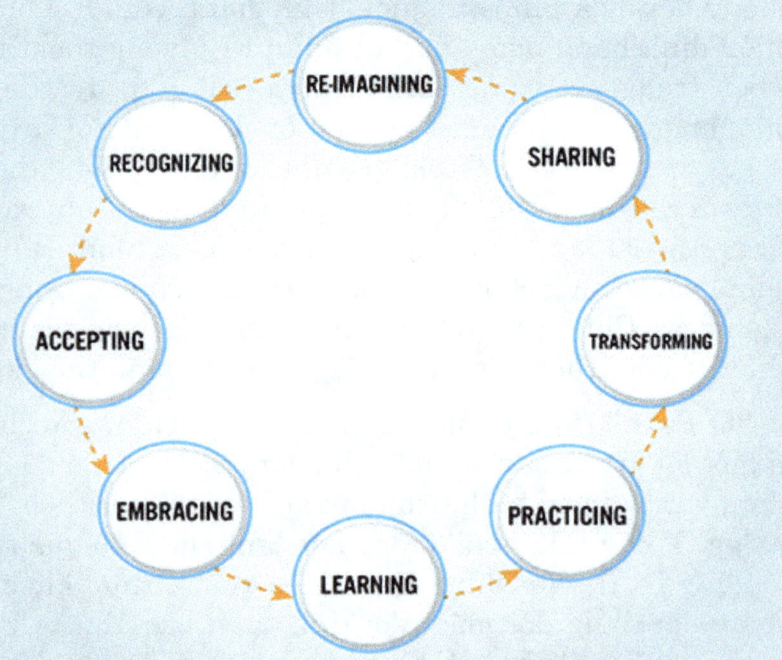


The "O" Path - Transformation starts from the within.

*Bach and Bureau, 2013*

- **Nhận biết (Recognizing):** Ta nhìn rõ rằng nhị nguyên cản trở ta nhìn nhận, chấp nhận người khác một cách không phán xét hay đổ lỗi, đồng thời gieo mầm mống của chiến tranh. Ta nhận thấy chánh niệm và thiền tập mỗi ngày giúp mình phát triển tinh thần bất nhị, đưa ta về tánh Không, nơi ta sống cùng nhau trong "liên-tồn." Ta nhận ra *advaya* là cội rễ của hòa bình.

- **Chấp nhận (Accepting):** Ta chấp nhận tính liên-tồn và vô thường. Trong Śūnyatā (tánh Không), ta biết chấp nhận người khác bằng tấm lòng rộng mở. Lòng rộng lượng này giúp ta nói: "Tôi chấp nhận bạn như chính con người bạn" và "Chúng ta hãy đến với nhau trong hòa bình."

- **Ôm ấp (Embracing):** Thông qua chánh niệm và thiền định, ta ôm ấp tinh thần bất nhị như cội nguồn của hòa bình nội tâm và hòa bình phổ quát. Bằng từ bi, ta ôm ấp sự độc đáo và nhân tính của mỗi người.

- **Học hỏi (Learning):** Ta học cách đưa tinh thần bất nhị và an lạc nội tâm của mình ra thế giới thông qua lời nói và hành động. Ta có thể khám phá những phương thức mới để tương tác với mọi người bằng cách tìm điểm chung khởi sinh hòa bình.

- **Thực hành (Practicing):** Ta thực hành khi học để "mỗi bước chân đều có an lạc," như Thầy đã nhắc. Thực tập chánh niệm và thiền định hằng ngày giúp cội rễ bất nhị của hòa bình trong ta thêm vững chắc.

- **Chuyển hóa (Transforming):** Cùng với người khác, ta đồng sáng tạo những tiến trình và con đường để xây dựng hòa bình bền vững. Ta chuyển hóa các quan điểm, hành vi và ranh giới mang tính nhị nguyên - những nhân tố sâu xa hình thành chiến tranh.

- **Chia sẻ (Sharing):** Ta chia sẻ tinh thần bất nhị và hòa bình với cộng đồng. Cùng nhau, ta tìm điểm gặp gỡ chung, nơi các lối đi đến hòa bình bền vững và mang tính toàn cầu có thể được khơi dậy.

- **Tái hình dung (Re-imagining):** Cùng nhau, ta "tái hình dung" những khả thể cho việc tạo lập hòa bình, nhận ra tính vô thường và khó nắm bắt của nó. Khi cùng sống bất nhị với mọi người, ta không ngừng khám phá và thực thi nhiều cách khác nhau để hướng đến hòa bình.

Con đường O hướng đến an lạc nội tâm và hòa bình thế giới là một vòng tròn bất tận. Bằng cách chấp nhận và sống theo những tiến trình của O, ta chuyển hóa bản thân nhau và để tồn tại trong trạng thái bất nhị, nơi hòa bình bền vững có thể nảy nở. Đồng thời, việc sống trong *advaya* cũng là con đường giúp ta chữa lành hậu quả bi thảm của chiến tranh.

## Chữa lành vết thương chiến tranh bằng tinh thần bất nhị

*"Bóng tối không thể xua tan bóng tối; chỉ ánh sáng mới làm được. Sân hận không thể xua tan sân hận; chỉ có tình thương mới làm được."*

***- Dr. Martin Luther King Jr.***

Sau khi Sài Gòn thất thủ năm 1975, vô số người dân Việt Nam đã tìm cách trốn thoát khỏi bất ổn chính trị và kinh tế. Hàng trăm ngàn người vượt biên, chủ yếu bằng đường biển, và do đó được gọi là "thuyền nhân." Những chuyến hải hành đầy hiểm nguy trên Biển Đông, thường chật kín người trong ghe nhỏ, khiến họ đối mặt với bão tố, cướp biển, bệnh tật, thậm chí cả cái chết. Nhiều người may mắn sống sót hy vọng tạm lánh trong các trại tỵ nạn ở Hồng Kông, Indonesia, Malaysia hoặc Philippines, trước khi định cư lâu dài ở quốc gia khác. Các nước phương Tây như Liên minh châu Âu, Canada và Hoa Kỳ đã dang tay đón nhận người tỵ nạn, một phần nhờ công lớn của Cựu Tổng thống Jimmy Carter,[1] cũng như những chính sách ít nhiều phản ánh tinh thần bất nhị vượt thoát chia rẽ.

Mặc dù chính sách về người tỵ nạn của Carter không được lòng mọi người dân Mỹ lúc bấy giờ, ông vẫn hành động đúng đắn và đã cứu sống vô số sinh mạng. Dưới sức ép từ cộng đồng quốc tế, chính quyền Carter nâng hạn ngạch tiếp nhận người tỵ nạn Đông Nam Á, bao gồm cả người Việt, đang trốn chạy đàn áp. Ông cộng tác chặt chẽ với các tổ chức quốc tế như Cao Ủy Liên Hiệp Quốc về Người Tỵ Nạn (UNHCR) để cải thiện hoạt động cứu hộ, nâng cao điều kiện sống tại trại tỵ nạn và tinh giản quy trình tái định cư. Những bước đi này xuất phát từ trách nhiệm đạo đức giúp đỡ những ai bị đe dọa bởi bạo lực và bất ổn chính trị.

Các nỗ lực của Carter góp phần dẫn đến Đạo luật Người Tỵ Nạn năm 1980, chính thức hóa quy chuẩn tiếp nhận những người có lý do đáng tin về nguy cơ bị đàn áp. Dù được ban hành dưới thời Tổng thống Ronald Reagan, đạo luật này chịu ảnh hưởng sâu sắc từ những cố gắng của Carter, qua đó cho phép hàng trăm ngàn người tỵ nạn Đông Nam Á tái thiết cuộc sống ở Mỹ. Các chương trình như *Humanitarian Operation (HO)* và Ra Đi Có Trật Tự - *Orderly Departure Program (ODP)* - cứu cánh quan trọng đối với nhiều người - đã hỗ trợ mạnh mẽ cho quá trình di cư an toàn của những người tỵ nạn này.

Những thuyền nhân Việt Nam khi vừa đến đã phải đối mặt với những thách thức lớn về ngôn ngữ, văn hóa và xã hội. Việc tìm nhà ở, công việc và vượt qua những chấn thương tinh thần là những trở ngại đáng kể. Tuy nhiên, với ý chí phi thường và mạng lưới hỗ trợ của cộng đồng người nhập cư, họ đã vững vàng vượt qua khó khăn để thành

[1] James Earl Carter Jr. (1-10-1924 – 29-12-2024) là một chính khách và nhà hoạt động nhân đạo người Mỹ, từng đảm nhiệm cương vị Tổng thống thứ 39 của Hoa Kỳ từ năm 1977 đến năm 1981.

công. Các cộng đồng người Mỹ gốc Việt đã hình thành và phát triển mạnh mẽ tại Orange County (California), San Jose (California), Orlando (Florida), Houston (Texas), và vùng Bắc Virginia gần Washington, DC.

Trong các cộng đồng này, các tổ chức văn hóa và tôn giáo đóng vai trò quan trọng trong việc chữa lành. Các nhà thờ, chùa và trung tâm cộng đồng không chỉ bảo tồn truyền thống lâu đời mà còn giúp những người tỵ nạn thích nghi với xã hội mới. Những người sống sót tìm thấy sự an ủi trong việc chia sẻ kinh nghiệm mất mát, tưởng nhớ những người đã khuất trên biển, và xây dựng tinh thần đoàn kết đầy hy vọng. Qua thời gian, vô số thuyền nhân đã trở thành bác sĩ, doanh nhân, nhà giáo, hoặc kỹ sư, đã thay đổi cách nhìn về người tỵ nạn và làm nổi bật tầm quan trọng của lòng từ bi và chính sách mở cửa.

Những nỗ lực này cũng thúc đẩy sự hòa giải giữa Việt Nam và Hoa Kỳ, nhằm xóa bỏ các phân biệt nhị nguyên đã tạo ra những ảo tưởng sai lầm về "bên này" và "bên kia", "bạn" và "thù." Những người tỵ nạn thành công đã trở về quê hương để lập nghiệp, hỗ trợ từ thiện, và thúc đẩy các chương trình giáo dục. Hành động của họ khuyến khích đối thoại, giảm bớt sự ngờ vực kéo dài, và đặt nền móng cho mối quan hệ bình thường hóa, minh chứng rằng nỗ lực chung và sự kiên cường có thể biến nỗi đau sâu sắc nhất thành một khởi đầu mới.

Cuối cùng, trải nghiệm của thuyền nhân Việt Nam minh chứng cho sức chuyển hóa của lòng từ bi và sự trưởng thành, xuất phát từ tinh thần *advaya* - vượt qua lối suy nghĩ nhị nguyên ngăn cách con người. Những gian nan chung thúc đẩy tính cảm thông và ý chí mạnh mẽ giúp đỡ người khác, biến vết thương chiến tranh thành chất xúc tác để xây dựng cộng đồng nhân ái và vững mạnh hơn, đồng thời khơi dậy cảm thức sâu sắc về "mái ấm" trong mỗi tâm hồn.

# LỜI KẾT

Ở mức độ tổng quát nhất, tinh thần Phật giáo luôn hướng đến hòa bình. Viết vào năm 1967 về những hậu quả tàn khốc của chiến tranh tại Việt Nam và triển vọng hòa bình, Thiền sư Thích Nhất Hạnh nhận định: "Chính tinh thần cởi mở và bao dung, đặc trưng của Phật giáo, là sự đảm bảo cho khả năng thích ứng của tôn giáo này với những bối cảnh tư tưởng mới đang hiện hữu tại Việt Nam nhằm thúc đẩy sự nghiệp hòa bình."[1] Nhiều thập kỷ trôi qua, mặc cho những biến động của nhân loại, tinh thần Phật giáo vẫn là điểm xuất phát căn bản để chúng ta cùng nhau hợp lực vì hòa bình.

Cụ thể hơn, tuệ giác Phật giáo trao cho con người khả năng kiến tạo và duy trì hòa bình. Trong số những tuệ giác ấy, có một yếu tố cốt lõi được xem như là nguồn cội của hòa bình - *advaya*, tính bất nhị. Con đường thoát khỏi bất ổn không nằm ở bên ngoài; vì thế, lối ra khỏi tình trạng thiếu vắng hòa bình chính là nuôi dưỡng tinh thần bất nhị trong chính chúng ta. Ta có thể vun bồi cho nội tâm an lạc để hướng đến hòa bình thế giới (tâm bình thế giới bình), thông qua sự thực hành thiền định và chánh niệm hằng ngày. Bằng cách vươn ra với lòng từ bi và tinh thần hòa hợp, chúng ta có thể theo đuổi "Con đường O" (vòng tròn viên dung) để khơi dậy và duy trì hòa bình khắp nơi. Hãy lắng nghe Phật tính trong mỗi người, chúng ta sẽ cùng nhau an nhiên bước đi trong hòa bình.

[1] Thích Nhất Hạnh, Vietnam: Hoa sen trong biển lửa (Lotus in a Sea of Fire), tr. 130.

# TÀI LIỆU THAM KHẢO

## Nguồn chính


1. *Avataṃsaka Sūtra.* (3rd-4th cent. CE/1993). *The Flower Ornament Scripture: A Translation of the Avatamsaka Sutra* (T. Cleary, Trans.). Shambhala Publications. (Original work composed 3rd-4th cent. CE)
2. Bodhi, B. (2005). *In the Buddha's words: An anthology of discourses from the Pali Canon.* Wisdom Publications.
3. Bodhi, B. (Trans.). (2000). *The connected discourses of the Buddha: A new translation of the Saṃyutta Nikāya.* Wisdom Publications.
4. Phan Minh Tri [Đạo Sinh], personal communication, January 22, 2025
5. Nhat Hanh, T. (1976). *The miracle of mindfulness: An introduction to the practice of meditation.* Beacon Press, (p. 14-16).
6. Thich Nhat Hanh. (1987). *Being peace.* Parallax Press.
7. Thich Nhat Hanh. (1992). *Peace is every step: The journey of mindfulness in daily existence.* Bantam Books.
8. Thich Nhat Hanh. (2019). *At home in the world.* Parallax Press.
9. Thich Nhat Hanh. (1999). *The miracle of mindfulness: An introduction to the practice of meditation* (M. Ho, Trans.; V.-D. Mai, Illus.). Beacon Press.
10. Thich Nhat Hanh. (2022). *Vietnam: Lotus in a sea of fire.* Parallax Press.

## Nguồn phụ


1. Bach, P. (2015). *An essence of mindful leadership: Learning through mindfulness and compassion.* LAP LAMBERT Academic Publishing.
2. Bach, P. X., & Bureau, W. E. (2021). *Three intertwined paths to leading for sustainable peace.* Hoằng Pháp https://hoangphap.org/phe-x-bach-three-intertwined-paths-to-leading-for-sustainable-peace/
3. Bach, P. X. (2014). *Mindful leadership - A phenomenological study of Vietnamese Buddhist monks in America with respect to their spiritual leadership roles and contributions to society* (Doctoral dissertation, Drexel University).
4. Brown, K. W., & Ryan, R. M. (2003). The benefits of being present: Mindfulness and its role in psychological well-being. *Journal of Personality and Social Psychology, 84*(4), 822-848. https://doi.org/10.1037/0022-3514.84.4.822
5. Diener, E. (1984). Subjective well-being. *Psychological Bulletin, 95*(3), 542-575. https://doi.org/10.1037/0033-2909.95.3.542
6. Diener, E. (1999). Subjective well-being: Three decades of progress. *Psychological Bulletin, 125*(2), 276-302. https://doi.org/10.1037/0033-2909.125.2.276
7. Emmons, R. A., & McCullough, M. E. (2003). Counting blessings versus burdens: An experimental investigation of gratitude and subjective well-being in daily life. *Journal of Personality and Social Psychology, 84*(2), 377-389. https://doi.org/10.1037/0022-3514.84.2.377
8. Fredrickson, B. L. (2001). The role of positive emotions in positive psychology: The broaden-and-build theory of positive emotions. *American Psychologist, 56*(3), 218-226. https://doi.org/10.1037/0003-066X.56.3.218
9. Gethin, R. (1998). *The foundations of Buddhism.* Oxford University Press.

10. Kierkegaard, S. (1987). *Either/Or: A fragment of life* (H. V. Hong & E. H. Hong, Trans.). Princeton University Press.
11. Kornfield, J. (2008). *The wise heart: An exposition of the universal principles of Buddhist psychology.* Bantam Books.
12. Lyubomirsky, S., Sheldon, K. M., & Schkade, D. (2005). Pursuing happiness: The architecture of sustainable change. *Review of General Psychology, 9*(2), 111-131. https://doi.org/10.1037/1089-2680.9.2.111
13. OpenAI. (2025, January 9). *A short literature review on the foundation of happiness* [Large language model output]. ChatGPT. https://chat.openai.com/
14. OpenAI. (2025, January 9). *What is Vimalakirti Sutra?* [Large language model output]. ChatGPT. https://chat.openai.com/
15. Putnam, R. D. (2000). *Bowling alone: The collapse and revival of American community.* Simon & Schuster.
16. Ryff, C. D. (1989). Happiness is everything, or is it? Explorations on the meaning of psychological well-being. *Journal of Personality and Social Psychology, 57*(6), 1069-1081.https://doi.org/10.1037/0022-3514.57.6.1069
17. Scharmer, O. (2016). *Theory U: Leading from the future as it emerges.* Berrett-Koehler.
18. Scharmer, O., & Kaufer, K. (2013). *Leading from the emerging future: From ego-system to eco-system economies.* Berrett-Koehler.
19. Waldinger, R. J., & Schulz, M. S. (2010). What's love got to do with it? A longitudinal study of marital happiness and well-being. In M. Kyrios, R. Moulding, G. E. Purcell, M. Nedeljkovic, & M. S. Ones (Eds.), *Frontiers in psychological and behavioral science* (pp. 123-147)
20. Walshe, M. (Trans.). (1995). *The long discourses of the Buddha: A translation of the Dīgha Nikāya.* Wisdom Publications. (Original work composed ca. 1st century BCE)

## Giới thiệu sơ lược về tác giả

**Bạch Xuân Phẻ**

- Tên thật: Bạch Xuân Phẻ, aka (Khỏe). Pháp danh Tâm Thường Định, sinh tại Vũng Nồm, Phước Lý, Quy Nhơn, Bình Định, Việt Nam.
- Định cư ở Hoa Kỳ từ năm 1991. Hiện nay, cùng vợ và các con sinh sống và làm việc tại thủ phủ Sacramento.
- Cử nhân Sinh học, Thạc sỹ lãnh đạo và chính sách giáo dục. Tiến sĩ Giáo dục ngành Lãnh đạo và Quản lý Giáo dục.
- Hiện đang dạy Hóa học tại trường Trung học Mira Loma và dạy Lãnh đạo Chánh niệm tỉnh thức và mang Chánh niệm vào học đường cho giáo chức của tiểu bang California, cũng như thuyết trình ở những Tiểu Bang khác tại Hoa Kỳ và các nước Thái Lan, Ấn Độ, Tây Ban Nha và Việt Nam. Anh viết thơ, làm văn và đăng tải nhiều nơi. Ngoài ra, anh còn là Huynh trưởng Gia Đình Phật Tử và làm thiện nguyện.

**Edward Bureau**

- Tiến sĩ Edward Bureau, làm việc trong ngành giáo dục Pennsylvania K12 và giảng dạy tại Đại học Drexel, đã nghỉ hưu.

Phụ bản 4: Đường quê - Tranh ViVi

# NGUYỄN SĨ LONG

## HUẾ BÂY CHỪ

*Dạ thưa xứ Huế bây giờ*
*Vẫn còn núi Ngự bên bờ sông Hương*
***Bùi Giáng***

*Huế bây chừ nhiều nắng hơn mưa*
*Kín ngõ thu sang buổi giao mùa*
*Đường qua Lê Lợi xưa Tôn nữ*
*Thấp thoáng em về ai đón đưa?*

*Chưa nghe ai hỏi sao ta buồn*
*Vì răng đi biệt cứ vấn vương*
*Vẫn mang xứ Huế theo khắp chốn*
*Mang cả giai nhân với giảng đường*

*Huế bây chừ nhiều phố lắm xe*
*Ta đứng trông theo áo lụa về*
*Bụi trần che khuất khung trời cũ*
*Ai nhớ cho mình những hàng me?*

*Chẳng có ai ngờ cánh phượng rơi*
*Là Huế trong ta đẹp tuyệt vời*
*Nếu như cơn gió còn quay lại*
*Mang cả mùa thu nhuộm đất trời*

*Chẳng nghe ai nói Huế đổi thay*
*Dòng Hương vẫn ngủ giữa ban ngày*
*Ta về nghe lại chi mô rứa*
*Như mới hôm nào tay trong tay*

*Huế bây chừ mưa nắng buồn vui*
*Áo tím ngày xưa mấy phương trời*
*Một mai sương khói không về nữa*
*Còn thiết tha chi những chuyện đời.*

***nguyễn sĩ long***

## TẾT XA NHÀ

*Mùa đông chưa vội rời thành phố*
*Đêm hôm qua tuyết vẫn còn rơi*
*Em buổi sáng ngọt ngào môi đợi*
*Những cành lan ươm sẵn nụ cười*

*Chiều đông ghé lại bên kia phố*
*Ngắm chùm hoa tuyết giữa vòm cây*
*Trăng non cuối tháng chưa về kịp*
*Nhà ai hương khói Tết sum vầy*

*Tháng hai về tiễn chân năm cũ*
*Vài cơn mưa nhẹ hạt lưng đồi*
*Ngõ đường vắng mặt trời chưa dậy*
*Thấp thoáng xuân về đâu đó thôi*

*Nắng trước sân nhà ngày tuyết tan*
*Đêm chờ hoa nở gió xuân sang*
*Chẳng có mai vàng hay vạn thọ*
*Lòng trần thanh thản một cành lan*

*Bên nhà chắc mẹ lâm râm vái*
*Cuối năm mâm cúng đón ông bà*
*Mẹ có người con xa vạn dặm*
*Đẹp lời chúc thọ mỗi xuân qua*

*Bao năm buồn nhớ đã quen rồi*
*Ngày về quê mẹ vẫn xa xôi*
*Ai đợi ngày xuân trong đơn lạnh*
*Tết xa nhà khóc để lòng vơi!*

***Nguyễn Sĩ Long***
*Tết Bính Thân, tháng 02.2016*

## TÌNH QUÊ MUÔN THUỞ

*Nhớ thuở xưa nào tôi còn bé*
*Tuổi mới lên mười ở làng quê*
*Buổi sáng đi học, chiều theo gió*
*Thả cánh diều bay mỏi gối về*

*Nhà tôi lợp ngói ba gian rộng*
*Thêm mái lều tranh nối bên hông*
*Sầu đông hoa rụng đầy ao cá*
*Sân trước vườn sau nhãn chín lồng*

*Xóm làng bát ngát lũy tre xanh*
*Có con sông nhỏ nước trong lành*
*Xuôi phá Tam Giang về biển lớn*
*Ruộng lúa đêm tàn sương long lanh*

*Nội tôi tuổi xế ngày thư thả*
*Mỗi sớm tinh sương đậm tách trà*
*Chờ khi trăng sáng cùng con cháu*
*Kể chuyện đời xưa trước sân nhà*

*Ba tôi đàn hát những lúc vui*
*Chụp ảnh chơi hoa cùng mọi người*
*Cửa nhà mẹ khéo chăm con trẻ*
*Nuôi dưỡng yêu thương với nụ cười*

*Chỉ được mấy năm rồi chạy loạn*
*Khắp nẻo đường quê cảnh ly tan*
*Ngày đêm bom đạn cùng thiêu rụi*
*Nhà cửa chìm trong đống tro tàn*

*Mẹ bồng con đi tìm lại đời*
*Nước mắt ghi dấu ở từng nơi*
*Tôi tuổi mười ba mà chẳng ngại*
*Nếm nỗi buồn đau đến rã rời*

*Chín năm ở Huế một chặng đường*
*Nhưng lắm ân tình để nhớ thương*
*Với Huế là thiên đàng tuổi ngọc*
*Là nơi lòng nặng lúc tha phương*

*Như một dòng sông đã trôi xa*
*Trang ký ức xưa chẳng phai nhòa*
*Như còn đâu đó trong sâu lắng*
*Muôn thuở tình quê vẫn đậm đà.*

## SÀI GÒN ĐÊM CUỐI

*Con ở Sài Gòn mẹ ngoài Huế*
*Nay còn đêm cuối chuyến về quê*
*Bao nhiêu lo lắng trong mùa dịch*
*Con vẫn chờ mong một ngày về*

*Ba năm gặp lại mẹ chẳng vui*
*Thương nhớ gần xa vắng tiếng cười*
*Con ngồi nhắc lại ngày xưa cũ*
*Mẹ như quên hết tuổi đôi mươi*

*Ngày đó trông mẹ quá là xinh*
*Mái tóc chấm gót đẹp nguyên hình*
*Là cô gái Huế khi làm mẹ*
*Mẹ một đàn con trọn nghĩa tình*

*Bao nỗi buồn vui vẫn vuông tròn*
*Dù mẹ bây giờ chẳng nhớ con*
*Tuổi đời nhẩm tính như an ủi*
*Ngoài chín mươi rồi đạt ước mong*

*Những ngày bên mẹ đã qua nhanh*
*Thức khuya dậy sớm ánh trăng tàn*
*Miếng cơm muỗng cháo chăm sóc mẹ*
*Người vẫn buồn thiu giữa chiều vàng*

*Con ở Sài Gòn nhớ mẹ thương*
*Nhớ Huế đêm mưa nhớ phố phường*
*Khi mô về lại phương trời cũ*
*Mẹ có chờ con một chặng đường?*

*Đêm nay đêm cuối làm sao vui*
*Thêm một lần đi bước ngậm ngùi*
*Thôi chẳng chờ mong quên hay nhớ*
*Thương lắm Mẹ ơi - Một nụ cười!*

***nguyễn sĩ long***
*Sài Gòn, 10.07.2022*

## Giới thiệu sơ lược về tác giả

**Nguyễn Sĩ Long**

- Sinh năm 1952 tại Huế, Pháp danh Minh Hưng, Bút hiệu Trầm Sen, Tuệ Lam, Chí Long.
- Tốt nghiệp Cử Nhân Luật Khoa (Trường Đại học LK Huế, 1974).
- Được tàu Cap Anamur vớt trên Biển Đông và nhập trại Tỵ nạn Palawan, Philippines tháng 6.1987. Định cư tại Áo từ tháng 12.1988.

* Góp thơ trên các báo: Hoa Sen (Áo), Nguyệt san Độc Lập, Măng Non, Văn Nghệ Trẻ, Báo Viên Giác Hannover (Đức), Làng Văn (Canada), Non Nước (Hội Văn Nghệ Sĩ Việt Nam Tự Do, USA), báo Sài Gòn Nhỏ (USA)

* Góp mặt trong 4 tuyển tập thơ văn:

- Tuyển Tập Thắp Sáng Quê Hương (Hội VNS/VNTD Hoa Kỳ, Sống Việt 1991).
- Tập San Văn Bút Âu Châu số 2 (Viên Giác 1994).
- Đặc San Văn Hóa Phật Giáo 2020 (Viên Giác Tùng Thư 2020)
- Tuyển Tập Như Chỉ Mới Hôm Qua (Ký Ức 30 Tháng Tư), Báo Sài Gòn Nhỏ 2021, USA.

* Đã xuất bản: Mẹ Hiền (thơ), tháng 6.2018; Ngôi Chùa Mơ Ước, tạp bút (Trầm Sen 2021); Mùa Xuân Trong Khói Súng, tuyển tập thơ văn (Trầm Sen 2024).

*Đỗ Hồng Ngọc & Minh Lê (NT)*

# Hỏi Đáp Học Phật với Bác sĩ Đỗ Hồng Ngọc

**1.** Trong bài thơ "Xin cám ơn, cám ơn" viết sau cơn bạo bệnh năm 1997, anh viết:

*"Đã bao lâu ta không sống với mình*
*Ta có ta mà quên ta phứt."*

"Ta quên ta" là sao, và có gì liên hệ với lời dạy của Phật không?

Tôi sinh đẻ ở Phan Thiết. Nhà bà Ngoại dưới chân núi Tà Cú, nơi có chùa Linh Sơn Trường Thọ Tự, nên hồi nhỏ xíu ba bốn tuổi đã được Ba má, cậu, dì... cõng lên chùa chơi thường xuyên... Trong nhiều năm học hành rồi làm việc, quả thật tôi không nhớ tới tôi, tôi chỉ nhớ công việc ở khoa cấp cứu Nhà thương Nhi Đồng Saigon, chương trình Săn sóc Sức khoẻ Ban đầu... Sau đó làm công tác truyền thông giáo dục sức khỏe, phòng chống sốt xuất huyết, viêm ruột hoại tử, não mô cầu... rồi phòng chống HIV/ AIDS..., quả thật tôi quên phứt tôi, đến một hôm người ta khiêng tôi vào cấp cứu, mổ sọ não vì tai biến... Khi tỉnh lại, rồi bước được những bước như một em bé, biết nghe, biết nói... tôi viết bài thơ *Xin cảm ơn, cám ơn* này trong bệnh viện.

*Xin cám ơn, cám ơn*
*Cơn bệnh ngặt nghèo quật ta gục ngã*
*Như cỏ cây trước cơn bão dữ*
*Như con thuyền tung hê lên vách núi cao*

*Cho ta trở về làm con thú hoang sơ*
*Trần truồng như nhộng*
*Kẻ cạo đầu người lột da*
*Kẻ đục sọ người giúp thở*
*Kẻ đặt ống sonde vào đường tiểu*
*Người bơm thuốc qua dịch truyền*
*Cho ta trở về làm con thú trinh nguyên*
*Cho ta trở về làm em bé sơ sinh*
*Không lý trí không nghĩ suy không toan tính*
*(...)*

*Xin cám ơn, cám ơn*
*Cơn bệnh ngặt nghèo quật ta kịp lúc*
*Cho ta trở lại với mình*
*Ta muốn ôm hôn tất cả mọi người*
*Và ôm hôn ta nữa*
*Cái đầu trọc lóc bình vôi*
*Hai lỗ thủng và mười tám vết khâu từ ái*
*Ta ngạc nhiên lắng nghe mình thở*
*Lắng nghe sự sống cục cựa trong mình.*
*(...)*

Phật dạy phải quay về nương tựa chính mình. Phải từ bi với mình rồi mới từ bi với người. Đừng bao giờ để phải kêu lên: "đã bao lâu ta không sống với mình/ ta có ta mà quên ta phứt..."

> **2.** Anh viết trong *Chuyện Hồi Đó*: muốn có an lạc chỉ cần làm "3 điều 4 chuyện". Tất cả đều hay, chỉ riêng phần "hiểu thuật ngữ, ẩn dụ" có cần thiết không?

Rất cần thiết. *"3 điều 4 chuyện"* là cách đơn giản nhất để hiểu và thực hành lời Phật dạy, mang đến sự An Lạc cho nếp sống vui, sống khỏe, tránh mê tín dị đoan... Cho đến nay, nhiều người vẫn hiểu lầm về những từ "chúng sanh", "niết-bàn"... Vì ngôn ngữ trong Phật học đa dạng... Phật còn dạy "y nghĩa bất y ngữ." Nói vậy mà không phải vậy đâu! Khi thuyết giảng xong Kim Cang Bát-nhã, đệ tử hỏi Thế Tôn, tên kinh này là gì. Phật nói: Kim Cang Bát-Nhã Ba-la-mật. À, nói Kim Cang Bát-Nhã Ba-la-mật thiệt ra không phải Kim Cang Bát-Nhã Ba-la-mật, chỉ tạm gọi vậy thôi. Ấy là để khuyên ta đừng bám chấp. Thí dụ, nói chúng sanh không phải là chúng sanh, nói Niết-bàn không phải là niết-bàn... Còn "ẩn dụ" thì càng cần hiểu rõ, nếu không thì dễ mê tín dị đoan. Như niệm Quán Thế Âm Bồ Tát giúp làm cạn cơn lũ dữ, làm tắt ngọn lửa to. Tưởng thiệt thì nguy!

**3.** Người đa tài ắt đa tình (ý của Giáo sư Cao Huy Thuần). Đa tình có thể hiểu thế nào theo anh? Làm sao để vừa "đa tình" mà tâm vẫn an?

Một người từ bi... luôn là một người đa tình đó. Từ bi với mình và từ bi với người. Trong Phật học còn có "Vô duyên từ" nghĩa là chẳng có lý do gì để mà "từ" cả! Chẳng phải người ta có thể *từ* với hòn đá cuội (*ngày sau sỏi đá cũng cần có nhau*- Trịnh Công Sơn) đó sao? Hay *từ* với một cánh chim bay *(Ta hỏi kiến nơi nào cõi tịnh? Ngoài hư không có dấu chim bay.* Tuệ Sỹ)... Văn chương không thiếu: "Tôi buồn không hiểu vì sao tôi buồn" (Xuân Diệu), "Có nghĩa gì đâu một buổi chiều, nó chiếm hồn ta bằng nắng nhạt, bằng mây nhè nhẹ gió hiu hiu..." (Xuân Diệu). Kẻ đa tình vậy đó. Đa tình mà tâm vẫn an... có lẽ bởi đó là một thứ tình thương bao la hoặc một thứ tình yêu "tỉnh thức", không bị vùi đắm trong đam mê, vị kỷ.

**4.** Anh viết về cách Phật dạy con. Tại sao bài học đầu tiên La-hầu-la được học lại là cách thở?

Chớ sao? Thở chẳng phải là việc làm đầu tiên của đứa bé sơ sinh vừa rời bụng mẹ sao? Trong bụng mẹ, chưa cần thở. Tiếng khóc chào đời là một nhịp thở đầu tiên của kiếp người. Lớn lên, ta thường quên cách thở. Rồi khi ta thở cà hước, thở cà giựt... mới tiếc hồi nhỏ không học thở. Thở, tưởng của ta mà không phải của ta... Thở ở ngoài ta. Thở cóc cần ta. Thở vốn tự động, do áp suất trong phổi mà khí tuôn vào hay tuôn ra. Nó gắn liền với cảm xúc.

*Điều tức* (là điều chỉnh, kiểm soát hơi thở) thì sẽ "điều" được tâm. Muốn tâm an thì phải học cách điều tức là vậy. Phật mất nhiều năm tu thiền vất vả, nhịn thở, nhịn ăn mà không thành công. Nhớ lại một lần còn nhỏ theo phụ thân coi Lễ Tịch điền tự dưng thấy thân thể nhẹ nhàng, lâng lâng, như không còn hơi thở nào nữa, hóa ra đó mới thực là thiền. Cái đó, trong Nam Hoa Kinh gọi là "Tọa Vong"... "ngồi yên, biến mất." Không để ý gì chuyện thở hay không thở nữa. Cái đó chính là *tứ thiền* "xả niệm thanh tịnh" rồi đó. Khi còn niệm thì không thanh tịnh nổi đâu. Dù cho đã có hỷ có lạc. Cho nên Lục tổ Huệ Năng lấy Vô niệm làm tông là rất đúng.

Các kinh sách dạy thiền có thể phân tách từng bước, từ sơ thiền, nhị thiền, tam thiền, tứ thiền... Thực tế, các thiền sư thiện xảo ngồi xuống, ngay hơi thở đầu tiên đã có thể vào định sâu được rồi. Càng theo dõi, càng chia cắt, càng dính mắc, lúng túng. Ở tứ thiền đã gần như không cần thở nữa. Có thể vào *diệt thọ tưởng định*, mà không cần qua các tầng thiền vô sắc.

**5.** Trong thời đại ngày nay, "khẩu không chỉ là lời nói trực tiếp mà còn là những status trên mạng Internet", cả các comment nữa. Làm sao để phân biệt "khẩu thiện" và "khẩu ác" trên mạng?

Đó chính là lúc phải quay về nương tựa chính mình. Coi lại mình đã bị "rung động" thế nào, đã bị "xao xuyến" thế nào rồi? Tốt nhất lúc đó nhớ lại câu Đà-la-ni trong Kinh Kim Cang: "Ưng vô sở trụ nhi sanh kỳ tâm" (Đừng trụ vào đâu cả để mà sanh cái tâm!) thì may ra mới thoát. Status, comments... nào làm cho ta sanh tâm chạy theo những cảm xúc đó, bị lôi cuốn vào cảm xúc đó, như khi bị dụ dỗ kiểu thực phẩm giúp trẻ mãi không già, xinh đẹp như xưa, "lương cao việc nhẹ"... thì thế nào cũng sụp bẫy. Tóm lại, vì lòng tham mà không đạt thì sân (giận), thiệt ra cũng bởi vì Si, nghĩa là mê, là say, là ngu. Đáng đời. Ráng chịu. Cũng đừng trách lẫn trời gần trời xa.

**6.** Anh có thể giải thích một cách dễ hiểu về "duyên sinh" không?

Hiểu được "duyên sinh" thì hiểu được Bát-nhã, trang bị cho mình được cái gọi là "viên thành thật tánh", một cái tánh sáng suốt, không bị che mắt, không bị dẫn dụ bởi bên ngoài nữa... Dẫn dụ bằng cái gì? Bằng cái danh, bằng cái tướng. Cái "danh" thì rỗn rảng, cái danh thì kêu to, chớp lòa, khiến ta tưởng thiệt, tưởng bở. Y như con "thiêu thân" bị dụ bởi ánh đèn. Những danh, những tướng đẹp đẽ, hấp dẫn khiến ta dễ dính mắc gọi là "biến kế sở chấp", là "y tha khởi"...

Duyên? Là những "điều kiện". Có thể lấy một ví dụ đơn giản, với 3 phân tử Carbone (C), Hydrogèn (H), Oxygèn (O)... riêng lẻ thì không sao, tự dưng có cái men (điều kiện) gì đó tác động vô, thành đường glucose $C6H12O6$ ngọt ngào; nếu gặp cái men khác, cũng 3 món đó lại thành rượu ($C2H5OH$) cay đắng, rồi với men khác nữa lại thành giấm ($CH3COOH$) chua chát... Những *ngọt ngào, cay đắng, chua chát* đó trong đời sống hằng ngày của ta chẳng phải là do "duyên" gì đó sao? Rồi những RNA, DNA... kết hợp với nhau mà ra virus, vi khuẩn, khủng long, con người... Toàn là "duyên sinh" đó thôi.

Lý Duyên sinh duyên khởi là cốt lõi của Phật giáo: cái này có vì cái kia có, cái này không vì cái kia không... Thập nhị nhân duyên, 12 nối kết, từ vô minh sinh hành, hành sinh thức, thức sinh danh sắc, lục nhập... Nếu hiểu rõ con đường duyên sinh này - như một tiến trình tâm-từ ý thức đến hành động, cảm nhận, rồi "ái thủ hữu", ta có thể "can thiệp" từng bước để cải thiện tiến trình duyên sinh của tâm, và... giải thoát nếu chấm dứt vô minh. Có thể nói, hiểu được duyên sinh, duyên khởi, ta hiểu nghiệp, luân hồi, nhân quả...

**7.** "Vô thường" là gì?

Vô thường là... thường! Đúng vậy, một cánh hoa đào rực rỡ đẹp tươi bỗng tàn héo dần, ai cũng thấy mới đó mà đã đổi thay, một sự "vô thường" không thể chối cãi. Thế nhưng, thử nhìn một cách khác. Những cánh hoa tàn úa đó cứ mãi mãi còn, cứ mãi mãi ở đó và tàn úa... thì tội nghiệp quá. Nó phải được đổi thay chớ. Nó phải được làm mới. Nó phải được rực rỡ đẹp tươi chớ. Cách nào? Thì "tiết mùa" sẽ giúp: *Không hẹn mà đến/ không chờ mà đi/ bốn mùa thay lá thay hoa thay mãi đời ta...(*TCS).

Và những cánh hoa đào theo tiết theo mùa kia vẫn mãi mãi rực rỡ đẹp tươi, chưa bao giờ tàn úa. Chàng thi sĩ một hôm dừng chân bên song cửa, thấy cô nàng xinh đẹp bên đóa hoa đào, năm nay trở lại, những đóa hoa kia vẫn còn rực rỡ đẹp tươi, mà cô gái xinh kia đâu rồi, không thấy nữa. Mọi thứ vô thường quá. Nhưng những cánh hoa đào rực rỡ thì đang cười chàng: "hoa đào năm ngoái còn cười gió đông" (Đào hoa y cựu tiếu đông phong.) Cái "tiếu" đó mới vui làm sao! Hoa cười nhạo chàng thi sĩ ngờ nghệch.

Cho nên nếu nhìn bằng con mắt Như Lai, hẳn đã thấy năm nào hoa cũng nở dưới gió đông này, vẫn rực rỡ tươi vui như thế. Còn người đẹp kia ư? Thì hết Dương Quý Phi có Bao Tự, hết Bao Tự còn Chiêu Quân... Có gì là vô thường đâu. Nhìn bằng con mắt Như Lai, thì làm gì có vô thường phải không?

**8.** Người sinh ra ai cũng có cái tôi (ngã), vậy "vô ngã" là sao?

Cái mà ta tưởng là Ngã đó, nó từ nhiều thứ mà ráp nối lại (Ngũ uẩn: sắc, thọ, tưởng, hành, thức), có cái gì riêng có thực tánh của nó đâu. Ta thử hít vào một hơi sâu, thật sâu, không được. Nó bắt ta phải thở ra. Ta thở ra thật dài, dài nữa. Không được. Nó bắt ta phải hít vào. Chuyện thở ra hít vào hằng ngày của ta mà ta cũng chẳng làm chủ nó được. Vậy có cái ta không? Nếu ta tưởng thiệt có cái ta thì ta sẽ khổ đau, vất vả vì nó. Còn biết nó vô ngã, ta sống với cái vô ngã đó, chẳng phải hết khổ đau ư? Cho nên khi còn khổ đau, chưa "thấy biết" (giác ngộ) Phật dạy Vô Thường, Khổ, Vô Ngã, Bất tịnh... Khi đã thấu hiểu rồi, ta thấy Thường, Lạc, Ngã, Tịnh đó thôi.

Phật là y vương, khi người ta bệnh hoạn, khổ đau, cho mấy thứ thuốc chữa triệu chứng, ráng nuốt. Khi hết bệnh không cần uống thuốc nữa. Phật nói ví như người say thấy đất đai nhà cửa cây cối ngả nghiêng, lúc tỉnh ra thấy đất đai bằng phẳng, nhà cửa cây cối... tĩnh yên. Cái "thấy biết" đó giúp ta cởi bỏ khổ đau, thấy được an lạc.

**9.** Phật là một Y vương. Chỉ cách phòng bệnh, lại chỉ ra nguyên nhân bệnh và cách trị bệnh. Bệnh ở đây chính là khổ đau. Anh có thể tóm tắt nguyên nhân, đơn thuốc và cách phòng bệnh của Phật không?

Đúng, Phật là bậc Y vương, chữa được cả đau và khổ. Khác với bác sĩ, lương y, thường chỉ chữa được cái đau, cái bệnh... Mà ta biết, Khổ mới là cái gốc của đau, của bệnh. Bệnh thân và bệnh tâm. Khổ phát sinh từ tham, sân và si. Nhưng tham sân si cũng chỉ là triệu chứng. Căn nguyên là vô minh. Từ vô minh mà sinh hành, thức, danh sắc... có thể nói là con đường sinh bệnh học, sinh lý bệnh học. Lục phủ ngũ tạng quấn quít lấy nhau. Chỉ cần "chiếu kiến ngũ uẩn giai Không" (Tâm Kinh) thì đã thoát được vô minh, tức khắc "độ nhứt thiết khổ ách." Phật "chế" ra nhiều thứ "thuốc", tùy căn cơ người bệnh mà "cho toa" sao cho phù hợp. "Sanh, bệnh, lão, tử"... có lẽ là nỗi khổ, nỗi lo lớn nhất của kiếp người. Khổ vì sanh ư? Đã có vị Phật tên là Bảo sanh (Ratnasambhava) đây rồi... Khổ vì bệnh ư? Đã có vị

Phật là Dược sư (Bhaisajyaguru) cho thuốc. Khổ vì già ư? Có vị Phật A-súc-bệ (Asobhya), còn gọi Phật Bất động, an nhàn. Khổ vì chết ư? Có vị Phật A-di-đà (Amitabha) rước về Tịnh độ...

Vô số các vị "thuốc" để chữa vô số các bệnh khổ. Con đường phòng bệnh khổ chỉ cần gom lại trong Bát chánh đạo: Chánh Kiến, Chánh Tư Duy, Chánh Ngữ, Chánh Nghiệp, Chánh Mạng, Chánh Tinh Tấn, Chánh Niệm, Chánh Định. Thực hiện được Bát chánh đạo thì An vui và Hạnh phúc. Trong Bát chánh đạo, cũng chỉ cần một thứ thuốc cốt lõi: Chánh định. Có chánh định thì có chánh kiến, chánh tư duy... Có chánh định thì thấy "Vô tướng thực tướng" thấy Như Lai.

> **10.** Anh có thể giải thích và cho ví dụ về "Từ Bi Hỷ Xả"? Sao lại cần "Từ Bi Hỷ Xả"?

Nếu không Từ Bi Hỷ Xả thì ta cứ sống với lòng sân hận, oán thù, ganh ghét, ghim gút... "Thù trả chưa xong đầu đã bạc!" *Từ* là lòng thương. Biết thương. Còn thương... Thí dụ "còn thương rau đắng mọc sau hè"! Cọng rau mà còn thương được thì lòng thảnh thơi biết bao. Lấy oán báo oán/ oán oán chồng chất/ lấy đức báo oán, oán tiêu vong... *Bi* là làm vơi khổ. Một miếng khi đói bằng một gói khi no. Nếu chỉ biết thương thôi mà không có cách gì làm cho bớt khổ thì không đủ. Cho nên Từ đi với Bi là vậy. *Hỷ* là cái vui theo người. Khó. Người vui thì ta ganh ghét dễ hơn. Còn vui theo kiểu đãi bôi, nịnh bợ thì càng hại người. *Xả* là buông bỏ, là không còn dính mắc. Từ bi hỷ xả là Tứ vô lượng tâm. Mênh mông, không ngằn mé. Được chút mừng chút.

> **11.** Có người tiếp cận Đạo Phật như một tôn giáo, có người lại coi là môt triết lý sống. Theo anh, cách nào đúng?

Trong cuộc sống bình thường, ta cần có một "triết lý sống", tìm kiếm một cuộc sống an lạc, hạnh phúc. Chúng ta có thể thực hành Giới Định Huệ để giảm trừ Tham sân si. Chỉ cần giữ ngũ giới, có thể là đã đủ. Không sát sanh, không trộm cắp, không nói dối, không tà dâm, không nghiện ngập... Và nếu được, Từ Bi Hỷ Xả. Nhưng con người còn có phần tâm linh. Chưa biết hết, chưa hiểu hết được. Dân gian gọi là "ba hồn chín vía." Các nhà xã hội học tìm thấy có những đứa trẻ sống trong rừng sâu, không hề biết đến con người, khoảng tám tuổi bỗng đặt mấy cục đá xếp thành tầng cao, rồi quỳ lạy, cầu nguyện. Cái gì vậy? Không biết. Có cái gì đó thuộc về "tâm linh"...

**12.** Theo cách anh hiểu về Đạo Phật, sau cái chết có còn linh hồn không? Linh hồn đó sẽ làm gì, đi về đâu?

Phật giáo không nói về "linh hồn." "Linh hồn" là vĩnh cửu, trường tồn, không thay đổi gắn vào thể xác, và cái chết là tách rời thể xác với linh hồn. Thiện, được vào nước Thiên đàng vĩnh viễn; Ác, thì vào địa ngục vĩnh viễn. Phật giáo không tin có một Đấng Tạo hóa quyết định việc ban thưởng hay trừng phạt. Phật giáo cho rằng mọi thứ do Duyên sinh. Một kẻ làm ác, ở địa ngục, có thể trở thành người Thiện, lên làm người, làm Phật. Một người ở cõi thiên, có thể bị đọa xuống địa ngục vì làm Ác. Quan niệm này cho con người một Tự do tuyệt đối. Cho nên Phật giáo chỉ nói "Thần thức" là phần tách khỏi thể xác khi chết, tùy nghiệp duyên mà tái sanh.

**13.** Anh từng nói "trái tim nghĩ bằng tình, khối óc nghĩ bằng lý." Phật pháp là tình hay lý?

Phật lúc nào cũng có hai vị Đại Bồ-tát đứng hai bên. Bên trái là Văn Thù Bồ-tát, cưỡi sư tử, tay cầm kiếm báu. Tiếng sư tử rống lên thì muôn thú đều khiếp vía. Vung gươm báu thì chặt đứt phiền não. Còn bên phải là Phổ Hiền Bồ-tát, cưỡi voi 6 ngà và tay cầm đóa hoa sen... Voi mới đủ sức chở nặng giáo pháp đến giúp chúng sanh. Voi 6 ngà tượng trưng cho 6 phương pháp giúp thành tựu trên con đường học Phật: Bố thí, Trì giới, Nhẫn nhục, Tinh tấn, Thiền định, Trí huệ. Đó là "Lục độ", hay "sáu Ba-la-mật". Thú vị, khoa học biết rõ hai bán cầu não mỗi bên chịu trách nhiệm một thứ: bên trái, lý; bên phải tình. Nặng một bên sẽ không đạt kết quả tốt. Ngày nay khoa học não bộ cũng thấy hai bán cầu não có khả năng nối kết được với nhau.

**14.** Theo Đạo Phật, con người sinh ra trên đời để làm gì?

Có người nói sinh ra trên đời để... chết? Có người bảo sinh ra trên đời để... sống? Có người nói "bất sinh bất diệt", không có sống có chết gì cả!

Nhưng có lẽ người ta sinh ra trên đời là để "trả" cái Nghiệp của mình. Nghiệp phát xuất từ Thân, Khẩu, Ý, nhiều kiếp sống đã tạo nên, đã tích lũy. Có Nghiệp thiện và nghiệp ác. Có thể coi nghiệp là nhân sẽ sinh ra quả. Nhưng từ *nhân* mà sinh *quả*, phải có *duyên*. Không có duyên thì hạt giống tốt cũng bị hủy hoại đi. Duyên là những điều kiện tác động để nghiệp thành quả. Hiểu Duyên sinh thì hiểu luân hồi, tái sinh, nhân quả là vậy...

Thật ra có nhiều câu hỏi Phật cũng bảo không nên trả lời. Một người bị tên, phải cứu chữa ngay cái đau của họ, đừng hỏi ai bắn mũi tên này, tại sao bắn, bắn để làm gì... vô ích.

**15.** Trước một người muốn bớt đau khổ nhưng chưa biết về đạo Phật, anh sẽ cho lời khuyên gì?

Có khi không cần phải khuyên gì cả. Khuyên cũng chẳng ai nghe. Đau khổ của mỗi người do nghiệp do duyên của họ. Họ phải được trải nghiệm. Tự rút ra bài học. Tuy nhiên cũng có khi Phật cho lời khuyên, như chuyện một bà mẹ có con bệnh chết, bà đau khổ cùng cực, muốn chết theo. Có người khuyên tìm Phật xin phương thuốc cứu con sống lại. Phật khuyên bà đi vào từng nhà trong làng, hỏi nhà nào xưa nay chưa từng có ai chết thì xin môt nắm tro trong bếp, mang về Phật sẽ chỉ cách làm thuốc cứu con. Bà đi nhiều năm tháng, hết làng này sang làng khác, không tìm thấy nhà nào không từng có người chết nên trở về lạy Phật xin quy y. Nếu ngay từ đầu Phật bảo "Ai mà chả chết, nhà nào chả có người chết, đừng buồn đau nữa..." liệu có khuyên được bà mẹ đó không?

**16.** Anh viết: *"Một hôm hơi thở tình cờ / Dính vào hạt bụi thành ra của mình."* Có ngụ ý gì liên quan đến Phật pháp trong câu này không?

Có đó chớ. Nhưng phải đọc luôn hai câu đầu:

*"Lắng nghe hơi thở của mình,*
*Mới hay hơi thở đã nghìn năm xưa...."*

Nếu ta biết nhìn bằng con mắt ngàn năm, ta thấy trên Hy mã lạp sơn vốn xưa kia là biển, nay vẫn còn muối và các vỏ sò ở đó. Còn dưới đáy biển sâu kia, những thành phố đang chìm trong nước... Từ khi có loài người trên quả địa cầu ta đang sống này đã có bao nhiêu người đã chết? Họ chỉ để lại những hạt bụi đó thôi. Trong Phật giáo cũng có một thứ Ấn gọi là "Ấn xúc địa" rất hay. Khi nổi cơn giận dữ, ta đưa ngón tay ấn vào trong đất, sẽ hết giận ngay vì nhớ ra rằng ta chính là hạt bụi trong đất này thôi. Kẻ thù ta cũng vậy. Hơi thở mà "tình cờ" dính vào hạt bụi thì lại do duyên. Hai chị em Thúy Kiều, Thúy Vân, cùng cha cùng mẹ, vậy mà hai kiếp sống khác nhau đến ngàn sau đoạn trường đó thôi?

**17.** Anh khuyến khích mọi người nên sống "ở đây và bây giờ". Anh có thể lấy ví dụ cụ thể không?

Tôi đang khuyến khích mình đó chớ. Nếu biết sống "Ở đây" và "Bây giờ" thì hẳn đã là hạnh phúc. Có điều hết tiếc dĩ vãng thì mơ tương lai... Tiếng Anh có một từ hay: Present là "có mặt", Present là "hiện tại" và Present cũng có nghĩa là món quà. Đó là món quà dành cho người có mặt ở thời... hiện tại. Còn ta cứ mãi loay hoay...

**18.** Nói về chuyện ăn, anh viết: "Men tiêu hóa được tiết ra từ tâm hồn chớ không chỉ từ cái bao tử"?

Ăn là một chuyện "lớn" không thua gì thở. Vì thức ăn kết hợp với hơi thở tạo nên năng lượng cho ta hoạt động hằng ngày. Năng lượng đó được tạo ra từ trong mỗi tế bào. Mỗi tế bào có Mitochondria (Ty thể) là nhà máy sản xuất năng lượng. Phật nói về thức ăn của thể chất và thức ăn của tâm hồn. Thực ra, thức ăn của thể chất cũng là thức ăn của tâm hồn đó chớ! Tản Đà nói: "Đồ ăn ngon, người ngồi ăn không ngon, không ngon. Đồ ăn ngon, chỗ ngồi ăn không ngon, không ngon." Cái chuyện ngon, không ngon là chuyện tâm hồn, phải không? Ăn là một vấn đề... văn hóa. Nhiều món quý chỗ này thì chỗ kia chê, không biết ăn. Camembert của Pháp. Mắm Bò hốc của Kampuchia. Mắm ruốc, mắm sặc ở ta... Món bánh căn nghèo của Phan Rang, Phan Thiết chẳng phải là món ngon nhứt sao? Nhiều bạn bè tóc bạc phơ, ở nước ngoài về thăm quê bao giờ cũng đòi ăn cho được mấy món "nhà quê" đó.

**19.** Theo anh, có thể có những giây phút "giác ngộ" trong đời sống thường nhật không?

Có chớ. Và thường nữa. Có điều ta không ghi nhận và duy trì nên nó tự xóa đi. Ta làm vỡ một cái chén sứ đẹp. Tiếc quá, sực nhớ cái chén đó làm từ gốm và... gốm thì trở về với đất để chờ làm cái chén sứ khác. Thấy cánh hoa tàn úa, tiếc quá, phải chi nó cứ mãi đẹp như thế. Ta thấy ta... già đi, tiếc quá, phải chi cứ còn trẻ mãi. Mà quên nghĩ rằng cánh hoa phải tàn đi để tạo nên một cánh hoa khác rực rỡ, đẹp đẽ hơn. Ta phải... già đi để con cháu ta có cơ hội lớn lên, nếu không... Cái đó là cái "Thấy biết của Phật" (Phật tri kiến). Vì ta cũng có Phật tánh, có Pháp thân như Phật nên ta cũng thấy biết chút chút, khác với Phật ở chỗ ngài thấy biết hoàn toàn, "toàn giác." Phật không chỉ thấy biết gốm sứ từ đất, thủy tinh từ cát... nên bể cái gốm sứ, vỡ ly thủy tinh Phật cười còn ta khóc.

Thiệt ra Phật thấy rõ, tất cả đều đến từ vô tướng, nên cái ta thấy, ta có, chỉ là cái giả tướng, cái thực tướng mong manh đó thôi, nó vô thường, vô ngã. Khi ta thấy *vô tướng thực tướng* thì ta đã thấy... Như Lai. Người khéo tu hành, luôn an nhiên, tự tại. Rồi đến một tuổi nào đó, ta không muốn giác cũng giác, không muốn ngộ cũng ngộ... đó thôi!

**20.** "Chữa lành" là một trong những từ đang được nhắc nhiều nhất trên mạng, đặc biệt với người trẻ. Đạo Phật có thể chữa lành cho người trẻ không?

Được quá đi chớ! Nhưng "người trẻ" đã mắc phải bệnh gì mà muốn "chữa lành"? Bệnh thì có bệnh thể chất, bệnh tâm thần và bệnh xã hội... Về thể chất, nói chung, người trẻ thường là người khỏe mạnh, ít đau ốm bệnh hoạn như người... già. Thế nhưng người trẻ thường nhìn người hàng xóm, thấy họ cao ráo, vai u thịt bắp, lực lưỡng, bèn đi cắt xương ống chân, nâng cao thêm vài tấc, tập thể lực và dùng thuốc cường cơ cho thịt săn cứng lại khoe 6 múi... thì chữa không lành được. Cô gái yểu điệu thục nữ, giờ muốn giống hoa hậu, bơm mông, bơm vú, độn chỗ này, xẻ chỗ kia để bằng bè bạn... chữa lành hổng nổi! Tóm lại, cũng chỉ vì lòng tham, muốn, ganh tị... mà ra! Khi không đạt được mong muốn, thì sân hận, căm thù... Sửa mũi thì mũi xẹp, sửa mắt thì mắt mờ. Đại khái, họ không chấp nhận mình là mình. Cho nên suy gẫm cuộc đời với biết bao nhiêu khổ đau... Phật gom lại chỉ có 3 nguyên nhân chánh: Tham-sân-si. Con đường an lạc chính là Giới-định-huệ. Giới thì giảm lòng tham, lành bệnh tham; định thì giảm lòng sân và tuệ thì... hết vô minh. Ít nhất dòm qua cũng biết cái đẹp hào nhoáng kia, cái đẹp mơ ước kia là của giả, độn thôi, có khi là vài túi nước muối, nhẹ tay coi chừng vỡ. Chỉ có cách tự mình chữa cho mình thôi. Gặp thầy thuốc không tốt, thầy sẽ dọa thêm cho tăng nỗi lo âu, tốn kém. Gặp thầy tu bất hảo thầy sẽ hù thêm cho sợ hãi... Căng thẳng, lo âu, sợ hãi... dẫn đến trầm cảm, khó mà lành nổi.

Nếu hiểu biết, chấp nhận mình, sống không đua đòi, ganh tị, hòa hợp với thiên nhiên, xã hội thì không chữa cũng lành. Các nhà khoa học khuyến khích người trẻ nên sống gần gũi với thiên nhiên, thiểu dục tri túc, thực tập 3 thứ: Thể dục, trí dục, đức dục như người xưa dạy, và tìm cho mình một chút giải khuây: cầm, kỳ, thi, họa... có thể từ đó mà an nhiên, tự tại, không chữa cũng lành!

**21.** Lòng tin vào nhân quả đôi khi khá trừu tượng. Khi một người sống tốt nhưng lại luôn gặp bất công, họ rất dễ mất lòng tin?

Nhân quả có thể thay đổi. Nhân quả do nghiệp, do duyên. Án Anh đi sứ nước Sở nhớ không? Cây quít ngọt ở Giang Nam, đem trồng ở Giang Bắc thì sinh trái chua... Ấy là do thổ nhưỡng, do chăm sóc, tưới tẩm của con người. Nghiệp cũng có thể thay đổi. Cách sống của ta ngay ở đây và bây giờ là do ta quyết định, ta tự do chọn lựa. Phật giáo tin vào con người. "Tánh Phật" có ở mỗi người.

**22.** Tại sao muốn sống an lạc cần có cả trí tuệ và từ bi?

"Từ" là lòng thương. "Bi" là giúp giảm khổ. "Từ năng dữ lạc. Bi năng bạt khổ." Không chỉ phải có lòng thương rộng lớn, không phân biệt, mà còn phải có cách cứu giúp, làm cho vơi bớt khổ đau. Tình thương có thể an ủi, làm vui, nhưng vẫn không giảm được khổ. Từ bi mà không có trí tuệ còn dễ bị mắc bẫy, bị gạt gẫm. Thời buổi này càng cần phải cảnh giác. Nên phải có Trí Tuệ đi với Từ Bi. Quán

Thế Âm Bồ Tát có ngàn tay ngàn mắt, trong mỗi bàn tay đều có một con mắt là thế!

**23.** Đức Phật là một vị thánh toàn năng, hay cũng là người thường như chúng ta?

Phật không phải thánh, không phải thần. Phật là người... thường như chúng ta, có điều, Phật là người đã giác ngộ rốt ráo, đã "thấy biết" toàn diện (Tri kiến Phật), chớ không loay hoay như ta... Ta cũng có Phật tánh. Cho nên Phật bảo "Ta là Phật đã thành, chúng sanh là Phật sẽ thành." Ai cũng sẽ là Phật cả, nếu giác ngộ, giải thoát. Kinh Pháp Hoa chỉ có một mục đích là "Khai thị chúng sanh ngộ nhập tri kiến Phật." Khai thị là "mở ra, bày ra cho thấy." Thấy cái gì? Thấy cái "Tri kiến Phật", tức là cái thấy cái biết của Phật. Đó là cái thấy biết "Vô tướng thực tướng", thấy biết Như Lai.

**24.** Có cần niệm Phật hay tụng kinh mỗi ngày không, hay chỉ cần thiền và thở đúng thôi, để có an lạc?

Niệm Phật là một cách tốt nhắc nhở ta một tấm gương để noi theo. Nhưng niệm Phật cũng là cách để tâm không vướng bận những thứ linh tinh khác. Niệm có nghĩa là đặt tâm vào ngay thời điểm hiện tại, quên đi tất cả chung quanh, phiền não các thứ, từ thân đến tâm... Cho nên có pháp môn Niệm Phật. Tụng kinh cũng vậy. Tập trung vào kinh, vào "tụng" thì không còn vướng bận những thứ khác. Vậy tụng kinh, niệm Phật cũng là những pháp môn. Nhưng với Kinh, còn cần phải hiểu, phải thực hành. Nếu không, dễ tẩu hỏa nhập ma vì mê tín, tưởng Phật là thánh thần mà cầu xin, lạy lục. Thiền sư Như Huyền (năm nay 98 tuổi) có bài thơ "Thay lời Phật" thú vị như sau: *Ta nói kinh cho chúng nó nghe/ Chẳng ngờ chúng "tụng" bắt ta nghe/ Tuổi già tám chục nghe gì nữa! Chín tiếng ngồi trân sụm bánh chè!* (Thích Từ Thông, Như Huyền Thiền Sư Thi

Tập). Học kinh phải hiểu để ứng dụng vào đời sống, chớ không chỉ "tụng" rồi cầu Phật chứng giám, ban phước!

**25.** Không ăn chay có thể có an lạc không?

Ăn chay để làm gì? Phật đâu có ăn chay. Phật ăn gì cũng được. Thí chủ cho gì ăn nấy. Đi khất thực mà. Không lẽ đi khất thực mà nói tôi chỉ ăn chay thôi. Chắc dễ bị đói. Nhưng Phật chỉ khất thực vừa đủ... và ăn bất cứ thứ gì trong bình bát khất thực cũng là "ăn chay" cả đó thôi. Nhưng ăn chay có lợi cho sức khoẻ, bảo vệ tốt môi trường... tăng dưỡng lòng từ bi... Hiện nay ăn chay rất phổ biến, nhưng phải biết chọn lọc. Nhiều thức ăn "gọi là chay" mà thực chất là mặn, tên gọi cũng rất "mặn" nữa, là rất đáng ngại!

Phật dạy có 4 nhóm thức ăn là *đoàn thực, xúc thực, tư niệm thực, thức thực*. Bốn nhóm thức ăn đó chỉ có đoàn thực dành cho thân, còn xúc thực, tư niệm thực, thức thực dành cho tâm. "Xúc thực" đáng sợ, nhất là thời đại AI, internet ... Với cái điện thoại thông minh trên tay, mỗi ngày ta "xúc thực" biết bao nhiêu điều, cả tốt lẫn xấu, tràn ngập trong tâm trí. Ta căng thẳng, ta mất ăn mất ngủ... Tư niệm thực là những món nhớ nghĩ triền miên, quay cuồng đầu óc, với những lo âu, oán trách, căm thù, sợ hãi... Rồi *thức thực* mới là món ăn đáng sợ nhất, đó là phân biệt, là tranh cãi, là hơn thua, là đấu đá... là chiến tranh một mất một còn...

**26.** Anh có thể giải thích lý do Phật chọn năm giới căn bản cho Phật tử không? Giữ năm giới này thì được lợi lạc gì?

Lợi lạc nhiều chớ. Không sát sanh. Không trộm cắp. Không nói dối. Không tà dâm, Không nghiện ngập... Chừng đó đã đủ cho một nếp sống *An lạc, Hạnh phúc* cho một kiếp người. Bão lũ, động đất, núi lửa, sóng thần... chưa đủ sao mà con người còn tự gây chiến tranh khắp nơi với những thứ vũ khí ngày càng ghê gớm. Cái ăn của con người cũng vậy, sát sanh ngày càng nhiều. Không trộm cắp ư? Tham nhũng là một dạng trộm cắp kinh khủng nhất. Một dạng tạo nghiệp lớn nhất. Không nói dối? Thử xem... "Quân tử nhứt ngôn là quân tử dại, quân tử nói đi nói lại là quân tử khôn"! Fake news, deep fakes... phổ biến, phát triển mạnh mẽ. Không nghiện ngập ư? Xưa chỉ nói đến rượu, bây giờ thì nghiện đủ thứ, ngày càng nguy hiểm độc hại.

Thực hiện được phần nào trong năm giới là tốt phần đó. Từ ngũ giới còn tiến lên "thập thiện" là 10 điều lành. Không chỉ không sát sanh mà còn "dưỡng sanh." Bảo vệ môi trường. Chống biến đổi khí hậu...; Không chỉ không trộm cắp mà còn "bố thí"- bố thí "ba-la-mật" tốt nhất vì không có tính toán lợi dụng trong đó. Không nói dối, mà còn nói lời chánh ngữ, ái ngữ...

**27.** Phật có nói một Kinh tên là *"Người biết sống một mình"*. Cái tên Kinh rất lạ! Anh có thể nói đôi điều về kinh này không?

Sống một mình tưởng là sống một mình mà không phải một mình. Nhiều người cũng thường sống một mình, thậm chí trốn lên núi cao rừng thẳm mà không thể sống một mình được. Bởi tâm họ không sao thoát được những hình bóng khác, những chuyện đã qua và luôn tràn ngập những chuyện sắp tới. Họ buồn, họ tiếc, họ vẽ vời... Nói chung là "bấn xúc xích" với những lo âu, phiền muộn, sợ hãi, yêu thương, ước vọng, hờn oán... "Người biết sống một mình" thực sự như trong Kinh Phật dạy là biết sống "ở đây và bây giờ", không ước vọng tương lai, không tiếc nuối quá khứ... Sống được như thế thì lòng mới thanh thản, mới "một mình" được vậy. Bằng cách nào ư? Có đó. Con đường Thiền mở rộng trước mắt.

*Tháng 5-2025*

# Giới thiệu sơ lược về tác giả

**Đỗ Hồng Ngọc**

- Bác sĩ Đỗ Hồng Ngọc, bút hiệu Đỗ Nghê, sinh năm 1940 tại Phan Thiết, Bình Thuận.
- Tốt nghiệp Tiến sĩ y khoa quốc gia, Y khoa Đại học đường Sài Gòn (1969), là bác sĩ chuyên khoa Nhi Đồng. Tu nghiệp Y tế công cộng tại Đại học Harvard Hoa Kỳ (1993) và Giáo dục sức khỏe tại CFES, Pháp (1997). Là Giảng viên Thỉnh Giảng Đại học Y Khoa Sài Gòn; Trưởng Bộ môn Khoa học hành vi - Giáo dục sức khỏe Đại học Y khoa Phạm Ngọc Thạch.
- Ngoài vai trò là bác sĩ, nhà giáo ông còn là một nhà thơ, nhà văn nổi tiếng. Ông viết nhiều tác phẩm đa dạng và rất được độc giả yêu thích. Đặc biệt sau này ông viết chuyên sâu các tác phẩm về Phật học, Thiền học với giọng văn nhẹ nhàng nhưng rất thuyết phục, dung chứa nhiều tư liệu đông tây giá trị và các kinh nghiệm tu tập. Ông còn tham gia hướng dẫn các lớp học về Phật Pháp đều đặn tại Chùa Xá Lợi Sài Gòn. Tác phẩm gần đây nhất của ông là tập tản văn "Một ngày kia... đến bờ" được viết khi ông đã 84 tuổi, đề cập đến "well-dying", một chủ đề đặc biệt của tuổi già, nói nôm na là "chuẩn bị cho một cái chết an lành"...
- Bác sĩ Đỗ Hồng Ngọc học, hiểu và thực hành thâm sâu nhưng rất thực tế giáo lý Phật-đà. Hòa Thượng Tuệ Sỹ từng tán thán ông khi viết lời đề tặng cuốn sách Huyền Thoại Duy Ma Cật của Hòa Thượng cho ông là: "Quý tặng Duy Ma Cư Sĩ Đỗ Hồng Ngọc."

Đối với những học trò của ông và cả những bệnh nhân, độc giả quan tâm đến việc chữa trị căn bệnh thân/tâm, chuyển hóa khổ đau, ông thường trao đổi như sau:

"Tại sao Đức Phật được xưng tụng là bậc Y vương, là Vua thầy thuốc? Vua, chớ không phải Tổ như Hippocrates, như Hải Thượng Lãn Ông? Bởi vì Phật giáo không chỉ chữa cái đau mà còn chữa cái khổ (đau khổ), không chỉ chữa cái bệnh mà còn chữa cái hoạn (bệnh hoạn)."

Xin tìm đọc thêm các chi tiết khác về bác sĩ Đỗ Hồng Ngọc trên trang nhà: www.dohongngoc.com

Phụ bản 5: Búp sen - Tranh Cát Đơn Sa

*Thích Nữ Giác Anh*

# Sức mạnh của pháp trần

Pháp trần là một thuật ngữ thường gặp trong Phật giáo. Đôi khi chữ Pháp trần còn được thay thế là trần cảnh hay sắc pháp, tuy chữ có khác, nhưng ý nghĩa nội dung đều tương tự như nhau. Theo chư Tổ định nghĩa, pháp trần là tất cả những bóng ảnh của mắt, tai, mũi, lưỡi và thân được lưu lại trong tâm thức.

Ví dụ đứng trước một thảm cỏ xanh rộng lớn bao la giữa núi rừng yên lắng thanh tịnh, ngay lúc đó hình ảnh thảm cỏ, hương thơm thanh thoát, tiếng chim líu lo... sẽ được lưu giữ vào trong tâm thức. Chính những hình ảnh, mùi hương, âm thanh... từ ngoại cảnh đã đi vào tâm, lưu lại bên trong, đó chính là pháp trần.

Tuy hình ảnh pháp trần hiển hiện không sai biệt và công bằng ở thế giới bên ngoài đối với mọi người, nhưng tâm người tiếp nhận nảy sinh buồn, vui... có sai biệt, khác nhau. Cùng một ngoại cảnh, cùng ảnh hiện thành pháp trần trong tâm thức, nhưng đối với người này là chuyện bình tâm an lạc, đối với người khác là chuyện phiền não, đau khổ. Thế mới thấy tưởng pháp trần chỉ là những bóng ảnh của ngoại cảnh đơn giản thường tình trong đời sống, đáng lý pháp trần không thể có sức mạnh nào cả, nhưng ngược lại pháp trần lại có sức mạnh thật to lớn.

Có một ví dụ, pháp trần ví như xăng, tâm người ví như đối tượng của xăng. Có người biến mình thành lửa, đụng xăng thì bốc cháy, tất nhiên cuối cùng lửa và xăng đều nóng và gây hư hoại. Nhưng cũng có người thông minh như kỹ sư hay thợ máy, biến mình thành động cơ dùng xăng để nổ máy thành xe, thành nhà máy... mang đến lợi ích cho mình và cho người. Bản chất của xăng vốn không buồn hay vui, không lợi cũng không hại. Nhưng chính đối tượng sử dụng xăng mới quyết định kết quả sau cùng tổn hại hay lợi ích. Pháp trần cũng như thế. Bản chất của pháp trần vốn không thể lay động được tâm người, nhưng khi người tiếp nhận pháp trần thì tùy người mà pháp trần ấy biến thành kết quả luân hồi hay giải thoát.

Cách xử lý pháp trần khác nhau ở từng chúng sanh. Tất nhiên càng khác nhau xa hơn nữa đối với những người có duyên phước tu học Phật Pháp. Nếu không nhờ Phật Pháp, chúng sanh đối với pháp trần, như lửa đối với xăng không biết đến tận kiếp nào. Thật quả là một đại phước duyên cho người tu học, biết đến Phật pháp để chuyển hóa pháp trần một cách đúng đắn vậy.

Xét cho cùng, sự sai khác đó bắt nguồn từ nguyện lực và định hướng của mỗi người. Chúng ta nghe chư Tổ thường dạy "chúng sinh trôi lăn trong vòng luân hồi sanh tử." Chúng ta có thể tưởng tượng được, một vật nào đó trôi lăn bồng bềnh, lênh đênh trên sông nước, vì không có nơi để tấp vào. Phật dạy, sở dĩ chúng sanh trôi lăn trong vòng sinh tử, vì thật sự chưa có nguyện lực. Vì không có đích đến nên mới bị trôi lăn. Người tu học Phật có nguyện lực, như con thuyền có hải bàn, có bến bờ, thì dù bao chướng ngại phong ba, nhưng một lúc nào đó cũng cập bến bình yên. Bến bờ đó chính là cảnh giới giải thoát an lạc trong mỗi hành giả.

Ngạn ngữ có câu "nếu ta không quyết định hoàn cảnh, thì hoàn cảnh sẽ quyết định ta." Còn nhớ bài học từ thuở thiếu thời của nhà vật lý học người Mỹ nổi tiếng Joseph Henry. Ông chính là người tiên phong trong lĩnh vực sóng điện từ. Nhờ phát minh sóng điện từ nên kỹ thuật sau này mới có điện tín, máy fax, điện thoại... dựa vào qui tắc của sóng điện. Phát minh của ông khởi nguồn từ những năm 1830-1840 của hai thế kỷ trước.

Ở tuổi thiếu thời, hoàn cảnh của ông cũng giống hoàn cảnh nhà bác học nổi tiếng người Anh Michael Faraday, sinh ra trong gia đình nông thôn nghèo khổ, từ nhỏ đã mồ côi cha mẹ, ở với bà ngoại. Khi còn nhỏ Joseph thường tỏ ra là chú bé thiếu quyết đoán, không có định hướng. Một hôm bà ngoại dẫn đi mua giày, ra đến tiệm giày mà Joseph không biết phải chọn đôi giày nào cho bác thợ làm mẫu để đóng. Cậu đành phải về nhà hẹn một tuần sau mới trở lại cho biết mình thích đôi nào. Một tuần trôi qua, vậy mà cậu ấy vẫn phân vân, chưa quyết định thích giày mũi vuông hay mũi tròn. Lại trở về nhà. Trong lúc ấy, bà ngoại của chú bé vẫn thúc hối bác đóng giày sớm đóng cho cậu một đôi giày mới. Cho đến một hôm, bà ngoại đem về cho Joseph đôi giày mà bác đóng giày vừa mới đóng xong. Mở hộp ra, cậu hoàn toàn ngạc nhiên pha lẫn buồn rầu thất vọng, vì đôi giày không đúng ý thích của mình. Cao cũng không cao mà thấp cũng không thấp, đầu giày không vuông mà cũng chẳng tròn, tóm lại là không giống ai. Cậu bé nhìn đôi giày mới mà lòng buồn rười rượi. Thấy vậy bà ngoại cậu bé mới nói rằng: "Joseph à, nếu con không quyết định cuộc đời, thì cuộc đời sẽ quyết định giùm con. Lúc đó con không thể trách cứ gì cả!" Cậu bé lặng thinh và từ đó con người cậu bắt đầu thay đổi...

Đó là chuyện có thật trong cuộc đời cậu bé Joseph, sau này ông thành một nhà vật lý nổi tiếng, vẫn kể lại câu chuyện này trong Nhật ký cuộc đời ông. Nhờ câu chuyện đó mà lớn lên nhà bác học Joseph Henry (1797-1878) không những nổi danh trong lĩnh vực khoa học, mà ông còn nổi tiếng là một người kiên quyết, mạnh mẽ trong việc lãnh đạo giới học thuật.

Pháp trần là những mẫu mã có sẵn đó cho ta chọn, chư Tổ thường dạy rằng, vì thiếu định hướng, thiếu phát tâm lập nguyện, nên cuối cùng ta tự đánh mất quyền lựa chọn, để nghiệp dĩ dắt ta trồi hụp theo biển trần.

Những tấm gương như vậy, ngoài thế gian có nhiều, trong lịch sử Phật giáo còn nhiều hơn. Đức Phật là một bài học mạnh mẽ hơn hết. Khi còn trong cung vua, Thái tử Tất-đạt-đa cũng đối diện với pháp trần là cảnh sang trọng, quyền quí, lụa là, danh vọng... như hàng trăm hoàng thân quốc thích khác. Pháp trần giữa chốn vương cung hiển bày tương đối giống nhau trước mắt vua, quan, công nương, thái tử... Nhưng dưới cái nhìn của Thái tử Tất-đạt-đa thì khác. Cùng một pháp trần, nhưng tâm Ngài vượt lên trên mọi người, không đón nhận pháp trần ấy như một cứu cánh hạnh phúc. Không vui vì sống ấm êm trong nhung lụa, không hài lòng với tiếng khen, không say đắm trong hương sắc âm thanh, không hưởng thụ danh lợi địa vị... Tất cả đều do cuộc đời Thái tử đã có chí nguyện và định hướng. Chính nguyện lực đã nâng cao Thái tử Tất-đạt-đa vượt lên trên tất cả, trên tất cả phàm tình trong nhân loại và cõi trời. Ngài đã vượt qua và vượt qua... Ngày nay chúng sanh xưng dương tán thán Ngài là một vị Phật, bậc Thầy của hai cõi nhân thiên là vì thế.

Cùng là chúng sanh phàm phu như nhau, người tu học Phật đã từng trải qua biết bao khó khăn khi phải đối diện với phiền não bất như ý. Nhưng khó khăn đó sẽ nhân lên gấp bội, nếu gặp cảnh vui vẻ hài lòng, đời sống vật chất dư thừa sung sướng, địa vị vững vàng không lung lay, gia đình êm ấm, vợ đẹp con ngoan... Trong hoàn cảnh đó, liệu mấy ai vẫn giữ chí nguyện xuất trần, cách ly thế tục để đến với hạnh phúc chân thật mà hiện tại còn mờ xa? Chỉ có chí nguyện mạnh mẽ, quyết tâm lớn lao mới không làm nao núng lòng người tìm đến giải thoát. Cho nên chư Tổ thường dạy, giữa sung sướng và đau khổ, giữa cảnh ngộ hài lòng và cảnh trần bất như ý, lúc nào cái đau khổ, bất như ý cũng là nhân duyên chính đưa người đến với Phật Pháp. Ngược lại pháp trần sung sướng, cảnh giới hài lòng thường cản trở người phàm đến với đạo nhiều hơn. Người thông minh trong tu học, đều không ai sợ khổ mà chỉ sợ cảnh vui, cảnh hài lòng.

Đi xa hơn một chút, rõ ràng trong thế gian người thành công khác với người thất bại ở phát tâm lập chí. Nhưng giữa những người đã có mục đích, có năng lực đạt đến mục đích như nhau, vẫn khác nhau ở chỗ, có người đạt được mục đích, và có người sau một thời gian mục đích đã ở lại sau lưng. Tất nhiên có rất nhiều chướng ngại ngăn trở sự thành công. Nhưng xét cho cùng, có hai chướng ngại lớn nhất và dễ gặp nhất khiến mục đích bị thối lui, đó là sự đố kỵ ganh ghét, hoặc là cảm thọ tự thỏa mãn khi bước lên một nấc thang nào đó. Cùng đối diện với một pháp trần như nhau, cùng có một ý chí định hướng, nhưng cuối cùng gặt hái được thành công hay không, thêm lần nữa mỗi người tự sai khác.

Người tu học Phật ai cũng thấy rõ điều đó. Giữa hai người cùng chí nguyện, cùng năng lực hoàn cảnh... nhưng một người hiền hòa, khiêm tốn, một người tự cao, tâm luôn phát sinh đố kỵ ganh ghét, thì mẫu người thứ hai làm sao đến với thành công? Điều bất lợi đầu tiên của tánh đố kỵ ganh ghét là tự mình hạ thấp giá trị của mình. Vì chính mình không thấy giá trị của mình nên mới ganh ghét, đua chen với người khác. Biểu hiện rõ ràng nhất là hành động lời nói khen mình, chê người, hoặc tìm cách làm lui sụt ảnh hưởng tốt đẹp của người khác. Nhưng luật nhân quả luôn hiển nhiên khắp mọi nơi, chính người không chấp nhận giá trị của người khác, gây tổn thương người khác, dẫn những người thương mến ủng hộ xung quanh cùng theo con đường sai trái, kết quả cuối cùng hẳn phải là thương đau và thất bại.

Ngược lại, người có chí nguyện, cộng thêm đầy đủ năng lực, tâm ý luôn khiêm cung hiền hòa, tất nhiên đích đến thành công sẽ là điều chắc chắn. Tâm khiêm cung rộng lượng, tự dưng giá trị con người sẽ lên cao. Người ấy không bị tốn thời gian cho những lúc phiền não do ganh ghét đố kỵ sinh ra. Tâm hiền hòa chiêu cảm cảnh giới hiền hòa. Lòng từ bi chiêu cảm cảnh từ bi. Cùng một pháp trần, cùng một chí nguyện, lại thêm cảnh giới xung quanh luôn ủng hộ giúp đỡ, tất nhiên thành công sẽ không xa. Sự giúp đỡ thương mến từ con người cho đến hoàn cảnh xung quanh, đó chính thật là sức gia trì trong Phật Pháp.

Chướng ngại thứ hai thường quật ngã hành giả đến với mục đích là cảm thọ tự thấy hài lòng với chính mình. Điều này tất nhiên rõ ràng. Sau một thời gian tu học, cảnh giới trong tâm thức có phần nâng lên cao hơn, khiến hoàn cảnh xung quanh cũng thay đổi theo chiều êm ái, dễ hài lòng hơn. Và chính lúc đó là lúc nguy hiểm nhất khiến hành giả thối lui. Vì hoàn cảnh pháp trần hài lòng vui vẻ chính là sự ngăn trở lớn lao nhất cho sự tiến bước. Người tu Phật ai ai cũng ít nhiều từng kinh nghiệm qua giai đoạn này. Không có lúc nào trên tiến trình hướng đến giải thoát khiến hành giả dễ bị dừng lại, dễ mất thời gian hơn là vào khoảng giai đoạn này.

Nhưng để tự trang bị cho mình những phẩm chất tốt trên con đường tu học không phải là điều một ngày hay một đêm có thể làm được. Cũng không phải nhờ hoàn toàn vào phước nghiệp đời trước. Vì ai sinh ra cũng có sẵn tâm hoan hỷ, rộng lượng, khiêm cung... và ai sinh ra cũng tiềm ẩn tánh ích kỷ, đố kỵ, ganh ghét... Tất cả tánh tốt và tánh xấu đều chờ hoàn cảnh pháp trần hợp với sức phát tâm lập nguyện, thêm phần trau giồi thay đổi của bản thân mà dẫn đến kết quả thành tựu khác nhau.

Ví như người họa sĩ, vốn đã có khiếu hội họa, nhưng không vì vậy mà không thực tập họa vẽ thường xuyên để thành tựu một tác phẩm như ý muốn. Chùa Pháp Bảo Sydney chứng kiến họa sĩ C.K, với năng khiếu hội họa hơn người. Cùng đứng trước pháp trần là một loạt những tuýp sơn màu sắc khác nhau, người bình thường sẽ không biết làm sao với những tuýp màu ấy. Nhưng với khiếu hội họa cộng với kinh nghiệm từ những lần thực tập trau giồi, người họa sĩ mới có thể biến hóa từ hàng loạt màu sơn còn trong ống tuýp thành bức tranh xinh đẹp như ý muốn. Mỗi mùa Vu Lan tại chùa Pháp Bảo, sau bàn thờ trên sân khấu là bức tranh hoa hồng khổng lồ 6m x 4m làm bình phong trong ngày Đại Lễ. Đó chính là kết quả thành tựu của người họa sĩ có năng khiếu, có định hướng và có trau giồi.

Pháp trần có sẵn, lại thêm phát tâm lập nguyện, nhưng còn cần thực tập để tự thay đổi vươn lên. Chuẩn mực này một khi thực hiện xong, thì không có thành công nào mà không đạt được. Lúc đó tất cả pháp trần, bóng ảnh của mắt, tai, mũi, lưỡi và thân sẽ biến thành thuận duyên đưa hành giả thành tựu tất cả pháp giải thoát.

Ngày trước chính pháp trần gây bao khổ đau phiền não, ngày nay cũng chính pháp trần là động lực cho hành giả chứng đạo giải thoát, lợi ích chúng sanh. Trong Phật pháp năm thức đầu tiên đó sẽ biến thành trí, mang tên Thành sở tác trí. Trí này thấy rõ hết thảy pháp trần đều chung qui luật giả tạm, biến đổi vô thường. Pháp trần mang tánh nhân duyên, tánh Không, không có chủ thể. Bậc tu chứng sẽ nương pháp trần mà phân thân hóa độ hết thảy chúng sanh trong các cảnh giới. Các Ngài sẽ tùy nguyện hóa sanh, diệu dụng ứng hiện thành pháp thân, báo thân và ứng hóa thân để phổ độ lợi ích cho chúng sanh. Con đường của quý Ngài cũng là con đường của mỗi người tu Phật chúng ta hôm nay vậy.

***Thích Nữ Giác Anh***

## Giới thiệu sơ lược về tác giả

**Thích Nữ Giác Anh**

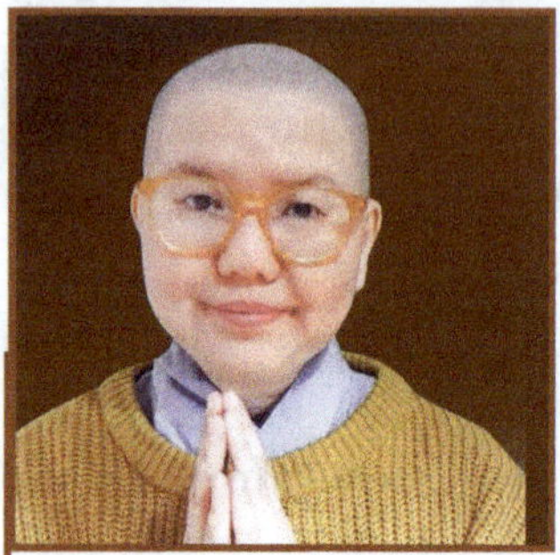

- Sư Cô Thích Nữ Giác Anh là đệ tử xuất gia của Hòa Thượng Thích Bảo Lạc, Phương Trượng Tự Viện Pháp Bảo và Thiền Lâm Pháp Bảo, Sydney.
- Sinh ngày 4.2.1977 tại Sài Gòn, Việt Nam, xuất gia năm 2000, thọ Sa-di ni vào năm 2002, thọ giới Thức-xoa-ma-na vào năm 2004, và Tỳ-kheo ni năm 2008 (là Thủ Khoa tại Đại Giới Đàn Pháp Chuyên, Viên Giác, Đức Quốc).
- Hiện là quyền trụ trì Tự Viện Pháp Bảo, Australia.
- Tốt nghiệp văn bằng Cử Nhân tại Việt Nam vào năm 1998.
- Năm 2002, tốt nghiệp M.A of Education and Language - University of Western Sydney.
- Năm 2008, tốt nghiệp M.A of Buddhist Studies - University of Sydney.

# PHẦN B

# ĐẠO PHẬT ĐI VÀO CUỘC ĐỜI

**Gồm những bài khảo luận, giảng giải của các tác giả:**

THÍCH NHƯ ĐIỂN * THÍCH PHỔ HUÂN * THÍCH NHƯ TÚ * NGUYÊN CẨN * THÍCH TỪ LỰC & HUỲNH KIM QUANG * TRANG THƠ NGUYỄN CHÍ TRUNG * THANH NGUYỄN * NGUYÊN ĐẠO VĂN CÔNG TUẤN * HỒ THANH TRƯỚC * LÂM MINH ANH * TRANG THƠ THÁI TÚ HẠP * LƯƠNG NGUYÊN HIỀN

Phụ bản 6: Tượng - Photo Lương Nguyên Hiền

*Thích Như Điển*

# Đời sống nhân văn

Ngày 22 tháng 2 năm 2016 là ngày lễ xuất gia của chú Thông Giáo, đệ tử của Thầy Hạnh Giới. Thầy Hạnh Giới làm đệ nhị Trụ Trì Tổ Đình Viên Giác Hannover, Đức Quốc từ năm 2008 đến năm 2017. Như vậy Thông Giáo xuất gia và ở Viên Giác một năm, cho đến năm 2017 thì về Varel thuộc miền bắc nước Đức, ở với Thầy Hạnh Giới tại đó, cho đến ngày thọ giới Tỳ-kheo và sau này thì sang Đài Loan du học.

Con số 22 tháng 2 hay 22 tháng 4 là con số tôi vẫn thường ghi nhớ nằm lòng. Vì ngày ấy tháng ấy của năm 1972 là ngày tôi rời xa đất Mẹ để sang Nhật Bản du học và ngày 22 tháng 4 năm 1977 là ngày tôi từ Tokyo bay sang nước Đức đi du lịch và sau đó là xin tỵ nạn vì lý do tôn giáo và ở đây mãi cho đến ngày nay. Kể từ khi xa quê đến nay là hơn 53 năm rồi. Thời gian trôi qua quá nhanh, hơn nửa thế kỷ mà mới như ngày nào đây vậy.

Sáng ngày 22 tháng 2 năm 2016 sau khi làm lễ xuất gia cho Thông Giáo, tôi lặng lẽ một mình xách valise lên xe lửa hướng đến Ravensburg; nơi có tu viện Viên Đức mà tôi đã khai sơn từ năm 2007; lúc Thầy Hạnh Tấn sắp chấm dứt vai trò đệ nhất Trụ trì Tổ Đình Viên Giác của mình từ năm 2003 đến năm 2008. Do vậy, chọn ngày 22 tháng 2 cho Thông Giáo xuất gia năm 2016 cũng là một trong những lý do đặc biệt trên. Từ nhà gare Ravensburg, tôi lấy taxi đi thẳng đến bệnh viện St. Elisabeth cũng nằm tại trung tâm của địa phương này.

Không một ai biết tôi đi đâu và làm gì trong thời gian một tuần lễ ở nhà thương này, kể cả quý thầy đang ở tại Viên Giác và Viên Đức. Sau khi ở bệnh viện về, mọi người mới biết là tôi vào nhà thương để mổ tiền liệt tuyến (blasen) lần thứ nhất ngày hôm sau. Khi đến bệnh viện vào chiều ngày 22 tháng 2 năm 2016 tôi ký giấy tờ cần thiết để nhập viện và lấy phòng ở lại trong thời gian chờ giải phẫu. Sau này mọi người hỏi tôi rằng: "Tại sao Thầy không cho ai biết hết vậy? Rủi có chuyện gì xảy ra thì sao?" Tôi trả lời rằng: "Chẳng biết là khối u (tumor) này lành hay dữ, ác tính hay trung tính; nên có nói cũng vậy thôi"; nên tôi chỉ một thân một mình nhập viện và đã không cần đến ai giúp tôi ngay cả lúc khó khăn như thế. Vì tôi tin rằng, chính mình có thể quyết định cho mình trong những lúc trọng đại nhất như thế này.

Điều này là do tôi được huân tập từ thuở còn 14, 15 tuổi (1964) khi chính mình tự xin phép cha mẹ và gia đình đi xuất gia và ý chí ấy tôi đã giữ trọn cho đến ngày nay (2025) đã ở tuổi 76 tuổi Tây và 77 tuổi ta như vậy đó. Đôi khi cũng có người hỏi tôi rằng: "Thầy đi xuất gia để tìm sự giải thoát và sự giải thoát là gì vậy?" Tôi đã không ngần ngại để trả lời rằng: "Giải thoát là cởi trói những sự ràng buộc. Ví dụ như bản thân của tôi muốn đi đâu thì đi, muốn ở đâu thì ở. Hầu như không một ai có thể ngăn cản tôi việc này. Còn quý vị, nào là gia đình, vợ con, công ăn việc làm v.v... phải hoạch định trước cả năm, chứ đâu có dễ gì mà ngày hôm trước biết việc là ngày hôm sau tự quyết định ngay. Nên đây là sự giải thoát tạm thời trong tự do suy tư vậy."

Nhưng đến lần mổ thứ 2, thứ 3 và thứ 4 thì tôi đã cho một số quý Thầy và Quý Phật Tử hay; nhưng cũng rất giới hạn. Bây giờ thì mọi việc đã ổn; nhưng thay vì lo cho tiền liệt tuyến thì bác sĩ chuyên khoa về niệu đạo (Urologie) ở Ravensburg phát hiện ra tôi bị lớn ở vùng Prostata. Do vậy mà hôm nay ngày 19 tháng 5 năm 2025 tôi đã đi đến phòng mạch của bác sĩ để tái khám. Mọi việc ổn thoả và bây giờ đi bác sĩ ở Đức có nhiều thay đổi như sau: Thay vì bác sĩ cho toa ra nhà thuốc Tây để lấy thuốc, thì người bịnh chỉ cần mang thẻ bảo hiểm ra nhà thuốc tây (Apotheke) đưa thẻ họ cà vào máy, sau đó được nhận thuốc liền nếu đó là các loại thuốc phổ biến. Cũng có khi sau 3 giờ chiều mới có vì họ phải đặt đại lý giao thuốc lại. Nhưng hôm nay ở vùng Ravensburg này, sau khi bác sĩ khám, tôi đến nhà thuốc là có ngay. Lần này tôi không phải trả đồng nào hết. Sau khi tìm hiểu thì biết rằng, nếu hãng thuốc bán ra loại thuốc cùng dược tính nhưng giá ít hơn 20% giá quy định thì bệnh nhân không cần trả gì cả. Những lần trước ở Hannover, sau khi bác sĩ khám, ra nhà thuốc Tây lấy thuốc, mỗi thứ chỉ cần trả từ 5 đến tối đa 10 Euro, tùy theo giá thuốc; nhưng tối đa là 10 Euro, dù giá mắc đến đâu đi nữa.

Tôi không biết rằng ở những xứ khác ra sao, chứ ở Đức từ xưa đến nay là vậy. Nằm nhà thương phòng 1 hay 2 giường bịnh, ăn chay suốt tuần, y tá bác sĩ túc trực ngày đêm lúc nào cần thì có mặt, nhưng người bịnh chỉ trả 10 Euro mỗi ngày mà thôi; không thêm không bớt đồng nào. Bệnh viện ở đây rất tốt, nhìn xem thấy không khác khách sạn 4 sao là mấy. Đúng là đời sống văn minh của con người ở những xứ Âu Châu này rất là tự tại, yên ổn, không phải lo một điều gì cả, ngay cả đến việc bệnh hoạn là chuyện khó lường, nên người bệnh cũng an tâm. Do vậy tâm sẽ bình an, khi ngoại cảnh an bình là vậy. Quả thật những xứ sở này họ xây dựng xã hội, giáo dục, tôn giáo từ tấm lòng từ ái, khoan dung, che chở, bảo bọc nên mới được vậy.

Chuyện tôi muốn kể với quý vị nghe hôm nay là chuyện này. Khi tôi vừa bước đến cửa nhà thuốc Tây thì thấy hai vợ chồng ông bà cụ già người Đức; bà di chuyển rất khó khăn, ông dìu bà lên bậc thang và đứng đó nghỉ để thở. Tôi đến sau vài giây và cách hai ông bà vài bước, tôi lấy tay ra hiệu cho ông bà cứ vào trước; nhưng không, ông đã ra hiệu cho tôi cứ vào trước và ông dìu bà đứng bên ngạch cửa ra vào để chờ ông. Tôi bước đến quày số 2, vì quày số 1 đã có người. Tôi đưa thẻ bảo hiểm sức khoẻ và người bán thuốc cho biết là loại thuốc trên tôi không cần phải trả đồng nào cả. Tôi cảm ơn và nói thêm rằng: Tôi cần mua thêm 10 viên Aspirin nữa. Người bán thuốc bảo rằng: Nếu Ông mua 10 viên thì giá là 8 Euro 30; nhưng nếu mua 20 viên thì giá chỉ 14 Euro mà thôi. Tôi đồng ý và ông ta tính tiền. Trong khi đó ở quày số 3 bên tay trái của tôi, Ông già người Đức khi nảy nói với người nhân viên bán thuốc bên quày số 2; nơi tôi đang đứng rằng: "Tôi sẽ thanh toán cho." Đoạn ông già lấy card ngân hàng và bảo người bán thuốc là hãy cà thẻ. Tôi chẳng biết nói gì hơn là: "Xin cảm ơn lòng tốt của ông" và tôi nhận tờ tính tiền rồi trao qua cho ông già, xin cảm ơn ông một lần nữa. Khi lên xe và lúc trở về lại Tu Viện Viên Đức, tôi có kể cho Quý Thầy nghe về câu chuyện của ngày hôm nay và từ đó phân tích rằng:

"Quả thật đời sống tôn giáo và tín lý của người Đức ở Miền Nam còn gìn giữ rất son sắc với Đạo của họ." Thầy khác thì bảo rằng: "Chắc họ thấy Sư Ông là một người tu." Vị khác lại bảo rằng: "Chắc không phải đâu, đó là phước báu của Sư Ông đã tích tụ từ lâu đó." Riêng tôi lại nghĩ khác và giải thích rằng:

"Trong một xã hội kỹ nghệ năng động như thế này, người ta ai lo phần nấy; ai chiếm được thế mạnh thì người đó lấn lướt lên trên; còn những người già cả, cô thế, bịnh tật, đâu có ai để ý đến. Hôm nay tôi chỉ nhường hai Cụ một vài bước thôi và Cụ Ông này có lẽ đã cảm được cái điều mà trong xã hội này ít người để ý đến là hãy nên quan tâm đến những người lớn tuổi để họ khỏi tủi phận khi về già. Ai trong chúng ta rồi cũng phải già, phải chết hết; nhưng đa phần chúng ta ít ai nghĩ đến ngày mai, rồi mình cũng sẽ như thế.

"Không phải vì Ông Cụ người Đức trả cho tôi 14 Euro thuốc Aspirin mà tôi vui, nhưng đây là một bài học về nhân nghĩa, con người cũng như sự an ổn ở nội tâm. Tôi biết, nếu ai trong xã hội này cũng cung kính người trên một chút và nhịn cho người dưới một nấc thang, một lối tiến thân thì xã hội này sẽ an lạc và hạnh phúc biết bao nhiêu. Vì lẽ tôi và Cụ Già người Đức này không quen biết trước đó, cũng như cái cảm ơn của tôi đối với Cụ cũng có thể là một bài học cho con cháu của hai Cụ vào buổi cơm gia đình tối nay sẽ được Cụ kể lại."

Không biết tôi hay gặp vận may hay nhiều người còn gặp nhiều việc như thế hơn tôi nữa; nhưng tiện đây cũng xin kể ra luôn vậy. Từ năm 2003 đến năm 2012, đúng 10 năm; mỗi năm 3 tháng vào mùa Đông, tôi sang Ấn Độ, Thái Lan vài tuần và sau đó sang Úc, vùng Sydney trên núi đồi Capelltown và Blue Mountain thuộc Tiểu bang New South Wales. Có năm tôi dẫn theo 2 đến 5 Thầy đệ tử, nhằm giúp tôi lo đánh máy những bài tôi đã dịch từ chữ Hán, chữ Nhật hay tiếng Anh ra Việt ngữ. Vào năm 2010 có Thầy Phổ Tấn và Thầy Hạnh Giả đi hầu thất giùm tôi và cuối tháng 12 năm 2010 ba Thầy trò công việc đã xong; nên lên vùng núi Blue Mountain để thăm viếng và nghỉ lại đó một đêm, sang ngày 1 tháng 1 năm 2011. Buổi sáng sau khi dùng điểm tâm, tôi bảo Hạnh Giả sang quày tính tiền để trả tiền khách sạn, thì người quản lý trả lời rằng: "Đã có người trả cho ba vị rồi." Khi Hạnh Giả về báo lại như vậy tôi cũng hơi ngạc nhiên và tìm người trả tiền phòng giùm cho mình để cảm ơn. Họ cũng là những người đi du lịch; nhưng chắc họ biết chúng tôi là người xuất gia nên mới vậy. Chúng tôi chỉ biết cảm ơn rồi chạy xe hơi về hướng Sydney để tiếp tục hành trình của mình.

Trong đời xuất gia của tôi hơn 61 năm (1964-2025) gần như là thuận duyên tất cả. Nếu có khó khăn trở ngại thì rất ít. Như thế là một tỷ lệ rất đặc biệt. Không phải ai đi tu cũng được vậy, nhưng đây là một thang điểm để tìm cầu sự giải thoát giác ngộ của mỗi người vậy.

Tôi viết thêm một chuyện có tính cách nhân văn khác nữa ở vùng Ravensburg này. Đây không phải là việc quảng cáo không công cho tiệm Kaufland ở đây, mà so ra cũng là tiệm này, nhưng ở các vùng khác tại Đức thì khác. Nếu ai đó trong quý vị về vùng Ravensburg hãy thử đến tiệm này sau 6 giờ chiều của mỗi ngày thì sẽ thấy giá cả ở những quầy rau cải đại hạ giá dưới 10% của món hàng so ra cách đó mấy tiếng đồng hồ về trước. Tôi có hỏi những nhân viên bán hàng rằng: "Tại sao lại bán rẻ như vậy?" Họ trả lời rằng: "Vì sáng mai chúng tôi sẽ có hàng mới về. Nếu hôm nay không bán hết, cũng phải đổ đi thôi; nên mới bán rẻ như vậy." Do vậy mà có rất nhiều người chờ sau 6 giờ mỗi ngày mới đi chợ Kaufland ở vùng Ravensburg để mua là vậy. Đây là nhân văn, nhân bản, nhân hậu... hay nhân gì nữa thì xin quý vị cho thêm vào cho đủ nghĩa.

Tôi có nhân duyên đi rất nhiều nước trên thế giới, nhưng riêng nước Đức này thì có lắm điều đáng tán dương. Ví dụ như cách đây vài ba chục năm về trước, việc giáo dục từ nhà trẻ (Kindergarten) cho đến xong cấp bậc tiến sĩ, sinh viên, kể cả sinh viên ngoại quốc vào Đức học, không phải trả một phụ phí nào cho việc học, mà còn có thể nhận thêm học bổng để học cho đến thành tài nữa. Sau này thì chính sách giáo dục ở đây có thay đổi ít nhiều; nhưng so với các nước khác tại Á Châu và Mỹ Châu, thì Âu Châu nói chung và Đức nói riêng về phạm vi giáo dục, rất là tuyệt vời. Do vậy con em người Việt Nam của chúng ta mới có nhiều cơ hội để thăng tiến trong công việc học hành và nghề nghiệp của mình.

Về y tế như bên trên tôi đã trình bày khái quát để quý vị ở những nơi khác biết một vài khía cạnh thôi. Còn nếu muốn hiểu tường tận hơn thì xin xem nơi những trang nhà chuyên môn vậy. Còn đời sống xã hội thì ở đây không ai phải đi xin ăn; ngoại trừ chỉ những người muốn tự hành hạ xác thân của mình do nghiệp lực sai khiến, chứ chính phủ ở các nước Âu Châu, không có nơi nào để cho dân đói cả. Như thế đó có nghĩa là gì? Đó là hạnh phúc, đó là sự bình an của tâm hồn, đó là tâm bình đẳng, đó là một xã hội an vui, trật tự... Nên thế giới sẽ bình an với những tiêu chí mà xã hội đã được định sẵn, do con người soạn thảo nên.

Còn về Đạo Phật thì chữ tâm này rộng lắm, nói suốt đời cũng không hết. Đức Phật đã có lần dạy rằng: "Không phải Như Lai xuất hiện hay không xuất hiện ở đời này mà các pháp không tồn tại. Đó chính là Pháp tánh." Đây là một tuyên ngôn bình đẳng và lợi tha của Đức Phật. Bởi lẽ các pháp luôn luôn tồn tại, kể cả pháp bình đẳng hay làm cho tâm bình, lúc nào cũng có, cũng tồn tại trên thế gian này và chính pháp này là Tánh của mọi vật, mọi căn do để chúng sanh có thể tu tập, hành trì để tiến đến quả vị giải thoát. Tuy nhiên chúng sanh cứ mãi giong ruổi trên bước đường thiên lý của khổ đau và tục lụy, nên tâm cảm thấy chưa an đó thôi. Khi nào mọi người tự soi rọi vào căn nhà tâm thức của mình, dẫu cho là một ngọn lửa nhỏ từ que diêm được đốt lên đi nữa, thì căn phòng ấy vốn chìm sâu trong vô lượng kiếp, nay đã có được ánh sáng rọi soi, trước sau gì chúng sanh cũng sẽ được an ổn, như trong Đại Trí Độ Luận, Ngài Long Thọ đã chỉ bày.

***Thích Như Điển***

*Viết xong vào lúc 17 giờ ngày 19 tháng 5 năm 2025 tại*
*Tu Viện Viên Đức vùng Ravensburg*
*thuộc miền Nam nước Đức.*

# Giới thiệu sơ lược về tác giả

**Hòa Thượng Thích Như Điển**

- Thế danh: Lê Cường. Pháp tự: Giải Minh. Pháp hiệu: Trí Tâm
- Sanh: 28.06.1949 tại Xuyên Mỹ, Duy Xuyên, Quảng Nam.
- Học lực: Cử nhân giáo dục và Cao học Phật giáo tại Nhật Bản.
- Xuất gia năm 1964 tại Tổ Đình Phước Lâm, Hội An.
- Năm 1971: Thọ Tỳ Kheo giới tại giới đàn Tu Viện Quảng Đức, Thủ Đức.
- Năm 1972: Du học Nhật Bản.
- Năm 1977: Đến Đức vào với Visa du lịch; nhưng sau đó xin tỵ nạn tại Đức và ở Đức từ đó cho đến nay.
- Tháng 4 năm 1978 thành lập Niệm Phật Đường Viên Giác và sau đó trở thành Chùa Viên Giác tại Hannover.
- Từ năm 1978, 1979: Sáng lập Chi Bộ Giáo Hội Phật Giáo Việt Nam Thống Nhất Đức Quốc, thành lập Hội Sinh Viên và Kiều Bào Phật Tử Việt Nam tại Đức.
- Năm 1988 được tấn phong lên hàng Giáo phẩm Thượng Tọa tại giới đàn Đại Nguyện chùa Pháp Hoa Marseille, Pháp quốc.
- Ngày 28.6.2008 được tấn phong lên hàng Giáo phẩm Hòa Thượng tại Đại Giới Đàn Pháp Chuyên tại chùa Viên Giác Hannover, Đức Quốc.
- Ngày 8 tháng 7 năm 2011 tại Colombo thủ đô nước Tích Lan, Hội Đồng Tăng Già Tích Lan đã trao giải thưởng cao quý cho HT Thích Như Điển và HT Thích Minh Tâm.
- Đệ Nhị Chủ Tịch Hội Đồng Điều Hành GHPGVNTN Âu Châu nhiệm kỳ 2015-2019 và hiện đang tiếp tục với nhiệm kỳ 2019-2023, 2023-2028.
- Phó Chủ Tịch Hội Đồng Tăng Già Thế Giới (World Buddhist Sangha Council - WBSC).
- Chánh Thư Ký Hội Đồng Hoằng Pháp GHPGVNTN
- Chủ tịch Ủy Ban Phiên Dịch Tam Tạng Trung Ương GHPGVNTN.
- Sáng tác trên 73 tác phẩm, dịch phẩm và nhiều bài khảo luận. tham luận bằng tiếng Việt, Anh, Hán, Nhật và Đức ngữ.

*Thích Phổ Huân*

# Ba điều ước nguyện, thế giới an bình

Thời điểm hiện nay đang ở thế kỷ 21, một kỷ nguyên sức mạnh, trí thức cao vời của nhân loại, và dòng lực phát triển nền văn minh, vẫn trên đà đi tới không ngừng nghỉ. Theo cách nhìn đạo Phật chính là nghiệp lực nhân quả, đang trong thời kỳ *Thành Trụ* của quy luật vô thường.

Quy luật tiếp theo là *Hoại Không* sẽ xảy ra trong tương lai, dù nhân loại có muốn hay không muốn. Như vậy kết quả khẳng định, nền văn minh vật chất tương lai cũng phải quay lại ban đầu bằng con số không, sau cái tàn rụi phá hủy của hai quy luật Hoại Không. Thế lực gây hại này có thể đến từ đại họa thiên nhiên, hoặc chính con người là chính sự.

Người học Phật, hay không học Phật, thiết nghĩ cần nên tư duy thực hiện ba điều dạy của đấng Toàn Giác, tạo thành dòng nghiệp trong sáng, mong trực diện và hành xử với quy luật vô thường, để giác ngộ hài hòa đời sống hiện tại và tương lai. Nếu nhân loại chưa biết ba việc này, hay biết mà vẫn không thực hiện, thì sự đau khổ của mỗi cá nhân vẫn bất di bất dịch, và nền hòa bình toàn diện sẽ là việc không tưởng.

Ba điều Phật dạy: 1. Thương người thương vật, 2. Trau giồi phẩm hạnh, 3. Giữ tâm trong sáng. Ba điều này nhà Phật gọi là: Bố Thí, Trì giới và Thiền Tuệ.

## Bố thí, nền tảng nhân cách của con người

Thế giới vật chất ngày nay đã quá dư thừa, sự dư thừa thuận với sự phát triển kinh tế thông qua trí thông minh của nhân loại. Nhưng nền văn minh hiện nay vẫn không chối cãi được, nhân số nghèo đói vẫn hiển hiện trong nền văn minh vật chất dư thừa đó. Theo thống kê trên hệ thống điện toán toàn cầu, số người nghèo vất vả, kiếm ăn bữa đói bữa no, có đến gần mười phần trăm dân số trên thế giới, nghĩa là có khoảng hơn bảy trăm triệu (700.000.000) người cùng khổ.

Sự thể như vậy, dù ta có gán cho đây là nghiệp quả của riêng họ, hay gọi là biệt nghiệp trong cộng nghiệp nhân sinh, nhưng phải nhìn nhận rằng đó là sự thật, họ vẫn đang hiện hữu trong số tám tỷ người đủ ăn đủ mặc, lại trong đó có rất nhiều người dư thừa quá mức, tức hiện nay thế giới đang có trên ba ngàn tỷ phú.

Sự thật như trên khiến ta suy nghĩ, có phải nhân loại phần đông thờ ơ với lòng nhân thiện, từ bi! Thưa không, điều này không buộc mọi người phải có trách nhiệm cứu hết người nghèo đói! Theo giáo lý nhân quả, không thể trốn chạy tiền nghiệp nhân hành trong quá khứ, đó là luật khoa học thiên nhiên, như lời Phật dạy: “Cái này có nên cái kia có, và nếu cái này không, thì cái kia cũng không.”

Sự thể đã sinh vào một thế giới hữu vi, tương đối, tất không thể tìm được sự hoàn thiện. Sự không hoàn thiện của con người và hoàn cảnh là việc đương nhiên, hay nói sự khổ của con người, không thể né tránh dù nhân vật đó là ai! Người thật giàu dư thừa vật chất vẫn có cái khổ, mà người bần cùng khốn khổ không thể hiểu được. Họ không hiểu, vì cái khổ đói khát làm tâm họ mờ đi sự nhận định tư duy suy xét. Họ chỉ hiểu khi họ bắt đầu đủ ăn đủ mặc. Nhưng xét cho cùng, đúng hơn là do quả báo đời trước, nhân nghiệp đó phải làm họ khổ cả hai thân và tâm. Khi phải trả nghiệp, thì không ai có thể giúp được kể cả Đức Phật cũng không.

Thế thì nhân loại phải trải lòng từ bi thế nào để cứu những người cùng khổ, và thực hiện bố thí làm sao cho họ hết khổ?

Đến đây là nhân duyên cơ hội cho chúng ta, những người có được phước báu vật chất, để tạo phước nghiệp. Theo kinh dạy, thân người khó được, khó được vì phải tích lũy phước thiện thật nhiều, nếu nghi ngờ có thật vậy không! Ta hãy xem số lượng chúng sinh là người, và chúng sanh không phải người trên hành tinh này, chênh lệch ra sao thì biết. Nếu lại nói rằng, làm người Phật cũng dạy quá khổ mà!

Thưa đúng vậy. Nhưng Phật từ bi dạy thêm rằng, chỉ có con người mới tu hành chứng quả giải thoát, ngoài ra không có chúng sanh nào thoát khổ thành Phật được. Ngay cả chư Thiên cõi trời cao cấp muốn thành Phật, cũng phải sanh lại làm người mới dễ thành đạo, còn như ở cõi trời mà tu, thì số chư Thiên này quá ít, và phước chư vị đó phải là vô cùng thiện phước.

Theo suy niệm như trên thì làm người mà không làm phước, hay nói rõ hơn không bố thí giúp người và vật, thì quả thật là thiếu sót, nếu không nói đã bỏ lỡ một đại nhân duyên, chậm lùi bước tiến cho quả báo tươi đẹp tương lai. Quả báo tươi đẹp đó có thấp nhất, là luôn luôn sinh ra đi liền với vật chất dư thừa. Chẳng kể ta sinh ra nơi lục địa nào, hay ngay cả thời chiến tranh tàn phá, ta vẫn không bao giờ thiếu thốn. Đó là nhân nghiệp của bố thí, tuyệt nhiên là vậy, chứ không phải do cầu khẩn thần linh chư Phật, Bồ Tát mà được.

Thế giới hiện nay, hình thành do nhân nghiệp vô lượng đời sống trước mà ra. Trong sự hiện thành quả nghiệp đã trở thành phức tạp, nên vô số chúng sinh chiêu cảm vào

cũng tương ưng không thể tốt hơn, trừ khi tất cả phải biết bố thí. Nhưng một số người ngộ nhận cho rằng, chỉ có giàu sang mới bố thí được! Việc hiểu sai này đã đưa đến lệch lạc quả báo, khiến ta mất đi cơ hội tạo phước, mà đáng lý ra ta vẫn thực hiện bố thí không khác một người nào, dù hoàn cảnh có ra sao! Đương nhiên ta chỉ thua người bố thí bậc thượng, là thí cả thân mạng.

Kinh luận dạy rằng, bố thí bậc hạ, là cho những gì có thể cho, cái gì cũng được, hoặc của cải đồ dùng đã sử dụng rồi. Bậc trung, cho biếu vật giá trị mình chưa sử dụng, vật mà mình trân quý, và cho với tâm kính cẩn. Và bậc thượng, cho bất cứ vật gì kể cả thân mạng. Bố thí bậc thượng, thường nghe trong kinh, kể về tiền thân Đức Phật khi Ngài còn là hành giả Bồ Tát.

Ba bậc bố thí vừa kể, đều từ nơi tâm lưu xuất. Chỉ cần tâm hoan hỷ với việc làm bố thí của người khác, thì xem như ta cũng đang bố thí; vì ta đã tạo trong tâm sẵn sàng bố thí, như vậy người nghèo cũng đang hành bố thí bằng tâm hoan hỷ bao dung.

Thử nhìn lại hoàn cảnh thế giới Ta-bà, do những tác nhân của vô số chúng sinh xen tạp trong việc mưu sinh tranh giành đời sống, cho nên nhân loại khó thể nào tạo được một cõi Tịnh độ nhân gian, hay một hành tinh xanh không có chiến tranh ấu đả.

Con người đã xem nhẹ việc bố thí, cũng như số người biết bao dung rộng lượng, thương người mến vật lại không được nhiều, thành ra hơn bất cứ lúc nào, thế giới đang rất cần sự học và hành bố thí.

Nếu chúng ta không phát tâm, không tư duy hành thiện bố thí giúp người ở xa, bằng mọi hình thức tùy tâm, thì nghiệp thiện bố thí sẽ không sinh ở tâm, chừng đó việc người cần bố thí dù ở gần bên ta cũng khó thực hiện. Tất cả là do tập khí thói quen, hay tư duy trì trệ tạo thành.

Theo luật duyên khởi, nghiệp báo cộng sinh ở cõi Ta-bà, những chúng sinh bất hạnh vẫn đang gần gũi với mình, vì họ cùng ta đồng sinh ở thế giới này. Và chính ta giả dụ là những nhà tỷ phú, cũng bị nghiệp lực không khác gì họ về thân, thân già nua đau bệnh. Về tâm thì hầu như tất cả đều bị chìm đắm. Người bần khổ đang chìm đắm với những khổ quả, còn người đầy đủ cũng không tránh được, chìm đắm với tâm si mê, ngã mạn, tự cho ta mình may mắn, giàu sang trí thức hơn người.

Thế thì hiện tượng quả nghiệp có khác nhau, nhưng tâm hành chuyển nghiệp lại giống nhau, nghĩa là bất cứ ai cũng đều có năng lực hướng thiện, thực hành tâm từ bi, tâm rộng lượng bao dung, bằng khả năng ít nhất của mình.

**Trì giới: Trau giồi phẩm hạnh**

Phật dạy giới là nền tảng xây dựng hoàn thành muôn công đức. Thế gian gọi là phẩm hạnh nhân cách, đạo đức, luân lý, thiện lương... Người có phẩm hạnh tốt, ở địa vị nào họ cũng được xem trọng. Và duyên khởi tự nhiên, một khi đã có phẩm tính tốt, nhân cách bao dung rộng lượng, thì bố thí theo đó phát sinh. Nhưng tại sao lại đặt phần bố thí trước giới hạnh?

Vì bản chất con người cố hữu khi sinh ra là chấp thủ. Quả báo của thân ngũ uẩn này nói lên điều đó. Phật há không dạy, khổ vì si mê năm uẩn? Ngũ uẩn là do tham ái sinh ra, cho nên điều cơ bản cần làm trước tiên là học và hành ly tham.

Có được lòng thương người, chia sẻ nỗi đau, hoan hỷ với niềm vui kẻ khác, bấy giờ nhân cách ta dễ trau giồi hơn. Và khó có một nền đạo đức nhân phẩm nào, vượt hơn năm điều căn bản của một người học Phật: không sát sanh, không trộm cắp, không tà dâm, không nói dối và không uống rượu. Năm điều này phần đông chỉ giữ được ba điều, còn lại sát sanh và uống rượu khó thể tránh phạm. Nhưng chỉ cần ý thức tôn trọng người và vật, thì việc giết hại loài vật để thành món ăn cũng có thể hoán chuyển nhẹ nhàng.

Người ta đã quen ăn thịt từ cả ngàn năm, nhưng tất cả đều phải công nhận, con vật không phải là loài cây cỏ vô tri. Chúng có thể giúp người nhiều mặt, còn mang cả đến niềm vui cho người, như những con vật trong các đoàn xiếc. Và còn trung thành biết bảo vệ chủ nhân như loài chó chẳng hạn. Những loài khác nếu cho rằng chúng sinh ra để con người giết hại một cách tự nhiên, thì loài người khó có được tâm yên bình, do sự oán hận của chúng. Chúng ta chưa phải là bậc thánh nhân thanh tịnh, nên không có thần lực có thể cảm được sự rung cảm của các loài vật. Dù vậy, không đợi có thần lực ta cũng vẫn thấy không một con vật nào lại không vùng vẫy sợ hãi khi bị con người bắt giết chúng. Điều đó nói lên chúng có hiểu biết, nhưng do con người không hiểu ngôn ngữ tâm trạng của chúng mới mạnh dạn hành xử như vậy.

Các nước giàu có văn minh, dù vẫn dùng thịt là món ăn chính, nhưng luôn cải tiến kỹ thuật giết mổ, tránh đối xử con vật một cách tàn nhẫn. Nếu con người cứ lập luận cho rằng, nhân loại trên trái đất nếu không ăn thịt nữa, thì con vật sẽ tràn lan có thể hại con người. Vấn đề này vẫn mãi là "nếu và sẽ", chứ không thấy hành và xử! Nghi ngờ chuyện xảy ra thế nào nếu không ăn thịt, sẽ thành nguy hại ra sao không biết! Nhưng ai cũng biết thế giới đã xảy ra hai cuộc chiến tranh tàn khốc, do con người tự giết hại nhau, số người chết có trên mấy chục triệu người.

Điều tránh thứ năm là uống rượu. Rượu là chất say, làm tâm con người mất định tĩnh, làm lý trí không minh mẫn, rối loạn cảm xúc, cuối cùng có thể đánh mất tâm thiện của mình. Rượu vẫn là chất uống do con người chế ra, không phải thuốc độc làm chết người tức khắc. Nhưng vì bản tánh chúng ta sẵn đã tích tụ nghiệp tham, tham cảm giác, tham đủ thứ, nên lực tham đã không cho ta dừng lại, từ đó tạo thành ác nghiệp.

Các nước văn minh đa số dùng rượu để tiếp đãi, giao lưu, khai vị, khai trương tiệc tùng, hội họp. Họ uống vừa phải, và lịch thiệp không quá ly, để ứng xử tốt đẹp với khách mời. Riêng tại tư gia, họ chỉ uống sau ngày làm việc trở về, để có thể là dễ ngủ, hoặc uống như một phần trong thực đơn chính của buổi tối. Khác với các nước kém phát triển, uống để giải sầu, để cố quên, hay uống để dám ăn, dám nói, uống lúc nào cũng được. Qua hai cách dùng rượu như vậy, rõ ràng các nước giàu có văn minh ít tạo nghiệp hơn.

Xét cho cùng vấn đề, thế giới cần có nhiều quốc gia, kiến tạo đời sống dân chúng, học hiểu phẩm cách qua nếp sống tôn trọng người và vật, và đương nhiên hoàn cảnh có thực hiện được còn phải tùy vào nền chính trị, kinh tế của quốc gia đó.

**- Thiền tuệ, giữ tâm trong sáng**

Tâm trong sáng là tâm không mê mờ, tâm không chỉ thấy có hiện tượng xảy ra mới rõ kết quả. Tâm này Phật dạy, phải quán chiếu và thực hành, không thể nói bằng lý thuyết. Thật là phước duyên cho những ai biết thực hành bố thí, sống đúng nhân cách phẩm hạnh, nên tâm bây giờ bắt đầu sáng ra. Muốn sáng hơn nữa, không cách nào khác là thiền định, thiền quán, nghĩa là thanh thản tập trung để tâm yên lặng, sau đó quán sát sự dao động xảy ra của thân và tâm đối với trần cảnh (hoàn cảnh đang sống).

Một người hay tích cực năng động ít chịu để tâm nghỉ ngơi, người này sẽ dễ dính mắc đủ chuyện trên đời, kết quả tâm người này sẽ không chịu yên bình dù thân họ có sống đến ngày cuối cuộc đời, và sẽ tiếp tục đời sau. Nhưng rồi chuyện thế gian của vô số đời sau sẽ không bao giờ giải quyết được, vì đó là cõi Dục, được tái tạo do Tâm không chịu dừng, tâm tham muốn đủ thứ. Vậy kết quả của con người này ra sao, sau khi lang thang vô số đời sống xao động? Đương nhiên câu trả lời ai cũng biết, người này sẽ luân hồi mãi, với đời sống không bao giờ toại nguyện. Nếu sự xao động trở thành lực dụng mạnh hơn, người này sẽ không thể tránh được bạo động, cuối cùng sanh ra ở thế giới nào đều phải đau khổ với chiến tranh tàn phá.

Thưa người đó là ai? Chính là chúng ta, những con người chưa giác ngộ giải thoát. Nói đúng hơn những phàm phu chưa nhập vào dòng Thánh.

Giữ tâm trong sáng ngay thời đại này là việc đúng nhất trong cái đúng của thế gian. Con người nhờ cộng đồng nhân loại nương nhau sống, nhưng sự nương nhau mà không hiểu tại sao, thì sự sống trở thành bấp bênh nguy hại. Vì sự tập hợp không thể hiện được tình thương đùm bọc đoái hoài, nên phẩm cách nhân đạo thường chìm trong bóng tối, từ đó hình thể con người cùng chung sinh sống, nhưng tâm tư mỗi nhóm, mỗi người thì không hòa hợp, bất hòa nhau, đây là nhân quả của tâm không trong sáng.

Vậy phải hiểu sự nương tựa nhau để tồn tại không ngoài tình thương. Tình thương đó gọi là tâm từ. Tâm từ chỉ có trong một thái độ tôn kính, nhường nhịn nhau, và không thể tự nhiên mà có, nếu không có sự bình tâm sáng suốt, tư duy quán chiếu.

Nhưng rồi trên hết của sự bình tâm sáng suốt theo Phật dạy, là phải nhận ra các hiện tượng trần cảnh, cho đến tư tưởng nhận thức của con người đều không bền vững, đều hư giả, bởi vì tất cả đều luôn luôn thay đổi, không bao giờ trụ lại một giây phút nào. Gọi đúng là vô thường, vô ngã, pháp học mà bất cứ ai cũng có thể tư duy thực hành được. Hai pháp này sẽ giúp cho ta thực hiện được sự bố thí, trì giới hoàn bị mà không dính mắc bám víu vào.

Tóm lại ba yếu tố điều kiện kể trên, chắc chắn đưa nhân loại đến một đời sống yên bình hạnh phúc; và trước tiên phải nên thực hành, ở mỗi người chúng ta trong gia đình. Hòa nhập hơn nữa cần có nhiều người trong xã hội, cuối cùng là cả đất nước, và đương nhiên thế giới có nhiều quốc gia sống với ba yếu tố này, tất sẽ ảnh hưởng rất lớn đến nền hòa bình toàn diện trên địa cầu nhân loại.

Cầu nguyện cho tất cả mọi người, thực hiện được lời dạy của Đấng Đại Giác, sống thương người, thương vật, sống với nhân cách phẩm hạnh của bậc cao nhân thiện hạnh, và luôn định tâm sáng suốt dù trong hoàn cảnh xã hội nào.

***Thích Phổ Huân***

*15/6/2025*

## Giới thiệu sơ lược về tác giả

**Thượng tọa Thích Phổ Huân**

- Sinh: 1963 tại Phước Hải, miền Nam Việt Nam
- Xuất gia năm 1992. Thọ giới tỳ-kheo 1996
- Đệ tử lớn của Hòa Thượng Thích Bảo Lạc, Phương Trượng chùa Pháp Bảo.
- Hiện Trụ trì Thiền Lâm Pháp Bảo, vùng Wallacia - Sydney - Australia

**Tác phẩm đã sáng tác:**

- Hương Thơm Niệm Phật
- Nhân duyên vào đạo Phật
- Vượt luân hồi vào Tịnh độ
- Ý thức giải thoát
- Nghĩ về tám điều giác ngộ của bậc đại nhân
- Kính lễ đấng Thế Tôn
- Vài chuyện bạn và tôi học Phật
- Thức Biến Hiện.

Phụ bản 7: Ký ức - Tranh ViVi

trang thơ

# MINH ĐỨC TRIỀU TÂM ẢNH

## XUÂN ĐỀ YÊN HÀ CÁC

*Ngày xưa đá ngủ trong lòng núi*
*Vì bạn Yên Hà nghé cuộc chơi*
*Rêu cỏ làm văn không có bút*
*Trăng mây đọc sách chẳng ghi lời*
*Có chàng du tử tóc ngàn suối*
*Có khách phong trần áo dặm khơi*
*Gặp đạo tình vong không nói nữa*
*Xuân về đá lại nở hoa vui*

**Đề Yên Hà**

*Ghé cõi Yên Hà chơi mấy dạo*
*Để quên gánh đá giữa trần gian*
*Xuân nay trúc viện phùng tăng thoại*
*Một chút hư không quảy dặm đàng!*

## ĐỀ TRÚC HIÊN

*Hôm qua chim hót trên cành trúc*
*Sáng dậy non xanh chợt hiện kề*
*Vui xuân du khách tha hồ mộng*
*Rớt xuống từ đâu một hạt đề*

## ĐỀ PHƯƠNG THẢO ĐỊA

*Cọng cỏ đùa xuân sương nước biếc*
*Hoa cài ngõ trúc thảo viên phương*
*Ai đem hạt bụi tung vô tận*
*Để ngọc hư vô đẹp bốn phương*

## ĐỀ VƯỜN ĐÁ

*Đá ngủ bên chân chàng đạo sĩ*
*Bèn ôi chống gậy dạo hư vô*
*Chừ xuân mai nở trong lòng núi*
*Chẳng cái tâm như, chẳng cõi bờ*

## ĐỀ THI HIÊN

*Tình vong quán xứ xuân không biết*
*Mài mực nghiên mây vẽ nụ cười*
*Mai nở năm kia bèn thức dậy*
*Hốt nhiên quả núi vẫn còn rơi*

## TÌNH LAN THẠCH

*Xa vắng bạn hiền xuân với ai*
*Thi thơ thiếp thảo gửi nhau chơi*
*Bâng khuâng vườn cũ, tình lan thạch*
*Miên mác hiên ngoài nghĩa trúc mai*
*Đã dám coi khinh miền Phạm đế*
*Đành xin lạy tạ gót Như Lai*
*Chơn vọng thị phi con giáp khổ*
*Hương trà sơn cốc một niềm vui*

## NHẤT ĐOÁ XUÂN

*Xuống núi gậy thiền đã mấy xuân*
*Sắc không hóa ngọc biếc vô ngần*
*Qua sông đò nắng, bền cao chí*
*Gánh nghiệp đời đau, vững đạo tâm*

## GỞI VỀ THỔ NGOẠ

*Thổ Ngoạ, chừ xuân, chắc phải vui*
*Trong ta có Phật dĩ nhiên rồi!*
*Dâng đăng, tỏ suốt lòng bao chuyện*
*Phụng trái, đầy no phước mấy đời*
*Chữ lộc, chữ tài lầm thua được*
*Chữ Văn, chữ Huệ hiểu đầy vơi*
*Duyên thiền, hỷ lạc - an vi tại*
*Bát nhã tâm xuân - nở biển trời!*

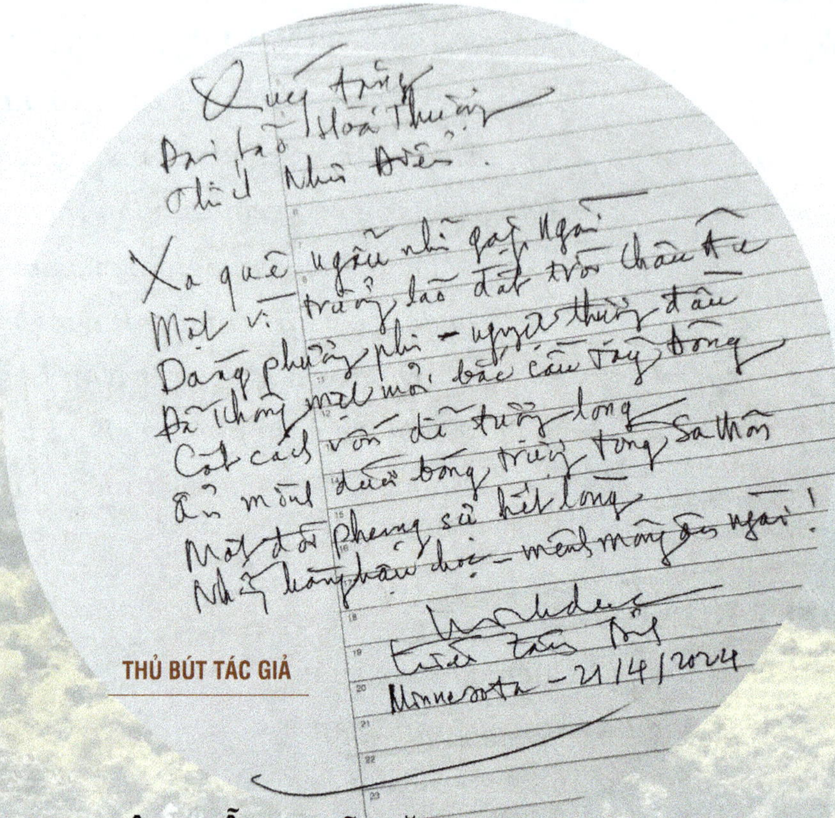
Quý tặng
Đại lão Hòa Thượng
Thích Như Điển.
Xa quê ngẫu nhĩ gặp Ngài
Một vị trưởng lão đất trời Châu Âu
Dáng phương phi - nguyệt thượng đầu
Đã không mệt mỏi bắc cầu Tây Đông
Cốt cách vốn dĩ tượng long
Ẩn mình dưới bóng trượng tòng Sa Môn
Một đời phụng sự hết lòng
Những hàng hậu học - mênh mông ân Ngài!
Triều Tâm Ảnh
Minnesota - 21/4/2024

THỦ BÚT TÁC GIẢ

# XA QUÊ NGẪU NHĨ GẶP

*QUÝ TẶNG*

*Đại Lão Hòa Thượng Thích Như Điển*

*Xa quê ngẫu nhĩ gặp Ngài*
*Một vì trưởng lão đất trời Châu Âu*
*Dáng phương phi - nguyệt thượng đầu*
*Đã không mệt mỏi bắc cầu Tây Đông*
*Cốt cách vốn dĩ tượng long*
*Ẩn mình dưới bóng trượng tòng Sa Môn*
*Một đời phụng sự hết lòng*
*Những hàng hậu học mênh mông ân Ngài!*

*Triều Tâm Ảnh*

*Minnesota 21/4/2024*

## THANH KHÍ

*Khói mây liễu mộng ngoại trần chơi*
*Trăng nước hoa gương, ngẫm lại cười*
*Nhân ái đề huề, sao tỏ rạng*
*Đạo tình vẹn vẻ, ngọc phô tươi*
*Non cao, hạc cũ gầy sương tuyết*
*Động vắng, mai xưa, lặng tiếng lời*
*Một thoáng tơ vàng gieo thánh thót*
*Ngàn sau thanh khí hỏi còn ai?*

## PHỒN HOA VỀ NÚI

*Phồn hoa ai gánh về đây*
*Để cho hạt bụi suốt ngày vẩn vơ*
*Núi rừng chẳng muốn làm thơ*
*Con chim buổi sáng thẫn thờ kém vui!*

## TẶNG KHÁCH PHƯƠNG XA

*Đường xa chân đã mỏi*
*Chơi ngồi giữa hiên tranh*
*Ngàn cao chim ríu rít*
*Lũng vời, cây biếc xanh*
*Chung trà ly suối nhạt*
*Chuyện vãn chiều không hay*
*Một ngày quên phố thị*
*Một ngày nước non mây!*

## ĐỔ CHIỀU

*Gió đưa một ngọn lá vàng*
*Rớt về chiếc bóng rừng ngàn tịch liêu*
*Đường qua sinh tử còn nhiều*
*Có người lên núi đổ chiều xuống khe!*

## BẠN HÀN SƠN

*Cội mai năm ngoái già không nở*
*Khóm trúc tháng ngày chim véo von*
*Tùng lão cằn khô cười rỉ mốc*
*Mai tùng trúc ấy, bạn Hàn sơn.*

## MỘT SỚM TRỜI TIÊN

*Ôi! Nắng hoàng hoa! Nắng hoàng hoa!*
*Mây thanh lụa cổ, lụa tơ mà*
*Dệt lên trang biếc, khung trời ngọc*
*Và gió hương trầm, cung quế nga*

Nhị vị Hòa thượng gặp nhau ở Minnesota

# Giới thiệu sơ lược về tác giả

**Minh Đức Triều Tâm Ảnh**

- Hòa thượng Giới Đức, bút danh Minh Đức Triều Tâm Ảnh, thế danh Nguyễn Duy Kha, sinh năm 1944 tại Giạ Lê thượng, huyện Hương Thuỷ, Thừa Thiên Huế.
- Năm 1970-1971: tu tập sự tại chùa Từ Quang - Huế.
- Năm 1972 hỏi đạo hòa thượng Giới Nghiêm tại chùa Tam Bảo-Đà Nẵng.
- Năm 1973 xuất gia làm sa-di ở thiền viện Tam Bảo tại Núi Lớn, Vũng Tàu, được Hòa thượng Giới Nghiêm cho pháp danh là Giới Đức.
- Năm 1974, về ở chùa Huyền Không tại chân đèo Hải Vân Lăng Cô, Lộc Hải, Phú Lộc.
- Năm 1976, trụ trì chùa Huyền Không.
- Năm 1977, thọ đại giới Tỳ-kheo tại chùa Tam Bảo - Đà Nẵng, Bổn sư thế độ là Hòa thượng Giới Nghiêm, thầy Yết-ma là đại đức Giới Hỷ.
- Năm 1992, vào ở trong núi Hòn Vượn, giao chùa Huyền Không cho đại đức Pháp Tông làm trụ trì...

**Tác phẩm tiêu biểu:**

Chèo vỡ sông trăng (Tập thơ - NXB Thuận Hóa)
Kinh lời vàng (Phổ thơ kinh Pháp cú - NXB Thuận Hóa)
Ngàn xưa hương Bối (Hai tập truyện cổ Phật giáo - NXB Tôn Giáo)
Một cuộc đời - một ngôi sao (Cuộc đời ngài Sàriputta - NXB Tôn Giáo)
Hành hương tâm linh (Truyện dài tư tưởng - NXB Phương Đông)
Phật học tinh yếu (Tập I - NXB Phương Đông)
Đá trắng chiêm bao (Tập thơ - NXB Thuận Hóa)
Tình Mẹ - mùa báo hiếu (Tập thơ - NXB Thuận Hóa)
Đóa hồng vàng cửa Phật (Tập thơ - NXB Phương Đông)
Lửa lạnh non thiêng (Tập thơ - NXB Thuận Hóa)
Chữ cháy bờ lau (Tập thơ - NXB Thuận Hóa)
Giun dế, hư vô và hạt lửa xanh (Tập thơ - NXB Văn Học)... ...

Phụ bản 8: Thiếu nữ và chim câu - Tranh Cát Đơn Sa

*Thích Như Tú*

# An Lạc Từ Tâm - Con Đường Hướng Tới Một Thế Giới Hòa Bình

## Dẫn nhập

Dường như con người luôn khát khao tìm kiếm sự bình yên, cả trong cuộc sống cá nhân lẫn ngoài cộng đồng xã hội. Nhiều người vẫn cứ cho rằng thế giới ngày nay bất ổn là do hoàn cảnh bên ngoài, là do người khác, do xã hội, hay do thiên nhiên tạo nên, nhưng ít ai nhìn vào sâu thẳm nội tâm của chính mình. Phải chăng đó là nơi bắt nguồn của mọi hành vi và cảm xúc của ta.

Theo giáo lý nhà Phật, thế giới bên ngoài chỉ là tấm gương phản chiếu thế giới bên trong. Khi lòng người được an ổn, tĩnh lặng, thì thế giới xung quanh cũng dần trở nên dịu dàng, hài hòa, bớt khổ đau. Vậy sự bình an ấy không đến từ bên ngoài, mà có khả năng là khởi nguồn từ tâm con người.

Trong đạo Phật, mọi hiện tượng xảy ra trong đời sống đều có nguyên nhân, điều này luật nhân quả và nghiệp báo sẽ giải thích rõ hơn. Mọi hiện tượng đều do hành động, lời nói, ý nghĩ của con người tạo ra. Nếu người sống với tâm tham, tâm sân, và tâm si thì hành động của họ cũng sẽ chứa đầy tính chất hủy hoại, gây đau khổ cho mình và cho người khác. Những hành động như sát sinh, trộm cắp, tà dâm, nói dối, uống rượu hay nuôi dưỡng hận thù đều dẫn đến hệ quả xấu ác, khiến tâm bất an và kéo theo khổ đau trong đời sống.

Ngược lại, khi con người sống trong từ bi, thành thật, nhẫn nhục, biết yêu thương và giúp đỡ, thì chính họ gieo trồng thiện nghiệp, tạo ra quả lành, và góp phần làm cho xã hội trở nên hòa thuận và nhân ái hơn.

## Tu tâm

Người ta hay nói "tu tâm" nhưng không phải là từ bỏ hay lánh xa đời sống thường nhật, mà chính là làm chủ được tâm mình trong mọi hoàn cảnh và trong từng sát-na. Đức Phật đã dạy trong Tứ diệu đế rằng: "Đời là khổ", khổ vì sinh, lão, bệnh, tử, khổ vì mong cầu không được, khổ vì yêu thương phải xa lìa, vì oán ghét mà phải gần nhau. Đức Phật không có ý phủ nhận hoàn toàn giá trị của đời sống hay răn đe con người sống bi quan, yếm thế. Thay vào đó, Ngài chỉ ra một sự thật phổ quát, mọi hiện hữu trong vòng luân hồi đều mang trong nó tính chất bất toại nguyện, dù là vui, đẹp hay hạnh phúc, tất cả đều vô thường, không trọn vẹn và không đem lại hạnh phúc tối hậu. Vì vậy, tâm an là dấn thân vào cuộc đời mà không bị hệ lụy, không đánh mất mình, là giữ vững chánh niệm giữa những biến động cuộc đời. Để có được sự an ổn trong tâm, người học Phật thực hành chánh niệm, tức là sống trọn vẹn tỉnh thức với hiện tại, nhận biết rõ ràng từng phút giây suy nghĩ, cảm xúc, hành động mà không bị cuốn trôi bởi vọng tưởng. Khi ta biết rõ mình đang làm gì, cảm thấy gì, ta sẽ không còn bị dằn vặt bởi quá khứ hay lo âu vì tương lai. Tâm được đưa về an trú trong niệm hiện tại, sẽ trở nên nhẹ nhàng và vững chãi hơn.

## Tĩnh lự

Lối vào thiền định là phương pháp thiết yếu giúp chúng ta đưa tâm trở về trạng thái tĩnh lặng. Trong thiền, ta buông bỏ sự xao động, chú tâm vào hơi thở hoặc một đề mục tu tập nào đó để thấy rõ bản chất vô thường của mọi pháp. Khi tâm không còn bị cuốn theo ngoại cảnh, trí tuệ sẽ phát sinh, giúp ta thấy rõ đâu là nguyên nhân của khổ đau và đâu là con đường giải thoát.

Ngoài ra người tu tập còn học cách nhận diện và chuyển hóa những cảm xúc tiêu cực. Khi sân giận nổi lên, ta không vội phản ứng, mà lặng lẽ nhìn vào gốc rễ của nó. Khi thấy tâm tham cầu, ganh tị, ta nhắc mình rằng mọi thứ đều vô thường, không có gì là mãi mãi để bám víu. Nhờ đó, tâm dần trở nên nhẹ nhàng, rộng mở và bao dung hơn.

## Đạo đức

Có một điều quan trọng không thể thiếu trong hành trình nuôi dưỡng nội tâm là việc sống đạo đức, giữ gìn những giới luật căn bản như không sát sinh, không trộm cắp, không nói dối hay không tà hạnh. Người sống với lương tâm trong sáng sẽ có một đời sống thanh thản, ít bị giằng xé bởi mặc cảm hay âu lo.

Cùng với việc giữ giới là sự thực tập tâm từ bi và hỷ xả. Khi ta có thể cầu mong người khác được hạnh phúc, khi ta biết tha thứ, buông bỏ và yêu thương không điều kiện, thì chính ta cũng nhận được sự nhẹ nhõm và niềm vui sâu lắng. Từ bi không chỉ giúp chuyển hóa khổ đau cá nhân mà còn lan tỏa năng lượng tích cực đến cộng đồng.

Muốn giữ cho tâm luôn vững chãi ta cần nuôi dưỡng trí tuệ bằng cách học hỏi giáo lý, lắng nghe các bậc thầy, gần gũi thiện hữu trí thức, những người có khả năng soi sáng cho ta thấy rõ đúng sai và nhắc nhở ta khi lạc đường lầm lối.

Việc tu tập không chỉ nhằm giải thoát cho bản thân mà còn có tác dụng lan tỏa sự an lạc đến người xung quanh. Một người có tâm trong sạch bước vào nơi nào thì nơi đó cũng được hưởng hào quang, năng lượng của sự bình an.

Để chuyển hóa thế giới không cần phải bắt đầu từ một cuộc cách mạng to lớn, mà nên bắt đầu từ chính mỗi con người. Nếu ai cũng nhận trách nhiệm với tâm mình, nhận ra những điều nên làm và không nên làm, nuôi dưỡng những phẩm chất tốt đẹp và loại bỏ những tâm niệm xấu ác, thì xã hội sẽ dần thay đổi. Một người không tham thì sẽ không lấy của không cho, không trộm cắp. Một người không sân thì không gây hấn. Một người có chánh kiến thì không sa vào mê tín hay cuồng tín. Như vậy, mỗi người tu sửa tâm mình, chính là đang góp phần làm cho thế giới trở nên tốt đẹp hơn.

Con đường đi đến sự bình an không nằm ở việc chờ đợi thế giới đổi thay, mà là chủ động chuyển hóa chính mình. Khi tâm được an, mọi hoàn cảnh cũng trở nên dễ chịu hơn. Khi mỗi người sống có tỉnh thức, từ bi, và trách nhiệm, thì thế giới cũng sẽ trở nên bình yên, an hòa. Sự bình an chung chỉ có thể được xây dựng từ sự tỉnh thức cá nhân, từ sự quyết tâm tu tập và chuyển hóa của từng con người cụ thể. Cho nên, muốn thế giới hòa bình, trước hết tâm mỗi người phải được bình an.

## Thế giới là một cộng nghiệp

Con người cần tỉnh thức rằng: Thế giới chúng ta đang sống không phải là ngẫu nhiên, mà là kết quả của một cộng nghiệp. Cộng nghiệp là nghiệp lực do nhiều chúng sinh cùng tạo ra, dẫn đến một hoàn cảnh chung mà tất cả cùng phải trải qua. Khác với biệt nghiệp là nghiệp riêng của mỗi người. Thế giới hiện đại, nơi tồn tại song song giữa hòa bình và chiến tranh, giữa lòng nhân ái và sự tàn nhẫn, phản ánh những hành động, suy nghĩ và lời nói của hàng tỷ người từ quá khứ đến hiện tại. Những trận động đất, thiên tai, dịch bệnh, khủng hoảng môi trường không chỉ là hiện tượng tự nhiên, mà trong cái nhìn sâu sắc hơn, có thể là biểu hiện của những năng lượng tiêu cực mà nhân loại đã cùng nhau gieo trồng qua thời gian. Mỗi người đều là một phần trong dòng chảy của cộng nghiệp đó. Khi một người chặt phá rừng, một người khác vứt rác xuống sông, một người khác nữa chế tạo vũ khí, và hàng triệu người quay lưng với nỗi đau của kẻ khác, thì chính tập thể ấy đang nuôi lớn một nghiệp lực chung, dẫn đến những hậu quả mà không ai có thể đứng ngoài. Ngược lại, khi có nhiều người sống tỉnh thức, thì thế giới cũng dần chuyển mình theo hướng an lành và tốt đẹp hơn.

Vì vậy nên, nếu thế giới là một cộng nghiệp thì mỗi hành động nhỏ của mỗi con người đều góp phần vào đó. Mỗi lời nói thiện lành, một bàn tay giúp đỡ, một sự tha thứ, tuy nhỏ bé nhưng đều lan tỏa vào không gian chung ấy, góp phần làm nhẹ đi nghiệp lực của toàn thể.

## Mục đích của đời sống theo quan niệm Phật giáo

Trong hệ thống giáo lý, chúng ta thường thấy những lời dạy của Đức Phật luôn nhấn mạnh đến mối liên hệ mật thiết giữa sự tu tập, thực hành giới luật, đạo đức và mục đích tồn tại của con người. Ngài nhấn mạnh rằng sự tồn tại của con người không chỉ mang tính cá nhân mà còn gắn liền với cộng đồng, với thế gian rộng lớn. Điều này được thể hiện rõ qua lời kinh mà Đức Phật đã dạy cho các vị tỳ-kheo tại rừng cây Nại Thị, nước Tì-xá-li: "*Ta nay đã làm lợi ích cho chính mình, cũng làm lợi ích cho kẻ khác, làm lợi cho mọi người, cảm thương thế gian, mong cầu nghĩa lợi và thiện ích, mong cầu sự an ổn khoái lạc cho trời và người. Nay Ta thuyết pháp đã đạt được chỗ rốt ráo, rốt ráo bạch tịnh, rốt ráo phạm hạnh. Do rốt ráo phạm hạnh, Ta nay đã lìa khỏi sanh, lão, bệnh, tử, khóc than, buồn rầu. Nay Ta đã được giải thoát mọi khổ não.*"[1]

Lời dạy này không chỉ thể hiện tấm lòng bi mẫn của Đức Phật đối với chúng sinh, mà còn nêu bật mục đích cao cả của Ngài: hóa độ nhân gian, đem lại an lạc cho tự thân

[1] Tuệ Sỹ dịch, Trung A-hàm, quyển 1, Kinh Thất Nhật, tr. 78, Hội Đồng Hoằng Pháp xuất bản, 2022.

và tha nhân, mở ra con đường giải thoát toàn diện khỏi khổ đau sanh tử.

## Lợi ích cá nhân và cộng đồng

Đức Phật khởi đầu bằng việc nêu ra mục đích của sự xuất hiện ở đời không chỉ để hoàn thành sở nguyện nơi tấm thân tứ đại sau cùng của Ngài mà còn nhằm mang lại lợi ích thiết thực cho cả nhân quần xã hội. Quan điểm này rõ ràng cho ta thấy một tầm nhìn nhân văn sâu sắc, nơi mỗi cá nhân sống với lòng từ bi, biết cảm thông và chia sẻ với chúng sanh. Đó là bản hoài của chư Phật. Đức Phật dạy "*mỗi người là chủ nhân của chính mình.*" Vì tâm trí và hành động của chúng ta trực tiếp ảnh hưởng đến cuộc sống. Những suy nghĩ, lời nói và hành động đều tạo ra nghiệp, và nghiệp này sẽ quyết định tất cả, đưa đến quả báo trong tương lai. Do đó, mỗi người có quyền kiểm soát và thay đổi số phận của mình thông qua ý thức và hành vi của bản thân.

Qua việc tu tập, mỗi cá nhân có thể phát triển sự tự chủ, nhận biết được bản chất của khổ đau cũng như lý do gây ra khổ đau. Một khi đã hiểu được nguyên nhân của nỗi khổ niềm đau, mỗi người có thể tự mình thực hành những giáo lý của Đức Phật để thoát khỏi mọi triền phược và hướng đến giác ngộ giải thoát.

Để làm lợi ích cho mỗi tự thân, chúng ta đều phải có thái độ chủ động và có trách nhiệm với cuộc sống. Thay vì đổ lỗi cho hoàn cảnh hay ngoại lực chi phối, chúng ta hãy nỗ lực làm thế nào để nhận ra mọi thay đổi tích cực đều bắt đầu từ chính bản thân, thông qua việc rèn luyện tri thức và hành vi đúng đắn. Khi tự nhận biết khả năng kiểm soát bản thân, con người có khả năng phát triển lòng từ bi và trí tuệ. Sự tự chủ này sẽ giúp mỗi cá nhân xây dựng mối quan hệ đúng đắn với người khác, góp phần tạo ra một thế giới thái bình thịnh trị và an lạc.

Trong Tương Ưng Bộ, phẩm Một người, Đức Phật đã dạy: "*Một người, này các tỳ-kheo, khi xuất hiện ở đời, sự xuất hiện đem lại hạnh phúc cho đa số, an lạc cho đa số, vì lòng thương tưởng cho đời, vì lợi ích, vì hạnh phúc, vì an lạc cho chư Thiên và loài Người. Một người ấy là ai? Chính là Thế Tôn, bậc A-la-hán, Chánh đẳng giác. Vì một người này, này các tỳ-kheo, khi xuất hiện ở đời, sự xuất hiện đem lại hạnh phúc cho đa số, an lạc cho đa số, vì lòng thương tưởng cho đời, vì lợi ích, vì hạnh phúc, vì an lạc cho chư thiên và loài người..*"

Việc tìm kiếm ý nghĩa lợi lạc và sự lợi ích cho nhân loại đã nhấn mạnh rằng hạnh phúc không nên được xem là điều riêng tư, mà cần được lan tỏa rộng rãi, góp phần làm cho xã hội trở nên an lành và thịnh vượng. Mỗi người có sức mạnh nội tại và có khả năng thay đổi, chuyển hóa mọi khổ đau để tiến đến niềm hạnh phúc an vui và sự giải thoát cao quý.

## Thuyết pháp và chỗ rốt ráo phạm hạnh

Tiếp theo, Đức Phật khẳng định rằng chính Ngài đã thuyết pháp và đạt được chỗ rốt ráo phạm hạnh. Điều này không chỉ hiểu theo nghĩa đen là việc truyền bá giáo lý, mà còn là quá trình hoàn thiện bản thân qua việc thực hành giáo pháp một cách triệt để. Những lời dạy của Ngài, được gọi là pháp, nhằm mục đích vượt qua đau khổ và đạt đến trạng thái thanh tịnh tối ưu. Sự thanh tịnh này không chỉ là một khái niệm, mà là trạng thái giải thoát hoàn toàn khỏi mọi tạp nhiễm của tâm trí và sự tồn tại. Đức Phật nhấn mạnh rất nhiều vào Bát Chánh Đạo, vì tám phẩm chất này sẽ đóng vai trò như kim chỉ nam để đạt được sự thanh tịnh và con đường giác ngộ. Khi đạt được rốt ráo phạm hạnh, người tu hành đã xây dựng được nền tảng giới luật và đạo đức vững chắc, vượt qua những mê muội và phiền não, từ đó mở đường cho những bước tiến sâu hơn trên con đường giác ngộ.

Đó là Chánh kiến, sự hiểu biết về bản chất thực sự của mọi vật, đặc biệt là Tứ diệu đế. Chánh tư duy: ý định đúng đắn sẽ phát triển nhưng suy nghĩ tử tế, từ bi và quyết tâm. Chánh ngữ: trung thực và cân nhắc trong giao tiếp. Chánh nghiệp: hành động đúng đắn trong đạo đức và luân lý, không gây đau khổ. Chánh mạng: sống đúng đắn là một cách sống không gây hại hoặc phi đạo đức. Chánh tinh tấn: sự nỗ lực khắc phục trạng thái tiêu cực và vun đắp trạng thái tích cực. Chánh niệm: sự chú ý và hiện diện có ý thức trong khoảnh khắc hiện tại. Chánh định: tập trung chính xác, thiền sâu để làm dịu và tập trung tâm trí.

Trọng tâm trong lời dạy của Đức Phật là Tứ diệu đế (bốn chân lý cao quý). Khổ đế: Nhận thức rằng cuộc sống là đau khổ. Tập đế: Nguyên nhân của đau khổ, sự hiểu biết rằng đau khổ do ham muốn và vô minh gây ra. Diệt đế: Sự chấm dứt đau khổ, sự nhận ra rằng đau khổ có thể chấm dứt bằng cách loại bỏ nguyên nhân của nó. Đạo đế: Con đường dẫn đến sự chấm dứt đau khổ, chính là Bát chánh đạo, phương pháp vượt qua đau khổ. Thông qua thiền định, tâm trí được thanh lọc và chúng ta đạt được sự hiểu biết sâu sắc và bình an nội tâm. Thiền định cũng giúp chúng ta nhìn thấu và vượt qua những ảo tưởng và chấp trước gây ra đau khổ.

## Lìa khỏi sinh, lão, bệnh, tử

Một trong những điểm chính của lời kinh "*Ta nay đã lìa khỏi sanh, lão, bệnh, tử, khóc than, buồn rầu*" là sự giải thoát khỏi "sanh, lão, bệnh, tử." Đây là bốn nỗi khổ không thể tránh khỏi của đời người. Cho dù có Phật hay không có Phật ra đời, chân lý vẫn hiện hữu và vô thường vẫn tiềm ẩn trong mọi sự vật. Tuy nhiên, khả năng giác ngộ luôn tiềm tàng nơi mỗi con người. Sự ra đời của Đức Phật đã mang lại con đường giải thoát bằng chính kinh nghiệm làm thân người của ngài. Nhờ vào sự tu tập một cách nghiêm túc và đạt đến rốt ráo phạm hạnh, Đức Phật khẳng định rằng, ngài đã vượt qua được vòng luân hồi đau khổ. Đây không chỉ là sự chấm dứt của những phiền não tạm bợ mà còn là minh chứng cho khả năng biến đổi căn bản của con người khi sống đúng với giáo lý Tứ diệu đế và Bát chánh Đạo.

## Giải thoát mọi khổ não

Lời tuyên bố "*Nay Ta đã được giải thoát mọi khổ não*" là thể hiện đỉnh cao của con người tu hành theo Phật giáo. Chúng ta cảm thấy vui mừng và may mắn khi đã và đang đi theo bước chân Đức Thế Tôn. Người có một trí tuệ siêu việt thấu hiểu mọi khổ đau, nguyên nhân của khổ đau, và cũng chỉ rõ cho chúng ta phương pháp giải thoát khổ đau, nằm ngay bên trong mỗi chúng ta.

Giải thoát không chỉ đơn giản là thoát khỏi những khổ đau vật chất mà còn là sự tự do khỏi mọi ràng buộc của tâm trí, là sự đạt đến trạng thái an lạc, tỉnh thức hoàn toàn. Sự tự do này mở ra cho con người một cuộc sống không còn những phiền muộn lo toan, những bận tâm trừu tượng, và hoàn toàn hướng tới trạng thái nội tâm thanh tịnh, tổng hợp cả trí tuệ và từ bi.

## Kết luận

Chúng ta có thể nhận thấy rằng mục đích của đời sống theo quan niệm Phật giáo không chỉ đơn thuần là tìm kiếm hạnh phúc cá nhân mà còn phải lan tỏa lợi ích đến khắp tất cả chúng sanh. Nhờ vào quá trình tu tập và rèn luyện đạo đức, con người có thể dần dần vượt qua những phiền não của đời sống, từ đó đạt được sự giải thoát chân thực. Lời dạy của Đức Phật chính là nguồn cảm hứng bất tận để mỗi người hướng đến một cuộc sống an lạc, đầy ý nghĩa và trọn vẹn nhân văn.

## Giới thiệu sơ lược về tác giả

**Thích Như Tú**

- Thượng Toạ Thích Như Tú, Thế Danh: Lê Hồng Tuấn, Pháp tự: Giải Lệ. Pháp Hiệu: Viên Ân.
- Quê Quảng Nam.
- Sinh ngày 02.05.1973.
- Xuất gia ngày 02.09.1990.
- Thọ Sa Di: Ngày 03.04.1993 (Đại Giới Đàn Thiện Hòa - Bà Rịa Vũng Tàu).
- Thọ Cụ Túc: Ngày 26-28.09.1996 (Đại Giới Đàn Phước Huệ - Đà Nẵng).
- Tấn phong giáo phẩm Thượng Tọa ngày 30.06.2019 (Đại Giới Đàn Quán Thông - Đức Quốc).
- Cử Nhân Ngoại Ngữ (Đại Học Đà Nẵng) năm 2000.
- Thạc Sĩ Ngôn Ngữ Học (Đại Học New Delhi) năm 2004.
- Tiến Sĩ Phật Học (Đại Học New Delhi) năm 2012.
- Từ ngày 24.06.2014 đến Thụy Sĩ.
- Trụ Trì Chùa Viên Minh, thành lập trang nhà www.vienminh.ch
- Cộng tác Báo Viên Giác

*Nguyên Cẩn*

# Đức Phật, người thắp sáng con đường hòa bình cho nhân loại

*Bài viết này được trích ra từ tham luận "Cultivating Inner Peace as a Prerequisite for World Peace" (Nuôi dưỡng sự bình an nội tâm là điều kiện tiên quyết cho hòa bình thế giới) gồm 29 trang gửi tới BTC Vesak. Người viết nhấn mạnh trong phần tóm tắt: "Cuộc tìm kiếm hòa bình thế giới từ lâu đã là khát vọng chung của toàn nhân loại, nhưng tiếc thay con người ta vẫn chưa tìm ra nhân tố chính đem lại hòa bình dù có theo chủ thuyết nào hay triết lý nào đi nữa khi sự bình an nội tâm của từng cá nhân vẫn là một thách thức vì con người bị ràng buộc bởi tham, sân, si của chính lòng mình. Bài viết nhằm soi rọi một giải pháp thực tiễn giúp từng con người đạt đến sự bình an nội tâm, qua chánh niệm, thiền định, sự tĩnh lặng, tỉnh thức hay lòng bao dung... mà bài học của những tấm gương ngàn xưa từ đức Phật đến Trần Nhân Tông đã minh chứng rằng nuôi dưỡng sự an lạc tâm hồn là điều kiện tiên quyết để từng cộng đồng, đất nước và suy rộng ra cả thế giới đạt đến thái bình.*

*Bài tham luận này nêu bật những giáo lý sâu sắc của Đức Phật về hòa bình, bất bạo động và sự tôn trọng mọi sự sống. Ngài nhấn mạnh tầm quan trọng của hòa bình nội tâm và tự chủ như là phương tiện thực sự để vượt qua xung đột và thiết lập hòa bình thế giới.*

## 1. Bình yên nội tâm

Bình yên nội tâm là trạng thái cân bằng về tinh thần và cảm xúc, trong đó cá nhân cảm thấy hài lòng, tập trung và không lo lắng. Cảm giác bình yên này không tồn tại riêng lẻ; nó ảnh hưởng sâu sắc đến cách mọi người tương tác với người khác. Một người vun đắp bình yên nội tâm tỏa ra sự bình tĩnh, hiểu biết và đồng cảm, nuôi dưỡng sự hòa hợp trong môi trường xung quanh họ. Khi những cá nhân như vậy hình thành cộng đồng, hiệu ứng lan tỏa của năng lượng tích cực của họ góp phần vào sự gắn kết xã hội rộng lớn hơn và cuối cùng tác động đến thế giới nói chung.[1]

Mặt khác, sự thiếu bình yên nội tâm thường biểu hiện dưới dạng sự thất vọng, tức giận và thù địch, có thể leo thang thành xung đột giữa các cá nhân hoặc xã hội. Lịch sử cho thấy các tranh chấp toàn cầu thường phát sinh từ các cá nhân hoặc nhà lãnh đạo bị thúc đẩy bởi nỗi sợ hãi, bất an hoặc cái tôi không được kiểm soát. Chúng ta thấy qua những cuộc chiến tranh thế giới khi các nhà lãnh đạo vì tham vọng cá nhân hay do những toan tính bất chấp nhân tình, sẵn sàng ném hàng vạn, hàng triệu sinh mạng vào cuộc chiến, chỉ vì tâm họ nặng oán thù, dục vọng. Do đó, giải quyết sự hỗn loạn bên trong của các cá nhân là một chiến lược quan trọng để ngăn ngừa các xung đột lớn hơn.

Một người có thể đạt được hòa bình nhờ đi theo con đường hòa bình, nhưng người ta khó trở thành một sứ giả hòa bình nếu không biết sống hòa bình với người khác, mà trước hết là đối với bản thân. Hòa bình là dấu hiệu của sự ổn định, bình an và do đó cũng là điều kiện cho sự phát triển hài hòa mọi phẩm chất ở trong con người, khiến người ấy được hoàn thiện về mọi mặt cả thể chất lẫn tinh

[1] Bảo Thu, *Giá trị thật sự cuộc đời là sự bình yên trong tâm hồn*, Tạp chí Petro Times (11/05/ 2018) truy cập ngày 20/12/2024 tại http://petrotimes.vn

thần. Bởi vậy, xử sự hòa bình cũng có nghĩa là tạo điều kiện cho sự phát triển ổn định và hài hòa của nhân tính. Trong ý nghĩa như vậy, việc đối xử hòa bình với tự thân là tuyệt đối cần thiết cho mục tiêu phụng sự hòa bình kẻ khác. Một người cần có sức khỏe tốt mới có thể giúp người khác đạt được sức khỏe. Kinh Pháp cú dạy như vầy:

*"Hãy làm cho kỳ được,*
*Những điều mình dạy người,*
*Khéo nhiếp mình, nhiếp người,*
*Khó thay tự điều nhiếp!"*[1]

## 2. Đức Phật: Sứ giả của hòa bình

Theo Hòa thượng Thích Tâm Minh: "Đức Phật là sứ giả hòa bình bởi Ngài có đầy đủ phẩm chất của một sứ giả hòa bình. Ngài xử sự hòa bình với mọi người và cũng khéo đối xử hòa bình với bản thân để có đủ sức khỏe và điều kiện tốt cho mục tiêu phụng sự hòa bình lâu dài. Ta có thể thấy điều đó ở Đức Phật mà những mô tả trước đây về nếp sống an tịnh của Ngài là một điển hình. Đức Phật là một con người hòa bình và xử sự hòa bình trong mọi trường hợp. Đối với bản thân. Ngài luôn giữ một thái độ sống hài hòa giữa thân và tâm mà thuật ngữ đạo Phật gọi là nếp sống trung đạo (Majjhimā Paṭipadā), nghĩa là, Ngài không nuông chiều bản thân hay cho phép nó rơi vào các ham muốn thái quá, Ngài cũng không bắt ép nó phải chịu nhiều nghịch cảnh đau đớn. Ngài sống nếp sống trung đạo. Ngài hiểu rất rõ mối liên hệ mật thiết giữa thân và tâm, giữa sức khỏe vật lý và sức khỏe tinh thần... Do đó Ngài luôn luôn giữ một thái độ quân bình hài hòa giữa thân và tâm. Ngài đối xử thân thiện hòa bình với cả chính mình."[2]

---

[1] Kinh Pháp cú, kệ số 159, phẩm Tự Ngã, truy cập ngày 12/01/2025 tại https://daotrangtuphat.com/pham-tu-nga-phap-cu-159/

[2] Thích Tâm Minh (2018) Đức Phật, Vị sứ giả hòa bình, NXB Hồng Đức, tr.94

Kết quả sự chứng ngộ Niết-bàn hay tâm giải thoát tuệ giải thoát hết sức sâu sắc của Sa-môn Gotama dưới cội cây Assattha đã biến Ngài thành một con người tuyệt đối an tịnh và hoàn toàn làm chủ tâm thức của mình. Kết quả ấy được xác chứng một phần bởi chính Đức Phật nhưng phần lớn thì được thấy rõ qua nếp sống hằng ngày của Ngài. Trong bản kinh Jivaka, Trung bộ và nhiều kinh khác, bậc Đạo sư xác nhận mình đã thoát khỏi tham sân si, đã chặt đứt chúng một cách hoàn toàn khiến chúng không còn sanh khởi, giống như cây tala bị chặt đứt tận gốc rễ không thể mọc trở lại. Ngài cũng tuyên bố với Saccaka rằng Ngài đã giải thoát khỏi sanh tử luân hồi, bởi tất cả các lậu hoặc liên hệ đến phiền não, sanh khởi hữu lậu, đưa đến khổ dị thục, hướng đến sanh, già, chết đã được Ngài cắt đứt tận gốc rễ. Phật dạy: "Với tâm định tĩnh, thuần tịnh, trong sáng, không cấu nhiễm, không phiền não, nhu nhuyễn, dễ sử dụng, vững chắc như vậy, ta dẫn tâm hướng đến lậu tận trí... Nhờ hiểu biết như vậy, nhận thức như vậy, tâm của ta thoát khỏi dục lậu, thoát khỏi hữu lậu, thoát khỏi vô minh lậu... ta khởi lên sự hiểu biết: 'Ta đã giải thoát.'"[1]

Ngài tự nhận không bao giờ làm hại ai nên không ân hận điều gì. Dù có bị phiến đá đè, ngài vẫn dùng chánh niệm tỉnh giác, nhẫn nhịn không chịu để tâm tư buồn nản. Khi Ác ma đến ngài vẫn ung dung nói:

*Mục đích ta đã đạt*
*Đâu có sầu muộn gì!*

*... Khi thức không âu lo,*
*Khi ngủ chẳng sợ hãi,*
*Ngày đêm không khởi lên,*
*Phiền não bận lòng ta?*[2]

[1] Xem Đại Kinh Saccaka, Trung Bộ (2020), HT Thích Minh Châu dịch, NXB Tôn Giáo, tr. 274, 275

[2] Kinh Phiến Đá, Tương ưng bộ (Samyutta Nikāya) (1999) HT Thích Minh Châu dịch, NXB Tôn giáo, tr. 245-246

Do đặc điểm này, Ngài được mô tả là người đạt được yên ổn an lạc, hiện tại tịch tịnh vượt qua mọi oán hận sợ hãi, siêu thoát mọi đau đớn khổ sầu.

*Ở đây bậc chân nhân*
*Được thiên sứ báo động*
*Không bao giờ phóng dật,*
*...Được yên ổn an lạc,*
*Ngay hiện tại tịch tịnh,*
*Mọi oán hận sợ hãi,*
*Các vị ấy vượt qua;*
*Mọi đau đớn sầu khổ,*
*Họ đều được siêu thoát.* [1]

Nếp sống an tịnh, chánh niệm, tự điều là đặc trưng của Đức Phật và chư vị thánh giả Phật giáo. Nó là phần thưởng cao quý của sự nỗ lực tâm linh đúng đắn mà mọi người đều có thể kỳ vọng nếu biết phát huy năng lực tự nội và điều phục thân tâm. Theo các mô tả truyền thống thì đó là sự an tịnh trầm lặng hoàn toàn của một người sống toàn tâm toàn ý với phút giây hiện tại, không vọng tâm truy tìm quá khứ hay phóng tưởng mong ước tương lai.[2]

Thế Tôn giảng cho các Tỳ-kheo tại Savatthi, tinh xá Cấp Cô Độc:

*Quá khứ không truy tìm,*
*Tương lai không ước vọng,*
*Quá khứ đã đoạn tận,*
*Tương lai lại chưa đến.*
*Chỉ có pháp hiện tại,*
*Tuệ quán chính ở đây.*[3]

---

[1] Kinh Thiên sứ, Trung Bộ (2012), HT Thích Minh Châu dịch, NXB Tôn giáo, tr.1009-1010

[2] Kinh Nhất Dạ Hiền Giả, Trung Bộ (2012), HT Thích Minh Châu dịch, NXB Tôn giáo, tr. 1011-1013

[3] Sách đã dẫn.

Sự an bình tuyệt đối của một người mà tâm thức không còn luyến ái, không còn chống đối độc lập, không trói buộc, giải thoát, không hệ lụy đối với bất cứ điều gì. Sự tịnh chỉ hoàn toàn của một người không còn tham, sân, si, không ái luyến, không chấp thủ, có trí tuệ, không thuận ứng, nghịch ứng, không ưa hý luận, không thích hý luận. Đó là nếp sống của một người đã thoát khỏi mọi hý cầu. được tịch tịnh, được thanh lương, cảm thấy an lạc, rõ biết mình đã thoát khỏi tham, sân, si.

Chúng ta hiểu rằng Đức Phật luôn luôn sống trong *chánh niệm tỉnh giác*, sống trú tâm vào thời khắc hiện tại hay còn gọi là sống với thực tại, sống với những gì đang là.[1] Ngài chú tâm nhận biết và thức tỉnh thường xuyên về pháp hiện tại, cái đang là, không bận tâm tìm kiếm những gì đã qua hay vọng tâm mong cầu những gì chưa đến. Ngài sống toàn tâm toàn ý với thực tại trôi chảy...

## 3. Điều kiện để có an bình trong tâm

Như vậy, để đạt an bình nội tâm cần phải có:

- Chánh niệm
- Thiền định
- Sự tĩnh lặng
- Kiểm soát cảm xúc
- Kết nối với tha nhân
- Phát triển lòng từ bi và sự nhẫn nại:
- Cảm thấy tự do nội tại: Tham, sân, si không còn trói buộc ta một khi ta tĩnh lặng chiêm nghiệm và quán sát, giúp ta cảm thấy tự do hơn.

- Hạnh nhẫn nhục có thể đối trị trực tiếp sân giận nhưng chỉ có trí tuệ Tính không mới tận trừ được sân giận.

---

[1] Ban Lien Huu, Đưa tâm trở về với Chánh niệm, truy cập ngày 12/01/2025 tại https://daitunglamhoasen.vn/blog/tin-tuc-2/dua-tam-tro-ve-voi-chanh-niem-99

## 4. Cội nguồn chiến tranh

Về vấn đề này, những lời trong bản kinh Đại khổ uẩn, Trung bộ, giúp ích cho chúng ta rất lớn. Trong bản kinh này, Đức Phật chỉ rõ chiến tranh xung đột xảy ra do lòng tham của con người đối với các dục lạc, nghĩa là, do lòng ham muốn thỏa mãn các đối tượng hấp dẫn thuộc giác quan như sắc đẹp, tiếng hay, hương thơm, vị ngon, cảm xúc êm dịu mà con người rơi vào tranh chấp, tranh đoạt, chiến tranh, tàn sát lẫn nhau. Nói khác đi, chính sự khao khát thỏa mãn các thú vui giác quan hay tham dục là đầu mối của chiến tranh xung đột xảy ra giữa con người và con người, giữa các tầng lớp xã hội hay giữa các quốc gia. Bản kinh nêu rõ:

"Này các Tỳ-kheo, do dục làm nhân, do dục làm duyên, do dục làm nguyên nhân, do chính dục làm nhân, vua tranh đoạt với vua, Sát-đế-lỵ tranh đoạt với Sát-đế-lỵ, Bà-la-môn tranh đoạt với Bà-la-môn, gia chủ tranh đoạt với gia chủ, mẹ tranh đoạt với con, con tranh đoạt với mẹ, cha tranh đoạt với con, con tranh đoạt với cha, anh em tranh đoạt với anh em, anh tranh đoạt với chị, chị tranh đoạt với anh, bạn bè tranh đoạt với bạn bè. Khi họ đã dấn thân vào tranh chấp, tranh luận, tranh đoạt, họ công phá nhau bằng tay, họ công phá nhau bằng đá, họ công phá nhau bằng gậy, họ công phá nhau bằng kiếm. Ở đây họ đi đến tử vong, đi đến sự đau khổ gần như tử vong. Lại nữa, này các Tỳ-kheo, do dục làm nhân... họ cầm mâu và thuẫn, họ đeo cung và tên, họ dàn trận hai mặt, và tên được nhắm bắn nhau, đao được quăng ném nhau, kiếm được vung chém nhau. Họ bắn nhau bằng tên, họ đâm nhau bằng đao, họ chặt đầu nhau bằng kiếm. Ở đây họ đi đến tử vong, đi đến sự đau khổ gần như tử vong."[1]

[1] Đại kinh Khổ uẩn, Trung Bộ, (Majjhima Nikāya) (2020), HT Thích Minh Châu dịch, tr. 103

Tôn giả Mahākaccāna (Ca-chiên-diên) làm rõ hơn chủ trương hòa bình của bậc Đạo sư khi nói rằng chiến tranh do duyên sinh do con người thường xuyên tiếp xúc với ngoại giới, và do đó cũng do duyên diệt... Từ quan điểm duyên sinh, Mahākaccāna nói tiếp rằng chiến tranh sẽ chấm dứt, không hiện hữu, nếu các duyên hay điều kiện hỗ trợ cho nó sinh khởi không có mặt hay bị loại trừ.

Phật dạy: "Chấn động, này các Tỳ-kheo, là tham. Chấn động là mụn nhọt. Chấn động là mũi tên. Do vậy các Tỳ-kheo, các ông cần phải học tập: 'Tôi sẽ sống với tâm không chấn động.'"[1]

Như vậy, theo Đức Phật, tham hay lòng ham muốn thỏa mãn các khoái lạc giác quan là nguyên nhân của mọi tranh chấp, xung đột và chiến tranh khổ đau. Từ quan điểm chiến tranh khổ đau do nhân tham dục, Đức Phật chủ trương chấm dứt chiến tranh, thiết lập hòa bình bằng con đường ly dục, điều phục lòng tham, chế ngự và đoạn tận lòng ham muốn.

Một văn cảnh khác nêu rõ tham sân si là cội nguồn của mọi ý tưởng và hành vi bất chánh, khiến con người trở thành mù lòa, gây khổ đau cho mình cho người, dự phần vào phiền não khổ đau, không đưa đến an lạc hòa bình. Do đó, Đức Phật chủ trương đoạn tận tham, đoạn tận sân, đoạn tận si:

> *"...Thấy sự nguy hại này của tham, thưa Hiền giả, chúng tôi tuyên thuyết đoạn tận tham. Thấy sự nguy hại này của sân, chúng tôi tuyên thuyết đoạn tận sân. Thấy sự nguy hại này của si, chúng tôi tuyên thuyết đoạn tận si."*[2]

[1] Kinh Bó Lúa, Tương Ưng bộ (Samyutta Nikāya) (2013), HT Thích Minh Châu dịch, NXB Tôn giáo, tr.272

[2] Kinh Channa, Tăng chi bộ (Anguttara Nikāya) (2003) HT Thích Minh Châu dịch, NXB Tôn Giáo, tr. 196-197

## 5. Làm sao kiến tạo hòa bình?

Trong vô số những lời dạy của Ngài, lập trường hòa bình của Đức Phật biểu lộ sâu sắc trong nhiều câu chuyện. Tuyển tập Phật tự thuyết (Udāna), Tiểu bộ[1], chép câu chuyện Thế Tôn vào buổi sáng đắp y, cầm y bát đi vào Sāvatthi để khất thực. Thế Tôn thấy nhiều thiếu niên giữa Sāvatthi và Jetavana đang hành hạ các con cá, thấy vậy Ngài đi đến các thiếu niên ấy, sau khi đến nói với chúng:

"Này các thiếu niên, các con có sợ đau khổ không? Các con không ưa thích khổ phải không?"

"Thưa vâng, bạch Thế Tôn, chúng con sợ đau khổ. Chúng con không ưa thích khổ."

Rồi Thế Tôn ngay trong lúc ấy nói lên lời này:

*"Nếu ngươi không ưa khổ,*
*Dầu bất cứ chỗ nào,*
*Chớ làm các nghiệp ác,*
*Trước mặt hay sau lưng.*
*Nếu ngươi làm, sẽ làm,*
*Các nghiệp ác, bất thiện,*
*Người không giải thoát khổ,*
*Dầu nhảy vọt và chạy.*[2]

Trong khi sự bình yên nội tâm bắt đầu như một sự theo đuổi cá nhân, tác động tập thể của nó không thể được cường điệu hóa. Hãy tưởng tượng một thế giới mà các trường học ưu tiên trí tuệ cảm xúc, các doanh nghiệp khuyến khích chánh niệm và các chính phủ nhấn mạnh lòng trắc ẩn trong việc hoạch định chính sách. Một sự thay đổi như vậy sẽ tạo ra một nền văn hóa mà hòa bình không chỉ là một lý tưởng mà là một hiện thực sống động.

---

[1] KInh Tiểu Bộ, (2022), (Khuddaka Nikàya), phẩm Thiếu niên, dịch giả: HT Thích Minh Châu, NXB Hồng Đức, KN 150

[2] Phật Tự thuyết, Tiểu Bộ kinh, (1999), HT Thích Minh Châu dịch, NXB Tôn giáo, KN 150

Bản kinh Mật hoàn, Trung bộ, cho biết quan điểm và chủ trương hòa bình của Đức Phật, trong đó, Ngài khẳng định một người hòa bình là một người không còn bị trói buộc bởi dục vọng, không bị ám ảnh bởi các vọng tưởng, không có nghi ngờ do dự đối với điều gì, đã đoạn diệt mọi lo lắng dao động, không còn tham ái đối với hiện hữu và không hiện hữu, không tranh luận với một ai ở đời. Đồng thời nêu rõ hý luận vọng tưởng (papañcasannasankhā) là nguyên nhân của mọi tranh chấp, chiến tranh và chỉ rõ cách thức loại bỏ chiến tranh, thiết lập hòa bình, là không tùy hỷ, đón mừng và chấp thủ các hý luận vọng tưởng sanh khởi. Lời giải thích này cũng gián tiếp cho thấy chiến tranh do duyên sanh, bắt nguồn trong tâm thức con người - sự dấy khởi và vận hành của tham, sân, kiến, nghi, mạn, hữu tham, vô minh do duyên hý luận vọng tưởng hay do bị ám ảnh bởi ngã tưởng "tôi là".

## 6. Thái độ tôn trọng sự sống và môi trường sống của tất cả chúng sinh

Thái độ tôn trọng sự sống cũng như môi trường sống của tất cả chúng sinh là một đặc điểm khác nói rõ con người hòa bình và tấm lòng yêu quý hòa bình của Đức Phật. H. W. Schumann nêu nhận xét rằng từ bi là nét chính trong tính cách của bậc Đạo sư: "Đức Phật có tâm từ rộng lớn hướng đến mọi cảnh giới của sự sống..."[1] Ngài tôn trọng sự sống và hạnh phúc của mọi loài bởi một lẽ duy nhất:

*Ai mưu cầu hạnh phúc,*
*Bằng cách hại chúng sanh,*
*Các loài thích an lành,*
*Đời sau chẳng hạnh phúc.*[2]

---

[1] H. W. Schumann, The Historical Buddha, Jainendra Prakash Jain at Shri Jainendra Press, tr.203

[2] Pháp Cú, kệ 130.

Nghĩa là "Tất cả chúng sinh đều yêu quý mạng sống, lo sợ sự chết, mong muốn hạnh phúc, chán ghét khổ đau." Ngài chứng nghiệm với tâm mình rằng mỗi chúng sinh đều rất ái luyến tự ngã (nghĩa là mong muốn được bình yên); do đó, theo Ngài, nếu người ta đã yêu quý tự ngã của mình thì chớ làm hại tự ngã người khác.[1]

Ngài phản đối chiến tranh, xem việc chinh phục người khác bằng vũ lực là hạ sách, chỉ chồng chất thêm oán thù. Ngài kêu gọi hòa bình, cho rằng tự thắng mình mới là chiến công oanh liệt nhất, hơn thắng cả ngàn quân địch ở chiến trường.

*Dầu tại bãi chiến trường,*
*Thắng ngàn ngàn quân địch,*
*Không bằng tự thắng mình,*
*Chiến công ấy - kỳ tích!*[2]

Ngài từ bỏ sát sanh, tránh xa sát sanh, bỏ trượng, bỏ kiếm, biết tàm quý, có lòng từ, sống thương xót đến hạnh phúc của tất cả chúng sinh và loài hữu tình. Ngài tránh làm tổn hại các mầm sống và không gây thương tổn các loài cây cỏ. Ngài sống gần gũi và hài hòa với thiên nhiên, cảm nhận tánh linh của các loài thảo mộc và nỗi lo lắng sợ hãi của chúng khi bị đe dọa xâm hại. Ngài xác nhận an trú lòng từ đối với mọi cảnh giới với tâm niệm không làm tổn hại các chúng sinh ở trong đó.

Ngoài nếp sống hòa bình của tự thân và những cống hiến lớn cho mục tiêu hòa bình lâu dài thông qua những lời dạy sáng suốt và đầy từ tâm của Ngài, Đức Phật cũng trực tiếp hoặc gián tiếp can ngăn những cuộc giết hại, tranh chấp và chiến tranh xảy ra trong thời đại của Ngài.

---

[1] Kinh Mallika, Tương Ưng Bộ. (Samyutta Nikàya) (2020) HT Thích Minh Châu dịch, tr. 173-174

[2] Pháp Cú, kệ 103.

Các phong trào thúc đẩy hòa bình nội tâm, chẳng hạn như Ngày Quốc Tế Hòa Bình và các sáng kiến thiền toàn cầu, đã mở đường. Những nỗ lực này nhắc nhở chúng ta rằng các hành động cá nhân - cho dù thực hành lòng biết ơn, giải quyết xung đột một cách hòa bình hay chỉ đơn giản là hiện diện - góp phần vào một nền văn hóa hòa bình lớn hơn.

**7. Kết luận**

Nuôi dưỡng bình an nội tâm là nền tảng để đạt được hòa bình thế giới. Nó bắt đầu bằng sự tự nhận thức, phát triển thông qua lòng trắc ẩn và mở rộng thông qua hành động tập thể. Mỗi cá nhân đều có sức mạnh ảnh hưởng đến thế giới bằng cách nuôi dưỡng sự hòa hợp bên trong chính họ. Bằng cách nắm lấy trách nhiệm này, nhân loại có thể tiến gần hơn đến một tương lai mà hòa bình không chỉ là sự vắng bóng của xung đột mà còn là sự hiện diện của sự hiểu biết và thống nhất thực sự. Như câu nói, "Hòa bình bắt đầu bằng một nụ cười", nhưng nó phát triển mạnh mẽ thông qua cam kết không lay chuyển đối với sự thanh thản bên trong và cuộc sống từ bi.

*"Vui thay, chúng ta sống,*
*Không hận, giữa hận thù!*
*Giữa những người thù hận,*
*Ta sống, không hận thù!"*[1]

Vậy đó, thế giới bình yên khi tâm con người bình yên: *"Tâm bình, thế giới bình."*

Đức Phật Di-lặc hiện thế khi lòng ta hoan hỷ, bao dung, từ ái, chia sẻ và cảm thông nhau.[2] Tại sao chúng ta không tự cùng nhau xây dựng hòa bình thế giới bắt đầu từ trong tâm thức mỗi người để thấy cuộc đời đáng yêu và

---

[1] Pháp Cú, kệ 197.

[2] Nguyên Cẩn, (2014) Ước mơ và hiện thực, truy cập ngày 15/12/2024 tại https://giacngo.vn/uoc-mo-va-hien-thuc-post24585.html

đáng sống biết bao khi hình ảnh và lời dạy của Đức Phật vẫn vọng lại trong ta, quanh ta, hiện thể và hộ trì ta theo những thiện ý, thiện nghiệp mà ta đang thực hiện trong từng giây phút tồn tại trên mặt đất này? Lời kinh xưa vẫn còn nguyên giá trị vĩnh hằng nhắc nhở ta: *An bình nội tâm là điều kiện tiên quyết cho hòa bình thế giới.*

***Nguyên Cẩn***

## Giới thiệu sơ lược về tác giả

**Nguyên Cẩn**

- Tên thật: Phạm Văn Nga, bút hiệu: Nguyên Cẩn, sinh 08.05.1956 tại Sài Gòn
- Học vị: Tiến sĩ ngành Quản trị Kinh doanh (Doctor of Business Administration)
- Hiện là Giảng viên Đại học Kinh tế Thành phố Hồ Chí Minh, Đại học Khoa học xã hội và Nhân văn
- Viết cho các báo Phật giáo tại Việt Nam
- Đã xuất bản 18 tác phẩm gồm thơ, truyện ngắn, xã luận, biên khảo...

Phụ bản 9: Con đường - Photo: Lương Nguyên Hiền

*Thích Từ Lực & H. Kim Quang*

# Năm mươi năm phát triển Phật giáo Việt Nam tại California

***Ghi chú của Ban Biên Tập:***

*Đây là một khảo luận giá trị, gồm 7 phân mục: I. Dẫn Nhập; II. Kiến Lập Chùa và Các Tổ Chức; III. Tu Học và Hoằng Pháp; IV. Văn Hóa và Giáo Dục; V. Sinh Hoạt Của Tổ Chức Gia Đình Phật Tử Việt Nam; VI. Năm Mươi Năm Nhìn Lại Để Đi Tới...; VII. Kết Luận. Do khuôn khổ giới hạn của Đặc San VHPG, chúng tôi chỉ đăng tải 2 phân mục VI và VII.*

## Năm Mươi Năm Nhìn Lại Để Đi Tới...

Với hai bàn tay trắng khi mới đặt chân lên đất nước Hoa Kỳ cách nay tròn 50 năm, cộng đồng Phật giáo Việt Nam, gồm Tăng, Ni và Phật tử các giới, đã xây dựng được cơ đồ vững chắc cho Phật giáo Việt Nam trên vùng đất hứa này. Khi nhìn lại những thành tựu trong nửa thế kỷ qua của Phật giáo Việt Nam tại Mỹ, chúng ta có thể học được bài học kinh nghiệm trong quá khứ để có dự phóng cho tương lai.

### 1. Giữ Đạo và phát triển Đạo

Đất nước Hoa Kỳ xưa nay chịu ảnh hưởng sâu đậm tín điều và giáo điều của các tôn giáo hữu thần mà tiêu biểu là Thiên Chúa giáo, gồm các giáo phái Tin Lành và Thiên Chúa giáo La Mã. Trách nhiệm thiêng liêng của chư Tăng,

Ni và giới cư sĩ trí thức Phật giáo là làm sao bảo vệ niềm tin Tam Bảo đối với quần chúng người Việt tỵ nạn giữa một xã hội mà đi đâu cũng chỉ thấy nhà thờ và Thánh giá. Dù sứ mệnh này của cộng đồng Phật giáo Việt Nam ở California không phải hoàn toàn thành công một trăm phần trăm, nhưng ít ra cũng đã có thể giữ vững và mở rộng niềm tin Phật giáo trong cộng đồng người Việt tỵ nạn.

Làm được điều đó chính là nhờ vào nỗ lực phi thường của chư tôn đức Tăng, Ni và Phật tử các giới trong việc xây dựng chùa chiền, kiến lập đạo tràng ở khắp mọi nơi có người Việt tỵ nạn cư ngụ. Tại vùng Little Saigon, nơi thủ đô của người Việt tỵ nạn Cộng sản, hình ảnh ngôi chùa có mặt khắp nơi và những ông bà cụ già chỉ cần ra trạm xe buýt trước nhà là có thể đi đến chùa bất cứ ngày nào. Bởi vậy, đừng thấy chùa "mọc lên như nấm" rồi than phiền mà nên biết rằng nhờ chùa có mặt khắp nơi nên cộng đồng người Việt tỵ nạn mới giữ được Đạo và phát triển Đạo Phật Việt Nam trong lòng xã hội phương Tây.

Tuy nhiên, việc mỗi Tăng, Ni tự mình ra xây dựng một ngôi chùa và sinh hoạt theo cách riêng sẽ không tránh khỏi tình trạng rời rạc, mạnh ai nấy làm, và không có sự kết hợp trong các Phật sự chung để tạo sức mạnh cho cộng đồng Phật giáo địa phương. Nếu tình hình rời rạc này kéo dài quá lâu sẽ dẫn tới tình trạng không nên có trong cộng đồng Tăng-già cũng như cộng đồng Phật giáo nói chung: chia rẽ, phân hóa và làm mất tinh thần thanh tịnh và hòa hợp.

Để thoát khỏi tình trạng bất lợi nói trên, chúng tôi thiết nghĩ có 2 cách có thể áp dụng được. Xin mở ngoặc ở đây để nhấn mạnh rằng 2 cách này không phải là mới mẻ gì, vì từ trước tới giờ đã và đang được thực hiện trên toàn quốc Hoa Kỳ hay tại các địa phương, nhưng vẫn còn chưa vận dụng được triệt để sức mạnh vốn có của cộng đồng Phật giáo Việt Nam:

a. Thực hiện đúng theo tinh thần giới luật mà Đức Phật đã thiết lập: Tổ chức lễ bố-tát1 hằng tháng và an cư tập thể hàng năm. Đây là phương thức nền tảng nhất để xây dựng và phát huy tinh thần thanh tịnh và hòa hợp Tăng-già kể từ thời Đức Phật đến nay. Việc bố-tát và an cư sẽ tạo ra nhiều lợi lạc. Chẳng hạn, đó là cơ hội để tập thể Tăng-già ngồi lại với nhau trong tinh thần lục hòa và sách tấn, giúp đỡ lẫn nhau trên con đường tu tập và hành đạo; đây cũng là cơ hội để tập thể Tăng-già tạo sự hiểu biết và cảm thông nhau rồi đi đến sự bàn bạc và thống nhất các Phật sự cần thiết tại địa phương; đây thực sự là cơ hội để tập thể Tăng-già và qua đó là cộng đồng Phật giáo Việt Nam tại địa phương tránh được tình trạng chia rẽ, phân hóa và chống đối nhau. Có thể lúc đầu không quy tụ hết được chư Tăng, Ni tại các chùa trong khu vực, nhưng lần hồi do ảnh hưởng thực sự của tinh thần thanh tịnh và hòa hợp Tăng-già sẽ thu hút được các Tăng, Ni chưa tham gia sẽ tham gia.

b. Từ tinh thần thanh tịnh và hòa hợp Tăng-già qua việc tổ chức bố-tát và an cư như đã nói ở trên sẽ đưa tới việc chư Tăng, Ni và Phật tử tại một khu vực, có thể là trong một thành phố hay nhiều thành phố trong một quận, cùng nhau tổ chức các khóa tu học Phật Pháp hay các buổi lễ chung vào các dịp Lễ Phật Đản, Lễ Vu Lan, v.v. Thực hiện những buổi lễ chung với sự tham dự của tất cả mọi thành phần công chúng như vậy không những là cách hữu hiệu để tạo sức mạnh đoàn kết trong cộng đồng người Việt tỵ nạn mà còn có thể giới thiệu đến người Mỹ gồm tất cả các sắc dân biết được nét đặc thù của truyền thống văn hóa dân tộc và Phật giáo Việt Nam.

---

1 Lễ bố-tát: nghi lễ tụng giới, nhắc giới hằng tháng tại mỗi trú xứ của chư tăng. Chư tăng trong cùng một trú xứ tập trung để cùng nhau tụng lại giới luật do Phật chế định, thường là mỗi nửa tháng hoặc một tháng, vào ngày giữa tháng hoặc cuối tháng.

## 2. Bảo tồn và phát huy văn hóa

Chùa là nơi không phải chỉ để hành trì Phật Pháp mà còn là nơi để duy trì và phát huy nền văn hóa đặc thù của người Việt qua nhiều lãnh vực. Chẳng hạn, chùa là nơi duy trì các lễ hội lớn của người Việt như Tết Nguyên Đán, Rằm Tháng Giêng, Rằm Tháng Bảy hay Lễ Vu Lan Báo Hiếu. Không có chùa thì những lễ hội truyền thống này sẽ bị mai một. Chùa còn là nơi giúp cộng đồng người Việt xa quê cảm nhận được sự ấm áp và thân yêu của tình đồng bào, đồng hương, đồng đạo để không cảm thấy bị cô đơn, lạc lõng giữa nền văn hóa phương Tây xa lạ! Còn nữa, khi một ngôi chùa được dựng lên trong một thành phố hay trong một thị trấn nhỏ nào đó ở Mỹ thì đó là cách để giới thiệu với người Mỹ về Đạo Phật Việt Nam trên bình diện văn hóa qua kiến trúc, để họ làm quen và lần hồi sẽ được cảm hóa.

Hình ảnh ngôi chùa và các lễ hội công cộng chỉ đóng góp phần nào đó vào công cuộc bảo tồn văn hóa đặc thù của Phật giáo Việt Nam tại xứ người. Một phần đóng góp quan trọng khác để bảo tồn và vinh danh văn hóa Phật giáo Việt Nam trong xã hội Mỹ là chúng ta phải mang văn hóa Phật giáo Việt Nam vào lòng của nền văn hóa phương Tây, hay văn hóa Mỹ. Muốn làm được việc này thì chúng ta phải có đội ngũ Tăng, Ni và cư sĩ thông thạo tiếng Anh để thuyết giảng Phật pháp và viết sách phổ biến trong thị trường sách báo ở Mỹ. Xin nhớ rằng ảnh hưởng to lớn của Thiền Sư Nhất Hạnh trong giới trí thức và người Mỹ chính yếu là nhờ các tác phẩm Anh ngữ mang nội hàm Phật pháp của Thiền Sư được nằm trong danh sách các sách bán chạy nhất (best seller books). Ảnh hưởng khác của Thiền Sư Nhất Hạnh vào xã hội Tây phương là pháp môn chánh niệm, mà đã và đang được sử dụng rộng rãi trên khắp thế giới, trong nhiều lãnh vực sinh hoạt để giúp giảm căng thẳng, sống an lạc.

Muốn cho người Mỹ cảm thấy thích thú đối với văn hóa Phật giáo Việt Nam thì chúng ta phải có sản phẩm đặc biệt để giới thiệu cho họ. Người Mỹ là dân tộc thực dụng, bởi vậy khi làm điều gì đó họ đều nghĩ đến thành quả thấy được của nó. Thiền chánh niệm mang lại kết quả mà người Mỹ có thể thấy được ngay: giảm căng thẳng, bớt khổ đau, sống hạnh phúc. Nhưng Phật giáo Việt Nam có sản phẩm văn hóa gì đặc sắc để làm cho người Mỹ thích thú? Đây là vấn đề cần được chư Tăng, Ni và cư sĩ Phật giáo Việt Nam nghiêm túc suy xét, nghiên cứu và giải đáp. Nơi đây, chúng tôi xin mạo muội nêu ra một suy nghĩ thô thiển của mình.

Pháp môn phổ biến nhất của Phật giáo Việt Nam là tụng kinh. Hầu như mọi ngôi chùa đều có thời tụng kinh Tịnh Độ vào buổi tối, thời tụng Kinh Lăng Nghiêm và Thập Chú vào buổi khuya, các thời tụng Kinh cầu an, cầu siêu, v.v. Đây có thể nói là một trong những bản sắc văn hóa của Phật giáo Việt Nam. Nhưng đã nửa thế kỷ qua tại sao người Mỹ vẫn chưa cảm thấy thích thú với phương pháp tụng kinh này, dù họ đã từng hơn một lần tham dự vào một thời tụng kinh nào đó? Câu trả lời không khó lắm: vì người Mỹ chưa thấy hiệu quả tức thì của việc tụng kinh.

Câu hỏi theo sau là liệu việc tụng kinh có mang lại lợi ích thấy được chăng? Câu trả lời là có. Tụng kinh bao hàm thiền chánh niệm, nếu thiền chánh niệm mang lại hiệu quả có thể thấy được thì tụng kinh đương nhiên mang lại lợi ích có thể thấy được. Hơn nữa, tụng kinh không những bao hàm thiền chánh niệm mà còn bao gồm pháp môn tu Giới, Định và Tuệ. Khi tụng kinh thân ngồi yên một chỗ, miệng tụng đọc lời kinh, ý suy tư ý nghĩa của kinh tức là kiểm thúc ba nghiệp thân, khẩu và ý thì đó chính là Giới. Khi tụng kinh tâm tập trung vào lời kinh không để tạp niệm khởi lên thì đó là Định. Khi tụng kinh để tâm tư duy ý nghĩa lời kinh sẽ thâm nhập vào lời Phật dạy để mở tâm và trí thì đó là

Tuệ. Vấn đề là xưa nay Thầy Tổ trong Phật giáo Việt Nam không để tâm vào việc quảng bá lợi ích của việc tụng kinh nên không giải thích kỹ cách tụng kinh thế nào. Trong nghi thức tụng kinh cũng cần để ý đến tư thế ngồi của thân thể, cách thở ra vào như thế nào, cách phát âm ra sao để giúp cho tâm được thanh tịnh, cách đánh chuông, mõ, khánh, đẩu như thế nào để tạo âm thanh hòa điệu làm cho người nghe dễ lắng tâm, cách suy nghiệm lời kinh làm sao để thâm nhập vào ý chỉ của Phật. Làm đúng được những cách này thì một thời tụng kinh nửa tiếng hay một tiếng đồng hồ sẽ tức thì có hiệu quả cụ thể cho người trì tụng.

Còn một việc nữa, mỗi thời tụng kinh theo truyền thống thiền môn Việt Nam đều kéo dài cả tiếng đồng hồ hay lâu hơn nữa. Đối với người Mỹ và giới trẻ thì điều này sẽ là một trở ngại để họ có thể tham dự trọn vẹn một thời kinh trong tinh thần an lạc. Cho nên, chư tôn đức Tăng, Ni cần điều chỉnh thời lượng các khóa trì tụng kinh chú để cho người Mỹ và giới trẻ cảm thấy thoải mái tham dự.

Đến đây thì trách nhiệm của Phật giáo Việt Nam là phải giảng giải và hướng dẫn cho Phật tử Việt cũng như người Mỹ hiểu và thực hành đúng cách tụng kinh như thế nào để họ cảm nhận được hiệu quả tức thì sau mỗi thời tụng kinh. Đó là một trong nhiều cách giới thiệu nền văn hóa đặc thù của Phật giáo Việt Nam cho người Mỹ.

### 3. Dạy tiếng Việt

Mỗi dân tộc đều có ngôn ngữ riêng của mình để diễn đạt qua lời nói hay viết xuống thành chữ. Ngôn ngữ là phương tiện hữu hiệu để phát huy và bảo tồn nền văn hóa của một dân tộc. Đánh mất ngôn ngữ của riêng mình thì dân tộc đó tự đánh mất nền văn hóa quý báu. Chính vì vậy, giữ gìn tiếng Việt là việc vô cùng hệ trọng đối với mọi người Việt tỵ nạn sống trong một đất nước không phải là quê cha đất mẹ của mình.

Đối với thế hệ tỵ nạn đầu tiên định cư ở Mỹ thì tiếng Việt là ngôn ngữ mẹ đẻ cho nên không cần phải học. Nhưng đối với các thế hệ con em là những người đến Mỹ lúc còn thơ ấu và những người được sinh ra và lớn lên ở Mỹ thì việc học tiếng Việt là quan trọng trong mục đích bảo tồn và phát huy nền văn hóa truyền thống của dân tộc và Phật giáo Việt Nam. Vì vậy, song song với việc đào tạo đội ngũ thông thạo tiếng Anh để truyền bá Phật Pháp tại Mỹ, cộng đồng Phật giáo Việt Nam không thể lơ là với việc dạy tiếng Việt cho thế hệ con em.

Đây không phải là điều mới lạ, bởi vì trong nửa thế kỷ qua cộng đồng người Việt tỵ nạn nói chung và cộng đồng Phật giáo Việt Nam tại Mỹ nói riêng cũng đã nỗ lực không ngừng nghỉ trong việc dạy tiếng Việt cho thế hệ kế thừa. Công tác này đã mang lại các thành quả rất đáng khích lệ, nhưng vẫn còn nhiều việc phải làm và nhiều nỗ lực phải thực hiện hơn nữa. Chúng tôi xin nêu ra vài điều như sau:

## a. Đừng sợ con em mình dở tiếng Anh

Các bậc cha mẹ người Việt hay lo lắng rằng nếu nói tiếng Việt với con em mình nhiều quá sẽ làm cho chúng dở tiếng Anh. Thực tế là trẻ em dù có nói tiếng Việt toàn thời gian ở nhà vẫn giỏi tiếng Anh không thua kém bạn bè ở trường. Các nghiên cứu cho thấy các trẻ em biết nhiều ngôn ngữ thì sẽ làm cho chúng thông minh và học giỏi hơn. Trong tài liệu hướng dẫn các câu hỏi về việc trẻ em biết nhiều thứ tiếng có lợi hay hại "Young Children Learning Multiple Languages: Parent FAQs"1 cho biết rằng hơn 20% trẻ em tại Mỹ sử dụng một thứ tiếng khác với tiếng Anh tại nhà. Tài liệu cũng cho biết trẻ em biết nhiều thứ tiếng thì giữ được mối quan hệ chặt chẽ với gia đình, với nền văn hóa

[1] "Young Children Learning Multiple Languages: Parent FAQs" (https://www.healthychildren.org) Source American Academy of Pediatrics and American Speech-Language-Hearing Association (Copyright © 2024)

và cộng đồng hơn. Đồng thời các em biết nhiều thứ tiếng cũng cải thiện được sự giao tiếp, giỏi văn chương và toán.

## b. Vai trò của cha mẹ và gia đình

Muốn con em giỏi tiếng Việt thì cha mẹ và người thân trong gia đình phải đóng vai trò quan trọng trong việc luôn nói và dạy tiếng Việt cho chúng. Muốn làm được điều này thành công thì cần phải làm ngay từ khi con em của chúng ta vừa mới lọt lòng và bắt đầu tập nói. Đây chính là thời điểm rất tốt để tạo cho con em chúng ta cảm thấy nói và nghe tiếng Việt là tự nhiên. Tiếp theo, cha mẹ và người thân phải chủ động tạo môi trường nói, nghe, đọc và viết tiếng Việt cho con em của mình. Chẳng hạn, từ khi con cái mình còn nhỏ thì hãy tập cho chúng thói quen không những nghe và nói tiếng Việt mà còn đọc và viết tiếng Việt nữa. Bằng cách nào? Mỗi ngày cha mẹ đọc chuyện cổ tích thiếu nhi cho con cái mình nghe. Hướng dẫn cách đọc chữ Việt cho con cái và khuyến khích chúng đọc các chuyện cổ tích. Nếu cần khi chúng đọc được một chuyện, cha mẹ có thể thưởng tiền để chúng vui vẻ đọc tiếp. Khi con cái đã biết cách đọc và viết tiếng Việt, cha mẹ có thể nhờ con cái đánh máy một cuốn sánh mỏng nào đó, chẳng hạn cuốn truyện cổ Phật giáo, và cho tiền thù lao đánh máy cho chúng.

Nói tóm lại, gia đình có thể biến thành trường học tiếng Việt đầu đời và cơ bản cho con cái của mình rồi sau đó mới tới trường học. Ở California nhiều trường học bậc tiểu học và trung học trong các khu vực có đông người Việt cư ngụ đã có chương trình dạy tiếng Việt như một ngôn ngữ thứ hai tùy chọn để giúp học sinh Việt Nam có cơ hội chính thức học tiếng Việt. Hơn nữa, từ lâu trong cộng đồng người Việt tỵ nạn tại California và nhiều tiểu bang khác đã có các lớp dạy tiếng Việt miễn phí cho con em.

## 4. Đọc sách và sáng tác

Đọc sách và sáng tác là nhu cầu để duy trì và phát triển nền văn hóa mà chủ yếu là lãnh vực văn học. Không đọc thì sẽ không có chất liệu và động cơ để sáng tác. Nhưng một hiện tượng đáng lo ngại về tình hình đọc sách tại Hoa Kỳ mà đã được nữ ký giả người Mỹ Natalia Mesa ghi nhận vào đầu năm 2025 rằng do ảnh hưởng bởi thời đại kỹ thuật số, bởi khối lượng thông tin khổng lồ đã làm cho người Mỹ ngày nay đọc ít sách hơn 30 năm trước.1 Ký giả này còn cho biết thêm rằng trung bình một người Mỹ chỉ dành khoảng 26 phút để đọc sách mỗi ngày, trong khi họ lên internet và xem truyền hình tới 3 giờ mỗi ngày. Điều đáng chú ý khác là họ chỉ dành 55 giây để đọc một bài viết.

Với khuynh hướng đọc ít và nhanh như vậy sẽ làm cho người đọc không thể lặn sâu vào nội dung của bài viết và do đó cũng làm cạn dần nguồn tư duy và sáng tạo. Chắc chắn điều này sẽ tạo ra những thay đổi lớn lao trong lãnh vực văn hóa, tư tưởng và văn học. Chẳng hạn, khi có ít người đọc thì sẽ có ít người viết. Tương tự như vậy, khi chỉ thích đọc nhanh thì sẽ làm cho con người chỉ muốn viết thật ngắn như viết email vài hàng hay viết text vài chữ, v.v. Kết quả là những truyện dài, những cuốn tiểu thuyết dài, những bài khảo luận dài sẽ có ít người đọc. Khi độc giả càng ít thì sẽ làm cho người viết mất dần cảm hứng sáng tác. Cuối cùng là nguy cơ bế tắc của một nền văn học mà trong đó có nền văn học Việt Nam và văn học Phật giáo Việt Nam.

Chính vì vậy, chư tôn đức Tăng, Ni và các nhà trí thức Phật giáo, đặc biệt chư vị trú trì các ngôi chùa, cần đặc biệt quan tâm đến việc tạo điều kiện và khuyến khích giới trẻ đọc sách và sáng tác. Lập thư viện tại các chùa và khuyến

---

[1] Natalia Mesa, "Is there a 'right' way to read?" (www.nationalgeographic.com)

khích mọi người đọc sách, tổ chức các buổi đọc sách và giới thiệu sách, thi viết văn và làm thơ, v.v. là những cách có thể thực hiện được trong khả năng của một ngôi chùa. Ngoài ra, để giải quyết nan đề đọc ít và nhanh, chúng ta có thể thực hiện các video clips có hình ảnh sống động bao gồm nội dung Phật Pháp hay các chuyện tích Phật giáo ngắn gọn chừng năm bảy phút, đưa lên internet để mọi người có thể xem nhanh mà không cần phải đọc.

## 5. Nuôi dưỡng Gia Đình Phật Tử Việt Nam

Tương lai của một dân tộc hay của bất cứ một tổ chức nào đều trông cậy vào giới trẻ. Phật giáo cũng không ngoại lệ. Tương lai của Phật giáo Việt Nam tại Mỹ nói chung và tại California nói riêng nằm trong tay giới trẻ mà đại biểu là Gia Đình Phật Tử Việt Nam (GĐPTVN). Đây là tổ chức chính thống mang sứ mệnh giáo dục thanh, thiếu, đồng niên trở thành những người Phật tử có tín tâm kiên cố đối với Tam Bảo và là những viên gạch bền chắc góp phần đưa Phật Pháp vào từng gia đình và toàn xã hội.

Điều đáng quan tâm là khi du nhập vào thế giới Tây phương với nền văn hóa và ngôn ngữ khác biệt, tổ chức GĐPTVN không thể tránh khỏi những chướng duyên trong việc duy trì và phát triển. Chúng tôi biết rằng công tác giáo dục tuổi trẻ của GĐPTVN tại Mỹ không dễ dàng chút nào, mà những khó khăn dễ thấy là hoàn cảnh sống của các bậc cha mẹ, các huynh trưởng GĐPT phải làm việc vất vả suốt tuần để nuôi con hoặc phụ giúp gia đình, việc ngôn ngữ bất đồng, việc các em bận rộn học hành hay bị lôi cuốn vào các trò chơi giải trí, các nhóm bạn bè không sinh hoạt GĐPT, v.v.

Khi nhìn thấy giới trẻ, mà cụ thể là GĐPTVN là chiếc chìa khóa để mở cửa vào ngôi nhà tương lai của Phật giáo Việt Nam, chư tôn đức Tăng, Ni và cư sĩ Phật tử các giới cần hết lòng hỗ trợ và tạo thuận duyên để hình thành và phát triển các đơn vị GĐPTVN tại địa phương. Để nuôi dạy giới trẻ, nhất là trẻ vị thành niên, chúng ta nên hiểu biết về sự phát triển tâm sinh lý của tuổi trẻ để có thể hỗ trợ một cách hữu hiệu thay vì tạo ra những điều phản tác dụng. Chẳng hạn, trẻ em thì thường đùa giỡn, phá phách, nghịch ngợm, cho nên người lớn phải biết khoan dung và nhẫn nại để tìm cách giáo dục làm cho chúng được cảm hóa bởi lòng từ bi và yêu thương hơn là trừng phạt và xua đuổi.

Từ đó chúng ta thấy rằng để có thể dạy dỗ và hướng dẫn cho các đoàn sinh trẻ tuổi, các huynh trưởng GĐPT cần phải được huấn luyện đầy đủ hoặc ít nhất cũng phải đáp ứng một số nhu cầu tối thiểu về khả năng đối với giáo lý, kỹ năng, tâm lý và đạo đức. Đây không những là điều kiện để có thể thành toàn trách nhiệm giáo dục tuổi trẻ mà còn là yếu tố then chốt để tạo uy tín cho tổ chức GĐPTVN trong mục đích chiêu cảm và mở rộng nhiều hơn nữa số lượng tuổi trẻ tham gia sinh hoạt. Để làm điều đó, GĐPTVN cần quan tâm và nỗ lực nhiều hơn nữa vào việc tăng cường chất lượng và hiệu năng đào tạo các cấp huynh trưởng qua những khóa huấn luyện từ dưới lên trên.

Một yếu tố không kém phần quan trọng để giúp việc giáo dục tuổi trẻ của GĐPTVN tại Mỹ thành công là phần đóng góp của các phụ huynh. Sinh hoạt trong đoàn đội của GĐPT chỉ diễn ra trong vài ba giờ mỗi cuối tuần tại chùa, trong khi thời gian rất dài còn lại các em sống ở nhà và gần gũi suốt ngày với cha mẹ. Nếu các bậc phụ huynh tận tâm tận lực tiếp tay cho GĐPT trong việc giáo dục con em thì kết quả sẽ khả quan hơn rất nhiều. Vậy thì cha mẹ có thể giúp được gì? Trước hết, cha mẹ hãy làm gương cho con cái về việc làm tròn tư cách của một người Phật tử bằng cách giữ gìn đúng 5 giới mà mình đã thọ lãnh: Không sát sanh, không trộm cắp, không tà dâm, không nói dối, và không uống rượu. Thứ đến, cha mẹ thường xuyên thăm hỏi con em về việc học hành và sinh hoạt trong GĐPT ra sao. Thứ nữa, cha mẹ đừng bao giờ quên đưa con đến chùa vào mỗi cuối tuần để sinh hoạt GĐPT. Sau cùng, cha mẹ cần trao đổi thường xuyên với các huynh trưởng GĐPT có trách nhiệm hướng dẫn cho con cái của mình để tìm hiểu việc sinh hoạt của con cái và đồng thời để tham khảo cách giúp con em cải thiện khả năng học tập và cá tính tốt hơn.

## Kết luận

Sau nửa thế kỷ nhìn lại Phật giáo Việt Nam tại tiểu bang California, chúng ta không khỏi hoan hỷ và khích lệ trước những thành tựu quý báu mà chư tôn đức Tăng, Ni và Phật tử các giới đã nỗ lực không ngừng để thực hiện trong giai đoạn đầu của cuộc sống lưu cư trên xứ người. Ngày nay ở những nơi có cộng đồng người Việt tỵ nạn cư ngụ trên khắp tiểu bang California, chúng ta đều thấy hình bóng những ngôi chùa, thiền viện, tu viện, tịnh xá trang nghiêm hiện hữu. Những chốn Già-lam phạm vũ ấy là thành trì giữ Đạo, là nơi quay về nương tựa của bà con đồng hương người Việt có niềm tin Tam Bảo sống kiếp tha hương, là nơi bảo tồn và phát huy nền văn hóa truyền thống của dân tộc và Phật giáo Việt Nam.

Tất cả đó đều là công lao khó nhọc của chư tôn đức Tăng, Ni và đồng bào Phật tử thuộc thế hệ tỵ nạn đầu tiên đến Tiểu Bang Vàng này. Họ đã hoàn thành xuất sắc việc xây dựng nền tảng cơ bản cho Phật giáo Việt Nam tồn tại và phát triển lâu dài về sau.

Nhìn về tương lai, chúng ta thấy có ba việc quan trọng cần làm để Phật giáo Việt Nam được tiếp tục phát triển: Một là tiếp tục công cuộc giữ gìn Đạo Pháp trong cộng đồng người Việt như đã làm từ trước tới nay. Hai là hướng mục tiêu truyền bá Phật Pháp cho thế hệ trẻ trong cộng đồng người Việt ở Mỹ nói chung và tại California nói riêng. Ba là hướng đến đối tượng là người Mỹ để quảng bá Chánh Pháp.

Với mục đích thứ nhất, chúng ta cần nhận thức rằng cộng đồng người Việt định cư tại California là lực lượng quần chúng căn bản mà Phật giáo Việt Nam phải nhắm tới để giữ Đạo. Vì vậy, chúng ta cần tiếp tục các công tác Phật sự như xây dựng tín tâm, hướng dẫn tu học Phật Pháp, duy trì các truyền thống giá trị về đạo đức, văn hóa, tín ngưỡng và tự do dân chủ, và góp phần trong việc phát triển cộng đồng Phật giáo Việt Nam ngày càng vững mạnh.

Với mục đích thứ hai, chúng ta cần tập trung hơn nữa việc giáo dục tuổi trẻ người Việt bằng tiếng Việt và tiếng Anh thông qua các phương tiện khoa học hiện đại hầu đáp ứng đúng nhu cầu và sở thích của giới trẻ để thế hệ con em của chúng ta hiểu và giữ được nguồn cội giống nòi và truyền thống văn hóa của dân tộc và Phật giáo Việt Nam.

Với mục đích thứ ba, chúng ta cần ý thức rằng công tác truyền bá Phật Pháp trong nửa thế kỷ qua của Phật giáo Việt Nam vẫn chưa thực sự nhắm đến các cộng đồng người Mỹ, ngoại trừ sự cố gắng rất đáng tán dương của một số Tăng, Ni Việt Nam tại một số chùa và đặc biệt là nỗ lực phi thường của Thiền Sư Nhất Hạnh đã thu hút được đông đảo giới trí thức Mỹ và phương Tây theo Đạo Phật. Nhưng để Phật giáo Việt Nam tồn tại lâu dài trong xã hội Mỹ, chúng ta cần có những phương thức truyền bá Phật Pháp thích hợp với tư duy và nếp sống của người Mỹ. Để làm được điều này chúng ta cần có một kế hoạch được điều nghiên kỹ lưỡng và một đội ngũ nhân sự thông thạo tiếng Anh để đảm nhận vai trò của những sứ giả Như Lai.

Thành tâm cầu nguyện cho Phật giáo Việt Nam được trường tồn tại Hoa Kỳ và tiểu bang California.

# Giới thiệu sơ lược về tác giả

**Thích Từ Lực**

- Thượng tọa Thích Từ Lực sinh năm 1953 tại Huế, Việt Nam.
- Sau năm 1975, tị nạn đến California.
- Xuất gia năm 24 tuổi (1977) với bổn sư Thích Tịnh Từ tại niệm Phật đường Từ Quang, San Francisco.
- Hiện Trụ Trì Chùa Phổ Từ, 17327 Meekland Avenue, Hayward, CA 94541.

-Cố vấn Giáo hạnh Ban Hướng dẫn Trung ương GĐPTVN tại Hoa Kỳ

- Năm 1986, thành lập Thiền Viện Phổ Hương (Compassion Meditation Center) tại vùng Hayward, thuộc miền Bắc California.
- Là dịch giả, người biên soạn nhiều tác phẩm Phật pháp song ngữ; đồng soạn giả sách "50 Năm Nhìn Lại Phật Giáo Việt Nam tại Hoa Kỳ (1975-2025).
- Năm 2012, thành lập Trung tâm Tu học Phổ-Trí tại Vacaville, CA, chương trình tu học bằng tiếng Anh dành cho cả tu sĩ và cư sĩ.

**Huỳnh Kim Quang**

(Xem giới thiệu sơ lược về tác giả ở trang 116)

trang thơ

# NGUYỄN CHÍ TRUNG

## GỬI BÙI GIÁNG & TUỆ SỸ

*Giáng ôi anh chết mất rồi*
*Giờ tôi không có một người đọc thơ*
*Thi Ca chữ nghĩa bơ vơ*
*Thời đại cầu bất cầu bơ không hồn*
*Xác anh thiên hạ đã chôn*
*Cùng Mưa Nguồn Lá Hoa Cồn Màu Hoa*
*Trên Ngàn Sa Mạc Trường Ca...*
*Dường như tất cả qua loa một vài*
*Giáng ôi câu chuyện trần ai*
*Hình như riêng biệt đọa đày vào ta*
*Đất trời đày ải quá đà*
*Hay riêng tự chúng ta là làm thêm?*
*Ấy là nghiệp chướng oan khiên*
*Hay là hiu hắt trong triền mây bay?*
*Ấy là một nỗi thở dài*
*Còn vương vất lại trong ngày đã xa?*
*Bữa nay tôi khóc tôi la*
*Vì tôi chẳng thể làm ma vô tình*
*Tuệ Sỹ viết: "Trời có Tình*
*Thì Trời cũng đã trở thành già nua."*

*Tưởng như lời nói bông đùa*
*Mà trong sự thể mái chùa vỡ tung*
*Nhìn nhau trong cuộc trùng phùng*
*Mỗi người một ái ngại ngùng cho nhau*
*Giáng ôi anh chết quá lâu*
*Chỉ còn tôi để chia sầu với tôi*
*Tuệ Sỹ dường như về ngồi*
*Dưới chân Phật Tổ nhìn đời lại qua*
*(Tuy là câu chuyện Thi Ca*
*Cũng còn vướng bận qua loa một vài?)*
*Chúng tôi còn sống lai rai*
*Nên tôi còn viết vài bài cho anh*
*Giáng ôi anh chết quá nhanh*
*Còn Tôi quá chậm, Trời hành hạ thêm*
*Tôi không tăm tiếng tuổi tên (!)*
*Cả đời tôi chỉ đứng bên vệ đường*
*Trần gian cơ sự nhiễu nhương*
*Tôi cố viết nốt một chương (cuối cùng?)*
*"Có Tâm thì tội cho lòng*
*Có thêm đầu não thì không ra gì"*
*Những Lời như thế là gì?*
*Không ai đọc được, thế thì ra sao?*
*Một Lời máu lệ là bao*
*Một Lời đã viết, làm sao bây giờ?*
*Đôi khi tôi cũng không ngờ*
*Giòng Thơ ngấp nghé cõi bờ tử sinh*
*Tôi luôn luôn chỉ một mình*
*Vì Thơ tôi vốn lênh đênh không người*
*Tôi thì khóc, Tuệ Sỹ cười*
*Ấy là hai mặt của đời trầm luân*
*Lúc đi xa lúc đến gần*

*Tôi lặn lội giữa cõi trần Trời cho*
*Tuy là Cuộc chẳng hay ho*
*Lại thêm cam khổ gay go bội phần*
*Sao cho trọn vẹn căn phần*
*May ra hiểu được một phần nào chăng?*
*Tôi không thể quậy nhố nhăng*
*Làm tuồng như thể đem quăng kiếp người*
*Vì biết sau khi vất rồi*
*Trơ trơ tôi vẫn làm người như tôi*
*Nên tôi thầm lặng thế thôi*
*Như đã biến mất giữa đời từ lâu*
*Nếu còn là chỉ đôi câu*
*Dài như một nỗi dãi dầu còn lưu*
*Biết rằng Cuộc quá sầu u*
*Người dựng chuyện, người đi tu cho rồi*
*Ấy là một cách trả lời*
*Cho Câu Hỏi do Đất Trời đặt ra*
*Ở trong câu chuyện vốn Là*
*Không trong sự thể Không Là. Thế nên*
*Không làm sư không trò điên*
*Trái tim tôi mở diện tiền trần gian*
*Bắt tôi vào cuộc lầm than*
*Bắt tôi từ bỏ thiên đàng ngu si*
*Bắt tôi cứ thế phải đi*
*Cho bao địa ngục tụ về (thành Thơ?)*
*Bắt tôi phải đợi phải chờ*
*Cho bao tuyệt vọng làm mờ trái tim*
*Bắt tôi cứ mãi đi tìm*
*Cho tôi cùng cực trong niềm cô đơn*
*Cho tôi đến cõi trống trơn*
*(Và quên mất niềm mang ơn Đất Trời*

*Đã cho cơ hội làm người*
*Cho tôi biết chút cuộc đời, nhân sinh)*
*Bắt tôi đủ chuyện linh tinh*
*Cho tôi điêu đứng điêu linh điêu tàn*
*Bắt tôi những chuyện trái ngang*
*Cho tôi không hiểu trần gian là gì*
*Giáng ôi tôi ở anh đi*
*Những Thơ mình viết gởi về cho ai*
*Trẻ con giờ chẳng học bài*
*Nghe đến Lục Bát tẩy chay thẳng thừng*
*Văn mới thơ mới tưng bừng*
*Ấy đà phát triển (?), có ngừng được đâu*
*Nếu anh còn sống chắc rầu*
*May cho anh cõi chiêm bao đã về*
*Giáng ôi sự cố nặng nề*
*Một mình tôi chịu, không hề ai chia*
*Thơ tôi có lẽ mộ bia*
*Làm bằng trang giấy đầm đìa dưới sương*
*Mù đêm trời lạnh vào xương*
*Tôi nằm nghĩ đến thê lương kiếp người*
*Có khi tôi cứ viết hoài*
*Vì không còn được một người nào nghe.*

***Nguyễn Chí Trung***

# Giới thiệu sơ lược về tác giả

**Nguyễn Chí Trung**

- Sinh năm 1948 tại Vũng Tàu, Việt Nam, lớn lên ở thành phố Sài Gòn, học trung học ở trường Chu Văn An.
- Năm 1967 nhận học bổng quốc gia (VNCH) sang CHLB Đức du học. Tại Viện Đại Học Stuttgart, Nguyễn Chí Trung học Triết học và Toán Học & Cơ Học Áp Dụng, tốt nghiệp Tiến Sĩ Kỹ Sư (Doktor-Ingenieur) năm 1977.
- Bắt đầu viết lúc khoảng 13, 14 tuổi và viết liên tục đến ngày hôm nay.
- Năm 1996 đã chấm dứt việc làm với tư cách tiến sĩ kỹ sư để chỉ còn làm việc văn chương & nghệ thuật.
- Viết trên 50 tập Thơ trong hai ngôn ngữ Đức và Việt.
- Đã dịch những Thi Sĩ quan trọng của Thi Ca thế giới ra Việt ngữ như Hoelderlin, Shaskespeare, Dickinson, Rimbaud, Leopardi, Pessoa, Kavafis, Porchia, Trakl, Montale, Khayyam, Lý Bạch, Đỗ Phủ, Bạch Cư Dị, Thôi Hiệu và Thơ Chữ Hán của Nguyễn Du ... Ông đã hủy bỏ hết những tiểu luận, phê bình, và chỉ đôi khi vẽ và làm Thư Pháp (Kalligraphie).
- Năm 2013, Nguyễn Chí Trung cho xuất bản ở Saigon một bộ Thơ gồm 7 tập với tựa đề là BẢY LỜI.
- Từ 2004 ông đã được mời đi tham dự và đọc Thơ ở nhiều Đại Hội Thi Ca Quốc Tế từ Đông sang Tây. Tại đấy, Nguyễn Chí Trung đã đọc Thơ Lục Bát cho thính giả nghe.
- Thơ Nguyễn Chí Trung đã được xuất bản trong những ngôn ngữ như tiếng Anh, Pháp, Ý, Tây Ban Nha, Bồ Đào Nha, và được dịch ra những ngôn ngữ như tiếng Thụy Điển, tiếng Hindi, Ả Rạp và tiếng Serbia.

Phụ bản 10: Ước mơ hòa bình - Tranh Cát Đơn Sa

*Thanh Nguyễn*

# NGÀY HOAN HỶ

Ngày hoan hỷ, tháng này, năm nay

Dòng thời gian miên viễn vô thủy vô chung, điểm đầu cũng là điểm cuối. Vòng luân hồi bất tận, không có điểm dừng. Đời người hữu hạn trong vòng trăm năm, thân người chưa đầy hai thước mà nghiệp lực thì cao như núi Tu-di. Hạnh phúc nhỏ bé và ngắn ngủi trong khi khổ đau chồng chất nặng nề và dài theo kiếp người. Bởi vậy những khoảnh khắc sống hoan hỷ ngay bây giờ ở tại đây vô cùng quý báu mà không phải ai cũng biết hay có thể cảm nhận được! Những phút giây hoan hỷ bây giờ và ở đây quả thật có, nhưng làm sao để sống được như thế? Kinh *Nhất dạ hiền giả* có đoạn viết:

*Quá khứ không truy tầm,*
*Tương lai không ước vọng,*
*Quá khứ đã đoạn tận,*
*Tương lai thì chưa đến.*
*Chỉ có pháp hiện tại,*
*Tuệ quán chính là đây.*
*Không động, không rung chuyển,*
*Biết vậy nên tu tập.*
*Hôm nay nhiệt tâm làm,*
*Ai biết chết ngày mai?*

Có lẽ cũng vì vậy mà đức Phật thị hiện để giáo hóa chúng sanh khai thị ngộ nhập Phật tri kiến bằng con đường giải thoát, khai mở tâm trí để con người biết đến sự hoan hỷ hiện tại bây giờ và ngay ở đây. Đức Phật thị hiện trong cung vàng điện ngọc, thân phận tột đỉnh nhân gian, sắc dục, vật chất cực phẩm... nhưng tất cả những thứ ấy đức Phật xem như chổi cùn rế rách. Ngài bỏ tất cả để xuất gia tầm sư học đạo. Đức Phật đã tu vô lượng kiếp. Khi thị hiện ở Ta-bà này biểu diễn tu khổ hạnh sáu năm ở rừng già với nhiều vị thầy và nhiều phương pháp khác nhau, nhưng tất cả cũng không thể giúp thoát khỏi khổ, vẫn ở trong tam giới, vẫn lên xuống trong sinh tử, vẫn chỉ là hưởng phước nhân thiên trong thời gian ngắn mà thôi. Cuối cùng đức Phật đến bên bờ sông Ni-liên-thiền, ngồi dưới cội Bồ-đề cho đến khi sao mai mọc mà hoát nhiên đại ngộ. Phút giây đại ngộ của đức Phật là phút giây hoan hỷ, ngày hoan hỷ, tháng năm hoan hỷ.

Niềm hoan hỷ vĩnh viễn này không chỉ đối với loài người mà còn đối với cả chư thiên và phi nhân. Vì khi đức Phật ngộ đạo, thành đạo, ngài mở ra một kỷ nguyên mới cho loài người, mở ra con đường giải thoát cho loài người. Ngài đem ánh sáng chân lý soi rọi đêm trường vô minh. Khi đức Phật thành đạo, ngài đã thốt lên: "Hỡi kẻ làm nhà kia, từ đây thôi nhé, rui mè, cột kèo đã gãy tan. Ta đã biết ngươi, từ đây ta không còn luân hồi sanh tử nữa, đây là kiếp chót của ta." Ngài đã thành bậc Chánh đẳng Chánh giác. Từ đây ngài đem giáo pháp chỉ dạy cho loài người, từ đây mở ra cánh cửa ra khỏi biển khổ của sanh tử luân hồi. Ngày Phật thành đạo là ngày hoan hỷ của loài người, của tứ chúng, của bốn loại chúng sanh ở cõi Ta-bà và các cõi nước phương khác.

Đạo (道) là từ Hán Việt, vừa là tính từ vừa là động từ và danh từ. Đạo của đức Bổn Sư chính là con đường, đường đi đến hết khổ, liễu sanh thoát tử. Đường chuyển phàm thành thánh, đường đi đến ngôi vị Đẳng chánh giác. Đạo của đức Thế Tôn rất rõ ràng, y cứ theo thì sẽ thành. Sau khi thành đạo, đức Phật đi đến vườn Nai và đã chuyển pháp luân với ba phần:

- Thị chuyển: Đây là khổ tính bức bách, đây là tập tính chiêu cảm, đây là đạo tính có thể tu, đây là diệt tính có thể chứng. Khuyến chuyển: Đây là khổ các ông nên biết, đây là tập các ông nên đoạn, đây là đạo các ông nên tu, đây là diệt các ông nên chứng. Chứng chuyển: Đây là khổ ta đã biết, đây là tập ta đã đoạn, đây là đạo ta đã tu, đây là diệt ta đã chứng.

Đạo đế ấy chính là trung đạo, là bát chánh đạo, con đường tám nhánh, thực hiện đúng bát chánh đạo thì sẽ đắc thánh quả: Chánh kiến, chánh tư duy, chánh ngữ, chánh nghiệp, chánh mạng, chánh tinh tấn, chánh niệm, chánh định.

Ngày Phật thành đạo là ngày hoan hỷ, hoan hỷ vì chúng sanh không còn mò mẫm trong đêm tối, không còn mày mò tìm đường đi. Hoan hỷ vì đấng đạo sư đã vạch lối chỉ đường, đã cho chúng ta cái bản đồ đi ra khỏi biển khổ, ra khỏi khu rừng vô minh tăm tối. Hoan hỷ vì có Phật, có đạo sư. Ngày nào chúng sanh biết đạo, học đạo và hành đạo thì ngày đó là ngày hoan hỷ. Hoan hỷ không truy tầm quá khứ đã qua, không mong cầu tương lai chưa đến. Hoan hỷ ngay bây giờ và tại phút giây hiện tại này.

Ngày Phật thành đạo, nhân, thiên và phi nhân hoan hỷ vô cùng, hào quang soi chiếu khắp các cõi trời người, khắp các pháp giới, tỏa ra bao trùm các quốc độ. Đây là một sự kiện chưa từng có trong lịch sử loài người. Lần đầu tiên nhân loại có một vị đạo sư vĩ đại mà lại vô cùng từ bi. Ngài nói: "Ta là Phật đã thành, các ông là Phật sẽ thành."

Chúng con là những Phật tử sơ cơ chỉ biết tự nhủ lòng, tự bản thân mình noi theo đúng ý chỉ thánh đạo: Tứ Diệu Đế, Bát Chánh Đạo, ba mươi bảy phẩm trợ đạo là cốt lõi, là căn bản, là gốc rễ thánh đạo mà đức Thế Tôn đã dày công khai phá và chỉ dạy. Chúng con tự thầm nhủ dù có tu pháp môn nào, tông phái nào, dòng truyền thừa nào cũng phải giữ lấy căn bản cốt lõi. Ngôi nhà phải có móng, có rường cột. Nếu thiếu móng và rường cột ắt ngôi nhà sẽ đổ. Cây đại thụ phải có gốc rễ vững chãi, gốc rễ vững mới có hoa lá cành, nếu chỉ có hoa lá cành mà không gốc rễ thì cây sẽ đổ! Tứ Diệu Đế, Bát Chánh Đạo, ba mươi bảy phẩm trợ đạo chính là móng, là rường cột, là gốc rễ vậy!

Chúng con tuyệt đối không chấp nhận những trò ma mị mê hoặc người của những tà sư ma tăng, tuyệt đối không theo những việc: xin xăm, bói toán, phong thủy, coi ngày giờ, cúng sao, giải hạn, trục vong, mở ngải, trừ tà, cầu tài cầu lộc, thắp đèn diên thọ, treo phan tục mạng... Những trò này đang phá hoại niềm tin của Phật tử sơ cơ, đang phá hoại pháp của đức Thế Tôn.

Ngày hoan hỷ, khi khoảnh khắc sao mai mọc, Thế Tôn chứng tam thân, tứ trí, ngũ nhãn, lục thông... Tất cả sự thật (diệu đế) bày ra trước mắt, không còn gì có thể ngăn ngại được Phật nhãn, không có thế lực nào có thể quấy phá được tâm thanh tịnh của Thế Tôn. Bạo lực ma vương, sắc dục ma nữ, tất cả những khủng bố hay cám dỗ đều tan biến như hơi sương dưới ánh mặt trời.

Đức Phật sanh ra và lớn lên trong ngũ dục lục trần, sống trong bao nhiêu ràng buộc quyến rũ của đời, nhưng rồi đức Phật rũ bỏ tất cả để lên đường, cuối cùng ngài đã thành bậc Chánh đẳng Chánh giác. Ngài như một đóa hoa sen từ trong bùn vươn lên khỏi bùn để tỏa hương thơm. Thân vùi trong bùn mà không nhiễm bùn, sinh ra trong cuộc đời ô trược mà không hề nhiễm ô ngũ dục. Ngài tu đạo và thành tựu, thành tựu cho chính ngài và thành tựu cho tất cả chúng sanh. Chúng sanh nhờ sự thành tựu của ngài, nhờ sự khai mở con đường sáng của ngài, từ đó mới có đường chánh đạo để đi đến bớt khổ, hết khổ, giác ngộ, Niết-bàn.

Đức Phật là bậc thầy dẫn đạo căn bản (Bổn Sư), là người chỉ đường, còn chúng ta là những người thọ hưởng thành quả của ngài, chúng ta chịu học, chịu tu, chịu lên đường hay không là vấn đề ở chúng ta. Việc đi có đúng đường chánh mà Phật đã dày công khai phá hay không là tùy thuộc vào sự tỉnh táo hay mê muội của chúng ta. Thực tế cho thấy rất nhiều người vẫn xưng là Phật tử nhưng lại đi vào đường tà đạo, ma đạo. Có nhiều môn phái lấy cắp một chút giáo lý, một ít ngôn từ Phật học rồi chế biến, rồi thêm thắt những điều tà vạy, dị đoan, mê tín... để lập môn phái mới dụ hoặc người mê. Thời đại hôm nay có lắm môn phái mới phát sinh, những tà sư, ma sư thuyết pháp nhiều như cát sông Hằng, thật đúng như lời huyền ký năm xưa của đức Thế Tôn.

Ngày hoan hỷ, tháng này năm nay. Chúng con mừng ngày thành đạo của đức Bổn Sư. Chúng con đê đầu đảnh lễ đức Thế Tôn, đảnh lễ mười phương tam thế chư Phật, chư Bồ Tát, chư hiền thánh tăng. Chúng con vô cùng hoan hỷ và an lạc ngay tại đây, ngay phút giây này. Ngày Phật thành đạo, ngài đã thành tựu cho ngài và cho tất cả chúng con. Thế gian này, quốc độ này nếu không có sự thành đạo của ngài ắt mãi mãi chìm trong tăm tối vô minh.

***Thanh Nguyễn***

*Ất Lăng thành, 1223*

# Giới thiệu sơ lược về tác giả

**Thanh Nguyễn**

- Tên thật: Nguyễn Thanh Hiền, sinh ngày 20 tháng 3 năm 1971 bút danh: Tiểu Lục Thần Phong, Du Tâm Lãng Tử, Hiền Nguyễn, Thanh Nguyễn, Đồng Thiện và Steven N.
- Nguyên quán: Diêu Trì – Bình Định, hiện đang sống tại Georgia - USA.
- Viết bài thường xuyên cho: Chánh Pháp, Việt Báo, Thư Viện Hoa Sen, Trẻ, Ngôn ngữ, T-vấn, Văn chương Việt, Quán văn, All Poetry, New Viet Art, Thư Viện Phật Việt, Rộng Mở Tâm Hồn, Quảng Đức, Hoa Vô Ưu...
- Tác phẩm đã in: Giữa Con Đường Với Vết Trầm (thơ), Mộng Trùng Hoa (thơ), Em Vẫn Là Nỗi Đau Đời (thơ), Hoa Đào Năm Ấy (văn), Hạc Cầm (thơ), Kể Chuyện Mà Chơi (tập truyện), Chỉ Có Con Đường Đó Mà Thôi (văn), Mộ Hoa (thơ), Kìa Trúc Biếc Hoa Vàng (thơ), thơ tiếng Anh Silentspark – volume 3 (ebook), Nặng Tợ Nghìn Cân (tập truyện), Có Ngờ Gì Không (ebook)
- Tác phẩm in chung: Chánh Niệm Trong Đời Thường (văn), Tình Nghĩa Mẹ Cha ( tuyển thơ), Thơ Tình Mùa Xuân (tuyển thơ), Thơ Tình Quê Hương (tuyển thơ), Thơ Tình Mùa Thu (tuyển thơ), Truyện ngắn chọn lọc (2023 – Nhân Ảnh), Dreaming of Ink ( thơ tiếng Anh).
- Tác phẩm chưa in: Theo Em Vào Giữa Giáo Đường, Việt Sử Ca, Chuyện Cũ Phù Dung Trấn (truyện dài), Hạc Hoa Thành, Bá Hộ Làng Cảnh Dương (tập truyện , đang được in bởi T-Vấn), truyện ngắn Mãi Thôi Ở Giữa Con Đường, Khúc Trường Ca Hoa..., Ngày Tháng Năm Này (tùy bút, đang in bởi nxb Ananda).

*Nguyên Đạo Văn Công Tuấn*

# ĐẤT TRỜI NGHIÊNG - TÔI CŨNG

Xưa nay ta cứ hiểu chữ “Giới” theo nghĩa chữ Tàu là cấm đoán. Giới từ tiếng Phạn là “Sīla”, có nghĩa là Phẩm Cách. Mình tu giới là tìm cách nâng cao Giá trị Phẩm Cách con người mình lên. Làm thế nào để cảm thấy rằng càng ngày ta càng cao thượng, thanh cao... *(Lược ghi bài giảng của HT Thích Tuệ Sỹ về Thọ Giới).*

## [ 1 ]
## MỘT KHỞI ĐẦU NGAY GIỮA MÙA DỊCH

Tôi nghỉ hưu ngay trong thời gian đại dịch COVID-19 bùng phát. Một sự trùng hợp vừa ngẫu nhiên, vừa chứa đầy ẩn ý. Dịch bệnh đã khiến thế giới đảo lộn, khiến con người nhìn lại chính mình, và cũng khiến tôi có cơ hội nhìn sâu vào một phần đời mà lâu nay mình vẫn trì hoãn: đời sống tâm linh.

Khi nghỉ hưu, tôi vẫn mang một cảm giác áy náy trong lòng. Trong sở làm vẫn còn những chương trình tôi từng chịu trách nhiệm đang trên đà triển khai, các kế hoạch hỗ trợ giữa đại dịch còn dang dở. Các cấp trên đã đề nghị tôi ở lại thêm một thời gian. Nhưng tôi đã quyết - không phải vì chán nản hay vì quá mệt mỏi - mà vì tôi cảm nhận rõ rệt một lời kêu gọi thầm lặng từ bên trong: đã đến lúc dành trọn vẹn thời gian cho việc tu tập.

Những ngày đầu sau khi rời sở, tôi tưởng mình sẽ tận hưởng được sự thư thái. Nhưng không! Việc không còn bận rộn lại khiến tôi có chút bối rối. Thói quen của mấy chục năm đi làm - dậy sớm, họp hành, giải quyết công việc... - bỗng nhiên bị dừng, để lại khoảng trống. Tôi đọc sách, viết lách, ngồi thiền, tụng Kinh, đi qua đi lại trong nhà... Mặc dù có tham gia các sinh hoạt và công trình của Giáo Hội, nhưng điều kiện làm việc mới thiếu phương tiện, thiếu cộng sự, thư ký... làm tôi thấy bối rối. Chỉ vài tháng, tôi đã cảm nhận rõ rệt một điều: sức khỏe có phần giảm sút, tinh thần có những lúc chùng xuống. Và tôi giật mình nhận ra đời sống nội tâm của mình còn quá sơ sài.

Chính trong hoàn cảnh đó, tôi cảm thấy một sự thôi thúc mãnh liệt: cần phải có một chỗ dựa, cần phải có một bờ đê ngăn lũ tràn - cần phải thọ giới. Việc trước đây tôi đã cứ hẹn lần hẹn lữa. Không phải chỉ tham dự như một lễ nghi, mà là bước vào một cánh cửa. Tôi quyết định xin thọ Bồ Tát Giới tại gia. Nhưng giữa đại dịch, các đạo tràng ngưng hoạt động, không đâu tổ chức Giới đàn. Tôi liên lạc khắp nơi, ai cũng ái ngại lắc đầu: "Giới đàn trong mùa dịch này? Làm sao tổ chức được?"

Tôi gần như bỏ cuộc, thì duyên lành đến từ một nơi không ngờ: Hòa thượng Như Điển. Qua một lần trao đổi, Hòa thượng bảo: "Chích ngừa Covid xong, con thu xếp về chùa. Khi quý thầy ở chùa tụng giới đầu tháng, Thầy sẽ tổ chức một Tiểu Giới Đàn riêng cho con." Lòng tôi như có đèn sáng. Một cơ hội quý giá giữa thời đại biến động. Một cánh cửa mở giữa hàng loạt cánh cửa đóng kín.

Một tuần sau, Hòa Thượng lại nhắn tin: "Để trang nghiêm, Thầy đã mời thêm hai Giới Sư là thầy Hạnh Tấn và thầy Hạnh Giới." Tôi nghe mà không cầm được xúc động. Một giới đàn chỉ có một giới tử là tôi, nhưng có đầy đủ mười vị giới sư (sau đó có một vị bị bệnh nên phải ở lại phòng không dự được, còn chín vị). Không khí trang nghiêm, trầm mặc, và rất ấm áp. Tôi lạy xuống từng lạy, phát từng lời nguyện, như đang trở về khơi dậy và ôm ấp phần sâu thẳm của chính mình mà bao năm nay tôi đã bỏ quên.

Đó không chỉ là một nghi lễ. Đó là một bước ngoặt.

Giới - không phải là rào chắn. Giới là con đường. Là ánh đèn lặng lẽ, nhưng kiên trì dẫn đường qua bóng tối. Trong những tháng ngày mà thế giới bị đại dịch phong tỏa, tôi lại được mở cửa - một cánh cửa đi vào nội tâm.

## [ 2 ]
## HÌNH THỨC VÀ BẢN CHẤT

Có một câu chuyện xảy ra đã vài năm trước, nhưng vẫn thường trở lại trong tâm trí tôi. Hôm đó là một buổi trưa nóng tại Bồ-đề Đạo Tràng, trong phòng khách của Trung Tâm Viên Giác Ấn Độ. Chúng tôi gồm bốn người, ngồi cùng với thầy Hạnh Bổn, vừa uống trà, vừa trò chuyện. Câu chuyện hôm ấy cũng xoay quanh đời sống tu tập của cư sĩ tại gia, mỗi người một ý, một kinh nghiệm.

Bất chợt, một nữ cư sĩ trong nhóm nêu lên nỗi băn khoăn của mình. Chị kể về con rể - một người đàn ông mà chị quý mến vì tính tình hiền lành, chăm chỉ, thương vợ thương con, chưa từng thấy làm điều gì sai trái. Nhưng có một điều làm chị băn khoăn mãi: chị đã nhiều lần khuyên anh ta nên quy y Tam Bảo, nhưng anh đều từ chối. Lý do anh ta đưa ra là: "Con sống biết trên biết dưới, biết phải biết trái, không làm điều ác là được. Quy y hay không quy y, quan trọng là sống sao cho đúng. Hình thức không làm nên con người."

Cả nhóm im lặng giây lát. Rồi chị hỏi thầy: "Thưa thầy, con nên khuyên con rể thế nào? Nó tốt, nhưng nó không chịu quy y. Vậy là chưa trọn vẹn phải không?"

Thầy Hạnh Bổn nghe xong, chỉ mỉm cười nhẹ, rồi hỏi

lại một câu tưởng chừng chẳng liên quan: "Vậy hai cháu có tổ chức lễ cưới không?" Chị ngạc nhiên đáp: "Dạ có, đàng hoàng lắm thầy. Tụi nhỏ làm Lễ Hằng Thuận ở chùa, có chư Tôn Đức Tăng Ni chứng minh, hai bên họ hàng tham dự đông đủ."

Thầy gật đầu: "Vậy thử hỏi lại con rể cô, nếu thấy sống với nhau là đủ, thương nhau là được, thì tổ chức đám cưới làm gì? Sao phải mời người thân, mời thầy, mời Phật? Cần gì lễ lạt hình thức?"

Chúng tôi bật cười. Nhưng rồi ai cũng lặng đi. Câu hỏi của thầy không nhằm bác bỏ lý lẽ của người con rể, mà để khơi mở một góc nhìn khác: hình thức không phải là điều cần thiết - trừ phi nó là chiếc cầu. Và chính khi ta đặt tâm vào hình thức ấy, nó trở thành phương tiện để nuôi dưỡng bản chất bên trong.

Sau đó thầy còn giảng giải thêm: "Quy y là một lời nguyện - với chính mình trước hết. Không phải vì Tam Bảo cần thêm Phật tử, mà vì chúng ta cần một điểm tựa. Người sống tốt mà không có phương hướng rõ ràng, như người đi giữa rừng mà không mang theo bản đồ. Có thể đi đúng một đoạn, nhưng không chắc sẽ đi đúng cả đường dài. Quy y không làm ta thành Phật, nhưng giúp ta nhớ rằng mình có con đường để trở thành."

Câu chuyện ấy - như hạt giống - đã gieo vào tôi một suy nghĩ lâu dài. Tôi từng định viết thư cho chàng rể ấy - một người tôi chưa từng gặp - để giải thích, để chia sẻ, để gửi gắm điều mà tôi nghĩ rằng có thể giúp anh có thêm một cái nhìn khác. Nhưng rồi công việc cuốn đi, năm tháng trôi qua.

Giờ đây, khi viết lại những dòng này, tôi hiểu: hình thức không phải là trói buộc. Hình thức là điểm bắt đầu. Và nếu ta sống có chánh niệm, thì từng nghi lễ nhỏ cũng có thể là một bước tiến lớn trên con đường chuyển hóa. Không ai đến được nơi xa mà không bắt đầu từ một bước chân đầu tiên. Và đôi khi, bước chân ấy chính là một lời phát nguyện - tuy là nghi thức, nhưng chứa đầy hạt giống của tỉnh thức.

## [ 3 ]

## LANE ASSIST VÀ CHỨC NĂNG "BÍP BÍP"

Một hôm, khi lái chiếc xe mới, tôi chú ý đến chức năng lane assist - hệ thống giữ xe đi đúng làn đường. Hệ thống này tự động kích hoạt. Khi xe lệch khỏi làn, nó phát tín hiệu "bíp" và tự điều chỉnh tay lái. Ban đầu tôi thấy phiền, nhưng sau thời gian quen dần và thấy được công dụng của nó tôi mới ngẫm ra: đây chẳng phải là một hình thức "giới" đó sao?

Giới - không phải để trói buộc ta, mà để giữ cho ta khỏi trượt dài. Nếu đi lệch - giới nhắc. Nếu muốn đổi hướng - hãy bật tín hiệu. Giới không làm mất tự do. Giới là sự bảo vệ tự do khỏi những phút giây bất cẩn.

Tôi hình dung nếu không có chức năng đó, chỉ cần một giây xao lãng - tay cầm điện thoại, mắt liếc ra ngoài, tâm trí lạc vào ký ức hay âm nhạc - ta có thể gây tai nạn. Chức năng "bíp" ấy - giờ đây với tôi - là tiếng chuông tỉnh thức. Là một loại cảnh báo nhẹ nhàng, để mình quay về. Từ tâm vọng động, về tâm chánh niệm.

Tôi nhớ có lần lái xe lúc trời đêm sương mù dày đặc, khó nhìn thấy các vạch phân chia trên đường. Cảm giác bất an khiến tôi mở to mắt và bám tay lái rất căng thẳng, mệt mỏi. Nhưng khi lane assist hoạt động, dù chỉ là một lực xoay nhẹ vô-lăng, tôi cảm nhận được một điều gì đó giống như một người bạn đồng hành - âm thầm, không can thiệp quá mức, nhưng luôn ở đó nếu tôi đi chệch đường. Cảm giác ấy là an trú.

Tôi chợt nghĩ: phải chăng tâm mình cũng cần một người bạn như thế? Không phải để kiểm soát, mà để nhắc nhở.

Không phải để trừng phạt, mà để giúp quay về. Giới chính là người bạn đó - một người bạn âm thầm, không ồn ào, không lên lớp, nhưng luôn nhắc: "Cẩn thận, đường này có thể trượt. Lái vào chính giữa đường..."

Trong nhiều trường hợp, tôi không nghe tiếng "bíp" bằng tai - mà bằng trái tim của mình. Khi sắp nói một câu có thể gây tổn thương. Khi định làm một việc chỉ có lợi cho mình mà thiệt cho người. Khi cảm thấy cơn giận sắp trào lên. Những lúc ấy, nếu có một chút chánh niệm, tôi sẽ nghe thấy một tiếng cảnh báo rất nhỏ. Rất nhỏ, nhưng đủ để dừng lại một nhịp. Nhịp ấy - chính là sự sống. Là cơ hội để không trượt xuống, để chọn lại.

Tôi tin mỗi người cần một loại lane assist riêng cho tâm. Với tôi - đó là Giới. Với người khác, có thể là một người thầy, một lời dạy, một ký ức đẹp, hoặc đơn giản là một thói quen thiện lành. Điều quan trọng là nhận biết, là sẵn lòng để được nhắc nhở.

Giới - nếu được hiểu đúng - không phải là khung sắt cứng nhắc, mà là một vòng dây mềm, buộc nhẹ vào cổ tay. Mỗi khi ta buông lơi sắp xa rời hướng thiện, nó khẽ rung. Và chỉ thế thôi - đủ để ta chấn chỉnh lại mình. Không cần phải sợ hãi. Chỉ cần biết quay về.

## [ 4 ]

## TỪ NAI THÀNH HƯƠU - HAY MỘT CUỘC TRANH ĐẤU MỚI

Một người bạn đùa: "Trước kia anh là nai - nai lưng ra làm. Giờ hưu rồi, thành hươu - có sừng, đỡ bị đời rượt." Tôi cười, nhưng trong lòng không nghĩ vậy. Bởi hóa ra, tuy từ bỏ một cuộc đấu tranh ngoài đời, tôi lại đang bước vào một đấu trường khác - nội tâm, vô hình nhưng không kém phần cam go.

Chữ "hươu" không chỉ đơn thuần là tên gọi của một loài vật hiền lành. Trong văn hóa Hán, chữ này còn là biểu tượng ẩn dụ của quyền lực, của cơ đồ, của cuộc tranh đoạt thiên hạ. Thành ngữ "trục lộc Trung Nguyên - 逐鹿中原" - đuổi hươu giữa Trung Nguyên - vốn nói về việc giành lấy thiên hạ thời Hán-Sở, sau khi Tần Thủy Hoàng mất. Đó là cuộc chiến khốc liệt giữa các thế lực để giành một con hươu - tượng trưng cho vương quyền.

Tôi giật mình khi nghĩ đến chính mình, một người đã từng vật lộn với cuộc đời, với công việc, với định kiến xã hội, với thân phận di dân trên đất Đức, nay lại quay vào bên trong và thấy một trận địa mới: hoài nghi, thói quen, và những phản xạ sâu kín. Những điều ấy không hiện rõ như đối thủ ngoài đời, mà ẩn dưới lớp ngôn từ đạo đức, dưới danh nghĩa lý trí, hoặc thậm chí được ngụy trang bằng sự an phận, tuổi tác, sức khỏe.

Giờ đây, tôi bắt đầu hiểu rằng tu tập không phải là thêm vào một thứ gì đó thiêng liêng, mà là gỡ bớt đi những lớp bụi đã phủ lên bản tâm. Là nhìn thấy và đối diện với cái tôi nhỏ bé mà bướng bỉnh - luôn sợ thay đổi, luôn tự cho mình là đúng. Chính trong lúc không còn bị cuốn vào guồng máy công việc, tôi mới nhận ra bao nhiêu tiếng vọng trong tâm mình chưa từng được gọi tên.

Có một lần, tôi tức giận vì một việc nhỏ nhặt, rồi ngay sau đó thấy xấu hổ. Tại sao một người vừa phát tâm thọ giới, vừa phát nguyện giữ gìn thân - khẩu - ý, lại có thể để cho một cảm xúc thoáng qua kéo mình đi xa đến thế? Tôi không biện hộ. Tôi chỉ lắng nghe. Lúc đó tôi chợt nhớ đến câu một vị thầy từng dạy: "Khi tâm chưa được tôi luyện, bạn sẽ bị điều nhỏ nhặt khuấy động. Khi tâm bạn đã an trụ, cả dông bão cũng chỉ như một làn gió." Tôi còn đang ở vế đầu!

Giới - trong bối cảnh này - không phải là những quy tắc đặt ra để soi xét hay khắt khe với bản thân. Mà là một chiếc gương - để soi thấy sự thật. Là một công cụ - để điều chỉnh hướng đi. Giới, với tôi, giờ đây là một lời nhắc: mỗi hành động nhỏ, mỗi ý niệm khởi sinh - đều là hạt giống gieo vào ruộng tâm. Hãy coi chừng tay mình khi gieo hạt.

Giới - không phải là một chiếc còng. Giới là một vòng tay. Không phải ôm chặt để bóp nghẹt, mà là vòng tay ôm nhẹ để nhắc ta nhớ rằng có giới hạn, có ranh giới, có điểm dừng. Giới chính là sự bảo hộ, chứ chẳng phải là sự trừng phạt. Trong một thế giới mà mọi thứ luôn mời gọi đi xa hơn, nhanh hơn, nhiều hơn - giới là lời nhắc rằng: dừng lại để nhận diện trắng đen trước khi tái khởi động, cũng là một ứng xử đầy trí tuệ.

Tôi chưa phải là người luôn tự kiềm chế, kiểm soát được mình. Nhưng tôi học được một điều: nếu chưa đủ sức bước vững trên đất thiện, thì hãy cẩn trọng khi bàn chân lúc đứng gần bờ ác. Và nếu tâm chưa thể sáng suốt mọi lúc, thì hãy lắng nghe tiếng "bíp" từ giới - như một người bạn đường, nhắc nhở âm thầm nhưng không thiếu tình thương yêu.

## [ 5 ]

## TRÁI ĐẤT NGHIÊNG - NGƯỜI CŨNG NGHIÊNG

Tạp A-hàm, quyển 2, Kinh Tương Ưng A-na-luật, Hướng Niết Bàn chép: Tôi nghe như vầy: Một thời, đức Phật ở tại vườn Cấp Cô Độc, rừng cây Kỳ-đà, nước Xá-Vệ. Bấy giờ, Tôn giả A-na-luật ở tại tinh xá Tòng lâm, nước Xá-vệ. Khi ấy, Tôn giả A-na-luật nói với các tỳ-kheo: "Ví như cây lớn sanh trưởng mà nghiêng xuống dưới; càng nghiêng sâu càng muốn đổ. Nếu chặt rễ nó, cây sẽ phải ngã, thuận theo chiều nghiêng xuống. Cũng vậy, tỳ-kheo tu bốn niệm xứ, lâu ngày nhắm thẳng tới, đào sâu, vận chuyển, hướng đến viễn ly; nhắm thẳng tới, đào sâu, vận chuyển, hướng đến giải thoát; nhắm thẳng tới, đào sâu, vận chuyển, hướng đến Niết-bàn."[1]

Khi đọc đoạn Kinh ấy, tôi đã dừng lại rất lâu ở chữ "nghiêng".

Cây nghiêng, thì sẽ ngã theo hướng nghiêng. Tâm người, nếu nghiêng về tham, sân, si - thì một ngày cũng sẽ đổ theo hướng đó. Nhưng nếu tâm nghiêng về từ bi, chánh niệm, tỉnh thức - thì cũng sẽ đổ về ánh sáng trí tuệ.

Rồi tôi liên tưởng ngay đến quả địa cầu, nơi chúng ta đang sống. Người xưa từng tin rằng nó hình vuông. Trời tròn đất vuông - một hình ảnh biểu tượng được lặp đi lặp lại trong văn hóa phương Đông.[2] Rùa có mai tròn, bụng phẳng. Bánh chưng bánh giầy. Mâm vuông, chén tròn. Đó là một vũ trụ quan mang tính hài hòa, nhưng cũng đầy giới hạn. Đông đã vậy mà Tây cũng không khác mấy. Trong tư duy cổ phương Tây, người ta tin rằng nếu đi đến tận cùng, khỏi bốn góc trái đất - chỗ bốn Thiên sứ đứng canh giữ - là chạm đến ranh giới của trật tự, thì sẽ bị rơi vào vực thẳm, hay địa ngục.[3]

Hình vuông không chỉ là một quan niệm về vũ trụ - mà là biểu tượng cho khuôn khổ niềm tin. Và đi đến một giới

---

[1] Đại Tạng Kinh Việt Nam; Thanh Văn Tạng - Tập 8 - Kinh Bộ VII, Tạp A-hàm, Quyển 2, Kinh "Hướng Niết Bàn", tr.201. Việt dịch: Tuệ Sỹ - Thích Đức Thắng. Hội Đồng Hoằng Pháp ấn hành lần thứ nhất, quý II/2022.

[2] Sách "Hoài Nam Tử 淮南子" của Lưu An 刘安 (179 - 122 TCN) viết "Thiên viên, Địa phương", tức "Trời thì hình tròn, Đất thì hình vuông." Đây là một cuốn cổ thư kiệt tác của Trung Hoa, viết vào khoảng đầu thế kỷ 2 trước Công nguyên.

[3] Trong Kinh Thánh Cựu Ước, sách Khải Huyền 7:1 chép: "Sau đó, tôi thấy bốn thiên sứ đứng nơi bốn góc trái đất..." Cách nhìn ấy từng được diễn giải theo nghĩa đen: trái đất có bốn góc - là hình vuông, hình hộp hoặc hình phẳng.

hạn nào đó con người phải chấp nhận rằng khuôn khổ ấy sẽ trở thành tù ngục. Bế tắc, không lối thoát.

May thay, trái ngược với quan niệm này, các nhà khoa học và thiên văn học - thông qua quá trình nghiên cứu và quan sát thiên văn nghiêm túc - đã chứng minh rằng: trái đất tròn, và... nghiêng. Chính xác là nghiêng 23,5 độ.

Và chính nhờ nó nghiêng, nhờ quay quanh mặt trời và tự xoay quanh trục mà có bốn mùa, có ngày đêm. Có Xuân nảy lộc, Hạ rực rỡ, Thu vàng rụng lá, Đông tuyết phủ trắng trời. Nếu không nghiêng - trái đất sẽ không có mùa, không đêm ngày, không âm dương. Sẽ là một hành tinh vô cảm, bất động, bất biến. Là một thế giới mà không có chu kỳ, không có sinh sôi, không có đổi thay. Mọi sự sẽ trở nên vô nghĩa.

Vậy nghiêng - không phải là bất toàn. Mà là tiền đề của sự sống.

Con người cũng vậy. Chúng ta nghiêng. Nghiêng vì hy vọng. Nghiêng vì mất mát. Nghiêng vì tình yêu. Nghiêng vì lo âu. Nghiêng vì cám dỗ, vì một câu nói vu vơ, vì một ký ức chưa được chữa lành. Tâm ta - như mặt hồ nước - chỉ cần một cơn gió nhẹ cũng làm gợn sóng. Nhưng chính trong những rung động ấy, nếu có nội lực, ta vẫn có thể giữ được quân bình.

Tôi có lúc từng nghĩ: nghiêng là yếu đuối. Nhưng rồi tôi học được rằng, nghiêng mà không ngả - đó là bản lĩnh. Nghiêng mà không đánh mất phương hướng - đó là trí tuệ. Nghiêng mà vẫn biết mình đang nghiêng - đó là tỉnh thức. Và giới - chính là đường vạch mờ dưới chân, là sợi dây định hướng ta không nghiêng quá mức, không rơi vào cực đoan.

Tu không phải không có lúc nào phạm lỗi. Nhưng tu khác đời thường là, thấy lỗi ngay khi nó vừa manh nha, và dừng lại. Trong một thế gian đầy lực kéo, đầy lối rẽ, giới chính là chiếc mỏ neo giữ tâm không trôi giạt.

Không ai sống mà không nghiêng. Nhưng không phải ai nghiêng cũng ngả. Người biết tu là người dám nhìn thấy bản thân đang nghiêng - và can đảm điều chỉnh lại hướng đi. Đó là cách ta cùng trái đất tiếp tục hành trình quay quanh mặt trời - không ngừng, nhưng vẫn giữ được trục nghiêng ấy. Trục nghiêng ấy - là bản chất của vô thường. Và cách ta đối diện với nó - là bản lĩnh của chánh niệm. Càng biết mình đang nghiêng, càng biết mình đang sống.

**[ 6 ]**

## GIỚI: GIỮ TÂM VỮNG TRONG MỘT ĐỜI NGHIÊNG

Thế gian này - như Trịnh Công Sơn từng viết - luôn nghiêng: "Này nhân gian có nghe đời nghiêng." Không phải là một câu hỏi, mà là một lời cảnh tỉnh. Cuộc đời nghiêng - không phải vì nó sai, mà vì nó sống, vì nó đang tồn tại. Chỉ có người tỉnh thức mới biết nghiêng mà không ngả.

Tôi nghĩ, sống giữa một đời nghiêng - ta không nhất thiết phải cố đứng thẳng một cách cứng nhắc. Mà là học cách điều chỉnh, uyển chuyển, linh hoạt - quan trọng là vẫn giữ được tâm vững. Tâm vững không phải chỉ là tâm bất động - như các bậc đã chứng đắc - mà là tâm biết trở về. Như một chiếc la bàn, dù có xoay chuyển giữa gió bão, kim vẫn chỉ hướng Bắc. Tâm người biết tu - cũng vậy - phải luôn có điểm quy chiếu để hồi đầu.

Tôi đã đi qua đoạn đời "nai lưng làm việc", đã bước vào giai đoạn "làm hươu" - dù chẳng cao sang hơn, nhưng ít ra đã bắt đầu thấy rõ: mỗi bước đi giờ đây là một bước vào bên trong. Không còn là chinh phục thế giới, mà là quay lại khám phá chính mình. Và tôi biết rõ: nếu không có giới, tôi có thể sẽ lạc đường.

Giới - là bạn đồng hành trên hành trình ấy. Là hàng rào để ta không rơi ngã. Là ánh đèn để ta không lạc đường. Là lời nhắc: đời nghiêng - nhưng tâm ta không nên nghiêng theo hướng tối mờ ảo. Hãy nghiêng về phía ánh sáng. Nghiêng về lòng từ, về sự tỉnh thức, về một nếp sống giản dị và chân thật.

***

Tôi viết bài này, trước là để tạ ơn, sau là để chia sẻ. Trong cuộc sống có khi có những điều nhỏ nhặt như vậy, nhưng nếu không nói ra, sẽ như dòng nước bị chặn, cứ mãi cuộn xoáy trong lòng. Tôi ôm ấp nó đã lâu.

Trước tiên, xin tạ ơn một mùa dịch - nơi tôi tìm thấy một cánh cửa tâm linh. Xin biết ơn chiếc xe có chức năng lane assist, đã làm hiện rõ một ẩn dụ. Nhưng trên hết, xin chắp tay niệm ân bậc thầy, người đã từ bi lặng lẽ dựng nên Giới đàn chỉ dành cho một giới tử.

Thứ đến, xin chia sẻ một hành trình - từ chặng đường nghiêng qua ngả lại, đến lúc tạm coi là vững chãi. Và cũng xin được chia sẻ với những ai đó đang đi giữa một thế giới chênh vênh, mà chưa biết sẽ nghiêng về đâu.

Nếu bạn đang nghiêng. Đừng lo! Trái đất cũng đang nghiêng.

Quan trọng là: nghiêng về hướng nào? Nghiêng về thiện - dần thành thói quen lành, tập quán thiện. Nghiêng về ác - thành định mệnh.

Và mỗi lần nghiêng lệch hướng, ta chỉ cần lắng nghe... tiếng "bíp" nhắc mình quay về.

Bíp, bíp - để không quên lối.

Bíp, bíp - để trở lại chính mình.

***Văn Công Tuấn***

# Giới thiệu sơ lược về tác giả

**Văn Công Tuấn**

- Tên thật: Văn Công Tuấn, Pháp danh Nguyên Đạo
- Kỹ sư điện toán, chuyên viên Khoa học và Kỹ thuật Y khoa Đại học CAU Kiel.
- Nguyên Trưởng ban điện toán của ngành Radiologie và Neuroradiologie trực thuộc Universitaetsklinikum Schleswig-Holstein, thành phố Kiel, Đức Quốc.
- Đã xuất bản 4 tác phẩm (Việt và Đức) gồm các khảo luận và tản văn về Phật học và môi trường.
- Phụ trách Viên Giác Tùng Thư (xuất bản các sách của Viên Giác).
- Đồng Chủ biên Đặc San Văn Hóa Phật giáo 2020 - 2025
- Có bài đăng ở Tuyển tập Báo cáo Khoa học Hội nghị "Thiền Phái Lâm Tế Chúc Thánh", NXB Hồng Đức, 2021
- Có bài đăng trong Tuyển Tập "Chọn", Tuần báo "Văn Hóa Phật giáo", Việt Báo.
- Có bài đăng trên các trang mạng: Thư Viện Hoa Sen, Rộng Mở Tâm Hồn, Hoa Vô Ưu, Thư Viện Phật Việt, Sen Trắng, Sài Gòn Nhỏ, Việt Báo v.v...
- Phụ trách Viên Giác Tùng Thư (xuất bản các sách của Viên Giác).
- Chủ Bút Báo Viên Giác từ tháng 8 năm 2023.

*Hồ Thanh Trước*

# Chiến Tranh và Hòa Bình

*Nhứt thiết duy tâm tạo ...*
*... Tâm bình - Thế giới bình.*

Chiến Tranh và Hòa Bình là tên một tác phẩm nổi tiếng của văn hào người Nga Lev Nikolaïevitch Tolstoy (Léon Tolstoï - Leo Tolstoy), phát hành vào năm 1869. Trong tác phẩm này ông mô tả về tầng lớp thượng lưu mà chính ông thuộc tầng lớp này, vào thời điểm quân đội của Napoleon xâm lược Nga năm 1812. Đây là bức tranh rộng lớn về sự phức tạp của đời sống xã hội và tâm lý con người. Qua tác phẩm này, chúng ta khám phá ra rằng chiến tranh không chỉ là một trận chiến của quân đội, mà còn là tấm gương phản ảnh nỗi sợ hãi, hy vọng và khát vọng sâu sắc nhất của mọi người. Điều nổi bật là sự phản ảnh sâu sắc và độc đáo trong lịch sử và *bạo lực trong cuộc sống con người.*

Là Phật tử, tôi xin tạm mượn tên của tác phẩm này để nói lên những phức tạp và bạo lực trong cuộc sống chính trị xã hội hiện tại trên toàn cầu. Vì xưa nay gần như không có ngày nào không có chiến tranh, xung đột, xảy ra ở một nơi nào đó trên địa cầu. Bước sang thế kỷ 21 này, dường như nạn chiến tranh không hề giảm mà có vẻ tăng cao dưới nhiều dạng khác nhau.

## Chiến tranh

Chiến tranh được định nghĩa là trạng thái xung đột võ trang giữa nhiều nhóm chính trị được thành lập, chẳng hạn như các quốc gia. Ngược lại với chiến tranh giữa các quốc gia, chiến tranh cũng có thể chỉ một cuộc xung đột võ trang giữa hai phe phái đối lập trong cùng một quốc gia: khi đó chúng ta nói đến chiến tranh tôn giáo, nội chiến, chiến tranh sắc tộc, chiến tranh cách mạng hoặc thậm chí là chiến tranh ly khai. Nguyên nhân của chiến tranh thường vì các vị lãnh đạo vì cái "Tôi", "Của Tôi; Quốc gia của tôi; Phe nhóm của tôi; v.v."

Ngày nay còn có thêm các dạng chiến tranh khác như: "chiến tranh thương mại" giữa các quốc gia, các nhà sản xuất, phân phối sản phẩm; "chiến tranh băng đảng" phân phối các loại cần sa ma túy, hàng quốc cấm; chiến tranh giữa thiện và ác; ...

Con người đã phải đối mặt với chiến tranh từ thời tiền sử và trong suốt chiều dài lịch sử, và lịch sử của xung đột võ trang đã được ghi chép lại đầy đủ trong sử địa của mọi quốc gia, dân tộc. Trong suốt lịch sử loài người, con người đã tìm kiếm nguyên nhân và cố gắng tìm ra gốc rễ của chiến tranh, xung đột. Hơn nữa, để hiểu được những hình thức khác nhau, các loại hình dạng chiến tranh đã được định nghĩa, mô tả và nghiên cứu để tránh tái diễn hoặc có khi để rút kinh nghiệm cho các cuộc chiến kế tiếp!

Những khám phá khoa học của thế kỷ 20 dẫn đến việc chế tạo bom nguyên tử đã mở ra viễn cảnh về chiến tranh nguyên tử. Chiến lược của các quốc gia cần phải được xem xét lại. Vũ khí nguyên tử dùng để đe dọa, ngăn ngừa đối phương, nhưng ngược lại nó cũng có thể đưa đến sự hủy diệt lẫn nhau. Ngay cả một cuộc chiến tranh thông thường cũng mang theo rủi ro nguyên tử.

Số lượng các cuộc chiến tranh đã giảm dần kể từ khi Chiến Tranh Lạnh kết thúc, nhưng lại có sự gia tăng về số lượng các cuộc chiến tranh vào cuối thế kỷ 20 và đầu thế kỷ 21 này.

## Chánh trị toàn cầu (Geopolitics)

Ngày nay, một số nhà lãnh đạo của các cường quốc dường như không hài lòng với vị thế của mình và vì lòng tham, họ muốn xâm lược các nước láng giềng, và thậm chí xa hơn là xâm lược toàn thế giới!

Hoặc vì những mối hận thù, hiềm khích giữa hai quốc gia họ đã gây tạo chiến tranh mang lại đau khổ cho hàng triệu người dân đang có một cuộc sống an lành, trở nên hoàn toàn tay trắng hay mất mạng.

Vì lý do này, một số lớn các quốc gia đang tái võ trang, tăng cường quân đội, gây nên việc thiếu hụt ngân quỹ quốc gia dành cho các việc an sinh xã hội cho người dân trong quốc gia họ.

## Chiến tranh trong tác phẩm văn hóa, phim ảnh

Mặc dù các chiến tranh này được các nhà lãnh đạo biện minh dưới chiêu bài đẹp như: "chánh nghĩa"; "Ý thức hệ"; "giải phóng dân tộc"; "cách mạng xã hội"; hoặc dưới một chiêu bài hợp lý hơn "bảo vệ đất nước chống lại sự xâm lược của nước ngoài" hoặc "đấu tranh chống lại một chính phủ bất công", v.v.

Một vài tác phẩm dưới đây cho chúng ta nhận thấy những thảm cảnh về chiến tranh:

- *War and Peace*, tác giả Leo Tolstoy
- *A Farewell to Arms*, tác giả Ernest Hemingway
- *La Condition Humaine*, tác giả André Malraux

- *Mort Sans Sépulture* (kịch bản) của Jean-Paul Sartre
- *The Pol Pot Regime*, tác giả Ben Kiernan
- Những tài liệu, tác phẩm, phim ảnh về "Cuộc Thảm Sát Mậu Thân 1968 tại Huế" và quốc nạn 1975.
- *The Longest Day* (phim được thực hiện 1962, dựa theo tác phẩm cùng tên của Cornelius Ryan)

Các tác phẩm, tài liệu, phim ảnh này chỉ nêu lên một phần nào, một khía cạnh của thảm trạng chiến tranh. Trên thực tế những nạn nhân trong cuộc phải hứng chịu nhiều đau khổ, bất hạnh không thể tả hết qua vài trang sách hay vài đoạn phim.

Tuy nhiên quyển sách về chiến tranh đã gây ấn tượng mãnh liệt nhất trong tâm tôi, một quyển sách tôi tìm thấy trong tủ sách của ba tôi, người xuất thân trường EMSLB (Écoles militaires de santé de Lyon-Bron), lúc tôi 13, 14 tuổi: "J'étais médecin à Dien Bien Phu" một tác phẩm của Bác sĩ Thiếu Tá Paul Grauwin. Ông viết:

> *"Trong suốt năm mươi sáu ngày và năm mươi sáu đêm, lún sâu đến tận bắp chân trong bùn, với sự trợ giúp của một vài y tá và sau đó, kể từ ngày 13 tháng 3, với sự hộ tống của một phi công có cái tên huyền thoại, Geneviève de Galard, Bác sĩ Paul Grauwin đã phải thực hiện 1.500 cuộc giải phẫu. Công việc giải phẫu diễn ra giống như Chặng Đường Vác Thánh Giá (Via Crucis, lễ trong Thiên Chúa giáo). Những người bị thương và những người đang được giải phẫu ngày càng đông, bị dồn nén trong một không gian hạn chế, biến đơn vị giải phẫu thành một bệnh viện kỳ lạ, giống như ở bờ sông Styx (con sông giữa trần gian và địa ngục trong thần thoại Hy Lạp). Tiếng la hét, bùn đất, máu, sự thối rữa, mùi hôi thối, sức nóng khủng khiếp... và sự thất bại."*

Hình bìa sách "J'étais médecin à Dien Bien Phu", ấn bản tháng Giêng 1954

Chúng ta hãy bỏ qua các chiêu bài đẹp mà các nhà lãnh đạo biện minh cho các cuộc chiến của họ để nhìn vào các thực tế thảm cảnh của chiến tranh là: đau khổ, thương vong, đói khát, bạo lực, mà những người phải gánh chịu là binh sĩ của hai lực lượng đối đầu và những người dân lành quanh các cuộc chiến, nhất là đàn bà thường bị hãm hiếp và trẻ con bị sát hại! Các vị lãnh đạo thì quá cao quá xa không ảnh hưởng gì đến họ và vì "tam độc" cùng cái "tôi" trong tâm, họ vẫn tiếp tục đẩy đồng loại vào lò lửa chiến tranh.

Dù là phe "chánh nghĩa" hay phe "bất chánh", thảm cảnh của những người trong cuộc chiến giống như nhau!

## Hòa bình

Theo Cambridge Dictionary, hòa bình được định nghĩa một cách đơn giản như sau: "Không có chiến tranh và bạo lực, đặc biệt là khi mọi người sống và làm việc cùng nhau một cách vui vẻ mà không có bất đồng."[1]

---

[1] Cambridge Dictionary: "Freedom from war and violence, especially when people live and work together happily without disagreements."

Về mặt xã hội học, hòa bình là sự thân thiện của tất cả các cá nhân tạo nên giữa một hoặc nhiều xã hội dân sự hoặc quân sự. Điều này không có nghĩa là không có xung đột, mà là giải quyết một cách bình tĩnh và có chừng mực mọi khó khăn phát sinh trong đời sống cộng đồng, qua việc lắng nghe, hiểu biết, đối thoại, đàm phán hoặc thông qua trao đổi hàng hóa như buôn bán hoặc đổi hàng. Hòa bình cũng bao hàm việc ưa thích sự bình tĩnh, cũng như khả năng chung sống thanh thản với người khác: cá nhân hoặc xã hội. Trong đó, hòa bình chính là lợi ích chung cho sự phát triển có nguồn gốc từ sự thịnh vượng.

Nếu mối quan tâm này không được chia sẻ, đó là vì không có năng lực tiên phong và có tầm nhìn xa để làm phong phú thêm sự phát triển, bất kể đó là gì: kinh tế, đổi mới, văn hóa, bền vững, tri thức, xã hội. Hòa bình không phải là một lý tưởng hay một điều mộng tưởng. Căn bản, hòa bình là điều kiện tiên quyết cho sự phát triển kinh tế và mọi thứ liên quan đến nó: văn hóa, giáo dục, động lực... Đây là trái tim của nền kinh tế. Không có hòa bình thì không thể có nền kinh tế thịnh vượng. Trong đó chúng ta có thể nói rằng hòa bình là kinh tế và kinh tế là hòa bình. Chiến tranh chính là sự rối loạn chức năng của nền kinh tế. Nguồn gốc của nền kinh tế là sự thịnh vượng. Sự thịnh vượng là nguồn gốc của nền kinh tế. Chiến tranh là sự hỗn loạn ngăn cản nền kinh tế tồn tại. Nền kinh tế không thể được định nghĩa theo nguyên tắc lợi nhuận của một số ít cá nhân, mà là của toàn thể cộng đồng và xã hội.

Theo nghĩa này, hòa bình giữa các quốc gia là mục tiêu của nhiều quốc gia, dân tộc và tổ chức như Liên Hợp Quốc hoạt động vì hòa bình, ít nhất trên danh nghĩa.

Sự kết hợp giữa hòa bình và mặt đối lập của nó (chiến tranh, bạo lực, xung đột, giận dữ, v.v...) là một trong những chìa khóa cho nhiều học thuyết, tôn giáo hoặc chính trị, một chìa khóa cơ bản mặc dù nhìn chung không rõ ràng. Nhưng hòa bình không thể được định nghĩa bởi thực tế là nó mang tính chính trị hay tôn giáo, mà bởi thực tế rằng nó rõ ràng là một điều kiện cho cuộc sống.

## Chiến tranh trong quan niệm Phật giáo

Phật giáo luôn được xem là tôn giáo của hòa bình. Hơn nữa, giáo thuyết và lời cầu nguyện của Phật giáo kêu gọi sự thanh thản an lành trên khắp thế giới.

Phật giáo tin rằng hòa bình đạt được bằng cách chấm dứt đau khổ. Sự đau khổ bắt nguồn từ **tâm** của sự thèm muốn cực đoan là lòng tham, một trong "Tam Độc: tham, sân, si" và đau khổ là sự bám víu vào kết quả mong muốn. Để loại bỏ nỗi đau và sự đau khổ đó và đạt được sự bình yên cá nhân, những người theo con đường của Đức Phật tuân theo một giáo lý gọi là Tứ diệu đế - một giáo lý căn bản trong Phật giáo.

Ở mức độ cá nhân, Phật giáo dạy hành giả lối sống lành mạnh. Kinh điển và giáo lý mang lại động lực và niềm an ủi cho mọi người để đối mặt với mọi vấn đề trong cuộc sống hằng ngày. Ở mức độ xã hội, Phật giáo dạy rằng nên ưu tiên người khác trước khi chăm lo cho nhu cầu của bản thân. Phật giáo luôn chống chiến tranh và bạo lực.

Với các quan điểm nêu trên, Giáo thuyết của Đức Phật để có được Hòa Bình tương đối đơn giản qua lời kệ trong Kinh Đại Bát Niết-bàn:

*Chư ác mạc tác*
*Chúng thiện phụng hành*
*Tự tịnh kỳ ý*
*Thị chư Phật giáo*

*Không làm điều ác*
*Làm mọi điều lành*

*Giữ tâm thanh tịnh*
*Lời chư Phật dạy*

Vì *'Nhứt thiết duy tâm tạo'* cho nên *'Tâm bình - thế giới bình'*. Tâm lành nghĩ và làm điều thiện lành và ngược lại, điều bất thiện phát xuất từ tâm bất thiện.

Đức Phật đã dạy rằng bạo lực là vũ khí của kẻ bất thiện. Điều đó có nghĩa là chiến tranh hoặc việc sử dụng bạo lực không phải là hành động chính đáng. Phật tử không nên sát sanh hại vật, bất kể trong hoàn cảnh nào. Phật giáo kêu gọi các Phật tử từ bỏ mọi hình thức bạo lực hoặc thậm chí là chiến tranh chống lại các chúng sinh khác.

Đức Đạt-lai Lạt-ma đã nói rằng:

> *"Trong Phật giáo không có lý do chính đáng nào để sử dụng bạo lực vì bất kỳ mục đích nào." Ngài ủng hộ ý tưởng này trong bài phát biểu của mình: "Tôi tin rằng chúng ta ngày càng quan sát thấy trên thế giới một hình thức sâu sắc liên quan đến bạo lực, xung đột, chiến tranh, một loại ghê tởm, khi tự nhủ rằng chúng ta phải bằng cách này hay cách khác giảm thiểu điều này thay vì khuyến khích nó như trước đây, cố gắng chấm dứt nó, tìm cách giảm bạo lực và chiến tranh."*

## Ý niệm hòa bình trong Phật giáo

Phật giáo không những phản đối chiến tranh, lại còn thúc đẩy khái niệm hòa bình thế giới. Một số câu nói nổi tiếng của Đức Phật chứng minh cuộc đấu tranh này của người Phật tử.

Cách duy nhất để mang lại hòa bình cho thế giới là học cách sống trong hòa bình.

Phước cho những ai xây dựng hòa bình, tránh xa tham, sân, si và thực hành lòng thương xót, khiêm nhường và yêu thương.

Những ai muốn đạt được hòa bình đều biết cách sống giản dị và hạnh phúc.

Nếu chúng ta trở nên bạo lực, chúng ta sẽ không còn gì để tự phòng vệ.

## Giáo huấn về lòng từ bi

Phật giáo dạy rằng thay vì gây chiến, tốt hơn là nên áp dụng các nguyên tắc của lòng từ bi. Chiến tranh, khủng bố và giết người là những hành động xấu xa đối với xã hội. Nói tóm lại, bạo lực bắt nguồn từ sự tức giận, thù hận, thiếu giao tiếp và hiểu sai suy nghĩ của người khác. Nói cách khác, sự hiểu biết từ bi có thể xóa bỏ chiến tranh và bạo lực, từ đó từ bỏ việc làm hại người khác.

Đời sống là một sự tương giao giữa người với người, cũng như giữa con người và thiên nhiên. Trong giáo lý nhà Phật có câu: "Phật pháp bất ly thế gian giác", vì đức Phật được sinh ra như bao người, ngài thành đạo ngay thế gian này, và dạy cho nhân loại phương pháp thoát khổ, có được bình an và hạnh phúc ngay trong đời này. Trong muôn ngàn lời giáo huấn mà đức Phật để lại, **Lục Hòa** được xem là một trong những pháp hành vô cùng quan trọng, mang lại sự an bình cho từng cá nhân cũng như đoàn thể. Là Phật tử chúng ta hiểu rằng Pháp Lục Hòa không chỉ dành cho các bậc xuất gia ứng dụng thực hành trong đời sống Tăng đoàn, mà đó còn là cách cư xử dành cho tất cả mọi người, nếu chúng ta khéo léo ứng dụng pháp Lục Hòa trong mọi tổ chức từ gia đình, công sở, phạm vi quốc gia cho đến toàn thế giới thì chiến tranh khó có thể xảy ra.

### Chiến đấu và chiến thắng chính bản thân

Thay vì nghĩ đến một cuộc chiến tranh dựa trên sự khác biệt về tôn giáo, chủng tộc hoặc quan điểm chính trị, Đức Phật khuyến khích mọi người hãy chiến đấu trong trận chiến cá nhân của mình. Bao gồm việc tìm kiếm sự bình yên trong chính mình để đạt được thành công trong cuộc sống gia đình, tình yêu và sự nghiệp. Rất nhiều chuyên gia giảng dạy về phát triển bản thân không ra ngoài những câu trích dẫn sau đây:

- Chiến thắng chính mình còn hơn thắng ngàn trận chiến.
- Khi so sánh người chiến thắng hàng ngàn người trong trận chiến và người chiến thắng chính mình, thì người chiến thắng chính mình vĩ đại hơn.
- Bất cứ ai giải thoát cuộc sống của mình khỏi lòng tham, hận thù và ngu dốt sẽ tìm thấy sự bình an vĩnh cửu đích thực.
- Chiến thắng sinh ra hận thù, thất bại sinh ra đau khổ. Người khôn ngoan không tìm kiếm chiến thắng hay thất bại.

## Có phải chiến tranh lúc nào cũng xấu?

Phật giáo khuyến khích hành giả nhìn xa hơn sự phán xét đúng/sai đơn thuần. Trong Phật giáo, hành động gieo mầm nghiệp chướng là điều đáng tiếc ngay cả khi điều đó là không thể tránh khỏi. Đôi khi Phật tử chiến đấu để bảo vệ đất nước, nhà cửa và gia đình của họ. Điều này không thể xem là "xấu", nhưng ngay cả trong những trường hợp này, việc nuôi dưỡng lòng căm thù kẻ thù vẫn là một hành động tạo nghiệp. Và bất kỳ hành động chiến tranh nào gieo mầm nghiệp chướng trong tương lai đều là bất thiện. Đạo đức nhà Phật dựa trên nguyên tắc chứ không phải luật lệ. Những nguyên tắc của Phật giáo được thể hiện trong giới luật và bốn đức tính vô lượng (Tứ Vô Lượng Tâm) - từ, bi, hỷ, xả. Nguyên tắc này cũng bao gồm lòng tốt, sự nhẹ nhàng, lòng thương xót và sự khoan dung. Ngay cả những hoàn cảnh khắc nghiệt nhất cũng không xóa bỏ được những nguyên tắc này hoặc khiến việc vi phạm chúng trở nên "đúng" hay "tốt".

Tuy nhiên, cũng không "tốt" hay "đúng" khi đứng nhìn những người vô tội bị tàn sát. Và cố Thượng tọa Tiến sĩ K Sri Dhammananda, một nhà sư và học giả Phật giáo Therevada, đã nói: *"Đức Phật không dạy các đệ tử của mình khuất phục trước bất kỳ hình thức thế lực tà ác nào, dù là của con người hay siêu nhiên."*

## Yêu thương kẻ thù

Chúng ta cũng được kêu gọi thể hiện lòng tốt và lòng trắc ẩn với kẻ thù, ngay cả khi đối mặt với họ trên chiến trường. Chúng ta có thể nói rằng điều đó là không thể có được, nhưng đó là con đường của Phật giáo.

Mọi người đôi khi nghĩ rằng mình phải ghét kẻ thù của mình. Họ có thể nói, *'Làm sao ta có thể nói tốt về một người ghét ta?'* Quan điểm của Phật giáo về vấn đề này là chúng ta luôn có thể lựa chọn không ghét người khác. Nếu chúng ta phải chiến đấu với ai đó, hãy chiến đấu vì trách nhiệm, bổn phận, nhưng không mang lòng hận thù.

Một thí dụ điển hình cho lòng yêu thương kẻ khác chiến tuyến (kẻ thù) là vị Bác sĩ Thiếu tá Paul Grauwin, tác giả quyển sách trên đây bị bắt làm tù binh, sau khi Việt Minh chiến thắng Điện Biên Phủ, ông được phe thắng cuộc thả khỏi nhà tù vì trong trận chiến ông đã chăm sóc cho thương binh cả hai phe, Pháp và Việt Minh. *Tâm lành của ông tạo nhân lành và được hưởng quả lành.*

Trong lịch sử loài người, chiến tranh thường gieo mầm cho những cuộc chiến tranh tiếp theo. Và thông thường, bản thân các trận chiến ít gây ra nghiệp chướng hơn là cách quân đội chiếm đóng đối xử tàn tệ với dân thường hoặc cung cách kẻ chiến thắng làm nhục và áp bức kẻ bại trận. Ít nhất, khi đến lúc phải ngừng chiến đấu thì hãy ngừng chiến đấu. Lịch sử cho thấy rằng kẻ chiến thắng đối xử với kẻ bại trận bằng lòng độ lượng, thương xót và khoan dung thì có nhiều khả năng đạt được chiến thắng lâu dài và hòa bình cuối cùng.

## Chủ nghĩa thực dân của những kẻ đại chinh phục

Chủ nghĩa thực dân là một học thuyết hoặc hệ tư tưởng biện luận cho việc thực dân hóa, được hiểu là việc mở rộng chủ quyền của một quốc gia đối với các vùng lãnh thổ nằm ngoài biên giới của quốc gia đó. Mở rộng chủ quyền của một quốc gia mang theo sự thống trị về mặt chính trị và khai thác kinh tế đối với lãnh thổ bị sáp nhập và cuộc mở rộng này thường bắt đầu bằng chiến tranh!

Thành trụ hoại không, tự cổ chí kim, tất cả các những kẻ đại chinh phục theo chủ nghĩa thực dân như Attila, Alexander the Great, Genghis Khan, Napoléon, ou Hitler v.v. đã chứng minh điều nêu trên đây. Tất cả đã thành công trong các trận chiến của mình: Thành; họ giữ vững được những vùng đất chiếm được trong một thời gian: Trụ; vì nhiều lý do khác nhau như sự chống đối của những người bị trị, thế lực chính trị, v.v., đưa đến: Hoại và tất cả Thành, Trụ trở về: Không.

Phải chăng chỉ có nền hòa bình trong tâm mới thoát được định luật “Thành trụ hoại diệt không”? - Đây có thể là một đề tài thiền quán cho mọi Phật tử.

*Nguyên Trí - Hồ Thanh Trước*

# Giới thiệu sơ lược về tác giả

**Nguyên Trí Hồ Thanh Trước**

- Tên thật: Đào Hiếu Đễ
- Pháp danh: Nguyên Trí
- Bút hiệu: Nguyên Trí - Hồ Thanh Trước
- Kỹ sư cơ khí, Kỹ sư điện, chuyển sang cầm bút từ tháng 09-2017 sau khi về hưu, cộng tác với báo Viên Giác.
- Đã dịch và xuất bản sách "40 năm chưa mỏi", Viên Giác Tùng Thư, 2019 - Nguyên tác Anh ngữ: Monks & Monkeys - Travails of a Flying Dutch monk over 40+ years in Sri Lanka của Olande Ananda.

Phụ bản 11: Đôi bạn - Tranh Cát Đơn Sa

*Lâm Minh Anh*

# PHỔ QUANG VÔ LƯỢNG

Ông Lý và ông Tư ngồi ngoài vườn ngắm hoa mẫu đơn trong tiết mạnh xuân, khí trời mát mẻ, cây cỏ tươi tốt, phong cảnh hữu tình. Nâng tách trà thơm nghi ngút khói trên tay, ông Tư tức cảnh sinh tình, ngâm nga một câu thơ nổi tiếng của ngài Tuệ Trung Thượng Sĩ: "Nhất điểm xuân quang xứ xứ hoa"[1] rồi lại cao hứng bình luận theo ý mình:

- Quả thật đúng là chỉ một tia sáng xuân cũng làm tất cả sinh vật bừng lên sức sống "xuân quang minh mị" (cảnh sắc xuân tươi sáng). Người phương Tây định nghĩa "quang" là ánh sáng rực rỡ xuất phát từ mặt trời, còn theo khoa học thì ánh sáng ấy (ở dạng sóng hoặc hạt hoặc đan xen cả hai, di động trực tuyến, giáp tuyến, khúc xạ, phản xạ... vẫn chưa khẳng định), con người có thể cảm nhận mà biết như sóng điện quang (từ). Thị giác con người có thể nhìn thấy qua các màu sắc hiện lên trên những vật thể, kể cả những thứ ánh sáng tuy nó hiện diện khắp nơi nhưng mắt thường không thể nhìn thấy được như tia hồng ngoại, tia cực tím quang ngoại... Đây là những hiểu biết non nớt của tôi qua tìm hiểu chút ít sách vở Tây phương, còn theo tri kiến Đông phương thì chắc hẳn bác có những lý giải thú vị khác?

Ông Lý ngắm những đóa mẫu đơn lộng lẫy đang nở rộ, khoe sắc dưới nắng xuân rực rỡ, rồi mỉm cười từ tốn nói:

---

[1] Tuệ Trung Thượng Sĩ, Thị học: "一點春光處處花。"

- Chữ "quang" mà bác nêu ra thật bao quát trong nhiều lĩnh vực, hàm súc nhiều ý nghĩa như văn học nghệ thuật, ngôn ngữ, tôn giáo, tín ngưỡng, triết học.... Trước hết, quang (dạng chữ xưa) 炗, 灮 là văn tự cổ, theo Ngũ hành thuộc hỏa, là chữ hội ý đã sớm xuất hiện trên Giáp cốt văn (1800 TCN). Theo hình ảnh nguyên thủy cho thấy, một người đang quỳ gối trên đầu có một đốm lửa, nghĩa gốc là ánh lửa tỏa sáng (chưa biết vật thể bị đốt cháy là gì).

- Thuyết văn giải tự viết: Tùng hoả tại nhân thượng, quang minh ý dã 從火在人上, 光明意也 (Từ chỗ lửa trên đầu, có ý nghĩa là ánh sáng). Định nghĩa này của Hứa Thận ngày nay có một số người không đồng ý vì cho rằng: Lửa đặt trên đầu người là một thứ hình phạt phạm tội. Họ lý giải: Thời thái cổ, hơn một triệu năm trước, loài người đã sớm biết dùng lửa để làm chín thức ăn, xua đuổi thú dữ, cung cấp ánh sáng, thuận tiện trong sinh hoạt đời sống hằng ngày, nhưng ngọn lửa không thể gắn trên đầu mà chỉ có thể dùng cán củi lửa hoặc bó đuốc giơ lên cao để soi sáng. Bởi hình vẽ chỉ có giới hạn nên chỉ có thể minh hoạ giống một người đội lửa trên đầu. Thật ra vào thời kỳ ấy, tìm được lửa cũng không dễ, nhưng để mất lửa thì rất dễ. Để ngọn lửa không bị gián đoạn, tàn lụi hoặc tắt mất, người xưa cần phải canh chừng, gìn giữ. Vì thế, hình ảnh chữ "quang" phản ánh sự quan hệ mật thiết giữa người và lửa. Cho nên, nghĩa chữ "quang" không những chỉ là trên đầu người có lửa sáng, mà con người còn lấy nó biểu thị cho sự sáng tỏ nội tại, liên quan đến ý tưởng, tín ngưỡng thần linh..., đồng thời phản ảnh nội hàm sâu sắc của văn hóa cổ truyền như tăng ích quang (chỉ lợi dưỡng), hành xử quang minh (chỉ luân lý đạo đức), lưu đức quang (chỉ sống có tâm, làm thiện sự, nghĩ đến mai hậu)...

Sang triều đại nhà Châu, theo Kim văn, hay Chung đỉnh văn, phần trên chữ "quang" có bước diễn biến mới: Thêm hai đốm lửa nhỏ nằm hai bên trái phải, cân bằng theo đường ngang, dưới lại thêm chữ Nhi 兒 thẳng đứng, thành ra chữ "quang", không còn hình dạng con người quỳ gối nữa. Đến thời cận đại, chữ "quang" (光) cho thấy con người dùng hai tay đưa lửa lên để soi sáng.

- Tả Truyện, Trang Công năm thứ hai mươi hai, viết: "Quang, viễn nhi tự tha hữu diệu giả dã" 光, 遠而自他有耀者也. (Ánh sáng, dù ở xa vẫn làm cho tự nó và chung quanh đều rực rỡ.) Giải thích: "quang" không những chỉ chuỗi sáng của lửa tự phát ra mà còn chiếu sáng chói lọi trên những vật cảnh như "quang thái" 光彩, hoặc "thái" 采 (còn đọc là biện, chỉ chung ánh sáng, và các màu sắc của những vật thể, khác với chữ "biện" 昪, 忭 đồng âm, nhưng mang nghĩa ánh sáng mặt trời thuộc thiên thể).

- Lễ Ký, thiên Hương Ẩm Tửu Nghĩa, viết: Cổ chi chế lễ dã, kinh chi dĩ thiên địa, kỷ chi dĩ nhật nguyệt, tham chi dĩ tam quang 古之制禮也, 經之以天地, 紀之以日月, 參之以三光 (Xưa chế lễ tạo sự ổn định trật tự, lấy trời đất làm khuôn phép, lấy mặt trời, mặt trăng làm giềng mối, lấy ba thứ ánh sáng là mặt trời, mặt trăng và ngôi sao để soi tỏ tham cứu).

- Mạnh Tử, Tận Tâm thượng, viết: Nhật nguyệt hữu minh, dung quang tất chiếu yên 日月有明, 容光必照焉 (Mặt trời, mặt trăng có sáng tỏ thì ánh sáng ấy tất có sự soi chiếu.)

- Cốc Lương Truyện, Hy Công năm thứ mười lăm, viết: Quang, quảng dã 光, 廣也 (Ánh sáng, đó là rộng khắp).

- Sử Ký, Khuất Nguyên liệt truyện, viết: Thôi thử chí dã, tuy dữ nhật nguyệt tranh quang khả dã. 推此志也, 雖與日月爭光可也. (Suy rộng theo chí hướng cao cả này thì có thể so sánh với ánh sáng của mặt trời, mặt trăng.)

Ông Lý chợt ngưng lời, vì có tiếng chim hót lảnh lót đâu đây như muốn góp vui cho buổi mạn đàm đầu xuân thêm phần hào hứng, ông Tư cũng thích thú lắng nghe, hai ông cùng chậm rãi "thiền trà" một lúc, rồi ông Tư vui vẻ góp lời:

- Nói đến chữ "thái" 采 , ngoài ý nghĩa bác đã giải thích ở trên, tôi mạn phép phân tích thêm một chút nữa về nghĩa gốc của nó. Tự dạng của chữ "thái" có 2 cách giải thích: Một là giống tay người hái quả trên cây; hai là nó giống tay người moi, xới đất, liên quan đến công việc trồng trọt của nhà nông. Chữ "thái" khiến tôi liên tưởng đến bài thơ Thái Cát 采葛 "Hái Sắn Dây" trong Kinh Thi, mô tả đời sống thôn quê có đôi tình nhân mới chớm yêu nhau, với nỗi nhớ nhung tha thiết, tuy mộc mạc mà rất trữ tình:

彼采蕭兮，

一日不見，如三秋兮。

*Bỉ thái tiêu hề,*
*Nhất nhật bất kiến, như tam thu hề.*

Tạm dịch:

*Người hái cỏ tiêu xa xa,*
*Một ngày không gặp như ba năm trường.*

Nguyễn Du trong Truyện Kiều cũng có câu: "Sầu đong càng lắc càng đầy. Ba thu dồn lại một ngày dài ghê!"

Riêng từ ghép "quang thái" xin mở rộng thêm đôi điều để bác nghe cho vui. Thông thường ngày nay, khi tả về quang cảnh, quang tức là cảnh, vốn chỉ ánh sáng mặt trời chiếu lên những vật thể mà tạo thành cảnh, như: bông hoa, cây cỏ, núi sông... được phơi bày trong thế giới tự nhiên, nhờ sự phản quang mới tạo nên phong cảnh, nên cũng gọi là phong quang, phong thái hoặc quang thái.

Tào Thực trong bài "Mỹ Nữ Thiên" đã có lời thơ tả "quang thái" rất hay:

顧盼遺光彩

長嘯氣若蘭。

*Cố phán di quang thái,*
*Trường khiếu khí nhược lan.*

Tạm dịch:

*Sáng trong mắt biếc long lanh,*
*Ngân nga tiếng sáo, hương lan dịu dàng.*

Bạch Cư Dị trong "Tầm Dương Xuân", kỳ 2 "Xuân Lai" có lời thơ "phong quang" hay tuyệt:

春來觸地故鄉情

忽見風光憶兩京 。

*Xuân lai xúc địa cố hương tình,*
*Hốt kiến phong quang ức lưỡng kinh.*

Tạm dịch:

*Xuân đến thắm đượm tình quê,*
*Cảnh đây chợt thấy nhớ về lưỡng kinh.*

Tiền Duy Diễn, đời Đường trong Ngọc Lầu Xuân (còn gọi là Mộc Lan Hoa) miêu tả:

城上風光鶯語亂

城下煙波春拍岸 。

*Thành thượng phong quang oanh* ngứ *loạn,*
*Thành hạ yên ba xuân phách ngạn.*

Tạm dịch:

*Trên thành cảnh đẹp oanh vui hót,*
*Dưới thành êm ái sóng xuân xanh.*

Phạm Trọng Yêm hạ bút trong "Nhạc Lầu Dương Ký":

上下天光

一碧萬頃 。

*Thượng hạ thiên quang.*
*Nhất bích vạn khoảnh.*

Nghĩa là: Cảnh sắc trời đất quang đãng. Vạn dặm xanh biếc một màu. Câu này cũng phảng phất như lời thơ trong "Chinh Phụ Ngâm" của Đặng Trần Côn: 'Ngàn dâu xanh ngắt một màu. Lòng chàng ý thiếp ai sầu hơn ai."

Ông Lý thở dài cảm khái:

- Nỗi lòng của người thiếu phụ phải chia tay chồng trong thời chinh chiến mới đáng thương làm sao! Ngày xưa những tấm gương trung trinh tiết hạnh như vậy không hiếm, bây giờ thì...

Ông Tư nói đùa:

- Các bà đức hạnh ngày xưa có bảng vàng vua ban "Tiết hạnh khả phong" bây giờ thì là "Tiết hạnh khả nghi."

Ông Lý bật cười nói tiếp:

- Thôi ta trở lại với chữ "quang" đi bác Tư! Theo truyền thống văn hóa phương Đông, quang theo nghĩa rộng chỉ về không gian, biểu đạt nghĩa bóng như quang minh, quang âm, quang huy, quang diệu... Ý nghĩa nhằm tán dương tinh thần hướng thượng ở con người, tượng trưng trí tuệ, đức hành sự vật mỹ hảo, hạnh phúc an lạc. Chẳng hạn:

- Phẩm đức: Hy vọng con người theo đường sáng mà tầm đạo, "phổ chiếu quang đại."

- Trí năng: phát huy chính nghĩa, hướng đến "quang trạch", hành đạo "quang lượng."

- Tài phú: mang đến gia lộc vinh hiển, hưng thịnh, đời sống phồn vinh "quang vượng."

- Thành tựu: đạt đến chân ngôn chánh đại, hành xử "quang minh" lỗi lạc.

- Mỹ hảo: tô điểm chính diện "quang hoạt", dung mạo "quang diệu."

- Vẻ vang: Thái độ hoan nghênh, kính từ tân khách

như: quang lâm, quang giáng, quang cố... Còn như khôi phục giang sơn gọi là "quang phục."

Nắng xuân chan hoà, hương hoa ngọc lan ngào ngạt trong vườn, tách trà lài thơm ngát làm tinh thần hai ông bạn già sảng khoái. "Phong quang xuân sắc" làm ông Lý lại nao nao "Thi hoài lạc hỹ" nên vui vẻ nói:

- Chữ "quang" có rất nhiều ý nghĩa phong phú nữa:

+ Quang, biểu trưng vật thể sáng chói, rực rỡ... Cổ thi, thể Nhạc phủ, có bài "Khổng Tước đông nam phi", còn gọi là 'Tiểu Trọng Khanh Thê" trong "Ngọc Đài Tân Vịnh" do Từ Lăng, người nước Trần, thời Nam triều biên soạn, ca ngợi tình nghĩa vợ chồng, một lòng son sắt thủy chung, dù hoàn cảnh bất đắc dĩ phải xa nhau. Trước khi từ giã chàng, nàng có những lời nhắn nhủ tha thiết:

妾有繡腰襦
葳蕤自生光。

*1. Thiếp hữu tú yêu nhu,*
*Uy nhuy tự sinh quang.*

Tạm dịch:

*Thiếp còn chiếc áo gấm thêu,*
*Chỉ màu rạng rỡ yêu kiều sáng tươi.*

頭上玳瑁光
腰若流紈素。

*2. Đầu thượng đại mội quang,*
*Yêu nhược lưu hoàn tố.*

Tạm dịch:

*Đồi mồi trâm sáng giắt đầu,*
*Eo thon lụa trắng, dải màu thắt quanh.*

Ngụ ý, những bảo vật mà nàng để lại, khi chàng trông thấy sẽ nhắc nhở rằng hình bóng nàng vẫn còn hiện diện ở đấy. Nàng vẫn một lòng kỳ vọng sớm ngày tái ngộ sum họp cùng chàng.

+ Quang, biểu trưng ở người, vinh dự, rạng rỡ. Trong Kinh Thi, phần Tiểu nhã, Tề phong có bài "Nam Sơn Hữu Đài' (nội dung là lời chủ nhà chào mừng khách quý):

南山有桑
北山有楊
樂只君子
邦家之光。

*Nam Sơn hữu tang,*
*Bắc Sơn hữu dương,*
*Lạc chỉ quân tử,*
*Bang gia chi quang.*

Tạm dịch:

*Núi nam có cây dâu,*
*Núi bắc có cây dương,*
*Vui thay vì người quân tử,*
*Đến làm vinh dự nước nhà.*

+ Quang, biểu trưng trí sáng tư duy tỏa rạng. Trong Văn tuyển, "Xuất sư biểu", Khổng Minh viết: Dĩ quang tiên đế di đức 以光先帝遺德 (Cần làm tỏa sáng nền tảng đạo đức của các đời vua trước truyền lại).

+ Quang, khi tạo từ ghép "quang âm" biểu trưng thời gian: Trong "Kinh Bổn Thông Tục", "Niễn Ngọc Quán Âm", có thành ngữ "quang âm tợ tiễn, nhật nguyệt như thoa", 光陰似箭, 日月如梭 chỉ thời gian vụt trôi chớp nhoáng. Trong Thủy Hử Truyện của Thi Nại Am cũng có câu: "Quang âm tấn tốc, khước tảo đông lai" 光陰迅速, 卻早冬來 (Ngày tháng trôi qua vùn vụt, thoáng chốc mùa đông tới rồi.) Để hình dung sự nỗ lực vượt lên của đời người theo dòng thời gian trôi nhanh như thế nào, trong "Ngẫu thành" (ngẫu hứng mà làm thành), Chu Hy, thời Tống, miêu tả:

少年易老學難成
一寸光陰不可輕
未覺池塘春草夢
階前梧葉已秋聲 。

*Thiếu niên dị lão học nan thành,*
*Nhất thốn quang âm bất khả khinh,*
*Vị giác trì đường xuân thảo mộng,*
*Giai tiền ngô diệp dĩ thu thanh.*

Tạm dịch:

*Tuổi già* dễ đến, *học khó thành,*
*Thời gian phút chốc vụt qua nhanh,*
*Cỏ xuân chớm mọc chưa tỉnh* mộng,
*Tiếng thu lá rụng, thoáng mong manh.*

Ông Tư có vẻ tâm đắc với bài thơ nên liền bày tỏ:

- Về ý nghĩa thời gian, theo tôi nghiệm thấy, người thái cổ có thể chưa có ý niệm rõ ràng. Hễ cứ bình minh, mặt trời mọc lên thì họ cho đó là ban ngày, lúc hoàng hôn, mặt trời lặn xuống thì họ cho là ban đêm. Họ chưa biết trái đất tự quay quanh trục của nó, tạo thành ngày đêm (tia sáng ngày ở phương đông là bóng tối đêm ở phương tây và ngược lại). Họ cũng chưa biết trái đất xoay quanh hệ mặt trời tạo nên (khoảng cách xa và gần) bốn mùa xuân, hạ, thu, đông. Sự chuyển động trong không gian tạo nên thời gian và cả ba thực thể ấy đều thuộc về siêu hình.

Ông Lý mỉm cười tiếp lời:

- Bác nói cũng không sai, thời gian dù là trừu tượng nhưng chẳng ai trên đời này dám khẳng định nó không hiện hữu cả. Nó đi qua đi lại, giống mà không giống, khác mà chẳng khác, như từ kép "quang huy" này vừa chỉ bóng thời gian di động, vừa chỉ cảnh quan diễn biến huy hoàng.

Trong quyển 13 "Cổ Thi Nguyên", có bài "Tặng Chư Du Cựu" 贈諸遊舊 của tác giả Hà Tốn. Người ấy trước được tiến cử cho Lương Võ Đế Tiêu Diễn, rất được sủng hạnh, nhưng không biết tận dụng thời gian phát huy khả năng vốn có, sau bị cư xử lạnh nhạt. Ông có những câu than vãn: Thiếu tráng khinh niên nguyệt. Trì mộ tích quang huy 少壯輕年月. 遲暮惜光輝 (Khi trai tráng xem nhẹ ngày tháng. Lúc tuổi già tiếc rẻ thuở huy hoàng.)

Ông Tư bùi ngùi ngẫm nghĩ về cuộc đời cũng có biết bao người chẳng khác gì cổ nhân trong bài thơ trên. Thấy ông Tư có vẻ hơi buồn, ông Lý vội chuyển sang một đề tài khác vui hơn:

- Đôi khi có những sự kiện, sự việc mà con người với năng lực tư duy và ngôn từ tương đối giới hạn nên khó diễn đạt trọn vẹn mọi mặt, nhưng bằng con đường nghệ thuật thì có thể nói lên nhiều điều, dễ gây cảm xúc hơn. (Chẳng phải người phương Tây có câu: "Sometimes one picture is worth a thousand words" đó sao?) Trong nghệ thuật hội họa và sân khấu, "quang" (ánh sáng) là điểm rất quan trọng dẫn đến sự thành công. Thật ra, cảnh sắc với màu sắc có mối liên hệ mật thiết. Một điểm sáng nhỏ từ nét vẽ nếu chấm phá thích hợp, có thể tạo hình ảnh bức tranh sống động làm người xem ưa thích. Nếu sử dụng ánh sáng màu như: đỏ, vàng, cam (không chỉ ánh sáng trắng) biểu cảm càng thêm phong phú, bởi sự diễn đạt nhiều sắc thái khác nhau, cảnh sắc trở nên đa dạng và có chiều sâu, sự vật được hiển thị rõ ràng hơn. Trên sân khấu, ngoài âm thanh, yếu tố ánh sáng cũng rất quan trọng vì nó là ngôn ngữ giúp cho sự biểu đạt tâm trạng mà vai diễn mong muốn thể hiện truyền cảm hơn. Đôi khi trên sân khấu về đêm, chỉ một ngọn nến trong góc hay ánh đèn mờ ảo, nếu được sắp đặt khéo léo cũng tạo ra sự rung động nơi khán giả.

Vốn là người thích "ôn cố tri tân" , ông Tư nhẹ nhàng lên tiếng:

- Bác Lý có thể kể ra một vài mẩu chuyện liên quan

đến chữ "quang", sau trở nên những thành ngữ để đời hay không?

Ông Lý gật đầu trầm ngâm suy nghĩ một lát rồi điềm đạm nói:

- Thời Tây Hán, có người tên Khuông Hoành, rất ham học nhưng nhà nghèo ban ngày phải lo việc đồng áng, không có thời gian, ban đêm không có tiền mua dầu để thắp đèn đọc sách. Một tối nọ, có một luồng sáng chiếu ra, ông lần mò đi tìm nơi xuất phát và nhận ra luồng sáng ấy từ lỗ nhỏ bên hông vách của nhà hàng xóm. Ông liền đưa tay khoét rộng ra, thế là có đủ ánh sáng để học tập hằng đêm, sau đỗ đạt vinh hiển. Câu chuyện này có ý nghĩa diễn đạt thành ngữ "Tạc bích thâu quang" 鑿碧偷光 (Khoét tường trộm ánh sáng), nhằm khuyến khích con người vượt qua hoàn cảnh khó khăn để đạt được ước vọng (mục đích).

Câu chuyện kế tiếp: Ngày nay ở Tử Cấm Thành trong Cố Cung, vốn là tên gọi thời Minh triều, sang Thanh triều gọi là Càn Thanh, còn treo bức hoành phi (thể hiện tinh hoa văn hóa phong tục tập quán) trên khắc bốn chữ rất lớn Chính Đại Quang Minh, tức chỉ sự sáng tỏ, rõ ràng, nghiêm túc, ngay thẳng trong tâm cũng như trong hành động. Thành ngữ này vốn xuất xứ từ câu: "Đại để thánh hiền chi tâm chính đại quang minh, đồng nhiên tứ đạt" 大抵聖賢之心正大光明, 洞然四達, trích trong Chu Văn Công tập "Đáp Lữ Bá Cung Thư" của Chu Hy thời Tống.

Ông Tư nhã nhặn cảm ơn ông Lý về những thành ngữ thú vị vừa được nghe, rồi lại khẩn khoản nhờ ông Lý diễn giảng thêm ý nghĩa của chữ "quang" trong lĩnh vực tôn giáo, vì đây là mong muốn từ lâu mà ông định bụng có cơ hội nhất định sẽ hỏi. Ông Lý do dự một lúc lâu rồi thận trọng nói:

- Thật ra, tôi cũng chẳng hơn gì bác đâu, thôi thì tôi nói trong khả năng hiểu biết của mình, nếu bác có cao kiến gì thì chúng ta cùng học hỏi lẫn nhau.

Trước hết tôi xin kể thêm một mẩu chuyện nữa về tín ngưỡng trong thời thượng cổ có liên quan đến chữ "quang." Vào thời ấy, có người tên là Khoa Phụ, ông ngày ngày nhìn thấy mặt trời mọc ở đằng đông và lặn ở đằng tây thì nghĩ rằng: "Ta vốn thích ánh sáng, vậy ta phải đuổi theo mặt trời để giữ cho nó đừng biến mất." Thế là ông gắng hết sức chạy theo hướng ấy, nhưng vô vọng, vì mặt trời cứ luôn ở ngay trước mắt. Cuối cùng ông chết vì kiệt sức. Thi thể của ông biến thành cây cỏ, sông núi, còn đôi mắt thì bay lên cao hóa thành mặt trăng và các vì sao. Ngụ ý của câu chuyện này khuyên người đời sau đừng theo đuổi những việc gì quá khả năng, sức lực của mình.

Bây giờ xin nói đến chữ "quang" chỉ riêng trong phạm vi lịch sử Phật giáo Trung Hoa, chứ về tất cả các tôn giáo thì tôi thật không dám lạm bàn. Kể từ khi Phật giáo Ấn độ du nhập vào Trung Hoa, trong sự chuyển dịch từ Phạn sang Nho ngữ, các vị cổ đức thường đặt chữ quang sau các từ khác để trở thành những từ kép như: tịnh quang, bảo quang, từ quang... để phân biệt với những từ ngữ phổ thông khác như: quang niên, quang hoa... có chữ quang đứng trước. Riêng từ ngữ quang minh trong thuật ngữ nhà Phật có ý nghĩa đặc thù sâu sắc mà có lẽ cần phải giải thích vì có thể nhiều người thường chỉ hiểu mập mờ:

- Quang chỉ về ánh sáng mặt trời; minh chỉ về ánh sáng mặt trăng và các vì sao.

- Quang chỉ ánh sáng rõ ràng bên ngoài (soi tỏ vi diệu quảng đại); minh là sự sáng bên trong như sáng suốt, giác ngộ. Từ kép "quang minh" được hiểu là ánh sáng của đạo lý, chân lý, thông đạt diệu pháp..., phá trừ bóng tối của vô minh: si mê, nghi hoặc.... Người học Phật đều biết những thuật ngữ như: trí quang minh tức ánh sáng của trí tuệ bát-nhã (để phân biệt với trí tuệ thế gian), thân quang minh tức ánh sáng của Pháp thân (nơi người tu hành thanh tịnh có công đức sâu dày), pháp quang minh tức ánh sáng vi diệu của Chánh Đạo, có khi "quang" cũng chỉ về sự vật phóng quang chẳng hạn như Phật Thuyết Kinh A Di Đà có đoạn: "Trong ao có những hoa sen lớn như bánh xe, sen xanh phóng quang màu xanh, vàng phóng quang vàng, đỏ phóng quang đỏ, trắng phóng quang trắng, tỏa hương ngào ngạt vi diệu tinh khiết." (Trì trung liên hoa đại như xa luân, thanh sắc thanh quang, huỳnh sắc huỳnh quang, xích sắc xích quang, bạch sắc bạch quang, vi diệu hương khiết.) Trong Câu xá luận, quyển thứ sáu lại nói về ánh sáng phát ra từ ngọn đèn: "Như đăng Niết-bàn, duy đăng diệm tạ, vô biệt hữu vật" 如燈涅槃，唯燈焰謝，無別有物 (Giống như ngọn đèn đi vào trạng thái Niết-bàn, chỉ có ngọn lửa đèn hết chiếu sáng, không có sự vật nào khác.)[1]. Quả thật trên thế gian này ánh sáng rất quan trọng vì không có nó, vạn vật không thể hiển lộ và tồn tại được. Con người cũng nhờ vào ánh sáng để sinh hoạt, nhận biết, từ đó chiêm nghiệm được nhiều điều lợi lạc trong cuộc sống. Còn trong Phật giáo, "quang" thường được dùng để biểu trưng chỉ cho một con đường sáng dẫn người tu hành đến bờ giác ngộ. Cho nên khi nói "Phật quang phổ chiếu" tức là ánh sáng tỉnh thức chiếu diệu tịch tĩnh, trang nghiêm, rộng khắp, có năng lực vô biên độ khắp chúng sinh.

Kinh Vô Lượng Thọ, quyển hạ nói: "Treo ảnh Phật, thắp đèn, dâng hoa, đốt hương rồi hồi hướng nguyện sinh về cõi Cực Lạc." Vậy thì thắp đèn là một trong các pháp cúng dường chư Phật. Đồng đạo gặp nhau xá chào: "A-di-đà Phật", ngày ngày niệm "Nam-mô A-di-đà Phật", đều biết rằng từ tiếng Phạn là Amitabha hay Amida. A nghĩa là Vô, Di-đà là Lượng, Phật là Giác ngộ. Vô lượng ánh sáng giác ngộ là một trong nhiều nghĩa của câu niệm này. Đây là ánh sáng bát-nhã với đại nguyện từ bi cứu độ tất cả các chúng

[1] Giống như sự lụn tàn của ngọn lửa chỉ là sự "đi qua" (aty-aya) của ngọn lửa mà không phải là sự đi qua của một thực thể nào khác... (Đạo Sinh dịch) ĐCT, T29, 1558, tr.35a, d.1-2.

sinh, nên ánh quang minh của Phật A-di-đà có năng lực không thể nghĩ bàn như: Vô ngại quang (ánh sáng không có ngăn ngại), Vô biên quang (ánh sáng không có giới hạn), Diệm vương quang (ánh sáng rực rỡ huy hoàng chói lọi), Thanh tịnh quang (ánh sáng thanh tịnh)..., sẵn sàng soi chiếu tiếp dẫn những hành giả thực tu, thực mong cầu về cõi Tây phương Cực Lạc. Đức Phật Thích Ca Mâu Ni có câu kệ tán thán Phật A-di-đà như sau: "Từ quang hà bị thí an lạc" 慈光遐被施安樂 (Hào quang từ mẫn tỏa chiếu khắp nơi xa, ban cho sự an vui). Trí Độ Luận diễn giải: "Đại từ, dữ chúng sinh lạc" (Lòng từ rộng lớn ban bố niềm vui cho khắp chúng sinh).

Ông Tư chắp tay nghiêm trang tiếp lời:

- Tôi còn được biết trong rất nhiều kinh Phật đều có câu kệ tán thán: "A-di-đà Phật thân kim sắc, tướng hảo quang minh vô đẳng luân." Vì là Phật tử theo pháp môn Tịnh Độ nên mỗi lần tụng lên câu kệ này trong tâm tôi tràn đầy lòng tôn kính, tin sâu và ngưỡng mộ đức Phật có duyên với cõi Ta-bà này. Phải chăng Đức A-di-đà ở phương tây, hướng mặt trời lặn, biểu thị độ cho chúng sinh sắp mãn một kiếp người, còn Đức Dược Sư Lưu Ly Quang ở phía đông, hướng mặt trời mọc, biểu thị độ hàng chúng sinh vừa bắt đầu một kiếp sống mới? Tôi cũng nhiều lần tụng và nghe các thầy giảng kinh Dược Sư tại chùa nên mới biết rằng Ngài cũng có tướng hảo trang nghiêm, hào quang tỏa sáng như Đức Phật A-di-đà. Trong Kinh nói rõ về 12 nguyện lớn của Phật Dược Sư, trong đó nguyện thứ nhất: "Ta nguyện đời sau, khi chứng được đạo Chính Đẳng Chính Giác, thân Ta có hào quang sáng suốt, rực rỡ chiếu khắp vô lượng, vô số, vô biên thế giới, khiến cho tất cả chúng hữu tình đều có đủ ba mươi hai tướng đại trượng phu, cùng tám chục món tùy hình trang nghiêm như thân của Ta vậy." Vị "Thầy thuốc giác ngộ viên mãn" này có năng lực chữa lành cả thân lẫn tâm bệnh của chúng sinh, nếu ai một lòng quy ngưỡng, thực hành chân thành "toa thuốc" mà Ngài chỉ dẫn. Bên cạnh Đức Phật, Bồ Tát Nhật Quang Biến Chiếu và Nguyệt Quang Biến Chiếu là hai trợ thủ giữ gìn kho tàng Chánh Pháp của Phật Dược Sư Lưu Ly Quang Vương. Danh hiệu của hai vị Bồ Tát này biểu thị ánh sáng tỉnh thức của hành giả tinh tấn tu hành sẽ luôn tỏa sáng cả ngày lẫn đêm không ngừng nghỉ.

Trong Sám Dược Sư có bài kệ tán thán Ngài như sau:

佛面猶如淨滿月
亦如千日放光明
圓光普照於十方
喜捨慈悲皆具足

*Phật diện do như tịnh mãn nguyệt,*
*Diệc như thiên* nhật *phóng quang minh,*
*Viên quang phổ chiếu ư thập phương,*
*Hỷ xả từ bi giai cụ túc.*

Trong kinh Hoa nghiêm, quyển 6, lại có kệ:

佛身充滿於法界，
普現一切眾生前，
隨緣赴感靡不周，
而恒處此菩提座。

*Phật thân sung mãn ư pháp giới,*
*Phổ hiện nhất thiết chúng sinh tiền,*
*Tùy duyên phó cảm mỹ bất châu,*
*Nhi hằng xứ thử Bồ-đề tọa.*

Ông Tư ngừng lại, cả hai ông cùng định tĩnh quán tưởng quang minh của chư Phật. Thời gian như ngừng lại, không có ngôn từ nào diễn tả nội tâm của cả hai lúc này đúng như câu "uống nước nóng lạnh tự biết."

Một vài phút trôi qua, ông Lý lên tiếng:

- Vừa rồi, tâm trí tôi lại nghĩ về ngữ nghĩa liên quan đến chữ "quang." Trong việc dịch thuật kinh Phật từ Phạn ngữ sang Hoa ngữ, rồi lại từ Hoa ngữ sang Việt ngữ, đôi khi có vài điểm nhỏ nhưng cũng cần lưu ý, thí dụ như sự khác nhau hay tương tự giữa phóng quang, hào quang, phát quang hay vầng hào quang...

Kinh Lăng-nghiêm, quyển 7, trong phần mở đầu trước khi Phật thuyết chú Lăng-nghiêm có đoạn: "Nhĩ thời, Thế Tôn tùng nhục kế trung, dũng bá bảo quang, quang trung dũng xuất thiên diệp bảo liên, hữu hóa Như Lai, tọa bảo hoa trung." (Bấy giờ, Thế Tôn từ tướng nhục kế trên đỉnh đầu phóng ra trăm đạo hào quang báu, trong hào quang lại phóng ra hoa sen báu có ngàn cánh, trong đó có hóa thân Phật ngồi trên hoa sen báu.)

Kinh Địa Tạng Bồ Tát Bổn Nguyện, phẩm thứ sáu viết: Nhĩ thời, Thế Tôn cử thân phóng đại quang minh, biến chiếu bách thiên vạn ức Hằng Hà sa đẳng chư Phật thế giới. (Lúc ấy, toàn thân Thế Tôn phóng ra hào quang sáng rỡ soi khắp trăm nghìn muôn ức thế giới nhiều như cát sông Hằng.) Cũng trong Kinh này, bản dịch của Hòa Thượng Thích Trí Tịnh có câu kệ tán thán đức Địa Tạng, ai đọc qua cũng sẽ cảm động nhớ mãi:

*Tay cầm châu sáng tròn vìn,*
*Hào quang soi sáng ba nghìn đại thiên.*
*Địa Tạng Bồ Tát thượng nhơn,*
*Chứng minh công đức của dân Diêm Phù.*

Kinh Quán Di Lặc Bồ Tát Thượng Sanh Đâu Suất Thiên viết: Nhĩ thời, Thế Tôn ư sơ dạ phần, cử thân phóng quang, kỳ quang kim sắc. (Bấy giờ, vào đầu hôm, đức Thế Tôn toàn thân phóng hào quang mang sắc vàng óng rực rỡ...)

Như thế phóng hào quang, phát ra hào quang, có vầng hào quang, đại quang minh... đều có thể được hiểu là ánh sáng vi diệu tỏa ra từ các bậc tu hành chứng quả.

Ở mọi tôn giáo, khi vẽ, khắc, đắp hình tượng của các vị giáo chủ, người ta cũng tạo thêm vầng hào quang phía trên để bày tỏ sự kính ngưỡng cũng như làm cho tín đồ cùng phát lòng cung kính, quy ngưỡng. Do đó, hầu hết các tôn giáo đều khắc họa vầng hào quang trong các tác phẩm nghệ thuật, trong đền đài, tu viện, để biểu thị quyền lực siêu nhiên, về sau những công trình này trở thành di sản văn hóa của toàn thế giới.

Hai người mải mê đàm luận, không để ý thời gian nhanh chóng trôi qua, cho đến khi ánh tà dương từ từ hiện ra làm họ giật mình cùng thốt lên:

- Nhanh quá! Trời đã về chiều rồi!

Ông Lý rót tách trà vẫn còn hơi ấm mời bạn, điềm đạm bảo:

- Tôi có đọc đâu đó một câu như thế này: Năm năm, sáu tháng, bảy ngày, tám giờ, chín phút. Có nghĩa là: Nếu sống đến 50 tuổi thì số tuổi còn lại sau đó tính từng năm, 60 tuổi chỉ còn tính từng tháng...

Ông Tư mỉm cười nói tiếp:

- Vậy thì tôi với bác đây chỉ đang tính từng ngày chứ gì? Bác biết không, mỗi ngày tôi đều khuyến tấn mình tinh tấn học Phật để thân tâm an lạc. Tôi lại cầu nguyện cho tất cả các vị cao niên ý thức được "ánh sáng bình minh" đang từ từ lịm tắt và "ánh hoàng hôn" đang đến dần, để sắp xếp chuẩn bị cho mình một "con đường sáng" mà đi. Sống mà "chính đại quang minh" thì cuối đời sẽ được vãng sinh nơi "phổ quang vô lượng." Quả thật, ánh sáng Phật pháp nhiệm mầu, soi chiếu đến đâu nhất định nơi ấy sẽ có bình an.

***Lâm Minh Anh***

# Giới thiệu sơ lược về tác giả

**Lâm Minh Anh**

- Sinh năm 1954, Tây Sơn, Qui Nhơn, tỉnh Bình Định, Việt Nam.
- Định cư tại Hoa Kỳ năm 1979.
- Tốt nghiệp ngành Khoa học Không gian tại UC Berkely, California, Hoa Kỳ.
- Công chức ở thành phố Los Angeles, California, Hoa Kỳ.

trang thơ

# THÁI TÚ HẠP

## EM MANG ĐẾN MÙA XUÂN

*Em đến mang theo lượng đất trời*
*Mùa Xuân rừng khoác áo cây phơi*
*Tuổi già anh bước ra hong nắng*
*Than củi em về lửa ấm hơi*

*Mai sớm trong vườn chim hót vui*
*Tìm nhau sương tỏa mộng quê người*
*Cố hương tưởng chừng như thiên cổ*
*Phiêu lãng ngàn phương nhớ tiếng cười*

*Tiếng đàn dao động đến cung trăng*
*Dòng sông hoài niệm chuyện trăm năm*
*Suối nguồn từ vô chung vô thủy*
*Yêu nhau đâu cần phải nói năng*

*Trong sát na nở đóa thiên hương*
*Tim anh tiềm ẩn mạch quê hương*
*Vô thường dâu biển mây đầu núi*
*Thấu triệt câu hò lưu luyến thương*

*Rượu cần khôn nồng thắm trao nhau*
*Như vầng trăng thắp sáng đêm sâu*
*Hẹn hò nhau mùa xuân trác tuyệt*
*Tình cho nhau xanh biếc tinh cầu*

*Có phải mùa xuân mộng hôm nay?*
*Muôn trùng gió thổi cánh hoa bay*
*Tiếng chim nào hót trong tiền kiếp*
*Hơi thở hương trầm ngây ngất say...*

## QUÊ HƯƠNG TRONG TRÍ TƯỞNG

*tôi mơ ước cụm hoa vàng thắm nở*
*trong vườn em hồn tháng chạp giăng mưa*
*dòng sông Thu chuyển mình thao thức nhớ*
*bên ngàn lau nắng thắp mộng yêu xưa*

*tôi mơ ước mùa xuân em nguyên vẹn*
*tóc hoa chanh tà lụa trắng đông phương*
*mang tiếng cười hồn nhiên bên giếng cũ*
*ngàn lời chim cổ tích đẹp quê hương*

*tôi mơ ước mai về đêm hội ngộ*
*bánh chưng thơm, hương nếp mới quây quần*
*đời hóa vui trong tim người độ lượng*
*trong hồi chuông đại nguyện giữa hư không*

*tôi mơ ước gian nhà xưa trở lại*
*ngói âm dương êm thấm sưởi tình nhau*
*con khướu già líu lo quen giọng hót*
*buổi trưa vàng tĩnh mịch nắng hàng cau*

*tôi mơ ước bên đồi em thổi sáo*
*lửng lơ chiều khói quyện mái tranh quê*
*tôi trở về như ngựa hồ mỏi vó*
*bên dòng sông say uống ngụm tào khê*

*tôi mơ ước mặt hồ soi bóng liễu*
*lời ca dao đồng vọng giữa chiều quê*
*mẹ kỳ quan trong hồn tôi vĩnh cửu*
*sân chùa xưa mầu nhiệm bước chân về*

*sáng thức dậy bình yên từ nhịp thở*
*vuốt ve đời hơi khói thuốc lào bay*
*hãy vứt bỏ loài ong nuôi nọc độc*
*trăm ngàn hoa bừng nở phút giây này*

*ngắn ngủi quá, ôi thời gian mơ ước*
*không gian nhòa nhạt ý thơ vui*
*ngọn cỏ hoang bên đường qua hiện thực*
*ngày mai đi lạc lõng giữa quê người*

## DẶM NGÀN CUỘC LỮ

*em lớn lên hồn nhiên*
*trong khu vườn trúc đào*
*dưới bóng mát hoàng lan*
*thanh thoát màu hoa sứ trắng*

*bầy sẻ sớm mai rộn rã mái hiên nhà*
*nắng vàng thu hiu hắt*
*trong trí nhớ thực thà*
*em mở hồn thơ*
*soi từng mảnh trời chiều yêu dấu*
*nguyên vẹn tình xưa*

*trái tim thời dâng hiến*
*cất giấu từng kỷ niệm ấu thơ*
*trang sách ước*
*và bầy chim yến mùa xuân rủ nhau về*
*hội ngộ*
*mưa rắc hoa lên thành phố cổ*

*rêu phong em vẫn hồn nhiên thánh thiện*
*như cỏ hoang*
*như con suối nồng nàn hơi thở*
*bay thơm chùm hoa thiên lý thơ ngây*
*con bướm vàng*
*ve vẫn nắng mê say*

*bây giờ thôi đã hết*
*cánh hạc rong chơi phù ảo ngàn xa*
*cành trúc đào lả lơi trong gió*
*hoàng lan thoang thoảng mùi hương*

*hoa sứ trắng rụng đầy lối ngõ*
*trong sân chùa tịnh vắng tiêu sơ*
*giọt lệ lấp lánh rơi trong biển hồ*
*con sông cạn khô nguồn quạnh quẽ*

*phím đàn vỡ vụn thanh âm*
*huyết bầm đau trong trí nhớ*
*bây giờ*
*giữa bãi chiều thiên thu tĩnh lặng*
*biển nuốt mặt trời đỏ ối thảm thương*
*ta như người tiền sử*
*đi tìm dấu cát hoang vu*

*mùa hạ đã chia ly*
*não nề sóng bạc*
*cô liêu vỗ cánh hải âu*
*vút xa tầm nức nở*
*mù sương*

*thịt da lưu đày sông núi*
*một đời oan nghiệp mang theo*
*như vầng trăng non treo cổ*
*trên cành đại thụ khổ đau*

*bờ đá vọng trầm luân tiền kiếp*
*mấy thuở cho nhau*
*đóa mai vàng thệ nguyện*
*mê mẩn tình si*
*hân hoan thuở ban đầu chất ngất*
*định mệnh nào ân nghĩa đến trăm năm*

*nơi căn nhà lưu xứ*
*trí nhớ mù lòa*
*cơn đau lịch sử oán hờn bất tận*
*tháng ngày tẩm độc tử sinh*

*con đường sạn đạo hư huyễn*
*ta chẳng còn chi*
*mắt nhìn đầy hoài nghi phản trắc*
*tiếng nói như mũi dao*
*chia cắt tình nhau rã rời ký ức*

*ta chỉ còn em*
*ngực thơm hương phấn nội*
*tóc lụa giăi mây ngàn*
*vầng trăng chim phượng diễm kiều bay*
*đầu non cỏ mộng*
*giữa cánh đồng mật ngữ hoang sơ*

*phương đông bếp lửa đợi chờ*
*tiếng trống đồng gọi nhau tỉnh thức*
*đất trời bờ cõi uyên nguyên*
*từ ngàn xưa quan ải*

*ta nhận ra ta giữa bao lần ranh lửa đạn*
*lịch sử sang trang bao nhiêu lần khổ nạn*
*trong gương đời đổi dạng nhân sinh*
*trong ánh mắt thực thà đổi khác*

*người lữ khách đi về đâu*
*cô đơn chập chùng sỏi đá*
*rời khỏi quê hương*
*đi về phương tây mặt trời tỏa sáng*

*niệm tưởng tình thương*
*Yêu Chân Thiện Mỹ miên trường có nhau.*

***Thái Tú Hạp***

# Giới thiệu sơ lược về tác giả

**THÁI TÚ HẠP**

- Sinh tháng 4 năm 1940 tại Hội An, tỉnh Quảng Nam.
- Từ năm 1956 đến 1975 liên tục đăng thơ, văn trên các tạp chí Văn Học Nghệ Thuật ở Sài Gòn.
- Trước 1975 Sĩ Quan Quân Lực Việt Nam Cộng Hòa
- Sau 1975 - Đi Tù - Vượt Biển.
- Định cư tại Los Angeles California Hoa Kỳ cuối năm 1980.
- Làm nhà in, mở quán Doanh Doanh.

**Cùng với Ái Cầm chủ trương:**

* Tuần Báo Saigon Times năm 1987
* Nhà xuất bản Sông Thu năm 1988
* Niên Giám Thương Mại Saigon Yellow Pages năm 1992
* Đặc San Quảng Đà ấn hành mỗi năm kể từ năm 1995 đến nay

**TÁC PHẨM ĐÃ XUẤT BẢN:**

* Tuyển Tập Sông Thu (1962 cùng với Thành Tôn và Hoàng Quy)
* Thềm Về (thơ 1970)
* Chim Quyên Lạc Ngàn (thơ 1982)
* Thơ Văn Việt Nam Hải Ngoại (tuyển tập 1985)
* Miền Yêu Dấu Phương Đông (thơ 1987)
* Thơ Văn Phật Giáo (tuyển tập 1993)
* Hạt Bụi Nào Bay Qua (thơ 1995)
* Giữa Trời Hoa Bay (tùy bút 2000)
* CD SÔNG NHỚ MỘT VẦNG TRĂNG
* CD MIỀN YÊU DẤU PHƯƠNG ĐÔNG

*(Phỏng theo: http://saigontimesusa.com/bai/aicam/tieusu.shtml)*

*Lương Nguyên Hiền*

# Wabi-sabi - Triết lý sống không hoàn hảo của người Nhật

Trân trọng điều không hoàn hảo (Ảnh: Internet)

## Wabi-sabi

Vào một buổi chiều tuyết trắng rơi ngoài hiên, ngồi một mình, chợt nhớ đến một câu thơ mà tôi đã đọc được cách đây lâu lắm rồi. Tuy đã quên tên tác giả, nhưng tôi vẫn nhớ mãi câu thơ vì ý thơ rất hay, nó gây ấn tượng trong tôi rất lâu:

"Đời đang tìm những khiếm khuyết để yêu nhau"

Cuộc sống này không có ai là hoàn hảo mà cũng không có cái gì là hoàn toàn, tất cả mọi sự vật trên đời này đều có khiếm khuyết và không vĩnh cửu. Chính vì thế nếu ai cố gắng đi tìm sự tuyệt đối, họ sẽ thất vọng. Câu thơ trên muốn nói lên ý tưởng, hãy chấp nhận và trân trọng những khiếm khuyết của nhau để chúng ta tới gần nhau hơn, hiểu nhau hơn. Nhà khoa học nổi tiếng Stephen

Hawking còn đi xa hơn nữa, ông khẳng định "Nếu không có sự không hoàn hảo, cả bạn và tôi đều không tồn tại" ("Without imperfection, neither you nor I would exist"). Ông muốn nói sự "không hoàn hảo" của vũ trụ, những dao động đột biến trong quá trình tiến hóa, những sai lệch trong định luật vật lý, đã là những điều kiện để tạo nên sự sống trong đó có con người.

Thời đại của chúng ta đang sống là thời đại của Internet, của điện thoại di động (mobile phone), của thực tế ảo (virtual reality), của trí tuệ nhân tạo (AI),... Tất cả những cái đó đã đưa đến sự đòi hỏi tối ưu hóa về kỹ thuật, tối đa hóa về xử lý những dữ kiện khổng lồ và cũng như tối đa hóa về vận tốc đã đẩy con người đi tới trạng thái luôn luôn bị áp lực, xa rời thực tế để đưa đến xu hướng phải đạt được sự hoàn hảo tuyệt đối, không tì vết trong cuộc sống cũng như trong công việc. Một hội chứng đã nảy sinh ra trong thời đại kỹ thuật số (digital age) mang tên "hội chứng hoàn hảo", tên khoa học là "hội chứng Atelophobia", dành cho những con người theo chủ nghĩa hoàn hảo. Họ luôn luôn lo sợ bản thân làm không được, làm không đủ tốt, có thể bị chê bị trách. Nỗi sợ kém hoàn hảo, có khiếm khuyết làm họ lo lắng, hoảng sợ nhiều khi mất ăn mất ngủ rồi đâm ra bị trầm cảm.

Đi ngược lại những ám ảnh làm sao đạt được sự hoàn hảo tuyệt đối, triết lý Wabi-sabi đã xuất hiện ở Nhật Bản cách đây cả mấy trăm năm và đã ăn sâu vào tiềm thức người Nhật, nhắc nhở chúng ta khiếm khuyết chỉ là một phần tự nhiên trong cuộc sống, chấp nhận điều không hoàn hảo để từ đó chúng ta có cuộc sống hạnh phúc hơn và nhẹ nhàng hơn.

Wabi-sabi khuyến khích chúng ta nên buông bỏ, chấp nhận không phải mọi thứ đều hoàn hảo hay vĩnh cửu, hướng dẫn chúng ta trở về với chân thực, với những đơn

Nét đẹp của sự phai tàn theo thời gian trong thiên nhiên (Ảnh: Tác giả)

sơ mộc mạc của thiên nhiên và xa rời những ảo giác không thực để hưởng cái tĩnh lặng của một buổi chiều sắp qua đi hay một buổi uống trà thanh tịnh và ngay cả trong một ngày trời âm u, mưa tầm tã. Wabi-sabi cũng hướng chúng ta tìm thấy được một nét đẹp nào đó trong lúc trời đất đang nổi cơn "sụt sùi".

Wabi-sabi là một khái niệm về thẩm mỹ và triết lý theo truyền thống của người Nhật tập trung vào vẻ đẹp của sự không hoàn hảo, không vĩnh cửu và không hoàn toàn, xuất phát từ giáo lý của đạo Phật là vô thường, khổ và vô ngã. Vô thường là một trong ba dấu ấn của Tam Pháp Ấn, khẳng định mọi sự đều thay đổi, không vĩnh cửu theo quy trình của "thành, trụ, hoại, diệt". Wabi-sabi tôn vinh vẻ đẹp thoáng qua không hoàn hảo, như đóa hoa sắp tàn, một phiến đá phủ rêu xanh, một tách uống trà bị nứt. Wabi-sabi chấp nhận vẻ đẹp in dấu vết của thời gian, sự lão hóa của vạn vật, phản ảnh triết lý vô thường. Đạo Phật chỉ ra một trong những nguyên nhân của khổ đau là sự bám víu vào những thứ không trường tồn. Wabi-sabi khuyến khích nhận diện và chấp nhận điều không trường tồn, không hoàn hảo như là một liều thuốc để hòa giải với khổ đau. Vô ngã của đạo Phật dạy chúng sanh buông bỏ và không bám víu vào "cái tôi", nguồn gốc của khổ đau. Wabi-sabi khuyến khích con người sống khiêm nhường, buông bỏ "cái tôi", đề cao sự hòa đồng vào thiên nhiên.

Wabi-Sabi kết hợp hai từ Wabi và Sabi. Mỗi chữ mang một ý nghĩa riêng, nhưng khi kết hợp lại mang một ý nghĩa chung là không hoàn hảo, đơn giản và phù du. Lúc ban đầu, Wabi mang ý nghĩa là cô đơn, u buồn, có tính cách tiêu cực. Sau này khi tiếp xúc với Thiền của đạo Phật, Wabi được hiểu theo nghĩa tích cực hơn như đơn giản, khiêm nhường và chấp nhận mọi vật không hoàn hảo. Sabi có ý nghĩa vẻ đẹp của sự vật theo thời gian trở nên cũ kỹ, hao mòn một cách tự nhiên, như một bức tường loang lổ rêu phong hay một thanh gỗ bạc màu theo ngày tháng. Nó không có tính tiêu cực mà là một sự chấp nhận và trân trọng vẻ đẹp tự nhiên, không hoàn hảo trong quá trình xói mòn của thời gian. Wabi-sabi bắt nguồn từ khoảng thế kỷ 12-16, thời kỳ mà đạo Phật thâm nhập và phát triển mạnh mẽ ở Nhật. Wabi-sabi không phải là một lý thuyết khô khan mà đúng hơn là phong cách người Nhật áp dụng nó vào đời sống hằng ngày, trong nghệ thuật, kiến trúc và cả quan niệm sống.

Sau đây là 3 câu chuyện có liên quan đến triết lý sống Wabi-sabi.

## Câu chuyện về bức tường không hoàn hảo

Cách đây đã lâu, tôi có dịp đọc được cuốn sách của Thiền sư Ajahn Brahm bằng tiếng Đức "Die Kuh, die weinte", nguyên tác bằng tiếng Anh "Opening the Door of Your Heart".

Ajahn Brahm là người Anh, sinh ở London, năm 17 tuổi ông quy y theo Phật giáo và đã từng học ở Đại học Cambridge về ngành vật lý học, ra trường đi dạy học ở trường Trung học một thời gian ngắn. Năm 23 tuổi, Ajahn Brahm qua Thái Lan để xuất gia tại Tu viện Wat Saket dưới sự hướng dẫn của Thiền sư Ajahn Chah, thuộc hệ phái Nguyên thủy. Ajahn Chah là một Thiền sư danh tiếng và rất được tôn kính ở Thái Lan. Sau 9 năm tu tập, Ajahn Brahm được cử qua Úc để lập Tu viện và hướng dẫn Phật tử ở đó.

Trong sách, ông kể lại thuở ban đầu mới tới Úc, Tu viện còn rất nghèo nàn, chưa có nhà cửa khang trang như bây giờ, nên tất cả các tăng ni, cả thầy lẫn trò, đều phải xắn quần xắn áo, bỏ chuông, gác mõ, xếp bồ đoàn tạm thời qua một bên. Người làm thợ hồ, người làm thợ mộc, người đi cuốc đất, tay xách xẻng, tay cầm xà beng đi xây Tu viện. Ajahn Brahm được giao nhiệm vụ xây một bức tường, một công việc mà Thiền sư chưa bao giờ làm. Nhưng vốn tính kiên nhẫn và chăm chỉ, sau một thời gian cố gắng vật lộn với gạch, cát và xi măng, ông đã hoàn tất công việc được giao phó. Ajahn Brahm vui mừng và hãnh diện đứng chiêm ngưỡng bức tường đầu tiên mà mình đã tự tay xây lên. Bất chợt ông khám phá ra 2 viên gạch nằm không ngay hàng, thẳng lối, hơi bị lệch ra ngoài. Ông ăn không ngon, ngủ không yên với hai viên gạch nằm sai chỗ. Hai viên gạch quái ác ấy đã trở thành nỗi ám ảnh của ông từ ngày này qua ngày khác. Đến nỗi ông không còn muốn nhìn bức tường đó nữa. Mỗi lần có khách tới thăm, ông đều tìm cách dẫn khách đi đường vòng để tránh gặp bức tường. Nhưng một hôm, có một vị khách quý tới thăm, vô tình đi qua và đã buộc miệng khen bức tường xây rất đẹp. Giật mình và ngạc nhiên Ajahn Brahm hỏi lại là khách có nhìn thấy 2 viên gạch nằm sai chỗ không? Vị khách mỉm cười, trả lời là chỉ nhìn thấy bức tường với 998 viên gạch được xây rất ngay hàng thẳng lối.

Câu trả lời đã làm Ajahn Brahm tỉnh ngộ, thời gian qua vô tình ông đã bỏ mất quá nhiều thời gian để tập trung vào 2 viên gạch "không hoàn hảo" mà quên đi 998 viên gạch còn lại được xây rất "hoàn hảo". Từ đó cho đến về sau, Ajahn Brahm chỉ còn nhớ đến bức tường với 998 viên gạch xây rất đẹp mà ông đã bỏ công sức để dựng lên và với hai viên gạch còn lại, ông chấp nhận nó như một định luật trong cuộc sống "không có gì là tuyệt đối" và cũng "không có gì là hoàn hảo". Và cũng từ đó, Thiền sư đã tìm lại sự bình an của mình.

Ajahn Brahm viết tiếp, cũng như trong cuộc sống gia đình nếu chúng ta chỉ nhìn thấy "2 viên gạch không hoàn hảo" trong người vợ hay người chồng của mình mà quên đi "998 viên gạch còn lại được xây rất hoàn hảo" thì hạnh phúc gia đình chắc chắn sẽ bị ảnh hưởng rất nhiều và con đường dẫn đến chia tay chắc cũng không xa lắm.

Cuộc sống này vốn vô thường, không có gì hoàn hảo, chẳng có gì là hoàn toàn. Bởi chẳng có gì tồn tại mãi với thời gian, chẳng có gì hoàn toàn 100% và cũng chẳng có gì hoàn hảo, không có khiếm khuyết. Tất cả cái gì đi ngược lại là điều không tưởng và trái với tự nhiên. Nếu chúng ta biết áp dụng triết lý Wabi-sabi vào cuộc sống để nhận diện và chấp nhận những khiếm khuyết, những thứ không hoàn hảo thì chúng ta sẽ thấy nhẹ nhàng hơn và có cái nhìn rất khác hơn về cuộc sống.

## Câu chuyện không tưởng về sắc đẹp vĩnh cửu

"Sắc đẹp vĩnh cửu" tên một cuốn phim với tựa đề tiếng Anh "The Age of Adaline" được đạo diễn Lee Toland Krieger mang ra trình chiếu vào năm 2015. "Sắc đẹp vĩnh cửu" là một câu chuyện kể về Adaline, một cô gái trẻ đẹp 29 tuổi. Một tai nạn suýt làm cô mất mạng đã mang lại cho cô một "đặc ân" là được trẻ mãi không già. Đây là nỗi mơ ước của mọi phụ nữ muốn mình có được một sắc đẹp vĩnh cửu. Nhưng đối với Adaline, đây là một nỗi đau và cũng là một nỗi khổ tâm không dứt. Vì càng ngày Adaline càng trở lên cô độc, khi những người chung quanh cô già đi và chết, ngay đứa con gái của cô cũng không tránh được định luật "sinh lão bệnh tử", còn Adaline thì mãi mãi trẻ trung với tuổi 29. Cô giấu điều bí mật đó và để có một cuộc sống bình thường, không bị soi mói, dò xét của mọi người, cô thay đổi liên tục chỗ ở, thay đổi giấy tờ và cô đã sống đơn côi như thế gần 1 thế kỷ. “Sắc đẹp vĩnh cửu” mà con người ai cũng mong muốn, đã trở thành bi kịch đối với Adaline, cô sống với những ngày tháng lặng lẽ, buồn tẻ trôi đi. Cho đến một hôm, cô gặp được một chàng trai tên là Ellis. Ellis là người đã khơi dậy sự đam mê, lãng mạn và cuối cùng đã đánh thức tình yêu trong Adaline trỗi dậy, một người đàn bà trên 100 tuổi nhưng mang một thân xác của cô gái chưa đầy 30. Tình yêu đã thay đổi đời cô hoàn toàn và mãi mãi. Cuối cùng cô chỉ ao ước như mọi người khác, được già đi với Ellis, người mà cô rất yêu thương. Nỗi sợ hãi ám ảnh lớn nhất của cô là ngày nào đó Ellis không còn nữa, cô phải ở lại thế gian sống một cuộc đời trơ trọi.

Câu chuyện trong cuốn phim “Sắc đẹp vĩnh cửu” *đã nhấn mạnh về ý nghĩa của cuộc sống khi không có sự kết thúc và đi ngược lại định luật của thiên nhiên* “thành, trụ, hoại, diệt”. Bởi sự lão hóa hay ngay cả cái chết cũng là những phần không thể tách rời khỏi cuộc sống của con người. Wabi-sabi là triết lý khuyến khích chúng ta nhìn nhận thực tế, chấp nhận quy luật của đổi thay, của vô thường, của “sinh lão bệnh tử” để chúng ta trân trọng hơn về hiện tại và nơi đây.

## Câu chuyện về tịch trà (wabi-cha)

Đây là một câu chuyện về một nhân vật đặc biệt người Nhật, tên là Sen No Rikyū (1522-1591), một vị thầy về trà đạo. Trà đạo là một phong cách uống trà với những dụng cụ thật đơn giản, với bối cảnh xung quanh thật giản dị mà chủ yếu là tập trung vào để thưởng thức trà trong yên tĩnh và thanh tịnh.

Một hôm vào chiều mùa thu, Rikyū sai học trò sửa soạn một buổi uống trà ở trong sân vườn. Được lệnh của thầy, người đệ tử đã hăng hái đi quét lá, xếp lại những viên đá vương vãi trong vườn và cắt tỉa lại những nhánh cây cho gọn gàng đẹp mắt. Trong lúc học trò đang làm vườn, người thầy đứng âm thầm quan sát. Một lúc sau, ông tới bên một cây sum suê lá và ra sức rung mạnh thân cây để lá trên cây rụng xuống đầy sân.

Đây chính là sự khởi nguồn của triết lý sống trong Wabi-sabi, đề cao sự mộc mạc, đơn giản, hòa hợp với thiên nhiên, ngay cả chấp nhận điều khiếm khuyết để nhận diện được cái đẹp, cái tinh hoa trong đó. Rikyu ở thế kỷ 16 được coi là cha đẻ của trà đạo (Chanoyu) mà cũng còn được gọi là phong cách uống trà wabi-cha (tịch trà). Rikyu đặt trọng tâm trong việc uống trà là sự thanh tịnh, yên tĩnh chỉ có chủ với khách ngoài ra không còn gì quan trọng hết. Nhờ sự phát triển mạnh mẽ của "trà đạo" vào thế kỷ thứ 16, Wabi-sabi đã được đưa lên địa vị cao nhất trong quan niệm về thẩm mỹ ở nước Nhật.

## Wabi-sabi xoa dịu những vết thương

Cuộc đời không phải là một con đường thẳng tắp, êm ái không có những khúc quanh vấp ngã, những dốc sâu của thất bại, những hố thẳm của cạm bẫy. Chấp nhận sự không hoàn hảo là để xoa dịu đi nỗi đau khổ của thất bại, làm đòn bẩy để đứng lên tiến tới thành công cho mai sau. Bởi vì mỗi lần thất bại là một bài học cho ngày mai. Chấp nhận những vấp ngã không đồng nghĩa với đổ vỡ cuộc đời mình mà là một cơ hội để thay đổi hiện tại.

Sự ra đi bất ngờ của người thân thương cũng là nỗi đau thương tưởng chừng như không bao giờ dứt. Wabi-sabi chỉ cho chúng ta cuộc sống là hữu hạn, chỉ thoáng qua, không phải mãi mãi như thế mà còn có thay đổi, có lão hóa và có mất mát. Chấp nhận cuộc sống chỉ là phù du là hòa giải những nỗi đau thương mất mát và để chúng ta trân trọng hơn những giây phút hiện tại mình đang sống.

Wabi-sabi khuyến khích chúng ta sống đơn giản, mộc mạc, chân thực, gần gũi và hòa đồng với thiên nhiên. Điều đó giúp chúng ta cân bằng được cuộc sống vì không phải chạy theo xa hoa, phù phiếm, nhất thời để đưa tới sự bình an trong một thế giới luôn luôn biến động. Như một buổi uống trà trong thanh tịnh (Wabi-cha) mang đến cho chúng ta những giây phút tận hưởng sự lắng đọng tâm hồn làm giảm bớt đi căng thẳng và lo âu.

Cuối cùng, Wabi-sabi không phải là lý thuyết suông mà là phong cách sống, như lời Trịnh Công Sơn viết trong bài hát "Lời tự sự", chấp nhận những điều bất toàn trong ta và tha nhân để tha thứ cho nhau:

"Có những ngày tuyệt vọng đến cùng cực, tôi và cuộc đời đã tha thứ cho nhau."

***Lương Nguyên Hiền***

## Tài liệu tham khảo


1. "Die Kuh, die weinte": nguyên tác tiếng Anh "Opening the Door of Your Heart", tác giả Thiền sư Ajahn Brahm. Sách được dịch ra tiếng Việt "Mở Cửa Trái Tim".
2. "Wabi-Sabi: Die japanische Weisheit für ein perfekt unperfektes Leben": nguyên tác tiếng Anh "Wabi-sabi: Japanese Wisdom for Living a Perfectly Imperfect Life", tác giả Berth Kempton.
3. "Chanoyu (Trà đạo), Quá trình ra đời và vai trò của Rikyū", Vĩnh Sính.

## Giới thiệu sơ lược về tác giả

**Lương Nguyên Hiền**

- Sinh năm 1949 tại Thanh Hóa.
- Cựu học sinh trường Võ Tánh (Nha Trang) và Chu Văn An (Saigon).
- Du học Đức từ năm 1968.
- Kỹ sư cơ khí.
- Gia đình: Vợ và con trai.
- Mê viết văn từ nhỏ, bắt đầu viết trở lại từ khi về hưu.

# PHẦN C

# KHẢO LUẬN & LỊCH SỬ

Gồm những bài khảo luận, giảng giải của các tác giả:

TUỆ SỸ * NGUYỄN MINH TIẾN * TRANG THƠ TỊNH BÌNH * NGUYÊN TÁNH NGUYỄN HIỀN ĐỨC * THÍCH NGUYÊN TẠNG * THÍCH NHUẬN CHÂU * TRANG THƠ LANH-KTQ * WILHELM HALBFASS - ĐỖ QUỐC BẢO & NGUYỄN HUY ĐĂNG * BALACHANDRAN - NGUYÊN GIÁC * THÁI CÔNG TỤNG * TRANG THƠ THANH PHI * LƯU AN VŨ NGỌC RUẨN

## TUỆ SỸ

# GIỚI THIỆU ĐẠI ĐƯỜNG TÂY VỰC KÝ

*Tác giả:*

**PHÁP SƯ HUYỀN TRANG**

*Việt dịch và chú giải:*

**Thích Như Điển và Nguyễn Minh Tiến**

## I.

Pháp sư họ Trần 陳, tục danh Y (hoặc Huy) 禕. Từ Hán 禕, theo Từ điển Khang Hy, phát âm theo Đường vận, đọc là Huy【唐韻】許歸切; phát âm theo Tập vận, đọc là Y【集韻】【韻會】吁韋切. Tập vận, từ điển phát âm được biên soạn dưới thời Tống Nhân Tông niên hiệu Cảnh Hựu thứ 4 (1039). Đường vận được biên soạn thời nhà Đường, khoảng sau năm 733 hay 751. Pháp sư sinh vào thời nhà Đường, vậy tục danh của Pháp sư đọc là Trần Huy.

Sau khi xuất gia, Pháp danh của ngài là Huyền Trang, hay Huyền Tráng 玄奘. Ta quen đọc là Huyền Trang, nhưng theo phiên âm Bắc kinh hiện tại, đọc là Xuán Zàng (âm trắc), phát âm đúng là Huyền Tráng.

Cho đến triều Thanh, do kỵ húy vua Khang Hy, 玄奘 được viết thay bằng 元奘 - như trong *Bát-nhã-ba-la-mật-đa tâm kinh sự quán giải* được viết bởi Sa-môn Tục Pháp 沙門續法 dưới triều Khang Hy. Nhiều tên khác như Vương Huyền Sách 王玄策 được viết thay bằng Vương Nguyên Sách 王元策, Phòng Huyền Linh 房玄齡 bằng Phòng Nguyên Linh 房元齡.

Các học giả phương Tây đầu tiên nghiên cứu và phiên dịch Đại Đường Tây vực ký (Thomas Watters, On Yuan Chwang, 1904) cho rằng hai từ 玄 hay 元 có thể phát âm như nhau vào thời nhà Đường. Ý kiến này khả dĩ có lý, nếu theo cách phát âm của người Nhật, như 玄奘 Huyền Tráng phát âm là げんじょう(genjō), 玄昉 Huyền Phưởng phát âm là げんぼう(genbō), 道元 Đạo Nguyên đọc là どうげん (dōgen), 隠元 Ẩn Nguyên đọc là いんげん(ingen).

W. F. Mayers (Chinese Readers' Manual, 1910) cho rằng 玄奘 nguyên viết là 元奘 nhưng vì kỵ húy mà đổi thành; do đó trong mục từ 962 ông phiên âm Yüan Chwang, đọc theo âm Hán Việt là Nguyên Tráng thay vì Huyền Tráng.

T. W. Rhys Davids, người sáng lập Pāḷi Text Society và cũng là dịch giả nhiều Thánh điển Pāli sang tiếng Anh, cùng với S. W. Bushell biên tập và cho ấn hành tác phẩm On Yuan Chwang (1904) của Thomas Watters (1840-1901), đã dẫn ra ít nhất có 6 phiên âm La-tinh khác nhau về từ 玄奘 của những nhà nghiên cứu phương Tây đầu tiên:

| | |
|---|---|
| 1. M. Stanislas Julien | Hiouen Tshang. |
| 2. Mr. Mayers | Huan Chwang. |
| 3. Mr. Wylie | Yuén Chwàng. |
| 4. Mr. Beal | Hiuen Tsiang. |
| 5. Prof. Legge | Hsüan Chwang. |
| 6. Prof. Bunyiu Nanjio | Hhüen Kwân. |

Chúng ta chỉ biết những phiên âm La-tinh này trên giấy nên không rõ thực tế phát âm như thế nào.

Để giải thích rõ những phiên âm khác nhau này, Rhys Davids dẫn lời của Thomas Francis Wade (1818-1895), nhà ngoại giao và Hán học. T. F. Wade cùng với Herbert Giles biên soạn hệ thống La-tinh hóa cho phát âm quan thoại gọi là hệ thống phiên âm la-tinh Wade-Giles được Giles hoàn thành với quyển từ điển Chinese-English Dictionary (1892).

Theo giải thích của Thomas Wade, danh hiệu của Huyền Tráng được viết dưới hai dạng (1) 玄奘 và (2) 元奘. Phát âm theo giọng Bắc kinh đương thời, ông phiên âm (1) hsüan chuang và (2) yüan chuang, và phiên âm này cũng được Dr. Legge chấp nhận. James Legge (k. 1815-1897) được xem là nhà Hán học lớn và nổi tiếng với sự phiên dịch chú giải văn học cổ điển Trung hoa, do rất có thẩm quyền về lãnh vực này nên được dẫn chứng ở đây. Hai dạng nêu trên người Pháp phiên âm (1) hiouen thsang, (2) youan thsang, theo hệ phiên âm của đoàn Truyền giáo La-mã (Romish Missionaries). Rhys Davids có vẻ tán thành lối phiên âm của Stanislas Julien vì bản dịch tiếng Pháp Đại Đường Tây vực ký của ông (Mémoires sur Les Contrées Occidentales, par Hiouen-Thsang, 1857) rất nổi tiếng và có uy tín. Âm H trong phiên âm của Julien trong tiếng Pháp thực tiễn là âm câm, do đó Hiouen đọc như là Iouen, và có thể được viết là Yuan theo hệ phiên âm khoa học được chấp nhận trong tất cả các hệ ngôn ngữ phương Đông.

Thêm nữa, Watters (On Yuan Chwang, p.6, n.2) nói rằng trong các bản văn Tạng ngữ, 玄奘 được phiên âm là T'ang Ssen-tsang hay T'ang Sin (hay Sang). Đây có lẽ là phiên âm la-tinh từ ཐང་ཟན་ཙང་ (Wylie: thang zan tsang), từ được tìm thấy trong 藏漢大辭典 (bod rgya tshig mdzod chen mo, 1978). Ông cho rằng Ssen-ts'ang là lối phát âm hay phiên âm Tạng ngữ tương đương phiên âm la-tinh Hsüan-ts'ang.

Mặc dù các học giả phương Tây theo phát âm bản địa của mình mà có những phiên âm khác nhau, nhưng ngày nay theo tiêu chuẩn phiên âm Bắc kinh, danh hiệu của Pháp sư được ghi là Xuan Zang. Âm Hán Việt của người Việt từ trước vẫn đọc là Huyền Trang, có khi đọc là Huyền Tráng.

Tiểu truyện Pháp sư được ghi chép đầy đủ, được ấn hành trong Đại Chánh tạng với tiêu đề 大唐大慈恩寺三藏

法師傳－沙門慧立本釋彥悰箋 Đại Đường Đại Từ Ân tự Tam tạng Pháp sư truyện, bản gốc bởi Huệ Lập, bổ sung bởi Ngạn Tông.

Chi tiết về cuộc đời của Ngạn Tông được ghi chép trong Tống Cao tăng truyện, quyển 4, rất vắn tắt: Không rõ quê quán, cuối niên hiệu Trinh Quán, khoảng những năm trước 649, lên Kinh, cầu Pháp làm môn nhân của Tam tạng Pháp sư; tài không bằng Phổ Quang, Bảo Thái, nhưng kiến thức rộng rãi, thông suốt Huyền học, Nho học. Phần tiếp theo, chỉ phỏng theo bài tựa của chính Ngạn Tông viết cho Đại Đường Đại Từ Ân tự Tam tạng Pháp sư truyện (về sau sẽ viết gọn là Pháp sư truyện), mà bản gốc viết bởi Huệ Lập, và Ngạn Tông là người bổ sung.

Tống Cao tăng truyện, quyển 17, chép khá đầy đủ về Huệ Lập, nhân cách cũng như tài năng. Nguyên tên 子立 Tử Lập, vua Cao Tông đổi lại là Huệ Lập, chữ Hán viết là 慧, cũng viết là 惠. Cả hai từ này, Khang Hy phát âm giống nhau: 【唐韻】【集韻】【正韻】胡桂切, 音惠, phiên âm chuẩn Bắc kinh là hui. Bẩm tính thông minh, năm 15 tuổi (Trinh Quán thứ 3, 629) xuất gia tại chùa Chiêu Nhân, Bân Châu 豳州昭仁寺. Học thông cả Nho lẫn Thích. Vua sắc phong "Đại Từ Ân tự phiên kinh Đại đức". Cao Tông nhiều lần triệu vào Đại nội, cùng đối luận với các đạo sĩ, rất hợp ý chỉ của vua. Lúc bấy giờ, Thượng y phụng ngự Lữ Tài (quan chức tối cao trong Thượng dược cục, tức Thái y lệnh, chức trách trị bệnh cho các quan), viết Nhân minh đồ chú, 3 quyển, giải thích sai quấy về Nhân minh - tức luận lý học Phật giáo do Huyền Tráng truyền -, bài xích chính nghĩa của các sư; Huệ Lập bèn viết sách chỉ trích khiến Lữ Tài câm nín.

Huệ Lập ngưỡng mộ hành nghi của Tam tạng Huyền Tráng do đó viết Pháp sư truyện, 5 quyển. Chi tiết về biên tập và lưu hành bản truyện này được Ngạn Tông tường thuật trong bài tựa. Năm Trinh Quán 19 (645), Pháp sư về đến Kinh đô Trường An, đạo tục đều nghinh đón, thật là một thời náo nức. Sau đó, yết kiến Thiên tử, vua ân cần hỏi han, rồi chiếu lệnh các quan chọn người tài năng hỗ trợ Pháp sư phiên dịch. Trăm người đều thờ kính, thật khó nói hết lời. Cho đến như hàng thị tộc trâm anh cũng từ giã gia thân mà nhập đạo, bước theo con đường diệu vợi, trong ngoài đều tán dương, biểu thị ngưng nghỉ Hóa thân mà trở về với Chân thân, cũng như hết củi thì lửa tắt; những chuyện như vậy có đầy đủ trong truyện này.

Truyện gốc có 5 quyển, soạn thuật bởi Sa-môn Huệ Lập, Ngụy Quốc Tây tự. Chùa này trước kia vốn có tên là 長安太原寺 Trường An Thái Nguyên tự. Huệ Lập được Ngạn Tông mô tả là con người cứng cỏi, không sợ uy nghiêm, xuống nước, vào lửa, không gì làm cho nhụt chí. Ngưỡng mộ sở học và sở hành cũng như hành nghi của Pháp sư, vẻ như càng dùi mài càng cứng rắn, càng trông lên càng cao xa, nhân đó mà soạn sự tích để làm gương lâu đời. Sau khi soạn xong cảo bản, dè chừng còn thiếu sót những điều hay do đó chôn giấu kỹ dưới đất, người đời không ai nghe đến. Cho đến khi bệnh nặng biết chừng không qua khỏi mới khiến môn đồ đào lên mà công bố rồi mới chết. Môn nhân buồn thương kêu khóc nghẹn ngào, mà truyện này lại lưu ly phân tán nhiều nơi, qua nhiều năm tìm tòi, gần đây mới trọn đủ.

Bài tựa của Ngạn Tông được viết vào niên hiệu Thùy Củng thứ tư (688), không nói rõ năm Huệ Lập mất. Trong thự danh soạn giả, nói rằng 沙門慧立本釋彥悰箋 – *"Sa-môn Huệ Lập bản, Thích Ngạn Tông tiên"*, có thể được hiểu theo hai trường hợp. Hoặc 5 quyển đầu do Huệ Lập viết và 5 quyển sau do Ngạn Tông diễn giải thêm chi tiết. Nhưng cũng có thể hiểu từ bản gốc 5 quyển do Huệ Lập soạn, sau đó Ngạn Tông diễn giải thêm chi tiết thành 10 quyển, nghĩa là không phân biệt 5 quyển đầu và 5 quyển cuối là hai người viết riêng biệt. Thế nhưng, cuối quyển 10 ghi một đoản văn nghị luận của Huệ Lập 釋慧立論曰 và một bài Kệ Tán 贊曰, luận về con người, công hạnh và sự nghiệp của Pháp sư, và tán dương sở hành, sở học của Pháp sư. Luận và Tán này ở cuối quyển 10 có thể chứng minh rằng, thoạt tiên bản truyện Huệ Lập viết thủy chung 5 quyển, nhưng sau đó theo yêu cầu Ngạn Tông bổ sung chi tiết thành 10 quyển. Nghĩa là, không phải Huệ Lập chỉ soạn 5 quyển đầu, và Ngạn Tông tiếp nối thêm 5 quyển sau.

Trong 10 quyển, quyển 1 ghi chép tiểu sử Pháp sư từ xuất sinh, xuất gia, thọ giới, tham học cho đến năm Trinh Quán thứ 3 (629) xuất phát từ Trường An, qua Ngọc Môn quan, vượt sa-mạc Mạc-hạ-diên, đi về phía tây cho đến nước Cao Xương. Quyển 2 cho đến quyển 5, chép cuộc hành trình từ nước A-kì-ni (Agni) cho đến cuối cùng trở về bản quốc. Đây cũng chỉ là bản tóm tắt cuộc hành trình nhập Trúc cầu pháp được ghi chép chi tiết trong Đại Đường Tây vực ký (Tây vực ký).

Quyển 6 trở đi, bắt đầu từ năm Trinh Quán 19 (645), Pháp sư về đến Trường An. Cho đến quyển 10, chép từ năm Hiển Khánh thứ 3 (658) rời Lạc Dương về Trường An, trú tại chùa Tây Minh. Năm sau dời vào cung Ngọc Hoa.

Truyện ghi, Pháp sư khởi hành năm Trinh Quán thứ 3 (629), bất chấp lệnh cấm xuất quan, mạo hiểm Tây Trúc cầu pháp, trải qua 17 năm, kinh lịch 138 nước, Tây vực và Ấn Độ. Năm Trinh Quán 19 (645), Pháp sư trở về nước, mang theo 657 Phạn bản; trong đó:

| | |
|---|---|
| Đại thừa kinh | 224 bộ |
| Đại thừa luận | 192 – |
| Thượng tọa bộ (Sthavira) | 14 – |
| Đại chúng bộ (Mahāsaṅghika) | 15 – |
| Hóa địa bộ (Mahīśāska, Di-sa-tắc) | 22 – |

| | |
|---|---|
| Chính lượng bộ (Sammitiya, Tam-di-để) | 15 - |
| Ẩm quang bộ (Kāśyapīya, Ca-diếp-tí-da) | 17 - |
| Pháp tạng bộ (Dharmagupta, Pháp mật bộ) | 42 - |
| Nhất thiết hữu bộ (Sarvāstivāda) | 67 - |
| Nhân luận (Hetuśāstra) | 36 - |
| Thanh luận (Śabdika-śāstra) | 13 bộ. |

Trong cùng năm đó (645), ngày 6 tháng 6, vâng sắc chỉ Hoàng đế, tại chùa Hoằng Pháp, Pháp sư khởi sự phiên dịch các Phạn bản đã mang về, cho đến năm Long Sóc 3 (663), sự nghiệp phiên dịch hoàn tất với bộ Đại Bát-nhã 600 quyển.

Giáo nghĩa mà Trung hoa tiếp nhận đầu tiên là Không Tính luận (śūnyavāda) vốn là yếu nghĩa hàm chứa trong các kinh Bát-nhã như Đại phẩm và Tiểu phẩm mà trước đó Cưu-ma-la-thập (Kumārajīva) đã dịch. Đây chỉ là một phần của toàn bộ kinh điển Đại Bát-nhã, tương đương với Pañcaviṃśatisāhasrikā (Nhị vạn ngũ thiên tụng) và Aṣṭasāhasrikā (Bát thiên tụng) trong khi Śatasāhasrikā Prajñāpāramitā Sūtra (Bách vạn tụng) và nhiều Kinh thuộc hệ Kinh Bát-nhã chưa hề được biết đến. Do đó, khi được biết số lượng đồ sộ của Đại Bát-nhã, đại chúng yêu cầu Pháp sư phiên dịch. Pháp sư cho rằng dịch trường trong chùa Từ Ân là chốn kinh thành ồn ào mà mệnh người lại vô thường khó có thể hoàn tất bộ Kinh lớn này, tỏ ý được dời vào cung Ngọc Hoa. Vua Cao Tông tức thì chấp thuận.

Cung Ngọc Hoa vốn là nơi nghỉ mát, tĩnh dưỡng được xây dựng vào năm Trinh Quán thứ 2 (628). Đến năm Vĩnh Huy thứ 2 (651) Đường Cao Tông Lý Trị đổi thành chùa Ngọc Hoa. Năm Hiển Khánh thứ 4 (659), Pháp sư dời vào cung Ngọc Hoa, bấy giờ đã đổi thành chùa Ngọc Hoa, và đến năm sau (660) bắt đầu phiên dịch bộ kinh Đại Bát-nhã ba-la-mật-đa, cho đến niên hiệu Long Sóc thứ 3 (663) thì hoàn tất, gồm 600 quyển, 16 hội.

Ngày 7 tháng 12 (âm lịch) năm đó (663), sau khi hoàn tất phiên dịch Đại Bát-nhã, Pháp sư cảm thấy thân thể suy kiệt, bảo môn nhân: "Ta dời vào Ngọc Hoa vốn do nhân duyên Bát-nhã, nay phiên dịch đã hoàn tất, mệnh sống của ta cũng đến lúc cạn hết. Sau khi vô thường đến với ta, các người phải nghe di chúc của ta mà giản đơn kiệm ước, hãy dùng chiếu lác bó thây, chọn nơi khe núi vắng vẻ mà chôn, chớ để gần chùa cung (chùa Ngọc Hoa). Thân bất tịnh cần phải chôn nơi xa cách."

Năm sau, Lân Đức thứ nhất (664), tháng Giêng, Pháp sư khiến Gia Thượng Pháp sư tổng kết Kinh Luận đã được phiên dịch, tính được 74 bộ (合七十四部, Julien hiểu là 740 bộ), 1338 quyển. Sang tháng hai, ngày 5, vào lúc nửa đêm, các đệ tử hỏi: "Hòa thượng có nhất định được sinh lên nội viện của Đức Di-lặc không?" Pháp sư đáp: "Được." Rồi hơi thở yếu dần, và phút chốc thâu thần, nhưng người hầu không biết, chỉ khi chạm đến y phục mới hay.

Sau khi viết Pháp sư truyện, Huệ Lập cảm thấy còn thiếu sót nên chôn giấu, trước khi chết khiến môn nhân tìm kiếm, nhưng cốt truyện lưu lạc trong nhân gian, qua một thời gian dài mới tìm thấy 5 quyển; năm 688 Ngạn Tông bổ sung thêm chi tiết thành 10 quyển. Huyền Tráng mất năm Lân Đức thứ nhất (664), như vậy truyện nguyên cảo Huệ Lập viết, Ngạn Tông tiên thích và lưu hành sau khi Pháp sư tịch trên 20 năm.

Huệ Lập và Ngạn Tông đều là nhân vật đồng thời Pháp sư nên truyện ký tất nhiên được nghe chính Pháp sư kể. Thực tế, Pháp sư truyện 10 quyển do Huệ Lập và Ngạn Tông thực hiện được thấy rõ là bản tóm tắt của Tây vực ký được chính Pháp sư thuật và Biện Cơ biên tập, 12 quyển, hoàn tất năm Trinh Quán 20 (646).

Huệ Lập, Ngạn Tông, Biện Cơ, Phổ Quang, Đạo Tuyên, v.v... là những vị trong số chín Đại đức được tuyển chọn làm Chuyết văn (chuốt văn), hỗ trợ Huyền Tráng phiên dịch. Đạo Tuyên mất năm 687, trước khi Ngạn Tông tiếp tục biên tập Pháp sư truyện và lưu hành.

Niên hiệu Lân Đức thứ nhất (664), dưới triều Đường Cao Tông Lý Trị, Đạo Tuyên hoàn thành Đại Đường Nội điển lục, sao lục sự nghiệp dịch kinh từ Đông Hán (25-220) với 220 dịch giả, kinh điển 2487 bộ, 8476 quyển, trong đó ghi chép số lượng kinh điển do Pháp sư dịch và soạn tính đến năm Lân Đức thứ nhất (664) có hơn 60 bộ trên 1344 quyển. Ước tính này có sai khác với kiểm lục mà Huyền Tráng đích thân khiến Gia Thượng Pháp sư tổng kết như đã thấy trên.

Đạo Tuyên cũng viết Tục Cao tăng truyện, sao lục các Cao tăng phiên dịch kinh điển từ buổi đầu nhà Lương cho đến niên hiệu Trinh Quán 19 (645), đó là năm Pháp sư khởi sự phiên dịch tại chùa Hoằng Phước. Bài tựa của chính Đạo Tuyên viết cho Tục Cao tăng truyện nói: "Bắt đầu từ sơ vận của đời Lương (502-557), kết thúc Đường Trinh Quán 19 (645), trải qua 140 năm, bao quát Nhạc Độc (sông núi Trung Nguyên) cho đến khắp Hoa Hạ, Man Di, chính truyện 340 người, phụ lục 160 người." Trong đó, quyển 4, chép Từ Ân tự Huyền Tráng truyện, từ sơ sinh, thân thế, dòng họ, xuất gia, thọ giới, nghiên tập Thánh điển, Câu-xá, Thành thật, Nhiếp luận, v.v... đại để cũng đã được ký tải trong Pháp sư truyện của Huệ Lập và Ngạn Tông.

Truyện tiếp theo sau đó, trên đường Tây hành, lướt qua đoạn đường từ sự cố Qua Châu, sự cố Hồ Tăng Thạch-bàn-đà, vượt qua sa-mạc Mạc-hạ-diên, cuối cùng đến Cao Xương, như được kể trong truyện bởi Huệ Lập.

Những ngày Pháp sư lưu trú tại Cao Xương, mối quan hệ giữa Pháp sư với Khúc Văn Thái 麴文泰 truyện kể sơ lược. Rời Cao Xương đến Thiết môn quan, trong quốc cảnh

Cao Xương. Từ đây, đoạn lữ hành cho đến A-kì-ni (Agni) không được Đạo Tuyên ký tả theo thứ tự các nước. Như từ Thiết môn quan phía tây Hán thổ đi thẳng đến nước 貨羅覩 Đổ-hóa-la (Tukhāra), nơi phát nguyên con sông lớn 縛芻 Phược-sô (Vakṣu/Oxsus) chảy qua 27 nước, Pháp sư lần lượt đến 縛喝 Phược-khái (Balkh) trong Tây vực ký quyển 1. Từ Phược-khái lại kể thẳng đến Ca-tất-thí (Kapitha) trong Tây vực ký quyển 4, bỏ qua 5 nước. Những địa danh thuộc các nước Tây vực đọc theo phiên âm cũ cho đến Ô-kì hay A-kì-ni. Từ đó các phiên âm đều theo Tây vực ký.

Năm Trinh Quán 20, Huyền Tráng vâng sắc lệnh vua soạn Tây vực ký 12 quyển tại chùa Hoằng Phước, Sa-môn Biện Cơ vâng chỉ chuyết văn, tháng 7 năm đó thì dứt, như được thấy trong *Đại Đường nội điển lục* (Đạo Tuyên soạn, 644) mà *Khai Nguyên lục* và *Trinh Nguyên lục* đều dẫn. Như đã thấy trên, chính Đạo Tuyên nói Tục Cao tăng truyện được viết đến năm Trinh Quán 19 thì ngưng. Như vậy, nó được ngưng trước khi Tây vực ký được viết. Thế nhưng, trong bản truyện hiện hành trong Đại chánh, truyện Huyền Tráng được chép đến năm Lân Đức thứ nhất (664), năm Pháp sư tịch. Từ đây có thể biết, tiểu truyện Pháp sư nguyên cảo được kể từ sơ sinh cho đến thời Tây hành vượt qua nhiều nước trước khi đến nước đầu tiên trong số 138 nước Pháp sư sẽ kinh lịch mà Tục Cao tăng truyện vẫn còn kể theo âm cũ Ô-kì, thay vì A-kì-ni như trong Tây vực ký.

Từ địa danh 阿耆尼 A-kì-ni không xuất hiện trong Cao tăng truyện bởi Đạo Tuyên, thay vào đó là Ô-kì. Pháp sư truyện và Tây vực ký đều có phụ chú 阿耆尼國（舊曰烏耆） "Nước A-kì-ni, xưa gọi là Ô-kì." Không chỉ A-kì-ni, mà còn nhiều địa danh khác không xuất hiện như phiên âm Hán trong Pháp sư truyện và Tây vực ký như 屈支國界（舊云龜茲，訛也） Khuất-chi (Kucha), Cao tăng truyện âm theo xưa gọi là Quy tư, （斫句迦國（舊曰沮渠）; Chước-cú-ca (địa danh chưa được xác định. Julien âm là Tchakouka; Beal và Watters cho là thuộc địa phương Yarkiang; A. Stein cho là Kargilik hay Karghalik) Cao tăng truyện theo âm cũ là Trở-cừ. Nước Khư-sa (Kashgar) theo âm cũ là Sơ-lặc 佉沙國(舊謂疏勒).

Từ những ký tải địa danh này, có thể nói, phần này Cao tăng truyện viết trước khi Tây vực ký được biên soạn.

Đại Đường Nội điển lục, Đạo Tuyên soạn (Lân Đức 1, 664), cho biết nguyên cảo Tục cao tăng truyện, 1 bộ 30 quyển, sau đó viết tiếp phần sau gọi là Hậu tập Tục cao tăng truyện, 1 bộ 10 quyển. Nhưng đến Khai Nguyên Thích giáo lục (Trí Thăng soạn, Khai Nguyên 18, 730), chỉ ghi Tục cao tăng truyện 30 quyển, không nhắc đến Hậu tập Cao tăng truyện 10 quyển. Do đây có thể nói rằng, sau khi Huyền Tráng về nước, bắt đầu sự nghiệp phiên dịch mà Đạo Tuyên tham gia. Sau đó Tây vực ký được biên soạn, Đạo Tuyên có đầy đủ thông tin về những nước mà Huyền Tráng đã kinh lịch, và bản thân cũng gần với Huyền Tráng cho đến ngày Pháp sư tịch, trải qua trên 30 năm, nên ghi chép những điều bản thân chứng kiến, cho đến năm Lân Đức 1 (664) tập thành 10 quyển phần sau của Tục cao tăng truyện. Về cuối đời, ba năm sau, Đạo Tuyên có thể sáp nhập hai bộ trước sau thành một bộ 30 quyển như Khai Nguyên lục ghi.

Đạo Tuyên tịch năm Càn Phong 2 (667, thọ 71 tuổi), trên 20 năm trước khi Pháp sư truyện bởi Huệ Lập và Ngạn Tông được lưu truyền, cho nên những thông tin trong truyện Huyền Tráng trước khi Tây hành và sau khi về nước là những sự kiện mà bản thân Đạo Tuyên chứng kiến, mắt thấy tai nghe; đó là những sử liệu trung thực đầu tiên được biết đến.

Một tác phẩm khác, có tiêu đề 大唐故三藏玄奘師行狀 Đại Đường Cố Tam tạng Huyền Tráng sư hành trạng, 1 quyển, ấn hành trong Đại chánh No. 2052, không đề danh tác giả. Cuối truyện có ghi xuất xứ: "Minh Đức năm thứ 2, tháng tám, ngày (không rõ), sau khi cảm nhận bản ký tải này do 冥詳撰 Minh Tường soạn (v.v...). Đại Sư Phú Pháp truyện, văn hành trạng được dẫn dụng, đây và kia phù hợp, thật rất đáng trân trọng. Bên đây là lời ghi của Pháp ấn quyền Đại Tăng đô Hiền Bảo..."

Đại Tăng đô Hiền Bảo được nói đến đây có thể là Viện chủ đời thứ hai Viện Quán Trí chùa Đông Đại tự Todaiji (Mật tông Nhật bản), sinh hoạt trong khoảng hậu bán thế kỷ 14 dưới thời Nam Bắc Triều (Nhật Bản).

Xuất xứ bản truyện được thấy lưu hành trong niên hiệu Minh Đức 2, như dẫn trên. Có hai niên hiệu Minh Đức.

Thứ nhất, đó là niên hiệu của Cao tổ Hậu Thục Mạnh Tri Tường, và con là Hậu Thục Hậu chủ Mạnh Xưởng (934-937). Thứ hai, Minh Đức (952), niên hiệu của Đoàn Tư Thông, Hoàng đế thứ tư của nước Đại Lý. Sự lưu truyền của Hành trạng trong vùng đất Tứ Xuyên, Vân Nam này chưa được biết rõ, nhưng có thể phỏng đoán, bản Hành trạng được một ai đó trong vùng đất này trong khoảng 934-952. Hiền Bảo Đại Tăng đô, sinh hoạt trong khoảng 1333-1338, dưới thời Nam Bắc triều Nhật Bản, hàng thứ hai trong chế độ Tăng quan, sau Đại tăng chánh (tương đương Tăng Thống Việt nam), tăng lữ Chân Ngôn tông, hệ Đông tự, tác giả nhiều tác phẩm về Mật giáo. Không rõ mối quan hệ giữa Hiền Bảo với sự lưu truyền Hành trạng mà sư có được và phát biểu là cảm kích với những ký sự trong đó.

Tuy được ấn hành trong Đại Chánh, nhưng không thấy được nhắc đến ở đâu trong các Kinh lục, hay các thư tịch Phật giáo Hán. Tác giả và niên đại được biết qua tư liệu về Pháp sư trong Huyền Tráng Tam tạng sư tư truyện tòng thư 玄奘三藏師資傳叢書, biên soạn bởi Tá Bá Định Dận 佐

伯定胤 (Saeki Jōin, 1867-1952) và Trung Dã Đạt Huệ 中野達慧 (Nakano Tatsue, 1871-1934), nêu rõ là (唐) 冥详撰 - Đường - Minh Tường soạn.

Hành trạng chỉ chép truyện đến sau ngày Pháp sư tịch, ngày đưa tang, tất cả tăng ni trong kinh thành dựng tràng phan đưa đến mộ phần. Và kết thúc nói: "Những điềm thần dị báo hiệu sự kiện này, thật không cần thiết liệt kê hết ra đây."

Có khá nhiều điểm tương đồng trong ba bản truyện với một ít xuất nhập. Điều đáng lưu ý, trong phần thân thế, ba bản truyện có một chi tiết khác nhau, cho phép suy đoán cả ba được viết độc lập không tham khảo lẫn nhau.

Ba bản truyện xem như được viết cùng thời, nhưng sự lưu truyền nhân gian khó rõ trước sau. Trong đó, bản truyện trong Tục Cao tăng truyện có thể chỉ giới hạn trong giới Phật giáo. Trong hai bản kia, Hành trạng thấy được lưu truyền đâu đó trong khoảng Vân Nam, đất Hậu Thục hay Đại Lý, và có vẻ được biết đến ở Nhật Bản nhiều hơn là Pháp sư truyện.

Dù sao, ba bản truyện này đều được viết bằng Hán văn, và bản người Nhật sưu tập cũng bằng Hán văn. Trong khi đó, có một bản dịch bằng Hồi-hột văn 回鹘文, tức văn tự của người Uighur mà ngày nay phiên âm chính thức là 维吾尔 đọc theo Hán âm là Duy-ngô-nhĩ, được phát hiện tại Tân Cương năm 1930. Đây là bản dịch Hồi-hột văn dịch bởi 胜光法师 Pháp sư Thắng Quang từ Đại Đường Đại Từ Ân tự Pháp sư Huyền Tráng truyện bởi Huệ Lập và Ngạn Tông.

Pháp sư Thắng Quang thuộc tộc Duy-ngô-nhĩ, sinh hoạt trong khoảng thế kỷ 10-11. Được biết Sư tinh thông Hán văn và Hồi-hột văn. Ngoài bản dịch Pháp Sư truyện, Sư còn một số bản dịch khác từ Hán văn sang Hồi-hột văn, như Kim Quang Minh Tối Thắng Vương kinh, từ bản Hán dịch của Nghĩa Tịnh. Có lẽ đây là bản dịch duy nhất, ngoài nguyên bản Hán, được lưu truyền ở Tây vực, cho đến khi các thừa sai khám phá Tây vực ký và truyền vào Âu châu qua các bản dịch Pháp và Anh.

Việt Nam cho đến thế kỷ XX mới biết đến cuộc tây hành cầu pháp của Pháp sư tương đối đầy đủ tuy không chi tiết qua tác phẩm nghiên cứu của Bhikkhu Thích Minh Châu y cứ trên bản truyện bởi Huệ Lập: Hsuan-Tsang, the Pilgrim and Scholar, Nava Nalanda Mahavihara 1961, bản dịch Việt, Thích nữ Trí Hải, Huyền Trang, nhà Chiêm bái và Học giả, Đại học Vạn Hạnh, 1966. Sách viết bằng Anh ngữ trong thời mà Pháp văn là ngôn ngữ thông dụng ở miền Nam, do đó không được phổ biến. Được biết đến rộng rãi trong giới Phật tử là qua tác phẩm Huyền Trang, viết bởi Võ Đình Cường, Hương đạo xuất bản 1960.

Trong thế giới phương Tây, do mục đích truyền giáo, các thừa sai La-mã đã khám phá Tây vực ký với những thông tin quý giá về lịch sử, địa lý, kinh tế văn hóa, của các nước từ Tây vực cho đến nội cảnh Ấn Độ bấy giờ, kể từ nửa sau thế kỷ XIX.

## II.

Năm 643, sau Pháp hội Thành Khúc nữ (Kannauj), cuộc luận chiến do vua Giới Nhật (Śīlāditya) tổ chức (Pháp sư truyện quyển 5, Tây vực ký quyển 5), Pháp sư từ giã Ấn Độ, trở về bản quốc. Vượt Thông Lãnh, trải qua trên 30 nước; năm sau, 644, đến Vu-điền 于闐, tức là nước Cù-tát-đán-na trong Tây vực ký. Theo thỉnh cầu của Quốc vương Vu-điền, Pháp sư lưu lại đó một thời gian. Nhân đó, Pháp sư sai người tháp tùng đoàn thương nhân dâng sớ về triều, tạ tội vượt biên cảnh trái phép. Bấy giờ chư tăng nước Vu-điền thỉnh Pháp sư giảng luận Du-già, Đối pháp, Câu-xá, Nhiếp Đại thừa, thời gian trải qua 7, 8 tháng.

Trinh Quán năm thứ 19 (645), tháng Giêng, Pháp sư về đến kinh thành. Hôm sau, thiết đại hội ở phía nam đường Châu tước, trưng bày các phẩm vật, kinh, tượng, mà Pháp sư mang từ Ấn Độ về.

Tháng hai năm ấy, Pháp sư yết kiến Đường Thái tông tại Kim Loan điện, Lạc Dương. Vua hỏi tình hình các nước trong biên cảnh Ấn Độ, Pháp sư tường thuật đầy đủ. Vua hứng thú, đề nghị Pháp sư ghi chép lại đầy đủ để lưu truyền hậu thế. Pháp sư phụng mệnh, tại Phiên kinh viện chùa Hoằng Phước, biên soạn Tây vực ký, với sự chuyết văn bởi Biện Cơ, đến mùa thu năm sau (646) thì hoàn tất, dâng vua. (Nội điển lục)

Nguyên đề Tây vực ký được ấn hành trong Đại Chánh hiện tại dưới tiêu đề Đại Đường Tây vực ký, 12 quyển, Tam tạng Pháp sư Huyền Tráng phụng chiếu dịch, Đại Tổng trì tự Sa-môn Biện Cơ soạn. 大唐西域記三藏法師玄奘奉詔譯大總持寺沙門辯機撰.

Dịch, biên soạn, hay chuyết văn, đây thuộc vấn đề tác quyền, được phân tích chi tiết trong phần Dẫn nhập, đây không nhất thiết nói thêm.

Vấn đề tiếp theo, đáng lý nên nói trước: "phụng chiếu dịch". Tất nhiên đây không thể hiểu là phiên dịch từ một nguyên bản Phạn nào đó. Nếu vậy, nó có nghĩa gì?

Một số học giả Trung quốc đề nghị giải thích như sau.

Trong niên hiệu Hiển Khánh dưới triều vua Đường Cao tông, nhân các đại thần Tiết Nguyên Siêu và Lý Nghĩa Phủ hỏi Pháp sư về sự nghiệp phiên dịch trong các đời do đâu mà được rực rỡ; Pháp sư đáp: "...Nội bộ gìn giữ xiển dương thì do Thích tử; ngoại hộ thiết lập thì thuộc về Đế Vương..." Và tường thuật các đời Phù Kiên, Dao Hưng, cho đến thời Trinh Quán, thảy đều do quân vương hỗ trợ. "Nay một mình tôi thì không thể được như vậy..."

Nhân đó, Cao Tông sắc cho các đại thần như Vu Chí Ninh, Lai Tế, Hứa Kỉnh Tông, Tiết Nguyên Siêu... thỉnh thoảng hãy đến hỗ trợ, nếu có chỗ nào chưa ổn thỏa thì nhuận sắc liền... Do sự nhuận sắc này, các bản văn từ dịch trường đều được ghi "phụng chiếu dịch". Giải thích này khả dĩ chấp nhận được một phần, vì hầu hết các bản kinh luận từ Pháp sư đều ghi "phụng chiếu dịch". Đây cũng là thông lệ cho một số trường hợp. Như Phóng quang Bát-nhã của Bồ-đề-lưu-chi, hay Đại Trí độ luận của Cưu-ma-la-thập, đều ghi "phụng chiếu dịch".

Tất nhiên cũng có ý kiến (Watters, On Xuan Chwang) cho rằng chính Pháp sư tự mình ghi lại mà không cần đến sự giúp đỡ của ai khác. Ý kiến này cũng đồng với ý kiến của nhiều nhà nghiên cứu Trung hoa.

## III.

Một số mục lục kinh điển, khởi đầu từ Nội điển lục, như được trích dẫn trong Khai Nguyên Thích giáo lục, đã ghi như sau: 大唐西域記十二卷(見內典錄貞觀二十年奉勅於弘福寺翻經院撰沙門辯機承旨綴緝秋七月絕筆), Đại Đường Tây vực ký, 12 quyển (xem Nội điển lục - năm Trinh Quán 20, vâng sắc chỉ vua soạn tại Phiên kinh viện chùa Hoằng Phước, Sa-môn Biện Cơ thừa chỉ chuyết tập, mùa thu, tháng 7 thì hoàn tất).

Nội điển lục tức Đại Đường Nội điển lục, là bản mục lục kinh điển soạn bởi Đạo Tuyên, hoàn tất năm 664. Trong đó nói 辯機承旨綴緝-Biện Cơ thừa chỉ chuyết tập, có thể được hiểu là chuyết (chuốt) văn và xâu kết lại, tức biên tập lại. Cũng có thể hiểu đây chỉ là chuyết văn đơn thuần.

Biện Cơ là một trong số chín vị Đại đức được vua Đường Thái Tông tuyển chọn làm những vị chuyết văn cho các bản dịch của Pháp sư. Thế nhưng, Biện Cơ lại sa vào một thảm án, dẫn đến họa diệt thân. Thảm kịch này có thể vì gây tai tiếng cho tông thất không ít nên không thấy được ghi chép trong Cựu Đường thư. Nhưng nó được ghi chép trong Tân Đường thư.

Tân Đường thư (quyển 83, Liệt truyện 8) ký tải câu chuyện tai tiếng này đến hai lần. Một, truyện Hợp Phố Công chúa 合浦公主, sau được phong là 高陽 Cao Dương, con gái thứ 17 của Đường Thái Tông. Thứ hai, chép phụ trong truyện 房玄齡 Phòng Huyền Linh (Tân Đường thư, quyển 96, Liệt truyện 21), về người con trai thứ của ông là 遺愛 Di Ái.

Hai truyện này đều tường thuật khá chi tiết về chuyện tư thông của công chúa Cao Dương với tăng Biện Cơ. Chuyện xảy ra lúc nào không thấy ghi rõ. Chỉ có thể suy, năm Trinh Quán 22 (648) Công chúa được gả cho Phòng Di Ái. Năm đó cũng là năm được ghi nhận Biện Cơ chấp bút cho Pháp sư phiên dịch Thiên thỉnh vấn kinh 天請問經 (Khai Nguyên lục, quyển 8). Sự nghiệp phiên dịch kinh điển của Pháp sư Huyền Tráng vẫn còn tiếp tục cho đến 16 năm sau mới tịch. Thế nhưng, sau năm vừa kể, không thấy nhắc đến Biện Cơ trong Phiên kinh viện; vậy sự việc xảy ra sau đó không lâu?

Truyện kể rằng, nhân khi Công chúa cùng với Di Ái đi săn, gặp Biện Cơ tại một thảo lư, trong phong ấp của công chúa, bèn vây màn trong thảo lư ấy 具帳其廬，與之亂 rồi cùng tư thông. Nói "vây màn trong thảo lư", không thấy nói rõ thảo lư này của ai.

Thái Tông hay biết, nổi giận, giết Biện Cơ, giết luôn 10 nô tì đi theo Công chúa. Công chúa oán hận; sau khi vua băng, công chúa không tỏ một chút buồn.

Các nhà nghiên cứu sử Trung Hoa không thấy bác bỏ câu chuyện này, nhưng vẫn nêu một số hoài nghi.

Trong thời Đường, có hai vị danh tăng Huyền Tráng và Nhất Hành mà tiểu truyện đều được ghi trong Cựu Đường thư. Nhất Hành (683-727), truyền thừa Mật giáo trực tiếp từ Kim Cang Trí, được kể là một trong số các nhà thiên văn học lỗi lạc trong lịch sử thiên văn học Trung quốc. Tân Đường thư lược bỏ tiểu truyện hai vị danh tăng thời Đường này. Vả lại, Âu Dương Tu là người chủ biên Tân Đường thư, sinh sau cớ sự đó trên 300 năm, sự đồn đãi thị phi trong dân gian trung thực đến mức nào cũng khó đánh giá, vì ngoài câu chuyện được kể bởi Tân Đường thư, chưa thấy có tư liệu hay thư tịch nào nhắc đến.

Dù sao, bi kịch, hay chuyện ô danh, của Biện Cơ cũng đáng tin. Bởi vì, sau lần chấp bút cho ngài Huyền Tráng dịch *Thiên thỉnh vấn kinh*, không còn thấy Biện Cơ chấp bút hay chuyết văn cho bản dịch nào thêm nữa, trong khi các vị khác, trong số chín Đại đức được tuyển chọn chuyết văn hay chấp bút, vẫn còn tiếp tục trong sự nghiệp phiên dịch. Các truyện ký về các cao tăng trong thư tịch sử ký Phật giáo tuy vẫn nhắc đến những đóng góp đáng kể của Biện Cơ, nhưng không nơi nào ghi thành một bản tiểu sử riêng biệt như các vị cao tăng khác.

## IV

Sự nghiệp mà Pháp sư để lại cho hậu thế, không chỉ các cộng đồng Phật giáo Á đông, mà cả những nước trải dài nối liền hai nền văn minh tối cổ của nhân loại, và cả một giai đoạn lịch sử của dân tộc Ấn Độ chưa từng được ghi chép. Những nước Tây vực, mặc dù ngày nay không tồn tại như một thực thể dân tộc độc lập; nhưng những ký tả trên các đoạn đường mà Pháp sư đã đi qua cho họ biết lịch sử dân tộc của mình với một quá khứ đáng tôn trọng. Sự nghiệp ấy không chỉ vĩ đại như thế, mà di sản văn hóa do Pháp sư lưu lại cho đến ngày nay không chỉ giới hạn trong các cộng đồng Phật giáo, mà còn phổ biến trong các giới học thuật, tư duy triết học, tín ngưỡng tôn giáo.

Kể từ khi đại học Nālandā, nơi mà trước đó bốn thế kỷ Pháp sư đã từng là một tăng lữ lưu trú tham cứu kinh điển, hoàn toàn bị thiêu hủy, kho tàng Thánh điển Phạn văn hầu như biến mất; cho đến thế kỷ 19, một số ít được phát hiện từ những di tích đổ nát bởi các nhà du khảo và khảo cổ. Số tìm lại được thật quá ít so với những gì đã mất mát. Thật là phước đức cho những người học Phật ngày nay, một số kinh điển trong số bị mất chưa tìm lại được nhưng đã được Pháp sư chuyển dịch Phạn Hán. Những bản dịch Phạn Hán này bao gồm các Kinh, các Luận điển và các Luận thư của các bộ phái, các hệ A-tì-đàm và Đại thừa, với các luận thuyết tâm lý học, siêu hình học hay hình nhi thượng, các hệ luận lý học từ luận lý hình thức cho đến luận lý biện chứng và siêu nghiệm. Đặc biệt khi mà tâm lý học tách rời với triết học, bằng các phương pháp luận, từ nội quan, thực nghiệm, cho đến phân tâm học, khoa học não, đã góp phần thực tiễn cho các khảo cứu tâm lý ứng dụng trong nhiều ngành học thuật, thăm dò những tầng sâu thẳm, uẩn áo trong các hoạt động của tâm thức, tìm ra những phương pháp tâm lý trị liệu, cùng với các trị liệu khác hầu mong chữa trị những căn bệnh thời đại, thời đại của những phát kiến khoa học ngoạn mục nhưng cũng chứa đầy những ưu tư, những bất an xã hội. Trong bối cảnh xã hội ấy, những bản dịch Phạn Hán của Pháp sư, đặc biệt là các nguồn Phạn bản từ A-tì-đàm cho đến Du-già hành hay Duy thức, là những nguồn tư liệu phong phú cho phép mô tả các hoạt động cũng như các hiện tượng tâm lý từ quá trình nhận thức khi tâm thức tiếp nhận kích thích ngoại giới dẫn đến nhận thức đúng hay sai, chánh kiến hay tà kiến, kéo theo hậu quả tư duy giáo điều, cố chấp, đa phần có kết quả đáng buồn, gây tổn hại cho chính mình, cho nhiều người, cho cộng đồng mà ta sống trong đó.

Dân tộc Việt Nam học và hành theo giáo lý Phật thuyết trên dưới hai nghìn năm trước khi Pháp sư Huyền Tráng quy Phật cũng trên sáu thế kỷ, tuy vậy cho đến nay chúng đệ tử Phật, xuất gia cũng như tại gia, biết đến công hạnh của Ngài rất ít, và cũng biết rất ít di sản Kinh Luận của Ngài cho Phật tử Việt nam học và hiểu giáo pháp của Đức Thế Tôn một cách chân chính để hành trì chân chính. Bản dịch Đại Đường Tây vực ký của Hòa Thượng Như Điển với sự đóng góp của Cư sĩ Nguyễn Minh Tiến bổ túc cho sự thiếu sót này.

Từ những hiểu biết để thán phục, kính ngưỡng một Con Người vĩ đại, hãn hữu, trong lịch sử văn minh tiến bộ của nhân loại, một vị Cao Tăng thạc đức, với nghị lực phi thường, tín tâm bất hoại nơi giáo lý giải thoát, một thân đơn độc quyết vượt qua sa mạc nóng cháy mênh mông để tìm đến tận nguồn suối Thánh ngôn rồi thỉnh về cho dân tộc mình cùng thừa hưởng nguồn pháp lạc, không chỉ cho dân tộc mình mà cho tất cả những ai mong cầu giải thoát chân chính.

Đây là điều mong ước của những vị đã góp công sức cho bản dịch được hoàn thành. Mong rằng những vị đọc bản dịch này cũng sẽ tìm thấy trong đây nguồn cảm hứng để từ đó tự mình xác định con đường đi chân chính, vì an lạc cho chính mình, cho nhiều người, trong đời này và trong nhiều đời sau.

Nay kính giới thiệu.

**Tuệ Sỹ**

*Phật lịch 2565*
*Mồng hai tháng Chạp năm Tân Sửu*
*Dương lịch: 04.01.2022*

## Giới thiệu sơ lược về tác giả

### Hòa Thượng Thích Tuệ Sỹ (1943-2023)

- Hòa Thượng Thích Tuệ Sỹ, thế danh Phạm Văn Thương, sinh năm 1943 tại Paksé, Lào, quê quán tại tỉnh Quảng Bình, Việt Nam.

- Hòa Thượng Thích Tuệ Sỹ là vị Giáo Phẩm cao cấp của Giáo Hội Phật Giáo Việt Nam Thống Nhất trong nhiều thập niên qua. Hòa Thượng đã từng đảm nhận chức vụ Phó Viện Trưởng kiêm Tổng Thư Ký Viện Hóa Đạo GHPGVNTN. Trưởng Lão Hòa Thượng Thích Quảng Độ trước khi viên tịch đã cung thỉnh Hòa Thượng Thích Tuệ Sỹ đăng lâm pháp tịch Hội Đồng Trưởng Lão Viện Tăng Thống và truyền trao ấn tín và nhiệm vụ điều hành Viện Tăng Thống GHPGVNTN.

- Khi Hội Đồng Giáo Phẩm Trung Ương GHPGVNTN được tái dựng vào ngày 21 tháng 8 năm 2022, Hòa Thượng Thích Tuệ Sỹ đã được suy tôn lên ngôi vị Chánh Thư Ký kiêm Xử Lý Thường Vụ Viện Tăng Thống GHPGVNTN. Vào tháng 5 năm 2021, Hòa Thượng Thích Tuệ Sỹ cùng chư tôn đức Tăng, Ni và Cư sĩ trong và ngoài nước thành lập Hội Đồng Hoằng Pháp để đẩy mạnh công cuộc hoằng dương Chánh Pháp.

- Cuối năm 2021, Hòa Thượng Thích Tuệ Sỹ cùng Giáo Sư Trí Siêu Lê Mạnh Thát và chư tôn đức Tăng, Ni và Cư sĩ trong Hội Đồng Hoằng Pháp GHPGVNTN đã thành lập Hội Đồng Phiên Dịch Tam Tạng Lâm Thời để tiếp tục sứ mệnh phiên dịch Tam Tạng Kinh Điển sang tiếng Việt mà Hội Đồng Phiên Dịch Tam Tạng do Viện Tăng Thống GHPGVNTN thành lập vào năm 1973 còn dang dở.

- Hòa Thượng Thích Tuệ Sỹ nguyên là Giáo Sư tại Đại Học Vạn Hạnh, Viện Cao Đẳng Phật Học Hải Đức Nha Trang, Tu Viện Quảng Hương Già Lam, là Chủ bút Tạp chí Tư Tưởng của Viện ĐH Vạn Hạnh.

- Hòa Thượng Thích Tuệ Sỹ cũng là nhà thơ, nhà văn, dịch giả, nhà nghiên cứu Phật Học lỗi lạc, với hàng chục tác phẩm dịch thuật và sáng tác đã được xuất bản.

- Hòa thượng viên tịch vào ngày 24 tháng 11 năm 2023, nhằm ngày 12 tháng 10 năm Quý Mão tại Đồng Nai, Việt Nam.

**Tác phẩm trước tác**

- Bát quan trai giới - Cửa Vào Tuyệt Đối - Chiến tranh, tình yêu, hoài niệm và truyện ngắn Võ Hồng - Dẫn vào Tâm Kinh Bát Nhã - Dẫn vào thế giới văn học Phật giáo - Du-già Bồ-tát giới - Duy-ma-cật Với Các Đại Thanh Văn - Duy tuệ thị nghiệp - Đạo Phật và thanh niên - Đối Biện Bồ Tát - Giấc mơ trường sơn thơ) - Giới Thiệu Phẩm Phương Tiện Thiện Xảo, Kinh Duy-ma-cật - Giới Thiệu Phẩm Văn-thù thăm bịnh, Kinh Duy-ma-cật - Giới thiệu Trung Luận kệ tụng - Phạn Tạng Hán đối chiếu toàn dịch - Giá trị đối chiếu trong những tương quan văn hóa - Góc Tùng - Huyền thoại Duy-Ma-Cật - Kinh Hoa Nghiêm: Lý tưởng Bồ-tát và Phật - Khái niệm về số trong Kinh Dịch - Lễ Tháng Bảy Cho Những Oan Hồn Phiêu Bạt - Lô Sơn Chân Diện Mục - Mười huyền môn: trật tự của thế giới trong tương quan vô tận - Nguồn gốc của một thế giới quan vô tận - Ngục trung mị ngữ - Nhân đọc Triết Học Thế Thân - Những điệp khúc cho dương cầm (thơ) - Những Giá Trị Phổ Quát Của Bồ Tát Hành - Piano Sonata 14 - Phát Triển Tâm Từ - Phật Dạy Chăn Trâu - Reduction to the Nothingness - Sự hủy diệt của một trào lưu tư tưởng - Sư Thiện Chiếu - Tánh không luận là gì? - Tinh hoa triết học Phật giáo - Tư tưởng Phật giáo đối diện với hư vô - Từ Thiền đến Hoa Nghiêm - Thắng Man Giảng Luận - Thanh Sắc Thi Ca - Thiền và Bát-nhã - Thuyền ngược bến không - Tô đông pha những phương trời viễn mộng - Trật tự của thế giới trong tương quan vô tận - Trú xứ của Bồ-tát - Văn Minh Tiểu Phẩm - Về những minh họa từ Thiền Uyển Tập Anh

**Dịch thuật**

- A-tỳ-đạt-ma Câu-xá luận 1 - Các Tông Phái Phật giáo - Kinh Duy Ma Cật sở thuyết - Luận Thành Duy Thức - Tạp A-hàm - Tăng nhất A-hàm - Trung A-hàm - Trường A-hàm - Thiền Luận 2 và 3

*Nguyễn Minh Tiến*

# Tây vực ký qua góc nhìn lịch sử

Lịch sử là những gì đã từng xảy ra trong quá khứ. Tuy nhiên, trong thực tế thì qua lớp sương mù thời gian và lăng kính của người chép sử, lịch sử thật ra chỉ là những gì chúng ta được biết hoặc nghĩ rằng đã từng xảy ra. Đôi khi, chúng ta có rất ít cơ hội để kiểm chứng hoặc làm sáng tỏ những điểm nghi vấn đối với những gì được biết.

Lấy ví dụ như những gì ta được biết về Lê Long Đĩnh. *Đại Việt sử ký toàn thư* chép tôn hiệu vua này là Ngọa Triều Hoàng đế, một tôn hiệu với hàm ý xấu đến mức khó tin là có ông vua nào lại chọn dùng khi lên ngôi. Còn nếu nói đó là do đời sau đặt cho, vậy sao không thấy ghi lại tôn hiệu của nhà vua khi lên ngôi? Riêng chỗ này đã thấy rõ sự chọn lựa không khách quan của người chép sử. Sách này giải thích, do vua phải nằm mà thiết triều, không ngồi được. Thế nhưng cũng trong bộ sử này chép rằng, từ khi lên ngôi (1006), vua thân chinh đánh dẹp nhiều nơi và đều chiến thắng. Vua cũng ban hành nhiều chính sách cải cách dựa theo cách tổ chức của nhà Tống. Cho đến tháng 7 năm 1009 (Kỷ Dậu), chỉ 3 tháng trước khi băng hà, vua còn thân chinh đánh dẹp các châu Hoan Đường, sai 5.000 quân lo việc tu sửa đường sá. Liệu một ông vua chỉ mới hơn 20 tuổi với nhiều hoạt động tích cực mạnh mẽ như vậy có thể là người gặp vấn đề về sức khỏe đến mức phải nằm mà thiết triều hay chăng?

Bộ sử ký này cũng ghi chép việc Lê Long Đĩnh là một ông vua tàn ác, thích thú với việc hành hạ, giết hại nhiều người chỉ để thỏa mãn thú tính, thậm chí quái ác đến mức nghĩ ra việc róc mía trên đầu một vị tăng rồi giả vờ lỡ tay để dao rơi xuống làm chảy máu đầu và cười vui vì việc đó. Thật là một con người dã man ngoài sức tưởng tượng.

Thế nhưng trong sách này cũng chép rằng, chính ông vua này, chỉ vừa lên ngôi thì ngay trong mùa xuân năm sau (1007) đã sai em trai là Minh Sưởng đưa tê ngưu trắng sang biếu vua Tống để xin thỉnh Đại tạng kinh về nước Việt.[1] Sứ đoàn mất 2 năm để thỉnh được Đại tạng kinh về vào mùa xuân năm 1009 (Kỷ Dậu). Đây chính là bộ Đại tạng kinh đầu tiên của Trung Hoa in theo phương pháp khắc mộc bản, tức là bộ Khai Bảo Tạng (開寶藏), được Tống Thái Tông tổ chức khắc in tại Thành Đô, Tứ Xuyên, hoàn tất vào năm 983. Như vậy, chỉ 26 năm sau khi Đại tạng kinh này được khắc in ra, người Việt đã có cơ hội tiếp cận. Chắc chắn, các bậc cao tăng thời đó như Thiền sư Khuông Việt (匡越, 933-1011), Thiền sư Vạn Hạnh (萬行, 938-1018), Thiền sư Pháp Thuận (法順, 914-990)... phải là những người thấu hiểu rõ nhất giá trị của sự kiện trọng đại này và không thể không hân hoan vui mừng. Nhưng lạ lùng thay, người quyết định việc thỉnh Đại tạng kinh lại là một ông vua "cực kỳ dã man, tàn ác". Làm sao một con

[1] Theo Đại Việt sử ký toàn thư, phần Bản kỷ, quyển 1, "Đinh Mùi... Xuân khiển đệ Minh Sưởng, Chưởng thư ký Hoàng Thành Nhã hiến bạch tê vu Tống khất Đại tạng..." (丁未...春遣弟明昶掌書記皇成雅献白犀于宋乞大藏經文.) (Năm Đinh Mùi (1007)... mùa xuân, [vua Long Đĩnh] sai em là Minh Xưởng và Chưởng thư ký là Hoàng Thành Nhã dâng tê ngưu trắng cho nhà Tống để xin kinh Đại Tạng...) "Kỷ Dậu... Xuân Minh Sưởng tự Tống hoàn đắc Đại tạng kinh văn." (己酉 ... 春明昶自宋還得大藏經文) (Năm Kỷ Dậu (1009), mùa xuân, Minh Xưởng ở Tống về, xin được kinh văn Đại Tạng.)

người dã man tàn ác đến mức quái gở như chúng ta đọc thấy như trên lại có thể quan tâm Phật giáo đến mức khi vừa lên ngôi đã vội vàng cử sứ đoàn sang tận Trung Hoa thỉnh Đại tạng kinh về cho đất nước?

Khi chúng ta buộc phải nhận hiểu lịch sử qua lớp sương mù thời gian, đặc biệt là với những sự kiện đã xảy ra từ quá lâu xa trong quá khứ, thì những nghi vấn nếu có phát sinh như trên thường rất khó để tìm được câu trả lời.

Những sự việc trình bày trong *Tây vực ký* và liên quan đến sách này cũng không ngoại lệ. Sách ra đời vào năm 646, cách chúng ta gần 14 thế kỷ, một thời gian đủ để cho "vật đổi sao dời", huống chi là những câu chuyện liên quan đến một đời người? Do vậy, tuy có một số nghi vấn trong nội dung sách cũng như liên quan đến sách này đã từng được nêu ra, nhưng không phải tất cả đều đã tìm được câu trả lời thỏa đáng.

Dù vậy, khi nhìn lại lịch sử từ nhiều góc độ khác nhau, với những tư liệu tìm được từ nhiều nguồn, cộng với sự kiên trì suy xét và thêm một chút may mắn, chúng ta cũng có thể soi rọi một vài tia sáng xuyên qua lớp bụi thời gian che phủ để thấy được ít nhiều sự thật trong quá khứ.

Bài viết này chắc chắn không đủ để nêu lên tất cả những vấn đề mà chúng tôi đã tiếp cận trong suốt quá trình chuyển dịch và chú giải sách *Tây vực ký*. Tuy nhiên, trong khuôn khổ của một biên khảo nhỏ, người viết sẽ cố gắng giới thiệu một vài vấn đề tiêu biểu cũng như phương thức tiếp cận và cách giải quyết mà chúng tôi đã đạt được.

## 1. Về người biên soạn Tây vực ký

Các bản in sách *Tây vực ký* trong Đại tạng kinh đều có dòng đầu ghi: *"Tam tạng Pháp sư Huyền Trang phụng chiếu dịch, Đại Tổng Trì tự Sa-môn Biện Cơ soạn* (三藏法師玄奘奉詔譯, 大總持寺沙門辯機撰). Dòng này được ghi ở các bản in thuộc Càn Long tạng, Vĩnh Lạc Bắc tạng và cả trong Đại Chánh tạng. Theo thông tin này thì Tây vực ký do *"Huyền Trang phụng chiếu dịch"* và sau đó được *"Biện Cơ soạn"* thành sách.

Bất kỳ ai đã tìm hiểu qua *Tây vực ký* đều thấy rõ sự bất hợp lý trong thông tin này. Nội dung sách thể hiện rõ sự thu thập dữ liệu và ghi chép lại của ngài Huyền Trang, không có yếu tố nào cho thấy sách được dịch từ ngoại ngữ. Thế nhưng ngay cả các học giả đáng tin cậy khi thực hiện bản in Đại Chánh tạng, được cho là đã cố gắng loại bỏ nhiều sự nhầm lẫn sai lệch trong các Đại tạng kinh trước đây, thì vẫn giữ nguyên dòng thông tin bất hợp lý này mà không thấy lưu ý hay chỉnh sửa gì. Vậy có thật sự ngài Huyền Trang đã dịch sách này hay không? Có phải Biện Cơ đã biên soạn từ những tài liệu được chuyển dịch đó hay không?

Một trong các học giả phương Tây là Stanislas Aignan Julien (1797-1873), Viện sĩ Hàn lâm viện Pháp, Giáo sư Ngôn ngữ và Văn học Trung Hoa tại trường Đại học Hoàng gia Pháp quốc, đã tiếp cận với *Tây vực ký* từ rất sớm. Ông đã chuyển dịch *Tây vực ký* sang tiếng Pháp với nhan đề *Mémoires sur les Contrées Occidentales* (Ghi chép về các nước Tây vực), in tại nhà in Hoàng gia (L'imprimerie Impériale) lần đầu vào năm 1857. Trong bản dịch này, Julien dựa theo dòng thông tin trong bản Hán văn nên đã viết ở trang bìa sách: *"Traduits du Sanscrit en Chinois, en l'an 648, par Hiouen-Thsang, et du Chinois en Français par M. Stanislas Julien"* (Huyền Trang dịch từ tiếng Phạn sang tiếng Trung Hoa vào năm 648, Stanislas Julien dịch từ tiếng Trung Hoa sang tiếng Pháp). Và không dừng lại ở đó, Julien còn tiếp tục đi xa hơn để giải thích thông tin "Biện Cơ soạn":

> *"Tây Vực Ký thực ra được biên soạn bởi một học giả lỗi lạc có tên là Biện Cơ, dựa trên rất nhiều tài liệu được dịch từ tiếng Phạn bởi vị danh tăng lữ hành, và*

*phần lớn được trích từ các tác phẩm khảo cứu và sử ký đương thời của Ấn Độ - những tác phẩm ngày nay đã thất truyền. Điều này khiến những người khắc in có cơ sở để khẳng định rằng sách được dịch từ ngôn ngữ Ấn Độ, dù là do những chi tiết mô tả hành trình xuất hiện liên tục trên từng trang sách, ta không thể xem đây là bản dịch nguyên văn và trọn vẹn từ một văn bản Phạn ngữ."*[1]

Julien dựa vào thông tin "Biện Cơ soạn" để suy diễn thêm khi viết ra như trên. Đoạn văn này đã "hợp lý hóa" một dòng thông tin bất hợp lý, xác định việc Biện Cơ soạn sách này dựa vào tài liệu do Huyền Trang dịch. Đây cũng là khuynh hướng giải quyết vấn đề của nhiều nhà nghiên cứu khác. Đó là tìm cách giải thích thông tin *"Huyền Trang dịch, Biện Cơ soạn"* thay vì kiểm tra lại tính xác thực của nó vì nội dung sách cho thấy rõ đó là điều không hợp lý.

Khi nhìn lại vấn đề này từ một góc độ khác, chúng ta có thể sẽ thấy ra được một vài khác biệt. Thay vì tìm cách giải thích một điều bất hợp lý, chúng ta có thể cố gắng truy tìm xem liệu có sự nhầm lẫn nào đã từng xảy ra trong quá khứ dẫn đến việc lưu truyền thông tin này hay không. Trong thực tế, chúng tôi đã thu thập được những thông tin liên quan đến vấn đề này từ các nguồn tư liệu như sau:

**1.** Trước hết, ngay trong sách *Tây vực ký* này, Lời tựa của Kính Bá nói về sự ra đời của sách: "Đích thân ngài

---

1 Nguyên văn tiếng Pháp: "Stanislas Aignan Julien, Advertissement du traducteur: "Si-yu-ki qui a été rédigé par un écrivain distingué du nom de Pien-ki, à l'aide de nombreux documents traduits du sanscrit par l'illustre voyageur, et tirés, pour la plupart, d'ouvrages statistiques et historiques, tels qu'on pouvait les faire dans l'Inde, et qui n'existent plus aujourd'hui. C'est là ce qui a fait dire, à bon droit, par les éditeurs, que l'ouvrage était traduit des langues de l'Inde, quoique l'on ne puisse, en raison des détails de l'itinéraire que l'on rencontre à chaque page, le considérer comme la traduction littérale et continue d'un texte sanscrit." (Mémoires sur les Contrées Occidentales, L'imprimerie Impériale, Paris, 1857) "

[Huyền Trang] đã đi qua 110 nước, lại nghe biết thêm về 28 nước... ... nay đã viết rõ ràng trên lụa trắng, đặt tên là *Đại Đường Tây vực ký*, trọn bộ 12 quyển."[1]

**2.** Tương tự, Lời tựa của Vu Chí Ninh cũng nói: "...quan sát được nhiều tục lệ khác biệt nơi phương xa... ...[nay gồm hết những điều như thế] để soạn sách *Đại Đường Tây vực ký*, chép ra thành 12 quyển."[2]

**3.** Biểu tấu của ngài Huyền Trang thỉnh hoàng đế viết tựa cho kinh tạng nói: "... đã soạn xong một bộ *Tây vực truyện*,[3] tổng cộng 12 quyển, trân trọng nhờ xá nhân là Lý Kính Nhất cung kính dâng lên."

**4.** *Trong* bài *Tiến Tây vực ký biểu* (進西域記表), chính ngài Huyền Trang viết: "Những điều được nghe, những chỗ đi qua, gồm 138 nước... ...đều được Huyền Trang ghi lại chi ly tường tận. Trong đó những lời trùng lặp, những chỗ rườm rà được cắt bỏ, sắp xếp lại thành sách *Đại Đường Tây vực ký* gồm 12 quyển."[4] Đoạn văn này nói rõ chính Huyền Trang đã biên soạn, sắp xếp sách này.

---

[1] Xem Lời tựa của Kính Bá ở đầu sách Tây vực ký, bản Việt dịch của Thích Như Điển & Nguyễn Minh Tiến, NXB Liên Phật Hội, 2025.

[2] Xem Lời tựa của Vu Chí Ninh, sách đã dẫn. *Đại Chính tạng* ghi là của Trương Thuyết, nhưng thông tin này không đúng, như chúng tôi nói rõ ở phần sau.

[3] Tờ biểu ghi *Tây vực truyện*, chỉ đến sách *Tây vực ký*. Có vẻ như ban đầu sách chưa xác định tên nào. Hán văn: "Tịnh soạn Tây vực truyện nhất bộ tổng nhất thập nhị quyển, cẩn linh xá nhân Lý Kinh Nhất dĩ tương phụng tiến. (并撰西域傳一部總一十二卷。謹令舍人李敬一以將恭進。) ĐCT, T52, 2103, tr.258a, d.15 - 16.

[4] *Tự Sa môn Huyền Trang thướng biểu ký* (寺沙門玄奘上表記), *Tiến Tây vực ký biểu* (進西域記表): "Sở văn sở lý bách hữu tạp bát quốc... ...chí ư Huyền Trang sở ký, vi vi tường tận, kỳ vu từ vĩ thuyết đa tùng tiễn khí, xuyết vi Đại Đường *Tây vực ký* nhất thập nhị quyển." (所聞所履百有卅八國...... 至於玄奘所記，微為詳盡。其迂辭瑋說多從剪棄，綴為大唐西域記一十二卷。) ĐCT, T52, 2119, tr.818b, d.9 - tr.819c, d.10.

**5.** *Pháp sư truyện*, quyển 6, kể rõ việc khi Pháp sư Huyền Trang hội kiến với Đường Thái Tông, nhà vua đích thân đề nghị Pháp sư nên soạn sách *Tây vực ký*: "Nước Phật xa xôi diệu vợi, thánh tích giáo pháp nhiệm mầu, sử sách trước đây không thể ghi chép tường tận. Nay Pháp sư đã tận mắt chứng kiến, nên soạn một bộ truyện ký để trình bày những điều chưa từng được nghe."[1] Sau đó lại nói việc soạn sách hoàn thành: "Ngày trước gặp hoàng đế ở cung Lạc Dương, có lệnh cho Pháp sư soạn sách *Tây vực ký*, nay đã hoàn thành."[2]

**6.** *Nhất Thiết Kinh Âm Nghĩa*, quyển 82 ghi: "*Đại Đường Tây vực ký*... Tam tạng Pháp sư Huyền Trang vâng chiếu soạn."[3]

**7.** Sách *Cựu Đường thư*, quyển 141 viết về ngài Huyền Trang ghi rằng: "Ở Tây vực 17 năm, đi qua hơn trăm nước, đều học được ngôn ngữ các nước ấy, thu thập hết những phong tục, sông núi, đất đai... soạn sách *Tây vực ký* gồm 12 quyển.[4]

---

[1] *Pháp sư truyện*: "Đế hựu vị Pháp sư viết: Phật quốc hà viễn, linh tích pháp giáo, tiền sử bất năng ủy tường, sư ký thân đổ nghi tu nhất truyện, dĩ thị vị văn." (帝又謂法師曰：佛國遐遠，靈跡法教，前史不能委詳，師既親覩，宜修一傳，以示未聞。) ĐCT, T50, 2053, tr.253b, d.9 - 11.

[2] *Pháp sư truyện*, quyển 6, Hán văn: "Tiền hựu Lạc Dương phụng kiến nhật, sắc linh Pháp sư tu *Tây vực ký*, chí thị nhi thành." (前又洛陽奉見日，勅令法師修《西域記》，至是而成。) ĐCT, T50, 2053, tr.254b, d.4 - 5.

[3] *Nhất Thiết Kinh Âm Nghĩa* (一切經音義), Huệ Lâm soạn: "Đại Đường *Tây vực ký*... ...Tam Tạng Sa môn Huyền Trang phụng sắc soạn." (大唐西域記... ... 三藏沙門玄奘奉勅撰) ĐCT, T54, 2128, tr.836c, d.3 - 4.

[4] *Cựu Đường thư* (舊唐書), Liệt truyện (列傳): "Tại Tây vực thập thất niên, kinh bá dư quốc, tất giải kỳ quốc chi ngữ, nhưng thái kỳ sơn xuyên dao tục, độ địa sở hữu, soạn *Tây vực ký* thập nhị quyển." (在西域十七年，經百餘國，悉解其國之語，仍採其山川謠俗，土地所有，撰《西域記》十二卷。)

**8.** *Trinh Nguyên Tân Định Thích Giáo Mục Lục*, quyển 23 ghi: "Đại Đường Tây vực ký, 12 quyển, Đại Đường Tam tạng Huyền Trang soạn..."1

**9.** *Đại Đường Nội điển lục*, quyển 5 ghi: "*Đại Đường Tây Vực truyện*, 1 bộ, 12 quyển". Về tác giả, sách này liệt kê tất cả các bản dịch kinh luận của ngài Huyền Trang và ghi chung: "Sa môn Thích Huyền Trang, chùa Đại Từ Ân ở kinh đô vâng chiếu dịch."[2]

Các nguồn tư liệu trên đều trực tiếp liên quan đến sách này, như 2 bài tựa sách và 2 biểu tấu do chính ngài Huyền Trang viết, đều soạn vào đời Đường, tức là do những người sống cùng thời với ngài Huyền Trang viết. Riêng Cựu Đường thư là một bộ sử, tuy được biên soạn về sau (vào khoảng năm 945) nhưng là dựa trên sử liệu từ đời nhà Đường. Do vậy, những ghi chép trên đây đều có thể tin được.

Trong số này, chỉ duy nhất *Nội điển lục* đề cập đến *"Huyền Trang dịch"*, nhưng thật ra không phải nói về Tây vực ký, mà là nói chung về tất cả những kinh điển do ngài Huyền Trang dịch đã được liệt kê trước đó, gồm tất cả 67 bộ. Việc *Nội điển lục* ghi thông tin chung "Huyền Trang phụng chiếu dịch" đối với cả 67 bộ kinh luận được liệt kê trước đó mà không tách riêng *Tây vực ký*, rất có thể là nguyên nhân khiến các bản mục lục ra đời sau này đã nhầm lẫn dựa vào đó và cho rằng ngài Huyền Trang đã *"phụng chiếu dịch"* sách *Tây vực ký*, trong khi đúng ra

---

[1] Trinh Nguyên Tân Định Thích Giáo Mục Lục (貞元新定釋教目錄), Viên Chiếu soạn: "Đại Đường *Tây vực ký*, thập nhị quyển, Đại Đường Tam Tạng Huyền Trang soạn" (大唐西域記十二卷 - 大唐三藏玄奘撰). ĐCT, T55, 2157, tr.958c, d.7 - 8.

[2] Đại Đường Nội điển lục (大唐內典錄), quyển 5, Đạo Tuyên soạn: 大唐西域傳一部十二卷) (Đại Đường Tây Vực truyện, 1 bộ, 12 quyển) ĐCT, T55, 2149, tr.283a, d.23.

phải hiểu rằng thông tin ấy chỉ áp dụng cho 66 bộ kinh luận liệt kê trước đó và không áp dụng cho Tây vực ký. Nhà nghiên cứu Chu Liên Khoan cho rằng trong lần đầu tiên khắc in kinh tạng, tức là bộ Khai Bảo tạng (開寶大藏經) vào đời Bắc Tống (971), có thể những người thực hiện đã cố định sự nhầm lẫn này vào các bản khắc gỗ.[1] Từ đó, việc các bộ Đại tạng kinh thực hiện về sau tiếp tục nhầm lẫn cũng là điều dễ hiểu.

Vì tất cả cổ bản Tây vực ký từ đời Đường đều đã mất, chỉ còn lại một số ít trang chép tay không toàn vẹn, nên chúng ta không thể kết luận việc nguyên bản Tây vực ký có ghi "Huyền Trang dịch" hay không. Nhưng với các tài liệu dẫn trên thì rõ ràng vào đời nhà Đường hoặc sau đó ít lâu, chúng ta không tìm thấy thông tin "Huyền Trang dịch", chỉ trừ ra cách ghi không rõ ràng dễ gây nhầm lẫn của *Nội điển lục*.

Và như vậy, ngài Huyền Trang đã biên soạn chứ không phải dịch sách này, và nguyên nhân nhầm lẫn có thể đã xuất phát từ cách ghi chép không rõ ràng của *Nội điển lục*, được cố định vào *Khai Bảo tạng*, sau đó tiếp tục lặp lại ở các bản Đại tạng kinh được khắc in về sau.

Vậy còn thông tin "Biện Cơ soạn" thì sao? Nếu ngài Huyền Trang đã là người biên soạn, tất nhiên Biện Cơ không thể làm công việc soạn lại một lần nữa. Cho nên, đây cũng là một thông tin bất hợp lý.

Các tài liệu chúng tôi đã dẫn trên không hề nhắc đến tên Biện Cơ. Thông tin liên quan đến việc này hiện được tìm thấy trong các tài liệu như sau:

**1.** Trong *Tây vực ký*, phần *Ký tán* cuối sách được tin là do Biện Cơ viết, có ghi: "Nay giao cho kẻ tầm thường soạn

[1] Chu Liên Khoan, *Đại Đường Tây vực ký sử địa nghiên cứu tùng cảo*, trang 293 - 299, Trung Hoa thư cục, Bắc Kinh, 1984.

sách địa chí này... ...Cung kính nhận tập ghi chép này, thay đổi sắp xếp câu văn..."[1]

2. *Khai Nguyên Thích giáo lục* ghi: "*Đại Đường Tây vực ký*, 12 quyển (xem *Nội điển lục*, niên hiệu Trinh Quán thứ 20 [Huyền Trang] phụng chiếu soạn tại chùa Hoằng Phúc, viện Phiên kinh, Sa-môn Biện Cơ vâng chỉ sắp xếp biên tập, đến tháng bảy, mùa thu hoàn tất.)[2]

3. *Trinh Nguyên tân định Thích giáo mục lục* ghi giống như câu trên của *Khai Nguyên Thích giáo lục*, chỉ khác là: "Biện Cơ vâng chỉ sắp xếp chọn lọc.[3]

4. *Tục Cao tăng truyện* ghi: "Lại soạn ra sách Tây vực truyện, sa môn Biện Cơ tự thân tiếp nhận sự việc theo thời gian, kết nối sắp xếp trước sau."[4]

Trong 4 nguồn tư liệu trên, *Trinh Nguyên tân định Thích giáo mục lục* soạn thành vào khoảng niên hiệu Trinh Nguyên thứ 15 (799), do vậy chắc chắn mục lục này đã dẫn lại từ *Khai Nguyên Thích giáo lục*, được soạn thành vào

---

[1] Xem phần *Ký tán* ở cuối sách, bản Việt dịch Tây vực ký, sách đã dẫn. Hán văn: "Viên mệnh dung tài soạn tư phương chí... ... Cung thừa ký chí, luân thứ kỳ văn."爰命庸才撰斯方志... ... 恭承志記，倫次其文) ĐCT, T51, 2087, tr.947a, 28 - tr.947b, d1.

[2] *Khai Nguyên Thích giáo lục* (開元釋教錄), Trí Thăng soạn vào đời Đường, quyển 8: "*Đại Đường Tây vực ký*, thập nhị quyển (kiến *Nội điển lục*, Trinh Quán nhị thập niên phụng sắc ư Hoằng Phúc tự Phiên kinh viện soạn, sa môn Biện Cơ thừa chỉ xuyết tập, thu thất nguyệt tuyệt bút." (大唐西域記十二卷(見內典錄貞觀二十年奉勅於弘福寺翻經院撰沙門辯機承旨綴緝秋七月絕筆) ĐCT, T55, 2154, tr.557b, d.11 - 12.

[3] *Trinh Nguyên tân định Thích giáo mục lục* (貞元新定釋教目錄), Viên Chiếu soạn vào đời Đường, quyển 11: "Biện Cơ thừa chỉ xuyết thủ" (辯機承旨綴首) ĐCT, T55, 2157, tr.857a, d.22 - 23.

[4] *Tục Cao tăng truyện* (續高僧傳), quyển 4: "Hựu xuất Tây vực truyện nhất thập nhị quyển, Sa môn Biện Cơ thân thụ thời sự liên bì tiền hậu." (又出西域傳一十二卷沙門辯機親受時事連紕前後 。) ĐCT, T50, 2060, tr.455a, d.22 - 23.

khoảng niên hiệu Khai Nguyên thứ 18 (730). Cả 2 nguồn tư liệu này đều chỉ đến *Nội điển lục,* được soạn thành vào khoảng niên hiệu Lân Đức nguyên niên (664). Tuy nhiên, trong *Nội điển lục*, phần nói đến *Tây vực ký* ở quyển 5 như đã dẫn ở trước, hoàn toàn không có nội dung giống như ở đây, chỉ có câu "Huyền Trang phụng chiếu dịch" được dùng chung cho tất cả 67 bộ kinh luận do Huyền Trang dịch và gộp chung cả *Tây vực ký*. Như vậy, chứng tỏ 2 tư liệu này đã lấy thêm thông tin về Biện Cơ từ nơi khác, không phải trong *Nội điển lục*.

*Tục Cao tăng truyện* ghi rất cụ thể về vai trò của Biện Cơ: "tự thân tiếp nhận sự việc theo thời gian, kết nối sắp xếp trước sau". Nếu vậy cũng có thể nói là Biện Cơ biên soạn. Nhưng người soạn *Cao tăng truyện* là Đạo Tuyên, cũng chính là người đã soạn *Nội điển lục*. Nghi vấn ở đây là, nếu Đạo Tuyên biết rõ việc Biện Cơ biên soạn sách *Tây vực ký*, tại sao không ghi chép thông tin này trong *Nội điển lục*? Do vậy, không chắc là Đạo Tuyên đã đưa thông tin về Biện Cơ vào sách *Tục Cao tăng truyện*.

Điều này hoàn toàn có thể hiểu được khi xét đến tình trạng văn bản của *Tục Cao tăng truyện*. Vào lúc Đạo Tuyên biên soạn, sách chỉ dừng lại ở các sự việc đến năm 665, vì ngài qua đời năm 667, chỉ hai năm sau đó. Trong Lời tựa do chính Đạo Tuyên viết nói rằng, sách ghi chép chính truyện là 340 người, phụ truyện là 160 người,[1] nhưng thực tế ghi chép trong sách thì chính truyện là 414 người, phụ truyện là 201 người. Sự khác biệt này chỉ có thể giải thích là sau khi lưu hành, sách đã tiếp tục được người đời sau

---

[1] *Tục Cao tăng truyện*, quyển 1, phần Tựa: "Chính truyện tam bách tứ thập nhân. Phụ kiến nhất bách lục thập nhân." (正傳三百四十人。附見一百六十人。) ĐCT, T50, 2060, tr.425b, d.23 - 24)

ghi chép bổ sung vào nội dung ban đầu. Vì Đạo Tuyên đã qua đời nên người bổ sung phải là người khác, nhưng không ghi chép lại tên tuổi nên chúng ta không biết là ai. Từ thực tế này, có thể suy luận rằng người bổ sung *Tục Cao tăng truyện* cũng chính là người đã bổ sung thông tin *"sa môn Biện Cơ tự thân tiếp nhận sự việc theo thời gian, kết nối sắp xếp trước sau"* vốn trước đó không có. Vì *Tục Cao tăng truyện* ghi thông tin này nhưng không cho biết căn cứ vào đâu, nên đây cũng chưa phải là thông tin đáng tin cậy.

Cuối cùng, chỉ còn lại bài Ký tán có vẻ như chính là nguồn gốc của mọi thông tin. Vì nếu tin chắc rằng Ký tán do Biện Cơ viết ra và khẳng định Biện Cơ *"vâng chỉ biên soạn Tây vực ký"* thì việc người đời sau sử dụng thông tin này để bổ sung cho những nơi bị cho là thiếu sót cũng là điều dễ hiểu. Thế nhưng, việc Biện Cơ có thực sự là tác giả của bài Ký tán hay không cũng cần phải xem xét lại.

## 2. Biện Cơ có viết bài Ký tán hay không?

Nếu thực sự Biện Cơ là người viết ra bài Ký tán cuối sách *Tây vực ký* thì có hai nghi vấn cần nêu ra. Thứ nhất, với các nguồn tư liệu đáng tin cậy, chúng ta đã xác định được việc ngài Huyền Trang biên soạn *Tây vực ký*, vậy nếu trong bài Ký tán nói Biện Cơ *"vâng chỉ biên soạn"* thì công việc thực sự của ông là gì? Lẽ nào là biên soạn lại một quyển sách đã biên soạn? Cho nên cách nói *"Biện Cơ vâng chỉ biên soạn"* rõ ràng là không hợp lý. Nếu Biện Cơ có tham gia vào việc hoàn thành sách này thì chỉ có thể là người trau chuốt, gọt dũa văn chương, như theo những cách nói là *"xuyết thủ"* hoặc *"xuyết tập"* thì hợp lý hơn. Hơn nữa, chính trong Ký tán tuy có nói việc *"soạn tập ký này"* nhưng rồi sau đó cũng nói cụ thể hơn là *"thay đổi sắp xếp câu văn"*, dường như phù hợp với trong *Tục Cao tăng truyện* nói *"kết nối sắp xếp trước sau"*. Và tất nhiên như vậy không phải là biên soạn.

Nghi vấn thứ hai là, trong biểu tấu thỉnh hoàng đế viết tựa kinh điển, ngài Huyền Trang đề cập đến việc hoàn tất sách *Tây vực ký* và dâng lên Đường Thái Tông. Hơn nữa, lại có riêng một biểu tấu về việc này là *Tiến Tây vực ký biểu* được ghi chép trong *Tự Sa môn Huyền Trang thướng biểu ký* đã dẫn ra ở trước. Trong bài Ký tán lại nói *"gác bút hoàn thành, toàn văn chép trên lụa trắng, trình lên hoàng đế xem qua"*.[1] Như vậy, lẽ nào cùng một quyển sách này mà có 2 người dâng lên hoàng đế?

Về nghi vấn thứ nhất, chúng tôi tìm thấy trong tờ biểu dâng sách *Tây vực ký* lên hoàng đế của ngài Huyền Trang một đoạn văn ngắn, có khả năng là đầu mối giải thích vấn đề. Trong biểu tấu này viết:

> *"... đến như những điều Huyền Trang ghi chép thật có phần tường tận; những văn từ rườm rà, lời hoa mỹ hiếm lạ phần nhiều đều cắt bỏ, biên tập lại thành sách Đại Đường Tây vực ký, gồm mười hai quyển, đã chép kỹ thành bản riêng. Huyền Trang vốn tư chất ngu độn, dốt nát trong việc biên khảo sự thật, mong được [bệ hạ] ban cho người có văn tài tô điểm thêm lời phụ, cắt bỏ chỗ rườm rà, chọn lấy phần đúng thật."*[2]

---

[1] Xem Ký tán ở cuối sách. Hán văn: "...tuyệt bút sát thanh, văn thành du tố, trần độc thánh giám" (絕筆殺青；文成油素，塵黷聖鑒) ĐCT, T51, 2087, tr.947b, d.20.21.

[2] *Tiến Tây vực ký biểu:* "...chí ư Huyền Trang sở ký, vi vi tường tận; kỳ vu từ vĩ thuyết đa tùng tiễn khí, xuyết vi Đại Đường *Tây vực ký* nhất thập nhị quyển, thiện tả như biệt. Huyền Trang bẩm chất ngu lỗ, muội ư tập thật, vọng ban chi hữu bút, sức dĩ tả ngôn, tiệt thử vu từ, thái kỳ thật lục." (至於玄奘所記。微為詳盡其迂辭瑋說多從剪棄。綴為大唐西域記一十二卷。繕寫如別。玄奘稟質愚魯。昧於緝實。望頒之右筆。飾以左言。截此蕪辭。採其實錄。) ĐCT, T52, 2119, tr.818c, d.4 - 7.

Như vậy, qua đoạn văn này chúng ta xác định được 2 thông tin quan trọng. Thứ nhất, ngài Huyền Trang đã thực sự hoàn tất việc biên soạn sách, trong đó có *chọn lọc, cắt bỏ những chỗ rườm rà*... và biên tập hoàn chỉnh thành bộ sách gồm 12 quyển. Bản thảo sách này được dâng lên Đường Thái Tông kèm theo với biểu tấu. Thứ hai, ngài Huyền Trang tự nhận mình không giỏi trong thể loại biên khảo này, nên có xin nhà vua cho người có năng lực xem lại, thêm bớt để hoàn thiện.

Từ những thông tin này, kết hợp với những nghi vấn đã nêu ra, chúng ta có thể tạm suy luận về diễn tiến của sự việc. Đó là sau khi nhận bản thảo được Huyền Trang dâng lên, Đường Thái Tông đã thể theo yêu cầu trong biểu tấu để chọn người có văn tài làm việc trau chuốt, hoàn thiện sách, và người được chọn là Biện Cơ. Như vậy, Biện Cơ đã làm việc với một bản thảo hoàn chỉnh, nên Ký tán nói *"cung kính nhận tập ghi chép này"*. Sau đó công việc của Biện Cơ là *"thay đổi sắp xếp câu văn"* để tập sách được hoàn thiện hơn. Tất nhiên, Biện Cơ hẳn đã nhận được yêu cầu "cắt bỏ chỗ rườm rà" như biểu tấu của Huyền Trang đã nói, cho nên trong Ký tán có lời tự nhận rằng *"trí tuệ nông cạn, năng lực hạn hẹp, nhiều chỗ thiếu sót, hoặc có những câu văn thừa chưa được cắt bỏ"*.[1]

Và nếu như vậy thì nghi vấn thứ hai cũng được giải quyết, vì sau khi Biện Cơ hoàn tất việc chỉnh sửa, biên tập, ông cũng tự mình dâng bản sách này lên hoàng đế như Ký tán nói: *"Toàn văn chép trên lụa trắng, trình lên hoàng đế xem qua."*

---

1 Xem phần Ký tán ở cuối sách đã dẫn. Hán văn: "thiển trí biển năng, đa sở khuyết lậu, hoặc hữu doanh từ, thượng vô san lạc" (淺智褊能，多所闕漏；或有盈辭，尚無刊落。) ĐCT, T51, 2087, tr.947b, d.3

Như vậy, vì sao trong *Tục Cao tăng truyện* xuất hiện thông tin rằng *"Biện Cơ tự thân tiếp nhận sự việc theo thời gian, kết nối sắp xếp trước sau"*? Có nhiều khả năng người bổ sung thông tin này vào *Tục Cao tăng truyện* đã dựa theo nội dung Ký tán với sự suy diễn, từ câu "giao cho kẻ tầm thường soạn sách địa chí này" mà cho rằng Biện Cơ là người biên soạn sách, và do đó ông phải "tự thân tiếp nhận sự việc" để làm căn cứ biên soạn. Tất nhiên cách suy diễn như vậy là hoàn toàn không đủ tính xác thực.

Việc bài Ký tán nêu thông tin mâu thuẫn giữa "biên soạn" và "sắp xếp câu văn" cũng có thể dẫn đến nghi vấn: Liệu bài này có phải do Biện Cơ viết ra hay không? Ngoài ra, việc suy đoán trình tự như trên đúng là đã cho chúng ta một sự giải thích khá hợp lý về việc Biện Cơ vâng chỉ đọc lại và "sắp xếp câu văn" cho quyển sách, nhưng chính thông tin trong bài Ký tán dường như lại bác bỏ suy đoán này. Ký tán nói *"tháng 7, mùa thu năm Trinh Quán thứ 20, gác bút hoàn thành"*,[1] nhưng tờ biểu dâng sách *(Tiến Tây vực ký biểu)* vừa dẫn trên cũng được ghi cùng thời gian đó. Ngày tháng ở đầu biểu tấu ghi: *"Ngày 13 tháng 7 năm Trinh Quán thứ 20, Sa-môn Huyền Trang dâng."*[2] Như vậy, thời điểm Huyền Trang dâng biểu gần như trùng với thời gian nói trong Ký tán (hoặc chênh lệch không nhiều). Do đó, giả thuyết rằng sau đó Biện Cơ mới được giao tiến hành việc biên tập là không hợp lý.

Qua so sánh phân tích văn bản, chúng tôi cũng nhận thấy có rất nhiều khả năng bài Ký tán này không phải do Biện Cơ viết ra, mà do một người nào đó về sau đã viết và thêm vào sách.

1 Xem Ký tán ở cuối sách. Hán văn: "nhị thập niên thu thất nguyệt, tuyệt bút sát thanh" (二十年秋七月，絕筆殺青) ĐCT, T51, 2087, tr.947b, d.20)

2 *Tự Sa môn Huyền Trang thướng biểu ký* (寺沙門玄奘上表記): "Trinh Quán nhập niên thất nguyệt thập tam nhật Sa môn Huyền Trang thướng" (貞觀廿年七月十三日沙門玄奘上) ĐCT, T52, 2119, tr.818b, d.8)

Trước hết là cấu trúc lắp ghép khiên cưỡng của toàn bài văn. Xem xét kỹ cấu trúc của phần Ký tán này, chúng ta thấy nó được lắp ghép một cách thiếu mạch lạc bởi ít nhất 3 phần khác nhau.[1] Phần thứ nhất có nội dung xưng tán đức Phật và giáo pháp, ca ngợi triều đình nhà Đường, xưng tụng ngài Huyền Trang và kể về chuyến đi của ngài, cho đến liệt kê những thành quả mang về... Phần thứ hai dẫn lời một vị "tiên sinh học thức" không tên tuổi, nói về quan điểm dịch thuật Phạn Hán nhưng lại dẫn lời Lão Tử, Hàn Phi Tử và kể chuyện Khổng Tử san định kinh Xuân Thu... Phần thứ ba bắt đầu từ nội dung tự giới thiệu của Biện Cơ, có vẻ như không liên quan gì đến phần thứ hai. Sau đó Biện Cơ trình bày việc vâng chỉ "sắp xếp câu văn" trong sách này, nêu một số chi tiết về nội dung sách và cuối cùng nói việc sách được hoàn thành dâng lên đức vua.

Trong cấu trúc 3 phần như nói trên, phần thứ hai không có bất cứ mối liên kết hợp lý nào với 2 phần trước nó và sau nó. Và nếu như cắt bỏ phần thứ hai này, thì phần thứ nhất và phần thứ hai cũng không có sự liên kết mạch lạc. Hơn thế nữa, trong mỗi phần đều có những điểm bất ổn khó hiểu. Trong phần thứ nhất, mạch văn được trình bày liên tục cho đến lúc ngài Huyền Trang quay về và mang theo xá lợi Phật, tượng Phật cùng kinh luận. Nhưng sau khi hoàn tất việc liệt kê đầy đủ những gì được mang về thì đoạn văn tiếp theo bỗng quay lại nói về việc "ngài nhanh chóng quay về", rồi tiếp tục mô tả đoạn đường đi về. Trình tự bất hợp lý, đảo ngược về thời gian khiến chúng ta rất khó tin rằng đây là một bài văn được viết ra liền mạch.

Trong phần thứ hai, ngoài việc được đưa vào ngay sau phần thứ nhất một cách đột ngột, khiên cưỡng qua việc giới thiệu "Có vị tiên sinh học thức", thì toàn bộ nội dung phần

[1] Quý độc giả có thể tìm đọc toàn bộ nội dung bài Ký tán ở cuối sách Tây vực ký, bản cập nhật năm 2025, để có thể theo dõi được những phân tích lập luận ở đây.

này cũng có vẻ như hoàn toàn khác biệt. Phần này nêu lên một quan điểm dịch thuật Phạn Hán, nhưng lại dẫn những lời của Lão Tử và Hàn Phi Tử nói về phát ngôn nói chung hơn là về quan điểm dịch thuật. Sau đó dẫn việc Khổng Tử san định kinh Xuân Thu, học trò rất giỏi như Tử Du, Tử Hạ cũng "không thêm bớt được chữ nào" và so sánh việc này với việc dịch thuật của ngài Huyền Trang. Nhưng dịch trường của ngài Huyền Trang có rất nhiều người làm công việc trợ giúp để "thêm bớt" hoàn thiện bản dịch, trong đó Biện Cơ cũng là một trong số những người được giao việc nhuận sắc. Cho nên sự so sánh này là khập khiễng và cũng không thể dùng để phê phán cách dịch thuật của ngài Cưu ma la thập, với sự trợ giúp của các đệ tử như Đạo Sinh, Tăng Triệu, Đạo Dung, Tăng Duệ trong việc hoàn thiện bản dịch. Nếu toàn bài Ký tán này là do Biện Cơ viết, thì quả thật không thể nào hiểu được lý do vì sao ông lại đưa đoạn văn về "vị tiên sinh học thức" này vào đây. Điều này quả thật rất đáng ngờ.

Về văn phong và ý tứ, bài Ký tán này gợi ra khá nhiều nghi vấn.Trước hết, có những câu văn khiến ta không thể không ngờ vực, chẳng hạn như câu này: "**Toại sử** tam thừa áo nghĩa **uất ư thiên tải** chi hạ; thập lực di linh **bí ư vạn lý** chi ngoại."[1]

Hãy so với câu của Kính Bá viết trong Lời tựa: "**Toại sử** thụy biểu hằng tinh, **uất** huyền diệu **ư thiên tải**; mộng chương bội nhật, **bí** thần quang **ư vạn lý**."[2]

---

1 Hán văn: "遂使三乘奧義，欝於千載之下；十力遺靈，閟於萬里之外。" ĐCT, T51, 2087, tr.946a, d.23 - 24. (Vậy nên giáo nghĩa sâu xa của Ba thừa khuất lấp đến ngàn năm; đạo thiêng lưu truyền của đấng Thập lực bị ngăn trở xa xôi ngoài vạn dặm.)

2 Hán văn: "遂使瑞表恒星，欝玄妙於千載；夢彰佩日，祕神光於萬里。" ĐCT, T51, 2087, tr.867b, d.21 - 22. (Vậy nên điềm lành sao sáng hiện rõ ràng, mà đạo diệu huyền ngăn trở ngàn năm không đến, mộng thấy tượng vàng hào quang tỏa sáng, mà chánh đạo quang minh còn xa xôi vạn dặm.)

Rất dễ dàng nhận ra những cách dùng lặp lại như *"Toại sử... uất ư thiên tải..., bí ư vạn lý..."* để diễn đạt cùng một ý tưởng tương tự, sử dụng cùng một đối pháp trong hai câu văn này. Quả thật rất khó để không nghi ngờ rằng một trong hai văn bản này đã sao chép của nhau. Nhưng Lời tựa của Kính Bá có độ khả tín vì xuất xứ rõ ràng của nó, cho nên nếu có sự sao chép thì chỉ có thể là bài Ký tán đã làm điều đó.

Và đây là một câu khác trong Ký tán: "**Mạo viễn cùng hà, thật tư triều hóa; hoài kỳ toản dị, thành lại hoàng linh.**"[1]

Trong biểu tấu trùng thỉnh hoàng đế viết tựa kinh điển, ngài Huyền Trang viết: "**Bằng hoàng linh** dĩ **viễn chinh**, thị quốc uy nhi phỏng đạo; **cùng hà mạo hiểm**, tuy lệ ngu thành, **toản dị hoài hoang, thật tư triều hoá**."[2]

Chúng ta thấy ngay câu văn trong Ký tán có những cách dùng tương tự với sự thay đổi nhỏ, như *"lại hoàng linh"* thay cho *"bằng hoàng linh"* đều có nghĩa gần như nhau là dựa vào uy linh hoàng đế. Hoặc *"hoài kỳ toản dị"* thay cho *"toản dị hoài hoang"*, đều mang nghĩa thu thập, ghi chép những điều kỳ lạ khác thường; *"mạo viễn cùng hà"* không khác mấy với *"cùng hà mạo hiểm"*, đều mang nghĩa mạo hiểm đi đường xa. Thậm chí còn có sự lặp lại nguyên vẹn như *"thật tư triều hóa"* (nhờ nơi sự giáo hóa của triều đình), cùng với

---

1 Hán văn: "冒遠窮遐，寔資朝化；懷奇纂異，誠賴皇靈。" ĐCT, T51, 2087, tr.947b, d.21 - 23. (Mạo hiểm đi đến tận những nơi xa xôi cùng tận, quả thật cũng dựa vào sự giáo hóa của triều đình; ghi chép được những sự kỳ lạ khác thường, chính là nương cậy uy linh hoàng đế.)

2 *Quảng hoằng minh tập* (廣弘明集), quyển 22, *Trùng thỉnh Tam tạng thánh giáo tự khải* (重請三藏聖教序啟): "憑皇靈以遠征，恃國威而訪道；窮遐冒險，雖勵愚誠，纂異懷荒，寔資朝化。" ĐCT, T52, 2103, tr.262b, d.14 - 15. (Nhờ uy linh hoàng đế để đi xa, cậy oai thế của đất nước để tìm đạo; mạo hiểu đến những nơi xa xôi cùng cực, tuy hết sức chân thành nỗ lực, thu thập được những điều kỳ lạ ở miền xa xôi, quả thật nhờ nơi sự giáo hóa của triều đình.)

sự xáo trộn thứ tự các cụm từ trong một câu văn rất ngắn, rõ ràng là một sự sao chép. Ngay cả khi không có sự cố ý đạo văn thì điều này cũng cho thấy Ký tán đã ra đời về sau và chịu ảnh hưởng nặng nề của các văn bản trước đó, bởi vì nếu bài văn được viết bởi một người giỏi văn chương đương thời như Biện Cơ thì không thể có những sự sao chép, lặp lại quá rõ ràng như vậy.

Về mặt ý tưởng, những trình bày trong Ký tán trùng lặp khá nhiều với những ý đã nói trong các lời tựa cũng như trong nội dung ngài Huyền Trang đã trình bày, từ việc xưng tán Phật và giáo pháp, ca ngợi vua Đường và triều đình... cho đến việc xưng tụng ngài Huyền Trang và đề cập đến nội dung *Tây vực ký*. Đặc biệt, có một nguyên tắc quan trọng được nêu ra trong phần Ký tán nói: *"Khi viết chữ hành là nơi ấy đích thân đi đến; khi nêu chữ chí là chỉ được nghe mà ghi chép lại."*[1] Tuy nhiên, khi khảo sát trong thực tế thì không phải lúc nào nguyên tắc này cũng đúng. Lấy ví dụ, khi nói về nước Phược-khái (縛喝), nguyên tác Hán văn chỉ dùng chữ "chí", không có chữ "hành",[2] nhưng theo Pháp sư truyện thì ngài Huyền Trang có đi đến đây. Ngược lại, khi nói về nước Mạt-la-củ-trá (秣羅矩吒), nguyên tác có dùng chữ "hành",[3] nhưng theo Pháp sư truyện lại ghi rõ là ngài Huyền Trang không đi đến đó.[4] Do vậy, có thể xác định là nguyên tắc này không hoàn toàn đúng. Điều này càng cho thấy rõ sự đáng ngờ của Ký tán, vì nếu Biện Cơ được giao vai trò quan trọng trong việc hoàn thiện sách và đã làm việc thận trọng với văn bản thì có rất ít khả năng sai lầm như vậy.

Phần tự giới thiệu của Biện Cơ nếu xét kỹ cũng là một sự khác thường. Những người tham gia viết lời tựa như

---

[1] Hán văn: "Thư hành giả, thân du tiễn dã; cử chí dã, truyền văn ký dã." (書行者，親遊踐也；舉至者，傳聞記也。)

[2] ĐCT, T51, 2087, tr.872b, d.29.

[3] ĐCT, T51, 2087, tr.931c, d.22.

[4] ĐCT, T50, 2053, tr.242a, d.7.

Kính Bá, Vũ Chí Ninh và ngay cả ngài Huyền Trang đều không tự giới thiệu về mình. Nếu xem mục đích của bài văn này là Tán (để tán tụng) hoặc Bạt (cuối sách) thì cả 2 thể loại ấy đều không cần đến sự tự giới thiệu khá chi ly này, từ dòng dõi, học vấn, địa vị cho đến việc được tin cậy giao phó công việc... Đặc biệt, những lời tự giới thiệu này vừa đọc qua thấy có vẻ như hết sức khiêm tốn, tự nhận mình có những phẩm chất thấp kém, nhưng thực ra lại là một cách thức ngấm ngầm khẳng định. Phía sau những phẩm chất kém cỏi mà tác giả nêu ra, điều thực sự độc giả được biết sau khi đọc qua lại là những yếu tố đặc biệt hơn người như dòng dõi thanh cao, đệ tử bậc danh sư, đứng chung hàng với các danh tăng đại đức (chim phượng chim hồng, dù là cuối hàng), được hoàng đế tin cậy giao phó (dù chỉ là kẻ tầm thường)... Ngay cả khi để nêu việc không thể tránh khỏi sơ sót, tác giả lại so sánh công việc của mình với Tư Mã Thiên soạn Sử ký thì thật khó xem là khiêm tốn thực sự. Tuy nhiên, sự khác thường trong đoạn tự giới thiệu này sẽ trở nên bình thường nếu như chủ đích của bài viết là để tạo ra sự khẳng định về việc Biện Cơ biên soạn *Tây vực ký*. Và nếu suy đoán này đúng thì có thể nói tác giả đã thành công. Nhưng nếu xét từ góc độ một vị tăng sĩ như Biện Cơ, nhất là khi viết bài Tán để tán tụng bậc thầy như ngài Huyền Trang mà lại đồng thời nói về mình như vậy thì quả thật có phần khác thường.

Cuối cùng, và có lẽ là cứ liệu thuyết phục nhất, lại chính là thông tin về thời gian trong bài Ký tán khi so sánh với nội dung biểu tấu của ngài Huyền Trang dâng sách này lên Đường Thái Tông vào ngày 13 tháng 7 niên hiệu Trinh Quán thứ 20. Trong biểu tấu viết:

> *"Huyền Trang vốn tư chất ngu độn, dốt nát trong việc biên khảo sự thật, mong được [bệ hạ] ban cho người có văn tài tô điểm thêm lời phụ, cắt bỏ chỗ rườm rà, chọn lấy phần đúng thật."*

Nội dung này cho thấy rõ là đến thời điểm hoàn tất bản thảo và dâng lên vua, không có bất cứ sự tham gia biên tập nào của người khác, do đó Huyền Trang mới khiêm tốn tự nhận mình "ngu độn, dốt nát" để xin vua cho người đọc sửa, thêm bớt. Nếu trước đó đã có việc Biện Cơ vâng chỉ biên tập, thì trong biểu tấu không thể có câu này. Cho nên việc giao cho Biện Cơ biên tập, nếu có, chỉ có thể diễn ra sau thời điểm ngài Huyền Trang dâng sách. Thế nhưng, trong Ký tán lại ghi rõ "tháng 7, mùa thu năm Trinh Quán thứ 20, gác bút hoàn thành". Như vậy, nếu xét đến tất cả những công đoạn như "cung kính nhận tập ghi chép này", "Thượng thư cấp giấy bút", "gắng sức đến mỏi mệt", "thay đổi sắp xếp câu văn", "toàn văn chép lên lụa trắng"... với một bộ sách quan trọng do đích thân nhà vua giao phó, mà có thể hoàn tất trong cùng tháng 7 năm này thì hoàn toàn bất khả thi.

Cho dù biểu tấu của Huyền Trang đề xuất việc cho người đọc lại, nhưng không có tư liệu nào cho thấy việc Đường Thái Tông chấp thuận và cho người biên tập sách. Trong thực tế có thể nhà vua đã hài lòng với bản thảo của ngài Huyền Trang và cho rằng đề nghị của Huyền Trang chỉ là do quá khiêm tốn.

Khả năng suy đoán hợp lý ở đây có thể là người viết Ký tán đã sao chép chính ngày tháng hoàn thành tập sách được ghi trong tờ biểu dâng sách, và cho rằng như vậy sẽ tạo ra sự hợp lý vì thời gian hoàn thành sách là chính xác. Nhưng khi đặt 2 văn bản này cạnh nhau thì sự bất hợp lý đã lộ rõ vì không có thời gian cho công việc của Biện Cơ.

Tất cả những điều khác thường và bất hợp lý như trên khiến chúng tôi tin rằng bài Ký tán không do Biện Cơ viết ra, mà do một người đời sau đã chế tác và đưa vào cuối sách sau khi tác phẩm đã lưu hành. Tuy không chắc rằng sự ngụy tạo này là có dụng ý, nhưng tác động thực tế của nó là đã làm phát sinh và củng cố giả thuyết sai lầm rằng Biện Cơ là người biên soạn *Tây vực ký*.

Nếu không có thêm phát hiện mới nào về các tư liệu đáng tin cậy, chúng ta có lẽ sẽ không bao giờ biết chắc được động cơ thực sự của người viết Ký tán. Nhưng việc chế tác bài văn này và đưa thêm vào *Tây vực ký* là điều hoàn toàn có thể xảy ra. Trong thực tế, cuối quyển 11 của sách này cũng đã có một phần văn bản được thêm vào rất vô lý và chúng tôi đã loại bỏ sau khi phát hiện. Vấn đề của Ký tán phức tạp hơn, vì nhìn thoáng qua nó có vẻ như hợp lý.

Có thể suy đoán về một trong hai khả năng là động cơ của người viết Ký tán. Thứ nhất, trong một thời điểm nào đó về sau, đã có lan truyền giả thuyết về việc Biện Cơ soạn *Tây vực ký*, và người viết Ký tán muốn củng cố giả thuyết đó. Thứ hai, có thể người viết Ký tán cũng là người đầu tiên làm phát sinh giả thuyết sai lầm này, nhưng sự tinh tế của việc lắp ghép đã khiến cho trong suốt một thời gian dài nó được tin nhận mà không ai nghi ngờ.

Chính vì vậy mà hầu hết các tư liệu ban đầu vào đời Đường như đã dẫn ra đều không nhắc đến tên Biện Cơ. Và vai trò của Biện Cơ được nhắc đến trong các nguồn tư liệu xuất hiện về sau này thì lại cho thấy có vẻ như chủ yếu đã dựa vào nội dung bài Ký tán. Nhưng thông tin trong bài Ký tán có nhiều mâu thuẫn đáng ngờ và bất hợp lý, do vậy rất có thể là không hề có việc Biện Cơ vâng chỉ "sắp xếp câu văn". Cho đến nay, chúng tôi vẫn chưa tìm được nguồn tư liệu đáng tin cậy nào có thể chứng minh điều ngược lại.

### 3. Về tác giả một bài tựa trong Tây vực ký

Tây vực ký có 2 bài tựa, một bài là của Kính Bá, và bài còn lại hiện nay trong Đại Chánh tạng ghi là của Trương Thuyết. Một số bản in không có bài tựa thứ nhất, riêng bài tựa thứ hai được in trong tất cả các phiên bản khác nhau của *Tây vực ký*. Bản in trong *Đại Chính tạng* ghi rõ tác giả của bài tựa này: *"Thượng thư Tả bộc xạ, tước Yên quốc công là Trương Thuyết viết bài tựa này.*"[1] Tuy nhiên, hai bản in trong Càn Long Tạng và Vĩnh Lạc Bắc Tạng chỉ thấy ghi danh hiệu *"Thượng thư Tả bộc xạ, tước Yên quốc công"*, không ghi tên Trương Thuyết.

Nghi vấn phát sinh ở đây là, Trương Thuyết sinh năm 667 và mất năm 731. Theo nội dung bài tựa, chúng ta biết là nó được viết trong khoảng thời gian 649 - 683, là thời gian trị vì của Đường Cao Tông, bởi vì trong bài gọi ông vua này là "đức vua hiện nay".[2] Như vậy, tuy không thể xác định chắc chắn bài tựa viết vào năm nào, nhưng phải là lúc Đường Cao Tông còn đang tại vị, cho nên muộn nhất cũng chỉ có thể là năm 683, bởi vì Đường Cao Tông mất vào cuối năm này. Nhưng năm 683 thì Trương Thuyết chỉ mới 16 tuổi, làm sao có khả năng viết ra bài tựa với lời lẽ như thế này? Hơn nữa, vào lúc đó thì ông chưa phải là Yên quốc công, vì con đường quan lộ của ông vốn gập ghềnh, nhiều lần bị giáng tội, phải đến đời Đường Huyền Tông (712 - 716) mới được phong tước Yên quốc công.

Truy tìm trong lịch sử nhà Đường, chúng ta thấy có một người khác mang tước hiệu này là Vu Chí Ninh (于志寧). Ông sinh năm 588, mất năm 665, được phong tước Yên quốc công vào năm 650, tức một năm sau khi Đường Cao Tông lên ngôi. Tiếp theo, năm 651 ông nhậm chức Thượng thư Tả bộc xạ, hoàn toàn đúng với dòng chức vị ghi trên.

Vu Chí Ninh là một học giả uyên bác nổi tiếng đương thời, rất có khả năng là tác giả của bài tựa này. Và như vậy, chúng ta biết thêm một điều là bài tựa chắc chắn phải được viết trong khoảng năm 651 đến năm 665 là năm ông

1 "Thượng thư Tả bộc xạ Yên quốc công Trương Thuyết chế" (尚書左僕射燕國公張說製) ĐCT, T51, 2087, tr.868a, d.4.

2 "Đức vua hiện nay, xưa kia khi còn là thái tử có soạn bài Thuật Thánh Ký gồm 579 chữ." (Kim thượng tích tại xuân vi, tài Thuật Thánh ký, phàm ngũ bách thất thập cửu ngôn. - 今上昔在春闈裁述聖記凡五百七十九言。) ĐCT, T51, 2087, tr.868b, d.19 - 20.

qua đời. Sự nhầm lẫn này của *Đại Chính tạng* bắt nguồn từ việc hai người cùng mang danh hiệu Thượng thư Tả bộc xạ Yên quốc công, nhưng những người biên tập đã sơ ý không thấy được sự bất hợp lý về niên đại.[1] Và vì không có ai khác mang tước hiệu Yên Quốc Công trong giai đoạn lịch sử này, nên chúng ta có thể tin chắc Vu Chí Ninh chính là tác giả của bài tựa thứ hai trong Tây vực ký.

Sự truy cứu như vậy cũng cho chúng ta thấy ra một điểm nữa là bài tựa này không được viết cùng lúc khi sách được hình thành vào năm 646 (niên hiệu Trinh Quán thứ 20). Lý do thứ nhất là vì Vu Chí Ninh gọi Đường Cao Tông là *"đức vua hiện nay"*, cho nên bài tựa phải được viết sau khi Đường Cao Tông lên ngôi. Lý do là thứ hai là để ký tên với danh hiệu Thượng thư Tả bộc xạ Yên quốc công, Vu Chí Ninh phải viết bài tựa này sớm nhất cũng là vào năm 651, sau khi ông được phong chức vụ này. Kết hợp hai lý do này thì biết rằng bài tựa đã được viết cho một lần in nào đó trong khoảng năm 651 đến năm 683 (là năm mất của Đường Cao Tông), không thể có trong bản in (hay chép tay) đầu tiên của năm 646.

## 4. Về năm khởi hành của ngài Huyền Trang

Lời tựa của Kính Bá đặt ở đầu sách Tây vực ký ghi rõ việc ngài Huyền Trang khởi hành vào niên hiệu Trinh Quán thứ ba (629). Thông tin này cũng được lặp lại ở hầu hết các sách khác khi viết về tiểu sử ngài Huyền Trang hoặc nhắc đến chuyến đi của ngài sang Ấn Độ. Những tư liệu quan trọng như *Pháp sư truyện* hoặc *Tục Cao tăng truyện* cũng đều nói rằng ngài Huyền Trang từ Trường An ra đi vào tháng 8, niên hiệu Trinh Quán năm thứ ba.

Tuy nhiên, trong biểu tấu dâng lên vua Đường Thái

[1] Thomas Watters đã phát hiện sai lầm này từ năm 1904, dù ông chưa nêu vấn đề thật chi tiết và rõ ràng.

Tông để thỉnh cầu viết lời tựa cho việc lưu hành kinh điển đã dịch, ngài Huyền Trang tự nói rõ việc đi thỉnh kinh là vào năm Trinh Quán nguyên niên: "Sa môn Huyền Trang thưa: Huyền Trang này vào năm đầu niên hiệu Trinh Quán đã đi sang Tây Vực." Toàn văn tờ biểu này được chép trong *Quảng hoằng minh tập*.[1]

Trong một biểu tấu khác dâng lên nhà vua khi quay về đến nước Cù tát đán na (Vu điền), ngài Huyền Trang viết "...trải xem khắp nơi mười bảy năm qua".[2] Lúc đó là năm Trinh Quán thứ 18 (644), nếu tính từ năm ra đi là 629 thì chỉ có 15 năm, hoặc theo cách tính luôn cả năm đi lẫn năm về thì cũng chỉ có 16 năm, cả 2 cách tính đều không phù hợp. Nhưng nếu tính ngài ra đi năm 627 thì đến năm 644 là đúng 17 năm.

*Pháp sư truyện* kể việc ngài Huyền Trang ra đi vừa đến Kinh Châu ghi rằng: "Bấy giờ chính sự trong nước hãy còn mới, biên cương chưa mở rộng, nghiêm cấm dân chúng không cho ra khỏi nước."[3] Đáng chú ý ở đây là, Đường Thái Tông lên ngôi vào tháng 9 năm 626, lấy niên hiệu Trinh Quán nguyên niên là năm 627. Điều này cho thấy, thời điểm ngài Huyền Trang ra đi hẳn phải là năm 627, cho nên nói "chính sự trong nước hãy còn mới". Nếu khi ấy là năm 629, trải qua 3 năm cầm quyền rồi thì sao có thể gọi là "mới"?

---

1 *Quảng hoằng minh tập*, quyển 22, Thỉnh ngự chế kinh tự biểu (請御制經序表): "Sa môn Huyền Trang ngôn: Trang dĩ Trinh Quán nguyên niên vãng du Tây Vực."(沙門玄奘言。奘以貞觀元年往遊西域。) (ĐCT, T52, 2103, tr.258a, d.9 - 17) Toàn văn tờ biểu này cũng được chúng tôi chuyển dịch và giới thiệu trong lần xuất bản này.

2 Pháp sư truyện, quyển 5: "... lịch lãm chu du nhất thập thất tải" (歷覽周遊一十七載) ĐCT, T50, 2053, tr.251c, d.26 - 27.

3 *Pháp sư truyện*, quyển 1: "Thời quốc chính thượng tân, cương trường vị viễn, cấm ước bá tánh bất hứa xuất phiên." (時國政尚新，疆場未遠，禁約百姓不許出蕃。) ĐCT, T50, 2053, tr.223a, d.6 - 7.

Việc ngài Huyền Trang khởi hành vào Trinh Quán nguyên niên cũng được *Cựu Đường thư* ghi chép trong phần nói về ngài Huyền Trang: "Vị tăng Huyền Trang, họ Trần... ... đầu niên hiệu Trinh Quán, theo các thương nhân đi sang Tây vực.[1]

Những cứ liệu này làm nảy sinh nghi vấn về thời điểm khởi hành sang Ấn Độ của ngài Huyền Trang, có thể không phải năm 629, Trinh Quán năm thứ ba, mà là năm 627, tức Trinh Quán nguyên niên. Học giả Tiền Đại Hân (錢大昕, 1728 - 1804) vào đời nhà Thanh có lẽ là người đầu tiên nêu ra nghi vấn này. Tuy nhiên, với quá nhiều các tài liệu ghi chép khác, nên các thông tin như trên dường như chưa đủ thuyết phục.

Vào năm 1921, Lương Khải Siêu (梁启超, 1873 - 1929) trong *Trung Quốc Lịch Sử Nghiên Cứu Pháp* (中國歷史研究法) nhắc lại nghi vấn này và dẫn Tân Đường thư để chứng minh rằng năm xuất du của Huyền Trang là Trinh Quán nguyên niên: "Năm Trinh Quán thứ hai, Diệp Hộ chết, trong nước ấy loạn lạc..."[2]

Diệp Hộ tức là Khả hãn Diệp Hộ, người mà ngài Huyền Trang đã gặp tại Thiên Tuyền. Và như vậy, nếu ngài Huyền Trang khởi hành vào năm thứ ba (629) thì không thể gặp vị Khả hãn này.

Có giả thuyết cho rằng ngài Huyền Trang đã gặp vị Khả hãn khác và nhầm lẫn cho rằng đó là Khả hãn Diệp Hộ. Tuy nhiên, *Pháp sư truyện* ghi chép chi tiết cho thấy

---

1 *Cựu Đường thư* (舊唐書), phần Liệt truyện, quyển 141: "Tăng Huyền Trang, tánh Trần thị... ... Trinh Quán sơ, tùy thương nhân vãng du Tây vực." (僧玄奘，姓陳氏... ...貞觀初，隨商人往游西域 。)

2 *Tân Đường thư* (新唐書), quyển 217, Liệt truyện (列傳), Hồi Hột phần hạ (回紇下): "Trinh Quán nhị niên, Diệp Hộ tử, kỳ quốc loạn..."(貞觀二年，葉護死，其國亂...)

ngài Huyền Trang biết rất rõ về ông. Khi đến Hoạt quốc gặp vị Đát Độ Thiết ở đây, ngài Huyền Trang cho biết ông này là "con trai trưởng của Khả hãn Diệp Hộ, cũng là em rể vua Cao Xương".[1] Chi tiết này cho thấy ngài Huyền Trang không chỉ gặp thoáng qua, mà là hiểu biết rất cặn kẽ về thân thế, dòng tộc. Do vậy không thể có sự nhầm lẫn.

*Tân Đường thư* cũng ghi chép tương tự là sau khi Khả hãn Diệp Hộ chết, tình hình Đột Quyết trở nên hỗn loạn, các phe phái liên tục đánh nhau, thậm chí vua Đường Thái Tông sai sứ giả sang viếng nhưng không thể đi đến nơi được: "Hoàng đế muốn đưa ngọc và lụa đến thiêu tại tang lễ bên nước ấy, nhưng gặp loạn lạc, không đi đến được."[2]

Tình hình bất ổn đó còn kéo dài nhiều năm sau, cho nên "tìm trong cả 2 bộ *Đường thư*, từ năm 629 (Trinh Quán thứ ba) cho đến năm 633 (Trinh Quán thứ bảy) đều không thấy một cuộc đi sứ qua lại nào giữa nhà Đường và Đột Quyết".[3] Thế nhưng *Pháp sư truyện* kể việc ngài Huyền Trang gặp Khả hãn Diệp Hộ lại có đoạn viết: "Lát sau, lại dẫn sứ nhà Hán và sứ nước Cao Xương vào, trình quốc thư và tín vật..."[4] Nếu ngài Huyền Trang ra đi năm 629, đến Thiên Tuyền năm 630, trong tình hình loạn lạc như đã nói thì làm sao có sứ giả nhà Hán đến gặp Khả hãn?

Như vậy, trong tình hình chiến sự hỗn loạn thì ngài

---

[1] *Pháp sư truyện*, quyển 2: "Chí Hoạt quốc, tức Diệp Hộ Khả hãn trưởng tử Đát Độ Thiết sở cư chi địa, hựu thị Cao Xương vương muội tế." (至活國，即葉護可汗長子呾度設所居之地，又是高昌王妹婿。) ĐCT, T50, 2053, tr.228a, d.3 - 5.

[2] *Tân Đường thư* (新唐書), quyển 215, Đột Quyết liệt truyện (突厥列傳) phần hạ: "Đế dục tê ngọc bạch phần tế kì quốc, hội loạn, bất quả chí." (帝欲齎玉帛焚祭其國，會亂，不果至。)

[3] Dương Đình Phúc, *Huyền Trang niên phổ*, sách đã dẫn, trang 97 - 98.

[4] *Pháp sư truyện*, quyển 2: "Tu du, cánh dẫn Hán sứ cập Cao Xương sứ nhân nhập, thông quốc thư cập tín vật..." (須臾，更引漢使及高昌使人入，通國書及信物...) ĐCT, T50, 2053, tr.227b, d.12 - 13.

Huyền Trang không thể ra đi vào năm 629. Nhưng thực tế ngài Huyền Trang đã đi và gặp Khả hãn Diệp Hộ ở Thiên Tuyền, rồi bình yên đi qua các nước thuộc Đột Quyết, điều này cho thấy chuyến đi phải được thực hiện trước khi loạn lạc xảy ra.

Có thể thấy rõ hơn bối cảnh chiến tranh trong giai đoạn này qua truyện Công Tôn Vũ Đạt (公孫武達) được chép trong *Cựu Đường thư*:

> *"Công Tôn Vũ Đạt, người huyện Lạc Dương, Ung Châu. Từ nhỏ đã có sức mạnh hơn người, nổi tiếng hào hiệp... ... Đầu niên hiệu Trinh Quán (627), ông giữ chức Kiểm hiệu Hữu giám môn tướng quân, sau thăng chức Thứ sử Túc Châu. Hơn một năm sau, mấy ngàn kỵ binh Đột Quyết cùng hơn 10.000 xe lương thực khí giới xâm nhập Túc Châu, định tiến về phía nam vào đất Thổ cốc hồn. Vũ Đạt dẫn 2.000 quân đụng độ với quân tinh nhuệ của địch, giao chiến ác liệt, quân địch lui dần. Ông cho quân đánh gấp tới, cuối cùng quân địch đại bại, bị dồn đến sông Trương Dịch..."*[1]

"Hơn một năm sau" tức là vào năm Trinh Quán thứ hai (628), phù hợp với *Tân Đường thư* nói "Năm Trinh Quán thứ hai, Diệp Hộ chết, trong nước ấy loạn lạc..." Khi Khả hãn Diệp Hộ còn sống, quan hệ với nhà Đường rất tốt, sứ thần thường xuyên qua lại. Sau khi Diệp Hộ chết, nội bộ Đột Quyết tranh giành quyền lực, liên tục đánh nhau và cũng đồng thời thường xuyên quấy phá biên giới phía

[1] *Cựu Đường thư*, quyển 57, phần Liệt truyện, truyện Công Tôn Vũ Đạt: "Trinh Quán sơ, kiểm hào Hữu giám môn tướng quân, tầm trừ Túc châu Thứ sử. Tuế dư, Đột Quyết số thiên kỵ truy trùng vạn dư nhập xâm Túc châu, dục nam nhập Thổ cốc hồn. Vũ Đạt lĩnh nhị thiên nhân dữ kỳ tinh đoái tương ngộ, lực chiến, lỗ sảo khước, cấp công chi, toại đại hội, tễ chi ư Trương dịch hà." (公孫武達者雍州櫟陽人也。少有膂力，稱為豪俠……貞觀初，檢校右監門將軍，尋除肅州刺史。歲餘，突厥數千騎、輜重萬餘入 侵 肅州，欲南入吐谷渾。武達領二千人與其精銳相遇，力戰，虜稍卻，急攻之，遂大潰，擠之於張掖河。)

bắc của nhà Đường. Tình hình này ngày càng căng thẳng, cho đến năm Trinh Quán thứ ba (629), Đường Thái Tông phải cho quân chinh phạt. Chiến sự vào năm này được ghi trong *Cựu Đường thư* ở truyện về Lý Tĩnh (李靖):

> *"Năm Trinh Quán thứ ba, [Lý Tĩnh] được phong làm Tổng quản Hành quân đạo Thông Mạc. Khi [tiến quân] đến Vân Trung, gặp quân Đột Quyết của Khả hãn Hiệt lợi, hai bên đại chiến ở Bạch Đạo. Quân Đột Quyết thua, lui về đóng trại tại Khích khẩu, sai sứ cầu hòa."*[1]

Cuộc chiến vẫn kéo dài đến tháng 4 năm Trinh Quán thứ tư, khi Khả hãn Hiệt lợi bị bắt thì quân Đột Quyết mới được dẹp yên. Từ đó, Đột Quyết thần phục và tôn xưng Đường Thái Tông là Thiên Khả hãn (天可汗). Cựu Đường thư ghi chép việc này trong quyển 3, Thái Tông bản kỷ, phần hạ, ghi chép sự việc vào niên hiệu Trinh Quán thứ tư:

> *"Mùa hạ, tháng tư, ngày Đinh Dậu, [Thái Tông] ngự tại Thuận Thiên môn, quân sĩ bắt được Hiệt lợi giải đến, dâng tin thắng trận. Từ đó, các phiên thuộc phía tây bắc đều tôn xưng [Đường Thái Tông] là "Thiên Khả hãn", bấy giờ triều đình ban chiếu thư cùng ngọc ấn sắc phong cho các thủ lĩnh, kiêm dùng cả hai tôn hiệu."*[2]

---

[1] *Cựu Đường thư*, quyển 71, phần Liệt truyện (列傳), truyện Lý Tĩnh: "Trinh Quán tam niên, vi Thông Mạc đạo Hành quân Tổng quản, chí Vân Trung, dữ Đột Quyết Hiệt lợi Khả hãn binh hội, đại chiến ư Bạch đạo, Đột Quyết bại, đồn doanh ư Thích khẩu, khiển sứ thỉnh hòa." (貞觀三年，為漢道行軍總管。至雲中，與突厥頡利可汗兵會，大戰於白道。突厥敗，屯營於磧口，遣使請和。)

[2] *Cựu Đường thư*, quyển 3, Thái Tông bản kỷ, phần hạ (太宗本紀下): "Hạ tứ nguyệt Đinh Dậu, ngự Thuận Thiên môn, quân lại chấp Hiệt lợi dĩ hiến tiệp. Tự thị tây bắc chư phiên hàm thỉnh thượng tôn hiệu vi Thiên khả hãn. Ư thị giáng tỷ thư sách mệnh kỳ quân trưởng, tắc kiêm xưng chi." (夏四月丁酉，御順天門，軍吏執頡利以獻捷。自是西北諸蕃咸請上尊號為「天可汗」，於是降璽書冊命其君長，則兼稱之。)

Những ghi chép cụ thể từ các nguồn tư liệu như trên cho thấy rõ bối cảnh lịch sử hỗn loạn trong giai đoạn từ năm Trinh Quán thứ hai (628) cho đến đầu năm Trinh Quán thứ tư (630). Như vậy, đường đi về biên giới phía bắc không thể có được khung cảnh bình yên trong những năm này. Tuy nhiên, *Pháp sư truyện* kể việc ngài Huyền Trang đến Lương châu nói rằng:

> *"Dừng lại hơn một tháng, hàng tăng sĩ và cư sĩ đều thỉnh giảng các kinh Niết bàn, Nhiếp luận và Bát nhã, Pháp sư đều vì họ khai giảng. Lương Châu là đô hội của vùng Hà Tây, nằm ở vị trí then chốt nối với các nước Tây Phiên và vùng Thông lĩnh, thương nhân qua lại không lúc nào ngưng dứt. Vào những ngày khai giảng, người đến nghe rất đông, ai nấy đều cúng dường vật quý báu, cúi đầu đảnh lễ và tán thán..."*[1]

Với khung cảnh được mô tả như trên, chúng ta thấy việc buôn bán giao thương vẫn tấp nập qua lại. Đặc biệt, những ngày giảng kinh đều có đông người đến nghe, cúng dường lễ vật... Điều này hoàn toàn không giống với bối cảnh thời loạn. Nếu đặt khung cảnh này vào năm Trinh Quán thứ ba thì thực sự rất đáng ngờ.

Xét tất cả các yếu tố trên thì có phần chắc là ngài Huyền Trang đã xuất phát vào Trinh Quán nguyên niên (627) chứ không phải vào năm Trinh Quán thứ ba (629).

---

[1] *Pháp sư truyện*, quyển 1: "Đình nguyệt dư nhật, đạo tục thỉnh khai Niết bàn, Nhiếp luận cập Bát nhã kinh, Pháp sư giai vị khai phát. Lương châu vi Hà Tây đô hội, khâm đái Tây Phiên, song hữu chư quốc, thương lữ vãng lai, vô hữu đình tuyệt. Thời khai giảng nhật, thịnh hữu kì nhân, giai thí trân bảo, kê tảng tán thán." (停月餘日，道俗請開涅槃，攝論及般若經，法師皆為開發。涼州為河西都會，襟帶西蕃，葱右諸國，商侶往來，無有停絕。時開講日，盛有其人，皆施珍寶，稽顙讚歎) ĐCT, T50, 2053, tr.222c, d.26 - 223a, d.1.

Như vậy tại sao hầu hết các tài liệu hiện còn đều ghi là "Trinh Quán tam niên" thay vì "Trinh Quán nguyên niên"? Tất nhiên, các tác giả đương thời như Vu Chí Ninh, Huệ Lập, Ngạn Tông, Đạo Tuyên... hẳn không thể nào nhầm lẫn như vậy. Việc ngài Huyền Trang đi Ấn Độ là sự kiện quan trọng diễn ra ngay trong cuộc đời họ và khi chấp bút kể lại thì vẫn chưa quá lâu nên không thể có sự sai lầm. Tuy nhiên, có thể giả định rằng sự sai lệch này đã diễn ra rất lâu về sau qua sự sao chép, khắc in lại các tác phẩm. Đối với các bản chép tay, sự khác biệt giữa chữ nguyên (元) và chữ tam (三) không lớn lắm và rất dễ nhầm lẫn nếu bản gốc bị nhòe hoặc sờn rách... Sai lệch đầu tiên có thể đã xảy ra với một vài bản sao chép nào đó và lâu ngày được nhân rộng thành nhiều bản. Khi sự nhầm lẫn về sau vô tình được cho là đúng, thì ngược lại chính những bản in đúng sẽ bị cho là sai, và quá trình "hiệu đính ngược" có thể đã diễn ra trong nhiều thế kỷ, khiến cho các bản sai lệch dần trở thành tuyệt đại đa số, cho dù hiếm hoi vẫn còn những tài liệu chép đúng như trong *Quảng Hoằng Minh Tập* và *Cựu Đường thư*.

Dù sao thì đây cũng chỉ là giả thuyết nhằm giải thích một thực tế sai lệch mà chúng ta đã chứng minh được. Sự sai lệch này cần thiết phải được điều chỉnh để người đọc có thể hiểu đúng về *Tây vực ký* mà không nảy sinh sự hoài nghi khi so sánh với các sự kiện đương thời trong lịch sử. Bởi vì ngài Huyền Trang là một nhân vật lịch sử, việc ngài đi Ấn Độ thỉnh kinh là một sự kiện lịch sử, do đó nhất thiết phải được đặt trong bối cảnh lịch sử xác thật. Qua các tư liệu đã dẫn trên, việc xác định thời điểm khởi hành của ngài vào niên hiệu Trinh Quán thứ ba (629) sẽ không phù hợp, trong khi thời điểm khởi hành vào niên hiệu Trinh quán nguyên niên (627) khi loạn lạc chưa xảy ra là hoàn toàn hợp lý.

## KẾT LUẬN

*Tây vực ký* ra đời đến nay đã gần 14 thế kỷ, trải qua biết bao lần sao chép, in ấn mới có thể truyền lại nội dung ban đầu đến với chúng ta. Trong thực tế, các cổ bản độc lập của tác phẩm này hầu như đều đã mất. Năm 1981, Trung Hoa thư cục (中華書局) xuất bản *Đại Đường Tây vực ký cổ bản tam chủng* (大唐西域記古本三種) gồm tất cả những đoạn văn còn giữ được trong các cổ bản Đôn Hoàng (bản chép tay), bản Phúc Châu (福州) thời Bắc Tống (960 - 1126) và bản Triệu Thành (趙城) vào đời Kim (1115 - 1234). Nhưng dù được gộp lại như vậy vẫn không đủ để hình thành một bản hoàn chỉnh.

Bản in độc lập nguyên vẹn cổ xưa nhất của *Tây vực ký* tại Trung quốc là từ đời nhà Minh (1368 - 1644), muộn hơn rất nhiều so với sự ra đời của các bản in Đại tạng kinh. Như chúng ta đã biết, bản in đầu tiên được đưa vào Khai Bảo tạng là khoảng năm 983, nhưng đến nay hầu như không còn tìm thấy nữa, chỉ còn bản in lại trong các bộ Đại tạng kinh khắc in về sau. Trong khi đó, bản in *Tây vực ký* trong *Cao Ly tân tạng* hoàn thành năm 1244 là bản in xưa nhất còn giữ được nguyên vẹn đến ngày nay. Những điều này cho thấy tính phức tạp trong việc truy nguyên văn bản Tây vực ký.

Và với tình trạng văn bản như vậy, chúng ta đành phải chấp nhận việc phát sinh ít nhiều sai sót trong quá trình sao chép. Điều may mắn là những sai lệch đã phát hiện cũng chỉ là nhỏ nhặt, không đến mức làm thay đổi nội dung chính của tập sách. Tuy nhiên, khi nhìn từ góc độ nghiên cứu lịch sử thì tất yếu những điều bất hợp lý vẫn cần phải được nhìn nhận và giải quyết, để phần nào trả lại cho tác phẩm những giá trị nguyên vẹn của ban đầu. Và những điểm chúng tôi vừa nêu ra, tuy không quá lớn lao nhưng thực sự cũng không phải là không quan trọng.

Việc điều chỉnh những sai sót này cũng là một phần trách nhiệm của chúng ta hiện nay đối với các thế hệ đi sau, bởi bất kỳ sự sai lệch nào trải qua thời gian lâu dài hơn đều sẽ khó khăn hơn trong việc phát hiện và chỉnh sửa.

Qua việc thu thập và khảo sát, phân tích các tài liệu liên quan, chúng ta đã làm sáng tỏ một số điểm nghi vấn quan trọng về Tây vực ký. Chúng ta đã làm rõ việc ngài Huyền Trang là người đã biên soạn tác phẩm này, và cách ghi chép hiện nay rằng *"Huyền Trang dịch, Biện Cơ soạn"* là một sự nhầm lẫn lưu truyền quá lâu, đã đến lúc cần điều chỉnh lại. Liên quan đến sự nhầm lẫn này, chúng ta cũng đã chứng minh rằng bài Ký tán cuối sách rất có thể không phải do Biện Cơ viết, và do đó vai trò của Biện Cơ trong việc biên soạn Tây vực ký là rất đáng ngờ, vì một số thông tin liên quan đến việc này có thể đã dựa vào chính bài Ký tán. Ngoài ra, chúng ta cũng đã xác định được Vu Chí Ninh là tác giả thực sự của bài tựa thứ hai trong Tây vực ký, không phải là Trương Thuyết như hiện nay trong Đại Chánh tạng vẫn còn ghi. Và đặc biệt là những cứ liệu lịch sử được dẫn ra đã cho thấy cần phải điều chỉnh lại một mốc thời gian quan trọng: Ngài Huyền Trang đã khởi hành sang Ấn Độ vào năm 627 chứ không phải năm 629.

Tất cả những điểm sai lệch được nêu ra đều dựa trên nền tảng phân tích và đối chiếu các nguồn tư liệu khách quan, góp phần soi rọi những tia sáng mới xuyên qua lớp bụi thời gian, làm rõ hơn bức tranh lịch sử về một trong những tác phẩm quan trọng nhất của Phật giáo Trung Hoa cũng như của toàn thế giới. Hy vọng những đóng góp này sẽ giúp đưa ra một cách nhận hiểu mới, góp phần làm tăng thêm giá trị và sự chính xác trong việc nghiên cứu tác phẩm cổ xưa quý giá này.

***Nguyễn Minh Tiến***

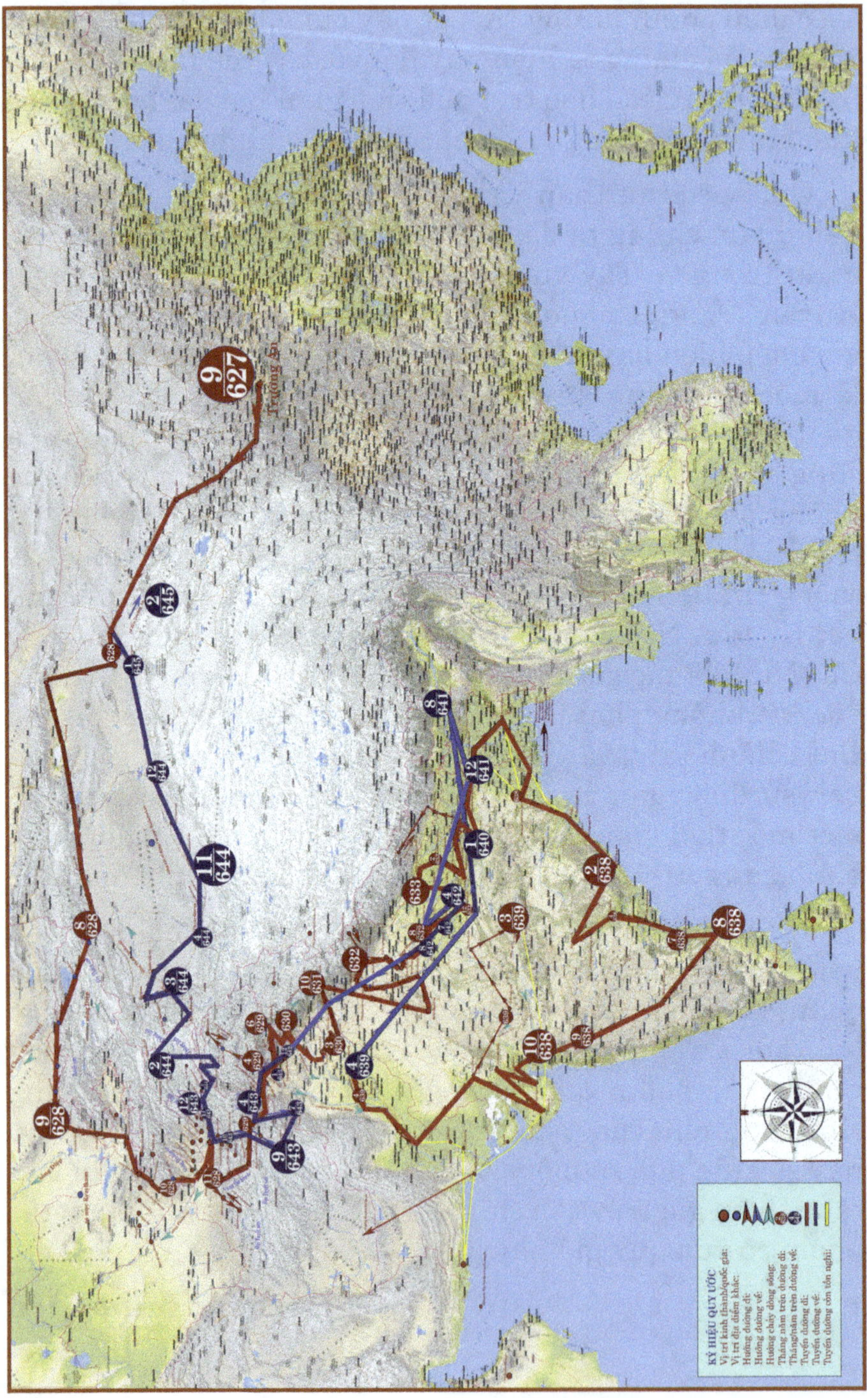


Toàn bộ thời gian và hành trình của ngài Huyền Trang trong Tây vực ký

# Tài liệu tham khảo

## • Đại Chánh tạng


1. Đạo Tuyên soạn, Đại Đường Nội điển lục (廣弘明集), ĐCT, T55, 2149.
2. Đạo Tuyên soạn, Quảng hoằng minh tập (廣弘明集), ĐCT, T52, 2103.
3. Đạo Tuyên soạn, Thích-ca phương chí (釋迦方志), ĐCT, T51, 2088.
4. Đạo Tuyên soạn, Tục Cao tăng truyện (續高僧傳), ĐCT, T50, 2560.
5. Huệ Lâm soạn, Nhất Thiết Kinh Âm Nghĩa (一切經音義), ĐCT, T54, 2128.
6. Huệ Lập khởi soạn, Ngạn Tông hoàn tất, Đại Đường Đại Từ Ân tự Tam Tạng Pháp sư truyện (大唐大慈恩寺三藏法師傳), ĐCT, T50, 2053.
7. Khuyết danh, Tự Sa-môn Huyền Trang thướng biểu ký (寺沙門玄奘上表記), ĐCT, T52, 2119.
8. Minh Tường soạn, Đại Đường Cố Tam Tạng Huyền Trang Pháp sư hành trạng (大唐故三藏玄奘法師行狀), ĐCT, T50, 2052.
9. Niệm Thường soạn, Phật Tổ lịch đại thông tải (佛祖歷代通載), quyển 11, ĐCT, T49, 2036.
10. Trí Thăng soạn, Khai nguyên Thích giáo lục (開元釋教錄), ĐCT, T55, 2154.
11. Viên Chiếu soạn, Trinh Nguyên tân định Thích giáo mục lục (貞元新定釋教目錄), ĐCT, T55, 2157.


## • Tài liệu Hán ngữ


12. Chương Tốn và Nhuế Truyền Minh, Đại Đường Tây vực ký đạo độc (大唐西域記導讀), Ba Thục Thư Xã, Tứ Xuyên, 1989.

13. Chu Liên Khoan, Đại Đường Tây vực ký Sử Địa Nghiên Cứu Tùng Cảo (大唐西域记史地研究丛稿), Trung Hoa thư cục, Bắc Kinh, 1984.

14. Dương Đình Phúc, Huyền Trang niên phổ (玄奘年譜), Trung Hoa thư cục, Bắc Kinh, 1988.

15. Ngô Thừa Lạc, hiệu đính: Trình Lý Tuấn, Trung quốc độ lượng hành sử (中國度量衡史), Thương vụ ấn thư quán,Thượng Hải, 1937

16. Phạm Tường Ung, Đại Đường Tây vực ký hội hiệu (大唐西域記匯校), Thượng Hải cổ tịch xuất bản xã, 2018.

17. Quý Tiễn Lâm và đồng sự, Đại Đường Tây vực ký hiệu chú (大唐西域記校注), Trung Hoa thư cục, Bắc Kinh, 1985.

18. Quý Tiễn Lâm và đồng sự, Đại Đường Tây vực ký hiệu chú (大唐西域記校注), Trung Hoa thư cục, Bắc Kinh, 1985.

19. Quý Tiễn Lâm và đồng sự, Đại Đường Tây vực ký kim dịch (大唐西域記今譯), Nxb Nhân Dân Thiểm Tây, 1985.

20. Trần Phi, Tân dịch Đại Đường Tây vực ký (新譯大唐西域記), Tam Dân Thư Cục, Đài Bắc, 1998.

- **Tài liệu Anh, Pháp ngữ**

21. Beal, Samuel (translator), Buddhist Records Of The Western World (2 volumes), Trubner & Co, London, 1884.

22. Cunningham, Alexander, The ancient geography of India, Trübner & Co., London, 1871.

23. Hy, Lý Vinh (translator), The Great Tang Dynasty Record of the Western Regions, BDK America, Inc., 1996.

24. Julien, Stanislas Aignan (traducteur), Mémoires sur les Contrées Occidentales, L'imprimerie Impériale, Paris, 1857.

25. Watters, Thomas (translator), On Yuan Chwang's Travels in India (2 volumes), Royal Asiatic Society, London, 1904-1905.

# Giới thiệu sơ lược về tác giả

**Nguyễn Minh Tiến**

- Tên thật Nguyễn Minh Tiến, bút danh Nguyên Minh, sinh năm 1961 tại Quảng Ngãi, miền Trung Việt Nam.
- Năm 2002, xuất bản Từ điển Thuật ngữ chuyên ngành Báo Chí Anh-Việt (NXB Thông Tấn),
- Năm 2003, sáng lập Tủ sách Rộng Mở Tâm Hồn với mục tiêu chuyển tải Phật pháp bằng hình thức đơn giản dễ hiểu dành cho tuổi trẻ. Hơn 20 tựa sách đã được phát hành hàng chục ngàn bản.

Từ tủ sách này sau đó đã hình thành website Rộng Mở Tâm Hồn, phổ biến miễn phí các kinh sách, tài liệu Phật học (www.rongmotamhon.net).

- Năm 2006, xuất bản Từ điển Thành ngữ Anh-Việt (NXB Trẻ).
- Năm 2009, Việt dịch và chú giải kinh Đại Bát Niết-bàn (NXB Tôn giáo).
- Năm 2016, khởi thảo, biên soạn và xuất bản Mục lục Đại Tạng Kinh Tiếng Việt (NXB Tôn giáo), tái bản bản Việt dịch kinh Đại Bát Niết-bàn (NXB Tôn giáo).
- Từ năm 2019 là Tổng thư ký Liên Phật Hội (United Buddhist Foundation - www.unitedbuddhist.org), Trụ sở chính đặt tại Westminster, California, Hoa Kỳ.
- Điều hành Nhà xuất bản Liên Phật Hội - United Buddhist Publisher (UBP) từ năm 2016, xuất bản nhiều kinh sách Phật học qua hệ thông POD (Print-On-Demand) và phân phối toàn cầu.
- Thành viên Hội Đồng Chuyên Gia, Dự án Kinh điển Phương Đông thuộc Viện Trần Nhân Tông, Đại học Quốc Gia Hà Nội.
- Hiện đã có hơn trăm tác phẩm kinh sách Phật học xuất bản và lưu hành rộng rãi. Xem tại https://www.amazon.com/author/minhtien
- Một số tác phẩm, dịch phẩm tiêu biểu gồm có: Kinh Đại Bát Niết Bàn, Quy nguyên trực chỉ, Kinh Bi Hoa, Thiếu Thất lục môn, Sen búp dâng đời, Tự lực và tha lực trong Phật giáo, Bát-nhã Tâm Kinh Khảo luận, Mục lục Đại Chánh Tân Tu Đại Tạng Kinh, Mục lục Đại Tạng Kinh Tiếng Việt, Tổng quan kinh Đại Bát Niết Bàn, An Sĩ Toàn Thư, Lược sử Phật giáo, Học Phật đúng pháp, Sống Thiền, Gõ Cửa Thiền, Tây Vực Ký v.v...

Phụ bản 12: Hoa thược dược - Photo Lương Nguyên Hiền

# trang thơ

# TỊNH BÌNH

## ĐƯỜNG MÂY TRẮNG GỌI

*Giọt nước nào rơi xuống*
*Hạt bụi nào bay lên*
*Nỗi buồn như rất thật*
*Sao chẳng thể thành tên...*

*Phiến mây trầm u uất*
*Lạc về đâu mưa nguồn*
*Lũ ve ngày tháng hạ*
*Dóng dả tựa hồi chuông*

*Triệu bước đi mải miết*
*Trên con đường ngàn năm*
*Trong vô vàn gương mặt*
*Đâu chân diện mục mình ?*

*Người rong chơi sáu cõi*
*Đã đến và rời xa*
*Dưới bóng cây cổ thụ*
*Hoài niệm ánh trăng già*

## NHỮNG CHIỀU ĐÔNG...

*Chút se lạnh gọi đông về nhóm lửa*
*Ta miên man trong nỗi nhớ quê nhà*
*Họa ký ức bằng trang thơ giấy trắng*
*Những chiều đông sương đọng cánh đồng xa*

*Con cúm núm kêu chi lời khắc khoải*
*Chân đất đầu trần nào đã hay đông*
*Gió vi vút chật rồi manh áo cũ*
*Lấp lóa bờ tre chào nhé ánh trời hồng*

*Thoi thóp nắng những chiều vàng lịm tắt*
*Lũ trẻ mục đồng í ới gọi xa xa*
*Nhớ khói lam quê thơm mùi cố xứ*
*Củi ướt mắt nhòe thương lắm mẹ ta*

*Khỏa bóng hoàng hôn cánh chim về tổ*
*Mái nhà xưa ngỡ từng sợi đông lùa*
*Se sắt nhớ dòng sông năm tháng ấy*
*Gió cuối ngày phơ phất bóng lau khua...*

## TỰ TÌNH LỜI QUÊ

*Bần thần ngọn gió sang thăm*
*Gợi bao hồi ức xa xăm thuở nào*
*Quê hương cắt rốn chôn nhau*
*Bờ ao rau muống trăng sao quê nhà*

*Khói lam từng đợt xa xa*
*Nơi phương ấy... mái nhà ta có còn ?*
*Thềm rêu nhạc dế nỉ non*
*Thành giếng cũ mảnh trăng con ướt nhòe*

*Lối mòn râm mát bờ tre*
*Thân thương quang gánh mẹ về sớm hôm*
*Mồ hôi nên bát cơm thơm*
*Đồng sâu chẳng quản rạ rơm nên tình*

*Đò chiều gác mái im thinh*
*Vỗ về cánh gió tự tình lời quê*
*Dẫu là muôn dặm bùa mê*
*Quê hương vẫn chốn trở về trong tim...*

## VỚI MƯA KHUYA...

*Mưa rơi trên mái nhà ta*
*Thanh âm đậm nhạt chợt xa chợt gần*

*Đêm nằm nghe tiếng mưa ngân*
*Rửa trôi bao niệm tham sân não phiền*

*Mưa rơi giọt giọt điềm nhiên*
*Đâu hay có kẻ lặng yên... khuya rồi...*

*Sớm mai tỉnh giấc tinh khôi*
*Giọt sương ngọn cỏ trên môi nụ cười...*

## VỚI HOÀNG HÔN

*Những buổi chiều đứng tựa hoàng hôn*
*Ngọn gió mềm lặng thinh ủ rũ*
*Giật mình sau lưng hoa sứ rụng*
*Sao không thấy nữa rồi núi quê mẹ phía xa xa...*

*Hỏi những đám mây thênh thang trôi về đâu*
*Chú sẻ nâu trầm ngâm trong chiếc lồng*
*đóng khung vòm trời chật chội*
*Chút gió mơn man vỗ về*
*Sao nguôi nỗi thèm bầu trời xanh day dứt*

*Rồi sẽ tàn cơn vọng tưởng*
*Đốm mắt chiều le lói*
*Giờ đi đâu biền biệt không lời*
*Níu vào đâu chênh vênh nỗi nhớ*
*Tự nhủ mình đừng yếu đuối*
*Thầm nhắc lòng có kịp buồn không?*

*Mường tượng buổi trở về theo đám mây qua*
*Ngồi thật im bên bãi bờ đầy nắng*
*Buổi chiều quê hương chìm trong bóng mắt*
*Núi xa xa*
*Phơ phất rặng lau già...*

## VỚI ĐÓA SEN KHÔ

*Phác họa buổi sớm bằng vài giọng chim*
*Chút nắng đậu về bên hiên*
*Chỏng chơ hồ nước cạn*
*Dưới lớp bùn đen kia*
*Cuộc oằn mình trở dạ của hạt sen khô*

*Những bước đi*
*Những chặng đường không dừng lại*
*Ta cố buộc mình đứng ngoài cuộc buồn thương giận ghét*
*Ai cùng ai đang diễn một vở tuồng?*

*Trên mái thời gian tiếng chim vừa đập cánh*
*Gió rụng trên cành trơ trọi lá*
*Những sao mai đánh thức hồi chuông*
*Người kịp quay về từng nhịp hơi chánh niệm*

*Trôi tuột tiếng gà khuya*
*Trăng hóa thạch trên nền trời đen câm lặng*
*Đóa sen già trút tàn y cánh mỏng*
*Ban mai diệp lục trên tầng lá non...*

*Đời ta sương lá cỏ*
*Trước bình minh cúi đầu*
*Đường xưa mây trắng gọi*
*Đã qua rồi bể dâu...*

***TỊNH BÌNH***

## Giới thiệu sơ lược về tác giả

**Tịnh Bình**

- Tên thật: Nguyễn Thị Bình - Bút danh Tịnh Bình
- Hiện cư trú tại Thị Trấn Gò Dầu, huyện Gò Dầu, tỉnh Tây Ninh, Việt Nam

Phụ lục 13: Hoa hồng môn - Photo Lương Nguyên Hiền

## *Nguyên Tánh Nguyễn Hiền-Đức*

# Thầy Tôi - Ôn Minh Châu

*(Vài kỷ niệm về việc in Trường Bộ Kinh, Trung Bộ Kinh & Kinh Lời Vàng)*

*Thành kính tưởng niệm*
*Đại lão Hòa thượng Thích Minh Châu (1918-2012)*

## I. VỀ VIỆC DỊCH KINH TẠNG PALI RA TIẾNG VIỆT

*Trường Bộ Kinh tập I* in năm 1965. Trong Lời Giới thiệu, (Phật lịch 2508. Sài Gòn 01.02.1965) Thượng tọa Thích Trí Quang, Chánh Thư ký Viện Tăng Thống Giáo Hội Phật giáo Việt Nam Thống Nhất (GHPGVNTN) viết:

"Trước ngày trăng tròn 2508, Viện Tăng Thống quyết định khuyến khích sự phiên dịch Tam Tạng thuộc văn hệ Pāli và Hoa văn. Riêng văn hệ Pāli, Thượng tọa Minh Châu phát nguyện phiên dịch, và sẽ được xuất bản tuần tự từng tập một.

Tam Tạng thuộc văn hệ Pāli là tài liệu tương đối chính xác của tư tưởng hệ Phật giáo Nguyên Thỉ, hiện vẫn là kinh sách căn bản của hết thảy Phật giáo ở các quốc gia Tích Lan, Thái Lan, Ai Lao, Miến Điện, Cao Miên và quốc mẫu Phật giáo là Ấn Độ.

Với Tam Tạng quan trọng như vậy, ban đầu Viện Tăng Thống nghĩ tổ chức một hội đồng phiên dịch và kiểm duyệt cho viên mãn. Nhưng sau thấy như vậy sẽ khó thực hiện được trong tình trạng Phật giáo hiện tại, một tình trạng "cây muốn lặng mà gió không ngừng." Viện lại thấy công tác phiên dịch Tam Tạng Pāli không thể trì hoãn nên thà tạm làm bởi một người, huống chi người ấy là Thượng tọa Minh Châu, bác sĩ văn học Pāli xuất xứ từ Nalanda, nơi xưa kia đào tạo ra ngài Huyền Trang. Về sự nhuận sắc, Viện Tăng Thống có ý kiến hãy để y nguyên dụng ngữ và văn khí của Thượng tọa Minh Châu, vì lẽ ai đã từng đọc dịch văn của ngài La Thập và ngài Huyền Trang thì thấy rõ là có những văn khí và từ ngữ mà nhìn vào là tức khắc biết của ngài nào, chứa đựng ý nghĩa gì.

Viện Tăng Thống thiết tha cầu nguyện Phật giáo Việt Nam song song phát triển ba mặt: học lý, tổ chức, và hộ pháp. Phải có ba phần ấy, Phật giáo Việt Nam mới có nội dung và hình thức mới có bề sâu và bề rộng, mới còn và còn một cách có ý nghĩa. Công tác phiên dịch nằm trong công tác hoằng pháp, trở nên tối trọng đại chính là vì thế."

Trong Lời Tựa *Trường Bộ Kinh, tập I*, (ngày 28.5.1965), Thượng tọa Thích Minh Châu viết (trích):

"Ba Tạng Pāli gồm Kinh, Luật và Luận. Kinh tạng có 5 bộ: Digha Nikàya (Trường Bộ Kinh), Majjhima Nikàya (Trung Bộ Kinh), Samyutta Nikàya (Tương Ưng Bộ Kinh), Angutta Nikàya (Tăng Nhứt Bộ Kinh) và Khuddaka Nikàya (Tiểu Bộ Kinh hay Tạp Bộ Kinh.)

"...Để khuyến khích học giả, sinh viên và Phật tử nghiên cứu kinh điển chữ Pāli, chúng tôi cho in bản Pāli, song song với bản chữ Việt, một sự cố gắng cần nhiều thiện chí mới có thể thực hiện trong khi ở Việt Nam rất ít nhà in có thể in được chữ Pāli. Chúng tôi dùng bản Pāli của hội Pāli Text Society, một bản tương đối chính xác hơn cả. Lẽ dĩ nhiên, khi in chữ Pāli thì giá sách tăng lên gấp hai ba lần. Nhưng trong vấn đề nghiên cứu và phụng sự học vấn, giá tiền không thể là một trở ngại cho những ai tha thiết hiểu biết và nghiên cứu.

"Tập sách này nằm trong loại Tùng thư tiếng Pāli của Viện Đại học Vạn Hạnh tuần tự xuất bản. Trung thành với tôn chỉ thống nhất của GHPGVNTN. Viện Đại học Vạn Hạnh dạy cả hai hệ thống Nam Tông và Bắc Tông với hy vọng đi đến một sự dung hòa thống nhất thực sự giữa hai tông phái căn bản của đạo Phật. Và bước đầu đi đến sự thông cảm là sự hiểu biết kinh điển lẫn nhau. Cho in tập Trường Bộ Kinh này là hướng đến mục đích ấy. Chúng tôi cho in Pāli Việt đối chiếu từng trang để dễ so sánh tìm hiểu. Nhưng vì chữ Việt dài hơn, nên nhiều khi phải dùng thêm trang Việt, và do vậy phải đánh số trang trùng nhau, mong độc giả chú ý. Ở đây chúng tôi xin ghi ân Viện Tăng Thống và Thượng tọa Thích Trí Quang đã khuyến khích, giúp đỡ tôi dịch và xuất bản tập này. Cử chỉ cao đẹp ít có ấy chỉ có thể đến với những vị chân thành yêu quý văn hóa và tha thiết phụng sự hiểu biết."

Ở đầu tập Kinh này, Thượng tọa Thích Minh Châu có ghi Lời nguyện của dịch giả như sau: "Tiền bán được tập Kinh này sẽ cúng tất cả vào quỹ Tu Thư của Viện Đại học Vạn Hạnh để tiếp tục in các tác phẩm khác."

Về bản dịch *Trường Bộ Kinh, Trung Bộ Kinh* v.v... nhiều bậc cao Tăng và hàng thức giả uyên thâm Phật học trong và ngoài nước đã chân thành và vui mừng đón chào "sự kiện trọng đại" khi các bản dịch này được ra mắt. Ở đây, chúng tôi cập nhật bổ sung một vài cảm nhận nữa:

- Hòa thượng Thích Như Điển, trong bài *"Tán Thán Công Đức Những Danh Tăng Thạc Đức Đã Dày Công Phiên Dịch Đại Tạng Kinh"* đã viết:

"Từ thế kỷ thứ 13 chúng ta đã đọc Đại Tạng Kinh bằng chữ Hán và mãi cho đến thế kỷ thứ 20 chúng ta vẫn phải đọc chữ Hán, chỉ khi vào cuối thế kỷ thứ 20, đầu thế kỷ thứ 21, có một bậc Danh Tăng thạc đức người Việt Nam du học tại Đài Loan từ năm 1967, đến năm 2016 chủ trương phiên dịch Đại Tạng Kinh này ra chữ Việt hoàn toàn và điều đó đã trở thành hiện thực ở đầu thế kỷ thứ 21 này.

"Để triển khai phần này một cách chi tiết, nhân đây cũng xin giới thiệu cả Đại Tạng Nam Truyền được dịch từ tiếng Pāli và Anh văn sang Việt ngữ từ năm 1964 đến nay, do Cố Hòa thượng Tiến Sĩ Thích Minh Châu, Viện trưởng Viện Đại học Vạn Hạnh Sài Gòn đề xướng và nay thì Đại Tạng Nam Truyền này đã có mặt khắp nơi trên thế giới gồm ba tạng Kinh, Luật, Luận với 13 quyển, tổng cộng gần 10.000 trang kinh sách... Tất cả 7 quyển đầu đều do chính tay của Cố Hòa thượng Tiến sĩ Thích Minh Châu, Viện trưởng Viện Đại học Vạn Hạnh phiên dịch từ tiếng Pāli sang tiếng Việt và độ chính xác hầu như không còn nghi ngờ gì nữa, vì Ngài giỏi cả Hán văn, Pháp văn và Anh văn, lại du học ở Tích Lan và tốt nghiệp văn bằng Tiến Sĩ tại Đại học Nalanda ở Ấn Độ, nên đọc qua những bản văn trên của Ngài dịch, chúng ta có thể cảm nhận được điều này. Công đức thật là bất khả tư nghì."

- Thượng tọa Thích Mãn Giác trong bài *"Lịch Sử Phát Triển Nền Phật Học Việt Nam"* viết:

"... Căn cứ vào một ít trường hợp điển hình trên đây, nên chúng tôi mới nói rằng công tác phiên dịch Tam tạng Pāli đánh dấu một bước tiến quan trọng trong lịch sử phát triển Phật học Việt Nam...." Và: "Nhưng nhìn lại công trình mà Thượng tọa Thích Minh Châu đã đơn độc thực hiện, trong khi công việc đa đoan của một Viện trưởng Đại học mà Thượng tọa phải đảm trách hằng ngày, chúng tôi tự thấy rằng công trình ấy của Thượng tọa đã gợi lên niềm tin tưởng vô biên trong lòng toàn thể Phật tử Việt Nam. Riêng cá nhân chúng tôi, chúng tôi tự thấy không đủ lời để bày tỏ tất cả sự ngưỡng mộ và kính phục của mình đối với Thượng tọa. Và, với tư cách một Tổng vụ trưởng Tổng vụ Văn hóa của Giáo hội, công trình mà Thượng tọa đã thực hiện được quả là một khích lệ lớn lao đối với chúng tôi, trong nỗ lực cho một nền văn hóa Phật giáo Việt Nam giữa hoàn cảnh khó khăn của Giáo hội và của cả dân tộc nữa."

- Ni trưởng Trí Hải trong bài *"Nguồn Sinh Lực Đạo Phật Qua Trung Bộ Kinh"*, trong cuốn Từ Nguồn Diệu Pháp, viết:

"Qua Trung Bộ Kinh gồm 152 kinh do Hòa thượng Thích Minh Châu phiên dịch, chú thích và giảng giải, chúng ta tìm thấy một nguồn sinh lực rạt rào của kinh tạng Pāli mà các học giả đều công nhận là gần với thời Phật nhất, ghi lại những lời dạy của Ngài qua 49 năm du hóa. Ở đây, Đức Phật được làm sống lại như một con người, và một con người tuyệt luân. Nghe Trung Bộ Kinh, chúng ta như được thở lại bầu không khí trong lành vườn Cấp cô độc ngày xa xưa ấy. Chúng ta cảm thấy như được dự phần vào pháp hội đông đảo thính chúng của Phật gồm cả loài Người và chư Thiên. Chúng ta như được gần gũi chư vị Thánh đệ tử quen thuộc kính yêu mà khoảng cách thời gian dài 25 thế kỷ và không gian cả đại trùng dương không làm cho chướng ngại..."

- Trong bài *"Cuộc Sống Cao Đẹp Và Sự Nghiệp Vĩ Đại Của Hòa thượng Thích Minh Châu"*, Chơn Tâm Lương Châu Phước cho biết một số chi tiết liên quan đến việc dịch, xuất bản Đại Tạng Kinh như sau:

"Có thể nói một cách tóm tắt rằng vai trò, đóng góp của Hòa thượng Thích Minh Châu cho Phật giáo Việt Nam là rất độc đáo và cũng rất vĩ đại... Ngài Minh Châu có nhiều đóng góp đa dạng cho Phật giáo Việt Nam, nhưng chỉ với công trình tạng kinh Pāli, nhiều người đã gọi ngài là Huyền Trang của Việt Nam. Điều đó quả không quá xa với thực tế."[1]

Bây giờ chúng ta thử lướt qua những khó khăn, những rào cản khi Thượng tọa tiến hành dịch bộ Kinh này. Đó là:

+ Về tài liệu thì: "... Không có nhiều tài liệu sẵn có để có thể nương tựa. Bản tiếng Hán thì "tối nghĩa" và không thống nhất, chỉ dùng được những từ ngữ đã dịch sẵn. Ngài phải dựa vào bản ghi chép riêng (khi còn học ở Colombo), bản tiếng Anh của Pāli Text Society và bản tiếng Nhật."

+ Về tiếng Pāli thì: "Việc này không phải dễ dàng, ít gặp thuận lợi. Vào những năm 1960, ở Việt Nam, chỉ có tu sĩ gốc người Cam Bốt mới biết tiếng Pāli..., Đại đức Thích Minh Châu phải làm việc một mình, hay gần như một mình gần suốt 50 năm."

+ Về dư luận, những gièm pha, chỉ trích về việc tại sao lại đi dịch, đi truyền bá kinh tạng Nam tông. Về điều này, Thượng tọa Thích Minh Châu đã nói một cách thẳng thắn, sâu sắc và chân thành hết mực như sau:

"Thật sự chúng tôi chỉ mong rằng quý vị hãy đọc thiệt kỹ và suy tư thật chín chắn... rồi quý vị hãy tự hỏi, những đoạn ấy có phải là những đoạn "Tiểu Thừa" dành riêng cho những vị có tiểu tâm, chỉ biết tự lợi không biết lợi tha, chỉ biết tự giác, không biết giác tha... Chúng ta đừng có mắc bẫy các vị Bà-la-môn Ấn Độ giáo đã tìm cách gán cho chữ 'Tiểu Thừa' để loại ra ngoài những lời Phật dạy căn bản như một số lớn Phật tử Đại Thừa đã bị mê hoặc, không dám đọc những lời Phật dạy, vì bị dán nhãn hiệu Tiểu Thừa. Bên phái Nam Tông, tuy tôn thờ Tam Tạng Pāli, nhưng một số Phật tử cũng rơi vào một nạn tương tự, là chỉ học Luật Tạng và A Tỳ Đàm Tạng, bỏ rơi Kinh Tạng

[1] Chơn Tâm Lương Châu Phước: Cuộc Sống Cao Đẹp và Sự Nghiệp Vĩ Đại của Hòa thượng Thích Minh Châu, Kỷ yếu... trang 162.

Pāli... Đây cũng là một lầm lạc hết sức ngây thơ và nguy hiểm, vì A Tỳ Đàm Tạng phát xuất từ Kinh Tạng, và bỏ gốc để tìm ngọn thì không khác gì kẻ đi tìm lõi cây mà chỉ mang về cành lá."

Và, Nguyễn Thanh Văn, đã viết:

"Có biết thành kiến sâu nặng khi phân biệt tông phái chưa phai những thập niên 50, 60, đầu những năm 70 ở Miền Nam mới thấy sự sáng suốt, dũng cảm và tinh thần trách nhiệm với Đạo Pháp của Ngài [Thích Minh Châu] và không nghi ngờ gì nữa đấy cũng là trái chín đến từ mùa Chấn Hưng Phật giáo từ những thập kỷ trước nữa...."[1]

Nguyễn Thanh Văn viết tiếp:

"Nhân đây xin nhận xét dù chậm, Phật giáo Việt đã có sự quật cường đúng lúc và đầy dũng cảm. Ví dụ hùng hồn nhất là bất chấp truyền thống 'Đại Thừa' ăn sâu gần hai thiên kỷ với không ít thiên kiến, Ngài Thích Minh Châu du học Ấn với một kế hoạch vĩ đại: chuẩn bị dịch toàn bộ Kinh 'Tiểu Thừa' Nikāya ra tiếng Việt. Điều đáng nói là công việc này được sự tán thán của Đức Tăng Thống Thích Tịnh Khiết và cánh tay mặt của Ngài là Hòa thượng Thích Trí Quang. Chính Ngài Trí Quang - một tu sĩ 'Đại thừa' - chấp bút giới thiệu, cổ vũ sự nghiệp của tu sĩ 'Tiểu thừa' Thích Minh Châu. Có gì đẹp hơn, hương vị đoàn kết nào trong sáng hơn và chứng minh được chủ trương, tầm nhìn của các bậc chức sắc Phật giáo Việt Nam một thời sáng láng, đáng kiêu hãnh."

+ Về quỹ thời gian dành cho việc dịch thuật: phải nói là rất ít ỏi, hạn hẹp. Theo lời của dịch giả thì: "Chúng tôi chỉ có thể để dành những ngày nghỉ, những buổi sáng thật

[1] Nguyễn Thanh Văn: Tản Mạn Về Văn Hóa, Văn Nghệ... Và Văn Gừng, đăng nhiều kỳ trên Trang Nhà Văn Việt, kỳ I ngày 07/08/2017. Mời xem bài Kỳ 14, nhan đề "Thiền Tông và Thiền Học Trung Quốc Trong Liên Quan với Phật giáo Việt Nam".

sớm và những buổi tối (nếu không quá mệt mỏi vì những công việc ban ngày), để phiên dịch." Dịch giả bộc bạch: "Tôi tự đánh dấu hỏi, làm Viện trưởng hay làm một vị dịch kinh, làm chức vụ nào có lợi cho Phật giáo hơn? Và tôi phải tự thẳng thắn để trả lời, dịch kinh có lợi hơn! Và tôi chỉ có thể vớt vát, bằng cách để những thời giờ thong thả, chú tâm vào vấn đề phiên dịch. Chúng tôi viết những dòng chữ này vừa để sám hối, vừa mong các Phật tử và các Học giả thông cảm cho." Và "Cứ xem thời gian hoàn thành từng tập một, mới thấy chức vụ đa đoan của một Viện trưởng làm trở ngại cho sự phiên dịch như thế nào. Về nước năm 1964, nếu tôi không nhận chức vụ Viện trưởng Viện Đại học Vạn Hạnh thời nay tôi đã dịch ít nhất cũng trọn bộ Kinh Tạng Pāli rồi." Điều này Thượng tọa Minh Châu viết vào năm 1972.

+ Về dụng ngữ, văn phong, văn khí của bản dịch:

Thượng tọa Thích Giác Nguyên (Toại Khanh) trong bài *"Bản Tình Ca Duy Nhất Trong Kinh Điển* Pāli*"* có cảm nhận sắc bén này (trích):

"... Nhưng vẫn chưa hết, cái duyên ngầm trong chữ nghĩa của Hòa thượng càng kinh người hơn khi ta có dịp so sánh các bài kệ trong bản dịch Kinh Tạng với nguyên tác Pāli hay qua bản dịch tiếng Anh. Từng chữ trong lời Việt của Hòa thượng cứ như một hòn giả sơn tái hiện tận lực cái không khí cổ phong của một thứ ngôn ngữ của ngàn năm trước. Giữ lại cái hồn của một tiếng nói thiên cổ đã khó, trung thành được với ngôn phong ngữ khí của một bậc đại thánh như đức Phật lại càng thiên nan vạn nan. Dĩ nhiên không phải ai cũng làm được việc đó." Và tiếp theo: "... Nói quẩn quanh chỉ để thưa rằng tôi đã yêu mê lời dịch của Hòa thượng Thích Minh Châu qua các bộ Kinh Tạng tiếng Việt..."[1]

---

[1] Toại Khanh: Bản tình Ca Duy Nhất trong Kinh Điển Pāli; Trích từ Tuyển

+ Về mục đích và cách thức việc chuyển dịch kinh tạng Pāli

Thượng tọa Minh Châu xác định:

"Mục đích của chúng tôi chỉ muốn giới thiệu những Kinh điển có thể được xem là nguyên thủy hay gần nguyên thủy nhất, để người đọc có thể tìm hiểu lời dạy chân chính của Đức Phật, khỏi qua ống kính của một học phái nào, dầu là Ấn Độ, Trung Hoa hay Việt Nam. Chúng tôi cũng không có trách nhiệm nêu lên cho độc giả rõ, đoạn nào là nguyên thủy, đoạn nào không phải nguyên thủy. Chỉ có người đọc, sau khi tự mình đọc, tự mình tìm hiểu, tự mình suy tư, tự mình quan sát, tự mình chứng nghiệm trên bản thân, mới có thể tự mình tìm hiểu và thấy đoạn nào là thật sự nguyên thủy. Trách nhiệm tìm hiểu, chứng nghiệm cá nhân là trách nhiệm của người đọc, không phải của người dịch, vì Đạo Phật là Đạo đến để mà thấy chớ không phải Đạo đến để nhờ người thấy hộ, Đạo của người có mắt (Cakkhumato), không phải Đạo của người nhắm mắt; Đạo của người thấy, của người biết (Passato Jànato), không phải là Đạo của người không thấy, không biết (Apassato Ajànato). Nên chỉ có người đọc mới có thể tự mình thấy, tự mình hiểu và tự mình chứng nghiệm." (...)

"Ở nơi đây, chúng tôi cố gắng dịch trọn vẹn, không bỏ qua một kinh nào, và dịch có in nguyên bản Pāli đối chiếu với dụng ý để người đọc có thể tự mình tìm hiểu nguyên nghĩa của từng chữ từng câu, khỏi rơi vào những giải thích hay lệch lạc của người dịch."

"Càng dịch, chúng tôi càng thấy rõ ác ý của các nhà Bà-la-môn đã dùng danh từ Tiểu Thừa để gán vào những lời dạy thực sự nguyên thủy của Đức Phật và khiến cho các Phật tử không dám đọc, không dám học, không dám tu những pháp môn ấy. Càng dịch, càng thấy rõ dụng tâm

tập Vằng Vặc Một Mảnh Lòng, Nxb Liên Phật Hội, Viên Giác, 2019.

hiểm độc của các vị Bà-la-môn, đã khôn khéo xuyên tạc đạo Phật, khiến cho những giáo lý căn bản, những tinh hoa cao đẹp nhất của tư tưởng nhân loại, đã bị những tư tưởng tà giáo xen lẫn, bị ruồng bỏ, bị che giấu, không được biết đến, không được học hỏi tu hành."

Trong Lời giới thiệu luận án Tiến sĩ Phật học Đại học Bihar - Ấn Độ, 1961 của Tỷ-kheo Thích Minh Châu, S. Mookerjee Viện trưởng, Tân Tòng Lâm Nalanda đã tôn vinh công trình đặc sắc này như sau:

"Chúng ta rất cần một sự khám phá toàn diện về đạo Phật, và bằng nỗ lực và tấm gương của ông. Tiến sĩ Thích Minh Châu có thể gợi cảm hứng cho nhiều học giả về sau. Phật giáo phải được phục hồi trở lại với vinh quang và nguồn sinh lực nguyên thủy, và điều này chỉ có thể thực hiện nhờ đi theo đường hướng làm việc của tác giả trong chân tinh thần truyền giáo... Khi ông trở về quê hương (Việt Nam), Tiến sĩ Thích Minh Châu cũng sẽ như Huyền Trang (Hsuan-tsang), dành trọn cuộc đời của mình để làm tròn sứ mạng truyền bá chân diệu pháp (Saddharma) vì an lạc cho nhiều người, vì hạnh phúc cho nhiều người, phát triển từ bi bằng cách nêu rõ sự vô ích của thiên kiến ngã chấp."

## II. VÀI KỶ NIỆM VIỆC IN TRƯỜNG BỘ KINH, TRUNG BỘ KINH VÀ KINH LỜI VÀNG

### 2.1. Đôi điều về Thầy tôi - Ôn Minh Châu:

Sau đây, tôi ghi tóm tắt thời kỳ xuất dương du học của Ôn Minh Châu (theo Kỷ yếu Thành Kính Tưởng Niệm Trưởng Lão Hòa thượng Thích Minh Châu (1918-2012).

- Trong quá trình nghiên cứu Kinh Luật Luận Hán tạng, Ôn thấy cách phiên âm các từ ngữ Pāli, Sanskrit mỗi người mỗi khác, khiến bản văn trở nên khó hiểu. Từ đó Ôn xin xuất dương du học để nguyện sau này về nước tiếp tục phiên dịch kinh điển làm phong phú kho tàng Tam tạng nước nhà. Năm 1952, Ôn xuất dương du học tại Sri Lanka, học Pāli và Anh văn tại Colombo. Năm 1955, được trường Đại học Sri Lanka tặng bằng Pháp sư. Sau đó, sang Ấn Độ theo học tại Đại học Bihar. Năm 1958, Ôn liên tiếp đỗ các văn bằng cử nhân Pāli và Anh văn, đặc biệt là đỗ thủ khoa M. A (Cao học) về Pāli và Abhidhamma. Với luận án So Sánh Tập Pāli Trung Bộ Kinh Với Tập Trung A-Hàm Chữ Hán (The Chinese Madhyama Agama and The Pāli Majjhima Nikaya - A Comparative Study) tháng 9 năm 1961, Ôn là người Việt Nam đầu tiên đỗ Tiến sĩ Phật học, Văn học tại Ấn Độ. Năm 1962-1963, Ôn được Đại học Bihar mời ở lại giảng dạy...."

Ở Nalanda, Ôn Minh Châu đã viết các tác phẩm như Một Đêm Trăng Trên Núi Linh Thứu (tháng 3/1956), đồng tác giả cuốn Đường Về Xứ Phật (1962) và viết bằng tiếng Anh các công trình nghiên cứu: Hsuan T'sang, The Pilgrim and Scholar; Milindapanha And Na-Hsien Bhikshu Sutra - A Comparative Study; Fa-Hsien, The Unassuming Pilgrim... Năm 1964, Ôn Minh Châu trở về nước tiếp tục trước tác và dịch thuật nhiều tác phẩm có giá trị cho hàng xuất gia và tại gia tu học.

- Trong 12 năm du học, trong đó có 8 năm ở Đại học Nalanda, Ôn Minh Châu đã khởi đầu cho "Dòng Pháp Khí Tỏa Sáng" của một "Sứ Giả Như Lai" để làm nên một cuộc sống cao đẹp và một sự nghiệp vĩ đại của một bậc Thầy viên mãn tâm và Tuệ giải thoát. Tại Đại học Nalanda, Ôn Minh Châu đã phát nguyện: "Tôi đảnh lễ, xướng các danh hiệu chư Phật và chư vị Bồ Tát, hồi hướng công đức cho toàn thể Phật tử Việt Nam. Riêng tôi tự nguyện luôn luôn cố gắng tu học Phật pháp cho đến trọn đời, để đền đáp công ơn Phật Tổ, xứng với danh nghĩa của một người xuất gia và khỏi phụ lòng trông đợi của Phật tử Việt Nam."

- Và như Văn Công Tuấn đã viết: "Đại Lão Hòa thượng Thích Minh Châu, một bậc tăng tài, một nhà văn hóa giáo dục kiệt xuất không những của Phật giáo Việt Nam mà cho cả thế giới trong thế kỷ này." Và: "Tại tất cả những khu vực mang tính giáo dục và đại học này, tâm trí tôi luôn nghĩ về Ôn Minh Châu. Tôi luôn thấy Ôn có mặt ở bên tôi."

Tôi trở lại với Vầng Nhật Nguyệt Sáng Ngời Đỉnh Núi Thứu[1] vì với tôi, hai bài viết của một Ân Sư là Ôn Minh Châu và một đệ tử là Văn Công Tuấn cách nhau 60 năm đều làm tôi rưng rức và tụng thầm "Ôn ơi!" vì cái hùng tâm, hùng lực, từ bi tâm quá đỗi lớn lao của Ôn qua lời phát nguyện cho Phật tử và cho cả Phật giáo Việt Nam khi Ôn mới 38 tuổi.

Như đã thưa, tôi rất may mắn và được hưởng cơ duyên lớn là được gần gũi, được làm việc nhiều năm ở Tòa Viện trưởng, trực tiếp nhận việc do Ôn Minh Châu giao, được đọc nhiều tác phẩm của Ôn, được nghe Ôn giảng dạy về Phật học, được Ôn làm lễ quy y Tam Bảo và ban cho Pháp danh là Nguyên Tánh... Nói chung, tôi hưởng được nhiều lợi ích và phước lành không thể nói được bằng lời. Vì vậy, tôi xin phép được ghi lại vài điều mà tôi biết và cảm nhận về Ôn Minh Châu - người Thầy mà tôi thực sự ngưỡng mộ và tôn kính.

Với trọng trách Viện trưởng Viện Đại học Vạn Hạnh, Tổng Vụ trưởng Tổng vụ Giáo dục GHPGVNTN trong bối cảnh chính trị, kinh tế còn nhiều khó khăn và phức tạp cả về đối nội và đối ngoại, cộng với nhiều công tác về giáo dục, văn hóa, xã hội và Phật sự. Vì vậy mà Ôn rất bận rộn, đa đoan, lao tâm khổ trí về việc phải kiêm nhiệm chức vụ Khoa trưởng của năm Phân khoa khi mới thành lập. Đó là các Phân khoa: Phân khoa Phật Học, Phân khoa Văn

[1] Văn Công Tuấn: Hạt Nắng Bồ-đề, Nhà xuất bản Lao Động & Thái Hà Books, 2018, trang 332.

Học và Khoa Học Nhân Văn, Phân khoa Khoa Học Xã Hội, Phân khoa Giáo Dục, Phân khoa Khoa Học Ứng Dụng. Ôn quản lý, điều hành mọi việc lớn nhỏ của từng Phân khoa cho đến khi thấy ổn định, rồi sau một thời gian chọn lựa đúng người, đúng việc Ôn mới thôi việc kiêm nhiệm này.

Riêng việc dịch Đại Tạng Kinh, Thượng tọa Thích Minh Châu đơn độc và chỉ... đơn độc làm một mình. Hãy so sánh với cách tổ chức phiên dịch kinh điển của Pháp sư Huyền Trang, theo nhà văn Võ Đình Cường mới thấy điều vĩ đại và "bất khả tư nghì" của Ôn Minh Châu:

"Ngài Huyền Trang tổ chức một hệ thống phiên dịch rất hoàn bị, có ít nhất khoảng 80 vị, trong đó Ngài Huyền Trang là dịch chủ, là người chỉ huy vì Ngài tinh thông Hán, Phạn, nghĩa lý phán đoán xác thực. Bên cạnh đó có 6 ban chuyên trách phụ trách xuyên suốt từng lĩnh vực học thuật như: Vị bút thụ dịch nghĩa Phạn văn ra Hoa văn; Vị Độ ngữ thạo tiếng Phạn, đọc lên để nghe âm vận, nếu không ổn thì phiên âm lại; Vị Chứng Phạn để đem so lại với Phạn văn có đúng không; Vị Nhuận văn làm công việc nhuận văn cho hợp với văn pháp Trung Hoa; Vị Chứng nghĩa đem bản dịch so lại nghĩa lý nguyên bản, nếu sai thì chữa lại; Vị Tổng khám xét chung lại một lần cuối cùng trước khi hoàn thành bản dịch."[1]

Tôi cảm nhận sâu sắc và chân thành về ý chí, nghị lực, tài năng, trí tuệ, đạo hạnh và phương pháp làm việc của Ôn qua một số chi tiết như sau:

- Ôn làm việc rất điều độ với sự say mê, yêu thích công việc mình làm với một năng lực và ý chí phi phàm. Ôn ăn uống đạm bạc và tiết chế. Tiêu chuẩn phần ăn của Ôn chỉ "hơn" chúng tôi 1 - 2 trái chuối hoặc 1 đĩa trái cây nhỏ và 1 khăn lạnh. Chỉ có như vậy và đó là sự thật!

[1] Võ Đình Cường: Đường Tam Tạng Thỉnh Kinh, Viện Nghiên Cứu Phật Học Việt Nam, 2000, đã có trên Trang Thư Viện Hoa Sen.

Cả một đời Ôn tập trung sức lực, tâm huyết và trí tuệ cho sứ mệnh phát triển nền giáo dục, nền văn hóa giáo dục Phật giáo Việt Nam. Với cương vị và trách nhiệm nặng nề của Tổng Vụ trưởng Tổng vụ Giáo dục, Ôn đã xây dựng, củng cố và phát triển hệ thống trường Bồ-đề trên cả nước. Là Viện trưởng Viện Đại học Vạn Hạnh, Ôn đã góp phần đáng kể, phần quan trọng nhất, quyết định nhất trong việc duy trì, phát triển thế, lực vững chắc của Viện Đại học Vạn Hạnh trong và ngoài nước. Nếu không kiên trì và quyết tâm thực hiện bằng được tôn chỉ, mục đích đã nêu với cái tâm cực kỳ thanh tịnh và trong sáng, với một bản lĩnh và trí tuệ siêu việt và người chèo chống con thuyền Vạn Hạnh không phải là Ôn thì Viện Đại học Vạn Hạnh chắc chắn khó có thể tồn tại sau những biến động chính trị dữ dội và những toan tính của nhiều phe nhóm...

Tôi kính phục Ôn quá, khi thấy Ôn dành thời gian vốn rất hạn hẹp cho việc khai mạc các cuộc triển lãm hội họa, các cuộc thi đấu thể thao, các đêm văn nghệ, rồi lại dự hàng giờ buổi thuyết trình về Âm nhạc truyền thống Việt Nam của Nhạc sư Trần Văn Khê, nhiều buổi thuyết trình về Phật học, Văn học nghệ thuật v.v. Và tôi tâm đắc nhất là việc Ôn tổ chức tại Đại học Vạn Hạnh các khóa đào tạo Hiệu trưởng các trường Mẫu giáo cho Tăng, Ni cả nước.

Được gần gũi bên Ôn, tôi hiểu phần nào tâm trạng của Ôn. Ngoài sự kính trọng và lo lắng, tôi chẳng biết làm gì, chẳng biết thưa trình gì với Thầy tôi cả! Tôi chẳng làm được một điều gì đó dù rất nhỏ nhoi cho Thầy tôi cả! Đáng tiếc, đáng buồn và cũng rất đáng thương cho tôi!

### 2.2. Về việc cắt bỏ các bài Tựa Trường Bộ Kinh, Trung Bộ Kinh trong các bản dịch của Hòa thượng Thích Minh Châu

Mãi đến giờ, hơn 55 năm rồi, tôi vẫn nhớ rất rõ sự hỷ lạc và xúc động đến kỳ lạ khi đọc toàn văn Lời Tựa này của Ôn Minh Châu. Tôi như "ngộ" ra một điều gì đó rất quan trọng, rất sâu sắc đúng như mong ước rất tâm huyết của mình về điều mà nhiều người gọi là "Đại thừa", "Tiểu thừa." Cho đến khi đọc loạt bài nhiều kỳ của tác giả Nguyễn Thanh Văn, tôi đâm ra băn khoăn, trăn trở và buồn phiền khi đọc đoạn này: "Để các bạn tham khảo, tôi trích nguyên văn một nhắn nhủ của Ngài Thích Minh Châu trong Lời Tựa cho bản dịch Kinh Bộ, bản in trước 1975 (Tu thư Đại học Vạn Hạnh) - lưu ý trong các bản in sau 1975 không đăng lại, không rõ lý do."[1]

Và, Chơn Tâm Lương Châu Phước cho biết thêm: "Ít lâu sau khi được xuất bản, các bộ kinh được tái bản nhiều lần. Ở những lần xuất bản đầu tiên, mỗi tập kinh đều có lời nói đầu, nói rõ mục đích, kể lại những khó khăn, nêu ra những nhận xét. Rất tiếc rằng, trong những lần tái bản sau này, và khi phổ biến trên internet, những lời nói đầu hữu ích đó đã không được giữ lại." (NHĐ nhấn mạnh)

Tôi mong rằng điều Nguyễn Thanh Văn và Chơn Tâm Lương Châu Phước nêu trên không thể có được, bởi đây là vấn đề quan trọng. Theo tôi việc ai đó cắt bỏ Lời Tựa cho bản dịch Kinh Bộ, bản tái bản sau 1975 khi Ôn Minh Châu đã viên tịch mấy năm trước đó, như vậy có nghĩa là dịch giả của bộ Kinh không còn có điều kiện giải thích, bảo vệ chính kiến và tâm huyết của mình đã viết trong Lời Tựa ấy. Nhớ rằng Ôn Minh Châu đã trân trọng, chân thành biết bao khi viết: "Ở đây chúng tôi xin ghi ân Viện Tăng Thống và Thượng tọa Thích Trí Quang đã khuyến khích, giúp đỡ tôi dịch và xuất bản tập này. Cử chỉ cao đẹp ít có ấy chỉ có thể đến với những vị chân thành yêu quý văn hóa và tha thiết phụng sự hiểu biết."

Rất nhiều người chúng tôi mong nhận được và học được sự "chân thành yêu quý văn hóa và tha thiết phụng sự hiểu biết" này.

---

[1] Nguyễn Thanh Văn, sách đã dẫn.

## 2.3. Một ít kỷ niệm về việc in Trường Bộ Kinh và Trung Bộ Kinh...

Trong rất nhiều Kinh sách và các công trình nghiên cứu, biên khảo, dịch thuật do Tu Thư Vạn Hạnh xuất bản, tôi nhớ nhất là lần in bộ *Trường Bộ Kinh* (Digha - Nikaya) (4 tập), *Trung Bộ Kinh* (Majjhima - Nikaya) (3 tập), *Tương Ưng Bộ Kinh* và *Kinh Lời Vàng* - (Pháp Cú Kinh - Dhammapda). Việc in ấn, phát hành Kinh Bộ được tổ chức rất gọn nhẹ nhưng chặt chẽ và khoa học. Ai cũng hết lòng làm tốt nhất công việc được giao. Chúng tôi chỉ có 4-5 người và chỉ lo việc tài chánh, in ấn và phát hành, còn việc dịch Kinh thì chỉ có mình Ôn đơn độc, âm thầm gánh vác một mình thôi.

+ Cứ 7 giờ mỗi sáng, tôi vào phòng làm việc của Ôn nhận xấp "bản thảo" để sẵn trong một cái khay đan bằng mây rất đẹp, bên cạnh có cái kính lúp. Ôn viết bằng bút máy, mực màu xanh trên giấy trắng khổ 21 x 33cm, không có bất kỳ dấu bôi bỏ, tẩy xóa nào. Số lượng từ 20 đến 35 trang. Cứ đều đặn như thế, ngày này qua ngày khác, mỗi sáng tôi đều nhận "bản dịch" của Ôn. Trừ những ngày nghỉ lễ, ngày chủ nhật hoặc thời gian Ôn không ở Vạn Hạnh thì việc dịch Kinh mới tạm dừng; còn khi Ôn làm việc tại Vạn Hạnh thì chưa bao giờ và chưa một lần nào tôi không nhận được bản dịch mỗi sáng. Tôi hết lòng kính trọng và khâm phục ý chí, nghị lực, tâm huyết và phương pháp làm việc khoa học, nghiêm túc của Ôn. Khi đọc tác phẩm về Đại sư Huyền Trang của Thượng tọa Thích Minh Châu, của Cư sĩ Võ Đình Cường và bài Ý chí sắt đá của Nguyễn Hiến Lê, tôi đinh ninh rằng Ôn học được nhiều điều cụ thể, thiết thực và có hiệu quả từ việc Ngài Huyền Trang tổ chức phiên dịch, truyền bá Đại Tạng Kinh Phật giáo.

Sau khi nhận bản thảo, tôi đọc kỹ nhiều lần, sửa lại các chữ khó đọc (chữ Ôn viết rất khó đọc). Từ bản viết tay của

Ôn, tôi sửa kỹ hoặc viết rõ sang một tờ giấy khác trước khi giao cho nhà in. Xin lưu ý rằng, vào thời điểm đó, phải xếp chữ bằng tay, cắt bìa cứng thành những miếng mỏng để chèn các khoảng cách của từng chữ, anh chị em công nhân nhà in phần lớn đều ít học, lại phải in một trang chữ Pāli đối chiếu với một trang tiếng Việt nên việc in Kinh càng khó khăn hơn. Tôi thường xuyên đến nhà in, cứ mỗi lần nhà in "vỗ" cho tôi 5 - 10 trang bản in thử (épreuve), tôi đối chiếu với bản thảo rồi sửa chữa cẩn thận đến lần thứ năm, thứ sáu. Buổi tối, tôi lên Thiền viện tĩnh tâm trước khi đọc lại một lần nữa những trang mà tôi đã sửa morasse. Nhiều đêm, trong giấc ngủ, tôi nghe "ai đó" mách cho tôi những chỗ sai. Tôi bật dậy và xem thì đúng là có sai như vậy. Trong quá trình in các bộ Kinh, tôi thường gặp, thường nghe việc mách bảo này và việc mách bảo này hoàn toàn đều đúng cả. Thật lạ!

Sau khi đã chấm morasse thật kỹ các trang Kinh, thường thì trước 10 giờ sáng hôm sau, tôi trình cho Ôn duyệt sửa một lần cuối rồi Ôn ký *bon à tirer*, chiều tôi đưa xuống nhà in. Vì số lượng chữ chì rất ít, nên cứ đủ một *cahier* 16 trang, thì in ngay để có đủ số lượng chữ sắp tiếp các trang sau. Cứ thế hai thầy trò chúng tôi và các anh chị em Ấn quán Vạn Hạnh, Ấn quán Văn Thơ cặm cụi làm việc, say mê làm việc... và rồi mọi chuyện đều suôn sẻ, tốt đẹp. Đến nay đọc lại mấy ngàn trang Kinh sách này, tôi vui mừng vì không để sai sót gì lớn. Nơi đây, tôi chân thành biết ơn các em/bạn ở Vạn Hạnh đã hỗ trợ, giúp đỡ tôi trong việc "chấm morasse" các bản in thử của Kinh Bộ, đặc biệt là Văn Công Tuấn...

Thêm nữa, đây là chuyện làm tôi buồn phiền đến ngao ngán và ngậm ngùi. Chuyện rằng, sau khi Viện Đại học Vạn Hạnh phải giải thể. Nhiều lúc nhớ Vạn Hạnh quá, tôi thẫn thờ ngồi ở quán café đối diện Vạn Hạnh. Mới chỉ mấy tháng thôi mà sao Viện Đại học Vạn Hạnh ngơ ngác, tàn tạ đến thế. Từ trên lầu cao xuống đến tầng trệt của mặt tiền Đại học Vạn Hạnh áo quần bộ đội kể cả nội y của các bà giăng đầy trông hết sức phản cảm và vô văn hóa đến không tưởng. Tôi cũng nghe nói, những người ở đây nuôi heo trong các phòng, ở Thư viện và cả Thiền viện nữa (?). Họ tháo gỡ một số cánh cửa gỗ để... nấu cám heo! Buồn quá, tôi qua chợ Trương Minh Giảng mua ít thức ăn. Gói xôi bắp được bọc lại bằng hai trang Trường Bộ Kinh rất quen thuộc với tôi. Tôi đau quá, nên mấy tháng sau tôi thưa việc này với Ôn Minh Châu. Ôn nói rất tự tại và tự tin rằng: "'Anh Hiền' đừng buồn. Bây giờ người ta nắm quyền và có quyền, nhưng 'chúng tôi' tin rằng đến một lúc nào đó họ sẽ phải in lại những bộ Kinh đó."

## 2.3. Kinh Lời Vàng

Lần đầu tiên ở nước ta kinh Pháp Cú, Ôn Minh Châu gọi là Kinh Lời Vàng, được in trọn bộ với Pāli - Việt đối chiếu và đầy chất thơ. Tôi vui mừng vì tôi may mắn khi hai năm học Cao học Sử, được nghe Ôn giảng bộ kinh này. Khi làm tiểu luận môn Văn học Phật giáo trong hai năm đó, tôi đều viết tiểu luận cuối khóa.

Sau đó, tôi có thêm tập "Lời Phật Dạy - Dhammapada" do Hòa thượng Thích Thiện Siêu dịch và "Pháp Cú Thi Kệ" do nhà thơ, nhà nghiên cứu Phật học Trụ Vũ dịch. Tiếp đó, tôi được một người bạn tặng cuốn "Kinh Lời Vàng" của Minh Đức Triều Tâm Ảnh (Tỳ khưu Giới Đức).

Cả bốn bản dịch Kinh Pháp Cú này đều mang lại nhiều lợi lạc, hoan hỷ cho người tu học. Bản dịch của Hòa thượng Thích Thiện Siêu sớm nhất từ năm 1959. Thầy dịch theo bản chữ Hán và có đến 221 chú thích rất rõ ràng và cần thiết. Bản dịch của Hòa thượng Thích Minh Châu song ngữ Việt - Pāli giúp ích rất nhiều cho những ai học Pāli. Bản dịch Kinh Lời Vàng này rất trau chuốt, dễ nhớ, dễ thuộc và dễ đi vào lòng người. Bản dịch của Trụ Vũ có sự mới lạ về nội dung và hình thức (in ấn rất đẹp, có thêm phần thư pháp của dịch giả). Và sau nữa là bản dịch Kinh Lời Vàng của Sư Minh Đức Triều Tâm Ảnh có nhiều nét mới lạ và độc đáo.

Đối chiếu Pháp Cú 82, các bản dịch lần lượt như sau:

- Bản dịch của Hòa thượng Thiện Siêu:

*"Như hồ nước sâu,*
*yên lặng trong sạch,*
*những người có trí sau khi nghe Pháp,*
*tâm họ cũng thanh tịnh và yên lặng."*

- Bản dịch của Hòa thượng Thích Minh Châu:

*"Như hồ nước sâu thẳm,*
*Trong sáng không khuấy đục.*
*Cũng vậy nghe Chánh pháp,*
*Người trí hưởng tịnh lạc."*

- Bản dịch của nhà thơ Trụ Vũ:

*"Hồ sâu thì nước lắng,*
*Nước lắng lại, thì trong.*
*Người trí nghe giáo lý*
*Và trong lắng cõi lòng."*

- Bản dịch của Minh Đức Triều Tâm Ảnh:

*"Ví như hồ nước thẳm sâu*
*Lắng yên, trong suốt*
*chẳng màu bợn nhơ!*
*Lòng người trí giả lặng tờ*
*Khi nghe diệu pháp*
*bến bờ như nhiên!"*

Khi đọc lại Pháp Cú kinh, tôi hết sức tâm đắc về ý kiến các quý Hòa thượng dịch giả bộ kinh này.

- Hòa thượng Thích Thiện Siêu:

"Đọc xong kinh Pháp Cú, độc giả sẽ thấy trong đó gồm những lời dạy về triết lý cho cả hai giới xuất gia và tại gia.

Những lời dạy cho hàng xuất gia tất nhiên không bao hàm tại gia, nhưng những lời dạy cho hàng tại gia đương nhiên trùm cả hàng xuất gia. Do đó, dù ở hạng nào, đọc cuốn kinh này, cũng thu thập được nhiều lợi ích thanh cao."

- Thượng tọa Thích Minh Châu:

"Nét nổi bật nữa trong kinh Pháp Cú là dầu cho Đức Phật có đề cập đến các điều ác, các điều bất thiện, nói đến sự quyến rũ của dục lạc, sự phá hoại của Ác Ma, nhưng cuối cùng nét nổi bật lên vẫn là khả năng hướng thượng của con người, khả năng phá vỡ vô minh, vươn lên ánh sáng của giác ngộ, khả năng loại trừ các triền phược, khổ ách, vươn lên sức mạnh của giải thoát, thanh tịnh. Tiềm tàng trong những lời dạy của Đức Phật, kinh Pháp Cú đem lại cho những người Phật tử và thân hữu của Phật tử một nỗi vui nhẹ nhàng thanh thoát của những con người hướng thiện, biết tránh điều dữ, làm các điều lành, biết làm cho nội tâm, thân hành, khẩu hành và ý hành thanh tịnh, nhất là nhờ làm các hạnh lành, được hưởng viễn ly lạc, nhờ nghe Chánh pháp, được hưởng pháp lạc, nhờ hành thiền, được hưởng thiền lạc và nhờ đi gần đến giải thoát, được hưởng giải thoát lạc. Những bài kệ sau đây nói lên sự hoan hỷ, sự an lạc của những người con Phật trung thành với giáo lý Phật dạy:

*"Vui thay, chúng ta sống,*
*Không hận giữa hận thù!*
*Giữa những người thù hận.*
*Ta sống không hận thù."*

## 2.4. Sự sám hối muộn màng

Con là Nguyễn Hiền - đệ tử của Thầy, pháp danh Nguyên Tánh - xin thưa trình với Thầy những nỗi niềm xót xa, ân hận, tiếc nuối và mong được sám hối về những lỗi lầm của con trong thời gian con được Thầy giao cho một số công việc.

Khi Thầy dặn con cần in gấp cuốn *Kiến Trúc Phật giáo Việt Nam* của Kiến trúc sư Nguyễn Bá Lăng, con đã băn khoăn và có ý trì hoãn chỉ vì biết chắc chi phí rất cao vì sách này phải in khổ lớn, có đến hàng trăm hình minh họa phải làm "cliché'. Đây lại là một cuốn sách rất kén chọn độc giả, nên biết đến năm nào mới thu hồi lại vốn? Rồi sau đó, Thầy lại dặn con in cuốn *Lý Thường Kiệt* của GS Hoàng Xuân Hãn. Con cũng tính toán, cân nhắc thu-chi, lại tiếp tục đặt vấn đề biết đến năm nào mới thu hồi lại vốn? Trước sau hai lần như thế, Thầy vẫn ôn tồn bảo: "'Chúng tôi' đã suy nghĩ kỹ. 'Anh Hiền' cứ làm đi."

Sau này, con mới biết khi qua Paris, Ôn phải đi mấy chuyến xe điện ngầm dưới thời tiết giá lạnh để đề nghị Giáo sư Hãn ưu tiên dành cho Tu Thư Đại học Vạn Hạnh tái bản tác phẩm này để phục vụ cho học giới, sinh viên và độc giả trong nước về lịch sử Việt Nam, đặc biệt là lịch sử văn hóa Phật giáo Việt Nam.

Một lần khác, khi chuẩn bị cho Đại lễ Vesak, Thầy cho biết sẽ mời GS-BS Trần Ngọc Ninh thuyết giảng. Lần đó, thấy con im lặng khá lâu, Thầy bảo: "Anh Hiền thấy sao?" Con liền bạo gan thưa: "Nếu GS Ninh thuyết giảng về y học, y khoa; về văn hóa - giáo dục; về ngôn ngữ học thì khó ai có thẩm quyền bằng... nhưng ở đây là thuần về Phật học... ở Viện mình có rất nhiều vị là danh Tăng, giáo sư, cư sĩ uyên thâm về Phật học... sao Thầy lại...?

Thầy vẫn ôn tồn bảo: "Chúng tôi đã suy nghĩ kỹ."

Thầy đã suy nghĩ kỹ và đã có một quyết định rất sáng suốt và đúng đắn. Khi Tư Tưởng in bài này, GS Trần Văn Từ dịch sang tiếng Anh, được một nữ học giả Phật giáo nổi tiếng người Anh hết lời tán thán. Và rồi, sau đó Tu Thư Vạn Hạnh in thành sách liền được đông đảo độc giả tìm đọc. Cái Tâm, cái Tình, cái Tầm của Thầy lớn lao và sâu sắc đến thế mà con lại hiểu nông cạn quá!

Vào năm 2011, Thầy Chơn Nguyên và thị giả của Ôn đã ưu ái cho con được lên phòng dưỡng bệnh để đảnh lễ thăm Ôn. Nhìn Ôn tiều tụy quá. Ôn nhìn con mà hình như chẳng còn nhớ con là ai, môi Ôn chỉ mấp máy vài lần. Con đau như xé ruột gan, chẳng thưa với Ôn được lời nào, chỉ có những giọt nước mắt sống của con thôi. Đó là lần cuối cùng con gặp được Ôn.

Nhớ lại, sau khi Ôn về Thiền Viện Vạn Hạnh, sáng Mùng Một Tết Nguyên Đán gia đình con lạy Phật rồi chúc Tết Ôn. Ôn ân cần hỏi thăm về sức khỏe, công ăn việc làm, việc học của các cháu. Đứa con trai khoảng 10 tuổi của con - cháu Miêu -, sau khi dập đầu đảnh lễ, vui mừng nhận bao "lì xì" của Ôn, bỗng cháu nhìn con và nói lớn: "Bố! Bố! Ông này sao giống Phật Di Lặc quá!" Vợ con kinh ngạc vì lời đó của cháu; còn con thì ôn tồn nói với cháu: "Nhận xét của con là đúng đấy nhưng con phải thưa trình nhỏ nhẹ, lễ phép, lịch sự; những lần sau con phải thưa Ôn, thưa Thầy chứ tuyệt đối không được dùng chữ Ông nghe."

Hôm tiễn biệt Thầy ở Thiền Viện Vạn Hạnh, Hội Ái hữu Cựu Sinh Viên Đại học Vạn Hạnh giao cho con và nhạc sĩ Miên Đức Thắng cầm vòng hoa kính viếng dẫn đầu cả Đoàn. Chúng con bồi hồi, nức nở nhớ ơn Thầy. Sau đó hai con cung kính thắp nhang tưởng niệm Thầy, nhìn lên bảo tháp thấy ghi: "Yo sāro thassati. Cái gì là lõi cây, cái ấy sẽ tồn tại lâu dài."

Cung kính dập đầu đảnh lễ thưa Thầy. Thầy là một lõi cây bền chắc, vĩnh hằng; đương nhiên sẽ tồn tại lâu dài.

*Nguyên Tánh Nguyễn Hiền-Đức*

*Tưởng niệm 9 năm*
*ngày Ôn Minh Châu viên tịch (01/09/2012)*

*Bản cập nhật, bổ sung.*
*Santa Ana, CA cuối tháng 8 năm 2021*

## Tài liệu tham khảo chính

1. Hội Đồng Chứng Minh - Hội Đồng Trị Sự GHPGVNTN và Môn Đồ Pháp Quyến: *Thành Kính Tưởng Niệm Đại Lão Hòa Thượng Thích Minh Châu (1918-2012)*, Nhà Xuất bản Hồng Đức, Quý 3 năm 2014.
2. Tuyển tập *Vằng Vặc Một Mảnh Lòng* do Nguyễn Hiền-Đức tuyển chọn, Nhà xuất bản Liên Phật Hội, California tái bản, tháng 3 năm 2019.
3. S. Mookerjee - Thích Nữ Trí Hải*: Giới Thiệu Luận Án Tiến Sĩ Phật Học Của Tỷ-Kheo Thích Minh Châu,* trong Tuyển tập Vằng Vặc Một Mảnh Lòng, trang 25.

## Giới thiệu sơ lược về tác giả

**Nguyễn Hiền-Đức**

- Tên thật Nguyễn Hiền (1944 - 2022), ghép thêm tên vợ là Ngọc Đức vào để có bút danh Nguyễn Hiền-Đức
- Cựu nhân viên Đại học Vạn Hạnh Sài Gòn, từng đảm nhiệm các nhiệm vụ:
  + Trưởng phòng Tu Thư Đại học Vạn Hạnh,
  + Thư ký Tòa soạn Tạp chí Tư Tưởng,
  + Phụ khảo Ban Báo chí thuộc Phân khoa Văn Học & Khoa Học Nhân Văn.
  + Phụ tá Giám đốc Ấn quán Vạn Hạnh.

*Thích Nguyên Tạng*

# PHẬT GIÁO TẠI INDONESIA

Indonesia, tên chính thức là Cộng Hòa Indonesia, là một quốc gia ở Đông Nam Á và Châu Đại Dương, nằm giữa Ấn Độ Dương và Thái Bình Dương. Xứ sở này bao gồm hơn 17.000 hòn đảo, trong đó có khoảng 6.000 đảo không có người ở. Trên thế giới, Indonesia là quốc gia lớn thứ 14 về diện tích, với 1.904.569 km2, và là quốc gia đông dân hàng thứ tư với 285 triệu người (thống kê năm 2025).

Hiến pháp Indonesia chính thức công nhận có sáu tôn giáo chính tại quốc gia này gồm: Hồi giáo, Tin Lành, Ky tô La Mã, Ấn Độ giáo, Phật giáo và Nho giáo. Dù không phải là một nhà nước Hồi giáo, nhưng Indonesia được xem là quốc gia có số tín đồ Hồi giáo đông nhất. Theo cuộc điều tra dân số năm 2023, Indonesia có: 87,06% dân số là tín đồ Hồi Giáo, 10,47% là tín đồ Kitô giáo, 1,68% là tín đồ Ấn Độ giáo, 0,71% (khoảng 2 triệu người) là tín đồ Phật giáo, 0,03% theo Nho giáo. Đa số tín đồ Ấn giáo là người Bali, và đa số tín đồ Phật giáo tại Indonesia ngày nay là người Hoa, một số nhỏ khác là người bản địa Java và Sasak. Tín đồ Phật giáo ở Indonesia phần lớn tập trung ở Jakarta, Riau, quần đảo Riau, Bangka Belitung, Bắc Sumatra và Tây Kalimantan.

Phật giáo du nhập vào Indonesia vào khoảng thế kỷ thứ 2 sau Tây lịch, chủ yếu thông qua tuyến đường hàng hải và con đường tơ lụa giữa Indonesia và Ấn Độ. Phật giáo đạt đến đỉnh cao vào Triều đại Srivijaya, từng là một vương quốc Phật giáo lớn nhất Đông Nam Á, từ khoảng thế kỷ 7 đến thế kỷ 14. Trong thời gian đó, nhiều trường đại học và tu viện Phật giáo được xây dựng, và các học giả Phật giáo nổi tiếng như Dharmapala và Sakyakirti đã giảng dạy ở đó.

Tăng Sĩ Trung Hoa có công truyền bá Phật giáo đến Indonesia được ghi nhận như: Cao tăng Pháp Hiển[1] người đã đi bộ từ Trung Quốc đến Ấn Độ, sau 10 năm tu tập và chiêm bái Phật tích Ấn Độ, theo tài liệu do chính Ngài ghi lại trong "Phật quốc ký" rằng, trên đường trở về cố hương bằng tàu thương buôn, đoàn bị một trận bão dữ dội đã đẩy tàu của Ngài lên đảo Java và Ngài đã lưu lại ở đây năm tháng để hoằng pháp trước khi xuống tàu hồi hương. Sự thành công của Ngài Pháp Hiển đã tạo cảm hứng cho 2 nhà chiêm bái Ấn Độ về sau, đó là Tam tạng Pháp sư Huyền Trang và Pháp sư Nghĩa Tịnh.

Những vị khác được lịch sử Phật giáo Indonesia nhắc tên trong quá trình mang ánh sáng Phật pháp đến quốc gia này bao gồm: Ngài Atikuta đến Java từ miền Trung Ấn Độ vào khoảng những năm 650, Ngài Punyodaya đến từ Trung Quốc khoảng những năm 650, Ngài Bồ-đề Lưu-chí (Dharmaruci) đến từ Nam Ấn Độ (562-727), Ngài Nagabodhi, Ngài Vajrabodhi và Ngài Bianhong. Đặc biệt, Pháp Sư Nghĩa Tịnh[2] một nhà chiêm bái Phật tích Ấn Độ nổi tiếng và mang về cho Trung Hoa 400 bộ kinh. Năm 671, Ngài đến hoằng pháp tám tháng tại Sumatra và sáu tháng tại Srivijaya (Indonesia). Ngài kể rằng vào thế kỷ 7, có một trung tâm Phật giáo lớn ở Java tên là Kalinga (Heling), Ngài đã hết lời tán thán về chương trình giáo dục Phật học ở Srivijaya và khuyên nhủ Tăng sinh Trung Hoa nên học ở đó trước khi lên đường du học ở Nalanda, Ấn Độ.

[1] Pháp Hiển: 法顯 | Faxian ; 337-422.

[2] Nghĩa Tịnh: 義淨 | Yijing ; 635-713.

Một Cao tăng Ấn Độ có công truyền bá Đại thừa Mật tông Kim Cương thừa vào Sumatra là Đại Sư Atisa (982-1054). Các nguồn tài liệu Tây Tạng khẳng định rằng Đại Sư Atisa đã dành 12 năm ở Sumatra để giảng dạy Phật pháp và Ngài đã trở về Ấn Độ vào năm 1025, cũng là năm mà Rajendra Chola I của triều đại Chola xâm lược Sumatra.

Một vương quốc Phật giáo lớn khác ở Indonesia xưa kia là vương quốc Mataram, do gia tộc Sailendra cai trị trong thế kỷ 8 và 9 ở miền Trung Java. Nhiều ngôi chùa Phật giáo được xây dựng và các kinh sách Phật giáo được khắc trên các tấm bia đá (gọi là prasasti) trong thời gian này, và được coi là thời kỳ hoàng kim của Phật giáo Indonesia. Trong thời kỳ cai trị của vương quốc Majapahit từ thế kỷ 13 đến thế kỷ 15, Phật giáo và Ấn Độ giáo cùng tồn tại một cách hòa bình. Sau sự sụp đổ của Majapahit, Hồi giáo được các thương nhân từ Ả Rập, Ba Tư và Gujarat, Ấn Độ truyền đến Indonesia đầu thế kỷ 8 và 9. Vì vậy, ảnh hưởng của Phật giáo bắt đầu suy giảm sau đó, và chủ yếu chỉ giới hạn ở các khu vực miền Đông Java và Bali.

Di tích khảo cổ Phật giáo quan trọng nhất ở Indonesia là quần thể kiến trúc Batujaya, Karawang thuộc miền Tây Java. Người ta ước tính các di tích cổ của Batujaya có niên đại từ thế kỷ 2, trong khi lịch sử gần đây nhất ghi nhận có niên đại từ thế kỷ 12. Sau đó, một số lượng lớn các địa điểm Phật giáo đã được tìm thấy ở các tỉnh Jambi, Palembang và Riau của Sumatra, cũng như ở các tỉnh miền Trung và miền Đông Java. Trong nhiều thế kỷ, Indonesia đã chứng kiến sự trỗi dậy và sụp đổ của các đế chế Phật giáo hùng mạnh, chẳng hạn như Triều đại Sailendra, Đế chế Mataram và Srivijaya.

Một tác phẩm ở Bali không rõ niên đại có tên là Nagarakrtagama của một tăng sĩ Phật giáo, đã liệt kê tất cả các ngôi chùa Phật giáo ở Bali, tổng cộng là hai mươi sáu ngôi chùa vào năm 1275, Đức Vua Kretanagara đã trải qua những nghi thức quy y theo Mật tông Kim Cương Thừa, để bảo vệ vương quốc của mình khỏi cuộc xâm lược được dự đoán là của Hốt Tất Liệt (Kublai Khan, 1215-1294, cháu nội của Thành Cát Tư Hãn) từ Mông Cổ.

Lịch sử Indonesia ghi chép khá ít ỏi về Phật giáo, cho đến năm 1343 khi quốc gia này bị Đế chế Majapahit của Java-Sumatra chinh phục và sáp nhập. Majapahit là một vương quốc theo Ấn giáo và Phật giáo Đại thừa ở giữa phần phía Đông Java, tồn tại từ năm 1293 đến năm 1597, trải qua 12 đời vua.

Cả Ấn Độ giáo và Phật giáo đều nhận được sự bảo hộ của triều đình, mặc dù loại hình Phật giáo thịnh hành dần dần trở nên không thể phân biệt giữa Phật giáo và Ấn Độ giáo. Một tác phẩm Phật giáo Java từ khoảng thế kỷ 12 ẩn chứa câu thơ mang ý nghĩa này: "Một thực thể được gọi là hai, tức là Đức Phật và Thần Shiva. Họ nói rằng chúng khác nhau nhưng làm sao có thể phân chia được? Mặc dù có sự khác biệt nhưng vẫn có sự thống nhất."

Rõ ràng, vào thời điểm những lời này được sáng tác, một số Phật tử đang đấu tranh để duy trì tính uyên áo của giáo pháp trong khi những người khác lại nhấn mạnh vào sự tương đồng của Phật giáo với Ấn Độ giáo. Cuối cùng, cả Java và Bali đều là những đơn vị tích hợp đã chiến thắng. Cụm từ "Mặc dù có sự khác biệt nhưng vẫn thống nhất" (Bhineka tunggal ika) đã được xem là phương châm của Cộng hòa Indonesia về sau. Với sự sụp đổ của Đế chế Mahapahit năm 1515 và sự trỗi dậy của đạo Hồi, giới tinh hoa trí thức và tôn giáo cũ của Java, bao gồm cả những nhà sư và học giả Phật giáo còn sống sót, đã tìm nơi ẩn náu ở Bali.

## Đại tháp Borobudur, niềm tự hào của Phật giáo Indonesia

Một số địa điểm và hiện vật Phật giáo liên quan đến di sản lịch sử của Indonesia có thể được tìm thấy ở Indonesia, bao gồm Đại tháp Borobudur xây dựng vào thế kỷ 8 và chùa Sewu ở Trung Java, Batujaya ở Tây Java, Muaro Jambi, Muara Takus và chùa Đền Bahal ở Sumatra, v.v.

Borobudur, hiện được xem là niềm tự hào của Phật giáo tại Indonesia và là 1 trong 70 kỳ quan của thế giới được Tổ chức Unesco công nhận là một Thánh tích quan trọng, và đã tài trợ để trùng tu vào năm 1973. Bảo tháp hiện nay tọa lạc ở quận Borobudur, miền Nam Magelang, Trung tâm Java, Indonesia. Quần thể kiến trúc độc đáo này được xây dựng trên một ngọn đồi cao 27 mét (rộng 2 cây số rưỡi). Chiều cao của tháp là 32 mét, gồm có 9 tầng với sự kết hợp của 1.600.000 phiến đá chạm trổ, 504 tượng Phật, 72 tháp hình quả chuông và 1.500 tháp hình tứ giác. Bảo tháp được xây dựng vào khoảng thế kỷ 7 và 8 Tây lịch. Theo các nhà khảo cổ thì công trình xây dựng vĩ đại này phải mất 100 năm để hoàn thành.

Về mặt tổng thể, Borobudur được nhìn từ trên cao xuống trông giống như một đồ hình Mandala, biểu trưng cho cấu trúc của vũ trụ theo quan điểm của Phật giáo, trời tròn đất vuông. Thời gian xây dựng Tháp Borobudur được tính từ năm 750 đến 850 Tây lịch, trong khoảng thời gian của hai Triều đại Sailendra và Sanjaya.

Bảo tháp Borobudur được khám phá vào năm 1814 do công của Toàn quyền Anh quốc tại Indonesia, ông Thomas Stanford Raffles, trong tình trạng bị đổ nát và chôn vùi dưới một vùng cây cối um tùm. Người ta tin rằng bảo tháp đã bị mất tích sau cơn phun trào núi lửa xảy ra tại vùng này vào thế kỷ 14. Khi Toàn quyền Raffles cho dân làng khai quật, mọi người đều sửng sốt trước "một ngôi vườn tháp" của Java vĩ đại như thế mà bấy lâu họ không hề biết. Đến năm 1900, chính quyền Hòa Lan tiếp thu Indonesia và họ đã thành lập một Ủy ban bảo trì Borobudur, một dự án trùng tu lại Borobudur được thực hiện ngay lập tức từ năm 1907 đến 1911 bởi tiến sĩ Th. Van Erg, một kỹ sư quân sự Hòa Lan. Công trình trùng tu này đã bị ngưng lại vì những biến động của Thế chiến thứ nhất (1914-1918). Trong hai thập niên 1950 và 1960, chính quyền Indonesia có nhiều chương trình trùng tu nho nhỏ. Đến năm 1967, Giáo sư Soekmono, Chủ tịch Viện Khảo cổ Indonesia, kêu gọi tổ chức Unesco cứu vãn Borobudur và Tổ chức Giáo dục, Khoa học và Văn hóa của Liên hiệp quốc này đã công nhận Borobudur là một di tích lịch sử quan trọng của thế giới và đã tài trợ để trùng tu lại Thánh tích này từ năm 1973 đến 1983.

Công việc đại trùng tu này kéo dài ròng rã 10 năm, với 700 công nhân làm việc toàn thời gian, sáu ngày mỗi tuần, để khai quật, cạo rửa, tô đắp và sắp xếp lại những phiến đá bị đánh cắp... Đặc biệt, hãng máy tính IBM đã tài trợ cho ban trùng tu một máy điện toán để giúp tính toán đo đạc và thay thế những phiến đá chạm trổ bị đánh cắp vào những chỗ trống sao cho cân xứng. Cuối cùng công việc trùng tu đã hoàn mãn với tổng chi phí là 25 triệu đô la, tăng gấp ba lần so với dự tính ban đầu.

Trong ngày khánh thành tại Borobudur, 23 tháng 2 năm 1983, Tổng thống Indonesia, ông Suharto đã phát biểu rằng: "Chính quyền Indonesia luôn quan tâm đến những di sản của lịch sử và có những kế hoạch để bảo trì. Từ nay Borobudur đã có thể chịu đựng với thời gian một ngàn năm nữa..."

Ngày nay, mỗi năm một lần, hàng ngàn Phật tử từ khắp nơi ở Indonesia và các nước lân cận đổ về Đại Tháp Borobudur để tham dự Đại Lễ Vesak.

Hòa Thượng Ashin Jinarakkhita (1923-2002)
người tiên phong trong công cuộc phục hưng Phật giáo tại Indonesia

## Phật giáo Indonesia ngày nay

Theo thống kê năm 2023, Indonesia có khoảng 2 triệu công dân tự nhận mình là tín đồ Phật giáo, hầu hết cộng đồng Phật tử tập trung ở Jakarta, Quần đảo Riau, Bangka Belitung, miền Bắc Sumatra và miền Tây Kalimantan.

Sau sự sụp đổ của chính quyền Tổng thống Sukarno vào giữa thập niên 1960, Pancasila đã được tái khẳng định là chính sách chính thức của Indonesia về tôn giáo chỉ công nhận độc thần giáo. Kết quả là, người sáng lập Tổ chức Phật giáo Perbuddhi ở Indonesia, Tỳ-kheo Ashin Jinarakkhita, đã đề xuất rằng chỉ có một vị Thần Phật giáo tối cao duy nhất, Sanghyang Adi Buddha, mặc dù cách giải thích này về Đức Phật gây tranh cãi và không được Phật giáo Nguyên thủy chấp nhận rộng rãi. Người ta cho rằng cách giải thích của Ngài Ashin được ủng hộ bởi lịch sử đằng sau phiên bản Phật giáo Indonesia trong các văn bản Java cổ và hình dạng của Đại Tháp Borobudur.

Năm 1934, Hòa Thượng Narada Thera, một nhà Sư truyền giáo nổi tiếng từ Tích Lan, đã đến thăm Indonesia lần đầu tiên như một phần trong hành trình truyền bá Phật pháp của Ngài ở Đông Nam Á. Một số Phật tử địa phương đã tận dụng cơ hội này để phục hưng Phật giáo ở Indonesia. Một buổi lễ trồng cây Bồ-đề đã được tổ chức trước Đại Tháp Borobudur vào ngày 10 tháng 3 năm 1934 dưới sự chứng minh của Hòa thượng Narada, và có một số Phật tử bản địa Indonesia đã phát tâm xuất gia trong dịp này.

Năm 1955, một nhà Sư Indonesia gốc Hoa, đạo hiệu là Ashin Jinarakkhita, bắt đầu chuyến du hành qua nhiều vùng khác nhau ở Indonesia để truyền bá Phật pháp. Ngài Ashin Jinarakkhita, thế danh Tee Boan An (戴满安 | Đới Mãn An) chào đời ngày 23 tháng 02 năm 1923 tại Bogor, miền Tây Java, Indonesia, Cha của Ngài là cụ ông Tee Hong Gie (戴鴻義 | Đới Hồng Nghĩa ) và Mẹ của Ngài là cụ bà Tan Sep Moy (陳世梅 | Trần Thế Mai). Ngài Ashin Jinarakkhita thông thạo tiếng Anh, Đức, Pháp, Hà Lan, từng đi du học ở Hà Lan rồi trở về Indonesia làm giáo viên môn hóa học tại một số trường trung học ở Jakarta. Nhưng đến năm 1953 Ngài đến Trung Quốc xuất gia và tu học, tiếp đó, Ngài đến Miến Điện tu Thiền Quán Niệm (Vipassanā) với Thiền sư Mahasi Sayadaw và thọ Cụ Túc Giới tại Thiền viện Mahasi Sasana Yeiktha vào ngày 5 tháng 5 năm 1954, được Sư phụ Mahasi ban cho pháp danh là Ashin Jinarakkhita. Sau một năm tu học ở Miến Điện, Ngài trở về quê hương để góp sức phục hưng Phật Pháp.

Năm 1955, Ngài đứng ra thành lập Persaudaraan Upasaka-Upasika Indonesia (PUUI), tổ chức này mở lớp dạy giáo lý, hướng dẫn, đào tạo Phật tử tại gia Indonesia trở thành những người con Phật chân chánh hộ trì và bảo vệ Chánh Pháp. Năm 1960, Ngài Ashin Jinarakkhita thành lập Sangha Suci Indonesia (Tăng Đoàn Indonesia), tổ chức này như một diễn đàn dành cho giới xuất gia, đến năm 1963, tổ chức này đổi qua danh xưng là Maha Sangha Indonesia. Năm 1974, Tăng đoàn Indonesia tổ chức đại hội và thống nhất các tông phái Phật giáo Indonesia bao gồm Nam Truyền, Bắc Truyền và Kim Cương thừa.

Trong thời kỳ Trật tự mới, Tổng thống Suharto, đã xem Phật giáo và Ấn Độ giáo là những tôn giáo cổ điển của Indonesia. Trong thời cầm quyền của Tổng thống Suharto (31 năm, từ 1967 đến 1998), việc thể hiện và thực hành bản sắc văn hóa Trung Hoa hầu như bị ngăn cấm. Do đó, nhiều tín ngưỡng truyền thống của Trung Hoa như Nho giáo và Đạo giáo đã được đưa vào hoạt động chung với Phật giáo của những người gốc Hoa, chủ yếu là theo tông phái Đại thừa.

Lễ truyền giới đầu tiên của Phật giáo Nguyên thủy cho các Tỳ-kheo-ni ở Indonesia sau hơn một nghìn năm đã diễn ra vào năm 2015 tại Wisma Kusalayani ở Lembang, Bandung, miền Tây Java.

Ngày nay, ở Indonesia, Phật giáo chủ yếu còn sinh hoạt trong cộng đồng người Hoa và một số nhóm bản địa nhỏ của Indonesia. Hầu hết người Indonesia gốc Hoa sinh sống ở các khu vực thành thị, do đó người Indonesia theo Phật giáo chủ yếu cũng sống ở các khu vực thành thị. Mười tỉnh hàng đầu của Indonesia có dân số theo Phật giáo đáng kể là: Jakarta, Bắc Sumatra, Tây Kalimantan, Banten, Riau, Quần đảo Riau, Tây Java, Đông Java, Nam Sumatra và

Trung Java. Liên quan đến nguyên tắc Pancasila, một nhà Sư Phật giáo, đại diện cho Tăng đoàn Phật giáo Indonesia, sẽ tham gia vào hầu hết các nghi lễ do nhà nước bảo trợ. Nghi lễ luôn bao gồm một lời cầu nguyện do một giáo sĩ Hồi giáo chủ trì với đại diện của các tôn giáo khác đứng thành một hàng phía sau ông. Mặc dù phần lớn Phật tử Indonesia theo tông phái Đại thừa Trung quốc, nhưng thông thường đại diện của Phật giáo do Chính phủ lựa chọn lại là một Tăng sĩ theo tông phái Phật giáo Nguyên thủy Indonesia.

Một nhóm nhỏ người Sasak được gọi là "Bodha" chủ yếu được tìm thấy ở làng Bentek và trên sườn núi Gunung Rinjani, Lombok. Họ đã tránh được mọi ảnh hưởng của Hồi giáo và thờ các vị Thần như Dewi Sri dưới sự ảnh hưởng của Phật giáo Kim Cương thừa và Ấn Độ giáo. Nhóm người Sasak này, một phần là do tên của bộ tộc họ, được chính phủ Indonesia công nhận là Phật tử. Hiện nay, có hơn 10.000 Phật tử trong cộng đồng của họ và một số nhỏ theo truyền thống Phật giáo Nguyên thủy.

Các nhóm Phật tử Java cũng tồn tại và chủ yếu được tìm thấy ở các làng và thành phố ở Trung và Đông Java. Các huyện Temanggung, Blitar và Jepara có khoảng 30.000 Phật tử, chủ yếu là người Java. Ví dụ, dân số Phật tử Java bản địa hình thành nên phần lớn ở các làng miền núi của tiểu huyện Kaloran ở huyện Temanggung, Trung Java.

## Hiện tại Indonesia có 3 truyền thống Phật giáo:

**1. Phật giáo Nguyên thủy:** Cộng đồng Phật tử tu tập theo những lời dạy của Đức Phật được ghi lại trong Kinh tạng Pali, các chùa theo nhóm này hiện có ở Bali, Sumatra và Kalimantan.

**2. Phật giáo Đại thừa:** Bao gồm nhiều tông phái khác nhau như Tịnh độ tông, Thiền tông, Hoa Nghiêm tông, Thiên Thai tông và Nhật liên Tông (Phật giáo Nhật Bản).

Cộng đồng Phật tử Đại thừa sinh sống ở các nơi như Java, Jakarta, Sumatra, Kalimantan, Banten, Riau...

**3. Phật giáo Kim Cương thừa:** Còn được gọi là Phật giáo Tây Tạng, ít phổ biến ở Indonesia nhưng được một số ít người bản địa thực hành, đặc biệt là người tỵ nạn Tây Tạng và con cháu của họ.

## Kinh Phật ở Indonesia

Kinh điển Phật giáo ở Indonesia bao gồm kinh điển Pali của Phật giáo Nguyên thủy, kinh điển Đại thừa và Phật giáo Tây Tạng. Kinh điển Pali, bao gồm Luật Tạng, Kinh Tạng và Luận Tạng, là nền tảng cho việc tu tập theo Phật giáo Nguyên thủy. Các kinh điển Đại thừa như Bát-nhã Tâm kinh, Kinh Pháp Hoa và Kinh Hoa Nghiêm được tôn kính vì những lời dạy về lòng từ bi và tánh Không. Trong khi đó, kinh điển Phật giáo Tây Tạng, bao gồm bộ Kinh Kangyur và Luận Tengyur (nổi bật những bài giảng về Đại Trí Độ Luận và các bộ luận của Ngài Thiên Thân, Phật Hộ, Nguyệt Xứng, Long Thọ, Tịch Thiên), cung cấp những hiểu biết sâu sắc về thiền định và nghi lễ. Những câu chuyện tiền thân Đức Phật (Jataka | 本生經) và những luận bản của Phật giáo bản địa làm phong phú thêm cho di sản văn học Phật giáo Indonesia, nuôi dưỡng mối liên hệ sâu sắc giữa các nền văn hóa đa dạng của đất nước này với lời dạy của Đức Phật.

## Lễ hội Phật giáo Indonesia

Các lễ hội Phật giáo phản ánh truyền thống và nền văn hóa đa dạng của cộng đồng Phật tử. Một số lễ hội Phật giáo đáng chú ý được tổ chức ở Indonesia là:

**1. Vesak:** Được tổ chức vào ngày trăng tròn tháng 5 hằng năm, Vesak là lễ hội Tam hợp, kỷ niệm ngày Đức Phật đản sanh, giác ngộ và nhập Niết-bàn (Parinirvana).

Cộng đồng Phật tử tụ tập tại các ngôi chùa để cầu nguyện, rước nến và dâng lễ vật là thức ăn và hoa.

**2. Kathina:** Lễ hội này diễn ra sau khi kết thúc ba tháng an cư mùa mưa (Varsa) dành cho chư Tăng Phật giáo Nguyên Thủy. Lễ dâng y Kathina bao gồm việc dâng y áo và các phẩm vật cần thiết cho người tu sĩ.

**3. Asalha Puja:** Còn được gọi là Ngày Chuyển Pháp Luân (Dhammacakka) đánh dấu ngày Đức Phật giảng bài pháp đầu tiên ở Vườn Lộc Uyển. Lễ hội này thường diễn ra vào ngày trăng tròn của tháng Āsādha, tức là tháng 7 hằng năm tại Indonesia.

## Chùa Phật giáo hiện nay ở Indonesia

**1. Phế tích chùa Muaro Jambi**: Tiếng Indonesia gọi là Candi Muaro Jambi, tọa lạc ở Muaro Jambi Regency, tỉnh Jambi, Sumatra, Indonesia. Chùa này được xây dựng từ thời Melayu, được xem là ngôi chùa cổ còn sót lại từ thế kỷ 7 đến thế kỷ 13 Tây lịch. Di tích khảo cổ này bao gồm tám khu bảo tồn đền thờ đã khai quật, bao phủ khoảng 12 km vuông và trải dài 7,5 km, dọc theo sông Batang Hari, với những ngôi chùa đổ nát vẫn chưa được phục hồi. Chùa này là một trong những quần thể kiến trúc cổ lớn nhất và được bảo tồn tốt nhất ở Đông Nam Á. Người ta cho rằng Chùa Muaro Jambi có thể là vị trí ban đầu của vương quốc Srivijaya. Nguyên nhân chủ yếu là do Muaro Jambi có mật độ chùa phong phú hơn nhiều, trái ngược với sự khan hiếm các địa điểm khảo cổ ở miền Nam Sumatra.

**2. Chùa Kim Đức** (Kim Tek Ie/Vihara Dharma Bhakti/金德): Tọa lạc ở khu phố China Town của Glodok, Jakarta, Indonesia. Chùa xây dựng vào năm 1650, được xem là ngôi chùa Trung Quốc lâu đời nhất ở Jakarta. Ngôi chùa này từng bị thiêu rụi trong cuộc thảm sát sắc tộc Hoa kiều vào năm 1740. Sau sự cố này, Toàn quyền Gustaaf Willem van

Imhoff đã thành lập một tổ chức bán tự trị cho mỗi nhóm dân tộc để giám sát và điều phối các vấn đề xã hội và tôn giáo của cộng đồng. Đối với nhóm dân tộc Hoa, tổ chức này được gọi là Kong Koan. Kong Koan đã trùng tu lại chùa này vào năm 1755. Rồi chùa Kim Đức này bị hỏa hoạn một lần nữa vào ngày 2 tháng 3 năm 2015, nguyên nhân của đám cháy xuất phát từ một mảnh bạt treo gần những ngọn nến bắt lửa và sau đó lan ra khắp tòa Chánh điện, cơn hỏa hoạn đã thiêu hủy hơn 40 tác phẩm điêu khắc lịch sử Phật giáo và hiện vật giá trị. Chùa được trùng tu tạm thời vào năm 2019 cho cộng đồng Phật tử về sinh hoạt. Chùa Kim Đức xưa nay vẫn là trung tâm tổ chức các lễ hội của người Hoa gốc Phúc Kiến ở Jakarta.

**3. Chùa Buddhagaya (Bồ-đề Đạo Tràng)**: Tọa lạc ở Semarang, Indonesia. Người Hoa Phúc Kiến gọi là Chùa Đại Bá Công (Tua Pek Kong/大伯公) vì trong chùa có thờ cúng vị này như là một vị Thần giúp cho việc kinh doanh buôn bán của họ thêm thuận lợi. Kiến trúc ngôi chùa này có nguồn gốc từ thời Majapahit (từ 1293 đến 1527), Phật giáo thời đó là quốc giáo. Với sự sụp đổ của Đế chế Majapahit và sự lan rộng của đạo Hồi, việc thực hành Phật giáo đã giảm mạnh. Phật giáo đã tái xuất hiện 500 năm sau đó. Nỗ lực đầu tiên để truyền bá Phật giáo diễn ra vào thời kỳ thuộc địa của Hà Lan thông qua Tỳ-kheo Ashin Jinarakkhita với sự khuyến khích của Đại sư Narada Maha Thera. Vào năm 1955, địa chủ Semarang người Hoa Goei Thwan Ling có duyên gặp Ngài Ashin Jinarakkhita tại lễ Vesak 2549 tại Đại Tháp Borobudur và ông đã phát tâm cúng dường một phần đất của mình để xây dựng lại chùa Buddhagaya này. Từ năm 1955 đến cuối đời, Hòa Thượng Ashin Jinarakkhita lưu trú và phục hưng Phật Pháp tại Indonesia từ ngôi chùa này.

**4. Chùa Lam Tỳ Ni:** Tiếng Indonesia gọi là Taman Alam Lumbini, là chùa Phật giáo tại Desa Dolat Rayat,

Berastagi ở miền Bắc Sumatra, Indonesia. Ngôi chùa được khánh thành vào năm 2010. Buổi lễ có sự tham dự của hơn 1.300 Tăng Ni và Phật tử khắp nơi trên thế giới. Taman Alam Lumbini được xem là bản sao của Chùa Shwedagon ở Yangon, Miến Điện. Kiến trúc và dát vàng đều giống như nhau. Chùa được xây dựng vào năm 2007 và hoàn tất vào năm 2010. Ngôi tháp cao 46,8 mét và rộng 68 mét.

**5. Maha Vihara Maitreya (Chùa Di-lặc):** Tọa lạc ở Medan, Bắc Sumatra, được xem là ngôi chùa Phật giáo lớn nhất hiện nay ở Indonesia. Chùa được xây dựng vào năm 1991 trên diện tích 4,5 ha và được khánh thành vào ngày 21 tháng 8 năm 2008. Maha Vihara Maitreya được xây dựng như một nơi thờ cúng cho các Phật tử ở Medan nói riêng và Bắc Sumatra nói chung, vì có rất nhiều người Hoa sinh sống tại thành phố này. Đúng như tên gọi Maitreya, ngôi chùa này tụng kinh và áp dụng lời dạy của Đức Phật Di-lặc. Ngôi chùa được chia thành ba điện chính. Chánh điện thứ nhất dung chứa 1.500 người, thờ Đức Phật Thích-ca Mâu-ni, Bồ Tát Quán Âm và Quan Thánh Đế Quân (Satyakalama). Chánh điện thứ hai chứa 2.500 người, thờ Đức Phật Di-lặc. Tòa nhà thứ ba là một phòng hội họp có sức chứa 2.000 người.

**6. Vihara Mahavira Graha Pusat** 大叢山 (Đại Tùng Sơn): Chùa tọa lạc ở phía Bắc Jakarta. Năm 1989, Hòa Thượng Huệ Hùng (Hui Siong/Prajnavira) hiện là Chủ tịch Hội Tăng già Thế giới, đến hoằng pháp và bắt đầu xây dựng ngôi chùa này với mục đích cung ứng nền giáo dục Phật giáo cho quần chúng Phật tử. Đại Tùng Sơn xây dựng theo lối kiến trúc hiện đại với một tòa nhà gồm 1 trệt và 4 lầu, mỗi tầng có diện tích hơn 2800m$^2$: tầng 1 và tầng 2 là Hội trường lớn có sức chứa hơn 3.000 người; tầng 3 là Giảng đường; tầng 4 là Chánh điện và Thư viện, tầng 5 được thiết trí với 28 phòng họp, phòng khách v.v.; trong khi phần dưới của tòa nhà được thiết kế làm trai đường với 80 bàn.

Maha Vihara Maitreya (Chùa Di Lặc), Tọa lạc ở Medan, Bắc Sumatra, được xem là ngôi chùa Phật giáo lớn nhất hiện nay ở Indonesia.

Chùa Đại Tùng Sơn hằng năm tổ chức nhiều loại hình hoạt động tâm linh đa dạng và phong phú. Vào mỗi Chủ Nhật từ 9 giờ sáng, một buổi lễ dành cho giới thanh thiếu niên và sinh viên, sau đó vào lúc 10:30, hàng ngàn người đã đến tham dự lễ và nghe pháp thoại; cùng ngày, các lớp học tiếng Trung và các ngoại ngữ khác, lớp dạy múa lân và rồng, lớp đào tạo tình nguyện viên, lớp thảo luận về Phật pháp của phụ nữ; buổi chiều, Chư Tăng Ni cùng quý Phật tử đến thăm các bệnh nhân tâm thần đang điều trị tại các bệnh viện; vào mỗi thứ Sáu, một số Phật tử tình nguyện và Chư Tăng Ni đến thăm các bệnh nhân ung thư để động viên an ủi và cùng nhau cầu nguyện; vào mỗi chiều thứ Bảy có một buổi lễ tụng kinh tiếng Trung và sau đó là một phiên chợ thực phẩm giá rẻ dành cho những Phật tử có nhu cầu.

Chùa Đại Tùng Sơn ở thủ đô Jakarta do Hòa Thượng Huệ Hùng khai sơn và trụ trì

## Những ngôi Chùa Phật giáo ở Bali

Bali là một tỉnh của Indonesia, tỉnh này bao gồm đảo chính Bali và một vài đảo nhỏ lân cận, đáng chú ý là Nusa Penida, Nusa Lembongan, và Nusa Ceningan. Bali chỉ cách Darwin (Bắc Úc) 2 giờ 40 phút máy bay, nên người Úc thích viếng thăm Bali, là điểm đến đầu tiên khi họ du lịch bên ngoài xứ Úc. Bali với dân số là 3.890.757 người, đa số theo Ấn Giáo, Hồi Giáo và Phật giáo.

Địa điểm thu hút khách du lịch đến Bali của Indonesia là hàng ngàn ngôi đền Ấn giáo, chùa Phật giáo nằm rải rác trên vùng cao nguyên và dọc theo bờ biển ở hòn đảo nhiệt đới đẹp như tranh vẽ này. Trên thực tế, một số ngôi đền, chùa đã trở thành những địa danh mang tính biểu tượng nhất của Bali. Với hơn 20.000 ngôi đền, chùa rải rác trên đảo, du khách chắc chắn sẽ có nhiều lựa chọn! Và sau đây là 5 ngôi chùa Phật giáo hàng đầu mà chúng ta nên ghé thăm.

**1. Chùa Vihara Dharmayana ở Legian, Kuta, Bali:** Vượt qua khỏi dòng xe cộ đông đúc trong một khu phố nhỏ ẩn mình, là ngôi Chùa Vihara Dharmayana, được xây dựng vào năm 1876 và là một trong những viên ngọc quý nguyên vẹn cuối cùng còn sót lại ở Bali, đây là một trong những ngôi chùa Phật giáo lâu đời nhất ở Kuta có niên đại gần 200 năm. Chùa đẹp lộng lẫy với kiến trúc Trung Hoa phức hợp, màu sắc rực rỡ với những cây cột đỏ khổng lồ, những tác phẩm phù điêu khắc rồng, phượng Trung Hoa và đèn lồng đỏ cỡ lớn, đặc biệt có hồ nước bao quanh để mọi người đến phóng sanh rùa.

**2. Chùa Vihara Dharma Giri ở Tabanan, Tây Bali:** Trong số những điểm tham quan hàng đầu ở Pupuan, Tabanan, phía Tây Bali là chùa Vihara Dharma Giri, nổi tiếng nhất với tôn tượng Phật Niết-bàn khổng lồ.

Hòa Thượng Huệ Hùng (giữa) Chủ tịch Hội đồng Tăng già Phật giáo thế giới, Chủ Tịch Hội Phật giáo Indonesia) Cùng Lạt Ma Khenpo (Hồng Kông) & Thượng Tọa Nguyên Tạng (Úc Châu) Hình chụp tại Đại Hội Tăng-già Thế Giới kỳ 11 tại Auckland, Tân Tây Lan (đầu năm 2024)[1]

[1] Mời xem: https://quangduc.com/a77622/members-of-wbsc-term-2024-2028

**3. Chùa Brahma Arama ở Banjar, Bắc Bali:** Chùa được xây dựng vào những năm 1960, tọa lạc gần Bajar ở Bắc Bali, được xem là ngôi chùa Phật giáo lớn nhất và điểm đến ưa thích nhất tại Bali của các phái đoàn hành hương. Tại nơi đây, có hai tôn tượng Phật thực sự thu hút ánh nhìn của du khách, tượng Phật này trông rất đẹp được làm bằng đồng dát vàng, là món quà gởi tặng từ Sri Lanka vào năm 1977. Bên cạnh pho tượng Phật này, trong khuôn viên chùa còn có 31 tượng bằng đá khác rất đẹp mắt. Nhiều du khách đến đây vì muốn đến gần với Đức Phật hơn và thích không gian tĩnh lặng ở nơi này. Quả thật, chùa Brahma Arama không chỉ là nơi giúp du khách khám phá, phát triển tâm linh mà còn là nơi cho Phật tử các giới đến cầu nguyện và thiền tập mỗi ngày.

**Quy định khi đến thăm đền chùa ở Bali**

**a. Mặc sarong:** Giống như nhiều nơi thờ cúng khác, điều quan trọng là bạn phải thể hiện sự tôn kính bằng cách ăn mặc giản dị. Khi đến thăm các chùa Phật giáo ở Bali, cả nam và nữ đều phải mặc sarong để che chân đến dưới đầu gối. Hầu hết các ngôi chùa đều có sarong mà du khách có thể sử dụng ở lối vào.

**b. Tránh hướng chân về phía bàn thờ:** Trong văn hóa Bali, bàn chân được coi là không sạch sẽ, điều đó có nghĩa là hướng chân về phía bàn thờ được xem là hành vi bất kính. Đàn ông thường ngồi bắt chéo chân, trong khi phụ nữ sẽ quỳ gối khi cầu nguyện.

**c. Quy định đặc biệt dành cho phụ nữ:** Một trong những quy định gây tranh cãi nhất đối với du khách khi đến thăm các ngôi đền, chùa ở Bali bao gồm những quy định áp dụng cho phụ nữ. Cụ thể, những phụ nữ đang trong thời kỳ kinh nguyệt không được phép bước vào đền, chùa. Điều này bắt nguồn từ niềm tin cổ xưa rằng phụ nữ đang trong thời kỳ kinh nguyệt là "không trong sạch" nên họ không được bước vào vùng đất thiêng. Tương tự như vậy, những phụ nữ mang thai hơn 7 tháng hoặc đã sinh con trong vòng 6 tuần trước khi đến thăm được khuyến cáo không nên vào đền, chùa.

## LỜI KẾT

Cho dù hiện tại Indonesia là một quốc gia Hồi giáo với số lượng tín đồ trên 80% nhưng Phật giáo vẫn có một chỗ đứng nhất định trong dòng lịch sử của quốc gia này. Sau khi trải qua thời kỳ hoàng kim của Triều đại Srivijaya và Majapahit, Phật giáo ở Indonesia cuối cùng đã suy tàn khi Hồi giáo truyền đến. Tuy nhiên, sau nhiều thế kỷ ngủ say, Phật giáo đã hồi sinh trở lại ở Indonesia sau khi chính quyền thuộc địa Hòa Lan khai quật thành công Đại tháp Borobudur vào cuối thế kỷ 19. Hành trình phục hưng và phát triển của Phật giáo Indonesia bắt đầu từ Hòa Thượng Ashin Jinarakkhita (1923-2002), người Indo gốc Hoa. Và hiện nay với sự xuất hiện của Hòa Thượng Huệ Hùng, Chủ tịch Hội đồng Tăng già Phật giáo Thế giới, Chủ tịch Hội Phật giáo Indonesia và cũng là Viện Chủ Chùa Đại Tùng Sơn ở thủ đô Jakarta, người có những chương trình hoằng pháp, đưa Phật pháp vào trong lòng xã hội, chắc chắn Phật giáo sẽ ngày càng phát triển tại xứ sở vạn đảo này.

***Thích Nguyên Tạng***

## Tổng hợp theo các tài liệu

1. *Chris Scarre (1999), The Seventy Wonders of the Ancient World, Thames and Hudson Ltd, London.*
2. *Robert Storey (1992) Indonesia, A Travel SurvivalKit, Lonely Planet, Australia*
3. *Gerald Cubitt and Christopher Scarlett (1995), This is Indonesia, New Holland Publishers, Sydney.*

4. *Bedrich Forman (1980) Borobudur, The Buddhist Legend in Stone, Octopus, London.*
5. *Mitra, D (1971), Buddhist Monuments, Culcutta, India*
6. *Ven. Dr. Ditthisampanno (2023), Buddhism in Indonesia, Past and Present.*
7. *Most Venerable Abbot Hui Xiong (2025) Mahavira Vihara (大叢山) Jakarta, Indonesia: https://mahaviragrha.com*

## Giới thiệu sơ lược về tác giả

**Thượng tọa Thích Nguyên Tạng**

- Thượng Tọa Thích Nguyên Tạng sinh năm 1967 tại Nha Trang. Xuất gia năm 1980.
- Tốt nghiệp Trường Cơ bản Phật học Vĩnh Nghiêm năm 1992.
- Cử Nhân Ngoại Ngữ Anh (Đại học Sư Phạm) năm 1995.
- Cử Nhân Phật Học (Vạn Hạnh) năm 1997.
- Định cư tại Úc năm 1998, sáng lập trang Quảng Đức www.quangduc.com.
- Tốt nghiệp Cử nhân Xã hội học tại Đại học La Trobe (Melbourne) năm 2006.
- Từ năm 1999 đến 2019: Phó Tổng Thư Ký Giáo Hội Phật Giáo Việt Nam Thống Nhất Hải Ngoại tại Úc Đại Lợi-Tân Tây Lan
- Từ năm 2015, Trụ Trì Tu Viện Quảng Đức, Melbourne, Úc Châu và là Tổng Thư Ký & Tổng Vụ Phó Tổng Vụ Hoằng Pháp của Giáo Hội Phật Giáo Việt Nam Thống Nhất Hải Ngoại tại Úc Đại Lợi-Tân Tây Lan.
- Từ năm 2019 đến nay: Tổng Thư Ký Giáo Hội Phật Giáo Việt Nam Thống Nhất Hải Ngoại tại Úc Đại Lợi - Tân Tây Lan
- Là tác giả và dịch giả của nhiều tập sách như: Chết và Tái Sanh, Phật Giáo Khắp Thế Giới, Sức Mạnh của Lòng Từ, Hỏi Hay Đáp Đúng, Phật ngọc hòa bình, Lịch sử Phật Giáo Úc Đại Lợi...

*Thích Nhuận Châu*

# TƯ TƯỞNG GIAO THOA VÀ PHÂN KỲ TRONG ÁO NGHĨA THƯ VÀ PHẬT GIÁO

Ấn Độ, quê hương Đức Phật, cội nguồn của những vị hiền triết trí tuệ uyên thâm như những cánh rừng già sâu thẳm. Những nhân vật chúng ta nghe được tên qua câu chuyện tiền thân và lịch sử Đức Phật, giống như loài chim huyền thoại cất cánh vút cao giữa trời xanh lồng lộng rồi ẩn thân vào cõi mịt mùng, để lại cho đời niềm khát vọng vô biên tìm lại chính mình.

Trong cuộc lữ tìm kiếm đầy gian nguy và cũng ngập tràn niềm thú vị, chúng ta sẽ gặp sự giao thoa giữa nền triết học Phệ-đà (*Veda*), ngự trị hàng ngàn năm trước khi Tất-đạt-đa chào đời, và những áng văn *Áo nghĩa thư (Upaniṣad)* bay bổng triết lý cao siêu với tư tưởng giải thoát từ trí tuệ và từ bi của Đức Phật.

*Áo nghĩa thư* là văn hệ triết học cuối của *Phệ*-đà *(Veda)*, thuộc thời kỳ hậu kinh điển Phệ-đàn-đa (*Vedānta*), phản ánh sự chuyển dịch từ nghi lễ trong *Phạm thư (Brāhmaṇa)* sang một nền triết lý nội tâm về thực tại tối hậu Phạm (*brahman*) và ngã (*ātman*).

Phật giáo ra đời sau đó vào thế kỷ thứ VI-V (TTL), xuất hiện trong cùng bối cảnh triết học Ấn Độ, hệ thống tư tưởng và giáo lý đạo Phật vừa kế thừa vừa phê phán nhiều điểm then chốt của tư tưởng *Áo nghĩa thư*. Điểm cần phân tích ở đây là sự tương quan của năm lớp vỏ (*pañcakośa*) trong *Taittirīya Upaniṣad* và ngũ uẩn (*pañcaskandha*) trong Phật giáo. Trước hết, xin nói đến những chia sẻ chung.

## NHỮNG TƯ TƯỞNG GIAO THOA

### Tìm kiếm thực tại tối hậu

*Áo nghĩa thư* quan tâm sâu sắc đến thực tại tối hậu, được gọi là *Brahman* - bản thể tuyệt đối vô hạn, vượt ngoài hình tướng và danh ngôn. Như trong *Chāndogya Upaniṣad* VII.23.1 nói:

*yo vai bhūmā tat sukham, nālpe sukham asti.*

"Thật vậy, cái gì rộng lớn là an lạc hạnh phúc, cái gì nhỏ bé thì không phải là an lạc hạnh phúc."[1]

Phật giáo, mặc dù không khẳng định một thực thể thường hằng như *brahman*, thay vào đó, giới thiệu niết-bàn (*nirvāṇa*), một cảnh giới tuyệt đối là mục tiêu cứu cánh. Tuy nhiên điểm khác biệt là niết-bàn không phải là khái niệm bản thể, mà là sự đoạn diệt hoàn toàn khổ và phiền não. Như được Đức Phật trình bày:

*Sabbaso taṇhānaṃ khayā asesavirāganirodho nibbānaṃ.*[2]

"Đoạn tận tất cả ái, ly tham hoàn toàn, tịch diệt - ấy gọi là niết-bàn"

Như vậy, chúng ta thấy, đạo Phật không bận tâm đến những khái niệm bản thể siêu hình như to lớn (*bhūman*), nhỏ bé (*alpa*), mà chỉ nhắm đến sự đoạn diệt hoàn toàn khổ và phiền não, xem đó là phúc lạc tối thượng, đó là thực tại tối hậu, là niết-bàn.

---

[1] Bhūmā chỉ sự rộng lớn, bao la, vô biên...; sukham" chỉ sự an vui, thoải mái, hạnh phúc.

[2] Udāna; VIII.3, PTS: Ud.33.

## Nội quán và thiền định

Cả *Áo nghĩa thư* và Phật giáo đều lấy thiền định (dhyāna) và tự quán (svādhyāya, vichāra) làm phương pháp trọng yếu để đạt đến giải thoát. Trong *Bṛhadāraṇyaka Upaniṣad* I.4.1 nói:

ātmaivedam agra āsīt, sa eka eva, so'kāmayata - "aham brahma syām iti."

"Ban đầu chỉ có tự ngã. Nó đơn độc. Nó khởi lên ý nguyện: 'Ta sẽ trở thành Brahman'"

Đối chiếu lời dạy của Đức Phật trong 'Kinh Một Pháp Môn Quyết Trạch (*Nibbedhika Sutta*) thuộc *Tăng chi bộ (Aṅguttara Nikāya) AN 6.63:*

"Cetanāhaṃ bhikkhave kammaṃ vadāmi"

"Này các tỉ-khưu, ta gọi tư niệm là nghiệp"

Tư niệm nội tâm là động lực luân hồi theo cả hai truyền thống nhưng Phật giáo nhấn mạnh tính vô ngã (*anātman*) như là giải pháp, trái với chủ trương hữu ngã (*ātman*) của *Áo nghĩa thư*. Đây là tuyên bố trọng yếu của Đức Phật xác lập bản chất của nghiệp (*karman*) không nằm ở hành động thể chất hay lời nói đơn thuần, mà cốt ở tư niệm *(cetana)*, tức ý chí chủ động. Đây là điểm then chốt phân biệt Phật giáo với các hệ thống triết học Phệ-đà - đặc biệt là tư tưởng nghiệp tự thân (*ātma-karman*) trong *Upaniṣad*.

Trong A-tì-đạt-ma,[1] tư niệm là một trong các tâm sở.[2] Nó mang nghĩa tác ý điều hướng, tức là tâm thức phối hợp các tâm hành trong quá trình tạo nghiệp. Vì thế, nó là yếu tố chủ yếu trong việc dẫn khởi hành động thuộc pháp hữu vi (*saṅkhata-dhamma*) và có quả báo (*vipāka*; dị thục).

Khác với các trường phái Ấn Độ giáo cổ đại cho rằng:

---

[1] P: Abhidhamma; S: Abhidharma; 阿毘達磨.

[2] P: cetasika; S: caitasika; 心所.

nghiệp là hành động được tích lũy bởi ngã, Phật giáo định nghĩa nghiệp là tiến trình tâm lý - phát khởi từ tư niệm. Trong "Tiểu Kinh Nghiệp phân biệt",[1] Đức Phật dạy rằng thân nghiệp, khẩu nghiệp và ý nghiệp đều do tư niệm dẫn đạo nên Đức Phật khẳng định: *tư niệm là nghiệp.*

Tư niệm dẫn đến nghiệp và nghiệp dẫn đến tái sinh nhưng do *không có thực thể bất biến nào gọi là "ta"* (*anātman* - vô ngã) như Đức Phật dạy:

*"Rūpam bhikkhave anattā, rūpañ ca bhikkhave attā abhavissa nayidaṃ rūpaṃ ābādhāya saṃvatteyya labbhetha ca rūpe evaṃ me rūpaṃ hotu evaṃ me rūpaṃ mā aho sīti. Yasmā ca kho bhikkhave rūpam anattā tasmā rūpam ābādhāya saṃvattati. Na ca labbhati rūpe Evam me rūpaṃ hotu evaṃ me rūpaṃ mā ahosīti."* (S.3.66.)

"Này các tỉ-khưu! Sắc là vô ngã. Và, này các tỉ-khưu! Nếu quả như sắc là ngã thì sắc này không nên dẫn đến bệnh và có thể đạt được các sắc rằng 'Mong sắc của tôi như vầy chứ sắc của tôi không phải là như vầy'. Và này các tỉ-khưu! Bởi vì sắc là vô ngã cho nên sắc dẫn đến bệnh, không thể có được các sắc rằng 'Mong sắc của tôi như vầy chứ sắc của tôi không phải là như vầy'."

Bốn uẩn cũng còn lại cũng như vậy. Do đó tiến trình tái sinh chỉ là sự tiếp nối của dòng tâm thức (*viññāṇasantāna*), không có một "chủ thể" cố định chuyển di. Trong Kinh *Milindapañha*, Na-tiên Tỉ-khưu giải thích:

*"Evameva kho mahārāja dhammasantati sandahati, añño uppajjati añño nirujjhati, apubbaṃ acarimaṃ viya sandahati, tena na ca so na ca añño pacchimaviññāṇasangahaṃ gacchatīti."* (Milindapañha, PTS, p. 40)

"Cũng như vậy, thưa Đại vương, sự tương tục của pháp được liên hợp với nhau. Cái khác sanh, cái khác diệt, được

[1] Cūḷakammavibhaṅga Sutta; MN 135; Tiểu kinh Nghiệp phân biệt, Hòa thượng Thích Minh Châu Việt dịch.

liên hợp như là không có trước không có sau, do đó chẳng phải là nó cũng không phải là cái khác đi đến kết hợp với cái thức [khởi] sau."

Tư tưởng này hoàn toàn trái ngược với *Áo nghĩa thư*, nơi mà *ātman* được coi là *chủ thể thường trú đi qua luân hồi*, hướng đến giải thoát (*mokṣa*) bằng sự nhận ra "ta là *Brahman*."

## NHỮNG ĐIỂM PHÊ PHÁN VÀ PHÂN KỲ

### Quan điểm về bản ngã

Điểm khác biệt cốt lõi giữa hai hệ thống là:

*Áo nghĩa thư* xác quyết có *ātman* - bản ngã bất biến, đồng nhất với *braḥman* (*ahaṃ brahmāsmi* - Ta là Brahman). Như trong *Bṛhadāraṇyaka Upaniṣad* I.4.10:

*"ahaṃ brahmāsmi"* "Ta là Brahman."

Phật giáo phủ nhận hoàn toàn điều này bằng giáo lý vô ngã (*anātman*; 無我), như Đức Phật dạy trong *Kinh Vô ngã tướng*:[1]

*"na hetam mama, na esohamasmi, na meso attā"*

"Cái này không phải là của tôi, không phải là tôi, không phải là tự ngã của tôi."

### Bản chất giải thoát

Chúng ta có vài đối chiếu như sau:

Trong *Áo nghĩa thư*, giải thoát là sự hợp nhất *ātman* với *braḥman* - trạng thái của tri thức tuyệt đối (*vidyā*) vượt khỏi sinh tử.

Trong Phật giáo, giải thoát là đoạn tận tham, sân, si - trạng thái vô nhiễm, không còn tạo nghiệp, không còn tái sanh.

[1] Anattalakkhaṇa Sutta; SN 22.59.

Tư tưởng *ātman* và *brahman* về sau trở thành nền tảng cho hệ thống Phệ-đàn-đa (*Vedānta*), đặc biệt là Bất nhị Phệ-đàn-đa (*Advaita Vedānta)* của *Śaṅkara*.[1]

Phật giáo Đại thừa, đặc biệt giáo lý Như Lai tạng (*Tathāgatagarbha)*, chịu ảnh hưởng gián tiếp của khái niệm bản thể tính, có khi diễn đạt Phật tánh (*buddhadhātu*; 佛性) theo cách giống *ātman*, nhưng vẫn giữ lập trường vô ngã.

Trong khi các kinh hệ *Như Lai tạng* thường diễn đạt *Phật tánh* bằng ngôn ngữ bản thể luận (*ontological*), thì về mặt triết học, phần lớn truyền thống Đại thừa vẫn duy trì lập trường *vô ngã* (*anātman*) là nền tảng giải thoát. Trong *Tathāgatagarbha Sūtra*,[2] Đức Phật dạy:

「佛觀衆生類悉有如來藏」"Phật quán chúng sinh loại, tất hữu Như Lai tạng."[3]

Câu này có thể khiến người đọc ngộ nhận rằng có một 'thực thể thường hằng' bên trong mỗi người - tương tự *ātman* trong *Upaniṣad*. Tuy nhiên, đây là cách diễn đạt theo phương tiện thiện xảo (*upāya*) - nhằm *khơi dậy niềm tin*

---

[1] Śaṅkara; Hán: 商羯羅 Thương-yết-la (khoảng thế kỷ VIII), là triết gia và luận sư hàng đầu của truyền thống Advaita Vedānta (Bất nhị Phệ-đàn-đa), có ảnh hưởng sâu rộng trong lịch sử triết học Ấn Độ. Ông được xem là người hệ thống hóa tư tưởng Upaniṣad, Bhagavadgītā và Brahmasūtra dưới quan điểm nhất nguyên tuyệt đối, chủ trương rằng chỉ có brahman là thực tại tối hậu, còn thế giới hiện tượng là huyễn tướng (māyā). Trong các luận chú của mình, đặc biệt Brahmasūtrabhāṣya, Śaṅkara bác bỏ mọi quan niệm về ngã sai biệt, xác lập rằng ātman và brahman là nhất như (tat tvam asi - "ngươi chính là Cái Đó"). Đối với ông, giải thoát (mokṣa) là sự trực nhận chân lý này qua tri kiến (jñāna) chứ không phải qua hành trì nghi lễ. Tuy thường bị xem là đối lập với lập trường vô ngã của Phật giáo nhưng tư tưởng của Śaṅkara cũng chứa nhiều yếu tố phân tích siêu nghiệm, tiếp cận gần với một số nội dung trong Trung quán luận và Duy thức học, đặc biệt trong cách phủ định thực thể của hiện tượng giới để khẳng định tính bất nhị của thực tại tối hậu.

[2] Đại phương đẳng Như Lai tạng kinh (大方等如來藏經); ĐCT, T16, 666.

[3] ĐCT, T16, 666, tr.457c, d.17.

*nơi những người chấp ngã*, chứ không phải là một tuyên bố bản thể luận theo nghĩa hữu thể cố định.

Kinh *Thắng Man* nói:「如來藏常住不變。」[1]

"Như Lai tạng thường trụ, không biến đổi."

Đây là tuyên bố rõ ràng dường như mâu thuẫn với giáo lý vô ngã. Tuy nhiên, trong đoạn sau, kinh giải thích:

「如來藏者離有為相。」[2]

"Như Lai tạng lìa tướng hữu vi."

Như vậy, "ngã" ở đây chỉ mang tính *ngôn ngữ biểu trưng*, nhằm *phá chấp đoạn kiến*, không hề hàm ý khẳng định một ngã thường hằng như *ātman* của *Upaniṣad*.

Kinh *Đại Bát-niết-bàn* nói:「一切衆生皆有佛性。」[3]

"Tất cả chúng sinh đều có Phật tánh."

Điều này cho thấy rõ chủ trương: *Phật tánh là phổ quát ở mọi chúng sanh, không phải là một thực thể độc lập, là tự ngã vĩnh hằng* như khái niệm *ātman của Áo nghĩa thư*.

Nhiều học giả, như *Sallie B. King*[4] (1983), đã khẳng

[1] Thắng Man Sư Tử Hống Nhứt Thừa Đại Phương Tiện Phương Quảng Kinh [勝鬘師子吼一乘大方便方廣經] (*Śrīmālādevīsiṃhanāda Sūtra*), ĐCT, T12, 353, tr.222b, d.11.

[2] Kinh đã dẫn, ĐCT, T12, 353, tr.222b, d.11.

[3] Đại Bát Niết Bàn Kinh [大般涅槃經] (Mahāparinirvāṇa Sūtra), quyển 8, ĐCT, T12, 374, tr.413c, d.3.

[4] Sallie B. King (s. 1952) là một học giả Phật học người Mỹ, hiện là Giáo sư danh dự ngành Triết học và Tôn giáo tại Đại học James Madison, và giảng viên liên kết tại Khoa Thần học, Đại học Georgetown. Bà chuyên nghiên cứu về Phật tánh (buddhadhātu; 佛性), Phật giáo Đại thừa, Phật giáo nhập thế và đối thoại liên tôn. Trong tác phẩm Buddha Nature (Albany: SUNY Press, 1991), bà khảo sát Phật Tánh Luận (Foxing lun; 佛性論), một bản văn được cho là của Thế Thân (Vasubandhu) và được Cưu-ma-la-thập (*Kumārajīva*) hoặc Chân Đế (*Paramārtha*) dịch sang Hán văn vào thế kỷ VI. King lập luận rằng khái niệm "Phật tánh" trong các kinh như *Tathāgatagarbha Sūtra*, *Śrīmālādevīsiṃhanāda Sūtra*, và

định: tuy *Như Lai tạng* sử dụng ngôn ngữ gần giống bản thể luận nhưng đó *không phải là sự phục hồi ātman*, mà là một phương tiện ngôn ngữ nhằm *đối trị khuynh hướng đoạn kiến* của người hiểu sai vô ngã là hư vô (*ucchedavāda*).

Trung quán (*Madhyamaka*), đặc biệt qua *Căn bản Trung quán luận tụng* (*Mūlamadhyamaka-kārikā*) của Long Thụ (*Nāgārjuna*), vẫn duy trì triệt để vô ngã:

*na svato nāpi parato na dvābhyām nāpi ahetutaḥ* (*MMK* 1.1)

"Các pháp không sinh từ tự thể, từ tha thể, từ cả hai hay vô nhân."

Đây là lập luận bác bỏ mọi chủ trương bản thể tính - kể cả *ātman*.

Như vậy, *giáo lý Như Lai tạng* có vẻ gần với *ātman* trên mặt ngôn ngữ và ẩn dụ nhưng *về bản chất vẫn giữ lập trường vô ngã*. Cách gọi "ngã" trong kinh *Thắng Man và Đại Bát-niết-bàn* là phương tiện thiện xảo - như "thuốc độc để chữa bệnh độc", không nhằm khẳng định tồn tại một tự ngã vĩnh viễn. Tư tưởng này được phát triển như một *phản ứng đối với sự hiểu nhầm (hay cố tình) vô ngã là hư vô* và để xác lập cơ sở khả năng thành Phật trong tất cả chúng sinh (*sarvasattvānām tathāgatagarbhaḥ - tất cả chúng sanh đều có Như lai tạng*). Từ đó cho thấy mối liên hệ giữa *Upaniṣad* và Phật giáo là phức tạp và hai chiều.

Một trong mối liên hệ phức tạp giữa *Upaniṣad* và Phật giáo, tiếp đến chúng ta sẽ khảo sát về:

---

*Mahāparinirvāṇa Sūtra* tuy có hình thức ngôn ngữ gần với *ātman* của *Upaniṣad*, nhưng bản chất không phải là sự phục hồi bản ngã thường hằng, mà là phương tiện thiện xảo (*upāya*) nhằm khơi dậy niềm tin nơi chúng sinh chấp đoạn kiến. Bà nhấn mạnh rằng Phật tánh không phải là bản thể luận, mà là biểu hiện tiềm năng giác ngộ vốn sẵn có trong mọi chúng sinh. Bên cạnh đó, King còn có nhiều đóng góp trong lĩnh vực Phật giáo nhập thế với tác phẩm Socially Engaged Buddhism (Honolulu: University of Hawai'i Press, 2009), phân tích cách thức giáo lý Phật giáo được áp dụng vào các phong trào xã hội đương đại.

## Năm lớp vỏ (*pañcakośa*) trong Taittirīya Upaniṣad và giáo lý Ngũ uẩn (*pañcaskandha*) của Phật giáo

Trong *Taittirīya Upaniṣad* 2.2-2.5, quan niệm tự ngã (*ātman*) được bọc trong năm lớp vỏ (*kośa*)[1] (*pañcakośa*) được trình bày như sau:

1. *Annamaya-kośa* (lớp vật chất): Thân thể vật lý, được nuôi dưỡng bởi thực phẩm.
2. *Prāṇamaya-kośa* (lớp năng lượng sinh mệnh): Lực sống, điều khiển các chức năng sinh lý.
3. *Manomaya-kośa* (lớp tâm trí): Tâm trí, nơi diễn ra các quá trình tư duy và cảm xúc.
4. *Vijñānamaya-kośa* (lớp trí tuệ): Trí tuệ phân biệt, khả năng nhận thức và phân tích.
5. *Ānandamaya-kośa* (lớp an lạc): Trạng thái hạnh phúc tối thượng, gần với bản thể chân thật của tự ngã.

Đoạn kinh này[2] mô tả quá trình hành giả đi sâu vào từng lớp vỏ để nhận thức bản chất chân thật của tự ngã, vượt qua các lớp vỏ bên ngoài để đạt đến lớp an lạc (*ānandamaya-kośa)*, nơi tự ngã hợp nhất với *Brahman*.

Trong *Chandogya Upanishad* 7.23.1, có đoạn:

[1] Tuệ Sỹ, A-tì-đạt-ma Câu-xá luận I: ... "câu-xá" (kośa). Vyākhyā: yato hy asir nirākṛṣyate sa tasya kośaḥ: "cái mà từ đó người ta rút kiếm ra, cái đó là bao đựng của kiếm." Định nghĩa kośa theo xuất xứ. Cf. Chính lý 1, tr. 329c1: "藏 tạng (chính xác, đọc là tàng), nghĩa là chắc thật 堅實, như lõi cây... Hoặc tạng là sở y, như bao kiếm (刀藏 đao tàng)." Ở đây chúng tôi dịch là vỏ bọc.

[2] Taittirīya Upaniṣad 3.2-3.6 mô tả hành trình của hiền giả Bṛgu, con trai của Varuṇa, trong việc tìm hiểu bản chất của Brahman. Bṛgu lần lượt nhận thức Brahman qua các yếu tố: thực phẩm (anna), năng lượng sống (prāṇa), tâm trí (manas), trí tuệ (vijñāna) và cuối cùng là hạnh phúc (ānanda). Qua mỗi giai đoạn, ông thực hành khổ hạnh (tapas) và thiền định để tiến sâu hơn vào bản chất của Brahman. Cuối cùng, ông nhận ra rằng ānanda (hạnh phúc tối thượng) là biểu hiện chân thật của Brahman.

"Yo vai bhūmā tat sukham. Nālpe sukham asti. Bhūmā eva sukham. Bhūmā tveva vijijñāsitavyaḥ."

Dịch nghĩa:

"Cái gì là to lớn, cái đó là hạnh phúc. Không có hạnh phúc trong cái nhỏ bé. Chỉ cái to lớn mới là hạnh phúc. Cái to lớn cần được tìm hiểu."

Đoạn kinh này nhấn mạnh rằng hạnh phúc chân thật không thể tìm thấy trong những điều hạn hẹp, mà chỉ có thể đạt được khi nhận thức được bản chất vô hạn của tự ngã, tức là *Brahman*.

## Đối chiếu giữa Năm vỏ bọc (*pañcakośa*) và Ngũ uẩn (*pañcaskandha*)

| Năm vỏ bọc (pañcakośa) | Ngũ uẩn (pañcaskandha) | Đối chiếu |
|---|---|---|
| **1.** Annamaya-kośa (lớp vật chất, do thức ăn nuôi dưỡng) | Rūpa-skandha (sắc uẩn: thân thể vật lý) | **Trùng khớp**: đều là thân tứ đại, được xem là hình hài vật lý phụ thuộc điều kiện |
| **2.** Prāṇamaya-kośa (lớp năng lượng sinh mệnh, hơi thở) | Không có tương đương trực tiếp; đôi khi được quy chiếu vào rūpa (sắc) hoặc phần phụ của saṅkhāra (hành) | **Khác biệt**: Phật giáo không thiết lập "prāṇa" như một thực thể nền tảng |
| **3.** Manomaya-kośa (lớp tâm trí, cảm thọ & tư tưởng) | Vedanā-skandha (thọ) + Saṃjñā-skandha (tưởng) | **Tương đương gần**: lớp cảm xúc và tri giác ý niệm |
| **4.** Vijñānamaya-kośa (lớp phân biệt, ý thức phân tích) | Vijñāna-skandha (thức) | **Trùng khớp rõ**: thức là nền tảng cho phân biệt chủ thể - đối tượng |
| **5.** Ānandamaya-kośa (lớp hỷ lạc, bản thể chân thật của ātman) | Phật giáo phủ định ānanda là tự tính của ngã | **Đối lập**: Upaniṣad xem đây là lớp lõi của linh hồn, Phật giáo phủ nhận một "ngã" như vậy |

## Phân tích: Tương đồng về cấu trúc - dị biệt về bản thể luận

*Cấu trúc lớp vỏ bọc:* Cả hai truyền thống đều phân tích con người thành các tầng chức năng từ vật lý đến tâm lý và nhận thức. Điều này phản ánh mối quan tâm triết học thời kỳ tiền-Phật giáo về cách thức vận hành của 'chủ thể kinh nghiệm' trong dòng sống hiện tượng.

*Chủ đích học lý: Upaniṣad* thiết lập mô hình hướng nội siêu hình, với mục đích quy hồi về bản thể bất biến - *ātman* - qua lớp *ānandamaya-kośa* vốn được đồng nhất với *Brahman*.

Phật giáo thiết lập mô hình phân tích vô ngã, dùng ngũ uẩn như một phương tiện để quán chiếu tính duyên sinh và phi ngã, dẫn đến đoạn tận chấp ngã (*ātma-grāha*).

*Tầng sâu nhất*: Với *Taittirīya Upaniṣad*, phúc lạc (*ānanda*) là bản tính cốt lõi của *ātman*. Trong Phật giáo, bất kỳ kinh nghiệm hỷ lạc nào cũng thuộc *thọ uẩn (vedanā),* và bản thân phúc lạc (*ānanda)* cũng vô thường, duyên sinh và vô ngã.

Đối chiếu giữa *Năm vỏ bọc* (*pañcakośa*) *và Ngũ uẩn* (*pañcaskandha*) là một phương pháp quan trọng để minh định bước chuyển từ tư tưởng Áo nghĩa thư. *Upaniṣad* mang tính siêu hình bản thể luận sang Phật giáo mang tính phân tích hiện tượng luận. Trong khi *Năm vỏ bọc* xây dựng khái niệm bản ngã qua tầng lớp hiển lộ, thì *Ngũ uẩn* phá vỡ ảo tưởng về bản ngã bằng cách phân tích tiến trình vận hành tâm-thân như một hiện tượng vô ngã.

Do đó, mối liên hệ giữa *Năm vỏ bọc và Ngũ uẩn* minh họa cho bước chuyển từ một truyền thống siêu hình hướng nội của *Upaniṣad* sang một truyền thống hiện tượng luận phân tích của Phật giáo, nơi mọi cấu trúc của bản ngã đều bị giải cấu trúc trên nền tảng Duyên sinh và Vô ngã.

## Ngũ uẩn (*pañcaskandha*) trong Đại thừa (*Mahāyāna*) Phật giáo

Học thuyết *ngũ uẩn* (*pañcaskandha*) đóng vai trò nền tảng trong Phật giáo kỳ đầu như một phương tiện phân tích cấu trúc con người trên phương diện hiện tượng học. Tuy nhiên, trong tiến trình phát triển của Phật giáo Đại thừa, đặc biệt là trong hệ thống Du-già hành tông (*Yogācāra;* 瑜伽行宗), giáo lý này được triển khai sâu hơn thành học thuyết tám thức (*aṣṭa-vijñāna*):

**1.** Năm thức đầu (*pañca-vijñāna*) - tương ứng với năm giác quan: nhãn, nhĩ, tỷ, thiệt, thân.

**2.** Ý thức (*manovijñāna*) - tương ứng với thức thứ sáu trong Phật giáo thời kỳ đầu .

**3.** Mạt-na thức (*manas*; 第七末那識) - thức chấp ngã, liên tục nắm bắt *ālaya* làm tự ngã.

**4.** A-lại-da thức (*ālaya-vijñāna*; 阿賴耶識) - thức tàng chứa, là nền tảng của nghiệp và căn thân hiện hữu.

Sự phát triển này không mâu thuẫn, mà nội hàm hóa *ngũ uẩn* vào một tiến trình vi tế hơn, trong đó *vijñāna-skandha* (thức uẩn) được giải cấu trúc thành một hệ thống vận hành của tâm thức, nơi phân biệt chủ thể-đối tượng chỉ là lớp bề mặt của một nền tảng tàng thức sâu xa hơn. *Mạt-na* chính là điểm nối giữa chấp ngã vi tế và nguồn nghiệp chủng, thể hiện rõ mối quan hệ giữa vô minh và tái sinh, vượt ra ngoài lối phân tích hiện tượng học ban đầu.

Song song, trong hệ thống giáo lý Tam thân (*trikāya*; 三身) của Đại thừa, chúng ta cũng thấy một tiến triển từ phân tích *danh-sắc (nama-rūpa*) - tâm-thân sang phân tích bản thể Phật:

**1.** Ứng thân (*nirmāṇakāya*): tương ứng với sắc uẩn (*rūpa-skandha)*, là thân tướng lịch sử biểu hiện trong thế gian.

**2.** Báo thân (*saṃbhogakāya*): thân quả báo từ công đức, có thể được hiểu như kết quả của hành uẩn, thọ uẩn, tưởng uẩn, thức uẩn.

**3.** Pháp thân (*dharmakāya*): chân như vô phân biệt, siêu việt ngũ uẩn, tương ứng tính không (*śūnyatā*) của tất cả các pháp.

## KẾT LUẬN

Phật giáo kế thừa phương pháp thiền định, ngôn ngữ triết học và mối quan tâm siêu hình từ Phệ-đà (Veda) nhưng đồng thời phê phán mạnh mẽ khái niệm *ātman* và *Brahman*, thay vào đó là vô ngã, duyên sinh, và phân tích danh-sắc, ngũ uẩn, các thành tố tạo nên con người.

Không dừng lại ở đó, Phật giáo phát triển tư tưởng Như Lai tạng, giáo lý Tính không (*śūnyatā*), Du-già hành tông (*Yogācāra*), Tam thân, v.v... để giải thích toàn diện những lời Phật dạy (*vacana*) điều mà Phật giáo thời kỳ đầu vì nhiều lý do chưa đề cập đến.

***Thích Nhuận Châu***

*Suối từ. Vesak 2025*

## THƯ MỤC THAM KHẢO

1. *Taittirīya Upaniṣad,* Radhakrishnan, Sarvepalli, trans. *The Principal Upaniṣads*. London: George Allen & Unwin, 1953. [Xem phần *Taittirīya Upaniṣad* 2.2-2.5, 3.2-3.6]
2. *Pariśiṣṭa Upaniṣad,* Hume, Robert Ernest, trans. *The Thirteen Principal Upanishads*. 2nd ed. Oxford: Oxford
3. *Saṃyutta Nikāya,* Bodhi, Bhikkhu, trans. *The Connected Discourses of the Buddha: A Translation of the Saṃyutta Nikāya*. 2 vols. Boston: Wisdom Publications, 2000.

4. Kochumuttom, Thomas A. *A Buddhist Doctrine of Experience: A New Translation and Interpretation of the Works of Vasubandhu the Yogācārin*. Delhi: Motilal Banarsidass, 1982.
5. Williams, Paul. *Mahayana Buddhism: The Doctrinal Foundations*. 2nd ed. London: Routledge, 2008.
6. *Tathāgatagarbha Sūtra* (如來藏經; T.666)
7. Tagawa, Shun'ei. *Living Yogācāra: An Introduction to Consciousness-Only Buddhism*, trans. Charles Muller. Somerville: Wisdom Publications, 2009.
8. *Śrīmālādevīsiṃhanāda Sūtra* (勝鬘師子吼經; T.353)
9. Takasaki, Jikido. *A Study on the Ratnagotravibhāga (Uttaratantra): Being a Treatise on the Tathāgatagarbha Theory of Mahāyāna Buddhism*. Rome: Istituto Italiano per il Medio ed Estremo Oriente, 1966.
10. *Mahāparinirvāṇa Sūtra* (大般涅槃經; T.374)
11. Yamamoto, Kosho, trans., and Tony Page, ed. *The Mahayana Mahaparinirvana Sutra*. 4 vols. London: Nirvana Publications, 2007.
12. King, Sallie B., *Buddha Nature*. Albany: State University of New York Press, 1991.
13. Garfield, Jay L. *The Fundamental Wisdom of the Middle Way: Nāgārjuna's Mūlamadhyamakakārikā*. New York: Oxford University Press, 1995.
14. *Nāgārjuna, Mūlamadhyamakakārikā*, ed. and tr. by Jay Garfield. Oxford University Press, 1995)
15. Michael Zimmermann, *A Buddha Within: The Tathāgatagarbhasūtra*. International Institute for Buddhist Studies, 2002.

# Giới thiệu sơ lược về tác giả

**Thích Nhuận Châu**

- Thế danh Lê Gia Phúc, xuất gia tu học với Hòa thượng Thích Quảng Hạnh tại chùa Đức Sơn và Tịnh thất Từ Nghiêm.
- Giáo thọ tại nhiều trường Phật học
- Hiện là thành viên Ban Phiên Dịch thuộc Ủy Ban Phiên Dịch Trung Ương GHPGVNTN.

trang thơ

# LANH-KTQ

## Cô hồn

*Tháng bảy, vong ngược dương trần*
*Cúi đầu lạy đất, tế sông, cầu trời*
*Xin cho vương vất, lẻ loi...*
*Cô hồn mọi chốn, một nơi để về!*

*Xin từ nhi dạng chưa hề*
*Hình hài danh định thói lề gái, trai*
*Hiểu lầm, bi án, oan sai*
*Chết không nhắm mắt, vật nài cũng xin*

*Xin thêm cuộc chiến chinh tìm*
*Vong binh chà đạp, cùm lim xích xiềng*
*Bó hồn tăng võng, bạn khiêng*
*Hào sâu thây lấp, nắng nghiêng vạt chiều*

*Xin nữa hải đảo, tiền tiêu*
*Trùng khơi bạt gió, giấu điều trầm thăng*
*Hải trình về cõi giá băng*
*Thân vùi biển rộng bao năm tháng. Còn...?*

*Xin tìm sông, suối, núi non*
*Con tìm cha mẹ. Vợ, con tìm chồng*
*Bà tìm cháu, cháu ngóng ông*
*Âm hồn quanh quất, chết đồng, chết nương...*

*Xin tham nhân chốn quan trường*
*Lẹo lươn, đen trắng, ghét thương, hạch đòi*
*Cả phận thân mỏng, thế côi*
*Chết đường, chết chợ không người khói hương*

*Xin kẻ lê lết phố phường*
*Chết cùng với gió với sương một đời*
*Nữa, người ong bướm lả lơi*
*Dâm phiền, chết giữa tơi bời chấp tranh*

*Xin cưu mang kẻ không thành*
*Niềm tin nuôi dưỡng mong manh một ngày*
*Ngông cuồng tự vẫn, buông tay*
*Để đầu bạc mãi dứt day kiếp người...*

*Xin ngay vô phúc, đành thôi...*
*Sinh, lão, bệnh, tử, chết rồi tuyệt tôn*
*Vong linh một nhúm dẫu còn*
*Mà khói nhang chẳng cháu con, lạy quỳ...*

*Xin nhiều, lắm... cảnh phân ly*
*Cô hồn muôn nẻo, thấu thì về đây!*
*Thế Tôn độ những giải bày...*
*Dương gian an lạc, khỏa khuây một dòng*

*Cúi xin Phật cõi, thành lòng*
*Thân, tâm siêu thoát, con - vong luân hồi...!*

*Lễ Vu Lan, Hải Dương,*
*ngày 14 tháng 7 năm 2019*

## VESAK

*Tháng tư, rằm ấy lâu rồi...*
*Dưới bầu tinh tú, một người Đản sinh*
*Chân không diệu hữu hiển linh*
*Buộc ràng cởi bỏ, đăng trình, người đi*

*Tháng tư, rằm ấy, Mâu Ni*
*Viên tròn giác ngộ, chứng khi Đạo thành*
*Ngộ ra bể khổ trầm luân*
*Tham, sân, si... chẳng! Dụm dành chữ buông!*

*Tháng tư, rằm đã ngọn nguồn*
*Vô ưu thỉnh giữa tiếng chuông Niết Bàn*
*Chúng sinh ở lại lạc an*
*Trần gian cõi tạm, úa vàng lá thu...*

*Đại lễ Phật Đản,*
*Hà Nội, tháng 5 năm 2025*

## Bạch Thầy

*Tìm về cửa Phật, chiều nay*
*Cúi đầu, tay chắp. Bạch Thầy, là con*
*Bao năm dặm ải non mòn*
*Ngộ... ra chân lý thường còn, vẫn xưa...*
*Quy y Tam bảo, nào thừa*
*Thọ trì Ngũ giới, hơn thua được gì...?*
*Vai gầy rũ bỏ sân, si*
*Thân phàm tục lụy Đức A Di Đà...*
*Nam mô bổn sư Thích Ca*
*Lòng riêng kham nhẫn cõi Ta Bà này*

*Chiều muộn tại chùa Đống Cao,*
*Hải Dương, 06.03.2019*

## Chạm

*Rồi từ thật, giả hư vô*
*Chắp tay cúi lạy Đức Bồ Tát tôi*
*Mình là cát bụi giữa đời*
*Giữ tâm bất biến. Thế thôi. Đợi gì...?*

*Rồi về nương cửa từ bi*
*Ngộ ra đôi chữ sân, si... đọa đày!*
*Nào! Tham hận nhớ rời tay*
*Buông bỏ trần ấy, chớ lay động lòng*

*Rồi còn nghiệp chướng sắc, không*
*Cam Lồ rửa gột một dòng thiện tâm*
*Bấy lâu đường cũ đi lầm...*
*Ngày nay cất bước, âm thầm luyện tu...*

*Hải Dương, 26.05.2017*

## Nguyện

*Ừ thôi, người hãy về đi*
*Cõi lòng ta... cũng sân, si qua rồi*
*Duyên trần, từng bấy nhiêu thôi*
*Lênh đênh chi nữa, bể đời khổ đau*

*Ừ thôi, giữa tiếng kinh cầu*
*Một chuông đảnh lễ, một câu sám nguyền*
*Dáng xưa... nép dưới cửa thiền*
*Thân, tâm, ý, khẩu vẹn nguyên Di Đà...*

*Ừ thôi, bước... nữa sẽ qua*
*Phước tu cực lạc, đâu là hư vô...!*

*Hải Dương, chiều muộn 05.02.2017*

## Đời

*Pháp vô ngã, vật vô thường*
*Khổ đau đắp đổi vấn vương cuộc đời*
*Ngộ, thời thoát khỏi buồn, vui*
*Mê thì vướng bận chơi vơi lụy sầu...*

*Thơ rơi nhặt góp đôi câu*
*Chắp tay đảnh lễ, cúi đầu nẻo y*
*Cửa thiền buông bỏ sân, si...*
*Tùy duyên, thỉnh niệm cõi A Di Đà...*

*Hải Dương, 01.11.2017*

## Buông

*Nhón tay thả nhúm muộn phiền*
*Bình yên ở lại, cô miên tìm về*
*Hồng trần cõi tạm tỉnh, mê*
*Gầy vai trĩu nặng những lề thói xưa*

*Tham chi dốc những cợt đùa*
*Dối gian hiềm tỵ mà chua xót cùng*
*Ngập ngừng chân giẫm bàn chân*
*Sân, si hằn vệt bước lầm lũi. Thôi...!*

*Cao xanh ngậm tiếng khóc, cười*
*Tùy duyên dan díu - người, tôi đời này*
*Xòe bàn tay đếm bàn tay*
*Tròn vo con tạo, giả ngay. Cũng đành...*

*Người còn trái ủ nguyên xanh*
*Ta vô thường giữa mong manh hạt mầm...*

*Hải Dương, tối 05.10.2024*

## Rồi...

*Sướng khổ tuỳ duyên, lỗi tại lòng*
*Có sao tâm động, để long đong*
*Cầu chi cửa Phật... sân, si bước*
*Muộn phiền đau đáu nẻo tịnh không!*

*Vật vờ buông bỏ những chất chồng*
*Vô thường đổi đánh chốn mông lung*
*Cúi đầu tay chắp, thân đảnh lễ*
*Thiền định thong dong tâm chánh cùng*

*Ta Bà cõi tạm, cái sắc, không*
*Díu dan vương vấn nợ hồng trần?*
*Khiêm hạ đắp bồi thân nhoi nhỏ*
*Quả ngọt nhân lành giữa sương phong...*

*Hải Dương, 18.10.2024*

## Giới thiệu sơ lược về tác giả

**Lanh.ktq**

- Tên thật là Phạm Văn Quang, sinh năm 1980 tại Hải Dương.
- Thạc sĩ Công nghệ thông tin tại ĐH Quốc Gia Hà Nội.
- Tự theo học đạo Phật từ tháng 12 năm 2007 tại Sài Gòn.
- Quy y năm 2011 tại chùa Bình Sơn, Phú Thọ, pháp danh Quảng Minh.
- Làm thơ từ năm 2009, hiện là giảng viên tại Trường Đại học Hải Dương, tỉnh Hải Dương, Việt Nam.
- Tập thơ đã xuất bản: Enlightenment for what, by how…

*Wilhelm Halbfass*

*Đỗ Quốc-Bảo và Nguyễn Huy-Đăng Việt dịch*

# Nghiệp và tái sinh trong các truyền thống Ấn-độ và thế giới

**Trích từ "Karma und Wiedergeburt im indischen Denken - Nghiệp và Tái sinh trong tư tưởng Ấn-độ"; Chương I: Dẫn nhập.**

Niềm tin vào tái sinh 再生 (*Wiedergeburt*), như học giả Hồi giáo vĩ đại al-Bīrūnī giải thích trong nửa phần đầu của tk 11, xiển minh thân phận tôn giáo của các tín đồ Ấn-độ giáo theo một phương thức nhất trí với tín ngưỡng Allah (Chân chủ 真主) và dự ngôn gia 預言者 (Prophet) Mohammed của ngài trong Hồi giáo, tín ngưỡng Tam vị nhất thể 三位一體 (Trinität) trong Cơ-đốc giáo và tuân thủ ngày Sabbat trong Do-thái giáo. Chúng ta được phép chất nghi lời phát biểu này của chuyên gia Ấn-độ phi Ấn-độ vĩ đại nhất vào thời của ông về hơn một phương diện. Không phải là khiến người mê hoặc khi đặt 'Ấn-độ giáo' - được phân nhánh một cách không thể ước lượng được - bên cạnh những loại tôn giáo có thể được nhận diện qua những cáo bạch tín ngưỡng như Cơ-đốc giáo hoặc Do-thái giáo hay sao? Giáo lí tái sinh, và với nó, giáo lí nghiệp, có đặc tính của một giáo điều mang đặc tính của một cộng đồng, và nó quả thực hệ thuộc vào lĩnh vực tín ngưỡng tôn giáo? Và không phải cũng có nhiều dạng khác nhau của phương thức biểu hiện dành cho giáo lí tái sinh bên ngoài những truyền thống Ấn-độ?

Trong quá trình xiển thuật tiếp theo, al-Bīrūnī đích thân tu cải và tương đối hóa đoán ngôn 斷言 dẫn nhập của mình về vai trò ban cấp tính thống nhất và thân phận (einheits- und identitätsstiftende Rolle) của giáo lí tái sinh tại Ấn-độ. Có một loạt chỉ điểm cho thấy rằng, giáo lí này hoàn toàn không mang tính chất đặc thù hoặc thậm chí độc duy Ấn-độ. Ông không chỉ nhắc đến một truyền thống được kích lệ 激勵 (inspiriert) bởi các giáo lí Ấn-độ, đặc biệt là Phật giáo, như Ma-ni giáo 摩尼教 (Manichäismus), mà cũng còn đặc biệt chỉ đến tư tưởng Hi-lạp và trích dẫn 'Phaidon' của Platon. Một chỉ điểm ngắn đến những người theo Thần bí chủ nghĩa 神秘主義 (Sufismus) ám thị khả năng rằng, những dấu tích của giáo lí tái sinh cũng có thể được cho thấy chính ngay trong Hồi giáo. Đương nhiên là những thứ này không vươn đến vai trò của nghiệp và tái sinh trong tư tưởng Ấn-độ (Sachau 1888, 50-67).

Các tác giả khác, cụ thể là những tác giả sau này và không hiếm khi là những tác giả theo thông tục khoa học (populär-wissenschaftlich) muốn thấy trong giáo lí nghiệp và tái sinh một hiện tượng phổ biến thuần tuý, và họ đồng thời tìm cách tách li chủ đề ra khỏi lĩnh vực tôn giáo và đưa nó vào bối cảnh khoa học. Và trong khi đó, khái niệm nghiệp chính nó thường được diễn giải như là một khái niệm ít nhất có khả năng có tính khoa học. Trong một quyển sách được phát hành vào năm 1996, nhà báo Wülfing von Rohr tuyên bố là nghiệp (karman) 'chẳng là gì khác hơn một khái niệm thu tóm quy luật cơ bản của nguyên nhân và hiệu quả trong một từ... Như mỗi quy luật tự nhiên, quy luật nguyên nhân và hiệu quả, quy luật nhân quả báo ứng, cũng 'gây hiệu quả' ('wirkt') hoàn toàn như nhau cho dù con người có 'tin' vào nó hay không' (Rohr 1996, 13). Nó là một sự việc của khoa học, không phải của tín ngưỡng - là một cái gì đó tự biểu minh trong nhiều truyền thống nhân loại và tính khoa học của nó sẽ tự chứng minh ngày càng rõ ràng trong thế giới hiện đại của chúng ta. Tôn giáo và khoa học, như các nhà thần trí học 神智學 (Theosoph) và nhân trí học 人智學 (Anthroposoph) yêu cầu, là không thể tách ra được trong giáo lí nghiệp và tái sinh; tôn giáo bản thân nó được vượt bỏ (aufgehoben) trong khoa học. Các tác giả khác có định hướng phân tích hơn, tuy dè dặt hơn, nhưng cũng vẫn cho rằng, nghiệp và tái sinh có thể được giải thích (ausgelegt) theo nghĩa của một giả định khoa học với công năng giải thích (Erklärungsfunktion) có tiềm năng thâm viễn (xem chương 7). Từ giáo lí nghiệp người ta còn yêu cầu rằng, nó có khả năng khắc phục sự phân li của luân lí (Ethik) và vật lí (Physik), quy phạm (Norm) và tình huống thực tế (Tatsache). Theo đó thì 'nhân quả theo nghiệp báo' ('karmische Kausalität') quảng bác hơn là nhân quả tự nhiên (natürliche Kausalität) mà khoa học tự nhiên nhắm đến; 'quy luật nhân quả báo ứng' như vậy có lẽ không chỉ tương quan đến cái (đang) là, mà còn tương quan đến cái nên là.

Tất cả những điều này tương quan như thế nào với những cách trình bày và ứng dụng truyền thống dành cho giáo lí nghiệp và với sự tự lượng giải 自諒解 và thế giới lượng giải 世界諒解 (Selbst- und Weltverständnis) Ấn-độ truyền thống? Có thể nào chỉ qua những giải thích hiện đại mà ý nghĩa chân chính và tiềm năng chân chính của giáo lí nghiệp mới hiển lộ? Theo ý kiến của những giáo đồ, giáo lí nghiệp có một thân hợp tính 親合性 (Affinität) đặc biệt với thế giới Tây phương (westlich) hoặc được Tây phương hoá (verwestlicht), và những người sống trong thế giới này không thể thoát khỏi nó về mặt dài lâu. Người ta có thể an tâm mà hoài nghi điều này. Tuy nhiên, hầu như không còn nghi ngờ được nữa là tính thu hút quảng bác và tính phổ cập của giáo lí này ở Tây phương hiện đại. Theo những điều tra dân ý gần đây hơn thì 20 đến 30 % dân chúng ở Bắc Mĩ cũng như Tây và Trung Âu tự nhận mình gần như dứt khoát là theo giáo lí nghiệp và tái sinh. Có nhu cầu rất lớn cho trị liệu pháp dựa vào chuyển thế hoá thân (Reinkarnationstherapie) và chiêm tinh thuật nghiệp quả (karmische Astrologie). Truyện kí liên quan đến tái sinh (Reinkarnationsbiographien) thu hút nhiều độc giả. Trong một bộ phim thành công như 'Little Buddha' của Bernardo Bertolucci thì nghiệp và tái sinh được xem là những điều tất nhiên. Các minh tinh Hollywood như Shirley MacLaine không những chỉ tín phụng giáo lí; họ còn quả quyết thêm là có thể thuật về giáo lí này từ kinh nghiệm bản thân và chứng thực nó. Và trong tờ báo tuần 'Die Zeit' ngày 4.8.1996 chúng ta đọc được rằng một cơ sở ở Vaduz, Liechtenstein tự đề xuất dịch vụ giúp người đầu tư tiền lãi lớn qua cái chết của người này và hoàn lại cho ông nếu ông có khả năng trở lại một cuộc sống mới trên thế gian trong vòng 23 năm và tự chứng minh nơi một nhà trị liệu trên cơ sở chuyển thế hoá thân (Reinkarnationstherapeut), cùng với lãi suất (trừ một phần hoa hồng).

Chúng ta đến nay đã dùng những biểu thị 'nghiệp' và 'tái sinh' mà không tự hỏi là cái gì được hiểu chính xác với chúng, chúng khác biệt nhau và tương quan với nhau như thế nào và trong bối cảnh khái niệm và thuật ngữ nào chúng tồn tại. Với hai biểu thị và những hàm ý có tính khẩu ngữ (umgangssprachliche Implikation) của chúng, chúng ta trước hết có một chu vi hoàn cảnh tổng quát có chủ đề (allgemeines thematisches Umfeld) mà việc vạch rõ (Klärung) và trình bày chuẩn xác (Präzisierung) nó được dành riêng cho những xiển thuật kế đến. Một trong những nhiệm vụ của chúng ta sẽ là kết nối cách trình bày các tài liệu Ấn-độ với những phản tư có tính chất khái niệm (begriffliche Reflexion) và thêm vào đó, xác định cái được hiểu dưới tên gọi nghiệp và tái sinh trong ngữ dụng hiện đại tương quan như thế nào với những gì được nói về chúng ở ngay Ấn-độ thời thượng cổ và cổ điển. Những quan sát có tính chất ngữ văn học, lịch sử và ngữ nghĩa sẽ đóng một vai trò nhất định trong khi thực hiện điều này; song chúng ta không nên bỏ qua câu hỏi về tầm quan trọng có tính chất tồn tại và chân lí khả dĩ của nghiệp và tái sinh. Trong những chương kế tục, chúng ta trước hết sẽ tự hạn chế trong phạm vi văn bản, cụ thể là những lời trần thuật có tính lí thuyết từ lĩnh vực của triết học và tôn giáo, của pháp luật và của các khoa học truyền thống Ấn-độ. Sự hạn chế này có thể là khả nghi theo một khía cạnh nào đó; song nó hầu như không thể được tránh khỏi vì những lí do thực tiễn. Vai trò mà nghiệp và tái sinh đã và đang giữ trong cuộc sống xã hội, chính trị và nghệ thuật, và nói chung là trong định hướng thực tiễn hằng ngày của người Ấn-độ có thể là chủ đề cho một quyển sách khác.

Giờ đây, trước khi tập trung vào những tài liệu Ấn-độ đúng nghĩa, chúng ta còn phải bổ sung một số quan sát có tính chất tổng quát và căn bản về vai trò và ý nghĩa trọng đại của chủ đề của chúng ta trong phạm vi ngoài Ấn-độ.

Việc giáo lí tái sinh, dù được hay không được kết nối với giáo lí nghiệp, không chỉ được tìm thấy tại Ấn-độ, là bất khả biện bác và thực sự được thừa nhận gần như hoàn toàn. Tuy nhiên, phát hiện này đã được diễn giải và đánh giá khác nhau. Một mặt có những tác giả thường theo phương cách suy trắc xem tái sinh là một giáo lí cơ bản thống nhất nguyên được định cư (beheimatet) trong tất cả các nền văn hoá lớn, song hầu như bị bài trừ (verdrängt) hoặc bị làm khuất mờ. Các tác giả khác lại cho rằng, giáo lí này hoàn toàn không phải là một hiện tượng phổ biến, rằng sự có mặt nguyên hữu 原有 (ursprünglich) của nó được hạn chế trong một nhóm truyền thống nhất định, và rằng trong những truyền thống khác nó chỉ được tìm thấy do ảnh hưởng ngoại lai và được xem như là hiện tượng bên lề.

Vai trò của tái sinh đã được giám định (beurteilt) rất khác nhau trong Do-thái giáo, Cơ-đốc giáo và Hồi giáo. Nó hệ thuộc vào những tôn giáo theo nhất thần luận (monotheistisch) này như một giáo lí nguyên hữu, trọng yếu (wesentlich), mặc dù mang tính bí truyền (esoterisch), hay là nó chỉ có một ý nghĩa đệ nhị cấp, thứ cấp? Nó có phải là một bộ phận tố thành (Bestandstück) hợp pháp (legitim) của các tôn giáo này, hay nó phải được xem là một quan điểm có tính dị đoan 異端 (häretische Ansicht)? Nó xứng đáng có mức độ chú ý như thế nào trong mối quan hệ tương hỗ này? Khiến người ta chú ý là ví dụ như cách xử lí khác nhau dành cho chủ đề trong hai bách khoa toàn thư tôn giáo-lịch sử có quyền uy. Trước hết, chúng ta hãy đi vào bộ 'Bách khoa toàn thư tôn giáo và luân lí' ('Encyclopaedia of Religion and Ethics') 13 quyển (1908-1926), được công bố bởi James Hastings. Dưới mục từ transmigration 'linh hồn chuyển sinh' ('Seelenwanderung'), bộ từ điển hiện vẫn còn hữu dụng này cung cấp một loạt bài chứa nhiều thông tin được viết bởi một số học giả hàng đầu của thời đó và xử lí chủ đề trong phạm vi của những truyền thống Ấn-độ cũng như phi Ấn-độ. Bài viết dài nhất và tường tận nhất vượt hẳn trong những bài này không được dành riêng ví dụ như cho Ấn-độ giáo hoặc Phật giáo, mà là cho Do-thái giáo. Đối với người viết bài, M. Gaster, 'linh hồn chuyển sinh' là một phương án (Konzeption) chân thực thuộc Do-thái giáo và quan trọng tuyệt đối cho việc lí giải 理解 Do-thái giáo. Cơ-đốc giáo và Hồi giáo đương nhiên hoàn toàn không xuất hiện trong chuỗi bài nói về 'linh hồn chuyển sinh'. 'Tôn giáo bách khoa toàn thư' ('Encyclopedia of Religion', 1987) được công bố bởi Mircea Eliade lại đặt những trọng tâm hoàn toàn khác. Tác giả của bài 'transmigration' ('linh hồn chuyển sinh'), Zwi Werblowsky, chỉ nhắc sơ đến Do-thái giáo và cho độc giả thấy rõ ràng rằng, ông không xem linh hồn chuyển sinh là một phương án thực sự thuộc Do-thái giáo. Phần này cũng nhắc đến Cơ-đốc giáo và Hồi giáo một cách ngắn gọn. Một bài khác xuất hiện dưới mục từ 'reincarnation' ('chuyển thế hoá thân' 轉世化身), song không đề cập đến Do-thái, Cơ-đốc và Hồi giáo.

Việc những khái niệm về sự chuyển sinh của các linh hồn qua một số lượng—trên quy tắc khá hạn chế—của thân thể (Leib) hay những dạng tồn tại (Daseinsform) khác nhau đã được biết đến trong thiên niên kỉ đầu sau CN gần như không còn là khả nghi. Điều này cũng hoàn toàn được liên tưởng với những khái niệm về báo đáp và trừng phạt. Con đường của linh hồn qua nhưng dạng tồn tại hiển bày như một con đường tất yếu tuyệt đối cho việc chuộc tội (Sühne) và tịnh hoá (Reinigung). Có thể được nắm bắt rõ ràng hơn là những khái niệm bị ảnh hưởng bởi Ma-ni giáo, ít nhất là phần nào đó, vào đầu thiên niên kỉ thứ hai trong truyền thống thần bí của Kabbala. Cũng vào thời gian này, đặc biệt hoạt động mạnh ở miền Nam Pháp quốc, xuất hiện phong trào được kích lệ bởi Ma-ni giáo của những người Katharer. Một cách cường điệu, họ giả thiết linh hồn chuyển sinh như một phương tiện thanh lọc. Đối với La-mã giáo hội thì họ là những kẻ dị đoan nguy hiểm; họ bị bức hại đẫm máu và bị tiêu diệt gần như hoàn toàn.

Từ Do-thái giáo chính thức, giáo lí Kabbala về linh hồn chuyển sinh đã bị từ khước hoặc im lặng bỏ qua trong trường hợp tốt nhất. Ở đây, như nhà nghiên cứu tầm cỡ Gerschom Schölern diễn thuật, sự việc cơ bản có giá trị y như là cho những hoàn cảnh tương tự trong Cơ-đốc giáo và Hồi giáo. Cũng trong đó, giáo hội Cơ-đốc và những giới có tính quyết định nhất của Hồi giáo Sunni phái (Sunni Islam) đã phủ định triệt để những tư tưởng này, những thứ, như được biết, chỉ tự duy trì trong những trường phái hoặc những trào lưu tôn giáo nhất định. Nguồn gốc có cùng của chúng là những ý niệm có tính Orphic, Plato và Đông phương về linh hồn chuyển sinh (μετεμψύχωσις, Seelenwanderung) và chuyển thế hoá thân (μετενσωμάτωσις, Wiederverkörperung) như chúng đã được tiếp thụ trong những phái thuộc Cơ-đốc giáo sơ kì và linh tri (gnostisch) dưới những dạng khác nhau. Khi Đại giáo hội trong thế kỉ thứ sáu nguyền rủa một cách xác định những học thuyết của Origenes, những thứ vốn tiếp thụ những tư tưởng tương tự, nguồn gốc chung này đã không còn được đại diện trong những giới Thiên chúa giáo chính thống nhưng vẫn còn tự duy trì trong những giáo phái còn gìn giữ tài sản thuộc linh tri phái, đặc biệt thuộc Ma-ni phái. Trường hợp tương tự xuất hiện trong Hồi giáo, nơi những ý niệm như những thứ về chuyển thế hoá thân của các Imam ở các tín đồ Hồi giáo Shia, nhưng cũng về linh hồn chuyển sinh nói chung, được các nhóm khác biệt nhau nhất, vốn dĩ bị các đại biểu bên chính thống (Orthodox) gần như xem là dị giáo, tiếp nạp 接納 (aufgegriffen)' (Schölern 1973, 193f.).

Các đại biểu Ma-ni phái, những vị đã được nhắc đến nhiều lần và cũng đã được Schölern đề cập đến một cách bên lề, có thể đòi hỏi một sự chú ý đặc biệt trong mối quan hệ tương hỗ này. Giáo lí linh hồn chuyển sinh hay tái sinh giữ một vai trò quan trọng nơi họ, mặc dù trong chi tiết khá có vấn đề và đôi lúc gây bấn loạn (cp. Casadio 1992). Ảnh hưởng trực tiếp của Ấn-độ, đặc biệt là của Phật giáo có mặt trong cuộc là điều không còn khả nghi. Một dịp lưu trú tại Tây Bắc Ấn-độ của Ma-ni (tk. 3), người sáng lập Ma-ni giáo, đã có chứng cứ rõ ràng. Nhưng cũng có những sự liên tiếp với những khái niệm cổ Iran, tức mang tính chất của Ba-tư cổ kinh 波斯古經 (avestisch) và Hiên giáo 祆教 (zoroastrisch), những thứ chính chúng lại có quan hệ đồng nguyên (stammverwandt) với những giáo lí cổ Ấn-độ, mang tính chất phệ-đà-áo nghĩa thư (vedisch-upaniṣadisch) và chứa đựng những dạng tiền thân có thể so sánh được hoặc những biến thể của giáo lí nghiệp và tái sinh. Chúng ta không thể đi sâu vào những phát triển rất phức tạp này (cp. Hoheisel 1984/85). Như vậy, chúng ta cũng không thể ứng đáp nghi vấn rằng, liệu có những dấu tích chân thực của giáo lí tái sinh trong Thánh kinh tân ước (Neues Testament) hay không và giáo lí này đã có trải qua phản ứng nào trong Cơ-đốc giáo tảo kì. Bất khả biện bác là trong quá trình lịch sử, đặc biệt là từ tk. 17, nhiều tác giả Cơ-đốc giáo đã thừa nhận linh hồn chuyển sinh và đồng thời tin chắc rằng, họ có thể y cứ vào những tài liệu nguồn đích thực thuộc Cơ-đốc giáo. Tuy nhiên, tương phản với trường hợp này không chỉ là sự bài xích công khai từ giáo hội dành cho giáo lí này mà còn là sự phản đối cuồng nhiệt của nhiều nhà thần học và truyền giáo của Cơ-đốc giáo (Thiên chúa giáo và Tân giáo), trong đó có các nhà truyền giáo lớn đã hoạt động ở Ấn-độ Roberto de'Nobili và Bartholomäus Ziegenbalg.

Những tác giả Hi-lạp, đặc biệt là Herodot (II, 123), không hiếm khi có quan điểm rằng giáo lí tái sinh, trong chừng mức họ biết nó, xuất phát từ Ai-cập. Nhưng cho dù cũng có thể có khả năng đi vào hay là biến thành thân thể của súc sinh và tương tự theo tôn giáo Cổ Ai-cập trong những trường hợp nhất định đặc biệt nào đó thì người ta cũng hoàn toàn không thể nói đến một giáo lí linh hồn chuyển sinh được thừa nhận một cách tổng quát và có giá trị xuyên suốt ở đây. Điều tương tự cũng có giá trị cho những truyền thống celtic (keltisch) và germanic (germanisch), thường được những tín đồ hiện đại của giáo lí tái sinh trích dẫn như là bằng chứng cho sự lan truyền rộng rãi của giáo lí này. Về phần tương quan đến những người Hi-lạp, chúng ta có thể nói một cách ngắn gọn như sau: tái sinh hoặc linh hồn chuyển sinh đã là một giáo lí hoàn toàn được nhiều người biết đến tại Cổ Hi-lạp. Tuy nhiên nó không là thành phần cấu thành (integraler Bestandteil) của tín ngưỡng Hi-lạp và chưa từng được đa số quần chúng chấp nhận. Có lúc nó được trình bày trong văn học từ một khoảng cách có tính phúng thích hoặc như một sự việc cổ quái (Kuriosum). Điều này đã có giá trị cho văn bằng văn học cổ nhất còn tồn tại cho chúng ta nói về tái sinh, một bài thơ trào phúng của Xenophanes (tk. 6 TCN) về người đồng thời đại của mình là Pythagoras, trong thời gian kế đến được xem là nhà thông cáo quan trọng nhất của giáo lí linh hồn chuyển sinh. Pythagoras, như được kể lại, một lần đã cấm một ai đó đánh một con chó vì ông đã nhận ra một người bạn đã qua đời trong con chó này (Diels B 7). Rõ ràng và minh xác hơn là lời phúng thích trong bài văn 'Giấc mộng hay là con gà trống' (Ὄνειρος ἢ Ἀλεκτρυών) của bất cẩn phúng thích Lukian (tk 2. CN) mà trong đó, một con gà trống tự trình bày như là chuyển thế hoá thân (Inkarnation) của Pythagoras và biết kể về nhiều dạng tồn tại trước đây như là người hoặc súc sinh.

Ngoài bản thân Pythagoras thì giáo lí linh hồn chuyển sinh đặc biệt được liên tưởng với truyền thống đương nhiên khó nắm bắt được của những người theo Orpheus (Orphiker). Empedokles, Pindar và Platon cũng phải được nhắc đến trong mối quan hệ tương hỗ này. Trong một trong những phiến đoạn (Fragment) (Diels B11), Empedokles đã nói rằng, ông đã tồn tại như một cậu bé và cô bé, như cây, chim và cá. Đặc biệt phong phú, nhưng cũng có vấn đề là Platon. Giáo lí tiền tồn tại 先存在 (Präexistenz) và bất tử (Unsterblichkeit) của linh hồn mà cho chúng, Platon đã lập luật tường tận đặc biệt trong 'Phaidon' và 'Menon,' rõ ràng hệ thuộc vào những tín phục căn bản (Grundüberzeugung) của tư tưởng của ông. Sự việc lại khác với giáo lí linh hồn chuyển sinh mang đặc tính Orpheus-Pythagoras (orphisch-pythagoreische Prägung), thứ mặc dù không hiếm khi được Platon đề cập đến và hấp thu 吸收 (assimiliert), nhưng lại không được chỉnh hợp 整合 (integriert) và chiếm hữu (angeeignet) trọn vẹn. Nó có vẻ là một truyền thuyết hơn, được trình bày với một tâm lí mâu thuẫn (Ambivalenz) nhất định, một sự dung hợp của phúng thích (Ironie) và thái độ nghiêm túc (Ernst). Chúng ta không thể đi sâu vào những phát triển kế tục như trong Khắc kỉ chủ nghĩa (Stoa) và Tân Platon chủ nghĩa (Neuplatonismus).

Đại sư của giáo lí luân hồi, Pythagoras, người mà Herodot và truyền thống cổ hơn đặc biệt liên kết với Ai-cập, cũng xuất hiện ở các tác giả sau này, chính xác là trong 'Apolloniosvita' (~ 200 CN) thuộc Tân-Pythagoras của Philostratos, như là môn đồ của truyền thống trí tuệ Ấn-độ. Nghi vấn được thảo luận nhiều là nơi ông và trong những giáo lí linh hồn chuyển sinh Hi-lạp đích thực có những ảnh hưởng Ấn-độ hay không đến nay vẫn chưa được giải đáp đích đáng. Nơi những tác giả trễ hơn, cỡ như Porphyrios (tk. 3 CN), một nhà Tân-Platon, thì một kiến thức nhất định về Ấn-độ, cũng rõ ràng trong mối tương quan với tái sinh, gần như là không thể nghi ngờ được.

Trong những khái yếu về giáo lí luân hồi mà chúng ta tìm thấy trong các bách khoa toàn thư và các bộ trình bày tổng quát về lịch sử tôn giáo, thông thường, một phần được dành riêng cho những thứ được mệnh danh là tôn giáo mông muội (Primitivreligionen). Song việc sử dụng từ 'mông muội' 蒙昧 (primitiv) trong mối quan hệ tương hỗ này có vấn đề. Những khái niệm của những người mệnh danh 'mông muội' này trong mọi trường hợp không thiếu tính phức tạp. Những khái niệm về cá thể (Individum), về thân phận cá nhân (persönliche Identität), về 'linh hồn' có thể không được phân biệt thật rõ ràng, những cá thể dị biệt có thể không luôn được xác định về mặt giới tuyến với nhau và với cộng đồng mà họ hệ thuộc một cách khắt khe. Nhưng đây tất yếu phải là một dấu hiệu của 'mông muội tính' (Primitivität) và thứ cấp (Unterordnung)? Có phải là tình huống thực tế (Tatsache), rằng những khái niệm này và những phạm trù lí giải (Verständniskategorie) Âu châu như 'tôn giáo', 'văn hoá' hoặc 'lịch sử' hoàn toàn không thể được ứng dụng, eo ipso ('bởi chính nó') là một khuyết điểm (Defekt)? Đây cũng có thể là một cơ hội để chúng ta đặt câu hỏi lại cho những phạm trù và khái niệm của chính mình. Chúng ta có thực sự biết một cá thể là gì? Chúng ta biết được ý nghĩa của từ 'linh hồn' trong phức hợp từ 'linh hồn chuyển thế' ('SeelenWanderung'), biết được kẻ mang thân phận (Träger der Identität) hoặc sự tương tục (Kontinuität) của tái sinh (Wiedergeburt) đích thực phải là gì để có thể ban cấp nội dung và ý nghĩa cho một khái niệm như vậy? Các nhân tố và giới hạn của một cá nhân là gì, những thứ cứ xưng 據稱 là (angeblich) có thể kế tục tồn tại xuyên suốt nhiều dạng tồn tại hoặc hình thể? Sự tương tục của sự kế tục tồn tại 繼續存在 (Fortbestehen) tương quan như thế nào với ý niệm bất tử? Những kiến giải của những kẻ được mệnh danh là 'mông muội' cung cấp cho chúng ta những cơ hội và kích lệ đa dạng dành cho những nghi vấn như thế này. Qua sự phong phú của các biến thể, sự thành thực 誠實 (Offenheit) và đặc biệt cũng do tính 'bất tinh xác' 不精确 ('Unschärfe') của họ, họ đồng thời cung cấp cho chúng ta những triển vọng (Perspektive), những thứ cũng có thể giúp ta hiểu được lịch sử tảo kì hay sử tiền sử (Früh- oder Vorgeschichte) của các giáo lí Ấn-độ về tái sinh.

Trước bối cảnh tổng quát này thì vai trò của nghiệp và tái sinh tự trình bày như thế nào trong tư tưởng Ấn-độ? Chúng ta đã trích dẫn ý kiến al-Bīrūnī ở đầu chương, rằng giáo lí này là kí hiệu nhận diện (Erkennungszeichen) của tín ngưỡng Ấn-độ, một cái gì đó cỡ như một cáo bạch tín ngưỡng của Ấn-độ giáo. Lời trần thuật này có thể có vấn đề, và người ta không cần phải tán thành nó dưới dạng hiện tại. Nhưng hoàn toàn không phản bác được là nghiệp và tái sinh giữ một vai trò lớn hơn và có tác dụng hơn nhiều so với bất cứ khu vực văn hoá nào khác. Cách xiển minh chúng trên cơ sở khái niệm thì minh xác, triệt để và toàn diện hơn nhiều so với bất cứ nơi nào khác, và chúng đã xuyên thấu tất cả những lĩnh vực của tư tưởng và đời sống Ấn-độ bằng một cách mà ngoài truyền thống Tây Tạng bị ảnh hưởng bởi Ấn-độ ra, nó là vô đối. Cũng đáng được lưu ý là sự kết nối, đúng hơn là sự dung hợp của những khái niệm nghiệp và tái sinh trong khái niệm Ấn-độ 'luân hồi' 輪迴 ('Welttreiben,' saṃsāra) chặt chẽ hơn nhiều so với thế giới khái niệm của những truyền thống khác. Ý tưởng tái sinh hoàn toàn không được kết nối eo ipso với ý tưởng của nghiệp hoặc (nhân quả) báo ứng (因果)報應 (Tatvergeltung). Nó cũng có thể, như một số ví dụ ngoài Ấn-độ đã được nhắc đến trước đây, ít nhiều xuất hiện độc lập. Đương nhiên là trong đại đa số trường hợp có thể có một sự kết nối, ít nhất là mang tính chất ám thị, tái sinh với những ý tưởng chuộc tội (Sühne), tịnh hoá (Läuterung) hoặc là báo ứng (Vergeltung).

Chúng ta đến bây giờ đã tránh né tất cả nỗ lực định nghĩa một cách tổng quát và trừu tượng dành cho nghiệp và tái sinh và muốn tiếp tục làm như vậy. Nhưng có lẽ sẽ là hữu ích khi chúng ta - trong khi tiền xử lí trước những xiển thuật kế đến - cung cấp một sự xác định tạm thời dành cho những khái niệm và ý nghĩa của chúng trong bối cảnh Ấn-độ. Trước hết, một số nỗ lực định nghĩa được trích dẫn và được giám định một cách phê phán.

Học giả đã được nhắc đến nhiều lần, al-Bīrūnī, thuật lại rằng, người Ấn-độ hiểu tái sinh hay linh hồn chuyển sinh như một quá trình mà trong nó, linh hồn học hiểu (begreifen lernen) toàn thể hiện thực (Gesamtheit des Wirklichen) bằng cách chính nó được dạy về báo đáp và trừng phạt, về thiện và ác, bằng cách nó tự tịnh hoá và có khả năng xoay hướng đến mục đích cứu cánh. Thế nên, sự chuyển thế hoá thân dẫn từ những dạng tồn tại thấp hơn đến những dạng cao hơn và tốt hơn mà không ngược lại.

Nhà Ấn-độ học Helmuth von Glasenapp đã nỗ lực nhiều lần để xác định mối quan hệ của nghiệp và tái sinh. Trong luận án tiến sĩ 'Giáo lí nghiệp trong triết học Kì-na giáo' ('Die Lehre vom Karman in der Philosophie der Jainas') được công bố vào năm 1915, ông đã viết: 'Giáo lí nghiệp (karman) là giáo điều trung tâm của các tôn giáo Ấn-độ. Nó nói rằng: mỗi hành động, mỗi câu nói, mỗi tư duy dẫn khởi song song với tác dụng có thể thấy được một tác dụng không thể thấy được, siêu việt, là nghiệp; mỗi hành vi sản sinh, nếu được phép biểu thị như vậy, một số năng lượng tiềm ẩn nhất định, những thứ dưới những điều kiện có sẵn biến hoá thành những dạng hiển nhiên hiện thực, những lực lượng sớm muộn xuất hiện như báo đáp và trừng phạt' (7). Trong tác phẩm 'Ấn-độ giáo,' được công bố năm 1922, von Glasenapp bổ sung: 'sự thừa nhận rằng, mỗi hành động phải tìm thấy sự báo ứng của nó và sự tồn tại của mỗi cá thể là hậu quả của một nợ nần hoặc công đức đang còn gây tác dụng, tất yếu bao hàm ý tưởng của một sự chuyển sinh thường hằng của linh hồn [...]' (241).

Karl H. Potter, người đề xướng một công trình Mĩ nghiên cứu giáo lí nghiệp, nhấn mạnh rằng, nhắc đến học thuyết nghiệp điển hình của người Ấn-độ là có vấn đề, và rằng có nhiều phiên bản và biến thể. Tuy nhiên, ông giữ vững lập trường rằng, trong sự đa dạng này có một khu vực trung tâm và hạt nhân mà ông gọi là 'học thuyết nghiệp Ấn-độ cổ điển' ('the classical karma theory of India', CKTI). Theo Potter, nó giả định rằng, một số quy định căn bản nhất định cho cuộc sống hiện tại của chúng ta - sự hệ thuộc vào một loại hình, chủng loại và giai cấp xã hội nhất định, thời gian sống, chất lượng tốt hay xấu của sự thể nghiệm - được dẫn khởi bởi những hành động trong một dạng tồn tại trước đó. Ngoài ra, ông còn nhấn mạnh rằng, nghiệp trong ý nghĩa của CKTI không ảnh hưởng đến môi trường ('the environment') mà người ta sống (Potter 1986, 109; 113).

Yuvraj Krishan, một học giả Ấn-độ trong tk 20, gọi nghiệp, thứ không thể được tách rời khỏi tái sinh, là một phương án lập cơ sở trên ba giả thiết căn bản: quy luật nhân quả mà theo nó, tất cả hành động đều có hậu quả; quy tắc của trách nhiệm cá nhân mà theo nó, chỉ chính người hành động mới có thể gánh vác kết quả của hành động của mình; quy luật của sự công chính (Gerechtigkeit) báo ứng (vergeltend) hay làm quân bình (ausgleichend) mà theo nó, người hành động không thoát được hậu quả của hành động của mình (Krishan 1997, 556f.).

Cuối cùng, một nỗ lực định nghĩa từ một nguồn thông dụng và phổ biến rộng được trích dẫn, đó là bộ từ điển 'Brockhaus': Nghiệp, như được ghi lại, là một 'khái niệm trung tâm của Ấn-độ giáo, Kì-na giáo và Phật giáo; chỉ một định luật phổ biến (universelles Gesetz) mà theo nó, cuộc sống của một người là kết quả của những hành động trong một cuộc sống trước đây, cũng như những hành động của ông ta trong cuộc sống hiện là nguyên nhân có khả năng cho dạng sinh tồn sau này'.

Bây giờ chúng ta cho một số quan sát về những định nghĩa hoặc miêu tả giáo lí nghiệp và tái sinh kế tục và bắt đầu với al-Bīrūnī. Lời trần thuật của ông, rằng sự chuyển thế hoá thân dẫn từ những dạng tồn tại thấp hơn đến những dạng cao hơn mà không ngược lại, không thể giữ vững được. Tuy giải thoát (Erlösung) là mục đích tối cao và cứu cánh của tư tưởng tôn giáo Ấn-độ; nhưng trên con đường đến nơi ấy có thể có những sự trùng lặp cũng như sa lạc và thoái chuyển trầm trọng trong đẳng cấp (Hierarchie) của những dạng tồn tại theo quan điểm Ấn-độ. Hơn nữa được xem là có giá trị, rằng giải thoát chung quy phải được hiểu không phải trong ý nghĩa của một sự thăng tiến (Aufstieg), mà là của một sự bước ra ngoài (Heraustreten), của sự giải thoát tuyệt đối ra khỏi những chu kì sinh tử và đẳng cấp của những hoá thân (Verkörperung). Về định nghĩa của Helmuth von Glasenapp thì được nói rằng, nó cung cấp một tóm tắt tinh tuý xác thiết, điển hình lí tưởng, thứ song trong trường hợp cụ thể không hiếm khi cần được bổ sung và tu cải. Lời trần thuật rằng, 'mỗi hành động, mỗi lời nói, mỗi tư duy' dẫn khởi một tác dụng 'không thấy được, siêu việt', tức nghiệp, tránh né trong trường hợp đơn lẻ câu hỏi trung tâm: một hành động có giá trị về mặt nghiệp là gì? Việc nói đến 'ý tưởng về một linh hồn chuyển sinh vĩnh hằng' có vấn đề. Nơi Yuvraj Krishan chúng ta phải đặt câu hỏi về cách xử lí khái niệm định luật (Gesetz, law) của ông.

Nỗ lực nhận diện một khu vực hạt nhân và trung tâm có cùng bên trong một sự đa dạng của các biến thể có tính lịch sử và khái niệm của Karl Potter, trong 'học thuyết nghiệp Ấn-độ cổ điển' ('the classical karma theory of India') của ông, đáng được tôn trọng và tán thành. Nhưng đoán ngôn của ông không chính xác, rằng theo ý nghĩa của khu vực trung tâm này người ta không thể nói đến ảnh hưởng của nghiệp đến môi trường của chúng sinh (Lebewesen).

Về định nghĩa trong Brockhaus thì cách trình bày nghiệp như là 'pháp luật phổ biến mà theo nó, cuộc sống của một người là kết quả của những hành động trong một cuộc sống trước đây' chỉ có thể được thừa nhận một cách dè dặt (unter Vorbehalt). Bởi vì hệ thuộc 'vào cuộc sống của một người' cũng là những hành động và quyết định của ông ta. Giả sử những thứ này cũng được xem là hậu quả của những đời sống trước đây thì quyết định luận (Determinismus) không thể tránh được, và hành xử tự do và có hiệu quả nghiệp như vậy sẽ không còn cơ sở. Quyết định luận bị hầu hết các trường phái tư tưởng Ấn-độ xem là một con đường lầm lạc nguy hiểm và đặc biệt bị phản bác quyết liệt trong Phật giáo. Về biểu thị 'quy luật phổ biến' không chỉ được dùng một cách rất quen thuộc và tự nhiên trong 'Brockhaus' thì người ta nên tránh lí giải nó theo cách nương quá sát vào khái niệm pháp luật của khoa học tự nhiên. Nhìn chung thì khái niệm 'quy luật' dành cho việc miêu tả nghiệp và vai trò của nó trong tư tưởng Ấn-độ chỉ thích hợp một cách hạn chế. Trong hầu hết các trường hợp thì khái niệm quy tắc/định (Regel) (hoặc 'tư tưởng quy định' ['regulative Idee']) phù hợp hơn. Bởi vì nghiệp như là nhân quả báo ứng tính (Vergeltungskausalität) có giá trị cho hầu hết những nhà diễn giảng Ấn-độ 'trên nguyên tắc' ('in der Regel'). Khả năng cho ngoại lệ hoặc lối thoát ra khỏi báo ứng của nghiệp theo quy tắc, như chúng ta sẽ thấy, đã được đặt vào chân trời lí giải (Verständnishorizont) của khái niệm này. Điều này đặc biệt có giá trị cho Ấn-độ giáo. Quy tắc ở đây, cũng như trong những lĩnh vực văn phạm (vyākaraṇa) và đạt-ma (dharma), tức quy phạm (Norm) luân lí-tôn giáo (sittlich-religiös), được bài trí trực tiếp cho những ngoại lệ. Chúng ta không được đánh mất khỏi tầm mắt biến hoá tính (Variabilität) và xuyên thấu tính (Durchlässigkeit) cố hữu của giáo lí nghiệp nếu chúng ta cố gắng nắm bắt được khu vực hạt nhân và khu vực đồng nhất hoàn toàn thực hữu có tính chất khái niệm và trực giác của nó.

Trong một ý nghĩa tổng quát chúng ta có thể nói rằng, các phương án Ấn-độ dành cho nghiệp và tái sinh (tức luân hồi, saṃsāra) kết nối khái niệm nhân quả báo ứng và sự tương tục với yêu cầu công chính quân bình (ausgleichende Gerechtigkeit). Một cách lí tưởng-điển hình, điều này nên dẫn đến những quá trình sinh hoạt và thể nghiệm, những thứ có thể nói là tự quy định mà không cần đến sự can thiệp của thiên thần hoặc bất cứ ai khác. Không một hành động tương quan đến nghiệp hoặc đạo đức nên là vô kết quả, mà luôn có theo sau báo đáp và trừng phạt, tức là những trạng thái thể nghiệm (Erlebniszustand) và phương thức tồn tại (Existenzweise) tích cực hoặc tiêu cực. Mặt khác, không nên có một phương thức thể nghiệm và tồn tại tích cực hoặc tiêu cực (tức có thể được giải thích là báo đáp hoặc trừng phạt) mà không có nguyên nhân hành động (Tatursache) tương xứng, trọng yếu về mặt đạo đức. Tiền đề kép này ám thị một sự chỉnh hợp (Integration) nhân quả báo ứng và tái sinh. Nghiệp đòi hỏi tái sinh để cái đã được làm có thể được bồi thường (abgegolten) và không bị thất lạc vô hậu quả, và tái sinh sẽ đình chỉ không có động lực thúc đẩy năng động của nghiệp, thứ đồng thời giữ công năng nguyên nhân tác dụng (Wirkursache) và nguyên nhân cứu cánh (Finalursache). Đây là một quy tắc được phái sinh từ những yêu cầu (Postulat) tính công chính, tương tục và nhân quả. Đây là một yêu cầu cho thế gian, song không phải là một quy tắc đã được phái sinh (abgeleitet) hoặc có thể được phái sinh (ableitbar) từ sự quan sát nó [thế gian] có hệ thống.

Báo ứng, được chỉnh hợp với tái sinh, kéo dài qua vô số thứ tự - nhưng không phải là vô tận bởi chính chúng - của sinh và tử. Nó bao hàm khu vực của cái bị sinh tử chế phục, tức là chúng sinh thuộc nhân loại cũng như phi nhân loại. Trong một ý nghĩa đặc thù hơn thì đặc biệt là sự hệ thuộc vào một chủng loại, dòng tộc, đẳng cấp xã hội, thọ mệnh hoặc mệnh căn, tố chất (Anlage) sinh lí học và tâm lí học, kinh nghiệm dễ chịu hay khó chịu, thể nghiệm và hoàn cảnh sinh sống nhất định trình hiện như là những hậu quả của những hành động trước đây, phần lớn được thực hiện trong một cuộc sống trước đây. Những hậu quả tương xứng cho tương lai phải được giả định trên cơ sở của những hành động và ý đồ hiện tại của chúng ta.

Khu vực tổng quát của tái sinh và nhân quả báo ứng đã được gọi là luân hồi bằng từ tiếng Phạm saṃsāra ('đi xuyên suốt qua', 'đi lang thang'). Chu vi của khu vực này mà trong nó, người ta có thể tái sinh, đã không luôn được phác hoạ một cách nhất trí. Kiến giải chắc chắn thường gặp nhất là nó bao trùm toàn bộ đẳng cấp của sinh vật từ chư thiên xuống tới cây cối. Trong thần thoại Ấn-độ, không ít khi người ta nhắc đến 8.400.000 loại sinh vật. Trong Phật giáo hậu kì, nhưng cũng nơi một số tư tưởng gia Ấn-độ giáo (ví như Abhinavagupta ~ 1000 CN), có khuynh hướng loại bỏ thực vật/cây cối ra khỏi phạm vi này. Ngược lại, theo quan điểm của những người theo Kì-na giáo thì luân hồi cũng bao gồm một số chúng sinh nhỏ và cơ bản, những thứ còn đứng dưới bậc của thực vật. Hầu hết các tông phái triết học lí giải sự tồn tại trong phạm vi tái sinh là một trạng thái của thống khổ, của bất tự do và tự tha hoá (Selbstentfremdung). Bản thân sự thăng tiến được thực hiện bởi thiện nghiệp bên trong khu vực này chung quy cũng là khiếm khuyết. Năng lực có thể siêu việt luân hồi một cách xác định và phá tan và huỷ diệt vĩnh viễn quyền lực của nghiệp thường được liên tưởng với cuộc sống con người và được xem là một đặc quyền hiếm có. Hầu hết cách dạng hoặc đẳng cấp của cuộc sống chỉ có giá trị như là những giai đoạn hoặc nơi chấp hành báo ứng nhân quả, những thứ không cho phép dùng quyền chủ động đích thực trên khía cạnh nghiệp và không mở lối thoát ra khỏi luân hồi.

Bây giờ chúng ta cho kế tục một số chỉ điểm ngắn mang tính chất dự báo đến bối cảnh lịch sử của giáo lí nghiệp và tái sinh Ấn-độ và phác hoạ trong một phạm bị cô đọng những gì nên được xiển thuật tường tận trong những chương kế đến.

Về những khởi nguyên của giáo lí nghiệp và tái sinh thì đã có nhiều phỏng đoán này nọ đã được đề xuất. Chắc chắn là chúng gần như không thể được xác định. Trong những văn bản cổ nhất mà chúng ta có thể tiếp cận, các bộ Veda bao gồm các Phạm thư 梵書 (Brāhmaṇa), chúng ta tìm thấy những giai đoạn dự bị (Vorstufe) hoặc những biến thể sớm của giáo lí, nhưng lại không phải bản thân giáo lí này trong hình thức đã được phát triển của nó và dạng được Potter gọi là 'cổ điển' ('classical'). Ngay trong những

Áo nghĩa thư 奧義書 cổ có thể được xem là xuất hiện trước 500 TCN thì nó cũng chỉ xuất hiện trong những biểu đạt mang tính chất tạm thời và ít nhiều bị cô lập. Giáo lí của Đức Phật (tức là Tất-đạt-đa Cù-đàm, Siddhārtha Gautama), hoạt động vào khoảng 500 TCN, có vẻ như đã bổ sung vào những phương thức này một khái niệm về tính nhân quả nghiêm mật hơn; ngoài ra, những thứ thuộc lễ nghi (das Rituelle) nhường bước cho cái mang tính đạo đức (das Moralische), và ý đồ, khía cạnh tâm lí của hành động, bước vào trung tâm của khái niệm hành động. Phong trào cải cách cổ hơn của Kì-na giáo (Jinismus) cho thấy một sự quan tâm rất đặc biệt đến nghiệp và tái sinh và nỗ lực thực hiện một sự phân loại tổng quát và phân tích các nhân tố và quá trình của nghiệp. Khác với trường hợp ở các tín đồ Phật giáo, nghiệp được vật chất hoá ở các tín đồ Kì-na giáo và được thiết kế trong ý nghĩa của một vật chất tinh tế (feinstoffliche Substanz).

Trong văn học của tín đồ Ấn-độ giáo, những văn bản như trường sử thi Mahābhārata, với những thành phần cổ nhất có từ 400 TCN, chứng thực sự tồn tại của một giáo lí nghiệp đã được phát triển và đã được công nhận rộng rãi. Trong thời gian sau đó, giáo lí được tiếp nhận vào hầu hết những truyền thống tông phái tôn giáo và triết học và được trình bày và giải thích bằng nhiều cách khác nhau. Bên cạnh đó, nó đã trở thành tiền đề trung tâm cho Pháp luật luận thư 法律論書 (Dharmaśāstra). Nó đã đi vào Thần thoại và thi ca cũng như những khoa học truyền thống như y học, phôi thai học (Embryologie) và chiêm tinh thuật (Astrologie). Đã có những cuộc tranh luận quảng khoát 廣闊 về trạng thái của chủ thể nghiệp, tức chủ thể hành động và của chủ thể hay căn cơ 根基 (Substrat) của sự tái sinh. Điều này đặc biệt xuất hiện trong sự tranh luận với sự phủ nhận một tự ngã hay ātman trường tồn bất biến của Phật giáo. Đặc tính của hành vi xác đáng về mặt nghiệp, bản chất của nhân quả báo ứng theo nghiệp, những cơ cấu (Mechanismus) của tái sinh, địa vị bản thể luận của nghiệp, khả năng vượt bỏ (Aufhebung) hoặc khắc phục (Überwindung) nó và khả năng giải thoát khỏi sự tái sinh là những chủ đề quan trọng và điển hình. Có một loạt phương án giải đáp dành cho những câu hỏi này. Đương nhiên là chúng ta không được quên rằng, ngoài khu vực lí thuyết và văn học cũng có nhiều hình thức đặc biệt của niềm tin vào nghiệp và tái sinh và của cách ứng xử đối với chúng.

Trong các bối cảnh và lĩnh vực ứng dụng của nó thì giáo lí nghiệp và luân hồi 輪迴 (saṃsāra) ít nhất có ba công năng và quy mô có thể được phân biệt với nhau rõ ràng, nhưng lại tương quan lẫn nhau:

1. Nó cung cấp một khung hình và sợi chỉ đỏ cho sự định hướng có tính luân lí và tín ngưỡng bằng cách gán vào những hành động và quyết định hiện tại một lực lượng kích hoạt các kết quả của hành động (Tatfolge) trong tương lai và được hiểu như là báo đáp hoặc trừng phạt.

2. Nó phục vụ việc giải thích và đồng thời biện hộ những trạng thái, sự kiện và hiện tượng hiện tại, đặc biệt là những thứ thuộc về lĩnh vực của cuộc sống và sự thể nghiệm, bằng cách người ta giải thích nó như là kết quả của hành động và quy nó về nhân quả báo ứng của những hành động và quyết định quá khứ.

3. Nó phản ánh và biểu đạt một trạng thái bất mãn căn bản (fundamentales Ungenügen) nơi điều kiện nhân loại và sự tồn tại thế tục phụ thuộc vào thời gian nói chung, và nó cấu thành bối cảnh hay khởi điểm cho lí tưởng giải thoát tuyệt đối (mokṣa 'giải thoát,' nirvāṇa 'niết-bàn' v.v...) và cho một tầm cầu giải thoát triệt để.

Trong tất cả những công năng này, giáo lí nghiệp có những hàm ý quan trọng cho lịch sử tôn giáo và lịch sử tư tưởng Ấn-độ và nhìn chung là cho thế giới lượng giải (Weltverständnis) và tự lượng giải (Selbstverständnis) theo truyền thống Ấn-độ.

Để kết thúc phần dẫn nhập chúng tôi bây giờ còn muốn đi vào phần thuật ngữ có tính quyết định cho chủ đề của chúng ta cũng như đi vào tính chất của tài liệu nguồn của chúng ta. Chúng ta bắt đầu với chính biểu thị 'Karma'. 'Karma' chắc chắn là một trong những từ mượn Ấn-độ thông dụng nhất, cụ thể là trong Anh ngữ, nhưng cũng càng tăng trong những ngôn ngữ Tây phương khác bao gồm cả Đức ngữ. Nói chính xác thì đây là dạng chủ cách (Nominativform) của một từ Phạm ngữ có dạng ngữ cán (Stammform) là karman và được truy nguyên đến ngữ căn kṛ, tức là 'làm', 'thực hành.' Trong nghĩa đen và căn bản nó mang nghĩa 'hành vi', 'hành động', 'việc làm', không ít khi đi cùng với những hàm ý có tính chất lễ nghi. Khác với danh từ cũng hệ thuộc vào ngữ căn kṛ là kriyā, karman không viện dẫn cho lắm đến sự hành động (das Tun) hoặc sự hành xử (das Handeln) như nó là và trong sự chấp hành thực sự (im aktuellen Vollzug) mà trước hết là đến hành động đã được chấp hành (vollzogene Tat) như là kết quả của sự hành động (das Tun) cũng như đến việc làm (Werk) đã được hoàn tất (vollbracht) hoặc phải được hoàn tất (zu vollbringend). Trong ngữ dụng văn phạm, nó cũng chỉ đến đối tượng của một hành vi, cái được nhắm đến trong sự hành động (das Tun) hoặc sự hành xử (das Handeln). Trong nhiều trường hợp, karman và kriyā có thể được dùng thông nhau. Sự kết nối ngữ nghĩa của từ karman với một tiềm năng báo ứng cố hữu (inhärentes Vergeltungspotential) của các hành vi và quyết định của chúng ta cũng như ý tưởng rằng, tiềm năng như thế có thể được cất giữ và được hiện thực hoá (aktualisiert) vốn đã xuất hiện trong một số Áo nghĩa thư. Từ này hoàn toàn thông dụng từ thời văn học sử thi (epische Literatur). Tầm quan trọng trung tâm nó đã có từ xưa nơi tín đồ Phật giáo và Kì-na giáo. Trong ngôn ngữ Pāli của Thượng toạ bộ Phật giáo cũng như Prākrit của tín đồ Kì-na giáo, từ kamma tương xứng với từ Phạm ngữ karman.

Đặc biệt trong văn học Ấn-độ giáo, từ adṛṣṭa thường được nhắc đến thay cho karman, tức là tiềm năng 'không được thấy', 'không thể được thấy' của những hành động của chúng ta. Thuật ngữ apūrva viện dẫn đến những hậu quả không thể nắm bắt được bằng thực nghiệm của những hành vi thuộc lễ nghi. Thiện nghiệp thường được gọi là dharma 'pháp' 法 hoặc puṇya 'công đức' 功德; ác nghiệp được gọi là adharma 'phi pháp' 非法 hoặc pāpa 'tội lỗi' hay 'ác' 惡. Phức hợp từ karmavipāka chỉ đến, đặc biệt trong Phật giáo, sự 'chín muồi' của nghiệp (nghiệp dị thục 業異熟), tức sự hiện thực hoá của tiềm năng nghiệp; karmāśaya, 'nghiệp tích tụ' 業積聚 là sự tích tụ hoặc trầm tích 沉積 (Ablagerung) của năng lượng nghiệp.

Biểu thị 'tái sinh' có một từ Phạm ngữ tương xứng chính xác là punarjanman, song lại không nổi bật như một thuật ngữ. Cổ hơn punarjanman là những biểu thị được tìm thấy trong các Phạm thư 梵書 (Brāhmaṇa) và Áo nghĩa thư cổ như punarmṛtyu 'tái tử' 再死, và punarāvṛtti, 'phục thoái hoàn' 復退還, 'quy hoàn' 歸還, tức từ cõi bên kia trở về nhân gian này.

Trong Phật giáo, vốn không thừa nhận một bản ngã trường tồn, chúng ta có punarbhava (Pāli punabbhava) 'hậu/phục sinh' 後/復生, 'tái sinh' 再生. Trong một ý nghĩa đặc thù, thuật ngữ Pāli paṭisandhi (Skrt. pratisaṃdhi) 'kết hợp' 結合, 'tiếp hợp' 接合, chỉ đến sự kết hợp nhân quả liên kết một cuộc sống mới với cuộc sống đi trước và khiến nó phát sinh từ đó. Trong các Áo nghĩa thư trung kì cũng như trong Phật giáo cổ đại và Kì-na giáo, khái niệm căn bản là luân hồi 輪迴 (saṃsāra), 'đi lang thang', 'lưu lãng' 流浪 trong những hình thức sinh tồn (Lebensform) và cách thức tồn tại (Existenzweise) xuất hiện cùng với những dạng động từ hệ thuộc. Nghiệp và tái sinh, như đã được nhắc đến, được dung hợp với nhau trong khái niệm này, thứ cuối cùng chỉ đến tính vô mục đích của hoạt động thế gian par excellence và thế gian như là sân khấu và hiện thân toàn mĩ (Inbegriff) dành cho sự trình diễn của nghiệp. Không hiếm khi người ta nhắc đến saṃsāracakra hoặc saṃsāramaṇḍala, 'bánh xe' hoặc 'vòng' luân hồi (luân hồi luân 輪迴輪), và quá trình được so sánh với sự xoay vòng của một bánh xe (mang gáo) lấy nước.

Về phần thuật ngữ Tây phương của chúng ta thì biểu thị 'tái sinh' 再生 ('Wiedergeburt,' 'rebirth') nên được dùng trong bối cảnh của cách trình bày này, đặc biệt bởi vì nó trên phương diện bản thể luận có tính trung lập hơn là 'linh hồn chuyển sinh' 靈魂轉生 ('Seelenwanderung', 'transmigration', 'μετεμψύχωσις') và không giả định một chất liệu linh hồn trường tồn bị bác bỏ trong Phật giáo. Sự việc lại khác với 'chuyển thế hoá thân' 轉世化身 ('Reinkarnation' hay 'Wiederverkörperung,' 'reincarnation', thỉnh thoảng cũng 'μετενσωμάτωσις'). Thuật ngữ được dùng từ giữa tk. 19 này tuy nhiên còn bị đè nặng ở mức độ cao hơn với những liên tưởng xuất phát từ văn học Tây phương hiện đại, những thứ không thực sự hữu ích cho việc lí giải các giáo lí Ấn-độ truyền thống. Chúng ta sẽ chỉ sử dụng nó tương đối ít. Nên được nói thêm ở đây là không có thuật ngữ tương xứng trong Phạm ngữ cho biểu thị 'quy luật nghiệp (báo)' ('Gesetz des Karma', 'law of karma') quá thông dụng trong thảo luận hiện đại về chủ đề của chúng ta. Và đây là một quan sát mà nơi nó, sự việc không chỉ xoay quanh ngôn từ.

Các biểu thị Ấn-độ đã được nhắc đến đứng trong một chu vi hoàn cảnh thuật ngữ học, thứ một mặt viện dẫn đến căn nguyên của nghiệp, tức là những lực thúc đẩy và động lực thôi thúc chúng ta đến hành động và mặt khác, viện dẫn đến sự vượt qua nghiệp và tái sinh và sự giải thoát ra khỏi sự tồn tại thế gian liên quan đến nghiệp. Mang ý nghĩa trung tâm là các 'tham ái' 貪愛 ('Leidenschaft') và những cấu uế bên trong (kleśa, doṣa, kaṣāya nơi tín đồ Kì-na giáo), những thứ lập cơ sở cho các hành động và quyết định của chúng ta, đặc biệt là tham 貪 và sân 瞋 (rāga và dveṣa) và thứ cơ bản hơn nữa là 'vô minh' 無明 (avidyā), 'si' 癡 (moha), thứ lừa đảo chúng ta về thân phận đích thực và sứ mệnh của chúng ta và phải được vượt bỏ trước khi giải thoát (mokṣa, mukti, apavarga, trong Phật giáo nirvāṇa 'niết-bàn') hoặc giải phóng có thể được thực hiện. Chúng ta đã chỉ đến ý nghĩa của thuật ngữ saṃsāra, thứ thu tóm nghiệp và tái sinh vào những khái niệm 'đi lang thang', 'lưu lãng' trong sự đa dạng của những hình thức tồn tại trên thế gian. Đây là hoạt động thế gian (Welttreiben) có bản chất tuần hoàn và chung quy vô mục đích, thứ có 'ngộ giải' 誤解 là nền tảng và phải được vượt bỏ trong sự giải thoát.

Chúng ta còn để một số bình luận ngắn về đặc tính và chu vi của những tài liệu nguồn quan trọng cho chủ đề của chúng ta. Các trần thuật cũng như những chỉ điểm về nghiệp và tái sinh được tìm thấy trong những văn bản Ấn-độ rất dị biệt, từ chu kì Veda hậu kì đến hiện đại, tức là từ một thời gian gần ba ngàn năm. Giáo lí xuất hiện trong thần thoại học quần chúng và trong tư tưởng triết học, như là điều kiện tiên quyết không bị hỏi đến và như là chủ đề của những nỗ lực minh xác có tính lí thuyết. Tuy nhiên, những cách trình bày toàn diện có tính hệ thống lại khá hiếm, ngoại trừ trong văn học Kì-na giáo.

Một số dấu hiệu đầu tiên và ám thị, như đã đề cập đến, được tìm thấy đặc biệt trong những Áo nghĩa thư tảo kì (ví dụ như Bṛhadāraṇyaka VI, 2 và IV, 4 cũng như Chāndogya V, 3-10). Trường sử thi Mahābhārata và văn học có phạm vi rất rộng của các bộ Vãng thế thư 往世書 (Purāṇa) cung cấp tài liệu phong phú. Trong các bộ Pháp luật luận thư 法律論書 (Dharmaśāstra) thì chương 12 của Ma-nô pháp điển 摩奴法典 (Manusmṛti) cung cấp một tổng quan quan trọng và liên quán nhất. Trong những khoa học truyền thống (vidyā) thì các văn bản xuất phát từ truyền thống y học (Āyurveda) là phong phú nhất. Những nỗ lực làm hài hoà giáo lí nghiệp và chiêm tinh thuật cũng được quan tâm đến nhiều. Những văn bản khác nhau biên tập và tổng kết các giáo lí cổ hơn về tác dụng của nhân quả báo ứng (nói rõ là qua các trừng phạt theo nghiệp) thành những bộ đại cương chính thức. Thuộc vào những ví dụ được biết đến nhiều nhất cho trường hợp này là bộ Nghiệp dị thục văn tập 業異熟文集 (Karmavipākasaṃhitā) phổ cập và khuyết danh tác giả cũng như bộ có tính học thuật hơn là Madanamahārṇava của Viśveśvara Bhaṭṭa, người tập trung vào việc giải thích bệnh tật như là sự trừng phạt nghiệp báo. Các hệ thống triết học (darśana) Ấn-độ giáo cũng tiếp nhận chủ đề này; điều này xảy ra một cách điển hình ví dụ như trong Yoga của Patañjali (cp. Yogasūtra II, 13 với chú giải). Chính lí phái 正理派 (Nyāya) và Thắng luận 勝論 (Vaiśeṣika) trình bày một chuỗi luận cứ để lập cơ sở cho giáo lí nghiệp và tái sinh và để chứng minh sự tồn tại của bản ngã (ātman). Trong Advaitavedānta (Bất nhị Phệ-đàn-đa phái 不二吠檀多派) thì nghiệp và tái sinh tuy vậy chung quy hệ thuộc vào thế giới của hiện tượng vũ trụ; mặc dù vậy, chúng là một chủ đề quan trọng. Tác phẩm Vijñānadīpikā, một tác phẩm rõ ràng đã được gán sai vào Padmapāda, một môn đệ của Śaṅkara, mang nội dung khắc phục nghiệp. Trong một ý nghĩa mang tính chất thần học nặng hơn, nhiều trường phái theo hữu thần luận (theistisch) của tín đồ Viṣṇu và Śiva tiếp tục duy trì việc thảo luận.

Giáo lí nghiệp và tái sinh trong Phật giáo đã xuất hiện trong những văn bản cổ nhất. Việc phát hiện hay thực chứng chúng được liên tưởng với sự giác ngộ của chính Đức Phật. Song các luận thuật minh xác lại tương đối hiếm trong những phần cổ nhất của đại tạng kinh của Thượng toạ bộ 上座部 (Theravāda) (bằng tiếng Pāli). Phân biệt đại nghiệp kinh 分別大業經 (Mahākammavibhaṅgasutta) và Phân biệt tiểu nghiệp kinh 分別小業經 (Cūḷakammavibhaṅgasutta) từ Trung bộ 中部 (Majjhimanikāya) được nhắc đến. Các bài văn thuộc Bản sinh kinh (Jātaka) miêu tả hơn 500 dạng tồn tại của vị Phật tương lai trước sự giác ngộ của ngài. Phần thứ ba của đại tạng kinh, được biết đến dưới tên A-tì-đạt-ma 阿毗達磨 (Abhidharma/ Abhidhamma) cung cấp những chi tiết khái niệm và phân tích. Từ ban sơ đã có những bất đồng ý kiến và những thảo luận có tính chất tông phái về cách giải thích nhân quả báo ứng; theo quan điểm của Thượng toạ bộ, những điều này được biểu minh trong tác phẩm Luận sự 論事 (Kathāvatthu). Di-lan vương vấn kinh 彌蘭王問經 (Milindapañha), một văn bản phổ cập ngoài chính tạng đặc biệt nỗ lực tìm cách hoà giải yêu cầu của trách nhiệm luân lí với việc phủ nhận một ngã trường tồn của Phật giáo. Về những kiến giải của các tông phái khác, chủ yếu là Thuyết nhất thiết hữu bộ 說一切有部 (Sarvāstivāda) và Kinh lượng bộ 經量部 (Sautrāntika), thì các bộ đại luận có tính chất bách khoa toàn thư như Đại tì-bà-sa luận 大毗婆沙論 (Mahāvibhāṣā) và A-tì-đạt-ma câu-xá luận 阿毘達磨俱舍論 (Abhidharmakośa) thuật lại cho chúng ta. Một nguồn tài liệu quan trọng cho kiến giải của Du-già hành phái 瑜伽行派 (Yogācāra) (trong sự kết hợp với những khái niệm từ Kinh lượng bộ) là Nghiệp thành tựu luận 業成就論 (Karmasiddhiprakaraṇa) của Thế Thân (Vasubandhu).

Sự khuếch trương của Phật giáo đến nhiều khu vực Á châu đã khiến cho giáo lí nghiệp và tái sinh cũng được tiếp thụ trong nhiều nền văn hoá ngoài Ấn-độ. Tình huống thực tế, rằng những tiền đề căn bản của giáo lí này ở đây hoàn toàn không được xem là hiển nhiên, trong một số trường hợp đã dẫn đến sự việc là một số tác phẩm có tính chất bổ sung hay nhập môn đã được biên soạn để chứng minh những tiền đề này. Điều này có giá trị ví dụ như cho những loại văn bản để 'chứng minh một thế giới khác', Tha thế gian luận chứng luận 他世間論證論 (paralokasiddhi), những thứ có công năng bảo vệ sự thừa nhận một sự tồn tại tiếp tục, được xem là điều kiện tiên quyết cho giáo lí nghiệp, đặc biệt là cho người Tây Tạng.

Kinh văn tường tận và toàn diện nhất về nghiệp và tái sinh được tìm thấy nơi tín đồ Kì-na giáo. Sự quan tâm đặc biệt của họ đến chủ đề này có lẽ bắt nguồn từ những bài dạy khẩu truyền của Thắng giả Đại Hùng 勝者大雄 (Jina Mahāvīra), người sáng lập hoặc nhà cải cách quyền uy của phong trào này. Một tóm tắt xác thiết của những phát triển cổ được cung cấp bởi Đế nghĩa chứng đắc kinh 諦義證得經 (Tattvārthasūtra, Tattvārthādhigamasūtra, ~ 200 CN) của Umāsvāti, được cả hai phái của Kì-na giáo, Bạch y phái 白衣派 (Śvetāmbara) cũng như Thiên y phái 天衣派 (Digambara) rất tôn kính. Sự phát triển giáo lí nghiệp có tính hệ thống có thể được theo dõi qua nhiều tác phẩm chuyên dụng; thuộc về chúng là Karmaprakṛti của Śivaśarman, Pañcasaṃgraha của Candrarṣi và một nhóm văn bản không luôn giống nhau được gom lại dưới tên gọi chung là 'Nghiệp thư' (karmagrantha). Được nói là nhiều thông tin có trong những bộ 'Nghiệp thư' được lấy từ phần thứ mười hai đã thất lạc của thánh điển của Bạch y phái, phần Dṛṣṭivāda (Prakrit: Diṭṭhivāya). Những tín đồ của Thiên y phái đã tạo ra truyền thống 'Nghiệp thư' riêng của họ, đến bây giờ chỉ được khai thác một cách khiếm khuyết và theo kiến giải của họ thì thánh điển tổng quát đã thất lạc. Bên cạnh những nguyên văn Phạm văn hay Prākrit của một số văn bản cũng đã có từ nhiều thể kỉ các bản dịch và chú giải trong nhiều phương ngữ Ấn-độ, cụ thể là Gujarātī. Các đại biểu của Kì-na giáo hiện đại cũng dùng Anh ngữ nhấn mạnh vai trò trung tâm của nghiệp cho thế giới quan của họ; Như một ví dụ, chúng ta có thể nhắc đến Virchand Raghavji Gandhi, người đã đại diện Kì-na giáo tại Hội nghị tôn giáo thế giới ('World Parliament of Religions') vào năm 1893 tại Chicago.

Ở đây chúng ta không cần đi vào khối văn học quảng bác về chủ đề nghiệp một cách cụ thể, vốn phát sinh từ giữa tk. 19 tại Ấn-độ và Tây phương. Bên cạnh những điều tra có tính lịch sử, suy trắc, tân giải thích và trùng tân giải thích dành cho những phương án truyền thống và ít nhiều văn tuyển quảng bác cũng có nhiều trước tác sử dụng nghiệp và tái sinh thoát khỏi mối quan hệ với vai trò lịch sử của nó như một chủ đề nghiên cứu hoặc suy trắc. Đương nhiên là chỉ một số ít của những trước tác này được khảo lự đủ chu đáo và cẩn thận như những nghiên cứu tình huống (Fallstudie) về những báo cáo về tái sinh được Ian Stevenson sưu tập suốt nhiều năm. Một vai trò rất lớn cho sự phát triển của văn học này, như đã được biết đến, đã được giữ bởi Thần trí học 神智學 (Theosophie) và theo sau nó là Nhân trí học 人智學 (Anthroposophie). Việc giả định một sự thống nhất hoặc ít nhất là tính chỉnh hợp (Konkordanz) của tôn giáo và khoa học cũng trở thành quan trọng cho những người diễn giải Ấn-độ hiện đại của giáo lí nghiệp.

Về phần văn học chuyên ngành Ấn-độ học và tôn giáo-lịch sử về nghiệp và tái sinh tại Ấn-độ thì sự quan tâm của nghiên cứu Tây phương đã tập trung lâu dài vào câu hỏi về những khởi nguyên lịch sử của chúng (nghiệp và tái sinh). Theo đó thì những nỗ lực lí giải những cấu trúc và hàm ý khái niệm của giáo lí, sự dị biệt của những phiên bản của nó và tầm quan trọng của nó trong bối cảnh tư tưởng và đời sống Ấn-độ tương đối vẫn còn hiếm hoi và chỉ được tiến hành trong thời gian gần đây (cp. ví dụ như O'Flaherty 1980; Keyes & Daniel 1983). Một lịch sử của giáo lí nghiệp và tái sinh đến bây giờ vẫn chưa được viết. Nó cũng không thể được cung cấp trong phần trình bày sau.

# Giới thiệu sơ lược về tác giả

## Giáo sư Tiến sĩ. Wilhelm Halbfass (1940-2000)

- Wilhelm Halbfass (sinh ngày 11 tháng 5 năm 1940 tại Northeim mất ngày 25 tháng 5 năm 2000) là một nhà Ấn Độ học và triết gia người Đức.
- Theo học Triết học, Ấn Độ học và Ngữ văn Cổ điển tại các Đại học Vienna và Göttingen.
- Bảo vệ thành công luận án tiến sĩ về Triết học Ấn Độ tại Đại học Göttingen vào năm 1967.
- Giáo sư tại các khoa Nghiên cứu Châu Á và Trung Đông.
- Nghiên cứu Khu vực Nam Á tại Đại học Pennsylvania từ năm 1982 cho đến khi qua đời vào năm 2000.
- Các tác phẩm của ông bao gồm Indien und Europa, Perspektiven ihrer geistigen Begegnung (1981), được dịch sang tiếng Anh với tựa đề India and Europe: An Essay in Understanding (1988). Karma und Wiedergeburt im indischen Denken

# Giới thiệu sơ lược về các dịch giả

**Tiến sĩ Đỗ Quốc-Bảo**

- Theo học ngành Cổ Ấn Độ học và Lịch sử Nam Á tại Heidelberg và tốt nghiệp với bằng Magister Artium (2006).
- Năm 2019, bảo vệ thành công luận án tiến sĩ qua công trình nghiên cứu "Chư pháp tập yếu kinh I-VI. Tân khảo đính sáu chương đầu của tập kinh kệ Phật giáo Dharmasamuccaya, 'Chư pháp tập yếu kinh', trên cơ sở một thủ bản lá bối Phạn ngữ từ Nepal."
- Từ năm 2009, là giảng viên tiếng Phạn ở Heidelberg.
- Hiện nay Tiến sĩ Đỗ Quốc-Bảo đang giảng dạy lớp Phạn ngữ đào tạo tăng ni và Phật tử cho chương trình phiên dịch Tam Tạng Kinh Điển của Hội Đồng Hoằng Pháp thuộc GHPGVNTN.

**Nguyễn Huy-Đăng**

- Nguyễn Huy-Đăng sinh năm 2001, Thuỵ Khuê, Hà Nội).
- Cựu học sinh Trường Trung học phổ thông Quốc gia Chu Văn An (Trường Bưởi), hiện là sinh viên khoa Sinh học, chương trình Tài năng tại trường Đại học Khoa học Tự nhiên, Đại học Quốc gia Hà Nội.
- Hiện là sinh viên ngành Triết học và Lịch sử cổ đại tại Đại học Heidelberg.
- Có sở thích tìm hiểu triết học nói chung và triết học Phật giáo nói riêng.
- Rất quan tâm đến nghệ thuật và thường chơi đàn piano, vẽ tranh vào những khoảng thời gian rảnh.

Phụ lục 14: Hoa anh túc - Photo: Lương Nguyên Hiền

*P. K. Balachandran*

*Nguyên Giác dịch*

# Phật giáo chưa bao giờ biến mất khỏi Ấn Độ

***Lời giới thiệu của dịch giả:*** *Phật giáo chưa bao giờ biến mất khỏi Ấn Độ. Phật giáo chỉ tàng hình, hội nhập vào văn hóa Ấn Độ. Bài viết nhan đề "Theory That Buddhism Vanished From Its Birthplace, India, Is Being Challenged" [Lý Thuyết Nói Rằng Phật giáo Biến Mất Khỏi Nơi Xuất Phát, Ấn Độ, Đang Bị Thách Thức] là của P. K. Balachandran, một nhà báo Ấn Độ kỳ cựu làm việc tại Sri Lanka cho các cơ quan truyền thông địa phương và quốc tế và đã viết về các vấn đề Nam Á trong 21 năm qua. Bài này trên tạp chí Eurasia Review, ngày 20/1/ 2025, nhận định về sách "Casting the Buddha: A Monumental History of Buddhism in India" [Đón Nhận Đức Phật: Một Lịch Sử Hùng Vĩ của Phật giáo tại Ấn Độ] của tác giả Shashank Shekhar Sinha. Sau đây là bản Việt dịch.*

Sử gia Ấn Độ Shashank Shekhar Sinha đã thách thức lý thuyết được chấp nhận rộng rãi rằng Phật giáo đã biến mất từ thế kỷ 13 khỏi Ấn Độ, nơi Phật giáo ra đời. Trong cuốn sách mới nhất của ông, nhan đề "Casting the Buddha: A Monumental History of Buddhism in India" (NXB Macmillan, New Delhi, 2024), Sinha chỉ ra rằng người Ấn Độ đã có những cuộc tranh luận về giáo lý của Phật giáo và đã đón nhận nhiều giáo lý trong số đó trong nhiều thế kỷ sau khi Phật giáo bị tuyên bố là "đã chết" ở Ấn Độ.

Phật giáo chắc chắn đã suy yếu, một phần là do những người cai trị Hồi giáo Ấn Độ bài trừ thần tượng hồi thế kỷ 13, và một phần là do sự tái xuất hiện đồng thời về mặt ý thức hệ của Ấn Độ giáo "Vệ-đà" do các Bà-la-môn lãnh đạo. Nhưng Phật pháp vẫn là chủ đề chính của cuộc thảo luận ở Ấn Độ và nhiều tín lý của Phật giáo đã được hội nhập vào Ấn Độ giáo. Hiện tượng sau đã đi đến mức mô tả Đức Phật như một tái sinh hoặc hóa thân của Vishnu, và do đó, Đức Phật bị xem như một vị thần Ấn Độ Giáo.

Sinha cũng chỉ ra rằng, thông qua vai trò của mình trong sự giải phóng xã hội và các phong trào chính trị, Phật giáo đã trở lại vị trí trung tâm trong tư tưởng, chính trị và quan hệ quốc tế của Ấn Độ, đặc biệt là trong thế kỷ 19 và thế kỷ 20.

Sách "Casting the Buddha: A Monumental History of Buddhism in India" chủ yếu nói về các tượng đài Phật giáo và di tích khảo cổ ở Ấn Độ và mối quan hệ của chúng với các văn bản Phật giáo đương thời. Sinha khẳng định rằng các sinh viên học Phật phải đối chiếu những gì họ đọc trong các văn bản với những gì có thể thấy trong các tượng đài di tích và phát hiện khảo cổ, để hiểu rõ và mô tả chính xác các tín ngưỡng, tập tục và văn hóa thịnh hành trong "thời đại Phật giáo" ở Ấn Độ (khi Phật giáo còn thống trị vùng đất rộng lớn).

Để tới chủ đề của bài viết này, một sự hồi sinh của Phật giáo đã hiển lộ rõ ràng. Theo những cách quan trọng, Phật giáo đã chiếm vị trí trung tâm trong chính trị Ấn Độ, đặc biệt là trong việc huy động các giai cấp bị áp bức hoặc bị thiệt thòi. Sau đó, trong thời kỳ cầm quyền của Nehru,[1]

[1] Jawaharlal Nehru (1889–1964), Thủ tướng đầu tiên của nước Ấn Độ độc lập (1947–1964). Nguyên tác dùng Nehruvian-era để chỉ thời kỳ áp dụng những chính sách, chủ trương của Nehru.

Phật giáo đã trở thành một công cụ quan trọng trong việc xây dựng mối quan hệ với các quốc gia Phật giáo ở Nam Á, Đông Nam Á và Đông Á.

Nhờ Nehru, các biểu tượng quốc gia của Ấn Độ thực sự là Phật giáo - chẳng hạn như bánh xe Chuyển Pháp Luân và đầu cột hình sư tử (Lion Capital) được tìm thấy ở Sarnath.1 Bánh xe ở trung tâm của lá cờ Ấn Độ, được gọi là Ashoka Chakra (Pháp luân), đại diện cho Dharmachakra, luật của Pháp, hoặc bánh xe vĩnh cửu của sự công chính. Nó tượng trưng cho quan niệm của Phật giáo về công lý trong xã hội và các nguyên tắc đạo đức nên hướng dẫn các hành động. Pháp luân cũng đại diện cho cam kết của Ấn Độ trong việc duy trì luật pháp, hòa bình và công lý như một phần bản sắc dân tộc của mình. Một biểu tượng Phật giáo hiện là hiện thân của tầm nhìn về Ấn Độ như một Nhà nước công chính.

Các chính phủ Ấn Độ kế tiếp kể từ Nehru đã sử dụng quá khứ Phật giáo của Ấn Độ để thiết lập mối liên kết cộng sinh hoặc văn minh với nhiều quốc gia ở Đông Á, Đông Nam Á và Nam Á bao gồm cả Sri Lanka và Myanmar.

## Đóng góp của phương Tây

Sinha dành nhiều lời khen ngợi cho người phương Tây, chủ yếu là người châu Âu, những người đã tái khám phá Phật giáo và giúp truyền bá nhận thức về Phật giáo trên toàn thế giới. Nhưng ông thách thức quan điểm cho rằng nếu không có người phương Tây, người Ấn Độ sẽ tiếp tục nghĩ rằng Phật giáo đã chết ở đất nước họ hồi thế kỷ 13.

Tác phẩm Light of Asia (1879) của Edwin Arnold khẳng định rằng Phật giáo đã được người phương Tây tái khám

[1] Lion Capital : đầu cột có hình đầu sư tử do vua A-dục thực hiện. Chữ "capital" trong kiến trúc được dùng để chỉ phần trang trí trên đầu cột, xuất phát từ chữ "caput" trong tiếng Latinh có nghĩa là "đầu".

phá vào thế kỷ 19. Nhưng Sinha lập luận rằng Ấn Độ đã có truyền thống đối thoại với Phật giáo vào thời kỳ tiền Thuộc địa và đầu Thuộc địa. Một văn bản Phật giáo hồi thế kỷ thứ nhất bằng tiếng Phạn có tên là Vajrasuchi (Diamond Cutter), được cho là của một Ashwaghosha, chống lại chủ nghĩa giai cấp Bà la môn. Lần đầu tiên nó được xuất bản vào thời hiện đại vào năm 1839, bốn mươi năm trước khi cuốn sách của Edwin Arnold được xuất bản.[1]

Sinha cho biết bản dịch tiếng Anh của Vajrasuchi đã gây tiếng vang khắp Ấn Độ và châu Âu trong số những nhà cải cách xã hội và các nhà truyền giáo Cơ đốc giáo. Nó đã được dịch sang tiếng Hindi, tiếng Bengal, tiếng Tamil và tiếng Nepal.

Nhờ sự mở rộng của thương mại, vào thế kỷ 12 và 13, phương Tây bắt đầu nghe nói về Phật giáo ở Ấn Độ. Marco Polo (1254–1324) đã đưa ra một báo cáo về nó. Nhưng trọng tâm của người phương Tây là Đông Nam Á hơn là Ấn Độ.

Những lữ khách châu Âu và thương gia lưu động đã nhìn thấy các bảo tháp và tu viện, nhưng chúng ở trong tình trạng rất đổ nát và không có mối liên hệ rõ ràng nào với Phật giáo. Ví dụ, ngài Huyền Trang (Xuanzang) đã tìm thấy hình ảnh của Đức Phật trong các ngôi đền Hindu và kết luận rằng Ấn Độ giáo đã hấp thụ Phật giáo. Nhưng thực tế, Bà-la-môn giáo đã phản đối gay gắt việc pha trộn Phật giáo vào với Ấn Độ giáo. Nhưng dù vậy, việc tiếp nhận các ý tưởng và hình thức thờ cúng của Phật giáo của tín đồ Hindu vẫn tiếp tục.

[1] Vajrasuchi là tác phẩm thuộc hệ Upanishad (Áo nghĩa thư) của Ấn Độ Giáo lại mang tư tưởng Phật giáo, chống tư tưởng giai cấp của Ấn Độ Giáo, vì nói rằng mọi người ở cả bốn giai cấp đều bình đẳng, đều có khả năng giác ngộ. Ashwaghosha là những người chịu ảnh hưởng của Thiền sư Phật giáo Mã Minh [Aśvaghoṣa]. Lịch sử chỗ này không minh bạch, đầy những giả thuyết. Nhưng văn bản đó hiển nhiên là có ảnh hưởng từ Phật giáo. (Ghi chú của dịch giả)

Trong những lần tương tác đầu tiên với Ấn Độ, các học giả và người nhiệt tâm châu Âu đã tranh luận liệu Đức Phật có phải là một nhân vật huyền thoại hay một nhân vật có thật, một "nhân vật lịch sử" như Chúa Jesus hay Mohammad. Một câu hỏi khác là liệu Đức Phật có sinh ra ở Ấn Độ hay Ba Tư (Persia) hay Mông Cổ (Mongolia) không.

Các văn bản mà người phương Tây có thể tiếp cận vào thời điểm đó là tiếng Bắc Phạn (Sanskrit) chứ không phải tiếng Pali, ngôn ngữ mà Đức Phật sử dụng.1 Và tài liệu liên quan đến trường phái Phật giáo Đại thừa. Nhưng việc nghiên cứu Phật giáo ở nhiều nơi khác nhau tại Đông Nam Á và Ấn Độ dần dần thuyết phục các nhà nghiên cứu rằng tất cả chúng đều là một phần hoặc là các biến thể của một tôn giáo - Phật giáo và nguồn gốc của nó là ở Ấn Độ.

Eugene Burnauf (1801-1852) là người châu Âu đầu tiên viết một cuốn sách về "Phật giáo Ấn Độ" hay Phật giáo như được thực hành ở Ấn Độ. Cuốn sách dựa trên các bản thảo tiếng Bắc Phạn (Sanskrit) từ Nepal. Sau đó, người ta phát hiện ra rằng các văn bản từ Tây Tạng và Trung Quốc thực chất là bản dịch các văn bản Ấn Độ.

Vào cuối thế kỷ 19, các văn bản tiếng Pali đã được khám phá và dịch. Thomas William Rhys-Davids đã thành lập Hội Văn bản tiếng Pali (Pali Text Society) vào năm 1881 để thu thập, dịch và xuất bản.

Một nghiên cứu sâu về các văn bản tiếng Pali cho thấy Đức Phật là một nhà cải cách xã hội, thách thức sự thống

[1] Điểm này rất khả vấn. Theo truyền thống Phật giáo Thượng Tọa Bộ (Theravada), tiếng Pali được coi là ngôn ngữ mà Đức Phật đã sử dụng, vì nó liên quan đến "Magadhi", ngôn ngữ được nói ở vương quốc nơi Đức Phật sống; tuy nhiên, các nhà ngôn ngữ học vẫn tranh luận liệu tiếng Pali có chính xác là ngôn ngữ mà Đức Phật nói hay không, vì kinh văn kể Đức Phật sử dụng nhiều ngôn ngữ có liên quan chặt chẽ hơn với các ngôn ngữ Prakrit khác ở Tây Ấn Độ. (Ghi chú của dịch giả)

trị của người Bà-la-môn và sự nắm giữ các nghi lễ và lễ hiến tế của Vệ-đà. Các học giả cũng cảm nhận được rằng có sự khác biệt giữa những lời dạy ban đầu của Đức Phật và các đệ tử trực tiếp của ngài, cũng như các lời kể và nội dung thêm vào sau này.

## Khám phá các di tích

Trong khi các học giả đắm chìm trong các bản thảo của họ, các bức tranh về các địa điểm ở Ấn Độ, một số có liên quan đến Phật giáo, đã xuất hiện trên các ấn phẩm của châu Âu. William Daniel đã xuất bản các bản khắc (engravings) của mình vào năm 1830. Các bản in thạch bản (lithographs) của Charles D'Oyly xuất hiện vào năm 1838.

Sự ra đời của ngành khảo cổ học ở Ấn Độ vào thế kỷ 19 đã góp phần làm tăng thêm kiến thức về Phật giáo ở Ấn Độ. Nhưng đợt khai quật khảo cổ đầu tiên không phải do các chuyên gia thực hiện mà do các viên chức Anh thực hiện vì tò mò. Một người nghiệp dư, Colin Mackenzie, đã tìm thấy tàn tích của một bảo tháp ở Amaravati ở Andhra Pradesh vào năm 1798. Năm 1800, một bác sĩ đã khai quật một bảo tháp ở Vaishali ở Bihar. Năm 1905, trong quá trình khai quật khác ở Sarnath ở Uttar Pradesh, người ta đã phát hiện ra Tượng đài Sư tử của Vua Ashoka.

Các bảo tháp ở Sanchi ở Madhya Pradesh được Tướng Taylor phát hiện vào năm 1818. Sikh Maharaja Ranjit Singh của Punjab đã tiến hành khai quật ở Manikyala ở Tây Bắc Ấn Độ vào năm 1830, và sau đó là các cuộc khai quật tiếp theo ở khu vực Gandhara (nay thuộc Pakistan) của Alexander Burns và Charles Masson. Vì Burns và Massons tìm thấy tiền xu Hy Lạp (Greek coins) trong các bảo tháp, họ nghĩ rằng các bảo tháp là lăng mộ của các vị vua Hy Lạp.

Từ năm 1834 đến năm 1837, James Prinsep, một chuyên gia thử nghiệm (một viên chức được bổ nhiệm để thử trọng lượng và độ mịn của kim loại quý) đã có thể giải mã các chữ viết Brahmi và Kharoshthi trên tiền xu và bảo tháp. Điều này là do Prinsep có mối quan hệ ở Phật giáo Ceylon (Tích Lan) như công chức George Turnour và các nhà sư Phật giáo mà Turnour biết trong thời gian ông được bổ nhiệm ở quận Sabragamuwa.

Năm 1861, với việc thành lập Cục Khảo cổ học Ấn Độ (ASI: Archaeological Survey of India) và việc bổ nhiệm Tướng Sir Alexander Cunningham làm Tổng giám đốc, các khám phá đã tăng lên gấp bội. Cunningham đã lần theo dấu vết các công trình kiến trúc được các nhà du hành Trung Quốc là Faxian (Pháp Hiển, thế kỷ 4 và 5) và Xuanzang (Huyền Trang, thế kỷ 7) đề cập. Năm 1830, các tác phẩm của Faxian và Xuanzang đã được xuất bản, đầu tiên bằng tiếng Pháp, rồi sau đó là tiếng Anh.

Từ năm 1861 đến 1865, Cunningham đã xác định được 160 địa điểm Phật giáo ở Bắc Ấn Độ. Khu vực Gandhara (nay là Pakistan và Afghanistan) đã được khai quật và tượng Phật Bamiyan đã được phát hiện ở Afghanistan. Đến năm 1884, quần thể đền Mahabodhi ở Bodh Gaya ở Bihar đã được khôi phục. Nó đã trở thành một trong bốn địa điểm linh thiêng liên quan đến cuộc đời của Đức Phật, và đặc biệt là đến sự giác ngộ.

Quần thể Đền Mahabodhi được Hoàng đế Asoka xây dựng lần đầu tiên vào thế kỷ 3 trước Công nguyên. Ngôi đền hiện tại (sau đó được tân trang) được xây dựng vào thời kỳ Gupta (thế kỷ 4 đến thế kỷ 6). Đây là một trong những ngôi đền Phật giáo đầu tiên được xây dựng hoàn toàn bằng gạch, hiện vẫn còn tồn tại. Sinha cho biết ngôi đền này được coi là có ảnh hưởng đáng kể đến sự phát triển của kiến trúc gạch trong nhiều thế kỷ.

Tổng giám đốc tiếp theo của Cục Khảo cổ học, Ngài John Marshall (1902-28), quan tâm nhiều hơn đến việc khám phá và phục hồi các bảo tháp và tu viện liên quan đến Hoàng đế Asoka.

"Những di tích của bảo tháp được liên hệ với nội dung trong các văn bản viết để có được bức tranh toàn cảnh về các ý tưởng và thực hành của Phật giáo ở nhiều nơi khác nhau. Các tác phẩm điêu khắc đã đưa ra bằng chứng về các thực hành của Phật giáo. Tiền xu, chữ khắc và hiện vật đã giúp kể câu chuyện chính xác hơn. Marshall đã có thể liên kết các địa điểm của Asoka với văn bản Phật giáo Divyavadana vào thế kỷ 5," theo Sinha chỉ ra.

Sự say mê với các tôn giáo thế giới là một đặc điểm của đời sống trí thức phương Tây vào nửa sau thế kỷ 19. Sự quan tâm đến Phật giáo, Ấn Độ giáo và các giáo phái cải cách ngày càng tăng. Tác phẩm The Light of Asia (1879) của Edwin Arnold là một tác phẩm chuyển thể từ văn bản Phật giáo Lalitavistara, một bài thơ tự sự về cuộc đời, thời đại và triết lý của Đức Phật. The Light of Asia đã được dịch sang nhiều ngôn ngữ Ấn Độ. Ngay sau đó, nó đã truyền cảm hứng cho các nhà lãnh đạo hàng đầu của Ấn Độ như B. R. Ambedkar, Jawaharlal Nehru và Rabindranath Tagore. Hội nghị "World Parliament of Religions" (Quốc hội thế giới về tôn giáo) được tổ chức tại Chicago vào năm 1893, nơi Anagarika Dharmapala của Ceylon đã có bài giảng về "Món nợ của thế giới đối với Phật giáo".

Các phong trào cải cách của đạo Hindu như Brahmo Samaj và Prarthana Samaj cũng góp phần tạo nên sự quan tâm đến Phật giáo. Các cộng đồng Phật giáo được thành lập ở nhiều nơi tại Ấn Độ và các cộng đồng này đã sản sinh ra nền văn học Phật giáo. Tagore đã đưa các chủ đề Phật giáo vào các tác phẩm nghệ thuật của mình.

Ngay cả Hindu Mahasabha cũng bảo trợ cho Phật giáo mặc dù họ cho rằng Phật giáo chỉ là "Ấn Độ giáo cải cách" chứ không phải là một tôn giáo riêng biệt. Sinha tiết lộ rằng các doanh nghiệp Hindu cũng ủng hộ và truyền bá Phật giáo.

Hindu Birlas bảo trợ cho Phật giáo. Jugal Kishore Birla (1883-1967) đã tài trợ cho 15 ngôi chùa Phật giáo lớn. Ông đã tài trợ cho bản dịch tiếng Hindi của các văn bản tiếng Pali. J. K. Birla được hỗ trợ bởi những người theo chủ nghĩa cánh tả và chủ nghĩa Marx như D. N. Kosambi và Rahul Sankritayayan.

Do đó, không có tranh chấp nào về việc các ý tưởng và tín ngưỡng Phật giáo vẫn tồn tại, mặc dù nằm ở rìa của tư tưởng tôn giáo ở tiểu lục địa Ấn Độ. Theo diễn tiến đó, không thể nói chỉ nhờ công lao của châu Âu trong việc khám phá hoặc phục hưng Phật giáo ở Ấn Độ, theo Sinha lý luận.

Phật giáo cũng truyền cảm hứng cho các phong trào chống giai cấp và các nỗ lực xây dựng một xã hội bình đẳng thông qua Hiến pháp của Ấn Độ độc lập. Sau khi Ấn Độ giành được độc lập, Phật giáo đã được đưa vào nghệ thuật cầm quyền, xây dựng quốc gia và quan hệ quốc tế.

Các chính trị gia sử dụng Phật giáo để thúc đẩy các ý tưởng bình đẳng và công bằng xã hội. Ngay cả những người theo đạo Ấn Độ chính thống về giai cấp cũng đang lợi dụng Phật giáo để giải thích Ấn Độ giáo Bà-la-môn như chứa đựng trong chính nó đã có ý tưởng Phật giáo về một xã hội không có giai cấp. Họ nói Đức Phật là hóa thân thứ 9 của Thần Vishnu của Ấn Độ giáo.

Ấn Độ đang sử dụng quá khứ Phật giáo của mình để thiết lập các mối liên kết "văn minh" với các quốc gia Phật giáo và đang quảng bá các di tích Phật giáo của mình để thu hút khách hành hương và khách du lịch từ Châu Á. Thật vậy, như Sinha nói: "Đức Phật đã lại chiếm giữ sân khấu trung tâm lần nữa."

## Giới thiệu sơ lược về dịch giả

**Nguyên Giác**

- Tên thật là Phan Tấn Hải, sinh ngày 22 tháng 2 năm 1952 tại Sài Gòn, Việt Nam.
- Đang cư ngụ tại California, Hoa Kỳ.
- Học Pháp với quý Hòa Thượng: Thích Tịch Chiếu, Chùa Tây Tạng, Bình Dương; Thích Thiền Tâm, Đại Ninh, Lâm Đồng; Thích Tài Quang, Phú Nhuận, Sài Gòn.
- Đã từng cộng tác với nhiều báo như Tập san nghiên cứu Triết Học (Đại học Văn Khoa, Sài Gòn), Tự Thức, Văn, Văn Học, Hợp Lưu, Tạp chí Thơ, Việt Báo, Tạp chí Giao Điểm, Giác Ngộ và nhiều báo khác.
- Từng góp bài trong một số tuyển tập Văn học nhiều tác giả.
- Tác giả, dịch giả một số sách về Phật Giáo: Vài Chú Giải Về Thiền Đốn Ngộ (1990), Thiền Tập (biên dịch) , Ba Thiền Sư (John Stevens, Nguyên Giác dịch Việt), Chú Giải Về Phowa (Chagdud Khadro, Nguyên Giác dịch Việt), Lời Dạy Tâm Yếu Về Đại Thủ Ấn, Cậu Bé Và Hoa Mai (tập truyện ngắn), Ở Một Nơi Gọi Là Việt Nam (tập thơ), Teachings From Ancient Vietnamese Zen Masters, Teachings and Poetry of the Vietnamese Zen Master Tue Trung Thuong Sy (1230-1291), Tran Nhan Tong (1258 - 1308): The King Who Founded A Zen School, The Zen Teachings of Master Duy Luc...

*Thái Công Tụng*

# Đa Dạng Sinh Học và Con Người

## Nhập đề

Đa dạng sinh học càng ngày càng được chú trọng trong lãnh vực môi trường, nhất là từ khi có Đại Hội Toàn cầu về trái đất ở Rio (Ba Tây) năm 1992. Đại hội này quy tụ các lãnh tụ toàn thế giới về các vấn đề đặt ra trong lãnh vực môi trường trên hành tinh chúng ta đang ở và báo động về các nguy cơ hiểm họa đang chờ đón nếu chúng ta lơ là về sự bảo vệ môi trường. Nhiều vấn đề như sưởi ấm toàn cầu, lỗ hổng ozôn, sự phá rừng xích đới, sự ô nhiễm không khí, mưa axít, giảm đa dạng sinh học, khu vực đánh cá bị cạn kiệt, mực nước biển dâng cao, v.v. là những vấn đề nhức nhối của nhân loại, nhất là khi áp lực dân số tăng mỗi ngày làm diện tích sống của mỗi người càng bị thu hẹp lại.

Năm 2010 được Liên hiệp quốc chọn làm Năm quốc tế đa dạng sinh học (International Year of Biodiversity - IYB) với mục tiêu tăng cường nhận thức của cộng đồng trong việc bảo tồn đa dạng sinh học, chia sẻ thông tin về những thành tựu trong công tác bảo tồn đa dạng sinh học do cộng đồng và Chính phủ thực hiện.

## Thế nào là đa dạng sinh học?

Đa dạng sinh học là toàn bộ các môi trường tự nhiên và mọi hình thức cuộc sống trong đó có động vật, thực vật, khuẩn, vi khuẩn với mọi tương quan, tương thuộc giữa chúng và các môi trường. Đời sống trên mặt đất có 3 mặt tương thuộc:

**- Đa dạng các loài (kể cả loài người)**

Ngày nay, người ta ước tính có đến 10 triệu loài đa tế bào và chỉ chừng 1.8 triệu là được xác định. Ngoài biển thì san hô, cá biển, chim biển, thú biển, bò sát, động vật đáy, động vật phù du, rong biển, cỏ biển... Trên cạn, thì động vật có vú, loài chim, loài bò sát, thực vật thì ẩn hoa, hiển hoa, rong rêu v.v... Trong đất cũng có nhiều động vật và vi cơ thể nhiều loài.

**- Đa dạng cá nhân (đa dạng gien) trong mỗi loài**

Vài ví dụ:

*Lúa cũng có nhiều loài:*
*Vụ chiêm em cấy lúa di,*

*Vụ mùa lúa dé, sớm thì ba giăng.*
*Thú quê rau cá đã từng,*
*Gạo thơm cơm trắng chi bằng tám xoan.*

Cá cũng có nhiều loài:

*Nhà tôi nghề giã nghề nông,*
*Lặng thì tôm cá đầy trong đầy ngoài.*
*Cá trắng cho chí cá khoai*
*Còn như cá lẹp, cá mai cũng nhiều.*

Rau cải cũng rất đa dạng như trong bài ca dao sau:

*Ai đâu mà chẳng biết ta,*
*Ta ở Xóm Láng, vốn nhà trồng rau.*
*Rau thơm, rau húng, rau mùi,*
*Thì là, cải cúc, đủ loài hành hoa,*
*Mồng tơi, mướp đắng, ớt cà,*
*Bí đao đậu ván vốn nhà trồng nên.*

**- Đa dạng môi trường sống**

Môi trường sống có thể là:

- *cái ao:* Ao thu lặng lẽ nước trong veo (Nguyễn Khuyến)
- *con sông:* Sóng gợn tràng giang buồn điệp điệp, Con thuyền xuôi mái nước song song (Xuân Diệu)
- *ngọn đèo:* Bước tới Đèo Ngang bóng xế tà, Cỏ cây chen đá lá chen hoa (Bà Huyện Thanh Quan)

Đó là đa dạng về hệ sinh thái. Nói cách khác, đa dạng sinh học là mức độ phong phú của tạo vật và là kết quả của hàng ngàn triệu năm, từ lúc Trái đất được thành hình đến nay.

Trong văn thơ Việt, thực vật và động vật luôn luôn là những đề tài gửi gắm trong ca dao cũng như trong các bài thơ.

Trong bài thơ tả cảnh đồng quê Việt:

*Gió may nổi bờ tre buồn xao xác,*
*Trên ao bèo tàn lụi nước trong mây.*
*Hoa mướp rụng từng đóa vàng rải rác,*
*Lũ chuồn chuồn nhớ nắng ngẩn ngơ bay.*
(Sang thu - Anh Thơ)

Ta thấy nào là động vật (chuồn chuồn) với thực vật (mướp, tre, bèo) chan hoà man mác trong bài thơ.

Ca dao cũng thường phảng phất nhiều thực vật:

*Xăm xăm bước tới vườn trầu,*
*Hỏi thăm lê, lựu, mãng cầu chín chưa?*
*Ngó lên đám bắp trổ cờ,*
*Đám dưa trổ nụ, đám cà trổ bông.*

Đa dạng sinh học cũng hiện diện trong lời kinh A-di-đà, với vô số loài chim:

> *Lại còn đây nữa, ông Xá-lỵ-phất, nước kia thường có đủ các giống chim, màu sắc lạ đẹp, như chim bạch hạc, khổng tước, anh vũ, cùng chim xá-lỵ, ca-lăng-tần-già và chim cộng mệnh. Các giống chim ấy, ngày đêm sáu thời, hót tiếng hòa nhã.*[1]

Trong bản nhạc Nhớ mùa thu Hà Nội, có những câu:

> *Hà Nội mùa thu cây cơm nguội vàng,*[2] *cây bàng*[3] *lá đỏ nằm kề bên nhau*
>
> *Phố xưa nhà cổ mái ngói thâm nâu*
>
> *Hà Nội mùa thu, mùa thu Hà Nội, mùa hoa sữa*[4] *về thơm từng cơn gió,*

---

[1] Bản Việt dịch của Hòa thượng Thích Tâm Châu.

[2] Cơm nguội vàng hay còn gọi là cây sếu, phác, cơm nguội Trung Quốc (tên khoa học: Celtis sinensis Pers., là một loài thực vật thuộc chi Cơm nguội, họ Gai dầu (Cannabaceae).

[3] Bàng: Terminalia catappa là một loài cây thân gỗ lớn sinh sống ở vùng nhiệt đới, thuộc họ Trâm bầu (Combretaceae).

[4] Cây hoa sữa (cây sữa) còn có tên mùa cua, mò cua, mồng cua. Tên khoa học là Alstonia Scholaris (L).

*mùa cốm xanh về thơm bàn tay nhỏ, cốm sữa vỉa hè thơm bước chân qua*

*Hồ Tây chiều thu, mặt nước vàng lay bờ xa mời gọi Màu sương thương nhớ*

*Bầy sâm cầm*[1] *nhỏ vỗ cánh mặt trời...*[2]

Ta cũng thấy ngay thực vật (cây bàng, cây cơm nguội...), động vật (sâm cầm), cùng đứng chung trong bài hát.

Đa dạng sinh học trong văn học Việt cũng nhan nhãn trong các bài hát như: hoa ngọc lan, hoa tigôn, hoa cúc, hoa mai, hoa đào, hoa quỳnh v.v. Cây cũng có mặt trong ca dao, thơ, nhạc, từ cây cau, cây khế, cây xoài, cây nhãn đến cây bằng lăng.

Tóm lại, đa dạng sinh học chính là chim trời, cá nước, san hô ngoài biển, cá sông, cá biển cùng động vật hoang dã, thực vật trong rừng, kể cả các loài khuẩn, tảo, vi cơ thể trong đất, mọi hình thức của sự sống muôn màu muôn vẻ.

## 3. Đa dạng sinh học trong rừng nhiệt đới

Những loại rừng ôn đới hay rừng thông phương Bắc không có nhiều loài thực vật trong khi đó thì các rừng nhiệt đới có rất nhiều loài, đặc biệt là các vùng sau đây:

- *Vùng Amazon.* Rừng Amazon, rộng đến 7 triệu $km^2$, xuyên qua nhiều xứ như Brasil, Perou, Venezuela, Guyana, Surinam. Rừng rậm và chứa nhiều loài thực vật, động vật, côn trùng, loài bò sát, chim muông. Trong rừng vùng Amazon có trên 3.000 loài cây ăn trái từ chuối, avoca, cam, chanh, bưởi, chưa kể đến cây lúa, khoai tây, bắp, riềng, gừng, khoai môn, mía, cà phê, quế; còn chim muông, loài bò sát, động vật hoang dã thì cũng rất nhiều. Sông Amazon của Brasil có chứa nhiều loại cá hơn tất cả các sông ngòi Âu Châu.

---

[1] Sâm cầm (Fulica atra) là một loài chim thuộc họ Gà nước (Rallidae).

[2] Nhớ mùa thu Hà Nội, Trịnh Công Sơn.

Khu vực này là quê hương của khoảng 2.5 triệu loài côn trùng, hàng chục nghìn loài thực vật, và khoảng 2.000 loài chim cùng thú. Tới nay, ít nhất khoảng 40.000 loài thực vật, 3.000 loài cá, 1.294 loài chim, 427 loài thú, 428 loài động vật lưỡng cư và 378 loài bò sát đã được phân loại khoa học trong khu vực này. Khoảng 20% loài chim trên thế giới sống trong các khu rừng nhiệt đới Amazon.

- *Vùng lưu vực sông Congo.* Lưu vực sông Congo bao trùm các xứ như Cameroun, Cộng Hòa Trung Phi, Congo Brazzaville, Congo Kinshasha, Guinée Equatoriale, Gabon cũng chứa nhiều rừng và đa dạng sinh học rất lớn.

- *Vùng Nam Phi.* Vùng Nam Phi châu với diện tích 1,1 triệu km2 (110 triệu hecta)- ứng với Bostwana, Lesotho, Mozambique, Liên Bang Nam Phi, tương ứng với 1% diện tích đất lục địa của quả địa cầu- cũng có nhiều loài chim, cá, cây, loài bò sát, động vật có vú.

- *Vùng New Guinea.* Vùng Papua New Guinea cũng còn rất nhiều thực vật chưa ai nghiên cứu. Trải dài từ các

đảo Indonesia đến hải đảo Thái Bình dương xuyên qua New Guinea.

Riêng Việt Nam cũng là nơi hội lưu của ba luồng di cư sinh vật từ nhiều khu vực Nam Hoa, Mã Lai, Ấn Độ nên thực vật cũng kế thừa cả ba luồng:

- Luồng thực vật miền núi Tây Bắc châu thổ sông Hồng có nhiều giống cây như thảo mộc miền núi Himalaya hay Nam Hoa, rụng lá vào đông như các cây thuộc họ Dẻ (Fagaceae), họ Thích (Aceraceae), họ Nhài (Oleaceae)
- Luồng thực vật mang các yếu tố Mã Lai-Indonesia bao gồm các cây thuộc họ Dầu (Dipterocarpaceae) như chò chỉ, dầu song nàng.
- Luồng thực vật mang các yếu tố Ấn Độ-Miến Điện gồm những cây thuộc họ Bàng (Combretaceae) như chò xanh, chò nhai (Anogeissus tonkinensis) và một số loài thuộc chi Combretum họ Bằng Lăng (Lythraceae), họ Gạo (Bombacaceae) rụng lá vào mùa khô.

Riêng về biển cũng có nhiều đa dạng sinh học với tôm, mực, ghẹ, ốc nhảy, trai, nghêu lụa, cá ngựa, hải sâm với nhiều loài san hô thuộc 2 nhóm san hô cứng và san hô mềm; có loài cá rạn san hô.

## 4. Ích lợi của đa dạng sinh học

Đa dạng sinh học có 3 vai trò quan trọng sau đây:

### 4.1. Vai trò sinh thái

Đa dạng sinh học và biến đổi khí hậu có liên quan chặt chẽ và tương tác với nhau. Với rừng tự nhiên được bảo tồn, sức khỏe con người tốt hơn vì rừng tỏa ra oxy qua hiện tượng quang hợp và hút bớt các khí độc do khói nhà máy, khói xe hơi do hàng vạn chiếc suốt ngày đêm di chuyển phát ra. Đó là các khí nhà kiếng (green house gas) làm đảo lộn khí hậu trái đất.

Lợi ích gián tiếp của đa dạng sinh học là hỗ trợ đắc lực cho các hệ sinh thái, điều hòa khí hậu, tạo ra ô-xy, giữ nguồn nước và cung cấp nước, chống xói mòn, bảo vệ đất đai ở mọi nơi, giúp hạn chế biến đổi khí hậu. Rừng nhiệt đới Amazon là một khu bảo tồn thiên nhiên trên thế giới. Đó là khu dự trữ sinh quyển (cái phổi) cho loài người, nhờ vào sự hấp thụ CO2 của cây cối rồi thải oxygen ra không gian. Hơn 20% oxygen trên thế giới tiết ra từ rừng nhiệt đới Amazon.

**4.2. Vai trò kinh tế**

Như nguồn gen cho nông nghiệp, nguồn thuốc cho y tế, nguồn lương thực. Trước kia, con người sử dụng các sản phẩm hóa học nhiều, nhưng ngày nay mới thấy các chất hóa học đưa đến những phản ứng phụ, gây nguy hại cho sức khỏe, nên càng ngày nhân loại chú trọng nhiều hơn về sinh học (Bio). Các nhà nghiên cứu sàng lọc các hợp chất thiên nhiên (các chất có hoạt tính sinh học, tinh dầu, hương liệu) từ tài nguyên sinh vật trên đất liền, dưới biển và vi sinh vật để tổng hợp các chất có giá trị kinh tế, khoa học cao để sử dụng trong các ngành y dược, mỹ phẩm, công nghiệp.

Công nghệ sinh học đang dần dần chiếm nhiều lãnh vực, từ trang điểm với các công ty mỹ phẩm ngày nay sử dụng tinh dầu thực vật để làm phấn, son, nước hoa trong ngành biocosmetics; sinh vật chuyển đổi gen (OMG) với cà chua, đậu nành, bắp với biotechnology đến cải thiện môi trường nước với bioremediation, biofiltration v.v.

- Thuốc thang (Đông y và Tây y). Xưa kia, ngành Đông y chỉ dùng toàn thuốc nguồn gốc thực vật. Gừng, tỏi, artichaut, lá dâm bụt, rau thơm v.v... đều sử dụng trị các chứng đau; ngày nay Tây y cũng sử dụng nghiên cứu thực vật để tìm ra các tinh chất trị bệnh. Rừng cây là một nguồn cung cấp dược liệu quan trọng cho con người. Nếu ta hủy hoại rừng, vô hình trung nguồn thuốc chữa bệnh cũng mất luôn. Các chiết xuất từ cây trong rừng giúp trị nhiều chứng bệnh.

Vào tiệm thuốc Tây ngày nay, ta thấy cũng có trưng bày các loại thuốc của nhiều hãng như Adrien Gagon, Jamieson... của Canada, Vogel của Thụy Sĩ để trị cảm, cúm, dị ứng, ho khan v.v. bằng các loại thực vật khác nhau. Năm 1983 không một hãng hay cơ quan nào của Hoa Kỳ làm nghiên cứu về thảo dược mà ngày nay có hơn 100 hãng thuốc đã lên dự án thiết lập nhiều chương trình nghiên về thảo dược như Merck, Abbott, Bristol-Myers Squibb, Eli Lilly, Monsanto và Cơ Quan chống Ung Thư Hoa Kỳ (US National Cancer Institute). Cơ quan này cho biết có hơn 3.000 loại cây dùng để chữa trị ung thư, trong đó 70% là dược thảo từ rừng nhiệt đới. Chưa kể đến còn nhiều chất hóa học trong dược thảo chưa được khám phá để chữa trị những căn bệnh hiểm nghèo như lao phổi (tuberculosis), viêm gan, HIV, AIDS, v.v. mà có thể những hóa chất từ dược thảo này sẽ tìm được trong rừng Amazon chăng?

Rừng nhiệt đới là nhà thuốc cho thế giới. Nhờ đa dạng sinh học, nhất là thảo mộc hoang dã trên núi, nên nhiều dược phẩm mới có khả năng được phát hiện qua các khảo cứu thảo mộc thiên nhiên trong rừng. Nếu ta hủy hoại rừng, vô hình trung tài sản gien của nhân loại cũng bị phá vỡ. Trong rừng nhiệt đới có vô vàn cây cho thuốc, từ lá, rễ, trị nhiều chứng bệnh, thuốc lợi tiểu, chống đau nhức, trị kiết, thổ tả, mụt nhọt... Ở Bắc Mỹ, 25% toa thuốc chế biến từ dược thảo. Vào những năm 2000, thuốc tiêu thụ từ dược thảo lên đến 4.5 tỷ đô la. Ngày nay trên toàn thế giới, lượng dược thảo được bán ra hơn 40 tỷ đô la hằng năm, chiết xuất từ 90 loại cây rừng nhiệt đới. 25% các loại thuốc chống ung thư ngày nay trích ra từ dược thảo vùng nhiệt đới.

- Nguồn gien cho cải tạo thực vật: Đa dạng sinh học càng nhiều thì quỹ gien càng phong phú và càng phong phú thì cơ hội lai tạo các giống mới kháng hạn, kháng lạnh, kháng phèn, kháng mặn càng dễ thành công. Đó là lý do Liên Hiệp Quốc có Công Ước quốc tế về đa dạng sinh học.

Nhiều giống cây, nhiều giống hoa màu hoang dã nhưng lại chứa đựng một quỹ gen rất phong phú. Nhờ quỹ gen đó mà có thể thay đổi hay cải thiện các giống hiện có, bằng cách lai giống, ghép cây, để tạo ra các giống mới thích nghi với môi trường mới, kháng sâu hơn, giúp cải thiện môi trường. Sự đa dạng sinh học là điều kiện cần thiết để có một quỹ gen phong phú.

- Lương thực: Rừng cây cũng có tài nguyên lương thực với măng tre, nấm, sim, muồng:

*Ba năm trấn thủ lưu đồn,*
*Ngày thì canh điếm, tối dồn việc quan.*
*Chém tre đẵn gỗ trên ngàn,*
*Hữu thân, hữu khổ phàn nàn cùng ai.*
*Miệng ăn măng trúc, măng mai,*
*Những giang cùng nứa lấy ai bạn cùng.*
*Nước giếng trong con cá nó vẫy vùng...*

### 4.3. Vai trò xã hội và tâm linh

Đa dạng sinh học có giá trị thẩm mỹ, văn hóa, nghệ thuật, giáo dục nâng cao tầm hiểu biết của con người. Đa dạng sinh học với thảo nguyên, rừng rậm, rừng thưa, rừng ven sông, suối, ao hồ, biển giúp ngành du lịch nghỉ ngơi, chưa kể đó cũng là chốn tâm linh giúp lắng đọng, nội tâm yên ổn, giúp giảm stress, vốn gây rất nhiều bệnh thời đại...

Rừng giúp con người thư giãn, tìm lại sự im lặng, tĩnh mịch:

*Ta dại ta tìm nơi vắng vẻ,*
*Người khôn người đến chốn lao xao.*

Đa dạng sinh học với rừng cây, ao hồ, sông suối, thác nước giúp con người ngày nay tránh cảnh ồn ào, chen lấn, giúp họ có những quãng ngày thanh thản, tác động đến nội tâm. Thực thế, có ở trong cảnh "phố phường chật hẹp người đông đúc" với tiếng động nhức tai điếc óc thì mới cảm nghiệm được sự yên tĩnh êm đềm lắng đọng trong khu rừng, mới chiêm nghiệm trong thinh lặng và an bình, suy tư trong tình trạng thần trí lắng đọng, và mở rộng tâm hồn lắng nghe, chiêm nghiệm của đời sống tâm linh.

Con người tìm lại chốn tĩnh lặng, giúp tâm không còn vọng niệm, giúp tâm buông xả, không phân biệt những cặp đối đãi như giàu/nghèo, sang/hèn, tốt/xấu v.v. Tâm an vui tự tại, không dính mắc, tâm không vọng niệm, tâm buông xả như bài thơ sau đây:

*"Sống không giận, không hờn, không oán trách*
*Sống là động, nhưng lòng luôn bất động*
*Sống là thương, nhưng lòng chẳng vấn vương*
*Sống yên vui, danh lợi mãi coi thường*
*Tâm bất biến, giữa dòng đời vạn biến."*

Trong mọi xứ, tín ngưỡng dân gian cho rằng cây chứa đựng những linh hồn, những bà tiên, những vị thần, những phù thủy có phép mầu... Các thần thoại, huyền thoại, folklore (văn học dân gian)... đều hàm ẩn những điều ấy.

Người Việt thuở xưa vì không chế ngự được thiên nhiên: gió, mưa, lụt lội, sấm sét, thú dữ nên tôn thờ mọi thần linh: thần lửa, thần mưa, thần gió, thần cây, thần đá và mọi vật linh như chim (trĩ, công...). Thần linh có mặt trong rừng, trên cây, khúc sông, thác nước... cho nên thường có những lễ hội cầu trời, cầu thần linh phù trợ cho con người. Ở nông thôn Việt Nam, người dân quê xem cây cổ thụ như chứa một cái gì linh thiêng, có thần cây tàng ẩn trong đó, nên thường đem lễ vật, hương đèn ra cúng bái.

Cây thông tượng trưng cho người quân tử:

*Kiếp sau xin chớ làm người,*
*Làm cây thông đứng giữa trời mà reo...*
(Vịnh cây thông - Nguyễn Công Trứ)

## 5. Bảo tồn đa dạng sinh học

Muốn bảo tồn đa dạng sinh học, các nước thường thiết lập vườn quốc gia (national park) khu bảo tồn thiên nhiên (nature reserve), khu lâm sản nghiên cứu thí nghiệm, các vườn sưu tập cây để cho hột (arboretum). Nhiều Trung Tâm Khảo Cứu trên thế giới đã phải sưu tập rất nhiều hạt giống của mọi giống lúa, mọi giống đậu, khoai tây, bắp... và tồn trữ trong các kho lạnh để cho khỏi mất tỷ lệ nảy mầm trong hàng chục năm.

Thực vậy, hiện nay trên thế giới có quãng trên 10 trung tâm quốc tế, rải rác trên toàn thế giới, chuyên có một bộ phận lo sưu tập và bảo tồn quỹ gien các loài. Nào là CIMMYT ở Mexico, đặc trách lúa mì và bắp, y như tên gọi CentroInternacional Mejoramiento Maiz y Trigo, nào là CIAT (Centro Internacional Agricultura Tropicale) ở Colombia lo sưu tập các loại đậu, nào là ICRISAT ở Ấn Độ (International Crops Research Institute SemiArid Tropics) sưu tập đậu phụng và đậu triều tức Cajanus indicus, nào là IRRI ở Phi Luật Tân (International Rice Research Institute) chuyên về lúa, từ lúa ruộng đến lúa rẩy, từ lúa tẻ đến lúa nếp, lúa nổi đến lúa chịu phèn, kháng mặn, nào là CIP (Centro Internacional de la Papa) ở Pérou lo về khoai tây. Từ 1968, Viện IRRI đã du nhập và tồn trữ trong kho lạnh gần 70.000 giống lúa (trong đó 63.000 ở Á Châu). Muốn cho an toàn hơn, cứ mỗi giống lúa, họ gửi một nửa sang Mỹ, hiện tồn trữ trong kho lạnh ở Colorado (U.S. National Seed Storage Laboratory ở Fort Collins). Nền tảng của cuộc cách mạng xanh hiện nay là nhờ vào quỹ gien trên. Các nhà bác học đã sử dụng quỹ gien để tạo giống mới kháng hạn hơn, năng suất cao hơn, kháng sâu bệnh hơn. Căn bản di truyền trong sự cải thiện thực vật là nằm trong các gen mà một khi các gien bị mất đi (do phá rừng, do đô thị hóa) thì các nhà di truyền học không tìm đâu ra các gien để còn tiếp tục lai giống.

Tóm lại, bảo vệ đa dạng sinh học chính là bảo vệ con người. Vì sao? Con người nhờ rừng vì không rừng thì không có nước. Không rừng thì đất cằn cỗi mà đất cằn thì không sản xuất được lương thực, gây nạn đói kém. Không rừng thì lụt lội, chết người, mất của... Con người nhờ gen đa loại để cải thiện giống, giúp an ninh lương thực trong bối cảnh người càng ngày càng đông.

## 6. Phật giáo và đa dạng sinh học

Trong ngũ giới của Phật giáo, giới thứ nhất là cấm sát sanh, nghĩa là cấm gây nên cái chết cho bản thân và tha nhân. Nền đạo đức của Phật giáo là lòng thương yêu thực sự đối với mọi sinh linh. Như vậy cũng có nghĩa là không săn bắn thú hoang. Như vậy, ta phải bảo tồn rừng rú, vì nếu không có rừng thì loài thú hoang, chim muông sẽ không nơi trú ẩn. Tục ngữ ta cũng có nói đến hai tội lớn trong môi trường đó là: Nhất phá sơn lâm, nhì đâm Hà Bá.

Trong kinh Địa Tạng, phẩm thứ tư, Nghiệp cảm của chúng sanh, có đoạn Đức Phật khuyên như sau:

*Này bốn ông Thiên vương! Nếu gặp kẻ sát hại loài sinh vật, thời dạy rõ quả báo vì ương lụy đời trước mà phải bị chết yểu.*

*Nếu gặp kẻ buông lung săn bắn thời ngài dạy rõ quả báo kinh hãi điên cuồng mất mạng. Nếu gặp kẻ đốt núi rừng cây cỏ thời ngài dạy rõ quả báo cuồng mê đến chết.*

*Nếu gặp kẻ dùng lưới bắt chim non thời ngài dạy rõ quả báo cốt nhục chia lìa.*

*Nếu gặp kẻ dùng nước sôi hay lửa, chém chặt, giết hại sanh vật thời ngài dạy rõ quả báo phải luân hồi thường mạng lẫn nhau.*

Trong kinh Pháp Cú là kinh nhật tụng của Phật giáo Tiểu thừa, phẩm Phật-đà, ta bắt gặp các câu:

*Trong cơn nguy khốn bàng hoàng,*
*Con người tìm trú dưới hàng cây thiêng.*
*Hoặc vào đền miếu, chùa chiền,*
*Hoặc lên đồi núi, hoặc miền rừng hoang.*

Như vậy cũng đủ nói lên vai trò của rừng trong tâm linh. Đức Phật Thích ca có những lời nhắn nhủ ghi lại trong kinh Pháp Cú, phẩm A-la-hán:

*Khả ái thay núi rừng,*
*Chỗ người phàm không ưa,*
*Người ly tham ưa thích,*
*Vì không tìm dục lạc.*

Trong cuộc sống đầy biến động, ta hãy tạo cho mình một niềm tin và một tâm bình an, buông xả.

Theo thuyết tương tức, tương nhập, trùng trùng duyên khởi thì mọi việc đều liên quan đến nhau: rừng cây tác động đến nước, nước tác động lên mực nước biển dâng, ảnh hưởng đến các vùng đất thấp duyên hải, ảnh hưởng đến lương thực v.v. nói cách khác, cái này có vì cái kia có, cái này không vì cái kia không.

Thân thể bao gồm bốn yếu tố: đất, nước, gió, lửa. Khi chúng kết hợp và tạo thành cơ thể, ta gọi đó là đàn ông, đàn bà, cho chúng một cái tên để có thể dễ dàng nhận ra, nhưng thực sự con người chỉ vay mượn các yếu tố trên để sống còn, còn mượn thì còn trả; hết mượn, thì chết. Cũng như thế, Trái Đất cũng gồm bốn đại là đất, nước, gió, lửa. Bốn yếu tố này cũng tương quan, tương thuộc: vấn đề rừng ngập mặn, rừng đầu nguồn, dân số đông, khí nhà kiếng, an ninh lương thực v.v. đều là một, vì cái này ảnh hưởng đến cái kia. Do đó, nếu nước bị ô nhiễm, nếu không khí bị ô nhiễm, nếu phá rừng ngập mặn, phá rừng đầu nguồn v.v., thì con người đã tự hủy hoại mình! Nói khác đi, hiểu rõ thiên nhiên ta sẽ hiểu rõ giáo pháp và hiểu rõ giáo pháp ta sẽ hiểu rõ thiên nhiên. Như vậy, phải vứt bỏ khái niệm về 'ngã' vì con người nhờ không khí để thở, nhờ nước để uống, nhờ rừng mới có dòng nước.

Con người mà còn tự ngã là còn đau khổ. Căn bản của những lời dạy của Đức Phật là hiểu rõ tự ngã chỉ là trống không. Không còn dính mắc vào tự ngã, vào hạnh phúc thì sẽ có hạnh phúc thật sự. Hãy tập xả bỏ một cách tự nhiên, không cần tranh đấu gay go, chỉ đơn thuần xả bỏ, sự vật thế nào thì cứ để nó thế đó - không nắm giữ, không dính mắc, tự do giải thoát. Khi hiểu rõ vô ngã thì gánh nặng của cuộc sống sẽ được buông xuống, sẽ an lạc với mọi sự. Đúng như trong câu thơ của Cung Oán ngâm khúc:

*"Cái thân ngoại vật là tiên trên đời."*

## 7. Kết luận

Như vậy, đa dạng sinh học với sinh vật - động vật và thực vật - từ trên cạn đến dưới nước đều có vai trò to lớn và đạo Phật qua điều răn trong ngũ giới đã khuyến cáo sự đa dạng sinh học. Trong khi đó thì nạn phá rừng vẫn hoành hành, phá hủy tài nguyên sinh học và sự ác dưới nhiều hình thức khác nhau vẫn đang góp phần phi nhân hóa con người bằng cách làm giảm thiểu cảm thức về nhân tính nơi những cá nhân và trong các cộng đồng. Tình trạng bi đát này mời gọi mọi người trên hành tinh Trái Đất này chung sức để vạch trần những mối đe dọa chống lại sự sống con người và để thức tỉnh lương tâm đạo đức của mọi công dân, các tín đồ, tạo nên sự phục hưng tinh thần và đạo đức của các cá nhân lẫn xã hội, để họ có thể là những nghệ nhân thực sự xây dựng hòa bình, yêu thương, bảo vệ và phát triển sự sống con người trong mọi chiều kích.

Chợt nhớ về bài thơ dài của tác giả đoạt giải Nobel 1974 Harry Martinson, một "sử thi" mang nội dung "khoa học giả tưởng". Thiên tai không giết nổi Trái Đất, thì nhân tai đã giết:

*"Ta được chở che khỏi bất cứ điều chi: tàn phá, hỏa tai, bão bùng, băng giá, hay bất cứ điều gì óc ta hình dung được - nhưng chẳng được chở che khỏi chính loài người."*

***Thái Công Tụng***

## Giới thiệu sơ lược về tác giả

**Giáo sư Thái Công Tụng**

- Cựu học sinh Quốc học Huế, Kỹ sư Nông Học và Cử Nhân Khoa Học tại Toulouse (Pháp). Tiến sĩ Khoa học (1965) với luận án Etude pédologique de la moyenne vallée du Sông Ba và Les principales formations végétales de la plaine de Phan Rang.
- Giáo sư các Đại học khác nhau trong nước: Đại Học Khoa học; Đại học Văn Khoa; Đại học Nông Lâm Saigon. Giáo sư thỉnh giảng Đại học Huế và Đại học Cần Thơ.
- Trước 1975, giữ nhiều nhiệm vụ như Giám Đốc Viện Khảo Cứu Nông Nghiệp và Trưởng Khối Kế Hoạch và Kỹ Thuật Bộ Canh Nông.
- Sau 1975, định cư tại Canada và làm việc với các tổ chức quốc tế tại nhiều xứ thuộc miền Caraibes (Haiti), thuộc Đông Phi (Rwanda), thuộc Tây Phi (Guinée-Bissau), thuộc miền Sahel (Mali, Niger), thuộc Nam Á (Népal).
- Tác giả sách giáo khoa Thổ Nhưỡng học (Nhà xuất bản Lửa Thiêng 1972 in tại Saigon) và nhiều bài biên khảo trong các tạp chí như Định Hướng, Truyền Thông, Quốc Gia, Pháp Âm, Viên Giác. Ngoài ra, còn là tác giả sách Việt Nam: Môi trường và con người, được giải thưởng Văn học của Hội Quốc Tế Y sĩ Việt Nam Tự Do năm 2008.
- Cộng tác và có nhiều bài viết trên Quốc Gia Montreal, Viên Giác ở Đức.

trang thơ

# THANH PHI

## TÂM BÌNH THẾ GIỚI SẼ BÌNH

*"Tâm bình thế giới sẽ bình"*
*Nghe dường như dễ, thật tình khó khăn*
*Tâm người vốn dĩ lăng xăng*
*Luôn luôn dao động sáu căn vướng trần*

*Tạo nên những nỗi tham sân*
*Thêm lòng si nữa là nhân khổ sầu*
*Thế gian dù ở nơi đâu*
*Lòng tham khiến kẻ manh cầu đấu tranh*

*Tranh giành cứ thế lan nhanh*
*Từ thôn quê đến thị thành xảy ra*
*Gia đình, xã hội, quốc gia*
*Từ nhỏ đến lớn đều là bất an*

*Vậy nên thế giới muốn an*
*Tiên khởi phải chính tự thân mỗi người*
*Làm sao để được vui tươi*
*Tự mình có được nụ cười bình an*

*Lời Phật đã dạy rõ ràng:*
*Tham sân... diệt tận là tan khổ sầu*
*Muốn thế cần phải chuyên sâu*
*Cần cầu thực hiện lý mầu Phật khuyên*

*Hành Thiền, niệm Phật thường xuyên*
*Giữ tâm tĩnh lặng uyên nguyên truy tầm*
*Soi ra thực thể chân tâm*
*Khi Nghe! Thấy! Biết! Chân tâm hiện tiền*

*Nên rằng phải nhớ căn nguyên*
*Dụng công chân thật hiện liền Chân như*
*Tâm bình mình rõ thực hư*
*Cùng người đối cảnh Nhất như không rời*

*Ý Phật hiểu rõ đến nơi*
*Người người mọi lúc mọi thời đều thông*
*Vạn pháp tự tướng đều không*
*Vô thường biến đổi nên lòng không tham*

*Không tham lòng sẽ được an*
*Đối người thân thiện tỏa lan khí hòa*
*Chân tình đối đãi giao thoa*
*Cá nhân đoàn thể chung hòa niềm vui*

*Cho dù có phải ngược xuôi*
*Giàu nghèo vật chất, nhưng vui tâm hồn.*
*Hiểu sâu nhân quả luân hồi*
*Nghiệp xưa nhận trả vun bồi phước nay*

*Lòng không thù hận oán cay*
*Tâm không ganh tị người này hơn ta*
*Giàu sang tài giỏi chỉ là*
*Thiện tâm kiếp trước họ đà gieo nhân*

*Hơn thua chỉ ở số phần*
*Nên ta cần phải tu thân yên bình*
*Lòng từ thiện ý phát sinh*
*Tâm bình thế giới sẽ bình người ơi!*

*Nam Mô A Di Đà Phật.*
*Melbourne, 31/05/2025*

# Giới thiệu sơ lược về tác giả

**Thanh Phi**

- Tên thật là Nguyễn Ngọc Yến, sinh ngày 1/1/1955 tại làng Đệ Đức tỉnh Bình Định.
- Theo học ngành Sư phạm, phân khoa Sử tại Viện Đại Học Đà Lạt.
- Năm 1979 định cư tại Melbourne, Úc Châu.
- Năm 1995 quy y với Hòa Thượng Thích Trí Tịnh (1917-2014). Pháp danh Thanh Phi.
- Hiện sinh hoạt, tu học tại Tu Viện Quảng Đức, Melbourne, Úc Châu.

*Lưu An Vũ ngọc Ruẩn*

# Minh Trị Thiên Hoàng & Yếu tố thành công trong cuộc canh tân Nhật Bản

Không một ai có thể phủ nhận được sự phát triển thần kỳ của Nhật Bản về mọi lãnh vực với thời gian khoảng 30 năm, bắt đầu từ cuối thế kỷ 19 đến đầu thế kỷ 20. Sự thay đổi này đã biến một nước Nhật nghèo đói, loạn lạc kéo dài hàng nhiều thế kỷ thành một Nhật Bản phú cường làm rúng động thế giới. Nhật Bản đã làm cho các quốc gia thực dân Âu Mỹ phải lo sợ và cảm phục. Với các quốc gia nhược tiểu, đói nghèo và khổ sở với xiềng xích nô lệ của ngoại bang đã có niềm tin vào tương lai nếu biết thay đổi. Đặc biệt với các quốc gia Á châu như Việt Nam, Trung Quốc, Đại Hàn v.v. Nhật Bản là một tấm gương sáng để học hỏi, noi theo.

Sự phát triển thần kỳ đó được đưa đến từ những chính sách canh tân tuyệt vời của Minh Trị Thiên Hoàng, vị vua thứ 122 của Nhật Bản. Nhìn vào lịch sử của những quốc gia Á châu trong thời đại đó, nhiều quốc gia khác, cũng có những vị vua đầy lòng yêu nước, với những chính sách điều hành quốc gia rất khôn ngoan, nhưng tại sao họ không đạt được những thành quả thần kỳ như Nhật Bản? Chẳng hạn như Thái Lan, quốc gia rất khôn ngoan trong ngoại giao, quốc gia duy nhất trong Á châu không bị ngoại bang chiếm đóng từ khi lập quốc, nhưng Thái Lan cũng không có được sự phát triển thần kỳ như Nhật Bản, bởi vì họ không có được những yếu tố đặc biệt như Nhật Bản.

Sau đây là những yếu tố quan trọng đem đến sự thành công từ những chương trình canh tân của Minh Trị Thiên Hoàng.

## 1. Phẩm chất con người của Minh Trị Thiên Hoàng

Qua sách báo cũng như tài liệu viết về vị Thiên hoàng tài ba, lỗi lạc được người dân Nhật Bản coi như thần thánh này. Thuở ấu thơ của ông không có gì là đặc biệt hay vượt trội so với người khác. Ông cũng như nhiều hoàng tử hay thiên hoàng khác trước ông, chỉ rong chơi nơi hậu cung với đoàn thị nữ trong một triều đình bù nhìn kéo dài hơn 600 năm dưới sự kiềm chế của các thời đại Mạc Phủ (tương tự như phủ chúa Trịnh với nhà Lê trong lịch sử Việt Nam). Nhưng ông đã may mắn nhờ thời thế đưa đẩy, được những thành phần yêu nước giúp cho ông thoát ra khỏi sự áp bức của Mạc phủ (Tukugawa), nắm lấy quyền hành thực sự của một vị Thiên hoàng, chủ vị quốc gia. Từ vị trí đó ông đã có dịp phát triển tài năng của mình, mang đến cho Nhật Bản những bước tiến nhảy vọt trong tất cả lãnh vực.

**- Một ý chí kiên cường**

Lúc còn bé, ông là đứa trẻ nhút nhát, thể lực yếu đuối, sức học rất tầm thường. Chính sau này khi nhìn lại cá nhân mình ông đã ân hận vì tính lười học, không chăm chỉ của mình. Ông đã té xỉu và trốn vào lòng cung nữ khi nghe tiếng súng đánh nhau giữa các phiên bang trước hoàng cung... Nhưng khi lên ngôi (lúc ông 14 tuổi) với sự giúp đỡ và dạy bảo của triều thần, ông đã thay đổi hoàn toàn. Từ một đứa trẻ nhút nhát, thiếu tự tin và lười học, ông đã là người thanh niên khỏe mạnh, yêu võ nghệ. Ham trau giồi kiến thức về tất cả lãnh vực, từ văn hóa, chính trị, lịch sử, khoa học và cả ngoại ngữ nữa.

Năm 1878, khi ông 25 tuổi, thực sự chấp chính, sau hơn 10 năm học hỏi từ các thầy học do hoàng gia đề cử cũng như do chính ông kiên trì tìm tòi học hỏi. Ông đã có một niềm tự tin rất vững chắc vào kiến thức và tài năng của mình trong việc lãnh đạo đất nước. Ông biết phân biệt kẻ gian, người ngay để phục chức hay trả ơn cho những công thần đã vì xã tắc và hoàng gia mà bị hãm hại. Khi có lộn xộn xảy ra giữa các thành viên của Ban cố vấn trong vấn đề phát triển đất nước, ông tự đứng ra điều hành, giải quyết và ổn định tình hình.

Ông nhìn rất rõ tài năng, đức độ của tất cả những quan lại, nhân sĩ chung quanh ông và cất nhắc cũng như sử dụng họ rất chính xác.

**- Một vị vua bao dung**

Với đức tính bao dung, vị Thiên hoàng này đã được kính phục, trung thành và cả lòng hy sinh của quan tướng cũng như thần dân Nhật Bản. Chẳng hạn trong cuộc nổi loạn Saga năm 1874 tại phiên bang Satsuma (thuộc tỉnh Kagoshima) do sự bất đồng giữa Samurai S. Takamori và các tướng lãnh khác về vấn đề Triều Tiên. Cuộc nổi loạn chấm dứt khi S. Takamori thất bại và mổ bụng tự sát, bị coi là kẻ phản nghịch. Nhưng 12 năm sau ông biết Takamori là kẻ trung thành với ông, là vị Samurai đáng kính, yêu nước. Ông đã cho chuộc lại danh dự cho S. Takamori, được thờ phượng như một vị anh hùng, được đúc tượng đặt ở công viên Ueno, trung tâm của Tokyo. Con của S. Takamori được ông phong tước hầu.

Năm 1903 vị tướng quân Tokugawa Keichi của Mạc Phủ Tokugawa, dòng họ đã tiếm quyền nhiều đời thiên hoàng của tổ tiên ông, nhưng khi khi ông giành lại được quyền lực, Tokugawa Keichi đã yết kiến, xin đầu hàng và sẵn sàng phục vụ cho tổ quốc đã được ông tha thứ và phong cho tước công.

Cũng vậy, biết bao nhiêu các vị danh tướng khác, như Togo Haihachiro (Tổng tư lệnh Hải quân); Oyama Iwao (Tổng tư lệnh Lục Quân); Nori Magesuke (Đại tướng Lục quân) chỉ vì lòng bao dung, tin tưởng của ông mà họ đã mang đến cho ông những chiến thắng lẫy lừng trong các cuộc chiến tranh với Triều Tiên, với Mãn Thanh và với Nga sô.

**- Một vị vua biết dùng người**

Có lẽ đây là một đức tính tuyệt hảo, khó tìm thấy ở một vị hoàng đế quyền lực như ông, ngay từ thời mới lên ngôi (14 tuổi) cho đến hết cuộc đời ông (60 tuổi). Lúc còn trẻ ông sẵn sàng đón nhận những sự chỉ dẫn, dạy bảo về tư cách, về văn hóa, đạo đức, lòng thương dân, yêu nước từ các vị quan của triều đình đến các vị tướng quân trong triều. Khi trực tiếp điều hành quốc gia, ông có những nhận xét hết sức chính xác về tài năng, đức độ của những người dưới quyền và dành cho họ tất cả lòng tin tưởng của ông.

Môt thí dụ điển hình, khi còn là cậu bé, ông đã nhìn thấy tài năng, đức độ của người bạn học của mình là Nori Magesuke và hứa sẽ sử dụng tài năng đó khi có dịp. Sau này, khi ông nắm quyền, ông đã làm đúng như lời hứa. Nhưng không may Magesuke đã có lỗi lầm trong chiến tranh, bị nhiều người gièm pha, yêu cầu ông loại bỏ. Nhưng ông vẫn tin tưởng người bạn mà ông biết rất rõ. Cuối cùng người bạn đó đã là một vị anh hùng trong chiến tranh Nga Nhật (1905). Khi ông chết vì bệnh ung thư, N. Magesuke đã mổ bụng tự sát để thể hiện danh dự của tinh thần Samurai, đem cái chết oai hùng để chuộc lại lỗi lầm mà mình đã phạm phải và cũng để trả ân tình vì lòng tin tưởng và bao dung của vị thiên hoàng, người bạn từ thuở nhỏ của mình.

**- Một vị vua chăm chỉ và lý tưởng**

Ông thay đổi lối sống, từ hình ảnh một vị vua ủy mị, yếu đuối, nhát sợ thành vị vua năng nổ, chịu học hỏi, biết lo lắng cho dân và phát triển đất nước với khẩu hiệu "Phú quốc, Cường binh". Ông làm gương tiết kiệm và dâng hiến tài sản của hoàng gia cho việc xây dựng cơ sở đóng tàu chiến, cơ sở sản xuất võ khí cũng như khai thác hầm mỏ... Chính vì vậy, chỉ sau hơn 30 năm, số lượng tàu chiến cũng như độ tân tiến của Hải quân Nhật Bản đã bỏ xa và dễ dàng chiến thắng Nga sô trong cuộc chiến tranh 1904.

Ông coi nhẹ việc đến hậu cung hưởng lạc, giảm hơn 2/3 số lượng cung nữ để làm gương và tránh tổn phí. Ông bắt hoàng hậu cũng như cung nữ phải tham gia việc học để mở mang kiến thức về văn học, nghệ thuật cũng như khoa học văn minh Âu Mỹ.

Trong cuộc hội họp với quần thần về bản Hiến Pháp đầu tiên của Nhật Bản, ông đã không bỏ ngang cuộc họp quan trọng này dù biết tin người con gái của ông mất vì bệnh tật. Trong khoảng 43 năm cầm quyền, ông luôn luôn là vị vua gương mẫu trong mọi lãnh vực cho quần thần và dân chúng. Hình ảnh một vị thiên hoàng tài năng, đức độ, yêu nước đã được dân chúng cũng như quan lại, binh sĩ lấy làm gương và coi ông như một vị thần để thờ kính và trung thành.

**- Vị Thiên hoàng luôn luôn bên cạnh binh sĩ**

Ông luôn luôn nhắc nhở binh sĩ 5 điều căn bản của một người Samurai chân chính đó là: tận trung, lễ nghĩa, có lòng tín nghĩa, trọng võ dũng (can đảm) và tiết kiệm, giản dị. Trong đó tận trung được coi là quan trọng nhất. Những điều này không những được phổ biến trong quân đội mà còn được giảng dạy ở tất cả các cấp giáo dục từ mẫu giáo đến đại học.

Trong trận chiến tranh Nhật-Thanh (1894) ông đã dời bản doanh đến Hiroshima, một tỉnh vùng tây nam Nhật Bản, gần với chiến tuyến để động viên tinh thần chiến đấu của binh sĩ. Chính ông đã phổ một bản nhạc mừng chiến thắng của binh sĩ và cũng chính ông chỉ huy cuộc đàm phán đem đến kết quả khốn khổ cho nhà Thanh, Trung quốc với một bản hòa ước đầy đau thương và thiệt thòi vì phải bồi thường chiến tranh cho Nhật.

Cũng vậy, trong cuộc chiến tranh Nga Nhật (1904), ông cũng dời bản doanh đến Hiroshima, ngay cạnh chiến tuyến để hô hào tinh thần chiến đấu của binh sĩ. Cuối cùng quân Nhật đã đè bẹp quân Nga hoàng với một chiến thắng làm cho thế giới ngỡ ngàng. Với chiến thắng này, các quốc gia thực dân Tây phương phải giật mình vì lần đầu tiên trong lịch sử nhân loại một quốc gia Á châu nhỏ bé đánh bại nhục nhã một quốc gia hùng mạnh da trắng phương Tây. Từ chiến thắng vang dội đó, Triều Tiên là thuộc địa của Nhật và sau đó được sát nhập vào lãnh thổ Nhật.

Dĩ nhiên trong lịch sử Nhật Bản còn ghi chép rất nhiều điều khác nữa liên quan đến phẩm chất của vị Thiên hoàng kiệt xuất này. Vị Thiên hoàng đã làm thay đổi nước Nhật Bản trong sự ngỡ ngàng của thế giới và của chính dân chúng Nhật Bản. Tuy nhiên, người ta cũng không thể phủ nhận được môt điều rất quan trọng, sự thành công ngoạn mục của những cải cách đó còn cần đến những yếu tố khác nữa, ngoài phẩm chất vô song của Minh Trị Thiên Hoàng.

## 2. Tinh thần Samurai trong con người xã hội Nhật Bản

Một điều rất rõ ràng là Minh Trị Thiên Hoàng khi lên ngôi, lúc giành lại được vương quyền từ Mạc phủ Tokugawa, ông đã sở hữu một tinh thần rất mãnh liệt của giới quan lại, sĩ phu hết lòng yêu nước đã cùng đứng lên giúp đỡ ông. Giới sĩ phu đó là một dạng biến đổi từ thành phần quý tộc mà trước đó người ta gọi là Samurai. Để hiểu rõ tinh thần này, chúng ta nên biết một cách sơ sài về sự thành hình của Samurai trong xã hội Nhật Bản.

Suốt chiều dài của lịch sử Nhật Bản luôn luôn được dựa trên tinh thần trọng võ nghiệp. Đặc biệt từ cuối thế kỷ 8 và đầu thế kỷ 9, triều đình Nhật Bản đã trọng dụng những người võ dũng, sử dụng họ vào việc bảo vệ uy quyền của hoàng gia. Mặc dù dưới mắt giới quý tộc và hoàng gia, giới võ sĩ này chỉ là những kẻ vũ phu, thất học, nhưng với thời gian và sự cần thiết cho những dịch vụ bảo vệ tài sản hay an ninh cho các quý tộc, quan lại... thành phần vũ dũng đó càng lúc càng hữu dụng và được đưa vào hệ thống huấn luyện có bài bản về cả võ học và tư cách.

Đến thế kỷ 11, thành phần vũ dũng đó đã được xã hội kính trọng vì họ đúng nghĩa là người có văn võ song toàn (bunburyodo) và họ còn được triều đình ban hành riêng biệt cho họ một luật lệ riêng gọi là luật Võ sĩ đạo (Bushido), được xã hội kính trọng và gọi là Samurai.

Tư cách, tài năng cũng như thế lực của các chiến binh Samurai này càng lúc càng thăng hoa và họ dần dần thay thế các lãnh chúa, các thế lực quý tộc cổ xưa, những người đã có thời là chủ nhân của họ. Đó là thời kỳ của những Mạc phủ Kamakura (cuối thế kỷ 12) và tiếp nối qua nhiều thời đại Mạc phủ khác nhau, kéo dài khoảng 700 năm (đến cuối thế kỷ 19). Các vị tướng quân lãnh đạo Mạc phủ hay lãnh đạo các các phiên bang phần lớn xuất thân từ một dòng dõi Samurai.

Samurai đã trở thành biểu tượng cho một giới võ sĩ đáng kính nể trong xã hội. Họ được luyện kiếm cung từ bé, được theo học văn hóa nghệ thuật (trà đạo, thi ca và cả hội hoạ ...). Họ được tôi luyện trong tư tưởng trầm lặng, an nhiên của Phật giáo. Họ phải có đủ 3 yếu tố: trung thành, can đảm và danh dự. Và để giữ gìn 3 yếu tố này họ phải có thêm lòng tín nghĩa và tự trọng. Họ sẵn sàng lấy cái chết bằng cách tự mổ bụng để chuộc lỗi lầm.

Tinh thần Samurai đó đã ăn sâu vào tâm thức của xã hội, con người Nhật Bản. Nó hiện diện trong mọi lãnh vực và mọi thành phần của xã hội như một tài nguyên vô giá mà Minh Trị Thiên Hoàng cùng với Ban tham mưu, Cố vấn cũng như các vị Thầy học của ông đã khôn ngoan tìm ra sách lược để khai thác, đưa nó thành vai trò của một trong những yếu tố đem đến thành công của sự cải cách nước Nhật thành một cường quốc.

## 3. Nền giáo dục Nhật Bản

Trong khoảng 10 năm cuối cùng (1854-1864) của Mạc phủ Tokugawa, Nhật Bản bị Mỹ và các quốc gia thực dân Âu Châu như Anh, Pháp, Hòa Lan bắn phá và bắt ép phải ký những hiệp ước bất bình đẳng, đã dấy lên phong trào yêu nước. Các sĩ phu cùng các thân vương trong triều đình ở Kyoto liên minh với các lãnh chúa, các Samurai từ các phiên bang nổi lên lật đổ quyền lực của Mạc phủ, trả lại vương quyền cho Thiên Hoàng. Với ý hướng đó, lực lượng chống đối Mạc Phủ đã phát động phong trào suy tôn Thiên Hoàng trong mọi tầng lớp quần chúng, đặc biệt trong lãnh vực giáo dục. Minh Trị Thiên hoàng khi lên ngôi mới 14 tuổi, là một hoàng tử rất bình thường, nhút nhát... được triều đình cử ra những vị thầy giáo tài năng, đức độ, yêu nước để dạy dỗ , đưa ông vào nền giáo dục rất khắt khe để đào tạo ra một vị Thiên Hoàng có đầy đủ kiến thức về tất cả lãnh vực kể cả đạo đức, lịch sử, văn hóa, kinh tế, chính trị. Đặc biệt những kiến thức liên quan đến sự phát triển của nền văn minh và lịch sử Tây phương. Minh Trị Thiên Hoàng lại là người hiếu học, ham hiểu biết, nên nền giáo dục đó đã tạo cho ông tinh thần ái quốc và ôm rất nhiều tham vọng làm bá chủ thế giới. Ông đã có những cải cách được dân chúng và quan quân ủng hộ.

Trong dân chúng, nền giáo dục còn được phát triển mạnh mẽ hơn nữa. Hình ảnh Thiên Hoàng được coi như vị thần được suy tôn ở khắp mọi nơi, trường học, hội trường, cơ quan hành chánh, quân đội... Tất cả ý chí, tinh thần, vật chất của quốc gia, của dân chúng đều dành cho sự phục vụ và hy sinh cho Thiên Hoàng.

Chính vì nền giáo dục tuyệt đối, suy tôn Thiên Hoàng đó đã là một yếu tố rất mạnh mẽ, kết hợp được toàn dân, toàn quân thực hiện những chương trình cải cách của ông một cách dễ dàng. Đã thế ông lại là một vị minh quân nên kết quả càng tăng lên gấp bội. Chỉ với khoảng 30 năm đã biến đổi một nước Nhật Bản phong kiến, nghèo đói, loạn lạc thành một nước Nhật hùng mạnh trên thế giới.

## 4. Bản Hiến Pháp đầu tiên của Nhật Bản

Thời điểm Minh Trị Thiên hoàng lên ngôi, hầu hết các quốc gia Á châu đều dưới chế độ quân chủ chuyên chế. Dưới chế độ này quyền hạn của các vị vua được coi là là tuyệt đối, bất khả xâm phạm. Cái tuyệt đối đó không có một bản văn nào xác định sự đúng sai cũng như mức độ quyền hành của vị vua. Điều này có nghĩa là quyền hành được tùy tiện theo cảm xúc và lòng nhân từ hay ác độc của vị vua! Gặp vị vua nhân từ bác ái thì dân chúng được dễ thở. Trái lại gặp một hôn quân, ác độc thì dân tình điêu linh. Hành pháp, Lập pháp cũng như Tư pháp đều được tập trung vào tay vị vua hay trong tay của người nào mà vua tin dùng.

Khoảng 15 năm đầu tiên lên ngôi, Minh Trị Thiên hoàng đã đem xã hội cũng như thần dân Nhật Bản vào những chương trình cải cách toàn diện của ông. Dân trí Nhật Bản dần dần gia tăng và cũng thâm nhập dần văn minh của quốc gia Tây phương, đó cũng là điều rất tự nhiên. Chính vì vậy, người dân Nhật, nhất là những thành phần được xuất ngoại du học từ các nền văn minh Tây phương, khi về nước họ phát động một phong trào đòi hỏi triều đình phải có một bản Hiến Pháp để làm căn bản trong sự điều hành đất nước. Sau nhiều năm hứa hẹn, năm 1882, Thiên hoàng đã phải thành lập một phái đoàn đến các quốc gia

Tây phương để tham khảo pháp luật, thể chế trong Hiến Pháp của các quốc gia này.

Sau gần 7 năm trời với biết bao nhiêu công sức của phái đoàn cũng như sự giúp đỡ của các chuyên gia luật pháp trong cũng như ngoài quốc gia, phái đoàn quyết định đưa ra bản Hiến Pháp đầu tiên của Nhật Bản, được dựa trên bản Hiến Pháp của Đức quốc. Thiên Hoàng cùng triều đình đã lập ra một ban bí mật để soạn thảo Hiến Pháp. Cuối cùng chính Thiên hoàng cùng ban thẩm định Hiến Pháp đã có những cuộc họp kín đêm ngày trong suốt nhiều tháng trời, bản Hiến Pháp chính thức được thành hình và đưa ra công chúng làm nền tảng cho việc điều hành đất nước Nhật.

Qua những điều lệ trong bản Hiến Pháp này thì quyền hạn của Thiên Hoàng ở vị trí điều hành quốc gia trong mọi lãnh vực, từ Hành pháp, Luật pháp, Tư pháp cũng như trong việc tuyên chiến khi có chiến tranh hay thay đổi sắc lệnh v.v. Tất cả đều trong quyền hạn của Thiên hoàng. Thiên hoàng được coi là người có quyền lực vô biên đối với thần dân Nhật Bản. Thiên hoàng được tôn vinh trong tư thế thiêng liêng, bất khả xâm phạm, không ai có quyền lực cản trở hay phản đối Thiên hoàng. Tóm lại bản Hiến Pháp đã chính thức thành hình xác định vị trí, quyền hành siêu việt của vị Thiên hoàng trước quốc dân và triều đình. Tuy nhiên nếu so sánh với thể chế quân chủ chuyên chế tại các quốc gia đương thời thì bản Hiến Pháp này đã có một bước tiến rất lớn và đã tác động rất mạnh mang đến thành công trong sự canh tân Nhật Bản của vị Thiên Hoàng anh minh này.

Đó là:

- Nó đã xác định bằng văn bản quyền hạn, vị trí của Thiên hoàng, làm mất đi vẻ mơ hồ, tùy hứng của một vị vua dưới chế độ quân chủ chuyên chế. Nói cách khác vị Thiên hoàng Minh Trị đã có một công thức, khuôn khổ để thực thi quyền hạn. Ông phải dựa vào những điều ghi trong Hiến Pháp để thực thi đại quyền của mình.

- Ông phải dựa vào Hiến Pháp để ban bố sắc lệnh hay đưa ra các luật lệ mới, sau khi được các quốc vụ đại thần xét duyệt và ký tên. Nghĩa là vẫn phải có nguyên tắc thẩm xét trước khi được thi hành.

Bản Hiến Pháp 1889 này không chỉ hạn chế mà còn là một kim chỉ nam hướng dẫn Thiên hoàng trong việc điều hành quốc dân và đất nước. Nói một cách dễ hiểu, bản Hiến Pháp đầu tiên của Nhật Bản đã thay đổi chế độ quân chủ chuyên chế thành chế độ quân chủ lập hiến mà nhiều quốc gia Tây phương đang thực hành.

Nhờ có bản Hiến Pháp văn minh và thức thời này mà Minh Trị Thiên hoàng đã có thêm quyền lực và tự tin trong các cuộc canh tân. Cũng nhờ bản Hiến Pháp này ông có uy quyền để tận dụng mọi nỗ lực của đất nước và dân chúng trong việc thực hành các chương trình to lớn. Chẳng hạn như đổ dồn tài chánh vào lập nhà máy đóng tàu, chế tạo vũ khí v.v.

## 5. Môt triều đình tài năng, ái quốc

Một vị vua tài giỏi có các chương trình hay, chính xác nhưng nếu triều đình không qui tụ được những người tài năng, đức độ thì cũng chẳng mang đến những kết quả tốt như mong muốn được. Minh Trị Thiên hoàng đã sinh ra, lớn lên trong tao loạn, ngay tuổi ấu thơ, ông đã ngất xỉu khi nhìn thấy cảnh chém giết tranh giành quyền lực giữa các phiên vương và Mạc Phủ ngay trước hoàng thành. Ông cũng như các đại thần yêu nước phải nhục nhã với những hiệp ước bất bình đẳng mà Mạc Phủ phải ký với các quốc gia Tây Phương... Tất cả những điều đó đã hun đúc lòng ái quốc của các quan lại, sĩ phu và Samurai đương thời. Họ kết hợp lại trong tư thế muốn lật đổ thế lực Mạc Phủ để mang uy quyền thực sự cho Hoàng gia.

Đúng lúc đó thì Minh Trị Thiên hoàng lên ngôi khi ông còn là cậu bé 14 tuổi, một hoàng tử yếu đuối về thể lực và kiến thức. Trong hoàn cảnh đó, triều đình đã lập ra những ban nghành chuyên môn đóng vai phụ tá cho ông trong việc quản trị đất nước. Có cả ban giáo huấn, gọi là Thái Chính Quan để chỉ bảo ông về đạo đức, về khoa học, lịch sử, kiến thức khoa học và nền văn minh Tây phương... Tất cả nhằm một mục đích giúp đỡ ông thành một vị minh quân. Với khoảng 10 năm đầu tiên (1868-1878) học hỏi đó, ông đã hoàn toàn đổi khác. Từ một cậu bé nhút nhát, thiếu tự tin, suốt ngày quanh quẩn với thị nữ, ông đã thành một vị vua vững mạnh về tất cả lãnh vực. Khi ông thực sự cầm quyền (25 tuổi), sức khỏe của ông thăng tiến trong võ nghệ, kiến thức rộng rãi, hậu cung không còn là nơi ông thích đến. Việc quốc gia đại sự luôn luôn được ông lo lắng và làm gương cho quan lại cũng như cho dân chúng.

Tất cả những thăng hoa trong cuộc đời ông dĩ nhiên có yếu tố của cá nhân ông nhưng không thể phủ nhận được một điều tất yếu là ông phải có một Ban tham mưu tài năng, đức độ cũng như trung thành chung quanh ông. Một vị vua kiệt xuất, một triều đình toàn là những người lương đống, yêu nước, thương dân thì việc thành công trong các chương trình cải cách của ông cũng không có gì khó hiểu. Sau đây là một vài quan chức nổi danh đã đóng góp tích cực vào sự thành công của chương trình canh tân Nhật Bản:

- Motoda Eifu: tinh thông Nho giáo, là thầy học đầu tiên của Minh Trị Thiên Hoàng khi ông lên ngôi lúc 14 tuổi. Vị này đã dạy ông tinh túy của Nho giáo, thi ca và đạo đức của một minh quân, lấy sự vinh hiển của quốc gia và hạnh phúc của thần dân làm trách nhiệm.

- Yoshi Tomo: giúp đỡ Thiên hoàng trong việc xóa sổ các lãnh chúa, thay vào đó bổ nhiệm quan Thị hay Tỉnh trưởng. Ông cũng giúp đỡ Thiên Hoàng xa rời hậu cung, giảm hơn 2/3 số thị nữ trong cung và dành thời gian cho việc nước. Ông cũng là người thỉnh mời các Samurai nổi danh, có tư cách vào cung dạy cho Minh Trị Thiên Hoàng võ thuật, kiếm thuật, cưỡi ngựa...

- Nishimura Shigeki: được triệu vào cung dạy cho Thiên hoàng về chính trị, luật pháp cũng như cách trị dân của Pháp. Nhờ vị thầy học này, ông biết rất kỹ và yêu thích Napoléon Bonaparte.

- Hukuhane Mishizu: dạy cho Thiên hoàng về văn hóa và hệ thống tổ chức của xã hội Tây Phương.

- Kato Hiroyuki: hướng dẫn cho Thiên hoàng hiểu rất kỹ lưỡng về bản Hiến Pháp của Đức, khuyên ông lấy bản Hiến Pháp này làm căn bản cho bản Hiến Pháp đầu tiên của Nhật.

- Okubo Toshimichi: là Bộ trưởng Tài chánh năm 1871, người đã giúp Thiên hoàng làm giàu cho hoàng gia bằng cách thu gom lãnh địa của các lãnh chúa cũng như của Mạc Phủ, dùng những món tài sản to lớn này cho việc phát triển quân đội, xây dựng nhà máy v.v. Cũng nhờ vị này, Thiên hoàng nắm giữ một lượng vĩ đại cổ phiếu của các công ty Nhật Bản, hướng các hoạt động của công ty vào mục đích làm dân giàu nước mạnh.

- Trong lãnh vực quốc phòng Thiên hoàng được cộng tác trung thành bởi rất nhiều nhà quân sự tài năng. Chẳng hạn như Yamagata Aritomo, Bộ trưởng Bộ tham mưu, đã giúp ông phát triển Lục quân và Hải quân một cách nhanh chóng cả về quân số cũng như về phẩm chất tàu chiến và khí cụ. Trong các trận chiến tranh với Triều Tiên, với nhà Thanh, Trung quốc, cũng như với Nga sô, Thiên hoàng đã có những danh tướng đem đến những chiến thắng làm ngỡ ngàng thế giới cũng như đem về cho Nhật Bản những món tiền bồi hoàn chiến phí vĩ đại và bờ cõi nước Nhật được mở rộng nhiều lần. Những vị tướng được nói đến trong sử sách là Kuroda Kiyotaka (Chiến tranh Triều Tiên); Togo Heihachiro (Tư lệnh Hải quân trong cuộc chiến Nga Nhật ngoài biển). Oyama Iwao (Tư lệnh Lục quân chiến thắng trên bộ, vùng viễn đông của Nga sô) và biết bao nhiêu những người tài năng khác bao quanh ông với một tinh thần phục vụ đất nước và trung thành với Thiên Hoàng.

Tóm lại, về tất cả lãnh vực, Minh Trị Thiên Hoàng đã nhìn thấy rất rõ và sử dụng những quần thần rất tài năng, trung thành và tận tình với đất nước cũng như hiểu rõ tham vọng muốn biến đổi nước Nhật thành một cường quốc và bước đến vị thế bá chủ thế giới của ông. Đây cũng là một yếu tố quan trọng làm cho nước Nhật trở nên cường thịnh mau chóng.

## 6. Phẩm chất của dân Nhật Bản

Có lẽ còn một yếu tố khác không kém phần quan trọng, đã đóng góp vào thành quả vĩ đại của những chương trình canh tân nước Nhật của Minh Trị Thiên hoàng, đó là phẩm chất của người dân Nhật Bản. Thật vậy, đã hơn một thế kỷ nay, kể từ khi Minh Trị Thiên Hoàng lên ngôi, đất nước Nhật đã được thế giới cảm phục. Không phải chỉ vì Nhật Bản là quốc gia cường thịnh về quân sự hay kinh tế, mà thế giới còn cảm phục những đức tính của người Nhật nữa. Qua sách báo cũng như lịch sử của Nhật Bản, người ta dễ dàng tìm được những chứng cớ cho biết những đức tính này đã hiện hữu từ xa xưa trong con người Nhật Bản chứ không phải đến thời Minh Trị mới có. Minh Trị Thiên Hoàng chỉ là vị vua đức độ, khôn ngoan đã tạo ra được những kích thích cho những đức tính đó phát lộ và hữu ích cho cuộc canh tân của ông mà thôi.

Có những đức tính mà cả thế giới đều phải công nhận và luôn đề cập đến khi nói về người Nhật. Người ta có thể dễ dàng nhìn thấy những đức tính này thể hiện rất rõ ràng ở hầu hết công dân Nhật Bản ở trong nước cũng như trên thế giới, nơi mà họ đến làm việc hay định cư, du lịch. Tính đoàn kết, có thứ tự trên dưới, trọng luật pháp, tự trọng, trách nhiệm với công việc, chăm chỉ và tài bắt chước kèm theo tính sáng tạo để làm tốt, làm đẹp hơn (khác với tài bắt chước thụ động nhằm mục đích sản xuất hàng giả).

Chỉ với khoảng 20 năm canh tân, gửi sinh viên và quan lại đi học kỹ thuật của Tây phương mà Nhật đã có một nền công nghệ vượt trội so với các quốc gia thực dân phương Tây. Có đội chiến thuyền, khí tài tân tiến, quân đội hùng cường, đem đến cho họ những chiến thắng lẫy lừng trong các trận chiến tranh trên biển cũng như trên đất liền. Ngày nay, tính tốt của dân Nhật Bản vẫn được duy trì trong khuôn khổ giáo dục của xã hội, trường học và gia đình.

## 7. Kết luận

Những yếu tố kể trên không thể diễn tả đầy đủ tất cả nguyên nhân đã đem đến thành công vĩ đại của những chính sách canh tân Nhật Bản của Minh Trị Thiên Hoàng. Nhưng một điều chắc chắn mà không ai có thể phủ nhận được là, với chính sách canh tân này đã biến đổi nước Nhật nghèo đói, loạn ly triền miên vì các sứ quân tranh giành lãnh địa... đã thành một quốc gia hùng cường thuộc hạng nhất thế giới vào thời Minh Trị và cũng làm căn bản cho một nước Nhật thịnh vượng cho đến ngày nay. Sự biến đổi thần kỳ đó phải là một sự kết hợp hài hòa, tuyệt vời giữa vị vua thông minh, tài đức cùng với một triều đình hoàn hảo gồm những quần thần, tướng quân gương mẫu, có lòng ái quốc và hết lòng phục vụ quốc gia, dân tộc. Bên cạnh lãnh vực cầm quyền lãnh đạo đó, người ta cũng không phủ nhận được một yếu tố rất rõ ràng và quan trọng cho sự thành công, đó là phẩm chất của quốc dân Nhật Bản.

Để kết luận cho bài viết, tôi xin kể ra đây một câu chuyện trong một buổi gặp mặt giữa gia đình chúng tôi và một số bạn bè Nhật tại Thụy Sĩ. Vài người trong nhóm là bác sĩ, là giáo sư, họ đang công tác trong chương trình trao đổi khoa học giữa Thụy Sĩ và Nhật Bản. Vài người khác là thầy cô giáo hay nhân viên của trường trung học Nhật Bản hay công ty thương mại Nhật Bản ở Thụy Sĩ và dĩ nhiên cũng có vài người là kiều dân Nhật định cư tại Thụy Sĩ.

Trong cuộc nói chuyện, hầu hết họ đều lo lắng khi đề cập đến hoàn cảnh khó khăn của đất nước họ. Nhật Bản quá nghèo tài nguyên thiên nhiên, đang gặp những rắc rối thù hận với vài quốc gia lận cận, nhất là với Trung quốc đã làm ảnh hưởng rất nhiều đến nền kinh tế của Nhật Bản. Thấy tôi có chút hiểu biết về lịch sử, văn hóa Nhật Bản, họ hỏi tôi nghĩ sao về tương lai của Nhật Bản. Tôi đã trả lời họ như sau:

"Nếu hỏi tôi về tương lai nước Nhật ra sao trong khoảng ngàn năm sau này, kiến thức của tôi không đủ để dự đoán được. Nhưng nếu nhìn về tương lai Nhật Bản với vài, ba trăm năm nữa, tôi tin tưởng nước Nhật vẫn là một quốc gia trong nhóm các quốc gia thịnh vượng và giàu có trên thế giới. Khi nói đến tài nguyên thiên nhiên của một quốc gia, chúng ta không nên quá giới hạn vào lãnh vực vật chất mà sai lầm! Theo tôi tài nguyên thiên nhiên, ngoài ý nghĩa cổ điển đó còn phải bao gồm cả những thứ phi vật chất, chẳng hạn như phẩm chất người dân, tài đức của giới lãnh đạo và cả mức độ dân trí của người dân quốc gia đó nữa. Như vậy mới thực tế và chính xác hơn. Với quan niệm đó, theo tôi Nhật Bản không phải là quốc gia nghèo về tài nguyên, mà còn giàu có nữa là khác. Như vậy thì chẳng có lý do gì mà Nhật Bản lại không có một tương lai bền vững trong vị trí của nhóm quốc gia cường thịnh cả."

Nghe tôi nói như vậy, tất cả mọi người vỗ tay, họ bắt tay tôi với những nụ cười thân thiện, cám ơn. Một người trong số họ nói với tôi: "Ông là một người ngoại quốc yêu nước Nhật hơn người Nhật!"

Tôi mỉm cười, trả lời họ: "Tổ quốc của tôi là Việt Nam, nơi đó tổ tiên tôi đã từng đổ bao nhiêu xương máu để giữ gìn cho đến ngày hôm nay. Cá nhân tôi đã sinh ra, lớn lên, đã làm việc ở đó nhiều năm. Dù sướng hay khổ, Việt Nam vẫn là nơi tôi có nhiều gắn bó nhất trong tâm tưởng! Không có một lý do nào dù rất nhỏ bé để tôi phải phản bội lại tổ quốc tôi. Tôi cũng không bao giờ quên đất nước dân tộc tôi cho đến khi nhắm mắt.

"Nhật Bản là quê hương của vợ tôi, là nơi tôi đã du học và làm việc trong 6 năm trời. Với thời gian đó, ngoài lãnh vực học hỏi về chuyên môn tôi cũng đã thu nhận được rất nhiều điều bổ ích từ con người và xã hội Nhật Bản. Cũng chẳng có lý do nào tôi phản bội và không nhìn về nơi mà tôi có khá nhiều ưu ái đó với ánh nhìn thiện ý cả.

"Còn Thụy Sĩ, tôi đã may mắn định cư tại quốc gia đẹp đẽ, thanh bình và mộng mơ này. Chính nơi đây tôi đã có một cuộc sống tuyệt vời, sung túc cho chính cá nhân và cả cho vợ con tôi với tư cách là những công dân Thụy Sĩ. Dĩ nhiên chúng tôi cũng không bao giờ có ý tưởng phản bội hay làm điều gì không xứng đáng với một người công dân tốt trong xứ sở thanh bình và đẹp đẽ này.

"Tình cảm tốt đẹp của tôi với 3 quốc gia Việt Nam, Nhật Bản và Thụy Sĩ không có gì để nghi ngờ nữa. Tôi nguyện cầu 3 quốc gia đó mãi mãi là những nơi an bình và thịnh vượng trên thế giới và luôn luôn là những người bạn tốt của nhau trong quan hệ quốc tế!"

***Lưu An Vũ Ngọc Ruẩn***

## Tài liệu tham khảo


1. Tân Nhật Bản đạo đức giáo dục (Shin Nihon Doutoku Kyoiku)
2. Những tài liệu trong Wikipedia
3. Giáo dục Nhật Bản hiện đại, Đoàn Văn An, Saigon 1965
4. Nhật Bản giáo dục sử học (Nihon Kyoiku Shi) A. Takashi
5. Minh Trị Thiên Hoàng, đấng minh quân (japan.net.vn)
6. Thiên hoàng Minh trị, Phụng Nguyễn Trọng
7. Thiên Hoàng Minh Trị, duy tân nước Nhật, 1868, Thanh Giang (power)
8. Những chỉ dẫn của các vị giáo viên, giám học, hiệu trưởng người Nhật đang làm việc tại các cơ sở giáo dục trong và ngoài Nhật Bản.


## Giới thiệu sơ lược về tác giả

**Lưu An Vũ ngọc Ruẩn**

- Tên thật Vũ Ngọc Ruẩn, sinh năm 1946 tại Xuân Trường, tỉnh Nam Định, Việt Nam
- Bút hiệu Lưu An & Thượng Xuyên Lộ.
- Di cư vào Nam năm 1954, hoàn tất cấp tiểu, trung và đại học tại Sàigon, sau đó làm việc cho Đại học Cần Thơ cho đến năm 1974 đi tu nghiệp tại Nhật Bản (Kagoshima University, Japan).
- Tốt nghiệp Master ngành khoa học thực phẩm (1977) rồi làm việc tại Nhật Bản khoảng 3 năm trước khi sang Thụy Sĩ định cư (1979).
- Tại Thụy Sĩ làm việc chuyên môn trong lãnh vực khoa học thực phẩm và dinh dưỡng từ năm 1979 đến 1996. Sau đó cùng gia đình điều hành cơ sở tư nhân nho nhỏ trong lãnh vực giáo dục, tài chánh của tập thể kiều dân Nhật Bản tại Thụy Sĩ cho đến ngày về hưu (2013).
- Viết rải rác cho một vài tạp chí Việt ngữ tại hải ngoại (Nghệ Thuật, Làng Văn, Viên Giác, Phụ Nữ Diễn Đàn v.v... ) dưới vai trò cộng tác viên tự do, không chuyên nghiệp. Việc viết lách như một thú tiêu khiển trong cuộc sống và chủ đề thuần túy văn chương, đạo đức.

# PHẦN D

# SÁNG TÁC VĂN HỌC

**Với sự tham gia của các tác giả, dịch giả:**

ĐỖ TRƯỜNG * TỊNH Ý * TRANG THƠ TÔN NỮ MỸ HẠNH * THI THI HỒNG NGỌC * SONG THƯ TTH * TRẦN THỊ NHẬT HƯNG * CHÚC THANH * DIỄM CHÂU (CÁT ĐƠN SA) * ELENA PUCILLO TRUONG * TRƯƠNG VĂN DÂN * HOÀNG QUÂN

Phụ lục 15: Hướng dương - Photo: Lương Nguyên Hiền

*Đỗ Trường*

# HỒ BIỂU CHÁNH: NGƯỜI ĐẶT VIÊN GẠCH ĐẦU CHO NỀN TIỂU THUYẾT HIỆN THỰC VÀ NHÂN ĐẠO VIỆT NAM

Đầu thế kỷ hai mươi, khi chữ Quốc ngữ được truyền bá rộng rãi thì dường như thi ca đã trở nên chật chội, khó có thể chuyển tải hết tư tưởng, tình cảm với mọi góc cạnh của các văn nhân, thi sĩ trước thực trạng xã hội và con người. Do vậy, sự phát triển của văn xuôi, tiểu thuyết như một nhu cầu tự nhiên, tất yếu. Và thật may mắn, ngay từ buổi sơ khai đến thập niên ba mươi, ta đã thấy sừng sững ba ngọn tháp: Tản Đà, Phan Khôi, Hồ Biểu Chánh giữa vòm trời Văn học, báo chí. Và với tôi, họ còn là hình ảnh, biểu tượng mang tính đặc trưng văn hóa vùng miền Bắc, Trung, Nam ở giai đoạn đó.

Nhìn lại văn hóa, lịch sử, ta có thể thấy, chữ Quốc ngữ ra đời từ miền Trung xứ Quảng, rồi phát triển mạnh mẽ ở Nam Bộ. Ở đó, như một chiếc nôi nuôi dưỡng báo chí, văn xuôi, tiểu thuyết Việt Nam. Và Hồ Biểu Chánh là một trong những nhà văn đặt nền móng cho nền tiểu thuyết hiện thực ấy. Đọc tiểu thuyết Hồ Biểu Chánh cho tôi nhiều cảm xúc nhất, không hẳn vì tính hiện thực, trữ tình, tài năng nghệ thuật sử dụng phương ngữ (Nam Bộ) dân dã, sinh động, mà bởi tư tưởng mới, phá vỡ ràng buộc quan hệ, tình yêu cũ lỗi thời, gìn giữ giá trị văn hóa truyền thống, cùng lòng can đảm dám bóc trần bộ mặt thối nát của tầng lớp quan lại cường quyền, dù ông đang làm quan cho chế độ ấy.

Hồ Biểu Chánh tên thật là Hồ Văn Trung, sinh năm 1885 tại Gò Công, mất năm 1958 tại Gia Định. Thuở nhỏ ông học chữ Nho, rồi học chữ Quốc ngữ, sau đó vào trường trung học ở Mỹ Tho và Sàigon. Sau khi đậu Thành chung, ông vào làm ký lục, thông ngôn, quận trưởng, thăng dần đến Đốc phủ sứ (1936). Năm 1941 nghỉ hưu, ông được Pháp mời làm Nghị viện Hội đồng Liên bang Đông Dương và Phó Đốc lý thành phố Saigon, đồng thời Giám đốc báo chí tuyên truyền. Năm 1946, Cộng hòa tự trị Nam Kỳ được thành lập, Hồ Biểu Chánh làm cố vấn cho chính phủ Nguyễn Văn Thinh. Mấy tháng sau, chính phủ Nguyễn Văn Thinh sụp đổ, từ đó ông về ở ẩn, chuyên tâm đọc và viết văn.

Với 73 năm tuổi đời, Hồ Biểu Chánh đã viết 131 tác phẩm, đủ các thể loại, trong đó có 64 cuốn tiểu thuyết. Một khối lượng đồ sộ, có thể nói ngoài kiến thức tài năng, ta còn thấy nghị lực, tình yêu đối với văn thơ cũng như tha nhân của ông. Tuy khởi nghiệp bằng thơ, với lục bát trường thiên U Tình Lục, nhưng tiểu thuyết, văn xuôi mới làm nên tên tuổi lớn Hồ Biểu Chánh.

Những tháng gần đây, ngoài công việc bắt buộc hằng ngày, còn lại dường như tôi dành cả thời gian tìm đọc Hồ Biểu Chánh. Chắc chắn tôi chưa thể đọc hết ông. Nhưng nếu phải chọn những tác phẩm đã đọc, thì với tôi bốn cuốn tiểu thuyết: Ai làm được (1912), Ngọn cỏ gió đùa (1926), Từ Hôn (1937), Vợ già chồng trẻ (1957) tiêu biểu cho đặc trưng bút pháp, tư tưởng từng giai đoạn của Hồ Biểu Chánh. Và đặc biệt cuốn tiểu thuyết đầu tay và Vợ già chồng trẻ là hai tác phẩm toàn bích nhất của ông. Vì vậy, trong bài viết này, tôi chú trọng và đi sâu các tác phẩm này, hòng làm rõ nét thêm chân dung nhà văn hóa Hồ Biểu Chánh, một cách giản dị, trung thực nhất.

**- Tư tưởng mới, phá bỏ ràng buộc, lễ giáo khắt khe**

Có thể nói, ngay từ ngày đầu, dường như ngòi bút Hồ Biểu Chánh đã hướng tới tự do? Cho nên, ta thấy luôn có sự quẫy đạp, hòng thoát ra khỏi sự trói buộc hay lễ giáo khắt khe, trên từng trang văn của ông. Sự giải thoát tình yêu cũng như cuộc sống ấy, bật lên lòng nhân đạo cao cả của nhà văn:

> *"Thà theo trai còn hơn làm vợ kẻ thù... Thà là tôi mang tiếng nhơ, chớ tôi không đành phối hiệp với kẻ thù." (Ai làm được)*

Hành động và lời nói dứt khoát của Bạch Tuyết, khi trốn chạy cái lễ giáo hà khắc để đi theo Chí Đại, cũng chính là tư tưởng, khát vọng nhà văn mở ra cho người đọc giữa cái xã hội tối tăm thuộc địa nửa phong kiến. Ở đó, ngoài tư tưởng cởi mở, ta còn thấy được sự can đảm của nhà văn Hồ Biểu Chánh. Tuy phá bỏ ràng buộc hủ lậu của xã hội, gia đình, song Hồ Biểu Chánh vẫn cho người đọc thấy, đức khiêm nhường, nền nã đôn hậu của con người Nam Bộ:

> *"Phận em là gái bất trinh, lấy chồng không đợi lịnh cha gả... Em hư lắm, em quấy lắm, không đáng làm vợ anh." (Ai làm được)*

Với tiểu thuyết Vợ già chồng trẻ, ta có thể thấy, Hồ Biểu Chánh đã đưa người đọc đến gần văn hóa, tâm lý người phương Tây. Ở đây, không chỉ thấy được lòng can đảm, cao thượng của Giao (yêu một người đàn bà hơn 11 tuổi), mà dường như nhà văn còn muốn mở ra một lối thoát cho Xuyến, một người đàn bà bất hạnh, đầy khổ đau này:

> *"Giao trợn mắt mà nói:*
>
> *- Họ chê cười nỗi gì? Tôi có làm việc gì bậy đâu mà chê cười. Bất quá họ nói tôi là trai mới lớn lên mà tôi dại, nên lấy đàn bà có con, tuổi đáng chị cả tôi làm vợ. Tôi muốn lấy ai tôi lấy, mắc mớ gì họ mà họ cười." (Vợ già chồng trẻ)*

Sự phá bỏ quan niệm chữ trinh, và đưa ra cái nhìn mới lạ, trinh tiết tâm hồn mới thực sự là tận cùng cao đẹp của tình yêu. Với nhận thức, cái nhìn như vậy từ bảy mươi năm về trước, thì có thể nói, Hồ Biểu Chánh là một nhà văn có tâm hồn cởi mở, nhân bản, đầy vị tha. Tư tưởng này, gần đây ta đã bắt gặp ở tiểu thuyết: Bàn tay nhỏ dưới mưa của nhà văn Trương Văn Dân. Còn trước Hồ Biểu Chánh, dường như chưa có nhà văn nào có cái nhìn và đủ can đảm viết được như vậy:

*"Tình yêu tôi giao cho mình hôm nay là tình yêu son giá để cho tay mình mở dây với tình yêu của mình. Còn mình nói, tuy có chồng trót mười năm nay, mình đã có một mặt con, song mình chưa được nghe một câu ân tình nào hết. Tình yêu của mình còn y nguyên. Mình lại khao khát ái tình. Thế thì tình yêu của mình cũng như của tôi, cả hai tình yêu đều còn mới mẻ, còn son giá. Hai tình yêu hiệp lại thì xứng lắm, có chinh lịch gì đâu mà ngại người lớn kẻ nhỏ." (Vợ già chồng trẻ)*

Không chỉ trong tình yêu và cuộc sống, mà cái tư tưởng chống lại cường quyền, đứng về phía lẽ phải đã xuất hiện ngay từ ngày đầu cầm bút và xuyên suốt sự nghiệp sáng tạo của Hồ Biểu Chánh. Do vậy, hành động phản kháng của nhân vật, hay lời lẽ phân tích, trần thuật (trần trụi), bóc trần bộ mặt thật của đám quan lại cường hào, đầy ăm ắp trên những trang văn Hồ Biểu Chánh:

*"Ánh Nguyệt ngó sững Từ Hải Yến rồi vùng bước một chơn xuống đất, chờn vờn hai tay, và la lớn rằng:*

*- Hải-Yến! Mi tới đây làm gì? Mi làm Tri-Huyện rồi há! Mi là quân vô tình vô nghĩa, làm cho nhơ danh xủ tiết ta, làm cho mẹ con ta cực khổ trôi nổi mấy năm nay, mi làm Tri-Huyện mặc kệ mi, ta chết mặc kệ ta, mi còn thấy mặt ta chi nữa? Mi là đồ khốn kiếp." (Ngọn cỏ gió đùa)*

Cái tư tưởng Hồ Biểu Chánh quả thực khó chấp nhận ở xã hội, con người thủ cựu vào thời điểm đó, nhưng bằng lời văn truyền cảm, cùng khẩu ngữ Nam Bộ dân dã, ông đã chinh phục được mọi tầng lớp người đọc. Và đoạn văn miêu tả rất đẹp dưới đây, không chỉ chứng minh điều đó, mà còn cho ta thấy, những hình ảnh, hành động, tâm lý nhân vật rất chân thực, gần gũi, nhất là tầng lớp bình dân:

> *"Năm 1894, một buổi chiều kia gió xuân mát mẻ, nước lớn đầy sông, cỏ cây tươi tốt, Bạch Khiếu Nhàn mình mặc áo quần toàn bằng lụa trắng, vai vắt khăn nhiễu đỏ, thủng thẳng đi dọc theo mé sông Cà Mau mà hứng mát. Khi ông dừng chơn đứng coi sắp nhỏ lội đua, khi ông mỉm cười bầy chó rượt nhau cắn lộn. Mặt trời chen lặn, gió càng thêm mát mẻ, Khiếu Nhàn đi lần tới quán cơm Chú Lỳ, tuy chưa mỏi chơn, song ông khát nước". (Ai làm được).*

Đọc Hồ Biểu Chánh không chỉ thấy cái tư tưởng mới, cái phóng khoáng của con người, mà ta còn thấy được một Hồ Biểu Chánh khác đang gìn giữ giá trị truyền thống Văn hóa Nam Bộ. Đọc ông đôi lúc tưởng chừng mâu thuẫn. Nhưng không phải vậy, mà dường như đó là quy luật đào thải và phát triển văn hóa. Bởi, Hồ Biểu Chánh viết văn bằng tâm hồn, kiến thức của một nhà văn hóa lớn ở nửa đầu thế kỷ hai mươi.

**- Giá trị truyền thống, với những giá trị văn hóa, đạo đức...**

Không riêng tôi, mà có lẽ độc giả nào cũng vậy, đi sâu vào đọc Hồ Biểu Chánh, thì dễ dàng nhận thấy, giá trị hiện thực và giá trị nhân đạo trong từng tác phẩm của ông, kể cả những trang viết đầu tay. Có được những giá trị cơ bản này, có lẽ Hồ Biểu Chánh chịu ảnh hưởng (khá sâu sắc) văn hóa phương Tây, và cả cuộc đời làm quan lớn nhỏ ở nhiều nơi, nên hồn ông thấm đẫm văn hóa từng địa phương. Vì vậy, trang viết Hồ Biểu Chánh chân thực, đặc trưng của mỗi làng quê ấy. Đọc nó, đôi lúc cứ ngỡ mình đang lạc vào một cái làng quê Nam Bộ nào đó vậy.

Cùng với Ai Làm Được, có thể nói, Ngọn Cỏ Gió Đùa là tiểu thuyết hay và đặc trưng, tiêu biểu nhất của Hồ Biểu Chánh. Dù cho đây là cuốn tiểu thuyết phóng tác từ Những Người Khốn Khổ của Victor Hugo, nhưng đọc nó, cho tôi suy nghĩ hoàn toàn khác. Bởi, tâm lý, tên tuổi, hành động nhân vật hoàn toàn mang hồn vía, tính cách Nam Bộ. Và ở đó, Hồ Biểu Chánh phê phán rất nặng nề cái thối tha của xã hội, cũng như tầng lớp quan lại cường hào, mà ông đang là một thành viên. Cho nên, Hồ Biểu Chánh buộc phải mượn bố cục hay khung dàn của Những Người Khốn Khổ, nhằm giảm bớt độ nóng bỏng, trước sự nhòm ngó, trói buộc ở cái xã hội thuộc địa nửa phong kiến chăng? Thật vậy, với khối kiến thức, tài năng cùng những năm tháng làm quan, ở mọi vùng miền cho Hồ Biểu Chánh đủ vốn sống để viết nên những trường thiên tiểu thuyết mang đặc trưng riêng. Do đó, dù đã đọc và học Những Người Khốn Khổ từ thời trung học khá kỹ, nhưng khi đọc Ngọn Cỏ Gió Đùa, tôi vẫn không nghĩ nó được phóng tác từ tác phẩm này của Victor Hugo. Cho tôi cảm giác ấy, bởi có lẽ Hồ Biểu Chánh đã đưa người đọc trở về khung cảnh, văn hóa làng quê Nam Bộ rất chân thực và sinh động chăng? Âu đó cũng là tài năng miêu tả, phân tích hành động, tâm lý nhân vật của nhà văn.

Và trích đoạn về hình ảnh đểu cáng của bọn quan lại cường hào, để từ đó bật lên cái giá trị văn hóa, giá trị đạo đức, danh tiết của người Nam Bộ dưới đây, sẽ chứng minh cho ta thấy điều đó:

> *"Quan lớn nói rồi đưa tay ngoắc nữa. Ánh-Nguyệt biến sắc, nghẹn hầu, nửa giận, nửa sợ, không nói chi được hết. Quan Huyện đứng dậy miệng cười, chơn bước lần lại chỗ nàng đứng và tay với níu nàng nữa. Ánh-Nguyệt hất tay quan lớn, ngước mặt ngó ngay và nói rằng:*
>
> *- Bẩm quan lớn, quan lớn là cha mẹ của dân, quan lớn phải giữ thể diện chớ sao lại làm việc trái đời như vậy?*

*Phận con tuy nghèo, song con vốn con nhà nho học, con biết lễ nghĩa chút đỉnh, có lẽ nào con vì chữ bần mà phải bán cái danh tiết của con sao? Xin quan lớn hãy đứng xê ra, nếu quan lớn làm trái đạo nghĩa, thì ắt con phải thất lễ với quan lớn đa." (Ngọn cỏ gió đùa)*

Tuy có tư tưởng cởi mở, phá bỏ tập tục khắt khe, song Hồ Biểu Chánh vẫn hướng người đọc đến giá trị gia đình, luân lý đạo đức của xã hội Việt Nam cổ truyền. Thật vậy, từ Bạch Tuyết (Ai làm được) đến Ánh Nguyệt (Ngọn cỏ gió đùa) hay Xuyến (Vợ già chồng trẻ) dù trong hoàn cảnh nghèo túng, bi đát nhất họ vẫn giữ nề nếp gia phong. Đây là một trong những đặc điểm chính làm nên chân dung nhà văn Hồ Biểu Chánh. Do vậy, tiểu thuyết, văn xuôi Hồ Biểu Chánh đến nay đã hơn một trăm năm vẫn còn mang tính giáo dục sâu sắc, bởi nó giữ nguyên giá trị ban đầu. Nếu nói, tất cả tiểu thuyết, văn xuôi Hồ Biểu Chánh đều sử dụng phương ngữ, với câu nói thường nhật (khẩu ngữ), thì quả thực sai lầm. Bởi khi đọc, ta thấy có rất nhiều đoạn văn gợi cảm. Nói như các nhà phê bình ngày nay, Hồ Biểu Chánh sử dụng nhiều biện pháp tu từ, với hình ảnh hoán dụ, so sánh đi sâu vào miêu tả, bộc lộ tâm trạng nhân vật. Một đoạn văn về diễn biến tâm trạng của tình yêu, chưa thể nói là hay nhất trong tiểu thuyết Ngọn cỏ gió đùa, song mang giá trị lễ giáo truyền thống, cùng ăm ắp hình ảnh cho người đọc sự rung cảm sâu sắc:

*"Trai với gái gần nhau, khi ngâm thi, khi hòa đờn, mà cả hai đều học giỏi hết thảy, bởi vậy lần lần rồi tình nàng cũng dan díu, lòng nàng cũng ngẩn ngơ. Chừng chàng dọ được ý nàng đã có tình với chàng rồi, chàng mới dỡ việc tóc tơ ra mà nói nữa. Nàng cúi đầu e lệ, song gượng nói nhỏ rằng:*

*- Em còn có một tháng nữa thì mãn tang của ông thân em. Vậy xin cậu chờ cho em báo hiếu rồi, em sẽ trao thân gởi phận cho cậu, đặng lo sửa tráp nâng khăn mà đền bồi ơn cứu tử...*

*Nàng ngước mắt ngó chàng, hai người nhìn nhau, sóng tình dồi dập, non ái chập trùng, tuy hai người không nói một tiếng chi nữa hết, mà mắt ngó nhau đó cũng đủ ước hẹn cùng nhau trăm năm vàng đá." (Ngọn cỏ gió đùa)*

Đọc Hồ Biểu Chánh, sự bảo tồn, phát triển văn hóa, đạo đức cứ như trách nhiệm của người cầm bút trước cuộc sống vậy. Cho nên, tính chân thực, lòng tự trọng của con người luôn được nhà văn hướng tới, gìn giữ và xây dựng. Và Từ Hôn được viết vào năm 1937 là một tiểu thuyết điển hình về đặc điểm này của Hồ Biểu Chánh. Tiểu thuyết mang tính sân khấu, kịch trường nặng về đối thoại, làm cho câu văn ngắn gọn, sinh động, không gây cho người đọc cảm giác nặng nề. Ở thời điểm đó, thủ pháp nghệ thuật này còn rất mới mẻ. Đọc Từ Hôn, dường như đã tháo bỏ những suy nghĩ lởn vởn trong đầu tôi bấy lâu về tiểu thuyết, văn xuôi Hồ Biểu Chánh chỉ nặng về kể lể, thiếu súc tích. Thật vậy, đoạn trích dưới đây, không chỉ thấy rõ thủ pháp nghệ thuật này, mà còn cho ta thấy được giá trị của tính chân thực, lòng tự trọng cao hơn tất cả:

*"- Cậu thất vận, không có sở làm, quần áo lang thang, ăn ở cực khổ, tôi thấy vậy tôi thương, tôi mới làm mai cho cậu có vợ giàu có, đặng có chỗ nương dựa. Bây giờ người ta chịu gả rồi mà người ta lại thương cậu nữa, thì khỏe quá, ý cậu còn muốn giống gì nữa?*
*- Người ta thương tôi, người ta trọng tôi chừng nào, tôi càng khốn nạn, tôi càng hổ thẹn chừng ấy.*
*- Hổ thẹn chỗ nào?*
*- Tôi hổ thẹn về cái chỗ mình giả dối đó chớ chỗ nào.*
*- Mình giả dối có ai biết đâu mà mình hổ?*
*- Dầu không ai biết chớ lương tâm của mình cũng không biết nữa hay sao?*
*- Thuở nay không thấy ai kỳ như cậu vậy. Đi lấy vợ mà được vợ thương, mẹ vợ mến, rồi sợ mà xin từ hôn, nói chuyện nghe trái đời quá". (Từ Hôn)*

Là nhà nghiên cứu văn hóa, vì vậy cả cuộc đời làm quan, hay khi ngồi trước trang viết, Hồ Biểu Chánh luôn làm hết trách nhiệm gìn giữ, phát triển giá trị truyền thống văn hóa. Và chính ý thức và trách nhiệm ấy cho ông đủ can đảm bóc trần, phơi bày đến tận cùng cái thối nát của xã hội đương thời, cùng nỗi cảm thông thân phận con người. Vì vậy có thể nói, Hồ Biểu Chánh không chỉ là người đặt những viên gạch đầu cho nền tiểu thuyết hiện thực Việt Nam, mà ông còn là một trong số rất ít nhà văn can đảm bậc nhất của Văn học Việt Nam ở thời điểm đó.

**- Phận người trong một xã hội tối tăm - với sự giải thoát linh hồn**

Xuất thân nông dân với gia cảnh bần hàn, do vậy cả cuộc đời Hồ Biểu Chánh gắn chặt với người cùng khổ, dù khi ông làm quan, hay đã hưu trí ẩn dật. Vì vậy, suốt đời ngòi bút của ông luôn đứng về lẽ phải, cảm thông với nỗi đau bất hạnh của con người, và bóc trần bộ mặt thật của tầng lớp quan lại, cường hào. Và có thể nói, Ngọn Cỏ Gió Đùa là cuốn tiểu thuyết hay nhất của Hồ Biểu Chánh viết về thân phận người nông dân Nam Bộ. Ở đó, nhà văn cho ta thấy hành trình hai mươi năm tù tội của người nông dân Lê Văn Đó, chỉ vì can tội đánh cắp một nồi cám heo để cứu đói cho mẹ già và những đứa trẻ. Với những hình ảnh so sánh, tầng lớp quan lại như bọn thảo khấu trên sân khấu hề chèo, lấy nỗi đau của con người để làm niềm vui. Nếu không trải qua, không được chứng kiến, thì chắc chắn Hồ Biểu Chánh không thể viết được những câu văn, hình ảnh sinh động, giễu nhại làm cho người đọc phải bật ra tiếng cười đau đớn và xót xa đến vậy:

*"Lý trưởng coi rồi bèn dạy đóng cọc giữa sân mà trói tên Đó, rồi trở vô nhà ăn thịt uống rượu. Ở trong nhà chủ khách vui say cười hỉ hả, ngoài sân một người nghèo khổ bị đánh rêm mình, mà lại nhịn đói bụng xếp ve.*

*Lý trưởng Tùng để dần dà mấy bữa, đánh chửi tên Đó đã thèm rồi mới chịu giải lên Huyện. Quan tri huyện hành phạt một lớp nữa rồi mới giải lên tỉnh. Quan án sát tra hỏi sơ xịa rồi lên án định đánh đòn tên Đó 100 trượng và đồ 12 năm, về tội cướp của người ta và đánh tài chủ có vết tích...*

*Quan chờ hơn một tháng, mấy dấu roi lành rồi, mới đày Lê Văn Đó lên tỉnh Gia Định." (Ngọn cỏ gió đùa)*

Đọc Hồ Biểu Chánh, ta có thể thấy toàn cảnh Nam Bộ ở đầu thế kỷ hai mươi. Sự phân chia giai cấp dẫn đến mâu thuẫn gay gắt trong chế độ xã hội thuộc địa nửa phong kiến. Mâu thuẫn ấy, đã được Hồ Biểu Chánh khai thác triệt để. Có thể nói, nhà văn đã bê nguyên xi những sự việc, hành động nóng bỏng đang diễn ra ở ngoài xã hội, bằng những phương ngữ (Nam Bộ) vào trang viết của mình. Tính thời sự ấy, làm cho tiểu thuyết, văn xuôi của Hồ Biểu Chánh sinh động, đi sâu vào mọi tầng lớp người đọc. Thật vậy, nếu nỗi đau Bạch Tuyết (trong tiểu thuyết Ai Làm Được) xoay quanh trong gia đình, thì đến Ánh Nguyệt (trong Ngọn Cỏ Gió Đùa) nỗi buồn tủi ấy, vượt ra ngoài xã hội. Và ở đó, Hồ Biểu Chánh cho ta thấy thân phận rẻ mạt của con người:

*"- Bẩm cậu, người ta hiếp tôi quá. Thân tôi là đờn bà, mà họ làm ngang ôm tôi, tôi không chịu tôi cự, họ lại đánh tôi rồi xô xuống sông. Tôi bịnh hoạn, xin cậu thương giùm tôi, tội nghiệp ....*

*Tên lính trợn mắt, nắm đầu nàng mà kéo xển đi, rồi nói rằng:*

*- Ế! Thứ đồ đĩ khéo nhiều chuyện! Về đồn đây rồi mi coi.*

*Ánh Nguyệt đã bị đánh, rồi bây giờ còn bị bắt và bị nhiếc nữa, nàng nghĩ thân nàng thiệt là tức-tủi, bởi vậy nàng than khóc nghe rất thảm thiết." (Ngọn cỏ gió đùa)*

Và từ đó, để cho Hồ Biểu Chánh đủ can đảm chọc thẳng vào cái ung nhọt của xã hội. Bởi vậy, hình ảnh tầng lớp quan lại dưới ngòi bút của nhà văn không còn là lục lâm thảo khấu giấu mặt, đổi tên nữa, mà hiện lên nguyên hình một lũ cướp ngày gian tham và tàn nhẫn:

*"Người thiệt ác quá, tiền bạc thì biết lấy, còn cái thây con Ánh-Nguyệt người ta không thèm dạy lính chôn dùm. Quan Tri-Huyện đi rồi, cái thây sình bay hơi thúi quá, lính ở lại giữ lúa họ chịu không nổi, nên túng thế họ mới bắt dân khiêng ra ruộng đào lỗ mà dập." (Ngọn cỏ gió đùa).*

Hồ Biểu Chánh sử dụng nhiều thủ pháp nghệ thuật khác nhau nhằm bóc trần bộ mặt thật của quan lại cường quyền ở mọi khía cạnh. Và ngay từ ngày đầu xây dựng nền móng cho tiểu thuyết, nhà văn đã chú trọng đi sâu vào miêu tả diễn biến nội tâm nhân vật. Với lời văn tự sự, cùng mượn lời phân tích của nhân vật, nhà văn đã cho người đọc hiểu và nhận diện chân dung của những ông quan phụ mẫu một cách sâu sắc:

*"Nếu Hải-Yến mà bạc vợ phụ con, ấy là tại cái tâm tánh của anh ta là tâm tánh tiểu nhơn. Mà người tâm tánh như vậy, sao lại cho làm quan lớn cai trị đến một tỉnh. Vợ con chẳng biết thương, thì làm sao mà biết thương chúng dân. Người này đã không nên cho sống lâu, mà cũng không nên cho làm quan. Sống thêm một ngày thì hại cho dân thêm một ngày, còn làm quan bao lớn thì hại cho dân cũng bao lớn." (Ngọn cỏ gió đùa).*

Lấy đức báo oán, môt câu thành ngữ gần nơi cửa Phật, dường như là tư tưởng, lẽ sống sáng tạo của Hồ Biểu Chánh. Vì vậy, sự vị tha, với tấm lòng nhân bản thấm đẫm ngòi bút của ông. Nói, tiểu thuyết Hồ Biểu Chánh là những bài giảng luân lý, đạo đức truyền thống, quả thực chẳng ngoa tẹo nào. Thật vậy, nhân quả, hay quy luật vận hành của vũ trụ, một triết lý sống đã có ngay từ tiểu thuyết đầu tay "Ai Làm Được" của Hồ Biểu Chánh. Ở đó, Bạch Tuyết muốn báo thù cho mẹ, bị đầu độc chết từ hơn chục năm trước, nhưng Khiếu Nhàn (ông ngoại) đã can ngăn, khuyên nhủ:

*"Chi vậy cháu! Ở đời làm lành thì gặp lành, làm dữ thì gặp dữ. Đứa dữ thì để cho Trời hại nó, mình nuôi hờn kết oán làm chi."*

Tư tưởng và đức tin ấy đã lý giải cho người đọc, tại sao tiểu thuyết, văn xuôi của Hồ Biểu Chánh kết thúc dường như đều có hậu:

*"Cửa Phật phải mở rộng cho mọi người, dầu người hung dữ đến đây cũng phải chứa, chẳng luận là kẻ đói lạnh. Đạo chẳng nên nghi quấy cho người ta mà tổn công đức." (Ngọn cỏ gió đùa)*

Cùng một thời điểm 1925, nếu Hoàng Ngọc Phách cùng tiểu thuyết Tố Tâm đang chìm đắm trong trong tình yêu, sông nước mây trời với lời văn cầu kỳ, hoa mỹ, thì Hồ Biểu Chánh đi sâu vào đề tài xã hội, cứu vớt hồn người cô đơn, rách nát. Ở đó dù đớn đau, căm phẫn, ta vẫn thấy Hồ Biểu Chánh mở ra một lối thoát, gỡ bỏ hận thù. Bởi, lòng vị tha, tình yêu tha nhân mà đạo lý Nhà Phật đã khai mở cho người nông dân với hai mươi năm tù khổ đau Lê Văn Đó:

*"- Té ra ta không chết, mà bây giờ mi phải chết. Mi coi đó thì biết Trời Phật hại kẻ làm quấy, chớ chẳng hề khi nào giết người làm phải bao giờ.*

*Phạm-Kỳ cúi mặt xuống đất, không nói chi hết. Lê Văn Đó bước lại mở trói cho anh ta rồi nói rằng:*

*- Tuy ta là quân trộm cướp, song ta có nhơn, chớ không phải độc ác như các quan của mi vậy đâu. Ta tha mi đa, mi muốn đi đâu thì đi đi." (Ngọn cỏ gió đùa)*

Nho học, và sự tiếp cận Tây học đã cho Hồ Biểu Chánh có cái nhìn khách quan, chân thực hơn về cuộc sống cũng như con đường văn chương của mình. Cho nên, đọc tiểu thuyết Hồ Biểu Chánh tưởng chừng như ông đang trộn cái món Nho học vào Tây học vậy. Nếu ví khung sườn tiểu thuyết Hồ Biểu Chánh như một chiếc áo veste, thì hồn Việt có trong từng chiếc áo ấy. Do vậy, dù chịu ảnh hưởng khá sâu sắc văn học, tiểu thuyết Phương Tây, song Hồ Biểu Chánh vẫn lấy hành động cao thượng, nghĩa khí phương Đông xây dựng nhân vật chính diện, biểu tượng cho cái đẹp, và lương thiện. Và có một điều đặc biệt suốt sự nghiệp cầm bút, Hồ Biểu Chánh không hề thay đổi lối hành văn của mình. Vẫn tình tiết, bố cục đơn giản, lời văn như khẩu ngữ kể chuyện. Do đó, tuy gần gũi với tầng lớp bình dân nhưng sẽ gây nhàm chán cho không ít người đọc, bởi cái kết (của truyện) như đã biết trước.

Có thể nói, không chỉ là một nhà văn lớn mà Hồ Biểu Chánh còn là một nhà văn hóa. Bởi vậy, tôi đã dành ba tháng liền để đọc ông. Ở đó, cho tôi rất nhiều kiến thức về văn sử địa. Và một bức tranh sống động về xã hội con người Nam Bộ ở những năm đầu thế kỷ hai mươi.

Với bài viết này, tôi chỉ mong góp một phần nào đó làm sáng tỏ thêm chân dung một ông quan tri phủ liêm khiết, trung thực Hồ Văn Trung và một nhà văn lớn Hồ Biểu Chánh mà thôi.

*Leipzig ngày 23.01.2025*

***Đỗ Trường***

## Giới thiệu sơ lược về tác giả

**Đỗ Trường**

- Người Nam Định-sinh năm 1960.
- Định cư tại CHLB Đức từ năm 1987.
- Hiện làm việc và viết văn tại Leipzig

Phụ bản 16: Hoa dâm bụt - Photo: Lương Nguyên Hiền

# *Tịnh Ý*

# TÌM MỘT ÁNG MÂY

*(Bút Ký - Nhân ngày "Kỵ" của Sư bà Bảo Quang: Mồng Ba tháng Năm Âm lịch)*

## I.

Tôi đang ở Huế, thành phố của quê tôi.

Huế “tháng Năm chưa nằm đã dậy”. Tôi thức dậy sớm từ ba giờ sáng khi tiếng gà gáy liên tục sau hè[1] và nằm mỉm cười thương nhớ tuổi thơ.

Trời xứ Huế tháng Năm đã nóng bức. Trừ một hai ngày đầu về đến Huế thời tiết còn mát, còn thì chuỗi ngày tiếp theo trời trở nóng. Thật không dễ chịu cho tôi khi mấy hôm trước ở Châu Âu tôi vừa bước qua mùa Đông giá lạnh. Bây giờ ở đây hai bên cách nhau hơn hai chục độ.

Cái nắng nóng quê nhà làm gợi lại trong tiềm thức tôi bài học thuộc lòng của tuổi lên năm, lên bảy:

*“Ai xui con cuốc gọi mùa hè,*
*Cái nóng nung người nóng nóng ghê.*
*Ngõ trước vườn sau um những cỏ.*
*Vàng phai thắm nhạt ngán cho huê.”*[2]

*(Nguyễn Khuyến)*

---

[1] Sau hè: sau hiên nhà (tiếng địa phương Huế).

[2] Huê: tức là hoa, từ cổ.

Bầu trời trên cao xanh ngắt, không một đám mây. Sau sáu giờ sáng thì nhiệt độ tăng lên từng giờ, từng phút. Ánh mặt trời chói chang chiếu khắp mọi nơi.

Nhưng dù nắng nóng thế nào, hôm nay tôi cũng lấy xe về đồi núi Nam Giao để thăm người thầy cũ, đúng hơn là thăm bảo tháp của người thầy cũ, bảo tháp của Sư Bà Bảo Quang tại Huế, bởi hôm nay là ngày "Kỵ" của Sư Bà (mồng Ba tháng Năm Âm lịch).

Có ai đó viết về buổi sáng ở Huế:

*"Những giọt sương đọng trên lá trúc,*
*Vài sợi mây còn bay lên cao..."*

Đúng là còn vài giọt sương trên lá cây ven đường. Nhưng không, tôi không tìm thấy một áng mây nào trên cao như nhà thơ mô tả.

Nắng sớm đang lên, sáng lòa cả một góc đồi núi, cây cối của làng Dương Xuân thượng, đàn Nam Giao thành phố Huế, dù ven đường những vạt cỏ vẫn còn đẫm chút sương đêm.

Trước mặt tôi, những cây thông già cao vút đứng lặng yên, uy nghi, trầm mặc trên đồi, bên hàng trăm ngôi cổ mộ. Tôi không biết tuổi thọ của cây và của người trong những ngôi mộ cổ kia ai lớn hơn ai! Dù có tiếng xe cộ xuôi ngược trên đường, nhưng khách có thể nghe rõ tiếng ve sầu tràn ngập cả núi đồi. Bởi Huế đang vào Hè!

Xe chúng tôi dừng bên lề đường trước nghĩa trang san sát những ngôi tháp cổ kính: "Nghĩa Trang Chùa Tường Vân".

A ha, đây rồi: "Tường Vân" nghĩa là mây lành... Tôi đang định đi tìm một đám mây để được dịu bớt cái nóng khô khốc của đất trời... thì "Tường Vân" đang xuất hiện trước mặt tôi.

"Tường Vân" là tên gọi ngôi cổ tự của kinh thành Huế. Đó cũng là ngôi Tổ đình mà Cố Đại Lão Hòa thượng Thích Tịnh Khiết, vị Tăng thống đầu tiên của Giáo Hội PGVNTN, sau thời Pháp nạn 1963 ở miền Nam, từng trú ngụ và trùng tu.

Tên ngôi chùa thân quen gợi trong tôi biết bao kỷ niệm thời thiếu niên, thuở hồn tôi còn trong veo như thủy tinh nhưng cũng đầy nhiệt huyết tuổi học trò để tham gia biểu tình, bãi khóa, đấu tranh... đòi tự do tôn giáo, đòi được tự do đi chùa, được treo cờ Phật giáo.

Tôi cẩn trọng từng bước vào nghĩa trang, leo lên nhiều bậc cấp và ngang qua nhiều bảo tháp khác của chư vị liệt tổ của chùa. Nơi đây cũng có bảo tháp của Sư Bà tại Đức, ngôi bảo tháp lưu giữ một phần bảo châu của Sư Bà như ý nguyện quay về nương tựa ngôi chùa Tổ để báo đáp thâm ân giáo dưỡng của Sư cố và chư Tổ đức, sau thời gian dài gần 40 năm hành đạo ở hải ngoại.

Còn tôi, nhân dịp về thăm gia đình, gặp ngày "kỵ"[1] của Sư Bà, tôi muốn viếng bảo tháp, thắp nén tâm hương tưởng nhớ Người và cũng để tỏ lòng biết ơn người Thầy mà tôi được gặp đầu tiên khi tôi đặt chân đến xứ Đức.

## II.

Gia đình tôi đến Đức tháng Bảy năm 1991, khi hai con tôi còn nhỏ; đứa lớn chưa đủ mười sáu và đứa nhỏ mới hơn mười một tuổi.

Bên cạnh niềm vui đến được xứ sở của Tự do, tôi vẫn mang trong mình tâm trạng lo lắng, kinh sợ:

*"Đến nơi đây đất nước lạ lùng,*
*Nghe con chim kêu cũng sợ, nghe con cá vẫy vùng cũng kinh."*

---

1 Kỵ nhật, tức ngày đám giỗ theo cách nói thông thường.

Tôi phải lo thích nghi với đời sống mới, lo "học ăn, học nói, học gói, học mở", cái nào cũng mới lạ, cái nào cũng cần học. Tây chỉ cho mình học đã đành, mà đồng hương có lòng chỉ lại càng gắng học.

Nhưng từ trong tâm thức tôi vẫn nổi lên sự lo ngại về tương lai của con cái. Các con tôi mai ngày có thể thành công trên đường học vấn và sự nghiệp nhưng nếu các cháu quên mất văn hoá cội nguồn của tổ tiên để trở thành những ông tây da vàng mũi tẹt thì công lao của vợ chồng tôi đưa các cháu sang đây sẽ trở thành "công cốc"...

Làm sao một mình tôi có thể giữ lại chút hồn cốt Việt Nam cho các cháu trong tuổi lớn lên, khi suốt ngày các cháu học hành và sinh hoạt tiếp xúc với bạn bè trong trường lớp, sống trong nền văn hoá Âu Tây?

Sau khi biết được thành phố Hamburg có ngôi chùa, tôi mừng như bắt được của, như người đuối sức giữa dòng nước mạnh vớ được chiếc phao cứu sinh. Gia đình tôi đã có nơi để nương tựa: "Mái chùa che chở Hồn dân tộc."

Tôi đưa cả gia đình về chùa lễ Phật, cho các cháu sinh hoạt với các em thiếu niên trong Gia đình Phật tử và cũng từ đó chúng tôi được "kết duyên" với chùa, với thầy.

Chùa ngày ấy nho nhỏ và Phật tử cũng lưa thưa.

Sư Bà (ngày ấy là Ni sư) quê Quảng Nam, tính tình dung dị, điềm đạm. Nghe giọng Quảng của Sư Bà là tôi đã "thập phần" tin cậy rồi. Chẳng biết từ lúc nào tôi đã có một niềm tin vững chắc với bà con xứ Quảng dễ dàng như vậy dù rằng quê tôi có câu "Quảng Nam hay cãi, Quảng Ngãi hay lo...". Có lẽ một phần vì tôi đã từng sống với nhiều bạn bè xứ Quảng chơn chất, thẳng thắn nhưng tốt bụng ở cư xá Huỳnh Thúc Kháng, Huế (cư xá dành riêng cho các sinh viên trong Quảng ra Huế trọ học, vì Đà Nẵng ngày ấy cũng chưa có trường Đại học) hay bởi lòng kính trọng những nhà yêu nước chống Pháp khảng khái, chính trực của các sĩ phu Nam Ngãi như Trần Quý Cáp, Trần Cao Vân... từ trong lòng tôi?

Cứ thế, theo thời gian, tôi thường lên chùa đều đặn mỗi hai tuần và các con tôi mỗi hai tuần được sinh hoạt Gia đình Phật tử. Tôi cũng tiếp xúc với Sư Bà chừng mực. Sư Bà ít khi giảng pháp. Nhưng cuộc sống của Sư Bà là cả một bài pháp lớn cho tôi.

Một chiều, tôi đang phụ cùng các bác quét sân chùa chuẩn bị cho buổi lễ Vu lan ngày hôm sau. Sư Bà tìm đến tôi hỏi chuyện:

- Anh đã quy y chưa?

- Dạ rồi, nhưng từ hồi con nít, giờ con chẳng nhớ gì.

- Vậy thì quy y lại đi. Quy y với thầy nào cũng được, nhưng nên quy y lại.

- Dạ.

Sao Sư Bà từ bi vậy? Sư Bà biết tôi thường sang làng Mai mỗi Hè mà!

Sư Bà thường ưu ái về thăm gia đình chúng tôi, một phần cũng vì nhà có bà Ngoại các cháu cũng rất kính quý Sư Bà. Có khi chúng tôi còn được Sư Bà mời về chùa ăn món mì Quảng do chính tay Sư Bà nấu.

... ...

Tháng 8 năm 2018, sau khoá lễ ở chùa, tôi vội về nhà.

Trên đường đến chỗ đậu xe, cách chùa hơn cả trăm thước, tôi gặp Sư Bà đi bộ một mình. Tôi vừa ngạc nhiên vừa giật mình. Tôi chào Sư Bà và hỏi lý do, sao không có Sư cô hay Phật tử nào cùng đi. Sư Bà chỉ cười cười, xa xăm: "Sư bà đi dạo một chút, các Sư cô đang bận khoá lễ." Tôi theo chân Sư Bà quay trở lại chùa. Bước chân của Sư Bà đã yếu, đã chậm hơn nhiều. Lòng tôi dấy lên một chút bất an về chuyển đổi trong tình trạng sức khoẻ của Sư Bà.

***

Lần này tôi lên đảnh lễ tháp Sư Bà thật thuận tiện.

Tôi nhận ra được ngay bảo tháp của Sư Bà chỉ hơn chục bậc thang trên đồi, ngang qua tháp của chư vị khác.

Tháp Sư Bà vừa có bảng khắc bằng chữ quốc ngữ. Mặt trước tháp có khắc bài kệ chữ Hán của giáo sư Lê Mạnh Thát (Thích Trí Siêu) ca ngợi công hạnh của Sư Bà:

*Bi mẫn kỳ tâm,*
*Ngưỡng triêm cổ đức.*
*Tha phương hoằng pháp,*
*Thủ pháp vi bổn.*

Tạm dịch:

*Lòng từ rãi khắp chốn,*
*Ơn đức Tổ dài lâu.*
*Nơi xứ người hành đạo,*
*Gốc rễ bồi thêm sâu!*

*(Tịnh Ý)*

Tôi thành kính thắp nén nhang tưởng nhớ Người.

***

Sư Bà không phải là Bổn sư của tôi, nhưng tấm lòng giản dị, từ bi của Sư Bà đã lan tỏa vào trái tim của từng thành viên trong gia đình tôi.

Ngoài những dịp được tiếp xúc với Sư Bà ở chùa hàng hai tuần, thi thoảng Sư Bà và có lúc các Sư cô hay cả các bác Phật tử... tháp tùng Sư Bà về thăm chúng tôi. Là một bậc tôn túc lớn, nhưng Sư Bà thật ân cần và giản dị, mộc mạc chân tình như hầu hết người con xứ Quảng khác mà tôi đã được gặp.

Đúng như tên gọi chốn Tổ đình mà Sư Bà được xuất gia tu học, Sư Bà như áng mây lành che mát cho biết bao

Phật tử - trong đó có gia đình chúng tôi. Mỗi lần Sư Bà đến thăm bà ngoại các cháu, Người luôn sách tấn chúng tôi. Giọng Quảng của Sư Bà thật thân tình, ấm áp.

Rồi thật tình cờ, chỉ mới một tháng trước đây, trong bữa ăn sáng tại nhà của một người bạn đồng tu ở Hamburg cúng dường quý thầy, quý sư cô từ Học viện Phật giáo Âu châu đến hướng dẫn tu tập, câu chuyện của chủ nhà vô tình quay về duyên tu học Phật của bà cụ thân sinh của anh và "duyên lành" có mặt Sư Bà trong ngày bà cụ mất giữa thành phố xa xôi xứ Úc, đúng lúc Sư Bà vừa từ Hamburg bay sang đó để dự Đại Giới đàn. Rồi chị vợ của anh tiếp lời kể về lòng từ bi của Sư Bà dành cho cháu bé đang hoài thai bảy tháng không yên trong bụng mẹ. Sư Bà đến thăm chị, thoa nhẹ bụng mẹ và dỗ dành cháu: "Nằm yên nghe con... đừng ra sớm, khổ lắm." Và vài ngày sau... em bé an yên!

Chưa hết, nghe xong câu chuyện ấy, một sư cô lớn trong đoàn lại tiếp lời nhắc đến kỷ niệm khiến sư cô có duyên đi vào đạo, chỉ bởi vì khi Sư Bà về thành phố nơi cô đang ở với mẹ mình thì người mẹ "bắt cô" chở tới nhà nơi Sư Bà đang lưu trú để đảnh lễ Sư Bà, trong lúc cô phải đậu xe bên ngoài chờ mẹ dài cả cổ!

Trong khi chờ đợi cô cứ tự hỏi: Sư Bà là ai mà mẹ cô ấy phải kính trọng như vậy? Và sau đó cô đã tìm câu trả lời: thiết lập bàn thờ Phật ngay chính trong nhà mình, thỉnh Sư Bà đến an vị để mẹ cô từ đó khỏi sang nhà bà bạn, và cô khỏi đứng chờ đón mẹ. Hôm nay chính cô đã trở thành một Sư cô lớn của Học viện.

Vâng, Sư Bà là ai mà mẹ Sư cô ngày ấy kính trọng như vậy? Sư Bà là ai mà bà cụ thân sinh của anh bạn trước lúc lìa trần vẫn thao thức nhờ con đưa đi hàng chục cây số trong cơn mưa bão của Sydney để được gặp? Sư Bà là ai mà sau mấy năm "ẩn tàng" ở đâu đó mọi người còn ca ngợi công hạnh của Sư Bà?

Sư Bà đã viên tịch hay Sư Bà vẫn còn quanh đây?

## III.

Chùa Bảo Quang Hamburg ngày nay đã trở thành chốn tùng lâm rộng rãi, khang trang, xinh đẹp nhiều hơn cả mong đợi của mọi người. Phật tử đi lễ cũng đông hơn ngày trước nhiều lắm. Tôi vẫn thường lên chùa lễ Phật, nhưng lần nào tôi vẫn cảm thấy thiếu thiếu điều gì... Có phải thiếu bóng bác Hai, bác Ba, bác Tư... là những người một thời cùng tôi kết tình anh em huynh đệ, thân tình trông coi chùa khi Sư Bà và các Sư cô phải đi Phật sự. Mấy bác cháu, anh em tự ra vườn cắt bầu cắt bí nấu ăn; tự phân công làm lễ, tụng kinh... rồi ngồi kể chuyện xưa cười ha hả... Hay có phải vì thiếu bóng dáng từ bi, giản dị, mộc mạc nhưng đầy ắp chân tình của một nhà tu xứ Quảng mà chỉ Sư Bà mới có?

***

Tôi quỳ xuống trước bảo tháp của Sư Bà, thành kính đốt một nén hương tưởng nhớ Người... Nhưng tự trong thâm tâm tôi biết rõ, Sư Bà không ở trong tháp này. Thầy không ngồi trong ngôi tháp xi-măng chật hẹp này, Thầy đã trở thành "mây lành" vân du khắp các cõi. Chỗ nào đủ duyên thì Thầy dừng lại để hóa độ.

Áng mây lành (Tường Vân) đó giờ đã thành nước, thành mưa, thành "pháp nhũ".

Lòng từ bi, tính giản dị thường lân mẫn đến những khó khăn hoạn nạn của người khác từ Sư Bà đang lưu chuyển trong những ai có nhân duyên được gặp Người; tiếp tục nếp sống từ bi, giản dị, chân thành ấy, hết lòng với đời, với người thì gặp ngay Sư Bà.

Tháng Năm xứ Huế trời không một áng mây. Nhưng đám mây không bao giờ chết. Tôi tự nhắc thầm lời dạy của Sư Ông Làng Mai, vị thầy nổi tiếng mà tôi được may mắn làm học trò của Người.

Tôi không đi tìm Sư Bà trong hình sắc.

Tôi cũng không đi tìm Sư Bà trong ngôi bảo tháp, dù trong đó có một phần châu báu của Người.

Sư Bà đang vân du đâu đó - như ý thơ của Giả Đảo:[1]

*"Tùng hạ vấn đồng tử,*
*Ngôn sư thái dược khứ,*
*Chỉ tại thử sơn trung,*
*Vân thâm bất tri xứ."*[2]

Thi hào Nguyễn Du dịch:

*"Sư đà hái thuốc phương xa,*
*Mây ngàn hạc nội biết là nơi đâu."*

Vâng - Sư đà hái thuốc phương xa. Và Sư Bà vẫn đang hiển hiện trong hình tướng và tâm thức của bao thế hệ Phật tử có cơ duyên được gặp Sư Bà, trong đó có đủ các thành viên của gia đình chúng tôi.

Tôi rời nghĩa trang. Nắng vẫn hanh hao, nhưng dường như áng mây lành đã trở lại trên trời cao và cả trong lòng tôi.

*Tịnh Ý*

[1] Giả Đảo (779-843), tên chữ: Lãng Tiên, hiệu: Kiệt Thạch Sơn Nhân, là một nhà thơ lớn của Trung Quốc thời Trung Đường.

[2] Nghĩa: Dưới cội tùng chú [tiểu đồng] bảo; Thầy vừa đi hái thuốc; Chỉ tại núi này thôi; Mây mù không thấy được.

# Giới thiệu sơ lược về tác giả

**Tịnh Ý**

- Sinh 1947.
- Quê quán: Huế.
- Hiện đang ở Đức.

trang thơ

# TÔN NỮ MỸ HẠNH

## TẦM GAI THƯƠNG NHỚ

*Khi con thiên nga cuối cùng vỗ cánh*
*cái chấm đen nhỏ nhoi kia*
*sẽ về đâu cuối bầu trời sương giá*
*em biết anh không còn bên cạnh*
*những ngày mùa đông đi qua*
*nhưng cơn mưa xuân vẫn chưa bật mầm nõn lá*

*em đi tìm sợi tầm gai*
*mọc hoang giữa hàng hàng bia mộ*
*dù bàn chân bao lần tứa máu*
*nhìn vầng trăng treo lạnh lẽo bên hồ*
*em cặm cụi kết thành tấm áo*
*đợi anh về.*

*Em đợi mùa tầm gai hoa nở*
*bao lần cố giấu nỗi đau thầm kín*
*con bướm vàng đậu bờ ao thuở ấy*
*chưa bay về đã hết giêng hai*

*sợi tầm gai và bước chân tứa máu*
*tấm áo cũ ngày xưa dệt vẫn còn dang dở*
*cánh chim thiên di ngày ấy*
*dù là trong giấc mơ màu xanh lam*
*cũng không tìm đâu được mùa tầm gai*

*nở những đóa hoa vô thường*
*làm sao cất giữ cho nhau*
*chiếc hôn từ mảnh gương rạn vỡ*
*để giải thiêng một lời hẹn ước.*

## THÁNG GIÊNG MÀU KHÓI NHẠT

*Tình yêu màu khói nhạt*
*Mong manh sợi tơ trời*
*Mênh mông trong tiếng hát*
*Xanh khoảng trời nắng rơi.*

*Tiếng chim qua vòm lá*
*Nhuộm vàng sắc áo xưa*
*Lung linh từng sợi tóc*
*Lấm tấm hạt sương mưa.*

*Góc phố thời xa vắng*
*Tiếng cười thật trong veo*
*Trôi đi trên dốc nhớ*
*Thèm mắt người dõi theo.*

*Vẫn tươi mùa lá biếc*
*Ướp xanh bờ môi ngoan*
*Ngọt trong từng lá cỏ*
*Cánh đồng gió lang thang.*

*Thương tim mình khờ khạo*
*Ngủ muộn trong vườn xuân*
*Nở mùa hoa thiếu nữ*
*Hương trầm len gót chân.*

*Mơ ngày mai thức giấc*
*Em vẫn mãi tuổi hồng*
*Xanh lơ màu mắt ngọc*
*Nhớ hoài tháng giêng xanh.*

# MƯA NGOÀI CỬA LỚP

***1.** Mưa ngoài cửa lớp - Mưa ơi*
*Có mang hạt nhớ gởi người ta thương*
*Một mình chuốt sợi tơ vương*
*Giăng qua phố cũ quãng đường thân quen.*

*Hạt nào vướng sợi tóc em*
*Hạt nào khắc chữ buồn tênh tuổi mình*
*Hạt nào xao xác lặng thinh*
*Hạt nào in tạc bóng hình chon von.*

*Môi người phượng đỏ vàng son*
*Thơm trong hơi thở ai còn nhớ ai*
*Góc bàn nét chữ nhòa phai*
*Mờ trong năm tháng tóc mai còn dài?*

***2.** Mưa ngoài cửa lớp - Mưa bay*
*Hình như ai đó vẫn hoài nhớ nhau*
*Ngẩn ngơ mây xám trên đầu*
*Tiếng mưa dìu dặt chênh chao phận người.*

*Lặng nhìn chiếc lá chơi vơi*
*Về đâu nguồn cội đã rời xác thân*
*Gió lùa lướt thướt ngoài sân*
*Trong lời giã biệt ngại ngần lên xanh*

*Chỉ còn nỗi nhớ loanh quanh*
*Chỉ còn khung cửa tháng năm muộn phiền*
*Tìm đâu vạt nắng bình yên*
*Khoảng trời tháng chín rất mềm sắc hoa.*

***3.** Mưa ngoài cửa lớp - Mưa xa*
*Nghe trong chớp bể nhạt nhòa dấu chân*
*Trong mưa âm vọng phù trầm*
*Mấy điều chưa kể đôi lần tìm nhau.*

*Hồn nhiên như thuở ban đầu*
*Thấm từng hương vị ngọt ngào tinh khôi*
*Vẫn còn nồng ấm làn môi*
*Tóc thơm sao nỡ một đời lại quên.*

*Một ngày đánh mất tuổi tên*
*Tháng năm giữ lại nỗi niềm riêng tư*
*Mưa từ huyễn mộng thiên thu*
*Về qua dâu bể phù hư gọi mùa.*

*4. Mưa ngoài cửa lớp - Mưa xưa*
*Lao xao sỏi đá dấu thưa mất người*
*Tìm trong khoảnh khắc buồn vui*
*Hồi sinh tuổi mộng một trời thần tiên.*

*Biếc xanh ngọn cỏ ngoan hiền*
*Chút mưa chút nắng mắt huyền dễ thương*
*Thả trôi vào cõi miên trường*
*Người về gọi nhớ con đường hoàng hoa*

*Long lanh từng giọt ngân nga*
*Phố dài khuất bóng người xa ngút ngàn*
*Có người ngồi đợi mưa tan*
*Tôi ngồi tôi đợi thanh xuân quay về.*

## ĐÁNH THỨC TẦM XUÂN

*Nghe chồi non thức dậy*
*Mùi cỏ hoa nồng nàn*
*Vương trên từng phiến lá*
*Hạt mưa xuân mơ màng.*

*Chim hót gọi ban mai*
*Hương tóc người thơm lạ*
*Mang niềm vui sum vầy*
*Ngày cuối năm hối hả.*

*Cánh đồng xanh lúa non*
*Mạ bén bùn thơm nắng*
*Vang điệp khúc ngày xuân*
*Ngàn hoa bung sắc biếc.*

*Giao thừa ngời ánh mắt*
*Tí tách ngọn lửa hồng*
*Đất trời lừng hơi ấm*
*Mùi bánh chưng thơm nồng.*

*Quán cà phê góc phố*
*Giai điệu bản tình ca*
*Nghe mùa xuân trở dạ*
*Mưa nắng chợt giao hòa.*

*Má hồng môi thiếu nữ*
*Lúng liếng mùa đoàn viên*
*Ngập ngừng từng nụ biếc*
*Đánh thức nụ tầm xuân.*

## MẬT NGÔN XANH

*Tôi đợi tiếng đàn xanh từ mùa đông năm trước*
*Khi mấy sợi bấc non sẽ sàng luồn qua ngõ*
*Cái âm thanh trong trẻo*
*Chiếc chuông gió ngoài kia có làm anh nhớ*

*Buổi sáng ngồi trước ban-con*
*Tôi thèm một ly cà phê nóng*
*Thèm một bờ môi ấm*
*Cùng lời hẹn hò từ lâu xa vắng*

*Chỉ thấy chiếc kén nâu nép mình sau mép lá*
*Con nhộng ngủ đông một ngày nào đó sẽ bừng tỉnh dậy*
*Hóa thân*
*Bỏ tôi một mình ở lại.*

*Những chiếc lá ve vuốt gọi nhau bằng ẩn ngữ*
*Lòng bàn tay xôn xao từng đốm nắng*
*Giọt nắng nhấp nhô như sóng cuộn*
*Con chữ tung tăng nhảy múa không ngừng*
*Mật ngôn ẩn giấu hoài nghi trong mắt lá*
*Loanh quanh mê cung mình không thể tìm được nhau*

*Khi buổi chiều vừa rụng*
*Bóng tôi sẽ chìm vào tối*
*Và ngoài trời kia*
*Hình như lãng đãng điểm chút mưa xuân dịu dàng.*

***Tôn Nữ Mỹ Hạnh***

## Giới thiệu sơ lược về tác giả

**Tôn Nữ Mỹ Hạnh**

- Tên thật: Lâm Mỹ Hạnh
- Học Sư Phạm và đã dạy một số trường thuộc Tỉnh Sóc Trăng và Thành phố Cần Thơ
- Hiện nay định cư ở Sài Gòn-Việt Nam
- Thơ văn thường đăng trên các tạp chí Ngôn Ngữ, Văn Học Mới, Văn Nghệ Biển Khơi, Chánh Pháp(Hoa Kỳ), Cái Đình(Hà Lan), Viên Giác(CHLB Đức), một số tạp chí Phật Giáo và tạp chí văn nghệ ở Việt Nam

## *Thi Thi Hồng Ngọc*

# NGUYỆN NGÀY AN LÀNH ĐÊM AN LÀNH

Cô An thường thức rất sớm, vì cô làm việc trong cửa tiệm bán bánh mì. Nghề này có khách hàng từ lúc tinh sương. Mỗi ngày cô có mặt ở tiệm từ 4 giờ sáng để nướng, rồi lại chuẩn bị làm các loại bánh mì kẹp thịt hay phô mai. Công việc vất vả, lương lại thấp, nhưng cô rất vui vì mới từ Việt Nam qua, tiếng tăm chưa rành mà đã có việc làm ổn định đủ nuôi mình và dư chút xíu để giúp đỡ cha mẹ ở nhà. Khi cô làm việc thành thạo rồi thì một tuần được nghỉ đến hai ngày. Toàn bộ thời gian rảnh, cô đầu tư cho việc học thêm tiếng bản xứ để dễ dàng hội nhập với đời sống mới. Lúc buồn thì nghe thuyết pháp, tụng chú, niệm Phật. Ngày nào cũng 3 giờ sáng dậy, mở mắt ra là cô An thầm niệm ngay trong đầu Hồng danh Nam-mô A-di-đà Phật, rồi nghĩ tiếp: "Nguyện ngày an lành đêm an lành, đêm ngày sáu thời đều an lành."

Tâm hồn cô chất phác, trung hậu, hay thương người lại siêng năng nên không biết do cô mỗi ngày cầu nguyện hay do bản thân đã có sẵn chủng tử thiện lương. Có lẽ vì cả hai điều kiện ấy nên lần đầu tiên gặp chị Minh Như ở tiệm bánh, nghe chị rủ đi chùa, cô rất vui. Sau đó theo chị chỉ dẫn tinh tấn tu tập mỗi ngày. Cuộc sống cơm áo gạo tiền, đâu đơn giản chỉ tụng kinh niệm Phật mà vạn sự hanh thông. Thực tế đôi khi khá phức tạp, phũ phàng, làm câu niệm Phật cũng bị nghẹn lại giữa chừng. Phật dạy: Tất cả các chúng sinh đều có Phật tính. Quán Thế âm Bồ tát dạy: Từ bi với muôn loài. Cô An vẫn biết thế, nhưng đôi lúc cô vẫn không chịu được những thái độ kẻ cả, ma cũ bắt nạt ma mới của đồng nghiệp, những khách hàng khó tính bắt bẻ này nọ dù chỉ đến mua vài đồng bạc bánh mì, rồi bà quản lý ưa để ý bắt lỗi từng ly từng tí. Thế là tâm cô nghịch lại với tên cô. Có khi cô bị những cảm xúc bực bội, tủi thân xuất hiện rồi từ từ lớn dần, thậm chí choán hết cả tâm trí, đi vào giấc ngủ chập chờn, đầy mộng mị. Chị Minh Như luôn là thiện hữu tri thức, mỗi khi cô "mở lò than" tâm sự, chị ôn hòa khuyên nhủ:

- Chị hiểu tâm trạng tức tối của em, vì "tức" nên mới "tối", chứ đâu có sáng để giải quyết được vấn đề, đúng không? Em nghĩ xem, đồng nghiệp họ có khác gì em đâu, cũng bươn chải đời sống để lo cho gia đình, lại còn kém may mắn hơn em là không có một đời sống tâm linh lành mạnh. Nếu như họ có nói hay hành động thiếu tế nhị, chỉ vì họ không vượt qua khỏi tâm tiêu cực của chính mình. Em phiền giận là em bị họ chi phối, họ muốn em vui hay buồn đều có thể làm được. Tên của em cũng bị họ làm đảo lộn mà em không hay biết, vậy thì quá tội nghiệp rồi! Chỉ có suy ngẫm, kiểm soát được tâm mình đang ra sao, ứng dụng lời Phật, Bồ Tát mới linh nghiệm. Còn khách hàng ư? Dễ quá mà! Họ bước ra khỏi tiệm là quên mất em là ai, còn em lại "ôm" họ đem về nhà để vào tim một mảnh than nhỏ, dại thế!

Cô An thấy bạn đạo chỉ bày rất chí lý, ấy vậy mà phải mất một thời gian khá dài mới thực hành được một chút. Ở Việt Nam hiện nay, đâu có trường lớp nào dạy học sinh cách ứng xử cho hợp đạo đức làm người, đâu có ai dạy người làm có lương tâm và người chủ có lòng trắc ẩn. Cho nên ai ra nước ngoài lao động, việc đầu tiên nghĩ đến là phải kiếm tiền bằng mọi giá, huống chi là những người như cô An, sau khi tốn một số tiền khá lớn cho dịch vụ lao động mới có cửa sang đây học nghề bánh mì. Cô có quyền đổi qua nghề khác, nhưng suy tính thiệt hơn thì sức cô không chịu nổi công việc đầu bếp trong nhà hàng hay làm nghề điều dưỡng. Chẳng còn con đường nào khác, cô đành ngậm ngùi chấp nhận cái nghề lương thấp, việc nhiều này. May mà gặp được chị Minh Như nên những tháng ngày đầu tiên nơi xứ người cô cũng được an ủi rất nhiều. Chị không giống như đám đồng nghiệp và những người đàn bà cô quen, bởi vì dù buồn giận đến đâu chị cũng không bao giờ nói những từ thô lỗ, phong cách thong dong, làm việc dù bận rộn mà vẫn điềm tĩnh, luôn mỉm cười với tất cả mọi người, bất kể người quen thân hay sơ giao. Một nhân cách như thế luôn tạo ra từ trường an lạc cho những người xung quanh. Từ khi gần gũi, cô An còn biết thêm, chị sống một mình nhưng rất biết cách tổ chức sao cho thời gian trôi qua không uổng phí. Chị còn khuyến khích cô đọc sách vì sách là "thuốc bổ não" loại thượng hạng. Cầm cuốn sách hay trên tay hoàn toàn khác với đọc trên mạng Internet, giống như ăn rau tươi trong vườn chắc chắn có mùi vị đặc biệt hơn rau để đông đá nhiều ngày trong tủ lạnh. Cô An thử, ban đầu cũng không quen lắm, cô có thể lướt Facebook cả giờ đồng hồ nhưng chỉ đọc vài trang sách là bắt đầu cảm thấy mệt mỏi. Từ từ cô cảm thấy chị Minh Như nói đúng, đọc những loại sách trong tủ của chị như: Sách "học làm người", những điều cơ bản về Phật Pháp, những câu chuyện về Đức Phật và các vị Thánh tăng đã mở rộng tầm hiểu biết, hướng cô thiếu nữ hơn hai mươi tuổi này có những suy nghĩ thiện lành hơn, cuộc sống an vui hơn, dù còn rất nhiều khó khăn trước mắt.

Thỉnh thoảng có dịp cô theo chị Minh Như đến chùa làm công quả, dù chỉ đứng rửa chén thôi nhưng vẫn thấy rất vui vì nghĩ mình đang được cơ hội hành hạnh lành của người con Phật. Có mỗi một điều cô không thể hiểu, cũng không hoàn toàn đồng ý với vị đạo hữu thân thiết của mình, đó là cách sống cô độc, lặng lẽ chỉ biết đi làm lo cho cha mẹ, rồi chăm chỉ việc tu tập, chẳng bao giờ thấy hoặc nghe chị đả động gì chuyện tình cảm riêng tư. Có lần tò mò quá, cô An đánh bạo hỏi:

- Chị định sống mãi một mình thế này sao? Chị không xấu, không dốt, chị có đủ điều kiện tìm một người chồng hẳn hoi, có con để an ủi tuổi già, tại sao chị không muốn chứ?

- Chị đang sống tệ lắm hay sao? Em không thấy mình thường cầu "Nguyện ngày an lành đêm an lành", bây giờ chị đã đạt được rồi, em nghĩ xem tại sao chị lại đi làm ngược lại để phiêu lưu với những gì chị đang chắc chắn ở hiện tại? Có thể em còn trẻ quá nên không thể hiểu được, sau này khi trải qua cuộc đời "tưởng như là... hẳn hoi" ấy, em sẽ nhớ lời chị nói hôm nay.

Đương nhiên là cô An không thể tin được, làm sao người ta chịu đựng nổi một đời sống không có tình yêu đôi lứa? Thật sự không phải cuộc hôn nhân nào cũng thành công mỹ mãn, nhưng cũng không có nghĩa là tất cả đều đen tối, thất bại. Bạn bè của cô đều có người yêu rất sớm, có đứa đổ vỡ vài lần. Những phụ nữ trạc tuổi chị Minh Như mà cô quen biết, đa số chẳng ai chịu sống cô đơn, nếu có tan vỡ, họ cũng tìm người mới (không cần cưới) vui vẻ qua ngày, thậm chí có người vừa có chồng lại vừa có tình nhân mà không hề cảm thấy hổ thẹn, nếu không nói là còn rất tự hào nữa là đằng khác.

Xã hội ngày nay như một bức tranh treo ngược, mọi người từ từ quen với mọi thứ đảo lộn như thế, nếu không có tôn giáo chắc chắn còn loạn nữa. Cứ nghĩ đến toàn nhân loại đều không tin nhân quả, tội phước, đều ích kỷ, kiêu căng, sa đọa, đều bác bỏ lời khuyên của các vị Thánh thì sẽ ra sao? Đôi lúc cô An cũng lờ mờ nghĩ đến điều đó. Nhưng sinh ra trong một xã hội như vậy, bị giáo dục bởi môi trường sống như thế, lớn lên có những người bạn đều quen nhìn tranh treo ngược như nhau, cô còn suy nghĩ được gì khác hơn là chấp nhận hoàn toàn những thực tế quanh mình.

Quen chị Minh Như được vài năm, kinh nghiệm sống nơi xứ người cũng tích lũy được kha khá, học xong nghề bánh mì, nói và hiểu được tiếng bản xứ ít nhiều, tháo vát hơn trong công việc, những tưởng mọi chuyện êm xuôi thì bất ngờ cái tâm muốn thay đổi để có cuộc sống khá giả hơn bắt đầu trỗi dậy khi cô gặp hắn.

Hắn làm cách nào để sang đây, làm cách nào để có giấy tờ ở lại, làm cách nào để mở được một tiệm Nail sang trọng ngay trung tâm thành phố với bảy, tám nhân viên? Không ai rõ, người ta đồn thổi đủ thứ về hắn nhưng đều công nhận hắn là một người đàn ông thành đạt. Cô vẫn thường đạp xe ngang qua tiệm Nail đó đến chỗ làm, cô không để ý đến hắn, nhưng hắn thì ngày nào cũng nhìn thấy cô. Nét đẹp trẻ trung, thanh thoát, tươi mát của cô làm hắn say đắm. Cô không giống như tất cả các nhân viên trong tiệm hắn. Không trang điểm, không ăn diện mà vẫn đẹp, một sắc đẹp tự nhiên thu hút đến lạ thường. Hắn mò đến tiệm bánh mì, chịu khó tập ăn cái món mà hắn ghét nhất trên xứ này, giá như ở đó có bán bánh mì Hà Nội thì tốt quá (?). Hắn lân la trò chuyện với cô trong những lúc vắng khách, chờ cô tan việc rồi ngỏ lời mời đi ăn uống đâu đó. Hắn ăn nói lịch sự nhưng không được lịch lãm, tỏ ra hào phóng nhưng không có chút hào hoa phong nhã, cố gắng ra vẻ tế nhị nhưng chẳng phải người tinh tế.

Chị Minh Như không ưa hắn lắm, nhưng cô An lại chao đảo vì vẻ bề ngoài hào nhoáng, với sự nghiệp thành công của hắn. Cô bắt đầu dệt mộng về một cuộc sống giàu sang, lái xe đẹp, tiền bạc dư dả tha hồ mua sắm, rồi mua nhà nữa chứ. Có nhà rồi, thêm hai đứa con dễ thương nữa là hạnh phúc tràn đầy.

Cô bỏ ngoài tai những lời khuyến cáo của chị Minh Như rằng hắn có những nét gian xảo, không thể là một người chồng tốt sau này. Sau khi biết chị không ưa mình, hắn ngăn cản cô đi chùa, tỏ ra khó chịu mỗi khi biết hai chị em gặp nhau. Vì nghe những lời đường mật về một tương lai tốt đẹp: cô không cần dậy sớm, không cần chịu lụy bà quản lý tiệm bánh mì khó khăn, không cần để ý đám đồng nghiệp soi mói, cô đường hoàng là một bà chủ tiệm Nail sang trọng, có các nhân viên dưới quyền. Tin hắn, cô bỏ chùa, xa lánh người bạn đạo một thời từng là chỗ dựa tinh thần của mình. Hắn tuyên bố: "Tiền là tiên là Phật, bao lâu nay em tụng kinh, đi chùa, Phật có làm cho em giàu lên không? Nếu em theo anh thì khác ngay, một người đẹp như em đâu thể chết già ở cái tiệm bánh mì đếm từng đồng xu ấy." Tâm cô không còn "bình an" nữa, ngày đêm cô nghĩ đến hắn và tương lai rực rỡ mà hắn đang hoạch định cho cả hai. Chẳng cần cầu nguyện nữa, có tiền thì tất nhiên chuyện gì mà chả an. Cô hoàn toàn bị hắn chinh phục.

Rồi cô An ngây thơ ngày nào đi lấy chồng. Một đám cưới linh đình, cô dâu thay năm sáu kiểu áo, cô đã xinh đẹp rồi, vào ngày cưới càng lộng lẫy làm ai cũng trầm trồ khen. Hắn thích chí đã đành, cô cũng cảm thấy thật tự hào mãn nguyện. Cô có mời chị Minh Như nhưng chị cáo bận không đến, chị lại nói lấp lửng: "Con cá trong lờ khóc mờ cả mắt, con cá ngoài lờ ngúc ngoắc muốn vô." Cô thầm đoán chị chắc có một kỷ niệm thương đau về cuộc tình trong quá khứ nên mới nói thế, nhưng cô chẳng quan tâm vì nghĩ rằng mình tìm đúng người tốt, mình sẽ có hạnh phúc, nhà cao cửa rộng, chồng giỏi con ngoan, sự nghiệp vững chắc.

Những năm đầu thì quả thật như vậy, khi cô có đứa con đầu lòng thì mọi chuyện hoàn toàn khác, cô nghe đồn loáng thoáng chồng mình có tình ý với một ả nhân viên trẻ đẹp vừa vào làm không được bao lâu. Cô bực tức ghen tuông, hai vợ chồng cãi vã liên tục, thằng bé con lại khó nuôi, hay thức đêm, khóc quấy... Cô điên đầu lên, quát tháo cả chồng lẫn con làm gia đình như một địa ngục. Gã chồng được đà, thưa thớt về nhà. Gã chán vợ, chán cả thằng con khó chịu, cuối cùng thì cái gọi là tin đồn ấy đúng là sự thật. Cô An xinh đẹp tươi mát ngày nào giờ như một người mất trí, cô gào thét chửi chồng và ả nhân tình bằng những ngôn từ xấu xa nhất mà cô có thể nghĩ ra được. Phần còn lại là chuyện ly dị là tất nhiên rồi, nhưng tiệm Nail thì cô An chẳng có phần vì là tài sản riêng của chồng trước khi cưới cô, hắn chịu tiền nuôi con nhưng chẳng bao nhiêu vì cô nhân tình cũng chuẩn bị sinh cho hắn một quý tử. Nhà còn mang nợ nên cũng chẳng chia chác được gì. Cô An ngậm đắng nuốt cay ôm con dọn đi nơi khác, rời xa chốn cũ để cố quên đi mười năm bất an đã qua. Bây giờ cô lại tha thiết muốn gặp lại chị Minh Như.

Cuối cùng, họ gặp lại nhau. Chị vẫn như ngày nào, thong dong, điềm tĩnh, tươi thắm. Chỉ có cô là thay đổi quá nhiều: tả tơi, sa sút từ thể xác đến tinh thần. Cô ôm chị khóc nức nở, chẳng nói nên lời, chị yên lặng không hỏi han, không trách móc cũng chẳng dồn dập an ủi. Chờ cô khóc hết nước mắt và nguôi ngoai phần nào, chị mới nhẹ nhàng nói:

- Mình làm lại bàn thờ Phật nha em!

Tuần sau, hai chị em quỳ bên nhau cùng đọc kinh, lời kinh không khác, tâm người có khác. Bây giờ cô mới hiểu được, nếu chỉ "nguyện ngày an lành đêm an lành" suông thôi mà không để tâm tu tập thì làm gì có được "tâm bình"?

***Thi Thi Hồng Ngọc***

## Giới thiệu sơ lược về tác giả

**Thi Thi Hồng Ngọc**

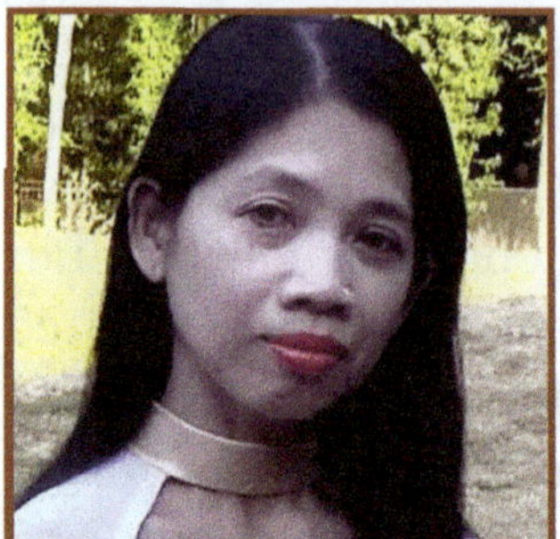

- Tên thật: Dương Ngọc Liên.
- Pháp danh: Diệu Hoa.
- Sinh năm 1970 tại Hội An.
- Tham gia viết cho báo Viên Giác từ năm 2000.
- Bút hiệu: Thi Thi Hồng Ngọc, Mimosa, Tâm An.
- Sở thích: Đọc sách về Phật Pháp, đi dạo, viết văn, làm việc từ thiện.
- Loài hoa thích nhất là hoa sen.
- Món ăn thích nhất là ăn chay.

## *Song Thư TTH*

# Sống Để Yêu Thương

Lão Thầy bói mù ở khu chợ quận bỗng nhiên nổi tiếng như cồn. Không ai rõ sự hiện diện của lão ở đó từ khi nào. Chỉ biết vào một vụ hè, tự nhiên lão ứng khẩu nói với mọi người rằng, năm nay học sinh quận đi thi đại học chỉ duy nhất một người đậu và đậu cao, song le "phúc họa song hành", bên cạnh nỗi mừng lớn lại kèm cái họa không nhỏ.

Quả nhiên y lời lão đoán. Chỉ có một cậu đậu cao, và rồi trên đường đi xe đò vào Sài Gòn nhập học, xe rơi xuống hố, cậu ta may mắn thoát chết, nhưng miệng bị giựt méo xẹo, nói ngọng nghịu và bị liệt. Sau đó với chiếc xe lăn, bán vé số kiếm sống qua ngày. Từ đó cứ thấy cậu là người ta lại không quên nhắc đến cái tài của lão thầy bói mù.

Không những thế, có người lại thêu dệt thêm cho câu chuyện kỳ bí rằng, lão là hậu nhân của một nhân vật nổi tiếng một thời ở những năm đầu thế kỷ 20 - Thầy Tư Nên - người đã coi tướng cho Hoàng tử Bửu Đảo khi ông giả dạng thường dân. Chỉ cầm cây can vạch ngang xuống đất mà thầy Tư Nên đoán ông có chân mạng đế vương. Không ngờ người khách ấy lại chính là Hoàng tử Bửu Đảo. Và quả như lời đoán, thời gian sau, khi vua Duy Tân khởi nghĩa chống Pháp thất bại ở Huế năm 1916, nhà vua bị lưu đày đến đảo La Réunion, Ấn Độ Dương. Toàn quyền Paul Bert đã đưa Hoàng tử Bửu Đảo lên ngôi. Tức là vua Khải Định.

Những sự việc huyền hoặc bao quanh lão thầy bói mù đã đánh bóng con đường sự nghiệp lão thêm chói sáng. Người người xa gần kháo nhau, nườm nượp tìm đến cầu lão coi giúp hung cát biến chuyển cuộc đời thế nào. Trong số đó, có trường hợp ông Phan để lại ấn tượng lâu dài...

Một ngày đầu hạ, khí nóng oi bức len cả vào khóm cây, bụi cỏ đến nỗi bóng râm cũng cúi đầu nhường bước. Ông Phan đang nằm trên cái võng đong đưa được cột giữa hai gốc mận sau vườn. Từ chỗ ông nằm nhìn xéo qua khu vườn sát cạnh nhà ông bạn cách ngăn bằng hàng giậu bông bụp có một chuồng ngựa. Trong chuồng duy nhất một con ngựa cao lớn, lông màu nâu nhạt. Tuy không dám so với con ngựa Xích Thố của Quan Vân Trường do Tào Tháo tặng, nhưng trông nó cũng hùng dũng, khỏe mạnh ra phết! Lâu lâu vào những buổi chiều tà, ông Nhật chủ nhân con ngựa lại rủ ông ngồi chung trên lưng ngựa vừa hàn huyên tâm sự vừa đủng đỉnh cho ngựa thả dọc theo những cánh đồng vàng trĩu lúa.

Hôm nay ông Phan chợt thấy lòng bồn chồn, bứt rứt không đánh giấc được. Nắng hâm hấp trên cao xuyên khe lá rọi xoi xói vào chỗ ông nằm. Bực bội, ông vùng dậy và chợt có ý định tìm lão thầy bói mù xin đoán cho một quẻ giải khuây.

Đến nơi, sau vài câu chào xã giao và hỏi mục đích. Lão thầy bói mù bắt đầu gieo những đồng kẽm âm dương lên chiếc dĩa sứ, quay tít, kêu loảng xoảng rồi dừng lại. Lão dò dẫm đưa mấy ngón tay xương xương sờ từng đồng kẽm. Bỗng nhíu mày:

- Ông hãy đưa hai bàn tay ra.

Lão nói, và chậm rãi nắn bóp, rờ rẫm những đường chỉ tay trên hai lòng bàn tay ông Phan như người ta rà mìn ở đường lộ. Rờ tới đâu hai lông mày đen rậm trên trán lão càng nhíu lại như hai con sâu róm đang chụm đầu gần nhau, mặt đăm chiêu khiến thần thái lão càng thêm kỳ bí. Càng nhìn diễn biến thay đổi trên gương mặt lão thầy bói, ông Phan càng hồi hộp, toát mồ hôi lạnh.

Cuối cùng lão thầy bói mù vừa lắc đầu vừa thở dài đánh sượt, giọng trầm hẳn xuống, nhấn mạnh:

- Ông! Sau này sẽ chết vì... ngựa!!!

Ông Phan run lên. Nói lấp bấp, lập cập:

- Lão! Lão... coi kỹ lại đi. Chết!... Chết kiểu nào?! Bị ngựa đá, bị té ngựa, thua cá ngựa tự tử hay... hay ăn thịt ngựa bị trúng độc???

Nhương nhướng đôi mắt mờ đục như nhìn vào cõi xa xăm khiến đôi mày lão thầy bói giờ đây một lần nữa, như hai con sâu róm đang ngủ yên chợt thức giấc ngo ngoe. Lão trầm ngâm giây lát, từ tốn nói:

- Tôi không phải thần thánh mà biết tường tận mọi sự việc. Dẫu có biết thì "thiên cơ bất khả lậu", nói hết ra sẽ bị yểu mạng. Tuy nhiên tôi có lời khuyên ông: Tất cả hãy hành xử theo đúng cái tâm, biết đâu có thể cải đổi số phận - "đức năng thắng số". Đây là cả một huyền cơ. Tưởng vậy mà không vậy. Tưởng không mà có, tưởng có mà không, huyền huyền ảo ảo vô lường. Trăm sự cũng chỉ một chữ "tâm". Thôi, tôi chỉ nói bấy nhiêu. Tùy ông.

Thế là thế nào?

Từ hôm đó trở về, ông Phan cứ bị ám ảnh về lời đoán của lão thầy bói mù. Có nên tin không? Rồi ông lại tự trách mình tại sao lại đi coi bói làm chi để giờ băn khoăn lo sợ ăn ngủ không yên. Ông lại không dám kể cho vợ con nghe, sợ gia đình lo lắng; cũng như bạn bè, ngại họ cười chê mê tín. Ông chỉ âm thầm đề phòng, thường từ chối khéo mỗi khi ông Nhật rủ rê cỡi ngựa. Dần dà theo thời gian mọi việc đều diễn tiến bình thường. Thỉnh thoảng ông Nhật qua chơi nhà ông Phan. Hai ông ngồi sau vườn nhâm nhi tách trà sen. Chuồng ngựa xeo xéo bên kia. Con ngựa hiền hòa lặng lẽ ăn cỏ. Không có triệu chứng gì... nguy hiểm. Ông Phan tự nhủ nếu như ông có chết vì ngựa, thì chỉ từ con ngựa của ông hàng xóm này thôi, vì chung quanh khu vực không còn con ngựa nào khác. Nó hiền lành thế kia và ông không mon men sấn lại gần, làm sao xảy ra cớ sự. Ông cũng cẩn thận tránh tất cả những việc liên quan về ngựa. Vì vậy, nỗi căng thẳng trong ông từ từ theo tháng ngày vơi đi và rồi, gần như quên hẳn...

Cho đến một ngày cuối thu!

Nắng dìu dịu. Gió hiu hiu. Lá liêu xiêu lìa cành. Ông Phan chợt nghe thèm mùi café thơm ngát ở quán cô Oanh ngoài ngõ. Ông bèn lững thững ra quán, ngồi thảnh thơi bắc tréo chân, rung đùi bên cái bàn thấp lè tè ngoài sân, chờ từng giọt café phin đen láy thánh thót nhỏ xuống cái ly thủy tinh trong veo, thêm chút đường, quậy đều rồi đưa lên môi nhấp từng ngụm nhỏ. Từng động tác nhỏ nhặt, đơn giản, ông cảm nhận cuộc sống đi chậm lại, thảnh thơi và an bình. Nhìn thiên hạ tất bật ngược xuôi, tự nghĩ một ngày không vướng bận, không lo âu cũng là lạc thú giản dị trong cuộc sống.

Chợt tim ông đánh thót một cái rồi đập dập dồn khi nhìn thấy một người. Cậu học trò mấy năm trước lão thầy bói mù ứng khẩu đoán, giờ đây đang ngồi trên xe lăn đẩy tới chỗ ông Phan mời mua vé số. Hình ảnh cậu như một lời chứng hùng hồn cho tài đoán thần kỳ của lão thầy bói mù. Những gì tưởng đã quên chợt đua nhau trở về cuồn cuộn như thác lũ. Ông Phan tự nhiên run lên. Café không còn ngọt ngào nồng đượm mà bỗng đắng chát trong miệng. Cái đắng chát như ông đang nuốt dần nỗi ám ảnh về sự chết chóc trước đây. Nó lớn dần, lớn dần như đè nghẹt trái tim ông. Ông ngồi lặng người trầm ngâm suy nghĩ. Không thể không tin. Thà tin là có!

Ông phải làm gì bây giờ? Chỉ còn cách đối phó với con ngựa ông Nhật. Nhưng như vậy có vẻ xử sự không tốt với bạn. Nghĩ tới nghĩ lui, cân nhắc nặng nhẹ; nếu đem sinh mạng ông so sánh với sinh mạng con ngựa cũng không tội lỗi gì. Miên man nghĩ tiếp hay là kể sự thật cho bạn rồi đề nghị ông bán khuất con ngựa đi. Không được. Ông ấy quí con ngựa lắm, lại còn làm trò cười. Cuối cùng đành theo chước Tào Tháo "Tiên hạ thủ vi cường", thà ta phụ bạn chứ đừng để ngựa bạn nó đá ta một phát. Tận số!!!

Một đêm không trăng, không sao. Thi sĩ, nhạc sĩ mất nguồn cảm hứng, nhưng lại rất thích hợp cho... "du kích quân" hoạt động. Vườn sau nhà hai ông Nhật, Phan tối âm u. Cảnh vật như bị tô đen nhập nhoạng hòa mình với bóng đêm. Chợt nơi góc vườn nhà ông Phan xuất hiện một bóng người. Người này lấp ló, dáo dác nhìn chung quanh, chắc mẩm không có ai mới rón rén đến gần hàng rào bông bụp ngăn cách hai nhà. Bóng người se sẽ trèo qua rào đến gần chuồng ngựa đổ thứ gì đó vào ổ rơm trong chuồng rồi bật diêm. Lửa cháy phụt lên! Người ấy lại nhanh nhẹn quay lưng, nhảy qua hàng rào nhà ông Phan khuất biến.

Hành động của người ấy tưởng đâu được "Chị Hằng" nhắm mắt đồng lõa sẽ không ai bắt gặp. Nào ngờ không lọt qua mắt đôi tình nhân đang ngồi ở gốc khế vườn nhà ông Nhật khi ánh lửa đầu tiên vừa bùng cháy. Có tiếng đối thoại giữa họ:

- Em ơi! Người vừa đốt chuồng ngựa là ba em đó.

- Anh có chắc không?

- Chắc chắn. Khi ánh lửa vừa bùng lên anh thấy rõ ràng là ba em. Chính em cũng thấy mà. Em đừng che đậy cho ba em.

- Em không che đậy, chỉ vì em thấy vô lý, tại sao ba em tự nhiên lại đốt chuồng ngựa ba anh. Anh có nhìn lầm không?

- Không lầm. Một trăm phần trăm là ba em.

- Chết! Nếu chính ba em, anh phải giữ bí mật đừng nói với ai, nhất là ba anh.

- Anh biết rồi, vì cuộc hôn nhân sắp tới của chúng mình, phải tuyệt đối giữ bí mật. Hai ông ba mà giận nhau sẽ cấm chúng mình lấy nhau đó.

Đúng vậy! Người vừa đốt chuồng ngựa chính là ông Phan. May mắn cho ông tuy có người biết chuyện, nhưng lại là con gái ông và con rể tương lai.

Cuộc đối thoại kết thúc. Hai người chờ cho bóng ông Phan khuất hẳn vào nhà mới hô hoán lên. "Lửa cháy! Cháy chuồng ngựa rồi!" Ông Nhật từ nhà trên nghe tiếng lao nhao chạy nhanh ra vườn. Chỉ thấy chuồng ngựa lửa rực cháy cao cuồn cuộn, tiếng ngựa hí vang, tiếng giãy lồng lộn. Mùi khen khét. Mọi người hối hả xách nước chữa cháy, đến khi dập tắt lửa, lôi con ngựa ra thì nó chỉ còn thoi thóp thở, lông cháy rụi. Một lúc, con ngựa nằm im cứng đơ. Nó đã chết rồi! Ông Nhật ôm con ngựa gào lên:

- Ngựa ơi! Con ngựa cưng của tôi! Thế là... tiền trôi sông, trôi biển hết rồi!

Chiều hôm sau, ông Nhật vác bộ mặt thiểu não như đưa tang qua nhà ông Phan than thở:

- Anh biết chuyện gì không, đáng lý ra chiều nay tôi định mời anh đi nhậu đã đời từ tiền bán ngựa, nhưng tối qua con ngựa tôi bị chết cháy rồi.

Tim ông Phan tự nhiên đập lô tô, nhưng cũng giả vờ:

- Có chuyện đó sao? Tối qua tôi ngủ mất đất nên không biết gì hết. Mà tại sao lại bị cháy?

Ông Nhật càng rầu rĩ:

- Tôi cũng đâu biết tại sao. Lúc đó do con gái anh và

con trai tôi phát hiện. Chúng nó cũng không hiểu nguyên do. Tôi cũng lấy làm lạ tự nhiên mà chuồng ngựa phát cháy. Tôi phỏng đoán, có lẽ đứa nào đi ở hẽm sau vườn, hút thuốc lá rồi vụt tàn thuốc vào ổ rơm. Tôi mà biết đứa nào tôi bẻ lọi cổ!

Ông Phan chợt đưa tay lên cổ... "xoa xoa", hùa theo:

- Chắc vậy rồi. Người lớn không ai vô tâm như thế đâu. Đây là mấy nhóc tập tành hút thuốc rồi vứt nó bừa bãi. Con cái nhà ai mà... mất dạy quá!

Hai chữ mất dạy ông Phan nói hạ giọng.

Ông Nhật còn ngồi nán lại kể lể dông dài. Nào là có người bạn dẫn một tay chơi ngựa ở Sài Gòn về, vô tình phát hiện con ngựa quí, có thể đem đi chạy đua. Tay đó hỏi mua với giá cao nên ông Nhật chịu bán. Hẹn 2 tháng sau sẽ trở lại chồng tiền đầy đủ và lấy ngựa đi. Chính là sáng nay đúng hẹn mà tối qua ngựa bị chết. Đã mất số tiền lớn lại còn phải bồi thường tiền đi lại cho người ta. Xui ơi là xui. Tôi cũng không kể anh nghe sớm, định khi có tiền bán ngựa rồi, mới qua cho anh hay và mời anh đi nhậu tạo sự ngạc nhiên bất ngờ chơi.

Ông Phan ngồi nghe ông Nhật cà kê một hơi, một hồi lòng than thầm: Trời ơi! Bất ngờ chết người! Sao anh không nói sớm thì tui đâu đốt con ngựa anh chi. Xui ơi là xui! Hai ông sui tương lai cứ than xui qua xui lại. Tuy nhiên trong cái xui cũng còn cái hên, sự việc được giữ hoàn toàn bí mật cho đến ngày hai ông bị xui làm sui thiệt.

Từ đó ông Phan nhẹ hẳn người, giải quyết một mối lo canh cánh trong lòng. Dù đôi khi ông cũng thấy áy náy, tiêng tiếc, giá như ông Nhật nói sớm thì ông đâu đến nỗi dùng hạ sách đốt ngựa, khiến bạn ông phải mất số tiền to tát.

Riêng ông Nhật, tuy chuyện ngựa chết dần quên lãng, nhưng mỗi khi chợt nhớ đến lại tấm tức tiếc số tiền lớn bị mất. Hai cô cậu chứng kiến chuồng ngựa bị đốt ngày nọ, nay đã thành vợ chồng sống chung nhà với ông Nhật. Một đêm vợ chồng ra ngồi ở gốc cây khế trò chuyện. Người chồng bỗng nhắc lại chyện cũ:

- Em à, anh vẫn thắc mắc tại sao ba em lại đốt chuồng ngựa ba anh. Em có biết tại sao không?

- Em cũng không biết. Vì hỏi ba chẳng khác nào mình tự khai đã thấy ba đốt chuồng ngựa hay sao?

- Em nói có lý. Nhưng ba ở nhà vẫn tiếc hùi hụi về số tiền lớn bán ngựa. Ba còn tấm tức lắm đó!

- Đúng! Tao còn tấm tức lắm! Nhưng tức nhất là hai đứa bây biết chuyện mà còn toa rập với thằng cha tụi bây ém nhẹm. Hai đứa bây lập tức dọn ra khỏi nhà tao. Không, con trai tao ở lại. Chỉ có con kia dọn về bển ở.

Hai vợ chồng giật mình cùng quay lại. Ông Nhật lù lù từ nhà vệ sinh gần đó tông cửa bước ra, tay đang kéo quần. Người chưa đến, lời đã tới rồi. Hai người vội ỉ ôi, phân trần, xin lỗi đủ thứ... Ông Nhật vẫn hầm hầm, lăm le:

- Tội của tụi bây tạm thời gởi đó!

Cả đêm hai vợ chồng hồi hộp, sợ ngày mai cha này sẽ qua làm to chuyện cha kia. Đàng nào cũng là hai cha. Cha anh, cha em. Biết xử sao đây!? Nhưng họ ngạc nhiên và rất vui mừng là "cha anh" vẫn... án binh bất động.

Thời gian thấm thoát thoi đưa. Chẳng mấy chốc đã gần giáp năm, tính từ ngày ông Nhật phát hiện chính ông Phan đã đốt con ngựa. Năm ấy là năm Ngọ, chỉ còn một tháng bước sang năm Mùi. Mọi người rộn ràng lo sắm sửa Tết. Những gì lo trước cứ sắm để sẵn, kẻo cận ngày dồn việc lại phải mua đắt. Khi ấy ông Phan nhận chuyên chở một số hàng lớn ra Hà Nội cho kịp bán Tết. Nếu trễ hạn sẽ bị bồi thường 15% với giá trị số hàng theo hợp đồng. Đêm trước ngày khởi hành ông Phan bày biện hoa quả, luộc một con gà cúng trước mũi xe như thường lệ. Ông lâm râm khấn vái một cách thành khẩn mong Trời Phật phù hộ cho ông đi đến nơi về đến chốn bình an. Việc cúng bái xong xuôi, ông cầm gói nhang cất lại chỗ cũ trên xe, vào nhà ăn nhanh rồi ngủ sớm lấy sức cho cuộc hành trình vào rạng đông hôm sau. Nhưng ông quên một điều quan trọng vẫn thường làm là khóa cửa xe cẩn thận.

Sau hai ngày khởi hành tin đưa về làm rúng động cái quận nhỏ bé hiền hòa. Xe ông Phan bị tuột dốc ở đèo Hải Vân, và vì muốn tránh chiếc xe đò đang chạy trước mặt, ông bẻ tay lái, xe bị va mạnh vào hốc núi. Đầu xe bị móp méo nặng nề, còn ông Phan đầu đụng mạnh vào thành xe đã chết trên đường chở đi cấp cứu. Hôm sau xác ông được đưa về nhà giữa tiếng khóc vang vật vã của vợ con, và xúc tiến việc ma chay.

Hôm tẩn liệm lão thầy bói mù được mời đến để coi ngày giờ tốt chôn cất cũng như đứng chủ lễ. Giữa căn phòng nhuộm màu tang tóc, trong bộ áo lễ thụng vàng in những chữ hình bùa màu đen, gương mặt lão nghiêm trang, đôi mắt nhắm nghiền, đứng yên bất động. Chợt lão trầm giọng: “Giờ nhập quan sắp bắt đầu”. Những ai có tuổi Ngọ xin rời khỏi nơi đây lập tức kẻo sẽ bị chết trùng vì bị người chết kéo theo.

Những tiếng khóc vỡ òa của thân nhân trước cảnh âm dương cách biệt từ đây. Kẻ khác thì yên lặng, chắp tay cúi đầu tưởng niệm trước người chết. Không ai để ý có một người âm thầm lặng lẽ lui ra khỏi phòng. Người đó chính là ông Nhật.

Câu phán vừa rồi của lão thầy bói khiến ông Nhật rúng động tâm can. Ông bước đi nặng nề khập khểnh, miệng lâm râm khấn vái những gì chỉ ông hiểu, chỉ ông biết...

Suốt thời gian cúng thất tuần, ông Nhật đều qua nhà thắp nhang, cúng vái ông Phan một cách thành khẩn. Con dâu ông hết mực quí kính cha chồng, vì nghĩ ông không để bụng về chuyện ngựa năm xưa. Rồi năm tháng cũng dần trôi. Con dâu ông sinh hạ một đứa cháu trai đích tôn thật bụ bẫm. Ông thương quí vô cùng, xem như bảo bối. Khi cháu được 6, 7 tháng, đã biết đùa, biết làm trò cho cả nhà cười vui, mọi người thay nhau giành bế bồng. Nhưng có điều ai bế ẵm bé cũng không sao, nhưng hễ ông nội vừa đưa tay bế, là thằng bé khóc thét lên. Ban đầu cả nhà lấy đó làm trò cười, chế giễu tại ông nội có hàm râu xồm xàm làm cháu sợ. Dần dà cứ mỗi lần xảy ra hiện tượng như vậy, ông Nhật lại đăm chiêu, tư lự, thoảng một đôi khi gương mặt ông tỏ ra khó hiểu... Và, không còn muốn gần gũi thằng cháu đích tôn bảo bối của ông.

Cũng từ đó ông Nhật thường có những giấc mơ hoảng trong đêm khiến ông la hét làm cả nhà thức giấc. Hỏi đến, ông đều trả lời không có chi. Nhưng thấy cha chồng thời gian sau này tiều tụy, thần sắc bất an, con dâu lo lắng khuyên ông nên đi bác sĩ, ông đều một mực chối từ. Mọi việc cứ lần khần như vậy rồi cũng tạm gác bỏ một bên để hai vợ chồng lo tổ chức thôi nôi cho bé.

Hôm ấy thân thân, họ hàng, bạn bè quây quần thật đông đủ. Quà cáp chất cao như núi. Ông Nhật cầm món quà ôm cháu vào lòng hun hít. Giữa lúc tiếng nói, tiếng cười rộn rã của mọi người vang lên, đứa bé bỗng đưa hai tay đẩy cổ ông nội ra xa, và khóc thét ngằn ngặt!

Đừng bóp cổ!!! Đừng bóp cổ!!!

Tiếng thét kinh hoàng của ông Nhật cố thoát ra cửa họng làm tất cả mọi người đều giật mình hốt hoảng. Họ thấy tay ông tự giữ chặt lấy cổ, mắt trợn trừng, và nghe ông tiếp tục rên la:

"Anh Phan! Anh Phan! Hãy tha mạng! Tui không cố ý giết anh đâu. Tui công nhận đêm đó đã lẻn vào xe anh phá cái thắng. Nhưng tui chỉ muốn nó trục trặc giữa đường cho anh chậm trễ phải bồi thường số tiền lớn cho người ta, trả thù anh đã giết ngựa tui, khiến tui bị một phen tán tài. Tui chỉ có ý đó thôi, chứ hoàn toàn không có ý đồ giết anh. Tui xin thề, xin thề! Anh Phan ơi! Xin tha mạng! Tha mạng!!!

Cô con dâu nhào đến ôm chặt con vào lòng bàng hoàng quỵ xuống. Òa khóc! Cô thật không ngờ cái chết của cha cô là do bàn tay cha chồng nhúng vào. Dù sao đi nữa cha cô đã bị chết oan, chết tức tưởi. Cô lại không ngờ người cha chồng mà bấy lâu nay cô kính trọng, xem ông là người rộng lượng, bao dung lại là người khéo léo che đậy cái dã tâm, mưu mô trong lòng. Sự thất vọng đó khiến cô sững sờ, hụt hẫng như vừa mất mát một cái gì quý giá. Phải! Cô đã mất niềm tin yêu ngay cả với người thân nhất đang sống cận kề. Liệu từ đây niềm tin yêu ấy có còn tìm lại được trong cuộc sống mà vốn dĩ nó làm cho cô có thể vui sống; liệu từ đây cô có thể khắc phục bản thân để tạo cho mình sức sống, quên đi những phức tạp trí trá lọc lừa của lòng người, nhất là những người cô đặt lòng thương yêu, kính trọng. Suy nghĩ đến đây cô bỗng ôm con vùng dậy, chạy về nhà mẹ.

Đêm đó ông Nhật qua đời sau những cơn vật vã kinh hoàng!

Sau một đêm suy nghĩ, sáng ngày cô con dâu bồng con về lại nhà chồng. Cái chết của cha chồng và sự việc bèm nhèm xảy ra hôm qua trước sự chứng kiến của bao nhiêu người, cô con dâu không còn gì giấu giếm. Cô kể ngọn nguồn câu chuyện bắt đầu từ khi cha cô đi coi bói. Số là khi biết cha chồng rõ cha mình đốt ngựa của ông, cô về nhà hỏi cha nguyên cớ, mới hay những lời thầy bói đã ám ảnh cha và thúc đẩy ông hành động. Mọi người mới vỡ lẽ.

Thế rồi bao lời bàn tán xôn xao, những lời bàn phiến diện về cái chết của ông Nhật. Người thì cho là hồn ma của ông Phan nhập vào ông Nhật, kẻ cho rằng ông bị ám ảnh, ray rức bởi cái chết của ông Phan mà do chính ông gây ra. Nhưng tựu chung vẫn là mổ xẻ chung quanh cái chết của ông Phan thật là có cái gì vô hình. Ông không chết trực tiếp vì ngựa, nhưng cũng từ con ngựa đã dẫn đến cái chết của ông sau này, hơn nữa ông chết do ông Nhật ám hại mà ông Nhật lại là tuổi Ngọ. Nói tóm lại cái chết của ông Phan tất cả đều liên quan đến ngựa. Đúng như lời lão thầy bói. Đó là một huyền cơ, giải được hay không chỉ do cái "tâm".

Một lần nữa cả quận càng khâm phục tài tiên đoán của lão thầy bói mù và xem ông như biểu tượng của thần linh.

Sau sự kiện trên, người trong quận bỗng thấy lão thầy bói mù biệt tăm. Thế giới huyền bí cũng theo gót chân phiêu bạt của lão trôi nổi về đâu...? Trả lại cái quận nhỏ bé đã một thời xôn xao, sinh hoạt tháng ngày bình lặng cũ.

Còn vợ chồng nọ, sau hai cái chết vô lý của hai người cha đã có cái nhìn suy tư về nhân sinh quan. Họ không thể tiếp tục giẫm trên vết xe cũ của đời trước nghĩa là, nối tiếp căm hận nhau; cha anh giết cha em, cha em giết cha anh... trong vòng lẩn quẩn. Được gì!? Hay sẽ lại dẫn đến một gia đình tan nát. Vợ chồng chia tay nhau đã đành, đứa con thơ của họ sẽ mất đi một trong hai thứ tình thiêng liêng, tình cha và tình mẹ: có cha, không mẹ; có mẹ, không cha. Vậy thì, tại sao con người lại cứ phải vướng mắc những chấp ngã nặng nề?

Tâm không trong sáng dẫn đến đầu óc ngu muội - phạm sai lầm. Tâm oán thù dẫn đến lương tri đen tối- gây tác hại. Họ tự nhủ sẽ cố gắng sống rộng lượng hơn, khoảng khoát hơn, vị tha hơn, dù đường đời bao nghịch lý dẫy đầy dễ làm con người lung lay vọng động. Tuy nhiên, qua câu chuyện ngựa, với bao phức tạp của đời sống nội tâm, với bao cái tôi to lớn, con người không bao giờ chịu dừng bước trước thiệt hơn, trước hận thù... đã cho họ một bài học và nhận chân rằng: Sống là để yêu thương.

***

Qua câu chuyện trên chúng ta thấy những gì?

Đó là hai cái chết thật phi lý của hai người cha. Người thứ nhất chỉ vì tâm bất an, hoảng loạn khi nghe câu đoán của lão thầy bói mù: "Ông sẽ chết vì ngựa!". Người thứ hai với lòng nhỏ nhen, tiếc của và cái tâm sân hận quên luôn tình bạn, trả thù "chơi" lại, nào ngờ dẫn bạn đến cái chết oan uổng.

Từ đó đưa chính ông vào sự ám ảnh, khủng hoảng để rồi chết một cách tức tưởi.

Theo nhà Phật đó là cốt lõi của phiền não tạo ra ba độc tố, chính là Tham- Sân- Si và từ đó tác động trên con người sinh ra các trạng thái hỗn loạn làm tâm ô nhiễm. Muốn "thanh lọc tâm" con người cần phải tự kiểm soát bản thân, cần có trí tuệ để phân biệt đâu là sai trái, cần có nghị lực để kềm chế những tác hại liên lụy đến mọi người. Tóm lại cần loại bỏ tham- sân- si ra khỏi ý niệm.

Đối với hai người con thì hoàn toàn ngược lại. Họ có tư duy đúng đắn không lặp lại "lịch sử" cũ từ đời trước, hành xử sự việc một cách tốt đẹp, đáng khen. Tất cả chính là nhờ họ giữ được "tâm bình" trước nghịch cảnh.

Luận về cái tâm, từ xa xưa cũng kể rằng:

Có ông vua nọ tổ chức cuộc thi, ai có thể vẽ lên một bức tranh diễn đạt được sự bình an. Trước bao nhiêu bức họa nhà vua chỉ thích và chọn ra hai bức.

- Bức họa thứ nhất vẽ khung cảnh sơn thủy u nhã êm đềm với mặt hồ phẳng lặng trong xanh phản chiếu từ bầu trời xanh không một gợn mây. Chung quanh hồ bao bọc bởi núi non hiền hòa, rừng cây xanh lá điểm tô.

- Bức họa thứ hai hoàn toàn ngược lại. Người ta có thể cảm nhận ngay sự hung hiểm của bức tranh giữa một bầu trời u ám xám xịt, núi non hiểm trở cheo leo và ghềnh thác dữ dội đổ xuống.

Nhưng cuối cùng nhà vua lại chọn bức họa thứ hai. Tại sao? Vì nhà vua phát hiện phía sau ghềnh thác nguy hiểm đó, lấp ló một bụi cây mọc ra từ hốc núi, có một tổ chim và chim mẹ đang an nhiên ấp ủ thương yêu chim con như không hề cảm nhận có chuyện gì đang rình rập đe dọa.

Dưới đôi mắt nhà vua chỉ là tổ chim êm đềm, an bình ẩn núp phía sau "bức màn" thiên thiên khắc nghiệt. Nhưng qua lăng kính nhà Phật, không đơn thuần chỉ là tổ chim phía sau ghềnh thác mà nó hàm chứa một ý nghĩa sâu xa hơn. Hình ảnh đó, chính là biểu tượng bên trong sâu thẳm nội tâm của chúng ta được an trú trước bao nghịch cảnh.

Đặc San Văn Hóa Phật giáo 2025, chủ đề Tâm Bình - Thế Giới Bình với ý nghĩa sâu rộng bao hàm cả hai phạm trù Đạo và Đời. Đó như thông điệp nhắn nhủ, kim chỉ nam trong cuộc sống và nhất là, như nước Cam Lồ từ nhành dương liễu Phật Bà Quan Âm rải rắc xuống những tâm hồn đau thương giữa đường đời nghịch cảnh; đánh thức xóa nhòa sự tăm tối trong lòng chúng ta rằng "đường đời không có ngõ cụt mà chính con người tự đưa mình vào đó" và từ đó, có thể định hướng cho nội tâm an trú bình an để ý thức được rằng đời vẫn còn đáng sống, vẫn còn ý nghĩa nếu chúng ta biết đi tìm "lẽ sống".

Tâm bình - Sống để yêu thương, chính là phương cách chuyển hóa tâm hồn bao dung, cao đẹp hơn giúp chúng ta có thể xoa dịu mọi phiền não đồng thời truyền năng lượng tích cực lan tỏa chạm đến trái tim những ai cùng đồng hành trong cuộc sống cùng dựng xây một xã hội trật tư, an vui và hạnh phúc - thế giới an bình.

***Song Thư TTH***

# Giới thiệu sơ lược về tác giả

**Song Thư TTH**

- Tên thật: Lê Trần Hưng
- Pháp danh: Diệu Hiền
- Sinh năm 1955
- Định cư tại Thụy Sĩ từ năm 1980
- Cộng tác với báo Viên Giác, Hannover từ năm 2010.

Phụ bản 17: Thược dược - Photo: Lương Nguyên Hiền

## *Trần Thị Nhật Hưng*

# Tâm không bình, thì sao?

Tâm bình, thế giới bình. Đó là điều hiển nhiên.

Vậy tâm không bình thì sao? Thế giới loạn là cái chắc. Là địa ngục trần gian không ai muốn định cư, nhưng do vô minh, vô tình chui vào mà không biết.

Thiên đường, địa ngục chẳng đâu xa, hiện diện ngay trên cõi đời này mà tôi may mắn đã nhìn thấy.

Mỗi khi về Việt Nam, tôi thường hay nói với người nhà:

- Rời khỏi Thụy Sĩ là tôi đang rời thiên đường. Đã thiên đường thì ít người lên được, vắng vẻ, buồn lắm, nên hằng năm tôi thường chu du các nơi, cho dù nơi đó ồn ào, bát nháo, có là địa ngục trần gian chăng nữa, cũng để giải khuây chốc lát cho biết sự tình rồi... thăng!

Mọi người trố mắt ngạc nhiên, ai nấy giương mắt nghe tôi giải thích.

Thụy Sĩ nổi tiếng trên thế giới với cảnh sắc thiên nhiên hữu tình, thơ mộng, với những sông hồ nước trong xanh như cẩm thạch. Nhưng nói cho cùng, nước nào mà chẳng có cảnh đẹp, đẹp do thiên tạo và do nhân tạo cũng có. Nhưng nét đẹp của Thụy Sĩ là đẹp từ hình thức lẫn tâm hồn bên trong, như cô gái xuân thì dịu dàng, không màu mè, không trau chuốt, rất tự nhiên, thêm tươm tất và nhất là sạch sẽ, cô gái đó thu hút bao văn nhân mặc khách tán tụng dung nhan cô và muốn đồng hành với cô.

Thụy Sĩ là thế đấy, bên cạnh thiên nhiên ưu đãi còn có sự tiếp tay của con người. Đó là biết giữ gìn tài nguyên (gia sản) chung của đất nước, không phá rừng, chặt cây bừa bãi, không đánh bắt lung tung. Và nhất là biết giữ vệ sinh chung. Sự sạch sẽ góp phần không nhỏ để cảnh sắc được trong lành, bảo vệ sức khỏe. Ngoài ngắm mát mắt, tâm hồn còn thư thái hít thật sâu vào lồng phổi mùi hương hoa; cỏ nội Thụy Sĩ rãi đều như chiếc thảm nhung xanh trải khắp đất nước. Nhưng muốn được vậy, con người cũng góp công không nhỏ vào công việc xây dựng chung. Từ cấp lãnh đạo đã có những kế sách, giáo dục hướng dẫn người dân làm sạch đường phố, ý thức từ việc nhỏ nhặt nhất như hốt phân chó bỏ vào thùng rác riêng nằm rải rác bên đường cũng như những thùng rác công cộng cho những loại rác khác. Đã vậy, đường đã sạch, thỉnh thoảng vẫn có những xe "ông lô" (xe hút bụi) với cái chổi thật to hút sạch bụi còn vương vãi bên đường. Thử hỏi còn bao nhiêu bụi nữa để bay vào nhà chứ. Chỉ còn chút bụi đời mà thôi.

Tinh thần chung đó không thể một sớm một chiều mà có, nếu không xuất phát từ tâm, từ tấm lòng yêu đất nước của các nhà lãnh đạo qua sự phục vụ nhân dân và hướng dẫn dân ý thức được lợi ích chung, để cùng nhau chung hưởng.

Còn con người Thụy Sĩ thì sao?

Những danh từ nhân ái, hiền lương, thật thà, thánh thiện... vẫn chưa đủ để nói về bản chất của họ. Trong môi trường tốt đó, giúp những đứa trẻ Việt Nam sinh trưởng tại Thụy Sĩ hấp thụ một nền giáo dục tuyệt vời.

- Con khai sao cho mẹ giảm tiền thuế nha con.

- Không đâu mẹ à, đóng thuế là bổn phận của người dân để chính phủ có tiền lo cho mình. Mẹ không thấy mình hưởng rất nhiều phúc lộc từ nước này sao.

Bọn trẻ tuân thủ một cách nghiêm túc, không bỏ rác bừa bãi, không băng qua đường khi thấy đèn đỏ, dù chẳng thấy xe nào đi qua, không chụp hình những nơi ghi bảng cấm, không hái hoa trái công cộng khi không phải của mình, không biết nói dối luôn... v.v. và v.v.

Tuyệt vời.

Bên cạnh những việc nhỏ nhặt đó, chính phủ còn đưa ra kế sách thế nào để đem lại sự no ấm cho toàn dân, không phân biệt thân sơ, chủng tộc. Với tinh thần đó, người dân luôn an tâm không lo sợ đói khổ thiếu thốn. Mất việc, ăn tiền thất nghiệp. Hết tiền thất nghiệp, sau khi cứu xét kỹ càng tùy hoàn cảnh chuyển sang ăn tiền xã hội, đủ cho sinh hoạt trong cuộc sống trung lưu. Không sợ khi già không nơi nương tựa. Viện dưỡng lão năm, sáu ngàn quan cho một tháng (tiền quan Thụy Sĩ tương đương như Euro và US đô la), nếu không đủ tiền nhà nước sẵn sàng trang trải. Do vậy, không ai sợ những bất trắc có thể xảy ra để đưa người dân đến đường cùng. Mức sống tối thiểu hầu như đều như nhau. Sự chênh lệch giữa người giàu và kẻ nghèo không quá đáng để phải tị nạnh ghen ghét nhau. Người giàu được ngủ yên, nhà nghèo không lo đói. Chưa kể ra đường đi đối diện nhau, còn lịch sự mỉm cười chào nhau dù không quen, thì làm gì có chuyện lớn tiếng gây gổ nhau. Nếu có vấn đề gì xảy ra, không nhiều lời cãi cọ, mời cảnh sát xử dựa theo pháp luật. Mà pháp luật thì được thượng tôn, mọi người dân bất kỳ giai cấp nào đều bình đẳng như nhau trước pháp luật. Pháp luật không phải chỉ dành áp dụng "trừng trị" người dân, lại bao che cho phe nhóm, người thân quen, người giàu hay kẻ quyền thế.

Sống như vậy, chan hòa trong tình người, ai nấy đều hài lòng, an tâm. Tâm bình thì xã hội cũng bình thôi.

Chẳng thế mà, Thụy Sĩ thái bình thịnh trị từ hơn hai trăm năm nay, luôn nằm một trong 10 top đầu theo thống kê của thế giới, có truyền thống lịch sử về sự trung lập, không xảy ra bất kỳ một cuộc chiến tranh nào, còn là trụ sở của nhiều tổ chức có tầm vóc quốc tế như Ủy ban Chữ thập đỏ còn gọi là Hồng Thập Tự theo sáng kiến của ông Dunant, một doanh nhân người Thụy Sĩ thành lập năm 1863, trong tinh thần chúng sinh đều bình đẳng như nhau, xem mọi người là anh em với mục đích cứu giúp các nạn nhân chiến tranh cũng như thiên tai, hoạn nạn, không phân biệt chủng tộc hay quốc gia nào. Ngoài ra tại Genève Thụy Sĩ còn có trụ sở Liên Hiệp Quốc là nơi tổ chức các hội nghị quốc tế giải quyết mọi tranh chấp của các nước trên thế giới.

Nếu tất cả các nước cũng như vậy, tôn trọng sự sống, an nguy của người khác, trong đó có mình, không làm những gì mà không thích người khác làm cho mình, thì làm sao chiến tranh xảy ra?

Vậy, nếu trái với những điều trên, tất nhiên tâm không bình, thì sao?

Thử bước ra từ các chỗ hôi thối, cống rãnh đầy rác rưởi bừa bãi hoặc những nghĩa trang xây dựng lớn nhỏ lổn ngổn... là đã khó chịu, vì bị xúc phạm đến nhãn căn và tỉ căn rồi. Ra đường chạm nhẹ một người, thay lời xin lỗi nhau cho qua, thì hùng hổ sừng sộ nhau "Con mắt mày để đâu? Có biết bố mày đây là ai không?" hoặc "Cái xe tao, mày biết bao nhiêu tiền không mà sớn sác đụng vô? Hạng đói rách như mày, làm sao biết được." Những lời lẽ trịch thượng chói tai như thế chỉ đưa đến cãi nhau, đánh nhau, thậm chí giết nhau từ một việc không đáng. Rồi những chuyện chen lấn, ai cũng muốn mình trước, mình hơn, phục vụ cho cái tôi của mình mà không ý thức trật tự xã hội. Người lãnh đạo thì lợi dụng chức quyền tha hồ hưởng lợi lộc ưu tiên... v.v... và v.v. Những chuyện như thế vô tình đã khơi gợi cho cái sân hận của mọi người lên cao.

Còn nói về những chuyện to tát hơn, an sinh xã hội không được bảo đảm. Con trẻ đi học phải trang trải, ngoài học phí càng lúc càng cao, còn những khoản tiền bất ngờ gọi tên đóng góp cho nhà trường, cha mẹ không đáp ứng được, đứa trẻ ở lứa tuổi hồn nhiên chỉ ăn và học, đành phải kiếm thêm bằng bán vé số hay bỏ học ngang. Nếu có người bịnh nữa, bịnh nan y thì cũng tán gia bại sản. Còn nghèo thì nằm rên rỉ đớn đau chờ chết. Trong khi đó, người giàu, nhất là từ tiền bất chính càng giàu thêm. Kẻ nghèo thì nghèo đi. Sự chênh lệch giữa hai giai cấp càng lúc càng tỷ lệ nghịch, chưa kể rất nhiều người giàu còn huyênh hoang, hung hăng, hỗn hào, hống hách, khinh rẻ kẻ nghèo và luôn hát điệp khúc "biết bố mày là ai không?" vô tình đào sâu hố chia rẽ trong xã hội vốn đã suy đồi. Tình trạng ỷ vào tiền bạc, cướp vợ, giựt chồng một cách ngang nhiên công khai thách thức đã khiến không ai còn tin yêu nhau. Một cái thùng rác, hay chậu cây hoa coi được để ngoài sân cũng có thể bị mất cắp. Một cô gái có cái xách đầm đeo vai lơ ngơ không phòng bị cũng bị giựt bất chấp nguy hại đến thân mạng của người đó. Ngay những người giàu có cũng phập phồng lo sợ cảm thấy bấp bênh không rõ có bình an hưởng lộc hay bị phá sản, vào tù từ một nguyên nhân nào đó.

Một xã hội như thế không thể đem bình an cho mọi người, đều xuất phát từ cái tâm tham, sân, si, mạn, nghi, ác kiến v.v. thường bắt nguồn từ môi trường mà nền giáo dục của nhà trường, gia đình, xã hội kể cả bản thân không được chặt chẽ đúng cách mà ra.

Tục ngữ có câu "Thượng bất chính, hạ tắc loạn", do vậy "trên bảo, dưới không nghe" không ai còn tin ai đã đưa xã hội, đất nước dù bên ngoài trông phồn vinh, hào nhoáng, nhưng thực chất lòng người không cảm thấy bình an, hạnh phúc trọn vẹn.

Thế thì, lời của ngài Khổng Tử "tu thân, tề gia, trị quốc, bình thiên hạ", lời Phật dạy "tu tâm" (nhất thiết do tâm tạo) để đâu mà không áp dụng để an dân, bình thiên hạ để cùng nhau hưởng thái bình có hơn không?

Ôi thôi, bàn lắm cũng thế thôi. Cuối cùng ai cũng thấy rõ rằng: Tâm bình, thế giới bình. Còn Tâm không bình thì chẳng những mình mà hoàn cảnh bên ngoài cũng loạn theo. Có đứng trước cảnh đẹp của Thụy Sĩ, lòng buồn cảnh có vui đâu bao giờ, rồi tiện chân đá cái này hất cái kia, xa hơn trút buồn bực cho người xung quanh. Xa hơn nữa, còn trút... bom lên đầu nước khác, thế là chiến tranh xảy ra, vì mỗi cá nhân là tế bào của xã hội, đóng góp cho thế giới bình trong đó bản thân mình cũng hưởng lây. Sống có ý thức, nhận thức, tỉnh thức chỉ một thời gian ngắn sau, kết quả là sự bình yên sẽ đến không cầu.

*Trần Thị Nhật Hưng*

## Giới thiệu sơ lược về tác giả

**Trần Thị Nhật Hưng**

- Trần thị Nhật Hưng, Pháp danh: Diệu Như, sinh năm 1953 tại Nam Định.
- Học Đại học Văn khoa Sài Gòn niên khoá 1974-1975.
- Bắt đầu viết văn năm 1980 (viết cho mình đọc).
- Định cư tại Thụy Sĩ năm 1982.
- Email: tranthinhathung@yahoo.de

**Cộng tác báo**: Phụ Nữ Diễn Đàn, Việt Nam Tự Do, Đẹp (Hoa Kỳ). Lửa Việt (Canada). Viên Giác (Đức). Báo online: Trang nhà Quảng Đức, Hoa Vô Ưu.

**Tác phẩm đã xuất bản**:

- Truyện Hay Hải Ngoại - Giấc Mơ Xưa - Tuổi Hồng Con Gái - Cô Gái Gò Công (Truyện dài)
- Tham gia viết chung: Những Cây Bút Nữ Báo Viên Giác (Tập 1 & 2) - Đặc San Văn hóa Phật giáo Việt Nam.
- Giải thưởng: Giải nhất và hai giải khuyến khích trong cuộc thi "Viết Về Âu Châu" do chùa Viên Giác Đức quốc tổ chức (2002) Ba giải sơ kết trong cuộc thi "Muôn Nẻo Đường Đời" do báo Saigon Nhỏ tại Hoa Kỳ tổ chức; giải Hương Pháp 3 trong cuộc thi "Ứng dụng Phật Pháp trong Đời Sống" do chùa Hương Sen tại Hoa Kỳ tổ chức (2022).

# *Chúc Thanh*

## Tình yêu

*Lòng ta chôn một khối tình,*
*Tình trong giây lát mà thành thiên thu.*
*(Khái Hưng)*

Mon âme a son secret, ma vie a son mystère
Un amour éternel en un moment conçu[1]
(Félix Arvers)

Nhân ngày lễ tình yêu, nhắc đến tình yêu, hẳn ta nhớ ngay đến bài thơ Tình Già, tả cuộc tình chắc nịch của cụ Phan Khôi:

*Hai mươi bốn năm xưa*
*Một đêm vừa gió lại vừa mưa*
*Dưới ngọn đèn mờ*
*Trong căn nhà nhỏ*
*Hai mái đầu xanh kề nhau than thở*
*Ôi đôi ta thương nhau hẳn đà tình nặng*
*Mà lấy nhau hẳn đà không đặng*
*Đến nỗi lòng tính trước phụ sau*
*Chi bằng sớm liệu mà buông nhau.*

*—Hay, nói mới bạc làm sao chớ*
*Buông nhau làm sao cho nỡ*

---

1 "Hồn tôi có một bí mật, đời tôi có một điều huyền nhiệm / Một tình yêu vĩnh cửu được tạo nên trong khoảnh khắc". Đây là hai câu thơ nổi tiếng trích từ bài "Mon âme a son secret" - thường gọi là Le Sonnet d'Arvers - tức Sonnet của Arvers. Thể thơ Sonnet của thi ca Pháp là thể thơ gồm 14 câu. Tác giả là Félix Arvers. *[Chú thích của Ban Biên Tập]*

*Thương được chừng nào hay chừng nấy*
*Chẳng qua ông trời bắt đôi ta phải vậy*
*Ta là nhân ngãi, đâu phải vợ chồng*
*Mà tính chuyện thủy chung.*

*Hai mươi bốn năm sau*
*Tình cờ đất khách gặp nhau*
*Hai mái đầu đều bạc, nếu chẳng quen lung*
*Đố có nhìn ra được?*
*Ôn chuyện cũ mà thôi, liếc đưa nhau đi rồi*
*Đôi mắt còn có đuôi...*

*(Tình già - Thơ mới Phan Khôi)*

Thưa bạn, chuyện tình yêu là vậy, là xa xưa như trái đất, và vẫn luôn luôn là mới, vì con người sống cần tình yêu, con người mà không có tình yêu thì quá mộc mạc đến u tối, như một bầu trời không trăng sao. Tình yêu có nhiều thay đổi, tùy theo tuổi, theo hoàn cảnh và tùy theo mỗi người.

Khi ta còn trẻ, tình yêu tuổi đôi mươi nồng cháy hăng say, "yêu là yêu không bờ bến rồi...."

Qua tuổi trung niên, tình yêu ấm áp, phong kín và đậm đà đầy kỷ niệm khó phai nhòa.

Tình yêu với thời gian, đi vào tuổi lão niên, nếu còn sống, đó là những sợi tơ hồng thừng, chão bền chặt, khó rời.

Có những cụ ông cụ bà 70, 80 tuổi còn sống bên nhau, nương dựa lẫn nhau, không phải là họ chỉ cậy nhờ nhau miếng cơm ly nước, mà họ nương tựa vào sự có mặt bình yên của nhau rất nhiều, bà khỏe thì ông khỏe, ông vui thì bà vui theo, một cánh hoa tàn thì cánh hoa kề bên sẽ rung rung.

Tôi xin kể hầu bạn nghe câu chuyện tình yêu khá đặc biệt của cha mẹ nuôi tôi, là ông Quách Vĩnh Sanh và bà Võ Thị Chanh.

Lý do tôi khăng khít liên hệ với họ cũng rất tình cờ. Hồi đấy ông chồng tôi đi xa, bận công việc, tôi ở lại nhà một mình hai ba tháng, đặng coi chừng nhà, vì có lúc xã hội quá bất ổn.

Ở nhà một mình, tôi tự do coi T.V. tối ngày, ra vô internet coi tin tức và đi du lịch quảng cáo hà rầm, riết cũng chán, mỏi mắt, hôm ấy đẹp trời, tôi quyết định ra ngoài.

Tôi ra siêu thị Auchan gần nhà. Ô vui quá, siêu thị giáp dịp lễ Noël cuối năm rộn rịp người mua sắm, đầy hàng hóa đủ màu lóng lánh tươi vui, nhộn, rộn ràng. Đi rảo rảo mỏi cẳng, tôi ra băng ghế ngồi nghỉ, uống nước và đọc sách. Chỗ đấy có một quầy sách tự do, ai muốn coi cứ lấy coi, coi xong tự nhiên để lại chỗ cũ. Rồi đang coi sách dạy nấu ăn, tự nhiên có một chị đồng hương ghé ngồi xuống kế bên và ngỏ lời:

- Chị ơi, chào chị, chị là Việt Nam hả? Chào chị và cho mình làm quen nhe, chị cũng ở gần đây?

- Chào bồ, oui, tôi, Việt Nam, tôi ở gần đây thôi, tôi tên Mai, rất vui được quen bạn.

- Em ở ngay dãy nhà sau siêu thị, residence de nénuphar, em tên Liên, 55 tuổi, em còn làm việc cho banque Société Générale. Em có chồng và hai con đã lớn. Em còn có một mẹ già 95 tuổi, đang ở với em cùng nhà.

- Mình hơn bạn 10 tuổi, vừa nghỉ hưu, nên rảnh rang và như lúc này thư thả ra đây đi dạo chợ Noël.

Ngồi cạnh nhau thủ thỉ tâm tình được khoảng nửa giờ, thì cô Liên mới dạm hỏi:

- Chị ơi, chị có biết ai là người Việt mình, mà muốn đi nuôi một bà già Việt Nam không? Mách dùm em, đó là nuôi, canh giữ má em đó. Bà còn tỉnh táo lắm, chỉ cần người giúp đỡ khi bà ăn uống, thay áo quần, giúp làm vệ sinh và canh chừng bà trong nhà thôi.

Tôi nghe Liên kể một lô công việc, liền nheo nheo mắt:

- Nè, mướn mình đi, mình đang muốn làm việc nè!

- Ok, vậy được quá, cám ơn chị, em đưa chị về nhà gặp má em nhe, má em tên Chanh, gọi là má Chanh!

Tôi rảo bước đi theo Liên về gặp má Chanh... chẳng biết cụ như thế nào, chanh hay quất đây, nhưng tôi tự nhủ sẽ cố gắng chiều và săn sóc cụ... vì tôi mồ côi, thiếu mẹ từ thời thơ ấu. Tôi thích có mẹ lắm.

Nhờ thế tôi được gặp má của Liên, đó là một cụ già gần 100 tuổi, 95, nói cho đúng. Cụ già rồi mà còn sạch sẽ chu đáo gọn gàng. Cụ đẹp người, mặt sáng như gương và rất tình cảm, cụ gọi tôi là con gái ơi, và tôi cũng kêu bà là má cho tiện việc thưa gởi.

Mỗi ngày tôi đến 8 giờ sáng, coi chừng má Chanh cho Liên yên tâm đi làm; chiều lối 7 giờ, Liên về nhà và tôi về nhà tôi. Liên trả tôi một phong bì tượng trưng 20 euros mỗi chiều và một phần ăn tối.

Liên có một ông chồng Tây rất dễ mến, cởi mở và lịch sự. Louis vui vẻ với má và cả với tôi nữa.

Vậy mà một tuần lễ sau, má nói má sắp về nhà má, thì con gái có đi theo coi chừng má nữa không? Ok để xem, thì ra má thu dọn về nhà má, cũng gần đó thôi, ở phía bên kia siêu thị, nhà của nhà nước cho mướn, nên không đẹp, sang trọng như cái villa của vợ chồng Liên ở.

Tôi đưa má về nhà má, mẹ con đi bộ, cũng không có gì nhiêu khê ngoài hai giỏ xách gọn ghẽ. Lúc chia tay Liên tâm sự với một chút bực bội:

- Chị Mai à, thôi về bển, chị vẫn đến săn sóc má như ở đây nhe, em vẫn trả tiền sòng phẳng như vậy, ở bển cũng như ở đây vậy.

Tôi lơ mơ không hiểu lắm thì Liên kể lể tiếp:

- Má không muốn ở với tụi em lâu, chỉ chừng vài ba bữa là má đòi về bển, ở bển, má sống với cậu tư, cậu là chồng đầu tiên, chồng sau đó và chồng bây giờ của má! Liên nói lung tung không rõ lắm. Nhưng sau khi đưa má về bên nhà housing, gặp cậu tư, thì tôi hiểu rõ hơn hoàn cảnh của má.

À, ra là vậy, cậu tư là chồng má Chanh, là ông Quách Vĩnh Sanh thân quý, mà những ngày tiếp theo đó, tôi coi ông như cha nuôi của tôi vậy và kêu ông bằng ba Sanh.

Ba Sanh tánh tình rất hào hiệp, cởi mở thân ái với tất cả mọi người xung quanh, từ đứa con nít chạy giỡn đâm sầm vào ông tới cả người đưa thư (facteur). Ông tướng người cao ráo phương phi, mặt mũi sáng láng, rất xứng đôi với má Chanh.

Khi rảnh rang, ông ra ngoài vòng rào siêu thị, lượm ba món đồ còn tốt như quạt, nồi cơm điện, TV, mà người ta xài chán quăng bỏ, ông mang chúng về lau chùi, tu bổ lại, khi thử điện xong, thấy vận hành tốt, ông ghi vô là: "đồ này còn tốt" (en bonne qualité), xong bao bọc, mang bỏ để ngoài hành lang siêu thị, coi ai có cần hay nghèo túng thì cứ tự nhiên khuân về mà xài, "hoàn toàn miễn phí" (c'est gratuit)!

Ngoài cửa sổ hành lang nhà, ông trồng đủ loại bông hoa rất vui, đẹp rực rỡ. Quý nhứt là những chậu bông giấy đủ màu đỏ, tím, trắng, vàng. Có những chậu hoa lan đã tàn mà ông khéo tu bổ tưới tắm, chúng lại trổ bông nhiều lắm, rất dịu dàng.

Tôi chỉ có thể đứng trước giậu mà ngắm ngó, nhưng chẳng dám mở lời khen, vì lỡ khen thì ông cụ hối:

- Lấy đi, lấy vài giò mang về nhà cô đi, trồng cho vui!

Chúng tôi tự nhiên đi tới chỗ thân tình rất mau vì ba Sanh đã kể là, khi xưa ông ở trong quân đội Việt Nam Cộng Hòa, ông cứ nói vắn tắt, dân V.B ấy mà! Tôi thắc mắc vặn hỏi V.B là cái gì? Ông cười xòa, võ bị ấy mà, võ bị Đà Lạt. À ra thế. Ông ở trong quân đội, tôi nhỏ hơn nhiều tuổi và cũng ở trong hàng ngũ giáo chức thể chế VNCH.

Ngày ấy, trước 1975, tôi dạy học ở Nhơn Trạch, Biên Hòa. Nghe nói vậy, ông mừng rỡ vì ông có một người bạn chí thiết là Đại úy Long, làm Quận trưởng quận Nhơn Trạch đồng thời.

Ông cứ kể đi kể lại tới hai ba lần là cái ngày đình chiến theo Hiệp định Paris 27-01-1973, ông về quận Nhơn Trạch thăm Yếu khu Thành Tuy Hạ, thăm quận trưởng Long rồi nhơn dịp đó, có quân nằm vùng mặt trận mang cờ hai màu ra căng ở bìa rừng cao su để giành dân chiếm đất, ông tức tối rủ Đại úy Long chở đại bác ra phía ngoài bìa rừng, lên đạn nhắm thẳng cờ mặt trận bắn, đoàng đoàng đoàng cho lá cờ cộng sản của chúng chạy biến mất vô rừng cây cao su rậm rạp...

Ông cũng từng tâm sự về mối tình tha thiết của ông và bà má... "Ba biết má lúc má còn con gái, ở Trung Lương, Mỹ tho, má còn trẻ, đẹp lắm với tuổi ngoài đôi mươi, má đẹp dịu dàng, trong sáng, rất khả ái. Khi đó, ba có 16, 17 tuổi ba đã nhìn thấy và thầm yêu cô Chanh. Ít năm sau, má đi lấy chồng, má lấy ba Hiếu, là ba ruột của cô Liên đó, và Liên có một em trai tên là Thảo. Nghe nói em trai Thảo đã mất khi còn nhỏ. Sau khi họ đã có hai con, chẳng may ba Hiếu bạo bệnh mà mất đi lúc tuổi còn rất trẻ. Người ta đồn má Chanh có số sát phu; sát gì sát, ba vẫn thầm yêu trộm nhớ cô Chanh.

Sau khi chồng chết, má Chanh buồn bỏ lên Sàigòn, buôn buôn bán bán, rất khấm khá, vào thời buổi người Mỹ đổ vào Việt Nam khá đông. Còn ba thì gia đình hối thúc lên Sài gòn học thi Tú tài. Sau đó, may thi vô được quân trường VB Đà Lạt.

Vô được trường VB, ba vùi đầu học quân sự và giùi mài kinh sử để quên đi tình yêu day dứt buổi đầu. Sau bốn năm học, về đơn vị tác chiến, ba đi hành quân nhiều nơi thấm mệt thấm vui mà ba vẫn không quên người cũ.

Trong một lần về Sàigòn bát phố, lang thang qua các đường Lê Thánh Tôn, Lê Lợi, Nguyễn Trung Trực, rồi đường Tự Do, tình cờ dòm qua những cửa kính những mặt hàng sang trọng, ô, ngớ ngẩn, mà ba loáng thoáng thấy ai như cô Chanh ẩn hiện lấp ló giữa một lố cửa kính, ba định thần nhìn kỹ và mạnh dạn bước vô một cửa hàng, vô rồi, ba thấy má Chanh con thiệt, bằng xương bằng thịt, bà như rớt từ trên trời xuống trước mặt ba. Bà đó, bà đứng bán trong một cửa hàng mỹ phẩm Coty sang trọng ở Thương xá Passage Eden. Ba vô chào và hai người nhận ra nhau... cùng quê Mỹ Tho đã 9 năm trước. Từ đó, thấu rõ hoàn cảnh đơn thân của cô Chanh, nên về được thành phố là ba lui tới đó hoài hoài. Y như là má Chanh cũng ưng ý ba... nên vui lắm mỗi lần gặp nhau. Hồi đấy, như là ba cũng khá bảnh bao.

Nhưng, cái gì cũng nhưng, là gia đình bên ba phản đối dữ dội, không cho ba cưới cô Chanh, viện lẽ trai tơ không lấy gái nạ dòng!

Nhưng ba rất yêu và nhứt định cưới cô Chanh làm vợ chánh thất, ba giận má ba và không kể họ hàng, ba tự lo làm đám cưới trong quân đội và ba có mời cho được cô Mai Lệ Huyền và ca sĩ Hùng Cường tới hát giúp vui... đám cưới nhà binh, vui, hùng hậu, rôm rả lắm... cô dâu thì đẹp não nùng... và may thay hôm đấy đấy, cái tụi VC nó không pháo kích ùng oàng...

Sau đó, ba có nơi dừng chân ở Sàigòn mỗi lần về phép, ba má sống êm đềm bên nhau, rồi mỗi lần được ra ngoại quốc như qua Mỹ hay qua Mã Lai học về tác chiến cận chiến, đi và về thì ba mang theo hai valises chất đầy mỹ phẩm, hàng deluxe cho má con bán... xen kẽ là những đồ lót đắt tiền. Nói thiệt ra lương nhà binh, ba đâu có nhiều nhặn gì tiền mà giúp má nuôi Liên và em Hùng mà má mới sinh ra sau này.

Nhưng, lại nhưng nữa, là khi má buôn may bán đắt, bạo tay kiếm tiền lớn, thì mất Miền Nam, ngày 30-04-1975, ngày đại nạn dân Miền Nam ta.

Ba không về kịp nhà một lần, ba bị bắt ngay trong đơn vị tác chiến, ba là tù binh bị đẩy ra Bắc ngay. Mịt mù tin tức, mãi ba năm sau, mới hay tin má Chanh đã xoay sở nhờ cậy một người bạn hàng ở Pháp làm mai mối cho má một ông Tây già, để làm hôn thú đặng má xuất cảnh mà mang theo các con ra ngoại quốc. Ở nước ngoài má phải sống với người chồng Tây 5 năm trời, hầu hạ săn sóc ổng và khi ổng ra đi vĩnh viễn. Má Chanh lại lần mò quay về Việt Nam.

Về lại quê hương, má lặn lội đường sá xa xôi thăm ba, sau lo liệu làm lại hết giấy tờ hồ sơ bảo lãnh kịp mười năm sau, khi ba được thả về, má lo cho ba cùng sang đây.

- Con coi, tình thì nặng, nghĩa thì đầy, mà sao Liên hay kiếm chuyện cằn nhằn má nó và ba hoài!"

- Ba để đó con, con lo vụ này. Con sẽ giải thích cho Liên nó hiểu là: con nuôi cha không bằng bà nuôi ông và ngược lại ông nuôi bà cũng vậy, đó là phong tục Việt Nam. Lại nữa, má ở bên đó, trong ngày hai đứa nó đi làm suốt, nhà vắng hoe, buồn hiu...

- Mà này, ba cũng 86 tuổi rồi, lúc này coi má Chanh run run yếu, lo cho má ba có mệt không?

- Thì có ngày ba cũng mệt cầm canh, nhưng ba hạnh phúc sống bên má. Quê hương đã mất rồi, mất tất cả rồi... ba còn một chút hạnh phúc nhỏ nhoi tuổi già bên bà ấy. Tội nghiệp, ông nói thế đó rồi xúc động, đưa khăn giấy Kleenex lên chặm chặm đôi mắt lèm nhèm.

Mà ông thương yêu bà hết lòng, bà thích ăn bánh cuốn hay bánh tôm, ông lật đật làm hay có tiệm bán đâu đó, tìm mua về cho bà ăn. Trước là vụng, sau lần lần khéo và ngon, hai người vừa ăn vừa ngỏn ngoẻn ngó nhau cười y như hai đứa con nít nhỏ.

Khi thấy trên mặt bà có lẩn mẩn vết thâm thâm, ông vội tìm crème mỹ phẩm về thoa thoa nhẹ nhàng, xóa xóa những vết nám trên da bà. Ông nói bà không phải là bà già, mà bà là bà trẻ của ông. Thiệt ra bà nằm hơi nhiều trong ngày! Có lần Liên bất chợt nhìn thấy ông đang lau mặt thoa kem cho bà, nó đưa tay lên trời, cần nhằn: "Đúng là hai con khỉ già!"

Tuy là "bà trẻ" của ông thiệt, nhưng mà bà đã phải mang tã (couches) và ông luôn chằm hăm rình xem thứ ba nào siêu thị bán hạ giá couches, ông vội đi mua ngay về cho bà 2, 3 lố bự... đặng thay luôn cho dễ chịu.

Đêm đêm bà ngủ mơ ngủ mớ, kêu và gọi, làm ông lại hô mệt cầm canh! Ban ngày, khi ở đó, tôi hối ông đi ngủ một buổi chiều đặng lấy lại sức khỏe... Có lần đó, ông kể ban đêm rồi, bà mơ và gọi lớn: "Hiếu ơi, Thảo ơi..." bảo rằng nằm mơ thấy người trong gia đình đã mất từ lâu là điềm gở... Nhưng rồi ông đứng lên tập vài động tác thể dục nhẹ và rót nước uống ngay.

Một lần đó, bà nói bà bị đau ran ran bên mạn sườn. Tôi trấn an là không sao, chắc là bị gaz dồn ép, nên đi khám bác sĩ. Nhưng mà ông không tin, ông phản bác:

- Không phải tại gaz đâu, với má, có thể là chuyện khác. Độ xưa là xưa, má con buôn bán đồ lót đắt tiền, có lúc bà cần biểu diễn, và bà đã lỡ đi sửa ngực, nay tuy đã lâu rồi, cũng phải đi kiểm tra lại. Ba nghĩ như ngày đó, cỡ minh tinh màn bạc cũng ít có hàng hiệu mà uốn éo như bà đâu. Bà uốn éo thử qua thử lại trước gương coi có duyên lắm! Y con nít làm điệu.

Bẵng đi một tuần bận công chuyện riêng, một ngày bất ngờ tôi trở lại khuôn viên Auchan, vừa đi ngang vòng quay xe ngựa voi giải trí của trẻ em, tôi thấy ông ba ra ngồi tò ho một bên cổng siêu thị, bên cạnh có 3, 4 lô couches bự che khuất nửa người.

Tôi dáng chừng tò mò hỏi: Bữa nay siêu thị bán đại hạ giá couches sớm quá hả ba?

Ông không trả lời, chỉ nhìn lên bóng đèn và ứa nước mắt, rồi thều thào: Đây không phải đồ mua, đồ nhà, ba mang ra đây đặng mang đi cho, đi biếu, miễn phí (c'est gratuit)... ai cần cứ lấy!

"..... Ờ... mang đi biếu, không xài nữa, vì má mất rồi...
"..... Má Chanh mất rồi, đưa vô bệnh viện vì má khó thở, rồi bà đi rất mau, đi ngay trong phòng khám."

Ông nói một hơi rồi lặng lẽ khóc... khóc ấm ức, nghẹn!

Cứ nhìn ông già khóc vợ nghẹn lời, mà nhớ lại nhiều lần ông còn như muốn kể lể:

- Cuộc tình của ba với má Chanh gián đoạn rồi kết nối nhiều lần mà không đáng buồn vì là cuối đời ba vẫn yêu quý má, má vẫn yêu thương ba như ngày đầu mới gặp...

- Thiệt là tái hồi Kim Trọng ba hả? Ba may mắn lắm đó.

Ông già nhà binh hết thời, vẫn nhẹ tênh, trả lời hỉ hả ra chiều tâm đắc:

- Ôi trời! Cám ơn! Trong mọi hoàn cảnh, mà vẫn nghĩ tốt về nhau, lo lắng, cư xử với nhau thâm tình thâm nghĩa là tình yêu tuyệt vời... còn như cái miệng thế gian toàn mơ hồ vẩn vơ:

*"Buông luông thì cũng chẳng mòn;*
*Chính chuyên cũng chẳng sơn son để thờ."*

*(Ngày lễ Tình Yêu / 2025,*
*nhớ về gia đình ba má Sanh)*

# Giới thiệu sơ lược về tác giả

**Chúc Thanh**

- Tên thật: Jeanne Bùi
- Pháp danh: Chúc Thanh
- Bút hiệu: Chúc Thanh, Chúc Liên
- Sinh năm 1945
- Trước năm 1975: sống và dạy Trung Học Công Lập tại Sài Gòn
- Năm 1982: sang Pháp, đi học lại và làm việc cho Mairie de Paris
- Bổn Sư truyền giới cho Chúc Thanh là Hòa Thượng Thích Thông Bửu

## *Diễm Châu (Cát Đơn Sa)*

# Nàng dâu xấu

Khi Don bước chân vào nhà bếp để ăn sáng, thì hắn nhìn thấy bố mẹ mình đang ngồi thưởng thức tô phở tái nạm nóng hổi ở bàn nhìn có vẻ hấp dẫn, ngon lành. Nhưng hôm nay Don lại muốn ăn bánh mì trứng và bacon chiên, nên bảo vợ làm món khác cho mình. Linh nghe chồng nói không trả lời trả vốn gì cả, mà chỉ hối hả mở tủ lạnh làm đồ ăn theo sự truyền đạt của chồng. Dĩa thức ăn được bưng ra. Khi Don đang gắp miếng trứng kẹp vào bánh mì, định đưa lên miệng, thì Linh đã phát ngôn:

- Anh nên có bổn phận và trách nhiệm với gia đình, tiếp tay giúp cho em việc trong nhà. Giờ mình đã có hai đứa con, làm sao em lo nổi công việc cho cả nhà đây. Em cũng đi làm chứ đâu có ở không!

Ngạc nhiên hết sức, Don nhìn qua cha mẹ thấy ông bà cũng nhíu mày biểu hiệu sự bực mình như hắn, tức là giương cặp mắt khó chịu chiếu tướng nàng dâu!

- Hôm nay cô sao vậy, bị hâm à? Lo cho gia đình chồng là chuyện nàng dâu như cô phải đảm đang cơ mà!

- Nhưng em không phải người máy! Đi làm tám tiếng lại phải lo cho con, rồi còn nấu ăn lau chùi rửa chén... Làm sao em chịu cho nổi, anh phải phụ giúp một tay chứ!

- Vậy lâu nay em vẫn làm được thì sao? Hay là có ai bên nhà em xúi biểu gì rồi? Đúng không?

- Anh đừng có đặt điều!

Rồi chẳng kiêng nể sự có mặt của cha mẹ Don ở đó, Linh huỵt toẹt luôn:

- Một mình anh với hai đứa con là em hầu đã mệt lắm rồi, bây giờ có thêm cha mẹ đến ở thì việc nhiều hơn, mình em làm sao kham nổi!

Nghe nàng dâu nói vậy, tức thì mẹ Don chồm lên xỉa xói Linh một cách hung hãn. Ông bà lúc nào cũng cho rằng con của ông bà đẹp trai, tốt tướng, công ăn việc làm ngon lành hơn nàng dâu trăm ngàn lần!

- Mày mà lấy được con tao là phúc đức ba đời cho mày lắm rồi! Tự coi lại bản thân đi, cú mà đòi sung sướng như thiên nga sao được!

Linh uất ức khi nghe mẹ Don nói! Lâu nay cô biết bà khinh rẻ, coi cô không có ký lô nào! Dù sao nàng cũng là người con gái trung bình về mọi phương diện, lại thông minh, chịu khó và hiền lành. Khi quen và lấy Don, ai nấy đều cho rằng Don gặp được vợ giỏi, còn Linh thì có được người đàn ông đẹp trai, hào hoa. Nhưng đời nó cũng có hai mặt, lấy chồng đẹp trai Linh phải bao thầu hết mọi sự trong nhà, như một con sen không hơn không kém!

Cha mẹ Don lại quá quắt hơn! Ông bà đã về hưu khi tuổi mới sáu mươi hai, cả hai người đều còn rất khỏe mạnh, họ vẫn đi nhảy đầm vui chơi với bạn bè hằng tuần! Nhà cửa của cải họ cho hết cho người con gái Út, lấy lý do là nhà Don khá giả không cần. Vả lại ông bà ở với con gái Út nên cho vậy là đúng rồi.

Linh không thắc mắc gì về việc này, bởi vì thấy điều đó hợp lý! Với Linh, đồng tiền không phải là quan trọng nhất! Nhưng chỉ mới chưa được một năm sau khi cô Út lấy chồng, chồng cô không thích ở chung với cha mẹ vợ, nhất là bà mẹ lắm lời! Thế nên sau nhiều lần đụng chạm, ông bà rủ nhau tay xách nách mang qua ở chung nhà với con trai lớn là Don.

Linh không biết khi chia của cải ông bà có cho riêng đồng nào không mà Don rất nể sợ cha mẹ! Hắn bắt Linh làm đủ mọi thứ phục vụ cho bản thân ông bà, từ dọn dẹp phòng ốc cho đến nấu ăn, giặt đồ! Linh sẽ không phản đối nếu ông bà già chồng yếu đuối cần sự giúp đỡ, bởi bản tính nàng chân thật, thương người... Nhưng thật là bất công khi cả hai ông bà đều sung sức, ăn uống còn mạnh bạo và thường đi chơi vũ trường, lái xe vù vù lả lướt ngoài phố!

Hai đứa con gái sanh đôi hơn hai tuổi của Linh cũng ngoan ngoãn. Buổi tối chúng được mẹ cho bú xong là ngủ một giấc đến sáng, không khóc quấy phá mẹ! Thường thì Linh ngủ với hai con để Don được yên giấc mai đi làm, cứ như là Linh được ở nhà vậy! Thế cho nên vợ chồng ngủ hai phòng khác nhau, còn cha mẹ chồng thì ở phòng dành cho khách.

Từ khi có thêm hai người trong nhà, Linh làm quần quật không kịp thở! Nhiều đêm Linh lên giường đồng hồ đã hơn một giờ sáng! May mà con không quấy, nếu chúng khóc đêm chắc là Linh chịu không nổi! Buổi sáng nàng phải dậy thật sớm từ lúc sáu giờ, để vào bếp nấu nướng hầu cả nhà ăn sáng. Ông bà nội thường thích ăn những món Việt Nam như bánh cuốn, bún ốc, phở, bánh bèo... Sau đó tắm rửa trang điểm chút chút cho chính bản thân mình, rồi lo sữa tả, thay quần áo cho hai con ăn uống để đem đi gởi, vì ông bà nội không muốn coi cháu. Vì vậy nàng cũng mất vài ký lô, nên trông càng tiều tụy hơn. Câu nói của mẹ chồng đụng chạm tự ái Linh thật nhiều, nàng quay qua nhìn chồng như muốn có đồng minh, thì thay vì xoa dịu tình thế anh ta châm dầu thêm:

- Mẹ nói đúng, tôi lấy cô bởi vì muốn có một người vợ sanh con đẻ cái và lo chuyện nhà, bình thường thôi! Cô là nội tướng thì cô phải lo mọi thứ... Chẳng lẽ tôi lấy cô về để thờ hay chưng làm mắm thúi à!

Linh tức giận trả đũa:

- Anh nói kỳ cục vậy! Ngày xưa chỉ có hai người công việc không nhiều, rồi có con tôi cũng đâu có bắt anh phải làm gì! Nếu anh không biết lẽ phải, thì tôi không ở đây nữa, anh ráng mà tự lo chuyện nhà! Tôi đi không thèm lấy cái gì của anh đâu!

- Hứ, đừng có thách, đã nói thì nhớ làm theo đúng nghe không!

Don hùng hổ hăm dọa. Mẹ Don chồm lên:

- Con khốn nạn, hỗn hào... Mày lếu láo như thế thì cút đi, thứ đàn bà hư. Nhớ đừng có đụng đến cháu nội của tao, cấm luôn mày về đây nhìn mặt chúng nó!

Ý mẹ Don muốn đưa mấy đứa cháu ra hù dọa để Linh sợ thương nhớ con mà không dám bỏ đi, thì lấy ai làm việc nhà hầu hạ gia đình bà! Ai ngờ sau khi nghe mẹ và chồng thóa mạ mình tàn nhẫn như thế, cơn giận làm cho thái độ của Linh bỗng dưng trở nên quyết liệt, cứng rắn:

- Nếu nói vậy thì tôi không thèm trở về cái nhà này nữa! Mấy người sống không bết điều thì tự mà lo lấy thân!

- Mất dạy, khốn nạn.... đi cút đi!

Linh bỏ về phòng, Don và cha mẹ vẫn thản nhiên ngồi ăn như không thèm để ý! Họ nghĩ con này hôm nay hỗn hào, tức nên nói mạnh miệng, nhưng dễ gì dám xa con! Nếu nó có bỏ đi, thì sau đó thế nào cũng rồi sẽ bò về năn nỉ để được thăm con. Mẹ chồng hăm doạ:

- Mày mà mò về đây thăm con thì tao sẽ chửi cho một trận và đuổi cổ đi, không cho bước chân vào nhà, nhiều khi giả bộ trở về để rinh đồ không chừng!

Linh lặng lẽ xách hai va ly to tổ bố gồm quần áo và đồ dùng cá nhân ra khỏi nhà, mặc cho tiếng con khóc đòi mẹ! Chưa bao giờ Linh xa con mà xót như vầy! Nhưng tình cảnh này khiến nàng cảm thấy bất cần mọi thứ! Có khi nàng còn muốn chết luôn cho đỡ khổ!

Không có bàn tay Linh thu vén mọi việc trong nhà, thì chỉ chưa được một ngày mà đã loạn cả lên như có giặc! Hôm đó Don phải gọi vào sở xin nghỉ bịnh để giải quyết công việc! Mẹ thì tiếp tục chửi rủa cằn nhằn cả ngày, bà đã quen tật làm biếng và sai bảo người khác! Tính nết cay nghiệt chưa bao giờ biết khen hay tiếp tay đỡ đần công việc cho ai cả, mà chỉ biết chỉ tay năm ngón sai bảo... sống ích kỷ riêng cho bản thân mình.

Cha đỡ hơn, ông lo cho hai đứa cháu nội ăn uống và coi chừng chúng! Việc này ngày xưa ông đã lo khi hai đứa con ông còn nhỏ, nay "lịch sử lặp lại." Từng giữ con cho vợ đi "shopping" tối ngày, nên ông cũng còn nhớ công việc đôi chút mà làm! Có điều bây giờ mấy chục năm đã trôi qua, tuổi tác của ông cũng gấp đôi ngày xưa, xin nghỉ hưu sớm bởi ông muốn được sung sướng, an nhàn tấm thân. Ông đã quá mệt khi bị vợ "đì" từ hồi nào tới giờ! Nhiều lúc ông còn lẩn thẩn nghỉ nếu cho đi lại từ đầu, thì không bao giờ ông lại đâm đầu vào lấy một người vợ đanh đá chua ngoa, hư đốn, ham chơi như thế! Gặp lúc cần làm thì chẳng biết đỡ đần cho ai, chỉ luôn miệng than thân trách phận hay chửi rủa người khác!

Đứng ở bồn rửa chén mà bà làm vỡ biết bao nhiêu là thứ! Rồi thì cơm nước chẳng ai lo nấu, bởi chính bản thân bà nào có làm gì ra hồn. Trưa hôm đó cả nhà ăn mì gói! Mọi khi lâu lâu thèm mì gói, thì Linh bưng ra một tô mì Don nhìn ngon lành hơn cả mì bán ngoài tiệm, còn bây giờ tô mì của mẹ chỉ có nước và cái, chán muốn chết! Đã thế cái tô còn rửa không sạch, bực cả mình!

Buổi chiều Don hy vọng Linh suy nghĩ lại, nhớ con sẽ tự về mà nấu cơm, lau nhà dọn dẹp vì căn nhà đã rối tung cả lên! Hai đứa bé thường ngày trước khi đi làm, Linh thay quần áo rồi bế chúng lên xe chở đi gởi ở một trường mẫu giáo. Cho đến chiều tan sở Linh lại đón con về.

Những việc Linh làm dù nhiều, nhưng nàng biết cách thu xếp gọn gàng, nhanh nhẹn, ngăn nắp sạch sẽ, đâu ra đó mà trông nàng vẫn bình thường, không có vẻ gì vụng về hay lúng túng xoay trở. Muốn gởi con cho rãnh nợ, nhưng Don không biết Linh gởi ở đâu, cho nên hắn đành chịu! Hai đứa nhỏ vì không quen sự chăm sóc vụng về của cha và ông nội nên nổi chướng khóc lè nhè mãi! Mặt mày chúng đỏ ửng lên tóc tai bê bết, lèm nhèm nước mắt nước mũi trông thấy thảm! Bà nội chúng thì xua tay:

- Mẹ bị dị ứng với con nít, đừng có cho tụi nó đến gần mẹ!

Ông nội cằn nhằn:

- Tôi có phải là bố chúng nó đâu mà lại bắt tôi giữ cháu! Bà nội gì mà chỉ có chửi là hay, không giúp gì được, phát chán!

Nói vậy, nhưng rồi chính ông và Don phải thay nhau trông cháu! Nhìn thằng con đánh vật với hai đứa cháu nội, ông thấy thật là khó khăn khi hắn không quen việc này! Thằng con ông theo nhận xét thì cũng giống tính bà mẹ của nó! Gần tối, chịu không nổi Don bèn dẹp tự ái, cao ngạo, theo lời khuyên của cha tính gọi điện thoại năn nỉ Linh kêu nàng về, nhưng gã không nói chuyện được bởi Linh đã tắt phôn. Hắn thử nhiều lần vẫn không liên lạc được, sau cùng hắn đành phải gọi về nhà ông bà ngoại mấy đứa nhỏ để kiếm! Người bốc phôn trả lời hắn là bà chị Cả. Bà này già mà chưa bao giờ lấy chồng và ghét lũ đàn ông cay đắng! Tiếng bà hét lên trong phôn:

- Cái gì, kiếm con Linh à? Nó phải đi nghỉ ngơi lấy sức, nằm mười ngày chưa chắc đã khỏe lại! Mấy người hành con người ta ác thế, mới về thăm nhà mà đã gọi làm phiền rồi!

Don xuống nước:

- Chị cho em nói chuyện với Linh, mấy đứa con ở nhà nhớ mẹ chúng khóc quá, không chịu nổi chị à!

- Không chịu nổi thì cũng phải mà tập giữ con đi, cho có kinh nghiệm để biết thương người khác! Nhà cậu đuổi em tôi đi giờ lo không xuể lại muốn nó về mà hầu hạ chứ gì! Tui nói thiệt, gia đình cậu chỉ là đồ lợi dụng, lấy vợ về để làm "Osin" cho mấy người à! Em tôi nó là con gái ngoan, có học thức... chứ có phải đồ bỏ đâu mà đối xử như quân vô học thế! Linh nó thề sẽ không bao giờ về nơi ô nhục đó nữa đâu!

- Tại sao chị nói thế ạ? Con của Linh cần mẹ mà!

Tiếng của hắn ngớ ngẩn, bà chị nổi dóa:

- Phải, con nó cần nó, nhưng mẹ cậu đã ra lịnh cấm cửa nó rồi! Cậu lấy con người ta tưởng là sẽ thương yêu đùm bọc nó, ai ngờ lại đưa bố mẹ cậu về bắt em tôi hầu lại toàn nghe chửi, như vậy có công lý không! Mẹ cậu đã nổi tiếng hung dữ lại lười chảy thây, ở đây ai mà không biết, họ đồn rùm chứ không phải tôi vu khống đâu!

Nghe bà chị gào, hắn cũng nổi tức, hăm doạ:

- Linh mà không chịu về là tôi sẽ làm giấy tờ ly dị ngay!

Tiếng chị Cả cười lớn:

- Trời, ghê quá, sợ quá... Vậy cậu làm giấy ngay đi rồi em tôi sẽ ký liền, đồ thứ gia đình tàn bạo, hành hạ con người ta. Đồ ích kỷ không ai ưa, ai mà thèm! Làm giấy ly dị cho mau đi! Mấy người tưởng đẹp trai rồi muốn làm gì thì làm, bộ ông trời con sao! Có còn nhân tính không hả!

Hắn chưa kịp biện minh thì phôn cúp cái rụp! Bà chị Cả của Linh sáng nay khi thấy em mình về nhà, tay mang tay xách với thân hình ốm nhom, khuôn mặt buồn thảm mà động lòng! Sau khi nghe Linh kể lại chuyện đã xảy ra, chị nổi điên lên, đưa tay lên trời nói:

- Tao thề nếu gặp con mụ nội đó, là tao vả cho rụng răng, đồ chó chết!

Linh vội can:

- Thôi chị ơi, người ta ba người chị đánh sao nổi, không khéo lại ăn đòn rục xương!

Buồn, nhưng Linh cũng phải hạ hỏa bà chị như vậy.

- Có chết tao cũng phải tát mụ một cái cho hả giận!

Tuổi của chị cũng thua bà mẹ chồng chút xíu, chị tiếp:

- Con mụ đó mỗi khi gặp tao ở đâu là cái mặt vênh váo lên, làm như mụ có chồng là ngon hơn tao chắc! Thứ đồ làm biếng, đồ ăn hiếp chồng... vậy mà cũng tưởng hay! Vô phúc cho thằng cha nào lấy phải nó!

Tình cảm của hai bên sui gia dành cho nhau như vậy đó, không có gì là tốt đẹp. Nhà trai thì miệt thị cô dâu sắc vóc không tương xứng với chú rể, nhà gái cho rằng mẹ chú rể tàn ác và biếng nhác, tai tiếng! Nhưng gia đình Linh không bao giờ làm điều gì đụng chạm đến bên đàng trai, kể cả việc nhắc đến tên ông bà già chồng.

Chị Cả giận dữ nói như vậy bởi có một lần đụng độ mẹ Don ngoài chợ, chị lịch sự gật đầu chào trước, nhưng bà ta quay đi ngó lơ chỗ khác, làm như không biết chị là ai! Điều này khiến cho chị tức mãi! Từ đó làm gì mà họ có cảm tình dành cho nhau!

Cuối cùng rồi Don cũng cấp tốc kiếm được chỗ gần nhà để gởi con. Thật tội nghiệp trong thời gian không có mẹ ở gần, hai đứa nhỏ lúc nào nhìn cũng lấm lem, dơ dáy, khóc lè nhè! Cha mẹ Don coi như chuyện nhà cửa và giữ cháu không phải trách nhiệm của mình! Họ vẫn đi chơi mặc cho thằng con vụng về xoay trở! Lúc này Don phải lấy cơm tháng do tiệm giao tận nhà. Ông già chỉ giúp nấu giùm cho nồi cơm điện thôi!

Để giải sầu, Don tìm cặp với những người con gái khác, cuối cùng sau một thời gian ngắn hắn dễ dàng nhận ra: con gái thời nay số nhiều chỉ muốn quen với những người có tiền, đại gia, thích đòi hỏi hiện vật, hơn là quen với những anh coi đẹp trai nhưng vướng bận con cái gia đình, hoặc là không có nhiều tiền! Kiếm được một cô tình nghĩa đậm đà, biết thương chồng con chắc hơi khó!

Đơn ly dị đến với Don một ngày không xa, chưa bao giờ Don thấy vợ hắn quyết liệt như bây giờ! Trong mấy tháng trời, Linh chẳng bao giờ đến nhà để thăm con. Vịn vào cớ này, Don mang con đến nhà ngoại để chúng nó gặp mẹ thì Linh không ra tiếp. Vậy là ý định muốn xin lỗi và năn nỉ vợ quay về đã không thành. Don đành phải bỏ con đó cho Linh vài ngày. Tờ đơn ly dị do chính Linh khởi xướng, còn Don nói lúc trước chỉ là hăm doạ thôi! Gã đã quen tật đì vợ giao hết công việc, con cái trong nhà cho vợ lo để đi ăn chơi riêng bên ngoài cho sướng thân. Chính mẹ hắn đã nhiều lần gieo vào đầu óc hắn như câu:

- Lấy vợ xấu thì con là vua, muốn làm gì cũng được, vợ phải phục tòng chồng. Bởi có được một người chồng đẹp trai bên cạnh, cũng là điều hãnh diện cho nó lắm rồi.

Nhưng cứ chiều chủ nhật nhìn kim đồng hồ chỉ năm giờ mà chưa thấy Don đến đón con, là chị Cả lại gọi điện thoại bắt phải đến ngay. Chị thay Linh nói:

- Mẹ cậu đã cấm không cho em tôi đụng đến mấy đứa nhỏ, vậy cậu hãy đến mang 2 cháu về đi, vì chúng tôi không muốn bà già cậu đến đây ồn ào đâu nhé! Với lại mai Linh phải ra sân bay sớm để đi làm việc cho hãng sáng thứ hai.

Hai đứa con gái cuối tuần nào được ở với mẹ Linh khi ra về đều thơm tho, sạch sẽ, đáng yêu. Cho dù có thương yêu con cách mấy, Linh cũng cố dằn lòng không níu kéo. Cô biết nếu làm như vậy, đời cô sẽ khổ vì mẹ con nhà Don! Bạn bè của hai người khi nghe tin họ ly dị, hình như tất cả đề nghiêng về phe của Linh! Thành phố nhỏ ai mà không biết tiếng bà mẹ Don hung dữ, khó khăn và thích chửi người khác! Don cũng từng nhờ đến cặp vợ chồng người bạn mà Linh rất ngưỡng mộ đến gặp cô để hòa giải cho hai người, nhưng họ thất vọng khi nghe Linh nói:

- Cám ơn anh chị đã có lời khuyên nhủ em. Nhưng mà "ở trong chăn mới biết chăn có rận" anh chị à, không những thế lại còn bà mẹ của Don nữa! Chẳng lẽ khi em về ông bà lại phải ra đi, làm thế thì tội nghiệp cho họ lắm. Thà em chịu thiệt về phần mình cũng được!

Thế là chuyện chẳng đi đến đâu! Don không chịu thua, làm mặt dày đi đến sở chận đầu gặp Linh, mong chuộc lại những gì mà mình đã làm. Nhưng Linh trả lời:

- Anh từng nhiều lần bảo là tôi may mắn, hãnh diện lắm mới lấy được "trai đẹp" như anh, nên giờ tôi đã suy nghĩ kỹ lại rồi, tôi không muốn nhận sự may mắn mà anh đem đến cho tôi nữa! Tôi muốn thành một người không may mắn, nhưng tôi thấy cuộc đời thoải mái sung sướng hơn, kể từ ngày tôi ra khỏi nhà anh.

Thôi thế là hết! Tờ giấy ly dị thảo luận với luật sư, Don đã không nhận nuôi con mà hắn đẩy qua cho Linh! Trong những tháng ngày không có mặt Linh ở nhà, hắn đã quá mệt với công việc nhà và sở, với sự đòi hỏi nhiều chuyện của mẹ mình! Hắn biết là sau khi ly dị vợ sẽ không có cô dâu nào chịu nổi bà mẹ chồng cả!

Mà chưa chắc khi hắn có vợ khác, cha mẹ sẽ được chấp nhận cho ở chung nhà! Thật là rắc rối. Chỉ vì lỡ làm cao quá độ mà bây giờ phiền toái thế này! Biết thế hắn đừng nghe lời thổi phồng của mẹ cho yên thân. Hắn chỉ mong Linh đến nhà đón con, thu xếp quần áo cho hai con về với mẹ, và hy vọng mong manh là lúc đó sẽ là lần cuối hắn năn nỉ nàng xiêu lòng.

Nhưng rồi niềm hy vọng đó bị dập tắt khi Linh cho biết là không muốn bước chân về căn nhà đó nữa! Khi nào rảnh, Don thu xếp đồ đạc của hai con rồi mang chúng đến cho cô! Don biết chắc chắn rằng khi Don đem con tới, sẽ chẳng có Linh ở đó để tiếp, mà chỉ có chị Cả thôi!

Mọi việc tuần tự tiến tới! Giao con cho Linh xong, Don về nhà cảm thấy vắng vẻ, như thiếu thiếu một cái gì đó! Nhà cửa thì lộn xộn dơ dáy, bếp núc tràn ngập ly tách chén đĩa dơ! Don xắn tay áo lên tráng sơ qua những cái chén để cho vào máy rửa. Công việc không nặng nhưng đòi hỏi sự kiên nhẫn! Mẹ Don đã rủ cha đi du lịch ở trên Cruise bảy ngày để tránh công việc. Bà lại vừa mới trúng vé số vài ngàn đô, tiền bạc vào túi rủng rỉnh, dại gì không ăn chơi!

Từ sau khi ký giấy ly hôn và nhận nuôi con, Linh đã đi học thêm một ngành chuyên môn khác vào buổi tối như trong sở đề nghị. Mọi việc tiến triển tốt đẹp. Khi khóa học xong, cô sẽ nhận được một công việc tốt ở ngoài tiểu bang, cách thành phố ba giờ bay. Không lâu nữa Linh sẽ mang con và chị Cả đi cùng mình đến nơi chốn mới. Nghe tin này, Don vội điện thoại xin được gặp con. Linh lạnh lùng đáp:

- Vâng, anh cứ ghé bất cứ lúc nào muốn. Chỉ cần điện thoại cho chị Cả, chị ấy sẽ chuẩn bị sẵn cho hai đứa.

- Anh đưa con về nhà ngủ lại một đêm nhé.

- Tùy, khi nào anh chán thì cứ mang về nhà tôi trả lại!

Thế là Don mất Linh thật rồi. Giọng nói của Linh không còn chút rung cảm hay tình ý gì như xưa, lúc nào cô cũng nơm nớp sợ mất chồng! Lúc này Don mới thấy một khoảng trống lớn trong cuộc sống, và căn nhà rộng lớn chỉ còn lại cha mẹ hắn. Công việc trách nhiệm cha mẹ dồn lên vai Don, ông bà cho rằng làm con thì phải đền ơn nuôi nấng cha mẹ khi về già!

Lắm lúc quá bận rộn, Don nghĩ rằng gia đình hắn đã lầm lẫn khi nghĩ rằng người đẹp trai lấy vợ xấu là vợ không bao giờ dám phản bội, ly dị! Với Linh, dù không có nhan sắc nhưng cô là người học thức, biết suy nghĩ. "Con giun xéo lắm cũng quằn!" Làm quá thì có lúc họ sẽ vùng dậy để không ai có thể làm nhục và coi thường mình, kể cả cha mẹ chồng! Khi đã quyết định một điều gì quan trọng, thì chắc chắn họ sẽ thực hiện cho đến cùng! Với lại ai mà chịu nổi một bà mẹ chồng tính nết ích kỷ và cay nghiệt như mẹ hắn!

Don đã mất một người vợ tốt không thể nào tìm lại được. Hắn bắt đầu nghĩ rằng: "Vợ xấu hay đẹp chưa chắc giữ được lâu dài, nếu như mình không biết yêu thương và cùng chung sức với nhau trong cuộc sống!"

***Diễm Châu (Cát Đơn Sa)***

# Giới thiệu sơ lược về tác giả

**Diễm Châu (Cát Đơn Sa)**

- Quê quán Đơn Sa, Quảng Bình.
- Hát ca đoàn nhà thờ & các khuôn viên trường học.
- Viết văn từ năm 17 tuổi: báo Phụ Nữ Mới, Phụ Nữ Ngày Mai - VN.
- Năm 1995, kết hôn với hoạ sĩ, điêu khắc gia ViVi Võ Hùng Kiệt.
- Năm 2004, khởi nghiệp vẽ theo năng khiếu tự nhiên.
- Sau khi định cư USA 1975, Cát Đơn Sa đã ca hát, viết văn, lấy tên Diễm Châu TNQG, đi show lưu diễn khắp nơi...
- Nguyên chủ nhiệm các báo Phụ Nữ Mới, Nàng, Phụ Nữ Thời Nay Hải Ngoại...

*** Đã xuất bản:**

- 4 tập truyện dài & 3 tập truyện ngắn, quy tụ nhiều văn thi sĩ khắp nơi cộng tác, dưới chủ đề "Tác Giả & Tác Phẩm" từ năm 1996.
- Thường triển lãm chung với phu quân, chủ đề: "Sắc Màu Họa Sĩ Việt Nam", đã triển lãm lần thứ 17 tại USA.
- Thực hiện 15 CD & Cassette Tình Ca, Quê Hương, Thơ Nhạc Giao Duyên... Có trên 500 truyện ngắn và vài trăm tranh vẽ.
- Năm 2009, chính quyền Quận Cam trao bằng tuyên dương lần tổ chức "Sắc Màu Họa Sĩ VN # 9" thành công, qui tụ đông đảo hoạ sĩ & khách thưởng lãm nhất hải ngoại (39 họa sĩ) trong 34 năm qua.
- Đang cộng tác với nhiều báo chí toàn cầu.
- Email : hoasivietnam@gmail.com FB: Diễm Châu Nguyễn (Cát Đơn Sa)

Phụ bản 18: Con gái - Tranh Cát Đơn Sa

## Elena Pucillo Truong

### Trương Văn Dân dịch

# Cuộc đời vẫn đẹp

### Nguyên tác: La vie est belle

Buổi sáng tôi thường dậy sớm để đi làm. Tôi thích nghe tiếng chim hót nên trên đường hay ngước mắt dõi theo những cánh chim dang rộng bay đi bắt côn trùng. Những chú chim sẻ ấy là các bạn đồng hành, giúp tôi thư giãn trước khi đến quảng trường, nơi có thư viện mà tôi làm việc.

Từ vài năm nay, tôi được chuyển công tác đến thị trấn nằm ven biển và thị trấn gần như bị chia đôi bởi đường ray xe lửa: một bên là những ngọn đồi xanh và một bên là bãi tắm nhuốm màu xanh của biển.

Tôi sinh ra, lớn lên ở miền núi, trong một ngôi làng với những con người kiên quyết nhưng ít nói và thầm lặng, nên mỗi ngày ở đây tôi đều nhận ra là cuộc sống của mình đang thay đổi, nhộn nhịp và tốt hơn như thế nào.

Ở cái miền núi xa xưa của quê tôi, đường chân trời bị giới hạn bởi những ngọn núi cao, còn nơi đây tôi đã có một tầm nhìn bao la và vô tận của biển cả, nối liền với bầu trời xanh, một vẻ đẹp tuyệt vời mà đến giờ tôi như vẫn chưa quen.

Nhà tôi ở trên đồi nhưng sáng nào mở cửa ra tôi cũng đều thấy biển, mỗi ngày mỗi khác tùy theo phản chiếu của ánh mặt trời: âm u hay sâu thẳm, khi có nhiều mây đen ở trên cao thì mặt biển gợn nhiều bọt trắng theo những đợt sóng vì biển động. Còn vào những ngày khác, khi bầu trời có màu xanh trong vắt thì mặt biển phẳng lặng, lung linh đa sắc nhờ ánh nắng vuốt ve mặt nước.

Ngay khi thức dậy, tôi thường bật radio và chuẩn bị pha cà phê cho bữa sáng. Sau đó tôi vội vàng đi bộ ra khỏi nhà hoặc nếu hôm đó là một ngày đẹp trời, tôi sẽ đi xe đạp.

Tôi chỉ cần đi ngang qua khu vườn cạnh nhà ga, băng qua một quảng trường nhỏ có những chiếc ghế dài là đến nơi làm việc.

Tôi nhớ như in là mình đã ngạc nhiên như thế nào khi một ngày nọ nhìn thấy một người đàn ông cao, gầy với mái tóc dày bạc trắng và bộ râu bù xù. Ông mặc chiếc áo khoác hơi rộng trên đôi vai xương xẩu, đang chăm chú cột những quả bong bóng màu lên một chiếc ghế dài. Đó là một chiếc băng nằm dưới bóng râm. Trên một chiếc ghế dài khác nằm gần đó, ông đặt một chiếc túi da có dây đeo vai, có nhiều chỗ đã sờn rách theo thời gian.

Tôi bị cuốn hút bởi sự tập trung của ông ấy khi thổi phồng những quả bóng, sau đó cẩn thận cột chúng vào băng ghế, rất quan tâm đến việc kết hợp các màu để có một hiệu ứng màu sắc hài hòa.

Một ngày sau, khi đến gần khung cửa lớn ở thư viện, liếc nhìn ra vườn và tôi đã thấy chuyện gì đang xảy ra.

Thì ra, người đàn ông ấy đã chọn vài mét vuông quanh đó để làm nhà, chiếc ghế dài nơi đặt chiếc túi da là chỗ để nghỉ ngơi, trên đó có một vài túi nhựa đựng một ít trái cây hay vài mẩu bánh mì; còn chiếc ghế kia là nơi để cột những quả bóng, đại diện cho tác phẩm của ông. Có lẽ danh từ "tác phẩm" là do tôi phóng đại, thực ra đó không phải là một công việc, mà đúng hơn là nơi ông thực hiện các sinh hoạt hằng ngày.

Mọi người ít khi nhìn thấy ông vào buổi sáng, nhưng cứ khoảng bốn giờ chiều, khi lũ trẻ tan học, người đàn ông không tuổi thường ngồi trên chiếc ghế cột bong bóng và to giọng đọc một cuốn sách có những trang đã ố vàng. Trong những ngày đầu tiên, ông ấy đọc với giọng nhấn của một người nước ngoài nên một số khách qua đường vì tò mò đã dừng lại lắng nghe. Rồi lũ trẻ bắt đầu xuất hiện và như bị cuốn hút bởi những quả bong bóng cùng với giọng đọc hơi là lạ của ông. Ông kể về những chuyến phiêu lưu hay về những thế giới xa xôi, nói về những chiến binh hay cướp biển, chuyện của chàng hiệp sĩ dũng cảm thách thức các cối xay gió biến thành gã khổng lồ, của những con rối bị cá voi nuốt chửng, về tình bạn của một hoàng tử với một con cáo.

Một vài trang ông ấy còn thể hiện theo trí nhớ hay diễn xuất như thể mình đang đứng trên sân khấu. Chiếc ghế dài bỗng biến thành boong của một con tàu hoặc cabin mở của một chiếc máy bay hai động cơ hạng nhẹ, thành dựa trở thành lưng con ngựa Rocinante của Don Quixote trước khi lao vào tấn công những chiếc cối xay gió... Nhờ những hoạt động tự phát này mà hai chiếc băng ghế ở khu vườn đã trở thành điểm tụ tập hằng ngày của trẻ em và phụ huynh sau giờ học. Đôi khi tôi cũng dừng chân lại để lắng nghe "Thuyền trưởng", tôi đã đặt biệt danh cho ông ấy như thế sau vài lần chứng kiến. Về ngoại hình, ông ta giống một con sói biển, tôi thường nhìn thấy ông với làn da rám nắng phủ lên người một bộ đồng phục đẹp với những chiếc cúc áo mạ vàng sáng bóng, oai vệ ngồi trước bánh lái của một con tàu đang tiến về phía đại dương với búi tóc trắng tung bay trong gió.

Nhưng trên thực tế, dưới mắt mọi người, "con sói biển" này chỉ là một kẻ vô gia cư. Ông có vẻ ngoài như một người đã từng trải qua cơn bão khủng khiếp và tự cứu được mình vào giây phút cuối. Điều làm tôi ấn tượng nhất là ánh mắt vừa kiêu hãnh vừa u sầu của ông ấy, còn giọng nói ngọt ngào của ông dường như đã cuốn hút trẻ em và người dân ở cái thị trấn nhỏ này. Sau vài bữa đầu tiên, có lẽ được cha mẹ khuyến khích nên một số trẻ em đã mang tặng ông một ít trái cây, một bữa ăn nhẹ hay một túi khoai chiên. Chúng nhẹ nhàng đặt những món quà nhỏ lên băng ghế nơi "thuyền trưởng" đang ngồi. Qua đuôi mắt, ông quan sát toàn cảnh nhưng vẫn tiếp tục diễn mà không dừng lại, và mọi người chỉ nhìn thấy ông với nụ cười nửa miệng, với hàm ý cảm ơn, làm lộ đôi môi nứt nẻ vì nắng và gió mặn.

Khi đọc xong hoặc sau khi giải thích một đoạn văn đặc biệt, thuyền trưởng đứng dậy, gấp cuốn sách có những trang đã ố vàng và có khi cao hứng ông còn thực hiện vài bước nhảy, xoay người hai ba vòng trong khi hát một giai điệu bằng tiếng Pháp.

*1. Mes amis, la vie est belle*
*Malgré les peines*
*Qui nous enchaînent*
*Âmes claires*
*Voix légères*
*Sans un sou au fond de l'escarcelle*
*Chantons au soleil qui ruisselle*
*La vie est belle*
*Belle toujours!*

*2. Mes amis, la vie est belle*
*Dans nos gambades*
*Nos escapades*
*Aux écoutes*
*Sur la route*
*Quand la voix du pauvre nous appelle*
*Tendons une main fraternelle*
*La vie est belle,*
*Belle toujours!*

*3. Mes amis, la vie est belle*
*A qui la donne*
*Quand l'heure sonne*
*Âme ardente*
*Palpitante*
*Pour servir son Dieu et sa Patrie*
*Nous saurons donner notre vie*
*La vie est belle*
*Belle toujours!*

*4. Mes amis, la vie est belle*
*Quand près du terme*
*Les yeux se ferment*
*Pour bagage*
*Du courage*
*Quand viendra pour nous l'instant suprême*
*Notre cœur dira tout de même*
*La vie est belle,*
*Belle, toujours!*[1]

Gã thuyền trưởng hát rằng, cuộc sống thật tươi đẹp, vượt lên trên những nỗi đau thường ngày, dù không có một xu dính túi nhưng chỉ cần một cử chỉ nhỏ cũng đủ giúp những người khốn khó. Ông còn cho biết, trong giờ phút định mệnh, khi đôi mắt vĩnh viễn khép lại, trái tim chúng ta vẫn sẽ nhắc rằng cuộc đời luôn đẹp.

Khi kết thúc bài hát, thuyền trưởng gật đầu chào mọi người để cảm ơn, rồi cầm lấy cuốn sách bỏ vào chiếc túi da, trong khi những người đứng nghe cũng dần dần thưa thớt.

Lúc đó cũng là lúc mà tôi đang về nhà sau một ngày làm việc.

---

[1] Bài hát hướng đạo "Mes amis, la vie est belle" (Này bạn ơi, cuộc đời vẫn đẹp) được in trong tuyển tập "Chanteclerc" xuất bản ở Thụy Sĩ năm 1934 và được C. Boller cải biên lại.

Đôi khi tôi cũng đi về sớm vài phút để được nghe vài câu, để chiêm ngưỡng ông trong việc biểu diễn một cảnh phiêu lưu nào đó hay để được vỗ tay khi ông kết thúc màn nhảy múa. Khi nhìn thấy tôi, ông khẽ mỉm cười và đưa tay lên đầu, giống như một kiểu chào của quân đội, một cử chỉ tôn trọng hay lịch sự rất tự nhiên. Tôi đáp lại bằng một cái vẫy tay và một nụ cười để bày tỏ sự cảm thông và tình thân thiện với vị thuyền trưởng trước khi tiếp tục đạp xe hoặc đi bộ trở về nhà.

Sau vài tuần, người đàn ông đó đã trở thành cư dân của thị trấn, những luống hoa trong vườn với hai chiếc ghế dài là nhà của ông và qua những câu chuyện ông đã đi vào trái tim của nhiều đứa trẻ. Bây giờ ông ấy là một phần của cộng đồng và sự hiện diện của ông đã làm bừng sáng cảnh quan dù lúc trời có nhiều mây.

Thực vậy, ngay khi trời có dấu hiệu sắp đổ mưa, thuyền trưởng liền dừng công việc và bắt đầu tìm kiếm thứ gì đó trong chiếc túi da. Sau những cuốn sách đã ố vàng, ông ấy lôi ra một chiếc ô gấp có các khung vải nhiều màu. Ông bung dù ra và tiếp tục công việc trước đó. Nếu mưa to thì mọi người sẽ bỏ chạy tứ tán và chỉ còn mình ông ngồi thu hình, gần như cuộn tròn trên chiếc ghế dài.

Khi mùa thời tiết xấu bắt đầu, có người khuyên ông đến trú ẩn ở một nơi gần đó, dù sao cũng được ngủ dưới một mái che, nhưng ông tuyệt đối không muốn. Ông nói là không thể sống giữa bốn bức tường, ông thấy thiếu không khí, ông muốn ngửi mùi của ban đêm, mùi hoa ngậm hơi ẩm của những hạt sương.

Với sự giúp đỡ của một vài phụ huynh trong thị trấn, tôi đã thuyết phục được ông đến tạm trú gần lối vào thư viện của tôi, nơi có một mái vòm rộng và ở đó ông có thể ngủ ở một nơi khô ráo và chắc chắn ấm hơn là nằm trên băng ghế. Ông đồng ý và gần như xin lỗi vì đã làm chúng tôi phải lo lắng cho mình.

Sau đó, khi mùa xuân đến, vị thuyền trưởng đã xin về lại trên chiếc ghế dài thân yêu của mình.

Vài tháng trôi qua, vào một buổi sáng, bác bảo vệ ở thư viện gọi điện lên báo rằng người vô gia cư muốn gặp để nói chuyện với tôi.

Tôi rời phòng và đi xuống cổng vào. Nhân dịp này, ông ta đã chải lại mái tóc rối bù vẫn còn ẩm ướt và chỉnh lại chiếc áo khoác đã hơi sờn ở cổ tay.

Tôi không biết tại sao nhưng hình như ông ấy có vẻ thấp bé hơn, như thể thời gian đã làm ông bị gù xuống, nhưng cũng có thể chỉ là ấn tượng của tôi.

"Xin lỗi, cô luôn tốt bụng."

Ông nói với tôi bằng một giọng nhẹ nhàng, với âm X phát âm không rõ lắm.

"Thế này, tôi muốn có một cuốn sách, một vài cuốn sách... những cuốn mà tôi mang theo đã quá cũ và chữ mờ theo thời gian, bạn có thể giúp tôi được không?"

Cách xưng hô chuyển từ "cô" sang "bạn" khiến tôi rất thích, nhưng trong mọi trường hợp, tôi vẫn sẽ tìm cách giúp ông.

Tôi thử hỏi ông có giấy tờ tùy thân gì không để cho tôi xem.

Ông suy nghĩ một lúc rồi rút từ trong túi áo khoác ra một thẻ căn cước cũ và đã hết hạn sử dụng.

"Jean-Pierre Roussillon", tôi đọc cái tên và, ở phía dưới, có ghi là ông sinh ra ở Brest, miền Bắc nước Pháp.

Thế là tôi nói chuyện với ông bằng tiếng Pháp vì trước đây tôi đã học ở trường. Và tôi thấy ông mỉm cười với đôi môi mím lại trên khuôn mặt đầy nếp nhăn và khô nứt vì nắng gió, nhưng trong nụ cười đó tôi đọc thấy một thoáng u sầu đọng lại trong đôi mắt xanh long lanh vì cảm xúc.

Tất nhiên với vai trò là người điều hành thư viện, đưa tặng ông một vài cuốn sách với tôi không phải là vấn đề, nhưng tôi muốn tôn trọng người đàn ông đang đứng trước mặt mình.

Tôi lấy một phiếu ghi danh và viết tên ông cùng một vài chi tiết rồi trả lại giấy tờ tùy thân.

Tôi mời ông ngồi xuống một trong những chiếc ghế bành và bảo ông chờ một lát rồi tôi sẽ quay lại.

Tôi biết phải tìm ở đâu và tìm cái gì: bên dưới cầu thang có một căn phòng lớn, nơi đặt những cuốn sách do các hiệp hội hoặc cá nhân gửi tặng và nếu có nhiều bản của cùng một cuốn sách thì một số được giữ trong kho này sau khi được phân loại theo tác giả và chủ đề.

Tôi quay trở lại cổng vào thư viện nơi thuyền trưởng của tôi đang đợi.

"Đây, tôi mang đến cho ông quyển "Moby Dick" của Melville, "Hoàng tử bé" của Saint-Exupery, "Hai vạn dặm dưới đáy biển" và "Vòng quanh thế giới trong 80 ngày" của Verne, "Sandokan và những con hổ của Mompracem" và "Il Corsaro Nero" của Salgari. Tôi đã làm hết các thủ tục. Từ giờ trở đi, ông có thể đến đây bất cứ khi nào ông muốn, trình thẻ thành viên và nhân viên của tôi sẽ lấy cho ông những sách mà ông cần."

Thuyền trưởng gần như không tin ở mắt và tai mình, nét vui mừng lộ rõ khi ông nhìn những cuốn sách với ánh mắt đầy thỏa mãn.

Ông không biết phải làm gì để cảm ơn tôi, ông chỉ hơi cúi đầu và sau đó mang theo kho báu khá nặng của mình, miệng khẽ hát khi bước ra khỏi thư viện. Vài ngày sau, tôi còn mang đến cho ông cuốn "Don Quixote" của Cervantes và một cuốn "Tâm hồn cao thượng" của De Amicis.

Tôi đã làm cho ông thực sự hạnh phúc và thế là chiều hôm đó ông bắt đầu buổi diễn xuất của mình bằng việc đọc câu chuyện "Từ Apennines đến Andes" trích từ cuốn "Tâm hồn cao thượng".

Giờ đây, thuyền trưởng đã thuộc lòng những cuốn sách mà ông đọc và việc lựa chọn những cuốn tiểu thuyết và truyện đó chính là để thu hút những đứa bé, những đứa lớn hơn và khiến chúng mơ ước.

Mỗi người ai cũng có một mục đích sống và người đàn ông vô gia cư đó, sau bao nhiêu phiêu lưu thăng trầm và thành bại cũng đã tìm ra con đường của riêng mình để cải thiện thế giới, bắt đầu dạy cho trẻ em hiểu thế nào là thiện và ác, giúp trí tưởng tượng của chúng bay bổng và làm cho chúng mơ mộng.

Vào cuối ngày, khi đi ngang qua khu vườn, tôi dừng lại để đưa cho ông ấy một vài quyển sách lịch sử hoặc triết học và trao đổi vài câu bằng tiếng Pháp. Đó là cơ hội để nghe ông kể cho tôi đôi điều về quá khứ của ông: một cuộc hôn nhân không kéo dài, một thời kỳ trong Quân đoàn Pháp mà ông không còn muốn nhắc đến, và những chuyến đi biển dài ngày. Công ty vận chuyển biển mà ông làm việc bị phá sản và ông trở thành thất nghiệp, rồi vô gia cư và vì thế ông bắt đầu đi ở nơi này nơi kia mỗi nơi một ít và dừng lại ở nơi nào ông cảm thấy thoải mái, được mọi người thấu hiểu và trợ giúp.

Tôi hỏi ông vì sao lại dừng ở thị trấn nhỏ của chúng tôi thì ông trả lời:

"Vì nó yên tĩnh, có màu xanh của biển, mỗi sáng tôi ngửi thấy mùi của nó và biết là ngày hôm ấy sẽ như thế nào. Vì tôi thích nghe tiếng tàu chạy qua, nó như đưa tôi đi đến nơi thật xa. Nhưng trên tất cả là vì mỗi buổi sáng tôi đều thấy cô đạp xe và mỉm cười với cuộc sống."

Tôi thật sự cảm động trước những lời của người vô gia cư đó, có tuổi bằng tuổi ông nội của tôi, nhưng trên hết là sự chân thành và tế nhị mà ông đã nói.

Bây giờ chúng tôi đã hiểu nhau hơn và tôi bắt đầu chào ông bằng một câu vui vẻ "Bonjour Monsieur Roussillon!" và ông cũng trả lời tôi bằng tiếng Pháp: "Bonjour Madame la Directrice."

Bỗng dưng tôi thấy mình là một người quan trọng chứ không chỉ là cô giám đốc thư viện ở một thị trấn nhỏ. Ngay từ giây phút đầu tiên tôi đã hiểu rằng tôi sẽ bảo vệ ông và tôi nhớ là khi có một số cảnh sát hỏi thông tin về ông, tôi đã trả lời rằng sự hiện diện của ông và những gì ông làm là tốt cho bọn trẻ và cho mọi người. Những khu vườn gần nhà ga là nơi gặp gỡ của các gia đình, để có được những khoảnh khắc vui vẻ. Chúng ta may mắn hơn các người ở gần các nhà ga trong các thành phố lớn, họ sống trong nỗi sợ hãi về nạn giật đồ, bạo lực hay buôn ma túy.

Với sự xuất hiện của người vô gia cư này, một vài thanh niên côn đồ lang thang đã đi nơi khác. Có thể là nhờ cái uy của ông hoặc do những gì mà ông đã từng trải, nên không ai có thể hù dọa được, vài tên lưu manh chắc cũng hiểu là mình đang đối diện với ai nên không dám thách thức.

***

Rồi có gì đó thay đổi, có thể là giọng nói không còn vang và có thể là những cử động của ông đã chậm hơn. Đôi khi vào buổi chiều, ông nằm cuộn tròn trên chiếc ghế cột những chiếc bong bóng như thể ông bị lạnh trong khi không khí đang được sưởi ấm bởi nắng chiều. Bọn trẻ cố nài nỉ, chúng muốn nghe ông kể chuyện, nhưng mọi yêu cầu đều vô ích.

Tôi hỏi ông có cần gì không, tôi mang cho ông một ít thuốc và chăn mền nhưng ông không muốn gì cả. Rồi ông bảo tôi ở lại với ông vài phút chỉ để mỉm cười với ông thôi.

Rồi hình như có một tia sáng, một tia sáng chiếu rọi vào đôi mắt ngày càng thâm quầng và trũng sâu trên khuôn mặt hốc hác của ông. Ông giục tôi phải mỉm cười vì như ông đã nói khi ông hát, là cuộc đời vẫn đẹp, luôn đẹp, ngoài những ưu tư, lo lắng có thể làm lay động hay thít chặt trái tim chúng ta.

Ông nói với tôi là nhà triết học vĩ đại Friedrich Hegel đã từng viết: "Đừng lo lắng về tương lai mà hãy cố gắng vững vàng và trong sáng về tinh thần, vì hạnh phúc không phụ thuộc vào số phận mà là cách bạn đối phó với nó."

Bây giờ thì tôi luôn nghĩ về những lời nói đó và nét u sầu mà tôi đã đọc được trong đáy mắt của ông. Sáng hôm sau, mở cửa sổ tôi nhìn bầu trời quang đãng có vài đám mây trắng như báo trước là một ngày đẹp trời và vì thế, sau khi uống cà phê như thường lệ tôi thả bộ về phía khu vườn cạnh nhà ga để đi làm.

Vừa đặt chân đến khu vườn, tôi nhận ra ngay là có điều gì đó bất thường: một chiếc ghế dài trống không, còn chiếc kia chỉ thấy những quả bóng đủ màu. Không có gì còn lại về sự hiện diện của thuyền trưởng. Không thể được, đây là điều dường như không thể đối với tôi, tôi thường nghĩ ông ấy vui và bình an ở cái thị trấn nhỏ này. Tôi gọi ông, chạy đi tìm ông dưới mái vòm của thư viện và sau đó đi hỏi những người bạn cảnh sát của tôi về ông.

Mọi người đều lo lắng vì dường như không ai có thể chấp nhận việc ông bỏ đi quá đột ngột.

Ngày tháng cứ thế trôi đi, cũng như nỗi buồn và sự lo lắng về vị thuyền trưởng của tôi. Nếu không có những quả bóng lúc này đã xì hơi còn cột vào băng ghế trống thì mọi người sẽ nghĩ rằng người vô gia cư đó chưa bao giờ tồn tại.

Còn bọn trẻ thì rất nhớ giọng đọc ấm áp của ông, nhất là khi ông diễn vai cướp biển, phóng mình tấn công vào chiếc thuyền buồm hoặc ra lệnh cho cận vệ Sancho Panza tấn công những tên khổng lồ, cối xay gió. Nước mắt tôi trào ra khi nghe ai đó hát đoạn điệp khúc bài hát mà ông thường hát.

Thời gian làm nguôi ngoai nỗi nhớ và tôi cũng bắt đầu cam chịu. Có lẽ thuyền trưởng của tôi đã chọn cách ra đi để được chết một mình, xa cách mọi người, để không gây đau đớn cho những người thân yêu, như một con voi già bỏ đàn, tìm nơi chờ chết.

Một ngày nọ, một đứa trẻ tìm thấy trên bãi biển của một thành phố gần đó một cuốn sách bị thủy triều cuốn đi, ướt đẫm nước muối và đầy cát.

Một người bạn cảnh sát bỏ trong một chiếc túi nhựa rồi mang nó đến cho tôi.

"Con dấu của thư viện hơi mờ nhưng vẫn còn đọc được và tôi nghĩ đó là một thông điệp dành cho cô."

Tôi chỉ đọc được cái tựa đề và vài dòng ghi chú bên trong. Đó là cuốn "Tâm hồn cao thượng" rồi đọc được một câu bằng nét chữ run run: "Gửi cô gái có nụ cười ngọt ngào. La vie est belle... belle toujours, Jean-Pierre Roussillon".

*Sài Gòn, 6/2023*

## Giới thiệu sơ lược về tác giả

**Elena Pucillo Truong**

- Tiến sĩ ngôn ngữ và văn học nước ngoài (Đại học Milano, Italia), Văn minh Pháp tại Milano từ năm 1982.
- Gần đây có dạy tiếng Ý tại Nhạc viện thành phố Hồ Chí Minh và tại Phòng Lãnh sự Danh dự Ý
- Dạy tiếng Ý và Văn hóa Pháp tại trường Đại học Khoa học Xã hội và Nhân văn thành phố Hồ Chí Minh.
- Viết và cộng tác với các báo La Compagnia dei viaggiatori (Ý), Mekong (Tập san của Trung Tâm Nghiên cứu Việt Nam tại Torio, Ý), Tập san Văn học Quán Văn (Thành phố Hồ Chí Minh), Tạp chí Văn hóa Phật giáo, Tạp chí Sông Hương.
- Một số truyện ngắn đăng trên báo Tuổi Trẻ, báo Thanh Niên, báo Phụ Nữ, báo Bình Định…

**Tác phẩm đã xuất bản:**

- Bóng của ngày (Tập truyện ngắn, tản văn - In chung với Từ Sâm) – Nxb Hội Nhà Văn – 2012
- Một phút tự do (Tập truyện, tùy bút, Nxb Văn Hóa Văn Nghệ, 2014), đoạt giải Hội Nhà Văn Thành phố Hồ Chí Minh năm 2015.
- Vàng trên biển đen (Tập truyện, Nxb Tổng hợp Thành phố Hồ Chí Minh, 2018)

## Giới thiệu sơ lược về dịch giả

**Trương Văn Dân**

- Quê ở Bình Định. Năm 1971 du học ngành Hóa và Công nghệ dược.
- Năm 1980 phụ trách tổng hợp hóa dược.
- Năm 1985 nghiên cứu phát triển dược phẩm dùng cho người và cho thú y.
- Hiện sống tại Sài Gòn. Đã viết, dịch, cộng tác với các tạp chí trong và ngoài nước.

**Tác phẩm đã xuất bản:**

- Hành trang ngày trở lại (tập truyện ngắn, NXB Trẻ, 2007).
- Bàn tay nhỏ dưới mưa (truyện dài, 2011).

Phụ bản 19: Mẹ con - Tranh Cát Đơn Sa

*Trương Văn Dân*

# Định mệnh nào cho con?

*Trích đoạn 3- QV 50*
*(Tiểu thuyết "Trò Chuyện với Thiên Thần"*
*- sắp xuất bản)*

Rồi đời con sẽ trôi theo định mệnh nào? Ba không thể biết. Và cũng không có cách nào làm thay đổi số phận của con.

Điều mong mỏi của ba là khi lớn lên, con có đủ tri thức để tự định đoạt lấy đời mình.

Còn bây giờ đang có một câu hỏi vừa lóe lên: Con có muốn được sinh ra không? Một sắp đặt nào đó đã muốn con phải hiện hữu trong đời này hay từ một cõi vô hình sâu thẳm nào đó con đã chọn lựa giữ một vai trò nào trên trái đất? Vậy nếu con không thích thì con có trách ba mẹ chăng? Trong đời, cũng có lúc nào đó người ta chán sống và đặt lên câu hỏi: tại sao sinh con ra làm gì?

Con người chỉ có thể chọn lựa trong một giới hạn nào đó. Có những điều không do mình chọn lựa và mình cũng không thay đổi được thì chỉ còn có mỗi một cách là chấp nhận. Chống đối và chối bỏ sẽ tạo ra đau khổ. Con yêu ơi, cuộc đời có lắm nỗi truân chuyên, và không phải ai cũng muốn sống, hay tiếp tục sống. Trên thế giới này đâu thiếu những vụ quyên sinh, phần lớn không phải do nghèo túng!

Trong đời ba, biết bao lần ba chứng kiến những cuộc đời vô vọng. Trong một lúc đau đớn mà không biết trách hay qui trách nhiệm cho ai, bao kẻ đã gào lên: "Tại sao? Tại sao ba mẹ lại sinh con ra?"

Ba chỉ mong là câu hỏi buồn thảm này không xảy ra trong gia đình bé mọn của mình. Nhưng nếu lỡ có một lần con đặt ra câu hỏi ấy, thì hãy nhớ câu trả lời này: "Ba mẹ chỉ làm điều mà tất cả những con người trên thế giới này đã từng làm, như tất cả những cây cỏ, sinh vật trên trái đất này từ hàng nghìn, hằng triệu năm đã từng làm,... và ba tin là đúng. Vì dù có bất hạnh đến đâu thì cuộc đời này vẫn luôn đáng sống."

Dĩ nhiên con cũng phải hiểu rằng cuộc đời của một con người không phải là cuộc đời của cây cỏ, và tuy chỉ có một hình hài nhỏ bé nhưng nỗi đau của con người rất lớn, hơn cả cỏ cây hay các sinh linh khác. Đó là bởi vì con người có ý thức, và con người không muốn trở thành một đám rừng hay một lũ thú hoang.

Với cây cỏ, không phải hạt giống nào cũng nảy ra mầm và sinh ra những cây con. Phần lớn đều bị gió cuốn đi. Ngoài ra cỏ cây không có những giấc mơ, không có hy vọng hay thất vọng.

Người ta nói ai sinh ra đều là có nợ với cuộc đời. Mà ta nợ Đời hay Đời đang nợ ta? Dịch giả Nhà thơ - Nhà Quốc Tế ngữ Đào Anh Kha đã có hai câu thơ vừa trăn trở vừa nhân ái đã lưu mãi trong trí nhớ những ai đã đọc:

*Đời ơi, Người nợ hay ta -*
*Nếu ta chủ nợ thì tha cho Người!...*

Hay của nhà thơ Nguyễn Bảo Sinh tự quy trách nhiệm về mình:

*Đừng trách đời làm khổ ta*
*Ta làm khổ họ gấp ba bốn lần*
*Nên khi nhắm mắt lìa trần*
*Chỉ xin được nói một lần cảm ơn*

Có những lúc ngồi bù khú với bạn bè, có người hỏi sống để làm gì? Những câu trả lời đại loại như sống để ăn, để ngủ, để hưởng thụ, sống để tìm ý nghĩa cuộc đời, sống để yêu thương... ba cho rằng chưa thỏa đáng. Chúng ta sống tất nhiên không chỉ vì những việc tầm thường nhưng lại càng không sống vì những mục đích lớn lao cao cả như tìm ý nghĩa đích thực của cuộc đời, ghi dấu ấn vào cuộc đời hay thay đổi thế giới như những vĩ nhân. Cả hai cách đều là cực và ba chỉ mong con chọn lấy con đường của những người bình thường. Không cần phải điên để có thơ hay, đồng tính để viết nhạc hay tự cắt tai để vẽ đẹp làm gì...

Tuy nhiên ba vẫn nghĩ rằng, loại người vô nghĩa nhất là những người không có mục đích gì để sống.

Bây giờ ba chỉ vắn tắt cho con hiểu là cuộc đời chỉ cho mỗi người có một lựa chọn. Hãy nhớ rằng khi con đã chọn con đường này thì con không thể đi con đường khác. Khi con đã sống cuộc sống này thì không thể sống cuộc sống khác. Vì vậy hãy suy nghĩ chín chắn trước khi chọn lấy một quyết định. Muốn khỏi sai lầm thì cần phải có tâm, có tầm và có tri thức.

&

Con có biết là sự hiện diện và sắp chào đời của con đang là một biến cố lớn trong gia đình mình không? Tâm trạng của ba lúc này chắc cũng giống như những kỳ vọng của ông nội đã hướng về ba mấy mươi năm trước. Ba suy nghĩ liên miên và muốn nói với con rất nhiều điều. Vì con chiếm trọn tâm trí ba, mọi lúc, mọi nơi. Có lúc ba chỉ nghĩ, nhưng cũng lúc thầm thì một mình hay ngồi xuống viết ra trên trang giấy. Ba viết như một nhật ký từ ngày con chào đời mà cũng như một độc thoại với chính mình, nhìn nhận,... giãi bày tổng kết mấy mươi năm hiện hữu và nhìn lại đoạn đường đã đi qua.

Ba không viết để tố cáo hay tạo scandale. Mà chỉ để chia sẻ cảm nghĩ cho những bậc cha mẹ và lớp trẻ... Ba viết ra nhưng chưa chắc những điều phức tạp này là đúng. Bởi thế ba mong con đón nhận nó với sự hoài nghi.

Ba sẽ nói với con bằng tấm lòng chân thật, vừa bằng tình cha con vừa bằng tất cả tấm lòng của một cá nhân có trách nhiệm với một cá nhân khác. Đêm đêm ba sẽ thầm thì với con, tâm tình và chia sẻ giữa con người với con người trong mối quan hệ của người sinh trước nói với kẻ sắp sửa chào đời, nói những điều mà chính bản thân ba trải nghiệm, với mục đích giúp con thấy, nhưng ba biết là với những bất trắc của nó, trong đời này không ai có thể là kẻ dẫn đường được cho ai, nên ba sẽ không làm gã lái đò đưa con qua sông mà chỉ hướng để con tìm thấy một bến đò. Đó là tâm thức, tình yêu và trách nhiệm của một người đã bị đời trói buộc nói với kẻ sắp phải đón nhận những hệ lụy của cuộc tồn sinh.

Vậy con hãy xem nhưng trang viết này là tâm tình hay cảm nhận cá nhân của riêng ba chứ ba không dám đại diện cho bất kỳ ai khác.

Có lẽ bây giờ là còn quá sớm để nói với con về những điều ghi chép trong quyển sách này. Viết ra nhưng có lúc ba cũng nghĩ, hay là mình im lặng, không nói gì với con về những điều tệ hại và xấu xa để khỏi làm con lo lắng và ưu tư. Có lẽ tốt hơn là ba kể về những điều vui tươi và hạnh phúc trong thế giới mà con sắp sửa bước vào. Để con khỏi phải bận lòng và vô tư mà sống. Nhưng con ơi, như thế khác nào ba đang đánh lừa con, dụ dỗ con vào chốn phồn hoa êm ái mà cõi đời không bao giờ có. Như thế có khác nào ba nói với con là đường đời chỉ toàn hoa thơm cỏ dại, là những cánh đồng cỏ xanh tươi và mọc dày như một tấm thảm êm ái, trên đó với đôi chân trần mà con vẫn có thể tung tăng chạy nhảy mà không vấp ngã. Không phải thế.

Đó đây luôn có những hòn đá làm con té ngã, đau đớn và bị thương. Chỉ có tri thức mới giúp con làm phương tiện, như đôi giày cứng rắn để bảo vệ hai bàn chân mềm yếu. Và nhớ rằng khi sống con không chỉ bảo vệ có đôi chân. Vì trên đường đời con còn gặp những kẻ ác sẵn sàng ném đá vào đầu... dùng gậy quất vào lưng hay gạt chân để làm con té ngã...

Những cú vấp ngã đó sẽ làm cho đôi chân con cứng cáp.

Dĩ nhiên cuộc đời không chỉ có chướng ngại và khổ đau. Nếu con biết sống và biết vui thì sẽ bắt gặp được niềm vui.

Hiện nay phương tiện nghe nhìn thì có nhiều... nhưng theo ba thì... nhân loại chưa tìm ra công cụ nào hiệu nghiệm hơn sách vở. Và ba nghĩ không có cách tiêu khiển nào rẻ hơn sách mà cũng chẳng có sự thú vị và hữu ích nào bền lâu hơn sách. Đọc sách. Đọc sách, Đọc sách. Theo ba đó là phương tiện hiệu quả để đào tạo cho mình một cơ sở học vấn vững vàng. Thật vậy, dầu là bực thông minh đến đâu cũng nhờ đọc sách mà kiến văn ngày một thêm rộng. Hãy nhớ là hiểu biết về chung quanh, lịch sử, xã hội đã cần nhưng hiểu biết về bản thân, về chính mình cũng cần thiết không kém. Vì không biết mình muốn gì, thực sự cần gì thì làm sao sống hạnh phúc? Dễ mất thời gian cho những việc viển vông, vô ích.

Con người không giống các loài động vật và người này rất khác người kia vì họ có thể tự do chọn lựa và quyết định quá trình phát triển cá nhân. Và chỉ có sách mới giúp chúng ta mở mang tâm trí và cung cấp phương tiện cần thiết để hiểu biết. Viện Bảo tàng Con người (Musée de l'Homme) ở quận 16 Paris có ghi câu nói: "Mọi con người đều hít thở, chỉ có văn hóa mới khiến họ khác nhau."[1] Một nhà tư tưởng người Nhật, ông Fukuzawa Yukichi cũng đã

[1] Nguyên văn là: "Tous les êtres humains respirent, seule la culture les distingue."

từng nói: "Ông trời không sinh ra người đứng trên người, cũng không sinh ra người đứng dưới người. Tất cả đều do sự học mà ra." Nhờ sách, con sẽ hiểu giá trị của bình đẳng và tự do. Nhờ sách con sẽ có tri thức để bảo vệ cái chất nhân bản và trang bị cho mình các phương tiện để bước vào một cuộc tiến hóa ở cấp độ toàn cầu.

Nếu một con chim có thể bay cao nhờ đôi cánh thì phương tiện của con người chính là trí tuệ. Thế nhưng trí óc cũng cần phải minh mẫn, phải được nuôi dưỡng bằng những hạt giống giúp nó nảy mầm tư tưởng chứ không phải được lấp đầy bằng những ý tưởng được đóng gói sẵn từ ai đó.

Đọc sách để trở thành trí thức, không phải để khoe khoang, chứng tỏ cái tôi cho mọi người nhìn thấy mà mục đích chính là mở mang tầm mắt để nhìn sự vật một cách khách quan. Dĩ nhiên người thông tuệ chưa hẳn là những người đọc nhiều, mà có khi đọc ít, hiểu sâu. Người Do Thái có nói: "Đọc sách mà không hiểu nghĩa thì chẳng khác gì thư tín viên đi cả ngàn dặm chỉ để chuyển lá thư cho người khác!"

Vì vậy đọc sách gì? Và đọc ra sao cũng là một chuyện cần nói.

Có ai đó đã viết: "Hãy nói anh đọc gì, tôi sẽ nói anh là ai." Vì cuốn sách luôn luôn phát hiện người đọc là ai. Nhà buôn thì đọc sách kinh doanh, nhà chính trị đọc sách chiến thuật và chiến lược, còn đám choai choai thì đọc ngôn tình để giết thời gian...

Cùng một cuốn sách, có người đọc qua loa chỉ lấy thông tin chém gió. Người thì cẩn thận từng lời với tinh thần phản biện hay để nắm bắt nguyên lý và làm giàu vốn ngôn ngữ của mình. Triết gia Platon nói: "Khi tư duy, người ta tư duy bằng ngôn ngữ, người ta đặt câu hỏi rồi trả lời câu hỏi của mình đều bằng ngôn ngữ!" "Ngôn ngữ là cao cả nhất vì chỉ có dùng nó người ta mới bàn được cái gì tốt, cái gì xấu, để hình thành môn đạo đức. Mà đạo đức là cái cao trọng nhất của con người!"

Trong đời sống, chỉ có tri thức, chứ không phải giàu có hay quyền lực, mới giúp con sống bình an. Vì người thực học là kẻ biết sống khiêm cung. Sự khiêm tốn ấy thường bắt nguồn từ những hiểu biết sâu xa về mối quan hệ giữa cá nhân và xã hội, không khiếp sợ trước uy quyền mà cũng nhìn kẻ ít học hay kém may mắn hơn mình bằng cái nhìn độ lượng. Họ thanh thản sống và bằng lòng với phần đóng góp của mình vào sự phát triển cộng đồng. Tri thức không phải là bằng cấp hay kiến thức giả, dùng ngôn ngữ lấp liếm khoảng trống về trình độ, và lối sống của họ chỉ nhằm để phục vụ những mục đích tầm thường.

Dĩ nhiên trong quá trình sống, không chỉ biết về lịch sử và xã hội mà còn phải biết về bên trong hay hiểu bản thân mình. Theo ba biết, để có được những hiểu biết sâu sắc, từ xưa đến nay nhân loại chưa tìm thấy công cụ nào hữu hiệu hơn sách vở. Đọc sách là cách thu ngắn lại con đường kinh nghiệm của nhân loại.

Kẻ ngu dốt không đọc sách sẽ mãi mãi là kẻ ngu dốt, còn người thông minh nếu không đọc sách sẽ mất dần dần kho tri thức của mình!

Khổng Tử cũng nói: "Người quân tử ba ngày không đọc sách, soi gương thấy mặt mũi khó coi."

Đời người chỉ có một, nhưng nếu con biết đọc sách, đời sống của con sẽ phong phú, như thể có nhiều cuộc đời. Với tuổi thọ trung bình 70-80 năm, không đọc sách thì chỉ sống có một cuộc đời: cuộc đời của chính mình. Giỏi lắm thì cũng chỉ nắm được một lượng kiến thức tương đối của thời đại, nhưng nếu con là người yêu sách, con có thể sống qua nhiều thế kỷ, hàng ngàn năm, suốt trong sự phát triển của nhân loại. Con có thể có mặt từ lúc Lạc Long Quân lấy bà Âu Cơ, Tiên Dung gặp Chử Đồng Tử, nghe tiếng

Đặng Dung mài kiếm dưới trăng hay nhìn thấy chiến bào của vua Quang Trung nhuộm đen vì khói thuốc súng khi cỡi voi sau chiến thắng Hạ Hồi. Con còn có thể nghe nhà thơ Nguyễn Du ngẩn ngơ trước khi sáng tác những vần thơ về thân phận Thúy Kiều... Nếu may mắn có được một cuốn sách giá trị, càng đọc càng nắm bắt nhiều ý nghĩa thì như con đã sống rất nhiều, kinh nghiệm phong phú, cảm được nhiều quy luật của cuộc sống, về tình yêu, về thành công, thất bại hay những gì mà con thích thú hay trân trọng. Nhà nghiên cứu Umberto Eco cho rằng đọc sách là một sự đi ngược về bất tử (la lettura e' una immortalita' all'indietro). Tiếc là phần lớn người ta chỉ thích sống qua ngày chứ không dành thời gian để tâm trí phát triển. Từ xưa đến nay phần lớn chỉ làm những công việc để có thêm vật chất mà bỏ quên việc nuôi dưỡng tâm hồn.

Không, sự sống không chỉ là một bản năng.

Ba mong là lớn lên con thích đọc sách. Trong thâm tâm, ba mong muốn con là một đứa bé thông minh, lớn lên là một trí thức có tâm huyết với gia đình và cộng đồng, nhưng không vì thế mà mong mỏi con là một thần đồng như nhiều bậc cha mẹ hiện nay. Các trường superkid, các bài báo ca tụng... một đứa trẻ thần đồng nào đó luôn mang lại cho ba cảm giác bất an. Ba thấy đó là một sự "cưỡng bức" có thể làm cho não của trẻ phát triển lệch lạc. Chắc chắn rồi đứa bé đó hoàn toàn cô đơn và khả năng ưu việt đó sẽ cô lập mọi sự giao tiếp với bạn bè và là bức tường án ngữ hành trình sống của nó. Được gắn lên danh hiệu phù phiếm đó, tuổi thơ của nó không còn hồn nhiên và đời sống không thể nào được bình yên vì trên vai nó bị người ta tròng vào bao thứ sứ mệnh và trách nhiệm. Đứa bé ấy không thể lớn và phát triển theo tâm sinh lý tự nhiên, phải bị thúc ép sống với bao thứ hư danh to lớn, bị người lớn, báo chí soi mói từ lời ăn tiếng nói, ép phải có những thành quả làm kinh ngạc cho xứng đáng với danh hiệu... thần đồng.

Hiện nay có nhiều bậc cha mẹ nghĩ trăm phương ngàn kế để con được vào học trong những trường mầm non tốt nhất, trường tiểu học tốt nhất. Họ không tiếc tiền bạc cho con tham gia vào các lớp bồi dưỡng tài năng. Họ cho rằng nếu con thua thiệt ngay từ vạch xuất phát thì cả cuộc đời này chắc chắn sẽ thua cuộc.

Nếu coi cuộc đời là một cuộc đua thì vạch xuất phát đúng là có tồn tại. Nhưng thực tế cuộc đời là một hành trình chứ không phải một cuộc đua. Hơn nữa, nếu tranh thủ từng giây từng phút ngay ở vạch xuất phát chỉ có ý nghĩa đối với chạy cự ly ngắn, còn đối với chạy cự ly dài như một đời người thì thắng thua quyết định ở sự dẻo dai, tính kiên nhẫn, phối hợp toàn diện và khả năng ứng phó linh hoạt trong suốt chặng đua, chứ không phải ở việc xuất phát nhanh hay chậm.

Ba chỉ mong mỏi là tuổi thơ của con là một đứa bé lành mạnh. Có thời gian sống theo tính cách của mình. Hồn nhiên. Vô tư. Không mang lên vai quá nhiều bổn phận và trách nhiệm. Mọi sự phong danh hiệu này nọ đều xuất phát từ nỗi khát khao ích kỷ của người lớn, một cách ép trẻ phải chứng minh điều họ đã không làm được. Để được vác cái hư danh mở mày mở mặt. Đó là sự lạm dụng, dùng bạo lực tâm lý... để tước đoạt tuổi thơ non nớt bằng những tờ giấy khen vô nghĩa, ép con phải là số 1, nhất định phải là số 1, không được làm số 2...

Việc học chính là tự học chứ không phải nhồi nhét. Ba chỉ muốn đặt mình vào vị trí của con để thấy rằng ngày xưa mình cũng từng có lúc học dở, thất bại để có sự thấu cảm và chia sẻ thật sự với con.

Ba cũng không muốn buộc con phải nhất thiết làm theo những điều ba mẹ suy nghĩ. Khoảng cách thế hệ và thời đại luôn có ảnh hưởng sâu sắc đến tâm hồn người của một thời. Nói điều này, vì vài ngày trước ba có nghe một thanh niên nói với cha mẹ: "Ba mẹ đừng trông mong chúng con trở thành con người cổ lỗ như ba mẹ. Văn hóa của ba mẹ không phải là văn hóa của thời đại chúng con. Chúng con là công dân toàn cầu." Phũ phàng thay, nhưng những thanh niên có ăn có học ấy làm sao hiểu được suy nghĩ xưa khi chúng sống trong một thế giới mà nền tảng là vật chất và tiền? Đâu phải chúng không có lý. Bổn phận cha mẹ là giúp con cái thành công trong đời, trong môi trường chúng đang sống chứ không phải môi trường bố mẹ đã sống. Sống thời nào mà không theo văn hóa thời đó thì chỉ có thất bại, mà đâu có cha mẹ nào muốn con mình thất bại khi ra đời...

Đứa con tuy sinh ra trong gia đình nhưng cuộc đời con sẽ không thuộc về ba má. Ba má có thể cho con thể xác và tình thương, nhưng khó thể cho con suy tư, tâm hồn. Bởi vì con có suy tư riêng. Bởi vì tâm hồn con lệ thuộc vào hoàn cảnh tương lai, mà ba má không thể nào biết trước.

Biết thế nhưng ba vẫn thấy mình có trách nhiệm nói về thời buổi và những giá trị của một thời. Để con hiểu thêm về quá khứ, vì có tương lai nào mà không bắt đầu từ hôm nay, có phải không con?

Thế nên ba sẽ nói với con về cái thế giới mà ba đang sống. Và con cũng sẽ chập chững bước vào. Mỗi ngày một ít và trong thời gian mà con lớn dần trong bụng mẹ ba sẽ nói nhiều hơn. Cuộc đời này nhọc nhằn, thỉnh thoảng cũng có chút niềm vui nhưng để có nó con người phải trả cái giá mỗi ngày một đắt. Biết rõ, để con có thể chọn lựa chào đời hay không, vì làm sao ba có thể hiểu là con không muốn bước ra ánh sáng và mãi mãi muốn nằm yên trong cõi yên lặng?

Lúc này thì con chưa thể đối thoại, nói cho ba hiểu. Nên câu chuyện với con giờ chỉ là một sự độc thoại, một ý niệm. Hình hài của con chỉ là một nhúm tế bào vừa mới bắt đầu... và có lẽ chưa thể gọi là một cuộc đời...

Con sẽ nghĩ gì về những điều ba sắp nói? Sẽ đánh giá như thế nào về cõi đời? Ba không thể biết. Đó là chuyện về sau. Còn về phần ba, trong những tháng năm hiện hữu của đời mình, lúc hạnh phúc, ba nghĩ mình sinh ra là đúng, là phải; còn những lúc đau khổ, ba lại cạn nghĩ, thà mình đừng được sinh ra!

Có lẽ rất nhiều người trên quả địa cầu này đã sinh con đẻ cái theo một thói quen, nhưng cũng có người tự đặt cho mình câu hỏi: tại sao phải sinh con? Để nó phải chịu đói, chịu khát, để nó bị phản bội, bị bạc đãi hay bị giết chết trong chiến tranh, tù đày hay dịch bệnh? Ai đúng, ai sai... ba không biết... nhưng nghi vấn Sinh con hay Không Sinh con... có lẽ mãi mãi là nghi vấn của muôn đời...

Nghi vấn của muôn đời vì trong lý luận của loài người có rất nhiều điều mâu thuẫn: Chỉ vừa mới xác định một điều gì, ta liền thấy ngay điều trái ngược. Và ngay lúc đó, ta thấy sự trái ngược cũng có lý chẳng khác gì điều ta vừa xác định.

Nhưng điều ta nói, sau một lúc có thể nhìn theo chiều ngược lại.

Tranh luận về vấn đề này dễ làm đầu óc mình rối rắm, tối tăm. Bất định. Nên ba nghĩ là mình nên nói chuyện khác, giao lại những vấn đề này cho các triết gia. Con nhé.

Nhưng dù sao ba cũng xin cảm ơn con! Vì nhờ chuẩn bị sự hiện diện của con ở cõi đời này nên ba má mới có cơ hội nói lên những lời gan ruột. Và khi nói những tâm tình, ba má sẽ có dịp nhìn lại phần lớn hiểu biết của mình và quan trọng nhất là được sống lại trọn vẹn những vấn đề tuổi trẻ, đi lại quãng đường từ lúc mới sinh đến lúc trưởng thành.

Sống lại không có nghĩa là trở lại thời quá khứ. Sự "sống lại" đó xảy ra trong hiện tại bởi lẽ ba má chỉ có thể sống trong hiện tại.

Ba nói sống lại chứ không phải nhớ về hay hồi tưởng. Bởi nhớ về hay hồi tưởng chỉ là đôi khi, xảy ra chỉ một đôi lần. Còn sống lại thì vô tận, như thể ba má có thêm một cuộc đời, được cảm nhận lại tất cả những cung bậc cảm xúc trong đời sống mà mình đã từng trải qua. Bản thân nó là một điều tuyệt diệu!

***Trương Văn Dân***

## Giới thiệu sơ lược về tác giả

**Trương Văn Dân**

(Xem ở trang 661)

## *Hoàng Quân*

# Con đường mùa xuân

Diệu nhận điện thư của Loan với tiêu đề: "Tin giựt gân." Tính Loan vẫn vậy, luôn nổi đình, nổi đám. Diệu như nghe Loan liến thoắng: "Mi biết hôm qua tao gặp ai ngoài phố không? Bà Liên Diệp! Chị con Liên Hương. Tao mừng quá trời. Tao hỏi thăm con Liên Hương. Mi biết nó ở đâu không?" Những câu hỏi ào ào của Loan làm Diệu muốn ngộp thở. Nó ở bên Đức đó! Gần chục năm rồi. Mi tệ thiệt!" Trời đất! Loan làm như Diệu phải biết tất cả hai trăm ngàn người Việt cư ngụ tại xứ này. "Nó ở cùng xứ với mi bao nhiêu lâu, mà mi chẳng biết gì hết trơn." Loan dài dài thêm vài dòng mắng xéo, mắng xiên, rồi mới ghi số điện thoại của Liên Hương với tối hậu thư: "Mi phải tìm cách gặp con Liên Hương gấp. Nếu không, tao nghỉ chơi mi." Diệu đành lẩm nhẩm với máy: "Ừ, biết rồi, làm ngay."

***

Diệu vào trường Marie Curie sau năm 1975, chơi chung với Liên Hương và Loan từ lớp 10 cho đến xong trung học. Cả ba không phải cư dân thứ thiệt của Hòn Ngọc Viễn Đông, mà quê quán ở mãi tận miền quê hương thùy dương/ nước chảy còn vương bao niềm thương.[1] Gia đình Loan "di cư" đầu thập niên 70. Liên Hương và Diệu có chung "lịch sử", cùng chạy loạn năm 75. Loan coi như mất gốc, chỉ

[1] Trích lời ca khúc Thương về miền Trung, nhạc sĩ Duy Khánh.

hiểu, chứ không nói giọng Huế. Diệu trở thành người trầm lặng, vì sợ người ta chọc ghẹo giọng "ngoài nớ" của mình. Liên Hương thuộc dạng "đa hệ", có năng khiếu "ngoại ngữ", nói giọng Bắc Trung Nam, đâu ra đó, hết sức duyên dáng. Liên Hương lúc nào cũng tự tin, bặt thiệp, nắm đầu "bộ ba Trung kỳ." Loan và Diệu chăm chỉ cày bừa, học gạo, học tủ đủ kiểu. Liên Hương, ngược lại, rất tài tử, mà lúc nào bài vở cũng ngon lành. Loan, Diệu dần dần bớt đi mặc cảm nhà quê, nhờ nép dưới hào quang của Liên Hương. Lớp ban Văn và Anh văn, âm thịnh dương suy. Hơn ba chục đứa con gái ngồi những bàn đầu, đùn mười đứa con trai xuống bàn chót.

Loan gọi mấy chị em Liên Hương là ao sen, có hoa, đài, lá, cành. Loan ghẹo: "Tại mi con gái út. Chớ không, em mi sẽ tên là Liên... Hột, tha hồ làm mứt, nấu chè." Liên Hương nhéo tay Loan tím bầm, trị tội suy diễn phi nghệ thuật, nặng tâm hồn ăn uống của Loan. Lần nọ, Châu, một trong số ít học trò đầm thứ thiệt còn lại của trường, có màn coi chỉ tay. Châu lật qua, lật lại tay Liên Hương, trầm ngâm:

- Bồ lận đận đường tình duyên dữ lắm đó.

Liên Hương cười khanh khách:

- Thiệt hả!

Loan chọt vào:

- Lận đận là phải, chớ năm bảy người theo nó. Chỉ mỗi chuyện suy nghĩ, thương chàng nào, cũng đủ nhức đầu rồi.

Quả thật, trong lá số tử vi của Liên Hương, sao đào hoa, hồng loan sáng ngời. Mấy anh chàng ngồi cuối lớp, có lẽ ai cũng đôi lần chép tên Liên Hương nhăng nhít trong tập vở. Mà đâu chỉ trong lớp Diệu, các chàng lớp C, lớp D cũng dập dìu trước cửa lớp B. Đôi ba bữa Liên Hương "bật mí" cho Loan, Diệu vài lá thơ tình. Có chàng còn mạn phép thi sĩ, sửa bài thơ nổi tiếng, "anh sẽ về thương lại nhánh sông Hương, thương bóng hình người học bên B một, em nhớ giữ tính tình con gái Huế, vừa ngây thơ vừa duyên dáng ngoan hiền...." Anh chàng lớp C, mặt mày sáng sủa, tướng tá cao ráo, chỉ một tội là dân Bắc... hai nút, cho nên cứ lẩn quẩn hoài ở vòng loại. Liên Hương rất khéo, dù không thích người ta, chẳng bao giờ tỏ thái độ làm phật lòng ai. Liên Hương rù rì trong nhóm: "Chữ em gái của Đoàn Chuẩn nồng nàn thắm thiết, nghe muốn nhũn cả tim, tôi có người em gái tuổi chớm dâng hương...[1] Chứ, kiểu gọi em gái, vội vàng làm thân của các anh giai "Hà Lam Linh" ngủng ngoẳng quá chừng."

Xong trung học, ba đứa cùng thi vào Cao Đẳng Sư Phạm. Chỉ một mình Liên Hương thi đậu. Loan và Diệu chẳng có thì giờ, tâm trí để buồn vì chuyện đậu phải cành mềm. Không lâu sau, gia đình Loan vượt biên trót lọt. Thủ tục xuất cảnh sang Đức của gia đình Diệu hoàn tất quá nhanh. Diệu rời Việt Nam, không kịp từ giã Liên Hương. Cách đây mấy năm, Loan và Diệu tìm lại nhau, do Loan tình cờ gặp người anh họ của Diệu trong hội Tết. Nhưng cả hai mất hẳn liên lạc với Liên Hương.

***

Diệu nhìn đồng hồ, gần 11 giờ đêm, dù là đêm thứ Sáu, đã quá trễ. Gọi điện thoại giờ này là sự vạn bất đắc dĩ. Ngày mai thứ Bảy, Diệu sẽ gọi sớm, trước khi mọi người đổ xô đi chợ mua sắm cho cả tuần.

Diệu hồi hộp quay số. Có tiếng Hallo từ đầu dây bên kia. Diệu không tưởng tượng được chữ Hallo khô khan, cụt ngủn đó xuất phát từ miệng chúm chím thật dễ thương của Liên Hương. Diệu hít một hơi thật sâu:

---

[1] Gởi người em gái, nhạc sĩ Đoàn Chuẩn-Từ Linh.

- Liên Hương phải không? Diệu đây, lớp 12B1 Marie Curie đó.

- Trời ơi, Diệu hả. Thiệt không, thiệt không? Mi đang ở đâu đó?

Dẫu mừng rỡ, cả hai vẫn bỡ ngỡ, không biết bắt đầu câu chuyện từ đâu. Ngày xưa, vì tính nhút nhát, Diệu bị các bạn gắn thêm nhãn hiệu lù đù. Liên Hương hoạt bát, là xướng ngôn viên cho nhóm. Thế mà, giờ đây, lắm lúc Diệu phải phá tan sự im lặng bằng những câu hỏi chung chung. Giọng Huế vẫn trong trẻo, nhưng Liên Hương lúng túng trong mỗi câu trả lời. Diệu mơ hồ cảm thấy Liên Hương đã có những ngày tháng vô cùng buồn thảm. Gác điện thoại, Diệu còn bồi hồi. Dù rất nôn nóng gặp bạn, Diệu đành hẹn hai tuần nữa mới sắp xếp đến nhà Liên Hương. Định thần lại, Diệu mở bản đồ, tìm đường đến thành phố đó, cách nơi Diệu ở gần 150 cây số. Lúc Diệu hỏi đường, Liên Hương ngập ngừng:

- Hồi mô mi tới nhà ga chính của thành phố, tao sẽ chỉ tiếp đường cho mi, mà đường xe buýt chứ không phải đường xe hơi. Tao ít đi đâu, đường sá mù mờ lắm.

Liên Hương đọc địa chỉ, chầm chậm đánh vần tên đường:

- F, r, u có hai chấm ở trên... Frühlingsstr. Frühling là mùa xuân đó.

Liên Hương nhỏ nhẻ:

- Tao thức khuya lắm. Giờ mô mi gọi cũng được. Liên lạc lại được với mi, tao mừng lắm.

Vài ba tối, Diệu gọi điện thoại cho Liên Hương. Những lần sau, Liên Hương dần dà cởi mở hơn. Sau nhiều lần chuyện trò, Diệu từ từ có thể xếp một bức tranh ảm đạm từ những miếng puzzle rải rác đó đây.

***

Xong Cao Đẳng Sư Phạm, Liên Hương làm cô giáo Anh Văn ở trường cấp hai quận Năm, Sài Gòn. Nàng vừa đi dạy ở trường vừa kèm trẻ tại nhà. Khá bận rộn, nhưng về tài chánh không xác xơ, đói rách như những thầy cô giáo Văn, Sử, Địa. Chi tiêu chính trong gia đình đều trông chờ vào chị Liên Diệp từ Mỹ. Niềm hy vọng xuất ngoại theo đơn bảo lãnh của chị Liên Diệp như liều thuốc bổ cho mọi người trong nhà khỏe mạnh, phấn chấn. Liên Hương vui với những câu chuyện hình-như-là-tình-yêu, để thấy những hình-như-là-người-thương, và bạn bè dần dà ra đi. Đôi lúc nàng chạnh lòng, thấy tuổi mình, hâm tới hâm lui, không biết bao nhiêu bận, mà chưa có dịp thề non hẹn biển với ai. Những tưởng tượng, mơ ước, khi đến Mỹ, sẽ đi học lại, sẽ thực hiện những hoài bão, những dự định cho công danh, sự nghiệp từ từ lắng xuống.

Giữa mùa hè, tuy không đi dạy trường, giờ dạy tư của nàng vẫn kín thời khóa biểu. Do tình cờ lãng nhách, Liên Hương gặp Viện. Chị Vân, chị của Viện ở xeo xéo cách nhà Liên Hương mấy căn. Con hẻm bé tí, nên ai cũng quen nhau. Chị Vân kể, tính ra, ở ngoài Huế, hai gia đình chắc cũng gặp nhau đâu đó rồi. Dù là đồng hương, quan hệ của gia đình Liên Hương với gia đình chị Vân khá hời hợt. Vợ chồng chị Vân sống vương giả, vì toàn bộ gia đình lớn của chị ở nước ngoài.

Đến bây giờ, nàng vẫn không hiểu tại sao mình nhận lời mời của chị Vân đến dự bữa cơm thân mật, mừng người em trai từ nước Đức về thăm nhà. Một số người ở ngoại quốc về, họ nói tiếng Việt ưa pha một số chữ của ngôn ngữ nơi họ sống. Buồn cười, nàng không nghĩ họ giỏi ngoại ngữ, mà chỉ nghĩ, tiếng Việt của họ dở thôi. Viện không có những biểu hiện "thời thượng" của Việt kiều mà nàng từng gặp. Viện không chêm một từ ngoại ngữ nào trong khi nói chuyện. Viện cũng không có kiểu chém to, kho mặn, không nói những câu đại khái "Ở bên đó thế này, thế kia..." Có lẽ vì vậy, Liên Hương có chút mỹ cảm dành cho Viện. Viện khen Liên Hương giỏi, khi biết nàng là cô giáo dạy tiếng Anh. Nàng chỉ nhẹ nhàng nói cám ơn. Lúc ấy, nàng không nghĩ đến chuyện xã giao, hỏi Viện làm nghề gì. Không khí buổi cơm tối chẳng để lại ấn tượng nào đặc biệt. Sau đó, chị Vân qua thăm gia đình Liên Hương. Lần này, chị Vân mời luôn cả ba me và ba chị em nàng đi ăn tối ở nhà hàng Ngự Bình. Hôm sau, ba me gọi nàng ra, nói rằng, chị Vân đại diện gia đình bên Đức, xin hỏi nàng cho Viện. Liên Hương không ngạc nhiên cũng chẳng mừng rỡ. Nàng băn khoăn, muốn chờ cùng cả nhà qua Mỹ theo đơn bảo lãnh của chị Liên Diệp. Ba me nói:

- Con gái có lúc, có thời. Chị con đã hết lòng lo. Mà bao năm rồi, đơn vẫn không động tĩnh chi hết. Ba me hết hy vọng rồi. Càng chờ, càng trễ tràng con à.

Ba me không hề ép. Nhưng Liên Hương có cảm tưởng, ba me sẽ rất lo buồn, nếu nàng đánh mất cơ hội này. Ngoài ra, có lẽ gốc gác "người cùng quê" và nét chân chỉ hạt bột của Viện làm ba me yên lòng, tìm được bến nước êm ả cho con gái. Nghĩ lại, Liên Hương giận mình hết sức. Nàng chẳng hề tự hỏi lòng mình, đo mức độ tình cảm của mình dành cho Viện. Nàng không tìm hiểu xem đời sống bên Đức ra sao. Bởi, nàng nghĩ, thời buổi này, ở đâu, chắc chắn cuộc sống sẽ bớt tăm tối hơn ở Việt Nam. Ai cũng bảo nàng may mắn.

Viện trở về Đức. Thủ tục quá suôn sẻ. Không lâu sau, nàng đến Đức, ở một làng quê miền nam, cách xa thành phố München hơn trăm cây số. Hai tuần lễ đầu, Viện nghỉ làm, đưa nàng đi chơi lòng vòng, ngắm phố phường, mua sắm linh tinh ở siêu thị, thương xá. Ngày còn ở Việt Nam, nàng mơ, nếu có dịp đến Đức, sẽ đi thăm thành phố Bá Linh. Liên Hương hỏi, Viện bảo:

- Berlin xa lắm. Anh cũng chưa đến đó bao giờ.

Liên Hương thắc mắc, học tiếng Đức ở đâu. Viện ậm ừ:

- Thong thả rồi tính.

Buổi sáng, trước khi đi làm ở nhà hàng, Viện dặn dò vợ mọi điều. Ai bấm chuông, đừng mở cửa. Chỉ gọi điện thoại đến nhà hàng, nếu có chuyện khẩn cấp. Giờ giấc cơm nước của hai vợ chồng tùy theo giờ nghỉ của nhà hàng. Hai vợ chồng ăn trưa vào 3 giờ chiều và ăn tối vào 12 giờ khuya. Nhiều khi nàng muốn đi ra ngoài cho đỡ tù túng. Nhưng nhớ lời chồng căn dặn, nàng quanh quẩn trong căn nhà chật hẹp. Phải chi điều kiện bảo lãnh thân nhân vào nước Đức bắt buộc phải nói được ngôn ngữ của họ, thì nàng đã dự những khóa dạy Đức ngữ cấp tốc. Nàng lại ỷ y, nghĩ, mình biết tiếng Anh, học tiếng Đức ở nước Đức sẽ dễ dàng, nhanh chóng. Nàng muốn tận dụng thời gian trước khi xuất cảnh, cùng gia đình ra Huế, Đà Nẵng thăm họ hàng. Cho nên, đến Đức, mà một chữ tiếng Đức bẻ đôi cũng không biết. Anh của Viện có đưa cho nàng cuốn sách "Deutsche Sprachlehre für Ausländer"- "Tiếng Đức cho Người Ngoại Quốc." Nàng tập nhìn mặt chữ, tập viết. Có những chữ hơi giống tiếng Anh, nàng đoán được nghĩa. Nàng cặm cụi ghi chép. Rồi nàng mở ti-vi, cố gắng lắng nghe, chỉ hiểu lõm bõm vài ba chữ. Mấy tiếng đồng hồ ở nhà một mình đối với nàng như dài vô tận. Nàng hỏi ý chồng, muốn ra phụ việc nhà hàng. Viện đồng ý ngay. Tất cả nhân viên nhà hàng là người Việt. Tiếng Đức nàng học từ những người làm trong nhà hàng chỉ là những chữ một, đôi khi phát âm không đúng, nói xen kẽ trong khi chuyện trò bằng tiếng Việt.

Liên Hương thôi hỏi đến lớp Đức ngữ. Nàng lờ mờ hiểu rằng, Viện nói tiếng Đức rất quờ quạng. Các anh chị khác làm "bồi" vì tiếng Đức khá hơn. Viện làm trong bếp. Những giấy tờ, Viện đưa anh của Viện lo. Lúc đi bác sĩ, nàng tưởng mình như vừa câm, vừa điếc. Thấy chồng diễn tả mọi việc trúc trắc, nàng tội nghiệp cho cả hai. Những háo hức về đời sống ở ngoại quốc mau chóng nguội lạnh. Nàng thương nhớ gia đình ngút ngàn. Nàng cảm thấy cùng quẫn, một ngày mai mờ mịt. Nhưng sợ ba me lo buồn, nàng không dám kể lể cho gia đình biết. Nàng không tưởng tượng được, chỉ mới sau một thời gian ngắn, mà cuộc đời mình thay đổi đến như vậy. Ý tưởng manh nha xin Viện cho nàng trở về Việt Nam hoàn toàn bị dập tắt, khi ba me nàng báo tin nhà đã xong hồ sơ xuất cảnh, đang chờ vé máy bay. Nàng chán nản cùng cực. Dường như không có ngày nào nàng không sụt sùi.

Giữa những sầu khổ, nàng bỗng vươn dậy khi biết mình mang thai. Anh của Viện không thể đưa nàng đi bác sĩ sản khoa. Chị của Viện thấy nàng chẳng đỡ đần công việc ở nhà hàng được bao nhiêu. Không những thế, mặt mày nàng lúc nào cũng dàu dàu, đứng xớ rớ trong bếp, vướng chân, vướng cẳng người khác. Sẵn dịp nghe nàng có bầu, chị bảo nàng ở nhà nghỉ ngơi. Tại phòng mạch, khi nói chuyện với y tá, Viện phải múa máy chân tay. Nàng vừa thương, vừa buồn. Nàng ngồi khép nép nơi phòng đợi, chờ đến phiên. Viện ra ngoài hút thuốc, cô người Đức ngồi bên cạnh, mở lời làm quen. Cô nói tiếng Anh với Liên Hương:

- Chị là Sabine. Có lẽ em chưa biết chị. Chị ở tầng trệt, cùng nhà các em. Vợ chồng em ở tầng ba phải không.

Liên Hương rụt rè:

- Dạ, phải. Chị cũng đến khám thai hả.

Chị cười vui vẻ:

- Không, chị khám tổng quát hàng năm.

Lúc đó, Viện đi vào. Chị nói đôi điều với Viện, rồi quay qua Liên Hương:

- Chồng em đồng ý rồi. Lát nữa, chị vào nói chuyện với bác sĩ cho em. Khám xong, chị chở em về nhà.

Thế là Liên Hương quen với người "ngoại quốc" đầu tiên, sau gần một năm ở Đức. Chị Sabine đưa cho nàng mấy cuốn sách, có cả cuốn tự điển Đức-Anh/Anh-Đức. Chị dịch và cắt nghĩa những tài liệu về dưỡng thai. Nàng cảm thấy thật vui, mỗi chiều, từ cửa sổ nhìn xuống thấy chị Sabine đi làm về, chạy xe vào bãi đậu sau nhà. Đôi khi, chị dắt nàng đi chợ mua sắm lặt vặt hoặc rủ nàng đi dạo trong công viên. Nàng kể cho Viện về chị. Ban đầu, Viện nghe lơ là, không có ý kiến gì. Khi nàng nói, chị Sabine đã hỏi chỗ học tiếng Đức cho nàng, nếu Viện đồng ý, chị sẽ đưa nàng ghi tên nhập học, Viện bỗng to tiếng:

- Em cứ chờ đi. Hồi nào sanh con xong hãy tính. Người Đức không tốt bụng như em nghĩ đâu. Anh không muốn em liên lạc với bà đó nữa.

Liên Hương ngạc nhiên:

- Chị ấy rất tử tế. Em có gì để cho chị ấy lợi dụng đâu mà sợ. Anh không muốn tốn tiền cho em đi học trường, thì em cố học với chị Sabine, chừng nào hay chừng đó.

Nước mắt Liên Hương chực trào ra.

- Anh nói rồi. Em còn nói chuyện với bà đó, là biết tay anh.

Liên Hương mím môi:

- Anh không muốn nộp tiền học, thì em ở nhà. Nhưng em vẫn giữ liên lạc với chị Sabine, đâu có tốn kém gì cho anh đâu.

Sau đó là chuỗi ngày u buồn, ngột ngạt. Con Bé ra đời cũng chẳng làm không khí gia đình nhẹ nhàng hơn. Nàng chới với khi Viện bảo nàng là phường vô ơn bạc nghĩa. Nàng quỵ ngã khi Viện bảo, tùy ý, hai mẹ con muốn đi đâu thì đi. Chị Sabine hết lòng giúp đỡ, vực nàng dậy. Chị Sabine hướng dẫn nàng đòi hỏi quyền lợi cho hai mẹ con khi ly thân. Nhưng Liên Hương đã quá ngao ngán, chỉ muốn chấm dứt hẳn với đoạn đời nghiệt ngã đó. Chị chiều lòng nàng, đưa nàng đi xin trợ cấp dành cho mẹ đơn thân và căn nhà của Sở Xã Hội. Chị Sabine cho số điện thoại, dặn, khi nào có vấn đề, gọi cho chị. Làng nhỏ, xa phố, có lẽ rất ít người Việt Nam lưu lạc đến đây. Một thời gian dài, chị Sabine là người thân, là chỗ dựa cho mẹ con nàng.

Sang Mỹ đoàn tụ với gia đình là một lối thoát cuối cùng cho Liên Hương. Vừa có thẻ xanh, ba nàng nộp đơn bảo lãnh hai mẹ con. Ông qua đời trong khi đơn chờ xét duyệt. Vài tháng sau, me nàng cũng theo chân ông. Ước mơ sum họp gia đình ở Mỹ hoàn toàn tàn lụi. Nàng cảm thấy bơ vơ cùng cực. Trong một năm, chịu hai đại tang, nàng ngã bệnh. Con Bé là cái phao cho nàng ngoi lên trong những lúc muốn buông xuôi tất cả.

***

Diệu tìm đến thăm Liên Hương vào ngày trời âm u, lạnh ẩm ướt. Mẹ con Liên Hương ở trong căn hộ nhỏ. Hai đứa gặp nhau, mừng mừng, tủi tủi. Liên Hương gọi con bé ra chào dì Diệu, rồi bảo con vào phòng xem Ti vi. Diệu len lén quan sát Liên Hương, cảm nhận nỗi bất an qua từng cử chỉ của bạn. Người thiếu phụ đang lúng ta, lúng túng pha trà dường như chẳng liên quan gì đến cô học trò xinh đẹp, tràn đầy sức sống thời trung học. Phải chi có Loan lúc này, trêu ghẹo, chọc phá, để Diệu tìm lại nét tinh nghịch, linh hoạt nơi bạn. Diệu thương bạn quá. Liên Hương cúi đầu:

- Mi coi, tao ở đây gần chục năm rồi, mà cứ ngơ ngơ, ngáo ngáo như người mới qua. Chừ tao đủ điều kiện xin vào quốc tịch Đức, mà nói năng như ri thì làm răng thi quốc tịch. Hồi con Bé còn nhỏ, biết gởi nó cho ai, mà đi học tiếng Đức. Bé lớn một chút, tao đi làm, chớ mặt mũi nào mà lãnh trợ cấp xã hội hoài.

Diệu cầm tay Liên Hương:

- Thôi, mi đừng nghĩ ngợi lung tung. Mi có năng khiếu ngoại ngữ. Nhớ hồi đó không, ai mà hơn được mi. Ít bữa đi học lại, có căn bản là nói... cũng như tao. -Diệu giỡn, cố cho Liên Hương vui lên một tí.

- Bé sắp sửa xong tiểu học rồi. Tao đi họp phụ huynh, nghe tiếng được, tiếng mất. Bé học có lẽ yếu. Tao biết chi mà chỉ vẽ nó.

Tiễn Diệu ra cửa, Liên Hương tần ngần:

- Tao biết mi bận rộn lắm. Khi nào rảnh, ghé tao nghe.

Liên Hương cố gắng đùa một cách khó khăn:

- Mi coi đó, tới tao là thấy mùa xuân. Nhà ở Con Đường Mùa Xuân, thì có xuân quanh năm.

***

Loan háo hức, bắt Diệu phải tường thuật đầy đủ về buổi tái ngộ với Liên Hương. Diệu không biết nên kể cho Loan nghe những gì về nhỏ bạn xưa. Không, Diệu sẽ không nhắc đến ánh mắt hấp háy, thiếu tự tin, thừa mệt mỏi của Liên Hương. Diệu không biết nên tả chân dung người mẹ đơn thân như thế nào đây. Hay thôi, Diệu chỉ cần kể thật chi tiết cho Loan nghe rằng, khi nhắc thời đi học ở trường Marie Curie, sắc mặt của Liên Hương lóe lên niềm vui, giọng mơ màng:

- Mi nhớ anh chàng Bắc kỳ lớp C không? Tao gặp lại anh chàng bên trường Cao Đẳng Sư Phạm. Anh chàng hết nói giọng Bắc, mà đổi sang giọng Nam. Có lần anh chàng mời tao đến dự sinh nhật. Chàng đàn hát, trông rất nghệ sĩ. Hương, anh gọi tên em trong ngút ngàn nỗi nhớ...[1] Tao cảm động lắm. Nhưng lúc đó, tao chờ bảo lãnh qua Mỹ, nhất quyết không dây dưa chi mấy chuyện tình cảm.

Diệu định sẽ đến thăm Liên Hương đều hơn và thu xếp đưa mẹ con Liên Hương đi chơi loanh quanh vào cuối tuần. Chưa có dịp trở lại Liên Hương, Diệu đổi việc, dọn nhà xuyên tiểu bang. Lại càng xa Liên Hương. Diệu áy náy dữ lắm. Diệu gọi cho Liên Hương thường hơn. Qua giọng kể ngày càng thoải mái, tự nhiên của Liên Hương, Diệu biết thêm về những sinh hoạt của hai mẹ con. Hầu như trong mỗi lần nói chuyện, Liên Hương đều nhắc đến anh Thuận. "Anh Thuận mới bắt đèn neon. Bếp chừ sáng lắm, chứ không tù mù như hôm mi lại chơi đâu." "Anh Thuận dán giấy phòng cho con Bé, đúng ý nó, nó thích lắm." "Bé học tiến bộ, vì có anh Thuận tới kèm." Qua giọng kể tươi tắn của Liên Hương, Diệu biết thêm về anh Thuận.

Ngày nọ, ông Lohn, ông xếp Liên Hương trong chỗ làm, thấy thông tin về chùa Việt Nam trong tờ báo địa phương. Ông đưa cho nàng tờ báo có địa chỉ của một chùa Phật giáo, cách nhà nàng mấy chục cây số. Nàng mừng lắm. Chủ Nhật, hai mẹ con đi xe lửa lên chùa. Không gặp ai quen, nhưng nàng rất vui, được thấy người Việt, được nghe, được nói tiếng Việt. Một bác lớn tuổi hỏi chuyện nàng. Bác tỏ vẻ ái ngại: "Chà, hai mẹ con đi xe lửa cực dữ à. Bác đi nhờ xe cậu Thuận. Để chút nữa bác hỏi thử, có tiện đường thì xin cậu cho mẹ con cháu quá giang luôn." Thật may mắn, nhà của nàng trên đường về nhà anh Thuận. Từ đó, tuần nào anh Thuận đi chùa, anh ghé ngang đón hai mẹ con đi cùng. Anh Thuận góa vợ. Con trai anh đã ra riêng, đi làm. Anh đến chùa, ai cần gì, anh giúp nấy. Anh Thuận có mặt trong những lúc nàng gặp khó khăn. Từ chuyện nàng vào bệnh viện mổ ruột thừa đến chuyện chăm sóc đưa đón con Bé những khi nàng đau ốm. Liên Hương đã nghỉ làm ở

[1] Hương, nhạc sĩ Nhật Ngân, thơ Nguyễn Long.

siêu thị, đổi sang công việc dọn dẹp vệ sinh cho tiệm thuốc tây mỗi tối sau khi tiệm đóng cửa. Anh Thuận đã xin cho nàng theo học khóa Đức Ngữ, chuẩn bị thi vào quốc tịch. Diệu mừng cho bạn và có cảm tình với anh Thuận. Hôm hai đứa đang nói chuyện trên điện thoại, anh Thuận đến. Liên Hương bảo Diệu:

- Ừ, mi nói chuyện với anh Thuận, làm quen nghe.

Tiếng anh Thuận chậm rãi:

- Chào chị Diệu. Tôi nghe Liên Hương nhắc nhiều đến chị.

Diệu khựng lại khi nghe giọng Bắc...75 của anh Thuận. Liên Hương tâm sự:

- Hồi đầu, nghe giọng Bắc "hai nút" của anh Thuận, anh chị tao bên Mỹ lo lắng lắm. Nhưng khi biết anh Thuận hết lòng chăm sóc hai mẹ con, anh chị tao bây giờ cũng rất mến anh Thuận.

Diệu nhắc chuyện hồi xưa, Liên Hương cười khúc khích:

- Hồi nớ tao không ưa giọng Bắc. Nhưng chừ nghe hoài, thấy cũng dễ thương mi ơi.

Giọng Liên Hương rộn ràng:

- Tụi tao chọn ngày thứ Sáu ký giấy hôn thú ở Sở Hộ Tịch. Sau đó, mình có bữa tiệc thân mật. Tụi tao chẳng có họ hàng chi ở đây, chỉ có mấy người bạn bên chùa.

Liên Hương reo lên:

- Ô, tao có mi đại diện bên nhà gái chứ. Mi cố gắng thu xếp xuống chơi với tao vài bữa nghe. À, mà ít bữa tao dọn nhà. Tao hết ở Frühlingsstraße - Con Đường Mùa Xuân rồi.

Diệu muốn ôm chầm lấy Liên Hương, chung niềm vui với bạn. Liên Hương ơi, cho dù mi không ở Con Đường Mùa Xuân nữa, mùa xuân đã trở lại trong tim mi rồi đó.

Diệu sẽ kể cho Loan nghe về mùa xuân của Liên Hương. Chắc chắn Loan cũng như Diệu, cùng mừng bạn đã hết lận đận đường tình duyên. Hai đứa cùng cầu chúc mùa xuân sẽ chan hòa thêm nhiều tháng năm trên con đường trước mặt của Liên Hương.

***Hoàng Quân***

## Giới thiệu sơ lược về tác giả

**Hoàng Quân**

- Hoàng Quân tên thật Hoàng Thị Ngọc Thúy. Sinh năm 1960.
- Gia đình người Huế. Đã sống ở Quảng Ngãi, Đà Nẵng, Sài Gòn.
- Từ năm 1982 định cư ở Đức Quốc. Sống ở Wolfhagen, München, Berlin, Bad Nauheim...
- Sinh viên khoa Anh Văn, Đại Học Sư Phạm, Sài Gòn. Tốt nghiệp khoa Quản Trị Kinh Doanh Đại học Johann Wolfgang Goethe Universität, Frankfurt am Main.
- Làm việc trong lãnh vực tài chánh từ năm 1995 đến nay.

*** Cộng tác với các báo:**

- Măng Non, Viên Giác (Đức Quốc); Viết & Đọc (Na-Uy); Làng Văn (Gia-Nã-Đại); Thế Kỷ 21, Phụ Nữ Diễn Đàn, Ngôn Ngữ, Văn Hữu (Hoa Kỳ) và các trang mạng văn học: Diễn Đàn Thế Kỷ, T.Vấn & Bạn Hữu, Saigonocean (Hoa Kỳ), Cái Đình (Hòa Lan).
- Thành viên Văn Bút Lưu Vong (Exil-P.E.N)

*** Đã xuất bản:**

- Bông Hoa Trên Phím, nxb Thanh Hóa (truyện ngắn, 2015); tái bản dưới dạng ebook, tủ sách TV & BH (2017)
- Nhớ Tiếng À Ơi, nxb Nhân Ảnh (truyện ngắn, 2016); tái bản dưới dạng ebook, tủ sách TV & BH (2018)
- Đứng Ngẩn Trông Vời, nxb Nhân Ảnh (truyện ngắn, 2018)

# Giới thiệu sơ lược về các họa sĩ

- **Họa sĩ ViVi**

- Tên thật Võ Hùng Kiệt, lấy bút hiệu ViVi có ý nghĩa là Vĩnh Long và Việt Nam.
- Võ Hùng Kiệt có năng khiếu về hội họa khi còn nhỏ, từ năm 1958 đã cộng tác tập truyện bằng tranh với báo Tuổi Xanh.
- Tốt nghiệp trường Cao Đẳng Mỹ Thuật Sài Gòn năm 1968. Sau khi tốt nghiệp nhập ngũ QLVNCH, phục vụ tại Phòng 7 Bộ Tổng Tham Mưu và tiếp tục sự nghiệp cầm cọ.
- Năm 1965 được giải nhất cuộc thi vẽ mẫu tem do Tổng Nha Bưu Điện Việt Nam Cộng Hòa tổ chức. Từ đó về sau đã đoạt 33 giải tem thư, trong số đó có 27 con tem chiếm giải nhất trong thời gian 10 năm (1965-1975). Được Tổng Nha Bưu Điện chọn để in bưu hoa trên lãnh thổ Việt Nam Cộng Hòa.
- Vẽ sách Giáo khoa cho các nhà xuất bản: Quê Hương, Nhật Tảo, Sống Mới, Cành Hồng, Khai Trí, và sách giáo khoa cho trường mẫu giáo Claire Joie (Annexe de Regina Mundi)
- Từ năm 1995 định cư tại San Diego, cùng người bạn đời là ca sĩ nhà văn Diễm Châu (họa sĩ Cát Đơn Sa) thực hiện tạp chí Phụ Nữ Thời Nay Hải Ngoại.

- **Họa sĩ Cát Đơn Sa** - Tức nhà văn nữ Diễm Châu, xem giới thiệu ở trang 647.

- **Họa sĩ Đình Khải**

- Tên thật Lê Đình Khải, sinh năm 1971 tại Sài Gòn.
- Bắt đầu thiết kế đồ họa từ năm 1995, từng thực hiện nhiều bìa sách cho Tủ sách Rộng Mở Tâm Hồn, NXB Liên Phật Hội và Viên Giác Tùng Thư.
- Hiện sống và làm việc tại quận Gò Vấp, Sài Gòn, Việt Nam.

# TỦ SÁCH VIÊN GIÁC TÙNG THƯ

**Có thể đặt mua dễ dàng qua Amazon**

**www.amazon.com/author/thichnhudien**

**OLANDE ANANDA**
**Hồ Thanh Trước Việt dịch**
Khổ sách: 6x9 inch
Độ dày: 122 trang

**Tác giả: Thích Như Điển**
Khổ sách: 6x9 inch
Độ dày: 148 trang

**Nhiều tác giả**
**Nguyễn Hiền Đức sưu tập**
Khổ sách: 6x9 inch
Độ dày: 246 trang

**Tác giả: Văn Công Tuấn**
Khổ sách: 6x9 inch
Độ dày: 190 trang

**Tác giả: Phù Vân**
Khổ sách: 6x9 inch
Độ dày: 168 trang

**Tác giả: Thích Bảo Lạc**
**& Thích Như Điển**
Khổ sách: 6x9 inch
Độ dày: 198 trang

**Tác giả: Thích Như Điển**
Khổ sách: 6x9 inch
Độ dày: 208 trang

**Tác giả: Thích Như Điển**
Khổ sách: 6x9 inch
Độ dày: 260 trang

**Tác giả: Thích Như Điển**
Khổ sách: 6x9 inch
Độ dày: 260 trang

**Tác giả: Thích Như Điển**
Khổ sách: 6x9 inch
Độ dày: 170 trang

**Tác giả: Thích Như Điển**
Khổ sách: 6x9 inch
Độ dày: 250 trang

**Tác giả: Thích Như Điển**
Khổ sách: 6x9 inch
Độ dày: 262 trang

**Tác giả: Thích Như Điển**
Khổ sách: 6x9 inch
Độ dày: 276 trang

**SHRAVASTI DHAMMIKA**
**Thích Trung Thành Việt dịch**
Khổ sách: 6x9 inch
Độ dày: 140 trang

**Tác giả: Thích Như Điển**
**& Trần Trung Đạo**
Khổ sách: 6x9 inch
Độ dày: 336 trang

**Tác giả: Thích Như Điển**
Khổ sách: 6x9 inch
Độ dày: 356 trang

**Tác giả: Thích Như Điển**
Khổ sách: 6x9 inch
Độ dày: 302 trang

**Tác giả: Thích Như Điển**
Khổ sách: 6x9 inch
Độ dày: 494 trang

**Tác giả: Thích Như Điển**
Khổ sách: 6x9 inch
Độ dày: 200 trang

**Tác giả: Thích Như Điển**
Khổ sách: 6x9 inch
Độ dày: 444 trang

**Tác giả: Thích Như Điển**
Khổ sách: 6x9 inch
Độ dày: 204 trang

**Nhiều tác giả**
**Nguyễn Hiền Đức sưu tập**
Khổ sách: 6x9 inch
Độ dày: 464 trang

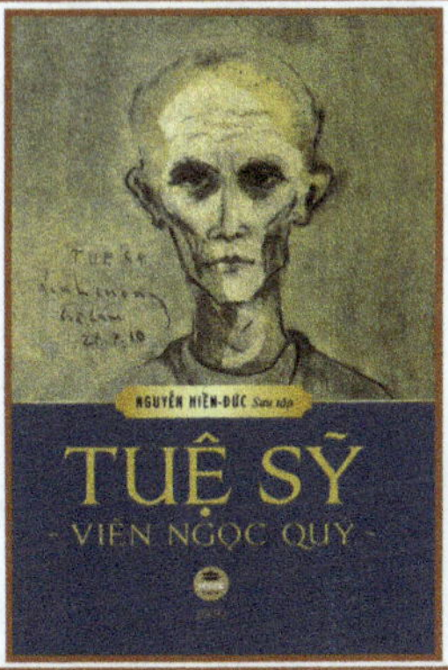


**Nhiều tác giả**
**Nguyễn Hiền Đức sưu tập**
Khổ sách: 6x9 inch
Độ dày: 348 trang

**Tác giả: Thích Như Điển**
Khổ sách: 6x9 inch
Độ dày: 396 trang

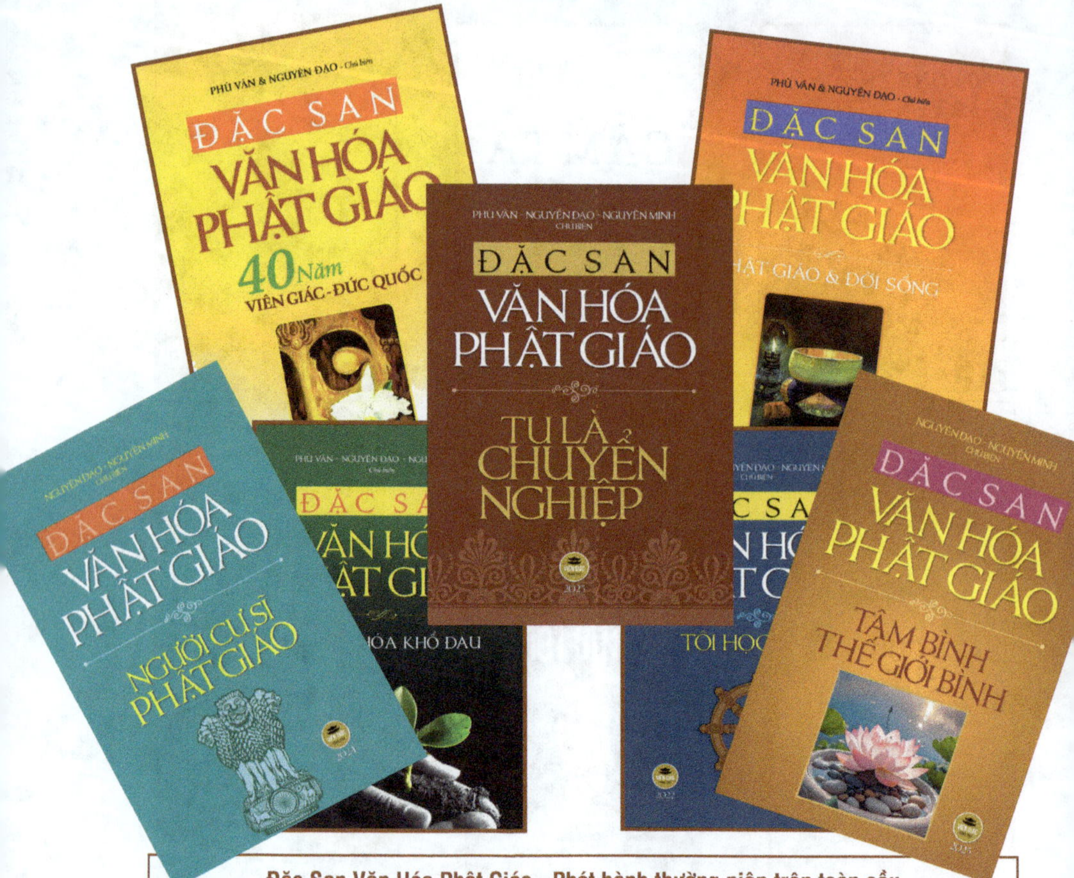


**Đặc San Văn Hóa Phật Giáo - Phát hành thường niên trên toàn cầu**
**2019 - 2020 - 2021 - 2022 - 2023 -2024 -2025**
**NHIỀU TÁC GIẢ**
Chủ biên:: ***Phù Vân - Nguyên Đạo - Nguyên Minh**

**Nhiều tác giả**
Khổ sách: 6x9 inch
Độ dày: 362 trang

**Tác giả: Thích Như Điển**
Khổ sách: 6x9 inch
Độ dày: 260 trang

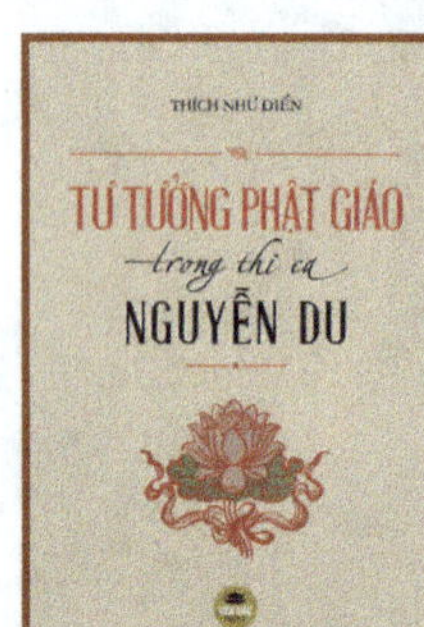


**Tác giả: Thích Như Điển**
Khổ sách: 6x9 inch
Độ dày: 258 trang

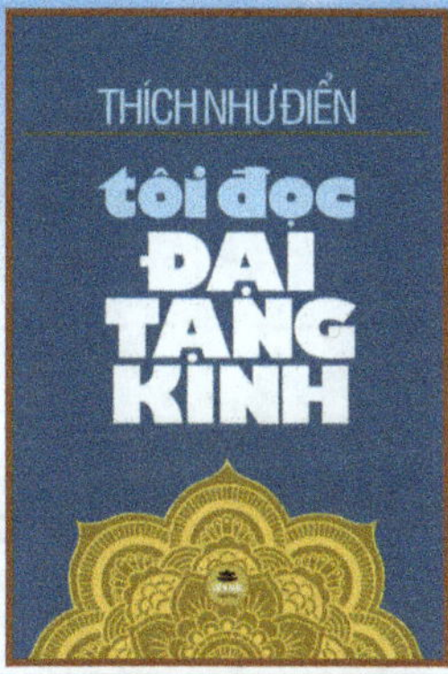


**Tác giả: Thích Như Điển**
Khổ sách: 6x9 inch
Độ dày: 424 trang

**Tác giả: Thích Như Điển**
Khổ sách: 6x9 inch
Độ dày: 254 trang

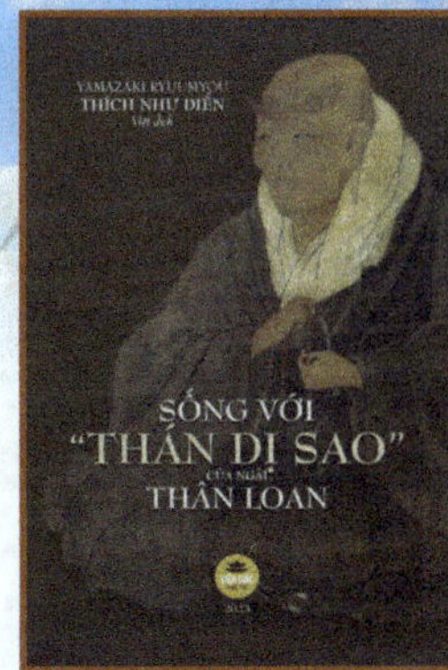


**Tác giả: Thích Như Điển**
Khổ sách: 6x9 inch
Độ dày: 372 trang

**Tác giả: Thích Như Điển**
Khổ sách: 6x9 inch
Độ dày: 240 trang

**Nhiều tác giả**
**Nguyễn Hiền-Đức sưu tập**
Khổ sách: 6x9 inch
Độ dày: 426 trang

**Tác giả: Thích Như Điển**
Khổ sách: 6x9 inch
Độ dày: 384 trang

## TÂY VỰC KÝ

- Chuyển dịch từ nguyên tác Đại Đường Tây Vực Ký của Pháp sư Huyền Trang
- **Thích Như Điển & Nguyễn Minh Tiến**
  Việt dịch và chú giải
- Với các họa đồ thể hiện chi tiết cuộc hành trình của ngài Huyền Trang vào thế kỷ 7.
- **Thích Tuệ Sỹ giới thiệu**

Khổ sách: 6x9 inch

Độ dày: 620 trang

Trọn bộ **TẠP CHÍ VIÊN GIÁC** năm 2024
đã phát hành toàn cầu
với phiên bản bìa cứng, in màu
gồm đủ 6 số Viên Giác trong năm 2024

**Có thể đặt mua qua AMAZON trên toàn cầu**

## PHÁP HOA VĂN CÚ

- Chuyển dịch từ nguyên tác Diệu Pháp Liên Hoa Kinh Văn Cú của Đại sư Trí Khải, giảng giải Kinh Pháp Hoa.
- **Thích Như Điển & Nguyễn Minh Tiến** Việt dịch và chú giải
- Một trong **Thiên Thai Tam Đại Bộ**, nền tảng giáo pháp Thiên Thai Tông.
- Công trình đang thực hiện, dày hơn ngàn trang, dự kiến sẽ xuất bản thành 2 tập vào khoảng cuối năm 2025.

**Có thể đặt mua qua AMAZON trên toàn cầu**

**(số 258, 259, 260, 261)**

**TẠP CHÍ VIÊN GIÁC - phát hành thường xuyên mỗi 2 tháng 1 kỳ**

là Tạp chí Phật giáo tiếng Việt **duy nhất** trên toàn thế giới
đã liên tục phát hành **hơn 47 năm qua**, vẫn tiếp tục tồn tại và phát triển
để phục vụ cộng đồng Phật tử Việt Nam ngày càng tốt hơn.

**Ủng hộ Tạp Chí** bằng cách **đặt báo thường xuyên**
- liên lạc Văn Phòng chùa Viên Giác hoặc Email: pagodevg2020@gmail.com

# BÜCHER AUF DEUTSCH

Autor: Thich Nhu Dien
Format: 6”x9”
Seitenzahl: 284 Seiten

Autor: Thich Nhu Dien
Format: 6”x9”
Seitenzahl: 240 Seiten

Autor: Thich Nhu Dien
Format: 6”x9”
Seitenzahl: 258 Seiten

Autor: Thich Nhu Dien
Format: 6”x9”
Seitenzahl: 404 Seiten

Autor: Thich Nhu Dien
Format: 6”x9”
Seitenzahl: 274 Seiten

Autor: Thich Nhu Dien
Format: 6”x9”
Seitenzahl: 296 Seiten

♦ Mọi yêu cầu hỗ trợ mua thỉnh kinh sách Phật học
và Đặc San Văn Hóa Phật Giáo này,
xin vui lòng liên lạc trực tiếp
với **Văn phòng chùa Viên Giác**

**Karlsruher Strasse 6**

**30519 Hannover - GERMANY**

Tel: +49 511 879 630 - Fax: +49 511 879 412 00

Email: pagodevg2020@gmail.com / todinh@viengiac.info

**Quý vị có thể mua trực tiếp dễ dàng qua Amazon**
**www.amazon.com/author/thichnhudien/**

www.ingramcontent.com/pod-product-compliance
Lightning Source LLC
LaVergne TN
LVHW010630051026
849532LV00001B/13

# CHÂN DUNG VĂN HỌC
# NGHỆ THUẬT & VĂN HÓA
# TẬP 1

NGÔ THẾ VINH

# tuyển tập
# CHÂN DUNG VĂN HỌC NGHỆ THUẬT & VĂN HÓA

VIỆT ECOLOGY PRESS 2024

CHÂN DUNG VĂN HỌC
NGHỆ THUẬT & VĂN HÓA

Tác giả: Ngô Thế Vinh
Bìa: Hoàng Ngọc Biên
Đọc bản thảo: TT Nguyệt Mai
Chỉnh hình và dàn trang: Lê Giang Trần
Kỹ thuật: Lê Hân, Tạ Quốc Quang
Nhà xuất bản: Việt Ecology Press

ISBN: 979-8-3302-8322-4
Copyright © 2024 by Ngô Thế Vinh

*Văn chương vô mệnh lụy phần dư*
Nguyễn Du

*Thi thư dù lửa bạo Tần có thiêu*
Vũ Hoàng Chương

Tác phẩm Ngô Thế Vinh:

***Tiếng Việt:***

- *Mây Bão* ; nxb sông mã 1963, nxb văn nghệ 1993
- *Bóng Đêm*; nxb khai trí 1964
- *Gió Mùa*; nxb sông mã 1965
- *Vòng Đai Xanh*; nxb thái độ 1971, nxb văn nghệ 1987
- *Mặt Trận Ở Sài Gòn*; nxb văn nghệ 1996
- *Cửu Long Cạn Dòng Biển Đông Dậy Sóng*; nxb văn nghệ 2000, 2001; nxb giấy vụn 2014
- *Mekong Dòng Sông Ngh ẽn Mạch*; nxb văn nghệ 3/2007, nxb văn nghệ mới 12/2007, nxb giấy vụn 2012
- *Audiobook Mekong Dòng Sông Ngh ẽn Mạch*; văn nghệ mới 12/2007, 7/2017, nxb viet ecology press, nhân ảnh
- *Chân Dung V ăn Học Nghệ Thuật và Văn Hóa*, nxb viet ecology press, 2017 / 2024

***Tiếng Anh:***

- *The Green Belt*; ivy house 2004
- *The Battle of Saigon*; xlibris 2005
- *Mekong - The Occluding River*; iUniverse 2010T
- *The Nine Dragons Drained Dry - East Sea In Turmoil*; viet ecology press, nxb người việt, nxb giấy vụn 2016

# MỤC LỤC



CÁCH TRÌNH BÀY:

*Các tác giả được sắp theo hai thể loại: văn học nghệ thuật (16) và văn hóa (2); trong mỗi thể loại được sắp theo thứ tự năm sinh.*

# THAY LỜI TỰA

Ngô Thế Vinh là người viết rất cẩn trọng, và tôi là người đọc ông rất trân trọng. Chữ của Ngô Thế Vinh không phải từ những giấc mơ hiện ra, nhưng là từ nỗi lo sâu sắc cho dân tộc và từ những bước chân đi xa nhiều ngàn cây số bên dòng Cửu Long để viết lên hai tác phẩm biên khảo *Cửu Long Cạn Dòng Biển Đông Dậy Sóng* và *Mekong Dòng Sông Nghẽn Mạch* – nơi giữa những dòng chữ, độc giả có thể ngửi thấy mùi bùn non đồng ruộng chen lẫn với mồ hôi, nước mắt của đồng bào.

Và bây giờ là tuyển tập Ngô Thế Vinh viết về 18 người mà ông trực tiếp có hoạt động nghệ thuật một thời với họ, hay từng là môn sinh. Nơi đây, chữ của ông kể lại nhiều thập niên từ quê nhà tới quê người, qua 18 người hoạt động văn học và văn hóa độc đáo, và họ là một phần những gì đẹp nhất của một thời VNCH. Trong đó, có những người đã lìa xa, nhưng không bao giờ trôi vào quá khứ – như Võ Phiến, như Thanh Tâm Tuyền, như Mai Thảo, và tất cả - vì tác phẩm của họ vẫn đang hiện ra trong các sắc màu bất tử của văn học dân tộc, chứ không chỉ riêng của miền Nam VN.

Tác phẩm *Chân Dung Văn Học Nghệ Thuật và Văn Hóa* của Ngô Thế Vinh viết về: Mặc Đỗ, Như Phong, Võ Phiến, Linh Bảo, Mai Thảo, Dương Nghiễm Mậu, Nhật Tiến, Nguyễn Đình Toàn, Thanh

Tâm Tuyền, Nguyễn-Xuân Hoàng, Hoàng Ngọc Biên, Đinh Cường, Nghiêu Đề, Nguyên Khai, Cao Xuân Huy, Phùng Nguyễn, Phạm Biểu Tâm, Phạm Hoàng Hộ. Trong đó, hai người cuối danh sách là hai nhà khoa học, từng là thầy của Ngô Thế Vinh trong Đại Học Y Khoa và Khoa Học.

Bạn có thể thắc mắc: danh sách các chân dung văn học nghệ thuật như thế là không đủ… Như vậy, còn thiếu Doãn Quốc Sỹ, Vũ Khắc Khoan, Tạ Tỵ, Cung Tiến, Nguyễn Mộng Giác, vân vân… Không phải đâu, họ vẫn bàng bạc hiện ra trong sách Ngô Thế Vinh. Bạn sẽ thấy tên của các nhà văn vừa nêu đó, và rất nhiều nhà văn khác hiện diện trong nhiều trang sách và cả hình ảnh. Như thế, *Chân Dung* có thể xem là một phần của văn học Miền Nam VN trước 1975, và một phần văn học hải ngoại.

Tôi là một trong vài người có cơ duyên được đọc sớm những gì Ngô Thế Vinh viết, mỗi khi ông gửi bài để phổ biến lên báo. Bài ông viết mang tính sử liệu cao, chữ của Ngô Thế Vinh đã khắc họa lên những chân dung của văn học, văn hóa… nơi đó, các tác giả sống trong đam mê sáng tạo, khát khao tìm cái mới và đẹp của nghệ thuật, và đồng thời chia sẻ những đau đớn với đồng bào trong cuộc chiến Nam-Bắc.

Ngô Thế Vinh có cơ duyên trưởng thành trong nhiều lĩnh vực. Ông viết văn, làm báo từ thời còn là sinh viên Đại học Y khoa Sài Gòn. Ngô Thế Vinh tự trình bày về cơ duyên xuất bản sách này:

"*… Với 18 chân dung văn học nghệ thuật và văn hóa đã hoàn tất, tôi nhận được nhiều gợi ý nên cho xuất bản như một tuyển tập, nếu có một cuốn sách "tạo dựng (lại) diện mạo của các nhà văn, nhà thơ, nghệ sĩ" như vậy, thì đây sẽ là trang sách riêng để tặng cho Phùng Nguyễn.*"

Cảm giác của tôi là: nói là viết để tặng Phùng Nguyễn, một nhà văn thế hệ đi sau nhưng cũng chia sẻ những gian nan một thời chiến tranh VN, trong tận thâm tâm Ngô Thế Vinh đã viết để tặng cho đời sau. Mỗi bài viết của Ngô Thế Vinh là một mảng lịch sử về dân tộc mình. Bạn có thể đọc Ngô Thế Vinh như đọc những sử liệu có thể không tìm ra nơi đâu, những sử liệu của người trong cuộc kể lại. Văn của Ngô Thế Vinh không để giải trí. Nó có thể làm chúng ta mất ngủ, trằn trọc. Khi đọc sách Ngô Thế Vinh về dòng sông Mekong, chúng ta có thể cảm nhận trên trang giấy có bùn lầy Miền Tây, đang loang những trận mưa nước mắt của đồng bào. Và khi đọc về 18 chân dung văn học và văn hóa, bạn sẽ thấy hơn một nửa thế kỷ lịch sử hiện ra, nơi đó tác giả Ngô Thế Vinh kể lại từ góc nhìn của một nhà văn, và là một bác sĩ.

Không ai kể được chi tiết về bệnh của họa sĩ Đinh Cường như Ngô Thế Vinh, và cũng là người khéo chọn hai câu của họa sĩ để từ biệt trần gian:

*"... Vĩnh biệt Đinh Cường. Tưởng nhớ cuộc đời tài hoa Đinh Cường qua hai câu thơ man mác của chính anh:*

*Ra đi mới biết lòng vô hạn*
*Sương có mờ thêm trên sông Hương."*

Chúng ta cũng có thể nhận ra nét bút rất riêng của Ngô Thế Vinh mà không nhà biên khảo văn học nào có thể đạt tới, một nét bút mô tả như ảnh chụp về nhà văn Mai Thảo:

*"… Chỉ có một bàn viết, chiếc giường đơn với nơi đầu giường là một chân đèn chụp rạn nứt và dưới gậm giường mấy chai rượu mạnh; trên vách là mấy tấm hình Mai Thảo; đặc biệt là tấm ảnh phóng lớn có lẽ chụp trước 1975, Mai Thảo cao gầy ngồi trên bậc thềm nhà cùng với nhà thơ Vũ Hoàng Chương mảnh mai trong áo dài the, phía dưới là một kệ sách…"*

Ngô Thế Vinh cũng kể về những mâu thuẫn trong văn giới về cách biên khảo văn học, qua bài viết về Võ Phiến:

*"... cho dù Võ Phiến đã phải lao động bền bỉ suốt 15 năm (1984-1999) để hoàn tất bộ sách Văn Học Miền Nam nhưng chính ông chưa hề tự coi đó là một công trình hoàn hảo nên vẫn ao ước việc đánh giá nền văn học 1954-75 cần được bắt đầu nghiêm chỉnh.*

*Cho dù bộ sách Văn Học Miền Nam của Võ Phiến có những hạn*

*chế đưa tới nhiều tranh cãi khá gay gắt. Người ta đã nặng lời trách ông về những phần thiếu sót trong bộ sách ấy: như khi ông đã gạt một số tên tuổi văn học của thời kỳ 1954-75 ra khỏi bộ Văn Học Miền Nam Tổng Quan, rồi cả cách ông phê bình các nhà văn, nhà thơ được ông chọn đưa vào sách cũng bị ông sử dụng cái sở trường văn phong tùy bút / nay thành sở đoản để châm biếm mỉa mai cá nhân với nhiều định kiến thiên lệch.*

*Nhà văn Mặc Đỗ nhóm Quan Điểm thì thật sự bất bình, Mai Thảo nhóm Sáng Tạo trong lần trò chuyện cuối cùng với Thụy Khuê 07/1997 cũng không kềm được cảm xúc nói tới "bọn vua Lê chúa Trịnh", và nói thẳng: "Võ Phiến cũng có chỗ được chỗ không được. Đại khái như phê bình văn học, đối với tôi thì không được. Văn Học Miền Nam tổng quan đó thì không được. Thơ dở. Tạp văn hay."..."*

Trong bài viết về Nguyễn Đình Toàn, chúng ta sẽ nhận ra cách đọc văn của Ngô Thế Vinh, không chỉ đối chiếu với các diễn biến lịch sử quê nhà, mà cũng là phân tích về nỗ lực sáng tạo:

*"Áo Mơ Phai là dự cảm về một thành phố Hà Nội sắp mất, Đồng Cỏ là một tác phẩm khác dự báo một Sài Gòn sắp mất. Nguyễn Đình Toàn mẫn cảm với thay đổi thời tiết cũng như với những biến chuyển của lịch sử. Dự cảm hay trực giác của nhà văn đi trước tấn thảm kịch, đi trước những đổ vỡ chia ly đã mang tính tiên tri…*

*... Nguyễn Đình Toàn với kỹ thuật viết mới, viết truyện mà không có truyện, những trang chữ là một chuỗi những hình ảnh tạo cảm xúc và là một trải dài độc thoại nội tâm. Nguyễn Đình Toàn thành công trong nỗ lực tự làm mới văn chương nhưng không vì thế mà bảo ông chịu ảnh hưởng và chạy theo phong trào tiểu thuyết mới của Pháp."*

Trong bài viết về Thanh Tâm Tuyền, chúng ta cũng đọc được các lá thư trao đổi giữa nhà thơ và Ngô Thế Vinh – đó là các lá thư mang tính sử liệu, ghi lại những chặng đường sáng tác và suy tư của Thanh Tâm Tuyền.

Ngô Thế Vinh viết: "*... Những người bạn gần và hiểu TTT đều nghĩ rằng thái độ sống ẩn dật, từ chối những tiếp xúc và khép kín của* *anh có lý do của một TTT đang tự lột xác, lặng lẽ tích lũy, TTT vẫn đọc rất nhiều và không ngừng đi tìm cái mới, với "giấc mộng lớn" để rồi khi tái xuất hiện là một TTT hóa thân, đó sẽ là một TTT khác, một TTT phục sinh để anh có thể viết trở lại / réécrire. Nhưng rồi, như một định mệnh, TTT đã không còn thời gian."*

Vâng, Thanh Tâm Tuyền không còn thời gian. Nhưng các tác phẩm văn học của Thanh Tâm Tuyền đã trở thành một tượng đài, vương các lớp bụi thời gian và vẫn đứng sừng sững trước mắt chúng ta.

Hay như hình ảnh Nhật Tiến qua lời kể Ngô Thế Vinh – cả hai người đều là nhân chứng sống của một thời 1963. Lúc đó, nhà văn Nhất Linh trước khi tuẫn tiết đã chép một bản sao di chúc gửi cho chàng sinh viên y khoa Ngô Thế Vinh để ngừa mật vụ tịch thu và bóp méo sự kiện. Lúc đó, nhà văn Nhật Tiến đã can đảm đọc bài tiễn biệt Nhất Linh giữa vòng vây mật vụ. Ngô Thế Vinh kể lại:

*"... Nhất Linh đã viết thêm một bản di chúc thứ hai giao cho nhóm sinh viên. Lúc đó tôi đang học năm thứ ba Y khoa. Vào những ngày đầu của tháng Bảy, 1963, Nguyễn Tường Quý chở anh là Nguyễn Tường Vũ (con của ông Nguyễn Tường Thụy, người anh cả của mấy Anh Em gia đình Nguyễn Tường) xuống Đại học xá Minh Mạng tìm tôi. Quý chờ xe ở ngoài, chỉ có Nguyễn Tường Vũ vào gặp. Không nói gì nhiều, Vũ trao tay cho tôi một phong thư mỏng, cho biết đó là một trong hai bản di chúc viết tay của Nhất Linh: "Nhờ Vinh giữ, khi cần Vinh đưa lại."*

*... Điếu văn của nhà văn trẻ Nhật Tiến lúc đó mới 27 tuổi, giữa vòng vây của mật vụ thời ấy, Nhật Tiến đã can đảm phát biểu với tính cách một nhà văn độc lập cho dù lúc đó Anh đang là Phó Chủ tịch Văn Bút. Nhật Tiến đã ràn rụa nước mắt với hết tâm can nói tới cái chết của nhà văn Nhất Linh: "Văn hào đã hình thành sứ mạng cao quý của người cầm bút. Văn hào đã nêu cao sĩ khí bất khuất của truyền thống những nhà văn chân chính."..."*

Những dòng kể lại tự thân đã trở thành một phần lịch sử.

Bên cạnh vai trò nhân chứng lịch sử, bản thân Ngô Thế Vinh cũng là một nhân chứng y khoa. Như trong bài Ngô Thế Vinh viết về Cao Xuân Huy: *"... Melanoma-mắt là loại ung thư hiếm, rất thầm lặng và khi phát hiện thường là trễ... Huy và tôi, qua cell vẫn liên lạc với nhau hàng tuần, thường là ngày thứ Năm sau ngày tái khám ở UCLA về. Thường là tôi phone cho Huy, nhưng lần này Huy gọi tôi báo tin cho biết CT scan mới phát hiện có bướu nhỏ trong gan. Nhiều phần có thể là do di căn từ ung thư mắt..."*

Chúng ta cũng sẽ gặp những tấm ảnh hiếm gặp, những khoảnh khắc của lịch sử ghi lại qua ống kính. Thí dụ, trong bài viết về Giáo sư Phạm Biểu Tâm, bên cạnh các tấm hình có từ thân nhân Giáo sư họ Phạm, chúng ta sẽ thấy một tấm hình có nguồn từ Life Magazine, với ghi chú của Ngô Thế Vinh:

*"Gs Phạm Biểu Tâm nói chuyện với SVYK trong một giảng đường 28 Trần Quý Cáp Sàigòn sau vụ Thầy bị bắt trước biến cố 1963. (nguồn: Life Magazine)"*

Cuối bài viết này, Ngô Thế Vinh mượn chính dòng thơ của Giáo sư Phạm Biểu Tâm, người được mô tả là "một vị danh sư đã để lại những dấu ấn lâu dài trong Ngành Y của Việt Nam từ thế kỷ trước" để như lời từ biệt của môn sinh gửi tới người thầy ngành y:

*"Nhớ Thầy Phạm Biểu Tâm, đọc lại bài thơ thiền của Thầy, để tìm được nguồn an ủi:*

*Trăm năm trước thì ta chưa có*
*Trăm năm sau có cũng như không*
*Cuộc đời sắc sắc không không*
*Trăm năm còn lại tấm lòng từ bi…"*

Vâng, câu hỏi trong đời của từng người chúng ta vẫn là: trăm năm còn lại chút gì? Câu trả lời là, ước mơ một nét văn hóa Việt nơi phương trời xa. Ngô Thế Vinh viết về họa sĩ Nguyên Khai, và ghi ước mơ này: *"Mong ước, rồi ra ngoài một Gallery Nguyên Khai trên không gian ảo www.nguyenkhaiart.com, căn nhà nhỏ mơ ước của Nguyên Khai - chữ của Trịnh Cung – nơi thị trấn Tustin, Orange County California và một số tranh tượng ấy sẽ được giữ lại như thêm một nét văn hóa Việt nơi thủ đô tỵ nạn của một thế hệ di dân thứ nhất."*

Hay như để hóa thân vào một nền văn học khác, như trường hợp Nguyễn-Xuân Hoàng, khi được một nhà nghiên cứu văn học Nhật Bản dịch sang tiếng Nhật. Ngô Thế Vinh viết:

*"Tanaka Aki, tên cô gái Nhật Bản, Aki có nghĩa là "Mùa Thu", cô đã không có may mắn được gặp nhà văn Nguyễn-Xuân Hoàng mà cô rất ngưỡng mộ nhất là sau này khi được đọc tác phẩm Người Đi Trên Mây, Sa Mạc, Bụi và Rác. Aki đã bị cuốn hút ngay với tác phẩm Người Đi Trên Mây vì mối quan tâm của cô về môi trường, hoàn cảnh sinh hoạt của Sài Gòn trước 1975. Aki đã từng sống và làm việc ở Việt Nam hơn 13 năm nhưng là thời kỳ sau 1975. Và cô có ý muốn dịch Người Đi Trên Mây sang tiếng Nhật nhằm chia sẻ một tác phẩm hay với độc giả người Nhật."*

Để nói ngắn gọn, thời gian đang cuốn trôi tất cả, nhưng tác phẩm *Chân Dung Văn Học Nghệ Thuật và Văn Hóa* của Ngô Thế Vinh sẽ vẫn ở mãi với văn học Việt Nam, vừa là sử liệu, vừa là chứng liệu, vừa là nhận định văn học từ chính một người cùng chia sẻ nỗ lực sáng tạo một thời. Nơi một góc thư viện, tác phẩm của Ngô Thế Vinh vẫn là độc đáo, và những dòng chữ đó – dù là viết về dòng sông Mekong hay về dòng sông Văn học – cũng là từ máu tim của ông.

NGUYÊN GIÁC PHAN TẤN HẢI

*Little Saigon, tháng 8/2017*

# CON ĐƯỜNG MẶC ĐỖ
# TỪ HÀ NỘI SÀI GÒN
# TỚI TRƯA TRÊN ĐẢO SAN HÔ

Chân dung Mặc Đỗ
*(photo by Trần Cao Lĩnh)*

*Mặc Đỗ nhà văn, nhà báo, dịch giả là một trong những tên tuổi của văn học Miền Nam trước 1975. Sau 1975, sang Mỹ tỵ nạn ở cái tuổi 58 còn tràn đầy sức sáng tạo nhưng anh đã chọn một cuộc sống quy ẩn, chữ của Mai Thảo. Mặc Đỗ gần như dứt khoát không xuất hiện hay có tham dự nào trong sinh hoạt cộng đồng văn chương ở hải ngoại - (biển ngoài, chữ của Mặc Đỗ), thái độ chọn lựa đó khiến tên tuổi anh hầu như rơi vào quên lãng.*

## TIỂU SỬ MẶC ĐỖ

Tên thật: Đỗ Quang Bình, sinh năm 1917 tại Hà Nội trong một gia đình Nho học nhưng hấp thụ một nền văn hóa Tây phương. Học Luật nhưng không hành nghề và chọn viết văn. Tên Mặc Đỗ được thân phụ đặt cho, có nghĩa là người họ Đỗ trầm lặng. Khởi đầu viết khá sớm các truyện ngắn, kịch và dịch sách đăng báo. Sau Hiệp định Genève 1954 di cư vào Nam, cùng với Nghiêm Xuân Hồng, Vũ Khắc Khoan thành lập nhóm Quan Điểm, chủ yếu xuất bản sách của các thành viên trong nhóm. Về sinh hoạt báo chí, Mặc Đỗ đã cùng với các nhà văn Vũ Khắc Khoan, Tam Lang Vũ Đình Chí, nhà thơ Đinh Hùng, Như Phong Lê Văn Tiến, Mặc Thu Lưu Đức Sinh sáng lập tờ nhật báo Tự Do đầu tiên ở Miền Nam. Sau 1975 Mặc Đỗ tỵ nạn sang Mỹ.

Tác Phẩm:

*Bốn Mươi (1956), Siu Cô Nương (1958), Tân Truyện I (1967), Tân Truyện II (1973), Trưa Trên Đảo San Hô (2011), Truyện Ngắn (2014),* chỉ trừ *Tân Truyện II (1973)* do Nxb Văn, sách Mặc Đỗ đều xuất bản với tên Nxb Quan Điểm.

Dịch Thuật:

*Lão Ngư Ông và Biển Cả* / Ernest Hemingway (Quan Điểm 1956); *Con Người Hào Hoa* / F. Scott Fitzgerald (Quan Điểm 1956); *Một Giấc Mơ* / Vicki Baum (Cảo Thơm 1966); *Người Vợ Cô Đơn* / François Mauriac (Cảo Thơm 1966); *Thời Nhỏ Trong Gia Đình Luvers* / Boris Pasternak (Văn 1967); *Tâm Cảnh* / André Maurois (Văn 1967); *Anh MÔN* / Alain-Fournier (Cảo Thơm 1968); *Vùng Đất Hoang Vu* / Leo Tolstoi (Đất Sống 1973); *Giờ Thứ 25* / Virgil Gheorghiu (Đất Sống 1973).

Trong *Mộng Một Đời*, rất sớm từ thuở niên thiếu, Đỗ Quang Bình - chưa có bút hiệu Mặc Đỗ, đã nuôi mộng trở thành nhà văn. Anh tự sự: *"Để luyện văn phong, người trai chọn phương pháp đúng nhất là dịch văn ngoại ra Việt văn. Kỹ thuật viết của những tác giả truyện đã dịch đã giúp khá nhiều cho việc hoàn thiện những cấu trúc*

Bìa tiểu thuyết *Bốn Mươi* của Mặc Đỗ *(Nxb Quan Điểm, Sài Gòn 1957, nguồn: internet)*

*cho truyện dài dự định sẽ viết."* Lựa chọn của Mặc Đỗ có tác dụng "đôi": một viên đá bắn 2 con chim / kill two birds with one stone, anh tạo được một văn phong rất Mặc Đỗ với ảnh hưởng nền văn học Tây phương, và thành quả tiếp theo là các tác phẩm dịch thuật của Mặc Đỗ từ hai ngôn ngữ Pháp và Anh sang tiếng Việt rất chuẩn mực và tài hoa, đã như một phần sự nghiệp thứ hai của anh bên cạnh sự nghiệp sáng tác. Các sách dịch của anh được liên tục tái bản những năm về sau này.

## HƠN NỬA THẾ KỶ

Về tuổi tác Mặc Đỗ hơn tôi hơn một thế hệ. Rất sớm đọc văn anh từ tiểu thuyết *Bốn Mươi* (1957), *Siu Cô Nương* (1959) tới *Tân Truyện* (1967). Tôi có mối giao tình với anh từ thập niên 1960, cho đến nay cũng đã hơn nửa thế kỷ. Cảm tưởng khi mới gặp, anh có phong cách của một nhà văn.

Khi tôi chọn học Y khoa, làm báo Sinh Viên Tình Thương và bắt đầu viết báo viết văn. Báo Tình Thương Y khoa có gửi biếu anh.

Năm 1962, một bản thảo truyện dài được viết xong, tôi gửi tới hai anh Mai Xuyên Đỗ Thúc Vịnh *Bóng Tre Xanh*, và Mặc Đỗ *Bốn Mươi* đọc trước. Từ hai anh tôi đã nhận được những lời phê bình thẳng thắn.

Anh Đỗ Thúc Vịnh chú trọng tới sự trong sáng và văn phạm của tiếng Việt cùng với vốn sống của người viết, anh rất quan tâm tới thế hệ *Những Người Đang Tới*, cũng là tên một tác phẩm khác của anh sau này. Nhà văn Đỗ Thúc Vịnh thì nay đã mất (1920-1996), vậy mà cũng đã ngót 20 năm qua rồi.

Anh Mặc Đỗ có quan niệm, với người trẻ bắt đầu viết văn nên tập viết truyện ngắn trước và kỹ thuật là phần quan trọng. Tác phẩm đầu tay của tôi không phải là tập truyện ngắn mà là một cuốn tiểu thuyết. Về chọn lựa bước khởi đầu này, tôi đã không theo được lời khuyên của anh. Mây Bão xuất bản 1963 với nguyên vẹn nội dung và mẫu bìa là của người bạn tấm cám họa sĩ Nghiêu Đề.

Do gần nửa phần đời sau ở hải ngoại, từ 1975 cuộc sống nhà văn Mặc Đỗ gần như khép kín, thật khó để vẽ một chân dung toàn diện về anh. Chọn lựa và trích dẫn từ những bức thư anh gửi cho tôi, bớt đi những phần quá riêng tư có lẽ giúp bạn đọc biết được nhiều hơn về một nhà văn Mặc Đỗ quy ẩn.

Sang thế kỷ 21 kỷ nguyên của computer, Mai Thảo thì vẫn cứ ẩn nhẫn viết tay kể cả trên những phong thư hàng tháng gửi báo Văn tới từng độc giả dài hạn, riêng anh Mặc Đỗ vẫn thủy chung với chiếc máy chữ xách tay thuở nào. Các thư anh gửi cho tôi đều là thư đánh máy. Chỉ một bức thư hiếm hoi hoàn toàn viết tay của anh mà tôi có được là do một tai nạn, chiếc máy chữ yêu quý thiết thân của nhà văn Mặc Đỗ bị rơi và hư gẫy. Ít lâu sau đó, anh được một ông bạn ở Pháp tặng cho một máy đánh chữ khác như món quà Giáng sinh, từ đó tôi lại nhận được những lá thư đánh máy, chỉ với chữ ký là thủ bút của anh.

*Cher Vinh,*

*Tôi lọng cọng đánh rơi cái máy chữ yêu quý, nhà thương Mỹ thích thay parts hơn là chữa, trong khi chờ một bàn tay Á đông đành nắn nót viết, tập trung vào mấy ngón tay mệt óc quá, cho nên chỉ có thể ngắn gọn, trang thư qua printer mất personality.*

Bìa tạp chí Văn số 2, tháng 8, 1982: *Mỗi kỳ một Chân dung Văn chương: Mặc Đỗ Quy Ẩn - Mai Thảo (nguồn Da Màu)*

Bìa tiểu thuyết *Siu Cô Nương* của Mặc Đỗ, Nxb Quan Điểm 1959 *(tư liệu Nguyễn Quốc Thái)*

*Cám ơn Vinh đã cho tôi thấy Vinh rõ hơn nữa. Nhúm lửa trong tôi, có trước ngày tôi nghe lời bạn chôn bản thảo "Đứng ngồi không yên" dưới ba lớp giấy gói và gác lên nóc tủ, nhúm lửa đó tôi thấy thấp thoáng đôi chỗ qua những lời đối thoại của Vinh. Sau ngày đó bút của tôi không tìm thấy AN nữa - chữ AN Phật dạy. Mừng thấy bút Vinh vẫn AN.*

*Kết luận, thấy Vinh hơi lạc quan. Nhìn thêm cái "nửa vơi", ngắm con người chúng sinh. Yêu nước cũng là một thứ tham. Thân,* (Mặc Đỗ, Feb 5 1996)

## TỪ BỐN MƯƠI SIU CÔ NƯƠNG TỚI TÂN TRUYỆN

*Bốn Mươi* (1957) là một tiểu thuyết, Mặc Đỗ viết về giai tầng trí thức tiểu tư sản, ở cái tuổi không còn ngờ vực "tứ thập nhi bất hoặc";

họ xuất thân từ những gia đình giàu có, đi du học rồi tốt nghiệp, trở về nước và sống trong sự xa hoa của một xã hội thượng lưu. Họ là những chính khách salon, theo cái nghĩa rất thời thượng, tự đồng hóa với giai tầng sĩ phu trước kia, rất xa lạ với đời thường nhưng có ảnh hưởng trên chính trường, họ tin vào vai trò lãnh đạo của giai cấp trí thức tiểu tư sản trong cuộc chiến Quốc Cộng.

*Siu Cô Nương* (1959) là tiểu thuyết thứ hai của Mặc Đỗ, viết về ba người đàn ông và hai phụ nữ trong bối cảnh một Miền Bắc 1954, sau hiệp định Genève khi một Việt Nam sắp chia đôi. Ba người đàn ông ấy cũng thế hệ bốn mươi có lý tưởng, tin vào vai trò lãnh đạo giai tầng trí thức tiểu tư sản với chủ trương xây dựng một chế độ dân chủ kiểu Tây phương - không chấp nhận cộng sản. Và họ giã từ Hà Nội, di cư vào Miền Nam - tỵTần, hai chữ Mặc Đỗ viết liền, dùng sau này để chỉ những cuộc lánh nạn cộng sản. Không gian sinh hoạt của các nhân vật trong Siu Cô Nương trải rộng hơn Bốn Mươi nhưng vẫn là một thứ xã hội trên cao, với mấy mối tình ngang trái, tất cả chỉ cái cớ cho những tình huống lịch sử mà viễn kiến của nhà văn là cái nhìn tiên tri.

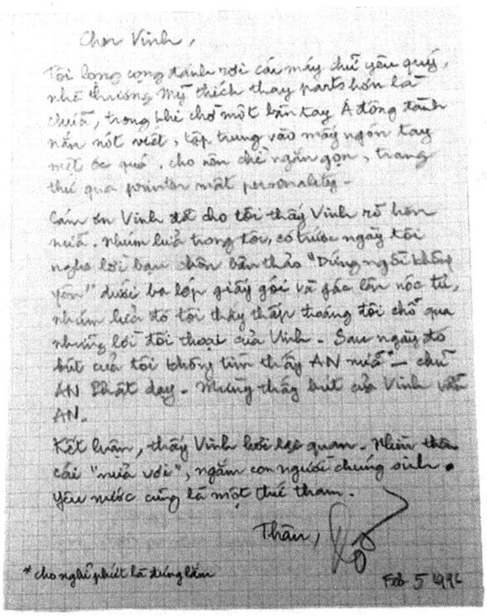

Chào Vinh,

Tôi lòng cũng đành rời cái máy chữ yêu quý, như thường Mỹ thích thay parts hơn là chữa, trong khi cho một bàn tay Á đông đành nắn nót viết, tập trung vào mấy ngón tay mệt đã quá, cho nên chỉ ngắn gọn, trong thư qua printer mất personality -

Cám ơn Vinh đã cho tôi thấy Vinh rõ hơn nữa. Nhúm lửa trong tôi, có trước ngày tôi nghe lời bạn chôn bản thảo "Đứng ngồi không yên" dưới ba lớp giấy gói và gác lên nóc tủ, nhúm lửa đó tôi thấy thấp thoáng tới chỗ qua những lời đối thoại của Vinh - Sau ngày đó bút của tôi không tìm thấy AN nữa* — chữ AN Phật dạy - Nhưng thấy bút của Vinh vẫn AN.

Kết luận, thấy Vinh lưới lạc quan - Nhìn thấy cái "nửa vời", ngắm con người chúng sinh. Yêu nước cũng là một thứ tham.

Thân,

Feb 5 1996

trái: Mặc Đỗ qua nét vẽ Tạ Tỵ *(nguồn: Gió O)* phải: Thủ bút Mặc Đỗ, thư riêng gửi Ngô Thế Vinh, Feb 5,1996

Cũng để nhận ra rằng: cái thème chính của tác phẩm *Bốn Mươi, Siu Cô Nương* là cuộc đấu tranh giai cấp, đưa tới cuộc nội chiến Nam Bắc kéo dài 20 năm sau đó. Với hậu quả là cuộc tyTần lần hai sau 1975 với hàng triệu người Việt Nam tung ra khắp thế giới.

Hãy để chính Mặc Đỗ nói về tác phẩm *Siu Cô Nương* của mình: *"Tôi nhớ trong đoạn kết Siu Cô Nương một nhân vật trên chuyến xe lửa ra đi ngó xuống những ruộng đồng hai bên đường với những nông dân đang cặm cụi đã thắc mắc, mai ngày những con người kia sẽ thành thù địch ư? Thắc mắc này trải dài trong 500 trang truyện tiếp SCN."* (Thư Mặc Đỗ, Sept 28, 1994)

*Tân Truyện I* (Quan Điểm 1967) và *Tân Truyện II* (Văn 1973) là hai tập truyện ngắn mà Mặc Đỗ gọi là tân truyện / nouvelle. Mỗi truyện như một viên ngọc của một chuỗi ngọc thể hiện quan niệm dựng truyện ngắn với nhiều vận dụng kỹ thuật của Mặc Đỗ và ngôn ngữ thì giàu hình ảnh nhưng cô đọng và trau chuốt. Mỗi tân truyện của Mặc Đỗ đều để lại cho người đọc một ấn tượng rất đặc biệt và khó quên.

Tưởng cũng nên ghi lại đây quan niệm viết của Mặc Đỗ: *"Từ khi bắt đầu viết tôi đã chọn một đường lối nhất định, không bao giờ đem đời tư của riêng một ai, quen hay không quen vào truyện. Tất cả đều là những nhân vật được cấu thành do những chi tiết, hình ảnh, ngôn từ, đã ghi được qua bao nhiêu dịp quan sát, nhận định; mỗi nhân vật là một hội tụ đúng chỗ của những tài liệu chọn lọc."* (Phụ lục: Truyện Không Thể Viết, Trưa Trên Đảo San Hô. Nxb Quan Điểm 2011)

Một số truyện ngắn trong Tân Truyện I & II được Mặc Đỗ chọn cho in lại trong hai tập truyện *Trưa Trên Đảo San Hô* (2011): 13 truyện và tuyển tập *Truyện Ngắn* (2014); 30 truyện, gồm cả 13 truyện đã in trong tập Trưa Trên Đảo San Hô. Và không có một truyện nào được ghi thời điểm sáng tác.

## NHƯ MỘT GIÃ TỪ

Nói rằng nhà văn Mặc Đỗ hoàn toàn không viết gì khi ra hải ngoại thì không đúng. Anh có viết nhưng phải nói là rất ít. Anh đã góp bài cho ấn bản đầu tiên báo Lửa Việt với truyện *Cái Áo Len Màu Rêu,* anh cũng góp bài cho Tạp Chí Văn Học Nghệ Thuật của Võ Phiến gồm các bài nhận định văn học, truyện ngắn trong những số đầu tiên: số 1 (*Kế hoạch chống đàn bà,* truyện ngắn), số 2 *(Làm văn học nghệ thuật trong hoàn cảnh tỵ nạn)*, số 4 *(Văn Nghệ Việt Nam ở hải ngoại)*, số 7 *(Con người Nga trong khuôn đúc cộng sản)* VHNT bộ cũ (1978) (http://tapchivanhoc.org).

Trong một thư riêng anh viết: *"Một hai năm đầu khi mới đến đây tôi có viết đôi chút để tiếp tay vài bạn cũ ra báo trong khi còn hiếm bút, sau này làng ta trở nên phồn thịnh thì tôi yên tâm ngồi im, trừ một số nhỏ dịp phải trả nợ nhiều số báo được tặng không (Văn, Thời Tập) thì có đóng góp một chút."* (Mặc Đỗ 25/08/1991)

Và một năm sau, trong lá thư đánh dấu 17 năm tỵTần, anh viết: *"Từ hôm qua tôi bắt đầu nhận được báo Xuân, sớm nhất là Văn (của nhà văn Mai Thảo, ghi chú của người viết). Vui thấy bạn còn nhớ cho báo đều đặn, đọc báo thì chẳng mấy vui. Rất hiếm đọc những bài viết cho thấy cái công phu của người trau chuốt nghệ thuật. Luôn luôn nổi rõ sự vội vàng sản xuất và vội vàng chấp nhận... Sự đời ở biển ngoài đã biết rồi, thưởng thức hiếm có dịp, thành ra chẳng thấy vui."* (Mặc Đỗ 11/01/1992)

Trong sáng tác, Mặc Đỗ có quan niệm khá nghiêm khắc, cả với chính anh. Anh luôn luôn nhắc tới kỹ thuật là quan trọng nhất trong việc viết truyện.

Anh kể lại: *"đã mất khá nhiều bạn trẻ đã cho tôi đọc bản thảo hay sách đã in vì tôi rất thẳng trong ý kiến đưa ra sau khi đọc, tôi cũng than chuyện đó với một vài anh bạn già (không viết) thì được trả lời ai bảo đụng tới nhược điểm của người ta! Tôi tiếp tục không nghe lời khuyên đó vì tôi thấy cần phải sòng phẳng với ai có bụng tin tôi và chính tôi nữa..."* (Mặc Đỗ 5/02/1994).

Khi viết về chính anh: *"Riêng phần tôi, sau từng trải và đánh giá mọi khả năng còn lại, tôi bây giờ rất sáng suốt mà bi quan và tiêu cực. Thái độ này tôi giữ từ sau khi tự tay đốt cuốn truyện 'Bong Bóng Bay' kết quả của cả chục năm hì hục."* (Mặc Đỗ 01/11/1995) Cuộc "phần thư" lần này trên đất Mỹ là do chính tay anh, chứ không phải do kẻ bạo Tần của thế kỷ 21.

Rồi ở cái tuổi đã ngoài 90, anh quyết định cho in tập truyện ngắn *Trưa Trên Đảo San Hô* (2011), mà anh gọi là "tác phẩm cuối đời" với một bìa lưng hoàn toàn trống trải chỉ với mấy câu thơ thật thanh thoát:

*Tự nhiên thành núi băng*
*Lục địa lạnh một ngày tách biệt*
*Lênh đênh vào có không*

*Trưa Trên Đảo San Hô* gồm 13 truyện ngắn, được sắp xếp theo ngược dòng thời gian: 7 truyện đầu được viết thời tỵ nạn (tỵTần chữ của Mặc Đỗ: anh ví chế độ Cộng sản Việt Nam với nhà Tần 221-206 BC được coi là triều đại tàn bạo nhất trong cổ sử Trung Hoa), 3 truyện tiếp theo được viết tại Sài Gòn trước 1975; 3 truyện cuối được viết tại Hà Nội khoảng 1946-52. Mặc Đỗ viết: *"Ba truyện cuối trong toàn bộ cũng là ba truyện đầu tiên tôi viết sau nhiều năm học, tập, và đến lúc tự xét thấy có thể bắt đầu viết."* Chỉ là một tập truyện ngắn nhưng đã ghi dấu ấn ba chặng đường và cũng là ba không gian sáng tác của Mặc Đỗ: Hà Nội, Sài Gòn Việt Nam và Hoa Kỳ.

Trong Lời Cuối, anh tâm sự: *"Thấy tương lai rất ngắn trước mặt (cũng như viễn tượng viết truyện ngắn/dài) tôi tự xuất bản tập truyện này sau một thời gian vắng bóng trong làng văn ở ngoài nước, coi như một giã từ."*

Nhưng rồi tiếp theo đó, ba năm sau "Đứng ngồi không yên" - tên một tác phẩm của anh bị thất lạc, anh lại cho in thêm một tuyển tập *Truyện Ngắn* (2014), gồm các tân truyện viết trước và sau 1975; cả hai tác phẩm tác giả tự xuất bản vẫn với tên Tủ Sách Quan Điểm.

## TÁC PHẨM THẤT LẠC

Nhà của gia đình anh Mặc Đỗ ở Sài Gòn, không phải là ngôi biệt thự sang trọng như bối cảnh sinh hoạt của tiểu thuyết Bốn Mươi, chỉ là một căn phố lầu trên đường Trần Hưng Đạo nhưng rất ấm cúng bao năm, sau 30 tháng Tư, 1975 tôi có ghé thăm, trông thật lạnh lẽo, những chiếc ghế nệm bỏ trống, bức tranh lập thể sơn dầu của Tạ Tỵ rất đẹp cũng không còn treo trên tường nơi phòng khách, sau đó tôi mới được biết cả gia đình Mặc Đỗ đã âm thầm rời Sài Gòn đêm ngày 29 tháng Tư, chỉ một ngày trước đó. Dĩ nhiên, cũng như mọi người, anh chẳng mang được gì ngoài một chiếc túi nhỏ xách tay.

Trong một thư, sau này anh kể rõ hơn về số phận tập bản thảo "Đứng ngồi không yên" và sau đó đã thành tro than ra sao.

*"Sau khi hoàn tất cuốn "Đứng ngồi không yên" tôi có đưa cho ba bốn người mà tôi kính trọng, (anh có kể tên nhà văn Nguyễn Đức Quỳnh) vì nhiều lẽ đọc. Tình cờ tất cả chung một nhận định: lắm động chạm đủ thứ! Nhận định đã khiến tôi suy nghĩ và gói kín trọn vẹn bản thảo và tư liệu trong chiếc hộp, cột dây và gắn si cẩn thận với mảnh giấy dán bên ngoài: Để dành cho thế hệ sau. "75 tôi đi rồi thì một thằng cháu chạy đến lục lọi, nó lấy đi cùng với những thứ khác cái hộp tưởng quý lắm. Về nhà nó mở ra rồi vừa tức vừa sợ nó vứt tất cả trong chiếc thùng sắt đổ dầu đốt cháy sạch. Bao tâm tư đốt cháy khói khét lẹt! Mãi sau này tôi được kể lại chi tiết đã tức cười nghĩ, Thế cũng đáng! Đáng đốt!*

*"Bên trên là nói chuyện với BS NTV, Biệt Cách Dù. Đây là nói chuyện với nhà văn NTV... Vào thu rồi, đang chuẩn bị nhận một flu shot nữa và nhớ lại lũ trẻ trung học Pháp thời trước/ sau TCII gọi những ông bà già là những PPH (Passera Pas cet Hiver/ sẽ không qua khỏi mùa đông này - ghi chú của người viết). Chúng tôi thì chắc chưa!"* (Mặc Đỗ, 28/09/1994)

## TÁC PHẨM LỚN KHÔNG THỂ VIẾT

Sau Lời Cuối trong tập truyện *Trưa Trên Đảo San Hô* còn có thêm một Phụ Lục *Truyện Không Thể Viết*, Mặc Đỗ tâm sự: *"Với một người viết đáng buồn nhất khi thấy cần thành thật với chính mình và quyết định không thể viết tác phẩm thèm viết... Theo dòng lịch sử đất nước, tôi không thấy thời cơ nào có thể so sánh với gần tròn một thế kỷ qua, với ba biến cố đặc biệt nối đuôi nhau, cùng hết sức giàu sinh động trong muôn vẻ chi tiết. Cảnh khổ ly tán được cụ thể hóa bằng một vụ phân ly giữa hai miền Nam Bắc. Kinh nghiệm độc lập người Việt ở hai miền cùng thâu góp, chất ngất, trong nước mắt. Biến cố thứ hai hào hùng thay! Nhưng đã hiện hình chẳng bao lâu sau, và kéo dài tới nay đã hơn ba mươi năm. (Những dòng chữ này có lẽ Mặc Đỗ viết*

trái: Ký họa chân dung Mặc Đỗ, phải: Bìa *Trưa Trên Đảo San Hô* (2011), tác phẩm giã từ của Mặc Đỗ

*khoảng 2005, ghi chú của người viết). Hai biến cố đó xô tới biến cố lạ lùng, ngót hai triệu người Việt Nam thình lình tìm được tới, và bắt đầu mọc rễ trên những bến bờ lạ. Khơi lên từ cảnh đời một cô gái lai Mỹ, thiên truyện mọc lên trong đầu tôi khả dĩ ôm trọn ba biến cố vừa kể... Trong nhiều tháng sau tôi mê mải với đề tài Truyện, ra công sắp xếp cái sườn để gài lên những tình tiết... Ai sẽ viết? Cái vốn quan sát nhận định, rung cảm, chứa sẵn trong đầu, tôi có thể dùng cho phần đầu Truyện. Nhưng từ đêm 29 tháng Tư 1975 tôi đâu còn ở trong nước để quan sát, nhận định, rung cảm nữa... Tôi đã không thể viết... Tôi mong cho tôi, cũng mong cho đông đảo độc giả Việt Nam vì hiện chưa có một tác phẩm nào ghi lại liên tục giai đoạn lịch sử độc đáo vừa bi hùng vừa đáng cười ra nước mắt... Kho tàng đó đang chờ những người Việt Nam dám lãnh vinh dự và trách nhiệm là nhà văn."* (TTĐSH, lược dẫn Phụ Lục tr.219-230)

Đó là nỗi buồn và cũng là cái giá rất đắt phải trả của một nhà văn lưu đầy. Không thể viết nhưng Mộng-ngày bao năm trước về một tác phẩm lớn vẫn cứ vất vưởng như một ám ảnh khôn nguôi đối với nhà văn Mặc Đỗ.

*Vào đời tràn háo hức*
*Tiếp theo liền dằng dặc ưu tư*
*Nhắm mắt còn ưu tư*

Bìa tuyển tập Truyện Ngắn (2014) *(tác phẩm giã từ 2 của Mặc Đỗ)*

## TÌM CHỮ AN TRONG ĐẠO PHẬT

*"Ngay từ thời đọc 'Cạn Dòng' tôi đã buồn thấm thía trước viễn tượng sớm muộn sẽ thành sự thật và nông nỗi bất khả kháng trong thời thế toàn cầu hiện nay. Vinh và các bạn đang theo đuổi một cố gắng đúng, rất nhiều người khác tại các nước khác cũng theo đuổi những cố gắng khác với chung một mục đích cứu vãn đời sống trên mặt đất, khổ một nỗi loài người bây giờ quá ham tranh chấp đạp lên mọi lẽ phải. Sinh thời nhà tôi chúng tôi thường nhìn nhau, thu gọn mối sầu mênh mông vào một vòng nhỏ với cảm nghĩ: Tội nghiệp lũ con, cháu, chắt... sinh sau! Cũng như tôi, bất cứ độc giả nào đọc 'Nghẽn Mạch' không thể không xúc động trước những sự thật đã hiển hiện sớm hơn cả viễn tượng lo lắng."* (Mặc Đỗ 06/04/2007)

Dưới bức thư đánh máy, anh Mặc Đỗ có thêm một dòng tái bút viết tay: *"Vinh có nghĩ tới trận chiến lớn sẽ có thể xảy ra và Việt Nam sẽ hứng chịu?"* Với một Biển Đông hiện đang ầm ầm dậy sóng hình như sắp chứng nghiệm cho lời tiên tri của anh. Mặc Đỗ luôn luôn nói tới chữ AN (viết hoa) trong đạo Phật. Cũng vẫn chữ "AN" trong một thư từ Austin, Texas anh viết:

*"Cher Vinh, Năm nay Xuân từ Đồng Bằng Cửu Long không đem 'AN' đến cho tôi. Đọc 'Tìm về' * trước Tết, cái arrière-goût dai dẳng*

*từ trước cho đến sau Tết, không dứt. Tôi còn nhớ hồi nhỏ ở nhà khi có đám giỗ lớn, họp đông họ hàng, hay có một vài vị lớn tuổi, không hiểu dòng dõi với tiền nhân như thế nào nhưng đã được nghe truyền lại, kể thành tích chiến công Nam Tiến với những chi tiết... Mỗi lần Me tôi thường khóc và nói rằng, oán thù bao giờ rũ cho sạch được! Tết năm nay tôi cứ bị ám ảnh bởi nhận định bi thương đó... Bây giờ sắp tới thời không còn giấu bụi dưới thảm, càng buồn hơn. Nén buồn xuống chỉ còn mơ ước: Con người VN hồi tỉnh và biết nắm tay nhau cùng đối phó, và đối thoại."* (Mặc Đỗ, 18/02/2000)

* (Tìm Về là tên một chương sách Tìm Về Phương Đông, trong *Cửu Long Cạn Dòng Biển Đông Dậy Sóng*, Nxb Văn Nghệ 2000)

Ba nhà văn chủ lực trong nhóm Quan Điểm mà tôi được biết, phần cuối cuộc đời đều có khuynh hướng tìm về đạo Phật. Tuyết Ngưu Vũ Khắc Khoan của *Thành Cát Tư Hãn* nơi xứ Vạn Hồ miệt mài với Đọc Kinh và nghe Kinh, để rồi "lâng lâng trong mù sương nơi ngưỡng cửa pháp hội, một mình." (1917-1986), Tịnh Liên Nghiêm Xuân Hồng của *Cách Mạng và Hành Động* (1920-2000) sau 1975 tịnh tu, mang nặng suy tư từ những trang Kinh Lăng Nghiêm, viết sách Phật và giảng dạy Phật Pháp. Vũ Khắc Khoan và Nghiêm Xuân Hồng thì đã lần lượt ra đi trong sự thanh thoát và cả lặng lẽ tiếng kinh kệ. Mặc Đỗ thì sống quy ẩn từ bao năm như một hành giả không ngừng đi tìm một chữ AN trong đạo Phật.

## XƯỚNG HỌA VÀ KHAI BÚT

*"Hôm cuối năm, ông bạn già, anh Đoàn Thêm (nhóm Bách Khoa, tác giả Những Ngày Tháng Không Quên, ghi chú của người viết) làm bài thơ 'Than già' gửi cho bạn già đọc. Bài thơ có năm vần rồi-trôi-nòi-thôi-hồi. Một bạn già khác họa lại, rồi lác đác nhiều bạn già khác cũng họa. Thấy anh em vui tôi cũng nhảy vô, tuy trong đời đây là lần thứ hai tôi thử trò chơi nghĩ rằng chỉ dành cho các bậc túc nho. Nhảy vô thấy cũng thú giống như thú chơi mots croisés chẳng hạn... Tôi chép hai bài tặng Vinh đọc chơi làm quà cuối năm. Chơi trò xướng họa mới thấy cái thú vận dụng tiếng Việt, một vần có thể xoay chuyển qua nhiều nghĩa. Càng thú nữa là xướng họa không để đăng báo, thành danh.* (Mặc Đỗ 11/01/1992)

### DƯ SINH

*Lời đẹp nghìn xưa đã dạy rồi*
*Đời người lãng đãng bóng mây trôi*
*Ý tham đeo đẳng không đành thoát*
*Muôn kiếp sinh sôi vẫn một nòi*
*Nợ nước tình nhà và sự nghiệp*
*Tuyết sương rồi cũng thế mà thôi*
*Sống thừa mới thấy thừa chi lắm*
*Lão giả chen nhau kiếm chỗ ngồi*
(Mặc Đỗ)

### NĂM MỚI

*Đã đến thời thôi đếm tuổi rồi*
*Ngồi bên bờ cỏ để buông trôi*
*Cúi đầu cố học ngu không hết*
*Nghển cổ tầm sư lạc mất nòi*
*Tính sổ cuộc đời nhiều mực đỏ*
*Bài thua úp xuống xóa đi thôi*
*Cười xem thời vận mong Bùi Tín*
*Áo gấm về quê chẳng mấy hồi*
(Mặc Đỗ)

Phải nói là ngạc nhiên đến thú vị khi thấy một người theo Tây học như Mặc Đỗ, mới bước vào trường thơ xướng họa mà về vần và niêm luật, nhất là bài thứ hai Dư Sinh anh đã đạt được tới mức độ gần hoàn chỉnh.

*"Sáng mùng một tết Tây 2003, tỉnh dậy nằm suy ngẫm chợt nhớ tới những người Việt Nam lưu lạc khắp nơi"*, anh Mặc Đỗ gửi tặng tôi bài thơ mới làm.

### KHAI BÚT

*(Giao thừa lẻ hai vào lẻ ba)*
*Những khớp xương nghe đời phôi pha*

*Nhưng như xưa tấm lòng vẫn ấm*
*Tiễn đưa chào đón chén trà đậm*
*Cuộc tình trời đất dài thăm thẳm*
*Hai bàn tay khép mời nguyện ngắm*
*Theo nén nhang sợi khói bay cao*
*Những mối yêu nguyên vẹn thuở nào*
*Một mình bầu bạn không trăng sao*
*Tư bề không tiếng sóng dạt dào*
*Thời gian ngồi lại không chờ đợi*
*Buồn vui không cũ cũng không mới*

(Mặc Đỗ)

## CHUẨN BỊ MỘT CHUYẾN ĐI THANH THẢN

Sau ngày Chị Mặc Đỗ mất, là một chấn thương lớn đối với anh, cả về tinh thần và sức khỏe. Mối quan tâm lớn của anh là chuẩn bị cho riêng mình một chuyến đi thật nhẹ nhàng và thanh thản. Anh kể: *"Tôi có một ông bạn Pháp 14 năm nuôi vợ ở tình trạng living death."*

Năm 2006, anh đã tự tay viết một di chúc về sức khỏe / Advance Medical Directives of Binh DoQuang, anh chia sẻ điều đó với tôi như một witness / nhân chứng ở xa, do tình thân và cũng có thể do nghề nghiệp y khoa của tôi. *"Tôi viết directive bằng Pháp văn cho thật đúng ý nghĩ trước khi dịch ra Anh văn hợp với legalese."*

Anh viết về sự hiểu biết của anh đối với căn bệnh Alzheimer cùng những hậu quả do tiến trình căn bệnh trên người bệnh, gia đình và xã hội và với tất cả sáng suốt - như "một lão giả" chữ của Mặc Đỗ, anh đã thanh thản viết xuống giấy sự chọn lựa của anh:

*"Si jamais j'attraperais ce mal Alzheimer, situation bien établie par mon docteur et d'autres spécialistes consultés, je demande que toute nourriture solide et liquide soit interrompue, nourriture ou d'autre substance donnée par quel moyen que ce soit. J'implore tous les membres de ma famille, toutes les autorités judiciares, administratives, religieuses, politiques, et autres, à ne pas s'opposer à ma décision et me laisser périr comme un vieil arbre paisiblement."*

Chọn lựa của anh có thể là một tấm gương cho nhiều người, biết chấp nhận chu kỳ sinh diệt như lẽ tuần hoàn của trời đất, nó cũng cứu vãn cho một nền y tế Mỹ đang bị phá sản / bankrupt chỉ vì vẫn muốn duy trì lâu dài những cuộc sống thực vật / vegetative state hay living death, vẫn chữ của anh Mặc Đỗ.

Năm 2015, đã chín năm sau ngày anh viết di chúc sức khoẻ ấy, sáng nay từ nhà thương nơi tôi làm việc, rất vui mới được nói chuyện điện thoại khá lâu với anh (14/06/2015), vẫn là một nhà văn Mặc Đỗ giọng nói còn sang sảng và tinh thần thì rất ư là minh mẫn. Phải chăng một phần do gene, phần kia do một cuộc sống kỷ luật từ thời còn rất trẻ, sáng dậy sớm tập thể dục tắm nước lạnh và sống điều độ suốt những năm sau đó, có thời ở Sài Gòn anh đã chọn chế độ dinh dưỡng gạo lứt muối mè, có lẽ vậy mà anh dễ dàng sống tới trăm tuổi, vẫn tự sinh hoạt độc lập với nguyên vẹn phẩm chất của cuộc sống. Một ngày nào đó mong còn xa, sự ra đi của anh theo quan điểm y khoa sẽ được coi như một cái chết tự nhiên / natural death, như một cây cổ thụ khô và tự héo dần - vẫn chữ của nhà văn Mặc Đỗ.

## DI BÚT MẶC ĐỖ: MỘNG MỘT ĐỜI

*Ngô Thế Vinh quý mến,*

*Tôi gửi Vinh bài viết này để Vinh, người duy nhất đọc, sau đó cất giữ kỹ chờ tới khi thân xác tôi đã ra tro sẽ cho một báo nào Vinh xét nên để đăng. Nếu tình cờ khi đó có báo làm một số chủ đề về đời văn của tôi, bài này đứng chung với những bài khác, thì đẹp nhất.*

*Từ bao nhiêu năm nay tôi muốn viết ra nhưng thấy buồn quá, mãi tháng trước tôi nghĩ nên viết khi cái đầu còn thật tỉnh, viết rồi suy nghĩ biết Vinh thật tình với tôi và hiểu làng báo và những người làm báo nên trao tay Vinh. Vinh vui lòng nhận gửi gắm cuối đời của tôi...*

*Mặc Đỗ*

Một chú bé lớn lên hai vai đeo hai thứ ngôn ngữ, ngôn ngữ mẹ dĩ nhiên và một ngoại ngữ tình cờ quen khá sớm. Đồng thời lọt tai cũng khá sớm là những tình tiết trong truyện Tàu, Quốc văn, Pháp văn cùng

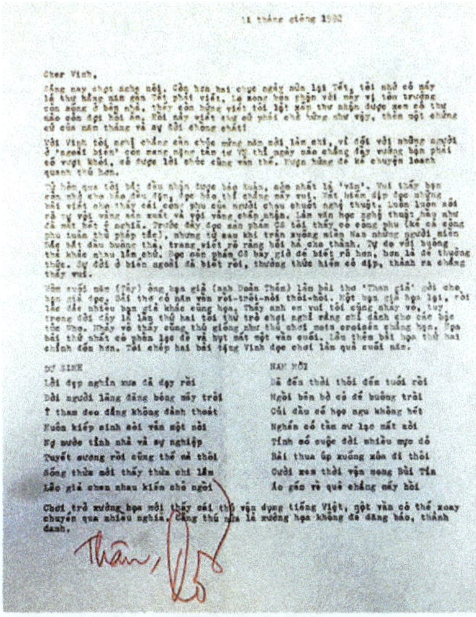
Cher Vinh,

Lời đẹp nghìn xưa đã dạy rồi
Đời người lãng đãng bóng mây trôi
Ý tham đeo đẳng không đành thoát
Muôn kiếp sinh sôi vẫn một nòi
Nợ nước tình nhà và sự nghiệp
Tuyết sương rồi cũng thế mà thôi
Sống thừa mới thấy thừa chi lắm
Lão già chen nhau kiếm chỗ ngồi

Đã đến thời thôi đến tuổi rồi
Ngồi bên bờ cỏ để buông trôi
Cái đầu cố học ngu không hết
Nghền cổ tầm sư lạc mất nòi
Tính số cuộc đời nhiều mực đỏ
Bài thua úp xuống xóa đi thôi
Cười xem thời vận nong Bùi Tín
Áo gấm về quê chẳng mấy hồi

Chơi trò xướng họa mới thấy cái thú vận dụng tiếng Việt, một vần có thể xoay chuyển qua nhiều nghĩa. Cũng thú nữa là xướng họa không đe dăng báo, thành danh.

Thân,

Mặc Đỗ xướng họa
*(tư liệu Ngô Thế Vinh)*

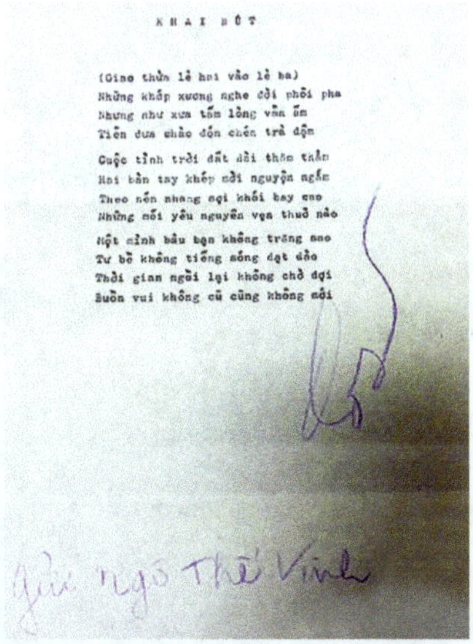
KHAI BÚT

(Giao thừa lẻ hai vào lẻ ba)
Những khớp xương nghe đời phôi pha
Nhưng như xưa tấm lòng vẫn ấm
Tiễn đưa chào đón chén trà đậm

Cuộc tình trời đất dài thăm thẳm
Hai bàn tay khép nỗi nguyện ngắm
Theo nến nhang ngọi khói bay cao
Những mối yêu nguyện vạn thuở nào

Một mình bầu bạn không trăng sao
Tư bề không tiếng sóng dạt dào
Thời gian ngồi lại không chờ đợi
Buồn vui không cũ cũng không mới

Gửi Ngô Thế Vinh

Khai bút đầu Xuân
*(tư liệu Ngô Thế Vinh)*

với Truyện in dấu sâu và đậm trong cuộc đời chú bé đó. Vì mê thích nghe đọc truyện từ khi chưa biết đọc cho nên bắt đầu đi học chú bé đã ham học để được đọc nhiều. Ngày một thêm quen đọc tự nhiên mọc trong đầu chú bé, tuần tự theo tuổi lớn, ước vọng rồi đây cũng sẽ viết.

Có hai sự việc xảy ra trong dịp Hè sửa soạn lên trung học, việc thường ngày dễ quên đi nhưng hầu như định đoạt tương lai chú bé. Thằng bạn thân con một gia đình Pháp ở gần nhà đi nghỉ mát, chú bé vắng bạn chơi, quanh quẩn ở nhà chả biết làm gì, trên mặt tủ có một cuốn sách mỏng khổ nhỏ, cầm sách ra vườn tới ngồi gốc cây đọc. Thấy nhan đề trên bìa sách chú bé đã toan đem trả lại trên mặt tủ nhưng tò mò thử đọc vài trang, rồi mê mải đọc hết hơn hai mươi trang chữ nhỏ kể nỗi khổ của một cô gái, bơ vơ về nhà chồng, trải qua bao nhiêu là xét nét, bắt bẻ của bà mẹ chồng và hai cô chị chồng. Cũng phải đợi một ngày sau chú bé mới có dịp hỏi Mẹ và được Mẹ cho biết về những cảnh làm dâu khá thông thường trong xã hội ta thời đó ở tỉnh hay quê. Không phải một lần bà mẹ nói hết, rất nhiều dịp sau đó hai Mẹ con ngồi gốc cây Mẹ kể con lắng tai.

Nhà văn Mặc Đỗ 95 tuổi, hình chụp tháng 10/2012 *(tư liệu Trần Huy Bích)*

Việc thứ hai xảy đến sau ngày chú bé vắng bạn và bắt được cuốn sách lạ. Thằng bạn trở về nhà, hai đứa lại thường gặp nhau. Một buổi trưa hai đứa ngồi đánh cờ ô-vuông trên lầu trong phòng bạn chợt chú bé nghe vọng từ dưới sân sau lên giọng hò Huế. Chú bé lắng tai câu được câu chăng nhưng cũng nghe rõ một câu: 'Chiều chiều ra đứng ngõ sau/Trông về quê mẹ ruột đau chín chìu.'

Câu hò rất buồn thức động trong tim chú bé những điểm đã được Mẹ kể cho nghe về cảnh làm dâu. Tiếng hò cứ như là sự thật hiển hiện từ miệng một nàng dâu bị tách biệt với gia đình mẹ.

Ngay sau khi từ nhà bạn trở về chú bé tìm Mẹ, nói chắc nịch với Mẹ: Lớn lên con sẽ viết truyện, viết về những cảnh làm dâu. Đáp lời Mẹ nhắc phải theo nếp nhà học hành đến nơi rồi mới chọn một nghề nào, chú bé hứa sẽ chăm học để có một căn bản kiến thức đã. Tuy nhiên giọng hò trưa đó đã đưa lời phong dao vút cao trong trí nhớ, ám ảnh mãi, song song với cố gắng học tại trường.

Trong khi chăm chỉ thâu thái kiến thức trong sách vở chú bé cũng tìm đọc truyện để gom góp hiểu biết về nghề viết qua nghệ thuật của những tác giả truyện. Cộng với lời giảng của thày ở trường qua những tác phẩm trong chương trình học, chú bé học được thêm do ham mê đọc nhiều truyện Pháp văn và Pháp dịch trên những kệ sách ở nhà. Đồng thời chú bé cũng ham đọc báo Việt ngữ và nhớ được khá nhiều chi tiết về đời sống trong những tin hằng ngày. Hồi chú bé mới lên trung học nhật báo nhà mua là tờ Trung-Bắc Tân-Văn. Cơ duyên đưa tới mắt chú bé một cơ hội học ảnh hưởng mãi tới đời văn sau này. Trong một thời gian dài chừng cả năm, mỗi sáng mở hai trang giữa của tờ báo bốn trang chú bé đều thấy một ô vuông giữa mấy cột tin ngắn trên trang 2, ô vuông quảng cáo cho cuốn sách tựa đề 'Mặt-Nạ Cộng-Sản.' Chú bé hỏi anh được chỉ rằng 'Cộng-Sản' dịch từ Pháp communisme, lớn lên sẽ hiểu rõ. Đã tò mò hỏi chú bé càng tò mò hơn bèn đến trường hỏi thày.

May mắn chú bé hỏi đúng một thày rất quan tâm tới communisme. Gần trọn một buổi sáng thứ năm trò đến tận nhà thăm thày để hỏi. Thày lấy từ trên kệ xuống một cuốn sách đưa tay chú bé và bảo cuốn sách được quảng cáo là bản Việt dịch của cuốn này, cuốn này lại là bản Pháp dịch của nguyên bản Đức văn, nhưng tác giả lại là một người Bỉ. Thày giảng rất kỹ về ý niệm cộng sản được đề ra từ xa xưa lắm lắm nhưng mới được đem ứng dụng từ đầu thế kỷ Hai Mươi với những áp dụng chẳng tốt đẹp còn quá xa với ý nghĩa ban đầu. Thày cho mượn sách đem về đọc và hẹn đọc xong sẽ trở lại thày nói chuyện nữa. Trò đem sách về đọc kỹ, sáng thứ năm tuần sau đến nhà thày trả sách cùng với thắc mắc: Nhan đề cuốn Pháp dịch không giống trên cuốn Việt dịch với tựa đề Le Masque du Communisme, phải chăng hai cuốn khác nhau. Thày cầm sách mở trang bìa chỉ một hàng chữ nhỏ: Tựa đề nguyên tác Đức ngữ Moskau Ohne Maske bản Pháp ngữ dịch sát Moscou Sans Voiles chỉ thay Maske bằng Voiles văn vẻ hơn, đúng điệu Pháp văn. Bản Việt dịch đổi hẳn ra Cộng Sản dễ hiểu hơn đối với độc giả Việt-Nam.

Tiếp theo thày bày cho trò hiểu dụng ý của tác giả: Thời âm mưu cướp quyền Nga hoàng những người sôviết Nga có tờ báo chui mang

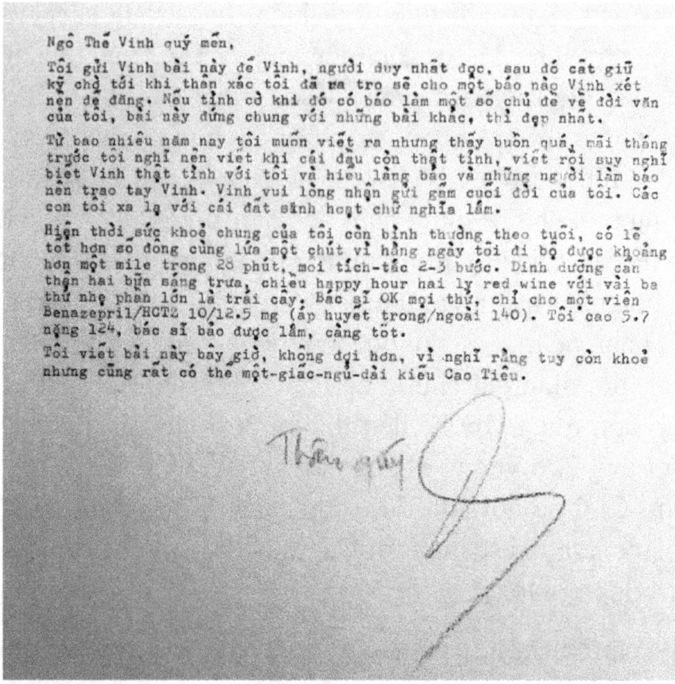

Ngô Thế Vinh quý mến,

Tôi gửi Vinh bài này để Vinh, người duy nhất đọc, sau đó cất giữ kỹ chờ tới khi thân xác tôi đã ra tro sẽ cho một báo nào Vinh xét nên để đăng. Nếu tình cờ khi đó có báo làm một số chủ đề về đời văn của tôi, bài này đứng chung với những bài khác, thì đẹp nhất.

Từ bao nhiêu năm nay tôi muốn viết ra nhưng thấy buồn quá, mãi tháng trước tôi nghĩ nên viết khi cái đầu còn thật tỉnh, viết rồi suy nghĩ biết Vinh thật tình với tôi và hiểu làng báo và những người làm báo nên trao tay Vinh. Vinh vui lòng nhận gửi gắm cuối đời của tôi. Các con tôi xa lạ với cái đất sinh hoạt chữ nghĩa lắm.

Hiện thời sức khoẻ chung của tôi còn bình thường theo tuổi, có lẽ tốt hơn số đông cùng lứa một chút vì hằng ngày tôi đi bộ được khoảng hơn một mile trong 28 phút, mỗi tích-tắc 2-3 bước. Dinh dưỡng cẩn thận hai bữa sáng trưa, chiều happy hour hai ly red wine với vài ba thứ nhẹ phần lớn là trái cây. Bác sĩ OK mọi thứ, chỉ cho một viên Benazepril/HCTZ 10/12.5 mg (áp huyết trong/ngoài 140). Tôi cao 5.7 nặng 124, bác sĩ bảo được lắm, càng tốt.

Tôi viết bài này bây giờ, không đợi hơn, vì nghĩ rằng tuy còn khoẻ nhưng cũng rất có thể một-giấc-ngủ-dài kiểu Cao Tiêu.

Thân quý

Di bút Mặc Đỗ gửi Ngô Thế Vinh, cùng di cảo "Mộng Một Đời", sau này được biết "Mộng Một Đời" đã được nhà văn Mặc Đỗ cho phổ biến trước đó, *(tư liệu Ngô Thế Vinh)*

tên Pravda (Sự thật) phơi trần tệ trạng của chính quyền. Lật đổ Nga hoàng rồi Pravda trở thành cơ quan tuyên truyền chính thức. Tác giả bóc mặt nạ che đậy những sự thật kể trong sách ngụ ý nói chế độ sôviết cũng đầy những sự thật tương tự thời Nga hoàng. Sự thật bị Pravda đả kích của thời xưa và sự thật sôviết của thời sau đều là sự thật. Chú bé ra về ngẫm lời giảng của thày cứ lẩm nhẩm mãi: sự thật thật. Ý nghĩa của ba chữ đó theo mãi bước đường trở thành nhà văn, trong trí nhớ từ tuổi nhỏ cho tới khi thành người lớn. Sự thật nào cũng là sự thật, khi viết ta cứ bày ra những mắt-thấy tai-nghe, mô tả rõ sự thật.

Chủ ý đi tìm sự thật để viết vào truyện đã khiến chú bé, cho tới khi trở thành một người trai khôn lớn, dồn hết mỗi thời gian ngoài học đường vào đi đây đi đó quan sát đời sống và cảnh trí trên một phần lớn miền Bắc. Với chiếc xe đạp khá nhẹ-kí đạp tới những nơi gần, xa hơn thì đưa lên mui xe-hàng hay toa hạng tư xe-lửa rồi đạp tới nơi gần quanh, chú bé gặp người và ghi nhớ cảnh. Đây đó vùng đồng bằng, quá lên trung du và, cũng có mấy lần có thể ở lại lâu, leo lên mấy địa điểm Đông-Bắc như Móng-Cái, Lạng-Sơn, Tây-Bắc như Lào-Cai vào sâu tận Chapa. Đáng kể trong nhiều dịp đi đây đó có những cơ hội đến thẳng nhà quen hay được người quen giới thiệu và được nghe nhiều, biết nhiều chuyện, gặp chính những đương sự. Thu góp tài liệu không ghi nhớ trong mắt trong tai mà thôi, người trai tự bày phương pháp viết hết ra giấy trong những cuốn vở học trò 'Cent pages' rất phổ thông thời đó, những cuốn bìa xanh ghi về vùng tỉnh nhỏ và thôn quê, bìa đỏ dành ghi mắt tò mò và tai lắng nghe tại thành phố. Ghi chép hết sức chi tiết, chẳng hạn như có một cuốn riêng ghi tên chữ và tên tục của mỗi làng xóm đi qua. Trong nhiều ngày ở lâu một dịp nghỉ Hè tại Đồng-đăng, thị trấn gần Lạng-Sơn sát biên giới Trung-Hoa với ải Nam-Quan, người trai quen thân với một cô gái Thổ. Một chiều đứng bên góc mận chi chít quả cô gái hái quả mận chín cắn một nửa rồi đưa tới môi bạn và hát lên câu phong dao: 'Mác mận đây kin quá mác mòi' (Quả mận ăn ngon hơn quả mơ).

Lẽ tất nhiên bạn ăn nửa trái của mình, và nhớ mãi mùi vị của câu phong dao, cũng như những chi tiết khác trong những dịp đi thu góp tài liệu để dành viết. Hơn mười năm từ trung học lên hết đại học người trai tích tụ được một kho tài liệu ghi chép, và cất giữ như sách báo, tất cả chất đầy dưới gậm giường sắt cao cẳng mỗi đêm ngủ.

Vừa xong đại học người trai có một công việc thích hợp tại miền Nam. Nhận việc người trai có chỗ ở riêng, một villa nhỏ không mất tiền thuê, và hằng tháng trương mục ở Đông-dương Ngân-hàng lại khá no. Hơn thế nữa thời giờ ngoài việc còn rộng để trau giồi khả năng thành nhà văn, mục đích chính trong đời. Để có thể viết người trai cần tập cho có một văn phong riêng và một vốn chữ Việt dồi dào. Từ điển Hán-Việt Đào-Duy-Anh 605 trang được người trai hầu như học thuộc. Luyện văn phong người trai chọn phương pháp đúng nhất là dịch văn ngoại qua Việt văn. Mới đầu dịch từng đoạn ngắn sau chuyển qua cách khó hơn là dịch toàn truyện. Gọn gàng từng truyện Pháp hay Pháp dịch được chuyển qua Việt văn, chồng chất sau những năm học tập. Vụ tập này sau được thiên hạ coi như một thành công trong nghề viết của người trai. Mải mê học chữ và luyện văn người trai không quên những dự tính sẽ dùng kho tài liệu đã thu góp. Kỹ thuật viết của những tác giả truyện đã dịch giúp khá nhiều vào việc hoàn thiện trong đầu những cấu trúc cho năm truyện dài dự định sẽ viết.

Trở lại trước khi dời Hànội vào Nam nhận việc vấn đề lớn của người trai là thu gọn và cất giữ kho tài liệu dưới gầm giường ngủ. Người trai đến phố Hàng-Hòm tính mua một cái thùng gỗ lớn bắt gặp hai cái thùng bề ngoài cũ nhưng rất chắc chắn lại có khóa tốt với đủ hai chiếc chìa khóa của mỗi thùng. Nhà hàng cho biết đó là thứ hòm tư trang réglementaire của binh sĩ Pháp. Tuy cũ nhưng khá rẻ người trai mua liền hai cái hòm lính, đem về xếp vừa đầy chỗ cho mớ tài liệu. Hai chiếc hòm được gửi lại nhà cha mẹ. Bà Mẹ bấy lâu vẫn để mắt dõi theo công khó chuẩn bị viết truyện của cậu cưng, hai hòm tài liệu sẽ được Mẹ lo cất giữ cho.

Bao nhiêu là thay đổi lớn đã xảy ra trên đất nước từ sau ngày người trai dời Hànội. Khi người trai trở lại bộ mặt thành phố thân yêu cũng không thay đổi mấy ngoài sự hiện diện khác xa trước của đông binh lính Pháp, khá nhiều bộ mặt Phi-châu.

Về tới nhà bà Mẹ đã sẵn đợi. Con chưa kịp chào, mẹ chẳng nói, hai Mẹ con ôm nhau. Mẹ bỗng òa một tiếng khóc, bốn dòng nước mắt chan chứa nặng muối mặn vì chuyện mất mát do nửa ngôi nhà bị cố ý đốt cháy người con đã được cho biết từ trước. Đám cháy bạo tàn âm ỷ trong mấy ngày, khi bộ đội rút khỏi Hànội, đã thiêu rụi hai cái hòm tài liệu cùng với những đồ vật quý khác của gia đình. Mẹ từng quý báu lượng giá bao nhiêu năm công lao của con, trong khi con hiểu rõ chẳng còn cách chi viết ra được những ấp ủ, không riêng về thân phận những bà mẹ, những chị em gái khổ, nâng niu trong dự định viết. Sau nhiều kinh nghiệm đã học được, qua những tác phẩm đã đọc, người trai cần đề ra, với bao nhiêu chi tiết đã gom góp, những cảnh đời lớn trong đó thướt tha những bóng dáng nữ. Trong đầu hai mẹ con lúc đó chỉ còn thấy một rỗng không man mác đáng khóc hết nước mắt. Mộng một đời đã bay theo luồng khói đen trong đám cháy ác ôn.

Sau đó người trai lo mưu sinh theo khả năng nhưng không bỏ

ham mê từ khi chưa biết đọc và trải qua bao nhiêu năm học, tập. Mỗi khi in xong một tác phẩm người trai đều đem tới trình Mẹ. Mẹ cầm cuốn sách trên tay ngắm nghía mặt bìa trước rồi lật lại ngắm bìa sau, ngước lên nhìn con với tia mắt xót xa thốt ba tiếng buồn ơi là buồn: Thôi cũng được!

Cuối Thu Tân-Mão 2011, tập truyện ngắn thứ ba, tác phẩm cuối đời, được in xong, một bịch 20 cuốn mới ra khỏi nhà in Viên Linh gửi từ Cali qua. Tôi cầm một cuốn trên tay, lật qua lật lại ngắm bìa trước bìa sau, mường tượng nghe ba tiếng yêu thương buồn Mẹ nhiều lần nhắc: Thôi cũng được!

MẶC ĐỖ

*(Di cảo Mặc Đỗ gửi Ngô Thế Vinh)*

## BÀI THƠ HAIKU CUỐI CÙNG

Bài viết "Con Đường Mặc Đỗ Từ Hà Nội - Sài Gòn Tới Trưa Trên Đảo San Hô" hoàn tất ngày 20.06.2015, biết nhà văn Mặc Đỗ không dùng internet, qua Priority Mail tôi đã gửi ngay tới Anh một bản in, tôi nghĩ Anh cũng đã nhận được và đọc bài viết ấy. Thỉnh thoảng tôi vẫn có dịp nói chuyện điện thoại với anh, vẫn một Mặc Đỗ giọng nói còn sang sảng và tinh thần thì rất ư là minh mẫn.

Riêng các con Anh Mặc Đỗ tất cả các chị trong gia đình thì đọc bài viết qua links cùng với email tôi gửi.

Diễn Đàn Thế Kỷ: http://www.diendantheky.net/2015/06/ngo-vinh-con-uong-mac-o-tu-ha-noi-sai.html#more

*Anh Vinh,*

*Vì quá bận rộn nên đến hôm nay mới có thì giờ hồi âm thư anh. Tôi có được đọc một vài bài trong số bài anh gửi cho. Nay có được nguyên bộ để lưu lại, thật thích, cám ơn anh rất nhiều.*

*Thúy-Nhi*

*P.S. Tôi đã chuyển email anh đến tất cả các chị em trong gia đình.*

Chị Thúy-Nhi, là con gái thứ của nhà văn Mặc Đỗ, cũng là người con gần gũi chung sống và chăm sóc thân phụ cho những năm tháng cuối đời.

Đúng 3 tháng sau 20.09.2015 thì được tin Anh Mặc Đỗ mất. Khi đã bước qua tuổi 98, Anh đã như một cây cổ thụ khô và tự héo dần. Sự ra đi của anh theo quan điểm y khoa truyền thống được coi như một cái chết tự nhiên/ natural death. Nhưng với nền y khoa Mỹ bao giờ cũng phải tìm cho ra một nguyên nhân "bệnh" để ghi trên Death Certificate của người đã khuất cho dù ở bất cứ ngưỡng tuổi nào.

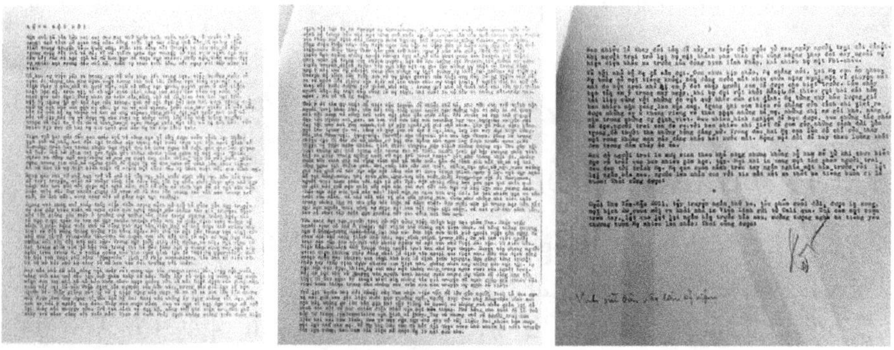

Di cảo *"Mộng Một Đời"* với 3 trang đánh máy và thủ bút Mặc Đỗ: *"Vinh giữ bản này làm kỷ niệm" (tư liệu Ngô Thế Vinh)*

Qua điện thoại, tôi gửi lời phân ưu tới chị Thúy-Nhi và toàn gia đình. Cũng được chị cho biết, theo ý nguyện của cụ, tang lễ sẽ chỉ được tổ chức rất đơn giản trong phạm vi gia đình, không có phần thăm viếng và phúng điếu. Chị cũng cho biết ông cụ đã ra đi rất thanh thản, trong sự đoàn tụ của toàn gia đình với các con và rất đông các cháu ở Mỹ và từ Pháp về. Chị Thúy-Nhi cho biết, nhà văn Mặc Đỗ có đọc cho các con ghi lại một bài thơ Haiku chỉ ít giờ trước khi Anh mất. Và sau đó thì tôi nhận được một email từ gia đình Anh Mặc Đỗ.

*Anh Vinh,*

*Tôi xin gởi đến anh bài thơ Haiku cuối cùng Bố tôi sáng tác lúc 4 giờ 30 sáng ngày 19 tháng 9 năm 2015.*

*Nhớ sống muốn tìm thơ*
*Khi nào thơ đến bắt đầu sống*

*Sống cuộc đời như xưa*
(Mặc Đỗ)

*Các cháu (từ Mỹ từ Pháp) đã dịch thơ ông như sau:*

*Longing for life I seek poetry*
*With poetry life begins anew*
*Back to the life I knew*

*Nostalgie de vie, recherche de poésie*
*Avec la poésie recommence la vie*
*La vie tout comme avant*

*Tang lễ đã cử hành...*

*Thuy-Nhi D. Morel*
*Attorney-at-Law*
*Austin, Texas 78731*

Bài thơ thể Haiku (俳句) của Nhật Bản được nhà văn Mặc Đỗ thanh thản đọc cho các con Anh ghi lại chỉ ít giờ trước khi Anh nhắm mắt lâm chung. Thật cảm động và thanh thoát. Chỉ vỏn vẹn có 17 âm tiết cô đọng trong 3 dòng thơ, với 5 âm tiết cho dòng thứ nhất và thứ ba, và 7 âm tiết cho dòng thứ hai. Không thừa, không thiếu, lão giả Mặc Đỗ đã diễn tả được cảm nghĩ về điểm chấm dứt và cũng chính là điểm khởi đầu, hay đúng hơn là cảm nhận được "cái vô thủy vô chung" trong dòng chảy miên viễn của sự sống. Kẻ hành giả Mặc Đỗ không chết nhưng là đang bước vào một cảnh sống khác. Mặc Đỗ sống quy ẩn từ bao năm như một hành giả không ngừng đi tìm một chữ AN trong đạo Phật và nay thì bậc lão giả ấy đã tìm được chữ AN khi bước qua ngưỡng cửa của tử sinh.

Buổi chiều cùng ngày, tôi phone tới chị Thúy-Nhi, và ngỏ ý muốn được phổ biến bài thơ ấy. Một ngày sau tôi nhận được một eMail thứ hai cũng từ chị Thúy-Nhi.

*Anh Vinh,*
*Đây là đoạn cuối thơ đang viết cho anh. Lễ hỏa táng cụ cử hành*

Một bức hình rất quý hiếm chụp từ 36 năm trước (10.04.1980) tại Houston, Texas; từ phải: Mặc Đỗ, Bs Trần Văn Tính, Hoàng Ngọc Ẩn, Võ Phiến, Trần Ngọc Bích, Huy Lực *(tư liệu Võ Phiến)*

*lúc 1 giờ trưa hôm nay. Tôi đã bàn chuyện với gia đình về đề nghị viết bài của anh và mọi người đều tán thành. Tôi nghĩ Bố tôi sẽ hài lòng việc phổ biến bài thơ Haiku cuối cùng của cụ,*

*Chào anh.*
*Thúy-Nhi*

## Tin Buồn Trong Làng Báo Làng Văn

Nhà văn, nhà báo, dịch giả Mặc Đỗ (Đỗ Quang Bình) đã thanh thản quy tiên vào ngày 20-09-2015 tại Austin, Texas (USA), hưởng đại thọ 98 tuổi. Theo ý nguyện của anh, tang lễ chỉ được tổ chức trong phạm vi gia đình, và miễn phần thăm viếng hoặc phúng điếu.

Đây là một bài viết muộn màng một năm sau, thay cho một nén nhang tưởng nhớ nhà văn Mặc Đỗ nhân ngày giỗ đầu tiên của Anh (20.09.2015 - 20.09.2016)

*Long Beach, 2015 - 2017*

# CHÂN DUNG VĂN HỌC NHƯ PHONG LÊ VĂN TIẾN TỪ TỰ DO ĐẾN KHÓI SÓNG

Như Phong tuổi thanh xuân
*(tư liệu Đinh Quang Anh Thái)*

*Ngô Thế Vinh quen biết anh Như Phong từ trước 1963, gần gũi với anh hơn khi làm báo sinh viên Y khoa Tình Thương, và vẫn giữ mối liên lạc ấy từ trong nước ra tới hải ngoại cho tới ngày anh Như Phong mất.*

*Bài viết Chân Dung Văn Học Như Phong nói nhiều tới mối liên hệ thân thiết ấy.*

Như Phong 1990 chụp trước bức danh họa “Vườn Xuân Trung Nam Bắc” của Nguyễn Gia Trí (*tư liệu Nguyễn Tường Giang)*

## TIỂU SỬ NHƯ PHONG

Như Phong Lê Văn Tiến, không rõ ngày sinh thật nhưng trên căn cước ghi sinh ngày 1 tháng 2 năm 1923 tại Bắc Việt. Tên thật ít ai biết là Nguyễn Tân Tiến, sau do nhu cầu hoạt động cách mạng, đổi tên là Lê Văn Tiến. Từ 1945, Như Phong làm tuần báo Ngày Nay Bộ Mới ở Hà Nội, sau đó làm biên tập cho sở Thông Tin Bắc Việt. Năm 1954, di cư vào Nam, ban đầu làm cho Việt Tấn Xã, sau đó từ 1955 sang làm nhật báo Tự Do xuyên suốt cả hai thời kỳ cho tới 1963 khi Tự Do bị đóng cửa. Ngoài báo chí Việt ngữ, Như Phong còn là cộng tác viên của The China Quarterly, London (1964-1972); các bài viết của ông về giới Trí Thức Miền Bắc, về Phong trào Nhân văn Giai phẩm đã tạo nên tên tuổi ông trên diễn đàn báo chí quốc tế. GS Patrick J. Honey, Giám đốc Ban Việt ngữ BBC luôn là bạn đồng hành của Như Phong trong nhiều thập niên và cũng là người dịch sang tiếng Anh các bài viết của Như Phong. Sang tới Mỹ, Như Phong còn tham gia viết bài cho The Asian Wall Street Journal, Hong Kong (1994-1996).

Từ 1997 Như Phong là cố vấn biên tập cho Đài Á Châu Tự Do/ Radio Free Asia.

Sau nhiều năm tù đày cuối cùng Như Phong cũng tới được Hoa Kỳ định cư vào năm 1994, ông mất ngày 18 tháng 12 năm 2001 tại Virginia Hoa Kỳ, thọ 78 tuổi.

## NHƯ PHONG VÀ NHẬT BÁO TỰ DO

Ngay sau Hiệp định Genève 1954, với vĩ tuyến 17 chia đôi Việt Nam, dẫn tới một cuộc di cư lịch sử của hơn một triệu người từ Bắc vào Nam lánh nạn Cộng sản và đã được báo chí Tây phương mệnh danh là cuộc Hành Trình Tới Tự Do / Journey to Freedom.

Hội nhập vào cuộc sống thanh bình và trù phú của Miền Nam lúc đó, có thể nói đã có một nền văn nghệ báo chí di cư "trăm hoa đua nở" ở trên vùng đất lành chim đậu, hòa mình vào sinh hoạt báo chí đã có truyền thống lâu đời trong Nam như nhật báo Thần Chung với Nam Đình, Đuốc Nhà Nam với Trần Tấn Quốc, Sài Gòn Mới với Bút Trà Nguyễn Đức Nhuận.

Năm 1955, một năm sau Hiệp định Genève, nhật báo Tự Do ra đời tại Sài Gòn với một ban biên tập gồm toàn những cây bút Bắc kỳ di cư. Nhóm chủ trương báo Tự Do, đều có những trải nghiệm với cộng sản từ miền Bắc. Tòa soạn ban đầu gồm có: Tam Lang Vũ Đình Chí, Mặc Đỗ Đỗ Quang Bình, Đinh Hùng bút hiệu Thần Đăng, Như Phong Lê Văn Tiến và Mặc Thu Lưu Đức Sinh. Tam Lang đứng tên chủ nhiệm, Mặc Thu làm quản lý và Như Phong, trẻ tuổi nhất làm thư ký tòa soạn. Vũ Khắc Khoan viết cho Tự Do nhưng không chính thức đứng tên. Sau đó nhóm Tự Do mở rộng, có thêm ba người: Nguyễn Hoạt bút hiệu Hiếu Chân, Hi Di Bùi Xuân Uyên và họa sĩ Phạm Tăng.

Theo Như Phong, nhật báo Tự Do giai đoạn đầu khá ngắn ngủi bị đình bản không phải vì lủng củng nội bộ mà vì lý do chính trị. Bên Phủ Tổng Thống nhận thấy tờ báo rất có ảnh hưởng được dân Bắc di cư nhiệt tình ủng hộ, lại có những bài chỉ trích chính quyền và thêm yếu tố khá nhạy cảm là trong nhóm chủ trương báo Tự Do không ai có đạo Thiên Chúa, cũng không có người gốc miền Trung.

Chỉ ít lâu sau đó báo Tự Do được tục bản nhưng với chủ nhiệm mới Phạm Việt Tuyền và quản lý mới là Kiều Văn Lân. Cả hai đều có

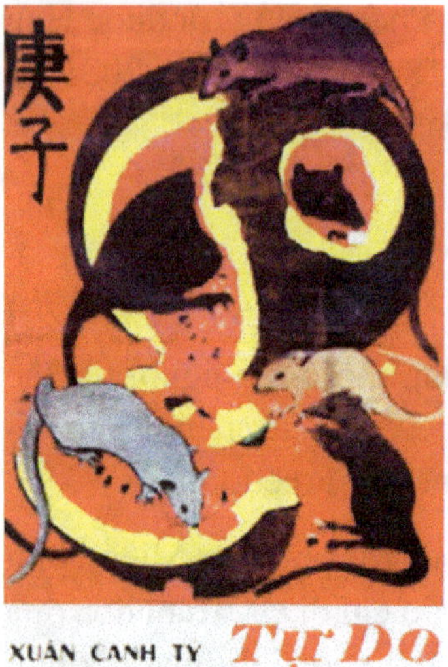

Trái: Bìa báo Xuân Tự Do Canh Tý 1960 của Nguyễn Gia Trí *(tư liệu Phạm Phú Minh). Phải:* Họa sĩ Nguyễn Gia Trí và Như Phong, sau 1975 *(tư liệu Nguyễn Tường Giang)*

gốc là nhân viên Phủ Tổng Thống và có đạo Thiên Chúa. Trước đó, từ 1955 Phạm Việt Tuyền đã từng là chủ biên của tờ tuần báo Tân Kỷ Nguyên với ban biên tập gồm Lê Xuân Khoa, Lê Thành Trị, Trần Việt Châu và Hồ Nam.

Bước sang giai đoạn nhật báo Tự Do bộ mới, Như Phong vẫn làm thư ký tòa soạn, Hiếu Chân Nguyễn Hoạt vẫn phụ trách chuyên mục "Chuyện Hàng Ngày," sau đó đổi tên là "Nói Hay Đừng" rất ăn khách vì lối viết châm biếm sắc bén. Cùng với Hiếu Chân còn hai người nữa cũng thay phiên viết cho mục này, là Mai Nguyệt tức nhà văn Tchya Đái Đức Tuấn, và Phạm Xuân Ninh tức Hà Thượng Nhân, còn thêm bút hiệu Tiểu Nhã. Phải kể tới sự tham dự của cây bút chính luận Mai Xuyên Đỗ Thúc Vịnh, Trần Việt Sơn và họa sĩ Nguyễn Gia Trí.

Có một sự kiện liên quan tới tự do báo chí thời Đệ Nhất Cộng Hòa, nay đã thuộc về lịch sử, tưởng cũng nên nhắc lại ở đây, đó là vụ bìa báo Xuân Tự Do Canh Tý 1960. Vì là năm Tý, theo tập tục bìa báo năm đó có vẽ hình chuột, họa sĩ Nguyễn Gia Trí đã vẽ hình 5 con chuột đang ăn quả dưa hấu đỏ. Do có người ức đoán và diễn dịch là bức tranh ám chỉ năm anh em nhà họ Ngô đang đục khoét đất nước Việt Nam, lời đồn đãi lan truyền tuy không có bằng cớ nhưng số báo vẫn bị tịch thu và gần như cả tòa soạn bị bắt, trừ Như Phong và Phạm Việt Tuyền. Và rồi Phạm Việt Tuyền cũng bị mất chức chủ nhiệm, báo Tự Do bị đóng cửa khoảng tháng 8 năm 1963, chỉ 3 tháng trước cuộc binh biến 01-11-1963, với cái chết bi thảm của hai ông Diệm Nhu, chấm dứt nền Đệ Nhất Cộng Hòa kéo dài được 9 năm.

Nhắc đến nhật báo Tự Do, ở cả hai thời kỳ từ 1955 tới 1963, người ta không thể quên cái "dấu ấn" Như Phong Lê Văn Tiến. Là một thư ký tòa soạn, Như Phong hết lòng tận tụy lo cho tờ báo, ngoài ra Như Phong còn viết truyện dài feuilleton hàng ngày với bút hiệu Lý Thắng. "Khói Sóng" là một trường thiên tiểu thuyết, đọc rất hấp dẫn, viết về thời kỳ trai trẻ khi Như Phong đi theo chân các bậc đàn anh Hoàng Đạo Nguyễn Tường Long, Nhất Linh Nguyễn Tường Tam làm cách mạng, chống cộng ở các chiến khu Vĩnh Yên, Việt Trì. Cho tới những ngày cuối đời, Như Phong vẫn nhắc tới tác phẩm "Khói Sóng" với ước mong tìm lại được. Nhưng cũng được biết chính tay Như Phong đã đốt tập bản thảo "Khói Sóng" sau 1975 trước khi anh bị bắt.

Thư viện Cornell và thư viện Hawaii có thể còn lưu trữ trọn bộ báo Tự Do, trong đó có "Khói Sóng." Cũng đã hơn 14 năm từ ngày Như Phong mất, khi gặp lại Ánh Chân, lại một lần nữa con gái nuôi của anh nhắc tới ước nguyện đó của bố.

Sau khi cuốn sách Tưởng Niệm Nhà báo Như Phong Lê Văn Tiến xuất bản 2016, qua chị Phạm Lệ Hương, một Quản thủ Thư viện kỳ cựu hiện sống ở Mỹ, được chị cho biết bộ báo Tự Do hiện còn lưu trữ trong Thư viện Sài Gòn [tức Thư viện Quốc gia trước kia], và tác phẩm trường thiên Khói Sóng đăng từng kỳ trên Tự Do suốt 5 năm [từ 1959 tới 1963], đang được các bạn chị với rất nhiều kiên nhẫn và công sức cho đánh máy lại từ mỗi số báo và đến nay bản thảo Khói Sóng coi như được hồi phục tuy không toàn vẹn, nhưng đó là một tin rất vui. Bao giờ tác phẩm Khói Sóng được xuất bản thành sách ở hải ngoại là giai đoạn 2, hy vọng trong một tương lai không xa.

## NHƯ PHONG MỘT MƯU SĨ

Sự nghiệp Như Phong là báo chí, Đỗ Quý Toàn đã quý trọng gọi ông là "nhà báo của các nhà báo" nhưng Như Phong còn được nhắc tới như một mưu sĩ, hơn thế nữa như một tay khuynh đảo. Nhà báo Mỹ kỳ cựu Sol Sanders, US News & World Report, người bạn của Như Phong từ hơn nửa thế kỷ 1950-2001, từ Hà Nội vào tới Sài Gòn khi viết bài tưởng niệm về Như Phong đã mệnh danh Như Phong là: My "Coup Broker" Friend / Người Bạn "Khuynh Đảo".

Như Phong rất thân cận với Bác sĩ Phan Huy Quát nhưng đã không nhận một chức vụ nào khi Phan Huy Quát lên làm thủ tướng. Như Phong quen biết đủ thành phần chính giới kể cả đối lập, các tướng lãnh, các giáo phái như Cao Đài và Hòa Hảo.

Giai thoại về một Như Phong sau hậu trường sắp xếp các thành phần của Nội Các Chiến Tranh của Thiếu Tướng Nguyễn Cao Kỳ, nhưng đứng ngoài không nhận chức Bộ trưởng Phủ Thủ Tướng. Rồi năm 1966, để hỗ trợ cho Tướng Kỳ, Như Phong lại đóng vai đạo diễn ba Liên danh Cây Dừa kết hợp các thành phần chuyên viên, tôn giáo và đảng phái vẫn không có tên Như Phong trong đó, nhưng rồi cả ba liên danh đều thất cử.

Lúc nào cũng chỉ là mưu sĩ, "kẻ đứng bên lề", không bao giờ trực tiếp dấn thân tham chánh. Không thể nói tới sự thành bại trong chính trị khi mà bản chất Như Phong chưa bao giờ thực sự là một con người chính trị / homo politicus.

## NHỮNG NGÀY THÁNG 5 NĂM 1975

Chỉ sau cụ Hoàng Văn Chí, tác giả hai tác phẩm kinh điển: *Từ Thực Dân tới Cộng Sản* và *Trăm Hoa Đua Nở Trên Đất Bắc*, người hiểu rõ cộng sản sau này không ai hơn nhà báo Như Phong Lê Văn Tiến. Cô Thần cũng là bút hiệu khác của Như Phong trên nhật báo Tự Do, một chuyên mục viết về cộng sản miền Bắc.

Các nhà báo ngoại quốc đánh giá cao về sự hiểu biết thấu đáo của Như Phong đối với thế giới cộng sản. Anh có thể nói ngay với từng chi tiết về các tên trùm cộng sản khi được hỏi, đến nỗi Sol Sanders một nhà báo Mỹ kỳ cựu của US News & World Report với nhiều năm làm việc ở Việt Nam đã phải thốt lên: *"Tiến là một cuốn tự điển tiểu sử di động / Tiến was a walking biographical dictionary."*

Hiểu cộng sản đến như vậy, với biết trước những tháng năm dài đằng tù đày, vậy mà Như Phong vẫn chọn ở lại. Các ký giả ngoại quốc quen biết bấy lâu sẵn sàng giúp Như Phong thoát khỏi Sài Gòn trước ngày 30 tháng 4, 1975, bên Hải Quân bên Không Quân cũng có chỗ cho anh đi nhưng anh thì vẫn cứ bướng bỉnh chọn ở lại.

Như Phong và một số bạn văn nay cũng đã mất: Như Phong và Võ Phiến. Dưới từ trái: Như Phong và Đỗ Thúc Vịnh, Lê Ngộ Châu và Như Phong. *(tư liệu Ngô Thế Vinh)*

Cuộc chia tay cảm động của Như Phong với gia đình anh Đỗ Thúc Vịnh trên đường Tự Đức, đã được chị Vịnh ghi lại:

*"Một buổi trưa cuối tháng 4, có lẽ vào khoảng ngày 24 hay 25, anh Như Phong đến nhà chúng tôi và bảo: 'Anh chị phải tìm cách đi ngay đi! Đi đâu cũng được, miễn là ra khỏi đất nước này. Chúng sắp vào đến đây rồi.' Chồng tôi nắm lấy tay anh và hỏi: 'Tiến thì sao? Tiến có đi không?' 'Không, anh chị cần phải đi vì tương lai của các cháu. Còn tôi, tôi sẽ về miền Tây, tìm cách chống lại bọn chúng. Rồi ta sẽ gặp lại nhau.' Nói xong anh chạy ra xe đi thật nhanh. Chúng tôi nhìn nhau, bàng hoàng về quyết định can trường của anh. Trong lúc mọi người đều cảm thấy bất lực và lo bỏ chạy, kể cả những viên tướng oai vệ nhất, thì anh, với lòng dũng cảm, với ý chí bất khuất, đã quyết theo gót tiền nhân, không chịu khuất phục trước kẻ thù: Anh đã quyết ở lại chỗ chết để tìm đường sống."* [Lòng Thành Tưởng Niệm]

Đến trưa ngày 30 tháng 4, ngay sau khi lệnh đầu hàng được phát đi, có thể thấy từ mấy tầng lầu cao là một cơn mưa confetti, chỉ một màu trắng của những mảnh vụn giấy tờ tùy thân của quân cán chính cần được xé hủy trước khi cộng quân hoàn toàn kiểm soát Sài Gòn. Không kể những giày nón quân phục được cởi bỏ vội vàng vứt tả tơi trên đường phố.

Và rồi vang lên tiếng xích sắt nghiến trên mặt nhựa đường Trần Hưng Đạo, nhìn qua khung cửa là những chiếc tăng T54 treo cờ giải phóng hối hả chạy về phía trung tâm Sài Gòn.

Mấy ngày sau đó tôi gặp lại anh Như Phong tại nhà Luật sư Mai Văn Lễ, trước bệnh viện Sùng Chính trên đường Trần Hưng Đạo. Anh Mai Văn Lễ có một thời làm Khoa trưởng Luật khoa Huế thời Phật giáo Tranh đấu, bây giờ chỉ còn lại mình anh, chị và hai con thì đã đi trước đó một tuần lễ.

Là người đi trước thời cuộc, anh Như Phong tiên đoán đúng những gì sắp diễn ra: chiến dịch đánh tư sản, kế hoạch đổi tiền cho mỗi hộ khẩu và rồi những cuộn giấy bạc sau đó trở thành rác và rồi sẽ là quần đảo ngục tù / Gulag Archipelago. Dư tiền cũ thiên hạ đổ xô đi mua vàng, đôla chợ đen không dễ gì có trong thời điểm này. Anh

Như Phong thì chỉ gợi ý mua những cuộn len quý nhồi trong các bộ nệm xa-lông giống như ngoài Bắc, sau này khi cần có thể gỡ dần ra bán để kiếm sống. Chỉ nói vậy thôi chứ thái độ của cả mấy anh em vẫn là "chờ xem".

Để rồi sau đó, Như Phong hai lần bị cộng sản bắt, tổng cộng thời gian tù đày ngót 14 năm. Lần thứ nhất từ 1976 tới 1988. Lần thứ hai từ 1990 tới 1992. Sĩ khí của một Như Phong sắt thép trong tù với từng ấy năm bị đầy đọa, biệt giam, thiếu ăn và cả quyết định tuyệt thực nhiều ngày không để phản đối điều gì mà chỉ để "Cầu Quốc Thái Dân An", với hậu quả đưa tới một thể xác suy kiệt nhưng trí tuệ anh vẫn cứ luôn minh mẫn. Như Phong không chỉ khiến các bạn tù mà chính những kẻ bắt giam ông cũng phải kính nể. Trong bài "Thương Nhớ Cậu Tiến" của người tù trẻ tuổi Đinh Quang Anh Thái đã viết khá đầy đủ với sự kính trọng và ngưỡng mộ người tù khí phách Như Phong khi cả hai cùng bị giam trong nhà tù Chí Hòa. Như Phong sống sót cũng là một ngạc nhiên cho rất nhiều người nếu biết rằng ông đã từng là một bệnh nhân bị lao phổi những năm trước đó.

Khi ra tù anh Như Phong chọn cuộc sống ẩn dật. Qua quen biết của nhà văn Doãn Quốc Sỹ, anh được vợ chồng người chủ trại bạn anh Sỹ sang nhượng cho được một khoảng đất nhỏ trong khu trại ruộng rộng 7 mẫu ở Hóc Môn, trên đó Như Phong dựng một căn nhà với mái lợp lá dừa nước có nền gạch, quanh nhà anh trồng mấy cụm hoa hồng nhưng chủ yếu là những giò phong lan đủ loại. Như Phong rất mê trồng phong lan giống như nhà văn Nhất Linh khi sống bên suối Đa Mê ở Đà Lạt.

Phan Nhật Nam cũng trải qua 14 năm tù kể cả biệt giam, khi ra tù Nam về sống trong một căn nhà bên kia sông và thường xuyên sang thăm anh Như Phong. Đôi lần anh chị Doãn Quốc Sỹ lên trại chơi bao giờ cũng ghé thăm Như Phong, rồi vợ chồng Đằng Giao, cả Tô Thùy Yên, tác giả *Trường Sa Hành*, bạn văn bạn tù của Như Phong cũng là khách thường tới thăm. Một sự kiện khó quên do Phan Nhật Nam kể lại: Nam đã vô tình phá hại cả vườn lan của Ông Gió / Như Phong khi giúp ông tưới lan nhưng lại bằng nước phèn lấy từ dưới một con rạch. Rồi Phan Nhật Nam đi Mỹ năm 1993, trước Như Phong một năm.

## NHƯ PHONG ĐẾN VỚI NHÓM BẠN CỬU LONG 1995

Năm 1993, khi ấy Như Phong còn ở Việt Nam, tổ chức Human Rights Watch/Asia đã ra thông cáo trao tặng nhà báo Như Phong giải thưởng Tự Do Phát Biểu Tư Tưởng / Free Expression Award là một giải thưởng danh giá về báo chí và Như Phong đã được ca ngợi là ông đã dùng ngòi bút bênh vực Quyền Con Người. Sự thực khi một tên tuổi Như Phong được chọn, chính cuộc sống của Như Phong đã làm danh giá thêm cho giải thưởng nhân quyền này.

Cho dù đã có những vận động từ rất nhiều phía, nhưng rồi cuối cùng tới năm 1994, với rất nhiều toan tính, Cộng sản đã thả cho người tù chính trị 14 năm Như Phong ra đi, nhưng ông tới Mỹ không phải như một tù nhân chính trị mà lại theo "diện đoàn tụ gia đình / ODP" do bảo lãnh của người em cùng cha khác mẹ là Nguyễn Ngọc Ấn, cũng trong giới truyền thông / TV Cameraman ở Sacramento và của cả gia đình người bạn Đổ Hoàng / Đường Thiện Đồng lúc đó đang sống ở Irvine.

Như Phong có biết bao nhiêu là bạn trong cuộc đời hoạt động sôi nổi của anh, nhưng sau này trên đất Mỹ anh vẫn có thêm nhiều bạn mới, với đặc điểm là họ rất trẻ, tuổi tác thì cách anh khoảng hai ba thế hệ. Họ trân quý và mau chóng thân thiết với anh. Như Phong đã cấy

Như Phong ra tù, về sống ẩn dật, ở trong một ngôi nhà mái lá dừa nước ở Hóc Môn. *(tư liệu Đinh Quang Anh Thái)*

Như Phong đang tưới những giò phong lan *(tư liệu Đinh Quang Anh Thái)*

những giấc mơ vào đầu óc họ, anh bao giờ cũng là "người gieo mộng". Riêng tôi thì đã quen anh Như Phong từ những năm trước 1975 với những chặng đường sinh hoạt.

Gặp lại anh ở Nam California, vẫn một Như Phong sắc bén và ý nhị của ngày nào. Ở tuổi 71, sau ngót 14 năm tù đày, trông anh vẫn rắn rỏi và khỏe mạnh, nhưng anh vẫn không bỏ được tật hút thuốc lá. Điều ấy khiến tôi quan tâm và có nhắc anh. Như Phong mang hình ảnh của một *Cây Tùng Trước Bão*, như tên một cuốn sách của Hoàng Khởi Phong. Anh còn có đức tính của một trí tuệ rộng mở / open-minded, sẵn sàng đón nhận và học hỏi điều mới: sử dụng computer, email, máy fax. Được các bạn trẻ tặng một laptop, anh bắt đầu viết các bài báo, gửi bài qua email và chiếc laptop như vật bất ly thân của anh về sau này.

Năm 1995 tôi đã có kỷ niệm về một ngày rất khó quên với anh Như Phong nơi thủ đô tỵ nạn Little Saigon. Đó vào sáng thứ Bảy của một ngày tiết Thu nắng đẹp miền Nam California. Anh Như Phong hôm ấy rủ tôi tới gặp mấy người bạn trẻ thuộc Nhóm Bạn Cửu Long mà tôi chưa hề quen biết nhân có buổi mạn đàm đầu tiên tại Phòng Sinh Hoạt báo Người Việt. Trên bàn thuyết trình hôm đó có kỹ sư Phạm Phan Long, tiến sĩ Phạm Văn Hải và nhà báo Đỗ Quý Toàn. Kỹ sư Phạm Phan Long là người đầu tiên lên tiếng báo động về những

Các bạn đón anh Như Phong tới Mỹ, từ phải: Như Phong, Đường Thiện Đồng, Trần Huy Bích, Võ Phiến, Ngô Thế Vinh. *(tại nhà Ngô Thế Vinh, tháng 4-1994)*

hiểm họa sắp xảy đến cho dòng Sông Mekong khi Trung Quốc có kế hoạch xây một chuỗi những con đập Bậc thềm Vân Nam. Lúc đó chỉ mới có một con đập dòng chính đầu tiên trên sông Lancang-Mekong Manwan / Mạn Loan 1500 MW vừa được xây xong (1993).

Ngày hôm ấy với tôi quả thật là mối "duyên khởi" bởi vì đây cũng là lần đầu tiên tôi tiếp cận với một vấn nạn mới mẻ của đất nước: đó là những bước phát triển "không bền vững / non-sustainable development" của con sông Mekong. Cũng từ đó tôi được làm quen với những người bạn mới như KS Phạm Phan Long, KS Ngô Minh Triết, KS Nguyễn Hữu Chung và rồi thêm những người bạn khác của Mekong Forum, tiền thân của Viet Ecology Foundation về sau này.

Rồi phải kể tới một bài báo đăng trên Tuổi Trẻ Chủ Nhật (03-11-1996): Khai thác sông Mekong: nhìn từ góc độ Việt Nam tuy đứng tên kỹ sư Phạm Phan Long nhưng do 4 người viết, họ đều là những chuyên gia từ hải ngoại: tiến sĩ Phạm Văn Hải (Mỹ), kỹ sư Nguyễn Hữu Chung (Canada), tiến sĩ Bình An Sơn (Úc). Nội dung bài viết ấy cho tới nay vẫn còn nguyên tính thời sự.

Năm 1999, một Hội nghị Mekong mở rộng do Mekong Forum và Vietnamese American Science & Technology Society đồng tổ chức tại Nam California với chủ đề: "Hội thảo về Sông Mekong trước Nguy cơ, Ảnh hưởng Phát triển trên Dòng sông, Đồng Bằng Sông Cửu Long và Cư dân" với sự tham dự của liên hội Tiền Giang và Hậu Giang, Tiến sĩ Sin Meng Srun Hội người Cambodia tại Mỹ, và Aviva Imhof thuộc tổ chức Mạng lưới Sông ngòi Quốc tế / International Rivers Network. Kết thúc hội nghị là một bản Tuyên Cáo "The 1999 Mekong River Declaration" được gửi tới MRC / Mekong River Commission và nhiều tổ chức liên hệ khác.

Tưởng cũng nên nhắc lại ở đây, chính anh Như Phong đã chấp bút giúp Mekong Forum viết "Bản Tuyên ngôn Sông Mekong 1999" tiếng Việt, mà kỹ sư Phạm Phan Long còn ghi lại cảm tưởng: *"Bản tiếng Việt ông viết khác hẳn bản dịch khô khan của chúng tôi, ông mang hồn dân tộc vào để nói lên nỗi thống khổ của đồng bào miền châu thổ trước vấn nạn thượng nguồn sắp giáng xuống họ."*

Như Phong, cho đến ngày anh mất, vẫn cùng chúng tôi tham gia sinh hoạt của Nhóm Bạn Cửu Long với tầm nhìn "địa dư chính trị / geopolitics" rộng mở trước những nan đề của Sông Mekong gắn liền với vận mệnh của đất nước.

Và cho tới nay 1995-2016, cũng đã 21 trôi năm qua, tôi vẫn là người bạn đồng hành bền bỉ với Nhóm Bạn Cửu Long, vẫn cứ là một con chim "báo bão" từ những đám mây đen độc hại ngày càng dầy đặc hơn không ngừng đổ xuống từ Phương Bắc.

## GIẤC MỘNG LỚN NHƯ PHONG

Mới tới Mỹ, anh Như Phong đã có sẵn trong đầu bao nhiêu là dự án, có lẽ được anh phác thảo từ những năm dài bị giam cầm. Trong đó phải kể tới một dự án Truyền Thông Báo Chí cho Việt Nam mang tầm vóc toàn cầu, anh Như Phong không chỉ nói tới mà còn say sưa viết về dự án ấy. Anh Như Phong quan niệm: phải chuẩn bị từ bây giờ cho một thời kỳ hậu cộng sản. Anh mơ ước sẽ trở thành một "mogul / tài phiệt" trong ngành truyền thông tại Việt Nam với trong tay một hệ thống báo chí, truyền thanh, truyền hình... rộng khắp lãnh thổ.

Anh nói trước 1975, nếu đã có con tàu Hope ghé cảng Sài Gòn như một bệnh viện nổi, thì nay tại sao không thể một con tàu Truyền Thông, của cộng đồng Việt Nam hải ngoại sẵn sàng cập bến thả neo trên bến cảng Sài Gòn, như một tòa báo nổi với cả đài phát thanh và truyền hình. Trong đời làm báo, chưa bao giờ anh thấy hào hứng đến như vậy, theo anh dự án Truyền Thông ấy sẽ như một đáp ứng kịp thời cho một Việt Nam đổi mới sau Cộng sản. Trên con tàu ấy, có tòa soạn nhà in để có thể ra báo, có hệ thống đài phát thanh và truyền hình phủ sóng trên toàn lãnh thổ, tạo một mạng lưới kết nối local-global-connect với trong nước và những cộng đồng di dân Việt Nam trên khắp thế giới.

Giấc mộng lớn của một Như Phong rất đơn độc, trên vùng đất mới, với không tiền bạc và cả rất giới hạn quỹ thời gian vì anh cũng đã bước qua ngưỡng tuổi cổ lai hy. Những bạn trẻ rất trân trọng và quý anh Như Phong, nhưng họ nhìn anh như một "người đi trên mây" - chữ của nhà văn Nguyễn-Xuân Hoàng. Anh là hình ảnh lãng mạn của một Don Quichotte thời hiện đại, phải chăng cũng vì thế mà anh Như Phong cứ luôn mãi trẻ trung. Rồi tôi chợt nhớ tới dòng chữ đầy cảm khái trong bức thư tay của Dương Nghiễm Mậu do Nguyên Khai mang qua: *"Ngựa đã mỏi, đường còn xa, biết tính sao đây."*

Khai thác sông Mekong : nhìn từ góc độ Việt Nam

Khai thác sông Mekong...

Thị trường...

TUỔI TRẺ CHỦ NHẬT 3 - 11 - 1996

41

Khai thác sông Mekong: nhìn từ góc độ Việt Nam, bài báo đăng trên Tuổi Trẻ Chủ Nhật 03-11-1996.

Từ trái: Bùi Diễm, Trương Trọng Trác, Đỗ Văn, Như Phong, Nguyễn Tường Giang, Phạm Dương Hiển. *(tư liệu Nguyễn Tường Giang)*

Và bảy năm sau ngày đặt chân trên đất Mỹ, Như Phong đã quỵ ngã trên giấc mộng lớn của mình ở tuổi mới 78 vì bệnh ung thư phổi.

## CHÂN DUNG VĂN HỌC NHƯ PHONG

Không cần hư cấu, Như Phong đã là một nhân vật tiểu thuyết. Nhà báo Mỹ Sol Sanders, một "cố tri" của Như Phong của hơn nửa thế kỷ, đã viết: *"Tiến đã sống sót sau ngót 14 năm trong trại cải tạo cộng sản. Bảo rằng tôi ngạc nhiên thì chưa đúng mức: Tiến là hiện thân của một chân dung văn học, một người đàn ông mảnh mai với cặp kính cận dày. Không ai có thể tưởng tượng anh đã sống sót qua vài tuần hay ít hơn vài năm trong những điều kiện đã giết chết bao nhiêu tù nhân khác / Tien had survived some 14 years in the Communist "re-education camps" and that he had been released. To say that I was surprised would be a great understatement: Tien was a personification of the literary figure, a slight man, with his big spectacles. One coud not imagine him having survived a few weeks, much less years under conditions which killed so many of his fellow prisoners."* [My "Coup Broker" Friend]

Với tôi, anh Như Phong đã nhập vai ông Khắc nhà báo, trong cuốn tiểu thuyết dữ kiện "Cửu Long Cạn Dòng, Biển Đông Dậy Sóng" xuất bản năm 2000, một năm trước khi Như Phong mất. Trích dẫn từ CLCD BĐDS:

*"Người đàn ông mái tóc điểm sương với cặp kính cận thật dầy bước đi nhẹ và thanh thoát dọc theo hai bên hàng cây Jacaranda hoa tím nở đầy, báo hiệu những ngày thật nắng ấm của miền Nam Cali. Ông có dáng của một cây tùng trước bão đứng vững qua bao nhiêu thăng trầm của thời thế cho dù ông mang đủ thứ bệnh do những năm tháng dài tù đày. Với bệnh phổi đang thời gian điều trị thì khí hậu ở đây cũng là lý do khiến ông không chọn Miền Đông với Trái Táo Lớn Nữu Ước như một vùng đất lành. Với ông cũng như các nghệ sĩ lưu vong chọn cuộc hành trình tới Mỹ Quốc thì Nữu Ước vẫn có sức mạnh hấp dẫn của một thứ lò luyện kim, để hoặc chỉ còn là tro than hoặc trở thành chất thép tinh ròng. Đã có một khoảng thời gian dài không biết đã mấy năm rồi, hàng ngày ông bước xuống những toa xe điện ngầm, chạy rầm rập như mắc cửi dưới lòng đất dưới cả lòng sông, như một thành phố mênh mông dưới một thành phố khác. Làm sao sức người có thể làm nên chuyện kỳ vĩ ấy khi chưa bước vào giai đoạn kỹ thuật cao. Lúc đó với ông Nữu Ước mới thực sự là nước Mỹ của những bước khai phá với các thế hệ tiên phong. Nhưng rồi phải sống giữa cảnh bon chen tranh giật nhỏ nhen của Nữu Ước sau này, ông tự hỏi phải chăng đã qua rồi những thế hệ di dân lớn lao lẫm liệt, khi mà họ đã phải băng qua những sóng gió đại dương đặt chân tới tân lục địa này.*

*Hôm ấy từ Nữu Ước trước khi bay về Cali, ông Khắc ghé qua Hoa Thịnh Đốn đúng vào mùa anh đào. Chưa thấy niềm vui hoa nở, ông đã khựng lại trước Bức Tường Thương Tiếc. Nhìn sang ngay phía bên kia công viên là tòa Nhà Trắng với Clinton đã trải qua hai nhiệm kỳ trong đó. Clinton thì ai cũng biết về một quá khứ trốn quân dịch. Ông ấy cũng không kém nổi tiếng về thành tích hút cần sa mà không hít vào phổi trong sân trường Đại Học Oxford giữa giai đoạn nóng nhất của cuộc Chiến Tranh Việt Nam khi mà Hà Nội đang có những nỗ lực cao nhất để nâng cao con số những thanh niên Mỹ thơ ngây can đảm và vô tội đi vào trong những nấm mồ. Ông Khắc lúc ấy là phóng viên chiến tranh lại đang gian lao cùng với những người lính của Miền Nam lặn lội trong những cuộc hành quân trên đồng lầy hay rừng rú cao nguyên. Để rồi hai mươi lăm năm sau, lần thứ hai trở lại Mỹ đứng bên bức tường đá đen, với ông đâu phải chỉ sáu mươi ngàn tên thanh niên Mỹ mà chồng chất lên đó là hàng hàng lớp lớp xác chết của hàng triệu những người Việt Nam vô danh phải chăng đã chết vô ích do nỗi mê lầm của con người...*

*Bao giờ cũng vậy mỗi lần tới đây ông đã không cầm được xúc cảm. Một nhà báo Mỹ bạn ông đã phát biểu rằng cho dù trong quá khứ anh chọn cuộc chiến đấu chống Cộng sản trên đồng lầy ở Việt Nam hay đã chống lại cuộc chiến tranh ấy ngay trên các đường phố ở Mỹ Quốc, thì sự hiện diện của bức tường ấy vẫn khiến anh đau xé lòng. Huống chi chính ông đã có những người bạn trong số sáu chục ngàn tên tuổi ấy trước khi chết vẫn còn vật vã với ý nghĩa của cuộc chiến tranh và chưa hề bao giờ được thực sự an nghỉ. Bỗng chốc ông Khắc có cái cảm giác mang mang giữa một thực tại thì như là hư ảo - virtual reality, trong khi quá khứ thì có thật. Đến bao giờ ông mới nhận ra được rằng chính quá khứ ấy mới là hư ảo, lẽ ra ông phải sớm biết mà thoát ra để rũ đi những gánh nặng cho bước chân thênh thang đi tới...*

*Sau những tháng dài đơn độc làm việc trong một thư viện miền Nam nước Pháp Aix-en-Provence, ông Khắc có dịp trở lại Little Saigon lại đúng vào dịp 30 tháng 4 nhưng đã ở một phần tư thế kỷ sau. Giữa một rừng cờ ấy, vẫn là những khẩu hiệu kêu đòi và ép buộc. Như từ bao giờ, chiến thắng thì lúc nào cũng có vô số những cha mẹ trong khi thất bại thì luôn luôn là con những bà Phước - nghĩa là mồ côi. Nhưng rồi ông Khắc tự hỏi người Việt bên này hay bên kia đã học được gì sau cuộc chiến tranh cốt nhục tương tàn ấy. Vẫn có đó một 'nhân cách lịch sử - historic dignity' cho phe chiến bại, tại sao không?"* [*Cửu Long Cạn Dòng, Biển Đông Dậy Sóng*, Chương XXIII, Nxb Văn Nghệ 2000]

Cuốn sách ấy anh Như Phong cũng đã đọc, anh có viết một bài điểm sách nhưng cho đến nay chưa tìm lại được. Trong bản tiếng Anh "The Nine Dragons Drained Dry, The East Sea in Turmoil", Viet Ecology Press xuất bản 2016, tên nhân vật ông Khắc nay là nhà báo Như Phong.

Thăm Vietnam Veterans Memorial, Washington D.C. Từ trái: Nguyễn Tường Giang, Như Phong, Ngô Thế Vinh *(photo by Phạm Bội Hoàn)*

## VĨNH BIỆT NHƯ PHONG

Nhà báo Như Phong mất ngày 18 tháng 12, 2001 lúc 9:40 tối tại thành phố Fairfax, Virginia, thọ 78 tuổi với một tang lễ đơn giản, và ước nguyện của Như Phong là tro than của ông một ngày nào đó sẽ được rải xuống trên mảnh đất quê nhà.

Ước mong rồi ra có những bạn trẻ thuộc thế hệ thứ hai sẽ chọn Như Phong cho một đề tài luận án Tiến sĩ, đó cũng chính là luận án về lịch sử báo chí Việt Nam của hậu bán thế kỷ 20 mà Như Phong là sợi chỉ đỏ nối kết những giai đoạn của một thời kỳ giông bão nhất của đất nước.

Cuối cùng, cũng ước mong rằng tiếp sau thời điểm ra mắt sách Tưởng Niệm Như Phong, nhân ngày giỗ thứ 15 của anh, các bạn anh sẽ có một dự án phục hồi bộ trường thiên tiểu thuyết "Khói Sóng" là ước nguyện cuối đời của nhà văn Như Phong.

*Little Saigon, 10.07.2016*

# BỐN MƯƠI NĂM VÕ PHIẾN
# NHÀ VĂN LƯU ĐÀY

Chân dung nhà văn Võ Phiến 2015
*(tư liệu Viễn Phố)*

*Trước và sau thời 1954-75 ở Miền Nam, không thấy ở nơi nào khác trên đất nước ta, văn học được phát triển trong tinh thần tự do và cởi mở như vậy. (Võ Phiến nói chuyện với Đặng Tiến 28-10-1998)*

Có thể nói Võ Phiến là một trong số các tác giả được viết và nhắc tới nhiều nhất. Trước khi quen biết nhà văn Võ Phiến, tôi đã rất thân quen với những nhân vật tiểu thuyết của ông như anh Ba Thê đồng thời, anh Bốn thôi, ông Năm tản, ông tú Từ Lâm, chị Bốn chìa vôi từ các tác phẩm *Giã Từ, Lại Thư Nhà, Một Mình*...

Những ngày ở Sài Gòn thập niên 70, từ phải: Bình Nguyên Lộc, Võ Phiến, Lê Tất Điều *(tư liệu Viễn Phố)*

Rồi qua người bạn tấm cám Nghiêu Đề, qua tòa soạn Bách Khoa, tôi quen ông từ những năm trước 1960 cho tới khi ra hải ngoại về sau này.

## VÕ PHIẾN BẮT TRẺ ĐỒNG XANH

Võ Phiến viết *Bắt Trẻ Đồng Xanh,* đăng trên Bách Khoa tháng 10 năm 1968, tựa đề từ cuốn sách dịch của Phùng Khánh – Phùng Thăng *The Catcher in the Rye* của nhà văn Mỹ J.D. Salinger, nhưng nội dung bài viết thì lại nói về kế hoạch cộng sản miền Bắc đưa trẻ em từ trong Nam ra Bắc huấn luyện rồi sau đó đưa trở về miền Nam. Cộng sản cũng đã làm như vậy sau khi ký Hiệp định Genève 1954. Võ Phiến viết:

"*...trong giai đoạn ác liệt sau cùng của chiến cuộc tại miền Nam này, nếu không vì lý do quan trọng, đảng và nhà nước cộng sản nhất định không bao giờ khổ công gom góp thiếu nhi ở đây đưa ra Bắc, trải qua bao nhiêu gian nan khó nhọc... họ đang ra sức thực hiện một kế hoạch bắt trẻ qui mô trên một phạm vi hết sức rộng lớn: đồng loạt người ta phát giác ra trẻ em bị bắt ở khắp nơi từ Quảng Trị, Thừa Thiên, Pleiku, Kontum, đến Mỹ Tho, Cà Mau, người ta gặp* *những toán trẻ em chuyển ra Bắc Việt bằng phi cơ từ Cam Bốt, hoặc bị dẫn đi lũ lượt trên đường mòn Hồ Chí Minh…"*

*"Hỡi các em bé của đồng bằng Nam Việt xanh ngát bị bắt đưa đi, từng hàng từng lớp nối nhau dìu nhau ra núi rừng Việt Bắc! Riêng về phần mình, các em đã chịu côi cút ngay từ lúc này; còn đất nước thì sẽ vì những chuyến ra đi của các em mà lâm vào cảnh đau thương bất tận. Tai họa xẩy đến cho các em cũng là tai họa về sau cho xứ sở."* (Võ Phiến, *Bắt Trẻ Đồng Xanh*, Bách Khoa 10/1968)

*Bắt Trẻ Đồng Xanh* hoàn toàn không phải là tùy bút hay truyện ngắn mà là một bài chính luận, một bạch thư tố cáo dã tâm của người cộng sản Việt Nam, chưa bao giờ thực sự muốn có hòa bình, nếu có hòa đàm thì đó chỉ là bước hoãn binh chiến lược, họ vẫn chuẩn bị cho một cuộc chiến tranh khác. Bài viết như một tiên tri, một báo động đã thực sự gây chấn động dư luận bên trong cũng như ngoài nước, với cái giá Võ Phiến phải trả là bị Việt Cộng lên án, và cả hăm dọa tính mạng tiếp sau cái chết của ký giả Từ Chung tổng thư ký báo Chính Luận, do bị đặc công CSVN ám sát. Theo Lê Tất Điều, đã có lúc Võ Phiến nghĩ tới tạm lánh xuống vùng Hòa Hảo, một khu được coi là miễn nhiễm với mọi xâm nhập của cộng sản. Đó cũng là lý do tại sao, Võ Phiến có thời gian làm giáo sư văn chương trường Đại học Hòa Hảo, Long Xuyên. Trong nghịch cảnh cũng có cái may, nơi đây anh quen một đồng nghiệp trẻ Đỗ Văn Gia, lúc đó cũng đang dạy bộ môn Triết học Đông phương. Sau này ra hải ngoại, chính anh Đỗ Văn Gia trong thời gian làm giảng viên văn học và ngôn ngữ Việt Nam tại Đại học Cornell từ 1982, đã giúp nhà văn Võ Phiến rất nhiều tư liệu ban đầu để có thể hoàn tất bộ Văn Học Miền Nam.

## BÁNH TRÁNG XỨ NẪU TRÊN ĐẤT MỸ

Từ thập niên 1980, lúc đó hai anh chị Võ Phiến đều là công chức quận hạt Los Angeles, ngôi nhà số 5621 Baltimore St., Highland Park là nơi Võ Phiến đã sống quãng thời gian 23 năm. Nhà có vườn rộng đủ loại cây trái chanh cam bưởi, nhiều nhất là những cây hồng giòn sai trái nặng trĩu cành, có cả bức tượng bán thân của Võ Phiến, tác phẩm điêu khắc của Ưu Đàm, con trai của họa sĩ Rừng. Trong nhà, ngoài

Lê Ngộ Châu, chủ nhiệm báo Bách Khoa gặp lại Võ Phiến trên đất Mỹ *(tư liệu Viễn Phố)*

những kệ sách, không có tượng Phật hay tượng Chúa, chỉ có đơn giản một bàn thờ nhỏ cúng gia tiên. Cũng nơi đây, Võ Phiến đã viết một số những tác phẩm tại hải ngoại: *bộ Văn Học Miền Nam, Thư Gửi Bạn, Nguyên Vẹn, Truyện Thật Ngắn, Đối Thoại...*

Những lần tới thăm anh Võ Phiến, thường là thứ Bảy cuối tuần vì khách cũng như chủ nhà còn ở tuổi lao động đi làm. Khách thăm thường đi theo nhóm. Khi thì với Nguyễn Mộng Giác và anh Từ Mẫn Võ Thắng Tiết, khi thì với Tạ Chí Đại Trường, Thạch Hãn Lê Thọ Giáo; khi thì với anh chị Trần Huy Bích, chị Bích thì rất thân thiết với chị Võ Phiến.

Trùng Dương từng gọi chị Võ Phiến là "người đàn bà đằng sau bộ Văn Học Miền Nam 1954-75." Nhưng tưởng cũng nên ghi nhận thêm ở đây, một số khuôn mặt bằng hữu khác đã cung cấp các bộ sách tiếng Việt giai đoạn 1954-75 từ các thư viện Đại học Pháp, Mỹ giúp anh Võ Phiến tư liệu để có thể hoàn tất bộ Văn Học Miền Nam. Như Đặng Tiến từ Âu châu, Trần Huy Bích qua liên thư viện Đại học UCLA, Đỗ Văn Gia từ Đại học Cornell, họa sĩ Võ Đình và trước đó từ 1983, học giả Huỳnh Sanh Thông từ Đại học Yale (dịch giả *The Tale of Kiều*), là người giới thiệu Võ Phiến xin được grant / trợ cấp từ Chương Trình Nghiên Cứu Đông Dương thuộc Ủy Ban Nghiên Cứu Khoa Học Xã Hội Hoa Kỳ (Indochina Studies Program, Social Science Research Council).

Từ trái: Huỳnh Sanh Thông (1926-2008), Đỗ Văn Gia (1946-1992), Từ Mai Trần Huy Bích *(tư liệu gia đình Võ Phiến)*

Và khách tới thăm thường ở lại ăn trưa với anh chị Võ Phiến. Bữa ăn gia đình do chị Võ Phiến chăm sóc, đôi khi có thêm một hai món khách đem tới. Cho đến nay, có một món chị Võ Phiến cho ăn không thể nào quên, đó là bánh tráng thuần túy Bình Định nhúng nước, chấm với nước mắm chanh ớt. Chanh thì có sẵn trên cây, chén nước mắm nhỉ đỏ au những lát ớt cũng hái từ vườn nhà. Món ăn giản dị và lạ miệng như vậy mà ai cũng lấy làm ngon, và khách cảm thấy ngon hơn nữa khi chủ nhà dí dỏm liên hệ món bánh tráng xứ Nẫu tới chiến thắng của vua Quang Trung, bánh tráng đã được dùng như lương khô trong cuộc hành quân thần tốc từ Nghệ An tiến ra Thăng Long dẹp tan 20 vạn quân Thanh.

## NÓI CHUYỆN VỚI ĐẶNG TIẾN 1998

Ngày 11-04-98 anh Võ Phiến đã gửi cho tôi bản photocopy 3 trang viết tay bài nói chuyện với Đặng Tiến kèm theo ít dòng ghi chú: *"Thưa anh, đây là bản soạn, không phải nguyên văn lời nói. Khi nói có lời Đặng Tiến xen vào đôi chỗ. Theo lẽ thì phát thanh vào 28-10-1998. Không biết rồi có đúng vậy không."* *Thân, Võ Phiến.*

Đặng Tiến bút hiệu Nam Chi, cây bút phê bình văn học từ cuối thập niên 1950, là "bạn cựu" của nhà văn Võ Phiến (bạn cựu là chữ của Võ Phiến để chỉ những cố tri), Đặng Tiến với Võ Phiến như Bá Nha Tử Kỳ, Đặng Tiến liên tục theo dõi và rất tâm đắc với những

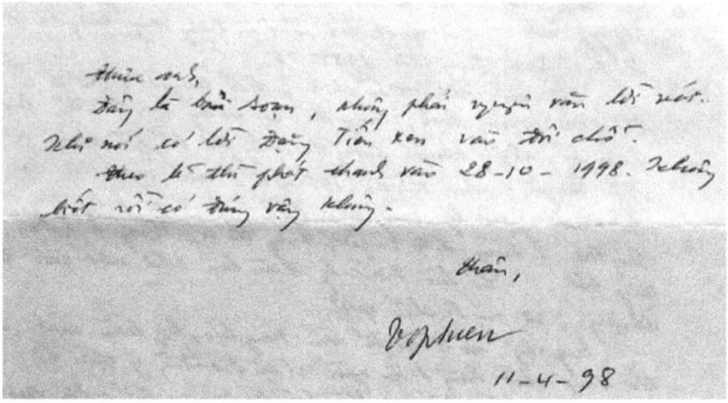

Thưa anh,
Đây là bản soạn, không phải nguyên văn lời nói. Khi nói có lời Đặng Tiến xen vào đôi chỗ.
Theo lẽ thì phát thanh vào 28-10-1998. Không biết rồi có đúng vậy không.

Thân,
Võ Phiến
11-4-98

Thủ bút, thư Võ Phiến gửi Ngô Thế Vinh 11.04.1998
*(tư liệu Ngô Thế Vinh)*

thành tựu văn học của Võ Phiến rất sớm từ 1954 tới mãi về sau này, và cũng đã có rất nhiều bài phê bình điểm sách của Võ Phiến.

Riêng tôi, không được nghe buổi phát thanh ấy, nhưng nếu có thì nội dung chắc sẽ không khác với bản gốc viết tay của anh Võ Phiến. Qua anh Phạm Phú Minh, eMail liên lạc với Đặng Tiến hiện ở Pháp, anh trả lời là hoàn toàn không nhớ. Tôi không ngạc nhiên vì cũng đã 17 năm qua rồi. Tiếp đó tôi gửi phóng ảnh 3 trang viết tay của Võ Phiến buổi nói chuyện với Đặng Tiến, với hy vọng anh ấy có thể sẽ nhớ ra và cho tôi biết thêm chi tiết. Nhưng rồi ba ngày sau cũng vẫn Đặng Tiến trả lời: *"Gửi NTV: Tôi không nhớ ra, sẽ moi trí nhớ trả lời anh sau. Giữ liên lạc. ĐT."*

Với anh Võ Phiến, câu chuyện 17 năm trước thì không hy vọng gì anh còn nhớ, tôi vẫn ghi lại đây nội dung buổi nói chuyện rất ngắn ấy, với 3 trang viết tay (chỉ có 938 chữ) như một chút tư liệu văn học, có giá trị như một Tổng Quan về Văn học Miền Nam giai đoạn 1954-75.

*"Thưa anh (Đặng Tiến),*

*Cuối thời tiền chiến, ông Vũ Ngọc Phan kiểm điểm một thời kỳ văn học 30 năm của Việt Nam. Trong mọi bộ môn sáng tác bằng văn xuôi ông chỉ đếm được ba người ở Nam phần và Trung phần (VP ghi chú thêm bằng bút chì bên lề: Hồ Biểu Chánh, Thanh Tịnh, Nguyễn Vỹ). Tất cả đều viết truyện. Về bộ môn kịch, ký, tùy bút... không có ai cả.*

Từ trái: Võ Phiến năm 70 tuổi *(photo by Nguyễn Bá Khanh)* và Đặng Tiến *(tư liệu Viễn Phố)*

*Cuối thời 1954-75, ông Cao Huy Khanh kiểm điểm riêng về bộ môn tiểu thuyết trong 20 năm ở Miền Nam. Ông bảo số người viết truyện xấp xỉ 200; trong số ấy trên dưới 60 người có giá trị. Giả sử có ai ngờ vực Cao Huy Khanh quá nặng tình bè bạn, và ai đó hạ số ước lượng xuống còn một nửa – tức 30 tiểu thuyết gia thì 20 năm này cũng gấp 10 lần 30 năm trước. Ấy là chưa kể đến những tùy bút gia, kịch tác gia của thời kỳ sau.*

*Về mặt khác, hồi tiền chiến ở Trung phần – từ Phú Yên vào đến Bình Thuận – chưa có nhà văn nhà thơ nổi tiếng; và ở khắp các tỉnh Nam phần – ngoài ông bà Đông Hồ ra – cũng chưa thấy vị nào tiếng tăm rộng rãi trên văn đàn. Nói vậy là căn cứ theo ông Vũ Ngọc Phan và Hoài Thanh.*

*Thế rồi trong khoảng 20 năm sau 1954 lần lượt xuất hiện những văn thi sĩ tên tuổi ở Phú Yên (VP ghi chú thêm: Võ Hồng), ở Ninh Thuận Bình Thuận (VP ghi: Nguyễn Bắc Sơn, Nguyễn Đức Sơn), ở Cà Mau (VP ghi: Sơn Nam), Long Xuyên (VP ghi: Nguyễn Hiến Lê), ở Gia Định (VP ghi: Tô Thùy Yên), Vĩnh Long (VP ghi: Nguyễn Thị Thụy Vũ), Sóc Trăng (VP ghi: Vương Hồng Sển)... Số văn nhân thi sĩ tăng cao chừng ấy, địa bàn văn học nghệ thuật mở rộng đến chừng ấy, như vậy là một đóng góp.*

*Một đóng góp khác là cái tinh thần tự do, phóng khoáng của thời kỳ văn học này. Thiên hạ nói nhiều về sự đàn áp tinh thần trong những thời ngoại thuộc: hoặc thuộc Tàu, hoặc thuộc Tây. Thực ra, không cứ những thời ấy, ngay lúc nước nhà độc lập, các chế độ quân chủ phong kiến hay chế độ dân chủ cộng hòa ở ta cũng không dung thứ thái độ khích bác nhà cầm quyền. Ngay khi độc lập dân chủ, vẫn thường chỉ có một cái tự do được ban phát rộng rãi, là tự do ca ngợi bề trên.*

*Ở Miền Nam Việt Nam thời 1954-75, giữa hoàn cảnh chiến tranh, đã phát triển một nền văn nghệ khác hẳn. Trên sách báo tha hồ nở rộ những nụ cười sảng khoái, công kích điều sai chuyện quấy, đùa riễu những phần tử xấu xa. Phần tử ấy không thuộc hạng Lý Toét Xã Xệ. Không hề có nhân vật nào thấp bé như thế bị bêu riếu trong thời kỳ này. Nạn nhân là từ hạng những tay cầm đầu một tỉnh cho đến các vị cầm đầu cả nước. Tiếng cười cợt ngang nhiên, hể hả, râm ran khắp cùng trên mặt sách báo...*

*Mặt khác, mọi quan niệm nhân sinh, mọi tín ngưỡng, hay có dở có, cao thâm có mà ngông cuồng gàn dở cũng có nữa, tha hồ được tìm hiểu, trình bày, quảng bá.*

*Trước và sau thời 1954-75 ở Miền Nam, không thấy ở nơi nào khác trên đất nước ta, văn học được phát triển trong tinh thần tự do và cởi mở như vậy.*

*Sau tính cởi mở tự do, chúng ta có thể chú ý đến một đóng góp nữa. Tôi muốn nói về hiện tượng suy tưởng triết lý ở miền Nam trong thời kỳ 1954-75. Đến cuối thời tiền chiến, tiểu thuyết ở ta đã có trên dưới mười loại, trong đó có những loại tâm lý, loại luân lý, nhưng khuynh hướng triết lý thì bấy giờ chưa có trong tiểu thuyết. Qua thời kỳ 1954-75 ở miền Nam Việt Nam các băn khoăn triết lý xuất hiện đồng loạt trên nhiều địa hạt sáng tác: trong tiểu thuyết, trong thi ca, trong kịch bản, trong tùy bút. Có lúc triết lý tràn lan như một món thời thượng; và nó bị chế giễu.*

*Tuy vậy nó đã đến đúng lúc, hợp hoàn cảnh. Dân tộc đang chết hàng triệu người vì sự bất đồng ý thức hệ, bất đồng quan niệm sống. Vào lúc ấy sao có thể không suy nghĩ về lẽ sống, sao có thể điềm nhiên*

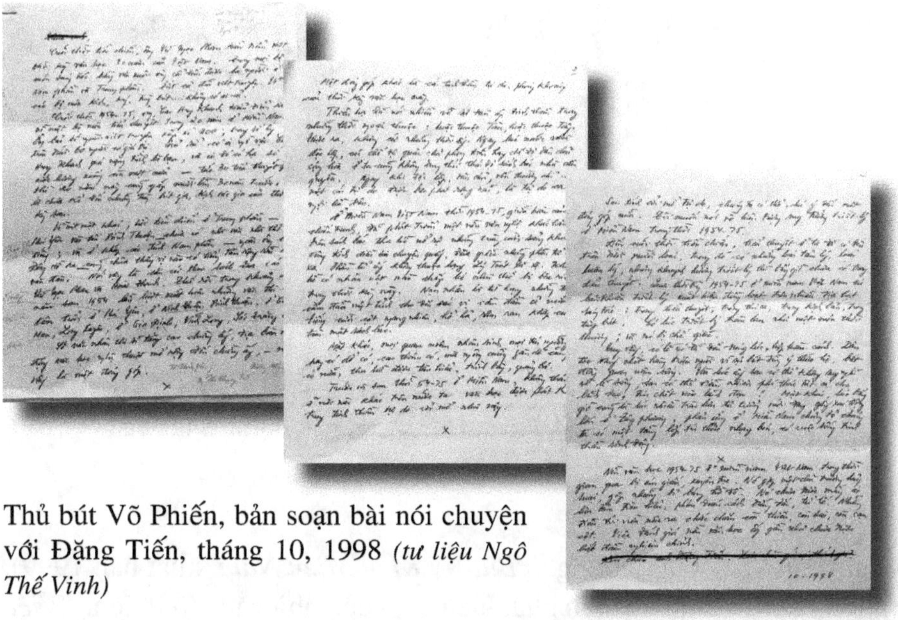

Thủ bút Võ Phiến, bản soạn bài nói chuyện với Đặng Tiến, tháng 10, 1998 *(tư liệu Ngô Thế Vinh)*

*phó thác tất cả cho lãnh đạo? Mặt khác, lúc bấy giờ cũng là lúc nhiều trào lưu tư tưởng mới đang gây xáo động lớn ở Tây Phương, phản ứng ở Miền Nam chứng tỏ chúng ta có một tầng lớp trí thức nhạy bén, có cuộc sống tinh thần sinh động.*

*Nền văn học 1954-75 ở Miền Nam Việt Nam trong thời gian qua bị ém giấu, xuyên tạc. Nó gặp một chủ trương hủy hoại, gặp những bỉ báng hồ đồ. Nó chưa được mấy ai lưu tâm tìm hiểu, phán đoán cách đứng đắn, tử tế. Những điều tôi vừa nêu ra chắc chắn còn thiếu, còn sai, còn cạn cợt. Việc đánh giá nền văn học ấy gần như chưa được bắt đầu nghiêm chỉnh.*

*(Xin chào anh Đặng Tiến. Xin chào quí vị thính giả.) Võ Phiến, 10-1998"*

## BỘ VĂN HỌC MIỀN NAM 1954-75

Khi Võ Phiến nói chuyện với Đặng Tiến là vào thời điểm tháng 10 năm 1998, chỉ một năm trước khi Võ Phiến hoàn tất toàn tập bộ Văn Học Miền Nam (với tập I là *Văn Học Miền Nam Tổng Quan* xuất

Từ trái: Trần Dạ Từ, Phạm Duy, anh chị Võ Phiến nơi căn nhà Los Angeles *(tư liệu Viễn Phố)*

bản 1986 và tập cuối cùng là *Bút Ký Kịch Miền Nam*, xuất bản 1999). Tưởng cũng cần lưu ý câu phát biểu cuối của nhà văn Võ Phiến: *"Việc đánh giá nền văn học ấy gần như chưa được bắt đầu nghiêm chỉnh."*

Như vậy có thể nói, cho dù Võ Phiến đã phải lao động bền bỉ suốt 15 năm (1984-1999) để hoàn tất bộ sách Văn Học Miền Nam nhưng chính ông chưa hề tự coi đó là một công trình hoàn hảo nên vẫn ao ước việc đánh giá nền văn học 1954-75 cần được bắt đầu nghiêm chỉnh.

Cho dù bộ sách Văn Học Miền Nam của Võ Phiến có những hạn chế đưa tới nhiều tranh cãi khá gay gắt. Người ta đã nặng lời trách ông về những phần thiếu sót trong bộ sách ấy: như khi ông đã gạt một số tên tuổi văn học của thời kỳ 1954-75 ra khỏi bộ Văn Học Miền Nam Tổng Quan, rồi cả cách ông phê bình các nhà văn, nhà thơ được ông chọn đưa vào sách cũng bị ông sử dụng cái sở trường văn phong tùy bút / nay thành sở đoản để châm biếm mỉa mai cá nhân với nhiều định kiến thiên lệch.

Nhà văn Mặc Đỗ nhóm Quan Điểm thì thật sự bất bình, Mai Thảo nhóm Sáng Tạo trong lần trò chuyện cuối cùng với Thụy Khuê 07/1997 cũng không kềm được cảm xúc nói tới "bọn vua Lê chúa Trịnh", và nói thẳng: *"Võ Phiến cũng có chỗ được chỗ không được.*

*Đại khái như phê bình văn học, đối với tôi thì không được. Văn Học Miền Nam tổng quan đó thì không được. Thơ dở. Tạp văn hay."* (2)

Nhưng khách quan mà nói, ngòi bút Võ Phiến cũng không thiếu phần tự trào, và cả châm biếm bản thân mình. Khi trả lời phỏng vấn Lê Quỳnh Mai trong chương trình Văn học Nghệ thuật đài TNVN Montréal 29-10-2000, nhà văn Võ Phiến đã không ngại khi ví mình như một Xuân Tóc Đỏ của Vũ Trọng Phụng: *"Nói tới sự may mắn, chắc chị còn nhớ tới Số Đỏ của Vũ Trọng Phụng, nếu tôi có được một số độc giả chú ý, chẳng qua cũng như anh chàng Xuân Tóc Đỏ trong truyện ấy thôi."* (4)

Bản thân Võ Phiến cũng đã biết rất rõ phản ứng của giới cầm bút về bộ sách Văn Học Miền Nam. Trong thư nhà văn Võ Phiến gửi Lê Thị Huệ Gió-O ngày 16/02/2001:

*"Anh chị em cầm bút thời 1954-75 ở Miền Nam, nhiều người phiền trách tôi về bộ sách này lắm. Tôi chịu trận thôi. Viết mà cốt cho ai cũng… thương (!) thì thành ra cái quái gì."* (3)

Nếu độc giả bình tâm đọc lại Lời Nói Đầu của cuốn Văn Học Miền Nam Tổng Quan, Võ Phiến đã bàn qua về "lý do biên soạn cuốn sách đầy những lôi thôi thiếu sót này." (sic)

Ông đã giải thích rất rõ:

*"Trước hết mình không phải là một nhà phê bình nhà biên khảo gì ráo mà tự dưng xông ra làm công việc biên khảo phê bình là chuyện không nên. Hơn nữa hoàn cảnh thật là khó: xung quanh không có tài liệu mà mình thì không có điều kiện để đi tìm tài liệu, lấy gì tham khảo?"*

Ông cũng tiên đoán được cả những hệ lụy như: *"viết cái gì có liên quan đến kẻ khác, có chê khen người nọ người kia mà viết qua quýt thì bị mắng mỏ xỉa xói tưng bừng là cái chắc."*

Cân nhắc như vậy, nhưng ông vẫn viết tiếp: *"Ấy vậy mà nghĩ đi nghĩ lại chán chê rồi tôi lại quyết định cứ viết cuốn sách này. Trước hết là vì chỗ nặng tình với một thời kỳ văn học kém may mắn. Thật vậy, thời kỳ 1954-75 gặp cái rủi ro hiếm thấy, là trong suốt hai mươi năm trời không có được lấy một nhà phê bình chuyên nghiệp. Nhưng trước khi có sự công bình, sự sáng suốt, hãy chỉ mong được chút lưu tâm...*

*Thời kỳ 1954-75: câu chuyện hủy diệt văn hóa phẩm Miền Nam từ 1975 đến nay không ai là không biết. Ta đã không thể ngăn chặn được việc phá hủy, không thể bảo tồn được cái thành tích văn học nọ, thì ngay lúc này cũng nên có một tổng kết, một kiểm điểm sơ lược, để về sau những ai lưu tâm còn có chút căn cứ sưu khảo. Không thế, sao đành?"*

Vì chỗ "nặng tình với một thời kỳ văn học kém may mắn... rốt cuộc đành miễn cưỡng viết cuốn sách này trong những điều kiện rất không nên viết. Viết như là một sơ thảo, một bản nháp, một gợi ý, nhắc nhở, một cách nêu vấn đề, để sau này những người có đầy đủ tư cách và điều kiện sẽ viết lại một cuốn xứng đáng." (1)

Biết thiếu sót, biết trước có những hạn chế nhưng chính Võ Phiến, trái với bản chất thâm trầm và thận trọng cố hữu, vẫn liều lĩnh – như một "risk taker", ẩn nhẫn làm một công việc tốn rất nhiều công sức và cả nhiều rủi ro như thế. Tưởng cũng nên ghi nhận ở đây, trong suốt hơn 15 năm từng bước hoàn thành công trình Văn Học Miền Nam

Chiến dịch lùng và diệt tàn dư văn hóa Mỹ Ngụy đưa tới những vụ "đốt sách" tại Miền Nam sau 30-04-1975 *(nguồn: internet)*

Trái; Bìa *Văn Học Miền Nam Tổng Quan* của Võ Phiến, Nxb Văn Nghệ, California 1986. Phải; *Võ Phiến Tuyển Tập*, bao gồm tùy bút, truyện, thơ, tạp luận, phê bình; Văn Mới Los Angeles xuất bản lần đầu 2001, Nxb Người Việt California bổ sung phần tiểu thuyết, đàm thoại; tái bản 2006.

với hơn ba ngàn trang sách ấy, Võ Phiến vẫn đang là một công chức sở Hưu bổng làm việc full-time cho quận hạt Los Angeles, như vậy là ông đã phải làm việc ngoài giờ và những ngày cuối tuần. Võ Phiến về hưu tháng 7 năm 1994, ông tiếp tục viết thêm 5 năm nữa để hoàn tất toàn bộ Văn Học Miền Nam 1999. Nếu không có hùng tâm, với công sức của một cá nhân khó có thể làm được như vậy.

Nhưng để rồi khi viết xong, chính Võ Phiến không khỏi ngẩn ngơ tự hỏi: *"Cái đã viết ra đó là cái gì vậy? Là lịch sử hai mươi năm văn học Miền Nam chăng? Là kiểm điểm phê bình nền văn học Miền Nam chăng? 3/4 rõ ràng nó không xứng đáng là lịch sử, là phê bình gì cả. Nó không có cái tầm tổng hợp rộng rãi, nó thiếu công phu suy tìm và phân tích đến nơi đến chốn về bất cứ môn loại nào khuynh hướng nào. Chẳng qua chỉ có những nhận xét rất khái lược, liên quan đến nền văn học và các văn gia một thời mà thôi."* (1)

Từ phải: Ngô Thế Vinh, Trúc Chi Tôn Thất Kỳ, anh chị Võ Phiến, Đỗ Anh Tài *(tư liệu Viễn Phố)*

Bao nhiêu phê phán từ trong và ngoài giới văn học đối với công trình Văn Học Miền Nam 1954-75 của Võ Phiến, thực ra cũng không có nghiêm khắc hơn phần "tự kiểm" của chính Võ Phiến trong Lời Nói Đầu, Văn Học Miền Nam Tổng Quan tập 1.

Công trình nghiên cứu của Võ Phiến cần được đánh giá đúng vào giai đoạn thập niên đầu ngay sau 1975 với hoàn cảnh ra đời của nó: khi mà trong nước có cả một sách lược hủy diệt toàn diện, xóa sổ nền văn học Miền Nam 20 năm ấy, công trình của Võ Phiến như một nỗ lực sưu tập và cứu vãn/ rescue mission, nên xem như một khởi đầu đáng được trân trọng.

Ai cũng hiểu bộ sách Văn Học Miền Nam "không chuyên nghiệp" của Võ Phiến sẽ không bao giờ là bộ sách phê bình văn học duy nhất hay cuối cùng, nhưng đó là một bước tạo thuận / facilitation khởi đầu, một roadmap dẫn tới cả một khối tài liệu đồ sộ để tham khảo, nó như một dàn phóng cho những công trình hoàn chỉnh kế tiếp. Đây chính là phần trách nhiệm và nghiệp vụ của giới phê bình chuyên nghiệp, họ cần có hùng tâm để "bắt đầu nghiêm chỉnh" việc đánh giá nền văn học 1954-75 bằng những tác phẩm xứng đáng thay vì cứ mãi xoáy nhìn vào "nửa phần vơi" của bộ sách Võ Phiến.

Một câu hỏi được đặt ra: ai trong chúng ta có thể "bắt đầu nghiêm chỉnh" một công trình nghiên cứu như vậy? Một câu hỏi tiếp theo: ai sẽ thừa kế kho tư liệu phong phú mà anh Võ Phiến có được trước khi rơi vào quên lãng?

## LÊ NGỘ CHÂU HÒA GIẢI

Năm 1994, anh Lê Ngộ Châu và con gái sang Mỹ. Với 18 năm điều hành tờ Bách Khoa, anh có nhiều thân hữu: Võ Phiến có lẽ là người anh thân thiết nhất. Trong chỗ rất riêng tư, khi biết giữa anh Võ Phiến và Nguyễn Mộng Giác có "vấn đề" trong sự chuyển tiếp từ tờ Văn Học Nghệ Thuật sang tờ Văn Học.

Nguyễn Mộng Giác với Võ Phiến vốn là người cùng tỉnh. Võ Phiến tâm sự: "Gặp một tác giả đồng tỉnh là một niềm vui mừng, lại phát giác ra ở tâm hồn tác giả nọ một số đặc điểm địa phương đã làm nên cái đẹp của tác phẩm thì lý thú biết bao! Làm sao cầm lòng được? Phải nói về Bình Định chứ chị!" (4)

Nhưng rồi cái tình đồng hương ấy cũng không tránh được trục trặc trong vấn đề điều hành tờ Văn Học, chọn bài vở khi mà Võ Phiến còn đứng tên chủ nhiệm và Nguyễn Mộng Giác là chủ bút. Rất bén nhạy, Lê Ngộ Châu cảm thấy ngay được sự "nghẽn mạch" giữa hai người. Anh Lê Ngộ Châu sốt sắng đóng vai "hòa giải" - vẫn chữ của Lê Ngộ Châu.

Như một cái cớ, tôi tổ chức buổi họp mặt tiếp đón anh Lê Ngộ Châu tại một clubhouse trên đường Bellflower, Long Beach, nơi tôi cư ngụ. Dĩ nhiên có anh Võ Phiến, Nguyễn Mộng Giác; riêng Lê Tất Điều đưa anh Võ Phiến tới nhưng bận nên không tham dự; và có khoảng hai chục thân hữu quen biết anh Lê Ngộ Châu và tạp chí Văn Học có mặt hôm đó: các anh Từ Mẫn Võ Thắng Tiết, Từ Mai Trần Huy Bích, Trúc Chi, Thạch Hãn Lê Thọ Giáo, Khánh Trường, Hoàng Khởi Phong, Cao Xuân Huy... Chỉ riêng cái tình "tha hương ngộ cố tri" ấy, qua những trao đổi, như từ bao giờ anh Lê Ngộ Châu vẫn lối nói chuyện vui dí dỏm và duyên dáng, anh đã như một chất xi-măng nối kết mọi người. Và cũng để hiểu tại sao, trong suốt 18 năm tới

Anh Lê Ngộ Châu trong chuyến thăm California 1994. Từ trái: Đỗ Hải Minh / Dohamide, Lê Ngộ Châu, Ngô Thế Vinh, Võ Phiến *(tư liệu Ngô Thế Vinh)*

Buổi họp mặt tiếp đón anh Lê Ngộ Châu (30.10.1994) tổ chức tại clubhouse trên đường Bellflower Long Beach, từ trái: Nghiêu Đề, Võ Phiến, Bùi Vĩnh Phúc, Hoàng Khởi Phong, Hà Thúc Sinh, Nguyễn Mộng Giác, Trúc Chi Tôn Thất Kỳ, Như Phong Lê Văn Tiến, Lê Ngộ Châu, Lưu Trung Khảo, Từ Mai Trần Huy Bích *(photo by Ngô Thế Vinh)*

Từ phải: Từ Mẫn Võ Thắng Tiết, Lê Ngộ Châu, Võ Phiến, Nguyễn Mộng Giác, Lê Tất Điều *(tư liệu Ngô Thế Vinh, California 1994)*

1975, anh Lê Ngộ Châu đã điều hợp được tờ Bách Khoa vốn là một vùng xôi đậu phức tạp như vậy.

Đó là lần thăm Mỹ duy nhất 1994 của anh Lê Ngộ Châu, cũng như ông giám đốc Nhà sách Khai Trí, cả hai đều chọn trở về sống ở Sài Gòn. Năm 2006, trong dịp đi thăm Đồng Bằng Sông Cửu Long, tôi gặp lại anh Lê Ngộ Châu nơi tòa soạn Bách Khoa, 160 Phan Đình Phùng ngày nào, anh vẫn nhớ và nhắc tới buổi gặp gỡ hôm đó. Khi hỏi anh về cuốn hồi ký 18 năm tờ báo Bách Khoa, anh Lê Ngộ Châu cười dí dỏm trả lời:

"Anh Vinh hỏi Võ Phiến có cho tôi viết không?" Anh Châu muốn nói tới những chuyện ngoài văn học diễn ra ở tòa soạn Bách Khoa trong suốt thời kỳ ấy. Khi trở lại Mỹ, chỉ ít lâu sau được tin anh Châu mất ngày 24-9-2006, thọ 84 tuổi.

## VÕ PHIẾN 75 TUỔI, QUÁ MỨC ƯỚC AO

Tháng 12 cuối năm 1998, tôi nhận được thiệp chúc xuân của nhà văn Võ Phiến, anh viết:

*Một năm nữa lại sắp qua, vậy mà lẽo đẽo mình cũng lần mò tới tuổi 75: quá mức ước ao! Anh sắp tới lục tuần chứ ít sao, lục tuần là tuổi tung hoành múa bút khỏe lắm. Xin chúc anh chị sang năm mới được mọi sự an lành. Riêng anh nên có sách mới xuất bản. Thân mến, Võ Phiến*

Thực sự anh Võ Phiến lúc đó mới 73 tuổi, anh sinh năm 1925, tuổi Ất Sửu. Cả ba bạn văn: nhà văn Doãn Quốc Sỹ, nhà báo Như

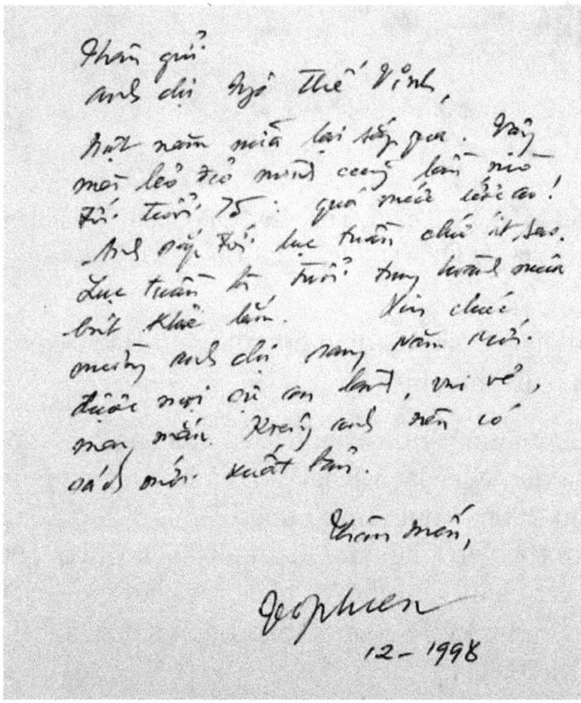

Thân gửi
anh chị Ngô Thế Vinh,
Một năm nữa lại sắp qua.
Anh vậy tới lục tuần chứ ít sao.
Lục tuần tư tuổi tung hoành múa
bút khỏe lắm. Xin chúc
mừng anh chị sang năm mới
được mọi sự an lành, vui vẻ,
may mắn. Riêng anh nên có
sách mới xuất bản.
Thân mến,
Võphien
12-1998

Thủ bút, thư Võ Phiến gửi Ngô Thế Vinh 12.1998
*(tư liệu Ngô Thế Vinh)*

Phong và anh Lê Ngộ Châu cùng tuổi Quý Hợi (1923), hơn Võ Phiến hai tuổi. Doãn Quốc Sỹ vẫn gọi đùa Lê Ngộ Châu là Lê Quý Hợi và anh ấy là Doãn Quý Hợi. Ba ông Quý Hợi thì nay chỉ còn một Doãn Quốc Sỹ. Nhà báo Như Phong mất 2001 tại Virginia, chủ nhiệm Lê Ngộ Châu mất 2006 tại Sài Gòn.

Cũng vẫn thư nhà văn Doãn Quốc Sỹ gửi anh Lê Ngộ Châu (29/08/1996) có nhắc tới Võ Phiến mà anh gọi đùa là cụ Võ Bình

Định: "Được xem bức ảnh cụ Võ Bình Định mặc màu áo sơ-mi rất trẻ, nhìn ảnh cụ cười mà tưởng như nghe thấy cả tiếng cười hóm hỉnh của cụ điểm xuyết trong câu chuyện tại tòa soạn Bách Khoa ngày nào."

Trước ngưỡng tuổi cổ lai hy, Võ Phiến đã trải qua hai cuộc mổ tim lớn / Coronary Artery Bypass Surgery; lần thứ nhất 1985 khi Võ Phiến mới 60 tuổi, anh bắt đầu bị ám ảnh về cái chết:

*Ra đi tuổi chẵn năm mươi,*
*Năm mươi tuổi nữa nào nơi ta về?*
*Ngàn năm mây trắng lê thê...*
(1986)

Bảy năm sau, 1992, Võ Phiến 67 tuổi lại phải bước vào cuộc mổ tim lần thứ hai khó khăn và phức tạp hơn. Anh bi quan và bị ám ảnh nhiều hơn về cái chết.

Anh đã đặt bút viết về Cái Sống Hững Hờ: *"Bản thân tôi trước đây có lần phải vào bệnh viện chịu mổ xẻ, tôi ngậm ngùi viết những lá thư gửi lại bạn bè, nhờ một văn hữu thân tình trao giúp cho, sau khi mình... ra đi. Hóa ra rồi sau cuộc giải phẫu tôi tiếp tục sống nhăn. Sống và ngượng ngập vu vơ.*

*Năm tháng trôi qua. Quá bát tuần, tôi lén lút hướng một chút tưởng tượng về cái kết thúc của đời mình. Chắc là gần thôi. Liếc mắt phớt qua tí ti, sợ gì? Liếc qua xong rồi liếc lại, tôi ngạc nhiên không nhận thấy một xúc động bất thường nào xảy ra cả. Cuộc sống đang tiếp diễn vẫn tiếp diễn đều đều...*

*Tạo Hóa có lòng lành, nhón tay khe khẽ điều chỉnh lòng người. Tuổi người càng cao, lòng người càng bớt sôi nổi, bớt tha thiết. Rốt cuộc còn lại một sự hững hờ: 'Chết? Ai mà khỏi? Việc gì phải sợ?' Tôi âm thầm nghĩ ngợi và ngờ rằng đây là lúc xuất lộ cái từ tâm của Hóa Công. Chúng ta không nên mè nheo đòi hỏi cho được vừa huýt sáo mồm vừa chết. Chỉ mong những bước chân đến ngôi mộ* của chính mình sẽ là những bước thong thả, hững hờ. Đại khái thế thôi."*

Mặc dầu, trước đó nhiều năm anh chị Võ Phiến đã mua sẵn hai lô đất cho phần hậu sự, nhưng khi mất anh Võ Phiến đã không bước

Tác phẩm *Cuối Cùng* của Võ Phiến do Thế Kỷ 21, California xuất bản 2009, dòng ký tặng sách và chữ ký Võ Phiến ở giai đoạn 5.10.2015 đã rất khó khăn và phải có sự giúp sức của chị Viễn Phố *(tư liệu Ngô Thế Vinh)*

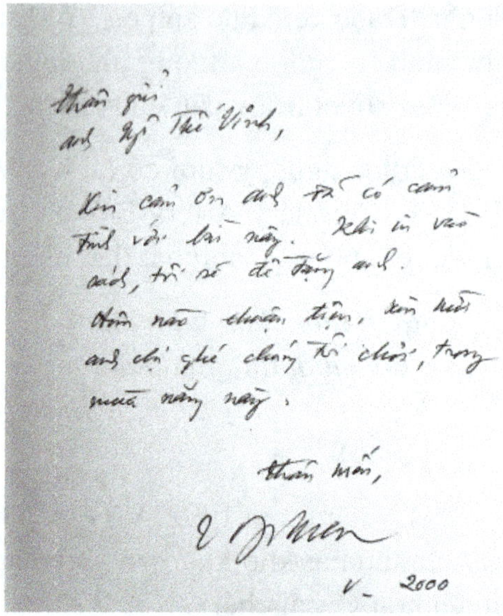
Thân gửi
anh Ngô Thế Vinh,

Xin cảm ơn anh đã có cảm tình với bài này. Khi in vào sách, tôi sẽ đề tặng anh.
Hôm nào thuận tiện, xin mời anh chị ghé chúng tôi chơi, trong mùa nắng này.

Thân mến,

V- 2000

Thủ bút Võ Phiến, "Thân gửi anh Ngô Thế Vinh, Xin cảm ơn anh đã có cảm tình với bài này. Khi in vào sách, tôi sẽ đề tặng anh. Hôm nào thuận tiện, xin mời anh chị ghé chúng tôi chơi, trong mùa nắng này. Thân mến, Võ Phiến V - 2000 *(tư liệu Ngô Thế Vinh)*

chân đến ngôi mộ của chính mình mà được hỏa thiêu, sau đó tro cốt và bài vị được đưa về chùa Điều Ngự, nơi có vị sư trụ trì cùng quê Bình Định, và rất trân quý anh từ buổi sinh thời. (Ghi chú của người viết.)

Khi chị Võ Phiến cũng nghỉ hưu, không còn nhu cầu ở gần sở làm nữa, năm 2003 anh chị dọn về vùng gần Little Saigon. Ngôi nhà mới xinh xắn hai tầng trong một cư xá yên tĩnh cuối đường Fifth / Số 5 thành phố Santa Ana, cũng có một khoảnh vườn rất nhỏ với những cây hoa hồng ở bờ giậu, và một ít cây trái; vừa sức để chị Võ Phiến bước qua tuổi 70 vẫn còn có thể vui thú điền viên và chăm sóc. Ngoài những sách tái bản như *Võ Phiến Toàn Tập, Cuối Cùng* được coi là tác phẩm sau cùng của Võ Phiến hoàn thành nơi ngôi nhà mới, viết xong 2007, Nxb Thế Kỷ 21 cho in năm 2009.

# VÕ PHIẾN BƯỚC VÀO TUỔI 90

Sinh ngày 20 tháng 10, 1925, sáu tháng nữa, 2015 Võ Phiến vừa tròn 90 tuổi. Có lẽ anh là một trong số ba nhà văn Miền Nam ở hải ngoại sống thọ nhất, chỉ sau nhà văn Mặc Đỗ 98 tuổi (sinh năm 1917) sống ở Austin Texas, nhà văn Doãn Quốc Sỹ 92 tuổi (sinh năm 1923) hiện sống ở Nam California.

Lại vẫn dùng một câu viết 17 năm trước trong một thiệp xuân của Võ Phiến 1998: *"Một năm nữa lại sắp qua, vậy mà lẽo đẽo mình cũng lần mò tới tuổi 90: quá mức ước ao!"*

Và cuộc sống của Võ Phiến "vẫn cứ tiếp diễn đều đều." Chị Viễn Phố, vợ anh, vẫn che dù cho anh đi bộ mỗi ngày với walker có bánh xe lăn. Nhìn chung theo khía cạnh y khoa, ở nhóm tuổi 90 ấy, thể lực của anh Võ Phiến được xem là khá tốt cho dù trí tuệ anh đã có nhiều phần lãng đãng, cái lãng của người cao tuổi / senile dementia. Anh không nhớ hết những khuôn mặt thân quen nhưng với vài người "bạn cựu" – vẫn chữ của Võ Phiến – thân thiết lâu năm như Hoàng Ngọc Biên, Đặng Tiến, Lê Tất Điều... anh vẫn giữ được một trí nhớ

Nắng thu ngoài vườn căn nhà anh chị Võ Phiến trên đường Baltimore, Los Angeles 09.2001, từ phải anh chị Võ Phiến, Tạ Chí Đại Trường, Nguyễn Huệ Chi, Nguyễn Mộng Giác; phía sau là tượng Võ Phiến của Ưu Đàm *(tư liệu Viễn Phố)*

Bên trong nhà anh chị Võ Phiến trên đường Baltimore, Los Angeles 04.1992, từ trái: Gs Trần Ngọc Ninh, nhà văn Võ Phiến, Ngô Thế Vinh *(tư liệu Ngô Thế Vinh)*

Hình này ở vườn sau nhà 20 năm sau khi Võ Phiến bị mổ tim lần 2 với cô y tá đứng sau *(tư liệu và ghi chú của Viễn Phố)*

xa / remote memory qua các cuộc nói chuyện điện thoại gần đây và cả ở những lần gặp mặt.

Vậy mà đã 40 năm, với hai lần Võ Phiến khóc khi di tản khỏi Việt Nam: một lần ở tòa soạn báo Bách Khoa trên đường Phan Đình Phùng, lần thứ hai trên con tàu Challenger khi rời đảo Phú Quốc. (5) Bốn mươi năm ấy 1975-2015, với bao nhiêu nước chảy qua cầu, như một nhà văn lưu đầy Võ Phiến vẫn sống làm việc trong sự cô đơn buồn bã. (6)

Bài viết tháng Tư này, gửi tới nhà văn Võ Phiến khi anh bước vào tuổi thượng thọ 90, ngưỡng tuổi 90 xưa nay là hiếm. Cũng gửi tới hai anh chị Võ Phiến và Viễn Phố lời chúc "cây đời thì vẫn cứ mãi xanh tươi" (7) .

## BÀI THƠ VÕ PHIẾN NĂM 2000

Sau khi anh Võ Phiến mất, tìm lại được một bài thơ anh viết đề tặng tháng 5 năm 2000.

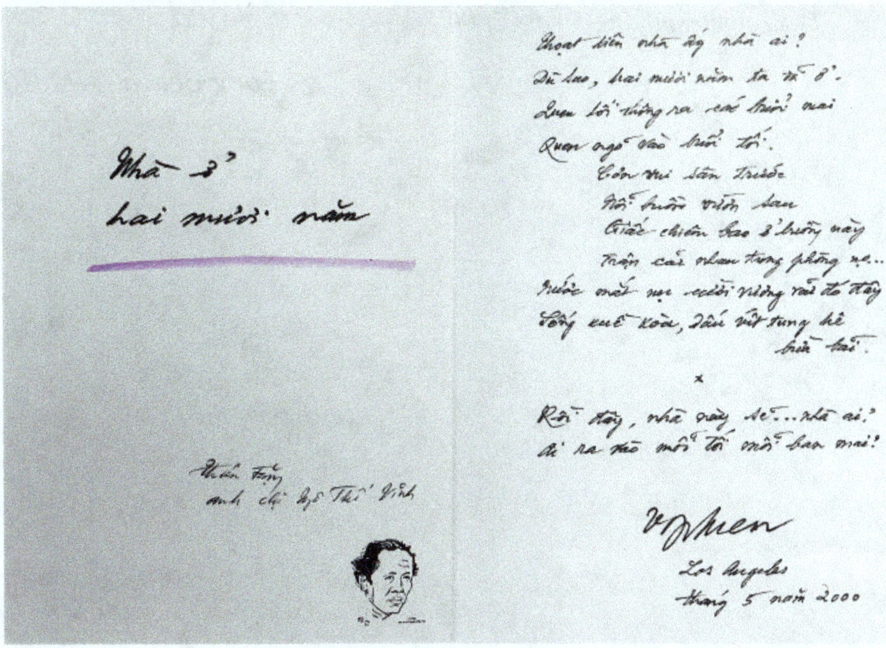

Nhà ở
hai mươi năm

Thân tặng
anh chị Ngô Thế Vinh

Thoạt tiên nhà ấy nhà ai?
Dù sao, hai mươi năm ta đã ở.
Quen lối thông ra các buổi mai
Quen ngõ vào buổi tối.
Cơn vui sớm trước
Nỗi buồn chiều sau
Giấc chiêm bao ở buồng này
Trận cãi nhau từng phòng nọ...
Nước mắt nụ cười những rải đó đây
Sống cuối còn, dấu vết tung hê
bừa bãi.

x

Rồi đây, nhà này sẽ... nhà ai?
Ai ra vào mỗi tối mỗi ban mai?

Võ Phiến
Los Angeles
tháng 5 năm 2000

Thủ bút Võ Phiến, bài thơ "Nhà ở hai mươi năm" *(tư liệu Ngô Thế Vinh)*

## NHÀ Ở HAI MƯƠI NĂM

*Thân tặng*
*anh chị Ngô Thế Vinh*

Thoạt tiên nhà ấy nhà ai?
Dù sao, hai mươi năm ta đã ở
Quen lối thông ra các buổi mai
Quen ngõ vào buổi tối
Cơn vui sân trước
Nỗi buồn vườn sau
Giấc chiêm bao ở buồng này
Trận cãi nhau trong phòng nọ...
Nước mắt nụ cười vương vãi đó đây
Sống xuề xòa, dấu vết tung hê bừa bãi
Rồi đây, nhà này sẽ... nhà ai?
Ai ra vào mỗi tối mỗi ban mai?

VÕ PHIẾN
*Los Angeles, tháng 5 năm 2000*

*Long Beach, 04/2015*

# ĐẾN VỚI LINH BẢO
# TỪ GIÓ BẤC TỚI MÂY TẦN

*Hồn quê theo ngọn mây Tần xa xa.*
Nguyễn Du

Nhà văn Linh Bảo, thời gian ở Hương Cảng
*(tư liệu Linh Bảo)*

Sau các nhà văn nữ tiền chiến như Thụy An, Mộng Sơn của thập niên 1940s, Linh Bảo và Nguyễn Thị Vinh là hai nhà văn đi trước thế hệ đông đảo các nhà văn nữ của thập niên 1960s về sau này như Nhã Ca, Nguyễn Thị Hoàng, Túy Hồng, Nguyễn Thị Thụy Vũ, Trùng Dương, Trần Thị NgH.

Linh Bảo là một tên tuổi văn học của Miền Nam từ những năm 1950s. Các tác phẩm của Linh Bảo được lần lượt xuất bản tại Miền Nam từ 1953 tới 1975. Chỉ có *Mây Tần* là tuyển tập đoản văn duy nhất được xuất bản ở hải ngoại (1981). Sau 1975, không có một tác phẩm nào của Linh Bảo được in ở trong nước.

## TIỂU SỬ

Nhà văn Linh Bảo, tên Võ Thị Diệu Viên, sinh 14-4-1926 trong một gia đình quan lại triều đình Huế: cha Võ Chuẩn nguyên tổng đốc Quảng Nam, mẹ gốc hoàng tộc Tôn Nữ Thị Lịch. Từ thời rất trẻ, Linh Bảo đã nuôi tham vọng được đi du học, rời xa gia đình sớm, sống lưu lạc qua nhiều quốc gia ngoài Việt Nam: Trung Hoa (Nam Kinh, Quảng Châu), Hương Cảng, Anh, Pháp, và Mỹ. Linh Bảo còn có hai tên khác: Lại Cẩm Hoa là tên trên chiếc vé xuống tàu vượt biển sang Hương Cảng, Vũ Trung Thư / Mo Chung Shu là tên ghi danh đi học ở Nam Kinh và Quảng Châu. Các bức thư nhà văn Nhất Linh gửi Linh Bảo khi còn ở Hương Cảng đều gửi với tên Lại Cẩm Hoa.

Mới xong năm thứ hai (1947-1949) Đại học Tôn Trung Sơn (do tôn kính người Hoa không gọi tên Tôn Dật Tiên / Sun Yat Sen University), thì Hồng quân của Mao Trạch Đông chiếm toàn Hoa Lục 1950, Linh Bảo một lần nữa từ Quảng Châu chạy tỵ nạn sang Hương Cảng. Tại đây, cô đã làm mọi việc để kiếm sống: từ phụ tá nha sĩ / dental tech tới lồng âm tiếng Việt cho các bộ phim Tàu đang thịnh hành thời bấy giờ.

Năm 1951, Linh Bảo lập gia đình với một người Hoa mang quốc tịch Anh, và trở thành công dân Anh do cuộc hôn nhân này. Bút hiệu Linh Bảo, có nguồn gốc rất đơn giản, đó chỉ là tên người chồng Trần Linh Bảo / Ling Po Chan và bút hiệu ấy gắn mãi với văn nghiệp của chị trong văn học sử Việt Nam.

Đến 1954, khi Lãnh Sự Quán Việt Nam Cộng Hòa mới được thành lập, Linh Bảo là người Việt Nam hiếm hoi lúc đó biết tiếng Quảng Đông, tiếng Quan Thoại, tiếng Anh và dĩ nhiên cả tiếng Việt, cô được tuyển làm nhân viên của tòa Lãnh Sự Việt Nam tại Hương

Nữ sinh viên Vũ Trung Thư (Linh Bảo) tại Đại Học Tôn Trung Sơn, Quảng Châu, Trung Quốc. *(tư liệu Linh Bảo)*

Cảng. Làm việc tới 1957, trở về nước và chỉ sau 2 năm, 1959 Linh Bảo lại chọn một cuộc sống xa quê nhà.

Từ Hương Cảng, qua Pháp rồi qua Anh một thời gian, cuối cùng Linh Bảo chọn định cư ở Mỹ sau khi được tuyển dụng vào giảng dạy môn Việt ngữ 14 năm (1962-1976) tại trường Sinh ngữ Quân đội Mỹ / Defense Language Institute, Monterey, California cho đến khi ngôi trường bị giải thể sau Chiến tranh Việt Nam. Linh Bảo hiện sống tại Nam California.

Tác phẩm:

- *Gió Bấc*, truyện dài, Nxb Phượng Giang 1953
- *Tàu Ngựa Cũ*, tập truyện ngắn, Nxb Đời Nay 1961
- *Những Đêm Mưa*, truyện dài, Nxb Đời Nay 1961
- *Những Cánh Diều*, tập truyện ngắn, Nxb Trí Đăng 1971
- *Mây Tần*, tuyển tập đoản văn, Nxb Việt Nam Hải Ngoại 1981

Sách nhi đồng:

- *Chiếc Áo Nhung Lam*, Sách Hồng, Nxb Đời Nay 1953

- *Con Chồn Tinh Quái*, truyện Nhi đồng, Nxb Ngày Mới 1967

Tác phẩm *Tàu Ngựa Cũ* được trao Giải thưởng Văn Chương Toàn Quốc 1961. Trừ truyện dài *Gió Bấc* và truyện nhi đồng *Chiếc Áo Nhung Lam* được in từ 1953, các tác phẩm chính của Linh Bảo đều được xuất bản trong thời kỳ 1954-1975.

PHIM TÀU TIẾNG VIỆT

*Trích Nhật Ký Hồng Kong của LINH BẢO*

Viết nhật ký là thú vui duy nhất của cô Linh Bảo. Trong thời gian ở Hong Kong mặc dầu công việc mệt nhọc ban ngày, tối nào cô cũng dành thời giờ để ghi lại vài dòng cảm tưởng về cuộc sống linh động ở đông đất nước người.

*Ngày... tháng... năm...*

Đám Việt Kiều bắt ngoại, không ai ký hợp đồng, sau khi giải tán ai cũng « được » tự do, nên mạnh ai nấy chạy lẻ tẻ đi các công ty khác tìm người « mua » tiếng Việt. Những người trước kia từ chối rằng sợ đi làm đêm hôm thiên hạ đàm tiếu, sợ đau chả bỏ tiền thuốc, sợ mất mặt với xóm giềng, sợ người ta tưởng mình nghèo, sợ...v.v... bây giờ đâm ra chạy cuống tìm việc hăng hái hơn ai hết. Phiên âm đã thành ra một cái « mốt ». Nếu người Việt mà không phiên âm tức là bất tài, nên mới bị « vào lãnh cung » không ai thèm với đến. Một vài người tìm được mối hàn, họ bắt đầu làm và giữ rất bí mật. Bí mật như một tin quân sự trọng đại trong thời chiến tranh. Khủng khi khẩn trương đến cực điểm. Vài người đã có cái kinh nghiệm « ít ngài dài đũa » và ăn bí mật là ăn chắc; nên mở ra một « chiến dịch » phiên âm bí mật. Có đám chỉ 3,4 người mà dám bao nói tất cả một bộ phim: Một người nói bảy tám vai, năm sáu vai từ già đến trẻ, từ con nít cho đến người lớn, kể cũng đáng phục lắm thay!

Một trang báo ở Sài Gòn thập niên 50; trong thời gian ở Hương Cảng, mặc dầu công việc mệt nhọc ban ngày, viết nhật ký là thú vui của Linh Bảo, tối nào cô cũng dành thì giờ để ghi lại cảm tưởng về cuộc sống sinh động ở đất nước người. *(tư liệu Linh Bảo)*

## TỪ GIÓ BẮC TỚI GIÓ BẤC

Tại Hương Cảng, Linh Bảo được dịp làm quen với hai nhà văn Nguyễn Thị Vinh và Trương Bảo Sơn. Bản thảo Gió Bắc (chưa phải là Gió Bấc) như một tự truyện viết theo ngôi thứ nhất kể lại cuộc sống

Bìa *Gió Bấc* do Phượng Giang xuất bản 1953 *(tư liệu Linh Bảo)*

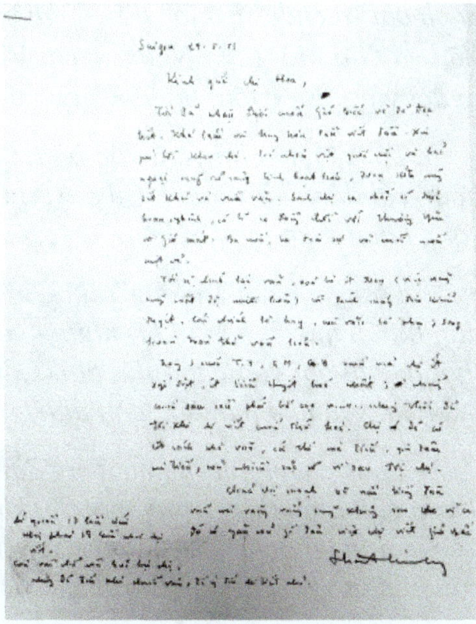

Thư nhà văn Nhất Linh gửi Linh Bảo *(tư liệu Linh Bảo)*

lưu lạc của cô sinh viên Linh Bảo, được trao cho chị Nguyễn Thị Vinh và sau đó tới tay nhà văn Nhất Linh.

Sau khi đọc bản thảo *Gió Bắc*, thấy được "cốt cách nhà văn" - chữ của Nhất Linh của tác giả, Nhất Linh đã viết thư khuyến khích Linh Bảo với hai gợi ý: viết lại cuốn tự truyện theo ngôi thứ ba và sửa nhan đề cuốn sách là *Gió Bấc* thay vì Gió Bắc. Linh Bảo đã làm theo lời khuyên của nhà văn Nhất Linh.

Từ Sài Gòn, ngày 29 tháng 5 năm 1953 nhà văn Nhất Linh đã viết thư cho Linh Bảo lúc đó vẫn đang còn ở Hương Cảng, với tên Lại Cẩm Hoa:

*Kính gửi chị Hoa,*

*Tôi đã nhận được cuốn Gió Bấc và đã đọc hết. Khá lắm và hay hơn lần viết đầu. Xin gửi lời khen chị. Các nhân vật quốc nội và hải ngoại cũng rõ ràng linh hoạt hơn, đoạn kết cũng rất khéo và vừa vặn.*

*Sách chị ra chắc sẽ được hoan nghênh, có lẽ ra đồng thời với Thương Yêu và Gió Mát (của Nguyễn Thị Vinh và Tường Hùng, ghi chú của người viết). Ba cuốn, ba tâm sự và mỗi cuốn một vẻ.*

*Tôi sẽ chữa lại văn, xóa bỏ ít đoạn (việc này cũng mất độ mươi hôm) rồi đánh máy đưa kiểm duyệt. Cái chính là hay, còn văn là phụ; song hoàn toàn thì vẫn hơn.*

*Trong 3 cuốn Thương Yêu, Gió Mát, Gió Bấc cuốn của chị ít sắp đặt, ít tiểu thuyết hóa nhất; những cuốn sau cần phải bố cục... nhưng thôi để khi chị viết cuốn thứ hai. Chị đã có cốt cách nhà văn, cứ thế mà tiến, yên tâm mà tiến, còn nhiều rực rỡ về sau đợi chị.*

*Chúc chị mạnh và nếu tiếng đàn vẫn còn văng vẳng (chỉ cơn hen suyễn của Linh Bảo, trong một thư khác Nhất Linh còn gọi đó là tiếng đàn violon, ghi chú của người viết) cũng không sao vì cái đó có ngăn cản gì đâu việc chị viết Gió Bấc.*

*Nhất Linh*

Chẳng thể ngờ rằng chỉ 10 năm sau khi viết bức thư này, nhà văn Nhất Linh đã tuẫn tiết ở tuổi 57 (1906-1963).

*Gió Bấc* là tác phẩm đầu tay của Linh Bảo được Phượng Giang xuất bản năm 1953. Có thể coi đây như bước khởi đầu vững vàng trên con đường văn nghiệp của Linh Bảo. Vừa mới thành danh với Gió Bấc, vì một lý do tâm cảnh, Linh Bảo muốn đổi bút hiệu, nhưng được nhà văn Nhất Linh khuyên can và cô đã nghe theo.

## TỪ GIÓ BẤC TỚI NHỮNG ĐÊM MƯA

*Gió Bấc* là truyện một cô gái tên Trang sinh ra và lớn lên ở Huế, thể chất yếu đuối do từ nhỏ đã mắc phải căn bệnh suyễn kinh niên, và trở nặng theo mùa và mỗi lần gió bấc thổi về thì cơn hen suyễn lại nổi lên thê thảm; tuy vậy tinh thần cô gái thì mạnh mẽ. Do quan niệm xưa cũ, mẹ Trang không khuyến khích sự học của con gái nhưng Trang thì vẫn nuôi mơ ước được đi du học. Chiến tranh ly tán, Trang xa gia đình rất sớm, lưu lạc vào Sài Gòn, bị bắt và cả tù đày và rồi cơ hội tới, cô kiếm được một vé xuống tàu với một tên Trung Hoa và qua được Hương Cảng, rồi Nam Kinh, Thượng Hải và Quảng Châu. Cô gái mảnh mai ấy đã sống sót qua những biến cố lịch sử: cách mạng ở Việt Nam, cách mạng ở Trung Hoa, trải qua những ngày tháng đầy chiến tranh loạn lạc. Ở đâu thì cô cũng phải làm việc cật lực để mưu sinh. Rồi cô cũng vào được Đại học Tôn Trung Sơn Quảng Châu, chưa được bao lâu thì Hồng quân của Mao Trạch Đông toàn chiếm Hoa lục, một lần nữa lại phải tỵ nạn sang Hương Cảng. Tại đây cô đã phải làm đủ nghề để kiếm sống cho đến khi gặp được một người đàn ông Hương Cảng gốc Hoa không tham vọng hiền lành tên Bình, tìm tới muốn chia sẻ cuộc sống với Trang.

Trang cuối của *Gió Bấc*: *"Và Bình bỗng nắm chặt tay Trang: Trang, Trang cho phép tôi... được săn sóc Trang ... suốt đời nhé?"* Nàng đã không chống cự và xiêu lòng. *Gió Bấc* viết xong tại Hương Cảng 1952 khi ấy Linh Bảo vừa mới 26 tuổi.

*Những Đêm Mưa* có thể coi như tiếp nối "Gió Bấc", vẫn cô gái tên Trang. Trang và Bình cưới nhau, cuộc sống lứa đôi ngay sau đó đã chẳng thơ mộng hay hạnh phúc như người con gái từng hy vọng; nhiều xung khắc trái nghịch xảy ra nhất là khi nàng sinh đứa con gái đầu tiên trong cảnh gia đình thiếu hụt đưa tới sự bế tắc. Không thể tiếp tục sống với một người đàn ông mà nàng cho là tầm thường, Trang lại thu xếp hành trang đem theo đứa con gái nhỏ và cái bụng đang mang thai trở về Huế sống với cha mẹ trong một thời gian không hạn định.

Đã thất vọng với cuộc hôn nhân nhưng khi về tới quê nhà, Trang lại phải chứng kiến những tấn bi kịch khác của gia đình: người cha đã bỏ mẹ nàng trong nỗi đau buồn tủi vì mê say sống với mấy người vợ bé trẻ trung hơn mẹ. Chính Trang cũng bị người cha ruột ruồng rẫy. Rồi người cha ngã bệnh chết, bà mẹ quá chán chường tìm chốn nương thân nơi cửa Phật. Người phụ nữ tên Trang ấy, ở đâu cũng thấy cô đơn, chẳng còn trông cậy vào một ai khác, và Trang lần này lại ra đi, chưa biết đi đâu nhưng không có dự tính trở lại với người chồng cũ ở bên Hương Cảng.

Trang cuối của *Những Đêm Mưa*: *"Trang không cần đọc cũng biết nội dung trong thư có những gì (những bức thư của Bình, người chồng cũ). Trong những năm tháng xa nhau, Bình đã viết đều đều cho Trang mỗi tuần lễ hai bức thư như thế... văn tài của anh dù "yên sĩ" có lên độ cuối cùng cũng không bao giờ đủ hứng để viết thành một cái truyện ngắn truyện dài nào... Trang nhìn theo con như cố tìm can đảm để phấn đấu, để chịu đựng những thử thách của một cuộc phiêu lưu sắp tới ngày mai..."*

*Những Đêm Mưa* cũng viết xong tại Hương Cảng 1957, năm năm sau *Gió Bấc* khi ấy Linh Bảo 31 tuổi.

Cả hai cuốn tiểu thuyết đều bao gồm rất nhiều kinh nghiệm sống của Linh Bảo. Không phải là do câu chuyện mà nghệ thuật viết đã làm nên giá trị độc đáo của tác phẩm Linh Bảo. Ngòi bút của Linh Bảo thông minh sắc sảo, giễu cợt lật ra những mặt trái của cuộc sống, một cách tàn nhẫn với giọng nghịch ngợm tinh quái bất cần đời nhưng cũng thật là chua chát. Người phụ nữ trong tác phẩm Linh Bảo tuy cứng cỏi, chịu đựng nhưng vẫn luôn luôn là nạn nhân đáng thương của những hoàn cảnh.

Nhìn xa hơn nữa, có thể nói qua các tác phẩm Linh Bảo rất sớm là ngòi bút đấu tranh cho nữ quyền.

## LINH BẢO NHỮNG NGÀY SÀI GÒN

Dù ở trong nước hay ở hải ngoại, Linh Bảo viết khá đều tay trong khoảng hai thập niên 1950s và 1970s. Cùng với Nguyễn Thị Vinh, Linh Bảo là một trong hai cây viết nữ chủ lực của tạp chí Văn Hóa Ngày Nay của Nhất Linh, báo Tân Phong của Nguyễn Thị Vinh - Trương Bảo Sơn, và tạp chí Bách Khoa của Lê Ngộ Châu và một số báo khác.

Sau *Gió Bấc*, tên tuổi Linh Bảo một thời sáng chói với các truyện ngắn truyện dài xuất hiện sau đó. *Những Đêm Mưa* và *Tàu Ngựa Cũ* là hai tác phẩm văn học giá trị của nhà văn Linh Bảo.

Tưởng cũng nên ghi lại đây nhận xét của nhà văn Bình Nguyên Lộc, một cây viết thuần Nam Bộ viết về Linh Bảo qua một thư riêng.

Tòa soạn **VĂN HÓA NGÀY NAY** 1958 *(từ trái qua)*:

*Hàng ngồi*: **Linh Bảo - Quỳ Hương- Nguyễn thị Vinh**
*Hàng sau*: **Bình Nguyên Lộc - Duy Lam - Đỗ ĐứcThu - Nhất Linh**
**Tường Hùng - NguyễnThành Vinh - Trương Bảo Sơn**

*Sài Gòn 21/9/1958*

*Chị Linh Bảo,*

*Hôm nọ tôi có đến thăm chị nhưng chị đi vắng...*

*Một điều sau đây tôi được biết, nói ra sợ chị không tin nhưng không thể không nói được: là rất nhiều bạn văn, bên phe không cộng, nói với tôi rằng các tiểu thuyết đăng ở Văn Hóa Ngày Nay chỉ có tiểu thuyết của Linh Bảo là hay. Họ không nói là hay hơn hết mà chỉ nói là hay thôi. Thế nghĩa là còn hơn là hay hơn hết nữa kia.*

*Riêng tôi, tôi thấy chị hay hơn Gió Bấc nhiều lắm (Bình Nguyên Lộc muốn nói tới tiểu thuyết Những Đêm Mưa, đang đăng định kỳ trên Văn Hóa Ngày Nay, ghi chú của người viết) và giọng văn của chị đã rõ nét ra, một giọng văn mà ba mươi năm nữa chưa chắc đã có người làm theo được...*

*Tôi ngạc nhiên lắm. Bề ngoài chị rất là đờn bà, nhưng sao văn chị như văn đờn ông thế. Đọc xong bốn kỳ Những Đêm Mưa, tôi ngán sợ chị ghê lắm, sợ cái tài quan sát nội tâm và ngoại cuộc của chị rất là bất ngờ, mà nhất là sợ cái cười bình thản của chị vô cùng. Sợ đây không phải là phục. Đành là phục rồi, khỏi phải nói, mà sợ bị chị quan sát và cười, mặc dầu chỉ cười thầm thôi...*

*Bình Nguyên Lộc*

*T.B. Xin mời chị có đi đâu ngoài nầy, ghé qua nhà tôi một bận. Tôi ở phố Võ Tánh, gần chợ Thái Bình. Buổi chiều tôi luôn luôn có nhà, trừ chiều thứ bảy và chiều chúa nhựt.*

Nhà văn Bình Nguyên Lộc đã mất năm ông 73 tuổi (1914-1987).

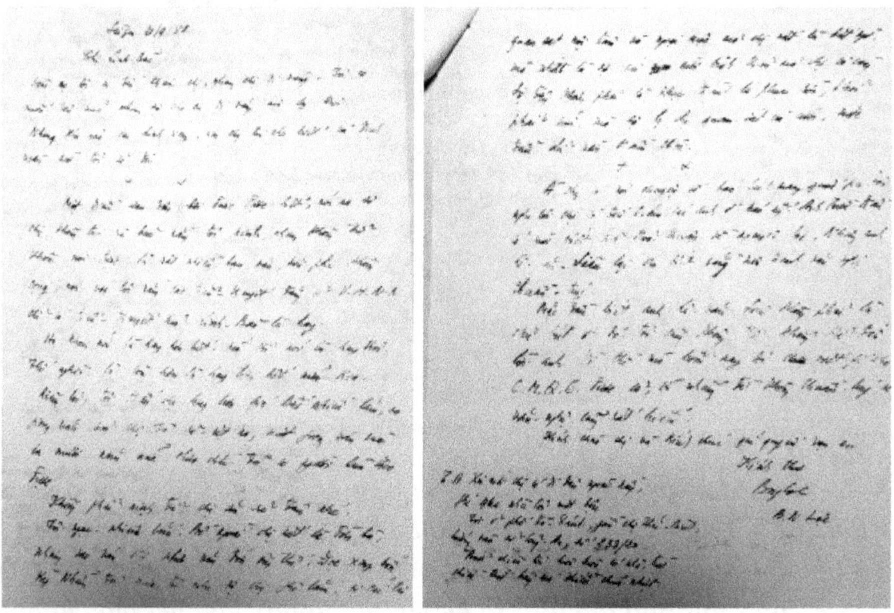

Thư nhà văn Bình Nguyên Lộc gửi Linh Bảo *(tư liệu Linh Bảo)*

Sau Nhất Linh và Bình Nguyên Lộc, Võ Phiến cũng đã viết về Linh Bảo trên tạp chí Bách Khoa (số 161, năm 1962) như sau: *"Trong số những người đàn bà viết văn ở ta hiện nay, có lẽ Linh Bảo có tài nhất: có tài quan sát, lại có tài diễn tả một cách thông minh những điều mình quan sát. Quan sát và phân tích tâm lý, Linh Bảo đã trình bầy được mỗi nhân vật với một hình dạng, một cá tính rõ ràng, một lối sinh sống và ăn nói riêng biệt... Linh Bảo thường hay tìm ra cơ hội để làm người đọc mỉm cười, dù là trong những trường hợp buồn thảm:*

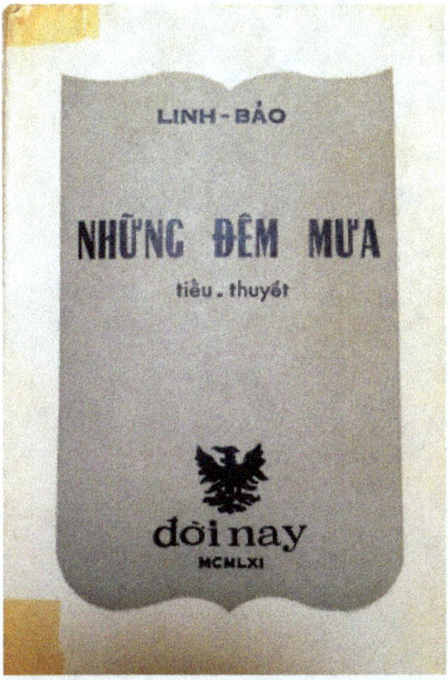


Bìa tiểu thuyết *Những Đêm Mưa (tư liệu Linh Bảo)*

Bìa *Tàu Ngựa Cũ* của Linh Bảo *(tư liệu Linh Bảo)*

*nhà ngập lụt, vợ chồng giận nhau. Giữ được nét mặt tươi tắn cả trong khi buồn, đó là một lối làm đẹp rất khéo của đàn bà, nhất là đàn bà 'lịch sự': vì vậy mà cái cười do Linh Bảo gợi lên lắm lúc có chua chát, người đọc vẫn dễ có cảm tình với giọng văn của tác giả."*

Rất tình cờ từ ba địa phương, cả ba tác giả Bắc Nam Trung đều có chung một nhận định: Linh Bảo là một cây bút có văn tài. Linh Bảo viết không nhiều, nhưng tác phẩm nào cũng đặc sắc. Chỉ có tiếc là từ hơn bốn chục năm qua, Linh Bảo hầu như không còn quan tâm tới chuyện viết lách và sáng tác thêm nữa.

## TÀU NGỰA CŨ GIẢI VĂN CHƯƠNG 1961

*Tàu Ngựa Cũ* được trao giải văn chương 1961. Năm đó có ba giải văn học, nhà xuất bản Ngày Nay chiếm hai giải: cuốn *Thềm Hoang* giải nhất truyện dài của Nhật Tiến, *Tàu Ngựa Cũ* tuyển tập truyện ngắn của Linh Bảo, *Gìn Vàng Giữ Ngọc* của Doãn Quốc Sỹ do Sáng Tạo xuất bản.

Giải thưởng Văn chương 1961 *(tư liệu Linh Bảo)*

*Tàu Ngựa Cũ* là tuyển tập chín truyện ngắn của Linh Bảo đã đăng tải trên tạp chí Văn Hóa Ngày Nay của Nhất Linh và Tân Phong của Nguyễn Thị Vinh – Trương Bảo Sơn. *Tàu Ngựa Cũ* được trao giải thưởng Văn chương 1961. Học giả Nghiêm Xuân Việt, Văn Bút Việt Nam "với thiện chí trao đổi văn hóa với ngoại quốc" đã chọn hai truyện *Người Quân Tử* và *Áo Mới* trong *Tàu Ngựa Cũ* dịch ra Anh ngữ với tên truyện *The Noble Man* và *Our Brand New Robes* và gửi đi dự cuộc thi truyện ngắn do International PEN tổ chức 1961. Thành phần ban giám khảo gồm những tên tuổi như: Storm Jameson (Anh), André Maurois (Pháp), và Whit Burnett (Mỹ).

Kết quả là cả hai truyện ngắn này được tuyển chọn vào chung kết trong số 26 truyện ngắn quốc tế hay nhất năm đó. Cũng thời gian đó Linh Bảo đang sống ở Luân Đôn. Hình như sau đó, hai truyện ngắn này được PEN Vietnam Centre dịch sang tiếng Pháp: *L' Homme Noble*, và *Robes Nouvelles* để in trong tuyển tập truyện ngắn của Văn Bút Việt Nam.

*Tàu Ngựa Cũ* là một truyện ngắn được lấy tên cho toàn tập truyện. Đó là truyện tình nhẹ nhàng cảm động. Trong một chuyến tàu đi suốt từ Huế vào Sài Gòn, Kỳ ao ước có một người bạn đồng hành để có thể truyện trò. Rất tình cờ từ một ga xép, một thiếu nữ lên tàu ngồi bên cạnh Kỳ. Với nốt ruồi đỏ như son trên cổ tay thiếu nữ, Kỳ bỗng nhận ra Thơ người bạn gái xa cách từ lâu, thuở hai người rất yêu nhau. Họ nhận ra nhau và hạnh phúc được ngồi bên nhau trong những kỷ niệm hồi tưởng. Nhưng khi con tàu ghé Nha Trang thì người vợ của Kỳ xuất hiện. Cô gái lặng lẽ bước xuống tàu, không nói một lời chia tay. Tất cả thoáng diễn ra như một giấc mơ. Kỳ trở lại cuộc sống thực tế với một người đàn bà ngồi bên cạnh là vợ chàng. Kỳ có cảm giác mình như một con ngựa đã thuần hóa và từ nay chỉ có một con đường trở về như con ngựa trở về tàu ngựa cũ.

*Người Quân Tử* là câu chuyện của một cô gái trẻ đẹp tên Dung, đang làm cho một hãng hàng không, sống độc lập bỗng dưng rơi vào nghịch cảnh trong vòng kiềm tỏa của một người đàn ông đã có vợ nhưng nhiều thủ đoạn, nham hiểm và cả bạo hành; hắn đã biến Dung thành cô "thư ký vạn năng" cùng lúc đóng nhiều vai người tình, người vợ không bao giờ cưới vẫn phải đẻ con lấy họ mẹ, Dung được người đàn ông ấy đối xử như người đầy tớ gái nhưng vẫn nhồi sọ Dung rằng chính hắn mới là kẻ gia ơn và bao bọc, hắn là người quân tử đến mức chính Dung cũng tin là như vậy và khuất phục cam chịu.

*Áo Mới* với bối cảnh một gia đình của một thời vang bóng nơi kinh đô Huế cổ xưa của một triều đại phong kiến đang suy tàn. Truyện kể về sự tích một chiếc áo do mẹ vua ban mà bà mẹ đem về cho các con. Do gốc tích cao sang chiếc áo được giữ gìn chuyền qua tay những đứa con từ lớn xuống bé và chỉ được dùng trong những dịp giỗ tết nhưng khi đến phiên Hoa đứa con gái nhỏ nhất vì qua thời gian chiếc áo ấy đã bị mục nát. Hoa đã khóc trong ngày Tết năm đó vì không được mặc chiếc áo mơ ước, để rồi sau này lớn lên cô gái đi làm có tiền có thể mua sắm bao nhiêu chiếc áo mới nhưng lúc đó đã mất mẹ nên cô gái chẳng còn thấy đâu niềm vui để khoác lên những chiếc áo mới ấy.

*Gió Bấc* (1953) là truyện dài đầu tay của Linh Bảo, nhưng *Những Đêm Mưa* (1961) và *Tàu Ngựa Cũ* (1961) là hai tác phẩm biểu lộ hết tài năng của Linh Bảo.

Tài năng và cơ hội, Linh Bảo đã có cả hai. Sau này Linh Bảo tâm sự là nếu không có buổi gặp gỡ với nhà văn Nguyễn Thị Vinh thì

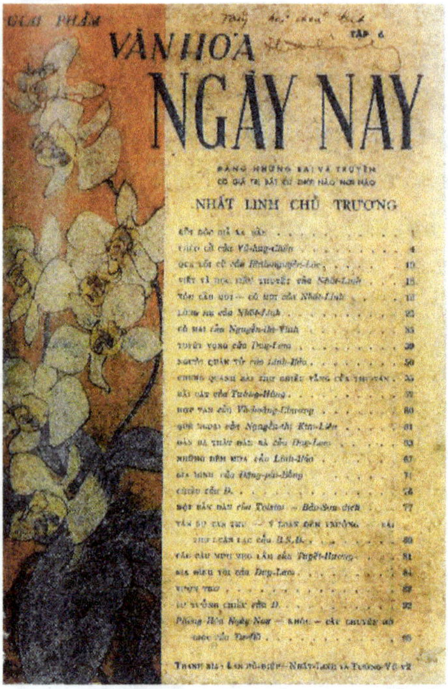


Giai phẩm Văn Hóa Ngày Nay do Nhất Linh chủ trương, Tập 6 có đăng truyện ngắn *Người Quân Tử* của Linh Bảo, là một trong hai truyện ngắn được Văn Bút Thế Giới tuyển chọn vào chung kết trong số 26 truyện ngắn quốc tế hay nhất năm 1961 *(tư liệu Linh Bảo)*

bản thảo *Gió Bấc* sẽ chẳng thể đến tay nhà văn Nhất Linh và không chắc đã có một Linh Bảo sau này. Chính Nhất Linh đã khám phá ra tài năng của tác giả *Gió Bấc* và đồng thời tạo cơ hội cho Linh Bảo đi những bước tiếp theo vững vàng trên con đường văn nghiệp.

## NHỮNG NGÀY MONTEREY

Năm 1972, tôi đi tu nghiệp ở Mỹ về ngành Y khoa Phục hồi / Rehabilitation Medicine tại quân y viện Letterman General Hospital, Presidio San Francisco. Trước khi đi, anh Lê Ngộ Châu đã dặn dò: "Anh Vinh sang đó phải tới thăm cho được chị Linh Bảo" cùng với một bức thư tay như một cái cớ để tôi có nhiệm vụ trao lại cho chị.

Một buổi sáng thứ Bảy cuối tuần, do có hẹn trước qua phone, chị Linh Bảo lái xe đến đón tôi tại một trạm xe bus Greyhound. Đã gặp chị ở Sài Gòn, nên không có chút gì ngỡ ngàng khi gặp lại nhưng lần này là trên đất Mỹ. Chị Linh Bảo lúc đó đang ở tuổi 46 có lẽ là thời gian đẹp nhất của chị. Linh Bảo có nét cứng cỏi khỏe mạnh của một phụ nữ

Tây phương nhưng vẫn giữ được nét đẹp hiền dịu Đông phương. Sáng hôm đó, cùng với chị đi thăm biển Monterey một ngày nắng đẹp, trời trong xanh, bãi biển với những thảm hoa đỏ rực, thấp thoáng nóc mấy nhà thờ cổ theo lối kiến trúc Tây Ban Nha. Đến buổi trưa mới về đến nhà, nhà chị trên một lưng đồi, tại đây tôi được gặp "ông Linh Bảo", là giáo sư Đại học Berkeley về sinh thái học/ ecology, cũng là lãnh vực mà tôi quan tâm. Được biết anh chị cũng vừa đi dự một hội nghị của American Institute of Biological Sciences ở Đại học Vermont từ miền Đông về. Ông ấy rất yêu thiên nhiên và quan tâm bảo vệ sự nguyên vẹn của các hệ sinh thái trên hành tinh này. Vẫn mơ một giấc mơ không thể được / impossible dream, ông được Linh Bảo gọi đùa là mad scientist; nhưng với tôi, ông mang tất cả vẻ đẹp trí tuệ của giới trí thức đại học Mỹ. Cao nguyên Tây Tạng luôn luôn được ông nhắc tới, là vùng ông quan tâm và chuẩn bị một field trip tới đó nghiên cứu (đó là một xứ tuyết Tây Tạng của năm 1972 cách đây 43 năm, chưa bị Trung Quốc tàn phá đến tan hoang như bây giờ, ghi chú của người viết).

Về tới nhà, chị Linh Bảo quấn ngay tấm tablier vào bếp chăm sóc bữa ăn trưa cho ba người. Trong bận rộn nhưng không có vẻ gì tất bật, chị vẫn tươi cười ra vào hiện diện. Bữa ăn dọn ra đơn giản như một thứ fusion-cuisine nửa Việt nửa Mỹ, có món thịt nhưng không thiếu phần rau đậu, rất ngon miệng và giữa chủ và khách đã có ngay được mối thân tình.

Hai người đàn ông vẫn đằm mình trong những câu chuyện môi sinh mà chị Linh Bảo thì rất ít tham gia; sau bữa ăn bên ly cà phê, nghĩ rằng cũng đủ thân để chia sẻ chút riêng tư, với một chút hài hước "ông Linh Bảo" chuyển sang một câu chuyện khác, ông nói về kinh nghiệm khi cưới một người vợ Á Đông, khởi từ ý niệm về một phụ nữ hiền thục và tuân phục, rồi ông dí dỏm đưa ra nhận xét: "nhưng khi lấy Linh Bảo rồi, thì mới thấy họ là những người đàn bà có bàn tay sắt bọc nhung / an iron hand in a velvet glove." Cả ba chúng tôi đều bật cười, nhưng cảm tưởng của khách viếng thăm là "ông Linh Bảo" đang sống những ngày rất hạnh phúc trong bàn tay sắt kìm kẹp ấy.

Buổi chiều, cả ba chúng tôi cùng đi thăm trường Defense Language Institute, Monterey, California, rất lớn nơi đây giảng dậy

Ngô Thế Vinh tới thăm nhà văn Linh Bảo Monterey, California 1972 *(photo by Adams, L.)*

hơn ba chục ngôn ngữ trong đó có Việt ngữ, cho những người Mỹ trước khi tung họ đi các quốc gia trên khắp thế giới. Tới thăm một khu chăm sóc trẻ thương tật là nơi chị Linh Bảo tới làm thiện nguyện/ volunteer những ngày cuối tuần. Sau đó đi thăm một vòng bên trong thành phố Monterey, cho mãi tới sẩm chiều trước khi anh chị đưa tôi ra trạm Greyhound về lại San Francisco.

*Mây Tần*, Tuyển tập đoản văn của Linh Bảo, do Nxb Việt Nam Hải Ngoại California xuất bản 1981 *(tư liệu Ngô Thế Vinh)*

Trở về Việt Nam, ít lâu sau đó tôi nhận được thư chị Linh Bảo viết ngày 23-01-1973 gửi qua tòa soạn Bách Khoa, chị viết: "Được thư và sách của anh, tôi mừng quá vì cứ tưởng anh đã bị ai bỏ bùa ngải quyến rũ đi Canada mất rồi. Anh có cách gì để tôi có thể mua số sách của anh cho sinh viên của tôi đọc được không? Đọc *Vòng Đai Xanh* tôi thích lắm vì đúng loại sách tôi đang muốn đọc để hiểu. Tại sao anh không nói chuyện về cô Như Nguyện của anh cho tôi nghe? Cô ấy chắc là tu nhiều kiếp rồi phải không? (Như Nguyện là nhân vật nữ trong *Vòng Đai Xanh*, ghi chú của người viết). Tôi muốn về thăm nhà một chuyến... Monterey vừa rồi có tuyết, đó là chuyện mấy chục năm chưa từng có..." Linh Bảo.

## LINH BẢO LITTLE SAIGON 1991

Sau những năm đèn sách "cải tạo" từ New York trở về California, tôi mới có dịp gặp lại chị Linh Bảo. Lần này qua một người bạn chung là chị Công Huyền Tôn Nữ Nha Trang, một Ph.D. của Đại học Berkeley, có thời gian ở với chị Linh Bảo để hoàn tất tác phẩm Women's Writers of South Vietnam 1954-1975. Chị Nha Trang và chồng William L. Pensinger là hai dịch giả cuốn *Vòng Đai Xanh* của tôi về sau này. (*The Green Belt*, Ivy House 2004).

Từ trái: Linh Bảo và chị Võ Phiến, những ngày hai gia đình sống trên vùng Los Angeles *(tư liệu Viễn Phố)*

Sau 1975, Linh Bảo hầu như hoàn toàn không viết và chị cũng chẳng mấy quan tâm tới những tác phẩm đã tạo nên văn nghiệp của mình. Linh Bảo thì lúc nào cũng vẫn như Một Cánh Diều sống lưu lạc ngoài Việt Nam, nhưng lòng thì vẫn khắc khoải hướng về quê nhà.

Linh Bảo đã ví thân phận những người Việt tha hương như những cánh diều, chỉ vì một cơn cuồng phong, cơn bão thời đại đã thổi bạt họ đi khắp mọi nơi trên thế giới:

"*Trời đang xanh biếc, những đám mây nhẹ như tơ, trắng như tuyết, đang theo làn gió bay lang thang, vương vấn làm quen với bọn diều thì bỗng dưng có một trận gió lạ cuồn cuộn thổi đến. Bọn diều băng băng vượt mây lên thật cao: một số lớn bị đứt dây, và một số khác bị tuột. Cánh diều ngũ sắc không còn bị kiềm chế, tự do bay vùn vụt. Chúng như những chấm nhỏ li ti in trên nền trời xanh biếc. Gió thổi chúng lên núi, ra bể, đến thành thị, về thôn quê, gió thổi bạt chúng đi khắp mọi nơi...*

*Những cánh diều là những bọn người tha hương, một số đã bị đứt dây, đã thành mồ côi, đã mất liên lạc với quê hương, đã không còn một ai thân mến nữa... Một số bất đắc dĩ, hay tự nguyện làm cho mất gốc. Cảnh mất gốc này có người đau khổ mà chịu, có người tự tạo ra,*

Nhà văn Linh Bảo đang nặn tượng Mẹ trong xưởng tranh tượng của một đại học Nam California *(tư liệu Linh Bảo)*

*cũng có người lấy làm hãnh diện về sự mất gốc của mình và cố tranh đấu để xóa tan những tàn tích còn vương lại. Có người còn liên lạc với gia đình, với quê hương, nhưng liệu tình yêu gia đình và quê hương có mạnh hơn lòng tham thụ hưởng những sung sướng vật chất và an nhàn nơi xứ người...*

*Lạy trời thổi ngọn gió hiền, ngày mai đưa những cánh diều tha hương trở về đất mẹ!*" (*Những Cánh Diều*, tr.5-7, Nxb Trí Đăng Saigon 1971)

Nhưng chừng nào mà Đất Mẹ vẫn còn một chế độ "Nhốt Gió" - tên một tác phẩm của nhà văn Bình Nguyên Lộc, ngăn chặn những ngọn gió hiền Dân Chủ thổi về, thì vẫn còn hơn ba triệu cánh diều tha hương vẫn cứ khắc khoải với "Hồn quê theo ngọn mây Tần xa xa" như câu thơ của văn hào Nguyễn Du từ hơn 200 năm cũ.

## TÌM LẠI THỜI GIAN ĐÃ MẤT 2015

Không còn cảm hứng viết văn, Linh Bảo có thêm nhiều thú vui mới khác: theo học các lớp vẽ tranh nặn tượng, làm đồ men sứ, học in hình trên đĩa, làm vườn, tập Yoga và cả luyện võ. Điều ít ai biết, nhà

Chủ nhiệm Bách Khoa Lê Ngộ Châu thăm nhà văn Linh Bảo (1995) từ phải: Ngô Thế Vinh, Linh Bảo, Lê Ngộ Châu, Võ Phiến *(tư liệu Ngô Thế Vinh)*

văn nữ Linh Bảo giỏi võ nghệ đã có huyền đai từ một võ đường của Bảo Truyền.

Linh Bảo hiện sống trong một ngôi nhà nhỏ nơi Thị trấn Giữa đường / Midway City, có vườn cây trái phía sau, một hồ cá Koi. Cùng sống trong ngôi nhà ấy là ba thế hệ cũng là ba thế giới: Linh Bảo, con gái và một cháu ngoại nay cũng tới cái tuổi tam thập nhi lập.

Nhà văn Linh Bảo sắp bước vào tuổi 90 (chị sinh sau nhà văn Nguyễn Thị Vinh hai năm, chỉ sau nhà văn Võ Phiến có 6 tháng - 20 tháng 10, 1925), chị còn minh mẫn, vẫn với giọng nói của Linh Bảo ngày nào, đọc sách không cần kính, lưng vẫn thẳng, dáng đi vững vàng, chị còn sinh hoạt độc lập.

Bài viết với cả chút riêng tư, như món quà sinh nhật sớm gửi tặng nhà văn Linh Bảo trước khi chị bước vào ngưỡng tuổi 90 xưa nay là hiếm.

*California, 4th of July 2015 - 2017*

# HÀNH TRÌNH ĐẾN TỰ DO
# NHÀ VĂN THUYỀN NHÂN MAI THẢO

Mai Thảo và ký họa của Tạ Tỵ
*(nguồn: E.E / Emprunt Empreinte)*

*"Có lẽ một ngày nào đó Việt Nam sẽ tự do và tôi có thể trở về. Tôi đang hạnh phúc ở đây nhưng nội tâm thì rất buồn bã. Buồn cho dân tộc tôi. Tôi không biết liệu chúng tôi có còn một tương lai. Xa rời quê hương, thật khó mà duy trì truyền thống của chúng tôi. Chúng tôi cảm thấy như bị đánh mất phần hồn." (1)*

*Đã 36 năm kể từ ngày Mai Thảo trả lời cuộc phỏng vấn của Jane Katz ngày 10 tháng 7 năm 1980, hai năm sau ngày anh đặt chân tới Mỹ và cũng đã 18 năm kể từ ngày anh mất: Việt Nam vẫn chưa có tự do và thân xác anh thì nay đã vùi nông trên một lục địa mới rất xa với một nơi được gọi là quê nhà.*

## BÀN VIẾT LỮ THỨ MAI THẢO

Khó có thể tưởng tượng cảnh sống đạm bạc của nhà văn Mai Thảo trên đất nước Mỹ. Chỉ là một căn phòng 209 rất nhỏ trên lầu 2 của một chung cư dành cho người cao niên ngay phía sau hẻm nhà hàng Song Long. Chỉ có một bàn viết, chiếc giường đơn với nơi đầu giường là một chân đèn chụp rạn nứt và dưới gậm giường mấy chai rượu mạnh; trên vách là mấy tấm hình Mai Thảo; đặc biệt là tấm ảnh phóng lớn có lẽ chụp trước 1975, Mai Thảo cao gầy ngồi trên bậc thềm nhà cùng với nhà thơ Vũ Hoàng Chương mảnh mai trong áo dài the, phía dưới là một kệ sách. Mai Thảo có nhiều bạn nhưng đây có lẽ là tấm hình "đôi bạn" mà anh rất thích. Về tuổi tác, Vũ Hoàng Chương hơn Mai Thảo một con giáp, cũng vì vậy mà Nguyễn-Xuân Hoàng rất đỗi ngạc nhiên khi thấy Mai Thảo gọi Vũ Hoàng Chương là "mày".

Qua lời thuật của Nguyễn Hưng Quốc, hãy nghe Mai Thảo nói về Vũ Hoàng Chương bạn mình ra sao: *"Con người anh ấy lạ lắm. Đúng là một thi sĩ. Mặt mũi lúc nào cũng ngơ ngơ ngác ngác như trẻ con. Mà nói chuyện về thơ thì hay vô cùng. Ai cũng là thằng hết. Lý Bạch là thằng. Nguyễn Du là thằng. Một người yêu thơ, thuộc thơ nhiều vô cùng tận."*

Nguyễn Đình Toàn sinh năm 1936, nhỏ hơn Mai Thảo 9 tuổi, cũng vẫn cứ mày tao với Mai Thảo. Để thấy trong sinh hoạt văn học, cùng một lứa bên trời lận đận, họ đã là những bạn văn không biết đếm tuổi.

Căn phòng nhỏ hẹp ngày nóng đêm lạnh ấy là không gian sống và cũng là tòa soạn báo Văn của Mai Thảo. Mỗi lần tới thăm anh, tôi vẫn để ý tới chiếc bàn viết lữ thứ của Mai Thảo kê sát khung cửa sổ thấp nhìn thoáng ra bên ngoài. Rồi tới kệ sách, không có nhiều sách Mai Thảo, chỉ có ít cuốn sách tiếng Pháp, mấy số báo Văn, đôi ba cuốn sách mới bạn văn gửi tặng anh. Mai Thảo giỏi tiếng Pháp, đọc nhiều sách Pháp; anh cũng tiếp cận với nền văn học Mỹ và rất thích

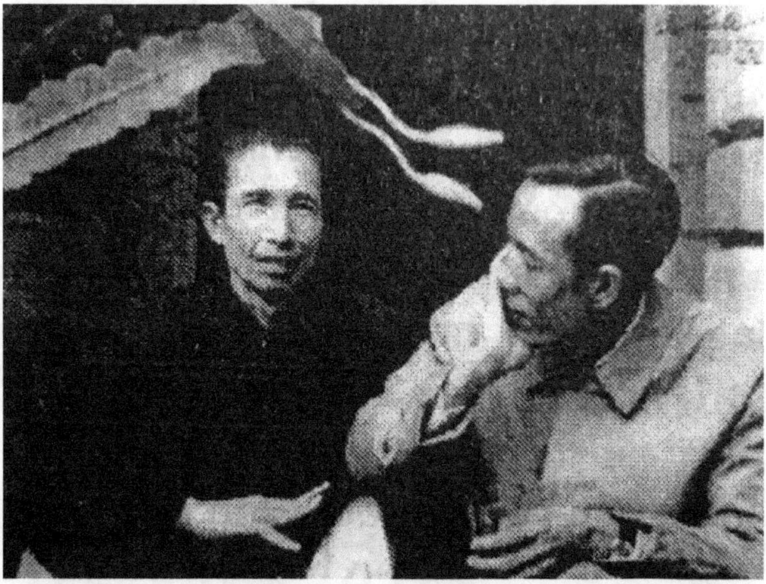

Mai Thảo và Vũ Hoàng Chương *(nguồn: báo Văn, số đặc biệt Tưởng Mộ Mai Thảo tháng 2, 1998)*

các tác giả Mỹ như Henry Miller, Hemingway, John Steinbeck nhưng là qua những bản dịch Pháp ngữ.

Tôi chú ý tới một cuốn sách tiếng Anh khá nổi bật với bìa đỏ trên kệ sách: *Artists in Exile, American Odyssey* của Jane Katz. Trong cuốn sách ấy, nữ ký giả Jane Katz đã phỏng vấn các văn nghệ sĩ thế giới tới tỵ nạn trên đất Mỹ. Họ đến từ nhiều quốc gia như Nga, Trung Quốc, Afghanistan, Nam Phi, Á Căn Đình, Việt Nam… Nhà văn Mai Thảo được Jane Katz phỏng vấn và giới thiệu như một "thuyền nhân", tác giả của 42 cuốn sách tiếng Việt, tất cả đều lưu trữ trong thư viện Đại học Cornell. Cuộc phỏng vấn Mai Thảo, được thực hiện ngày 10 tháng 07, 1980, hai năm sau ngày anh đặt chân tới Mỹ qua thông dịch của anh Nguyễn Thanh Trang, tới từ San Diego, bạn nhà văn Mai Thảo. Tuy là một bài phỏng vấn nhưng không có xen kẽ vào những câu hỏi, nên nội dung như một "tự sự" của Mai Thảo.

Jane Katz đã ghi lại cảm tưởng sau cuộc phỏng vấn nhà văn Mai Thảo: *"Ông phát biểu với một nhân cách trầm tĩnh, và với cả sự kiềm chế sau những năm sống cách biệt – He speaks with quiet dignity, and with the restraint which years of privation have taught him."* (1)

Tôi đã lấy xuống từ kệ sách và mượn anh Mai Thảo cuốn sách với thủ bút của Jane Katz. Tôi lược dịch bài phỏng vấn Mai Thảo và cho phổ biến trên các tạp chí Văn học, và sau này kể cả trên số Văn đặc biệt Tưởng Mộ Mai Thảo (2) với tên người dịch Tâm Bình. Sau đó, tôi đã đem cuốn sách trả lại trên kệ sách của anh.

Trái: Jacket design by Ted Berstein; Artists in Exile, Jane Katz; Stein & Day Publishers, New York 1983; phải: chân dung Mai Thảo, photo by Kathryn Oneita, với dòng chữ: *"Khi biển đã lặng thì mọi người bắt đầu cất tiếng ca hát. The sea was calm, and the people began to sing."*

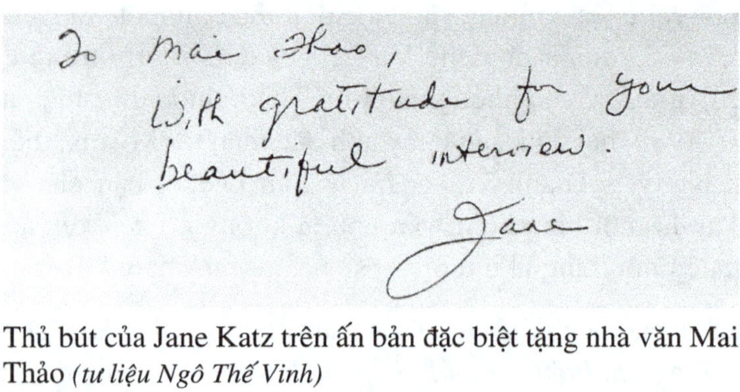
To Mai Thao,
With gratitude for your
beautiful interview.
Jane

Thủ bút của Jane Katz trên ấn bản đặc biệt tặng nhà văn Mai Thảo *(tư liệu Ngô Thế Vinh)*

Bài phỏng vấn của Jane Katz cũng sẽ đi cùng với bài viết này để tưởng niệm ngày Giỗ thứ 18 của Mai Thảo.

Khi giao tờ Văn cho Nguyễn-Xuân Hoàng năm 1996, cũng là năm đánh dấu sức khỏe của Mai Thảo bắt đầu suy yếu, anh đi lại khó khăn; tới mức, theo Khánh Trường kể lại, thì một buổi tối khuya về, anh không còn đủ sức leo lên một tầng thang lầu để trở về căn gác trọ thân thuộc trong bấy nhiêu năm. Sau đó Mai Thảo phải dọn xuống một căn phòng khác dưới tầng trệt. Ngay phía lầu trên là căn phòng của họa sĩ Khánh Trường. Sức khỏe Khánh Trường thì cũng không khá gì nhưng đủ sức để chăm sóc anh Mai Thảo khi cần đến. Tín hiệu Mai Thảo gọi Khánh Trường không phải là điện thoại mà thường là một cây gậy gõ gõ lên trần nhà.

Một Khánh Trường giang hồ với Hợp Lưu, một Mai Thảo chính phái với Văn, rất khác nhau cả về tuổi tác và nếp sống nhưng họ lại là

Mai Thảo và Họa Sĩ Vỉa Hè New York,
là biệt danh Mai Thảo gọi Khánh Trường
*(tư liệu Khánh Trường)*

một đôi bạn chân tình. *Họa sĩ Vỉa Hè New York* là biệt danh Mai Thảo gọi Khánh Trường. Cũng như một Cao Xuân Huy lính tráng ban đầu rất "kình" với Mai Thảo nhưng sau đó gần anh, trở nên rất thân quý và thương anh Mai Thảo vô cùng. Trong cuốn sách *Chân Dung 15 Nhà Văn Nhà Thơ Việt Nam*, do nhà sách Văn Khoa xuất bản ở hải ngoại [1985], Mai Thảo đã có những nét cực tả về các bạn văn của mình: *một Nhật Tiến vẫn đứng ở ngoài nắng, một nhân cách Bình Nguyên Lộc, một Mặc Đỗ quy ẩn, con đường Dương Nghiễm Mậu, đường gươm Lê Tất Điều, Nhã Ca giữa cơn hồng thủy…* (3)

## TẠP CHÍ VĂN TRÊN ĐẤT MỸ

Tên tuổi Mai Thảo gắn liền với Tạp chí Sáng Tạo, cho dù Sáng Tạo có một đời sống tương đối ngắn ngủi. Nhưng báo Văn thì đeo đuổi Mai Thảo lâu dài hơn, từ trong nước trước 1975, ra hải ngoại tới 1996. Báo Văn khởi đầu từ 1964 với thư ký tòa soạn Trần Phong Giao kéo dài được 8 năm. Năm 1972, Văn chuyển qua Nguyễn-Xuân Hoàng thay Trần Phong Giao. Năm 1973, Mai Thảo về cùng với Nguyễn-Xuân Hoàng trông coi Văn. Năm 1974, Nguyễn-Xuân Hoàng rời báo Văn, còn lại Mai Thảo làm tiếp đến 30.4.1975.

Sau hai năm đặt chân tới Mỹ, năm 1982 Mai Thảo cho tục bản tạp chí *Văn* và kéo dài được 14 năm. Khó có thể tưởng tượng được rằng một mình Mai Thảo trông tờ Văn, anh không lái xe, anh vẫn thuộc trường phái "viết tay" chỉ dùng cây viết chứ không hề đụng tới chiếc máy chữ hay máy điện toán. Kể cả trên mỗi chiếc phong bì gửi báo cho hàng trăm độc giả dài hạn, anh cũng vẫn cặm cụi viết tay. Có người bạn trẻ muốn giúp anh dùng computer in nhãn để không phí thời gian nhưng anh chối từ. Mai Thảo rất tình cảm, anh muốn có mối tương quan gần gũi với từng độc giả qua nét chữ của chính anh trên từng số báo. Mười bốn năm sống với và sống bằng tờ Văn, anh hào hứng mỗi khi khám phá ra một cây viết tài năng mới. Văn cũng là nơi quy tụ lại những cây viết cựu của miền Nam lưu vong ra hải ngoại. Như một Thảo Trường từng viết cho Sáng Tạo, sau 17 năm tù cộng sản rồi qua Mỹ, các sáng tác đầu tay của Thảo Trường viết ở Mỹ, đều gửi cho Mai Thảo đăng trên tạp chí Văn.

Người khách lữ thứ Mai Thảo tháng Giêng 1996, hình chụp 2 năm trước ngày anh mất. *(photo by Nguyễn Bá Khanh)*

Khi nói tới tờ Văn, Mai Thảo tâm sự: *"từ mấy năm nay làm lại tờ Văn ở Hoa Kỳ, đời sống lữ thứ hàng ngày thấy đỡ thất lạc, bởi lại được thả trôi trở lại với một không khí tòa soạn không khí trị sự, tuy đã khác biệt nhưng vẫn còn phảng phất đâu đó, trên một góc bàn viết, dưới một ánh đèn sáng, cái không khí đã bao năm tôi sống ở quê nhà, tâm trí tôi thường có nhiều hơn những hồi tưởng về báo quán cũ, là 38 Phạm Ngũ Lão Sài Gòn, ngày trước."* (3)

Đến năm 1996, sau số báo số 158 &159, do sức khỏe sa sút, Mai Thảo ban đầu trao tạp chí *Văn* lại cho Du Tử Lê, sau một số báo 160, tờ Văn được Mai Thảo chính thức trao lại cho nhà văn Nguyễn-Xuân Hoàng. Nguyễn-Xuân Hoàng tiếp tục ra tờ *Văn* từ số 161 cho đến số 163.

Từ trái: Mai Thảo, Kiều Loan (con gái Hoàng Cầm), Nguyễn-Xuân Hoàng; 1996 cũng là năm Mai Thảo trao tờ Văn cho Nguyễn-Xuân Hoàng *(tư liệu Nguyễn-Xuân Hoàng)*

Đầu năm 1997, Nguyễn-Xuân Hoàng ra tờ báo *Văn* số 1, bộ mới. Kéo dài được 12 năm. Tới năm 2008, tờ Văn số cuối cùng 125-129 cho ba tháng Giêng, Hai và Ba là số đặc biệt về họa sĩ Thái Tuấn với bài vở đã layout xong chuẩn bị đưa nhà in, nhưng rồi vì lý do tài chánh Nguyễn-Xuân Hoàng đành cho đình bản tờ *Văn*, cho dù báo Văn vẫn bán được, tuy không đem lại lợi nhuận nhưng không thể để một món nợ lớn đến như vậy với nhà in Kim Select Graphics & Printing trên đường Euclid, mà sau này vợ chồng Nguyễn-Xuân Hoàng phải gồng mình gánh trả.

Lý do sâu xa mà không ai muốn nói ra, khi tờ Văn của Nguyễn-Xuân Hoàng đình bản, cũng như nhà xuất bản Văn Nghệ của anh Từ Mẫn Võ Thắng Tiết phải ngưng hoạt động vì sách báo thì vẫn bán được nhưng lại không được các nhà sách sốt sắng thanh toán tiền bạc.

## TẤM LÒNG TỪ BI MAI THẢO

Mai Thảo được mọi người biết tới như một nhà văn, một cây viết tùy bút nổi tiếng và sau này là một nhà thơ. Quen biết anh, người ta càng thấy mến con người Mai Thảo hơn. Tấm lòng của Mai Thảo với tha nhân thật đẹp. Anh tốt với mọi người và rất trực tính, nói thẳng trước mặt với người trái ý anh, kể cả lớn tiếng và giận dữ nhưng sau đó thì quên đi, anh không bao giờ để tâm. Trong suốt cuộc đời viết văn, chưa bao giờ Mai Thảo dùng ngòi bút để nói xấu hay chửi bới ai, cho dù không thiếu những bài viết chỉ trích anh nặng nề, có lẽ anh không đọc và cũng không bao giờ trả lời.

Nguyễn Đăng Khánh, người em ruột Mai Thảo viết về anh mình: *nhiều lần đọc báo thấy người ta mạt sát anh thậm tệ, tôi nóng ruột tới hỏi anh: tại sao người ta chỉ trích anh nặng nề như thế mà anh không lên tiếng? Anh nói: Sống với người, với đời, phải có lòng. Tấm lòng ở đây là la bonté. Con người không có la bonté là vứt đi. Phải sống thành thật với người, với đời. Vì thế nên tôi không bao giờ dùng ngòi bút của tôi để phê phán, chỉ trích hay nói một điều xấu về ai hoặc để trả lời lại những kẻ mạt sát tôi. Người ta muốn chỉ trích, muốn nói xấu tôi, cứ nói. Khánh thấy người ta chỉ trích tôi trên báo chỉ vì họ muốn độc giả thấy tên họ đứng trên cùng một trang báo với Mai Thảo. Họ thích như vậy, cứ để cho họ làm, tôi sẽ không bao giờ viết lại.”* (4)

Trước đó khá lâu, năm 1989 Mai Thảo cũng có một phát biểu tương tự khi gặp Nguyễn Hưng Quốc ở Paris: *“Đời tôi có một nguyên tắc: không bao giờ dùng văn chương để làm bất cứ điều gì xấu xa. Đâu phải tôi không biết người nào tốt người nào xấu với mình, nhưng tốt hay xấu mặc họ. Người nào tốt, đến gần, uống rượu chơi. Người nào xấu, lánh ra thật xa, đừng thèm đụng tới. Nhưng đừng bao giờ mang những điều đó lên trang giấy để bôi bẩn nhau. Văn chương là cái đẹp, là thế giới của cái đẹp, ở thế giới ấy có thứ tiền tệ riêng của nó: anh phải dùng thứ tiền ấy, anh phải đàng hoàng, phải lương thiện. Thứ tiền tệ ấy chính là cái đẹp.*” (5)

Trong bài báo đăng trên Saigon Times “Một Vài Kỷ Niệm với Nhà Văn Mai Thảo” viết vào khoảng cuối năm 1997, khi nhà thơ Thái Tú Hạp vào thăm Mai Thảo tại bệnh viện Fountain Valley. Thái Tú Hạp đã xúc động nhớ lại một câu nói tâm tình của Mai Thảo khi anh còn khỏe và thường tới quán Doanh Doanh ở cuối con đường Sunset, Los Angeles một quán ăn gia đình rất văn nghệ của vợ chồng Thái

Mai Thảo qua nét vẽ Duy Thanh (31.7.1997), sưu tập của Lê Thiệp. *(nguồn: Văn Số Đặc Biệt Tưởng Mộ Mai Thảo, Tháng 2/1998)*

Tú Hạp - Ái Cầm có nhạc cổ điển có treo cả một bức tranh sơn dầu lớn của Nguyên Khai: *"Tôi bảo với Hạp một điều, trong đời sống có thể chúng ta không yêu người này, không thích người kia, xỉ vả nhau thẳng thừng trực diện một trận rồi thôi. Bỏ! Đừng lôi nhau lên báo, kỳ lắm. Cõi văn chương hãy để cho nó trong sáng. Hãy sử dụng ngòi bút mình một cách ngay thẳng, tử tế đối với mọi người…"*

Trong cuộc phỏng vấn ngày 5 tháng 6 năm 2008, mười năm sau khi Mai Thảo mất, câu hỏi cuối cùng của Thụy Khuê với Trần Vũ, *"Anh muốn nói điều gì nữa về Mai Thảo? Trần Vũ nhớ lại: lúc sinh tiền, Mai Thảo thường nhắc: "Em không dụng chữ cho mục đích phi văn chương. Không chửi ai cả. Văn chương không phải là chỗ cho em bựa. Em không được quyền." Những khi cáu, ông gắt um. Không phải một lần, mà nhiều lần, lời khuyên, mệnh lệnh. Bây giờ Mai Thảo mất rồi, tôi cũng không còn trẻ nữa, nhưng những khi nghĩ đến ông, tôi lại*

Từ trái: Mai Thảo, Kiều Chinh, Võ Phiến trong một buổi họp mặt *(tư liệu Viễn Phố)*

*nhớ đến lời dặn này. Hôm qua, bây giờ, tôi vẫn giữ tròn lời hứa với trưởng thượng của mình."*

Cả một đời sống với chữ nghĩa, vẫn cứ mãi là một Mai Thảo nhất quán, luôn luôn là người bảo vệ sự trong sáng và thanh thoát của cõi văn chương. Không tu hành nhưng Mai Thảo sẵn có một tâm Phật.

Rồi chợt nhớ tới hai câu trong bài thơ *Em Đã Hoang Đường Từ Cổ Đại* trong tập thơ "Ta Thấy Hình Ta Những Miếu Đền" của Mai Thảo:

*Tâm em là Bụt tâm anh Phật*
*trên mỗi tâm ngồi một nhánh hương*

## NHỮNG NGÀY THÁNG NẰM VIỆN

Trao lại tờ Văn cho Nguyễn-Xuân Hoàng rồi, chẳng bao lâu sau đó, sức khỏe Mai Thảo mau chóng suy kiệt, có lúc anh đã không còn đủ sức ra khỏi căn buồng trong khu chung cư cho dù anh đã dọn xuống tầng trệt. Nỗi cô đơn và dấu hiệu bệnh tật thật sự đã có từ mấy năm trước khiến Mai Thảo đã làm bài thơ *"Dỗ bệnh"*:

*Mỗi lần cơ thể gây thành chuyện*
*Ta lại cùng cơ thể chuyện trò*
*Dỗ nó chớ gây thành chuyện lớn*
*Nó nghĩ sao rồi nó lại cho*
*Bệnh ở trong người thành bệnh bạn*
*Bệnh ở lâu dài thành bệnh thân*
*Gối tay lên bệnh nằm thanh thản*
*Thành một đôi ta rất đá vàng*

Khi không còn "dỗ bệnh" được nữa, là tới lúc Mai Thảo phải rời chiếc bàn viết lữ thứ, rời căn phòng phía sau nhà hàng Song Long để luân phiên vào các bệnh viện Fountain Valley Orange County, Good Samaritan Los Angeles và rồi Barlow Hospital và anh đã chẳng có dịp trở lại chốn cũ.

Good Samaritan là bệnh viện tôi tới thăm anh. Nơi đây tôi gặp Nguyễn Phúc Vĩnh Khiêm, người bác sĩ trẻ chuyên khoa tim mạch đang trực tiếp chăm sóc anh. Khiêm từ bé học trường Pháp rồi lớn lên học y khoa ở Mỹ nên không biết gì về văn chương Mai Thảo, nhưng qua thân phụ, Khiêm được biết mình đang được chăm sóc một người bệnh tên Nguyễn Đăng Quý, là một nhà văn Việt Nam nổi tiếng với bút danh Mai Thảo.

Trái: Khu chung cư cao niên Bolsa phía sau nhà hàng Song Long; phải: Căn phòng 209 địa chỉ báo Văn và bàn viết lữ thứ của Mai Thảo.
*(photo by Ngô Thế Vinh)*

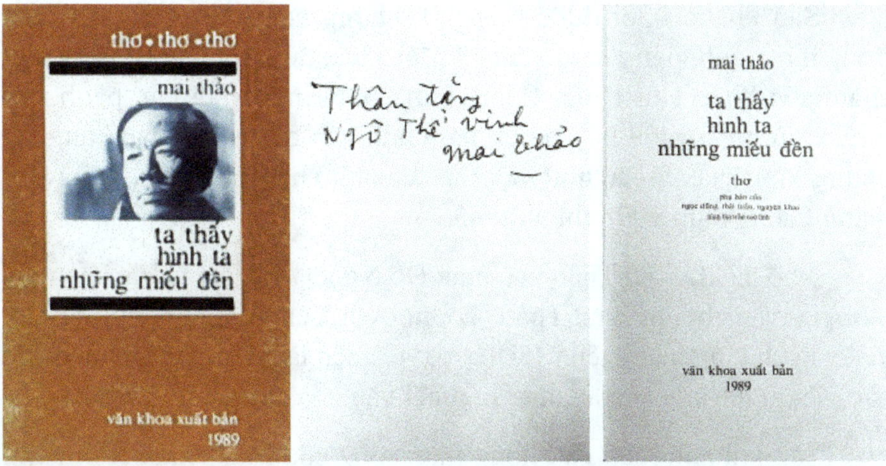


Tập thơ thứ nhất *Ta Thấy Hình Ta Những Miếu Đền*; hình bìa Trần Cao Lĩnh, Nxb Văn Khoa 1989; và thủ bút Mai Thảo *(tư liệu Ngô Thế Vinh)*

Cũng tại bệnh viện Good Samaritan này, Khiêm đã thông tim cho Thượng tọa Thích Mãn Giác tức thi sĩ Huyền Không, Khiêm cũng là thành viên trong toán mổ tim lần thứ hai cho nhà văn Võ Phiến. Vì cùng trong lãnh vực chuyên môn, tôi có nhiều dịp trao đổi với Khiêm về tình trạng sức khỏe anh Mai Thảo. Về hô hấp anh cần dưỡng khí qua ống thở, về dinh dưỡng do không ăn được anh được nuôi bằng thực phẩm lỏng bơm qua một G-tube vào dạ dày. Thời gian này sự sống của anh phụ thuộc vào máy móc và toán chăm sóc đặc biệt. Sau một thời gian nằm qua các bệnh viện, sức khỏe Mai Thảo ổn định nhưng hồi phục thì rất chậm do tổng trạng quá yếu, hậu quả của nhiều năm uống rượu mà không ăn và hút thuốc nên bị suy dinh dưỡng trầm trọng và cả suy hô hấp.

Nguyễn Mộng Giác khi cùng các chị Nguyễn Khoa Diệu Chi (vợ NMG), chị Bùi Bích Hà và chị Trần Thị Lai Hồng (vợ họa sĩ nhà văn Võ Đình) vào thăm Mai Thảo tại bệnh viện Barlow Los Angeles, bằng trực giác của một nhà văn Giác đã có ý nghĩ: "*dù không có kiến thức y khoa, chúng tôi đều cảm thấy Mai Thảo đang đi trên con đường một chiều, không có cơ may nào quay trở lại đời sống bình thường như trước.*" (2)

Sau khi ra khỏi được ống thở, không còn cần thiết phải nằm trong một bệnh viện *"acute care"* Mai Thảo được chuyển về một khu chăm sóc Phục Hồi Quận Cam. Anh không mắc một căn bệnh nan y nào, dù uống rượu bấy nhiêu năm anh vẫn có một lá gan bằng sắt nhưng Mai Thảo thì cứ như một thân cây khô héo dần cho tới ngày 10 tháng Giêng năm 1998 thì anh mất.

Nhớ lại khi Mai Thảo vừa mất, Đỗ Ngọc Yến có ý tưởng lập ngay một giải văn chương Mai Thảo. Tôi nói với Yến, trước khi nói tới một giải văn chương mang tên Mai Thảo, việc nên làm ngay là giữ lại chiếc bàn viết lữ thứ của anh ấy, như một nét văn hóa của Little Saigon.

Sau khi anh mất, cả không gian sống của Mai Thảo, cuối cùng được người em trai là anh Nguyễn Đăng Khánh đến thu dọn, tất cả chỉ đủ xếp vào mấy chiếc thùng giấy. Và đã không còn đâu dấu vết chiếc bàn viết lữ thứ của một nhà văn "thuyền nhân" lưu vong có tên Mai Thảo.

Người Việt phiêu bạt từ khắp năm châu, khi hành hương tới thủ đô tỵ nạn không lẽ chỉ để thấy một khu Phước Lộc Thọ, chỉ có một

Họp mặt tại nhà Nguyễn-Xuân Hoàng tháng 7.1994 từ trái: Nguyên Sa, Thụy Khuê, Mai Thảo, Nguyễn Mộng Giác, Đỗ Ngọc Yến, Võ Phiến, Hoàng Khởi Phong *(tư liệu Viễn Phố)*

tiệm sách Văn Khoa thì nay cũng không còn nữa. Một người bạn cùng gia đình và đàn con thế hệ thứ hai đến từ xứ tuyết Toronto, nhận định là tới Little Saigon không lẽ chỉ để dẫn chúng nó vào những tiệm phở, ngắm bảng hiệu mấy văn phòng bác sĩ hay luật sư. Anh ấy muốn nói tới một *Công Viên Văn Hóa Việt Nam.*

## JANE KATZ PHỎNG VẤN MAI THẢO

*Và sau đây là bản lược dịch của người viết từ nguyên bản tiếng Anh, "Những Nghệ sĩ Lưu vong, Hành trình tới Mỹ Quốc" trích từ cuốn sách Artists in Exile, American Odyssey của Jane Katz do Stein and Day Publishers, New York xuất bản 1983.* (1)

Tôi sinh năm 1930* tại tỉnh Nam Định, Bắc Việt Nam. Cha tôi là một điền chủ thành đạt, ông được dân làng kính trọng. Ông là chủ gia đình, mẹ tôi ở nhà với những người giúp việc. Tôi và các anh em tôi đều rất tuân phục cha tôi.

Sau khi có người Tây phương xâm nhập, đã có tình trạng bất hòa giữa thế hệ trẻ và già. Nhưng những người ngoại quốc ấy đã không thể phá vỡ nền tảng gia đình của đất nước chúng tôi. Đó là một trật tự lâu đời không ai có thể hủy hoại.

Cha tôi quản lý các trang trại. Ông giàu có nên không để chúng tôi làm công việc đồng áng. Tôi phải tới trường đi học, nhưng sau lớp học thì tôi lại rong chơi ngoài đồng ruộng. Với những con trâu kéo cày trên những thửa ruộng nơi châu thổ sông Hồng. Đồng cỏ thì phì nhiêu và xanh tươi. Một số người trong làng làm công cho cha tôi, một số khác có ruộng đất riêng của họ.

Dân tộc tôi yêu đất đai, họ tin rằng có hương hồn tổ tiên trong đó. Mọi gia đình đều làm việc ngoài đồng áng, không có ai phải đói kém.

Khi tôi được 10 tuổi thì cha tôi bị mất hết ruộng vườn. Gia đình tôi phải rời về Hà Nội. Thật là khó khăn cho cha tôi phải rời bỏ đất đai của tổ tiên và làng mạc. Trong làng ông quen biết mọi người. Ông đã có một căn cước ở đó mà ông không thể tìm thấy lại nơi thành phố.

Ở Hà Nội, tôi được thấy thành quách và những ngôi chùa cổ qua các triều đại từ những thế kỷ thứ 8 và thứ 10. Một ngôi chùa có tên Ngọc Sơn, một ngôi đền khác có tên là Quan Thánh. Trung tâm thành phố là một hồ lớn, nơi mọi người gặp nhau sau một ngày dài làm việc. Vào mùa hè thì chúng tôi đi biển.

Cho dù sống ở đô thị, chúng tôi vẫn giữ các tập tục cổ truyền như kính trọng người già, tưởng niệm các ngày lễ theo truyền thống.

Tinh thần quốc gia là một phần của truyền thống Việt Nam. Trong một ngàn năm, người Việt bị người Tàu đô hộ, với ảnh hưởng trên nền giáo dục và tư tưởng nhưng người Việt chưa bao giờ bị hoàn toàn khuất phục. Rồi tới thế kỷ 19, khi người Pháp đánh chiếm nhiều tỉnh của Việt Nam, thiết lập nền hành chính đô hộ, mở trường học và các cơ sở dân sự địa phương.

Năm 16 tuổi, tôi gia nhập phong trào kháng chiến chống Pháp. Chúng tôi tổ chức những chương trình ca nhạc kịch trong các làng xóm để khích động lòng yêu nước. Chúng tôi viết những câu chuyện về lịch sử và khát vọng tự do. Tôi đã từ bỏ kháng chiến 4 năm sau đó khi biết được Cộng sản đã sử dụng phong trào kháng chiến để phá vỡ trật tự xã hội cổ truyền và cổ võ cho đấu tranh giai cấp.

Chiến tranh Việt Pháp chấm dứt 1954 và đất nước bị phân đôi. Gia đình chúng tôi di cư vào Sài Gòn. Đó là một hình thức phản kháng những người Cộng sản. Cha tôi không tin họ và họ cũng không tin cha tôi. Dưới thống trị của Cộng sản, dân chúng hết quan tâm về nghệ thuật. Làm sao có thể vẽ tranh khi mà thường ngày phải lo từng miếng ăn? Trí thức thì bị khống chế và thường bị cưỡng bức vào quân đội.

Từ năm 1958, khởi sự có đối đầu công khai giữa hai miền Việt Nam: miền Bắc là chế độ Cộng sản hậu thuẫn bởi Trung Cộng và Liên Xô và miền Nam không Cộng sản hậu thuẫn bởi Hoa Kỳ và các nước đồng minh.

Thường xuyên có chiến dịch tuyên truyền của cả đôi bên. Miền Bắc thì rêu rao là đang giải phóng miền Nam chống lại đế quốc Mỹ, còn chính phủ miền Nam thì đang chống lại sự thống trị của Trung

Cộng và Liên Xô. Cộng sản thực hiện cuộc chiến du kích ẩn náu trong rừng sâu. Máy bay Mỹ thì rải chất độc khai quang để bắt địch quân phải lộ diện. Họ cũng đã gây nhiễm độc cho rừng núi, cây cối, súc vật và nguồn thực phẩm.

Trí nhớ của tôi về những năm chiến tranh còn rất sống động. Tôi vẫn còn thấy được những căn nhà bị đánh bom, cây cối thì cháy lá và trơ cành, một ngôi đền cổ bị bốc cháy, những trẻ con bụng ỏng, mất mắt hay cụt chân, bà cụ già không nhà cửa thì đi lang thang như người mất hồn…

Tôi viết văn từ năm 1950. Ở xứ sở tôi, nhà văn nhà giáo rất được kính trọng. Sách của tôi được các công ty nhỏ tư nhân xuất bản ở miền Nam Việt Nam, rất phổ biến, một số sách đã trở thành "best-sellers" nhưng để sống bằng nghề cầm bút rất khó. Tôi viết rất nhiều truyện và tiểu thuyết. Chúng tôi không có nhiều dịch giả, các sách của tôi không được dịch ra ngoại ngữ. Tôi cũng làm chủ bút một vài tờ báo và tập san văn chương.

Tôi có đọc các nhà văn Mỹ mà tôi rất thích như: Henry Miller, Hemingway, John Steinbeck – qua những bản dịch tiếng Pháp. Các tác giả này không ảnh hưởng tới văn phong của tôi. Nền văn học của chúng tôi rất khác. Chúng tôi có truyền thống văn học riêng từ ngàn năm. Nền văn học của chúng tôi rất quy cách, với mục đích: thăng tiến xã hội.

Có một truyện ngắn tôi đã viết và ưa thích có tựa đề là "Bản Chúc Thư Trên Ngọn Đỉnh Trời". Một người đàn ông và một người đàn bà chung sống trong một căn nhà nhỏ bên suối. Người đàn bà không hiểu tại sao người đàn ông đã bỏ đi. Hành trình của người đàn ông là leo lên tới đỉnh cao nhất của một ngọn núi phương Đông. Ông muốn biết ngọn núi ấy cao bao nhiêu; ông đi tìm kiếm một chân lý tuyệt đối và hạnh phúc. Khi tới được đỉnh cao nhất của ngọn núi thì ông ta tuyệt vọng vì ý thức được rằng chân lý tuyệt đối thì không bao giờ có thể đạt được. Người đàn bà đi tìm kiếm và thấy xác người đàn ông nằm bên bờ suối. Không ai biết người đàn ông đã chết như thế nào. Người đàn bà đưa xác người đàn ông về làng và tự hỏi tại sao người đàn ông chết. Và cuối cùng người đàn bà nghiệm ra rằng trên đường đi tìm chân lý, người đàn ông đã chọn cái chết.

Như một nhà văn, tôi đề cập tới vấn đề nhân sinh; tôi không có ý đi tìm một giải pháp. Đa số các sách và truyện của tôi dựa trên kinh nghiệm bản thân hay của những người mà tôi quen biết. Sự kiện ghi nhớ trộn lẫn với hư cấu. Văn phong – style, là điều quan trọng.

Người Mỹ rút khỏi Sài Gòn năm 1975. Do các bài viết chống cộng trước đó, tôi bị liệt kê trong sổ đen những nhà văn có nguy hại cho chế độ. Hầu hết các nhà văn có tên trong danh sách ấy đều bị bắt đi tù, nhiều người bị chết trong tù vì thiếu ăn, thiếu thuốc men.

Tôi thì may mắn hơn, được dân chúng chăm sóc và che chở. Không có tình thương yêu của họ tôi đã không thể sống còn ở Việt Nam.

Cộng sản ra thông báo là bất cứ ai tán trợ những nhà văn có tên trong sổ đen sẽ bị bắt giữ. Hệ thống an ninh của họ rất chu đáo. Họ chỉ định những người hàng xóm canh chừng nhau và báo cáo lên chính quyền địa phương. Nhưng vẫn có nhiều người liều mạng để che chở cho tôi. Họ che giấu tôi trong 8 căn nhà khác nhau trong vòng hai năm trời. Tôi sống trong hầm tối vì bất cứ ánh sáng hay sinh hoạt nào bị hàng xóm phát hiện sẽ gây hiểm nguy cho gia chủ. Phải là những căn nhà không có trẻ em vì các gia đình luôn luôn dạy con em không được nói dối. Cộng sản đã lục soát một số nhà nhưng không hiệu quả, và họ đã không tìm ra tôi.

Tôi sống như một con vật trong bóng tối, ẩn mình trong suốt hai năm. Có những đêm hoàn toàn mất ngủ, những ngày giống nhau buồn chán. Một người bạn đem đến cho tôi cỗ mạt chược và tôi chơi cùng một lúc ở cả hai phe. Đôi khi quá tuyệt vọng, tôi phải tìm cách ra ngoài, một cách bí mật trong bóng đêm. Đôi khi tôi không thể tưởng tượng rằng mình đã phải sống trong những điều kiện như vậy. Có lúc tôi cảm thấy tuyệt vọng, và tưởng tượng rằng sẽ có một giấc ngủ dài và không trở dậy nữa. Nhưng người Việt có thói quen chịu đựng và vượt qua. Tôi sâu sắc cảm thấy nhà văn là thuộc xã hội và quần chúng mà họ đang sống với. Với những người đã cùng nhau hợp tác cứu sống tôi, tôi thấy mình phải can đảm để xứng đáng với sự trợ giúp mà tôi đã nhận.

Tôi không phải là Phật tử cho dù gia đình tôi theo Phật giáo. Nhưng là một nhà văn và là một người suy tưởng, tôi phải nhìn lại đời sống mình và cố gắng tìm ra những ý nghĩa. Trong nhiều giờ mỗi ngày tôi đã tịnh tâm và suy niệm. Đặc biệt trong hoàn cảnh như vậy, người ta phải đi tìm sự thật và ý nghĩa của cuộc sống. Tôi đã có cơ hội đó. Tôi tin rằng mỗi chúng ta có một thượng đế trong chính mình. Một người có thể tự cứu rỗi đời sống chính mình qua những hành động và suy nghĩ. Sự tỉnh thức này luôn luôn có ở trong tôi.

Vào cuối năm 1977, có các tổ chức tư nhân giúp người vượt biên. Họ liên lạc với tôi và bảo tôi cứ chờ ở nơi đang ẩn lánh. Tôi hiểu rằng đào thoát là một dịch vụ tốn kém mà tôi thì không có một xu. Tôi không có cách nào liên lạc với gia đình mà không gây nguy hiểm cho họ. Tôi chờ đợi. Vào một đêm tối trời, một người mặc áo đen đi xe Honda, đậu dưới một gốc cây sau căn nhà, hướng dẫn tôi ngồi lên xe gắn máy và lặng lẽ chạy ra hướng bờ sông Sài Gòn, nơi có một chiếc thuyền đánh cá nhỏ đang chờ. Tôi được bảo nên chèo ghe, giả bộ như một ngư dân. Sau 2 hoặc 3 giờ đồng hồ, tôi lại được chuyển sang một thuyền máy trên biển. Bây giờ thì người đàn bà chủ tàu bảo tôi có thể hút thuốc. Tôi nhìn một lần chót thành phố Sài Gòn và bật khóc vì hiểu rằng tôi chẳng còn bao giờ thấy lại nữa. Người dân miền Nam, hết sức gắn bó với một thành phố mang tên Sài Gòn. Tôi có cảm tưởng đã quay lưng lại với di sản của chính mình.

Trên biển cả, tôi có cảm giác được phóng thả. Tôi đã là một con người tự do. Đó là một đêm tối đen không trăng. Chúng tôi ra được biển khơi nhưng lại có một cơn bão thổi tới từ Phi Luật Tân, vật vã con tàu nhỏ, bắt buộc chúng tôi phải trở lại bờ. Tôi trở lại nơi ẩn náu. Vài ngày sau đó, tôi được tin cha tôi chết ở tuổi 82. Đối với tập tục Á Đông, một đứa con phải về chịu tang lễ của bố mẹ hoặc mang trọng tội bất hiếu. Nhưng các anh tôi khuyên tôi không nên về nhà vì đang bị theo dõi và tôi có thể bị bắt. May mắn là tôi đã bí mật tới thăm được mộ cha tôi, đọc lời cầu nguyện tỏ lòng tưởng nhớ và điều ấy đã làm dịu nỗi đau.

Nhà văn thuyền nhân Mai Thảo đến bến bờ tự do Pulau Besar, Mã-Lai 12.1977 *(nguồn: internet)*

Rồi có chiếc xe gắn máy khác tới trong đêm tối. Chuyến đào thoát thứ hai nguy hiểm hơn lần trước. Chiếc thuyền đánh cá nhỏ đưa tôi tới một chiếc chòi, tôi phải núp ở đó suốt 2 ngày trong vùng sình lầy có cây che khuất. Cuối cùng thì một chiếc ghe tới đưa tôi ra khơi và trong đêm tối, tôi được chuyển qua một chiếc tàu đánh cá lớn hơn. Bất chợt, có một tín hiệu đèn và không tiếng động. Một toan tính kỹ lưỡng và cả nhiều may mắn. Tôi bước lên một con tàu sức chứa 20 người nhưng số người lên tàu là 58. Chúng tôi phải rất tiết kiệm nước và gạo vì không có chỗ chứa. Mọi người ăn uống rất ít và không có ai chết.

Trên tàu gồm những người tỵ nạn chính trị, sinh viên học sinh, người già, các gia đình với trẻ thơ. Chúng tôi trải qua 6 ngày đêm. Mọi người đều đói và khát, một số ngã bệnh. Khi chúng tôi tới gần Mã Lai, biển lặng, trời trong, và mọi người bắt đầu cất tiếng hát. Họ yêu cầu tôi ngâm một bài thơ. Tôi đọc bài thơ của một người bạn nói về một người đàn ông rời nhà ra đi mà không có một ai tới nói lời giã từ.

Tới Mã Lai nhưng họ không muốn tiếp nhận chúng tôi. Các giới chức tỏ vẻ không thân thiện, do đã có quá nhiều tàu tỵ nạn tới đây. Là một quốc gia nghèo, họ không thể cưu mang tất cả. Mỗi lần chúng tôi cố cặp bến, họ đẩy chúng tôi ra xa. Cuối cùng, một ngư phủ Mã Lai ra dấu cho chúng tôi; họ bảo cứ ủi tàu vào bãi, nếu tàu bị vỡ hư hại thì họ phải nhận chúng tôi. Chúng tôi đã làm như vậy và có hiệu quả. Con tàu chở chúng tôi bị vỡ. Chúng tôi giúp trẻ em, người già bệnh hoạn lên bờ. Viên chức cứu trợ Liên Hiệp Quốc tới gặp chúng tôi, tặng tiền để chúng tôi mua thực phẩm. Món hàng đầu tiên mà tôi mua là một bao thuốc lá. Họ đưa chúng tôi tới trại tỵ nạn. Trại rất đông nhưng có đủ thực phẩm và lều trú và chúng tôi thì tự do. Chúng tôi không bị giam hãm trong trại. Tôi bắt đầu yêu mến người dân Mã Lai. Trong trại có đài phát thanh và tôi được yêu cầu viết bài và đọc cho chương trình. Tôi cũng giữ chức chủ tịch trại.

Tôi tới Mỹ vì đã có hai em tôi ở đó, và tôi cũng có quen biết với số nhà văn Việt Nam tới trước. Bây giờ tôi đang viết về kinh nghiệm của chính mình. Tôi hy vọng các tiểu thuyết của tôi được dịch sang tiếng Anh. Tôi cũng đang vận động trả tự do cho các văn nghệ sĩ còn bị cầm tù ở Việt Nam. Tôi e rằng nền văn học nghệ thuật của chúng tôi sẽ bị tiêu vong.

Tôi gửi tiền về cho mẹ tôi. Tôi mong bà sẽ sang đây nhưng bà thì không muốn là gánh nặng cho các con ở Mỹ. Và bà cũng không muốn chết ở một nơi xa quê nhà.

Tôi muốn nói với thế giới rằng hai mươi năm chiến tranh đã tàn phá đất nước tôi. Nhà cửa đường sá có thể xây dựng lại, nhưng vẻ đẹp của đất đai và tâm hồn dân chúng thì không. Khi chúng ta đang nói chuyện nơi đây, sự hủy hoại vẫn tiếp diễn dưới chế độ Cộng sản.

Có lẽ một ngày nào đó Việt Nam sẽ tự do và tôi có thể trở về. Tôi đang hạnh phúc ở đây nhưng nội tâm thì rất buồn bã. Buồn cho dân tộc tôi. Tôi không biết liệu chúng tôi có còn một tương lai. Xa rời quê hương, thật khó mà duy trì truyền thống của chúng tôi. Chúng tôi cảm thấy như bị đánh mất phần hồn. *Jane Katz, Artists in Exile, American Odyssey* (1)

** Ghi chú của người viết: Mai Thảo sinh ngày 8 tháng 6 năm 1927, chi tiết Mai Thảo sinh năm 1930 trong bài phỏng vấn của Jane Katz có lẽ không chính xác.*

## BA BÀI THƠ TRONG TÙ

Sau 30 tháng 4, 1975, như đa số các văn nghệ sĩ của Miền Nam bị kẹt lại, Mai Thảo là một trong những đối tượng bị chính quyền cộng sản truy lùng. Đã từng có thời gian theo kháng chiến, rất hiểu cộng sản, Mai Thảo nhất quyết không ra trình diện chính quyền mới vì anh biết chắc sẽ bị tra tấn tù đày và kể cả cái chết.

Mai Thảo đã sống lẩn trốn như vậy trong ngót hai năm từ 75 tới cuối năm 77, trong sự bao bọc của người thân và bạn hữu, trong số đó phải kể tới Nhã Ca rất can trường, với cả một đàn con, chồng thì còn trong tù, bị canh chừng theo dõi nhưng đã bất chấp hiểm nguy che giấu Mai Thảo trong một căn nhà trên đường Tự Do cho tới khi Mai Thảo đi thoát được như một thuyền nhân tới Mã Lai. Trong thời gian trốn chạy này, có lúc tuyệt vọng, Mai Thảo đã làm mấy bài thơ phản ánh tâm trạng bị giam hãm và bị tước đoạt tự do của mình.

Người muôn năm cũ, từ phải: Thanh Tâm Tuyền (mất 2006), Đinh Cường (mất 2016), Mai Thảo (mất 1998), Ngọc Dũng (mất 2000).
*(tư liệu Đinh Cường)*

Ba bài thơ không rõ ngày tháng tìm lại được của Mai Thảo khi còn ở Việt Nam giai đoạn 75-77. *(nguồn: Phan Nguyên, E.E Emprunt Empreinte)*

### THỦY TINH

*Trở mình chăn chiếu mênh mông*
*Giấc mơ chật hẹp vẫn trong cuộc đời*
*Mộng ta không xóa nổi người*
*Đáy đêm còn đọng tiếng cười thủy tinh*

### KIM

*Miếng da bịt mắt thành đêm*
*Cây kim khâu miệng thành im lặng mồ*
*Tay chân, giây trói bao giờ*
*Da, kim, giây ấy bây giờ là ta*

### HÌNH TƯỢNG

*Từ trong cửa tối nhìn ra*
*Thấy gần: bóng lá, thấy xa: biển trời*
*Lá lay, bóng cách ngăn đời*
*Biển im, hình tượng cõi người không ta*

## TIỂU SỬ MAI THẢO VÀ TÁC PHẨM

Mai Thảo tên thật là Nguyễn Đăng Quý, bút hiệu khác: Nguyễn Đăng, sinh ngày 8/6/1927 tại chợ Cồn, huyện Hải Hậu, tỉnh Nam Định. Thuở nhỏ học trường làng, trung học lên Nam Định rồi Hà Nội (học các trường Đỗ Hữu Vị, Chu Văn An). Năm 1945, theo trường sơ tán lên Hưng Yên. Khi chiến tranh bùng nổ năm 1946, gia đình từ Hà Nội tản cư về quê chợ Cồn, sau đó Mai Thảo vào Thanh Hóa theo kháng chiến, viết báo, tham gia các đoàn văn nghệ đi khắp nơi từ Liên khu III, IV đến chiến khu Việt Bắc. 1951, Mai Thảo bỏ kháng chiến về thành. 1954, di cư vào Nam. Viết truyện ngắn trên các báo Dân Chủ, Lửa Việt, Người Việt. Chủ trương tạp chí Sáng Tạo (1956), Nghệ Thuật (1965) và từ 1974, trông báo Văn. Ngày 4/12/1977, Mai Thảo vượt biển tới Pulau Besar, Mã lai. Đầu năm 1978, sang định cư tại Hoa Kỳ. Ban đầu cộng tác với tờ Đất Mới của Thanh Nam trên Seattle và một số báo khác tại hải ngoại. Tháng 7/1982 anh cho tục bản tạp chí Văn, làm chủ biên đến 1996, vì tình trạng sức khỏe trao lại cho Nguyễn-Xuân Hoàng; hai năm sau ngày 10/1/1998 Mai Thảo mất tại Santa Ana, California, thọ 71 tuổi.

## TÁC PHẨM

Nhà nghiên cứu và thư viện học Phạm Trọng Lệ, trên báo Văn số Tưởng Mộ Mai Thảo tháng 2/1998 đã sưu tầm một thư mục Mai Thảo, trong đó có ghi số trương mục những tác phẩm được lưu trữ tại các thư viện ở Hoa Kỳ, và được Thụy Khuê bổ sung phân loại sau đó. (6)

Đoản thiên:

*Đêm giã từ Hà-nội* (Người Việt, 1955), *Tháng giêng cỏ non* (1956), *Bản chúc thư trên ngọn đỉnh trời* (Sáng Tạo, 1963), *Bầy thỏ ngày sinh nhật* (Nguyễn Đình Vượng, 1965), *Căn nhà vùng nước mặn* (An Tiêm, 1966), *Đêm lạc đường* (Khai Trí, 1967), *Dòng sông rực rỡ* (Văn Uyển, 1968), *Người thầy học cũ* (Văn Uyển, 1969), *Chuyến tàu trên sông Hồng* (Tuổi Ngọc, 1969), *Tùy bút* (1970), *Mưa núi* (tập hợp những truyện tuyển trong *Đêm giã từ Hà-nội* và *Tháng giêng cỏ non*, Tân Văn, 1970), *Ngọn hải đăng mù* (Làng Văn, Toronto, 1987), *Một đêm thứ bảy* (Tổ hợp xuất bản miền Đông Hoa Kỳ, 1988), *Hồng Kông ở dưới chân* (Xuân Thu, 1989), *Chân bài thứ năm* (Nam Á, Paris, 1990), *Chuyến métro đi từ Belleville* (Nam Á, 1990).

Truyện dài:

*Mái tóc dĩ vãng* (Tiểu thuyết tuần san, 1963), *Cô thích nhạc Brahms?* (phóng tác), *Khi mùa thu tới* (Thái Lai, 1964), *Viên đạn đồng chữ nổi* (Văn, 1966), *Đêm kỳ diệu, Cùng đi một đường* (1967), *Sau khi bão tới* (Màn Ảnh, 1968), *Tới một tuổi nào* (Miền Nam, 1968), *Cũng đủ lãng quên đời* (Hồng Đức, 1969), *Lối đi dưới lá* (1969), *Mười đêm ngà ngọc* (Hoàng Đông Phương, 1969), *Thời thượng* (Côi Sơn, 1970), *Sống chỉ một lần* (Nguyễn Đình Vượng, 1970), *Hết một tuần trăng* (Tủ sách Văn Nghệ Khai Phóng, 1970), *Sau giờ giới nghiêm* (Tủ sách Văn Nghệ Khai Phóng, 1970), *Trong như hồ thu* (Tủ sách văn Nghệ Hiện Đại, 1971), *Mang xuống tuyền đài* (Tủ sách Văn Nghệ Khai Phóng, 1971), *Một ngày của Nhã* (1971), *Để tưởng nhớ mùi hương* (Nguyễn Đình Vượng, 1971), *Sóng ngầm* (Hoa Biển, 1971), *Sống như hình bóng* (Tiếng Phương Đông, 1972), *Hạnh phúc đến về đêm* (Nguyễn Đình Vượng, 1972), *Một đời còn tưởng nhớ* (Hải Vân, 1972), *Gần mười bẩy tuổi* (Nguyễn Đình Vượng, 1972), *Chỉ là ảo tưởng* (Sống Mới, 1972), *Suối độc* (Nguyễn Đình Vượng, 1973), *Tình yêu mầu khói nhạt* (Nguyễn Đình Vượng, 1973), *Bên lề giấc mộng* (Ngày Mới, 1973), *Chìm dần vào quên lãng* (Tiếng Phương Đông, 1973), *Cửa trường phía bên ngoài* (Đồng Nai, 1973), *Ánh lửa cuối đường hầm* (Anh Lộc, 1974), *Ôm đàn tới giữa đời* (Gìn Vàng Giữ Ngọc, 1974), *Những người tình tuổi Song Ngư* (Xuân Thu, 1992)...

Nhận định, hồi ức:

*Chân dung mười lăm nhà văn, nhà thơ Việt Nam* (Văn Khoa, 1985)

Thơ:

*Ta thấy hình ta những miếu đền* (Văn Khoa, California, 1989).

## ĐI THĂM MAI THẢO

Buổi sáng ngày lập đông, nam California vẫn là một ngày nắng đẹp tuy hơi se lạnh. Chúng tôi, anh Từ Mẫn nguyên giám đốc Nxb Lá Bối rồi Văn Nghệ, anh Phạm Phú Minh nguyên chủ bút Thế Kỷ 21 rồi Diễn Đàn Thế Kỷ, cùng hẹn nhau đi thăm mộ anh Mai Thảo. Riêng nhà thơ Thành Tôn, người có đầy đủ nhất các tư liệu về Mai Thảo vì bận bất ngờ không đi được.

Mộ chí Mai Thảo với 4 câu thơ trích từ tập Ta Thấy Hình Ta Những Miếu Đền; trên bia mộ là tờ Văn số đặc biệt Tưởng Mộ Mai Thảo *(tư liệu của Thành Tôn)*

Từ phải: Anh Từ Mẫn Võ Thắng Tiết và anh Phạm Phú Minh thăm mộ Mai Thảo 04.12.2016 *(photo by Ngô Thế Vinh)*

Mộ Mai Thảo trong khu vườn Vĩnh Cửu, gần nhà Thủy Tạ. Cô nhân viên của Peek Family nhận biết ngay tên nhà văn Mai Thảo, và cho biết thường chỉ có khách phương xa tới thăm. Quanh mộ Mai Thảo cỏ mọc xanh non, riêng tấm bia mộ bằng đá đen trải qua 18 năm vẫn nguyên vẹn với chân dung Mai Thảo và phía dưới có chạm khắc 4 câu thơ từ tập *Ta Thấy Hình Ta Những Miếu Đền:*

*Thế giới có triệu điều không hiểu*
*Càng hiểu không ra lúc cuối đời*
*Chẳng sao khi đã nằm trong đất*
*Đọc ở sao trời sẽ hiểu thôi*

Đặt mấy nhánh hồng trên mộ chí anh Mai Thảo, cùng với số báo Văn đặc biệt Tưởng Mộ anh, thắp mấy nén nhang với khói hương trầm tỏa khắp. Thăm anh Mai Thảo và nhớ tới anh với câu thơ Nguyễn Du: *Thác là thể phách còn là tinh anh.*

*California, 12.2016*

# BỐN MƯƠI NĂM DƯƠNG NGHIỄM MẬU VÀ TỰ TRUYỆN NGUYỄN DU

Nghiễm nhắm mắt mỉm cười dưới mặt đồng hồ
kim phút kim giờ cùng rớt xuống
*(photo by Trần Cao Lĩnh)*

"*... Kẻ có chữ bất mãn thường chọn cách viết sớ tâu lên... Những lá sớ lâm ly thảm thiết này thường không được nghe. Có kẻ dâng sớ nhiều lần nhưng không thấy cởi bỏ áo mũ trở lại làm phó thường dân mà vẫn ung dung tại vị hưởng bổng lộc của triều đình. Một đôi kẻ chấp bút có đôi chút tự trọng thì chọn con đường ở ẩn, không chọn con đường làm giặc nên không có tên trong Sưu Tặc Ký.*"
Từ Hải Ngoại Truyện, Dương Nghiễm Mậu, 2005.

# 1975: BÙI GIÁNG VÀ CON ĐƯỜNG DƯƠNG NGHIỄM MẬU

Sau 30 tháng 4, 1975 các văn nghệ sĩ không đi thoát, hoặc chọn ở lại như Dương Nghiễm Mậu, nếu không phải đám nằm vùng thì ai cũng chờ cái ngày đi vào nhà giam, các trại tù cải tạo. Giữa những ngày căng thẳng và ảm đạm ấy, có một người vẫn nhởn nhơ, đi tìm thăm bạn bè văn nghệ cũ. Không ai khác hơn đó là nhà thơ Bùi Giáng *Lá Hoa Cồn*. Trung niên thi sĩ lúc nào cũng gầy và già hơn tuổi, râu tóc xơ xác như từ bao giờ. Giữa một Sài Gòn thảng thốt, không biết anh đã lượm ở đâu trên đường mà có được bộ quân phục ngụy với quân hàm Đại tá, Bùi Giáng đem vận ngay vào người, chân thấp chân

Phóng viên chiến trường Dương Nghiễm Mậu đi qua nhịp cầu Tràng Tiền bị giựt sập trong Tết Mậu Thân, Huế 1968 *(photo by Đinh Cường)*

Tòa soạn báo Bách Khoa trước 1975, 160 Phan Đình Phùng, Sài Gòn, từ phải: chủ nhiệm Lê Ngộ Châu (2006), Vũ Hạnh, Nguyễn Hiến Lê (1984), Vi Huyền Đắc (1976), Lê Phương Chi, Võ Phiến (2015) *(nguồn: internet)*

cao đi nghêu ngao như diễn binh trên hè phố. *Có lẽ đây là hình ảnh tuyệt đẹp cuối cùng của cuộc chiến tranh Việt Nam, với một tân binh tình nguyện gia nhập đạo quân đã hoàn toàn rã ngũ.* Rồi Bùi Giáng cũng tới được khu nhà thờ Ba Chuông, nơi có căn nhà Dương Nghiễm Mậu. Bùi Giáng hồn nhiên đi sâu vào con hẻm chật chội ấy đã thấp thoáng màu cờ đỏ. Anh vẫn tỉnh táo nhớ đúng nhà, tới đập cửa rầm rầm đòi vào thăm cho được cố tri. Trầm tĩnh và bản lãnh như Nghiễm, mà trước tình huống ấy cũng vẫn như gái ngồi phải cọc; được cái lúc ấy chòm xóm còn là thân quen, mạng lưới công an chưa đủ dầy đặc để gây nỗi phiền hà. Ra khỏi nhà Dương Nghiễm Mậu, không biết Bùi Giáng còn đi gõ cửa tới thăm những ai khác, hay anh lại ra nơi đầu cầu Trương Minh Giảng như một người tỉnh táo đứng làm cảnh sát công lộ chỉ đường *"trên dòng luân lưu hỗn mang của lịch sử"* và để rồi sau đó nếu anh không bị đám "cách mạng 30" hay bọn công an đánh tả tơi sưng mặt mũi thì rồi cuối cùng chắc anh cũng lại tìm về với "mẫu hậu" Kim Cương, ngồi trước cửa phóng bút làm thơ tặng nàng.

Tuần lễ trước 30 tháng 4, 1975, nhân viên Đài Mẹ Việt Nam và những cây viết cộng tác đã được Mỹ lên kế hoạch di tản khỏi Việt Nam – để tránh bị trả thù. Trước ngày lên tàu ra đảo Phú Quốc, nhà văn Võ

Phiến tới thăm tòa soạn Bách Khoa, nơi vùng "xôi đậu" có Võ Phiến *Bắt Trẻ Đồng Xanh* ngồi chung với Vũ Hạnh *Bút Máu*; cũng là nơi mà Võ Phiến đã gắn bó suốt 18 năm cùng với tuổi thọ của tờ báo. Anh Lê Ngộ Châu chủ nhiệm Bách Khoa kể lại: Võ Phiến thì phải đi, nhưng linh cảm không có ngày về, vẻ mặt buồn thảm, anh chỉ ngồi khóc lặng lẽ không nói nổi lời giã từ và rồi đứng dậy bước ra khỏi tòa soạn.

Trước một ngày mất Sài Gòn, thì hầu như toàn bộ nhân viên Đài Mẹ Việt Nam trong đó có gia đình Võ Phiến *Giã Từ*, Lê Tất Điều *Phá Núi*, Viên Linh *Hóa Thân*, Túy Hồng *Tôi Nhìn Tôi Trên Vách*, Thanh Nam *Bóng Nhỏ Đường Dài* từ Phú Quốc đã được đưa lên con tàu lớn Challenger đậu sẵn ngoài khơi. Khi bờ biển Phú Quốc xa mờ trong tầm mắt, lần này thì Lê Tất Điều thấy Võ Phiến khóc. Cùng với những con tàu thuộc Đệ Thất Hạm đội, họ lênh đênh trên Biển Đông trong cuộc hải trình nhiều ngày để tới đảo Guam. Guam đã từng là căn cứ xuất phát của các đoàn phi cơ B52 trong cuộc chiến tranh Việt Nam với những trận *mưa bom trải thảm / carpet bombing* có sức tàn phá của một cơn địa chấn. Đảo Guam chỉ rộng 550 km2 sau tháng Tư 1975, là chặng dừng chân đầu tiên của hàng trăm ngàn người Việt tỵ nạn trước khi vào đất Mỹ. Vũ Khắc Khoan *Thần Tháp Rùa*, Nghiêm Xuân Hồng *Người Viễn Khách Thứ 10*, Mặc Đỗ *Siu Cô Nương* nhóm Quan Điểm cũng đi thoát và trước sau đặt chân tới các trại tỵ nạn trên đất Mỹ.

Chưa đến một tuần lễ sau, ngày 5 tháng 5, 1975 một trong những cây viết lâu năm của Bách Khoa, Phạm Việt Châu *Trăm Việt Trên Vùng Định Mệnh* đã tuẫn tiết tại tư gia khi cộng sản hoàn toàn chiếm Miền Nam. Cái chết rất sớm và tức tưởi của một tác giả có viễn kiến về lịch sử dân tộc, sức sáng tạo đang sung mãn mới bước vào tuổi 43, đã như một hồi chuông báo tử cho bao nhiêu tang thương diễn ra sau đó.

## 1975: CHIẾN DỊCH ĐỐT SÁCH

Những ngày sau 30 tháng 4, 1975, hai đứa con Vũ Hạnh trong bộ bà ba đen, tay cuốn băng đỏ, tới tòa báo Bách Khoa cũng là nơi cư ngụ của anh chị Lê Ngộ Châu. Trước khách lạ, đứa con gái nói giọng hãnh tiến: *"Tụi con mới từ Hóc Môn về, cả đêm qua đi kích tới sáng."* Người dân lành nào vô phước đi lạc trên đường ruộng đêm đó có thể bị tụi nó coi là ngụy. Những tên nằm vùng cùng với đám "cách mạng 30" này chỉ như phó bản đám Hồng vệ binh của Mao nhưng lại sau cả thập niên. Cũng chính những đám này là thành phần kích động chủ lực trong chiến dịch lùng và diệt tàn dư văn hóa Mỹ, chúng dẫm đạp những cuốn sách, nổi lửa đốt từng chồng sách rồi tới cả tới những kho sách. Những cuốn sách mà đa phần chúng chưa hề đọc, trong đó có cả một tủ sách *"Học Làm Người"*. Sách của những "tên biệt kích văn nghệ" còn được trưng bày trong tòa nhà triển lãm Tội ác Mỹ Ngụy cùng với vũ khí chiến tranh và chuồng cọp, dĩ nhiên có sách của Dương Nghiễm Mậu, có cả cuốn Vòng Đai Xanh của người viết.

Cảm khái với câu thơ Nguyễn Du trong Độc Tiểu Thanh ký: *văn chương vô mệnh cũng tro than / văn chương vô mệnh lụy phần dư.* Hơn hai ngàn năm sau, chẳng ai quên chuyện *"đốt sách chôn nho / phần thư, khanh nho"* của Tần Thủy Hoàng, nhưng không biết chỉ 100 năm tới đây, các thế hệ tương lai có ai còn giữ được "bộ nhớ" *Đã Có Một Thời Như Thế* – tên một bài viết của Nhật Tiến, về giai đoạn người Cộng sản Việt Nam đốt sách giam tù cả một thế hệ văn nghệ sĩ của Miền Nam?

## 1975: NHÀ HÀNG GIVRAL VÀ PHẠM XUÂN ẨN

Trước 1975, La Pagode, Brodard, Givral là nơi tôi, Phạm Đình Vy (chủ nhiệm Tình Thương) và các bạn y khoa thỉnh thoảng có dịp lui tới kể cả khi đã ra trường. Givral cũng là nơi thường gặp gỡ các nhà báo như Phạm Xuân Ẩn, Cao Giao, Nguyễn Tú, Như Phong Lê Văn Tiến… Phạm Xuân Ẩn, là bạn đồng môn với nhà văn Sơn Nam thời trung học Cần Thơ, gốc người Nam dáng chân quê mộc mạc. Trong suốt cuộc chiến tranh Việt Nam, Phạm Xuân Ẩn chỉ được biết tới như phóng viên của Reuters, sau đó chuyển sang tuần báo Times, trụ sở trong Continental Palace bên kia đường. Cũng không thể không nhắc tới khách sạn Caravelle, gần tòa nhà Quốc hội cũ, nơi tập trung đông đảo nhà báo ngoại quốc, nơi đặt văn phòng của các hãng thông tấn và truyền hình Mỹ như ABC, NBC, CBS… Cũng chính Morley Safer trong một buổi phát hình *CBS Evening News* ngày 5 tháng 8, 1965 chiếu cảnh lính Thủy Quân Lục Chiến Mỹ trong cuộc hành quân xua

Từ trái: Cao Giao Newsweek, Phạm Xuân Ẩn Times, Robert Shaplen New Yorker, Nguyễn Hữu Vượng Newsweek, Nguyễn Tú Chính Luận *(photo by Richard Avedon, Continental Hotel Saigon April 17, 1971; "The Spy Who Loved Us", Thomas A. Bass)*

dân ra khỏi làng và sau đó bật quẹt Zippo đốt nhà của họ, những hình ấy đã làm rúng động Tòa Nhà Trắng và cả nước Mỹ như một vết hằn sâu của một cuộc chiến bắt đầu thất nhân tâm. Bảy năm sau, Nick Ut phóng viên AP với bức hình *"Napalm Girl"* chụp trong trận giao tranh Trảng Bàng Tây Ninh ngày 8 tháng 6, 1972, cũng là thời điểm Quốc Hội Mỹ dứt khoát cắt viện trợ quân sự cho Miền Nam.

Đội quân báo chí hùng hậu ấy, trong suốt cuộc chiến tranh Việt Nam, có khả năng điều kiện hóa dư luận với *"những tin tức xấu từ một phía",* đủ làm nản lòng dân Mỹ, cùng với đám GI's đang cầm súng từ phía bên kia nửa vòng trái đất; truyền thông Mỹ có phần công lao không nhỏ gián tiếp đưa tới mất Miền Nam Tự Do và cũng là một thất trận đầu tiên trong lịch sử các cuộc chiến tranh của Hoa Kỳ. Và rồi, tất cả bọn họ cũng đã kịp tháo chạy trước khi Sài Gòn đổi chủ.

Và rồi mấy ngày đầu tháng 5, 1975, Givral lại như điểm hẹn của những người bạn còn kẹt lại, tới đó để biết ai ở ai đi và nghe ngóng tin tức. Từ những chiếc bàn nhìn qua khung kính trong suốt ấy, tình cờ gặp lại Phạm Xuân Ẩn. Ẩn cũng đã từng tới thăm tòa soạn báo sinh viên Y khoa Tình Thương trên đường Nguyễn Bỉnh Khiêm ngày nào. Vợ con Phạm Xuân Ẩn đã được tuần báo Times cho di tản trước đó nhiều hôm, nhưng Ẩn thì ở lại. Với hơi chút ngạc nhiên và vẻ quan tâm, Ẩn hỏi tôi: *"Vinh, tại sao toa không đi?"* Lúc đó chỉ như một câu hỏi xã giao, nhưng phải sau này, khi đã ở trong vòng rào các trại tù cải tạo, tôi mới thấm thía vỡ lẽ được câu hỏi ấy của Phạm Xuân Ẩn, nó đã như lời báo bão về những năm tháng tù đày từ một chính sách mà Ẩn thì biết rất rõ. Trong vỏ bọc của một nhà báo làm cho tuần báo Times danh tiếng của Mỹ, thực chất trước đó nhiều năm Phạm Xuân Ẩn là một điệp viên chiến lược đơn tuyến của Cộng sản Hà Nội. Sau này cũng chính Phạm Xuân Ẩn tâm sự với Morley Safer chương trình *60 Minutes* của CBS rằng khi Sài Gòn sụp đổ không dễ gì để nói với đám "cách mạng 30" đeo súng AK lúc đó rằng, tôi là đại tá quân đội của họ, không phải CIA. Có thể tôi bị tụi nó giết và cả con chó của tôi cũng bị nướng sống. *(Flashback, Vietnam Revisited 1989, The Spy in Winter)*

## 1975: NHÀ BÁO NHƯ PHONG

Chỉ sau cụ Hoàng Văn Chí *Trăm Hoa Đua Nở Trên Đất Bắc*, người hiểu rõ cộng sản sau này không ai hơn nhà báo Như Phong Lê Văn Tiến. Cô Thần cũng là bút hiệu khác của Như Phong *Khói Sóng* trên nhật báo Tự Do, một chuyên mục viết về cộng sản Miền Bắc. Hiểu cộng sản như vậy, với biết trước những tháng năm tù đày, vậy mà anh vẫn chọn ở lại. Gặp lại anh tại nhà luật sư Mai Văn Lễ, trước bệnh viện Sùng Chính trên đường Trần Hưng Đạo. Anh Mai Văn Lễ có một thời làm Khoa trưởng Luật khoa Huế thời Phật giáo Tranh đấu, bây giờ chỉ còn lại mình anh, chị và hai con thì đã đi trước đó một tuần lễ.

Trưa ngày 30 tháng Tư, ngay sau khi lệnh đầu hàng được phát đi, có thể thấy từ mấy tầng lầu cao là một cơn mưa confetti, chỉ một màu trắng của những mảnh vụn giấy tờ tùy thân của quân cán chính cần được xé hủy trước khi cộng quân hoàn toàn kiểm soát Sài Gòn. Không kể những giày nón quân phục được cởi bỏ vội vàng vứt tả tơi trên đường phố. Là người đi trước thời cuộc, anh Như Phong tiên đoán đúng những gì sắp diễn ra: chiến dịch đánh tư sản, kế hoạch đổi tiền cho mỗi hộ khẩu và rồi những cuộn giấy bạc sau đó trở thành rẻ rách và rồi sẽ là quần đảo ngục tù / *Gulag Archipelago* một tên sách của Solzhenitsyn. Dư tiền cũ thiên hạ đổ xô đi mua vàng, đôla chợ đen không dễ gì có trong thời điểm này. Anh Như Phong thì chỉ gợi ý mua những cuộn len quý nhồi trong các bộ nệm sa lông giống như ngoài Bắc, sau này khi cần có thể gỡ dần ra bán để kiếm sống. Nói vậy thôi chứ thái độ của cả mấy anh em vẫn là *"chờ xem"*.

Và rồi vang lên tiếng xích sắt nghiến trên mặt đường nhựa, nhìn qua khung cửa là những chiếc tăng T54 treo cờ giải phóng hối hả chạy về phía trung tâm Sài Gòn.

## 1980: CŨNG ĐỪNG TỚI THĂM

Ra tù ba năm sau, trở về một Sài Gòn đã đổi khác. Nếu còn chút gì thân quen thì là mấy người bạn, không nhiều còn ở lại. Anh ấy là một trong những cố tri đầu tiên tôi nghĩ tới thăm. Là giáo sư đại học, anh tốt nghiệp ở Mỹ, trở về Việt Nam từ cuối thập niên 1960, đầy lý tưởng, ôm mộng lớn về một cuộc cách mạng xã hội – theo anh *công bằng xã hội/ social justice* phải là giải pháp rốt ráo cho một cuộc chiến tranh bế tắc đang diễn ra khốc liệt giữa hai miền Bắc Nam. Tôi cũng đã từng gặp anh ở Mỹ và cả những năm sau này ở Việt Nam. Sự sụp đổ mau chóng của Miền Nam với anh là cả một "giấc mộng lỡ". Tuy không phải chịu những năm tháng tù đày, nhưng cuộc sống gia đình anh, cũng như cả Miền Nam rõ ràng là khó khăn. Từng bước, anh đã bán những bộ tự điển quý lúc đó rất có giá, cho đám học giả đói sách từ Bắc vào mua; tiếp đến là đồ đạc tranh tượng, cuối cùng còn lại là một *tủ sách khoa-học-xã-hội* đồ sộ mà anh đem từ Mỹ về thì nay trở thành vô giá – *no value*, chỉ có thể đem cân ký bán lạt-son để làm bột giấy. Vợ anh là cô giáo cũng phải ra giữa chốn chợ trời tần tảo kiếm sống. Anh thì quá nhậy cảm để thấy nỗi đau và nhục.

Gặp lại anh, vẫn nét mặt trí thức và đôn hậu như ngày nào, nhưng trong ánh mắt thì lộ rõ vẻ bất an. Thoáng nét vui mừng nhưng anh kịp kìm hãm, vừa nói vừa canh chừng nhìn ra cửa: "*Biết toa được ra trại thì mừng nhưng cũng xin toa đừng tới thăm"*. Sự thẳng thắn rất trực tiếp của anh, thoáng như một gáo nước lạnh, nhưng tôi cảm thông và vẫn rất thương anh. Gia đình bên vợ anh ở Mỹ đang làm thủ tục bảo lãnh, nghĩ rằng việc có liên hệ với lính ngụy với tù cải tạo có thể là cản trở cho cuộc hành trình hy vọng của gia đình anh tới bến bờ tự do ấy. Anh phản ứng theo hoàn cảnh, không chút phán đoán tôi vẫn dành cho anh sự kính trọng, và mai mốt đây nếu có ngày gặp lại anh thì chắc chắn phải là trên một lục địa khác. Rất sớm trên toàn Miền Nam đã bắt đầu có một mạng lưới tai mắt tổ dân phố và công an đủ để gây hoài nghi và cả sự sợ hãi.

Ra khỏi nhà anh, có lại được niềm vui ấm lòng khi gặp người bạn tấm cám Nghiêu Đề. Nghiêu Đề cho biết mới gặp Sao Trên Rừng đi xe gắn máy từ Đà Lạt xuống, ngạc nhiên thấy Nguyễn Đức Sơn lần đầu tiên ăn vận đồ lớn complet cravate, hỏi tại sao thì Sơn cười giọng khinh mạn: *"có vậy mới khỏi lẫn với tụi nó"*.

## 1980: TRẦN PHONG GIAO NGOÀI CHỢ

Trần Phong Giao dáng vạm vỡ, da sậm có vẻ công nhân lao động ngoài nắng hơn là người làm việc chữ nghĩa văn phòng. Nổi tiếng là thư ký tòa soạn báo Văn trong 8 năm từ 1963 tới 1971, một tờ báo có vị trí đặc biệt trong sinh hoạt văn học Miền Nam với phát hiện những cây bút mới và không ít sau này đã trở thành những tên tuổi. Sau Văn, anh thử làm nhiều công việc khác cũng trong lãnh vực báo chí, xuất bản, rồi thủ thư nhưng đã không để lại nhiều dấu ấn như ở Văn. Không lâu sau 30 tháng 4, cả hai anh chị đã phải chạy chợ kiếm sống với chiếc xe ba bánh, đậu trên đường Lê Thánh Tôn đứng bán từng bó củi, mấy nải chuối hay những bó rau tươi để nuôi đàn con. Ngày ra tù, tới thăm anh, vẫn ở trong con hẻm gần Cầu Kiệu, bên Tân Định, anh gầy sút đi nhiều hai chân đã rất yếu. Gia tài của anh đáng giá vỏn vẹn còn một tủ sách, quý nhất là trọn bộ báo Văn đóng bìa da, một sự nghiệp của Trần Phong Giao nhưng rồi anh cũng đã không giữ được và phải đem bán cho một Việt kiều từ Mỹ về để có tiền chạy gạo và thuốc men. Trần Phong Giao mất trong sự túng quẫn và bạo bệnh (2005), anh cũng bước qua được ngưỡng tuổi cổ lai hy.

## 1981: VÀ NHỮNG BỮA CƠM GIA ĐÌNH

Ngôi nhà Nghiễm trong con hẻm với mặt tiền hẹp nhưng khá sâu. Nghiễm mặc quần soóc, áo thun trắng, đôi mắt rất tinh anh lúc nào cũng như mỉm cười, trông trẻ hơn tuổi của một người sinh năm 1936.

Tuy sống gần khu Chợ Cũ, sẵn những quán ăn vỉa hè và nhà hàng, rất tiện cho nếp sống cơm hàng cháo chợ, nhưng thường sau một ngày làm việc, thay vì về nhà tôi ghé nhà Nghiễm, được chị Trang vợ Nghiễm cho thêm chén thêm đũa với những bữa ăn đạm bạc nhưng ngon miệng vì là bữa cơm hạnh phúc gia đình. Trong tù, tôi và Nghiễm thì đã quen với những bữa ăn đói ngày đêm, ra ngoài tuy rau đậu nhưng cũng là bữa tạm no. Người lớn thì không sao, nhưng với trẻ nhỏ đang tuổi "mau ăn, chóng lớn" thì khẩu phần ấy phải xem là suy dinh dưỡng. Nếu không là ngày phải ra trễ, tôi ghé qua chợ mua một món ăn gì đó, đem tới bày thêm vào mâm cơm gia đình. Có thêm món thịt, thêm chút chất đạm thì hôm đó với hai đứa nhỏ như là bữa tiệc. Những lần gặp nhau, tôi và Nghiễm đều ít nói. Hình như Nghiễm có viết ở đâu đó là những điều không cần nói ra nhưng cũng đã hiểu nhau rồi. Chỉ có cô giáo Trang vợ Nghiễm sau một ngày dạy học mệt nhọc nhưng lúc nào cũng có đôi chuyện vui từ trường đem về gia đình. Miền Nam tài nguyên thì vẫn nguyên vẹn, nhưng đã có chính sách bần cùng hóa kiểm soát từng bao tử của người dân qua khẩu phần và sổ lương thực của họ.

## 1982: DƯƠNG NGHIỄM MẬU VÀ MỘT THANH TÂM TUYỀN KHÁC

Đã gặp Thanh Tâm Tuyền ở những ngày 30 tháng Tư 1975 nơi một căn nhà nhỏ bên Gia Định. Vợ Tâm lúc đó cũng vừa sinh đứa con trai út trong cảnh tán loạn bệnh viện Nguyễn Văn Học. "Một Chủ Nhật Khác", cuốn tiểu thuyết cuối cùng của *"một thời để yêu một thời để chết"* cũng vừa mới in xong, chưa kịp phát hành. Ra tù 1982, gặp lại Thanh Tâm Tuyền của *Bếp Lửa*, bằng tuổi Dương Nghiễm Mậu nhưng trông anh già hơn nhiều, da sậm đen sắc diện của một người bị bệnh sốt rét kinh niên. Khó có thể tưởng tượng với vóc dáng mảnh mai ấy anh sống sót qua suốt bảy năm tù đày ngày nào cũng đói lạnh nơi những vùng sơn lam chướng khí ấy ở các trại giam Miền Bắc. Bảy năm đốn tre trẩy gỗ trên ngàn, bị tre nứa đâm xuyên đùi không giải phẫu thuốc men nhưng anh vẫn sống sót, trong tù chống rét anh tập hút thuốc lào, không giấy bút anh vẫn làm thơ qua trí nhớ nhưng là những bài thơ trở về với các thể thơ truyền thống. *Thơ ở Đâu Xa* là tập thơ cuối cùng làm trong tù TTT cho xuất bản ở bên Mỹ (1990).

*Trong một cuộc phỏng vấn rất hiếm năm 1993, Thanh Tâm Tuyền đã giải thích sự chuyển biến trong thi ca của anh: "Làm thơ trong trại cải tạo, cũng là trở về với thi ca truyền thống dân gian/ Faire de la poésie dans un camp de redressement, c'est aussi retourner à la poésie de tradition populaire." (Thanh Tam Tuyen, la poésie entre la guerre et le camp; par Le Huu Khoa, Publications de l'Université de Provence)*

Trong chỗ rất riêng tư, anh tâm sự: Thái Thanh bạn anh đã dứt khoát không hát từ sau 1975. Khi biết Thanh Tâm Tuyền vừa ra tù đến thăm, cô ấy cầm đàn và hát lại những bài thơ phổ nhạc của anh: *Đêm màu hồng, Nửa hồn thương đau, Lệ đá xanh*… tuy ấm lòng gặp lại cố tri nhưng rồi anh đã không còn nguyên vẹn cảm xúc để nghe lại những thanh âm ngày cũ. Anh đã nói không với những người mới muốn gặp anh. Anh vẫn giữ thái độ đó khi sang định cư ở Mỹ. Sự khép kín ấy khiến Mai Thảo đôi khi cũng phản ứng giận lẫy.

Rồi cũng có một buổi gặp gỡ cuối 1982, từ nhà Nghiễm có Doãn Quốc Sỹ, Thanh Tâm Tuyền và tôi cùng đi bộ tới một quán cóc cũng trên đường Trương Minh Giảng nơi gần đường xe lửa. Thức uống của Nghiễm bao giờ cũng là một chai bia. Nhắc tới Tô Thùy Yên *Trường Sa Hành* thì vẫn còn ở trong tù. Rồi chẳng ai nhắc tới nỗi khổ hiện tại mà câu chuyện lại xoay quanh những người bạn may may mắn ở phương xa. Những người đi thoát trước 1975, vài tên tuổi được nhắc tới: Thanh Nam - Túy Hồng, Vũ Khắc Khoan, Mặc Đỗ, Võ Phiến, Lê Tất Điều, Viên Linh… Nhưng rồi tên Mai Thảo *Bản Chúc Thư Trên Ngọn Đỉnh Trời* vẫn như điểm hội tụ của những tin tức. Anh là nhà văn duy nhất hiếm hoi thoát các vụ ruồng bắt của cộng sản trong suốt

Doãn Quốc Sỹ – Thanh Tâm Tuyền trước
Nhà Thờ Đức Bà – Sàigòn 1985

hai năm sống lẩn lút ở Sài Gòn. Vẫn có nhiều người liều mạng che chở cho anh. Trần Dạ Từ *Tỏ Tình Trong Đêm* cùng với rất nhiều nhà văn nhà báo thì đang trong tù, Nhã Ca *Giải Khăn Sô Cho Huế* ra tù sớm phải cưu mang một đàn con nhỏ nhưng cũng chính mấy mẹ con Nhã Ca đã bất chấp hệ lụy cất giấu bác Mai Thảo trong nhà, một căn phố lầu trên góc đường Tự Do, đây cũng là chặng ẩn náu cuối cùng của Mai Thảo cho đến khi anh vượt biển rất sớm thoát được tới đảo Pulau Besar (Mã Lai) đầu tháng 12, 1977.

Hai năm sau Mai Thảo, 1979, phải kể tới chuyến đi thừa sống thiếu chết của 81 thuyền nhân trong số đó có Nhật Tiến *Người Kéo Màn* và thầy Từ Mẫn *Lá Bối*, vợ chồng ký giả Dương Phục - Vũ Thanh Thủy… và con tàu đã gặp nạn hải tặc Thái Lan trên biển rồi trên đảo

Koh Kra, và cũng rất sớm qua ngòi bút của người chứng Nhật Tiến đã ghi lại những thảm cảnh ấy và bắt đầu làm rúng động lương tâm thế giới. Cũng khởi đầu cho phong trào Cứu Người Vượt Biển về sau này.

Sau lần gặp gỡ nơi nhà Nghiễm, Thanh Tâm Tuyền chuẩn bị đi Mỹ theo diện HO, cho dù "tâm thái" – chữ của TTT, vẫn gắn bó với một quê hương mà anh không muốn xa rời, riêng tác giả *Ba Sinh Hương Lửa* lại vào tù tổng cộng 14 năm trước khi đi định cư 1995 và gặp lại Mai Thảo ở Quận Cam.

Trên đường đi, tôi không thể không có ý nghĩ nếu làm một con toán cộng những năm tù đày của mỗi văn nghệ sĩ Miền Nam, con số ấy phải vượt trên nhiều thế kỷ. Không phải chỉ có oan nghiệt giam cầm hủy hoại những thân xác, họ còn giết chết sức sáng tạo của văn nghệ sĩ trong khoảng thời gian sung mãn nhất. Một nỗ lực hủy diệt cả một nền văn hóa đến tận gốc: trước lịch sử, ai phải nhận lãnh trách nhiệm cho những tội ác thiên thu ấy?

## TIỂU SỬ DƯƠNG NGHIỄM MẬU 1936 – 2016

Dương Nghiễm Mậu tên thật là Phí Ích Nghiễm, sinh năm 1936 tại Hà Đông, cùng năm sinh với Thanh Tâm Tuyền, Thảo Trường. Học tiểu học trường Hàng Than, trung học Chu Văn An (Hà Nội). Cùng học 2 trường ấy nhưng Nghiễm hơn tôi 5 tuổi, có lẽ trên nhiều lớp nên không được biết anh. 1954 di cư vào Nam. Từ 1957 viết nhiều tùy bút, đoản văn, truyện ngắn, truyện dài cho Sáng Tạo, Thế Kỷ 20, Văn, Văn Học, Bách Khoa, Giao Điểm, Chính Văn. Có một giai đoạn ngắn, Nghiễm sinh hoạt nơi *Đàm Trường Viễn Kiến* của Nguyễn Đức Quỳnh *Ai Có Qua Cầu*. Từ 1962, làm tạp chí Văn Nghệ với Lý Hoàng Phong, anh của nhà thơ Quách Thoại. Tập truyện ngắn đầu tay *Cũng Đành*, Văn Nghệ xuất bản năm 1963. Truyện dài *Gia Tài Người Mẹ,* giải thưởng Văn Chương Toàn Quốc 1966. Nhập ngũ 1966 với cấp bậc hạ sĩ đồng hóa, làm phóng viên chiến trường đến tháng 4/1975. Sau 1975 bị bắt, ra tù 1977, sống bằng nghề sơn mài tại Sài Gòn.

Dương Nghiễm Mậu đột ngột qua đời ngày 2 tháng 8 năm 2016 do bị nhồi máu cơ tim, thọ 80 tuổi.

## 2006: NHỮNG CƠN MƯA SÀI GÒN

Từ một khách sạn nhỏ gần đường Tự Do, để tới khu nhà thờ Ba Chuông, đi bộ thì quá xa, taxi thì nạn kẹt xe, tôi chọn Honda ôm, nhưng đã không tránh khỏi thót tim vì mấy tay lái xe quá liều mạng: chạy nhanh len lách, ngược dòng xe cộ, cắt cả lên vỉa hè đông người đi bộ mà anh ta cho là an toàn hơn đi theo luật giao thông. Tuy không có mẩu giấy địa chỉ trên tay, nhưng có trí nhớ tốt về hình ảnh / *photographic memory*, tôi nghĩ vẫn có thể tìm ra nhà Dương Nghiễm Mậu vẫn trong ngõ hẻm ấy cho dù đã nhiều năm không gặp. Nhà đã được xây lại, cất thêm một từng lầu. Nghiễm nay là nghệ nhân sơn mài, chị Trang vợ Nghiễm thì vẫn dạy Anh văn ở Marie Curie, hai con Nghiễm đã trưởng thành tốt nghiệp đại học và đi làm. Cả gia đình đều làm việc cật lực để tạo được một cơ ngơi như hôm nay.

Một số tác phẩm của Dương Nghiễm Mậu đã xuất bản *(tư liệu Phan Nguyên)*

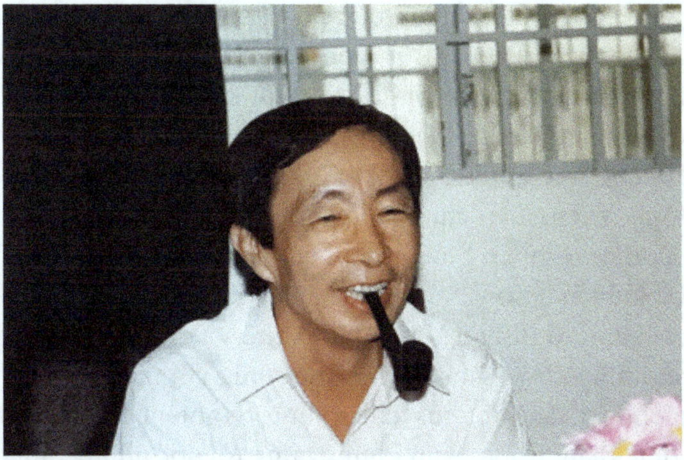

Dương Nghiễm Mậu Sài Gòn 1997, hình do Thế Uyên tặng Võ Phiến *(tư liệu Viễn Phố)*

## KHI NHÀ VĂN LÀ CON BỆNH

Tháng 9, 2006 gặp lại Nghiễm sau bao năm, khi anh vừa bước vào ngưỡng tuổi cổ lai hy. Thanh Tâm Tuyền vừa mất trước đó 6 tháng (03/2006). Như Phong *Khói Sóng* mất đã 5 năm (12/2001), Mai Thảo *Ta Thấy Hình Ta Những Miếu Đền* cũng mất trước đó 8 năm (01/1998), cùng năm với Nghiêu Đề *Ngọn Tóc Trăm Năm* (11/1998). Họ là những nghệ sĩ Việt Nam chọn tự do phải sống lưu vong và vùi thân ở một nơi không phải quê nhà.

Nghiễm thì vừa gặp nạn ở cái tuổi 70, khi đang đi bộ trên lề, anh bị một xe gắn máy chắc cũng lại xe ôm leo lên tông gẫy xương cổ chân, phải phẫu thuật bó bột gần 2 tuần lễ rồi mà còn sưng đau, vẫn phải chống nạng. Nghiễm giỏi chịu đựng, không hề than đau, chính điều ấy khiến tôi quan tâm. Nghiễm cần được tái khám để có một ý kiến thứ hai / *second opinion*. Tôi nghĩ tới một bạn đồng môn còn ở lại, chuyên khoa chỉnh trực, giảng dạy ở Y khoa, bạn bè gọi anh là người có bàn tay vàng trong phẫu thuật chấn thương chỉnh hình. Anh cũng có phòng mạch tư ngoài giờ và tôi đề nghị đưa Nghiễm tới đó. Nghiễm thì lưỡng lự không muốn nhưng vì tình bạn anh đã không thể nói không.

Không có địa chỉ, nhưng biết phòng mạch Bs Võ Thành Phụng trên đường Lê Văn Duyệt, đối diện với trụ sở Tổng Liên Đoàn Lao Công cũ. Với một cổ chân bị gẫy còn rất sưng đau, thì lên và xuống taxi lúc này không phải là dễ dàng đối với Nghiễm. Cơn mưa nhiệt đới thì vẫn cứ tầm tã từ nhà cho tới khi Nghiễm bước chân được vào phía trong phòng mạch. Gặp chị Võ Thành Phụng, khi biết người bệnh là nhà văn Dương Nghiễm Mậu, thì tôi hầu như không còn vai trò gì nữa. Chị là độc giả lâu năm và rất quen thuộc với các tác phẩm của Dương Nghiễm Mậu, từ thời báo Văn, Văn Nghệ và cả Sáng Tạo ngày nào, không kể những cuốn sách của Nghiễm mà chị đã đọc. Phòng mạch đông khách, do sắp xếp của chị Phụng, Nghiễm là bệnh nhân mới được ưu tiên khám trước. Anh Phụng cùng tôi đọc những tấm phim chỉ rõ xương cổ chân gẫy chưa lành nhưng không nhiều di lệch nên không cần thêm phẫu thuật mà là điều trị bảo tồn. Quá bận bịu với chuyên môn, anh Phụng có lẽ không là độc giả của Dương Nghiễm Mậu như chị Phụng, nhưng Nghiễm đương nhiên trở thành người bệnh đặc biệt của phòng mạch anh chị hôm đó. Trời vẫn không ngớt mưa, trong taxi trên đường về, tôi nói đùa với Nghiễm, trong cuộc đời viết văn, tôi chưa bao giờ có hạnh phúc được gặp một nữ độc giả tâm đắc và yêu văn chương đến như vậy. Rất ít bày tỏ, như từ bao giờ, Nghiễm chỉ đáp lại bằng một nụ cười hiền.

## 2012: TỪ HẢI NGOẠI TRUYỆN

Trước 1975, đọc *Kinh Kha với con chủy thủ trên đất Tần bất trắc* trong *Nhan Sắc* để thấy truyện Dương Nghiễm Mậu là những tình huống và thái độ lựa chọn, rất biểu tượng và nhiều ẩn dụ. Nghiễm viết truyện xưa mà nói tới nay. Kinh Kha qua sông Dịch, chàng lọt vào được cung điện, khi đã kề đoản đao vào cổ Tần Vương, nhưng thay vì run sợ, thì Tần Vương lại ngửa mặt cười. Và Kinh Kha chợt hiểu ra tất cả: giết bạo chúa này sẽ lại có một bạo chúa khác… Và hình ảnh Kinh Kha lầm lũi rời khỏi cung điện vẫn là nỗi đau không cùng, như một dự báo oan khiên cho ngày hôm nay.

*Từ Hải Ngoại Truyện* được Dương Nghiễm Mậu viết khoảng 10 năm sau 1975, (Gia Định, 2005). Từ Hải là nhân vật được Dương

Dương Nghiễm Mậu gẫy chân, ngồi cười trước tủ sách, hai tay tựa trên khung đi / walker *(photo by Ngô Thế Vinh 09/ 2006)*

Nghiễm Mậu khá nâng niu. Phí Ích Bành, em Nghiễm, trao cho tôi một phong bì với 16 trang chữ có ít dòng thủ bút của Nghiễm. Đọc ngay những trang viết ấy để thấy một *Từ Hải Ngoại Truyện* nửa anh hùng nửa thảo khấu, rất khác với nhân vật chính truyện khi chọn con đường bổng lộc giam thân về chốn triều đình.

Một trích đoạn về bối cảnh xã hội trong Từ Hải Ngoại Truyện: *"Một hôm thầy Khổng ngồi xe đi trên đường thì thấy một bô lão bước tới vái chào, thầy Khổng cho dừng xe lại, trong chốc lát cả một đám đông trẻ con gầy còm nhếch nhác vây quanh. Ông lão nói: nghe thiên hạ nói thầy nhiều chữ nên tới xin một ít. Khổng Tử liền mở cái hòm gỗ lấy ra một cuốn sách trao tận tay cụ già. Cụ già cầm lấy ngắm nghía rồi lật những trang sách nhìn trên nhìn dưới rồi gấp lại đưa trả thầy Khổng và nói: tôi không biết dùng cái này để làm gì. Có tiếng cười khả ố vang lên từ một người trung niên ở trần, đóng khố: sách chẳng có giá trị gì đối với những người không có cơm ăn và mù chữ. Ông hãy bước chân xuống ruộng, đi cày trồng lúa rồi lấy thóc mà cho họ thì có ích hơn. Chuyện chỉ kể tới đó không cho biết hành xử của thầy Khổng ra sao."*

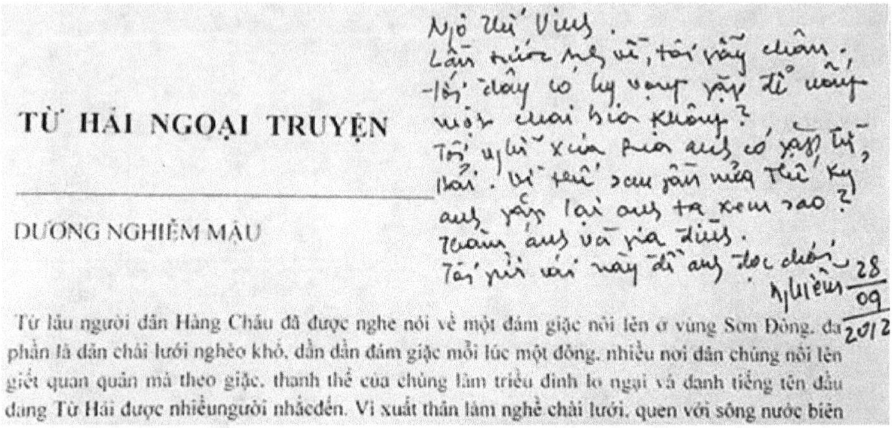

TỪ HẢI NGOẠI TRUYỆN

DƯƠNG NGHIỄM MẬU

Từ lâu người dân Hàng Châu đã được nghe nói về một đám giặc nổi lên ở vùng Sơn Đông. đa phần là dân chài lưới nghèo khổ. dần dần đám giặc mỗi lúc một đông. nhiều nơi dân chúng nổi lên giết quan quân mà theo giặc. thanh thế của chúng làm triều đình lo ngại và danh tiếng tên đầu đang Từ Hải được nhiềungười nhắcđến. Vì xuất thân làm nghề chài lưới. quen với sông nước biển

Ngô Thế Vinh.
Lần trước gặp vội, tôi quên chưa hỏi:
Tôi đây có ý muốn gặp để nói
một chuyện biển không?
Tôi nghĩ xưa kia anh có gặp Từ
Hải. Vì thế sau gần nửa Thế kỷ
anh gặp lại anh ta xem sao?
Thăm anh và gia đình.
Tôi gửi cái này để anh đọc chơi.
Nghiêm 28/09/2012

*Từ Hải Ngoại Truyện* với thủ bút Dương Nghiễm Mậu *(tư liệu Ngô Thế Vinh)*

Cũng trong *Từ Hải Ngoại Truyện,* Dương Nghiễm Mậu viết về giới quan lại khoa bảng: *"Trong Sưu Tặc Ký những kẻ nổi lên làm giặc thường xuất thân là dân thuyền chài, kẻ cầy ruộng, người chăn trâu, kẻ đốn củi; tuyệt nhiên không thấy có kẻ nào đậu tiến sĩ, trạng nguyên. Không tên giặc nào có làm thơ làm phú, hoặc từng làm quan, làm thầy giáo mà đi làm giặc. Ở những sách khác có viết về kẻ có chữ bất mãn thường chọn cách viết sớ tâu lên: khi thì đòi chém tham quan ô lại, khi kêu ca sưu cao thuế nặng khiến dân đen chết đói, khi kêu oan cho lương dân bị chết chém… Những lá sớ lâm ly thảm thiết này thường không được nghe. Có kẻ dâng sớ nhiều lần nhưng không thấy cởi bỏ áo mũ trở lại làm phó thường dân mà vẫn ung dung tại vị hưởng bổng lộc của triều đình. Một đôi kẻ chấp bút có đôi chút tự trọng thì chọn con đường ở ẩn, không chọn con đường làm giặc nên không có tên trong Sưu Tặc Ký."*

Dương Nghiễm Mậu viết những dòng cuối: *"Từ những trang sách tới thực tế của chuyến đi làm ta hoài nghi những ghi chép của người xưa… nhiều sách truyện đã để cho Từ Hải chết đứng giữa trận tiền. Một anh hùng phải có cái chết anh hùng. Trong ngoại truyện Từ Hải, cuối cùng Từ Hải đã chết nhưng chết một cách khác, không phải cách chết đứng giữa trận tiền."*

Rồi từ chuyện xưa mà hóa ra nay, Dương Nghiễm Mậu viết tiếp:

*"Nhiều sách tạo ra những anh hùng như mô tả kẻ tự biến mình thành cây đuốc sống, lấy thân mình bịt họng súng thần công, ôm bom lao vào quân giặc mà chết. Hầu hết những anh hùng trong sách đó chẳng bao giờ người ta tìm ra tung tích."*

Tưởng cũng nên nói thêm, căn nhà của gia đình Nghiễm không xa cây cầu Nguyễn Văn Trỗi trên đường Công Lý thời chống Mỹ, rồi không thể không nhắc tới "cây đuốc sống" Lê Văn Tám đốt kho xăng Thị Nghè 1945 thời chống Pháp: nhân vật mà sau này Trần Huy Liệu, bộ trưởng Bộ Thông tin Tuyên truyền của Việt Nam Dân Chủ Cộng Hòa vào những ngày cuối đời đã trối trăng lại với đám môn sinh: Lê Văn Tám chỉ là sản phẩm tuyên truyền và không có thật.

Ba mươi hai năm sau 1975, qua liên lạc vận động của nhà thơ Nguyễn Quốc Thái, (cũng là người giới thiệu Phạm Duy đến với Công ty Phương Nam), nhà xuất bản Phương Nam đã tái bản 4 tập truyện ngắn của Dương Nghiễm Mậu *(Đôi Mắt Trên Trời, Cũng Đành, Nhan Sắc, Tiếng Sáo Người Em Út)*, và truyện dài *Nguyệt Đồng Xoài* của Lê Xuyên. Ngay sau đó, Vũ Hạnh, tuổi đã ngoài 80, như một đao phủ đã không nương tay viết bài đấu tố Dương Nghiễm Mậu, Lê Xuyên, và quy tội Công ty Phương Nam.

Vũ Hạnh viết: *"Sách của Dương Nghiễm Mậu thì nổi bật tính phản động tha hóa lớp trẻ hầu đưa đẩy họ vào sự chống phá cách mạng, chống lại sự nghiệp giải phóng đất nước khỏi sự thống trị của bọn đế quốc xâm lược, còn sách của Lê Xuyên là tính đồi trụy."* Vũ Hạnh viết tiếp: "*Vì những lẽ đó, rất nhiều bức xúc, phẫn nộ của các bạn đọc khi thấy Công ty Phương Nam ấn hành sách của ông Dương Nghiễm Mậu… Đem những vũ khí độc hại ra sơn phết lại, rêu rao bày bán là một xúc phạm nặng nề đối với danh dự đất nước."* Và rồi cũng Vũ Hạnh kể lể: *"các tác giả Dương Nghiễm Mậu, Lê Xuyên sống lại ở thành phố này vẫn được đối xử bình đẳng, không hề gặp bất cứ sự quấy phiền nào."* (Sài Gòn Giải Phóng, 22/4/2007).

Tưởng cũng nên ghi nhận ở đây, trước 1975 đông đảo thế hệ văn nghệ sĩ Miền Nam không thiếu lòng nhân ái đã hơn một lần cùng vận động ký tên yêu cầu thả Vũ Hạnh. Vũ Hạnh cũng được Văn Bút Việt Nam che chở, và khi bị kết án tù thì chính linh mục Thanh Lãng, Chủ tịch Văn Bút đứng ra bảo lãnh, để rồi sau đó Vũ Hạnh lại công khai ra ngoài hoạt động.

Sau 1975, nhiều nhà văn nhà báo miền Nam ấy đã chết rũ trong tù như Hiếu Chân Nguyễn Hoạt, Hoàng Vĩnh Lộc, Nguyễn Mạnh Côn, Phạm Văn Sơn, Trần Văn Tuyên, Trần Việt Sơn, Vũ Ngọc Các, Anh Tuấn Nguyễn Tuấn Phát, Dương Hùng Cường… hay vừa ra khỏi nhà tù thì chết như Hồ Hữu Tường, Vũ Hoàng Chương. Nếu còn sống sót, đều nhất loạt phải gác bút: Dương Nghiễm Mậu sống bằng nghề sơn mài, Lê Xuyên ngồi bán thuốc lá lẻ ở đầu đường, Trần Lê Nguyễn tác giả kịch *Bão Thời Đại* thì phải đứng sạp bán báo để độ nhật, Nguyễn Mộng Giác *Đường Một Chiều* làm công nhân sản xuất mì sợi, Trần Hoài Thư *Ngọn Cỏ Ngậm Ngùi* ba năm ở tù ra trở thành *Người Bán Cà Rem Dạo.*

Nghiễm vốn tâm lành, nếu có ai nhắc đến chuyện Vũ Hạnh thì anh chỉ cười, giọng vẫn bao dung, anh tin trên đời người tốt nhiều hơn kẻ xấu, kẻ xấu như vậy rốt cuộc họ cũng tự thấy sai. Nghiễm có lạc quan quá không vì đã hơn 40 năm chịu khổ ải do họ gây ra, nay đã tới tuổi gần đất xa trời mà sao họ vẫn *"chưa tự thấy sai"* chưa hề biết sám hối. Một người bạn rất quen biết Vũ Hạnh nhận định: sự hung hãn ấy chỉ như tấm bình phong – một thứ *raison d'être*, biện minh cho sự hiện hữu của Vũ Hạnh còn như một người cộng sản.

*"Ngày Xưa Vũ Hạnh"* cộng sản nằm vùng vẫn được sống thênh thang, vẫn được đối xử như một nhà văn *(Lý Đợi, talawas 10.5.2007)* "Ngày Nay Vũ Hạnh" bên thắng cuộc – tên bộ sách của Huy Đức, thì vô cảm vênh váo, là tiếng nói hung hãn nhất trong Hội đồng đánh giá Văn Học Miền Nam tại Thư Viện Quốc Gia. Vẫn một *cliché*, vẫn một khẩu hiệu tung hô không suy suyển: *"tác giả là gốc ngụy, nội dung tác phẩm là nô dịch phản động đồi trụy"*. Vũ Hạnh xấp xỉ tuổi Võ Phiến, nay sắp bước vào cái tuổi 90 vẫn cứ nhân danh *"đảng ta, chèo lái con thuyền chở đạo"* vẫn không ngừng truy đuổi cả những thế hệ nhà văn trẻ nối tiếp có khuynh hướng tự do, điển hình qua bài viết phê phán Nhã Thuyên và Nhóm Mở Miệng với hai cây bút nổi trội là Lý Đợi và Bùi Chát *(Thấy gì từ một luận văn sai lạc, Văn Nghệ 29/2013).*

Có lẽ tấn thảm kịch của Vũ Hạnh cũng như những người cộng

Dương Nghiễm Mậu *(photo by Phan Nguyên, Sài Gòn 2011)*. Phải: "Từ Hải và cuộc phiêu lưu của đời chàng", tranh bút sắt của Nguyễn Trung, chuyển thể sơn mài của Dương Nghiễm Mậu *(photo by Phí Từ Việt)*

sản tha hóa bước vào Thế Kỷ 21 là sự *"ngụy tín / mauvaise foi"* họ sống với hai bộ mặt, vẫn không ngừng hô hào cổ võ cho điều mà họ không còn chút tin tưởng. Vũ Hạnh vẫn không ngưng nặng lời chửi rủa Mỹ, nhưng rồi vẫn gửi con cái đi du học rồi trưởng thành sống ở Mỹ; Vũ Hạnh vẫn được ra vào nước Mỹ như một con người tự do.

Trở lại với Nghiễm, nhiều người vẫn nghĩ rằng, sau 1975, ngoài thời gian bị tù đày, đi làm sơn mài kiếm sống, Dương Nghiễm Mậu không còn viết gì. Điều này có lẽ không đúng. Nghiễm không có sách mới xuất bản trong nước suốt 40 năm từ sau 1975. Nhưng Dương Nghiễm Mậu như tôi biết, anh vẫn viết, trong đó có *"Tự Truyện Nguyễn Du"* như một tác phẩm lớn mà tôi tin là anh vẫn bền bỉ hoàn tất từng trang sách.

## 2015: MƯA CALIFORNIA MƯA SÀI GÒN

California vẫn khô hạn, nhưng thảng hoặc cũng có những cơn mưa đủ tầm tã để gợi nhớ những cơn mưa Sài Gòn, nhớ ngày tới thăm bạn cũng vào một buổi chiều mưa như vậy, với những khúc đường sá ngập lụt.

Hạnh phúc ở xa là có được một người bạn như Nghiễm, cho dù ở đâu và bao giờ có biến động ra sao thì vẫn cứ là một Dương Nghiễm Mậu với *Nhan Sắc* ấy, nhất quán và xác tín như thuở nào: có cái dũng để nói không. Tôi nghĩ tới Nghiễm, anh đã sống trong dòng chính sinh hoạt Văn Học Miền Nam, từ rất sớm cho tới 1975, và 40 năm sau anh vẫn thăng trầm với vận nước ngay trên quê nhà. Anh là một nhân chứng khả tín cho suốt thời kỳ ấy và điều anh viết ra được mọi người tin.

## LỜI CUỐI CHO BÀI VIẾT

*Dự định khởi đầu là một bài viết về cố tri Dương Nghiễm Mậu, với cuộc hành trình 40 năm của anh. Bài viết chỉ với hơn bảy ngàn chữ, nhưng rồi không tránh được, như một flashback, có thêm những khúc phim trắng đen ngắn của hồi tưởng rất chung và cả rất riêng tư, khá rời rạc đổ tràn theo những trang viết.*

Vậy mà đã 40 năm qua đi 1975-2015, với đời người như một cơn gió thoảng, với lịch sử chỉ là một chớp mắt, nhưng lại là một chặng đường rất dài trải nghiệm những tang thương. Thêm một chớp mắt nữa, thế hệ những người cầm bút 1954-1975 đều trở về với cát bụi, một số có thể còn được nhắc tới qua tác phẩm nhưng rồi cũng phải kể tới cuộc sống đày đọa và cả những cái chết tức tưởi của họ. Nói tới Văn Học Miền Nam, không thể không có một "cuốn sách trắng / livre blanc" về thời kỳ đó, một Wikipedia mở, như một "bộ nhớ" cho các thế hệ Việt Nam tương lai.

Trong quá trình phục hồi di sản Văn Học Miền Nam, không thể không nhắc tới một tên tuổi: Trần Hoài Thư – Thư Quán Bản Thảo, anh có hùng tâm và đơn độc trong suốt nhiều năm nỗ lực khôi phục lại những văn bản của một thời kỳ văn học bị truy lùng và hủy diệt.

Không phải là quá sớm để ghi lại một giai đoạn lịch sử trung thực, chứ không phải là "phiên bản" ngụy tạo mà người cộng sản đã và đang làm, trước khi lịch sử bước qua một trang khác.

## DƯƠNG NGHIỄM MẬU ĐÃ RA ĐI

Nguyên Khai là người đầu tiên báo tin, Dương Nghiễm Mậu đột ngột qua đời, lúc 9 giờ 30 phút tối Thứ Ba, ngày 2 tháng 8 năm 2016 tại Sài Gòn; có lẽ vì nhồi máu cơ tim, Nghiễm mất ở tuổi 80. Tôi email ngay phân ưu với chị Hồ Thị Ngọc Trang vợ Dương Nghiễm Mậu cùng hai cháu Phí Từ Việt và Phí Từ Việt Hà.

Từ hải ngoại, theo yêu cầu của Đinh Quang Anh Thái, thay mặt một số bạn của Nghiễm, tôi đã viết mấy dòng phân ưu trên nhật báo Người Việt:

*"Nhà văn Dương Nghiễm Mậu đột ngột ra đi trong sự thương tiếc của mọi người. Anh không chỉ là một tên tuổi lớn của Văn học Việt Nam, Anh còn là một nhân cách lớn do sự nhất quán giữa tác phẩm và cuộc sống qua mọi hoàn cảnh cho tới ngày Anh mất. Thác là thể phách, còn là tinh anh. Xin vĩnh biệt Anh."*

Nhà văn Trần Hoài Thư đang ngồi khâu Di Sản nơi Thư Quán Bản Thảo *(ảnh THT tự chụp từ video với iPhone 5)*

Điều tiếp theo mà tôi rất quan tâm là phần di cảo của Dương Nghiễm Mậu, trong đó có tác phẩm *Tự Truyện Nguyễn Du* mà Nghiễm bấy lâu hằng ấp ủ. Tôi phone ngay cho Phí Ích Bành là em trai Dương Nghiễm Mậu, hiện sống và làm báo ở Nam California. Tôi được Bành trấn an ngay, anh Vinh đừng lo, gia đình đã biết và rất quan tâm trong chuyện này.

*Ước mong rồi ra, tác phẩm lớn Tự Truyện Nguyễn Du* và các phần di cảo của Dương Nghiễm Mậu sẽ lần lượt được xuất bản, bước đầu là ở hải ngoại, đó là một phần quan trọng của Văn học Việt Nam thời kỳ hiện đại.

*Sài Gòn 1975 - California 2015-2017*

# NHẬT TIẾN THỀM HOANG
# VẪN MỘT TRÁNG SINH LÊN ĐƯỜNG

*Đã mang lấy nghiệp vào thân*
Nguyễn Du

Nhật Tiến
*(photo by Trần Cao Lĩnh)*

## HƯỚNG ĐẠO THỜI NIÊN THIẾU

Bùi Nhật Tiến, bút hiệu Nhật Tiến, sinh ngày 24-8-1936 tại Hà Nội. Năm 1946 mới 10 tuổi Nhật Tiến đã phải theo gia đình rời Hà Nội đi tản cư qua những tỉnh như Sơn Tây, Việt Trì, Hưng Hóa, Phú

Thọ. Năm 1950 hồi cư, ở cái tuổi 14 không còn nhỏ nữa để sinh hoạt sói bầy, Nhật Tiến xin gia nhập phong trào Hướng Đạo làm đoàn sinh đội Én Thiếu Đoàn Bình Than khá muộn màng. Thiếu Đoàn Bình Than thuộc Đạo Đồng Nhân, và đạo này có bài hát chính thức do đoàn sinh Cung Thúc Tiến của Thiếu Đoàn Bạch Đằng sáng tác. Cung Thúc Tiến chính là nhạc sĩ Cung Tiến sau này với những nhạc phẩm Hoài Cảm, Thu Vàng.

Ngày "Tuyên Hứa" để được gia nhập phong trào Hướng Đạo Việt Nam là một dấu ấn quan trọng trong cuộc đời nhà văn nhà giáo Nhật Tiến. Lễ tuyên hứa được tổ chức tại Chùa Láng cách Hà Nội 5 km. Trong Hồi ký của Nhật Tiến, tuy đã hơn 60 năm sau, anh vẫn còn nguyên vẹn xúc động khi hồi tưởng lại phút được "tuyên hứa" như điều mơ ước đã trở thành hiện thực.

*"Tôi hồi hộp tiến lại lá cờ Đoàn. Tất cả các anh em đều yên lặng, nghiêm trang theo dõi cử chỉ của tôi. Tôi đứng thẳng người trước lá cờ. Tay phải tôi chào theo kiểu Hướng Đạo, tay trái tôi nắm nhẹ lấy một góc của lá cờ, và tôi cất giọng dõng dạc:*

*Trước Quốc kỳ, tượng trưng cho Tổ quốc, trước Đoàn kỳ tượng trưng cho tinh thần Hướng Đạo, tôi xin lấy danh dự của tôi để tuyên hứa:*

*– Thứ Nhất: Trung thành với Tổ Quốc.*
*– Thứ Nhì: Giúp ích mọi người*
*– Thứ Ba: Tuân theo Luật Hướng Đạo.*

*Sau khi lấy được bằng Hạng Nhì, tôi được giao phó nhiệm vụ làm đội trưởng đội Én. Một trong những đội sinh của tôi là anh Đỗ Tiến Đức, sau này trở thành nhà văn, năm 1969 anh được Giải Văn Học Nghệ Thuật với tác phẩm Má Hồng, và còn là đạo diễn kiêm Giám Đốc Nha Điện Ảnh, anh hiện chủ trương tờ Thời Luận ở Los Angeles, trước là báo in, sau này trở thành báo Online.*

*Tôi lên Kha đoàn năm 17 tuổi, ở dự bị Tráng năm 18. Sau di cư 1954, tôi sinh hoạt nhiều năm trong Tráng Đoàn Bạch Đằng gồm 4 Toán: Chương Dương, Vân Đồn, Hàm Tử và Tây Kết. Tôi được giao nhiệm vụ Toán trưởng Toán Vân Đồn (trong Toán có anh Trương*

Từ nay, trong giao dịch sinh hoạt Hướng Đạo tôi có thể ký tên: Én nhanh nhẹn RS - RS là chữ tắt của Rover Scout.

*Trọng Trác sau này lên tới chức Ủy Viên Ngành Thiếu của Hướng Đạo Việt Nam và khi ra hải ngoại, anh là người chủ trương tờ báo Ngày Nay với bút hiệu Trọng Kim ở Houston, Texas cho đến khi anh qua đời 2009).*

*Mùa hè năm 1970, tại một trại của Tráng Đoàn Bạch Đằng tổ chức tại Thủ Đức, tôi được trao cho cây gậy mà ở đầu có 2 gạc của Tráng Sinh Lên Đường, cũng là đẳng cấp mà một Hướng Đạo Sinh mơ ước đạt được. Từ nay, trong giao dịch sinh hoạt Hướng Đạo tôi có thể ký tên: Én nhanh nhẹn RS – RS là chữ viết tắt của Rover Scout/ Anh hay Routier Scout/ Pháp, cũng có nghĩa là Giúp ích / Rendre Service đúng với châm ngôn của ngành Tráng.*

*Hai chữ Hướng Đạo đối với tôi bao giờ cũng thiêng liêng, nó gợi cho tôi bao tình cảm thắm thiết, bao kỷ niệm khó phai mờ và bao nhiêu anh em đồng đội đã không chỉ chia sẻ với nhau trò chơi Hướng Đạo mà còn ở trong sự nghiệp ở ngoài đời."*

Đến nay cũng đã trên 65 năm trôi qua, Nhật Tiến vẫn thuộc bài hát Ca Đoàn, vẫn sống theo tinh thần Hướng Đạo với châm ngôn "*Sắp Sẵn*" và "*Giúp Ích*" trong bất cứ hoàn cảnh nào. Theo tôi, tinh thần Hướng Đạo ấy đã có ảnh hưởng sâu xa tới nghề giáo và trên nghiệp văn của Nhật Tiến trong suốt những năm về sau này. Hãy nghe chính Nhật Tiến kể lại:

Nhật Tiến (trái) và các Huynh Trưởng Hướng Đạo. Hình chụp tại Orange County 2014

"*Những Người Áo Trắng*" được sáng tác vào khoảng năm 1955 khi tôi đang dạy học ở Bến Tre. Đấy là những kỷ niệm của thời hướng đạo sinh ở Hà Nội, chúng tôi thường đi làm các công tác từ thiện, như mùa đông thì đẩy xe bò qua các đường phố để quyên góp quần áo của bà con đem giúp những người nghèo. Hoặc chúng tôi tình nguyện ra đứng ở bờ Hồ Gươm bán tác phẩm của kịch tác gia Văn Thuật để gây quỹ giúp đồng bào bị lũ lụt thời đó. Chúng tôi cũng thường hay tới sinh hoạt tại trại mồ côi trên đường Hàng Đẫy; trong thời gian này hình ảnh những trẻ mồ côi mặc quần áo trắng, những bức tường trắng và những cô gái lớn tuổi hơn trông đàn em nhỏ đã gây cho tôi nhiều xúc động. Và tôi đã dùng những hình ảnh ở trại mồ côi đó để viết tác phẩm đầu tay "*Những Người Áo Trắng*".

Như vậy, có thể nói một cách khá đoan chắc, nếu Nhật Tiến không có những năm sinh hoạt Hướng Đạo, sẽ không có *Những Người Áo Trắng* và rồi những tác phẩm khác như *Thềm Hoang* sau này.

## THUỞ MƠ LÀM VĂN SĨ

Nhật Tiến cầm bút rất sớm, từ thuở học sinh đã mơ làm văn sĩ, lập bút nhóm có tên là "Gieo Sống", có truyện ngắn đầu tay "Chiếc nhẫn mặt ngọc" được đăng trên báo Giang Sơn, năm ấy Nhật Tiến mới 15 tuổi.

Di cư vào Nam năm 1954; ban đầu sống ở Đà Lạt, Nhật Tiến viết kịch truyền thanh cho Đài Tiếng Nói Ngự Lâm Quân (thời còn Hoàng Triều Cương Thổ). Ít lâu sau đó, gia đình Nhật Tiến dọn về Sài Gòn. Không tốt nghiệp trường sư phạm nào nhưng năm 21 tuổi anh đã bắt đầu đi dạy học môn Lý Hóa tại các trường trung học tư thục, ban đầu ở các tỉnh miền Tây như Bến Tre, Mỹ Tho ba năm sau đó mới về sống hẳn ở Sài Gòn. Truyện dài đầu tay "Những Người Áo Trắng" được khởi viết và hoàn tất khi Nhật Tiến đang còn là một thầy giáo tỉnh lẻ.

Nghề giáo như nguồn sinh kế của gia đình nhưng có lẽ nghiệp văn mới là giấc mộng lớn của Nhật Tiến. Anh liên tục viết rất khỏe từ truyện ngắn, truyện dài và cả một tiểu thuyết kịch đăng trên các tạp chí: Văn Hóa Ngày Nay, Tân Phong, Đông Phương, Bách Khoa, Văn, Văn Học; chủ trương nhà xuất bản Huyền Trân từ năm 1959, chủ bút tuần báo Thiếu Nhi do nhà sách Khai Trí xuất bản từ 1971 tới 1975; năm 1979 trong một chuyến vượt biển thừa sống thiếu chết Nhật Tiến qua được Thái Lan rồi định cư tại Hoa Kỳ từ năm 1980.

Tới Mỹ, không còn sống bằng nghề dạy học, Nhật Tiến đi học về máy điện toán/ hardware và sau đó làm cho một hãng Nhật đủ 15 năm trước khi nghỉ hưu. Tại hải ngoại, Nhật Tiến tiếp tục viết và xuất bản sách, sinh hoạt Hướng Đạo, hoạt động cứu trợ thuyền nhân. Hiện cư ngụ ở Nam California.

Tác phẩm đã xuất bản:

– Xuất bản trong nước trước 1975: *Những Người Áo Trắng* (truyện dài, Huyền Trân 1959), *Những Vì Sao Lạc* (truyện dài, Phượng Giang 1960), *Thềm Hoang* (truyện dài, Đời Nay 1961), *Người Kéo Màn* (tiểu thuyết kịch, Huyền Trân 1962), *Mây Hoàng Hôn* (truyện dài, Phượng Giang 1962), *Ánh Sáng Công Viên* (tập truyện, Ngày Nay 1963), *Chuyện Bé Phượng* (truyện dài, Huyền Trân 1964), *Vách Đá Cheo Leo* (truyện dài, Đông Phương 1965), *Chim Hót Trong Lồng* (bút ký, Huyền Trân 1966), *Giọt Lệ Đen* (tập truyện, Huyền Trân

Bìa một số sách Nhật Tiến xuất bản tại miền Nam trước 1975
*(tư liệu Nhật Tiến)*

1968), *Tay Ngọc* (bút ký, Huyền Trân 1968), *Giấc Ngủ Chập Chờn* (truyện dài, Huyền Trân 1969), *Quê Nhà Yêu Dấu* (Huyền Trân 1970), *Theo Gió Ngàn Bay* (Huyền Trân 1970), *Tặng Phẩm Của Dòng Sông* (tập truyện, Huyền Trân 1972), *Thuở Mơ Làm Văn Sĩ (*Huyền Trân 1973)… và một số truyện viết cho tuổi thiếu nhi như: *Lá Chúc Thư*, *Đường Lên Núi Thiên Mã…*

– Xuất bản ở hải ngoại sau 1975: *Tiếng Kèn* (1981), *Hải Tặc Trong Vịnh Thái Lan* (viết chung với Dương Phục và Vũ Thanh Thủy, 1981), *Một Thời Đang Qua* (1985), *Mồ Hôi Của Đá* (1988), *Cánh Cửa* (1990), *Quê Nhà Quê Người* (viết chung với Nhật Tuấn, ấn hành ở trong nước, 1994), *Thân Phận Dư Thừa* (bản dịch cuốn The Unwanted của Kiên Nguyễn, 2002), *Hành Trình Chữ Nghĩa* (2012), *Nhà Giáo Một Thời Nhếch Nhác* (2012), *Sự Thật Không Thể Bị Chôn Vùi* (2012), *Một Thời… Như Thế* (2012).

Với hơn 20 tác phẩm đã xuất bản, với nhiều thể loại, các tác phẩm chính của Nhật Tiến đều có liên hệ tới tuổi thơ. Nhật Tiến được mệnh danh là nhà văn của tuổi thơ bất hạnh, nhà văn của khuynh hướng xã hội. Võ Phiến trong bài viết về Nhật Tiến trong bộ Văn Học

Nhà văn Nhật Tiến (trái), Nguiễn Ngu Í (phải)

Miền Nam đã đưa ra nhận xét: "*Lúc bấy giờ ai cũng biết ở miền Nam có nhiều tác giả tên tuổi viết về giới trẻ thơ. Mỗi vị một vẻ. Trẻ em trong truyện Duyên Anh thường là những trẻ đáo để. Đám trẻ của Lê Tất Điều hầu hết đều có nét tinh nghịch. Trong Nhật Tiến là trẻ bất hạnh*" (VHMN, truyện 2, tr.1270, Nxb Văn Nghệ 1999)

## QUAN NIỆM SÁNG TÁC

Năm 1961, Nhật Tiến đã thành danh với ba tác phẩm xuất bản: *Những Người Áo Trắng* 1959, *Những Vì Sao Lạc* 1960, *Thềm Hoang* 1961, Nhật Tiến trả lời cuộc Phỏng vấn Văn Nghệ của báo Bách Khoa do nhà văn Nguiễn Ngu Í thực hiện.

– *Sáng tác để làm gì, cho mình hay cho thiên hạ?*

Theo ý tôi, giữa cá nhân người viết và xã hội đã có sự liên quan mật thiết. Từ lúc có ý định xây dựng tác phẩm đến lúc hoàn thành, người viết đã băn khoăn biết bao lần trước các hoàn cảnh. Mỗi ngày một ít, mỗi chỗ một cảm hứng riêng biệt, mặc nhiên sự vật chung quanh đã đóng góp cho nhà văn một phần cảm hứng. Như thế khi một tác phẩm hoàn thành, không ít thì nhiều cũng mang lại lợi ích cho cả đôi bên: người viết được phần thưởng tinh thần (vật chất đối với nhà văn ta bây giờ quá ít, không đáng kể), còn xã hội được thêm một phần đóng góp trên phương diện văn hóa.

*– Sáng tác theo đường lối nhất định nào hay là tùy cảm hứng?*

Có lẽ "đường lối" ở đây là "phương pháp làm việc". Nếu hiểu theo nghĩa ấy thì tôi không theo được cả hai. Bởi vì nói phương pháp thì phải có hệ thống, có chương trình bó buộc, còn cảm hứng thì phải có nhiều thời gian vì hứng đến với mình từng lúc. Mà riêng tôi thì vì bận bịu với nghề nghiệp (nghề giáo, ghi chú của người viết), nên có khi mệt mỏi hàng tháng không viết thêm được một dòng. Nhưng gặp trường hợp rỗi rãi, có thời gian, tôi cắm cúi viết, bất kể có hứng hay không. Tuy vậy thông thường nếu có cảm hứng, lại thêm rỗi rãi thì sáng tác dễ dàng hơn.

*– Những gì đã xảy ra từ khi tác phẩm thai nghén đến khi hình thành?*

Tôi bắt đầu bằng một nhân vật sống trong một hoàn cảnh nào đem lại cho tôi nhiều rung cảm nhất. Từ nhân vật ấy tôi viết chương thứ nhất. Rồi từ đấy, tùy theo sự kiện đã viết trong chương trước (sự kiện này đến với tôi trong lúc viết), tôi dựng chương sau. Thường thường là viết được 9, 10 chương tôi mới nghĩ đến "kết". Lối viết này, theo tôi tạo được nhiều khách quan hơn là xây dựng sẵn một cốt truyện có sắp đặt từ đầu. Vì nếu định trước, tác phẩm sẽ bị gò bó, do đó mất đi nhiều ý mới lạ.

*– Kinh nghiệm sống và sáng tác thích nhất?*

Về hình thức thì khi viết, tôi cố gắng giữ cho mình cái ý nghĩ là "đừng làm văn chương", vì thật ra tả cảnh mà không sáo thì thật là khó. Để tránh cái khó đó, tôi chọn lối hành văn giản dị. Nhưng chọn là một chuyện, mà theo được hay không lại là một chuyện khác. Cái đó theo tôi nghĩ, thuộc về phê phán của người đọc. Còn nội dung tác phẩm thì thú thật tôi còn băn khoăn nhiều, chưa dám gọi là kinh nghiệm để nêu lên mặt báo. Còn về sáng tác của tôi, tôi thích nhất thì theo thiển ý, các truyện của mình tuy đã in ra, chưa hẳn là ai cũng đọc đến, để nói ra là ai cũng biết ngay; cho nên xin miễn điều ấy cho tôi.

Nhật Tiến
*(hết trích dẫn: Bách Khoa, Số 115, 15-10-1961, tr. 103-104)*

Nhật Tiến: ký họa bởi Tạ Tỵ (nguồn: *Mười Khuôn Mặt Văn Nghệ Hôm Nay,* Tạ Tỵ, Nxb Lá Bối, Sài Gòn 1971)

Với bài viết ngắn giới hạn khoảng 7 ngàn chữ, với hơn 20 tác phẩm thật khó mà giới thiệu Nhật Tiến một cách đầy đủ. Trong chỗ riêng tư, khi tôi hỏi Anh nếu phải chọn 3 tác phẩm để giới thiệu, Nhật Tiến nhắc tới 3 cuốn: *Thềm Hoang, Người Kéo Màn, Giấc Ngủ Chập Chờn*. Đó cũng là chọn lựa của người viết để giới thiệu tính cách đa dạng của ngòi bút Nhật Tiến.

"Thềm Hoang" là những kiếp người trong Xóm Cỏ, một xóm lao động nghèo với bùn lầy nước đọng giữa lòng thành phố Sài Gòn. Ngay khúc dạo đầu của tác phẩm Thềm Hoang là bốn câu thơ bi ai:

*Ai đưa tôi đến chốn này / Ban đêm thì tối ban ngày thì đen / Ôm đàn gẩy khúc huyên thuyên / Nghêu ngao mấy điệu cho quên tháng ngày.*

Bốn câu thơ ấy để giới thiệu nhân vật chính bác Tốn, nghệ sĩ mù kiếm sống bằng nghề hát dạo. Thằng Ích, mồ côi cha mà đã khôn lanh trước tuổi, nó là đôi mắt sáng của bác Tốn. Cô Huệ gái điếm đã

Bìa *Thềm Hoang* của Nhật Tiến, Nxb Đời Nay 1961. Giải Văn Chương Toàn Quốc 1961-1962.

Bìa tiểu thuyết kịch *Người Kéo Màn* của Nhật Tiến, Nxb Huyền Trân, Sài Gòn 1962

hết thời xuân sắc nhưng vẫn là nỗi mơ ước của bác Tốn qua trí tưởng tượng và sự mô tả của thằng Ích. Một U Tám góa bụa giữa chừng xuân, mê lời đường mật của một gã đàn ông, sau này trở thành Dượng Tám, hiện nguyên hình tên lưu manh sống bám vợ và cả bạo hành đối với vợ con. Lão Hói, rượu chè be bét, sống bằng bói bài tây và lúc nào cũng tin có Ông Trời. Tới ông Phó Ngữ góa vợ, chỉ có đứa con gái duy nhất, mong nó có được một tấm chồng tử tế nhưng cũng chẳng xong. Rồi người lính Năm Trà phải đi đóng đồn xa, để lại vợ con cho mẹ già, người vợ trẻ đang tuổi thanh xuân không chịu được cảnh cô đơn, quyết định bỏ nhà ra đi; do không đủ tiền nuôi cháu, bà mẹ Năm Trà phải đem ba cháu nhỏ cho viện mồ côi, sau đó bà cụ phát điên… Những số phận ấy chung sống với nhau trong Xóm Cỏ tạo nên một khung cảnh xã hội nghèo khó vừa ảm đạm vừa bi thiết và không có lối thoát. Cảnh khổ là mẫu số chung của đám cư dân sống trong Xóm Cỏ. Hình ảnh bác Tốn người nghệ sĩ mù, và thằng Ích, cả hai gần như lúc nào cũng bàng bạc hiện diện trong suốt 300 trang sách.

Đỉnh cao của tấn bi kịch xã hội *Thềm Hoang* đánh dấu bằng sự trở về của người lính Năm Trà trong bộ quân phục bạc thếch nhếch nhác, gặp lại mẹ già thì nay đã bị mất trí không nhận ra con mình. Trước thảm kịch gia đình tan nát đó, Năm Trà cũng nổi điên trả thù đốt nhà đốt xóm. Cả Xóm Cỏ tan hoang trong lửa đỏ hòa lẫn với những tiếng kêu khóc thảm thiết. Rồi một trận mưa lớn đổ ập xuống đống tro than như muốn rửa sạch những rác rưởi của những thềm hoang trong Xóm Cỏ. Khép lại trang sách cuối, người đọc tự hỏi liệu có một ngày mai nào tươi sáng hơn cho những Xóm Cỏ tương lai? Với nội dung ấy, với bút pháp điêu luyện của Nhật Tiến, *Thềm Hoang* đã được trao *Giải Văn Chương Toàn Quốc 1961-1962*.

"Người Kéo Màn" nhiều người cho rằng sở trường của Nhật Tiến là viết truyện ngắn truyện dài về những đề tài xã hội, về trẻ thơ bất hạnh. Thực sự Nhật Tiến cũng đã viết nhiều vở kịch truyền thanh, cả kịch được trình diễn trên sân khấu như "*năm 1960, khi có trận bão lụt nặng nề ở miền Tây, Tráng đoàn Bạch Đằng và Toán Nữ Tráng Thanh Quan đã tham gia công cuộc cứu trợ bằng một Đại hội Văn nghệ ở rạp Thống Nhất, Sài Gòn. Trong Đại hội này, tôi đã sáng tác một vở kịch ba màn có tên là Cơn Giông mà diễn viên chỉ gồm toàn Tráng sinh Bạch Đằng hay Thanh Quan, một trong những diễn viên của vở kịch ấy là luật sư Trần Sơn Hà, anh hiện đang sống ở Quận Cam.*" (Một Đời Hướng Đạo, Nhật Tiến).

*Người Kéo Màn* được Nhật Tiến gọi là "*tiểu thuyết kịch*", là tác phẩm thứ tư của Nhật Tiến, đó là một quan niệm rất mới đối với "kịch" theo cái nghĩa cổ điển. Do đó cũng đã gây ra nhiều phản ứng và tranh luận. GS Nguyễn Văn Trung trong Lược Khảo Văn Học, tập II đã không tán thành tiểu thuyết kịch của Nhật Tiến, và cho rằng "*tiểu thuyết kịch chỉ đưa đến sự lẫn lộn bộ môn, đồng thời xóa bỏ khả năng đặc biệt của bộ môn bị sát nhập*". Kịch tác gia Vi Huyền Đắc cũng không đồng ý gọi *Người Kéo Màn* là kịch. Nhưng với Nhật Tiến, sau hơn nửa thế kỷ, anh vẫn cứ tâm đắc với tác phẩm *Người Kéo Màn*. Nhật Tiến đã khá mạo hiểm vận dụng và kết hợp cả ba kỹ thuật của tiểu thuyết, của kịch, của điện ảnh để viết *Người Kéo Màn*. Thay vì các nhân vật chỉ diễn xuất trên sân khấu, họ còn có vai trò trải rộng ngoài đời. Nội dung *Người Kéo Màn* nói lên mối tương quan giữa các thành viên của ban kịch gồm đạo diễn, lão kéo màn, chàng nhạc công thổi kèn clarinette, nữ diễn viên cho đến đứa bé, nhà mạnh thường quân với nhân vật "tác giả" của vở kịch, mọi sự diễn ra trong những giả dối, mua chuộc, mưu toan lừa gạt nhau, mâu thuẫn, đầy ngộ nhận bi thảm ngay trong chính cuộc sống của họ, họ đây là giới hoạt động nghệ thuật. Mỗi nhân vật đều có vai trò không chỉ trên sân khấu, mà cả sau hậu trường nơi phòng hóa trang và ngoài cảnh đời thật của họ với đủ mọi hỉ nộ ái ố không thiếu sự lừa gạt đến nhơ nhuốc. Nhật Tiến, đang từ ngòi bút đôn hậu rào rạt tình thương của *Những Người Áo Trắng*, *Thềm Hoang*, bước sang tiểu thuyết kịch *Người Kéo Màn* là một Nhật Tiến hoàn toàn khác, của hoài nghi bi quan tới mức tàn nhẫn.

"Giấc Ngủ Chập Chờn" được sáng tác vào giữa thập niên 1960s, lúc bấy giờ cuộc chiến ở Việt Nam do Hà Nội phát động đã bắt đầu lan ra các tỉnh miền Nam. Nhật Tiến viết về ấp Vĩnh Hựu, hoàn cảnh của một vùng xôi đậu tức là vùng tranh tối tranh sáng. Ban ngày thì do quốc gia kiểm soát, nhưng ban đêm thì do bên kia, dân chúng sống trong vùng đó gia đình bị phân tán, có anh em thì theo bên này, có anh em thì theo bên kia, và họ chết vì cuộc chiến tương tàn. Họ sống dở chết dở giữa hai làn đạn với oán thù chồng chất vây bủa giăng mắc họ ngày đêm. Đám thanh niên và cả con nít ở cái làng đó vốn thân thiết với nhau nhưng đến lúc cuộc chiến tràn về thì hàng xóm giết nhau, anh em cũng giết nhau, gây ra bao thảm cảnh khổ đau. Nhưng người dân quê ấp Vĩnh Hựu thì vẫn cứ gắn bó với mảnh đất chôn nhau cắt rốn của mình và không bao giờ muốn xa rời. Các cụ già thường nói với tụi con cháu:

"*Tụi bây muốn giết nhau ở đâu thì giết, nhưng cấm bắn nhau ở trong các ngõ ngách này. Chẳng dây mơ cũng rễ má, ít nhiều gì thì tụi bây cũng có liên hệ gia đình, ruột thịt hay quê hương. Giết nhau trên phần đất ông cha là nhục nhã.*" (*Giấc Ngủ Chập Chờn*, tr.63, Nxb Huyền Trân 1969).

Cuốn sách nói lên một sự thực là không có phong trào quần chúng bất mãn chế độ mà nổi dậy trong cái gọi là *Mặt Trận Giải Phóng Miền Nam*. Với cái nội dung tố cáo như vậy, Hà Nội đã đánh giá cuốn sách đó là cực kỳ phản động.

Bìa "Giấc Ngủ Chập Chờn" của Nhật Tiến, Nxb Huyền Trân, Sài Gòn 1969.

Tạp chí Văn Hữu số 21 do Văn Hóa Vụ ấn hành 1962 *(tư liệu Thành Tôn)*

## GIẢI VĂN CHƯƠNG TOÀN QUỐC

*Giải thưởng Văn Chương Toàn quốc* được đặt ra từ 1957. Theo Tạp chí Văn Hữu số 21 do Văn Hóa Vụ ấn hành 1962, tác giả Hàn Phong đã viết về "Lược sử Giải Thưởng Văn Chương Toàn Quốc" thời Đệ Nhất Cộng Hòa 1954-1963:

*Giải thưởng Văn Chương Toàn quốc* với đặc tính không đòi hỏi một điều kiện nào về nội dung hay hình thức của các tác phẩm dự thi hay những tác phẩm được xem xét đến. Các tác phẩm phải được xuất bản trong niên khóa. Theo nguyên tắc, giải thưởng được tổ chức hàng năm nhưng do số tác phẩm xuất bản chưa nhiều nên giải thưởng đã được tổ chức hai năm một lần:

– *Lần thứ nhất 1955-57*: Hội đồng Giám Khảo đã đọc 206 tác phẩm xuất bản từ 1954 đến cuối năm 1956, do tác giả hay nhà xuất bản gửi tới dự thi, gồm đủ các loại khảo luận, tiểu thuyết, thi ca và kịch.

Hội đồng Giám khảo gồm có học giả, giáo sư, thi sĩ, tiểu thuyết gia, kịch sĩ như: Gs Nghiêm Toản, Nguyễn Thành Châu, Nguyễn Khắc Kham, Lm Nguyễn Văn Thích, Trương Công Cừu, Hồ Biểu Chánh, Phú Đức, Bà Tùng Long, Vi Huyền Đắc, Đông Hồ, Trần Tuấn Khải, Vũ Hoàng Chương, Vũ Khắc Khoan. Chủ tịch Hội đồng là học giả Đoàn Quan Tấn. Lễ tặng giải thưởng đã được tổ chức ngày 25-8-1958 tại Dinh Độc Lập do Tổng Thống Việt Nam Cộng Hòa trao tặng.

Khảo luận: "*Văn Chương Bình Dân*" của Lm Thanh Lãng, "*Xây Dựng Nhân Vị*" của Bùi Tuân, "*Người Xưa*" của Trần Đình Khải.

Tiểu Thuyết: "*Tìm về Sinh Lộ*" của Kỳ Văn Nguyên, "*Đem Tâm Tình Viết Lịch Sử*" của Nguyễn Kiên Trung (tức Nguyễn Mạnh Côn, ghi chú của người viết), "*Nếp Nhà*" của Bửu Kế.

Thơ: "*Anh Hoa*" của Phạm Mạnh Viện, "*Long Giang Thi Tập*" của Trần Hữu Thanh, "*Nam Trung Thi Tập*" của Nguyễn Văn Bình, "*Kiếp Hồng Nhan*" của Quang Hân.

Kịch: "*Bão Thời Đại*" của Trần Lê Nguyễn, "*Ái Tình Bôn-Sê-Vích*" của Thạch Bích, "*Hai Màu Áo*" của Minh Đăng Khánh.

*– Lần thứ hai 1958-59*: *Giải thưởng Văn Chương Toàn quốc* lần hai có sự đổi mới, lần này tác giả không phải gửi tác phẩm tới dự thi nữa mà do Hội đồng chọn lựa trong toàn bộ ấn loát phẩm xuất bản từ năm 1958 đến cuối năm 1959. Vì không quan niệm là một cuộc dự thi, các nhân viên Hội đồng tìm đọc tất cả các tác phẩm. Và nay Hội Đồng đổi tên thành *Hội Đồng Giải Thưởng Văn Chương Toàn Quốc 1958-59* (thay vì danh xưng Hội Đồng Giám Khảo, ghi chú của người viết).

Hội Đồng Giải Thưởng Văn Chương Toàn Quốc 1958-59 bao gồm nhiều văn nhân nghệ sĩ, giáo sư như Hà Như Chi, Hà Thượng Nhân, Đái Đức Tuấn, Trần Hữu Thanh, Đỗ Đức Thu, Đông Hồ, Vi Huyền Đắc. Chủ tịch Hội Đồng là Gs Trương Công Cừu, Khoa Trưởng Đại học Văn khoa.

Trong suốt 5 tháng Hội Đồng đã đọc 54 cuốn khảo luận, 34 cuốn tiểu thuyết, 50 tập thơ và 3 vở kịch. Và đã trao tặng 7 giải thưởng. Lễ trao giải được tổ chức tại Phòng Triển lãm Đô Thành do Phó Tổng Thống Nguyễn Ngọc Thơ, đại diện Tổng Thống chủ tọa.

Khảo Luận: "*Dịch Kinh Tân Khảo*" của Nguyễn Mạnh Bảo, "*Việt Nam Văn Học Toàn Thư*" của Hoàng Trọng Miên.

Tiểu Thuyết: "*Đò Dọc*" của Bình Nguyên Lộc, "*Thần Tháp Rùa*" của Vũ Khắc Khoan, "*Đời Phi Công*" của Toàn Phong (Nguyễn Xuân Vinh, ghi chú của người viết), "*Mưa Đêm Cuối Năm*" của Võ Phiến.

Thơ: *Tập thơ "Hoa Đăng"* của Vũ Hoàng Chương

Riêng bộ môn Kịch không có giải thưởng.

*– Lần thứ ba 1960-61*: *Hội Đồng Giải Thưởng Văn Chương Toàn Quốc* lại thay đổi phương hướng và với danh hiệu mới "*Hội Đồng*

**NGÀY TRAO TẶNG GIẢI VĂN CHƯƠNG TOÀN QUỐC 8-9-1962**
Từ trái qua : VƯƠNG ĐỨC LỆ (*Giải Thơ*), NHẬT TIẾN (*Giải Tiểu Thuyết*)
ĐINH HÙNG (*Giải Thơ*), LÊ NGỌC TRỤ (*Giải Biên Khảo*), MAI TRUNG TỈNH (*Giải Thơ*)

Lễ trao giải Văn Chương Toàn Quốc 1960-1961; từ trái: Vương Đức Lệ, Nhật Tiến, Đinh Hùng, Lê Ngọc Trụ, Mai Trung Tĩnh *(tư liệu Nhật Tiến)*

*Tuyển Trạch Giải Thưởng Văn Chương 1960-1961*" do nhà biên khảo Thu Giang Nguyễn Duy Cần làm chủ tịch gồm ba tiểu ban. Tiểu ban Khảo luận gồm Nguyễn Duy Cần, Nguyễn Đăng Thục, Nguyễn Văn Trung. Tiểu ban Thơ gồm Vũ Hoàng Chương, Đông Hồ, Thanh Tâm Tuyền. Tiểu ban tiểu thuyết và kịch: Vi Huyền Đắc, Vũ Khắc Khoan, Đỗ Đức Thu, Bình Nguyên Lộc.

Hội Đồng đã họp 3 lần, cứu xét 112 tác phẩm gồm 37 cuốn biên khảo, 34 cuốn tiểu thuyết, 39 tập thơ và 3 vở kịch, kết quả như sau:

Biên khảo: Giải duy nhất "*Việt Ngữ Chánh Tả Tự Vị*" của Lê Ngọc Trụ.

Tiểu Thuyết: "*Thềm Hoang*" của Nhật Tiến, "*Gìn Vàng Giữ Ngọc*" của Doãn Quốc Sỹ, "*Tàu Ngựa Cũ*" của Linh Bảo.

Thi ca: "*Đường Vào Tình Sử*" của Đinh Hùng, "*Hy Vọng*" của Hoàng Bảo Việt, "*Tổ Ấm*" của Anh Tuyến, "*40 Bài Thơ*" của Mai Trung Tĩnh và Vương Đức Lệ.

Riêng bộ môn Kịch không có giải thưởng.

*(hết lược dẫn VH21, tr. 76-81)*

Tưởng cũng nên ghi lại ở đây là luôn luôn có sự cải tiến về tổ chức sau mỗi kỳ Giải Thưởng Văn Chương. Nhưng có một nguyên tắc không thay đổi là *không đòi hỏi một điều kiện nào về nội dung hay hình thức của các tác phẩm*. Theo tường thuật của nhà văn Nguiễn Ngu Í, Bách Khoa CXXXVIII – 113, chủ tịch Hội đồng Giải Văn chương Toàn quốc lần thứ ba, Thu Giang Nguyễn Duy Cần đã nêu lên tiêu chuẩn lựa chọn của Hội đồng, thâu tóm trong hai chữ *Văn chương* có nghĩa là *ý hay lời đẹp* và theo ông: "*Tác phẩm được chọn sẽ là phản ánh của một nền văn hóa tự do, nghĩa là không bị bó buộc trong khuôn khổ của một hệ thống tư tưởng nào, hay phải theo một khuynh hướng văn nghệ hay chính trị nào cả.*"

Sau khi phát giải, ông Lê Ngọc Trụ, đại diện cho các nhà văn trúng giải, lên phát biểu ý kiến. Ông cho rằng sự lựa chọn ngày phát giải đúng vào ngày húy nhật Nguyễn Du thật là đầy ý nghĩa, và gợi cho ông và các bạn văn trúng giải tinh thần trách nhiệm thiêng liêng, ấy là thiên chức của nhà văn đối với tiếng Việt và nguyện vọng của nhà văn đối với tiền đồ văn hóa Tổ quốc. (Nguiễn Ngu Í, Bách Khoa CXXXVIII – 113)

Đây là Giải Văn chương Toàn quốc lần thứ ba và cũng là giải văn chương cuối cùng của nền Đệ Nhất Cộng Hòa. Do những biến động chính trị, Giải Văn Chương của Đệ Nhị Cộng Hòa 1963-75 chỉ được phục hoạt kể từ 1966.

Cũng nên ghi nhận thêm ở đây, chỉ trong khoảng thời gian ngắn ngủi 9 năm của nền Đệ Nhất Cộng Hòa, giới làm văn hóa đã xây dựng được nền móng vững chắc ban đầu trong sinh hoạt Văn Học Nghệ Thuật của miền Nam. Các nhà văn nhà thơ được trao giải sau này đều là những tên tuổi lớn của 20 năm Văn Học Miền Nam như: các thi sĩ Đinh Hùng, Vũ Hoàng Chương, các nhà văn Bình Nguyên Lộc, Nguyễn Mạnh Côn, Vũ Khắc Khoan, Doãn Quốc Sỹ, Võ Phiến, Nhật Tiến, Linh Bảo…

## NHẬT TIẾN VÀ VĂN HÀO NHẤT LINH

Cuối năm 1955, qua Trương Cam Vĩnh là em nhà văn Trương Bảo Sơn, Nhất Linh nhận được bản thảo *Những Người Áo Trắng* cũng là tác phẩm đầu tay của Nhật Tiến. Nhất Linh nhận ra văn tài của Nhật Tiến nên đã chọn và đưa ngay *Những Người Áo Trắng* cho nhà Phượng Giang xuất bản. Nhất Linh giới thiệu Nhật Tiến vào Văn Bút mà lúc đó Nhất Linh đang là Chủ tịch, và đồng thời cũng mời Nhật Tiến viết cho tạp chí Văn Hóa Ngày Nay. Mối giao tình giữa văn hào Nhất Linh và Nhật Tiến từ 1955 tới 1963 phải nói là sâu đậm.

Năm 1963, tình hình chính trị miền Nam cực kỳ biến động nơi các thành phố với những cuộc biểu tình tự thiêu, giữa lúc khói lửa ngập trời do cuộc chiến tranh phát động từ miền Bắc đã lan rộng ra khắp các tỉnh miền Nam. Cái chết của Nguyễn Tường Tam nhà hoạt động chính trị và Nhất Linh nhà văn là một nét của thảm kịch giai đoạn đó. Đó là một phần của lịch sử. Cái chết của nhà văn Nhất Linh thủ lãnh của Tự Lực Văn Đoàn là một xúc động lớn cho giới trẻ miền

Nam lúc đó. Người viết muốn ghi lại ở đây một chút riêng tư liên quan tới bản Di Chúc của Nhất Linh.

Có lẽ Nhất Linh đã chuẩn bị chu đáo cái chết của mình từ mấy tuần lễ trước. Bị theo dõi, nghĩ rằng bản di chúc của ông có thể bị tước đoạt, thời điểm năm 1963 chưa có máy photocopy, scanner, internet phổ biến như bây giờ. Nhất Linh đã viết thêm một bản di chúc thứ hai giao cho nhóm sinh viên. Lúc đó tôi đang học năm thứ ba Y khoa. Vào những ngày đầu của tháng Bảy 1963, Nguyễn Tường Quý chở anh là Nguyễn Tường Vũ (con của ông Nguyễn Tường Thụy, người anh cả của mấy Anh Em gia đình Nguyễn Tường) xuống Đại học xá Minh Mạng tìm tôi. Quý chờ xe ở ngoài, chỉ có Nguyễn Tường Vũ vào gặp. Không nói gì nhiều, Vũ trao tay cho tôi một phong thư mỏng, cho biết đó là một trong hai bản di chúc viết tay của Nhất Linh: "*Nhờ Vinh giữ, khi cần Vinh đưa lại*". Khi Nguyễn Tường Vũ ra về, tôi đã lặng lẽ cất bản di chúc thứ hai ấy – như một chứng từ lịch sử, trong tủ sách giữa những trang bộ Từ điển Đào Duy Anh bìa cứng dầy cộm do Nxb Minh Tân, Paris xuất bản.

Bản chúc thư ngắn, cô đọng chỉ với 71 chữ:

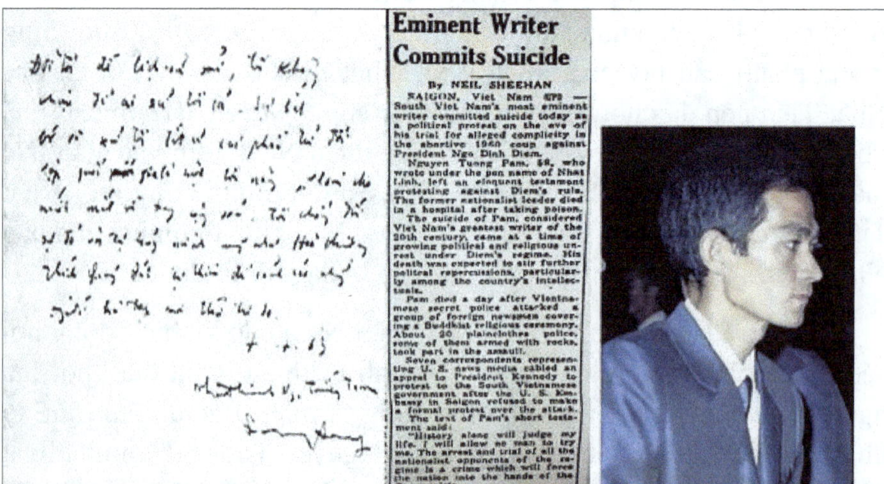

**Eminent Writer Commits Suicide**

By NEIL SHEEHAN

SAIGON, Viet Nam (UPI) — South Viet Nam's most eminent writer committed suicide today as a political protest on the eve of his trial for alleged complicity in the abortive 1960 coup against President Ngo Dinh Diem.

Nguyen Tuong Pam, 58, who wrote under the pen name of Nhat Linh, left an eloquent testament protesting against Diem's rule. The former nationalist leader died in a hospital after taking poison.

The suicide of Pam, considered Viet Nam's greatest writer of the 20th century, came at a time of growing political and religious unrest under Diem's regime. His death was expected to stir further political repercussions, particularly among the country's intellectuals.

Pam died a day after Vietnamese secret police attacked a group of foreign newsmen covering a Buddhist religious ceremony. About 20 plainclothes police, some of them armed with rocks, took part in the assault.

Seven correspondents representing U. S. news media cabled an appeal to President Kennedy to protest to the South Vietnamese government after the U. S. Embassy in Saigon refused to make a formal protest over the attack.

The text of Pam's short testament said:

"History alone will judge my life. I will allow no man to try me. The arrest and trial of all the nationalist opponents of the regime is a crime which will force the nation into the hands of the Communists.

Bản Di chúc của Nhất Linh (trái), bản tin UPI (giữa), Nguyễn Tường Vũ (phải) thập niên 1960 *(tư liệu Nguyễn Tường Quý, Nguyễn Tường Thiết)*

*"Đời tôi để lịch sử xử, tôi không chịu để ai xử cả. Sự bắt bớ và xử tội tất cả các phần tử đối lập quốc gia là một tội nặng sẽ làm cho nước mất về tay cộng sản. Tôi chống đối sự đó và tự hủy mình cũng như Hòa Thượng Thích Quảng Đức tự thiêu để cảnh cáo những người chà đạp mọi tự do."*

*7 tháng 7, 1963 – Nhất Linh Nguyễn Tường Tam*

Nhất Linh tuẫn tiết vào ngày 7 tháng 7 năm 1963. Chỉ một ngày sau bản tin của UPI/ United Press International do Neil Sheehan gửi đi sáng ngày 8 tháng 7, 1963 đã phổ biến rộng rãi trên báo chí thế giới:

"*South Viet Nam Eminent Writer Commits Suicide*" by Neil Sheehan, "*South Viet Nam's most eminent writer committed suicide today as a political protest on the eve of his trial for alledged complicity in the abortive 1960 coup against President Ngo Dinh Diem. Nguyen Tuong Tam (mispelled Pam by Sheehan) 58, who wrote under the pen name of Nhat Linh, left an eloquent testament protesting against Diem's rule. The former nationalist leader died in a hospital after taking poison. The suicide of Tam, considered Viet Nam's greatest writer of the 20th century, came at a time of growing political and religious unrest under Diem's regime. His death was expected to stir further political repercussions, particularly among the country's intellectuals… The text of Tam's short testament said: "History alone will judge my life. I will allow no man to try me. The arrest and trial of all the nationalist opponents of the regime is a crime which will force the nation into the hands of the communists.*" UPI 7/8/1963

Và như vậy là bản chúc thư thứ nhất của Nhất Linh đã tới tay báo giới ngoại quốc. Bản tôi hiện giữ không còn tầm quan trọng *một-mất-một-còn* như lúc Vũ trao cho tôi trước đó. Sau này, qua Ls Nguyễn Tường Bá, tôi được biết bản chúc thư đã được nhà báo Như Phong chuyển tay cho hãng thông tấn UPI.

Đám tang Nhất Linh diễn ra ngày 13 tháng 7, 1963. Thành phần đưa đám ông đa số là học sinh sinh viên. Nỗi xúc động của họ đa phần hướng về cái chết của một nhà văn, trong khi các đồng chí của ông thì muốn dán nhãn cho cái chết của Nhất Linh Nguyễn Tường Tam như

Chân dung Nhất Linh by Nguyễn Gia Trí

một "tuẫn tiết chính trị". Bấy lâu, từ những thập niên 1930, Nhất Linh đã là một khuôn mặt của quần chúng / *public figure* về cả hai phương diện văn học và chính trị. Phần nào văn học hay chánh trị đậm nét hơn là do tâm cảnh của từng người. Tôi vẫn thấy đậm nét văn học của đám tang Nhất Linh ngày hôm đó. Bức hình chụp chân dung Nhất Linh của họa sĩ Nguyễn Gia Trí, câu đối viếng của thi sĩ Vũ Hoàng Chương với toàn tên tác phẩm của Nhất Linh:

*"Người quay tơ, đôi bạn, tối tăm, anh phải sống chứ sao đoạn tuyệt.*
*Đời mưa gió, lạnh lùng, bướm trắng, buổi chiều vàng đâu chỉ nắng thu"*

Cái chết của mỗi nhà văn tự thân bao giờ cũng là một bi kịch nếu không muốn nói là một thảm kịch. Theo một nghĩa nào đó, mỗi nhà văn đã chết từng phần trên mỗi tác phẩm của họ. Hãy trân trọng những cái chết đó, xem đó như một mẫu số chung hàn gắn thay vì phân hóa. Chế độ chính trị nào rồi cũng qua đi, nhà văn thì vẫn cứ trường tồn với tác phẩm của họ.

Điếu văn của nhà văn trẻ Nhật Tiến lúc đó mới 27 tuổi, giữa vòng vây của mật vụ thời ấy, Nhật Tiến đã can đảm phát biểu với tính cách một nhà văn độc lập cho dù lúc đó Anh đang là Phó Chủ tịch Văn Bút. Nhật Tiến đã ràn rụa nước mắt với hết tâm can nói tới cái chết của nhà văn Nhất Linh:

"*Văn hào đã hình thành sứ mạng cao quý của người cầm bút. Văn hào đã nêu cao sĩ khí bất khuất của truyền thống những nhà văn chân chính.*"

Ít ngày sau đám tang Nhất Linh, khi gặp lại, tôi trả Nguyễn Tường Vũ và Nguyễn Tường Quý bản di chúc thứ hai ấy. Nguyễn Tường Vũ rất nghệ sĩ, cũng là người trình bày cho tạp chí Văn Hóa Ngày Nay của Nhất Linh, đã mất ngày 19 tháng 5, 1991 khi đang làm công tác thiện nguyện thuộc tổ chức Liên Hiệp Quốc lo việc cứu trợ thuyền nhân ở Palawan, Phi Luật Tân. Nguyễn Tường Quý thì nay vẫn còn nhớ khi đưa Vũ xuống Đại học xá gặp tôi để Vũ giao cho tôi giữ một bản di chúc của "Bác Tam" ngày hôm đó.

## TỪ SÀI GÒN TỚI ĐẢO QUỶ KOH KRA

Kẹt lại sau năm 1975, trường ốc chưa mở, nhà in Huyền Trân phải ngưng hoạt động rồi lại phải gác bút, cả gia đình Nhật Tiến ra đường bán quán để kiếm sống.

Mai Thảo và Duyên Anh ít ngày sau 30 tháng tư 1975 đã tới ngồi ăn ở quán vỉa hè này, bên cạnh đấy là một quán khác của Loan Mắt Nhung Nguyễn Thụy Long, cũng trên đường Duy Tân. Mai Thảo viết:

"*Cái cảnh tượng đập vào mắt tôi lúc đó, về hai cái quán liền sát cùng trước một vỉ tường thấp chạy dài, là cái cảnh tượng của một đối nghịch hoàn toàn. Mang chung sự thất thủ của văn nghệ gác bút ra đường bán quán trước hoàn cảnh mới, cái quán của Nguyễn Thụy*

Nhà văn thuyền nhân Nhật Tiến ngồi viết cáo trạng thảm cảnh Biển Đông trong trại tỵ nạn Songkhla, Thái Lan 1980 *(tư liệu Nhật Tiến)*

*Long với những xị đế ngổn ngang trên mặt bàn và mấy người khách hàng trẻ tuổi cùng ngất ngưởng như Long, hiện rõ vẻ bụi đời anh chị. Cái quán của Nhật Tiến khác hẳn. Nó lành mạnh hơn và cũng gia đình hơn gấp bội, với những đĩa rau muống chẻ nhỏ đặt ngay ngắn, bên cạnh là một chảo mỡ sôi bốc khói xanh um, chị Nhật Tiến má hồng củi lửa chiên những cái bánh tôm vàng ngậy và đứa cháu lớn, nơ cài mái tóc, váy xếp chững chạc, đang phụ một tay với ông bố nhà văn. Nhớ hôm đó, chúng tôi đã ăn ủng hộ Thềm Hoang Quán mỗi người một đĩa bánh tôm, rất ngon, và tôi đã hỏi đùa Nhật Tiến: Rửa bát thạo ngay, giỏi nhỉ? Và Nhật Tiến đã cười, nụ cười bình thường chừng mực, nụ cười hơi già trước tuổi một chút của một nhà giáo. Nhật Tiến bao giờ cũng trước hết xác nhận mình là một nhà giáo: Giỏi quỷ gì. Việc phải làm thì phải làm. Để cho ai đây.*" (Nhật Tiến Vẫn Đứng ở Ngoài Nắng, Tạp chí Văn California số 6, tháng 12/1982).

Nhật Tiến nhà văn cũng phải đi dự một khóa học tập chính trị một tháng cùng với nhiều văn nghệ sĩ Miền Nam khác như Hoài Bắc, Thái Thanh, Nguyễn Thị Vinh, Đỗ Phương Khanh, Nguyễn Thụy Long… Là thầy dạy lý hóa không phải môn văn, sau này Nhật Tiến

Từ phải: Nhật Tiến, Ngô Thế Vinh *(photo by Đào Nhật Tiến, Dallas, Texas)*

được đi dạy học trở lại nơi ngôi trường tư thục cũ. Nhưng rồi không thể tiếp tục sống làm nhà giáo của *Một Thời Nhếch Nhác*, tháng 11 năm 1979 Nhật Tiến đã quyết định vượt biển ra đi, cùng chuyến đi có thầy Từ Mẫn Võ Thắng Tiết, nguyên Giám đốc Nxb Lá Bối (và tiếp tục trên đất Mỹ điều hành Nxb Văn Nghệ những năm về sau này).

Đó là một chuyến đi của những thảm kịch khi họ gặp hải tặc Thái Lan. Họ đã sống những tuần lễ địa ngục trên đảo Koh Kra với đói khát, bạo hành. Rồi họ cũng sống sót được cứu đưa về trại tỵ nạn Songkhla, tại đây nhà văn thuyền nhân Nhật Tiến là một trong những nhân chứng sống của vụ kiện hải tặc trên Vịnh Thái Lan, Anh đã cùng hai nhà báo Dương Phục và Vũ Thanh Thủy viết và gửi ngay ra ngoài những bản cáo trạng về thảm cảnh trên Biển Đông, đã làm rúng động lương tâm của thế giới và cũng là bước đầu hình thành Ủy Ban Cứu Người Vượt Biển hoạt động nhiều năm về sau này.

## NHẬT TIẾN ÉN NHANH NHẸN R.S. 80 TUỔI

Còn một tuần lễ nữa 24-08-2015 là sinh nhật thứ 80 của Nhật Tiến. Sinh nhật thứ 80 ở Mỹ, cũng là tuổi Nhật Tiến phải thi lại bằng lái xe. Chuẩn bị cho ngày ấy, Anh đã tới bác sĩ nhãn khoa để được điều trị laser võng mạc mắt trái, trước đó Anh cũng đã qua hai cuộc mổ cườm mắt / cataract, nay với kính progressive cận / lão Anh vẫn đạt mức thị lực 20/20, Anh cũng đang chuẩn bị ráo riết thi lại phần viết của Nha Lộ Vận / DMV để đổi bằng lái xe mới. Ở tuổi nào thì Anh cũng vẫn sốt sắng gắn bó với đời sống theo đúng tinh thần Hướng Đạo. Ngay cả ở tuổi 80 mà vẫn còn chăm chỉ học bài để vác bút đi thi! Tôi nghĩ Anh cũng sẽ dễ dàng bước qua kỳ thi này.

Bài viết vội với hơn 7 ngàn chữ gửi tới Anh, phải kể là quá ngắn so với cuộc đời rất phong phú và đa dạng của Anh: một nhà văn, một nhà giáo, và một đời hướng đạo. Nhật Tiến rất trực tính và can đảm. Không phải ai cũng chia sẻ và đồng tình với cách hành xử của Anh. Và không ít lần Anh đã phải trả giá cho những ngộ nhận và cả vùi dập cho những điều Anh phát biểu. Nhưng có điều chắc chắn đó là tiếng nói lương tâm của Nhật Tiến.

Trong mọi hoàn cảnh Anh vẫn không ngừng hoạt động, Anh vẫn cứ đứng ở ngoài nắng – chữ của Mai Thảo. Với tôi, Nhật Tiến – Én Nhanh Nhẹn RS, vẫn cứ mãi là một Tráng Sinh Lên Đường.

*California, 21-08-2015*

## NGUYỄN ĐÌNH TOÀN
## TỪ ĐỒNG CỎ TỚI ÁO MƠ PHAI

*Có biết đâu niềm vui đã nằm trong thiên tai*
Nguyễn Đình Toàn

Nguyễn Đình Toàn
*(photo by Trần Cao Lĩnh)*

TIỂU SỬ:

Nguyễn Đình Toàn có bút hiệu ban đầu là Tô Hà Vân nhưng thành danh với tên thật và cũng là bút hiệu chính thức sau này; sinh ngày 6 tháng 9 năm 1936 tại huyện Gia Lâm, bên bờ sông Hồng, ngoại thành Hà Nội. Di cư vào Nam 1954, Nguyễn Đình Toàn bắt đầu viết văn làm thơ, viết kịch, viết nhạc, cộng tác với các tạp chí Văn, Văn Học (trong nhiều năm, Nguyễn Đình Toàn phụ giúp Trần Phong Giao tuyển chọn thơ và truyện cho báo Văn); Nguyễn Đình Toàn cũng viết *feuilleton* cho các nhật báo Tự Do, Chính Luận, Xây Dựng, Tiền Tuyến; biên tập viên đài phát thanh Sài Gòn, nổi tiếng với chương trình *Nhạc Chủ Đề* trong những năm 1970s.

Sau 1975, cùng chung số phận như mọi văn nghệ sĩ Miền Nam, Nguyễn Đình Toàn bị bắt hai lần và đi tù cải tạo một thời gian gần sáu năm. Sang Mỹ định cư từ cuối năm 1998, Nguyễn Đình Toàn và vợ, chị Thu Hồng cùng phụ trách chương trình *Đọc Sách* cho đài phát thanh VOA, Nguyễn Đình Toàn còn viết cho tuần báo Việt Tide mục Văn Học Nghệ Thuật của nhà văn Nhật Tiến cho tới khi nghỉ hưu. Gia đình Nguyễn Đình Toàn hiện sống tại Nam California.

## TÁC PHẨM ĐÃ XUẤT BẢN:

Văn: *Chị Em Hải* (truyện, Nxb Tự Do 1961); *Những Kẻ Đứng Bên Lề* (truyện, Nxb Giao Điểm 1974); *Con Đường* (truyện, Nxb Giao Điểm 1965); *Ngày Tháng* (truyện, Nxb An Tiêm 1968); *Phía Ngoài* (tập truyện, viết chung với Huỳnh Phan Anh, Nxb Hồng Đức 1969); *Đêm Hè* (truyện, Nxb Hiện Đại 1970); *Giờ Ra Chơi* (truyện, Nxb Khai Phóng 1970); *Đêm Lãng Quên* (Nxb Tân Văn 1970); *Không Một Ai* (truyện, Nxb Hiện Đại 1971); *Thành Phố* (truyện, Nxb Kẻ Sĩ 1971); *Đám Cháy* (tập truyện, Nxb Tân Văn 1971); *Tro Than* (truyện, Nxb Đồng Nai 1972); *Áo Mơ Phai* (truyện, Nxb Nguyễn Đình Vượng 1972); *Đồng Cỏ* (truyện, Nxb Đồng Dao/ Úc châu 1994).

Thơ: *Mật Đắng* (thơ, Nxb Huyền Trân 1962).

Kịch: các vở kịch của Nguyễn Đình Toàn đều là kịch truyền thanh, trừ *Cơn Mưa* được trích đăng trong bộ môn Kịch Văn Học Miền Nam của Võ Phiến, những bản thảo khác đều thất lạc.

Nhạc: *Hiên Cúc Vàng* (tập nhạc, 1999); *Tôi Muốn Nói Với Em* (tập nhạc, 2001); *Mưa Trên Cây Hoàng Lan* (tập nhạc, 2002).

Ký: *Bông Hồng Tạ Ơn I & II* (Nxb Đêm Trắng 2006, 2012).

*Áo Mơ Phai* đoạt giải thưởng Văn Học Nghệ Thuật 1973.

Chiến dịch đốt sách sau 1975 và những cuốn sách "tro than" của Nguyễn Đình Toàn.

## CHỊ EM HẢI

Có lẽ Nguyễn Đình Toàn viết khá sớm từ những ngày niên thiếu ở Hà Nội, cũng lập bút nhóm và chọn bút hiệu ban đầu là Tô Hà Vân. Khi di cư vào Nam, thời gian ban đầu, Nguyễn Đình Toàn sống chung với gia đình Nhật Tiến. Không có tiền mua giấy trắng, những trang bản thảo đầu tiên của Nguyễn Đình Toàn đã được viết trên mặt sau của các bản tin VN Thông Tấn Xã phế thải. Khi bắt đầu có tác phẩm xuất bản, Toàn quyết định lấy tên thật làm bút hiệu.

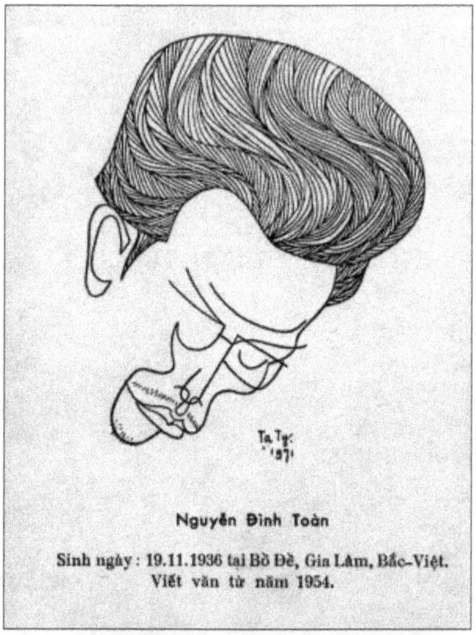

Nguyễn Đình Toàn, photo by Nguyễn Ngọc Dung, con gái nhiếp ảnh gia Nguyễn Cao Đàm
*(tư liệu Nguyễn Đình Toàn)*

Nguyễn Đình Toàn ký họa Tạ Tỵ

*Chị Em Hải* là tác phẩm đầu tay của Nguyễn Đình Toàn, ít được nhắc tới nhưng đã mang ngay dấu ấn văn phong của *Con Đường* Nguyễn Đình Toàn xuyên suốt qua các tác phẩm văn học của Nguyễn Đình Toàn sau này. Bản thảo *Chị Em Hải,* được ký giả Lô Răng Phan Lạc Phúc chuyển tới nhà báo Phạm Xuân Ninh rồi tới tay nhà báo Như Phong Lê Văn Tiến, tác giả *Khói Sóng*, lúc đó đang là tổng thư ký nhật báo Tự Do. Như Phong nhìn ngay được viên ngọc ẩn thạch, nhận ra văn tài của Nguyễn Đình Toàn nên đã để cơ sở báo chí Tự Do xuất bản ngay cuốn sách này cùng với cuốn *Thử Lửa* của Thao Trường (tiền thân của bút danh Thảo Trường sau này). Cùng năm sinh 1936, với hai tác phẩm đầu tay, Nguyễn Đình Toàn và Thảo Trường đều mau chóng trở thành hai tên tuổi văn học của Miền Nam.

## ÁO MƠ PHAI

Vào thập niên 1960s, nhiều nhà văn Miền Nam, có số lượng sách khá đồ sộ một phần do lối viết *feuilleton* cho các nhật báo, bên cạnh đó là những truyện kiếm hiệp Kim Dung, truyện dịch Quỳnh Dao nhằm đáp ứng nhu cầu mọi thành phần độc giả thời bấy giờ. Viết *feuilleton,* Nguyễn Thị Thụy Vũ còn gọi viết truyện nhật trình; đó là những tiểu thuyết, truyện dài được các tác giả viết mỗi ngày và đăng từng kỳ báo. Điển hình là nhà văn Mai Thảo, cùng một lúc nhận viết truyện dài cho nhiều tờ báo, đôi khi tới ngồi viết ngay tại tòa soạn, đưa từng trang viết chưa ráo mực cho nhà in để kịp sắp chữ.

Rồi cũng phải kể tới tình huống một *feuilleton* do nhiều người viết, điển hình là truyện dài *"Một Triệu Đồng"* của nhà báo Như Phong đăng trên nhật báo Tự Do, khi Như Phong bị lao phổi, do truyện đang ăn khách, tòa soạn quyết định tiếp tục. Trong hồi ký *Tôi Làm Báo,* nhà văn nhà giáo Tạ Quang Khôi kể lại: *"Do, ông Nguyễn Hoạt yêu cầu mỗi người viết một đoạn để chờ ông Như Phong đi làm lại".* Và truyện dài của nhà báo Như Phong đã được nhà thơ Đinh Hùng, nhà báo Hiếu Chân Nguyễn Hoạt và sau đó là Tạ Quang Khôi viết thay cho tới khi nhà báo Như Phong trở lại tòa báo.

Gần như một phong trào, không thiếu những nhà văn danh tiếng cũng tham dự vào phong trào viết tiểu thuyết *feuilleton* như Mai Thảo, Thanh Tâm Tuyền, Nguyễn Đình Toàn, Thảo Trường, Bình Nguyên Lộc, Sơn Nam, Nhã Ca, Túy Hồng, Nguyễn Thị Thụy Vũ... nhiều người xem đó như thứ sản phẩm giải trí ngắn hạn đáp ứng nhu cầu của xã hội tiêu thụ. Nhà văn Sơn Nam cũng viết *feuilleton* nhưng chính Sơn Nam sau này lên tiếng phủ nhận, không coi đó là những tác phẩm

MỘT SINH HOẠT CỦA VĂN BÚT TRƯỚC 1975:
BÁN TÁC PHẨM ĐỂ CỨU TRỢ NẠN NHÂN BÃO LỤT MIỀN TÂY
**Từ trái qua phải : PHẠM VIỆT TUYỀN- NGUYỄN ĐÌNH TOÀN- NHẬT TIẾN- MINH ĐỨC HOÀI TRINH- VŨ HOÀNG CHƯƠNG**

văn học. Công bằng mà nói tiểu thuyết *feuilleton* không phải không có tác phẩm hay phải nói là rất hay. Chất lượng tác phẩm tùy theo thái độ chọn lựa và cách viết của mỗi tác giả.

Nguyễn Đình Toàn cũng không là một ngoại lệ. Trừ *Chị Em Hải* là tác phẩm được viết xong rồi xuất bản, hầu hết các tác phẩm còn lại của Nguyễn Đình Toàn đều là tiểu thuyết *feuilleton* sau đó được in thành sách như *Con Đường* (nhật báo Tự Do), *Đồng Cỏ* (nhật báo Chính Luận), *Áo Mơ Phai* (nhật báo Xây Dựng), và những cuốn khác trên nhật báo Tiền Tuyến mà chính Nguyễn Đình Toàn cũng không còn nhớ. Nguyễn Đình Toàn có một đức tính là các trang bản thảo chỉ viết một lần, không sửa chữa và giao thẳng cho thợ nhà in sắp chữ. (Nguyễn Mộng Giác sau này là người thứ hai cũng viết bản thảo chỉ một lần không sửa chữa). Nguyễn Đình Toàn cho rằng chưa hề hy sinh tính văn chương khi chọn viết những truyện dài *feuilleton* như vậy.

Nếu theo thứ tự xuất bản, thì *Áo Mơ Phai* là cuốn sách *feuilleton* thứ 13 của Nguyễn Đình Toàn, và cũng là tác phẩm được trao giải Văn Học Nghệ Thuật 1973.

Khi viết bài điểm sách *Áo Mơ Phai,* Huỳnh Phan Anh đã nhận định: "Phải nhìn nhận rằng yếu tố 'truyện' là cái gì quá nghèo nàn trong *Áo Mơ Phai,* truyện dài. Một độc giả bình thường có thể thất vọng sau khi đọc *Áo Mơ Phai*. Người đọc có thể xếp cuốn sách lại với nỗi bàng hoàng nào đó, có lẽ người đọc sẽ khó thâu tóm 'câu truyện' mà tác giả đã dùng trên 300 trang sách để kể. Có thể câu truyện thật sự của *Áo Mơ Phai* không thể tách rời khỏi từng trang *Áo Mơ Phai,* nghĩa là không thể giản lược tóm thâu mà không làm mất ý nghĩa của nó. Có thể vì câu truyện thực sự của *Áo Mơ Phai* là cái gì chưa hoàn tất, nói một cách nào đó, hãy còn vắng mặt, hãy còn hứa hẹn." (Văn Học 10/02/1974)

Cũng trên tạp chí Văn Học 1974, Nguyễn Đình Toàn đã nói về kỹ thuật xây dựng *Áo Mơ Phai* như một tác phẩm tâm đắc của mình: *"Mỗi tác phẩm đã viết ra như que diêm đã được đốt cháy, nhà văn có bổn phận phải sáng tạo, dù rằng toàn bộ tác phẩm chỉ là sự nối dài từ cuốn đầu tiên. Nhiều người đã nói tôi dùng lối viết quá dài, cả trang không chấm trong Áo Mơ Phai này mới mang đủ sắc thái không khí của Hà Nội. Nhân vật chính trong tác phẩm không phải là những nhân vật được nhắc tới trong sách mà chính là thành phố Hà Nội. Ai sống ở nơi này thường có cái cảm tưởng đang sống trong một giấc mơ, có lẽ là giấc mơ không bao giờ phai nhạt với sương mù cơn mưa sướt mướt hơi lạnh của mùa thu… Áo Mơ Phai thoát ra từ cơn mơ đó từ khi tôi xa Hà Nội mới 17 tuổi."*

Ba mươi hai năm sau (9/10/2006) trong buổi mạn đàm với Hoàng Khởi Phong trên RFA, khi được hỏi về *Áo Mơ Phai* Nguyễn Đình Toàn bày tỏ: *"Có những người thức thời, nhìn xa trông rộng, có thể tiên đoán dự liệu được những biến chuyển của thời cuộc, dĩ nhiên những điều họ tiên đoán cũng có điều sai. Mà đúng hay sai thì chỉ khi nào sự việc xảy ra thì họ mới biết được. Tôi viết cuốn sách đó chỉ dựa trên những dự cảm đối với hoàn cảnh lịch sử cho một người chịu đựng hoàn cảnh lịch sử như chịu đựng sự đổi thay của thời tiết"*. (HKP mạn đàm với NĐT, RFA 9/10/2006)

Phát biểu của Nguyễn Đình Toàn khiến người ta liên hệ tới bài diễn văn của Albert Camus khi dự lễ nhận giải Nobel văn chương

1957 tại Stockholm, Camus đưa ra nhận định rằng ngày nay nhân loại gồm số nhỏ người làm lịch sử và đông đảo những người phải gánh chịu những hậu quả do biến cố lịch sử. Và tác giả *La Peste / Dịch Hạch* cho rằng vị trí của những người làm văn học nghệ thuật là đứng về phía những người khổ vì lịch sử. *(Le rôle de l'écrivain, du même coup, ne se sépare pas de devoirs difficiles. Par définition, il ne peut se mettre aujourd'hui au service de ceux qui font l'histoire: il est au service de ceux qui la subissent.)* (Albert Camus, *Discours de Suède* 1957)

*Áo Mơ Phai* là dự cảm về một thành phố Hà Nội sắp mất, *Đồng Cỏ* là một tác phẩm khác dự báo một Sài Gòn sắp mất. Nguyễn Đình Toàn mẫn cảm với thay đổi thời tiết cũng như với những biến chuyển của lịch sử. Dự cảm hay trực giác của nhà văn đi trước tấn thảm kịch, đi trước những đổ vỡ chia ly đã mang tính tiên tri.

Đọc văn Nguyễn Đình Toàn, để sống với Hà Nội những ngày sắp mất nhưng cũng không bao giờ mất qua hơn 300 trang sách *Áo Mơ Phai:*

*"Tháng bảy rồi tháng tám (1954, ghi chú của người viết) qua mau lẹ như những trận mưa đổ xuống không giờ giấc trong những đêm khuya, những buổi chiều. Người Hà Nội bỏ đi và chỉ trong một thời gian ngắn, Hà Nội như một cơ thể mắc chứng hoại huyết. Từ những vùng quê xa, từng đoàn người lam lũ, lầm lũi, ngày ngày gồng gánh, lếch thếch dắt díu nhau về Hà Nội, nằm la liệt tại các công viên, xó xỉnh, vỉa hè, đầy ắp trong Tòa Thị Chính, chờ để được đưa đi tới các phi trường, bến tầu, di cư vào Nam.*

*Chiều chiều Lan thường ngồi trên bao lơn nhìn xuống khu phố đôi lúc vắng vẻ, đôi lúc chen chúc những đám dân quê níu áo nhau đi như chạy, nhìn những tàn cây trước nhà, cây gần nhất có những cành xòe tới sát bao lơn như những cánh tay, những hàng cây xa dọc theo các khu phố, một ngày, một buổi chiều, bao nhiêu lá đều vàng hết, rồi cũng trong một ngày nữa, tất cả lá như tấm áo khoác của thành phố ấy phai thêm một lần nữa, trút khỏi cành như những giấc mơ rời khỏi vầng trán khô cằn, những sợi tóc rụng khỏi chiếc đầu đau ốm.*

*Trong nhiều ngày, Lan có cảm tưởng cơn bệnh của thành phố, của những hàng cây lây sang nàng, Lan thấy chân tay nặng nề không muốn cử động, hơi thở khó khăn.*

*Nàng mong đợi ngày đi để đi cho xong, cầu nguyện cho ngày khởi hành đừng đến vội, để còn được ở lại đây thêm nữa, ở lại Hà Nội, chia sẻ nỗi đau đớn của Hà Nội, sống với Hà Nội, chết với Hà Nội, rũ rượi với Hà Nội, rõ ràng là Hà Nội đang kiệt sức, những giọt mưa đọng trên các cành cây, những ngọn lá, chẳng khác Hà Nội khóc."* (*Áo Mơ Phai*, Ch.9, Nxb Nguyễn Đình Vượng 1972)

## GIẢI VĂN HỌC NGHỆ THUẬT LẦN HAI

Sau 1975, những gì đốt được thì không còn, Nguyễn Đình Toàn cho biết: *"không còn một tấm hình nào về cái ngày phát giải VHNT ấy cả. Nhưng cái huy chương thì lạ lắm. Có một người bạn trẻ, đã mua được tấm huy chương đó trên một vỉa hè ở Hà Nội, mang về đây tặng lại cho mình. Hắn nói 'cháu trao tặng bác giải thưởng lần thứ hai'. Bữa hắn mang tới cho mình có mặt Cao Xuân Huy và bạn Huy là Trần Như Hùng, đài phát thanh Úc Châu. Sự việc, Cao Xuân Huy cho là quá hi hữu, có ý viết thành một truyện ngắn."* Toàn nói: đó là *"cuộc phiêu lưu của con dế mèn"* (tên một truyện nhi đồng của Tô Hoài). Cầm trên tay tấm huy chương bằng đồng mạ vàng đã hoen rỉ theo màu thời gian của 42 năm lưu lạc, tôi nói đùa với vợ chồng Nguyễn Đình Toàn: cũng may là không phải vàng ròng, nếu không thì cũng đã bị đốt chảy trong một tiệm kim hoàn nào đó ngoài Hà Nội.

Sách Nguyễn Đình Toàn được xếp vào loại văn hóa đồi trụy sau 1975; nên tất cả bị tịch thu và trở thành *"Tro Than,"* như tên một tác phẩm định mệnh Nguyễn Đình Toàn trong chiến dịch đốt sách lan rộng khắp Miền Nam thời bấy giờ.

Giải Văn Học Nghệ Thuật 72-73 không phải chỉ có tấm huy chương, mà còn kèm theo số hiện kim 600.000 đồng tương đương với 40 lượng vàng theo thời giá bấy giờ. Tưởng cũng nên nói thêm về giải Văn Học Nghệ Thuật 1961, với số hiện kim 40.000 đồng lúc đó đủ cho nhà văn Nhật Tiến mua một xe hơi Renault 4CV còn chạy tốt cho

Bìa tác phẩm *Áo Mơ Phai (tư liệu Nguyễn Đình Toàn)*

Hai mặt tấm huy chương Giải thưởng Văn Học Nghệ Thuật Toàn Quốc do Tổng Thống Việt Nam Cộng Hòa sáng lập: Ông Nguyễn Đình Toàn giải chính thức tiểu thuyết (72-73) với tác phẩm *Áo Mơ Phai*.

tới những năm về sau này. Cho dù Nguyễn Vỹ có than thở *"nhà văn An Nam khổ như chó"* nhưng thực ra trong xã hội Việt Nam, họ vẫn là thành phần được quý trọng.

## NHÓM ĐÊM TRẮNG

Từ 1954, trong vòng 20 năm của Miền Nam, các phong trào văn học được tự do nở rộ. Tự Lực Văn Đoàn được tiếp nối với Văn Hóa Ngày Nay của Nhất Linh, nhóm Sáng Tạo của Mai Thảo, Thanh Tâm Tuyền phủ nhận nền văn học tiền chiến với nỗ lực làm mới văn chương, nhóm Quan Điểm của Nghiêm Xuân Hồng, Vũ Khắc Khoan, Mặc Đỗ; rồi tới nhóm Đêm Trắng (cũng có thể gọi là nhóm La Pagode nơi họ tụ tập sinh hoạt) được xem như nhóm Tiểu Thuyết Mới của

Sài Gòn. Nhóm 6 người ấy đa số xuất thân nhà giáo: Huỳnh Phan Anh, Đặng Phùng Quân, Nguyễn Nhật Duật, Nguyễn-Xuân Hoàng, trừ Nguyễn Đình Toàn và Nguyễn Quốc Trụ. Ý kiến khởi đầu lập Nxb Đêm Trắng là từ Huỳnh Phan Anh, để chỉ xuất bản các sáng tác của nhóm. Tuy mang tên nhóm nhưng họ là những cây bút độc lập, có chung ý hướng là tự làm mới cách viết của mỗi người.

Nổi bật trong nhóm này là Nguyễn Đình Toàn với kỹ thuật viết mới, viết truyện mà không có truyện, những trang chữ là một chuỗi những hình ảnh tạo cảm xúc và là một trải dài độc thoại nội tâm. Nguyễn Đình Toàn thành công trong nỗ lực tự làm mới văn chương nhưng không vì thế mà bảo ông chịu ảnh hưởng và chạy theo phong trào tiểu thuyết mới của Pháp. Thanh Tâm Tuyền và Dương Nghiễm Mậu là hai tên tuổi khác cũng được nhắc tới khi nói về khuynh hướng tiểu thuyết mới ở Sài Gòn lúc bấy giờ.

Tưởng cũng nên nhắc tới ở đây, Hoàng Ngọc Biên không ở trong nhóm Đêm Trắng nhưng chính anh là người đầu tiên thực sự nghiên cứu về phong trào *Nouveau Roman* của Pháp, vào giữa thập niên 1950's với các tên tuổi như Alain Robbe-Grillet, Nathalie Sarraute, Michel Butor, Claude Simon. Hoàng Ngọc Biên đã dịch một số tác phẩm của Alain Robbe-Grillet và cũng thể hiện quan niệm tiểu thuyết mới ấy qua tập truyện *Đêm Ngủ Ở Tỉnh* do Cảo Thơm xuất bản Sài Gòn, 1970. Cũng theo Hoàng Ngọc Biên, thì ngoài danh xưng, trong 20 năm Văn Học Miền Nam thực sự đã không có một phong trào Tiểu Thuyết Mới tại Sài Gòn *"theo cái nghĩa thời thượng"* của phong trào Tiểu Thuyết Mới xuất phát từ Tây Phương.

## NHẠC THOẠI CỦA NHẠC CHỦ ĐỀ

Vào thập niên 1960, có ba chương trình nhạc được thính giả yêu thích là chương trình *Tiếng Tơ Đồng* của nhạc sĩ Hoàng Trọng, *Tiếng Nhạc Tâm Tình* do ca sĩ Anh Ngọc và Mai Thảo phụ trách, và chương trình *Nhạc Chủ Đề* của Nguyễn Đình Toàn. Mỗi chương trình có một sắc thái hay riêng, nhưng có lẽ *"Nhạc chủ đề"* trên đài phát thanh Sài Gòn ngày ấy vào mỗi tối thứ Năm được chờ đợi đón nghe nhiều nhất.

Những lời dẫn quen thuộc với giọng đọc trầm ấm của Nguyễn Đình Toàn như nhập tâm vào mỗi thính giả:

*Tình ca – những tiếng nói thiết tha nhất của một đời người – bao giờ cũng bắt đầu từ một nơi chốn nào đó, một quê hương, một thành phố, nơi người ta đã yêu nhau… Tất cả mùa màng, thời tiết, hoa lá, cỏ cây của cái vùng đất thần tiên đó, kết hợp lại, làm nên hạnh phúc, làm nên nỗi tiếc thương của chúng ta…*

*Nguyễn Đình Toàn 1 - Nhạc Chủ Đề 1970*
*Tình Ca Việt Nam* (Thu Âm Trước 1975)
https://www.youtube.com/watch?v=H3rrItsK5Z8

Không phải chỉ có nữ giới, mà cả phái nam cũng rất mê chương trình *Nhạc Chủ Đề* của Nguyễn Đình Toàn. Ở Sài Gòn là giới thanh niên sinh viên, nơi chiến trường xa là những người lính.

Người lính, sau này trở thành thương phế binh, nhà thơ Phan Xuân Sinh hiện sống ở Houston Texas đã bồi hồi kể lại: *"Cho đến bây giờ lớp tuổi trên dưới 60... tôi còn nhớ lúc đó ngoài chiến trường với chiếc radio transistor nhỏ bằng bao thuốc, một cái écouteur gắn vào tai. Chúng tôi có những giây phút chìm vào chương trình Nhạc Chủ Đề của Nguyễn Đình Toàn. Ông đã mang lại cho chúng tôi những giờ nghỉ ngơi thật tuyệt vời khi đối đầu với chiến trường".*

Gs Nguyễn Văn Tuấn từ Viện nghiên cứu Y khoa Garvan Úc Châu trước và sau 1975 là một "fan" của chương trình *Nhạc Chủ Đề*. Anh Nguyễn Văn Tuấn viết: *"Tôi tưởng tượng rằng như có một phép mầu nào, xoay ngược lại thời gian. Kìa tôi, trong một hình hài nào đó, giữa đêm lập lòe ánh điện, đang ngồi áp tai vào radio, ngồi nuốt từng lời dẫn của Nguyễn Đình Toàn, thả hồn vào những giai điệu tuyệt đẹp tuyệt vời của những bản tình ca không bao giờ tàn lụi..."* Rồi mới đây sau khi nghe lại CD *Tình Ca Việt Nam* Nguyễn Đình Toàn 1970, anh đã phải thốt lên: *"mỗi lời dẫn cho một bản nhạc ở đây là một "nhạc thoại" một tác phẩm khác. Nó thể hiện tính thẩm văn và thẩm nhạc của người tuyển chọn là Nguyễn Đình Toàn."* Rồi cuối cùng, hai người bạn họ Nguyễn ấy như Bá Nha Tử Kỳ cùng một kiếp tha hương, họ cũng đã gặp nhau không phải trên "một quê hương Việt Nam sợ hãi" - chữ của Nguyễn Đình Toàn trong *Đồng Cỏ* mà trên lục địa Mỹ Châu thênh thang tự do nhưng vẫn là lưu đày.

Truyện Nguyễn Đình Toàn rất giàu hình ảnh và nhiều chất thơ có thể đọc như một bài thơ xuôi/ *prose poem.* Khi đặt lời cho một bản nhạc thì tự thân phần lời ấy đã là một bài thơ. Nguyễn Đình Toàn viết nhạc, nổi tiếng với một số nhạc khúc, nhưng có lẽ những nốt nhạc được cất cánh từ những ý thơ ban đầu của Nguyễn Đình Toàn. Lời bản *Tình Khúc Thứ Nhất* đã là một thi phẩm trước khi kết hợp với phần nhạc của Vũ Thành An.

*Tình Khúc Thứ Nhất, tiếng hát Lệ Thu*
*Tình Khúc Thứ Nhất (Vũ Thành An) Internet.mp3*
https://www.youtube.com/watch?v=T133AZzRTTY

## TÌNH KHÚC THỨ NHẤT

Tình vui theo gió mây trôi
Ý sầu mưa xuống đời
Lệ rơi lấp mấy tuổi tôi
Mấy tuổi xa người
Ngày thần tiên em bước lên ngôi
Đã nghe son vàng tả tơi
Trầm mình trong hương đốt hơi bay
Mong tìm ra phút sum vầy
Có biết đâu niềm vui đã nằm trong thiên tai
Những cánh dơi lẻ loi mù trong bóng đêm dài
Lời nào em không nói em ơi
Tình nào không gian dối
Xin yêu nhau như thời gian làm giông bão mê say
Lá thốt lên lời cây
Gió lú đưa đường mây
Có yêu nhau xin ngày thơ ngây
Lúc mắt chưa nhạt phai
Lúc tóc chưa đổi thay
Lúc môi chưa biết dối cho lời
Tình vui trong phút giây thôi
Ý sầu nuôi suốt đời

Thì xin giữ lấy niềm tin dẫu mộng không đền
Dù trời đem cay đắng gieo thêm
Cũng xin đón chờ bình yên
Vì còn đây câu nói yêu em
Âm thầm soi lối vui tìm đến
Thần tiên gãy cánh đêm xuân
Bước lạc sa xuống trần
Thành tình nhân đứng giữa trời không
Khóc mộng thiên đường
Ngày về quê xa lắc lê thê
Trót nghe theo lời u mê
Làm tình yêu nuôi cánh bay đi
Nhưng còn dăm phút vui trần thế

## NƯỚC SÔNG MEKONG MÁU CỦA ĐẤT

Các tác phẩm văn học lớn thường mang những dự cảm hay cả viễn kiến có thể liên hệ với cuộc sống. Truyện Kiều là một ví dụ: hoàn cảnh nào cũng có thể liên hệ với một câu thơ của Nguyễn Du.

Tôi không nói rằng Nguyễn Đình Toàn đã sáng tác những tác phẩm lớn, nhưng từ các trang sách của anh, tôi đã tâm đắc tìm thấy ở đấy những dự cảm để dễ dàng đưa vào trích dẫn. Nguyễn Đình Toàn đã ví nước sông Mekong như *"máu của đất"* trước viễn tượng một *Cửu Long Cạn Dòng*.

Và khi có tin cặp vợ chồng ngư dân Nguyễn Văn Chơn cư ngụ tại huyện Lấp Vò tỉnh Đồng Tháp mười ngày trước Giáng Sinh đã rất đỗi vui mừng khi lưới được một con cá đuối khổng lồ trên sông Tiền, đoạn giữa hai xã Tân Mỹ và Tân Khánh Trung. Con cá đuối có chiều dài hơn 4 mét ngang 2 mét và nặng tới 270 ký. Cá đuối hay Selachian, tên khoa học là chondrichthyes, thuộc loài cá sụn là giống cá nước mặn. Trong niềm vui lưới được con cá đuối nước mặn to khủng trên khúc sông Tiền cũng chính là tín hiệu của thảm họa: *"Có biết đâu niềm vui đã nằm trong thiên tai"* như lời thơ Nguyễn Đình Toàn, bởi vì nạn ngập mặn / salt intrusion đã càng ngày càng lấn vào rất sâu vào vùng Đồng Bằng Sông Cửu Long, nơi vốn là vùng đất của "phù sa, lúa gạo, cây trái và tôm cá đầy đồng..." *(CLCD BĐDS, Ch. XIV, Nxb Văn Nghệ 2000)*

## BÀ TÚ XƯƠNG THU HỒNG

Tôi quen Nguyễn Đình Toàn có lẽ khởi đầu từ những trang sách *Chị Em Hải*, rất sớm khi còn là sinh viên Khoa học. Quán cà phê *La Pagode* thường là nơi có thể dễ dàng gặp Toàn và các bạn văn nghệ của anh, cũng là nơi hình thành nhóm Đêm Trắng sau này. Nguyễn Đình Toàn ngoài giờ làm ở đài phát thanh, hầu như thường ngày ra ngồi viết nơi quán *Cái Chùa* này.

Chỉ được gặp chị Toàn khi tới thăm căn nhà rất nhỏ của anh chị, trước nhà có hàng cây trứng cá, trong một con hẻm cũng rất nhỏ phía sau đài phát thanh Sài Gòn. Chị Thu Hồng, tên người bạn đời tấm cám hơn 60 năm của Nguyễn Đình Toàn, chị nhỏ hơn Nguyễn Đình Toàn sáu tuổi, chị có vẻ đẹp với cá tính mà các họa sĩ rất muốn vẽ, một thứ người mẫu cho những bức tranh của Modigliani cộng thêm với cái trán cao bướng bỉnh khi chọn lựa và chấp nhận sự thách đố của số phận. Chị cũng là xướng ngôn viên cho một chương trình của đài phát thanh Sài Gòn. Thời kỳ ấy, Toàn bị lao phổi khá nặng, lại mới có một đứa con đầu lòng. Thuốc chữa bệnh lao lúc đó rất hiếm, hầu như chỉ có hai thứ: thuốc viên Rimifon, và thuốc chích Streptomycin có thể gây điếc. Toàn thường ho ra máu, sức khỏe suy kiệt và thường xuyên bị ám ảnh bởi cái chết giữa tuổi mới ngoài 20 ấy. Tập thơ *Mật Đắng* được sáng tác trong giai đoạn đen tối và gần như tuyệt vọng này. Võ Phiến khi viết về thi phẩm *Mật Đắng* của Nguyễn Đình Toàn, thay vì bốn cái khổ: sinh, bệnh, lão, tử *"trong Mật Đắng không có cái lão, nhưng thay bằng cái ái, càng tệ hơn... Sinh, bệnh, ái, tử, nghe có hơi lạ tai một chút, dù sao cũng là chuyện của mọi nơi chốn, mọi thời đại"*. (Văn Học Miền Nam, Thơ, Nxb Văn Nghệ 1999).

Trong bài thơ *Úp Mặt*, Nguyễn Đình Toàn viết:

*Bàn tay vuốt mặt xương lồi*
*Hai mươi tư tuổi một đời cũng xong*

Nhà văn Nguyễn Đình Toàn và bà Tú Xương Thu Hồng, Huntington Beach Library 2014 *(photo by Đặng Tam Phong)*

Có lẽ sức sống tỏa sáng nơi căn nhà nhỏ chật của vợ chồng Nguyễn Đình Toàn lúc ấy là nụ cười luôn luôn rạng rỡ và cả ẩn nhẫn của chị Thu Hồng, vợ Toàn. Với tôi, chị là hình ảnh nguyên mẫu của một bà Tú Xương lúc ấy và cho tới suốt cả những năm về sau này, chị bền bỉ đảm đương một gia đình bốn con và cả thăm nuôi Nguyễn Đình Toàn trong suốt thời gian tù đày.

*"Xưa nay nhân định thắng thiên cũng nhiều"*, bà Tú Xương của thời hiện tại đã đảo nghịch lời tiên tri *Mật Đắng*, và Nguyễn Đình Toàn thì nay cũng đã vượt xa cái ngưỡng tuổi "cổ lai hy", tới tháng Chín 2015 này, Nguyễn Đình Toàn tròn 80 tuổi.

Rồi vợ chồng Nguyễn Đình Toàn cũng sang được Mỹ tuy khá trễ (1998). Và kể từ sau những năm 2000, sau bao tháng năm thăng trầm, chị Thu Hồng vẫn là hình ảnh một bà Tú Xương ngày nào, nhưng chị đã bắt đầu quên nhiều điều, quên những chuyện nhân sinh hiện tại. Nhưng mỗi khi phone tới nhà không gặp Toàn, xin nói chuyện với "bà Tú Xương" thì bên kia đầu dây là một giọng cười ròn rã, chị nhận ra ngay ai đang nói chuyện với chị và nhớ lại đủ mọi điều. Một hôm tới thăm anh chị cách đây không lâu, nửa buổi sáng câu chuyện rộn rã, khi ra về anh chị xuống thang đưa tiễn tôi ra xe, chị Toàn nói hồn nhiên: *"hôm nào anh Vinh tới nhà tụi này chơi"*. Toàn nhắc chị, anh ấy vừa mới từ nhà mình xuống đây mà. Chị Toàn thì vẫn cười hồn nhiên. Tôi vẫn nghĩ nếu không có bà Tú Xương, có lẽ Toàn đã chẳng thể sống sót cho tới cái tuổi gần 80 như hôm nay. Toàn không phủ nhận điều ấy và dí dỏm nói, *"cũng vì vậy mà bây giờ tôi đang trả nợ cho bà ấy"*, Toàn nói tới vai trò không thể thiếu hàng ngày phải chăm sóc người bạn đời của mình. Hai vợ chồng sống như đôi chim liền cánh, từ bấy lâu nay, Toàn đã không thể để chị ở nhà một mình.

*Quanh năm buôn bán ở ven sông,*
*Nuôi đủ năm con với một chồng.*

Nói tới thành tựu của một nền văn học, người ta chỉ nhắc tới những nhà văn, nhà thơ nhưng có lẽ không thể không nhắc tới những bà Tú Xương của mọi thời đại với bao nhiêu công khó hy sinh của họ.

## MỘT CHÚT RIÊNG TƯ

Ca sĩ Quỳnh Giao, trong bài viết về "Nguyễn Đình Toàn, Dẫn Em Vào Nhạc" đã cho rằng, *"Nguyễn Đình Toàn là nghệ sĩ không cần được giới thiệu"*. Điều đó có lẽ đúng với các thế hệ sống ở Miền Nam trong giai đoạn 1954-1975. Nhưng với các thế hệ sinh ra và lớn lên sau 1975 ở trong nước cũng như ở hải ngoại, những bài viết giới thiệu một Nguyễn Đình Toàn tài năng trong nhiều lãnh vực văn, thơ, nhạc, kịch vẫn là điều cần thiết. Và đáng mừng là đã có rất nhiều bài viết về mọi khía cạnh của Nguyễn Đình Toàn, nghĩ tới một bài viết mới về Nguyễn Đình Toàn, câu hỏi được đặt ra là liệu còn gì để viết nữa nếu không phải là những chia sẻ chút riêng tư với một bạn văn và cũng là cố tri.

Bài viết này gửi tới bà Tú Xương Thu Hồng và Nguyễn Đình Toàn tác giả *Mật Đắng* khi anh sắp bước vào tuổi 80 gần như một phép lạ.

*California, 08.03.2015*

# THÁNG BA THANH TÂM TUYỀN RŨ BỎ KÝ ỨC KHÔNG THỂ KHÁC

*Hắn rũ bỏ ký ức, và đi*
Prélude Cho Những Chuyến Đi, Về (1982)
...
*Rũ bỏ ký ức - ký ức người*
Vài khúc dạo tặng tri âm (1988)

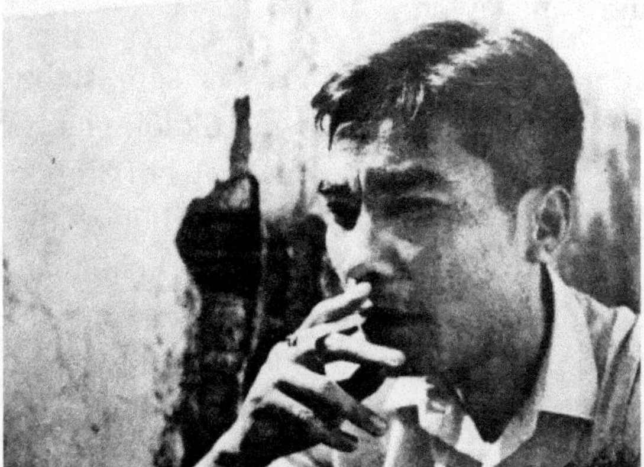

Thanh Tâm Tuyền
*(photo by Trần Cao Lĩnh)*

*Tới lúc tôi phải viết như không có gì đã xảy ra, như không có gì biến đổi. Đến lúc nào tôi sẽ có thể có được điều như vậy? Để có thể viết trở lại (1993)*

Hình 1960, các bạn thân thiết của TTT trong nhóm Sáng Tạo; từ trái: Duy Thanh, Trần Lê Nguyễn, Thanh Tâm Tuyền, Ngọc Dũng *(tư liệu gia đình Thanh Tâm Tuyền)*

Thanh Tâm Tuyền sinh tháng 3 (13/03/1936) cũng mất tháng 3 (22/03/2006).

Bài viết ngắn tháng 3 (22/03/2015) này để tưởng nhớ 9 năm ngày mất Thanh Tâm Tuyền.

Thanh Tâm Tuyền tên thật Dzư Văn Tâm, sinh tại Vinh, Nghệ An. Mồ côi cha rất sớm. Đi dạy học từ 16 tuổi, viết truyện đăng trên báo Thanh Niên, TTT sinh hoạt trong Tổng hội Sinh viên Hà Nội với Doãn Quốc Sỹ, Nguyễn Sỹ Tế, Trần Thanh Hiệp; cùng chủ trương tập san Lửa Việt. Di cư vào Nam 1954, TTT viết cho tuần báo Dân Chủ, Người Việt và là một trong những cây viết chủ lực tạp chí Sáng Tạo cùng với Mai Thảo, có ảnh hưởng lớn trên văn học Việt Nam khoảng từ 1956-1975 và cả những năm về sau này.

TTT bị động viên từ 1962, cấp bực cuối cùng đại úy. Sau 1975 bị đi tù 7 năm qua nhiều trại giam khắc nghiệt ngoài Việt Bắc. TTT ra tù 1982, ít ai biết mấy năm sau đó TTT đã mất đứa con trai lớn trên đường vượt biển; từ 1986 cho đến khi TTT mất, anh đã không ngừng khắc khoải trong vô vọng lần tìm tin tức và dấu vết đứa con mất tích ấy. Sang định cư tại Hoa Kỳ từ 1990, sống trong ẩn dật. TTT mất ngày 22 tháng 03 năm 2006, khi mới bước vào tuổi 70.

Hình chụp 1964, trong đám cưới Thanh Tâm Tuyền / Dzư Văn Tâm và Cao Thị Mai Hoa. Từ trái: Trần Lê Nguyễn, Ngọc Dũng, Mai Thảo, Thanh Tâm Tuyền, Trần Thanh Hiệp, Nguyễn Sỹ Tế. *(tư liệu gia đình Thanh Tâm Tuyền)*

## ĐÃ XUẤT BẢN:

- Thơ: *Tôi Không Còn Cô Độc* (1956), *Liên - Đêm, Mặt Trời Tìm Thấy* (1964, Sài Gòn), *Thơ Ở Đâu Xa* (1990, Mỹ).

- Truyện: *Bếp Lửa* (1957); *Khuôn Mặt* (1964), *Dọc Đường* (1967), *Cát Lầy* (1966), *Mù Khơi* (1970), *Tiếng Động* (1970).

- Một số tác phẩm chưa xuất bản trong đó có tiểu thuyết *Ung Thư*, đã đăng nhiều kỳ trên báo Văn, Sài Gòn, một tác phẩm quan trọng sau *Bếp Lửa* được TTT nhắc tới trong bài phỏng vấn 1993. (4)

Nguyễn-Xuân Hoàng trong số báo Văn đặc biệt về TTT, đã viết: "Thanh Tâm Tuyền như ngọn cờ đầu của thơ tự do Việt Nam, người làm mới thi ca Việt Nam." (2) Đặng Tiến khi viết bài tưởng niệm Thanh Tâm Tuyền đã bày tỏ ít nhiều tiếc rẻ là "lối thơ Thanh Tâm Tuyền không có người thừa kế." Cũng vẫn Đặng Tiến viết tiếp: "bản thân Thanh Tâm Tuyền về sau, trong tập *Thơ Ở Đâu Xa*, cũng trở về với những thể thơ truyền thống. Nhưng đây là những bài thơ làm trong lao lý, trong những hoàn cảnh đặc biệt, không cho phép chúng ta suy diễn về lý thuyết. (3)

## THANH TÂM TUYỀN NƠI XỨ TUYẾT

Ngoài những năm tháng tù đày của TTT, trước và sau 1975, thỉnh thoảng tôi có dịp gặp TTT. Sang Mỹ, phương tiện đi lại dễ dàng nhưng TTT rất ít di chuyển và không đi xa. Liên lạc với anh thường bằng thư, có lần qua điện thoại, đôi khi TTT gửi cho tôi cuốn sách mà anh đã đọc và thấy tâm đắc. Cũng để bạn đọc hiểu hơn về cuộc sống nơi xứ tuyết của TTT - như một nhà văn lưu đầy / *writer in exile* từ một đất nước Việt Nam mà "tâm thái" anh thì không bao giờ muốn xa rời, sau đây là trích đoạn đôi ba bức thư trao đổi với Thanh Tâm Tuyền, như để chia sẻ với bạn đọc một chút riêng tư. (6)

*St Paul 31-12-92*
*Anh Ngô Thế Vinh thân,*

*Ở đây trận bão lạnh từ bên ấy đang lùa sang, nhiệt độ xuống thấp hơn hai năm trước nhiều, âm độ F là sự thường, gió lạnh thổi có hôm xuống tới 40 - 50 độ âm, phố xá ướt át trắng xóa. Trước kia tôi cũng tưởng mùa đông chim chóc trốn tuyết hết, nhưng đã ở đây qua ba mùa đông, tôi ngạc nhiên thấy mình lầm. Chim chóc vẫn ở lại: quạ,*

Gặp lại Bạn ở Saint Paul, Minnesota. Từ trái: Thanh Tâm Tuyền, Cung Tiến, Tô Thùy Yên, Cung Trầm Tưởng *(tư liệu gia đình Thanh Tâm Tuyền)*

*bồ câu, chim sẻ... Bồ câu, chim sẻ đợi lúc có nắng tìm mồi quanh quẩn tại các công viên. Có lẽ chúng ở lại được với mùa đông nhờ trú ẩn trên những nóc mái của các nhà đều có hơi sưởi. Riêng có một loại cây ở đây không biết tên là gì, mùa đông lá héo chết nhưng bám chặt cành. Anh hãy tưởng tượng cả một lũng rừng khô úa trơ trơ giữa tuyết trắng. Tôi đã hỏi nhiều người và tra cứu nhưng vẫn chưa biết tên loại cây ấy. Khi lá của cây này rụng ấy là lúc mùa Xuân đã tới...*

Nhận được thư anh năm đó 1992 và cho cả tới bây giờ, tôi vẫn cứ mãi bị ám ảnh mãi về một loại cây không biết tên, mùa đông lá héo chết nhưng bám chặt cành. Cũng là hình ảnh một TTT héo chết, nhưng tâm thái của anh thì vẫn bám chặt với một quê hương Việt Nam mà TTT không muốn xa rời.

*St Paul 12-14-93*
*Anh Ngô Thế Vinh thân,*

*Gửi anh bài dịch của anh Phan Lạc Phúc đăng ở Úc để đọc. Tờ tạp chí Impressions du Sud đăng bài gốc tôi chưa nhận được. Khi có tôi cũng sẽ copy đầy đủ gửi anh xem... Anh cho gửi lời thăm và chúc lành của tôi cho hai người bạn thơ tôi. Nhân dịp đầu năm...*

Ký giả Lô-Răng Phan Lạc Phúc, nguyên chủ bút báo Tiền Tuyến, là bạn văn trước 75 và cả bạn tù đày lâu năm của TTT nơi các trại giam ngoài Bắc. Phan Lạc Phúc định cư ở Sydney, Úc châu từ 1991. Tác giả hai cuốn sách *Bạn Bè Gần Xa* (2000) và *Tuyển Tập Tạp Ghi* (2002) như một hồi ức về những thảm cảnh mà bản thân Phan Lạc Phúc và các bạn văn của anh đã trải qua. Với bút hiệu Huy Quân, Phan Lạc Phúc đã dịch *"Thanh Tâm Tuyền, Thơ trong chiến tranh và trong trại cải tạo"*, có xen thêm ý kiến của người dịch (ghi chú của người viết).

*St Paul 11-12-94*
*Anh Ngô Thế Vinh thân,*

*Cám ơn anh về quyển sách anh gửi tặng "để đọc trên xa lộ". Có lẽ phải chạy "xa lộ xuyên bang" mới thấy cái hữu dụng của loại sách này... Tôi tính sáng nay thứ bảy, sẽ chạy xe ra bờ hồ gần nhà và mở nghe...*

*Gửi tặng lại anh quyển tiểu thuyết đầu tay của Henry Roth: Call It Sleep. Lâu lắm, có đến mấy chục năm là ít, mới có cuốn tiểu thuyết bắt tôi phải đọc một "hơi", nói là một "hơi" vậy, chứ cũng phải mất cả tuần lễ, vào những sáng sớm khi thức khoảng 3,4 giờ và những chiều tối... Hồi còn ở Sài Gòn, tôi có đọc trong Express hoặc Nouvel Observateur nói về Henry Roth và quyển sách của ông được tái bản sau 30 năm không được chú ý. Tôi vẫn nhớ lúc bấy giờ ông đang sống bằng nghề "lái vịt" và đối với tôi ông là nhà văn bẻ bút đi chăn vịt. Bấy giờ là đầu những năm 60, Salinger đã bỏ đi đâu biệt tích... Chỉ mong anh đọc và thấy thú vị.*

Tiểu thuyết "Call It Sleep" của Henry Roth xuất bản 1934, viết về kinh nghiệm một bé trai lớn lên trong một ghetto cộng đồng di dân Do Thái vào đầu thế kỷ 20 ở New York. Cuốn sách ế ẩm phải 30 năm sau mới bán hết. Nhưng khi sách tái bản 1964, đã trở thành một best seller với hơn một triệu ấn bản, được tuần báo Time 2005 sắp hạng là trong số 100 cuốn sách tiếng Anh hay nhất kể từ 1923 (ghi chú của người viết).

Đây là bức thư viết tay khá dài, phản ánh nỗi thao thức của TTT và ngưỡng tuổi cầm bút. Năm 1994, TTT mới 58 tuổi. Anh viết:

*"Hồi trước khi biết phải ngoài 50 tuổi Stendhal mới viết nổi Le Rouge et Le Noir, tôi phục quá. Bây giờ thấy Henry Roth ngoài 70 mới viết trở lại, càng phục hơn, tuy nhiên cứ khoa học mà nói 50 tuổi thời Stendhal thì cũng bằng 70 tuổi thời này, anh có nghĩ vậy không?"* Rồi TTT say sưa kể về cuốn sách mới của Roth: *"Trong quyển sách mới, xen giữa những đoạn kể là những mẩu 'độc thoại tự kiểm' của nhân vật - người kể, dưới hình thức 'cuộc đối thoại một chiều' giữa người viết và cái 'computer'... Vẫn bị ám ảnh bởi Call It Sleep hơn là chính tác phẩm mới - có lẽ bởi đề tài không khác."*

Sang Mỹ, TTT vẫn đọc thật nhiều và tích lũy, anh cũng tiếp tục *"lao động vinh quang"* nhưng là trong tự do và tự nguyện, anh đi học và đi làm trở lại. TTT viết tiếp: *"Cuối tháng này tôi sẽ bỏ chỗ làm xa về làm việc tại cái trường dậy nghề ở gần nhà, đỡ lo lái xe trong mùa đông và không khí trường ốc cũng hợp với tôi hơn. Nói để anh mừng cho tôi."*

*St Paul 7-18-95*

*Anh Ngô Thế Vinh thân,*

*Lâu lắm không được tin anh. Gửi anh toàn bài trả lời phỏng vấn năm 93... Thân,*

*Tâm*

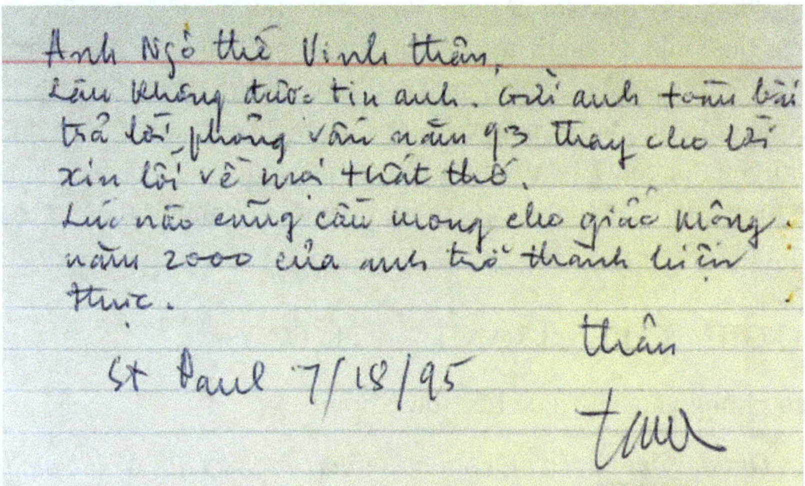

Anh Ngô Thế Vinh thân,
Lâu không được tin anh. Gửi anh toàn bài trả lời phỏng vấn năm 93 thay cho lời xin lỗi về mọi thất thố.
Lúc nào cũng cầu mong cho giấc mộng năm 2000 của anh trở thành hiện thực.

St Paul 7/18/95

thân

Tâm

Thủ bút Thanh Tâm Tuyền gửi Ngô Thế Vinh *(tư liệu Ngô Thế Vinh)*

Như vậy là cách đây cũng đã 20 năm (ngày 18 tháng 7, 1995), TTT gửi cho tôi toàn bài phỏng vấn anh bằng tiếng Pháp. Thanh Tâm Tuyền giỏi ngoại ngữ tiếng Pháp và cả tiếng Anh. Rất sớm qua tiếng Pháp, anh đã tiếp cận rộng rãi với nền văn học thế giới nhưng có lẽ nguyên bản cuộc phỏng vấn này là bằng tiếng Việt do Lê Hữu Khóa, Université de Provence (Aix-en-Provence) thực hiện và dịch sang tiếng Pháp, sau đó bài được in trong tập La part d'exil: littérature vietnamienne / textes réunis et traduits par Le Huu Khoa; Publication de l'Université de Provence, 1995. (1)

Không có bản tiếng Việt gốc, qua Đinh Cường, tôi liên lạc được với tác giả bài phỏng vấn TTT, Lê Hữu Khóa nay đã chuyển sang dạy tại Université de Lille. Qua email ngày 14/3/2015, anh Khóa cho biết anh đang đi công vụ đại học, không có mặt ở Âu Châu; bài phỏng vấn tiếng Việt của Thanh Tâm Tuyền nằm trong thư viện của anh tại Nice, rất tiếc là anh không có mặt tại Nice.

Trong khi chờ có được bản tiếng Việt gốc trọn vẹn của TTT, do vẫn muốn có một bài viết đúng vào ngày giỗ chín năm của anh, sau đây là trích đoạn bản lược dịch buổi nói chuyện trao đổi ấy - nhưng lại đi theo một đường vòng: từ bản gốc tiếng Việt của TTT dịch sang tiếng Pháp, nay dịch lại từ tiếng Pháp sang tiếng Việt, tuy văn phong không phải của Thanh Tâm Tuyền nhưng hy vọng nội dung chuyển tải được những điều mà Thanh Tâm Tuyền thực sự muốn phát biểu, và có lẽ giúp người đọc hiểu tại sao và trong hoàn cảnh nào đã đưa tới sự chuyển đổi của TTT từ một nhà thơ tự do khai phá và cách tân của thập niên 1950-1960 nay cuối đời lại trở về với những thể thơ truyền thống. (1)

## THƠ GIỮA CHIẾN TRANH VÀ TÙ ĐÀY

Trích phỏng vấn TTT của Lê Hữu Khóa

*Thanh Tâm Tuyền một tên tuổi lớn trong văn học Việt Nam hiện đại, với hai đóng góp đặc sắc trong đời sống văn học kể từ sau 1945. Về thơ, Thanh Tâm Tuyền đã dứt bỏ với thể thơ truyền thống có vần điệu, và ông là đại diện cho phong trào thơ tự do. Hai tập thơ đầu tiên 'Tôi Không Còn Cô Độc' và 'Liên, Đêm và Mặt Trời Tìm Thấy' đã khai sinh ra một thế hệ "làm thơ / fait de la poésie" và "không còn làm những câu thơ theo vần / ne fait plus de vers".*

*Về văn xuôi, tác phẩm đầu tiên cuốn Bếp Lửa đã đánh dấu một đoạn tuyệt / point de non-retour so với kỹ thuật kể chuyện cổ điển. Ở Thanh Tâm Tuyền, sự cô đọng của ngôn từ góp phần vào sự tăng tốc nhịp điệu / accélération des rythmes và chủ động trong xúc cảm thẩm mỹ / maitrise du sens esthétique.*

*Là tác giả được biết tới nhưng lại ít được giới phê bình nghiên cứu một cách sâu rộng trong khoảng thời gian chiến tranh 1954-1975, và ngay cho tới bây giờ Thanh Tâm Tuyền là tác giả đáng ngại nhất / le plus redoutable cho giới phê bình văn học Việt Nam, do phong*

Thanh Tâm Tuyền 1993 by Đinh Cường *(tư liệu Đinh Cường)*

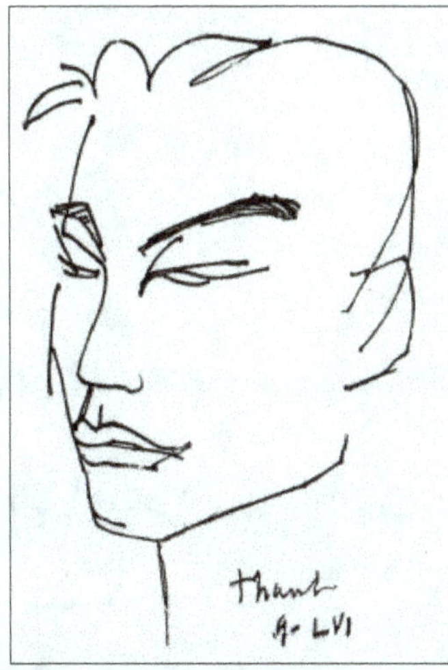

Thanh Tâm Tuyền, *ký họa của Duy Thanh 1956*

LITTÉRATURE VIETNAMIENNE

LA PART D'EXIL

Textes réunis et traduits par Le Huu Khoa
Préface de Geneviève Mouillaud-Fraisse
Postface de Trinh Van Thao

Groupe de recherche sur l'Extrême-Orient contemporain

1995

Publications de l'Université de Provence

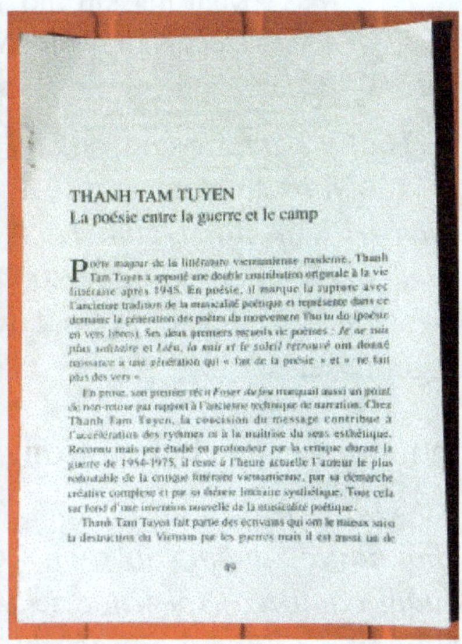

THANH TAM TUYEN
La poésie entre la guerre et le camp

Poète majeur de la littérature vietnamienne moderne, Thanh Tam Tuyen a apporté une double contribution originale à la vie littéraire après 1945. En poésie, il marque la rupture avec l'ancienne tradition de la musicalité poétique et représente dans ce domaine la génération des poètes du mouvement Thơ tự do (poésie en vers libres). Ses deux premiers recueils de poèmes : *Je ne suis plus solitaire* et *Lien, la nuit et le soleil retrouvé* ont donné naissance à une génération qui « fait de la poésie » et « ne fait plus des vers ».

En prose, son premier récit *Foyer du feu* marquait aussi un point de non-retour par rapport à l'ancienne technique de narration. Chez Thanh Tam Tuyen, la concision du message contribue à l'accélération des rythmes et à la maîtrise du sens esthétique. Reconnu mais peu étudié en profondeur par la critique durant la guerre de 1954-1975, il reste à l'heure actuelle l'auteur le plus redoutable de la critique littéraire vietnamienne, par sa démarche créative complexe et par sa théorie littéraire synthétique. Tout cela sur fond d'une invention nouvelle de la musicalité poétique.

Thanh Tam Tuyen fait partie des écrivains qui ont le mieux saisi la destruction du Vietnam par les guerres mais il est aussi un de

49

Tài liệu chuyên đề *La Part D'Exil* của Đại Học Provence (1995) trong đó có bài phỏng vấn TTT của Lê Hữu Khóa (1)

*cách sáng tạo phức tạp / démarche créative complexe và cả lý thuyết văn học tổng hợp / théorie littéraire synthétique của ông. Tất cả trên một cái nền sáng tạo mới của nhạc tính thi ca / musicalité poétique.*

Mẫu bìa tập thơ *Tôi Không Còn Cô Độc*, Nxb Người Việt, Sài Gòn 1956.

*Thanh Tâm Tuyền trong số các nhà văn hiểu rõ sự tàn phá đất nước Việt Nam do chiến tranh, ông cũng nếm trải sự đàn áp của độc tài toàn trị hiện tại. Thanh Tâm Tuyền đã sống nhiều năm trong tù đày, qua các trại cải tạo dưới sự áp bức của chế độ mới giữa khoảng từ 1975 tới 1990* (Thanh Tâm Tuyền ở tù 7 năm, ra tù 1982; ghi chú của người viết).

## Kinh nghiệm văn chương trong chiến tranh 1954-1975

*Ngoại trừ thơ, tôi (Thanh Tâm Tuyền), đã có hai thời kỳ ghi dấu bởi hai tác phẩm văn xuôi. Cuốn thứ nhất là Bếp Lửa (1954) mô tả khung cảnh Hà Nội trước 1954, với những người ra đi cũng như những người ở lại, cả hai đều bị giằng co bởi những chọn lựa miễn cưỡng, sự chia ly hay cái chết. Tức thời đã gây phản ứng chỉ trích của mấy nhà văn cách mạng. Trong bài nhận định của tạp chí Văn Nghệ (Hà Nội), một cây bút phê bình đã chất vấn tôi: "Trong lúc nhân dân miền Bắc đang tung toàn lực để xây dựng chủ nghĩa xã hội, thì nhân vật trong Bếp Lửa đang ở đâu?" Tôi đã trả lời: "Hắn đi về hướng hủy hoại của lịch sử", mỗi nhà văn là một kẻ sống sót.*

*Cuốn sách thứ hai, Ung Thư (1970) có thể coi như một tiếp nối của Bếp Lửa. Ung Thư là một hiện hữu mà chúng ta chấp nhận giữa định mệnh phù du và sự lạnh lùng của cái chết. Cuốn sách ấy chưa hề được xuất bản.* (tiểu thuyết Ung Thư đăng từng kỳ trên báo Văn từ 1964, là một tác phẩm quan trọng thứ hai của TTT sau Bếp Lửa, ghi chú của người viết).

## Kinh nghiệm văn chương trong tù cải tạo 1975-1982

*Đối mặt với cảnh rối loạn và tình trạng hỗn mang khoảng thời gian sau 1975, tôi nghĩ rằng tôi đã sống hết cuộc đời mình, thời gian còn lại là phần thặng dư, tôi không còn bận tâm nghĩ tới nữa. Mất ảo tưởng toàn diện / désillusion totale. Năm 1975, chế độ mới bắt tôi vào trại tù cải tạo cùng các bạn "đồng hội đồng thuyền", chúng tôi rời đồng bằng đi về các miền núi với bình tĩnh và vô cảm, không tuyệt vọng và cũng không hy vọng.*

*Tôi đã nghĩ tới "biến mất/ disparaître" không hy vọng trở về, như thứ cặn bã bị cuốn đi bởi cơn lụt của lịch sử / l'inondation de l'histoire. Nhưng tôi đã lầm. Họ đưa chúng tôi ra Bắc, tới những cánh rừng già cô lập với thế giới bên ngoài, bỏ mặc tôi với thiên nhiên, tự do với "mục tiêu đi đốn gỗ mỗi ngày", tôi đã tập leo và trượt núi chờ cơ hội đào thoát. Nhưng rồi mỗi ngày tôi chỉ tìm thấy con đường trở về trại.*

*Tại sao tôi gọi đó là trở về? Có phải "chẳng còn hy vọng", hay là sự vỡ mộng của con người bị ruồng bỏ, của con người tuyệt vọng? Vào lúc này, tôi thực sự sống trong hy vọng không hiện hữu / l'inexistence, trong một vùng bất khả xâm nhập, một tình trạng không còn liên hệ / non-relation. Điều ấy không rõ ràng với tôi. Rồi tôi được thuyết phục rằng tôi đã được hồi sinh / ressuscité, có nghĩa là thi ca đã trở lại, tôi hạnh phúc sung sướng. Tôi cũng đã bẽn lẽn như hồi còn trẻ, với những bài thơ đầu tiên, tôi giấu các bạn trong trại, tôi không dám đưa ra.*

*Khi anh sống vô cảm ngày qua ngày, không nghĩ gì tới tương lai, không hoài niệm quá khứ, không ưu tư với hiện tại, anh còn lại gì? Vẫn còn cái gì đã hiện hữu trong anh, và điều ấy vẫn hiện hữu cho dù anh muốn hay không.*

*Để qua đi những ngày ảm đạm, với mưa, với hè nóng cháy, với sương giá, với bão tố, với những mùa thay đổi, tôi tìm niềm vui trong những thứ ấy, trong tôi, thứ duy nhất mà tôi mang theo, luôn luôn ở trong tôi.*

*Trong tôi còn lại gì? Gia đình, bạn hữu. Những bài thơ, đã đọc và nhập tâm / intériorisés, dĩ nhiên. Một khoảnh khắc tới, ký ức chuyển vận mau chóng, đọc những bài thơ cho riêng tôi. Nơi ấy anh có thể gặp những ánh sáng kỳ lạ. Thời gian của những tàn lụi / le temps des ruines tăng sức cho thi ca.*

*Đằm mình trong thời gian "phi lịch sử / sans histoire" hay đúng hơn không lịch sử từ bên ngoài / sans l' histoire de l'extérieur, người ta khám phá ra rằng những ngày, những tháng trong cuộc sống không định hướng, không mục đích, trần trụi. Tuyệt đối trần trụi. Không hiện hữu của đời sống / inexistence de la vie đem tới sự thanh thản nội tâm / paix intérieure. Trạng thái thơ thanh bình này / état poétique paisible ngự trị trên một vũ trụ tĩnh lặng.*

*Từ đó mỗi bài thơ là một thời gian đóng kín / temps clos, tách rời khỏi vận động của cuộc sống. Thời gian của lo âu bỗng trở thành thời gian cô đọng / temps condensé, không có sự khác biệt nào giữa (thời gian) ngưng đọng và trôi qua.*

*Làm thơ trong trại tù cải tạo, cũng là trở về với thi ca truyền thống dân gian / la poésie de tradition populaire. Chế độ làm việc trong trại là một ngày căng thẳng tám tiếng, không có cuối tuần; mỗi tù nhân có một vũ trụ riêng: một manh chiếu, năm sáu chục tù nhân trên dưới hai tầng giường, khoảng hơn trăm người trong một lán dưới một mái che. Viết là một xa xỉ: một chỗ ngồi, thời gian viết. Với nhịp độ áp đặt trên đám tù nhân trong rét lạnh, đói... ai còn dám nghĩ tới sáng tạo? Ngay cả một thiên tài, một năng lực siêu nhiên cũng không thể vượt qua được những "ức chế" như vậy.*

*Tuy nhiên, trong tiếng Việt, người ta nói "làm thơ" chứ không ai nói "viết thơ". Như vậy, người ta có thể làm thơ khắp nơi, trong bất cứ vị trí nào: khi đang đi, đứng, nằm, ngồi, khi tỉnh thức... Thi ca tới với bạn không hẹn trước, không định ngày, định giờ. Người ta không thể tìm vì không biết nó ở đâu. Chỉ còn là một công việc đơn giản: đón nhận và trao đổi với nó. Thơ đòi hỏi ở bạn một điều duy nhất: giữ cho được tiếng nói thuần khiết / parole pure và sau đó tiếng nói ấy sẽ quyết định đời sống của chính nó.*

*Thơ thường kín đáo, đôi khi nó đi vào bằng cửa chính, đôi khi bằng con đường nhỏ, bạn lắng nghe và chú ý. Thơ chuộng sự ẩn mặt / se masquer, che giấu / se voiler, do đó nếu trí nhớ bạn không tỉnh thức, bạn sẽ không thể nhận diện nó.*

*Trong lúc bạn "lao động vì mục tiêu cách mạng", thơ tới với bạn. Bất ngờ, giữa cánh đồng, giữa rừng rậm... Thơ tới, thơ bắt bạn dừng lại. Bạn bắt đầu thấy bầu trời và rồi quên đi những cử động máy móc. Thơ sớm đưa bạn tới một trạng thái nội tâm thanh tịnh. Sự tự-hiện-sinh / auto existence ấy đem tới niềm vui. Bởi vì khi thi ca buông anh ra, anh trở lại cuộc sống mà anh đã dám chối bỏ. Anh thấy cuộc sống này tự chuyển đổi thành tiết điệu của các câu thơ. Chỉ làm việc với đôi cánh tay, trong khi đôi tai đuổi theo những tiết điệu, nhạc tính của bài thơ. Sự hòa điệu này đem lại cân bằng cần thiết giữa giới hạn lao động trong những động tác và ký ức đang tích lũy / stocké.*

*Nhưng thực tế làm thơ trong trại cải tạo, sự khó khăn vẫn có đó. Vì không thể nào viết sửa / rédiger những bài thơ, như trạng thái hạn chế cuối cùng của sáng tạo: niềm vui cao giọng đọc thơ và chia sẻ với bằng hữu xung quanh. Thơ phải được đọc và nghe / la poésie doit être lue et écoutée, đó là số phận cuối cùng của thơ. Số phận của tiếng nói nhưng cũng là số phận ký ức của nhiều người.*

*Sau khi được trả tự do, trên đường trở về, việc đầu tiên mà tôi đã làm là tự thu mình và viết xuống những bài thơ trong trí nhớ của suốt thời gian bị giam cầm. Tôi là người sống sót, nhưng tôi không còn muốn là một nhà văn, như tôi đã từng luôn luôn ao ước bấy lâu; tôi đã ghi trong ký ức tù cải tạo: "Tới lúc tôi phải viết như không có gì đã xảy ra / comme si rien ne s'était passé, như không có gì biến đổi / comme si rien n'était modifié."*

*Và bây giờ tôi tự nhủ: "Đến lúc nào tôi sẽ có thể có được điều như vậy? Để có thể viết trở lại / pour réécrire."*

Hết phần trích dẫn Thanh Tâm Tuyền, *La poésie entre la guerre et le camp, Propos recueillis et traduit par Lê Hữu Khóa.*

## ĐỌC THƠ THANH TÂM TUYỀN 1956-1990

*Phục Sinh* (1956) là bài thơ tự do nổi tiếng của Thanh Tâm Tuyền trong thời kỳ đầu của Sáng Tạo:

### PHỤC SINH

*tôi buồn khóc như buồn nôn*
*ngoài phố*
*nắng thủy tinh*
*tôi gọi tên tôi cho đỡ nhớ*
*thanh tâm tuyền*
*buổi chiều sao vỡ vào chuông giáo đường*
*tôi xin một chỗ quỳ thầm kín*
*cho đứa nhỏ linh hồn*
*sợ chó dữ*
*con chó đói không màu*
*tôi buồn chết như buồn ngủ*
*dù tôi đang đứng bên bờ sông*
*nước đen sâu thao thức*
*tôi hét tên tôi cho nguôi giận*
*thanh tâm tuyền*
*đêm ngã xuống khoảng thì thầm tội lỗi*
*em bé quàng khăn đỏ ơi*
*này một con chó sói*
*thứ chó sói lang thang*
*tôi thèm giết tôi*
*loài sát nhân muôn đời*
*tôi gào tên tôi thảm thiết*
*thanh tâm tuyền*
*bóp cổ tôi chết gục*
*để tôi được phục sinh*

*từng chuỗi cuộc đời tiếp nối*
*nhân loại không tha thứ tội giết người*
*bọn đao phủ quỳ gối*
*giờ phục sinh*
*tiếng kêu là kinh cầu*
*những thế kỷ chờ đợi*
*tôi thèm sống như thèm chết*
*giữa hơi thở giao thoa*
*ngực cháy lửa*
*tôi gọi khẽ*
*em*
*hãy mở cửa trái tim*
*tâm hồn anh vừa sống lại thành trẻ thơ*
*trong sạch như một lần sự thật.*

TTT 1956

Bài thơ 7 chữ *Ngã Trên Núi Việt Hồng* (1979), TTT làm trong tù 23 năm sau:

## NGÃ TRÊN NÚI VIỆT HỒNG Ở YÊN BÁY KHI ĐI VÁC NỨA

*Tuột dốc té nhào trên hẻm núi*
*Chết điếng toàn thân trong giây lâu*
*Mưa rơi đều hạt mưa phơi phới*
*Ngày đang tàn hiu quạnh rừng sâu*
*Duỗi xoải chân tay gối trên nứa*
*Ngó trời nhá nhem nghe mưa mau*
*Tưởng chừng thi thể ai thối rữa*
*Hồn viển vông chẳng chút oán sầu*
*Mưa giăng tấm lưới trắng dầy khít*
*Làng xóm dưới núi ở phương nào?*
*Gió lạnh tái tê bó liệm chặt*
*Lả thiếp người quên bẵng xước đau*
*Đầm mình trong hạnh của ẩn mật*
*Mắt hoen nhòa hứng giọt thiên thâu*

*Dò dẫm lối về đêm tối mịt*
*Sông xa núi thẳm quê nhà đâu?*

Yên Báy, 1979

Năm 1986, đã ra khỏi những trại tù Việt Bắc, nhưng vẫn còn phải sống trong một nhà tù lớn Việt Nam, Thanh Tâm Tuyền đã làm bài thơ Khóc Muộn Tuyết Ngưu Vũ Khắc Khoan. (Vũ Khắc Khoan mất 12 tháng 9, 1986)

In memoriam:

KHÓC MUỘN TUYẾT NGƯU VŨ KHẮC KHOAN

*Cõi tối biếc, quãng đồng trắng xóa*
*Rừng phong bát ngát tuyết mưa khỏa*
*Bông lạnh tả tơi rối đêm ngày*
*Cầm chân Tuyết Ngưu đắp rét say*
*Trợn mắt dòm bão trận sinh tử*
*Bủa muôn trùng ánh thép hoa bay*
*Khốn kiếp cổ đại thời băng lũ*
*Tuyệt bóng dị thú hoang địa bày*

TTT 1986

Thanh Tâm Tuyền rất thân với Vũ Khắc Khoan, và hai người có điểm giống nhau ở cách viết rất khó khăn theo cái nghĩa cách viết cô đọng với chữ nghĩa sâu và hàm súc.

## TUYẾT ĐIỂU TTT VÀ GIẤC MỘNG LỚN

Năm 1982, khi mới ra tù, không sao quên được hình ảnh một TTT tiều tụy, trông anh già đi, da sậm đen sắc diện của một người bị bệnh sốt rét kinh niên. Khó có thể tưởng tượng với vóc dáng mảnh mai ấy anh sống sót qua suốt bảy năm tù đày ngày nào cũng đói lạnh nơi những vùng sơn lam chướng khí ấy ở các trại giam miền Bắc. Bảy năm đốn tre trẩy gỗ trên ngàn, bị tre nứa đâm xuyên đùi không giải phẫu thuốc men nhưng anh vẫn sống sót, trong tù chống rét anh tập hút thuốc lào, không giấy bút anh vẫn làm thơ qua trí nhớ. (5)

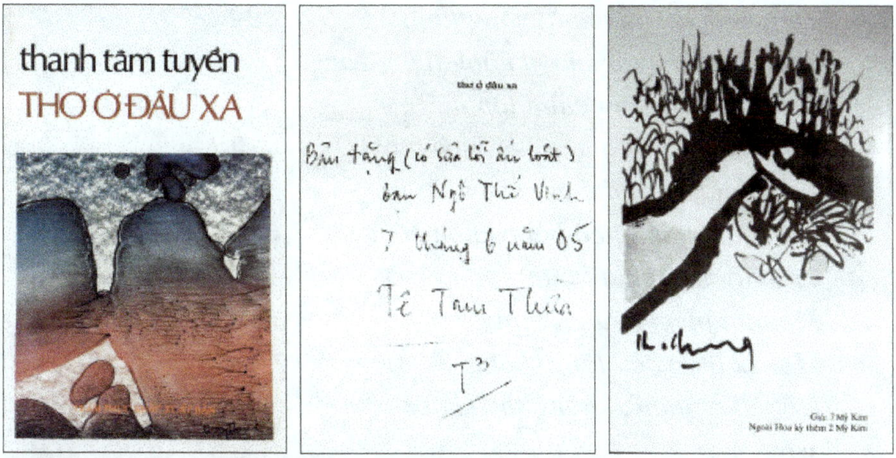


Mẫu bìa Thơ *Ở Đâu Xa,* bìa trước Duy Thanh, bìa sau Ngọc Dũng. Trầm Phục Khắc xuất bản, Hoa Kỳ 1990.

Cũng để thấy rằng, những năm sau 1975, TTT đã sống với *"giờ thứ 25/ la vingt-cinquième heure*" (tên tác phẩm của C.V. Gheorghiu) của đất nước; chất liệu ấy đủ cho TTT viết một *Gulag Archipelago* (tên tác phẩm của A.I. Solzhenitsyn) Việt Nam. Nhưng anh dứt khoát không có một chọn lựa như vậy. TTT muốn đoạn tuyệt, muốn xóa tất cả khoảng thời gian ấy ra khỏi ký ức. Năm 1982, sau ngày ra tù, ngay từ Sài Gòn, TTT viết:

### PRÉLUDE CHO NHỮNG CHUYẾN ĐI, VỀ

*Hắn rũ bỏ ký ức, và đi*
*Trong bóng tối ruỗng im quái gở*
*Lúc dứt lặng trận chiến man rợ*
*Hắn rũ bỏ ký ức, và đi*
*Trong rừng sâu thẳm cây trút lá*
*Ngọn gió mông muội thổi tràn trề*
*Bấy giờ hồi trần trọc lịch sử*
*Lịm từng cơn ảm đạm ê chề*
*Sớm hay khuya không biết đâu nữa*

*Thời khắc tự hủy hoại vắng tanh*
*Giòng nước suối chảy không tiếng vang*
*Giữa bờ bến đắm chìm lấp lú*
*Những cơn trốt quặn thắt huyền bí*
*Xoay quanh sự thế vui trầm ngâm*
*Hắn đưa chân theo bước khôn cầm*
*Trên lối u mê mờ hoặc*
*Mọi nỗi niềm đều giấu mặt*
*Mọi sự thực đều lang thang*
*Hắn đi như thế, không thể khác.*

TTT 1982

Năm 1986, bốn năm sau ra tù, TTT trong một bài thơ khác, vẫn là một phủ nhận quyết liệt, một chối từ quá khứ với điệp khúc *"rũ bỏ ký ức"* ấy:

## VÀI KHÚC DẠO TẶNG TRI ÂM

*1.*
*Rũ bỏ ký ức - ký ức người*
*mông muội đắm mình*
*không thể khác*
*Ngậm tanh tiếng sơ sinh*
*khốn kiếp*
*lạnh bất trắc.*
*Nuốt trộng điếm nhục*
*Thế giới xa xăm vừa tận số*
*không trung vô hạn sóng điêu linh*
*Mây lửa ứa nghẹn thất thanh.*
*Và đi. Làm kẻ phản phúc*
*bị lăng mạ*
*đoạn tuyệt mọi thề thốt gắn bó*
*Đứt hết ràng buộc*

*Chốn ở nào đâu*
*Chốn đến không*
*Có thể nào khác*
*Biệt trí nhớ khuất ngoài tích sử.*
*2.*
*Trời một bãi đầm lầy man rợ*
*Đêm vẫn đêm cố cựu bao quanh*
*Tịch mịch trong ngoài*
*Câm nín mai một*
*Nghe như rừng thẳm cây trút lá*
*Mùa gió bạo ngược lộng tràn trề*
*Cắt chuỗi khoảnh khắc mạch vỡ lở*
*Cấn thai hàm hỗn mộng trụy băng*
*Thổ huyết dữ bần bần đen đúa*
*3.*
*Si cette nuit est une nuit de destin*
*Bénédiction sur*
*elle jusqu'à l'apparition de l'aurore*
*Chantent les chameliers tartares*
*dans la nuit du désert.*
*4.*
*Như chim chao liệng chưa hừng đông*
*trên hoang phế cuối đêm thảm họa*
*buột tiếng kêu vô vọng thinh không*
*Như con nước cuồng lưu mùa lũ*
*Trắng xóa bão giông mù mịt nguồn*
*Trôi giạt bến bờ đất khốn đọa*

TTT 1988

*(Khúc 3: đọc trong Le Temps du Mépris của A. Malraux)*

Năm 1993, cũng vẫn là một TTT nhất quán dứt khoát "rũ bỏ ký ức" khi đã trả lời cuộc phỏng vấn của Lê Hữu Khóa: *"Tới lúc tôi phải viết như không có gì đã xảy ra, như không có gì biến đổi"* (1)

Chọn lựa của Thanh Tâm Tuyền, *"Rũ bỏ ký ức - ký ức người"* khiến không thể không liên tưởng tới ECT / Electroconvulsive Therapy, một phương pháp điều trị trong y khoa, đưa dòng điện qua sọ não, tạo một thay đổi hóa chất não bộ/ brain chemistry để xóa bỏ ký ức người bệnh trong một số trường hợp bệnh lý, thường là trầm cảm khi điều trị thuốc men không còn hiệu quả, đó là một quá trình đau đớn phải thực hiện trong gây mê. Rất biểu tượng, một TTT trầm cảm và khắc kỷ đã tự chọn cho mình một chặng đường xóa bỏ ký ức đau đớn đó và không có gây mê.

Những người bạn gần và hiểu TTT đều nghĩ rằng thái độ sống ẩn dật, từ chối những tiếp xúc và khép kín của anh có lý do của một TTT đang tự lột xác, lặng lẽ tích lũy, TTT vẫn đọc rất nhiều và không ngừng đi tìm cái mới, với *"giấc mộng lớn"* để rồi khi tái xuất hiện là một TTT hóa thân, đó sẽ là một TTT khác, một TTT phục sinh để anh có thể viết trở lại / *réécrire*. Nhưng rồi, như một định mệnh, TTT đã không còn thời gian.

Hai mươi năm sau ngày mất Vũ Khắc Khoan (1986), tám năm sau ngày mất của Mai Thảo (1998), Thanh Tâm Tuyền *Tôi Không*

Hình chụp 1993, các bạn đón Thanh Tâm Tuyền mới tới Mỹ, tại phi trường Minneapolis - Saint Paul, Minnesota. Từ trái: Cung Tiến, Thanh Tâm Tuyền, Tô Thùy Yên, Cung Trầm Tưởng *(tư liệu gia đình Thanh Tâm Tuyền)*

Anh Chị Thanh Tâm Tuyền - Cao Thị Mai Hoa trong chuyến viếng thăm Washington D.C., phía sau là Washington Monument *(tư liệu gia đình Thanh Tâm Tuyền)*

*Còn Cô Độc* đã ra đi lúc 11 giờ 30 ngày 22 tháng 3 năm 2006 tại thành phố Saint Paul, Minnesota, Hoa Kỳ. Minnesota cũng là nơi định cư từ 1975 của Vũ Khắc Khoan *Thần Tháp Rùa*. Khiêng linh cữu đưa Tuyết Điểu Thanh Tâm Tuyền tới huyệt mộ là những bằng hữu trong đó có Tô Thùy Yên, Cung Trầm Tưởng, Nguyễn Cao Đàm, Cung Tiến.

*"Mùa đông chiếc lá héo chết khô nay đã lìa cành, cũng là lúc mùa Xuân tới với Thanh Tâm Tuyền, nhưng là ở một thế giới khác."*

Bài viết này như một tưởng niệm nhân ngày giỗ chín năm gửi tới anh TTT và gia đình. Rồi bỗng cũng không thể chạnh nghĩ, từ quan điểm y khoa, liệu có bao nhiêu phần liên hệ của bảy năm ròng rã hút thuốc lào chống rét chống đói trong tù của TTT và căn bệnh ung thư phổi như nguyên nhân cái chết của anh khi mới vừa bước vào tuổi 70.

*California, 22.03.2015*

# NGUYỄN-XUÂN HOÀNG TRÊN CON DỐC TỬ SINH VÀ MÙA THU NHẬT BẢN

Nguyễn-Xuân Hoàng
*(photo by Trần Cao Lĩnh)*

Nếu bảo qua tuổi 70 xưa nay là hiếm, thì Nguyễn-Xuân Hoàng sinh năm 1937 cũng đã bước qua tuổi 77, nhưng đó là ý niệm tuổi tác của thế kỷ trước. Sang đến thế kỷ 21, với tiến bộ của y khoa, qua tuổi 80 nay cũng không còn là hiếm.

Quen được Nguyễn-Xuân Hoàng trong hoàn cảnh nào thì tôi không nhớ, nhưng đó là một tình bạn khá lâu năm. Khoảng giữa thập

Từ phải: Nguyễn-Xuân Hoàng và Trịnh Công Sơn 1970
*(tư liệu của Đinh Cường)*

niên 1960-1970 Nguyễn-Xuân Hoàng đã cùng với Huỳnh Phan Anh, Nguyễn Đình Toàn, Đặng Phùng Quân, Nguyễn Nhật Duật và Nguyễn Quốc Trụ chủ trương nhà xuất bản Đêm Trắng. Họ đều ở lứa tuổi trên dưới 30, sức sáng tác đang sung mãn với phong cách riêng mỗi người, được coi như là nhóm *"Tiểu Thuyết Mới"*, với quán La Pagode như một điểm hẹn sinh hoạt. Và tên tuổi mỗi người trong nhóm, sau này đều trở thành nhân dáng những nhân vật tiểu thuyết của Nguyễn-Xuân Hoàng.

Giữa những năm giông bão của cuộc chiến tranh lúc đó, thỉnh thoảng tôi được đọc và cả quen biết họ trong những giai đoạn và các hoàn cảnh khác nhau, do rất khác về môi trường sinh hoạt và tôi cũng ít có thời gian ở Sài Gòn. Ra tới hải ngoại, hai người trong nhóm Đêm Trắng mà tôi còn giữ được mối liên lạc là Nguyễn-Xuân Hoàng và Nguyễn Đình Toàn.

Mấy dòng viết vội và muộn màng này chỉ là những hồi tưởng đứt đoạn để gửi tới một người bạn là Nguyễn-Xuân Hoàng. Xong bậc trung học 1959, khởi đầu Hoàng có ý định học Y khoa, là sinh viên PCB (Physics, Chemistry, Biology) Đại học Khoa học Sài Gòn một năm, thấy ngành học không thích hợp, Hoàng chuyển sang học ban Triết, Đại học Đà Lạt, sau Hoàng Ngọc Biên một khóa. Tốt nghiệp 1962, là giáo sư Triết trung học Ngô Quyền ở Biên Hòa một niên khóa và rồi được thuyên chuyển về trường Pétrus Ký Sài Gòn cho tới 1975. Nhưng Nguyễn-Xuân Hoàng lại được biết tới nhiều hơn như một nhà văn một nhà báo tên tuổi từ những năm 1970. Hoàng là tổng thư ký tạp chí Văn Sài Gòn từ 1972, tiếp nối Trần Phong Giao, cùng với những tác phẩm đã xuất bản gồm tuyển tập truyện ngắn: *Mù Sương, Sinh Nhật*; tùy bút: *Bất Cứ Lúc Nào Bất Cứ ở Đâu*; tạp ghi: *Ý Nghĩ Trên Cỏ*; và hai truyện dài: *Khu Rừng Hực Lửa, Kẻ Tà Đạo*…

Năm 1971, khi ấy Nguyễn-Xuân Hoàng vẫn ở Sài Gòn làm báo và dạy học, tôi thì theo đơn vị hành quân trên Tây nguyên; nhưng cả hai cùng trải qua một kinh nghiệm tưởng cũng nên ghi lại. Do truyện ngắn *Mặt Trận Ở Sài Gòn* đăng trên tạp chí Trình Bầy của Thế Nguyên tôi nhận được trát ra hầu tòa với tội danh *"dùng báo chí phổ biến luận điệu phương hại trật tự công cộng và làm suy giảm kỷ luật tinh thần chiến đấu của quân đội"*, mà chính tôi đang là một thành phần trong đó. Khi về Sài Gòn để ra tòa, tôi được biết Hoàng cũng nhận được trát hầu tòa vì truyện ngắn *Cha Và Anh* trên tờ báo Vấn Đề của nhà văn Vũ Khắc Khoan, trong đó Hoàng có nhắc tới bài hát *Bà Mẹ Gio Linh* của Phạm Duy. Để rồi tất cả chỉ như một trận bão trong tách trà và *"đời sống thì không ngừng chảy"* - nói theo ngôn từ Nguyễn-Xuân Hoàng.

Nguyễn-Xuân Hoàng và Võ Phiến nơi căn nhà trên Los Angeles, cũng là thời gian Hoàng đang là Tổng thư ký tạp chí Thế Kỷ 21 *(tư liệu của Viễn Phố)*

Tới thăm Võ Phiến, tháng 10.1998, từ trái: Tạ Chí Đại Trường, Nguyễn-Xuân Hoàng, Võ Phiến, Nguyễn Huy Thiệp từ Việt Nam, Peter Zinoman từ Berkeley *(tư liệu Viễn Phố)*

Sau 1975, bị kẹt lại và như mọi người, Hoàng cũng trải qua những năm tháng thăng trầm theo vận nước, nhưng rồi cuối cùng 10 năm sau, Hoàng và gia đình cũng tới được đất nước Mỹ (1985). Không còn là nhà giáo, Hoàng sinh hoạt toàn thời gian trong lãnh vực báo chí và văn học: tổng thư ký nhật báo Người Việt California (1986-1997) và tạp chí Thế Kỷ 21 (1989-1994), trong ban chủ biên tạp chí Văn Học cùng với nhà văn Nguyễn Mộng Giác, sau đó kiêm thêm chủ bút tạp chí Văn chuyển tay từ nhà văn Mai Thảo (1996). Tưởng cũng nên nói thêm tờ báo Văn này đã khiến vợ chồng Nguyễn-Xuân Hoàng mang món nợ không nhỏ với nhà in báo Văn, mà mãi lâu mới trang trải hết. Tác phẩm Nguyễn-Xuân Hoàng do anh Từ Mẫn Võ Thắng Tiết, giám đốc nhà Văn Nghệ xuất bản ở hải ngoại gồm các tập truyện và tùy bút: *Căn Nhà Ngói Đỏ*, và hai truyện dài trong bộ trường thiên ba tập (trilogy): *Người Đi Trên Mây, Bụi Và Rác, và Lửa* là tập thứ ba chưa xuất bản…

Năm 1996, di chuyển theo công việc mới, San Jose thung lũng hoa vàng là chặng định cư cuối cùng của hai vợ chồng Hoàng. Nguyễn-Xuân Hoàng vẫn sinh hoạt báo chí toàn thời gian, ban đầu với chức vụ tổng thư ký tuần báo Việt Mercury thuộc San Jose Mercury News và sau đó là chủ bút tờ tuần báo Việt Tribune như một *"family show"*

Sinh hoạt văn học tại Little Saigon, từ phải: Nguyễn-Xuân Hoàng, Thảo Trường, Trần Dạ Từ, Nguyễn Mộng Giác *(tư liệu Viễn Phố)*

của hai vợ chồng Nguyễn-Xuân Hoàng – Trương Gia Vy cho tới nay. Quen biết thân thiết với vợ chồng Peter Zinoman - Nguyệt Cầm, dịch giả *Số Đỏ / Dumb Luck* của Vũ Trọng Phụng; Hoàng được mời làm lecturer thỉnh giảng cho môn Văn học Việt Nam đương đại tại UC Berkeley.

Nguyễn-Xuân Hoàng rất quảng giao, mặc dù anh luôn than là ít bạn. Cũng vì vậy mà các bạn thân đặt tên cho anh là Nguyễn Đông Hoàng. Và khi biết bạn mình ngã bệnh, đã có rất nhiều học trò cũ và bằng hữu đến thăm và cả viết về Nguyễn-Xuân Hoàng, một số bài đã được Phùng Nguyễn cho phổ biến trên Da Màu trong nhiều tuần lễ, số trang viết ấy đủ cho chiều dày của một cuốn sách.

Từ ngày Trịnh Y Thư báo tin cho biết căn bệnh của Nguyễn-Xuân Hoàng, vậy mà cũng đã gần 12 tháng. Các tin tức về sức khỏe và bệnh tình của Hoàng tôi được biết hoặc trực tiếp từ Nguyễn-Xuân Hoàng hoặc qua hai người bạn Phùng Nguyễn và Trịnh Y Thư.

Trước đó, cũng khoảng 3 năm, Nguyễn-Xuân Hoàng thường kêu đau lưng, đối với người bệnh ở lứa tuổi ngoài 70 như Hoàng thì một chẩn đoán thông thường của bác sĩ gia đình là đau lưng do "thoái hóa cột sống". Tới một giai đoạn đau nhiều hơn, bác sĩ cho chụp lại hình

Nguyễn-Xuân Hoàng và những người bạn trẻ San Jose, từ trái: Hoàng Ngọc Nguyên, Bùi Văn Phú, Nguyễn-Xuân Hoàng, Hồ Quốc Đăng *(tư liệu Trương Gia Vy)*

quang tuyến cột sống, cũng vẫn với chẩn đoán như trên. Nhưng vì lần này bác sĩ quang tuyến thấy có những đốm trắng như miếng kim loại quanh cột sống nên đã hỏi là Hoàng có bị thương do miếng đạn ngoài chiến trận khi còn ở Việt Nam hay không, Hoàng xác nhận là không.

Tới một giai đoạn mà các thuốc chống viêm giảm đau kể cả *opiates* cũng không còn mấy hiệu quả thì Hoàng được gửi vào một bệnh viện, để qua một loạt các thử nghiệm và cuối cùng với chẩn đoán là Hoàng bị một căn bệnh khá hiếm: *sarcoma* ở sống lưng; *sarcoma* là loại bướu ung thư mô liên kết / *connective tissue* như xương, sụn, mô mỡ, bắp thịt, mạch máu…

Có lẽ đây là một chẩn đoán "không sớm" nếu không muốn nói là khá trễ, và cũng từ đây Hoàng được chuyển sang một bệnh viện chuyên khoa Ung Bướu / Oncology thuộc Đại học Stanford. Không được tiếp cận với hồ sơ bệnh lý của Hoàng, nhưng được biết Hoàng cũng đã trải qua các giai đoạn trị liệu như hóa trị / *chemotherapy*, xạ trị / *radiation therapy* và hình như Hoàng không còn ở giai đoạn sớm để được điều trị phẫu thuật/ *surgery*. Nguyễn-Xuân Hoàng rất can đảm đi hết "đoạn đường chiến binh" đã đi tới bước cuối cùng của các

Nguyễn-Xuân Hoàng và Ngô Thế Vinh tại tòa soạn Việt Tribune 2008 *(photo by Trương Gia Vy)*

phương thức điều trị, dĩ nhiên với không ít những chịu đựng do các tác dụng phụ / side-effects.

Trong suốt thời gian ngã bệnh, và cả mới đây thôi, trong giai đoạn 6 tuần được chuyển sang khu phục hồi của bệnh viện, Nguyễn-Xuân Hoàng vẫn không ngừng làm việc với *laptop và cell phone*. Hoàng không chỉ lo cho tờ báo Việt Tribune vẫn ra hàng tuần, báo chí đã như một cái nghiệp và cũng là nguồn sinh kế của gia đình. Cũng trong giai đoạn này, Nguyễn-Xuân Hoàng còn phối hợp với Đinh Quang Anh Thái báo Người Việt trong việc hiệu đính và layout hai cuốn sách: *Người Đi Trên Mây* (đã đăng hết từng kỳ trên nhật báo Người Việt), *Bụi Và Rác* (đang đăng tới kỳ thứ 100 cũng trên Người Việt). Cũng từ trong bệnh viện, chính Hoàng là người quyết định chọn bài viết của Nguyên Sa và Phạm Công Thiện, cho phần trích dẫn bìa lưng của hai cuốn sách.

Khi tìm hình tác giả Nguyễn-Xuân Hoàng cho bìa lưng, Hoàng đã chọn tấm hình đang cầm điếu thuốc hút, có lẽ nơi một góc phố nào đó trên *"con đường báo chí"* Phạm Ngũ Lão khoảng năm 1980, và cũng do "méo mó nghề nghiệp" tôi bảo đùa đó là một chọn lựa

Mẫu bìa hai cuốn sách sau cùng của Nguyễn-Xuân Hoàng *do Người Việt tái bản, Uyên Nguyên trình bày*

không đúng / *politically incorrect*, tạo gương xấu cho đám trẻ sẽ bắt chước hút thuốc để được trở thành nhà văn nổi tiếng như Nguyễn-Xuân Hoàng.

Hoàng thì không xem đó là câu nói đùa nên đã trả lời rất nghiêm túc rằng đó là bức hình thời còn trẻ mà Hoàng rất thích, và thời tuổi trẻ ấy ai mà không hút thuốc, và nó cũng rất phù hợp với bối cảnh của cuốn sách. Mặc dầu được Hoàng eMail *"mình giao phó hết cho Ngô Thế Vinh quyết định thay Nguyễn-Xuân Hoàng"* nhưng thực ra mọi sự đều làm theo ý Nguyễn-Xuân Hoàng.

Tôi nhắc nhở Đinh Quang Anh Thái là anh Nguyễn-Xuân Hoàng còn nguyên sự minh mẫn nên mọi chuyện liên quan tới hai cuốn sách nên hỏi thẳng anh Hoàng. Không làm thay những gì người bệnh vẫn còn làm được, đây là cũng là nguyên tắc tôi học được trong ngành y khoa phục hồi; và phương cách điều trị *occupational therapy* hay nhất là làm cho Hoàng luôn luôn bận rộn. Và cả trên giường bệnh Nguyễn-Xuân Hoàng cũng đã vui với sự bận rộn ấy.

Hoàng còn cho biết là sau khi đăng hết *Bụi Và Rác*, Hoàng sẽ viết tiếp bộ trường thiên Trilogy, Tome III sẽ có một tên sách rất ngắn gọn một chữ là *"Lửa"* cảm xúc từ những cơn bão lửa cháy rừng của tiểu bang California và rồi cũng sẽ cho đăng tiếp từng kỳ trên nhật báo Người Việt.

Riêng tôi và các bạn của Hoàng không giấu được niềm vui khi

biết bạn mình, giữa những cơn đau hành hạ của bạo bệnh mà vẫn cứ nuôi dưỡng những dự định cùng hướng về tương lai.

Trong suốt gần một năm trời, Nguyễn-Xuân Hoàng ra vào bệnh viện Stanford gần như thường xuyên, khi dài ngày khi ngắn hạn. Niềm đau ung thư là nỗi thống khổ ròng rã nhất của người bệnh Nguyễn-Xuân Hoàng.

-- Sáng ngày 1 tháng 6, 2014 Nguyễn-Xuân Hoàng từ nhà phone cho tôi, nói một vài câu rất ngắn và rất yếu: *"Vinh ơi, mình đau quá và chỉ muốn chết"*. Lúc đó, bỗng thoáng hiện trong đầu óc tôi một thuật ngữ y khoa *euthanasia / painless death* với Jack Kevorkian, phương pháp giúp người bệnh nan y quá đau đớn được chết êm thắm. Kevorkian được báo chí mệnh danh là Doctor Death thì đã bị kết án tội sát nhân bậc hai / *second degree murder*, phải ngồi tù 8 năm trước khi được tại ngoại. *Physician-assisted suicide* cho đến nay vẫn bị coi là phạm pháp. Chọn lựa một cách chết ra sao là do quan niệm và niềm tin của mỗi người. Và rồi tôi cũng chỉ có thể khuyên Hoàng là nên vào lại Stanford để được chăm sóc điều trị giảm đau. Cùng ngày, chiều hôm đó chị Trương Gia Vy đưa Hoàng vào bệnh viện. Khi phone thăm, Hoàng cho biết đã phần nào bớt đau nhưng lúc nào cũng chỉ muốn được về nhà.

-- Rồi cũng buổi tối hôm đó, qua internet tôi gửi cho Nguyễn-Xuân Hoàng bài điểm sách mới của anh Dohamide về cuốn *Cửu Long Cạn Dòng Biển Đông Dậy Sóng*, từ nhiều năm tôi vẫn gửi bài viết cho Việt Tribune của Nguyễn-Xuân Hoàng, và không ngờ rất mau chóng, Hoàng email ngay cho tôi:

*"Cám ơn Ngô Thế Vinh, mình xin phép Vinh cho đăng trên VOA và Việt Tribune. Việt Tribune thì không có vấn đề gì nhưng bên VOA thì bài chưa đăng ở đâu hay chưa post ở đâu mới được. Vinh cho mình biết trước khi mình gửi cho VOA nhé."* Nxh Sent from my iPhone. Tôi trả lời ngay là bài *non-exclusive,* đã được Phùng Nguyễn mới post trên Da Màu và anh Nguyên Giác Phan Tấn Hải đăng trên Việt Báo. Hoàng hồi âm: *"Tiếc quá! Vậy thì mình chỉ có thể đi bài trên Việt Tribune thôi."* Nxh Sent from my iPhone.

 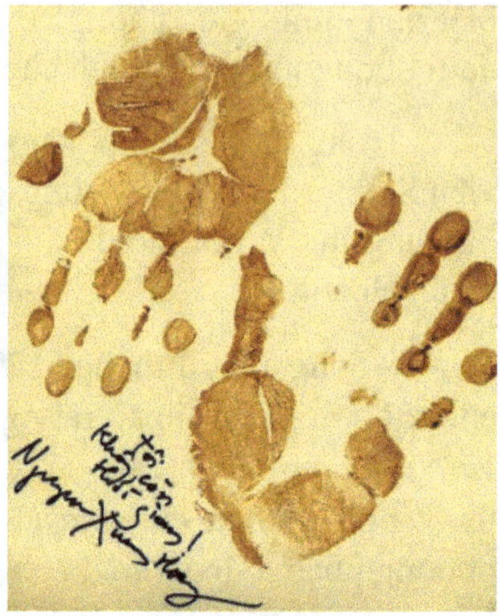

Nguyễn-Xuân Hoàng trên đường báo chí Phạm Ngũ Lão, Sài Gòn, cũng là địa chỉ báo Văn. *(tư liệu Nguyễn-Xuân Hoàng)* Thủ bút Nguyễn-Xuân Hoàng: "tôi không còn thời gian" và đôi bàn tay Nguyễn-Xuân Hoàng *(nguồn: Phan Nguyên, Emprunt Empreinte)*

Để rồi tôi cũng được biết thêm một điều là trong bấy lâu, không phải chỉ có tờ tuần báo Việt Tribune đều đặn ra hàng tuần, Nguyễn-Xuân Hoàng vẫn còn duy trì cả sinh hoạt Blog's NXH trên VOA.

-- Sáng ngày 7 tháng 6, 2014 Hoàng phone cho tôi và Phùng Nguyễn báo tin: toán bác sĩ điều trị Stanford đã gặp chị Vy và các con Hoàng, báo tin cho biết họ đã *"give up"* không có thể làm thêm gì được nữa và sẽ cho Hoàng xuất viện về nhà. Hoàng nói: "*Mình biết sẽ phải như vậy, nhưng Vy thì khóc quá*". Không khóc sao được khi biết người bạn đời của mình đang gian nan trên dốc tử sinh và cạn dần sự sống từng ngày. Và bạn bè ai cũng biết là sức khỏe của chị Vy bấy lâu cũng không khá gì, bị suy thận mãn tính *ESRD / End Stage Renal Disease* từ nhiều năm, chị vẫn phải tự làm công việc lọc máu qua màng ruột / *peritoneal dialysis* tại nhà mỗi đêm thay vì một tuần ba lần tới lọc máu tại các trung tâm thận nhân tạo / *hemodialysis*.

-- Phan Nhật Nam nghĩ rằng tôi chưa được biết tin, nên buổi tối đã khá khuya, Nam phone báo tin cho biết tình trạng ở giai đoạn cuối của Nguyễn-Xuân Hoàng, khi toán bác sĩ ở Stanford quyết định cho xuất viện. Tôi hiểu rằng thay vì chuyển tới khu hospice chăm sóc người bệnh cận tử, Hoàng đã chọn về nhà, sống với gia đình bao giờ cũng dễ chịu hơn.

-- Sáng ngày 10 tháng 6, 2014 tôi gọi thăm Hoàng qua cell phone, và được biết Hoàng đang trên xe với chị Vy đi vào Stanford. Tôi khựng lại và hỏi Hoàng là họ lại có quyết định điều trị tiếp hay sao, thì Hoàng nói không, chỉ vào bệnh viện cho mấy buổi "xạ trị giảm đau / palliative radiation". Tôi hiểu rằng đây chỉ là bước "điều trị xoa dịu / palliative treatment" cho người bệnh nan y. Cho dù không thể chữa khỏi nhưng "điều trị xoa dịu" với ứng dụng kỹ thuật cao / high tech, có khả năng giúp người bệnh sống những ngày tháng ngắn ngủi còn lại với phẩm giá, làm sao cho bớt đau đớn và cả phần nào thanh thản cho tới phút lâm chung.

-- Sáng ngày 12 tháng 6, 2014 phone thăm bạn, Hoàng cho biết sau vòng xạ trị, đã bớt đau và buổi tối thì ngủ được. Như từ bao giờ, tôi vẫn tránh tối đa những câu hỏi về bệnh tình của Hoàng – điều sẽ làm cho người bệnh rất mệt, hai người bạn chỉ lãng đãng nói chuyện văn chương, nói về Nhà xuất bản Đêm Trắng và nhóm Tiểu Thuyết Mới, *Nouveau Roman* là một khuynh hướng văn học có khởi đầu từ Pháp vào giữa thập niên 1950's với các tên tuổi như Alain Robbe-Grillet, Nathalie Sarraute, Michel Butor, Claude Simon. Theo Nguyễn-Xuân Hoàng, thì ý kiến khởi đầu lập Nxb Đêm Trắng là từ Huỳnh Phan Anh, để chỉ xuất bản các sáng tác của nhóm. Nhóm 6 người ấy đa số xuất thân nhà giáo, trừ Nguyễn Đình Toàn và Nguyễn Quốc Trụ.

Từ 1954, trong vòng 20 năm của Miền Nam, các phong trào văn học được tự do nở rộ. Tự Lực Văn Đoàn tiếp nối với Văn Hóa Ngày Nay của Nhất Linh, nhóm Sáng Tạo của Mai Thảo, Thanh Tâm Tuyền phủ nhận nền văn học tiền chiến với nỗ lực làm mới văn chương, rồi tới nhóm tự nhận là Tiểu Thuyết Mới nhưng theo Nguyễn-Xuân Hoàng thì Hoàng Ngọc Biên tuy không ở trong nhóm Đêm Trắng nhưng chính Biên mới thực sự là người khởi đầu nghiên cứu về phong trào Nouveau Roman của Pháp, dịch một số tác phẩm của Alain Robbe-Grillet và cũng thể hiện quan niệm tiểu thuyết mới ấy qua tập truyện *Đêm Ngủ Ở Tỉnh* do Cảo Thơm xuất bản, Saigon 1970. Cũng theo

Hoàng Ngọc Biên, thì ngoài danh xưng, những năm trước 1975 thực sự đã không có một phong trào Tiểu Thuyết Mới tại Sài Gòn.

-- Kỹ thuật y khoa ngày nay có thể đã tiến xa, nhưng quan niệm thì không mới; vì từ xa xưa người sinh viên khi mới vào học trường y đã được dậy dỗ đức khiêm cung trong y thuật: *"chữa khỏi đôi khi; xoa dịu thường xuyên; và luôn luôn an ủi / La médecine c'est guérir parfois, soulager souvent, consoler toujours."* Ambroise Paré, bác sĩ phẫu thuật Pháp thế kỷ 16 đã là người đầu tiên nhắc tới câu nói ấy nhưng nguồn gốc thì có lẽ đã có từ một nền y khoa cổ đại xa xưa hơn rất nhiều. Bản thân người viết, cũng hơn 45 năm đã và đang hành nghề y khoa với những hoàn cảnh khác nhau trong cũng như ngoài nước, với cái chết của mỗi người bệnh, cho dù đã biết trước, thì cảm giác vẫn hụt hẫng như một phần mất mát của cuộc sống.

Sự mất mát ấy càng thấm thía hơn khi đó chính là mấy người bạn thân của mình. Phải chứng kiến một Nghiêu Đề, người bạn tấm cám với những cơn đau ung thư tụy tạng vật vã đến xanh xao; một Cao Xuân Huy *Tháng Ba Gẫy Súng* can trường ngần ấy cũng đã oằn người vì những cơn đau di căn từ ung thư mắt hành hạ. Nay tới một Nguyễn-Xuân Hoàng cũng đang khắc khoải với những trận đau bướng bỉnh và rất quái quỷ như vậy. Cũng để thấy cái bể khổ của sinh lão bệnh tử và nhận ra rằng khả năng y khoa hiện nay còn giới hạn tới dường nào. Bể khổ thì mênh mông, nhìn lại chẳng thấy đâu là bờ. Cảm xúc đọc lại mấy câu thơ của Vô Ngã Phạm Khắc Hàm, không phải Nguyễn-Xuân Hoàng mà chính tôi cũng tìm được nguồn an ủi.

*Ta tụng ngàn năm Quán Thế Âm,*
*Chúng sinh ta khóc nỗi mê lầm*
*Ngàn năm quỳnh nở trong đêm vắng*
*Rung động ba ngàn cõi viễn thâm.*
*… Người thích câu rùa đọc Lạc thư*
*Vớt con cá nhỏ thấy chân như*
*Ta nâng trang sách nghìn thu đọng*
*Trời đất rưng rưng giữa mịt mù*
*… Từ đấy ngàn năm vách lắng tai*
*Lời kinh vi diệu thấm linh đài*
*Tình thương từng giọt rơi trên đá…*

Nguyễn-Xuân Hoàng đến thăm Võ Phiến. Trái: Từ Mẫn Võ Thắng Tiết, Nguyễn-Xuân Hoàng, Võ Phiến *(tư liệu Nguyễn-Xuân Hoàng)*

Buổi trưa hôm ấy, trong giờ *lunch break* bên ngoài bệnh viện, tôi và ba bác sĩ khác: một gốc Do Thái, một Trung Đông, một Ấn Độ ăn trường chay, bốn người ngồi chung bàn với nhau, nhân sau cái chết mới mẻ của một đồng nghiệp bị ung thư với những ngày cuối cùng thống khổ ra sao, họ bàn là liệu nếu có thể lựa chọn cho mình một cách chết.

Ba khả năng thông thường nhất đưa tới cái chết ở thời đại hiện nay: cơn trụy tim chết ngay, cơn tai biến mạch máu não có thể đưa tới tàn phế, và căn bệnh ung thư ác tính… và mọi người đã có cùng một chọn lựa cho một cái chết nhanh nhất là bệnh tim. Và rồi cũng trong ngẫu hứng, trưa hôm đó họ đã order các món ăn không thiếu chất mỡ động vật và dĩ nhiên là không theo tiêu chuẩn của dinh dưỡng của Hiệp hội Tim mạch Hoa Kỳ.

Thực ra không ai có thể chọn lựa một căn bệnh để được chết theo ý mình, ngoại trừ thứ tự do chọn lựa rất bạo động là tự sát cũng thường thấy ở các nhà văn như: Ernest Hemingway *Ngư Ông và Biển Cả* bằng súng (1961), Yukio Mishima *Đền Vàng* bằng gươm (1970), Yasunari Kawabata *Ngàn Cánh Hạc* bằng hơi ngạt (1972), Nhất Linh *Đoạn Tuyệt* bằng thạch tín (1963), Tam Ích *Nghệ Thuật và Nhân Sinh* treo cổ (1972)…

Hoàng thì đã và đang sống một cuộc sống tràn đầy, nên tôi cũng hiểu rằng *"bất cứ lúc nào bất cứ ở đâu,"* bạn tôi cũng đã sẵn sàng chuẩn bị cho dặm cuối của một chặng đường cheo leo trên con dốc tử sinh. Mark Twain thì bao giờ cũng với một cái nhìn rất nhẹ nhàng về cái chết: *"A man who lives fully is prepared to die at any time."* Và rồi ra, đến một lúc nào đó, ở một nơi nào đó chắc Nguyễn-Xuân Hoàng cũng sẽ ngoảnh lại rồi mỉm cười mà nhắn với bằng hữu rằng: "*Tường thuật về cái chết của tôi có phần quá đáng / The report of my death was an exaggeration.* Mark Twain." Vẫn cứ chúc Bạn Ta những ngày tháng còn lại an lành.

## NGUYỄN-XUÂN HOÀNG VÀ MÙA THU NHẬT BẢN

Tháng 7 - 2013, một cuộc hội thảo về Báo Phong Hóa Ngày Nay và Tự Lực Văn Đoàn được tổ chức tại Little Saigon, Nam California. Đáng chú ý là trong buổi hội thảo ấy, có một cô gái Nhật Bản đang theo học Cao học về Văn học Việt Nam tại Đại học Ngoại ngữ Tokyo được mời tham gia phát biểu. Và Nguyễn-Xuân Hoàng lúc đó đang ở San Jose được ban tổ chức mời để điều hợp các buổi hội thảo. Tuy đã nhận lời trước đó, nhưng do diễn tiến của bệnh trạng, Nguyễn-Xuân Hoàng đã không còn đủ sức xuống Little Saigon để tham dự.

Tanaka Aki, tên cô gái Nhật Bản, Aki có nghĩa là "Mùa Thu," cô đã không có may mắn được gặp nhà văn Nguyễn-Xuân Hoàng mà cô rất ngưỡng mộ nhất là sau này khi được đọc tác phẩm *Người Đi Trên Mây, Sa Mạc, Bụi Và Rác.* Aki đã bị cuốn hút ngay với tác phẩm *Người Đi Trên Mây* vì mối quan tâm của cô về môi trường, hoàn cảnh sinh hoạt của Sài Gòn trước 1975. Aki đã từng sống và làm việc ở Việt Nam hơn 13 năm nhưng là thời kỳ sau 1975. Và cô có ý muốn dịch *Người Đi Trên Mây* sang tiếng Nhật nhằm chia sẻ một tác phẩm hay với độc giả người Nhật.

Tanaka Aki đã trao đổi eMail với nhà văn Nguyễn-Xuân Hoàng và tưởng tượng như có thể *"trông thấy được ông Hoàng đang nằm trên giường bệnh, với nỗi đau của cơ thể cùng sự buồn bã tuyệt vọng với bệnh nan y."*

Mẫu bìa *Người Đi Trên Mây* của Nguyễn Thị Hợp, Phải: Tanaka Aki, cô gái Mùa Thu Nhật Bản, sinh viên Cao học về Văn học Việt Nam tại Đại học Ngoại ngữ Tokyo *(photo by Ngô Thế Vinh)*

Cô gái Mùa Thu Nhật Bản viết tiếp: *"Một hôm mở cuốn Người Đi Trên Mây ra xem thì tôi tình cờ thấy chữ ký ông Hoàng ở trang đầu sách. Trước đó tôi không để ý nên không biết có chữ ký của ông Hoàng trong cuốn sách của mình. Và tôi đã tưởng tượng, đêm khuya khi tôi đang ngủ say, ông Hoàng từ Mỹ bay qua Nhật đến nhà mình và để lại chữ ký của ông trong cuốn sách của tôi. Sau khi tôi phát hiện chữ ký của ông Hoàng, tôi viết email kèm theo tấm hình tôi chụp chữ ký của ông để hỏi thử chữ ký này là của ông Hoàng phải không ạ? thì được ông xác nhận đó chính là chữ ký của ông. Khi đó tôi khẳng định đây là số mệnh của tôi, việc dịch cuốn Người Đi Trên Mây là việc đã nằm trong số mệnh của tôi."*

Rồi một hôm xem trang Diễn Đàn Thế Kỷ, Aki đọc bài viết *"Nguyễn-Xuân Hoàng trên con dốc Tử Sinh"* của Ngô Thế Vinh, cô vội viết eMail cho Nguyễn-Xuân Hoàng ngỏ ý mong muốn dịch *Người Đi Trên Mây* sang tiếng Nhật. Aki viết: "Ông Hoàng đồng ý cho tôi dịch và mong rằng Aki dịch được một đoạn nào thì gửi cho ông xem, ông nói *Mong Lắm*." Nhưng rồi chưa kịp dịch *Người Đi Trên Mây* thì

Chân dung Nguyễn-Xuân Hoàng (1937-2014)

Aki khi ấy đang ở với mẹ ở Nhật Bản, được tin Nguyễn-Xuân Hoàng qua đời khiến cô rất ân hận.

Vậy mà đã qua thêm một tháng Chín nữa 2016 đầy màu sắc của Mùa Thu Nhật Bản, tôi đã cùng với anh Phạm Phú Minh gặp lại Aki ở Huntington Beach, cũng để biết rằng cô ấy vẫn không quên lời hứa với nhà văn Nguyễn-Xuân Hoàng với phát biểu giản dị: *"Chưa biết khi nào tôi dịch được Người Đi Trên Mây nhưng tôi biết việc đó thế nào cũng có ngày thực hiện, vì đó là một định mệnh dành sẵn cho tôi, giống như việc nghiên cứu văn học Việt Nam cũng đã là một định mệnh trong cuộc đời của tôi."* (Tanaka Aki - Nhà văn Nguyễn-Xuân Hoàng, Diễn Đàn Thế Kỷ Chủ Nhật ngày 13 tháng 9 năm 2015).

## TIỂU SỬ

Sinh ngày 7 tháng 7 năm 1937 tại Nha Trang, cựu học sinh Võ Tánh, Nha Trang, cựu học sinh Pétrus Ký, Sài Gòn. Tốt nghiệp Đại học Sư phạm, Khoa Triết Đà Lạt (1959-1962). Phụ trách môn Triết, Ngô Quyền, Biên Hòa (1961-1962); rồi Pétrus Trương Vĩnh Ký, Sài Gòn (1962-1975).

Một số mẫu
bìa sách
Nguyễn-Xuân Hoàng

Tổng thư ký tạp chí Văn, Sài Gòn (1972-1974); Tổng thư ký nhật báo Người Việt, California (1986-1997) kiêm Tổng thư ký tạp chí Thế Kỷ 21, California (1989-1994). Chủ nhiệm, chủ bút tạp chí Văn từ tháng Chín, 1996, đồng thời là Tổng Thư ký tuần báo Việt Mercury trực thuộc Nhật báo San Jose Mercury News của Hoa Kỳ (từ tháng 11, 1998 đến tháng 11, 2005).

Giảng viên môn Văn Học Việt Nam đương đại tại Đại học Berkeley (09/2001- 04/2003).

Nơi định cư cuối cùng: San Jose, Bắc California. Mất ngày 13 tháng 9 năm 2014.

## TÁC PHẨM

Tập truyện ngắn:

*Mù Sương (1966)*
*Sinh Nhật (1968)*

Truyện dài:

*Bụi và Rác (1996)*
*Khu Rừng Hực Lửa (1972)*
*Kẻ Tà Đạo (1973)*
*Người Đi Trên Mây (1987)*
*Sa Mạc (1989)*

Các thể loại khác:

*Ý Nghĩ Trên Cỏ (tiểu luận, 1971)*
*Bất Cứ Lúc Nào, Bất Cứ Ở Đâu (tùy bút, 1974)*
*Căn Nhà Ngói Đỏ (tạp ghi, 1989)*

Tác phẩm chưa xuất bản:

*Lửa (truyện dài)*
*Ai Cũng Cần Phải Có Một Bà Mẹ (tùy bút)*
*Sổ Tay Văn Học*

## NGUYỄN-XUÂN HOÀNG ĐÃ RA ĐI

Nguyễn-Xuân Hoàng đã giã biệt gia đình và bạn hữu lúc 10 giờ 50 sáng thứ Bảy 13 tháng 9 năm 2014, tại San Jose, California, hưởng thọ 77 tuổi. Tang lễ của anh được cử hành theo nghi thức Phật giáo, anh được hỏa thiêu với tro cốt và bài vị được đưa về Chùa Liễu Quán. Nguyễn-Xuân Hoàng đã chọn sống và chết như một nhà văn. Và anh đã toại nguyện.

*Long Beach 06.2014*
*Huntington Beach 05.2016*

HOÀNG NGỌC BIÊN
VỚI CON ĐƯỜNG TIỂU THUYẾT MỚI
VÀ THỜI GIAN TÌM THẤY LẠI

*"Thiên đường thật là những thiên đường đã mất."*
*"Les vrais paradis sont les paradis qu'on a perdus"*
Marcel Proust, Le Temps Retrouvé

Hoàng Ngọc Biên
*(photo by Phan Bá Đương Saigon 1978)*

TIỂU SỬ HOÀNG NGỌC BIÊN

Hoàng Ngọc Biên, tên thật cũng là bút hiệu, sinh ngày 18 tháng

từ trái: Hoàng Ngọc Biên tới thăm Vũ Khắc Khoan nơi cư xá giáo sư Đại học trên đường Duy Tân, Sài Gòn 1968 *(tư liệu Hoàng Ngọc Biên)*

1 năm 1938, làng Bích Khê, phủ Triệu Phong, tỉnh Quảng Trị. Học sinh trường Thánh Mẫu Teresa Quảng Trị. 1942, theo cha chuyển sở làm, cả gia đình vô Huế, sống ở Vỹ Dạ mấy năm, sau đó lại theo cha vào Tourane / Đà Nẵng một năm rồi trở ra Quảng Trị. Năm 1950 "du học" Huế. Năm 1952, trở về Quảng Trị học tiếp trung học.

1953, Biên theo gia đình vào Sài Gòn, học trường Kiến Thiết và bắt đầu kết thân với người bạn cùng lớp Nguyễn Đăng Thường, cũng từ đó nẩy nở một tình bạn lâu dài cùng với Mark Frankland, nhà báo Anh cho tới những năm về sau này.

1954, Biên lần đầu tiên gặp nhà văn Vũ Khắc Khoan di cư từ Hà Nội vào Sài Gòn, và mới biết bác Khoan là anh em con dì ruột với mẹ của Biên.

*(Kịch tác gia Vũ Khắc Khoan: sinh ngày 27.02.1917 tại Hà Nội. Di cư vào Nam 1954, giáo sư các trường Chu Văn An, Văn Khoa, Vạn Hạnh và Quốc Gia Kịch Nghệ Sài Gòn. Thành viên nhóm Quan Điểm. Chủ trương tạp chí Vấn Đề, tác giả Thần Tháp Rùa và Thành Cát Tư Hãn... Mất tại Hoa Kỳ năm 1986, ở tuổi 69).*

1958, Thi vào Đại Học Sư Phạm Đà Lạt ban Pháp văn. Thời gian này, Biên quen với nhà biên khảo Tam Ích, lúc đó đang dạy Pháp văn tại trường trung học Việt Anh. Biên còn nhớ những núi sách báo ở nhà Tam Ích, ông cũng thường ghé thăm Biên và mượn đọc những số báo *Le Figaro Littéraire* và *Arts et Spectacles* mà Biên đặt mua dài hạn hàng tuần từ Pháp.

*(Học giả Tam Ích* Lê Nguyên Tiệp*: sinh năm 1915 (có nơi ghi là 1917) tại Thanh Hóa, vào Nam từ 1937, giáo sư văn chương và dạy Pháp văn các trường trung học và Đại học Vạn Hạnh. Tác giả Nghệ Thuật và Nhân Sinh (Nxb Chân Trời Mới, 1941). Ông tự vẫn năm 1972 bằng cách treo cổ, năm ấy Tam Ích mới 57 tuổi).*

Tại Đại Học Sư Phạm, Biên có cơ hội kết thân với Giáo sư Etiennette Poirson là người thầy Biên mãi mãi ngưỡng mộ, sau đó về Sài Gòn, bà còn cung cấp cho Biên nhiều tài liệu viết về Proust. Biên bắt đầu say mê đọc bộ sách *À la Recherche du Temps Perdu*.

1961, Tốt nghiệp ĐHSP, về dạy Pháp văn Trung học Tống Phước Hiệp Vĩnh Long, cùng nhiệm sở với Nguyễn Thu Hồng, cùng khóa ĐHSP ban Pháp văn Sài Gòn và một năm sau cô giáo xuất thân từ Nhà Trắng Saint-Paul trở thành bạn đời của Hoàng Ngọc Biên cho tới bây giờ.

1964, Thuyên chuyển về Trung học Tây Ninh, rồi Tân An. Bắt đầu viết *"Viết Giữa Mùa Hè"*. Tìm gặp và rồi thân thiết với nhà văn Võ Phiến, thường xuyên lui tới nhà anh chị Võ Phiến trong hẻm Trần Quang Diệu. Người viết gặp và quen Hoàng Ngọc Biên cũng trong khoảng thời gian này.

Chân dung Hoàng Ngọc Biên qua nét phác họa của Võ Phiến: *"Anh Biên thì khuynh tả, khoái Che Guevara*; *chính anh thì râu ria tóc tai dài phủ tới ót. Ảnh mê M. Proust như tôi, nhưng sưu tầm về Proust đầy đủ chứ không tài tử như tôi; anh giỏi hội họa và âm nhạc. Anh chị Biên và vợ chồng tôi hợp tính tình, thường gần gũi tâm tình. Sau tháng 4.1975 anh Biên vẫn giữ được râu tóc sum suê suốt 16 năm. Tháng 10.1991 anh rời Sài Gòn đi Mỹ, các con tôi như thiếu đi người chú ruột. Trong 16 năm qua, mọi việc lớn nhỏ trong gia đình các con*

từ trái: Vợ chồng Võ Phiến, vợ chồng Hoàng Ngọc Biên *(tư liệu Hoàng Ngọc Biên)*

*tôi, gặp rắc rối là đều do chú thím Biên giải quyết cho. Hiện thời anh chị ấy ở Utah, Salt Lake City.* (Tuyển tập Thư Võ Phiến, Los Angeles 4.12.1991) *[Ghi chú thêm của người viết: Anh chị Võ Phiến di tản sang Mỹ từ tháng 4-1975, chỉ mang theo được một con gái, nhưng hai con trai trưởng và thứ là Liên và Long cùng với các con / tức cháu nội của anh chị VP đều kẹt lại.]*

1968, Tại Trung Tâm Học Liệu, Biên kết thân với Cao Thanh Tùng, Nguyễn Đồng, Nguyễn Thị Hợp, Lê Thị Chí... Diễm Châu từ Indiana (Mỹ) về Sài Gòn tìm gặp Hoàng Ngọc Biên, bàn dự án cùng nhau làm tạp chí *Trình Bầy*. Đi lính 9 tuần Quang Trung. Xuất bản *Tuyển tập Mười Nhà Văn Pháp Hiện Đại*, Nxb Trình Bầy. Giới thiệu những tên tuổi lẫy lừng của phong trào tiểu thuyết mới Pháp như Michel Butor, Alain Robbe-Grillet, Nathalie Sarraute, Claude Simon...

1970, Tạp chí Trình Bầy ra mắt số đầu tiên. Biên được Học bổng USAID về Book Design và Book Production McGraw-Hill đi Mỹ, sau được chuyển qua McGraw-Hill FEP Singapore. Xuất bản *Đêm Ngủ Ở Tỉnh*, tập truyện ngắn, một thử nghiệm hình thức tiểu thuyết mới của Hoàng Ngọc Biên, Nxb Cảo Thơm.

1973, Dạy Pháp văn 3 niên khóa tại Đại học Bách khoa Sài Gòn.

Từ phải: Hoàng Ngọc Biên, Đinh Cường San Jose 4/2012 *(tư liệu Đinh Cường)*

1975, Làm báo Tin Sáng sau 1975, là trưởng ban văn hóa xã hội, rồi kiêm trưởng ban kỹ thuật sau khi Nguyễn Đồng vượt biên, cùng làm việc với mấy bạn cũ như Nguyễn Đồng, Nguyễn Thị Hợp, Cao Thanh Tùng, Đinh Cường, và cả Nguyễn-Xuân Hoàng.

1991, Sang Mỹ định cư tháng 10.1991, ghi danh vào Salt Lake Community College cùng với hai con là Hoàng Tân Nhân và Hoàng Tân Dân, để trước tiên làm quen với máy móc tin học. Biên bắt đầu vẽ tranh trên computer với kỹ thuật số / digital art.

1993, Vào làm việc cho tờ báo *Salt Lake City Weekly* từ Tháng Bảy 1993 tới 1998 với vai trò Art Director; 1999 chuyển qua làm Production Coordinator.

2004, Bắt đầu tham gia diễn đàn tienve.org qua bản dịch *Chuyến Đi Mùa Đông* của George Perec (2003) Nguyễn Hưng Quốc đem về từ nhà anh Võ Phiến.

Bất ngờ cũng năm ấy, Biên bị méo một bên mặt trái và nói khó khăn. Bạn bè không an tâm vì nghĩ Biên bị tai biến mạch máu não/ stroke nhưng thực ra anh chỉ bị liệt dây thần kinh mặt ngoại biên / dây thần kinh sọ số VII hay Bell's Palsy. (Charles Bell là nhà cơ thể học đầu tiên mô tả căn bệnh này.) Biên được chữa trị bằng tây y kết hợp với châm cứu. Điều trị hay không, trong nhiều trường hợp Bell's Palsy có tiến trình tự hồi phục. Cùng năm, Biên chọn nghỉ hưu ở tuổi 66 và sau đó vợ chồng Biên dọn về San Jose sống với gia đình người con trai.

2011, Sức khỏe suy yếu, Biên được bác sĩ chẩn đoán bị xơ gan / cirrhosis giai đoạn cuối, và được đưa vào danh sách chờ bộ phận để được thay gan / *waiting list for liver transplant.*

2012, Biên được thay ghép gan tại Bệnh viện Đại học Stanford, Palo Alto 12.9.2012. Bệnh viện ĐH Stanford cũng là nơi Nguyễn-Xuân Hoàng được điều trị bệnh sarcoma. Biên là trường hợp khá hiếm hoi được thay ghép gan ở ngưỡng tuổi đã quá thất thập cổ lai hy, năm ấy Biên cũng đã 74 tuổi. Vượt qua được dốc tử sinh, Biên dần dần hồi phục. Sau này được biết bộ gan mới của Biên là nhận từ một thanh niên Mỹ mới ngoài 30 tuổi.

GỞI BIÊN VỪA THAY GAN
VỀ NHÀ ĐỘI CHIẾC MŨ DẠ ĐỎ

*waiting list để được thay gan*
*rồi cũng đến. mừng hoàng ngọc biên*
*đã về nhà. gương mặt có gầy hơn*
*nhưng thần sắc an nhiên*
*nằm gối đầu trên chiếc gối sọc xanh*
*chiếc mũ dạ màu đỏ (thường màu xám sậm)*
*hàm râu lưa thưa như che nụ cười đùa*
*nghỉ đi biên nghỉ cho lại sức*
*rồi sẽ kể chuyện cùng anh em*
*không gì vui hơn hay tin bình yên*
*bạn đã rời bệnh viện về nhà*
*tay vẫn đeo vòng tràng hạt nhỏ*
*om mani padme hum hrih*
*quán thế âm như vầng trăng*
*với ánh sáng mát dịu dập tắt*
*những thiêu đốt của sinh tử (1)*
*tôi luôn đọc thì thầm*
*lời kinh trong đêm khuya*

*lời kinh không cầu xin*
*thấm đẫm tình nhân ái*
*bạn thay gan xong rồi, mùa thu này ghi nhớ…*

Đinh Cường
*Virginia, 19 Oct, 2012*

Hoàng Ngọc Biên đọc nhiều và tích lũy. Sinh hoạt của Biên rất đa dạng, ngoài dạy học, Biên viết văn, làm thơ, dịch sách, vẽ tranh, và cả soạn nhạc, điều rất ít ai biết. Trong Ban biên tập tạp chí Trình Bầy (1961-1975), phụ trách mỹ thuật cho các sách báo và nhà xuất bản ở Việt Nam (1975-1991) và tuần báo The Salt Lake City Weekly ở Mỹ (1993-2004).

Trước 1975 đã triển lãm tranh tại Viện Đại học Đà Lạt, Goethe Institut, Alliance Française, Hội Họa sĩ Trẻ VN, Phòng Thông tin & Báo chí Sài Gòn, La Dolce Vita (Hotel Continental), Trung tâm Văn hóa Vũng Tàu, và đồ họa, Nxb McGraw-Hill, Singapore, 1972.

## XUẤT BẢN TRƯỚC 1975:

-- *Mười Nhà Văn Pháp Hiện Đại*, Trình Bầy, 1969.
-- *Đêm Ngủ Ở Tỉnh*, tập truyện ngắn, Cảo Thơm, Saigon, 1970.
-- *Marcel Proust - Con Người Xã Hội*, Trình Bầy, 1974.

## XUẤT BẢN SAU 1975:

-- *Uống Trà Sớm Mai*, thơ, Trình Bầy, USA, 1996.
-- *Người Đạp Xe Vào Thành Phố Buổi Sáng*, truyện, Trình Bầy, USA, 1997.
-- *Chuyến Xe*, truyện, Trình Bầy, USA 1997.
-- *Đất và Người và Thần Thoại Việt Nam*, thơ, Trình Bầy, USA, 1997.
-- *Biển Ngày Đêm*, thơ, Trình Bầy, USA, 1999.
-- *Quê Hương, Người Về* (hai đoản văn viết theo một tấm tranh dán của Nguyễn Đăng Thường), Trình Bầy, USA, 2001.
-- *Chân Mây Cuối Trời*, thơ (in chung với thơ Đỗ Trung Quân và tranh Nguyễn Quỳnh), Trình Bầy, USA, 2003.

## TÁC PHẨM DỊCH:

-- Andrei Sinyavsky: *Thơ Pasternak, Con Người và Tác Phẩm* Nxb Tp. Hồ Chí Minh, 1988.
-- *Tĩnh Vật và Những Bài Thơ Khác,* thơ Joseph Brodsky, Thuận Hóa, Huế, 1991;
-- *Mối Tình Đầu*, truyện Samuel Beckett, Trình Bầy, USA, 1993.
-- *Thơ Mới Ba Lan*, tuyển tập thơ mới Ba Lan, Trình Bầy, USA, 1993.
-- *Marcel Proust*, tiểu luận Samuel Beckett, Trình Bầy, USA, 1995.
-- *Thư Hà Nội*, của Jean Tardieu (dịch chung với Nguyễn Thu Hồng), Trình Bầy, USA, 2001.
-- *Chuyến Đi Mùa Đông*, truyện Georges Perec, Trình Bầy, USA, 2003.
-- *DJINN*, truyện Alain Robbe-Grillet, Trình Bầy, USA, 2003.

Gặp gỡ trong buổi hòa nhạc tại Cư xá Sinh viên Thanh Quan: từ trái, vợ chồng Hoàng Ngọc Biên-Thu Hồng, Trịnh Công Sơn, Trịnh Cung, vợ chồng Cao Thanh Tùng-Kim Phượng *(tư liệu Hoàng Ngọc Biên)*

## HOÀNG NGỌC BIÊN VÀ NHÓM TRÌNH BẦY

Diễm Châu tên Phạm Văn Rao, sinh ở Hải Phòng, di cư vào Nam 1954. Quen Thế Nguyên từ trại học sinh di cư Phú Thọ. Diễm Châu tốt nghiệp Đại Học Sư Phạm ban Anh Văn, được tu nghiệp ở Mỹ sau đó trở về Sài Gòn, tìm gặp Hoàng Ngọc Biên thuyết phục cùng làm tờ báo Trình Bầy. Biên đã cùng Diễm Châu, ngồi nhiều tuần lễ bên một vách tường café vỉa hè đường Sương Nguyệt Anh, Sài Gòn, soạn bài Phi lộ với tiêu đề *"Con Đường Đi Tới"* cho số báo ra mắt. Trích dẫn:

... *"Con đường đi tới là con đường mưu cầu một nền hòa bình, trong đó mỗi một người Việt Nam, không kỳ thị ý thức hệ, sẽ có một chỗ đứng xứng đáng với phẩm giá con người trên quê hương mình."*

... *"Không thể có hòa bình vô điều kiện. Một nền hòa bình Việt Nam nhất định sẽ không thể chấp nhận bất cứ một sự hiện diện nào của các lực lượng nước ngoài và đồng thời cũng không thể chấp nhận bất cứ một cơ cấu, một định chế hay một thế lực nào trong nước ngăn cản công cuộc giải phóng con người Việt Nam."*

Hết trích dẫn.

Trình Bầy là một tờ báo thiên tả, phản chiến giữa giông bão của cuộc chiến tranh quốc cộng, với Diễm Châu tổng thư ký, Diễm Châu còn một bút hiệu khác là Võ Hồng Ngự. Thế Nguyên là chủ nhiệm. Tờ báo đã quy tụ được nhiều cây viết thuộc nhiều khuynh hướng khác nhau thời bấy giờ. Không phải chỉ có ở báo Bách Khoa, Trình Bầy thực sự là một vùng xôi đậu với tên tuổi những nhà văn nhà thơ như Nguyên Sa, Diễm Châu, Hoàng Ngọc Biên, Hoàng Ngọc Nguyên, Nguyễn Đăng Thường, Trùng Dương, Thảo Trường, Nguyễn Mộng Giác, Du Tử Lê, Mai Trung Tĩnh, Nguyễn Quốc Thái, Luân Hoán, Trần Hoài Thư, Ngô Thế Vinh... nhiều người xuất thân từ quân đội, bên cạnh đó là những cây bút thiên cộng Ngô Kha, Ngụy Ngữ... hay cộng sản nằm vùng như Nguyễn Nguyên - Nguyễn Ngọc Lương, giống như trường hợp Vũ Hạnh bên tờ báo Bách Khoa.

Trình Bầy hoạt động liên tục trong 2 năm 1970 - 1972, ra được

Hoàng Ngọc Biên và Diễm Châu (1937-2006), là hai bạn đồng hành trí tuệ trong Nhóm Trình Bầy, Thế Nguyên đứng tên Chủ nhiệm *(tư liệu Hoàng Ngọc Biên)*

42 số báo cho tới khi bị đình bản. Để rồi, thực tế sau 30 tháng Tư, 1975 là sự vỡ mộng của những người trí thức thiên tả - theo ngôn ngữ thời thượng thì đó là thành phần thứ ba, trong số đó có Diễm Châu và Hoàng Ngọc Biên. Bởi vì sau thống nhất, không phải chỉ có miền Bắc mà nay là cả một đất nước phải sống trong một định chế bóp nghẹt mọi tự do của con người. Trí thức thiên tả nếu không bị tù đày thì cũng bị trù dập bạc đãi và chỉ là những kẻ đứng bên lề. Cuối cùng họ trở thành những kẻ lưu vong nếu không ở nước ngoài thì cũng ngay trên chính quê hương mình. Diễm Châu sang Pháp 1983, Hoàng Ngọc Biên đi định cư ở Mỹ 1991. Ra hải ngoại rồi, cả Hoàng Ngọc Biên, Diễm Châu và Nguyễn Đăng Thường đều cố giữ sức sống cho cơ sở Trình Bầy. Manchette Trình Bầy đối với họ như hình ảnh một giấc mộng lỡ. Và trong sự thức tỉnh muộn màng, Diễm Châu trở thành rất hữu khuynh cho tới khi anh mất năm 2006.

Tưởng cũng nên nhắc tới ở đây sự giác ngộ của cả những khuôn mặt trí thức lớn thiên tả Pháp như Jean-Paul Sartre đối với cộng sản Việt Nam sau 1975, khi có xảy ra thảm trạng "boat people" trên Biển Đông, chính J.P. Sartre đã trở thành một "activist" vận động hiệu quả cho "Một con tàu cho Việt Nam/ Un bateau pour le Vietnam" đi cứu

Những mẫu bìa rất mỹ thuật của 42 số báo Trình Bầy đều do Hoàng Ngọc Biên vẽ và thiết kế *(tư liệu Hoàng Ngọc Biên)*

vớt các thuyền nhân. Kinh nghiệm với cộng sản Việt Nam cho đến nay vẫn là *một bài học/ a lesson to learn* cho thế giới.

## VỚI MARCEL PROUST ĐI TÌM THỜI GIAN ĐÃ MẤT

Từ 1959, Biên đã say mê trong nhiều năm đọc và dịch Marcel Proust; 12 năm sau Biên cho xuất bản "*Marcel Proust, Con Người Xã Hội*", nhân dịp 100 năm sinh của M. Proust.

M. Proust sinh ngày 10.7.1871, mất ngày 18.11.1922 năm ông 51 tuổi. M. Proust đã để lại một sự nghiệp đồ sộ với tác phẩm *À la Recherche du Temps Perdu / Đi Tìm Thời gian Đã Mất* gồm 7 cuốn. *Le Temps Retrouvé / Thời Gian Tìm Thấy Lại* là tập cuối khép lại mấy ngàn trang sách. Proust đã trở thành một tượng đài văn học được ngưỡng mộ, tác phẩm của ông là đối tượng cho hàng trăm công trình nghiên cứu và luận án từ khi ông chết cho tới mãi bây giờ.

Những trang sách của ông thế nào mà vẫn làm cho các thế hệ say mê. Chắc chắn chẳng phải chỉ là những ký ức về một ngôi làng, về một gia đình, hay về một thời thơ ấu của cậu bé với nội tâm dồn nén và cả ẩn ức với khuynh hướng đồng tính. M. Proust đã từng ví mình như Noé trong Kinh Thánh, vì cơn hồng thủy đã bị nhốt trong thuyền suốt bốn mươi ngày đêm. M. Proust viết: *"Bấy giờ tôi mới hiểu được là không có chỗ nào Noé có thể nhìn cuộc đời rõ ràng bằng từ trong thuyền, cho dù thuyền đã đóng kín dù đang tối mịt mùng trên trái đất / Jamais Noé ne put si bien voir le monde que de l'arche malgré qu'elle fut close et qu'il fit nuit sur la terre."* M. Proust, À la Recherche du Temps Perdu.

M. Proust với một thể chất bệnh hoạn, bị giam hãm mình trong căn phòng kín, chủ yếu viết về ban đêm. Và từ không gian khép kín ấy, M. Proust đã viết về những cái vụn vặt của đời sống đâu đây có phiền muộn, có hoan lạc có những tiếng động, những mùi vị... tưởng như quá tầm thường quá quen thuộc nhưng đã được một thiên tài Proust ghi lại như một *ký ức của trí tuệ / mémoire intellectuelle* bằng thứ ngôn ngữ kỳ diệu đẫm chất thơ và cả nhạc tính.

Trong Thời Gian Tìm Thấy Lại / Le Temps Retrouvé, M. Proust đã viết: *"Những sự vật... ngay khi ta thấy được chúng, đã trở thành một cái gì vô hình trong ta."*

Cao Thanh Tùng, một nhạc sĩ cello trong bài viết "Quê hương của Nhạc sĩ" đã ví *À la Recherche du Temps Perdu* như *"một tác phẩm giao hưởng lớn trên dòng chuyển động luân lưu bất tận của thời gian"*. Thời gian tưởng đã mất, nhưng rồi qua ký ức trí tuệ của Proust thời gian tìm thấy lại, và đã trở thành thời gian bất tử.

Có thể nói chặng đường tiểu thuyết mới của Hoàng Ngọc Biên thực ra đã chịu ảnh hưởng rất sớm và sâu đậm từ M. Proust chứ không phải chờ tới thời kỳ "phong trào tiểu thuyết mới" với Michel Butor, Alain Robbe-Grillet, Samuel Beckett mà Biên được đọc ở những năm về sau này.

Năm 1967 tại Sài Gòn, Hoàng Ngọc Biên đã giúp Trần Phong Giao thực hiện 2 số báo Văn 85-86 với chủ đề Đọc văn Marcel Proust. Hoàng Ngọc Biên được coi như ngòi bút chuyên khảo về M. Proust ở miền Nam lúc bấy giờ.

## CON ĐƯỜNG TIỂU THUYẾT MỚI

Cho tới 1954, tiểu thuyết Việt Nam hầu như vẫn theo khuôn khổ

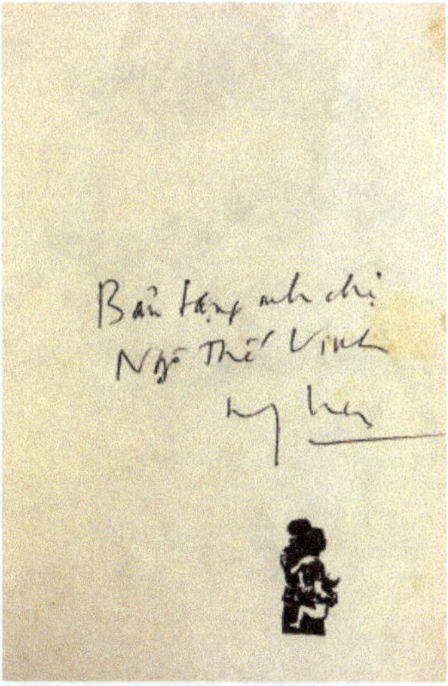

Bìa sách *Marcel Proust*, tiểu luận Hoàng Ngọc Biên, *Trình Bầy, USA, 1995 và thủ bút Hoàng Ngọc Biên*

cổ điển, có cốt truyện với diễn tiến theo trình tự thời gian. Trong khi đó, ở phương Tây đang có những bước đột phá của phong trào tiểu thuyết mới/ nouveau roman, với các tên tuổi như: Alain Robbe-Grillet, Michel Butor, Claude Simon, Claude Mauriac, Nathalie Sarraute... Không còn mẫu mực xây dựng tiểu thuyết truyền thống đã có từ mấy thế kỷ trước. Có thể ví tiểu thuyết mới như một bước phá thể, như từ thơ niêm luật chuyển sang thơ tự do. Hình thức tiểu thuyết mới đã không còn thứ tự thời gian, người viết không còn dùng ngôi thứ ba đứng bên ngoài nhân vật. Cùng sự việc được ghi lại qua nhiều nhãn quan khác nhau và vai trò cốt truyện gần như bị loại bỏ. Michel Butor cũng đã phát biểu: *"Tiểu thuyết như một tìm tòi, hình thức của tiểu thuyết có tầm quan trọng hàng đầu"*.

Phong trào tiểu thuyết mới của Pháp tuy rầm rộ nhưng ngắn ngủi và không tạo được những ảnh hưởng lâu dài, nhưng nó thành công là đã mở ra những khái niệm khoáng đạt hơn về kỹ thuật xây dựng tiểu thuyết.

Ở miền Nam Việt Nam, thập niên 1960s, một số tác giả trẻ bén nhậy với văn học đổi mới ở phương Tây, bắt đầu dấn thân thử nghiệm

Bìa Văn 85 chủ đề "Đọc văn Marcel Proust"do Hoàng Ngọc Biên phụ trách, mẫu bìa của họa sĩ Lê Thị Chí.

kỹ thuật tiểu thuyết mới. Trong số đó phải kể tới *Nhóm Đêm Trắng* bao gồm Huỳnh Phan Anh, Đặng Phùng Quân, Nguyễn Nhật Duật, Nguyễn-Xuân Hoàng, Nguyễn Đình Toàn, Nguyễn Quốc Trụ. Ý kiến khởi đầu lập Nxb Đêm Trắng là từ Huỳnh Phan Anh, để chỉ xuất bản các sáng tác của nhóm, đa số xuất thân nhà giáo, trừ Nguyễn Đình Toàn và Nguyễn Quốc Trụ. Không tuyên ngôn, không đường lối, mỗi người sáng tác độc lập với quan niệm rộng mở hơn về viết tiểu thuyết.

Dương Nghiễm Mậu tuy không đọc các tác phẩm tiểu thuyết mới của Pháp nhưng DNM được Võ Phiến đánh giá là thành công nhất trong cách sử dụng các kỹ thuật tiểu thuyết mới. *"Trong cuốn truyện dài Con Sâu chẳng hạn, 'tôi' không hẳn là một nhân vật nào, khi là nhân vật này, khi lại là nhân vật nọ; sự chuyển vị xảy ra thoăn thoắt làm nổi bật sự thay đổi đột ngột những quan điểm nhìn sự việc khác nhau. Ông Dương lại có cái hay là mặc dầu sử dụng kỹ thuật Tây phương ông vẫn giữ được cốt cách dân tộc: đọc ông người ta không hề cảm thấy dấu vết ảnh hưởng ngoại lai, người đọc ở bất cứ trình độ nào cũng thấy thoải mái, thấy một bầu không khí quen thuộc."* (Văn Học Miền Nam Tổng Quan, tr. 260-262)

Nhưng theo Nguyễn-Xuân Hoàng và Nguyễn Đình Toàn thì chính Hoàng Ngọc Biên mới thực sự là người khởi đầu nghiên cứu về phong trào *Nouveau Roman* của Pháp, dịch một số tác phẩm của Alain Robbe-Grillet, viết về 10 nhà văn Pháp hiện đại và cũng thể hiện quan niệm tiểu thuyết mới ấy qua tập truyện *Đêm Ngủ Ở Tỉnh* do Cảo Thơm xuất bản tại Sài Gòn, 1970. Biên-Butor là một tên ghép bạn bè thân ái đặt cho Hoàng Ngọc Biên lúc đó, Michel Butor là một kiện tướng của phong trào tiểu thuyết mới của Pháp thời bấy giờ.

Trong các truyện, không có truyện của Hoàng Ngọc Biên, chỉ có cái nhìn lạnh lùng bên ngoài của sự việc, không có xen vào những suy tưởng, xúc động của người viết. Một trích đoạn truyện ngắn *Đêm Ngủ Ở Tỉnh*:

*"Anh cúi đầu bước những bước dài ngắn không đều nhau trên quốc lộ số 4 dẫn vào tỉnh lỵ. Dưới cơn mưa mùa hè đột ngột đổ mạnh xuống che kín một bầu trời cũng đột ngột xám đen, thấp trũng, rồi thưa dần, thưa dần - những hạt mưa nhỏ bay theo hướng ngọn gió chiều từ phía cầu sắt tạt mạnh vào mặt anh, lạnh ngắt - anh cẩn thận tránh những vũng nước sâu đọng lại sau mấy ngày mưa, những vạch nước dài chảy thẳng theo những đường cày chồng lên nhau của những chiếc xe hàng ngày vẫn thường chạy lấn hai bên lề, lăn bánh trên chỗ đất vàng. Anh đi qua một quán nước bên phải, rồi một quán nước nữa, mái thấp lè tè không qua khỏi tầm tay với, anh đi qua một trại lính bên trái, khung cửa sắt hoen rỉ giờ đây đứng chết lì không đóng lại được, anh đi qua một khu nhà thờ nằm sâu sau một khoảng đất rộng rợp bóng lá cây, những lá cây trong năm vẫn khoác một lớp bụi vàng bốc lên từ mặt quốc lộ - với những chuyến xe hàng, những đoàn xe chuyển binh chạy vụt qua liên miên từng phút từng giây - giờ đây lấp lánh một màu xanh tươi mát.*

*Anh đi qua ngôi trường tiểu học xây bên hông nhà thờ giờ đây vắng bóng ê a tập đọc của lũ trẻ theo giọng lên thánh thót của các sœurs cất cao sau mỗi nhịp thước gõ trên bàn. Anh đi qua khu đất vừa được đắp lên hơn một năm nay dùng làm nơi hạ cánh cho những chiếc trực thăng hành quân, những xe cần trục, những máy móc, những đống đá xanh còn nằm ngổn ngang la liệt bên những cây sắt dài chồng lên nhau, thẳng hàng, dáng chừng để hoàn thành một sân bay lớn hơn.*

Bìa sách *Mười Nhà Văn Pháp Hiện Đại*, Trình Bầy, 1969; *Đêm Ngủ Ở Tỉnh*, tập truyện ngắn, Cảo Thơm, Saigon, 1970

*Tỉnh lỵ bắt đầu hiện ra với ngôi chùa im lìm ẩn kín sau những cây cảnh nhìn thấy giữa hai hàng giậu thưa, hai hàng chữ nho sơn vàng trên nền đỏ của hai trụ lớn được cơn mưa rửa sạch, rực rỡ hẳn lên. Anh đi qua những mái lá thấp xuống, ướt át, những mái ngói đỏ chói sau những cơn mưa lại đỏ chói hơn, nằm lẫn với hai ngôi chùa Cao Đài mới và cũ, với những hình chạm bay bướm lòe loẹt, anh đi qua trạm kiểm soát - nhà ga cũ nhắc lại quá khứ những chuyến xe lửa ghé qua..."*

Qua suốt 40 trang sách *Đêm Ngủ Ở Tỉnh*, vẫn một giọng văn đều đều như vậy, xuôi chảy theo dòng ý thức với giàu hình ảnh và cả chất thơ. Người đọc đi theo bước chân nhân vật không có tên, không có địa danh nơi đâu và cũng không biết nhân vật định đi về đâu. Cảnh tượng được ghi nhận như phản chiếu từ một tấm gương, cảm xúc nếu có là do tự người đọc chứ không do truyền đạt từ người viết.

Tuy rất thân thiết và quý trọng tài năng Hoàng Ngọc Biên nhưng Võ Phiến cũng có lúc băn khoăn tự hỏi, qua một lá thư riêng gửi Nguyễn Hưng Quốc:

*"Cái viết của Hoàng Ngọc Biên, có cố gắng thoát khỏi thời 'tiền lý thuyết' Việt Nam? Liệu anh ấy có tìm ra được hướng lý thuyết nào không, đường hướng nào mới mẻ không?"*... (Santa Ana 5.6.2004)

Chính Hoàng Ngọc Biên, cả ở những năm về sau này, qua những sáng tác mới anh vẫn cứ bền bỉ và kiên trì đi trên con đường tiểu thuyết mới mà anh đã chọn. Truyện của Biên kén độc giả, Hoàng Ngọc Biên không phải là tác giả của đám đông nên tên tuổi của anh cũng ít được biết tới.

## ĐỌC THƠ HOÀNG NGỌC BIÊN

Biên làm nhiều thơ. Đọc một bài thơ đầu trích từ tập thơ Biển Ngày Đêm, Trình Bầy, USA, 1999, được mở đầu với câu trích dẫn:

*When a man dies*
*His portraits change.*
*Anna Akhmatova*

### MỘT CHỖ NGẢ LƯNG

một chút nắng
một chút mưa
một chút chiều êm ả
một chút phật
một chút chúa
một chút bão tố trong đêm
một chút mây
một chút gió
chút địa ngục
ta ghé chơi
một chút thiên đàng
ta ngả lưng nằm xuống

## CÕI TẠO HÌNH HOÀNG NGỌC BIÊN

Hoàng Ngọc Biên chưa bao giờ tự nhận mình là trong số thành viên sáng lập Hội Họa Sĩ Trẻ, nhưng Biên có tranh tham dự triển lãm chung với các bạn Hội Họa Sĩ Trẻ; và theo Trịnh Cung thì Biên chính thức có tên trong danh sách hội viên HHST từ thập niên 1970s.

Nếu Nguyên Khai năm 1994, đã mạnh dạn mở rộng tầm nhìn của người nghệ sĩ vào thế giới kỹ thuật computer hiện đại: anh sáng tạo những bức tranh sơn dầu vẫn với đường nét tài hoa rất Nguyên Khai nhưng có sử dụng thêm cả những chip điện tử như chất liệu mới trong không gian hội họa của mình, thì Hoàng Ngọc Biên từ thập niên 1990, đã bắt đầu vận dụng kỹ thuật số / *Digital*, để sáng tạo nhiều bức đồ họa với đường nét thuần khiết bình dị nhưng bố cục và màu sắc thì đặc sắc.

Biên được du học Singapore về Book Design và Book Production McGraw-Hill sau đó là Nhật Bản. Tài hoa của Biên cũng được thể hiện qua những mẫu bìa báo Trình Bầy và các bìa sách rất nghệ thuật theo cái nghĩa cổ điển và cũng rất Hoàng Ngọc Biên.

Rất sớm từ 1977, Hoàng Ngọc Biên đã phát biểu về quan niệm hội họa hay nghệ thuật nói chung: *"Tôi thích nhìn công việc nghệ thuật tạo hình, trong bất cứ giai đoạn nào, đều là những thể nghiệm, cũng có thể gọi là những trò chơi thể nghiệm. Chỗ này, nghệ thuật tạo hình xích lại gần những nghệ thuật khác: nhạc, múa, văn chương, kiến trúc, điêu khắc, kể cả điện ảnh – và kể cả chuyện dịch thuật: mọi*

Từ trái: Hoàng Ngọc Biên, Võ Phiến, Nghiêm Xuân Hồng tại nhà Võ Phiến, Los Angeles *(nguồn: tư liệu Viễn Phố)*

Digital Arts, trên, trái: Biển sâu 2014, phải: Dưới chân núi 2015. dưới, trái: Trăng lạnh 2006; phải: Những bàn tay 2001 *(tư liệu Hoàng Ngọc Biên)*

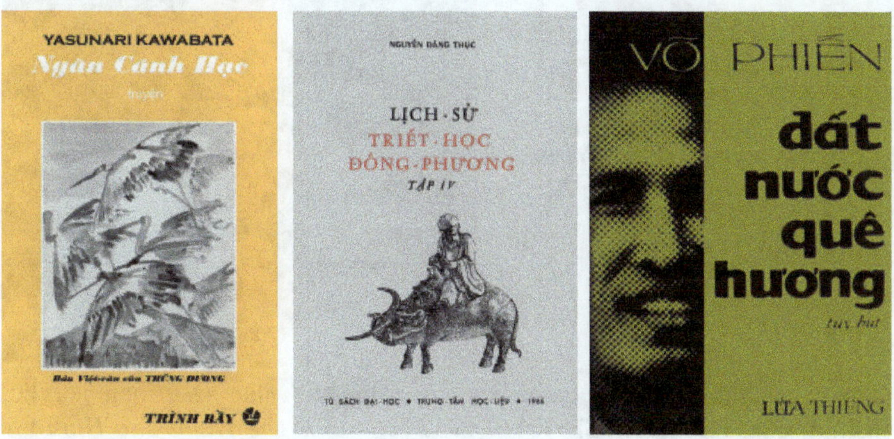


Mấy mẫu bìa sách của Hoàng Ngọc Biên *(tư liệu Hoàng Ngọc Biên)*

Sài Gòn 30.4, Digital art 2010 bức tranh đã khiến Hoàng Ngọc Biên rơi lệ *(tư liệu Hoàng Ngọc Biên)*

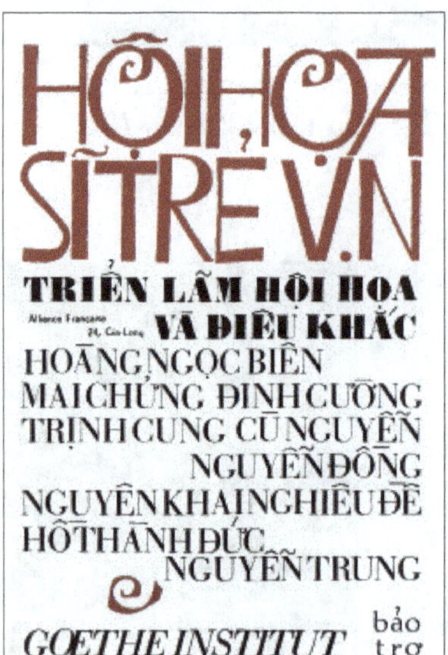


Catalogue Triển lãm Goethe Institut của Hội Họa Sĩ Trẻ 1969, tranh Hoàng Ngọc Biên,

*Feux Rouges / Đèn Đỏ*, màu acrylic, 1972 *(nguồn: Nghệ Thuật Tạo Hình VN Hiện Đại, Huỳnh Hữu Ủy, VAALA 2008)*

Triển lãm tranh của Hội Họa sĩ Trẻ Việt Nam, Alliance Française.Từ trái: Đinh Cường, Mai Chửng, Dương Nghiễm Mậu, Hoàng Ngọc Biên, Nguyên Khai, Nguyễn Trung, Hồ Thành Đức, Nguyễn Đồng. *(tư liệu Hội Họa Sĩ Trẻ)*

Câu chuyện hội họa: từ phải Hoàng Ngọc Biên và Huỳnh Hữu Ủy *(tư liệu Huỳnh Hữu Ủy, Nghệ Thuật Tạo Hình Việt Nam Hiện Đại).*

*kết quả đều có thể được coi là một đề nghị, hay ít nữa trong tình trạng đề nghị. Một công trình nghệ thuật được công bố không bao giờ nên được nhìn như một sự hoàn chỉnh. Thái độ này không làm giảm giá trị của công việc nghệ thuật, trái lại, nó nâng cao cái nhìn của chúng ta về bản chất của công việc ấy.*" Ghi Chép về Công Việc Nghệ Thuật, Saigon 1977.

Với Hoàng Ngọc Biên, một tác phẩm được công bố không bao giờ nên được nhìn như một sự hoàn chỉnh, suốt đời Biên luôn luôn là một cuộc hành trình đi tìm cái mới.

## CHÂN DUNG HOÀNG NGỌC BIÊN

Chân dung Hoàng Ngọc Biên, từ trái, qua nét vẽ *Nguyễn Quỳnh*, *Đinh Cường*, *Đỗ Trung Quân*, và ký họa *Nguyễn Đăng Thường* (dưới)

Hoàng Ngọc Biên qua nét ký họa *Bùi Xuân Phái* 25-10-1979 *(tư liệu Hoàng Ngọc Biên)*

PHỐ PHÁI

*tặng bùi xuân phái*

những bệt màu lam hồng
góc phố lạnh tanh
sắc xám
căn gác vuông
tro than ngày cũ
nét cọ đen kéo dài ký ức
nỗi buồn này
phố phái
ngàn năm

Hoàng Ngọc Biên và Ngô Thế Vinh trong garage sách San Jose 02-05-2008 *(photo by Nguyễn-Xuân Hoàng)*

Hội ngộ tại quán Song Long, Little Saigon, từ trái: Hoàng Ngọc Biên, Nguyễn Đồng; hàng đứng: Ngô Thế Vinh, Thành Tôn *(tư liệu Ngô Thế Vinh)*

## HỒ THU, NHẠC KHÚC HOÀNG NGỌC BIÊN

Biên còn nhớ từ tuổi nhỏ, nơi thị xã tỉnh Quảng Trị, đã có một ban hợp ca thiếu nhi 5 giọng, trong đó có hai chị em Hoàng Ngọc Biên, cùng hai người bạn đồng trang lứa và một người anh bà con Nguyễn Văn Dziệp - là ca sĩ Duy Khánh sau này. Biên bắt đầu học nhạc và kết anh em với Cao Cự Phúc tức nhạc sĩ Hoàng Nguyên, lúc đó 20 tuổi mới từ chiến khu về. Biên được anh Phúc chọn lĩnh xướng, và chỉ có một bài hát mà Biên còn nhớ là *"Khúc hát sông Thao"* của Đỗ Nhuận.

1955, Vào Sài Gòn Biên học nhạc với nhạc sĩ Võ Đức Tuyết, em nhạc sĩ Võ Đức Thu. Ca khúc đầu tay *"Hồ Thu"* được Biên sáng tác năm 17 tuổi giữa những chuỗi ngày thơ mộng trong một chuyến đi Đà Lạt (1955). Biên làm nhạc sớm trước khi viết văn làm thơ; *Hồ Thu* là một ca khúc thu buồn nhẹ nhàng với ca từ trong sáng. Biên còn nhớ bản nhạc đã được nữ ca sĩ Tâm Vấn hát trên đài phát thanh Quốc Gia Sài Gòn.

chân dung ca sĩ Ngọc Mai,
digital by Hoàng Ngọc Biên

## HỒ THU (1955)

Hoàng Ngọc Biên sáng tác

*Gió lên rồi dường như nhắc mùa xưa*
*Tiếng thu về nhẹ rơi lá bên hồ*
*Buồn hiu hắt về hồ xưa chốn cũ*
*Hương xa rồi buồn tiếc chi ngày qua*

*Nước gương hồ lặng im cánh buồm mơ*
*Bước xưa về lặng nghe sóng bên bờ*
*Hoàng hôn xuống lạnh lùng hồ soi bóng*
*Cố nhân về lối cũ mong tìm thu*
*Mùa hết hương rồi lắng nghe u hoài*
*Hồ thu năm nay nhuốm màu tình năm cũ*
*Hoa lá phai tàn úa theo mây vàng*
*Rộn ràng nghe tiếng thu về tê tái*
*Gió thu về dường như nhắc mùa xưa*
*Lá thu vàng nhẹ rơi khắp gương hồ*
*Trời mây nước này ngàn năm thương nhớ*
*Hương thu về bối rối trên đường tơ.*

1961, Tổ chức "Récital de Guitare et Chants" trong khuôn viên ĐH Đà Lạt – trong đó có tam ca nữ hát *"Hồ Thu"* được Biên soạn thêm bè.

Bạn bè thân không ai biết Hoàng Ngọc Biên có soạn nhạc. Bản *"Hồ Thu"* ít được phổ biến, và mới đây được ca sĩ trẻ Ngọc Mai hát. Ngọc Mai cũng sinh tại Quảng Trị, tốt nghiệp Nhạc viện TP Sài Gòn 2010, từng đoạt nhiều giải thưởng; hiện là giảng viên thanh nhạc của Nhạc viện TP Sài Gòn.

Tiền Vệ: http://www.tienve.org/home/music/viewMusic.do?action=viewArtwork&artworkId=14138

*California, 07.02.2016*

# ĐI VÀO CÕI TẠO HÌNH
# MỘT ĐINH CƯỜNG ĐỐN NGỘ

Đinh Cường
*(Nghệ Thuật Tạo Hình VN Hiện Đại,*
*Huỳnh Hữu Ủy, VAALA 2008)*

## TIỂU SỬ ĐINH CƯỜNG

Tên thật là Đinh Văn Cường, sinh ngày 5 tháng 7 năm 1939 tại Thủ Dầu Một, tỉnh Bình Dương, xứ sở của đồ gốm và sơn mài, với trường Mỹ Nghệ Thủ Dầu Một do người Pháp thành lập từ 1901 (Thủ Dầu Một cũng là nơi họa sĩ Nguyễn Gia Trí đã bị người Pháp giam an trí tại đây sau khi ra khỏi trại tù Sơn La).

1951-1957 học sinh Trung học Pétrus Ký Sài Gòn.
1963 tốt nghiệp Cao Đẳng Mỹ Thuật Huế.
1964 tốt nghiệp Sư Phạm Hội Họa Quốc Gia Cao Đẳng Mỹ Thuật Sài Gòn.
1962 Huy Chương Bạc với bức *Thần Thoại*, Triển Lãm Hội Họa Mùa Xuân Sài Gòn.
1962 Giải Thưởng với bức *Nhà Thờ,* Đệ Nhất Triển Lãm Mỹ Thuật Quốc Tế Sài Gòn của Tòa Đại Sứ Trung Hoa Dân Quốc.
1963 Huy Chương Bạc lần thứ hai với bức *Chứng Tích,* Triển Lãm Hội Họa Mùa Xuân Sài Gòn.
1969-1971 Ủy viên Kiểm soát Hội Họa Sĩ Trẻ Việt Nam.
1963-1967 Giáo Sư Hội Họa trường Nữ Trung Học Đồng Khánh Huế.
1967-1975 Giáo Sư trường Cao Đẳng Mỹ Thuật Huế.

Đinh Cường đã sống ở Huế, Đà Lạt, Sài Gòn với một thời tuổi trẻ đi và sống lang thang khắp miền đất nước cho đến khi sang định cư ở Mỹ từ 1989, hiện sống ở thị trấn Burke, tiểu bang Virginia.

Born 1939 in Thu Dau Mot, Viet Nam. Lived in Hue, Dalat, Saigon until 1989. Currently resides in Burke, Virginia, USA

DINH CUONG

EDUCATION

1964 National Institute of Fine Arts, Saigon
1958-1963 Hue Institute of Fine Arts
1951-1957 Lycée Pétrus Ky, Saigon, Vietnam

TEACHING

1967-1975 Hue Institute of Fine Arts
1963-1967 Dong Khanh High School

ONE-MAN EXHIBITIONS

2005 Viet Art Gallery, Houston, Texas
1999 Truman College, Chicago, Illinois
1999 Café Montmartre, Reston, Virginia
1999 Starbucks Coffee, Burke, Virginia
1998 Bao Khu Gallery, McClean, Virginia
1997 Farmers Branch, Dallas, Texas
1996 Bat Trang Gallery, Towson, Maryland
1995 Dat Do Gallery, McClean, Virginia
1995 3511 Bellefontaine Street, Houston, Texas
1994 Metro Gallery, George Mason University, Fairfax, Virginia
1991 Le Jardin De Boise, Montreal, Canada
1991 Georgetown Art Gallery, Washington, DC
1989 Windy Hill, McClean, Virginia
1975 French Institute, Saigon, Viet Nam
1975 Cultural Center, Da Nang, Viet Nam
1974 University of Nha Trang, Nha Trang, Viet Nam
1973 Cultural Center, Pleiku, Viet Nam
1972 French Institute, Saigon, Viet Nam
1971 Sports Circle, Hue, Viet Nam
1967 French Alliance, Saigon, Viet Nam
1967 Information Hall, Hue, Viet Nam
1965 French Alliance, Dalat, Viet Nam
1965 French Cultural Center, Da Nang, Viet Nam
1965 Information Hall, Hue, Viet Nam

GROUP EXHIBITIONS

2005 Danchi Art Gallery, California
2002 TuDo Art Gallery, Saigon, Viet Nam
2001 Vinh Loi Gallery, Saigon, Viet Nam
2001 Cultural Center, Hue, Viet Nam
2000 Tu Do Art Gallery, Saigon, Viet Nam
2000 Springfield Art Association, Illinois
1999 Perspective Gallery at Virginia Tech, Roanoke College, Salem, Virginia
1997 20 Years of Vietnamese Art in America, Michigan University, Ann Arbor, Michigan
1996 Asian American Art Exhibit, The Executive Office Building Auditorium, Rockville, Maryland
1996 The World Bank International Lobby Art Gallery, Washington, DC
1996 Bat Trang Gallery, Towson, Maryland
1995 An Ocean Apart, Ellipse Arts Center, Arlington, Virginia (Organized by the Smithsonian Institute Traveling Exhibition Service, Washington, DC
1995 Vietnamese Artists 20 Years in Exile, Ryals Gallery, Boca Raton, Florida
1992 Tet Art Show, Century Art Gallery, Westminster, California
1989 Czechoslovakian Cultural Center, Saigon, Viet Nam (with Do Quang Em and Trinh Cong Son)
1974 American Vietnamese Association, Hue, Viet Nam (with Duong Dinh Sang)
1974 University of Hue, Hue, Vietnam (with Vo Dinh)
1973 Referral Center, Da Nang, Viet Nam (with Vinh Phoi and Ton That Van)
1970 French Institute, Saigon, Vietnam (with Nguyen Khai)
1965 Information Hall, Hue, Viet Nam (with Le Van Tai)
1965 Information Hall, Saigon, Viet Nam (With Ton Nu Kim Phuong and Trinh Cung)

DINH CUONG'S WORKS HAVE BEEN SHOWN INTERNATIONALLY AT

1974 Southeast Asia Art Exhibition, Singapore
1968 New Delhi
1967 and 1969 The Sao Paulo Biennal
1966 The Tokyo Biennal
1964 The Tunis Biennal
1963 The Paris Biennal
1962 First International Art Exhibition, Saigon, Viet Nam

AWARDS

1963 Silver Medal, Spring Exhibits, Saigon, Viet Nam
1962 Silver medal, Spring Exhibits, Saigon, Viet Nam
1962 Prize awarded by the Embassy of China to Saigon, Viet Nam

Studio : 9826 Natick Road . Burke . VA 22015 . Phone (703) 323-5046

Đinh Cường đã có hơn 20 cuộc triển lãm tại Việt Nam (qua nhiều thành phố Đà Lạt, Huế, Sài Gòn, Đà Nẵng, Nha Trang, Pleiku) và ngoài nước như Pháp, Nhật Bản, Hoa Kỳ, Brésil, Tunisie, Ấn Độ, Singapore.

Theo một brochure Triển Lãm Đinh Cường, tính cho đến 2005 Đinh Cường đã có 24 lần triển lãm tranh riêng và 21 lần cùng với các họa sĩ khác.

## SÁCH ĐÃ XUẤT BẢN:

*Cào Lá Ngoài Sân Đêm,* thơ, Thư Ấn Quán, Hoa Kỳ, 2014.

*Tôi Về Đứng Ngẩn Ngơ,* thơ, Quán Văn, Sài Gòn, 2014.

*Đi Vào Cõi Tạo Hình I,* tiểu luận hội họa, Văn Mới, California, 2015.

Bìa hai tác phẩm *Cào Lá Ngoài Sân Đêm* (trái), *Tôi Về Đứng Ngẩn Ngơ* (phải)

## ĐI VÀO CÕI TẠO HÌNH

Là bộ sách 2 cuốn, Tập I viết từ thời người Pháp thiết lập trường Cao Đẳng Mỹ Thuật Đông Dương những năm 1930 cho tới giai đoạn chuyển tiếp 1954; cũng là thời điểm của hiệp định Genève chia đôi đất nước. Tập II viết về những họa sĩ cùng thời từ 1957 đến 1966, năm thành lập Hội Họa Sĩ Trẻ Việt Nam.

Đinh Cường & Võ Phiến *(tư liệu Đinh Cường)*

Đinh Cường & Doãn Quốc Sỹ *(tư liệu Đinh Cường)*

Đi Vào Cõi Tạo Hình I, viết về 16 họa sĩ tên tuổi theo thứ tự trong sách: Lê Phổ, Lê Văn Đệ, Mai Thứ, Nguyễn Gia Trí, Tôn Thất Đào, Nguyễn Đỗ Cung, Điềm Phùng Thị, Trương Thị Thịnh, Tạ Tỵ, Văn Đen, Lê Văn Phương, Võ Đình, Bùi Xuân Phái, Thái Tuấn, Duy Thanh, Ngọc Dũng. Không mang tính cách một tài liệu biên khảo mà là một thể loại như tùy bút, Đinh Cường đã vẽ nên chân dung rất linh

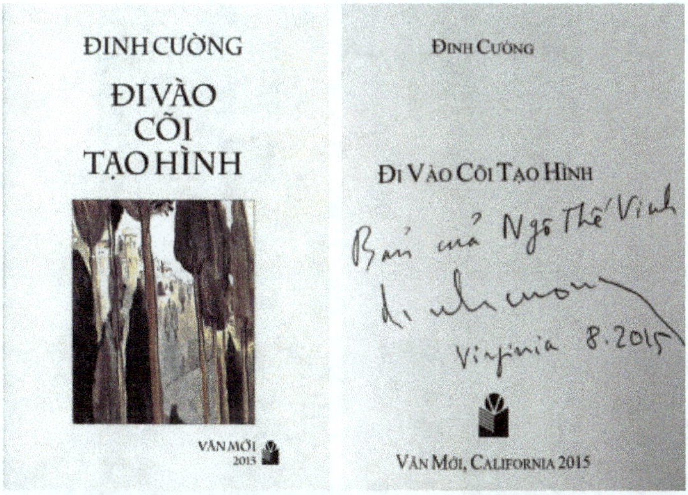


Bìa *Đi Vào Cõi Tạo Hình 2015* và thủ bút Đinh Cường

hoạt của từng họa sĩ mà anh có cơ hội gặp gỡ tiếp xúc, cùng với nguồn tư liệu phong phú và cũng rất riêng tư mà có lẽ chỉ Đinh Cường còn lưu giữ được. Cả đến mỗi bức tranh in trong tập sách cũng là chọn lựa rất đắt giá của Đinh Cường, phản ánh đầy đủ cá tính và tài năng của từng họa sĩ mà anh viết tới.

Cũng rất riêng tư, cuốn sách Đi Vào Cõi Tạo Hình I, như một *flashback* về mấy tên tuổi như Tôn Thất Đào, Mai Thứ, Tạ Tỵ. Tôi nhớ lại, đã từng được học vẽ với họa sĩ Tôn Thất Đào mấy năm trung học ở Huế.

## Họa sĩ Mai Thứ

Riêng với tên tuổi họa sĩ Mai Trung Thứ đã gợi cho tôi những hồi tưởng xa hơn. Trước thập niên 1940s khi chưa có tôi, cụ thân sinh tôi nguyên là giáo sư Pháp văn trường Khải Định cùng thời với họa sĩ Mai Trung Thứ, là giáo sư hội họa. Hai vị quen nhau trong thời gian này. Năm 1952, sau khi gia đình tôi từ Thanh Hóa hồi cư về Hà Nội, họa sĩ Mai Thứ lúc ấy đang sống ở Pháp và hai vị liên lạc lại được với nhau. Lúc đó tôi 11 tuổi, chỉ biết mặt họa sĩ Mai Trung Thứ qua mấy bức hình ông gửi, cùng với một bức tranh màu vuông nhỏ vẽ về *thế giới trẻ thơ - rất Mai Thứ*, do ông gửi tặng, nay không còn giữ được,

*Mẹ Dạy Thêu Thùa* (trên), *Thư Pháp / La Calligraphie* (dưới), tranh Mai Thứ trên bưu thiếp UNICEF, giúp gây Quỹ Bảo Trợ Nhi Đồng Liên Hiệp Quốc *(nguồn: Mai Lan Phương, con gái Hs Mai Thứ)*

Họa sĩ Mai Thứ trong Studio, Paris 1952 *(tư liệu Ngô Thế Vinh)*

ngoài hai tấm hình chụp họa sĩ Mai Thứ trong Studio ở Paris nay còn tìm thấy được trong album gia đình.

Đúng như cảm nhận của Đinh Cường: *"xem lại thế giới trẻ thơ trong tranh Mai Thứ là một niềm vui, một hạnh phúc."* Không phải chỉ có niềm vui và hạnh phúc của người xem tranh, họa sĩ Mai Thứ còn cống hiến và tặng dữ niềm vui và hạnh phúc ấy tới những đứa trẻ bất hạnh trên khắp năm châu qua những bức tranh trẻ thơ được in trên các tấm postcards của UNICEF/ *United Nations International Children's Emergency Fund* giúp gây Quỹ Bảo Trợ Nhi Đồng của Liên Hiệp Quốc.

## Họa sĩ Tạ Tỵ

Từ trước 1975, đã được xem tranh, đọc thơ văn và cả sách nhận định văn học của Tạ Tỵ (*Mười Khuôn Mặt Văn Nghệ*, Nam Chi Tùng Thư Sài Gòn 1970, *Mười Khuôn Mặt Văn Nghệ Hôm Nay*, Lá Bối Sài Gòn 1972) nhớ lại là với mỗi tác giả đều được Tạ Tỵ phác thảo một chân dung với đường nét hết sức độc đáo. Tạ Tỵ tốt nghiệp từ trường Cao Đẳng Mỹ Thuật Đông Dương, nhưng anh đã không tự ép mình trong khuôn khổ được đào tạo từ trường ốc, luôn luôn đi tìm cái mới và được coi như họa sĩ tiên phong trong lãnh vực hội họa Lập thể /

Cubism rất sớm ở Việt Nam từ những năm 1950s và hội họa Trừu tượng/ Abstract những năm về sau này.

Tôi chỉ thực sự được quen anh là trên đất Mỹ từ những năm 1990, khi cả hai cùng một lứa bên trời lận đận. Tạ Tỵ cùng thế hệ với Vũ Khắc Khoan, Mặc Đỗ, Nghiêm Xuân Hồng, anh hơn tôi một thế hệ. Anh đã có dịp đọc *"Giấc Mộng Con năm 2000"* và nồng nhiệt chia sẻ với tôi về dự án một Công viên Văn hóa ở hải ngoại mà anh gọi là Giấc Mộng Lớn. Trong một thư riêng từ Garden Grove Feb 1, 1995, anh viết: *"Tôi chia sẻ rất nhiều với anh về những điều anh viết,*

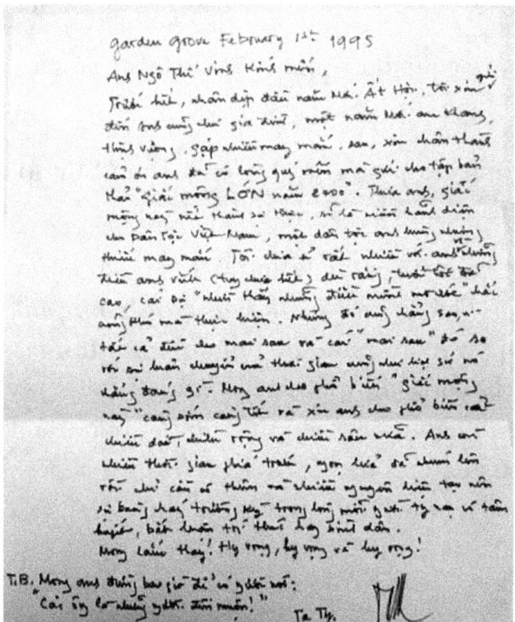
garden grove February 1st 1995

Anh Ngô Thế Vinh kính mến,

Tạ Ty.

Thủ bút của Tạ Tỵ 02-01-1995 *(tư liệu Ngô Thế Vinh)*

*dù rằng tuổi tôi đã cao, cái sự 'nhìn thấy những điều mình mơ ước' chắc cũng khó mà thực hiện, nhưng đó cũng chẳng sao, vì tất cả đều cho mai sau và cái 'mai sau' đó so với sự luân chuyển của thời gian cũng như lịch sử nó chẳng đáng gì. Ngọn lửa đã nhúm lên rồi, chỉ cần có thêm nhiều nguyên liệu tạo nên sự bùng cháy trường kỳ trong lòng*

Tranh Tạ Tỵ, *Nhớ Hà Nội*, 1947 (trái); *Những Mảnh Đời Tỵ Nạn*, sơn dầu 2000 (phải) *(tư liệu Đinh Cường)*

*mỗi người tỵ nạn có tâm huyết, bất luận trí thức hay bình dân. Mong lắm thay! Hy vọng, hy vọng và hy vọng! Mong anh đừng bao giờ để có người nói: "Các ông là những người đến muộn."*

Và trong chỗ rất riêng tư, anh ngỏ ý sẵn sàng hiến tặng một số tác phẩm lớn để đời của anh, khi hình thành được một Công viên Văn hóa như vậy. Nhưng rồi, khá bất ngờ vào ngày 27-7-2000 từ San Diego cũng trong một thư riêng khác anh cho biết quyết định sẽ về sống ở Việt Nam *"dù không biết trước cái gì sẽ xảy ra cho đời mình, nhưng dầu sao tôi cũng muốn được an nghỉ ở Việt Nam nơi mình đã sinh ra, đã sống 60 năm trời. Về Việt Nam, tôi vĩnh viễn rửa tay gác bút, chờ ngày đi vào cõi Hư Không. Nhớ các anh lắm."* Tạ Tỵ.

Rồi anh đã âm thầm trở về Sài Gòn, sống những ngày cuối đời với người con gái út. Anh mất ngày 24 tháng 8 năm 2004, thọ 83 tuổi. Anh được toại nguyện an nghỉ nơi quê nhà, thân xác anh được hỏa thiêu trở về với cát bụi, nhưng tên tuổi Tạ Tỵ và các tác phẩm của anh thì vẫn trường tồn trong dòng chảy văn hóa dân tộc.

## HỘI HỌA SĨ TRẺ VIỆT NAM

Ở giai đoạn thập niên 1960, thế hệ các họa sĩ như Đinh Cường, Nguyễn Trung, Nghiêu Đề, Cù Nguyễn, Lâm Triết, Trịnh Cung, Nguyên Khai... họ không những trẻ về tuổi tác, mà có thêm một mẫu số chung là không ngừng đi tìm những đường nét mới làm trẻ trung cho nền hội họa Việt Nam. Hội Họa Sĩ Trẻ Việt Nam chính thức được hình thành 1966, với nhận định:

*"Chúng tôi, một số họa sĩ trẻ không ngại những khó khăn tinh thần lẫn vật chất cùng thành lập một hội lấy tên là Hội Họa Sĩ Trẻ Việt Nam, làm như vậy chúng tôi hy vọng tạo được những cơ hội gặp gỡ, trao đổi kinh nghiệm và từ đó sẽ hình thành ra những đường lối sáng tạo độc đáo trong bầu không khí sinh hoạt hội họa trong sạch và cởi mở."*

Họp mặt sinh nhật Thái Tuấn 11/9/1983. Sau, trái: Trần Lê Nguyễn, Đinh Cường, Thanh Tâm Tuyền. Trước, trái: Thái Tuấn, Quang Dũng, Doãn Quốc Sỹ. *(Quang Dũng, tác giả bài thơ Tây Tiến, là bạn học thiếu thời của Thái Tuấn)*

Từ trái: Đinh Cường và Kiều Chinh *(tư liệu Đinh Cường)*

Nguyễn Mộng Giác, Đinh Cường, Khánh Trường, Nguyễn-Xuân Hoàng *(tư liệu Đinh Cường)*

Không phải chờ tới năm 1966 khi *Hội Họa Sĩ Trẻ Việt Nam* được thành lập, trong suốt 20 năm thời kỳ 1954 tới 1975, cùng với các bộ môn khác của văn học nghệ thuật, như một kết tinh may mắn của lịch sử: của thiên thời địa lợi nhân hòa, nền hội họa và điêu khắc của Miền Nam đã phát triển trong nhiệt tình và đổi mới tới cao độ. Họ ở lứa tuổi 20-30, cho dù là hội viên của *Hội Họa Sĩ Trẻ Việt Nam* hay không, một số tốt nghiệp trường Mỹ Thuật như Đinh Cường, Lâm

Triết, Nguyễn Trung, Trịnh Cung, Nguyễn Phước, Nguyên Khai, hay bỏ học ngang như Nghiêu Đề, hoặc không xuất thân từ trường Mỹ Thuật như Cù Nguyễn nhưng họ đều là những viên ngọc ẩn thạch, những khuôn mặt tài năng có cơ hội là phát triển với sức sáng tạo thăng hoa tới mức cao nhất để hình thành những tác phẩm hội họa có giá trị nghệ thuật trong không khí tự do của Miền Nam.

Qua người bạn tấm cám Nghiêu Đề, tôi có cơ hội làm quen và giao tiếp với các bạn của anh trong giới hội họa của thời kỳ ấy, trong số đó có những Lâm Triết, Cù Nguyễn, Nguyễn Trung, Nguyên Khai, Trịnh Cung, Đinh Cường, rồi Nguyễn Lâm, Hồ Hữu Thủ ở những năm về sau này.

## XEM TRANH ĐINH CƯỜNG

Bày tỏ về nghệ thuật hội họa, Đinh Cường cho biết: *"Tôi đã vẽ trong mọi hoàn cảnh, nơi chốn. Không biết để làm gì. Có lúc gần như tuyệt vọng, đôi khi thấy mình được cứu rỗi. Và tôi lại tiếp tục vẽ, tiếp tục suy nghiệm."*

*Qua Đồi Cát La Vang*, Đinh Cường, sơn dầu, sưu tập của Trung Tướng Ngô Quang Trưởng (trái). *Vườn Đá Tảng*, Đinh Cường, sơn dầu 1994 (phải)

Trang tranh Đinh Cường trên báo Thế Giới Tự Do, Tập XIV Số 8, 1967, Sài Gòn

Đinh Cường đã thành danh trước khi tốt nghiệp Trường Mỹ Thuật 1963. Trước đó một năm, với bức *Thần Thoại* Đinh Cường đã sớm tạo được thành tích với một Huy Chương Bạc trong cuộc Triển Lãm Mùa Xuân năm 1962.

Khởi đi từ giai đoạn nghệ thuật tạo hình/ figurative paintings, Đinh Cường đã nổi tiếng ngay với những bức tranh của một thời kỳ lãng mạn với đường nét thanh thoát về một Đà Lạt với phố núi mù sương vừa thơ mộng và cả quạnh hiu với đỉnh nóc tháp chuông nhà thờ với lẻ loi một bóng chim đậu.

Đinh Cường - Huỳnh Hữu Ủy

Người xem tranh Đinh Cường khi ấy không thể không liên tưởng tới hình ảnh nóc nhà thờ trong cuốn phim trắng đen *Les Dimanches de Ville d' Avray* nổi tiếng của Pháp chiếu ở Sài Gòn thời bấy giờ (1962). *Đó là câu chuyện của viên phi công trong khi tấn công một đoàn xe địch, anh tin rằng mình đã giết lầm một bé gái; phi cơ anh bị bắn hạ, tuy sống sót nhưng anh hoàn toàn mất trí nhớ. Sau này khi anh gặp một cô bé Cybèle 10 tuổi bị bỏ rơi trong viện mồ côi sống với các bà sơ, anh đinh ninh đó là cô bé gái đã bị chết trong vụ oanh kích và từ đó đã nẩy sinh một mối liên hệ tình cảm thánh thiện giữa anh phi công và cô bé. Nhưng vẻ đẹp thuần khiết của mối liên hệ ấy đã bị nghi ngờ, trở thành scandal trong thị trấn Avray và kết thúc là một thảm kịch.* Đinh Cường kể lại là sau này có dịp sang Pháp, anh đã tìm tới thăm thị trấn Avray, tới tìm lại hình ảnh ngôi nhà thờ với đỉnh tháp chuông có gắn con gà bằng đồng trong cuốn phim đã xem từ năm nào.

Với hơn nửa thế kỷ vẽ tranh và không ngừng sáng tạo, đã có nhiều bài nhận định phê bình về hội họa Đinh Cường. Hầu như tất cả đều nói tới "chất thơ" chất lãng mạn của tranh Đinh Cường.

Trịnh Công Sơn viết: *"Trong hội họa, Đinh Cường là thi sĩ của hoài niệm"* (Tuổi Trẻ, tháng 9, 1986).

Đặng Tiến trong một bài viết tiếng Pháp giới thiệu cuộc triển lãm tranh Đinh Cường tại Galerie Annam Héritage 2010, nhan đề "Đinh Cường, La Source Résurgente / Tấm Lòng Vô Hạn," đã viết: *"Tranh Đinh Cường, trong tinh thể, phải chăng là ký ức của một đóa hoa hồng đã hiến dâng hương sắc cho trần gian. Và nghệ thuật trần gian phải chăng là hoài niệm một mùi hương."* (Orléans, tháng 10-2010)

Huỳnh Hữu Ủy nhận định: *"Đinh Cường đã dựng nên một vũ trụ đầy chất thơ, kết hợp rung cảm với bút pháp độc đáo của một tư duy riêng biệt. Ở đây, âm hưởng của màu sắc, bố cục của đường nét là phương tiện phô diễn tính cách độc đáo của một tư tưởng nhiều chiều sâu, phản ánh nhiều hình bóng của đời sống và thời đại."*

Đinh Cường - Bùi Giáng, Sài Gòn 1987.

Bùi Giáng nói tới chất thơ trong tranh Đinh Cường, trong một bài thơ tiếng Pháp tặng Đinh Cường 1972:

LE POÈME DE LA PEINTURE

*Il s'en va come le Poisson d'eau douce*
*Sa Peinture rêveuse s'en va comme le Demeurer du Demeurant*
*Qui déploie son ordre et se refuse*
*Sur le mode de la Double Réserve*

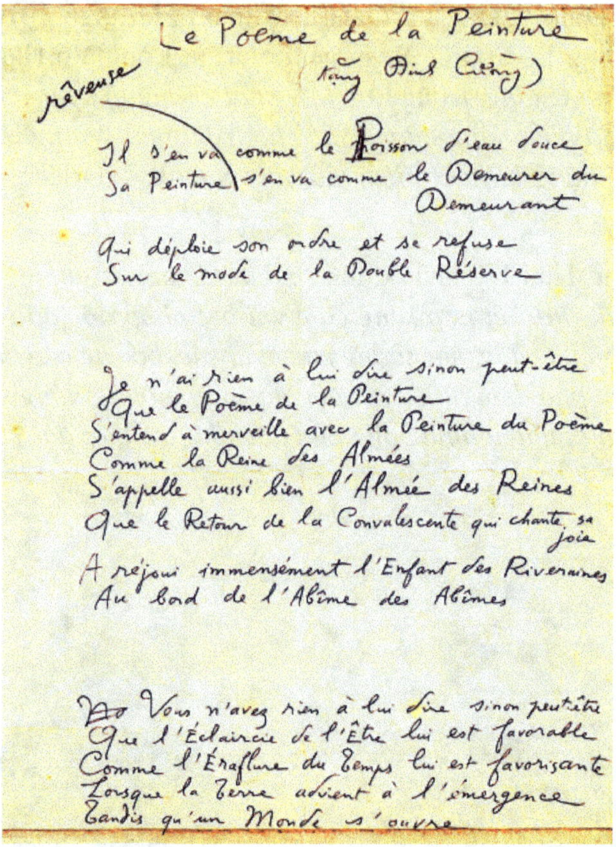

Le Poème de la Peinture
(tặng Đinh Cường)

rêveuse

Il s'en va comme le Poisson d'eau douce
Sa Peinture s'en va comme le Demeurer du
Demeurant

Qui déploie son ordre et se refuse
Sur le mode de la Double Réserve

Je n'ai rien à lui dire sinon peut-être
Que le Poème de la Peinture
S'entend à merveille avec la Peinture du Poème
Comme la Reine des Almées
S'appelle aussi bien l'Almée des Reines
Que le Retour de la Convalescente qui chante sa
joie
A réjoui immensément l'Enfant des Riveraines
Au bord de l'Abîme des Abîmes

Vous n'avez rien à lui dire sinon peut-être
Que l'Éclaircie de l'Être lui est favorable
Comme l'Éraflure du Temps lui est favorisante
Lorsque la Terre advient à l'émergence
Tandis qu'un Monde s'ouvre

Trên: Thủ bút Bùi Giáng, *"Bài thơ Hội họa"* tặng Đinh Cường 1972; Dưới: Bản phỏng dịch Ngô Văn Tao (Ngô Văn Quế, Gs Toán ĐH Montréal, bạn nhà thơ Bùi Giáng) *(nguồn: DNSG - Xuân Kỷ Sửu 2009)*

**Le Poème De La Peinture**

(Thơ tiếng Pháp Bùi Giáng viết tặng họa sĩ Đinh Cường Sài Gòn 1972, lần đầu công bố)

## Họa thi

*Như cá lượn theo dòng*
*Anh vẽ như mơ mòng*
*Cho người đi kẻ ở*
*An nhiên và tự tại*
*Khước từ*
*trong quả đối đoan trang*

*Tôi sẽ nói gì cùng anh*
*Khi trong thơ đã có họa*
*Anh vẽ rồi một bài thơ*
*Cho Nữ hoàng Thánh mẫu*
*Cho Thánh mẫu Nữ hoàng*
*Và người bệnh phục hồi*
*Trong tiếng trẻ hát bên sông*
*Bên vực sâu của Tiền Đường*

*Ai sẽ nói gì cùng anh*
*Khi tồn sinh là tia sáng*
*Thời gian trong một thoáng không đi*
*Mặt đất cội nghiêng mình*
*Vũ trụ - vì anh - đã lên hương*

*Chúng tôi sẽ nói gì cùng anh*
*Trăn trở biến thiên xứ sở này*
*Trong đêm thao thức đợi ngày mai*
*Bình minh của kỷ nguyên mới*
*Chiếu sáng lối anh đi*
*Cho anh - Người tài của hội họa*
*Khi ở vườn khuya Hư Cực*
*Chúng tôi là trái trên cây*
*Muộn màng chín muộn*
*Trong những ngày quá muộn màng*

*Như cá lượn theo giòng*
*Anh vẽ chiêm bao và mộng mị*
*Vỗ cánh theo đàn chim muộn*
*- tới rồi thời của Vũ Tương -*
*Lìa bỏ bến đất này*
*Bay tìm bến nước xa...*

Ngô Văn Tao phỏng dịch, 1994

*Je n'ai rien à lui dire sinon peut-être*
*Que le Poème de la Peinture*
*S'entend à merveille avec la Peinture du Poème*
*Comme la Reine des Almées*
*S'appelle aussi bien l'Almées des Reines*
*Que le Retour de la convalescente qui chante sa joie*
*A réjoui immensément l'Enfant des Riveraines*
*Au bord de l'Abîme des Abîmes*
*Vou n'avez rien à lui dire sinon peut-être*
*Que l'Éclaircie de l'Être lui est favorable*
*Comme l'Éraflure du Temps lui est favorisante*
*Lorsque la Terre advient à l'émergence*
*Tandis qu'un Monde s'ouvre*

Bùi Giáng 1972

Trong chỗ riêng tư, Đinh Cường cho biết: anh vẫn tâm đắc nhất với bài viết của Đỗ Long Vân, nhà nghiên cứu mỹ học, người bạn chung sống với Đinh Cường hai năm ở Đà Lạt trong cùng một studio nhỏ trên đường Hoa Hồng. Bài viết tiếng Pháp của Đỗ Long Vân, được một Bửu Ý tài hoa dịch sang tiếng Việt. Trích đoạn:

*"Nul éclat. Aucune dissonnance. Une pâte sombre et dense, légère malgré cela, et qui chante comme de l'or. C'est un or nocturne dont toute la lumière est tournée vers l'intérieur. Cela ennuie tout d'abord, et puis l'on finit par aimer cette pudeur obstinée, qui, pour sembler sans audace, n'en est pas moins durement conquise. Il suffit d'ailleurs de regarder Cuong au travail et l'on voit que le charme simple et lisse qui séduit lentement en ses toiles, jamais Cuong ne l'a atteint du premier coup, mais qu'il est l'aboutissement de longs essais où se conjuguent le hasard et l'on ne sait quelle fatalité. Ses toiles débutent toujours dans l'éclat. Cela commence comme une explosion de fleurs et, presque toujours, cela devient un océan et nuit bleue et noire, non la vieille nuit sanglante qui obsède la mémoire de son souvenir, mais la jeunesse du monde dont tous les trésors enfouis s'éveillent pour illuminer de leur éclat fragile cette première nuit qui s'appellerait aussi bien l'aurore. Car voilà que du fond de la terre*

*des lueurs nous viennent, que l'espace s'entr'ouvre dans un envol d'acier, que des cristaux scintillent tandis qu'au-dessus de l'abime, des villes en dérive tentent d'aller ensemble…"*

*"Không rực rỡ, không lạc điệu, một chất màu ủ và quánh mà vẫn nhẹ nhàng và reo ca như vàng kim. Một thứ dạ kim với bao nhiêu hào quang quay trở vào bên trong. Điều này thoạt tiên bắt chán, cuối cùng ta lại đem lòng yêu mến cái e ấp trì quyết ấy, nó có vẻ như không táo gan, nhưng không phải vì thế mà không khổ công chinh phục. Phương chi chỉ cần nhìn Cường làm việc và ta thấy cái đẹp đơn sơ và bóng láng quyến rũ chầm chậm ở tranh anh, không bao giờ Cường đạt được ngay từ lúc đầu, mà nó là kết thúc của nhiều dò dẫm dài hơn, nơi kết liên của ngẫu nhiên và một tiền định nào đó không hiểu. Tranh của anh luôn luôn khởi đi từ trong ánh rực rỡ. Bắt đầu như một vỡ òa của hoa, và hầu như luôn luôn trở thành đại dương đêm xanh đen, không phải cái đêm cổ tích đẫm máu ám ảnh ký ức bằng kỷ niệm, nhưng là tuổi trẻ của trần gian với hết thảy kho tàng vùi chôn choàng dậy hầu soi tỏ bằng ánh sáng mong manh cái đêm đầu tiên ấy, cũng có thể gọi luôn là buổi lê minh. Vì chưng đã đến với ta kia, từ cùng thẳm địa cầu, từng đợt sóng, không gian hé mở trong một vỗ cánh ánh thép, những mảnh thủy tinh nhấp nháy, trong khi bên kia vực thẳm, bao thành phố rắp tâm phiêu dạt theo nhau..."*

Sau Đà Lạt, Đinh Cường có một thời gian sống lâu dài ở Huế, anh đã sáng tác những bức tranh *với màu sắc u trầm - chữ của Huỳnh Hữu Ủy*, về Thành Nội về một cố đô Huế khuê các nhưng tàn tạ khuất lấp sau những lớp rêu phong.

Đinh Cường thành công rất sớm nhưng anh vẫn đi tìm cái mới, có một giai đoạn khoảng sáu năm (1969-1975), anh chuyển qua nghệ thuật hội họa trừu tượng/ abstract paintings.

Trả lời phỏng vấn báo Thế Giới Tự Do (Tập XIV, số 8, 1967 Sài Gòn), Đinh Cường thổ lộ: *"Tôi đã dần dần tước bỏ hết ý niệm về sự vật, hay nói theo danh từ triết học kinh điển, loại bỏ mô thể/ forme của sự vật để chỉ còn giữ lại chất liệu/ matière thuần túy của sơn dầu."* Nhưng rồi cuối cùng anh vẫn trở về với hội họa tạo hình, với những *bức tranh*

Studio Đinh Cường, đường Rose Đà Lạt 1963). Phải*:* Đỗ Long Vân và Đinh Cường, Đà Lạt 1963. *Đà Lạt Nostalgia*, tranh sơn dầu Đinh Cường (dưới) *(tư liệu Đinh Cường)*

*rất Đinh Cường*, có thể nói không cần có chữ ký, người thưởng ngoạn vẫn có thể nhận ra bức tranh đó là của Đinh Cường. Số lượng tranh Đinh Cường đã vẽ có thể lên tới con số ngàn. Định cư ở Mỹ từ 1989 tới năm 2000, chỉ trong vòng 10 năm, Đinh Cường đã thực hiện được 5 cuộc triển lãm, chưa kể những cuộc triển lãm tranh trong nước.

Studio Đinh Cường, đường Hòa Bình, thành nội Huế, 1966 (trên). *Huế Nostalgia,* tranh sơn dầu Đinh Cường (dưới)

Theo Đỗ Hồng Ngọc - nhà thơ Đỗ Nghê, Thân Trọng Minh - nhà văn nhà thơ Lữ Kiều, là 2 bạn đồng môn cho biết mặc dù phát hiện bệnh từ 2011, Đinh Cường vẫn về Việt Nam triển lãm tranh với Thân Trọng Minh năm đó. Năm 2013, tuy đã yếu nhưng Đinh Cường vẫn về Việt Nam gặp gỡ bạn hữu và triển lãm tranh lần thứ hai. Chuẩn bị năm 2015 sẽ về thực hiện một cuộc triển lãm tranh quan trọng khác tại Đà Nẵng trong Viện Bảo Tàng Điêu Khắc Chàm/ *Musée de la Sculpture Cham*, nhưng lần này phải hoãn lại vì Đinh Cường bước vào giai đoạn chemo.

Ngoài khối tranh nghệ thuật, đa số là sơn dầu, là sự nghiệp hội họa rất dày của Đinh Cường, phải kể tới những ký họa chân dung của đông đảo các văn nghệ sĩ, và cả những chân dung tự họa, đây cũng là một nét tài hoa khác của Đinh Cường.

Từ trái, trên: Ký họa Bùi Giáng, Tuệ Sỹ, Nguyễn Đức Sơn. Từ trái, dưới: Doãn Quốc Sỹ. Võ Phiến, Thanh Tâm Tuyền, Nguyễn Đình Toàn.

Đinh Cường đã từng cảm phục sức làm việc của Khánh Trường, nhất là trong suốt thời kỳ đang bệnh hoạn: hai lần tai biến mạch máu não, ung thư thanh quản, xuất huyết bao tử, trụy thận phải liên tục lọc máu hàng đêm / Peritoneal Dialysis. Vậy mà Khánh Trường vẫn viết tác phẩm *Tịch Dương*, vẫn nhận trình bày các bìa sách, vẽ rất nhiều tranh thiền và mở ba cuộc triển lãm. Đinh Cường viết về Khánh Trường: *"một con người tưởng đã chết đi và sống lại, sống lại lẫm liệt để Qua Bờ. Bờ của an trú tịch nhiên"* (*Khánh Trường, Sức Mạnh của Im Lặng, Virginia, Jan 8, 2012*)

Nhưng rồi chính bản thân Đinh Cường sau này cũng qua những trải nghiệm thăng trầm về sức khỏe, không thiếu gian truân, nhưng sức làm việc của Đinh Cường cũng vẫn cứ bền bỉ không ngừng sáng tạo trong mọi hoàn cảnh.

## ĐỌC THƠ ĐINH CƯỜNG

### CÀO LÁ NGOÀI SÂN ĐÊM

*tặng Bửu Ý*

chiều mù cây nhánh trơ
tôi mù sương mất hút
giữa muôn trùng lạnh tăm
cuối năm rào lá đổ
suốt ngày nghe tiếng quạ
kêu ngoài hiên xanh rêu
đôi khi vờ ngủ muộn
giấc mộng đầy quạnh hiu
chiều ra sông bến lạ
bên kia phố lên đèn
mới biết mùa đông gọi
một mặt trời không tên
như người xưa nhớ bạn
cánh nhạn nhờ đưa tin
tôi một mình đứng lặng
cào lá ngoài sân đêm

*Virginia, Nov 1997*

# XEM TRANH MỚI ĐINH CƯỜNG

*Bố Cục Xám I*
sơn dầu trên canvas 30 x 40 in Đinh Cường 2014

*Bố Cục Xám II*
sơn dầu trên canvas 30 x 30 in Đinh Cường 2014

## NHỮNG BÀI THƠ THỨ SÁU

Sinh lão bệnh tử là bốn khổ não của xác thân, mà không một chúng sinh nào thoát ra khỏi. Bản thân người viết đã trải qua 46 năm hành nghề y khoa, cũng đã từng là con bệnh nặng sau những năm ra tù và chỉ khi ấy mới thực sự thấm thía ý nghĩa kinh điển của một câu nói *"không có bệnh chỉ có người bệnh."* Trong một cuốn sách nhan đề *"When Doctors are Patients"* của Pinner M. và Miller B.F. (W.W. Norton and Co., New York 1952) ghi lại một cách trung thực những kinh nghiệm bản thân phải nếm trải của chính các bác sĩ khi phải đối đầu với một số bệnh nặng hay cả nan y, qua nội dung cuốn sách, Pinner M. cũng là một bác sĩ, đã đi tới kết luận: "Người bệnh không chỉ đương đầu với căn bệnh, mà phải đối phó với một suy sụp toàn thể."

Ý nghĩ miên man ấy sau khi nói chuyện điện thoại với Đinh Cường, vẫn giọng nói ấm và trầm tĩnh của bạn thuở nào. Với những tin tức về sức khỏe của Đinh Cường từ khi bước qua ngưỡng tuổi "cổ lai hy" với một lần chấn thương sọ não và nay Đinh Cường đã "xuống tóc" do chemo khiến bạn hữu rất quan tâm. Cách đây ba năm, sau một tai nạn xe cộ tuy nhẹ, nhưng Đinh Cường đã bị một cục máu tụ trong sọ não. Theo đồng nghiệp Nguyễn Tường Giang, một cố tri thân thiết ở rất gần với Đinh Cường, thì sau phẫu thuật thần kinh/ trepanation, Đinh Cường hoàn toàn trở lại bình thường ngoài vết sẹo lõm của lỗ khoan trên hộp sọ.

Nhưng sớm hơn cách đây bốn năm 2011, Đinh Cường đã được chẩn đoán về một căn bệnh khác: ung thư tuyến tiền liệt/ prostate cancer. Ung thư tuyến tiền liệt cũng khá thông thường như ung thư vú ở phụ nữ. Với tiến bộ của y khoa, cả hai dạng ung thư trong nhiều trường hợp có thể chữa khỏi nếu chẩn đoán sớm và điều trị đúng mức. Không hiếm những người bệnh bị ung thư tuyến tiền liệt từ hơn 30 năm vẫn khỏe mạnh ở tuổi đã ngoài 90, đến lứa tuổi ấy nếu chết thường là do những nguyên nhân khác.

Không rõ chi tiết bệnh của Đinh Cường có được chẩn đoán sớm hay không, nhưng ở tuổi đã ngoài 70, bác sĩ của Đinh Cường đã không chọn giải pháp phẫu thuật mà bằng hormonotherapy. Bệnh ổn định trong một thời gian, sau đó Đinh Cường được chuyển qua chemotherapy/ hóa trị; dĩ nhiên với nhiều tác dụng phụ/ side effects và anh đã can đảm vượt qua.

Nằm trên chiếc ghế chemo, đã quá quen thuộc, nhìn những giọt thuốc nhỏ giọt, nhưng đó là chuyện của thân xác; Đinh Cường thì vẫn cứ làm thơ hay vẽ một bức tranh nhỏ và để rồi ngày hôm sau, gần như ngày nào anh cũng được các bạn tới đón đi ăn sáng hoặc brunch. Khi thì Nguyễn Mạnh Hùng Nguyễn Tường Giang, khi Phùng Nguyễn và Như Hạnh, khi thì Nguyễn Thế Toàn biệt danh Toàn Bò, khi Nguyễn Minh Nữu, khi Phạm Cao Hoàng và rồi cả các bạn từ xa tới thăm. Đinh Cường rất quảng giao, ngày nào cũng ra khỏi nhà, anh luôn luôn được vây quanh bởi một tình bạn ấm cúng.

Từ xa, phone thăm bạn, 9 giờ sáng California là giờ buổi trưa ở Miền Đông, vui với giọng nói Đinh Cường vẫn trầm ấm và mạnh như thuở nào, rồi sau đó được Đinh Cường chuyển điện thoại cho nói chuyện khi thì với Phùng Nguyễn *Tháp Ký Ức* bên Da Màu nơi quán Starbucks, khi thì với Nguyễn Tường Giang *Khói Hồ Bay* từ Café Montmartre hay Le Chat Noir, nhắc tới cố tri Nguyễn Tường Vũ, tới Thế Uyên *Thái Độ Xám* rồi Duy Lam *Gia Đình Tôi* với sức khỏe hồi này sa sút ra sao; rồi với Nguyễn Mạnh Hùng Đại học George Mason

Đinh Cường, Ngô Thế Vinh trong garage studio Burke, Virginia
*(photo by Như Phong Lê Văn Tiến, 1993)*

vừa sau chuyến đi Bắc Kinh và Nam Ninh trở về, với ấn tượng về những *"think tank"* rất trẻ trung của Trung Quốc ở lứa tuổi trên dưới 40 chứ không già nua như ở Việt Nam - một Việt Nam thì vẫn cắm cúi đi theo mô hình Trung Quốc nhưng bao giờ cũng tụt hậu ít nhất 20 năm, khiến không thể không nhắc tới câu nói của Lê Khả Phiêu, tổng bí thư Đảng CSVN đã làm cho người Việt phải chau mày: *"Nếu Trung Quốc thành công trong đổi mới, chúng ta sẽ thành công. Nếu Trung Quốc thất bại chúng ta sẽ thất bại"*. (FEER, 06/22/2000).

Tuy ở xa hàng ngàn dặm, với cell phone, internet eMail thì mối liên hệ bằng hữu vẫn cứ gần gũi như trong một ngôi làng nhỏ.

*Đinh Cường autoportrait* tại quán cà phê Starbucks 17/4/2015

*Gởi Ngô Thế Vinh,*

Chiếc ghế chemo trong căn phòng ấy
những sợi dây nylon đang thả xuống
hai bịch nước trong veo như nước mắt
tôi ngước mắt nhìn lên. từng giọt. đều.
rơi xuống. giọt. làm nhớ Văn Cao:

*từ trời xanh*
*rơi*
*vài giọt tháp Chàm*
Quy Nhơn. ngày anh đến đó. những tháng đầu năm 1985
ba bài thơ Quy Nhơn I, Quy Nhơn II, Quy Nhơn III
anh đã ghi lại như ba tấu khúc cello. đẹp như huyền thoại
*biển đưa về vài chùm chim yến*
*nắng làm khô những lá dừa non*
*… quanh Quy Nhơn*
*tôi như đứa nhỏ yêu huyền thoại* (1)
giọt. giọt. giọt. tôi lại ngước mắt nhìn lên
xem gần cạn chưa. cho đến giọt cuối cùng.
hai giờ lim dim hai giờ hít thở… chemo. chemo…
thì cứ xem như một điệu nhảy vui của người Phi Châu
thì cứ xem như những lời khuyên của Đỗ Hồng Ngọc
mình phải sống. và sống khác. Phải *tự tại* thôi
Ai có thể "thở" giùm ai? Ai có thể "thiền" giùm ai?

*Virginia, July 10, 2015*
Đinh Cường

(1) Văn Cao - Lá - thơ - Nhà xb Tác Phẩm Mới 1988

## MỘT ĐINH CƯỜNG ĐỐN NGỘ

Nhớ lại cuộc phỏng vấn Đinh Cường do Nguyễn Nam Anh (một bút hiệu khác của Nguyễn-Xuân Hoàng) thực hiện cách đây cũng gần 1/4 thế kỷ, Đinh Cường đã phát biểu: *"Đời sống bên này có cái thực tế khắc nghiệt là vậy. Càng khắc nghiệt tôi càng trầm tĩnh. Nghiệm ra một điều: hãy làm hết sức mình cho một công việc tốt, cũng có lúc bù đắp lại. Những tấm tranh cũng đã từng nuôi sống tôi, tôi không thể bỏ vẽ được."* (Tạp chí Thế Kỷ 21, số 23 tháng 3, 1991)

*Càng khắc nghiệt tôi càng trầm tĩnh.* Hai mươi bốn năm sau lần nói chuyện với Nguyễn-Xuân Hoàng, Đinh Cường vẫn sống khắc kỷ như vậy ngay cả trong tình huống rất cực đoan và vô cùng khắc nghiệt về sức khỏe. Nguyễn-Xuân Hoàng thì cũng đã mất gần một năm (12/09/2014). Đinh Cường thì vẫn hít thở, sống trọn vẹn từng giây phút từng ngày, vẫn vẽ tranh làm thơ, vẫn hoàn tất trong cùng năm 2015 hai tác phẩm tiểu luận về hội họa *"Đi vào Cõi Tạo Hình I & II"*, Đinh Cường tự nhủ: *phải sống và sống khác, phải tự tại thôi.* Một Đinh Cường đã thực sự đốn ngộ, cho dù đang chênh vênh bước trên con dốc tử sinh.

Thứ Sáu 28/08/2015, một ngày chemo của Đinh Cường, sau đó được Nguyễn Thế Toàn tới đón từ nhà thương, nói chuyện qua phone vẫn một Đinh Cường giọng ấm và trầm tĩnh, hai người bạn ấy cứ như từ một pinic và đang trên đường về. Sáng Thứ Bảy ngày hôm sau, Đinh Cường đã đưa Nguyễn Đình Thuần đi Washington DC xem tranh tại National Gallery of Art, đến tối là một buổi họp bạn tới khuya. Đinh Cường đều có mặt, đó là tin vui cho các bạn hữu ở xa muốn biết tình trạng sức khỏe của Đinh Cường.

Hình bìa tuyển tập *Đinh Cường, Ra Đi Mới Biết Lòng Vô Hạn,* Nxb Hội Nhà Văn, Huế 2016.

## ĐINH CƯỜNG ĐÃ RA ĐI

Đinh Cường qua đời ngày 7 tháng 1 năm 2016 tại Virginia, Hoa Kỳ, cũng là nơi anh và gia đình tới định cư từ 1990.

Một tuyển tập Đinh Cường dày hơn 700 trang được các bạn anh hoàn tất và xuất bản tại Huế một năm sau 07.01.2017 nhân ngày giỗ đầu tiên của Đinh Cường: *Ra Đi Mới Biết Lòng Vô Hạn* gồm bốn phần: *Dấu ấn Đinh Cường, Đinh Cường dưới nhiều góc nhìn, Thế giới nghệ thuật Đinh Cường, và phần tư liệu hình ảnh* hiếm quý từ gia đình và bạn hữu của Đinh Cường.

Vĩnh biệt Đinh Cường. Tưởng nhớ cuộc đời tài hoa Đinh Cường qua hai câu thơ man mác của chính anh:

*"Ra đi mới biết lòng vô hạn*
*sương có mờ thêm trên sông Hương"*

*Long Beach, September 6, 2015*
*Long Beach, 2017*

# NHỚ VỀ NGƯỜI BẠN TẤM CÁM NGHIÊU ĐỀ 1939-1998

Chân dung Nghiêu Đề
*(Nghiêu Đề, Viet Art Society 1998)*

*Bài viết chỉ là hồi tưởng với những kỷ niệm rất riêng tư về một người bạn tấm cám Nghiêu Đề, với mối giao tình hơn nửa thế kỷ; người viết không ở trong giới hội họa nên cũng không dễ dàng để viết về một họa sĩ tài hoa, sáng tác tuy ít nhưng đã để lại dấu ấn lâu dài trong lãnh vực nghệ thuật tạo hình của Việt Nam, qua một giai đoạn đầy sáng tạo trong những năm 1960-1970 với Hội Họa Sĩ Trẻ Việt Nam mà Nghiêu Đề là một trong những thành viên với cá tính nổi bật.*
Ngô Thế Vinh.

## TIỂU SỬ NGHIÊU ĐỀ

Nghiêu Đề tên thật Nguyễn Tiếp nhưng Trai là tên gọi ở nhà, sinh năm 1939 tại Quảng Ngãi. Là con trai trưởng trong một gia đình sáu anh chị em. Học Cao đẳng Mỹ thuật Gia Định nhưng đã tự rời trường ốc trước khi tốt nghiệp; là một thành viên Hội Họa Sĩ Trẻ Việt Nam; Huy chương Bạc Hội họa mùa Xuân 1961, từng tham dự triển lãm tại nhiều quốc gia. Ngoài hội họa, Nghiêu Đề còn viết văn, làm thơ mà sau này Nghiêu Đề coi như hai "bước lỡ" không nên dấn thân vào. Tác phẩm đã xuất bản: Ngọn Tóc Trăm Năm (Sài Gòn 1965). Nghiêu Đề cùng gia đình đến Hoa Kỳ năm 1985 và mất vào ngày 09 tháng 11 năm 1998 tại San Diego, California khi chưa tới tuổi 60.

Vào tháng 8 năm 2014 khi Trịnh Cung còn ở Mỹ, tôi gợi ý anh nên có một bài viết về "cố tri" Nghiêu Đề. Trịnh Cung (cùng ở trong Hội Họa Sĩ Trẻ với Nghiêu Đề) đồng ý là sẽ có bài viết vào tháng 11, nhân ngày giỗ thứ 16 của Nghiêu Đề. Nhưng rồi đến tháng 11, chỉ có đôi dòng giới thiệu ngắn trên Da Màu và hai bức tranh trích từ cuốn Nghiêu Đề của *Viet Art Society*, Trịnh Cung cho biết không đủ tư liệu nên đành *botay.com*.

Vợ chồng Nghiêu Đề - Giang và ba con: bé Búp, cu Bi, bé Saigon khi mới tới San Diego, Mỹ 1985.
*(Album gia đình Nghiêu Đề)*

Trái: Nghiêu Đề 16 tuổi trước Thương xá Tax, người xưa cảnh cũ đều không còn; Từ trên, bên phải: Nguiễn Ngu Í và Nghiêu Đề. *(tư liệu gia đình Nghiêu Đề)*

Tôi đã không ngạc nhiên về "khoảng trống" Nghiêu Đề, một người bạn mà hình như suốt đời không ham muốn sở hữu một điều gì. Sự nghiệp của anh chỉ là những dấu chân chim trên cát mau chóng bị xóa nhòa bởi lớp sóng thời gian. Anh không có đức tính của một người rất sớm bền bỉ vun đắp và tích lũy cho sự nghiệp của mình. Điển hình cho đức tính ấy là bạn anh, họa sĩ Đinh Cường, có cả một kho tư liệu như một viện bảo tàng cá nhân mà ít ai có thể sánh kịp.

Với bài viết này, nói theo họa sĩ Khánh Trường thì tôi chỉ như một người chuộng "cố sự" đang làm công việc góp nhặt cát đá, tìm lại thời gian đã mất với người bạn tấm cám Nghiêu Đề.

## NGHIÊU ĐỀ VÀ NHỮNG NGƯỜI BẠN

Bước vào năm đầu y khoa, thay vì như các bạn đồng khóa tập trung vào học tập, tôi đã không được gương mẫu như vậy, sớm say mê chuyện viết lách làm báo và cả rong chơi với giới nghệ sĩ nhóm bạn Nghiêu Đề. Rất khác nhau nhưng không hiểu sao tôi và Nghiêu Đề lại có thể thân nhau đến như vậy.

Nghiêu Đề có nếp sống lang bạt, có nhiều bạn tấm cám từ thời còn rất trẻ, xóm Bùi Viện gần Ngã tư Quốc tế là khu giang hồ nơi chúng tôi thường lui tới lúc đó, họ tiềm ẩn tài năng nhưng còn như những *"viên ngọc ẩn thạch"*, giới hội họa như Nguyễn Trung, Cù Nguyễn, Lâm Triết, Nguyên Khai; nhóm thơ văn Trần Dạ Từ, Nguyễn Đức Sơn/ Sao Trên Rừng, Trần Tuấn Kiệt, Trần Đức Uyển / Tú Kếu, Nguyễn Nghiệp Nhượng, Nguyễn Thụy Long, mỗi người một vẻ với khao khát nghệ thuật là mẫu số chung mà họ hướng tới. Sức sáng tác của họ mạnh mẽ, sớm có tác phẩm và họ đều trở thành những tên tuổi. Nghiêu Đề còn có cả những người bạn vong niên mà tôi được biết từ tòa soạn Bách Khoa như Lê Ngộ Châu, Nguiễn Ngu Í, Võ Phiến, Vũ Hạnh…

## TIẾNG HÓT CON CHIM NGUYỆT

Trả lời nhà báo Nguiễn Ngu Í trên Tạp chí Bách Khoa số 137 ngày 15-9-1962, Nghiêu Đề kể chuyện như người đi trên mây:

*"... Ở quê tôi, có một giống chim lạ, sắc trắng, và dáng mong manh lắm, thường bay một mình trong đêm trăng. Người ta bảo rằng nó bay mãi lên cao, và tan vào mặt trăng, không bao giờ trở lại. Tên nó là 'Nguyệt' tiếng hót hay vô cùng. Không biết vì sao tôi yêu nó. Chỉ biết mỗi lần nó bay ngang cùng tiếng hót đã làm tôi xúc động. Bây giờ tôi nghĩ Nghệ Thuật tôi muốn là một cái gì hết sức tự nhiên như tiếng hót của chim Nguyệt vậy."*

Khi hỏi nhà thơ Luân Hoán và những người bạn cùng quê xứ Quảng với Nghiêu Đề, thì cũng chưa ai thấy hay được nghe tiếng hót của chim Nguyệt. Nhưng đâu có hề gì, vẫn có đó con chim Nguyệt sắc trắng dáng mong manh bay một mình trong đêm trăng, cũng như mãi mãi có đó một Chú Cuội ngồi gốc cây đa trên Cung Hằng. Chim Nguyệt thì vẫn cứ bay mãi lên cao, và tan vào mặt trăng, không bao giờ trở lại… Phải chăng đó chính là thế-giới-thanh-thoát và cũng là giấc mộng trăm năm của Nghiêu Đề?

## MỘT NHÀ IN TRƯỜNG SƠN

Trước những năm 1960, kỹ thuật in ấn ở Miền Nam chủ yếu là Typo. Những trang sách báo thời ấy được sắp từ các bát chữ với từng con chữ đúc chì. Thợ Typo thường là gốc Tàu Chợ Lớn không rành tiếng Việt nhưng tốc độ sắp chữ thì nhanh đến dễ nể. Thời kỳ đó, kỹ thuật Offset còn hiếm, cơ sở tư nhân có Cliché Dầu, nơi tôi và Nghiêu Đề thường tới đặt các bản kẽm cho bìa sách báo hoặc các tranh phụ bản. Phạm Ngũ Lão vẫn được coi như con đường báo chí của Sài Gòn nhưng nhà in Trường Sơn của nhà văn Nguyễn Thị Vinh lại nằm trên đường Nguyễn An Ninh, gồm hai dàn máy Typo khổ lớn một trang báo, không kể mấy chiếc máy in nhỏ cả máy pedal / đạp chân. Báo sinh viên Tình Thương của Y Khoa, báo Đất Sống của Dược Khoa cùng với báo Văn Học của Dương Kiền đều được in ở nhà in này.

Một số mẫu bìa báo Sinh Viên Y Khoa Tình Thương của Nghiêu Đề
*(tư liệu Trần Hoài Thư, Thư Quán Bản Thảo)*

Nghiêu Đề và tôi thường có dịp gặp nhau nơi đó, nhất là khi có mẫu bìa báo Xuân được Nghiêu Đề trình bày.

## NGHIÊU ĐỀ VÀ MẪU BÌA SÁCH

Nhà văn Võ Phiến đặc biệt rất quý Nghiêu Đề. Một giai thoại về cuốn sách Giã Từ: Võ Phiến nhờ Nghiêu Đề vẽ bìa; thời kỳ đó các mẫu chữ đẹp để làm bìa rất hiếm, đôi khi phải tìm trong mấy tờ báo Mỹ mua được nơi các Kiosk sách báo trên vỉa hè đường Lê Lợi và sau đó là cắt dán từng mẫu tự và thêm dấu. Do chỉ quan tâm tới một mẫu bìa đẹp, nên Nghiêu Đề quyết định "không thêm râu ria" không bỏ dấu trên nhan sách và cũng để mở ra cho độc giả "tùy nghi" với bao nhiêu cách đọc: Gia Tư, Giả Tu, Giả Tù, Giã Tự… Sách do Thời Mới xuất bản, sau đó Nghiêu Đề được Võ Phiến tặng một ấn bản đặc biệt với lời đề tặng thật trân trọng: "*là cuốn sách ưng ý nhất về hình thức của tác giả.*"

Ai có sách hoặc tập san sắp xuất bản cũng muốn được Nghiêu Đề vẽ bìa. Anh chưa hề nói không với ai, nhưng bao giờ thì có được mẫu bìa đem in là vấn đề hoàn toàn khác. Nhà thơ Luân Hoán viết: *"Anh hết lòng với bạn bè, thường không từ chối những việc làm có*

Đôi bạn vong niên, từ phải: Nghiêu Đề, Võ Phiến tháng 12. 1987 *(tư liệu Viễn Phố)*

Tiểu thuyết *Giã Từ* của Võ Phiến, mẫu bìa Nghiêu Đề 1962, nhan đề cuốn sách không bỏ dấu "gia tu" khiến độc giả "tùy nghi" với bao nhiêu cách đọc: Gia Tư, Giả Tu, Giả Tù, Giã Tự… *(tư liệu Phan Nguyên, Emprunt Empreinte)*

Mấy mẫu bìa sách của Nghiêu Đề: *Mây Bão* (1963, 1993), *Bóng Đêm* (1964), *Cửu Long Cạn Dòng Biển Đông Dậy Sóng*: tranh Nghiêu Đề, mẫu bìa Khánh Trường (2000) *(tư liệu Ngô Thế Vinh)*

*liên quan đến nghệ thuật. Nhưng để anh hoàn tất nhanh chóng một mẫu bìa không phải là chuyện dễ dàng. Với phong thái làm việc thong dong, tùy hứng, Nghiêu Đề không muốn bị ràng buộc, thúc giục."* Bìa báo Xuân cho Tạp chí Bách Khoa của anh chủ nhiệm Lê Ngộ Châu, hay cho Nguyệt san Tình Thương của Sinh viên Y khoa cũng đều kinh qua những chờ đợi và cả đôi lúc lỡ hẹn.

Riêng 4 cuốn sách của tôi: Mây Bão (1963), Bóng Đêm (1964), Gió Mùa (1975), và Vòng Đai Xanh (1971) đều được người bạn tấm cám Nghiêu Đề trình bày theo lối thủ công.

Có một giai đoạn ngắn, rất hiếm khi Nghiêu Đề làm việc nhiều, ngoài vẽ tranh anh giữ phần trình bày và minh họa cho các cuốn sách quý của nhà xuất bản Cảo Thơm, trong đó có cuốn *"Vang Bóng Một Thời"*, và sau 1975, khi Nguyễn Tuân vào Sài Gòn đã rất tâm đắc và trân trọng khi được cầm tác phẩm rất mỹ thuật của chính mình nhưng lại được xuất bản từ Miền Nam.

## ĐẠI HỌC XÁ MINH MẠNG VÀ TRANH NGHIÊU ĐỀ

Trước 1975, tranh Nghiêu Đề là sơn dầu, khổ tranh khá lớn, khi mới vẽ xong sơn còn ướt, nếu không bị xếp úp mặt vào đống tranh cũ đã bám bụi, thì thường được bạn bè khuân đi. Đôi khi có nhu cầu vẽ mà không có tiền mua khung vải, Nghiêu Đề đã lấy một bức tranh cũ và vẽ chồng lên đó. Căn phòng 3/7 trong Đại Học Xá của tôi cũng là nơi treo tranh của Nghiêu Đề (Trăng, sơn dầu phụ bản 1), ít lâu sau đó bức tranh này được Nghiêu Đề đem bán, không biết nay ai hiện là sở hữu bức tranh mang nhiều kỷ niệm như vậy. Và đây cũng là một trong 3 phụ bản mà sau này bạn tôi, kỹ sư Nguyễn Công Thuần, đã sao chụp lại được từ cuốn tiểu thuyết Gió Mùa còn lưu trữ trong Thư viện Đại học Cornell.

*Trăng*, tranh sơn dầu, phụ bản 1 trong tiểu thuyết *Gió Mùa*, Sông Mã xuất bản 1965 *(nguồn: Thư viện Cornell; Label, Wason PL 4389, N473, G4)*

Khách ngoại quốc hay người Việt tha hương lâu năm khi về thăm quê nhà, thường rất chuộng và tìm mua cho được tranh Nghiêu Đề. Hoàn toàn không có khả năng sáng tạo theo đơn đặt hàng, *gallery* của Nghiêu Đề là những bức tranh thất tán nơi đám bạn hữu. Nghiêu Đề vẽ rất ít không đủ tranh bán và giá tranh thường rất cao. Và mỗi lần bán được một bức tranh, trong ít ngày sau đó là một Nghiêu Đề hoàn toàn khác, không chỉ chiếc Mobylette cũ kỹ hiếm khi được đổ đầy một bình xăng, bạn bè thì được Nghiêu Đề tìm tới và chiêu đãi liên miên cho tới đồng bạc cuối.

Cũng vẫn Nghiêu Đề trả lời nhà báo Nguiễn Ngu Í trên tạp chí Bách Khoa ngày 15-9-1962: *"Tôi không thích tranh tôi được quá một giờ khi vẽ xong. Chúng thường bị úp một xó cho bụi... Tôi mang ơn những thằng bạn thường đến và lấy đi biệt tăm, như thế tôi yên tâm hơn. Mỗi lần bán được một bức tranh, tôi thấy như số tiền đó từ trời rơi xuống. Cho nên tôi vội vung tay quá trán mà không tiếc. Nhiều khi thấy tiền nó quá nhiều, mình không đáng được! Như một vụ lường gạt. Tôi cảm ơn hết những người yêu tranh tôi về sự rộng lượng của họ, rộng lượng quá sức!"*

## MATIÈRE TRANH NGHIÊU ĐỀ

Hai chữ "tạo hình" có lẽ không hoàn toàn đúng với ý niệm hội họa của Nghiêu Đề. Tạo hình không là giai đoạn quan trọng trên mỗi bức tranh sơn dầu của Nghiêu Đề. Theo anh, tài năng họa sĩ là nơi *vẻ đẹp chất liệu* trên khoảng trống hay là nền của bức tranh ấy. Có ngồi hàng giờ, im lặng theo dõi những nét cọ của Nghiêu Đề, để thấy là từ những tảng sơn dầu dầy cộm màu thô sượng, khi được cây cọ Nghiêu Đề miết lên mặt bố thoáng chốc trở thành một nền xanh ngọc ửng sáng mềm mại, cho dù chuyển sang vùng xanh đậm mảng tranh vẫn không hề thiếu nét long lanh của ánh sáng, chất liệu thì mượt mà, bố cục vững chắc mà vẫn thanh thoát, rất Nghiêu Đề.

Nghiêu Đề thường nhắc tới chữ *matière* trên mỗi bức tranh, tôi chưa tìm được một thuật ngữ hội họa nào để dịch sang tiếng Việt. Nguyên Khai thì gọi đó là gamme màu, Huỳnh Hữu Ủy, thì đơn giản

*Thiếu nữ*, tranh sơn dầu: phụ bản 2 và 3 trong tiểu thuyết *Gió Mùa*, Sông Mã xuất bản 1965. *(nguồn: thư viện Cornell; Label, Wason PL 4389, N473, G4)*

gọi đó là "chất" như chất tranh của Nguyễn Trung, Cù Nguyễn, Lâm Triết... Trở lại với đường nét tạo hình, theo Nghiêu Đề thì đó không phải là một sao chép từ cuộc sống, *"họa sĩ là người tìm được một nét đúng giữa hai nét sai của thực tại."*

Gần đây khi bàn về vẻ đẹp của một tác phẩm hội họa, Trịnh Cung đã phân tích ra 5 yếu tố: ý tưởng, bố cục, đường nét, màu sắc ánh sáng, vẻ đẹp chất liệu / matière. Có thể nói yếu tố thứ năm: *"vẻ đẹp chất liệu / matière"* đã tạo nên sự thanh thoát và cũng là phong cách tranh của Nghiêu Đề.

Sau 1975, có giai đoạn Nghiêu Đề chuyển qua tranh sơn mài, cùng với Nguyễn Lâm, Hồ Hữu Thủ mà sau này chính anh cũng công nhận là nặng phần kỹ thuật, và anh nói sau khi phủ các lớp sơn lên để mài thì vẻ đẹp chất liệu của bức tranh nhiều khi rất tình cờ ngoài tầm kiểm soát của họa sĩ. Nghiêu Đề khi sang định cư ở Mỹ năm 1984, có đem theo được một số tranh sơn mài rất đẹp, tuy thành công về tài chánh nhưng chính anh tự biết giai đoạn hội họa thực sự nghệ thuật của Nghiêu Đề là tranh sơn dầu được vẽ vào những năm 1960-1970, như những bức: Đêm, Tỏ Tình, Vùng Thanh Thoát, và điển hình là bức *Chân Dung* đoạt huy chương Bạc Hội họa Mùa Xuân 1961.

## NGHIÊU ĐỀ VÀ NGỌN TÓC TRĂM NĂM

Truyện của Nghiêu Đề như những bài thơ xuôi. Cũng như tranh, Nghiêu Đề chưa bao giờ tỏ ra ưng ý một sáng tác nào. Nhưng rồi cuối cùng vẫn có được một tuyển tập *Ngọn Tóc Trăm Năm* được Sông Mã xuất bản (1965). Cuốn sách đẹp, cho dù in theo lối thủ công từ nhà in Nguyễn Trọng rất nhỏ, khuất lấp trong một ngõ hẻm phía sau Lăng Ông bên Gia Định. Sách được in từng 2 trang trên đĩa xoay của một máy *pedal* với bộ chữ đã mòn cũ. Chủ và cũng là thợ nhà in rất quý Nghiêu Đề, nên chỉ tính tiền giấy và công in rất tượng trưng, nhưng thời gian in xong cuốn sách 122 trang kể cả phụ bản thì khá lâu do sách chỉ được in xen kẽ khi máy rảnh công việc. Thường mỗi cuối tuần, hai anh em chở nhau xuống nhà in, cầm trên tay những trang sách còn thơm mùi giấy mực. Sách in rất ít nên có lẽ không được nhiều người biết hay còn lưu giữ được. Có một chi tiết tưởng cũng nên ghi lại ở đây: năm 1985, khi gặp lại Nghiêu Đề trên đất Mỹ tôi mới được biết ông chủ nhà in Nguyễn Trọng năm xưa là một cán bộ VC cấp cao nằm vùng và nhà in thủ công ấy có lẽ chủ yếu là nơi in ấn những truyền đơn và tài liệu nội thành của Mặt Trận.

Thật xúc động khi tìm lại được một ấn bản đặc biệt *Ngọn Tóc Trăm Năm* có lẽ là duy nhất in trên giấy *croquis* còn trong tủ sách của Bé Búp con gái Nghiêu Đề ở San Diego. Sách đóng bìa cứng bọc da, in chữ Nguyễn Toản mạ vàng nơi gáy sách, là tên của thân phụ mà Nghiêu Đề hết lòng yêu mến. Ông mất khá sớm khi gia đình Nghiêu Đề còn sống trong một chung cư nhiều tầng trên con đường Duy Tân. Sau đó gia đình mới dọn về địa chỉ 19B Lý Trần Quán, Sài Gòn. Đây cũng là địa chỉ mà hai anh em chọn cho Nhà Xuất bản Sông Mã. *Ngọn Tóc Trăm Năm*, gồm 4 truyện ngắn và 4 phụ bản tranh, đã như cơ hội họp mặt của bằng hữu.

Nguyễn-Xuân Hoàng biết Nghiêu Đề là tác giả của *Ngọn Tóc Trăm Năm*, nên đã đôi lần hỏi xin một truyện ngắn cho báo Văn, nhưng anh chỉ cười và Nguyễn-Xuân Hoàng kể lại: *"Thỉnh thoảng Nghiêu Đề gửi cho Văn một bài thơ và tuyệt nhiên không thấy một truyện ngắn mới nào. Nhiều lần tôi hỏi anh và anh nói: màu sắc đủ*

*Ngọn Tóc Trăm Năm*, tập truyện Nghiêu Đề, mẫu bìa Nguyễn Trung, Nxb Sông Mã 1965, Sài Gòn. *(tư liệu gia đình Nghiêu Đề)*

*rồi, thơ cũng là quá một bước, truyện ngắn là lỡ bước thứ hai…"* (Một Chút Kỷ niệm với Nghiêu Đề, NXH San Jose, 16/11/1998)

*Ngọn Tóc Trăm Năm, truyện nghiêu đề.*
*Bìa: nguyễn trung, Phụ Bản: lâm triết, cù nguyễn, nguyễn trung, nghiêu đề; Trình Bày: trần dạ từ, Sông Mã Saigon 1965.*

Mục Lục



Khi Nghiêu Đề lâm trọng bệnh, Giang và các con kết hợp với Viet Art Society, chuẩn bị ra một cuốn sách về Nghiêu Đề, tôi không ngạc nhiên khi biết ngoài phần hội họa bạn mình đã không muốn đưa

*Ngọn Tóc Trăm Năm* vào cuốn sách như một tổng kết cuối đời. Cho dù Nghiêu Đề phủ nhận tác phẩm của mình thì những trang sách ấy tự nó vẫn là một giá trị của văn học của Miền Nam trước 1975.

## MỘT THOÁNG NGHIÊU ĐỀ VÀ VÒNG ĐAI XANH

Triết, nhân vật chính trong tiểu thuyết Vòng Đai Xanh, một hình tượng văn học, nguyên gốc họa sĩ sau trở thành phóng viên chiến trường có bóng dáng Nghiêu Đề trộn lẫn với cái tôi của tác giả.

*… Rồi cũng như mọi buổi sáng khi tờ báo lên khuôn là lúc tôi có thể rời tòa soạn xuống tán dăm ba câu chuyện gẫu với cô thư ký hay ra đầu ngõ kêu một ly cà phê bít tất đắng, ngồi nói chuyện tầm phào với bất kỳ người nào có mặt ở đó, thường là đám công nhân nhà in hay thợ sắp chữ. Cái còn lại của một ngày là tất cả sự vắng lặng êm ái. Từ một cầu thang xoắn ốc và mờ tối, không khí căn phòng như ngưng đọng lạnh lẽo. Những chiếc bàn máy đen sẫm im ngủ. Bàn ghế cũng có những tương quan chỗ đứng của chúng.*

*Đôi khi sự quen thuộc cũng nhuốm vẻ xa lạ như ngày mới tới. Nếu còn vẽ chắc tôi có thể làm việc với những cảm giác đầu tiên như vậy. Bỏ xa khung vải tôi không tránh được những cảm giác nhớ nhung. Sau vụ cháy thiêu hủy tất cả, tôi đã dứt khoát từ bỏ giá vẽ chưa biết đến bao giờ. Dù vậy mà ở lần triển lãm mới nhất tôi vẫn góp mặt với bốn bức tranh lớn, những bức tranh còn lại rải rác trong đám bạn hữu. Sự kiện có thêm tên tôi cũng không có gì để phản đối và thêm ý kiến. Nhưng điều ngạc nhiên là ngay trong buổi đầu, tôi là người đầu tiên có tranh bán được, ba trong số bốn bức. Riêng bức Mèo Đen Trên Thảm Hồng do một người đàn bà tên Như Nguyện hỏi mua, còn hai bức kia do một người khách Mỹ mà sau này tôi được biết là nhà báo Davis. Tranh tôi thuộc loại khó được ưa thích và vì khó bán nên giá thường rất cao. Cũng bởi vậy lần này tôi đủ tiền để trả những món nợ lớn, sắm thêm một bàn máy đánh chữ nhỏ và một ống ảnh thật tốt. Như một nhà nông hưởng vụ gặt trái mùa, tôi dứt khoát từ bỏ hội họa với những ưu đãi thật trễ muộn của nó.*

(VĐX, Chương 1, Nxb Thái Độ 1970)

Tiểu thuyết *Vòng Đai Xanh*, Ngô Thế Vinh, mẫu bìa Nghiêu Đề, Thái Độ xuất bản 1971 *(nguồn: thư viện Cornell, Label: Wason PL 4389, N473, V9)*

## MỘT NGHIÊU ĐỀ KHÁC

Không tự ràng buộc vào những quy ước thông tục của đời sống, dễ nhìn Nghiêu Đề như một người phóng giật hay buông thả bất cần đời, anh hòa nhập với mọi người nhưng lại hàm chứa vẻ cao ngạo với chính anh chứ không với ai khác. Là người bạn đôn hậu, không hề cay độc nhưng lại rất *cynical*, Nghiêu Đề vẫn hồn nhiên gọi chó là đồng loại. Nói như Oscar Wilde: *"Anh là mẫu người biết giá của mọi thứ, nhưng không có gì giá trị đối với anh / A man who knows the price of everything and the value of nothing."*

Giữa cuộc chiến tranh khốc liệt, nhiều bạn thân của anh là nhà văn nhà thơ nơi tuyến đầu, anh không phê phán và chọn đứng ngoài cuộc tranh chấp ấy. Anh sống với màu sắc, trong an nhiên tự tại, Nghiêu Đề chính là hình ảnh con chim Nguyệt trong thế giới mộng ảo nơi quê anh rất mong manh, bay thật cao hót thật hay và tan vào trong đêm trăng. Nghiêu Đề khiến tôi liên tưởng tới nhân vật Sơn Ca của Vũ Khắc Khoan trong vở kịch *Thành Cát Tư Hãn.*

Rất tình cờ khi giở những trang sách Ngọn Tóc Trăm Năm, thấy rơi ra một tấm hình không rõ năm nhưng rất cũ đã hoen màu thời gian, nhưng tôi vẫn còn nhận ra đôi lãng tử Nghiêu Đề và Lâm Triết với chiếu manh túi xách trên dọc đường gió bụi, có khoảng thời gian họ đã cùng thuê căn gác xép để vẽ vời và cả tụ hội với bạn bè, nơi mà chủ căn nhà còn có nuôi thêm gà và heo, nặng mùi khó thở ngày đêm, nhưng họ vẫn ở đó lâu năm với giấc mộng dài. Rồi Nghiêu Đề đoạt huy chương Bạc với bức Chân Dung trong triển lãm Hội họa Mùa Xuân 1961; sau đó Lâm Triết huy chương Vàng với bức Ngựa trong Triển lãm Hội họa Mùa Xuân 1962. Nghiêu Đề thì nay đã mất, Lâm Triết đã dừng cơn gió loạn, giã từ Sài Gòn để về "cõi an bình" sống lặng lẽ với cỏ cây nơi Bình Định quê nhà.

Đôi lãng tử với chiếu manh túi xách trên đường gió bụi. Từ trái: Nghiêu Đề, Lâm Triết *(tư liệu gia đình Nghiêu Đề)*

# BA BỨC TRANH CUỐI ĐỜI CỦA NGHIÊU ĐỀ TRÊN ĐẤT MỸ

1986: *Bố cục Sen*, một thiếu nữ thanh thoát vươn lên từ những búp sen. Được hoàn tất sau ngày gia đình Nghiêu Đề đặt chân trên đất Mỹ. Tiền bán bức tranh lúc đó đủ mua một cây đàn piano cho tụi nhỏ. Hành trình của bức tranh này cũng khá kỳ lạ, từ San Diego theo chủ nó về Việt Nam, sau một thời gian bức tranh ấy lại sang tay một người khác, sau đó bức tranh lại sang tay một người thứ ba và nay trở lại đất Mỹ. Hình bức tranh do người viết mới chụp từ trong một ngôi nhà vùng Huntington Beach.

*Bố Cục Sen*, tranh sơn dầu Nghiêu Đề 1986.
*(sưu tập: Nguyễn Văn Hưng)*

*Vườn Chuối*, tranh sơn dầu Nghiêu Đề 1988.
*(Album gia đình Nghiêu Đề)*

*Bé Sài Gòn*, chân dung con gái út của Nghiêu Đề vẽ dở dang, tranh sơn dầu 1998, có lẽ đây là tác phẩm sơn dầu cuối cùng, còn dở dang của Nghiêu Đề mấy tháng trước khi anh mất *(Sưu tập gia đình Nghiêu Đề, San Diego)*

Ký họa của Chóe, sau 18 năm gặp lại Nghiêu Đề 1993 (*tư liệu gia đình Nghiêu Đề)*

1988: *Vườn chuối 1988*, một cô gái nhỏ nép bên vườn chuối mướt xanh. Khác các chân dung thiếu nữ có nét già dặn chín muồi của những người yêu Nghiêu Đề trước 1975, nay chỉ còn là những cô gái nhỏ mang dáng nét thơ ngây của mấy đứa con Nghiêu Đề. So với trước 1975, tranh sơn dầu của Nghiêu Đề trên đất Mỹ vẫn có màu xanh nhưng nay có thêm những mảng màu vàng đỏ như phản ánh một giai đoạn có thoáng hạnh phúc. Bức tranh này đã có người từ Los Angeles xuống nhà San Diego để mua và không còn nhớ ai là chủ nhân nữa.

1998: *Bé Sài Gòn*, Nghiêu Đề khi biết mình ngã bệnh, xuống sắc rất mau, cả vật vã đến xanh xao với những cơn đau nhưng anh vẫn gượng dậy vẽ bức chân dung con gái út Bé Sài Gòn lúc ấy 19 tuổi. Có lẽ đây là tác phẩm sơn dầu cuối cùng, còn dở dang của Nghiêu Đề mấy tháng trước khi anh mất. Bức tranh hiếm hoi ấy nay còn được treo nơi nhà Nguyễn Nghiêu Ngung, Cu Bi con trai Nghiêu Đề dưới San Diego.

Nhà văn Võ Phiến phát biểu trong buổi ra mắt Tuyển Tập Nghiêu Đề 05.1999 *(photo by Phan Diên, tư liệu Viễn Phố)*

Hình bìa 1 và bìa 4 *Tuyển Tập Nghiêu Đề* của Viet Art Society 1998 *(tư liệu Ngô Thế Vinh)*

Sau khi Nghiêu Đề mất, 09.11.1998 tại San Diego, California, rất sớm một *Tuyển Tập Nghiêu Đề của Viet Art Society* được hoàn tất và xuất bản cùng năm, với nội dung bao gồm: cuộc phỏng vấn Nghiêu Đề về quan niệm hội họa do Nguiễn Ngu Í thực hiện (Bách Khoa số 137, ngày 15.09.1962), các bài tưởng niệm của một số bằng hữu như

Thái Tuấn, Huỳnh Hữu Ủy, Trần Dạ Từ, Đỗ Quý Toàn, Du Tử Lê viết về Nghiêu Đề, phần Anh ngữ của Lê Thọ Giáo, và quý giá nhất là một số tranh hiếm hoi của Nghiêu Đề mà gia đình còn sưu tập lại được. Và trong buổi ra mắt sách đã có rất nhiều bạn của Nghiêu Đề.

Bài viết tháng 11 muộn màng này để tưởng nhớ người bạn tấm cám và cũng gửi tới chị Giang, Cu Bi, Bé Búp và Bé Sài Gòn nhân ngày giỗ thứ 16 của Nghiêu Đề.

*Sài Gòn 1958 - California 2014 - 2017*

# GIỮA HAI THẾ KỶ
# 55 NĂM HỘI HỌA NGUYÊN KHAI
# VẪN CHẤT THƠ NGÀY ẤY

Chân dung Nguyên Khai

## TIỂU SỬ NGUYÊN KHAI

Tên thật Nguyễn Phước Bửu Khải, sinh ngày 01.09.1940 tại Huế. Nguyên Khai theo học hai năm đầu tại trường Cao Đẳng Mỹ Thuật Huế (1960-1961), chuyển vào học năm thứ ba và thứ tư trường Cao Đẳng Mỹ Thuật Gia Định (1962-1963). Huy chương Đồng Triển lãm Mùa Xuân Saigon 1963, cũng là năm Nguyên Khai tốt nghiệp tại trường này. Là một trong những thành viên thuộc Hội Đồng Quản Trị và là khuôn mặt nổi bật của Hội Họa sĩ Trẻ Việt Nam từ 1966.

Nguyên Khai hầu như tham dự tất cả những cuộc triển lãm hàng năm do Hội Họa sĩ Trẻ tổ chức (1965-1975) cùng với các cuộc triển lãm tranh khác của Alliance Française 24 Gia Long Saigon, Centre Culturel Français trên đường Đồn Đất, Goethe Institut đường Phan Đình Phùng (1968-1975).

Nhà phê bình hội họa người Pháp Marc Planchon, người rất gắn bó với những khuôn mặt tài năng của Hội Họa sĩ Trẻ Việt Nam, trên trang báo Journal d' Extrême Orient ngày 01.10.1964 (cách đây 52 năm) đã viết về Nguyên Khai:

*"Anh vừa đúng 24 tuổi và thân hình mảnh mai như thiếu ăn, với cái nhìn nóng bỏng ấy trên một khuôn mặt gầy guộc khiến người ta nghĩ tới những sinh viên thời Trung cổ, ở thời kỳ triết học kinh viện, được nuôi dưỡng bằng những ý tưởng thăng hoa hơn là ham muốn, trong nỗ lực hướng tới tri thức, thấy hạnh phúc xây dựng luận lý trên những tiền đề tưởng tượng, hơn là chỉ chú trọng vào sự kiện vật chất trong thực tế phẳng lì của nó."*

*"Il a tout juste vingt-quatre ans et, d'apparence, cette maigreur famélique, et ce regard brûlant dans un visage emacié qui font songer à ces écoliers moyenâgeux, des temps scholastique, plus nourris d'idées effervescentes que de bonne chair, dans leur effort vers la connaissance, plus heureux de constructions logiques sur des prémises imaginaires, que de considérer simplement le fait matériel dans sa plate réalité."*

Một Nguyên Khai mảnh mai thư sinh trong cuộc triển lãm tranh chung ở Sài Gòn 1965

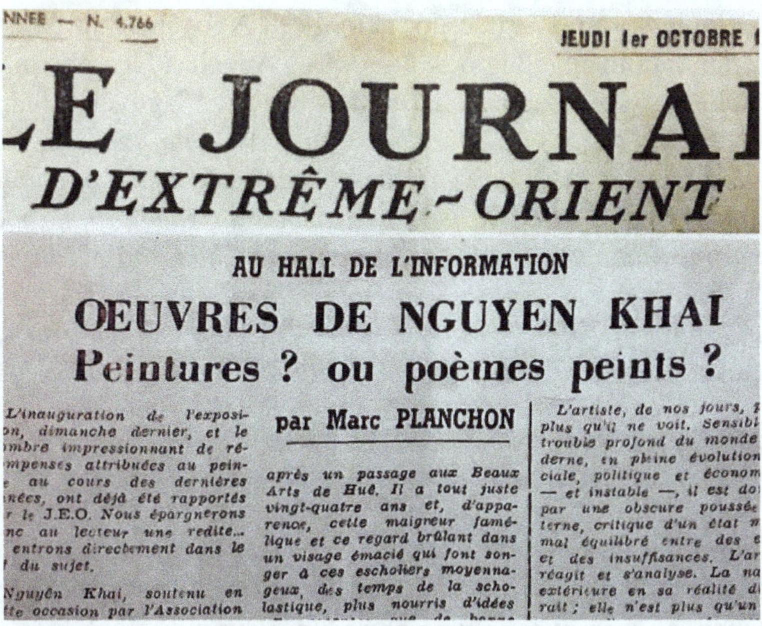

NNEE — N. 4.766

JEUDI 1er OCTOBRE 1

LE JOURNAL

D'EXTRÊME-ORIENT

AU HALL DE L'INFORMATION

OEUVRES DE NGUYEN KHAI

Peintures ? ou poèmes peints ?

par Marc PLANCHON

L'inauguration de l'exposi-
on, dimanche dernier, et le
mbre impressionnant de ré-
mpenses attribuées au pein-
e au cours des dernières
nées, ont déjà été rapportés
r le J.E.O. Nous épargnerons
nc au lecteur une redite...
entrons directement dans le
f du sujet.
Nguyên Khai, soutenu en
tte occasion par l'Association

après un passage aux Beaux
Arts de Huê. Il a tout juste
vingt-quatre ans et, d'appa-
rence, cette maigreur famé-
lique et ce regard brûlant dans
un visage émacié qui font son-
ger à ces escholiers moyenna-
geux, des temps de la scho-
lastique, plus nourris d'idées

L'artiste, de nos jours,
plus qu'il ne voit. Sensibl
trouble profond du monde
derne, en pleine évolution
ciale, politique et économ
— et instable —, il est do
par une obscure poussée
terne, critique d'un état n
mal équilibré entre des
et des insuffisances. L'ar
réagit et s'analyse. La na
extérieure en sa réalité di
rait ; elle n'est plus qu'un

Bài phê bình hội họa của Marc Planchon trên Journal d' Extrême Orient 01.10.1964 về cuộc Triển Lãm tại Phòng Thông Tin Đô Thành Sài Gòn với nhan đề: "Tác phẩm Nguyên Khai là tranh? hay thi họa?"

Hơn nửa thế kỷ sau, Marc Planchon nếu có gặp lại Nguyên Khai, thì vẫn là một Nguyên Khai mảnh mai của ngày nào, chỉ có thêm là rất nhiều những vết hằn sâu của thời gian.

Sau 1975, gia đình Nguyên Khai kẹt lại Việt Nam 6 năm. Là thuyền nhân rời Việt Nam 1981, định cư tại Nam California. Nguyên Khai tiếp tục sáng tác, và triển lãm tranh.

Năm 2003, có thể coi là dấu mốc quan trọng trong hành trình sáng tạo của Nguyên Khai qua cuộc triển lãm tại hội trường Nhật báo Viễn Đông, Little Saigon. Nguyên Khai đã táo bạo sử dụng những con chips từ các computer phế thải, gắn vào những bức tranh tuy là chất liệu hỗn hợp/ mixed media, nhưng vẫn giữ được vẻ đẹp hài hòa và thơ mộng của tranh Nguyên Khai. Có thể nói đây là bước tiên phong cách tân của nghệ thuật Nguyên Khai, một hội nhập vào thế kỷ của nhân loại với những tiến bộ kỳ diệu trong lãnh vực điện toán / *Mankinds and Computers*.

Nhưng sớm hơn trước đó, năm 1998 Nguyên Khai đã có một cuộc triển lãm thành công ở Artcore, Los Angeles. Nhà phê bình hội họa Collette Chattopadhyay có một Review về Nguyên Khai, trích đoạn: *"Những tác phẩm của Khai tinh tế và phức tạp chuyển biến cách nhìn từ nghệ thuật cung đình Á châu với các biểu tượng toàn hảo như mặt trời, mặt trăng và bốn mùa bước qua những hình ảnh hiện đại của máy móc với các bộ phận computer, đồng hồ chỉ thời gian. Như gửi tín hiệu cho một thiên niên kỷ mới sắp tới, các tác phẩm ấy như một nhìn lại những giá trị văn hóa - xã hội của cuối thế kỷ 20, với trân trọng thành tựu quá khứ nhưng đồng thời là bước vươn tới lãnh vực khoa học kỹ thuật của thời hiện đại."* Nguyên Khai at L.A. Artcore, 1998)

Tác phẩm của Nguyên Khai đa dạng về thể loại: sơn dầu/ oil painting, chất liệu hỗn hợp/ mixed media, sơn mài/ lacquery, tranh độc bản / monoprint và một số tượng và phù điêu / bas-relief và cả vẽ bằng men sứ / ceramics; phong phú về nội dung: từ tranh biểu hiện / expressionism tới tranh trừu tượng / abstract. Đã không có phân định rõ về từng thời kỳ sáng tạo của Nguyên Khai, nhưng anh thì vẫn cứ làm việc bền bỉ và không ngừng tìm kiếm, cho tới nay cho dù đã bước qua tuổi cổ lai hy, khả năng vận dụng chất liệu, những gammes màu của Nguyên Khai ngày càng điêu luyện.

Cuộc triển lãm mới nhất gần đây tại Little Saigon tháng 6/2016 đánh dấu 55 Năm Hội Họa Nguyên Khai (1961-2016). Khoảng thời gian ấy tính ra là đã hơn nửa đời người, nhưng có lẽ không có tuổi tác cho nghệ sĩ khi vẫn còn nung nấu ngọn lửa sáng tạo.

## NHỮNG CUỘC TRIỂN LÃM

2016 Viet Bao Gallery, Westminster, California
2015 Viet Bao Gallery, Westminster, California
2012 Viet Art Gallery, Houston, Texas
2007 Palette Art Gallery, Houston, Texas
2006 Viet Bao Kinh Te Gallery, Garden Grove, California
2005 Viet Art Gallery, Houston, Texas
2004 Hoa Mai Gallery, Paris, France
2003 "40 Years of Artistry," Vien Dong Gallery, California
2002 Vinh Loi Gallery, Saigon, Vietnam
2001 Old Courthouse Museum, California
2000 Artcore L.A. Gallery, California
1998 Cuttress Gallery, Pomona, California
1997 "Salt & Pepper", Inst. of Contemporary Art Gallery, San Jose, California
1996 Pacific Asia Museum, Pasadena, California
1995 Smithsonian Institution Traveling Exhibition
1995 Gallery at Boca Raton, Florida
1994 "East & West", Wignall Museum, California
1987 UCLA Art Gallery, Burbank, California
1982 UC Irvine Gallery of Art, California
1969 The Sao Paulo Biennial, Brazil
1968 The New Delhi Biennial, India
1967 The Tokyo Biennial, Japan
1965 The Paris Biennial, France

## NHỮNG NHẬN ĐỊNH VỀ NGUYÊN KHAI

Tuy gồm nhiều thể loại, nhưng các tác phẩm chính của Nguyên Khai chủ yếu là tranh sơn dầu / oil painting, từ tượng hình / figurative sang trừu tượng / abstract xen lẫn nhau qua các giai đoạn. Dù thể loại

Bức tranh *Nhà thờ 1965* vẽ trong thời gian Nguyên Khai trốn quân dịch sống ẩn náu như trong một ốc đảo.

Lan Phương người bạn đời, bà Tú Xương thời hiện đại, cũng là nguồn cảm hứng và chất thơ của Nguyên Khai 2005.

Nguyên Khai đang uống nước Cam Lồ, một khoảnh khắc rất hạnh phúc.

nào, chất thơ mộng, sang trọng và vương giả trong tranh Nguyên Khai chính là vẻ đẹp tinh khôi của chất liệu / matière, với những *gammes* màu như ẩn hiện đan vào nhau mà anh có khả năng sử dụng rất nhuần nhuyễn.

Nhà phê bình hội họa Huỳnh Hữu Ủy trong tác phẩm *Nghệ Thuật Tạo Hình Việt Nam Hiện Đại 2008* đã nhận định: *"Tranh của Nguyên Khai là thơ được dựng lại bằng sắc màu trên nền vải. Đó là một thế giới vô cùng thơ mộng và quý phái như phong cách đã định hình ngay từ những bước đầu... Nghệ thuật của anh là một bắt nhịp ra ngoài cái hiện tiền."*

Hãy để Hoàng Ngọc Biên, nhà văn tiên phong của phong trào

Los Angeles Times

CHRISTINE COTTER

Asian Families.

in U.S.

omen from North
st vulnerable, Ri-
e is no indication
, urbanized or pre-
ized women have

n a violent home at
hildren is battered
sometimes by a
epression, distrac-
oesn't realize what

endous amount of
their legal rights.
understand what
band abuse them
ontribute to their
by their inability
husband's right to
aid. "They're very
out what their

CHRISTINE COTTER

Tran Lan Phuong and her husband Buu Khai are pictured in their home in Anaheim with their three children, Cong Huyen Bich Dao, 9, left, 7-month-old Cong Huyen Bao Quyen and Vinh Thang, 8.

other states to escape again—this time from the closeness of the communities and reprisals from their husbands.

sea, will not consider remarriage, Vo said.

Refugee women also worry that they will be blamed if their children

Bài báo giới thiệu gia đình Nguyên Khai
trên Los Angeles Times, 30.05.1998

tiểu thuyết mới Miền Nam trước 1975 cũng là bạn hàng xóm viết về người bạn của mình: *"Nguyên Khai xưa nay là người trầm tĩnh – trong chuyện sống cũng như chuyện sáng tác. Thời ở Tân Định Saigon, anh sống một mình và vẽ tranh gần như lặng lẽ trong một căn phòng tương đối rộng, ít tiếp xúc với bên ngoài... Khai bạn bè nhiều nhưng có vẻ không mất thì giờ đàn đúm: thì giờ anh gần như dành hết cho việc tìm cái mới trong nghệ thuật. Sài Gòn thời ấy bừng bừng không khí Modigliani và Chagall, Nguyên Khai không phải đã thoát ra được cái kích thước quyến rũ ấy, nhưng cuộc trò chuyện của Khai với trăng, sao, bầu trời và con người là bất tận. Tranh Nguyên Khai, kể cả khi anh bước qua một kỹ thuật mới, luôn mang một bố cục khác, một thứ ánh sáng phi thường. Nhưng cũng chính cái lối âm thầm làm việc ấy khiến khi anh phản ứng trước các ồn ào của thế sự, anh là một người triệt để.”*

Nhà văn nhà thơ Nguyễn Đình Toàn đã nhận xét rất tinh tế khi xem tranh Nguyên Khai: *“Cái chất thơ mộng lãng mạn của tâm hồn Nguyên Khai hình như lúc nào cũng chìm lẩn dưới màu sắc, dưới những đường nét. Có vẻ như ông muốn giấu bớt chúng đi chứ không phơi bày ra.”*

Họa sĩ Đinh Cường, cũng là thành viên của Hội Họa sĩ Trẻ nhận định: *“Nguyên Khai là một họa sĩ đã định hình, với thế giới tranh sang trọng và thơ mộng mang âm hưởng Huế, nơi anh đã sống cùng gia đình trong một phủ xưa bên Gia Hội. Những thiếu nữ trong tranh anh mang hình dáng quý phái, đặc biệt có những chân dung hai mặt rất Nguyên Khai.”*

Thêm một Trịnh Cung phát biểu về Nguyên Khai: *“Trong suốt hơn nửa thế kỷ làm nghệ thuật của Nguyên Khai, với tôi, anh là một con ong trong thầm lặng và bền bỉ, bay khắp vùng hoa lạ tìm mật cho mình và cho đời. Chúng ta hãy ngắm nhìn tranh Nguyên Khai đã vẽ lúc còn trai trẻ cho đến hôm nay, dù là sơn dầu hay với đa chất liệu, cái đẹp hiện đại vẫn luôn ứa chảy sự ngọt ngào, sự dịu dàng vô tận của thi ca khiến ta cảm thấy mình được nhấc bổng khỏi những ràng buộc tăm tối, khắc nghiệt của đời thường.”*

Khi trả lời câu hỏi của nhà thơ Trịnh Y Thư: “Tương quan giữa hội họa và thực tại là gì?” Nguyên Khai phát biểu: *“Hội họa không quay lưng lại thực tại, nhưng nó không minh họa thực tại. Hội họa cho chúng ta cái nhìn khác, cái nhìn phi thực tại, để từ đó những khả thể của chân thiện mỹ được biểu đạt.”*

Hình như các nghệ sĩ tài năng đều có điểm hội tụ và gặp nhau ở quan điểm nghệ thuật này. Nghiêu Đề khi nói về quan niệm hội họa cũng cho rằng đó không phải là một sao chép từ cuộc sống, và Nghiêu Đề đã đưa ra một hình tượng ví von: “*họa sĩ là người tìm được một nét đúng giữa hai nét sai của thực tại.”*

## CÂU CHUYỆN BỨC TƯỢNG THỜI GIAN

*Bức tượng Thời Gian*, tác phẩm độc nhất của Nguyên Khai trên đảo Galang Indonesia 1981, tượng làm bằng đá san hô lượm được trên bờ biển, dụng cụ lúc đó chỉ có một con dao phay để đục đẽo.

Vĩnh Thăng, con trai Nguyên Khai lúc tới đảo mới có 7 tuổi, sau này khi đã trưởng thành ở Mỹ, hồi tưởng viết về bức tượng *Thời Gian* ấy:

*Ban đầu với tôi bức tượng là một vô nghĩa, tuy nhiên qua thời gian, tôi thấy được nhiều điều kỳ diệu ẩn tàng trong đó. Trước đây tôi nghĩ bức tượng là thể hiện giấc mơ đang chết dần của cha tôi, nhưng sau đó tôi thấy là mình sai. Cha tôi và tôi có cách nhìn khác nhau về sự thành đạt / achievement, cha theo quan niệm Đông phương, theo ông thành tựu không phải là sự giàu có và nổi tiếng, mà là sự hiện hữu và lớn lên từ nội tâm / inner growth and existence. Tôi lớn lên ở Mỹ, có một lối suy nghĩ Tây phương hơn. Nhưng rồi nghĩ lại thời gian đã mất của cha tôi không hẳn là đã mất; cha tôi đã cống hiến toàn thời gian cho sáng tạo, cho nghệ thuật mà ông yêu mến.*

*Cha tôi đã tạc bức tượng này trên đảo Galang khi gia đình tôi vừa đào thoát khỏi Việt Nam. Nó là gia tài duy nhất chúng tôi mang vào nước Mỹ. Không dễ dàng gì để mang bức tượng đó theo. Tôi còn nhớ rất rõ những gì diễn ra ngày hôm đó. Khi nhập cảnh, họ khám xét các túi hành lý. Tôi còn thấy được vẻ sợ hãi trong ánh mắt cha tôi, chuông báo động réo lên khi túi xách có bức tượng đi qua màn hình phát hiện kim loại. Giọng cha tôi run lên với mấy chữ tiếng Anh rời rạc: "Art mine, please I keep OK?" Thật là may mắn, chúng tôi còn giữ được bức tượng ấy tới nay. Bức tượng được đặt giữa phòng khách, quay mặt về hướng nam.*

*Bức tượng trông thì đẹp nhưng không có ý nghĩa gì với tôi lúc đó... Tượng màu cát biển tạc chân dung một cô gái Á châu với dáng sang cả, vương giả. Có lần cha tôi bảo bức tượng ấy không chỉ là tượng trưng cho hy vọng và ước mơ mà còn nhiều hơn thế nữa. Là một nghệ sĩ, bị tước đoạt tự do sau khi cộng sản cưỡng chiếm miền Nam, gia đình chúng tôi đã đào thoát với ước mơ đi tìm cuộc sống tự do. Cha*

Bức tượng *Thời Gian* 1981, tác phẩm duy nhất của Nguyên Khai trên đảo Galang Indonesia, làm bằng đá san hô lượm trên bờ biển, chỉ có con dao phay để đục đẽo.

Gia đình Nguyên Khai trên đảo Galang

*tôi không chỉ có ước mơ cho chúng tôi mà cho chính ông nữa. Tất cả mong ước là ông được tự do sáng tạo và phát triển cuộc sống tâm linh.*

*Ban đầu tôi đã lầm khi nghĩ rằng giấc mơ của cha là trở thành một nghệ sĩ nổi tiếng và giàu có. Rồi tôi hiểu rằng chẳng dễ gì để ông có thể nổi tiếng trên đất Mỹ, và ông phải khởi sự lại từ bước đầu. Nước Mỹ là vùng đất mới và rất khác, và chỉ có mỗi con đường phía trước là thời gian, và bức tượng được mang tên "Thời Gian".* (Lược trích, The Time, Vĩnh Thăng, The Writers Post, July 1999)

## ĐẾN VỚI CĂN NHÀ MƠ ƯỚC

Những lần tới nhà Nguyên Khai, thường là cùng đi với vợ chồng Đổ Hoàng, bạn đồng môn Y khoa, nhưng Đường Thiện Đồng lại là bạn từ thời để chỏm với Bửu Khải với những ngày thơ ấu nơi trường tiểu học bên phủ Gia Hội. Nhà Đổ Hoàng có bộ sưu tập khá nhiều tranh Nguyên Khai và tôi vẫn gọi đùa đó là một Nguyên Khai's mini-museum. Tôi thì quen Nguyên Khai vào thập niên 60 có lẽ cùng thời với người bạn Tấm Cám Nghiêu Đề.

Nơi phòng khách, nhà trên để Lan Phương - chị Nguyên Khai và cũng là bà Tú Xương thời hiện đại tiếp bạn. Riêng tôi mỗi lần tới Nguyên Khai thì lại thích xuống thăm xưởng vẽ của anh. Gọi là xưởng vẽ chứ đó chỉ là một garage nhỏ, thiếu ánh sáng và ban ngày làm việc đôi khi cũng phải cần có thêm vài ngọn đèn.

Nguyễn Đình Toàn cũng phải ngạc nhiên viết: *"Đối với con mắt bình thường, người ta không khỏi thắc mắc tự hỏi, làm thế nào có thể vẽ trong điều kiện như vậy?"*

Tranh Nguyên Khai không chỉ đẹp mà ở một số bức còn mang nét man mác buồn của tình hoài hương / Nostalgia. Cho dù đang đi giữa những tòa nhà chọc trời của New York, Nguyên Khai vẫn nhìn thấy đâu đó ẩn hiện một nóc Nhà thờ Đức Bà của Sài Gòn trong trí tưởng ngày nào. *(Cũng có Nhà thờ Đức Bà ở New York 2009)*

Nếu nhà trên ngăn nắp bao nhiêu, thì nơi đây trong xưởng vẽ chỉ có ngổn ngang những khung tranh, ống màu và các cây cọ hoặc còn

Tình hoài hương trong tranh Nguyên Khai: *"Cũng có Nhà thờ Đức Bà ở New York"*, 2009

ướt hay đã khô cứng còn vấy màu lem luốc; tất cả như không chừa chỗ cho có một lối đi. Rồi cả chồng những bức tranh cũ mới xếp bên nhau. Có những bức đã xem, có đôi bức tranh mới, và cả một bức tranh dở dang còn đứng trên giá vẽ.

Nguyên Khai thì bao giờ cũng thú vị khi nói về bức tranh đang hình thành. Ý niệm của bước kết thúc ra sao, có thể còn có những bất ngờ đẹp hơn mà có lẽ người họa sĩ cũng chưa được biết rõ. Tình cờ trong hội họa có lẽ cũng thú vị như sự đột biến trong các bước cấu trúc của một tác phẩm văn chương.

Sau garage tranh ấy là khu vườn nhỏ, một khoảng không gian yên tĩnh khác mà tôi muốn lui tới. Diện tích mảnh vườn rất nhỏ thôi, ngoài mấy chậu Bonsai do chính tay Nguyên Khai chăm sóc cắt tỉa, khoảnh đất còn lại có đủ hoa trái bốn mùa: ổi, hồng giòn, cam chanh bưởi, một giàn lựu đỏ trĩu trái bên tường và rất hiếm là có cả một cây khế chua sai trái. Cũng phải tin là Nguyên Khai có tay trồng cây; cũng cây ấy trồng ở một nơi khác nhiều năm không ra trái, nhưng khi đưa về đây, chỉ năm sau cây trái đã lại sum suê.

*Tranh số 24 Nguyên Khai 1967,* mới tìm thấy trong sưu tập của một gallery ở Arizona

Trong garage, một bức tranh dở dang còn treo trên giá vẽ

Được xem tranh, ngắm mấy cụm Bonsai, và màu sắc cây trái thật sự là những phút thư giãn. Trời đổ tối, bước vào nhà bao giờ cũng là bữa ăn ngon, khi ra về không bao giờ tay không, nếu không là một túi cây trái tự hái, thì cũng là một gói xôi vò - món thuần Bắc, chắc chắn không phải là do "Mệ Bửu Khải" trổ tài nội trợ.

## MỘT NÉT VĂN HÓA LITTLE SAIGON

Gia đình Nguyên Khai từ nhiều năm sống êm ả trong một căn nhà nhỏ nơi vùng Tustin. Khi lần đầu tiên tới thăm, Trịnh Cung đã thốt lên: đó là căn nhà của mơ ước.

Nhớ lại khi Mai Thảo vừa mất, Đỗ Ngọc Yến có ý tưởng lập một giải văn chương Mai Thảo. Tôi nói với Yến, trước khi nói tới một giải văn chương mang tên Mai Thảo, việc nên làm ngay là giữ lại chiếc bàn viết lữ thứ của anh ấy, như một nét văn hóa của Little Saigon. Khó có thể tưởng tượng cảnh sống đạm bạc của Mai Thảo trên đất Mỹ. Chỉ

*Chim và Nguyệt Thực*, tranh sơn mài Nguyên Khai

*Hoàng Thành*, tranh sơn mài Nguyên Khai 1987

*Tranh Ngựa* Nguyên Khai 1993

*Trà Sớm Trà Muộn*, tranh tĩnh vật Nguyên Khai 2001. *Với bộ đồ trà của mẹ, tưởng nhớ ngày mẹ mất*, tranh tĩnh vật Nguyên Khai 2001

"Thời hiện đại và computer" 1992, "Mạch Dẫn" 1995 chất liệu hỗn hợp mixed media

*Nụ cười Đức Phật* 2006, phù điêu / bas-relief Nguyên Khai: (sưu tập Đổ Hoàng, Newport Beach)

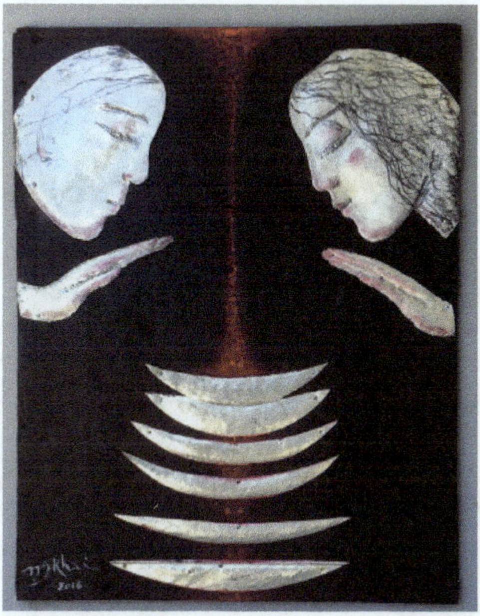

*Nguyệt Thực*, Nguyên Khai 2016 trong cuộc triển lãm 55 Năm Hội Họa Nguyên Khai 1961-2016

Từ Saigon 1975 tới Houston 2005, bảy thành viên "Hội Họa Sĩ Trẻ" hội ngộ 30 năm sau. Từ trái: Đinh Cường, Nguyễn Phước, Nguyên Khai, Nguyễn Lâm, Nguyễn Trung, Hồ Hữu Thủ, Trịnh Cung

*Triển lãm tranh Nguyên Khai 2016.* Từ trái: vợ chồng Nguyên Khai - Lan Phương, Ngô Thế Vinh và Trịnh Cung

*Triển lãm tranh Nguyên Khai 2016.* Từ phải: Nguyên Khai và Ngô Thế Vinh

là một căn phòng rất nhỏ trên lầu 2 của một chung cư dành cho người cao niên ngay phía sau nhà hàng Song Long. Chỉ có một bàn viết, chiếc giường đơn, một kệ sách, và trên vách là tấm hình Mai Thảo ngồi với Vũ Hoàng Chương trên bậc thềm nhà. Nhưng rồi cả không gian sống của Mai Thảo, cuối cùng chỉ đủ xếp vào hai chiếc thùng giấy. Và đã không còn đâu dấu vết chiếc bàn viết lữ thứ của một nhà văn lưu vong có tên Mai Thảo.

Người Việt phiêu bạt từ khắp năm châu, khi hành hương tới thủ đô tỵ nạn không lẽ chỉ để thấy một khu Phước Lộc Thọ, chỉ có một tiệm sách Văn Khoa thì nay cũng không còn nữa. Một người bạn cùng gia đình và đàn con thế hệ thứ hai đến từ xứ tuyết Toronto, nhận định là tới Little Saigon không lẽ chỉ để dẫn chúng nó vào những tiệm phở, ngắm bảng hiệu mấy văn phòng bác sĩ hay luật sư. Anh ấy muốn nói tới một *Công Viên Văn Hóa Việt Nam*.

Vẽ bằng men sứ trên bình trà hai vòi

Nghệ thuật Bonsai Nguyên Khai

Đầu tường lựu đỏ, hồng, khế, bưởi, bốn mùa cây trái trong vườn sau nhà Nguyên Khai

Mong ước, rồi ra ngoài một Gallery Nguyên Khai trên không gian ảo *www.nguyenkhaiart.com*, căn nhà nhỏ mơ ước của Nguyên Khai - *chữ của Trịnh Cung* - nơi thị trấn Tustin, Orange County California và một số tranh tượng ấy sẽ được giữ lại như thêm một nét văn hóa Việt nơi thủ đô tỵ nạn của một thế hệ di dân thứ nhất.

*Tustin, California 10.06.2016*

# THÁNG BA GÃY SÚNG, MỘT CAO XUÂN HUY KHÁC

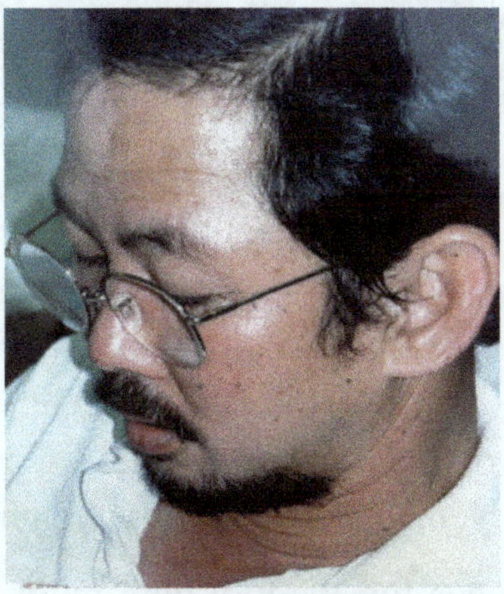

Cao Xuân Huy, ngoài đời thường
*(tư liệu Trịnh Y Thư)*

*Nhà văn Cao Xuân Huy mất ngày 12 tháng 11 năm 2010; vậy mà cũng đã 6 năm rồi. Sau đây là bài viết kết hợp của Ngô Thế Vinh, Nguyễn Xuân Hoàng, Trịnh Y Thư để tưởng niệm tác giả Tháng Ba Gãy Súng, nhân ngày giỗ thứ 6 của Anh.*

## TIỂU SỬ CAO XUÂN HUY

*09-1947 năm sinh, quê nội Bắc Ninh, quê ngoại Hà Nam, Bắc Việt.*

*10-1954 di cư vào Nam với mẹ.*
*02-1968 đi lính Thủy Quân Lục Chiến, VNCH.*
*03-1975 bị bắt làm tù binh.*
*09-1979 ra tù.*
*12-1982 vượt biên.*
*10-1983 đến Mỹ.*
*1984 định cư tại Nam California.*
*2005 chủ biên tạp chí Văn Học tới 04-2008.*
*11-2010 mất tại Lake Forest, Nam California.*

Tác phẩm:

*Tháng Ba Gãy Súng, 1985*
*Vài Mẩu Chuyện, 2010*

## TỰ SỰ CAO XUÂN HUY VỚI THÁNG BA GÃY SÚNG

Tôi không phải là một nhà văn, mà tôi chỉ là một người lính, lính tác chiến đúng nghĩa của danh từ, và những điều tôi viết trong quyển sách này chỉ là một câu chuyện, câu chuyện thật một trăm phần trăm được kể lại bằng chữ. Tôi viết những điều mà những thằng lính chúng tôi đã trực tiếp tham dự nhưng không ai viết lại, trong khi nhiều người đã viết về những chuyện chiến trường thì hình như chẳng có ai dự.

Trong lứa tuổi của tôi, lứa tuổi dưới mười khi theo gia đình di cư từ Bắc vào Nam, ngoại trừ những người có thân nhân ruột thịt bị giết bởi Việt Cộng, còn hầu hết, có bao nhiêu người thực sự căm thù Việt Cộng đâu, vì rõ rệt một điều là từ lứa tuổi tôi trở xuống, có đứa nào biết Việt Cộng là cái gì đâu. Cũng y như lứa tuổi dưới mười khi theo cha mẹ qua Mỹ từ năm 1975 ở đây bây giờ. Cũng thù ghét Việt Cộng vậy, nhưng chỉ là cái thù gia truyền, cha mẹ thù ghét thì mình cũng thù ghét theo thế thôi, chứ chẳng có gì là sâu đậm cả. Cho đến khi lớn lên, đầu óc đã tạm đủ để suy xét thì khổ một nỗi, hệ thống tuyên truyền của Việt Nam Cộng Hòa lại có giá trị phản tuyên truyền nhiều hơn là tuyên truyền. Cho nên khi vào quân đội, tôi tình nguyện vào đơn vị tác chiến thứ thiệt vì căm thù kẻ địch thì ít mà vì cái máu ngông nghênh của tuổi trẻ, vì bị kích thích bởi những cảm giác mạnh của chiến trường thì nhiều.

Tuy nhiên, vì ở một đơn vị thường xuyên tác chiến, cùng gian nguy, cùng sống chết với nhau nên tôi đã gắn bó với bạn bè, đồng đội trong đơn vị như với anh em ruột thịt. Tôi yêu đơn vị tôi, tôi yêu màu mũ, màu áo tôi, tôi yêu thuộc cấp tôi và tôi kính trọng thượng cấp tôi. Tôi bình thản chấp nhận mọi thói hư tật xấu của thượng cấp và thuộc cấp, và chính tôi cũng có quá nhiều thói hư tật xấu.

Nhưng, khi hai ông xếp lớn của tôi là đại tá lữ đoàn trưởng và trung tá lữ đoàn phó bỏ lữ đoàn gồm bốn tiểu đoàn tác chiến và các đơn vị phụ thuộc tổng cộng vào khoảng trên dưới bốn ngàn người trong cơn quẫn bách để chạy lấy thân thì lòng căm hận của tôi đột nhiên bùng dậy. Tôi giết Việt Cộng không gớm tay nhưng không bởi lòng căm thù vì giữa chúng tôi và Việt Cộng đã có lằn ranh rõ rệt, hai bên chiến tuyến hẳn hòi, hễ cứ thấy mặt nhau là giết, dùng mọi mưu mọi cách để giết nhau. Còn đằng này, vừa mất niềm tin vừa tủi nhục vì những người mình vừa kính trọng vừa phải tuân lệnh một cách tuyệt đối.

Làm thuyền trưởng thì phải sống chết theo tàu, làm đơn vị trưởng thì phải sống chết theo đơn vị. Tôi muốn nói đến tinh thần trách nhiệm của người chỉ huy. Người có quyền hành mà không có trách nhiệm nào có khác gì kẻ phản bội. Chúng ta thua không phải vì kẻ địch mạnh mà vì trong hàng ngũ chúng ta có quá nhiều kẻ phản bội và hèn nhát. Chính vì lòng thù hận sự hèn nhát và vô trách nhiệm của cấp chỉ huy nên hình ảnh và diễn tiến những ngày cuối cùng trước khi cả lữ đoàn tan rã và bị bắt bởi khoảng hơn một đại đội du kích Việt Cộng vào nửa cuối tháng Ba năm 1975 đã như một cuốn phim nằm in trong trí nhớ của tôi, chỉ cần một cái ấn nút là được chiếu lại một cách rõ nét với đầy đủ những suy nghĩ và phản ứng của tôi, với từng diễn tiến nhỏ mà tôi đã phải trải qua.

Tôi ôm cái kỷ niệm đau đớn và tủi nhục này cả chục năm nay, qua những năm tù đày, qua những ngày tháng lang thang ở trại tỵ nạn, qua đến Mỹ, tôi đọc được lời tuyên bố của một ông tướng cũ nào đó trên báo đại khái: “Để mất nước là tội chung của mọi người, làm lớn thì tội lớn, làm bé thì tội bé". Tôi nghĩ ngay đến một điều là những thằng đâm sau lưng chiến sĩ có tội, và những thằng chiến sĩ đưa lưng cho xếp của mình đâm cũng có tội luôn. Điều này đã là cái ấn nút để tôi kể lại câu chuyện này.

Điều tôi muốn nói trong quyển sách này là không ai là không quay lại nhìn chỗ mình vừa ngã, và cũng không ai là không quay lại nhìn đống phân mình vừa thải. Ngã là lỗi của chính mình, và phân có thối cũng là phân của mình, vậy mà tại sao cả chục năm nay vẫn không thấy ai dám quay nhìn lại cái lỗi đã làm cho mình ngã lên ngay trên đống phân của mình, mà chỉ có toàn những lời chửi bới và đổ lỗi cho người khác, can đảm lắm cũng chỉ dám nhận một cái lỗi chung chung "lớn lỗi lớn, bé lỗi bé" đúng theo cái kiểu "Quốc gia hưng vong thất phu hữu trách". Thằng thất phu còn có lỗi thì còn ai mà không có lỗi, tôi cũng đành có lỗi vậy.

Tôi không nhớ câu này của ai: *"Cái đám quân thần của triều đình cũ chẳng có gì phải ngại cả, vì khi có quân có quyền trong tay họ còn chẳng làm được trò trống gì, thì bây giờ, chỉ còn trơ lại có mỗi cái thân giá áo túi cơm, hỏi rằng họ sẽ làm được gì hơn ngoài cái giá và cái túi".*

Đâu phải đất nước ta là một bàn cờ để hễ đánh thua ván này, xóa đi xếp quân làm lại bàn khác mà tướng vẫn là tướng, quân vẫn là quân. Đâu phải những con xe, con mã, con chốt đã chết đi đều có thể dựng đầu dậy để làm lại một trận mới.

Trí đã không mà dũng cũng không, chỉ có mỗi cái tài dở dở ương ương là sử dụng một cách bừa bãi cái dũng của người khác đến nỗi phải bỏ cả đất nước mà chạy, đánh lừa để bỏ hàng triệu thằng dám chiến đấu tới cùng vào trong những trại tù đỏ, vậy mà vẫn còn dám chường mặt ra đòi tiếp tục làm cha mẹ dân thì quả là quá lắm lắm. Cái dĩ vãng thối tha và hèn nhát thì dù cho người đương thời có thể bỏ qua, nhưng lịch sử đâu có tha thứ. Vẫn cái chính danh là chống Cộng nhưng cái ngôn của các ông trước kia làm xếp lớn đã không thuận rồi, bây giờ phải để cho lớp người mới. Với tư thế mới, họ mới là những người thuận ngôn. Danh chính ngôn thuận mới có thể thắng được Việt

*Tháng Ba Gãy Súng*, Văn Khoa xuất bản lần đầu tiên 1986, Văn Học tái bản 2004, mẫu bìa Khánh Trường. Đây là một bút ký chiến tranh được tái bản nhiều lần nhất ở hải ngoại.

Cộng, khôi phục lại được đất nước. Những con chốt thấp cổ bé miệng, những thằng bị đè đầu sai khiến ngày xưa và những người mới lớn bây giờ mới có quyền nói và mới là người có tư cách làm.

Quyển sách này không hề là một tiểu thuyết mà là một hồi ký. Bởi vì tôi chưa từng là một người cầm bút và tôi cũng không biết cách sắp xếp câu chuyện như thế nào. Tháng Ba thì mọi người đã rõ, còn Gãy Súng, tôi muốn nói lên một điều đau lòng cho những thằng lính cầm súng, khẩu súng mà không có đạn thì giá trị không bằng một khúc củi mục, chính tôi đã dẫn đại đội xung phong lên chiếm mục tiêu mà chỉ bắn bằng mồm. Súng của chúng tôi có phải là đã bị bẻ gãy không khi mà vẫn có thể tiếp tế đạn cho chúng tôi để chúng tôi chiến đấu? Ai đã bẻ gãy súng của chúng tôi? Tôi đặt chữ Gãy Súng cho quyển sách này là như vậy.

Và tôi gọi Tháng Ba Gãy Súng là hồi ký vì tôi chịu hoàn toàn trách nhiệm về những điều tôi viết, tất cả những địa danh, những tên người, tên đơn vị, tất cả những diễn tiến đều là thật, thật một trăm phần trăm. Tôi không lồng vào đấy bất cứ một hư cấu nhỏ nào, chắc chắn là tôi đã quên khá nhiều chi tiết, và với cấp bậc và chức vụ thấp kém của tôi, chắc chắn là có rất nhiều dữ kiện mà tôi đã không được biết. Tôi viết lại hoàn toàn sự thật những điều mắt thấy, tai nghe, những điều tôi đã nhận lệnh và đã thi hành.

Nếu Tháng Ba Gãy Súng là tiểu thuyết thì tôi lại phải thêm một câu màu mè đại khái "những nhân vật và những sự việc đều do sự tưởng tượng của tác giả, mọi sự trùng hợp chỉ là ngẫu nhiên ngoài ý muốn…", trong khi tôi chỉ có một điều ngoài ý muốn là tôi đã không đủ khả năng để viết tất cả những điều tôi phải viết. *Cao Xuân Huy.*

## NGUYỄN XUÂN HOÀNG ĐỌC CAO XUÂN HUY

*Tháng Ba Gãy Súng. Hình như tên gọi của truyện kể là điều trước tiên lôi cuốn tôi. Tựa đề của một cuốn sách vốn đơn giản. Tháng Ba Gãy Súng là sự đơn giản quyến rũ. Tháng Ba là tháng thọ nạn của miền Trung, khi cơn lốc đỏ từ miền Bắc lao xuống. Phải một thời gian sau nữa nó mới đổ ập tới Sài Gòn yêu dấu cái Tháng Tư Đen hãi hùng và thống khổ. Cao Xuân Huy đặt câu hỏi: Ai đã bẻ gãy súng của quân đội ta, những người lính dũng cảm, có thừa mưu trí và kinh nghiệm chiến trường? Ai đã làm cho người lính chúng ta bó tay, khi súng còn đó mà đạn đã hết ở trong nòng?*

*Tác giả cho thấy bên dưới những người và việc là sự mất niềm tin của người lính trận trước một số cấp chỉ huy, những đàn anh "khả kính" đã dứt bỏ hàng ngũ trong cơn quẫn bách để chạy lấy thân, còn thì sống chết mặc bay!*

*Tháng Ba Gãy Súng vẽ lại cơn hồng thủy của một cuộc chiến không thương tiếc, phủ chụp lên số phận của cả một dân tộc. Trên bờ cát lạnh lẽo của biến cố, người ta nghe thấy tiếng động của những vòng xích sắt nghiến lạo xạo trên sọ người.*

*Đó là cuốn sách chứa rất ít nụ cười nhưng rất nhiều máu và nước mắt; niềm vui thì khô cằn mà đau thương và bất hạnh thì màu mỡ phì nhiêu; tàn bạo và căm hờn là bình thường nhưng dịu dàng và thuận thảo là điều xa lạ.*

*Chữ nghĩa trong Tháng Ba Gãy Súng giản dị, tự nhiên và trong sáng. Nhưng người đọc biết rõ một cách mười mươi rằng để có được những dòng chữ tưởng chừng như dễ dàng đó, Cao Xuân Huy đã phải trả một giá khá đắt: sự thách đố của anh với tử thần trong những đường tơ kẽ tóc để đổi lấy phẩm giá làm người. Có thể nói Tháng Ba Gãy Súng đã được viết bằng một trái tim nóng bỏng trước khi được gọt giũa và trau chuốt bằng một bút pháp nghề nghiệp. Nhưng điều này không hề làm hạn chế sức sống của tác phẩm.*

*Những ai ham đọc sách đều biết rằng các nhà văn lừng danh trên thế giới như Flaubert, Hemingway, Dickens, Tolstoy,... đều đã viết bằng một thứ ngôn từ tự nhiên và giản dị.*

*Trong một lần gặp gỡ tác giả, tôi hỏi anh tại sao lại xếp Tháng Ba Gãy Súng vào thể loại Hồi Ký mà không là Truyện Kể hay Truyện Ký, Cao Xuân Huy trả lời: "Bởi vì tôi đã không lồng vào đấy bất cứ một hư cấu nhỏ nào. Tôi viết lại hoàn toàn sự thật những điều mắt thấy tai nghe. Chỉ tiếc một điều là tôi đã không đủ khả năng để viết được tất cả những gì tôi cần phải viết".*

*Thật vậy, văn chương vốn cần hư cấu, nhưng hiện thực tự nó cũng thừa sự lớn lao và sâu sắc mà một trí tưởng tượng khiêm tốn đôi khi còn nghèo nàn và nông cạn hơn. Nói cách khác, hư cấu trong một tác phẩm tuy cần thiết, nhưng hiện thực bao giờ cũng là nền tảng để từ đó hư cấu có thể thành hình và đứng vững.*

*Chính cái hiện thực này đã khiến cho ngòi bút của Cao Xuân Huy có được cái vẻ sắc sảo đặc biệt, đồng thời cũng làm cho Tháng Ba Gãy Súng giữ được cái vẻ tươi mát nóng bỏng mà mọi thứ hư cấu rắc rối không sao đạt được.*

*Và nghệ thuật của Cao Xuân Huy nằm ở chỗ làm cho tác phẩm của anh có được sức thuyết phục mạnh mẽ hơn cái nó vốn có trong thực tế.*

*Thích nhất là những mẩu đối thoại trong Tháng Ba Gãy Súng. Nó nguyên chất, nhưng không dư thừa và tầm thường. Nó chưa bị chảy qua cái máy lọc "văn chương triết lý" nào. Nó sống và chát. Và rất gần với chúng ta.*

*Trả lời câu hỏi động cơ nào khiến anh viết Tháng Ba Gãy Súng, Cao Xuân Huy nói: "Không ai là không quay lại nhìn chỗ mình vừa ngã, và cũng không ai là không quay lại nhìn đống phân mình vừa thải. Ngã là lỗi của chính mình và phân có thối cũng là phân của mình. Vậy mà tại sao cả chục năm nay vẫn không thấy ai dám quay lại nhìn cái lỗi đã làm cho mình ngã ngay trên đống phân của mình, ngoài những lời chửi bới và đổ lỗi cho người khác".*

*Tất nhiên câu nói của anh còn có chỗ phải bàn thảo lại, suy nghĩ thêm, nhưng ở đây trong khung cảnh đặc biệt của Tháng Ba Gãy Súng, câu nói đó có cách lý giải riêng của nó.*

*Trước khi cầm bút viết lại những ngày tháng của lịch sử một trận chiến mà mình là một chứng nhân, Cao Xuân Huy đã là một sĩ quan chiến đấu thuộc một binh chủng lừng danh chiến trường mà mọi người chúng ta đều nghe tiếng: Thủy Quân Lục Chiến.*

*Chiến trường, sống và viết, Cao Xuân Huy có đủ những yếu tố đó để viết những trang văn xuôi nóng bỏng của mình.*

*Cao Xuân Huy nói: "Đất nước ta đâu phải là một bàn cờ mà hễ đánh thua ván này thì xóa đi xếp quân làm lại bàn khác, mà tướng vẫn là tướng, quân vẫn là quân, đâu phải những con xe, con mã, con chốt đã chết đều có thể dựng đầu dậy để làm lại một trận đấu mới!"*

*Những suy nghĩ đó của anh không hề có ý định dừng lại ở chỗ chỉ là những điều viết ra để ngẫm nghĩ.*

*Khi trang cuối của Tháng Ba Gãy Súng được gấp lại, người đọc hình như vẫn cảm thấy còn một điều gì đó chưa xong chưa hết. Cái dấu chấm hết của mệnh đề sau cùng vẫn còn là một lời hứa hẹn sẽ mở ra một trang sách khác.*

*Dù sao những hình ảnh tàn nhẫn và khủng khiếp, những nỗi lo âu và hãi hùng vẫn còn đọng lại trong ta.*

*Vẫn còn đọng lại trong ta những địa danh, địa hình, địa điểm quen thuộc của một vùng đất quê hương khô cằn, cả thời tiết của đất trời mà da thịt ta vốn từng chịu đựng, và nhất là vẫn còn đọng lại trong ta hình ảnh những con người – trong đó có chúng ta – với số phận hẩm hiu cô quạnh bị bủa vây trong cơn cuồng nộ của những biến cố bạo tàn…*

*Tất cả những người và việc ấy chừng như mới xảy ra ngày hôm qua, vẫn còn luẩn quẩn đâu đây…*

*Với Tháng Ba Gãy Súng, Cao Xuân Huy đã viết được "những trang văn xuôi lương thiện và giản dị về con người", điều mà Ernest Hemingway gọi là "trên đời này thật không có gì khó khăn hơn".*

Nguyễn Xuân Hoàng
*Santa Ana, tháng Tư 1986*
*(Nguồn: Talawas http://talawas.org/talaDB/showFile.php?res=536&rb=0102)*

Cũng được cho biết *Tháng Ba Gãy Súng* đã được tái bản đến 14 lần, và sách đã có mặt trong các thư viện lớn trên thế giới. Có lẽ chưa một cuốn sách nào ở hải ngoại được tái bản nhiều lần và được tìm đọc nhiều đến như vậy. Cuốn sách cũng được đưa nguyên vẹn vào bộ trường thiên tiểu thuyết "Mùa Biển Động" của nhà văn Nguyễn Mộng Giác như một chương kết.

## MỘT CAO XUÂN HUY KHÁC

Trong tình bằng hữu nhiều năm với Huy, được sự đồng ý của chị Cao Xuân Huy và hai cháu Chúc Dung & Xuân Dung, bài viết thiên về khía cạnh y khoa này, nói về một Cao Xuân Huy khác, người bệnh Cao Xuân Huy chênh vênh trên con dốc của tử sinh, đã can trường

*Vài Mẩu Chuyện*, tập truyện ngắn Cao Xuân Huy do Văn Học xuất bản 2010. Hình dưới, Cao Xuân Huy cười vui trong suốt buổi ký tặng sách bạn hữu tại hội trường nhật báo Việt Herald 10.07.2010 tại Little Saigon

chống chỏi với bệnh tật cho tới những ngày và giờ phút cuối cùng và đã ra đi với tất cả "phẩm giá".

Melanoma là loại ung thư phát triển từ những *tế bào sản xuất sắc tố melanin / melanocytes,* yếu tố định hình màu da của mỗi chủng tộc. Thông thường melanoma là loại ung thư da / *melanoma skin cancer*, nhưng mắt cũng có thể là nơi phát triển loại ung thư này, tuy khá hiếm. Ung thư sắc tố melanoma trong mắt thì không dễ phát hiện như ở ngoài da. Khi phát hiện thường là đã trễ. Đó là trường hợp Cao Xuân Huy, rất tình cờ, khi Huy nheo một bên mắt thì mắt kia không thấy gì. Huy báo tin cho tôi biết.

Khi đột ngột mất thị giác một mắt, phải nghĩ tới những nguyên nhân khẩn cấp khác (như bong võng mạc / retinal detachment, tai biến mạch máu não / stroke, thiên đầu thống / migraine, cao áp nhãn / glaucoma…) thay vì nghĩ ngay tới ung thư mắt. Một bác sĩ nhãn khoa Việt Nam đã khám ngay cho Huy, chẩn đoán lâm sàng đầu tiên cho đây có thể là do một loại nấm khá hiếm mọc trên võng mô / retina. Nhưng cũng rất sớm, những ngày sau đó, UCLA đã có một chẩn đoán chính xác cho Huy: *ung thư sắc tố mắt / ocular melanoma*. Từ đây, trong suốt bài này chỉ đơn giản gọi là *"melanoma-mắt."*

Không rõ nguyên nhân, nhưng số người mắc bệnh *melanoma-mắt* thì cao hơn ở nhóm người da trắng, mắt xanh (không phải Huy), hoặc cũng có thể vì *"hiệu ứng gây ung thư / oncogenic effects"* do *phơi ngoài nắng lâu dài;* riêng đặc tính này thì Huy được xem như *"overqualified"*, do những năm dài lính tráng hành quân khắp bốn vùng chiến thuật và sau đó là thêm những năm lao động khổ sai tù đày ở một xứ sở nhiệt đới như Việt Nam. Nói thêm, theo thuật ngữ y khoa, thì đây có thể là do *"sai lầm của gene biến thể / mutated gene"* đã ra lệnh hoảng cho các *tế bào sản xuất melanin* tiếp tục phát triển thay vì bình thường theo chu kỳ lão hóa và rồi chết đi. Y khoa bước đầu cũng đã tìm ra những *"dấu ấn phân tử / molecular markers"* trong nhiễm sắc thể / chromosome để phát hiện rất sớm các di căn.

*Melanoma-mắt* là loại ung thư hiếm, rất thầm lặng và khi phát hiện thường là trễ với hơn 50% đã có di căn, nên tuổi thọ / life expectancy của những bệnh nhân này rất là ngắn, còn khoảng từ 2 tới 7 tháng; chỉ có khoảng 15% bệnh nhân là sống lâu hơn 12 tháng. Lý do chính là melanoma mắt với di căn tới gan, hầu như kháng lại mọi điều trị.

*Melanoma-mắt* có thể hoàn toàn không có triệu chứng gì ban đầu, khi có triệu chứng cũng không đặc thù như lóa mắt / flashing lights, mờ mắt / blurred vision hay với triệu chứng nhức mắt do tăng nhãn áp / glaucoma hoặc mất thị giác / vision loss (trường hợp của Huy), và diễn tiến lâm sàng thì rất bất định về thời gian trước khi có di căn tới các bộ phận khác ngoài xa mắt như gan, phổi, não và xương.

Các xét nghiệm và phương pháp chẩn đoán bao gồm: thử máu chức năng gan, siêu âm mắt để phát hiện bướu trong mắt, chụp mạch máu mắt với chất cản quang, và có thể cần tới *sinh thiết / biopsy* vùng bướu trong mắt để xác định loại ung thư. Tiếp theo là theo dõi định kỳ, cũng với xét nghiệm máu, hình phổi, CT scan thay MRI để phát hiện sớm vùng bị di căn. UCLA đã cung ứng cho Cao Xuân Huy gần như đầy đủ những "tiêu chuẩn" như vậy.

Nhưng yếu tố thời gian vẫn là tiên quyết. Thử chức năng gan đôi khi vẫn bình thường nhưng có thể ung thư đã lan tới gan, với những *di căn rất nhỏ / micrometastases*.

Nụ cười Cao Xuân Huy

Melanoma-da và *melanoma-mắt*, tuy cùng tên gọi nhưng lại là hai loài *"dã thú"* khác nhau. *"Hóa trị / chemotherapy"* có thể hiệu quả với melanoma-da nhưng lại gần như "bất trị" đối với trường hợp thứ hai. Kinh nghiệm điều trị di căn / metastases gan từ *melanoma-mắt* không nhiều. Hiệu quả điều trị được định nghĩa như bướu di căn thu nhỏ lại 50% hay hơn. Nếu đáp ứng chỉ được 15% không khác với hiệu ứng placebo / giả dược thì việc tiếp tục điều trị thêm nữa chỉ làm người bệnh thống khổ thêm trong những tháng ngày ngắn ngủi còn lại.

Cao Xuân Huy không là con bệnh của phẫu thuật / surgical candidate. Khởi đầu, Huy được xạ trị / radiation therapy trên vùng mắt bệnh hay từ chuyên môn còn gọi là *brachytherapy*, như một loại kim phóng xạ / radioactive seeds.

Sau bước điều trị ấy, Huy vẫn được UCLA thường xuyên theo dõi. Do chỉ còn nhìn được với một mắt nên tầm thị giác của Huy bị giảm đáng kể, mất khả năng *lượng giá chiều sâu / depth perception*, nhưng Huy thì vẫn thản nhiên sinh hoạt bình thường, hàng ngày lái xe khá xa từ nhà ở Lake Forest đi làm trên Little Saigon, khi lái xe về nhà ban đêm Huy đã thấy khó khăn hơn.

Hóa trị liệu được dùng trong điều trị melanoma da và mắt. Thuốc cho qua đường tĩnh mạch, theo đường dẫn của máu tới vùng ung thư nhằm nhanh chóng giết chết các "tế bào ác". Cũng không tránh được thuốc ấy giết hại cả những tế bào lành. Và dĩ nhiên có vô số những *biến chứng phụ / side effects* do thuốc, khiến không ít số bệnh nhân phải bỏ cuộc, bao gồm: trầm cảm, mỏi mệt, nôn mửa xuống cân, thiếu máu, giảm bạch cầu nghiêm trọng / neutropenia làm mất khả năng đề kháng dễ bị nhiễm trùng nặng gây tử vong… Tiến bộ của y khoa đã có những thuốc mới làm giảm thiểu các phản ứng phụ này. Chỉ khoảng 20% bệnh nhân melanoma-da có đáp ứng điều trị. Chưa có hóa trị liệu nào chứng tỏ có hiệu quả đối với *di căn melanoma-mắt xuống gan*, như trường hợp Cao Xuân Huy.

Bướu di căn của loại melanoma này không phải chỉ có một, do có nhiều bướu nhỏ trong gan, nên phẫu thuật cắt bỏ / resection không có chỉ định trong trường hợp này.

Người lính Cao Xuân Huy 2007 và Mẹ già *(tài liệu TQLC, Úc Châu)*

Cao Xuân Huy 2007 và vợ *(tư liệu gia đình Cao Xuân Huy)*

Vợ chồng Cao Xuân Huy và 2 con gái Chúc Dung, Xuân Dung. *(tư liệu gia đình Cao Xuân Huy)*

Mũ Xanh Cao Xuân Huy từ trái, hội ngộ cùng các chiến hữu Thủy Quân Lục Chiến VNCH.
*(tư liệu TQLC VNCH)*

Nói chung, một số loại ung thư có thể chữa lành, nhưng *melanoma-mắt với di căn gan* thì không có hay đúng hơn là chưa có trong danh sách ấy, nó thuộc loại rất "ác tính" vẫn còn là một thách đố với tiến bộ của y khoa trong thế kỷ 21.

Cũng như khi cầm bút, Huy viết về cái xấu cái tốt của mình một cách thản nhiên, thì nay nói về bệnh ung thư mắt của mình cũng với một sự thản nhiên như vậy, trong khi người nghe thì không tránh được nỗi xúc động hay cả hốt hoảng. Một người bạn thân sau khi gặp Huy đã phát biểu: *"Huy bệnh ngặt nghèo như vậy mà chính mình lại như được nó an ủi."*

Theo dõi Huy, mới thấy Huy là người bệnh khá mẫu mực, dứt bỏ rượu dễ dàng, rất kỷ luật trong từng giai đoạn điều trị, Huy cũng đã nhận được những chăm sóc y khoa tiên tiến nhất mà anh rất xứng đáng được hưởng. Đổi lại, Huy đã cống hiến cho y khoa một *"case study"* tốt nhất trong cuộc chiến đấu khuất phục loại ung thư mắt dữ dằn này.

Huy đã can đảm chịu đựng, vượt lên trên những thống khổ do hậu quả của các bước điều trị mà ngay từ bước đầu đã không có một hứa hẹn thắng lợi nào. Anh cũng được báo trước rằng khi chấp nhận điều trị, phẩm chất những tháng ngày còn lại của anh có thể sẽ bị ảnh hưởng, không những thế quỹ thời gian của Huy còn có thể bị rút ngắn hơn. Huy đã can đảm chấp nhận tất cả.

Huy và tôi, qua cell vẫn liên lạc với nhau hàng tuần, thường là thứ Năm sau ngày tái khám ở UCLA về. Thường là tôi phone cho Huy, nhưng lần này Huy gọi tôi báo tin cho biết CT scan mới phát hiện có bướu nhỏ trong gan. Nhiều phần có thể là do di căn từ ung thư mắt nhưng cũng có thể là một bướu gan tiên khởi / primary tumor không có liên hệ gì tới *melanoma-mắt*, khi mà tỉ lệ ung thư gan do viêm gan siêu vi B của người Việt Nam hay các sắc dân Á châu nói chung khá cao. Dù trường hợp nào thì điều trị cũng là rất khó khăn.

Tuần lễ sau đó, con gái Huy đưa bố vào UCLA làm biopsy / sinh thiết gan, và chưa bao giờ nghe Huy mở miệng than đau. Kết quả sinh thiết gan xác định bướu gan là do di căn từ ung thư mắt. Không thể giải quyết bằng phẫu thuật, mà xạ trị / radiation therapy hay hóa trị / chemotherapy đều không có hiệu quả với loại di căn này. Cuộc chiến đấu sắp tới của Huy có phần gay go hơn. Huy rất biết có một *dự hậu / prognosis* không sáng sủa như vậy nhưng vẫn chấp nhận *"một vòng / cycle hóa trị liệu"* đầu tiên, mỗi tuần vào ngày thứ Tư trong 6 tuần lễ. Huy vượt qua vòng đầu một cách dễ dàng, dĩ nhiên cũng phải trải qua tất cả những biến chứng phụ do thuốc. Thời gian này, Huy vẫn tự lái xe đi làm và cả cuối tuần thì gặp gỡ các bằng hữu. Tái lượng giá sau vòng 1 hóa trị, vùng di căn ổn định, không lớn ra hay phát tán thêm. Như một chút ánh sáng cuối đường hầm, nhưng không thể nói điều trị đã có hiệu quả. Trong cuộc chiến rất không cân xứng ấy, thắng lợi đầu tiên không phải là diệt mà là "cầm chân địch". Và Huy chấp nhận thêm một *"vòng hóa trị thứ hai"*, cũng mỗi tuần trong 6 tuần lễ nữa.

Không biết bên địch tổn thất bao nhiêu, nhưng rõ ràng Huy bắt đầu phải trả giá. Tuần lễ đầu tiên, sau lần hóa trị của vòng 2, Huy cho biết, ngoài các phản ứng phụ đã trải qua như ở vòng đầu, thì lần này khắp mình mẩy thêm cái *"đau như xé thịt"* – chữ của Cao Xuân Huy. Huy chưa bao giờ biết than đau, có nghĩa là *ngưỡng chịu đau / pain threshold* của Huy rất cao, cái đau 10/10 vẫn không khiến Huy có ý định bỏ cuộc. Tuần lễ thứ hai, với sự dè dặt của toán điều trị, nhưng Huy vẫn yêu cầu tiếp tục bước thứ hai. Vẫn cái *"đau xé thịt"* ấy nhưng cường độ thì lớn hơn và kéo dài hơn mấy ngày sau khiến Huy phải cần thuốc giảm đau. Đây là một khúc rẽ quan trọng, do sức người có hạn, Huy không thể đi những bước tiếp theo, theo lượng định của toán điều trị chứ không phải do Huy. Sự can trường với sức mạnh tinh thần vốn có của Huy đã không tỉ lệ với thể trạng của Huy bây giờ. Huy cần một *"thời gian dưỡng thương"* trước khi có thể hoạch định một bước điều trị khác.

Rồi bước tái lượng giá tiếp theo, Huy được báo cho biết bướu di căn cũ thì đã lớn hơn và có thêm những di căn mới trong gan. Riêng Huy cũng cảm thấy vùng gan bây giờ không chỉ cứng hơn mà còn lớn hơn và ăn uống thì khó khăn. Từ đây Huy xuống sắc, xuống cân và yếu đi rất nhanh, duy tinh thần thì vẫn vững vàng. Như từ bao giờ, Huy vẫn với thái độ rất thản nhiên, và như không có gì để hối tiếc.

Có lần gặp Huy đã quá yếu, không còn đứng vững trên hai chân, sắp ngã quỵ mà Huy vẫn không muốn vịn trên cánh tay người bạn đứng bên mình.

Như vậy UCLA cũng đã bó tay, và gửi trả Huy về với bác sĩ gia đình. Thay vì đưa vào *hospice / nơi chăm sóc người cận tử*, thì Huy vẫn sống với sự chăm sóc đầy ắp thương yêu của gia đình với vợ và hai con.

Chủ Nhật 07/11/2010, lễ hứa hôn con gái thứ hai của Huy (cháu Xuân Dung) được tổ chức sớm hơn trong gia đình cho Huy vui và Huy đã thực sự vui với ngày vui ấy của con gái. Sau này tôi khám phá ra một điều, một Cao Xuân Huy tuy cứng cỏi nhưng cũng biết sợ, rất sợ đứa con gái thứ hai. Huy có thể không nghe đôi lời khuyên của tôi, nhưng những gì nhắn qua Xuân Dung, như mệnh lệnh của trái tim, tôi biết chắc Huy sẽ làm.

Những ngày sau đó, các cơn đau khiến người Huy co lại nhưng Huy vẫn không muốn dùng nhiều thuốc giảm đau. Cuối cùng thì phải cần tới morphine với liều lượng càng ngày càng tăng mỗi hai tiếng và cũng chỉ phần nào giảm các cơn đau đổ ập tới. Huy thì vẫn khắc kỷ

Cao Xuân Huy và bạn hữu, từ phải: Hoàng Khởi Phong, Hoàng Chính Nghĩa, Cao Xuân Huy, Ngô Thế Vinh. *(photo by Phạm Bích Hoan 2006)*

Từ phải: Cao Xuân Huy, Hoàng Khởi Phong, Hoàng Chính Nghĩa, Khánh Trường, Phan Nhật Nam. *(tư liệu Khánh Trường)*

chịu đựng, không rên siết hay một lời than đau và vẫn không thiếu nụ cười hiền với người thân và các bằng hữu rất quý Huy tới thăm.

Năm ngày sau, 4 giờ 53 chiều thứ Sáu 12-11-2010, Huy đã yên tĩnh và mãn nguyện ra đi vẫn bên sự chăm sóc thương yêu của vợ con và có thêm hai người bạn vô cùng thân thiết: một từ thuở thơ ấu, Bs Nguyễn Đức mới tới từ Florida, một từ thời quân ngũ TQLC, anh Trần Như Hùng đã đến kịp từ Úc Châu.

Bước trên con dốc chênh vênh của tử sinh, trong cuộc chiến không cân sức ấy, Cao Xuân Huy như một người bệnh mẫu mực, đã can trường hoàn tất cuộc chiến đấu cuối cùng của đời mình, *với tất cả sức mạnh tinh thần và đã ra đi với nguyên vẹn phẩm giá / with dignity.*

## BÀI THƠ THÁNG BA TRỊNH Y THƯ

eMail Trịnh Y Thư 12 tháng 11, 2016, cũng là ngày giỗ thứ 6 của Cao Xuân Huy. Bài thơ TYT làm ngay tối hôm CXH trút hơi thở cuối cùng. Bức ảnh trong bài thơ do TYT chụp lúc tro CXH thả xuống biển Laguna Beach 100 ngày sau.

Lễ thả tro Cao Xuân Huy xuống biển Laguna Beach 100 ngày sau khi Huy mất. *(photo by Trịnh Y Thư)*

## THÁNG BA, HÃY TRÔI ĐI

Tháng ba đỉnh trời toác máu
lũ kên kên chao chiêng mùi tử khí trào dâng
tháng ba xác trẻ và người già
Nằm bên nhau thanh thản nghe gió vi vu
bờ lau Cửa Việt sóng bủa lớn
nuốt chửng –
Thành phố lạ, biển đen không đâu là nhà
tên tuổi lãng quên như râu tóc
bản nháp cuộc đời viết mãi chưa xong
Đêm trổ mưa, đi về như cơn mộng
rượu đỏ máu bầm cũng thế thôi
ngan ngát hoàng lan chờ bên khung cửa
Chua xót viên đạn cũ còn sưng vết thương
tháng ba trở về bờ cát đỏ
tháng ba trôi đi như ngàn sương
Lạ thổ ngơi lạ cả tình
bên kia núi còn nghe đồng vọng
u uất đêm trăng –
Chờ ngày hóa thân
cõi lạ vừa nằm xuống đã thấy biển xưa
cát trắng mái nhà nâu hàng dừa
Hãy trôi đi tháng ba.

(Trịnh Y Thư, 12.11.2010)

*California, 16.11.2010 - 12.11.2016*

## PHÙNG NGUYỄN
## NHƯ CHƯA HỀ GIÃ BIỆT

*The only certainty in this life is uncertainty*
*Chỉ có thường hằng trong đời này chính là sự vô thường*

Gửi Các Bạn Anh Phùng Nguyễn

Phùng Nguyễn, California, May 2015
*(photo by Ngô Thế Vinh)*

## TIỂU SỬ PHÙNG NGUYỄN

Nhà văn Phùng Nguyễn, tên thật Nguyễn Đức Phùng, sinh năm 1950 tại Quảng Nam, là anh cả trong một gia đình đông anh em. Học xong tiểu học trong một làng quê, năm 1961 cậu học sinh Nguyễn Đức Phùng thi đậu vào lớp Đệ Thất trường trung học Trần Quý Cáp, Hội An. Ba năm sau đó, 1964, Phùng theo gia đình vào Sài Gòn.

Có một giai đoạn rất quan trọng mà Phùng Nguyễn đã không ghi trong phần tiểu sử của mình, đó là Phùng đi lính năm 1968, lúc ấy mới 18 tuổi và là một thương phế binh giải ngũ trước 1975. Theo người viết, những năm tháng mặc áo lính tuy ngắn nhưng đã có ảnh hưởng sâu đậm tới bước hình thành phong cách của cả văn nghiệp Phùng Nguyễn về sau này.

*Phần tiểu sử chính thức mà Phùng Nguyễn tự soạn cho mình chỉ ghi khoảng thời gian từ 1984 khi anh đặt chân tới Hoa Kỳ:*

*- Sinh quán Quảng Nam, Việt Nam.*
*- Định cư ở Hoa Kỳ từ tháng 5 năm 1984.*
*- Tốt nghiệp Cử nhân summa cum laude ngành Quản trị kinh doanh và tin học năm 1990 và Thạc sĩ Quản Trị Kinh Doanh (MBA) năm 1992 tại California State University (Bakersfield, California).*
*- Làm việc trong ngành tin học từ năm 1990. Chức vụ sau cùng: Director of Information System (Jaco Oil Company, California).*
*- Có nhiều sáng tác văn học và tiểu luận xuất hiện trong các tạp chí Văn (USA), Văn Học (USA), Hợp Lưu (USA), Việt (AUS), Thế Kỷ 21 (USA) và các báo mạng như talawas.org, tienve.org, damau.org*
*- Đề xuất, thiết kế, xây dựng, và bảo trì ấn bản mạng cho các tạp chí Văn Học, Văn, Hợp Lưu, và Việt từ năm 1997 cho đến 2002.*
*- Từng đảm nhiệm chức vụ Chủ bút của tạp chí văn học Hợp Lưu (California, USA) từ tháng 6 năm 2002 cho đến tháng 4 năm 2003.*
*- Đồng sáng lập tạp chí văn chương mạng Da Màu (tháng 7 năm 2006) cùng với nhà văn Đặng Thơ Thơ & nhà thơ Đỗ Lê Anh Đào.*
*- Biên tập viên và đồng thời phụ trách phần kỹ thuật cho tạp chí Da Màu từ 2006 cho đến nay.*
*- Sáng lập và xây dựng Thư viện Kệ Sách eBook (kesach.org). Đưa kesach.org vào sinh hoạt từ tháng 5, 2008. Cho đến nay đã xuất bản và ấn hành miễn phí hơn 150 tác phẩm văn chương tiếng Việt trong dạng ebooks trên các hệ thống ấn hành ebook Scribd.com và Smashwords.com*

*- Phụ trách Blog Phùng Nguyễn: Rừng và Cây trên VOA (Đài Tiếng Nói Hoa Kỳ).*

*Sách đã xuất bản:*

*- Tháp Ký Ức, tập truyện ngắn. Nxb Văn 1988 (California, USA)*

*- Đêm Oakland và Những Truyện Khác, tập truyện ngắn. Nxb Văn 2001 (California, USA)*

*Sách dự định xuất bản trong năm 2015:*

*- Tuyển tập truyện ngắn*

*- Tiểu luận Phùng Nguyễn*

(hết trích dẫn)

Blog *Rừng & Cây* của Phùng Nguyễn trên VOA (Đài Tiếng Nói Hoa Kỳ) phân tích các sự kiện văn hóa đáng chú ý của Việt Nam và thế giới, cũng là nơi góp mặt của một số các ngòi bút thân hữu trong và ngoài nước. Bài đầu tiên trên blog là của Phùng Nguyễn: *Văn đoàn độc lập Việt Nam: Sự kiện hay Cước chú?* posted ngày 16-07-2015, và bài viết cuối cùng *Mệnh Trời* cũng của Phùng Nguyễn như một di cảo posted ngày 20-11-2015, nhưng anh đã mất 3 ngày trước đó. VOA đã viết một *chapeau* dẫn nhập thật cảm động cho *Mệnh Trời*:

*"Chủ nhật 22 tháng 11 là ngày phát tang nhà văn Phùng Nguyễn. Nhân dịp này VOA Tiếng Việt xin trân trọng giới thiệu với quý độc giả một di cảo của nhà văn vừa tạ thế như một lời vĩnh biệt của ông với bạn đọc, bằng hữu cùng những người ngưỡng mộ ông. Đây là blog cuối cùng của ông, nhưng chúng tôi tin rằng những lý tưởng và giá trị nhân bản mà ông và các thi văn hữu của ông bảo vệ và cổ súy qua cột blog do ông chủ xướng sẽ không bao giờ bị mai một, cho dù Mệnh Trời có như thế nào đi nữa."*

Trước sự ra đi đột ngột của nhà văn Phùng Nguyễn, VOA cũng đã có lời phân ưu:

*"Nhà văn Phùng Nguyễn, người phụ trách cột blog "Rừng & Cây" trên VOA Tiếng Việt, vừa đột ngột qua đời ngày 17 tháng 11, 2015 tại bang Maryland, Hoa Kỳ. Tuy thời gian hợp tác với VOA Tiếng Việt chưa lâu, những bài viết nghiêm túc, độc đáo và đặc sắc của nhà văn Phùng Nguyễn cũng như của những thi văn hữu được ông mời cộng tác về đề tài văn học-nghệ thuật cùng những vấn đề liên*

*quan đã thu hút sự chú ý và được đánh giá cao bởi đông đảo bạn đọc tại Việt Nam cũng như ở nước ngoài. Sự ra đi quá sớm của Ông là một thiệt thòi khó bù đắp không những cho giới văn học mà còn cho những người đọc yêu mến Ông qua cột blog "Rừng & Cây". Ban Việt ngữ xin thành thực chia buồn cùng tang quyến Nhà văn Phùng Nguyễn trước sự mất mát to lớn này. Sự đóng góp quý báu của Ông sẽ được VOA Tiếng Việt luôn trân trọng."*

Chân dung Phùng Nguyễn trên Blog Rừng và Cây *(nguồn: VOA)*

Tính ra Blog *Rừng & Cây* chỉ hoạt động vỏn vẹn được đúng 4 tháng với tổng số 35 bài viết, riêng Phùng Nguyễn viết 16 bài nhưng trước đó anh cũng đã viết nhiều bài tiểu luận rất sắc sảo đăng trên các tạp chí Văn, Văn Học, Hợp Lưu, Việt, Thế Kỷ 21 và các báo mạng như talawas.org, tienve.org, damau.org…

## CHÂN DUNG NGƯỜI LÍNH PHÙNG NGUYỄN

Trong bài Vĩnh biệt Phùng Nguyễn, nhà văn Trần Hoài Thư đã phác họa chân dung Phùng Nguyễn: *"Từ Ô Thước rồi đến Talawas rồi Da Màu, những diễn đàn văn học luôn luôn thấy bóng Phùng Nguyễn. Ngày xưa Phùng Nguyễn mang súng thì bây giờ Phùng Nguyễn mang laptop đến mọi nơi mọi chốn. Tôi theo dõi người lữ hành ấy và cảm phục vô ngần."*

Trần Hoài Thư viết tiếp: *"Tôi và Phùng Nguyễn dù chỉ gặp nhau một đôi lần nhưng xem như thân thiết trên cuộc hành trình cùng văn chương chữ nghĩa, và cả cuộc sống. Thứ nhất là chúng tôi cùng là dân IT (Information Technology). Thứ hai, chúng tôi cùng có mặt trong bộ đồng phục trước 1975. Thứ ba, chúng tôi cùng viết chung con đường yêu mến văn chương chữ nghĩa."*

Tối Thứ Bảy, ngày 21 tháng 11, 2015 cũng là ngày phát tang Phùng Nguyễn bên Maryland, tôi eMail cho Trần Hoài Thư:

*"Phùng Nguyễn rất ít khi nói về thời gian quân ngũ của mình, nhưng theo tôi biết, Phùng Nguyễn nhập ngũ sau Tết Mậu Thân 68, và sau đó là một thương phế binh phải nằm* nhiều tháng trong Tổng Y viện Cộng Hòa *cho tới khi giải ngũ, anh Trần Hoài Thư có biết thêm chi tiết gì về giai đoạn người lính sau đó là thương phế binh Phùng Nguyễn không? Tôi đang viết một bài về Phùng Nguyễn."*

Trần Hoài Thư trả lời tôi ngay trong đêm: *"Anh Ngô Thế Vinh thân, tôi không biết. Chỉ đọc tiểu sử. Anh gắng truy tầm thử xem. Phùng Nguyễn nhập ngũ năm 18 tuổi, lúc là học sinh Trung học..."*

Gặp Phùng Nguyễn mới đây thôi, anh có dáng khỏe mạnh của một tráng niên, trẻ hơn tuổi, da sậm nắng, khuôn mặt vuông, trán cao, nói cười chừng mực. Có lần sánh vai cùng đi bộ nhanh với Phùng trên bãi biển Huntington Beach, do có phone của Đinh Cường tôi bị bỏ rơi về phía sau. Phùng Nguyễn có ý vừa đi vừa chờ; và tôi chợt nhận ra dáng đi của Phùng hơi lệch về bên phải. Suy đoán, có lẽ Phùng bị polio / sốt bại liệt nhẹ từ hồi nhỏ, một dịch bệnh rất thông thường ở Việt Nam. Chỉ nghĩ vậy thôi nhưng tôi không hỏi thêm. Ở một khi khác cũng đi bộ nhưng lần này trên bãi biển Laguna Beach, trời nắng ấm Phùng mặc quần short, thấy chân phải anh không bị teo nhưng lại có các vết sẹo mổ. Tôi hỏi Phùng, anh chỉ kể rất vắn tắt về một cuộc hành quân vùng sình lầy, tiểu đội anh đạp phải mìn, vài đồng đội chết, riêng Phùng bị thương, gẫy nát hai xương chân bên phải, vết thương khá nặng phải đưa về Tổng Y Viện Cộng Hòa để được *phẫu thuật chấn thương chỉnh hình (reconstructive surgery)* và bó bột, nhưng không may sau đó vết thương nhiễm trùng và kháng thuốc trụ sinh.

Phùng phải chịu mổ lại nhiều lần với tháp xương ghép da. Phải nằm lâu nhiều tháng trong bệnh viện, đau đớn vật vã quá mức chịu đựng, đã có lần Phùng xin được cắt chân nhưng bác sĩ không cho. Phùng còn nhớ tên người bác sĩ điều trị "lạnh lùng hầu như vô cảm" ấy trước những cơn đau của anh, bác sĩ ấy tên Thái nhưng cũng chính ông đã cứu giữ được chân của Phùng để không bị tàn phế, và rồi những năm về sau này Phùng cho biết không bao giờ được gặp lại người bác sĩ ân nhân ấy.

Vẫn muốn có thêm tin về người lính Phùng Nguyễn, tôi eMail hỏi Khánh Trường, người Họa sĩ Vỉa hè New York (chữ của Mai Thảo), người sáng lập và điều hành tạp chí Hợp Lưu trong 12 năm, trước khi giao chức chủ bút cho Phùng Nguyễn (2002). Khánh Trường sinh năm 1948 có thể coi là cùng trang lứa với Phùng Nguyễn sinh năm 1950, lại cùng gốc Quảng Nam; Khánh Trường có một quá khứ lính tráng trong binh chủng Dù và hơn một lần bị thương trước khi giải ngũ. Khánh Trường chắc hẳn biết về giai đoạn người lính Phùng Nguyễn. Nhưng không, Khánh Trường trả lời tôi ngay: *"Không nghe Phùng Nguyễn nói gì chuyện cũ. Hình như có đi lính, bị thương ở chân, giờ đi không bình thường, để ý lắm mới thấy chàng bước không đều... Bất ngờ quá. Hôm đi viếng Võ Phiến về Phùng Nguyễn có ghé thăm tôi. Rất bình thường. Vậy mà!"*

Qua gợi ý của nhà thơ Thành Tôn, tôi liên lạc với anh Trần Trung Đạo bên Boston, tác giả bài thơ *Đổi Cả Thiên Thu Tiếng Mẹ Cười,* anh cũng là cựu học sinh trường Trần Quý Cáp, và được hồi âm ngay: *"Anh Phùng Nguyễn rất ít nói về thời gian anh ở Sài Gòn. Thời ở Trần Quý Cáp, anh Phùng viết khá rõ và đã in trong Tháp Ký Ức. Để tôi tìm hỏi các bạn Trần Quý Cáp của ảnh thử có biết gì không, tôi sẽ thông báo cho anh biết."*

Chưa dừng lại ở đó, qua chị Diệu Chi Nguyễn Mộng Giác, tôi liên lạc được với một người bạn khác của Phùng Nguyễn, anh Huy Văn Trương Văn Hùng, người đã cùng với Phùng Nguyễn tới thăm anh Tạ Chí Đại Trường vào ngày phát tang nhà văn Võ Phiến. Huy Văn đã chụp bức hình Tạ Chí Đại Trường và Phùng Nguyễn bằng chiếc iPhone của Phùng. Hy vọng sẽ còn tìm lại được. Trao đổi với

Huy Văn, anh xác nhận một số thông tin mà tôi có về Phùng Nguyễn nhưng vẫn có một khoảng trống 20 năm 1964 - 1984, thời gian Phùng sống ở Sài Gòn.

Được biết anh Huy Văn, cũng là dân IT một thảo chương viên điện toán đồng trang lứa với Phùng Nguyễn, cùng viết cho tạp chí Văn Học và rất thân với gia đình Phùng Nguyễn. Tôi điện thoại hẹn với Huy Văn để cùng tới thăm Mẹ Phùng Nguyễn, hai ngày sau Thanksgiving. Không có địa chỉ, qua hướng dẫn của Hồ Như, khó khăn mới tìm ra ngôi nhà em gái Phùng Nguyễn trong một khu mà các con đường toàn mang tên cá như *Bluefin, Stingray, Carp* thuộc thành phố Huntington Beach, cũng là nơi bà Mẹ Phùng Nguyễn thường về chơi với con gái. Nhưng rồi cả nhà đều đi vắng.

Mấy ngày sau, qua số điện thoại của Đặng Thơ Thơ cho, tôi được nghe chuyện qua giọng nói nghẹn ngào của người em gái Phùng Nguyễn, và bỗng chốc khoảng trống 20 năm ấy được phần nào lấp đầy.

1964, không sống được trong vùng xôi đậu cộng thêm trận lụt khủng khiếp ở Miền Trung năm đó, bà Mẹ Phùng quyết định đưa đàn con vào Nam tìm kế sinh nhai. Phùng là con trai cả mới 14 tuổi đã phải ra đời sớm giúp mẹ nuôi đàn em, ban ngày làm phụ thợ hồ hay trong xưởng mộc, ban đêm cắp sách đi học ở một trường tư thục.

1968, chưa xong trung học tới tuổi 18, Phùng bị động viên vào Trung tâm Huấn luyện Quang Trung, ra trường là lính truyền tin. Bị thương do mìn bẫy trong một cuộc hành quân năm 1971, phải nằm lâu dài trong Tổng Y Viện Cộng Hòa cho tới khi đứng lại được trên đôi nạng xuất viện về nhà và được giải ngũ sau đó.

1975, bị kẹt lại sau 75 thương phế binh "Ngụy" Phùng Nguyễn đã sống vất vưởng thêm 9 năm nữa, làm đủ nghề để kiếm sống cho đến khi cả gia đình được người em gái bảo lãnh sang Mỹ năm 1984 theo diện di dân. Mấy năm đầu Phùng cũng phải đi làm đủ nghề để mưu sinh: ra đồng thu hoạch bóc hành, phụ bếp nhào bột rửa mâm cho tiệm pizza, buổi tối mới tới trường đi học.

Cây bút phê bình văn học Nguyễn Vy Khanh, cách đây 14 năm đã ghi nhận tính tự truyện / *autofiction* trong hai tác phẩm xuất bản của Phùng Nguyễn. Qua những trang sách tự truyện ấy có thể biết thêm về người lính, người thương binh Phùng Nguyễn.

*"Anh còn trẻ lắm. Lúc đó anh đang nằm điều trị ở Quân Y Viện Cộng Hòa. Người ta đang cố gắng chữa cái chân gẫy nát của anh bằng cách hành hạ nó đủ điều, và anh đau đớn đến nỗi cứ van xin họ cắt nó liệng đi cho rồi. Cũng may mà họ không thèm nghe lời anh! Anh nằm chịu trận trên chiếc giường sắt, chân mang khúc bột cứng đờ, tay cắm đầy những mũi kim to tướng nối liền với những ống nhựa lòng thòng, bất lực và tuyệt vọng chờ đợi những cơn đau khủng khiếp sẽ đến với mình ngày hai lần, sáng và chiều, khi những người y tá đến rửa và thay băng cho vết thương. Ngoài việc nằm dài ra đó để nguyền rủa những cơn đau nhức."*

Nếu Phan Nhật Nam viết phóng sự chiến trường với máu, mồ hôi và nước mắt, thì có thể nói Phùng Nguyễn đã viết về những mảnh bom mảnh đạn để lại vương vãi trên các trận địa ấy. Phùng Nguyễn viết về những người lính đồng đội thương phế binh quanh anh. Trích đoạn:

*"Anh chỉ có việc để giết thì giờ, đánh cờ tướng. Anh có những đối thủ rất đáng gờm, từ hình dạng cho đến tên tuổi. Một tên có tước hiệu Độc Nhãn Hắc Thần, đen trùi trũi và chỉ có một mắt. Điều làm anh ngại nhất không phải là ngón pháo đầu dồn dập khi hắn ra quân mà chính là vì hắn cứ thỉnh thoảng móc con mắt trái bằng đá ra lau chùi ngắm nghía như của gia bảo, cái hốc mắt sâu hoắm đỏ bầm nhìn anh chế giễu trông gớm chết. Còn nhiều biệt hiệu quái đản khác nữa cho những người bạn cờ kỳ dị của anh, những thằng lính trẻ sứt tay gẫy gọng tụ họp ở đây sau khi bị đốn gục trên một chiến trường nào đó, anh không làm sao nhớ hết! Nhưng đáng gờm nhất vẫn là Độc Cô Cầu Bại, một ông Thượng sĩ đứng tuổi không có chân! Ông ngồi bình thản trên chiếc xe lăn cạnh giường bệnh của anh, chiếc mền nhà binh màu cứt ngựa phủ kín hai khúc đùi cụt, khoan thai tấn công anh bằng những nước cờ thâm trầm hiểm ác. Anh thua tối tăm mặt mũi, cho đến một lần hiếm hoi sau đó anh mới có cơ hội để thắng ông. Vậy mà anh để cơ hội ấy trôi qua một cách đáng tiếc khi nhìn thấy những giọt mồ hôi ứa ra từ chân tóc, những ngón tay sần sùi bứt rứt không yên trên*

*chiếc mền nhà binh, và cặp mắt có những tia máu đỏ li ti trên tròng mắt vàng ệch chỉ còn phát ra những tia bồn chồn tội nghiệp. Anh nhấc quân cờ, đi một nước... hớ hênh. Độc Cô Cầu Bại lại thắng anh ván đó, và anh không bao giờ có một cơ hội nào khác."* (Đêm Oakland và những chuyện khác; *Cháy Lên Những Ngọn Cỏ Khô*. Tr. 31-32)

Phùng Nguyễn ra ngoài nước rồi, anh đã nhìn lại cuộc Chiến tranh Việt Nam ấy ra sao? Trích đoạn:

*"Hắn (tên Đức người bạn trẻ của Phùng Nguyễn, ghi chú của người viết) sống một mình, không thực sự có trách nhiệm với ai, đi nhiều và đi lúc nào cũng được. Chỉ riêng điều ấy cũng làm tôi ganh tị quá đỗi." (tôi, là Phùng Nguyễn đang nói về người bạn trẻ của mình). Phùng Nguyễn viết tiếp: "Đối lại, tôi lớn tuổi hơn Đức, đủ lớn để giết người và để bị người giết một cách hợp pháp trước khi Đức có cơ hội tham dự vào cái trò chơi lớn có tên gọi là chiến tranh. Ngoài ra, chỉ việc tôi sinh ra và lớn lên ở một làng quê nghèo nàn và đầy rẫy những vết tích của đạn bom cũng đủ làm hắn xốn xang. Ở phía trong bức tường cao của căn biệt thự sang trọng và được tách ra khỏi những nỗi hiểm nghèo đang xảy ra bên ngoài, người ta có quyền có những nhu cầu tinh thần vô cùng xa xỉ. Chẳng hạn như những suy nghĩ phức tạp của mình về chiến tranh... Hoặc người ta thực sự sống với, hoặc người ta suy tưởng về một điều gì đó."* (Đêm Oakland. Câu hỏi. Tr. 13)

*"Nếu phải tự mô tả mình với cuộc chiến tranh đã qua, tôi thường nghĩ đến một gã thua cạn láng ở ván cờ cuối cùng, lúng túng không biết phải làm gì. Người thắng cuộc thì không chịu xóa bàn làm lại, có ngẩn ngơ đứng đó càu nhàu cũng chẳng ích gì. Thôi thì bỏ đi, tự an ủi mình dù sao cũng đã đánh xong ván cờ, cho dù một cách dở tệ."*

Cũng ít người biết rằng, khi tham dự ván cờ chiến tranh ấy, có phần xương máu của người lính trẻ truyền tin Phùng Nguyễn.

## BƯỚC CHÂN VÀO DÒNG CHÍNH

Tới Mỹ theo diện di dân / immigrants, không được hưởng một thứ trợ cấp nào như những người tị nạn / refugees, Phùng và cả gia đình đã phải xả thân ngay đi làm với những đồng lương tối thiểu.

Ở tuổi 34 trắng tay, đặt chân tới một tân lục địa, Phùng mới lại bắt đầu cắp sách tới trường. Cậu học sinh trường làng chưa xong bậc trung học, cũng là thương phế binh ấy đã chứng tỏ ngay là một sinh viên xuất sắc. Phùng đã đi những bước vững vàng vào dòng chính với đầy đủ học vị chỉ trong vòng 6 năm: tốt nghiệp cử nhân với hạng tối ưu ngành Tin học và Quản trị Kinh doanh 1990, hai năm sau, Phùng tốt nghiệp Cao học Quản Trị Kinh Doanh / MBA.

Làm việc trong ngành tin học từ 1990, sau hơn 20 năm, Phùng đã bước lên vị trí Giám đốc Hệ thống Điện toán của Công ty Jaco Oil Company, California.

Bước qua tuổi 60 *lục thập nhi nhĩ thuận* / đạt đến mức độ hoàn-hảo về tri-hành, và kinh-nghiệm sống, Phùng Nguyễn đứng trước hai lựa chọn: hoặc tiếp tục bước đường sự nghiệp của anh trong dòng chính, hoặc chọn hạnh phúc một gia đình mới mà anh muốn xây dựng. Con người cứng cỏi và đa cảm ấy đã chọn *commitment* thứ hai / chữ của Phùng Nguyễn.

Anh chấm dứt hợp đồng với công ty Jaco ở Bakersfield mà anh đã gắn bó hơn 20 năm cùng với bao nhiêu những benefits đang có để về sống ở Miền Đông. Phùng Nguyễn tìm được hạnh phúc gia đình với quây quần những bạn bè thân thiết nhưng cũng với cái giá mà cá nhân anh phải trả: cái khoảng trống của một chuyên gia còn đầy sinh lực khi bước ra khỏi dòng chính, sống với cái lạnh rất khắc nghiệt không hợp với sức khỏe của anh và cả những trải nghiệm bất ưng của anh với người bác sĩ tim mạch mới mà anh không mấy tin tưởng. Phùng Nguyễn tâm sự anh không thể cùng một lúc có cả hai chọn lựa và anh chưa bao giờ có một ý nghĩ khác về một chọn lựa dứt khoát ấy.

## PHÙNG NGUYỄN NHÀ VĂN

Nguyễn Xuân Hoàng trong lời tựa cho cuốn *Tháp Ký Ức*, tác phẩm đầu tay của Phùng Nguyễn, đã viết: *"Tháp Ký Ức là tập hợp những câu chuyện về số phận của một con người, những khắc họa về một mảnh đời thường, chuyện tình yêu, chuyện tuổi thơ, chuyện quê nhà, chuyện quê người. Quá khứ và hiện tại của một lớp tuổi khi rời Sài Gòn ra đi chỉ mới vừa bước qua hai mươi. Truyện của Phùng Nguyễn nhẹ nhàng, thở cái hơi thở bình dị của một cuộc sống vốn không bình an, và được viết bằng một bút pháp đơn giản mà lôi cuốn. Cái đẹp, theo ý nghĩa của văn chương, tràn ngập trên những trang chữ của anh."*

Nguyễn Mộng Giác trong lời bạt cho cuốn *Tháp Ký Ức*, cũng đã nhận xét: "*Truyện ngắn đầu tay của Phùng Nguyễn vượt lên trên những sáng tác của những người ra đi tỵ nạn cộng sản từ Miền Nam thuộc thế hệ trước anh hay cùng thế hệ của anh, những sáng tác làm nòng cốt cho văn chương hải ngoại. Phùng Nguyễn ôn chuyện cũ như một kỷ niệm đẹp, nhưng anh không dừng ở đó. Anh nâng tấm ảnh cũ lên thành một suy niệm về nhân sinh."*

*Tháp Ký Ức*, truyện ngắn đầu tiên của Phùng Nguyễn được chủ bút Nguyễn Mộng Giác và tổng thư ký Thạch Hãn Lê Thọ Giáo chọn

*Tháp Ký Ức*, tập truyện, nxb Văn, 1998 gồm 15 truyện, ngoài phần tựa của Nguyễn-Xuân Hoàng và bạt của Nguyễn Mộng Giác.

*Đêm Oakland và Những Truyện Khác*, tập truyện, nxb Văn 2001 không có lời tựa hay bạt, gồm 16 truyện.

đăng trên tạp chí Văn Học số Tết Ất Hợi 1995, đã gây ngay sự chú ý với một dư luận xôn xao. *Tháp Ký Ức* có thể coi như tự truyện của Phùng Nguyễn, với nhân vật xưng "tôi" cũng là tác giả. Đáng chú ý nhất là câu hỏi đầu đời của cậu bé học trò mới 11 tuổi "tranh luận" với cô giáo Tố Quyên của anh, khi cô *nói rằng "Hy vọng luôn luôn hướng về tương lai. Nhưng chúng tôi vẫn khăng khăng cho rằng hy vọng có tính cách hai chiều, không phải một chiều như cô đã khẳng định. Nếu quả thật hy vọng chỉ hướng về tương lai thì cuộc sống này buồn quá."* Đó cũng là điều mà nhiều năm sau, Phùng Nguyễn vẫn muốn có dịp gặp lại cô giáo của anh một lần nữa để hỏi cô: "Phải chăng hy vọng chỉ hướng về tương lai? Hay cả hai?"

Trong buổi tiệc tất niên tại tòa soạn Văn Học tại nhà riêng Nguyễn Mộng Giác năm đó, các nhà văn Võ Phiến, Nghiêm Xuân Hồng, Nguyễn-Xuân Hoàng và nhiều bạn văn khác đều có câu hỏi về cô giáo Tố Quyên với tác giả *Tháp Ký Ức*.

Câu hỏi đó, có lẽ, Phùng Nguyễn vẫn mang theo suốt đời mình chỉ với ước mong làm sao *"vượt qua cái khoảng trống ghê rợn nằm giữa một điều đã thực sự qua đi và một điều hãy còn chưa tới."*

Viết về lớp người trẻ, thế hệ 20 - 30 sống ở hải ngoại, Phùng Nguyễn viết: *"Bất kể những khác biệt lớn về tuổi thơ và kinh nghiệm chiến tranh, tôi cho rằng Đức và tôi cùng thuộc về nhóm những kẻ đứng chông chênh trên hai mảnh ván trôi ngược chiều nhau, cố giữ thăng bằng để không rơi vào cái vực đen ngòm của hoang mang bên dưới. Thực ra, cái mảnh ván cứ kéo giật tôi về quá khứ có nhiều cơ hội thành công hơn. Có những điều nằm ở đó sẽ theo đuổi tôi cho đến hết đời. Trong nhiều năm, tôi cứ đi giật lùi nhiều hơn là đi tới."* (Trích dẫn Đêm Oakland. Câu hỏi.)

*Chim Gáy Sau Vườn,* vượt qua tính tự truyện là một truyện ngắn đặc sắc cảm động và đầy tính nhân bản của Phùng Nguyễn với hồi ức về những vết thương kinh hoàng nhất của cuộc chiến vừa qua. Một cuộc chiến tranh vô cùng nghiệt ngã nhân danh các chủ nghĩa ngoại lai, đã dìm cả dân tộc vào tấn thảm kịch nồi da xáo thịt.

Trong hoang tàn đổ nát của *Chim Gáy Sau Vườn* cũng là nơi chớm nở tình yêu ngang trái của người con gái tên Xuyến, với những người anh em thân thiết như Thuận và Tấn bị đẩy sang hai phía đối nghịch khiến họ phải giết nhau. Một hầm chông phía sau vườn của phe Thuận nhằm bẫy giết Tấn trong ngày về giỗ mẹ nhưng thảm kịch lại là cái chết của Xuyến em gái Tấn cũng là người yêu của Thuận - cũng là thân phận những người dân vô tội kẹt giữa hai chiến tuyến. (*Đêm Oakland và những chuyện khác*, tr. 51)

Nhà văn Thảo Trường đã có lần phát biểu: *"Tôi có tham vọng làm sao nhét cả một cuộc chiến tranh vào trong một truyện ngắn, làm sao đưa được cả một thời đại mình đang sống vào trong một truyện ngắn. Tôi vẫn hằng mong muốn làm được như vậy."* Đọc *Chim Gáy Sau Vườn,* tôi không thể không liên tưởng tới câu phát biểu ấy của nhà văn Thảo Trường cho dù biết rằng khi viết *Chim Gáy Sau Vườn,* Phùng Nguyễn chưa hề có một tham vọng như vậy.

Tại sao viết? Đó là câu hỏi đặt ra cho mỗi người cầm bút.

Phùng Nguyễn viết: *"Sau này tôi nghiệm ra chính cái nhu cầu cần được chia sẻ là động cơ thúc đẩy tôi đến gần với văn chương thay vì với những điều khác. Phải chăng ở giữa một điều đã qua và một điều còn chưa tới là nỗi sợ không thể vượt qua? Trong khi chờ đợi câu trả lời cho những nghi vấn của mình, tôi hoang mang vô cùng."*

Phùng Nguyễn rất kỳ vọng ở văn chương: *"Và từ giữa tro tàn, biết đâu sẽ bước ra rực rỡ và mới tinh khôi con phượng hoàng với đôi cánh đủ dài để vượt qua cái khoảng trống ghê rợn nằm giữa một điều đã thực sự qua đi và một điều hãy còn chưa tới."* (Nhà văn, 11/1999)

## PHÙNG NGUYỄN NHÀ BỈNH BÚT

*Tháp Ký Ức* trên báo Văn Học của Nguyễn Mộng Giác là truyện ngắn đầu tiên tôi được đọc và bắt đầu làm quen với một bút danh mới mẻ Phùng Nguyễn, nhà văn.

*Nỗi loay hoay của Lữ Phương* trên trang mạng Talawas là bài

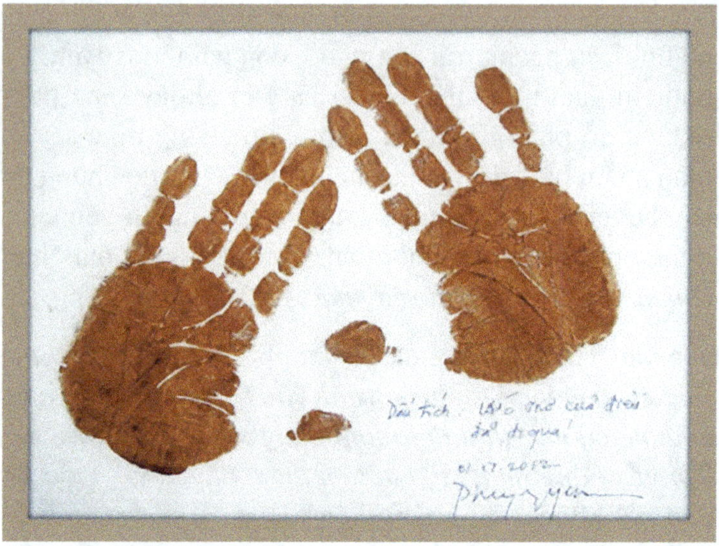

In dấu tay Phùng Nguyễn, với bút tích: *"Ước mơ của điều đã đi qua!"* Phùng Nguyễn, 01-17-2012 *(nguồn: Emprunt Empreinte)*

phân tích phê bình sắc sảo đầu tiên tôi được đọc với cùng bút danh Phùng Nguyễn, nhưng là cây bút chính luận.

Cả hai thể loại văn học và phê bình của Phùng Nguyễn đều để lại nơi tôi ấn tượng mạnh mẽ.

Mới đây được đọc trước một bài viết sẽ post trên Blog's *Rừng và Cây* trên VOA, khi đề cập tới sự phục tùng của ông TT Hun Sen đối với Bắc Kinh, đối chiếu với sự trung thành của Đảng Cộng Sản Việt Nam với Tàu, Phùng Nguyễn viết: *"như vậy từ nay, xem ra về mặt cúc cung tận tụy với thiên triều, đảng CSVN nay đã có một đối thủ đáng gờm"*, tôi trích dẫn câu đó trong eMail với tiêu đề *Quote of the Week*, như một tán thưởng đồng thời báo cho Phùng biết tôi đã đọc bài viết mới của anh. Có lẽ đây là eMail cuối cùng trao đổi với Phùng mà không có hồi âm. Cũng sáng ngày 17 tháng 11 hôm đó, tôi phone cho Phùng Nguyễn qua Cell chỉ có lời nhắn, nghĩ rằng thời điểm đó trong thời tiết Thu của Maryland, Phùng đang đi bộ quanh bờ hồ chứ không nghĩ là Phùng đang nằm trong bệnh viện.

## PHÙNG NGUYỄN MỘT NHÂN CÁCH

Hạnh phúc có được một người bạn như Phùng Nguyễn, khi mới gặp đã có ngay trực giác về sự tin cậy. Ở Phùng toát ra một nhân cách, anh có cách đối xử rất đôn hậu và tận tụy với bằng hữu.

Phùng Nguyễn và Tạ Chí Đại Trường quen nhau qua thời kỳ làm báo Văn Học. Sáng thứ Bảy 11/10/2015 Phùng Nguyễn đã hẹn gặp tôi trong ngày phát tang nhà văn Võ Phiến, nhưng mấy giờ trước đó Phùng được chị Diệu Chi vợ Nguyễn Mộng Giác báo tin anh Tạ Chí Đại Trường mới đến nói lời vĩnh biệt chị và tối nay anh lên máy bay về Sài Gòn. Tạ Chí Đại Trường đang ở giai đoạn cuối của bệnh ung thư gan, anh chọn về chết ở Việt Nam. Nghe vậy, Phùng cho biết bằng mọi giá phải tới gặp Tạ Chí Đại Trường mà anh nghĩ là lần gặp cuối cùng. Cho dù đã biết Tạ Chí Đại Trường không ăn uống được gì, Phùng và người bạn thiết Huy Văn vẫn mua đem tới món gỏi cuốn Brodard mà Tạ Chí Đại Trường thích.

Tối hôm đó Tạ Chí Đại Trường lên chuyến máy bay "quy cố hương"; cũng được biết, Tạ Chí Đại Trường có giao cho Phùng

Bức hình cuối cùng của Phùng Nguyễn và Tạ Chí Đại Trường, Garden Grove, Nam California, thứ Bảy 11/10/2015 *(tư liệu gia đình Phùng Nguyễn)*

Từ phải: Phùng Nguyễn và Huy Văn là hai cây bút trẻ xuất hiện đồng thời trên tạp chí Văn Học của Nguyễn Mộng Giác *(tư liệu của Huy Văn, 1998)*

Từ trái: Lê Thánh Thư, Trần Thị NgH, Phùng Nguyễn, Dương Nghiễm Mậu, Sài Gòn 2014 *(tư liệu Phan Nguyên)*

Phùng Nguyễn và Trịnh Cung tại nhà em Phùng Nguyễn, Huntington Beach *(photo by Ngô Thế Vinh)*

Buổi họp mặt với Đinh Cường tại Saigon Quán, Maryland 16.06.2015, từ phải: Phùng Nguyễn, Lữ Quỳnh, Phạm Cao Hoàng, Nguyễn Quang Chơn, Đinh Cường, Duyên, Tùng, Lãm Thúy, Nguyễn Minh Nữu *(nguồn: blog Phạm Cao Hoàng)*

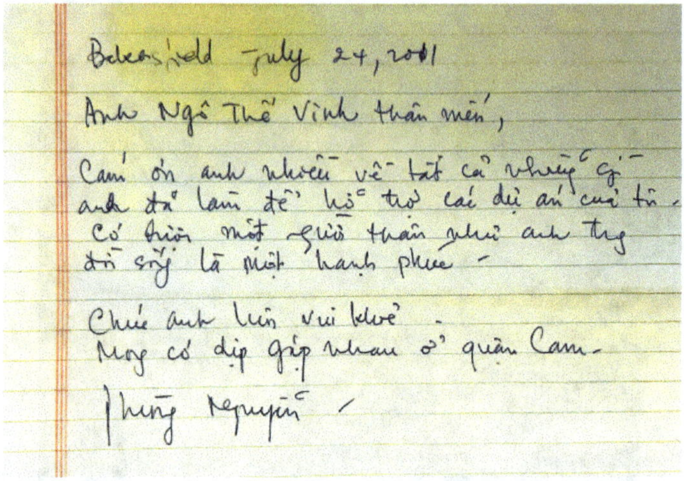

Bakersfield July 24, 2011

Anh Ngô Thế Vinh thân mến,

Cám ơn anh nhiều về tất cả những gì anh đã làm để hỗ trợ cái dự án của tôi. Có thêm một người thân như anh trong đời sống là một hạnh phúc.

Chúc anh luôn vui khoẻ. Mong có dịp gặp nhau ở quận Cam.

Phùng Nguyễn

Thời đại internet liên lạc qua emails, hiếm để có một thư tay với thủ bút và chữ ký của Phùng Nguyễn, thời gian anh còn sống và làm việc tại Bakersfield, California 2011. *(tư liệu Ngô Thế Vinh)*

Nguyễn giữ mấy bài viết với dặn dò chỉ cho phổ biến sau khi anh mất. Nay thì Phùng Nguyễn lại bất ngờ ra đi trước. Hy vọng chị Quỳnh Loan vợ anh Phùng Nguyễn sẽ tìm ra được bản thảo mấy bài viết ấy và không bị thất lạc.

Hồi cuối tháng Năm 2015, trong dịp bay về California thăm mẹ, gặp Phùng Nguyễn, anh cho biết sắp nhận một Blog trên VOA với tên *Rừng & Cây* và anh ngỏ ý mời tôi tham dự trên sân chơi của anh, với lý lẽ thuyết phục: sức quảng bá của các bài viết trên VOA rất rộng rãi đối với độc giả ở trong nước. Tôi nghĩ rằng với uy tín và sự quảng giao của Phùng Nguyễn, Blog *Rừng và Cây* sẽ quy tụ được nhiều văn hữu cộng tác. Tôi hứa phần tôi sẽ gửi tới Blog của anh một bài mỗi tháng.

Phùng Nguyễn rất cởi mở và hòa nhã trong tranh luận nhưng cũng cứng cỏi trên nguyên tắc. Nếu người ta đồng ý với anh là do nơi khả năng thuyết phục chứ không vì một lý do khiên cưỡng nào khác. Trong các buổi họp mặt với những ý kiến hết sức khác biệt, kể cả đối nghịch nhưng anh có khả năng điều hợp, tạo một không khí sinh hoạt dân chủ, và thường anh là người có tiếng nói cuối cùng. Có thể gọi đó là *khả năng lãnh đạo / leadership* mà Phùng Nguyễn đã thấm nhuần trong những năm *sinh hoạt dòng chính / mainstream.*

Cùng sinh hoạt trong Da Màu, Trịnh Cung viết về Phùng Nguyễn: *"Phùng đối với tôi là một tấm gương về tự do tư tưởng, về dân chủ và chống lại chủ nghĩa phân biệt. Tôi mới quen Phùng chỉ vài năm gần đây nhưng rất gần gũi về các vấn đề văn học và chính trị theo hướng tự do và văn minh. Đặc biệt Phùng rất tôn trọng quyền tự do chọn lựa quan điểm chính trị của người khác nhưng cũng rất sòng phẳng giữa tội ác và nhân bản vốn là mục đích của nhà văn chân chính trước khi được đánh giá về tài năng văn chương."*

Những bài bình luận của Phùng Nguyễn về các vấn đề trong nước, đã được Diễn đàn Văn Việt nhận xét là anh có *"sự hiểu biết hiếm có từ một góc nhìn hải ngoại."*

## MỘT CHÚT RIÊNG TƯ

Tâm niệm khi viết về chân dung các văn nghệ sĩ, điều tối kỵ là viết về mình. Nhưng khi phải đưa *"chút riêng tư"* vào bài viết này, vì tính cách một tư liệu liên quan tới người bạn văn Phùng Nguyễn.

Gần bốn tháng trước, Phùng Nguyễn gửi cho tôi ba câu hỏi và mới đây thôi, Phùng còn nhắc *"anh Vinh còn nợ tôi ba câu hỏi"*. Ghi lại mấy câu hỏi đó như một di cảo của Phùng Nguyễn, và cũng buồn rầu mà nghĩ rằng sẽ chẳng bao giờ tôi có cơ hội trả được anh món nợ chữ nghĩa ấy.

Ba câu hỏi cho Ngô Thế Vinh của Phùng Nguyễn:
*Sông Mekong, mối tình lớn.*
*Ra tòa vì "Mặt trận ở Sài Gòn" năm 1972.*
*Chân dung văn nghệ sĩ*

Anh Phùng Nguyễn thân, tôi chẳng bao giờ nghĩ là sẽ có một bài viết về anh sớm đến như vậy. Mới gặp anh đó, anh mới ra đi mà đi tìm những thông tin về anh đã rất khó khăn, nhất là ở suốt một giai đoạn mà anh đã không muốn nhắc tới. Anh mất đi, sinh hoạt văn học và phê bình hải ngoại vừa mất đi một kiện tướng. Sự ra đi vô cùng bất ngờ của anh khiến tôi chợt nhớ một câu trích dẫn ở đâu đó, không còn nhớ nguồn: *"điều chắc chắn duy nhất trên đời, đó là sự bất trắc / the only certainty in this life is uncertainty."*

## MỘT PHÙNG NGUYỄN RẤT MÊ BIỂN

Không rõ bắt đầu từ bao giờ, Phùng Nguyễn rất mê biển. Những năm sống và làm việc ở Bakersfield tương đối xa biển nhưng những ngày cuối tuần Phùng đều lái xe 1-2 tiếng đồng hồ tới những khúc biển đẹp mà anh ưa thích. Những ngày ngắn ngủi từ Miền Đông sang California thăm mẹ, mỗi sáng rất sớm, Phùng đều ra bãi biển đi bộ từ 4 tới 5 miles khi một mình khi cùng hai cô em gái. Phùng thích đi bộ sớm vì lúc đó khí trời tinh khiết và còn vắng bóng người; phải có một trái tim khỏe mạnh Phùng mới đi được bấy nhiêu xa với tốc độ nhanh. Riêng tôi, chỉ có được hai ngày cuối tuần là có thể đi bộ với Phùng, điểm hẹn là trên Pier Huntington Beach mà tôi vẫn gọi đùa là nơi *"đầu cầu biên giới"*.

Mới tháng Mười đây thôi, cùng ngồi ăn sáng nơi một quán Đức *Cafe Heidelberg* trên đường PCH Laguna Beach có thể nhìn ra một góc biển, hai anh em còn hẹn nhau lần tới sẽ trở lại đây nhưng là trên một *Rooftop Lounge* để từ trên cao có thể nhìn bao quát biển Pacific nổi tiếng là tuyệt đẹp lúc hoàng hôn với bờ bên kia là quê nhà. Và lần này Phùng Nguyễn đã không giữ được lời hứa ấy với tôi cho dù anh luôn luôn là người đúng hẹn.

Ngày thứ Bảy, một tuần lễ sau tôi và Huy Văn cũng tới thăm được bà Mẹ Phùng Nguyễn, tuổi cụ đã ngoài 90, cụ bà họ Phan cùng một nhà thờ họ với gia đình cụ Phan Khôi và cùng quê Điện Bàn, Quảng Nam. Cụ kể chuyện về cả một thời kỳ thơ ấu cơ cực của Phùng với nhiều nước mắt của một người mẹ vừa mất con. Hộp tro cốt của Phùng được đặt ngay trên đầu giường cụ, mỗi tối cụ niệm Phật và con gái cụ cho biết cụ vẫn thủ thỉ một mình nói chuyện với Phùng. Cụ bật khóc khi nhắc tới câu nói của Phùng ở lần gặp mẹ cuối cùng: *"Mẹ có biết là con thương mẹ lắm không?"* Trong tuần lễ tới, hộp tro cốt của Phùng lại được đưa trở về Miền Đông. Cô em gái Phùng cho biết, ý nguyện của Phùng rồi ra tro cốt sẽ được rải trên biển, nhưng là biển Thái Bình với bờ bên kia là quê nhà.

Bài viết này với nỗi xúc động, như một chia sẻ với những người bạn thân thiết của Phùng Nguyễn trong nỗi mất mát chung vô cùng lớn lao này.

## TRẢ LỜI BA CÂU HỎI CỦA PHÙNG NGUYỄN

Phùng Nguyễn mất ngày 17 tháng 11 năm 2015. Bàng hoàng với cái chết đột ngột của Phùng Nguyễn ở cái tuổi đang sung mãn nhất về sinh hoạt trí tuệ và sáng tạo, tôi đã viết bài tưởng niệm "Phùng Nguyễn, Như Chưa Hề Giã Biệt" (1), nay nhớ tới Anh, có dịp đọc lại bài viết, mới nhận ra là còn nợ Anh "Ba Câu Hỏi", mang món nợ ấy cũng đã hai năm, nay là lúc tôi phải trang trải, và cũng là thay cho nén nhang tưởng nhớ Phùng Nguyễn.

Phùng Nguyễn và Ngô Thế Vinh, Huntington Beach Pier Oct 4, 2015

Phùng Nguyễn đứng trước Huntington Beach Mural Oct 4, 2015
*(photo by Ngô Thế Vinh)*

Phùng Nguyễn và Ngô Thế Vinh trên bãi biển Laguna Beach Oct 11, 2015

## *1. PHÙNG NGUYỄN: SÔNG MÊ KÔNG, MỐI TÌNH LỚN*

*Sẽ không xa lắm với sự thật nếu cho rằng ai cũng có một mối tình lớn. Nhà văn Ngô Thế Vinh cũng không ngoại lệ. Người tình của nhà văn đến từ một vùng hẻo lánh của cao nguyên Tây Tạng (Tibetan plateau) với một độ cao hơn 5000 mét tính từ mặt biển. Bắt đầu bằng những bước dò dẫm từ vùng núi non thuộc tỉnh Thanh Hải, nàng lượn lờ suốt chiều dài tỉnh Vân Nam miền Nam Trung Quốc trước khi lần lượt băng qua biên giới các quốc gia Miến Điện, Lào, Thái Lan, Cambodia, và cuối cùng Việt Nam, nơi nàng kết thúc cuộc hành trình dài hơn 4800 km và hòa nhập vào Biển Đông ở các cửa Sông Tiền và Sông Hậu. Nàng được gọi bằng nhiều cái tên, Dza Chu, Lan Thương, Mae Nam Khong, Tonle Thom, Cửu Long… Tuy nhiên nàng được biết đến nhiều nhất dưới cái tên Mekong.*

*Sông Mekong là nguồn cảm hứng của tiểu thuyết dữ kiện nổi tiếng "Cửu Long Cạn Dòng, Biển Đông Dậy Sóng" và ký sự "Mekong Dòng Sông Nghẽn Mạch" cũng như hàng chục bài biên khảo, nghiên cứu giá trị về những biến đổi của hệ sinh thái của Sông Mekong trong những thập niên vừa qua của nhà văn Ngô Thế Vinh. Nguồn cảm hứng này đã, qua năm tháng, biến nhà văn Ngô Thế Vinh thành một chuyên gia về dòng sông quan trọng bậc nhất của vùng Đông Nam Á.*

*Bởi vì giá trị kinh tế cũng như những nội hàm nghiêm trọng của những biến đổi hệ sinh thái của dòng Sông Mekong dọc con đường ra biển lớn, quan hệ ngoại giao giữa các quốc gia liên hệ trở nên rối rắm hơn, đặc biệt khi những con đập thủy điện lớn nhỏ được dựng lên ở thượng nguồn lẫn hạ lưu Sông Mekong. Việt Nam gặp nhiều khó khăn về các mặt kinh tế và ngoại giao hơn bất cứ quốc gia nào khác trong vùng khi phải đối phó với những vấn đề nhức đầu liên quan đến những thay đổi bất lợi của hệ sinh thái Sông Mekong và trong cùng lúc, âm mưu bành trướng của Bắc Kinh ở Biển Đông.*

*Thưa nhà văn Ngô Thế Vinh, điều gì ở dòng Mekong đã làm anh say đắm? Ở vị trí của một người am hiểu tình hình, anh có thể chia sẻ với người đọc viễn kiến của anh về những thay đổi hệ sinh thái của sông Mekong và hậu quả của chúng trong một tương lai có thể nhìn thấy được?*

## 1. NGÔ THẾ VINH

Năm 1995, tôi có kỷ niệm về một ngày rất khó quên với nhà báo Như Phong Lê Văn Tiến nơi thủ đô tỵ nạn Little Saigon. Đó vào sáng thứ Bảy của một ngày tiết Thu nắng đẹp miền Nam California, anh Như Phong hôm ấy rủ tôi tới gặp mấy người bạn trẻ thuộc *Nhóm Bạn Cửu Long* mà tôi chưa hề quen biết nhân có buổi mạn đàm đầu tiên tại Phòng Sinh Hoạt nhật báo Người Việt. Trên bàn thuyết trình hôm đó có kỹ sư Phạm Phan Long, tiến sĩ Phạm Văn Hải và nhà báo Đỗ Quý Toàn. KS Phạm Phan Long có thể nói là người đầu tiên ở hải ngoại lên tiếng báo động về những hiểm họa sắp xảy đến cho dòng Sông Mekong khi Trung Quốc có kế hoạch xây một chuỗi những con đập Bậc thềm Vân Nam; tuy lúc đó chỉ mới có một con đập dòng chính đầu tiên Manwan / Mạn Loan 1500 MW vừa được xây xong (1993) trên sông Lancang -- tên Trung Quốc của con Sông Mekong.

Ngày hôm ấy với tôi quả là mối "duyên khởi" bởi vì đây cũng là lần đầu tiên tôi tiếp cận với một vấn nạn mới mẻ của đất nước: đó là những bước phát triển *"không bền vững/ non-sustainable development"* của con Sông Mekong mà Việt Nam / Đồng Bằng Sông Cửu Long (ĐBSCL) là quốc gia cuối nguồn. Cũng từ đó tôi được làm quen với những người bạn mới như KS Phạm Phan Long, KS Ngô Minh Triết, KS Nguyễn Hữu Chung và rồi thêm những người bạn khác của Mekong Forum, tiền thân của Hội Sinh Thái Việt/ Viet Ecology Foundation về sau này.

Rồi phải kể tới một bài báo đăng trên tờ báo Tuổi Trẻ trong nước số Chủ Nhật (03-11-1996): *"Khai thác sông Mekong: nhìn từ góc độ Việt Nam"* tuy đứng tên Phạm Phan Long nhưng là do 4 người viết, họ đều là những chuyên gia từ hải ngoại: TS Phạm Văn Hải (Mỹ), KS Nguyễn Hữu Chung (Canada), TS Bình An Sơn (Úc), KS Phạm Phan Long (Mỹ). Nội dung bài viết ấy cho tới nay vẫn còn nguyên tính thời sự. Và riêng tôi, ý thức ngay được đây là một vấn đề nghiêm trọng, lâu dài liên quan tới con Sông Mekong, ĐBSCL cũng là vựa lúa của cả nước.

Năm 1999, một Hội nghị Mekong mở rộng do Mekong Forum và Vietnamese American Science & Technology Society đồng tổ chức tại Nam California với chủ đề: *"Hội thảo về Sông Mekong trước Nguy cơ, Ảnh hưởng Phát triển trên Dòng sông, Đồng Bằng Sông Cửu Long và Cư dân"* với sự tham dự của liên hội Tiền Giang và Hậu Giang, TS Sin Meng Srun Hội người Cam Bốt tại Mỹ, và Aviva Imhof thuộc tổ chức Mạng lưới Sông Quốc tế / International Rivers Network. Kết thúc hội nghị là một bản Tuyên Cáo "The 1999 Mekong River Declaration" được gửi tới Ủy Hội Sông Mekong /MRC/Mekong River Commission và nhiều tổ chức liên hệ khác.

Nhà báo Như Phong, cho đến ngày anh mất, vẫn cùng chúng tôi tham gia sinh hoạt của Nhóm Bạn Cửu Long với tầm nhìn "địa dư chính trị/ geopolitics" rộng mở trước những nan đề của Sông Mekong gắn liền với vận mệnh của đất nước.

Cũng trong khoảng thời gian ấy, tôi đã thực hiện những chuyến đi quan sát thực địa từ Vân Nam (Trung Quốc) xuống các quốc gia Lào, Thái Lan, Cam Bốt và ĐBSCL Việt Nam. Qua các chuyến đi ấy, cũng để thấy rằng sự suy thoái của con Sông Mekong là hậu quả dây chuyền của những bước khai thác tự hủy, tàn phá sinh cảnh, làm cạn kiệt nguồn tài nguyên, gây ô nhiễm môi trường…, tất cả những hiện tượng tiêu cực ấy đã và đang diễn ra nhanh hơn dự kiến của nhiều người.

Và cho tới nay 1995-2017, cũng đã 22 trôi năm qua rồi, tôi vẫn là người bạn đồng hành bền bỉ với *Nhóm Bạn Cửu Long*, như những con chim "báo bão" về những bước khai thác hủy hoại từ các quốc gia thượng nguồn Sông Mekong mà con chủ bài thực sự vẫn là nước lớn Trung Quốc.

Cũng để thấy rằng cho đến nay, nói chung ngót 20 triệu dân sống nơi ĐBSCL thì vẫn "mù thông tin", vẫn không nghĩ rằng họ có quyền có tiếng nói bảo vệ những dòng sông lớn nhỏ như mạch sống của mình, nếu không muốn nói là phó mặc hay buông xuôi.

Theo lượng giá 2010 của Toán Đặc Nhiệm Lượng Giá Môi Sinh Chiến Lược / Strategic Environmental Assessment thuộc International Center for Environmental Management / ICEM (Úc) thì ngoài những con đập Bậc thềm Vân Nam, những con đập dòng chính Hạ lưu sẽ gây ra những tác hại dây chuyền nghiêm trọng như: (1) Làm biến đổi dòng chảy; (2) Gây nguy hại tới nguồn cá và an toàn thực phẩm; (3) Đe dọa tính đa dạng của hệ thủy sinh; (4) Thay đổi toàn hệ sinh thái của dòng sông; (5) Giảm trữ lượng phù sa làm mất cân bằng dòng chảy, gây sạt lở bờ sông, các vùng ven biển; (6) Ảnh hưởng sút giảm trong sản xuất nông nghiệp nhất là cho hai vùng châu thổ Tonlé Sap, ĐBSCL; (7) Làm tổn hại vĩnh viễn nếp sống văn hóa cổ truyền dân cư Mekong trong vòng mấy thập niên tới.

Không phải chỉ có sự hủy hoại từ những con đập thủy điện, còn phải kể tới kế hoạch chuyển dòng lấy nước từ Sông Mekong của Thái Lan, kế hoạch đặt mìn phá đá các khúc ghềnh thác của con Sông Mekong của Trung Quốc và Thái Lan để mở rộng thủy lộ giao thông... Với thời gian đó là những bước hủy hoại tích lũy không thể đảo nghịch.

Có thể nhắc lại vài hậu quả nhãn tiền: những năm gần đây, ngay cả Mùa Mưa, con Sông Tonlé Sap không còn đủ sức tiếp nước cho Biển Hồ -- như trái tim của Cam Bốt thì đang cạn dần; năm 2016 vừa qua ĐBSCL đã không còn Mùa Nước Nổi và bị hạn hán khốc liệt... Sự kiện Thủ tướng Việt Nam ông Nguyễn Tấn Dũng phải kêu gọi Trung Quốc xả nước từ hồ chứa con đập Cảnh Hồng/ Jinhong để cứu hạn cho ĐBSCL đã là một tín hiệu rất bi đát.

Điều gì đáng lo ngại nhất hiện nay? Rõ ràng Việt Nam đã mất cảnh giác và thiếu chuẩn bị trong cuộc chiến môi sinh "không tuyên chiến" của Trung Quốc. Lẽ ra giới lãnh đạo phải tiên liệu nguy cơ này từ nhiều năm trước. Nay lại thêm 9 dự án đập dòng chính hạ lưu của Lào và 2 của Cam Bốt sẽ khiến bài toán cứu nguy ĐBSCL khó khăn và phức tạp hơn nhiều, mà Việt Nam thì chưa có một chiến lược đối phó.

Với tầm nhìn địa dư chính trị trên toàn vùng, chúng ta đang phải chứng kiến một con Sông Mekong-Cửu Long cạn dòng, một Biển Đông đang dậy sóng, mạch sống của dân tộc đang bị chiếm đoạt và vắt kiệt do một Trung Quốc rất hung hăng và không ngừng tham vọng bành trướng.

SarDesai khi nghiên cứu về Việt Nam đã nhận định rất đúng là trong suốt dòng lịch sử, hai yếu tố vừa phá hủy vừa tạo dựng xã hội Việt Nam đó là: vừa phải đối đầu với cường địch phương Bắc và vừa chống chỏi với khắc nghiệt của thiên nhiên và thay đổi khí hậu/ climate change như hiện nay; Việt Nam thì vẫn kẹt cứng trong vòng kim cô ấy.

Việt Nam khi bị mất Hoàng Sa, Giáo sư Hoàng Xuân Hãn đã viết trên tạp chí Sử Địa 1974: *"Một gương sáng lịch sử là mỗi khi thế nước suy hèn vì chia rẽ và nội loạn thì mỗi khi lân bang lấn cõi... Ngày nay vụ Hoàng Sa, (14 năm sau, 1988 thêm vụ Trường Sa, ghi chú của người viết) bị chiếm là triệu chứng cụ thể gây nên bởi sự bất hòa của dân ta... tuy rằng nhiều chứng xưa nay, trong ngoài bảo rằng đó là đất Việt."* Và cũng để thấy rằng, nguyên nhân của một thế nước suy hèn và chia rẽ dân tộc hiện nay là do đảng Cộng sản Việt Nam rất lệ thuộc Trung Quốc.

Chỉ có dân chủ hóa đất nước mới có cơ hội đoàn kết và phục hồi nội lực của dân tộc; như yếu tố thiết yếu để sống còn.

## *2. PHÙNG NGUYỄN: RA TÒA VÌ "MẶT TRẬN Ở SÀI GÒN" NĂM 1972*

*Năm 1972, tạp chí Bách Khoa Sài Gòn thực hiện buổi phỏng vấn nhà văn Ngô Thế Vinh nhân việc tác giả "Mặt trận ở Sài Gòn" phải ra hầu tòa. Trong Lời Tòa soạn, tạp chí Bách Khoa giới thiệu tác giả và sự kiện như sau:*

*Nhà văn Ngô Thế Vinh, tác giả truyện dài Vòng Đai Xanh vừa nhận được giải thưởng bộ môn Văn trong Giải Văn học Nghệ thuật Toàn quốc 1971 trước Tết, thì sau Tết lại nhận được trát gọi ra tòa về bài "Mặt trận ở Sài Gòn" trên tạp chí Trình Bầy số 34, có "luận điệu phương hại trật tự công cộng và làm suy giảm kỷ luật, tinh thần chiến đấu của quân đội." Nếu giải Văn trao cho Vòng Đai Xanh không gây dư luận sôi nổi như giải Thơ thì trái lại vụ án Ngô Thế Vinh đã là đề tài cho rất nhiều anh em cầm bút trên các nhật báo cũng như tuần báo, tạp chí, trên báo dân sự cũng như báo quân đội và dư luận đã nhất trí bênh vực nhà văn quân đội mà ngày lĩnh giải thưởng văn chương vẫn còn lận đận hành quân ở Cao nguyên. Do đó mà có cuộc đàm thoại sau đây để độc giả Bách Khoa biết rõ tác phẩm trúng giải Vòng Đai Xanh đã được thai nghén hình thành ra sao, và tác giả Vòng Đai Xanh đã quan niệm vụ án của anh thế nào.*

*Cũng xin ghi lại: Ngô Thế Vinh sinh năm 1941 ở Thanh Hóa, Anh đã là chủ bút báo Tình Thương, cơ quan tranh đấu văn hóa xã hội của Sinh viên Y khoa 63-67. Tốt nghiệp y khoa năm 1968, anh gia nhập quân y, phục vụ tại Lực lượng Đặc biệt và đã giữ chức vụ y sĩ trưởng Liên đoàn 81 Biệt Cách Dù. Tác phẩm đã xuất bản: các tiểu thuyết Mây Bão (1963), Bóng Đêm (1964), Gió Mùa (1965) và Vòng Đai Xanh (1970).*

*Trong bài phỏng vấn nói trên, nhà văn Ngô Thế Vinh thảo luận về một loạt các vấn đề mà xã hội Miền Nam phải đối diện trong những năm đầu tiên của thập kỷ 1970, từ phong trào đòi tự trị của đồng bào thiểu số ở Tây Nguyên cho đến chế độ kiểm duyệt áp đặt lên báo chí và tác phẩm văn học. Để có một cái nhìn rõ hơn về những khía cạnh được nhà văn Ngô Thế Vinh đề cập, mời các bạn đọc toàn bộ bài phỏng vấn của tạp chí Bách Khoa ở đây. (2)*

*Thưa anh Ngô Thế Vinh, vụ án "Mặt trận ở Sài Gòn" cho thấy chế độ kiểm duyệt ở miền Nam vào thời điểm phiên tòa diễn ra cũng khắc nghiệt không kém gì chế độ kiểm duyệt của chính quyền CS Hà nội. Cũng tịch thu, cũng đục bỏ, cũng trừng phạt, thậm chí đưa người viết ra tòa. Là người trong cuộc, anh có những nhận xét nào về chế độ kiểm duyệt ở hai miền? Có công bằng hay không khi cho rằng chế độ kiểm duyệt của miền Nam "tốt" hơn hoặc "tử tế" hơn của miền Bắc?*

## 2. NGÔ THẾ VINH

Trước khi đi vào cuộc thảo luận chi tiết, tôi có thể trả lời ngay anh Phùng Nguyễn rằng, về "bản chất" chế độ chính trị hai miền Nam Bắc hoàn toàn khác nhau, nên khi nói về "chế độ kiểm duyệt" bất cứ một so sánh nào cũng khập khễnh và khiên cưỡng vì đã không có cùng một hệ thống giá trị quy chiếu.

Với đảng cộng sản, bản chất là chuyên chính; không có tự do tư tưởng, không có tự do học thuật; sự tàn nhẫn của đối với trí thức và văn nghệ sĩ Miền Bắc là một chính sách nhất quán: đó là sự cưỡng chế thô bạo, bắt họ phải khuất phục và trở thành công cụ vô điều kiện của đảng. Nếu không thế, họ đương nhiên trở thành kẻ thù của đảng, nhưng với vỏ bọc là kẻ thù của nhân dân. Họ, hoặc bị tiêu diệt bằng khổ sai tù đày mà không bao giờ được công khai xét xử, hoặc nếu không thì cũng bị cô lập, đầy đọa đói khát và vô hiệu hóa cho đến chết, chưa nói tới gia đình người thân của họ cũng bị trù dập và liên lụy.

Miền Bắc chính thức "không có bộ phận kiểm duyệt" nhưng tinh vi hơn thế nữa là do cả một guồng máy đàn áp đưa tới sự khiếp sợ khiến "kiểm duyệt" đã nằm ngay trong đầu mỗi nhà văn nhà báo và trở thành một thứ quán tính trong phản xạ vô thức, họ đã khắt khe "tự kiểm duyệt trong khi viết", chính sách ấy hiểm độc và tàn ác hơn nhiều vì nó đã phá hủy con người và triệt tiêu mọi tiềm năng sáng tạo. Vụ án Nhân văn Giai phẩm như một điển hình nhưng cũng để thấy rằng đó chỉ là phần nổi thấy được của khối băng hà / Tip of the Iceberg trải dài trong suốt hơn 70 năm lịch sử chuyên chính của đảng cộng sản Việt Nam.

Trở lại với Văn học Miền Nam 54-75, phải nói ngay rằng không có văn nghệ sĩ sáng tạo nào mà không có "dị ứng" khi nói tới kiểm duyệt. Không bênh vực nó nhưng chúng ta cần đặt mình trong bối cảnh đất nước lúc đó, với cuộc chiến quốc cộng đang diễn ra khốc liệt, cộng sản nằm vùng hiện diện cùng khắp, họ cũng nhân danh tranh đấu cho tự do dân chủ nhưng thực chất là cố tạo một hậu phương mất ổn định, cả gây rối loạn làm suy yếu nền Cộng Hòa non trẻ của Miền Nam mới bước ra từ một chế độ phong kiến. Và đó cũng là lý do tồn tại một hệ thống kiểm duyệt nhằm ngăn chặn xâm nhập của cộng sản.

Rồi còn phải kể tới sự cần thiết của một mặt trận chống *"gian thương văn hóa"* từ giới Ba Tàu Chợ Lớn rất vô luân, ngụy trang số kiểm duyệt in lậu và phát hành tràn lan các sách khiêu dâm đồi trụy và nguy hại hơn nữa là in các sách báo nhi đồng nhảm nhí với hậu quả là đầu độc giới trẻ thanh thiếu niên. (5)

Hồi tưởng lại bối cảnh sinh hoạt ở hậu phương Miền Nam lúc đó, điển hình là hai thành phố lớn Sài Gòn và Huế. Trong lúc khắp chiến trường đang sôi động thì ngay tại các thành phố cũng không hề có yên tĩnh và đang diễn ra một cuộc chiến tranh khác. Riêng tại Sài Gòn, tôi muốn đề cập các vụ ám sát sinh viên, giáo sư và nhà báo do Thành đoàn Cộng sản chủ trương. Khi ấy tôi đang là sinh viên, trong ban biên tập rồi là Chủ bút Nguyệt san Tình Thương của sinh viên Y khoa Sài Gòn (1964-1967), tôi có thể nói như là một trong những nhân chứng sống của giai đoạn sôi động này:

*"Cũng nên ghi lại một số sự kiện nay đã thuộc về lịch sử: chỉ riêng với trường Y khoa, đã có hai giáo sư bị sát hại (Gs Trần Anh, Cơ Thể học và Gs Lê Minh Trí chuyên khoa Tai Mũi Họng), rồi đến sinh viên Y khoa II Trần Quốc Chương (con của Thẩm phán Trần Thúc Linh) có một giai đoạn vào bưng, sau trở về học lại thì bị trói tay bịt miệng ném từ lầu ba xuống đất ngay trong vòng thành trường Y khoa trên đường Hồng Bàng, một cái chết rất thảm khốc. Sinh viên Luật khoa Lê Khắc Sinh Nhật cũng bị bắn chết. Hai sinh viên khác bên Văn Khoa cũng bị nhóm Biệt Động Thành bắn trọng thương nhưng may mắn sống sót là Ngô Vương Toại, Bùi Hồng Sĩ, hai anh ấy hiện đang sống ở Mỹ. (Ngô Vương Toại đã mất ở Mỹ 03.04.2014)*

*Riêng tôi, khi ấy đang là sinh viên Y khoa, trong Ban Đại Diện trường Y khoa và cũng là chủ bút báo Sinh viên Tình Thương cùng các bạn đồng môn tranh đấu cho nền tự trị đại học, cả với nỗ lực ngăn chặn sự xâm nhập của cộng sản nên cũng đã bị Thành đoàn CS ghi vào "sổ bìa đen" của đội quyết tử cảnh cáo cùng với 17 sinh viên thuộc các phân khoa khác. (4)*

*Rõ ràng có một cái giá phải trả của giới làm báo kể cả làm báo sinh viên trong suốt giai đoạn đó (nói tới sinh hoạt báo chí của Miền Nam 1954-1975, không thể không nhắc tới sự hy sinh của các nhà báo như Từ Chung, ký giả nhật báo Chính Luận (1965); một nạn nhân nổi tiếng khác bị ám sát nhưng thoát chết là nhà văn Chu Tử, chủ nhiệm nhật báo Sống (1966)." (3)*

Sau khi ra trường, tôi tình nguyện về binh chủng Lực Lượng Đặc

Biệt, phục vụ tại Liên đoàn 81 Biệt Cách Dù; với địa bàn hoạt động chủ yếu là Tây Nguyên, tôi vẫn tiếp tục viết như một người lính: *Vòng Đai Xanh* (1970) và *Mặt Trận Ở Sài Gòn* (1972) được hoàn tất trong giai đoạn quân ngũ này. Nay nếu nhìn lại, phải nói rằng hệ thống kiểm duyệt ở Miền Nam lúc đó khá cục bộ và cũng do trình độ yếu kém của bộ phận kiểm duyệt, nên dẫn tới cấm đoán một vài tác phẩm giá trị của những tác giả sáng tác trong tự do nhưng rồi mỗi tác giả ấy vẫn có cơ hội để đối thoại với Sở Phối hợp Văn học Nghệ thuật của Bộ Thông Tin.

Và khi làm báo Sinh viên Tình Thương, cho dù đôi lần phải đối đầu với tướng an ninh quân đội Nguyễn Ngọc Loan nhưng sau đó đã không có trù dập theo dõi của bộ phận cảnh sát hay an ninh quân đội chỉ vì tờ báo có quan điểm đối lập hay do các tác phẩm bị cấm kỵ. Tưởng cũng nên nhắc lại ở đây là trong giai đoạn 54-75, vẫn có những cây bút được biết là nằm vùng như Vũ Hạnh, Nguyễn Ngọc Lương vẫn được công khai hoạt động viết sách và cả ra báo.

Tôi cũng muốn ghi lại ở đây một số kinh nghiệm bản thân như một người viết ở Miền Nam trong giai đoạn đó: cuốn tiểu thuyết đầu tay *Mây Bão* (1963), ban đầu không được giấy phép của hội đồng kiểm duyệt. Tôi lên Bộ Thông Tin để khiếu nại, năm ấy tôi đang là sinh viên Y khoa mới 22 tuổi. Tôi đã được ông Giám Đốc Thông Tin Phạm Xuân Thái tiếp, ông ấy rất trí tuệ và hòa nhã. Ông cho biết chưa đọc cuốn sách nhưng theo tường trình của ban kiểm duyệt thì cuốn sách có nội dung phản ánh quá nhiều nét tiêu cực của xã hội lúc bấy giờ. Ông trao đổi với tôi về quan niệm thiên chức của nhà văn: cần phản ánh cả phần chính diện của xã hội thay vì chỉ có phản diện; và rồi theo yêu cầu của tôi, ông đồng ý giao cho một nhân viên khác trong hội đồng kiểm duyệt đọc lại *Mây Bão*. Người đọc thứ hai ấy là Nguyễn Thanh Đàm, không ai khác lại chính là nhà thơ Song Hồ. Anh ấy rất thích *Mây Bão* và nói rằng tác phẩm đầu tay của tôi có nét của một tác phẩm lớn trong tương lai. Sách được giấy phép xuất bản, nhà thơ Song Hồ trở thành bạn văn của tôi những năm sau này cho đến ngày anh mất ở Mỹ năm 2009.

Rồi tới cuốn *Vòng Đai Xanh* (1970), một tiểu thuyết tư liệu viết về cuộc chiến tranh bị lãng quên trong cuộc Chiến tranh Việt Nam đang diễn ra lúc đó. Các sắc dân Thượng nổi dậy với phong trào FULRO / *Front Unifié de Lutte des Races Opprimées* đòi quyền tự trị cho vùng Tây Nguyên. Vòng Đai Xanh cũng bị cấm đoán lúc ban đầu nhưng đã được nhà văn quân đội Thế Uyên, chủ trương Nhà xuất bản Thái Độ kiên trì đối thoại với Bộ Thông Tin, và sách được xuất bản và cả được trao giải văn học sau đó.

Hiện tượng "cũng tịch thu, cũng đục bỏ, cũng trừng phạt, thậm chí đưa người viết ra tòa" theo tôi đó chỉ là phản ứng theo hoàn cảnh, rất nhất thời, và cũng do trình độ nhận thức rất khác nhau của các thành phần nhân sự trong hội đồng kiểm duyệt. Các biện pháp chế tài trừng phạt, kể cả ra tòa mang nặng tính hình thức của trò chơi dân chủ, và những tình huống xem có vẻ như cực đoan ấy kết cục có thể so sánh với những *trận bão trong ly trà / storm in a teacup*, và để rồi sau đó mọi sự trở lại sinh hoạt gần như bình thường.

Thêm một ví dụ, năm 1972, khi ấy nhà văn Nguyễn-Xuân Hoàng đang ở Sài Gòn làm báo và dạy học, tôi thì theo đơn vị hành quân trên Tây Nguyên; nhưng cả hai cùng trải qua một kinh nghiệm tưởng cũng nên ghi lại. Do truyện ngắn *Mặt Trận Ở Sài Gòn* đăng trên tạp chí Trình Bầy tôi nhận được trát ra hầu tòa với tội danh *"dùng báo chí phổ biến luận điệu phương hại trật tự công cộng và làm suy giảm kỷ luật tinh thần chiến đấu của quân đội"*, mà chính tôi đang là một thành phần trong đó. Khi về Sài Gòn để ra hầu tòa, gặp Nguyễn-Xuân Hoàng tôi được biết anh cũng nhận được trát tòa vì truyện ngắn *Cha Và Anh* trên tờ báo Vấn Đề của nhà văn Vũ Khắc Khoan, trong đó Hoàng có nhắc tới bài hát *Bà Mẹ Gio Linh* của Phạm Duy.

Tôi và Hoàng đều ra tòa, đều có những luật sư bạn tình nguyện biện hộ. Kết thúc bằng hai bản án mang tính tượng trưng. Nguyễn-Xuân Hoàng sau đó vẫn trở lại dậy học và làm báo, riêng tôi thì trở về với đơn vị hành quân và không lâu sau đó vẫn được đi tu nghiệp chuyên môn ngành Y khoa Phục hồi ở San Francisco, Hoa Kỳ. Tôi và Hoàng vẫn có sách xuất bản. Và đời sống thì vẫn không ngừng chảy, nói theo ngôn từ Nguyễn-Xuân Hoàng. Đây là điều không thể nào

Từ phải: Phùng Nguyễn, Ngô Thế Vinh *at Duke's Huntington Beach* 05.2015

hiểu được đối với giới văn nghệ sĩ sống trong chế độ cộng sản ở Miền Bắc và rồi cả ở Miền Nam sau 1975.

Trong bối cảnh ngoài tiền tuyến thì đầy máu lửa, và một hậu phương cũng không kém sôi động nóng bỏng như thế, nhưng nói chung các văn nghệ sĩ Miền Nam trong một chừng mực nào đó vẫn có một không gian cho tự do sáng tác. Cứ nhìn lại số lượng đồ sộ và đa dạng của những tác phẩm của 20 năm Văn học Miền Nam 54-75 đã chứng minh điều đó.

Là người viết, chưa bao giờ lên tiếng bênh vực cho sự hiện hữu của một hệ thống kiểm duyệt nhưng rồi có khoảng cách thời gian để nhìn lại, có thể coi đây như những *"tổn thất phụ/ collateral damages"* trong cuộc đấu tranh quốc cộng mà văn hóa và truyền thông báo chí là một trận tuyến khác.

## *3. PHÙNG NGUYỄN: CHÂN DUNG VĂN NGHỆ SĨ*

*Tháng 11 năm 2010, tạp chí Da Màu ấn hành bài viết "Một Cao Xuân Huy Khác" của Ngô Thế Vinh để tưởng nhớ tác giả "Tháng Ba*

*Gãy Súng" trong một cách thế rất khác thường. Bài viết bắt đầu với phần giới thiệu và giải thích Melanoma, một căn bệnh ung thư hiếm hoi mà nhà văn Cao Xuân Huy đã bất hạnh vướng phải và đành chia tay với trần gian một cách vội vã. Tháng 6 năm 2014, cũng trên tạp chí Da Màu, nhà văn Ngô Thế Vinh gửi đến bạn đọc "Nguyễn-Xuân Hoàng trên con dốc Tử Sinh." Không giống như bài viết về Cao Xuân Huy, "Nguyễn Xuân Hoàng trên con dốc Tử Sinh" là một cái nhìn khá cân bằng của tác giả dành cho nhà văn Nguyễn-Xuân Hoàng về các mặt con người, văn chương, và bệnh lý. Theo người viết, chính là ở thời điểm này, nhà văn Ngô Thế Vinh bắt đầu song hành với bác sĩ Ngô Thế Vinh, cựu y sĩ trưởng Liên đoàn 81 Biệt Cách Dù, trên cuộc hành trình tạo dựng (lại) diện mạo của các nhà văn, nhà thơ, nghệ sĩ thân thuộc của ông. Sau Cao Xuân Huy, Nguyễn-Xuân Hoàng là Nghiêu Đề, Dương Nghiễm Mậu, Thanh Tâm Tuyền. Rồi Võ Phiến, Mặc Đỗ, Linh Bảo, Nguyễn Đình Toàn, Nhật Tiến. Và gần đây nhất,*

Cụ bà Mẹ Phùng Nguyễn và Ngô Thế Vinh
*(photo by Huy Văn, 5.12.2015)*

*Đinh Cường. Người viết, đồng thời là người đọc trung thành, ước mong nhà văn Ngô Thế Vinh tiếp tục cuộc hành trình kỳ thú này.*

*Một nhận xét được nhiều người chia sẻ: Tuy thành phần văn nghệ sĩ được nhà văn Ngô Thế Vinh chọn để vẽ chân dung thì đa dạng, nhưng có một đặc điểm chung, họ hoặc đã qua đời, hoặc, trong vòng quay Sinh Lão Bệnh Tử, ở vào buổi chiều tà bóng xế của đời người. Bạn đọc băn khoăn: Liệu đây có phải là một trong những yếu tố quan trọng để nhà văn Ngô Thế Vinh chọn đưa vào loạt bài chân dung văn nghệ sĩ?*

*Quá (sinh tử) quan này gánh chân dung*
*Nửa bầu y sĩ, nửa thùng văn gia!*

*Có bao nhiêu phần văn chương, bao nhiêu phần y học ở mỗi bức chân dung, thưa anh Ngô Thế Vinh?*

## 3. NGÔ THẾ VINH

Loạt bài chân dung văn nghệ sĩ đến với tôi như một sự "tình cờ". Khởi đi từ một bài viết *"Nhớ về người bạn Tấm Cám Nghiêu Đề"*; họa sĩ Nghiêu Đề là một cố tri từ tuổi rất thanh xuân, sau bài viết đó, tôi nhận được *feedback* từ mấy người bạn cũ của Nghiêu Đề; trong số đó có Đinh Cường, tỏ ra rất tâm đắc với bài viết và đã đưa ra nhận định: không thể viết về Nghiêu Đề hay hơn Ngô Thế Vinh nên Đinh Cường có đề nghị sẽ đưa vào cuốn sách *Đi Vào Cõi Tạo Hình II* sắp xuất bản viết về những họa sĩ cùng thời từ 1957 đến 1966, năm thành lập Hội Họa Sĩ Trẻ Việt Nam. Với tôi, thì đề nghị của Đinh Cường là một niềm vui. Rồi phải kể tới những khích lệ của các bạn văn như anh Phạm Phú Minh Diễn Đàn Thế Kỷ, anh Phùng Nguyễn chủ biên Da Màu, nhà thơ Thành Tôn, mỗi khi đọc một bài mới chân dung văn nghệ sĩ.

Bác sĩ Hà Ngọc Thuần, một bạn đồng môn hiện sống ở Úc từng làm báo sinh viên Y khoa Tình Thương với tôi từ 1964 - 1967, được coi là một trong những *cây bút academic* của SVYK Sài Gòn lúc bấy giờ, trong một eMail mới đây, anh viết: *"Với những bài trên Web của Ngô Thế Vinh chúng ta đã đọc, anh thật-sự đã thành công trong loại essai biographique. Với những dòng ngắn gọn, những nét chấm phá, vài mẩu chuyện tâm tình, giới thiệu con người và tác phẩm của nghệ sĩ, với những chi tiết đặc biệt khiến cho người đọc làm quen và lập tức có cảm tình với người nghệ sĩ. Và muốn biết thêm nhiều hơn nữa. Với loại "web-essay" của thời đại tiến bộ kỹ thuật, chúng ta có những bài ngắn mà cô đọng hơn, nhiều hình ảnh hơn, và rất có thể, có những đoạn phim sống-động với tiếng nói và âm-nhạc. Như bài viết về Nguyễn Đình Toàn, chúng ta có thể nghe CD Nhạc Chủ Đề từ hơn nửa thế kỷ trước, về Hoàng Ngọc Biên, chúng ta có thể nghe bản nhạc Hồ Thu do ca sĩ Ngọc Mai hát và rất ít ai biết Hoàng Ngọc Biên còn là một nhạc sĩ. Với bài viết về các họa sĩ, chúng ta được thưởng thức nhiều những bức tranh full color mà với kỹ thuật ấn loát cổ điển rất khó mà có thể thực hiện được".*

Anh Phạm Phú Minh, tác giả *Hà Nội Trong Mắt Tôi*, chủ bút Diễn Đàn Thế Kỷ, một hôm bất chợt nói với tôi: *"Bây giờ thì tôi có một cái nhìn khác về anh Vinh"*, câu nói của anh khiến tôi hơi ngạc nhiên, anh Minh giải thích: "từ trước đến nay, tôi vẫn nghĩ anh là một người nghiên cứu về Sông Mekong, nhưng nay, anh Vinh là một ngòi bút viết về chân dung các văn nghệ sĩ Việt Nam ở hải ngoại."

Vẫn anh Phạm Phú Minh, trong một dịp phát biểu khác khi đọc bài viết *Những Năm Ảo Vọng, GS Phạm Hoàng Hộ và bộ sách Cây Cỏ Việt Nam: "Nếu tôi nói bài của anh Vinh viết về Phạm Hoàng Hộ là rất hay, thì hình như tôi chưa nói gì cả. Chữ "hay" thông thường ấy quá tổng quát, không nói lên được gì về tính chất các bài viết của anh. Phải nói một bài như bài này nó có tính chất bác học, rộng khắp. Mà lãnh vực nào anh cũng đạt tới trình độ rộng khắp như vậy: những tình cảm sâu xa của một nhà văn, vấn đề chuyên môn của một nhà khoa học, sự đe dọa tương lai của một dòng sông... đề tài nào anh cũng đề cập tới với tất cả các khía cạnh cần biểu đạt của nó."*

Nghiên cứu về Sông Mekong là một dự án tôi đã và đang theo đuổi hơn 20 năm qua, nhưng viết về chân dung các văn nghệ sĩ, thì tôi chưa hề có một dự án như vậy. Mỗi lần có dịp viết về một bạn văn nghệ, một khuôn mặt văn hóa, ghi lại một chặng đường, một đoạn đời của một thời kỳ từng sống và chia sẻ phải được kể là khoảnh khắc rất hạnh phúc.

Câu hỏi của anh Phùng Nguyễn, rằng yếu tố nào đã khiến tôi chọn nhân vật đưa vào loạt bài chân dung văn nghệ sĩ: rất tình cờ thôi. Không phải, như anh nói là vì họ *"đã qua đời, đã bước vào buổi chiều tà bóng xế của đời người hay đang lao đao trong vòng quay Sinh Lão Bệnh Tử"*, nhưng yếu tố quan trọng nhất là do tôi đã có mối liên hệ quen biết và thân thiết trước đó; và cũng từ đó tôi đã có thể dễ dàng tiếp cận với nguồn tư liệu cá nhân và cả những điều khá riêng tư.

Có lần tôi nói chuyện với Nguyễn Đình Toàn, khi ấy tôi chưa viết về anh, là như một nguyên tắc khi viết, trong đó có loạt bài chân dung văn học, tôi quan niệm là bài viết có thể thiếu nhưng phần tư liệu thì cần chính xác và không thể sai. Và rồi với câu hỏi, có bao nhiêu phần văn chương, bao nhiêu phần y học ở mỗi bức chân dung?

Không phải ở mỗi chân dung đương nhiên là có phần y học, phần y học chỉ là tình huống rất cá biệt, như trường hợp Cao Xuân Huy, Nguyễn-Xuân Hoàng, Đinh Cường. Làm sao không quan tâm tới phần y khoa khi chính bạn mình bị ngã bệnh và đang cheo leo trên con dốc tử sinh và cũng không phải người bệnh nào cũng dễ dàng chấp nhận thực trạng bệnh của mình. Và cũng không dễ dàng gì để mà đào sâu vào phần y học ấy khi niềm đau của bạn cũng như niềm đau của chính người viết.

Còn một khía cạnh nữa thuộc lãnh vực *medical ethics / đạo đức y khoa*, đó là quyền "riêng tư" của bệnh nhân mà người thầy thuốc phải tôn trọng. Do đó, không phải cứ sinh hoạt trong lãnh vực chuyên môn y khoa mà muốn viết gì thì viết và tôi đã rất tôn trọng nguyên tắc y đức ấy. Như với Cao Xuân Huy, người bạn văn đã mất, dù đã có tình bằng hữu nhiều năm với Huy, nhưng tôi chỉ có thể viết về khía cạnh y khoa căn bệnh của Huy khi có được sự đồng ý của chị Cao Xuân Huy và hai con gái đã trưởng thành của Anh.

Nếu là những người bạn còn sống, họ đều được đọc trước bản thảo và có toàn quyền chấp nhận hay không phần y khoa ấy. Nguyễn-Xuân Hoàng thì chấp nhận toàn bản thảo viết về tiến trình căn bệnh *sarcoma* mà anh vướng phải. Nguyễn Đình Toàn thì có bày tỏ: *"Vình ơi, sáng nay đọc bài của bạn, thấy lạ, hình như là chuyện của một người nào khác, dù mọi điều đều gần đúng như sự thật, tựa coi lại một cuốn phim. Cũng may, những cái thật ấy nay đã thành giả rồi, (đã qua rồi) nên đỡ sợ."*

Riêng với Đinh Cường, ban đầu anh chấp nhận bản thảo bài viết nhưng sau đó cho biết: *"Đọc bài Vinh thấy sợ"* và yêu cầu tôi giản lược tối đa phần y khoa và cả thay thế tấm hình *autoportrait 04.2015* mà Đinh Cường gửi tặng tôi sau đợt hóa trị / chemo để cho bài viết được nhẹ nhàng hơn và dĩ nhiên tiếng nói cuối cùng vẫn là bạn mình và tôi tuyệt đối tôn trọng.

Với 18 chân dung văn học nghệ thuật và văn hóa đã hoàn tất, tôi nhận được nhiều gợi ý nên cho xuất bản như một tuyển tập, nếu có một cuốn sách *"tạo dựng (lại) diện mạo của các nhà văn, nhà thơ, nghệ sĩ"* như vậy, thì đây sẽ là trang sách riêng đề tặng cho Phùng Nguyễn.

## THAY CHO KẾT TỪ

Chỉ với ba câu hỏi của Phùng Nguyễn gửi Nhã Thuyên, Trần Mộng Tú, Hoàng Hưng... chứng tỏ Anh đã đọc rất kỹ và thấu tâm can của mỗi người mà Anh tiếp cận. Với nội dung từng câu hỏi tới phần trả lời của mỗi đối tượng, tôi thấy như manh nha cho dự án một tác phẩm văn học rất lạ và rất mới của Phùng Nguyễn mà tôi chưa biết Anh sẽ đặt tên là gì. Có lẽ đây là một trong những công trình dở dang như chính cuộc đời dở dang "đứt gánh giữa đường" của Phùng Nguyễn.

Tôi sẽ rất phụ Anh nếu chỉ trả lời sơ sài các câu hỏi. Với tôi, mỗi câu hỏi của Phùng Nguyễn có tính thách đố như đề cương cho một bài luận văn. Cho dù Anh không còn nữa, nhưng với lòng quý mến Phùng Nguyễn và với tất cả tâm cảm, tôi vẫn hoàn tất phần trả lời cả ba câu hỏi để gửi tới Anh, đồng thời cũng là gửi tới lớp người trẻ, các thế hệ sinh sau 1975, sau cuộc chiến tranh Việt Nam, như bước tìm lại một khoảng thời gian đã mất.

*California 03.2015 - 03.2017*

# TÌM LẠI THỜI GIAN ĐÃ MẤT
# TƯỞNG NHỚ MỘT VỊ DANH SƯ
# GIÁO SƯ Y KHOA PHẠM BIỂU TÂM

Giáo sư Phạm Biểu Tâm
tại Bệnh viện Bình Dân (1960), mỗi buổi sáng cùng các
nội trú và sinh viên đi thăm trại bệnh trước khi vào phòng mổ.
*(tư liệu gia đình Gs Phạm Biểu Tâm*)*

*Đây là bài mới bổ sung cho một bài viết khởi đầu chỉ là hồi tưởng và những kỷ niệm rất riêng tư với Giáo sư Phạm Biểu Tâm nhân dịp lễ tưởng niệm 100 năm ngày sinh của một vị danh sư đã để lại những dấu ấn lâu dài trong Ngành Y của Việt Nam từ thế kỷ trước.*

## ĐÔI DÒNG TIỂU SỬ

Giáo sư Phạm Biểu Tâm sinh ngày 13 tháng 12 năm 1913 tại Thừa Thiên, Huế; mất ngày 11 tháng 12 năm 1999 tại Hoa Kỳ, hưởng thọ 86 tuổi.

Vào cuối đời, thầy Tâm cho biết thực sự thầy gốc người Nam Bộ, sinh ra và lớn lên tại miền Trung. Sau đây là thông tin từ người em ruột Gs Phạm Biểu Tâm, Băng-Sĩ Phạm Hữu Nhơn nguyên là một tướng lãnh thuộc Bộ Tổng Tham Mưu Quân Lực VNCH từ Falls Church, Virginia gửi cho Bông, tức tên gọi ở nhà của Phạm Biểu Trung, trưởng nam của thầy Tâm:

*"Bông thân mến, Cha cháu sinh ngày 13/12/1913. Quê quán làng Nam Trung, huyện Phú Vang, tỉnh Thừa Thiên, trong một gia đình khoa bảng. Cụ cố là Tổng binh Phạm Tấn, gốc miền Nam, quê quán làng Long Phú (Bến Lức, Gò Công), tỉnh Gia Định. Được vua Gia Long vời ra làm quan ngoài Bắc Hà (Ninh Bình và Nam Định). Cụ nội là Phạm Năng Tuần, tước hiệu Hàn Lâm Viên Đại Phu. Cụ khai khẩn và thành lập làng Nam Trung, tỉnh Thừa Thiên cho các quan gốc miền Nam ra Trung. Cụ thân sinh là Phạm Hữu Văn, thi đậu Tiến sĩ khoa Quý Sửu 1913. Làm quan tới chức Bố Chánh tỉnh Thanh Hóa, được thăng Thượng Thư Trị Sứ khi đã về hưu."*

Giáo sư Phạm Biểu Tâm học tiểu học tại Huế, trung học phổ thông tại Vinh, rồi trường Quốc Học Huế, và trường Bưởi Hà Nội.

Suốt thời tuổi trẻ, Giáo sư Phạm Biểu Tâm đã là một hướng đạo sinh, rất hoạt động trong giai đoạn dầu sôi lửa bỏng của đất nước. Ông gia nhập tráng đoàn Lam Sơn của Hoàng Đạo Thúy, từ những năm 1930 từng tham dự khóa huấn luyện Tráng tại Bạch Mã, Huế. Có thể nói suốt cuộc đời, ông vẫn gắn bó với phong trào hướng đạo Việt Nam và vẫn cứ mãi là một tráng sinh lên đường. Không chỉ là nội trú lâu năm nhất ở Bệnh viện Phủ Doãn, theo Gs Trần Ngọc Ninh: *"Anh Tâm còn là Chủ tịch Hội Sinh viên Y khoa 1942, là cầu thủ Đội Bóng Rổ của Tổng Hội Sinh viên, đang là tuyển thủ hữu danh của Hội Thuyền Buồm Việt Nam."* (1)

Thầy Cô Phạm Biểu Tâm tại căn nhà đường Ngô Thời Nhiệm (1970)
*(tư liệu gia đình Gs Phạm Biểu Tâm)*

Năm 1932, thầy Tâm theo học Trường Y Khoa Hà Nội, sau Bác sĩ Tôn Thất Tùng một năm. Sau khi tốt nghiệp Y Khoa, vẫn tiếp tục tình nguyện ở lại làm Nội Trú Bệnh Viện thêm 8 năm. Mãi tới năm 1947 mới trình luận án Tiến Sĩ Y Khoa với đề tài mang tính văn hóa: *"Introduction de la Médecine Occidentale en Extrême-Orient / Sự Du Nhập của Y học Tây Phương sang Viễn Đông"*.

Nói về đời sống gia đình, Giáo-Sư Phạm Biểu Tâm đã kết hôn với Bà Công Tằng Tôn Nữ Tuyết Lê vào năm 1944, nguyên là nữ sinh trường Đồng Khánh rất cấp tiến. Thầy Cô có năm người con, ba trai hai gái theo thứ tự: Phạm Biểu Trung, Phạm Biểu Chí, Phạm Biểu Kim Hoàn, Phạm Biểu Kim Liên và Phạm Biểu Tình nhưng tên gọi ở nhà thì chỉ là tên các vật liệu trong phòng mổ: *Bông, Gạc, Băng, Kim, Chỉ*. Thầy cô còn có thêm một dưỡng nữ Trần Thị Hồng.

Thầy Cô Phạm Biểu Tâm và 5 người con với tên gọi ở nhà: Bông, Gạc, Băng, Kim, Chỉ *(tư liệu gia đình Gs Phạm Biểu Tâm)*

Năm 1948, Giáo Sư Phạm Biểu Tâm trúng tuyển kỳ thi Thạc Sĩ Y Khoa (Professeur Agrégé des Universités) tại Paris, đồng thời với Giáo sư Trần Quang Đệ cũng là một bác sĩ phẫu thuật lừng danh tại Bệnh viện Chợ Rẫy sau này. Trở về nước, thầy Tâm tiếp tục giảng dạy tại Đại Học Y Khoa Hà Nội kiêm Giám Đốc Bệnh Viện Yersin hay còn gọi là Nhà Thương Phủ Doãn cho đến ngày ký kết Hiệp định Genève 1954 phân đôi đất nước.

Năm 1950, Quân đội Quốc gia Việt Nam được thành lập, cũng khởi đầu ngành Quân Y Việt Nam 1951, Gs Phạm Biểu Tâm có thời gian đảm trách chức vụ Phó Giám Đốc Trường Quân Y với cấp bậc Trung Tá.

Năm 1954, Giáo-Sư Phạm Biểu Tâm đã cùng gia đình di cư vào Nam, được đề cử làm Giám Đốc Bệnh Viện Bình Dân mới xây cất xong trên đường Phan Thanh Giản (Sài Gòn), đồng thời cũng là Trưởng Khu Ngoại Khoa tại bệnh viện này. Đa số nhân viên y tế từ nhà thương Phủ Doãn di cư vào Nam đều trở lại làm việc tại bệnh viện Bình Dân. Đây cũng là một bệnh viện giảng huấn trực thuộc trường Đại Học Y Nha Dược duy nhất của Miền Nam Việt Nam thời bấy giờ.

Gs Phạm Biểu Tâm (trái) và Bs chuyên khoa Ung thư Nguyễn Xuân Chữ đi dự Tuần lễ Ung Thư / Semaine Du Cancer (1950) tại Pháp, phía sau là tấm poster tiếng Việt với slogan: Ung thư càng để lâu bao nhiêu càng kém hy vọng khỏi bấy nhiêu. Hãy đến khám tại Cơ quan Trung ương Việt Nam Trừ Ung thư tại Bệnh Viện Yersin Hà Nội. *(tư liệu gia đình Gs Phạm Biểu Tâm)*

Khi Đại Học Hỗn Hợp Pháp Việt được người Pháp trao trả lại cho Việt Nam (11.05.1955), Giáo-Sư Phạm Biểu Tâm được đề cử làm Khoa Trưởng, và là vị Khoa Trưởng đầu tiên của Trường Đại Học Y Dược Sài Gòn (Faculté Mixte de Médecine et Pharmacie).

Năm 1962, Hiệp Hội Y Khoa Hoa Kỳ / American Medical Association (AMA) đã viện trợ một ngân khoản lớn cho Việt Nam để xây cất một Trung Tâm Giáo Dục Y Khoa với tiêu chuẩn hiện đại tại đường Hồng Bàng, Chợ Lớn, gồm một Trường Y Khoa (giai đoạn I) và một Bệnh Viện thực tập (giai đoạn II). Lễ đặt viên đá đầu tiên do Tổng Thống Ngô Đình Diệm chủ tọa.

Sau biến cố 1963, Gs Phạm Biểu Tâm tiếp tục ở lại với Trường Y Khoa cho đến tháng 3 năm 1967, khi tướng Nguyễn Cao Kỳ, lúc đó là Chủ tịch Ủy ban Hành pháp Trung ương đã đơn phương ký sắc

Buổi trình luận án tại Đại học Y Khoa Hà Nội (1952) của Bs tân khoa Nguyễn Tấn Hồng, với Giáo sư Phạm Biểu Tâm trong Hội đồng Giám khảo.
*(tư liệu gia đình Gs Phạm Biểu Tâm)*

Sau buổi trình luận án của 2 Bs tân khoa: Nguyễn Khắc Minh, Đào Hữu Anh tại Đại học Y Khoa Sài Gòn (1960); với Hội đồng Giám khảo, hàng trước từ trái: Giáo sư Nguyễn Hữu, Giáo sư Phạm Biểu Tâm, Giáo sư Trần Đình Đệ, Giáo sư Trịnh Văn Tuất. (Bs Nguyễn Khắc Minh, Bs Đào Hữu Anh, cả hai đều trở thành giáo sư của trường Y Khoa sau này). *(tư liệu của Gs Nguyễn Khắc Minh)*

Hội Đồng Khoa, với một số giáo sư trong Ban Giảng Huấn Đại Học Y Khoa Sài Gòn: từ trái, Gs Trần Ngọc Ninh, Gs Trịnh Văn Tuất, Gs Trần Vỹ, Gs Caubet, Gs Phạm Biểu Tâm, Gs Huard, Gs Trần Đình Đệ, Gs Nguyễn Đình Cát, Gs Nguyễn Hữu, Gs Ngô Gia Hy *(tư liệu gia đình Gs Phạm Biểu Tâm)*

Giáo sư Phạm Biểu Tâm Khoa Trưởng Y Khoa Sài Gòn (trái) và Linh Mục Cao Văn Luận Viện Trưởng sáng lập của Viện Đại Học Huế từ 1957, đi dự một Hội nghị Quốc tế về Giáo Dục *(tư liệu gia đình Gs Phạm Biểu Tâm)*

Lễ đặt viên đá đầu tiên (1962) xây cất Trung Tâm Giáo Dục Y Khoa tại đường Hồng Bàng, Chợ Lớn; từ trái: Gs Khoa Trưởng Phạm Biểu Tâm, Tổng Thống Ngô Đình Diệm, Gs Nguyễn Quang Trình, Gs Lê Văn Thới; đứng phía sau là Đại sứ Mỹ Frederick E. Nolting, Jr.

Hàng trước từ trái: Gs Phạm Biểu Tâm, Tổng Thống Ngô Đình Diệm, Kiến trúc sư Ngô Viết Thụ, Gs Nguyễn Quang Trình, Viện trưởng Viện Đại học Sài Gòn. Trung Tâm Giáo Dục Y Khoa được khánh thành 3 năm sau 1966 *(tư liệu gia đình Gs Phạm Biểu Tâm)*

lệnh giải nhiệm chức vụ Khoa Trưởng của Gs Phạm Biểu Tâm để thay thế bằng một Ủy ban 5 người. Đây cũng là lần đầu tiên ở miền Nam chính trị can thiệp vào nền tự trị đại học. Từ nhiệm chức Khoa Trưởng, thầy Tâm vẫn cứ ẩn nhẫn, tiếp tục công việc của một Giáo sư Giải phẫu, giảng dạy và điều trị mổ xẻ tại Khu Ngoại Khoa B Bệnh viện Bình Dân.

Cùng lúc với Dự án của Hiệp Hội Y khoa Hoa Kỳ / AMA Project, kết hợp với trường Y khoa Sài Gòn để cải tiến các bộ môn từ khoa học cơ bản tới các khoa lâm sàng như nội khoa, sản phụ khoa, nhi khoa, giải phẫu, gây mê, quang tuyến... với kế hoạch vừa huấn luyện tại chỗ vừa gửi nhân viên giảng huấn sang tu nghiệp tại các Đại học Hoa Kỳ. Đây là giai đoạn thầy Tâm đã bỏ ra rất nhiều công sức để phát triển chương trình đào tạo thêm nhân viên giảng huấn Khoa Giải phẫu cho trường Y khoa.

Sự hợp tác giữa giáo sư Henry T. Bahnson danh tiếng từ Đại học Pittsburgh và Gs Phạm Biểu Tâm tại Bệnh viện Bình Dân được coi là thành công nhất trong số những chương trình được AMA bảo trợ.

Tưởng cũng nên ghi lại ở đây tên của một học viên, Bs Nghiêm Đạo Đại sau này đã trở thành một giáo sư phẫu thuật lừng danh trong chuyên khoa thay ghép / transplant tụy tạng-gan-thận ở Đại học MCP Hahnemann / Drexel, Pittsburgh, nhưng anh Đại thì trước sau vẫn không quên ơn thầy. Anh viết: *"Tôi đã thấm nhập những điều dạy dỗ của "lò Bình Dân". Quả như vậy, sau khi vào ban giảng huấn Đại học Iowa bảy năm, trường Medical College of Pennsylvania / Hahnemann / Drexel Pittsburgh hơn hai thập niên, tôi đã cảm nhận được là mình có phước rất lớn được học những tinh túy của các Thầy ở bệnh viện Bình Dân. Các Thầy đã trao cho tôi một hành trang đầy đủ để sử dụng trong suốt cuộc đời đi dạy học."* (2)

Sau biến cố 1975, mặc dù phải sinh hoạt trong những điều kiện cực kỳ khó khăn, phải sống với bên thắng cuộc chỉ biết chuộng *"hồng hơn chuyên"*, Giáo sư Phạm Biểu Tâm vẫn sống hết lòng cho y nghiệp, thương mến chăm sóc bệnh nhân không phân biệt giàu nghèo, hay màu sắc chính trị nào. Thầy Tâm tiếp tục công việc dìu dắt giảng

Trung Tâm Giáo Dục Y Khoa trên đường Hồng Bàng, Chợ Lớn hoàn tất 3 năm sau (giai đoạn I); việc xây dựng một Bệnh viện Thực Tập hiện đại (giai đoạn II) phải ngưng vì những biến động chính trị cho tới 1975 *(nguồn: internet)*

dạy nhiều thế hệ sinh viên Y khoa. Như từ bao giờ, thầy Tâm thâm trầm, nhưng cương nghị, làm nhiều và ít nói. Trong nghịch cảnh, thầy không bao giờ biểu lộ sự giận dữ, vẫn nhỏ nhẹ nhưng thâm thúy và sâu sắc, câu nói giản dị của thầy vẫn cứ mãi được truyền tụng trong đám môn sinh: *"cố gắng làm việc, lấy chăm sóc bệnh nhân làm nhiệm vụ trước mắt của người thầy thuốc."*

Vẫn với kinh nghiệm của giới trí thức Hà Nội sau 1954, thuộc chế độ cũ, trước sau họ chỉ là thành phần được "lưu dung - không có

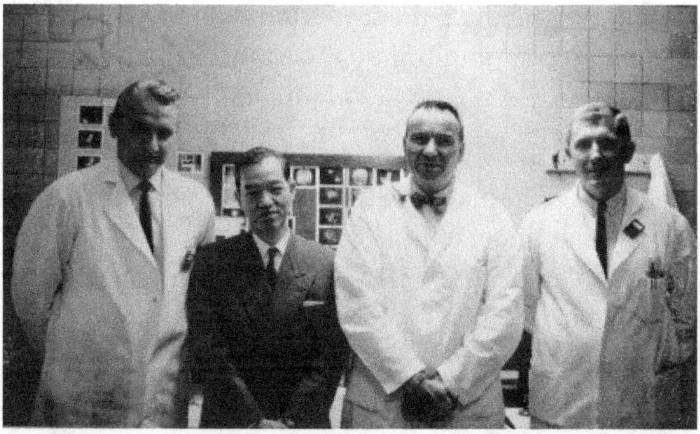

Giáo sư Phạm Biểu Tâm tới thăm một Trung Tâm Y Khoa tại Minnesota (1960s), như bước khởi đầu hòa nhập hai hệ giáo dục Y khoa Pháp và Mỹ *(tư liệu gia đình Gs Phạm Biểu Tâm)*

Tiếp tân tại tư gia thầy Tâm cho buổi học Hậu Đại học Khóa 1972 từ trái: Bs Steven Reeder, Gs Phạm Biểu Tâm, Văn Kỳ Chương, Nguyễn Hữu Chí, Phan Văn Tường, Gs Anatolio Cruz, Gs Norman Hoover, Gs Đào Đức Hoành, Gs Phan Ngọc Dương, Văn Kỳ Nam, Lê Quang Dũng, Nguyễn Khắc Lân, Nguyễn Tiến Dỵ, Văn Tần, Nguyễn Đỗ Duy *(tư liệu gia đình Gs Phạm Biểu Tâm)*

dấu nặng" và không hề được tin cậy. Kinh nghiệm sau 1975 mà Giáo sư Phạm Hoàng Hộ đã từng trải qua, đó thực sự là một chặng đường đau khổ mà Giáo sư Hộ gọi đó là *"những năm ảo vọng."*

Năm 1984, Giáo sư Phạm Biểu Tâm buộc phải nghỉ hưu ở tuổi 71 sau một cơn tai biến mạch máu não/ stroke với liệt nửa người trái. Không có cơ hội hồi phục, năm 1989 Giáo sư Phạm Biểu Tâm đã phải rời bỏ quê hương yêu dấu, nơi mà Giáo sư đã dâng hiến gần trọn cuộc đời cho người bệnh, cho nền y học Việt Nam, để sang đoàn tụ với các con tại Hoa Kỳ.

## MỘT CHÚT RIÊNG TƯ

Những dòng chữ này được viết cách đây 4 năm nhân dịp kỷ niệm 100 năm ngày sinh của Gs Phạm Biểu Tâm. Đây chỉ là hồi tưởng, ghi lại những kỷ niệm rất riêng tư với Gs Phạm Biểu Tâm – không phải từ trong các giảng đường hay bệnh viện mà là với một thầy Tâm ngoài đời thường. Trong suốt học trình y khoa, tôi chưa từng được là môn sinh gần gũi của Thầy nhưng lại cảm thấy rất thân thiết với Thầy trong các năm học và cả những năm đã rời xa trường Y khoa về sau này. Chỉ đảm nhiệm chức vụ Khoa Trưởng 12 năm (1955-1967), nhưng dấu ấn ảnh hưởng của thầy Tâm trên các thế hệ môn sinh thì lâu dài hơn nhiều, kể cả những người chưa được học hay không biết mặt Thầy. (5)

Chỉ còn 2 ngày nữa là kỷ niệm 100 năm ngày sinh của giáo sư Phạm Biểu Tâm (13/12/1913). Hôm nay ngày 11 tháng 12, 2013 là ngày giỗ của Thầy, vậy mà cũng đã 14 năm rồi (11/12/1999), và khi thầy Tâm mất, gặp Cô để phân ưu, thì được Cô nhắc là anh Vinh có thể có một bài viết về Thầy. Vậy mà chưa làm được điều ấy thì Cô nay cũng đã mất.

Tiểu sử giáo sư Phạm Biểu Tâm đã được bạn đồng môn Hà Ngọc Thuần từ Úc Châu tường trình khá đầy đủ – tưởng cũng nên ghi lại là anh Hà Ngọc Thuần đã cùng với anh Nghiêm Sỹ Tuấn từng là hai cây bút chủ lực của báo Y khoa Tình Thương, cùng biên soạn một công trình giá trị "Lịch Sử Y Khoa" với bút hiệu chung Hà Hợp Nghiêm, đăng từng kỳ trên Tình Thương cho tới khi báo đình bản 1967. (3)

Rất khác với vẻ uy nghi cao lớn của Gs Trần Quang Đệ, cũng là một nhà phẫu thuật lừng danh khác của Việt Nam, cùng trúng tuyển kỳ thi Thạc sĩ Y khoa tại Paris năm 1948, thầy Tâm có dáng nhỏ nhắn của một thư sinh, vẻ nhanh nhẹn của một tráng sinh, nét mặt thầy không đẹp nhưng ngời thông minh và có thể lột tả – theo ngôn từ của bạn đồng môn Đường Thiện Đồng thì "thầy có những nét của một quý tướng."

Trước khi bước vào trường Y khoa, đã được biết tiếng về tài năng và đức độ của Gs Phạm Biểu Tâm, được nghe nhiều giai thoại về Thầy ngoài đời thường. Thầy là một trong những tráng sinh đầu tiên của ngành Hướng đạo Việt Nam từ những năm 1930 như biểu tượng của một thế hệ dấn thân. Tuy không là cầu thủ nhưng Thầy lại rất hâm mộ môn bóng đá; bạn bè trong Đại học xá Minh Mạng kể lại, Thầy thường có mặt nơi khán đài bình dân trong sân banh Tao Đàn, như mọi người Thầy cũng tung nón hò hét sôi nổi để ủng hộ cho đội banh nhà.

Đến khi được gặp, thì thấy thầy Tâm là một con người rất giản dị, tạo ngay được cảm giác gần gũi và tin cậy với người đối diện

Gs Phạm Biểu Tâm nói chuyện với SVYK trong một giảng đường ở 28 Trần Quý Cáp Sàigòn sau vụ Thầy bị bắt trước biến cố 1963 *(nguồn: Life Magazine 1963)*

nhưng vẫn luôn có đó một khoảng cách dành cho sự kính trọng. Kỷ niệm của người viết với thầy Tâm như là những khúc phim đứt đoạn.

Từ 1963 tới 1967 là một giai đoạn cực kỳ xáo trộn ở miền Nam với liên tiếp những cuộc biểu tình xuống đường và bãi khóa của sinh viên mà phân khoa đầu não là Y khoa, lúc ấy vẫn còn tọa lạc nơi ngôi trường cũ 28 Trần Quý Cáp, Sài Gòn. Ở cương vị Khoa Trưởng lúc đó thật khó khăn: thầy Tâm vừa phải duy trì sinh hoạt bình thường trong giảng đường và các bệnh viện mà vẫn tôn trọng tinh thần "tự trị đại học." Thầy luôn luôn bao dung chấp nhận đối thoại và cũng do lòng kính trọng Thầy, các nhóm sinh viên Y khoa tranh đấu lúc đó đã hành xử có trách nhiệm, trừ số rất ít cộng sản nằm vùng thì manh động theo chỉ thị của Thành ủy. Tình trạng thăng trầm của trường Y khoa trong cơn lốc chính trị với cả đổ máu ám sát tiếp tục kéo dài cho tới tháng Tư 1975.

Khi tờ báo Sinh viên Y khoa Tình Thương ra đời đầu năm 1964, ở cương vị Khoa Trưởng, Gs Phạm Biểu Tâm tỏ ra tâm đắc với

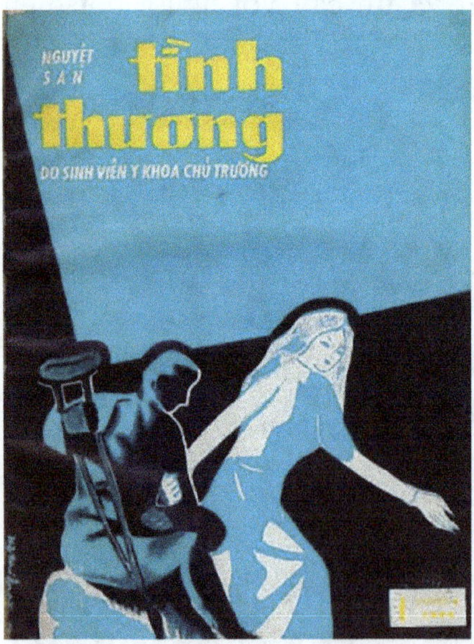


Bìa Nguyệt san Tình Thương của Sinh Viên Y Khoa, số 1 ra mắt tháng 01.1964 và bị đình bản cuối 1967 với 30 số báo *(tư liệu Trần Hoài Thư; Thư Quán Bản Thảo)*

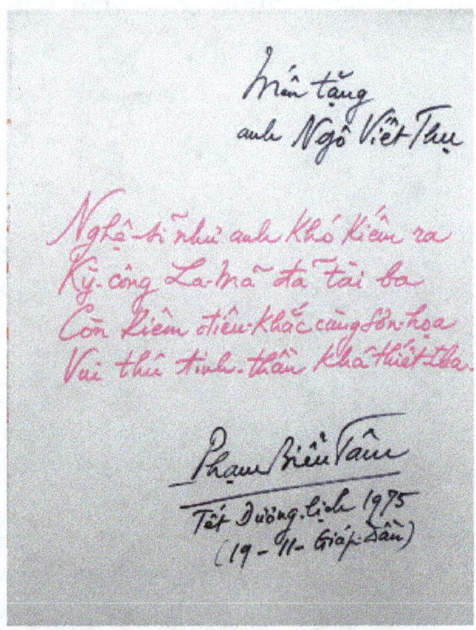
Mến tặng
anh Ngô Viết Thụ

Nghệ-sĩ như anh khó kiếm ra
Kỳ-công La-mã đã tài ba
Còn kiêm điêu-khắc cùng hội-họa
Vui thú tinh-thần khó thiết tha.

Phạm Biểu Tâm
Tết Dương-lịch 1975
(19-11- Giáp-Dần)

Bài thơ với thủ bút của Gs Phạm Biểu Tâm tặng Kiến trúc sư Ngô Viết Thụ (1975), người thiết kế Dinh Độc Lập và Trung Tâm Giáo Dục Y Khoa (1962)

*manchette* của tờ báo mang tên "Tình Thương" mà thầy cho rằng ý nghĩa rất phù hợp với chức năng của những người Áo Trắng và thầy có viết một bài éditorial trên Tình Thương để giới thiệu tờ báo. Không nhiều biểu lộ nhưng chúng tôi hiểu rằng báo Tình Thương luôn luôn được hỗ trợ tinh thần của Gs Khoa Trưởng. Tình Thương không chỉ là tờ báo của những cây bút sinh viên mà khá thường xuyên còn có bài viết của các giáo sư Y khoa như Trần Ngọc Ninh, Trần Văn Bảng, Nguyễn Đình Cát, Ngô Gia Hy và Vũ Thị Thoa…

Sinh viên Y khoa tới ngày tốt nghiệp ra trường, dân y hay quân y thì đều phục vụ trong quân đội, với các binh chủng chọn lựa hay được chỉ định. Là những bác sĩ trong thời chiến nên trước sau đã có một số đồng nghiệp hy sinh như các anh Đoàn Mạnh Hoạch, Trương Bá Hân, Đỗ Vinh, Trần Ngọc Minh, Phạm Bá Lương, Nguyễn Văn Nhứt, Trần Thái, Lê Hữu Sanh, Nghiêm Sỹ Tuấn, Phạm Đình Bách… chưa kể một số bị chết trong các trại tù cải tạo từ Nam ra Bắc, hay trên đường vượt biên sau này.

Riêng những người chết hay mất tích khi vượt trại tù, ít nhất có hai bạn mà tôi quen biết: bác sĩ Nguyễn Hữu Ân (Nha Kỹ Thuật) cũng là dân Đại học xá Minh Mạng, cùng với bác sĩ Vũ Văn Quynh (binh chủng Nhảy Dù) là anh ruột của bác sĩ Vũ Văn Dzi hiện ở Oklahoma.

Rất riêng tư, tôi không thể không nhắc tới một Trần Ngọc Minh, anh sống khá trầm lặng những năm sinh viên trong Đại học xá Minh Mạng, không những cùng dãy 7 mà còn ở ngay cạnh phòng tôi trong nhiều năm. Ra trường anh là một y sĩ Thủy quân Lục chiến, đã hy sinh trong một trận đánh khốc liệt tại thung lũng Việt An, tỉnh Quảng Tín 1965. Ít năm sau đó, một quân y viện mới trên đường Nguyễn Tri Phương ngay cạnh Trường Quân Y được khánh thành và mang tên anh.

Xúc động nhất là cái chết của Nghiêm Sỹ Tuấn, mà tôi được sinh hoạt gần gũi với anh trong tòa soạn báo sinh viên Tình Thương. Ra trường, sự kiện Nghiêm Sỹ Tuấn chọn binh chủng Nhảy Dù, theo người bạn thân của anh là Đặng Vũ Vương nhận định, đó là một chọn lựa "thử thách cá nhân". Anh đã hơn một lần bị thương sau đó vẫn tình nguyện trở lại trận địa và đã hy sinh trên chiến trường Khe Sanh 1968 khi đang cấp cứu một đồng đội…

Do mối quan tâm tới các sắc dân Thượng từ thời làm báo sinh viên, ra trường tôi chọn phục vụ một đơn vị Lực Lượng Đặc Biệt với địa bàn hoạt động chủ yếu là vùng Tây nguyên; cũng trong khoảng thời gian này tôi có thêm chất liệu sống để hoàn tất tác phẩm Vòng Đai Xanh. Mỗi khi có dịp về Sài Gòn, tôi đều tìm cách đến thăm thầy Phạm Biểu Tâm. Trường Y khoa thì nay đã di chuyển sang một cơ sở mới có tên là Trung Tâm Giáo dục Y khoa trên đường Hồng Bàng, Chợ Lớn. Cũng để thấy rằng, tuy ở Sài Gòn nhưng Thầy luôn theo dõi và biết khá rõ cuộc sống quân ngũ của những học trò của Thầy ra sao.

Sau 1975, trừ một số ít đã được di tản trước đó, số bác sĩ còn ở lại trước sau đều bị tập trung vào các trại tù cải tạo. Từng hoàn cảnh cá nhân tuy có khác nhau nhưng tất cả hầu như đồng một cảnh ngộ: bị giam giữ trong đói khát, với lao động khổ sai và học tập tẩy não. Những bao gạo in nhãn "Đại Mễ" đầy mối mọt viện trợ của Trung Quốc được đưa vào nuôi tù cải tạo trong giai đoạn này. Không khác với các trang sách viết của Solzhenitsyn về Gulag Archipelago nhưng là *Made in Vietnam*, tinh vi hơn với phần học thêm được cái ác từ Trung Quốc.

Trường Đại học Y khoa cũ, 28 Trần Quý Cáp Sài Gòn, nơi từng đào tạo bao thế hệ bác sĩ, sau 1975 biến thành khu triển lãm "Tội ác Mỹ Ngụy" *(nguồn: internet)*

Cũng thật trớ trêu, trại giam đầu tiên của tôi lại là Suối Máu, nơi từng là trung tâm huấn luyện của Liên đoàn 81 Biệt Cách Dù, một đơn vị mà tôi đã từng phục vụ. Như một chính sách rập khuôn, không giam giữ lâu ở một nơi, cứ sau một thời gian, các tù nhân lại bị tách ra, di chuyển đi các trại khác. Từ Suối Máu, tôi lần lượt trải qua các trại Trảng Lớn Tây Ninh, Đồng Ban và trại cuối cùng là Phước Long Bù Gia Mập. Một số khác thì bị đưa ra Bắc, sau này được biết là điều kiện tù đày khắc nghiệt hơn rất nhiều.

Ra tù ba năm sau, trở về một Sài Gòn đã thật sự hoàn toàn đổi khác. Ngôi trường cũ 28 Trần Quý Cáp góc đường Lê Quý Đôn rợp bóng cây xanh thì nay biến thành khu triển lãm "Tội ác Mỹ Ngụy", không phải chỉ có trưng bày vũ khí súng đạn giết người, chuồng cọp với đủ dụng cụ tra tấn mà còn có cả sách báo nọc độc (sic) tàn dư văn hóa của "chủ nghĩa thực dân mới" trong đó có cuốn Vòng Đai Xanh.

Một hôm, tình cờ thấy Thầy Tâm đang đi bộ rảo bước trên khúc đường Trương Minh Giảng gần Tòa Tổng Giám Mục nơi góc đường Phan Đình Phùng. Dừng chiếc xe đạp cũ kỹ bên lề đường, tôi chạy tới chào Thầy. Thầy trò gặp nhau không nói gì nhiều nhưng tôi thì đọc được những xúc cảm trong ánh mắt của Thầy. Rất ngắn ngủi khi chia tay Thầy chỉ nhắc tôi hai điều: Vinh nên đi chụp một hình phổi và ra ngoài rồi cũng ráng ăn thêm một chút thịt. Đôi điều dặn dò ấy chứng tỏ Thầy Tâm biết rất rõ cảnh sống của các học trò Thầy trong trại tù cải tạo.

Khoảng đầu năm 1981, mấy ngày trước Tết Tân Dậu thầy trò còn ở lại có buổi họp mặt tất niên, bao gồm nhiều khóa, đông nhất là Y Khoa 68. Có được hai giáo sư Hoàng Tiến Bảo và Phạm Biểu Tâm tới dự. Tâm trạng của mọi người ngổn ngang lúc đó nên *"vui là vui gượng kẻo là"*. Thầy Tâm không uống rượu nhưng lại mang rượu tới để chung vui. Thầy giơ cao chai rượu trước mặt các học trò và nói đại ý: *"Lần này thì các anh thực sự yên tâm, đây không phải là rượu giả vì là chai rượu lễ của một Cha mới biếu tôi."* Trước sau, Thầy Tâm vẫn có một lối nói chuyện gián tiếp với *"ý tại ngôn ngoại"* như vậy. Không ai là không hiểu ý Thầy, muốn nói về một *"thời kỳ giả dối"* mà cả miền Nam đang phải trải qua.

Sau biến cố 1975, thầy Tâm tuy vẫn có được sự kính trọng và vị nể của chế độ mới vì đức độ tài năng và nhân cách đặc biệt của Thầy, Thầy thì cứ như một nhà nông biết là thời tiết không thuận lợi, nhưng vẫn cứ cắm cúi vun xới thửa đất để cấy trồng. Trước sau, chưa bao giờ Thầy có phòng mạch tư, cuộc sống của Thầy rất thanh bạch. Hàng ngày toàn thời gian Thầy tới nhà thương Bình Dân khám bệnh, mổ xẻ và hết lòng chăm sóc người bệnh cùng với công việc giảng dạy cho các thế hệ môn sinh. Chế độ mới cần tới uy tín Thầy nhưng họ vẫn không bao giờ tin nơi Thầy. Bằng cớ là căn nhà của thầy Tâm trên đường Ngô Thời Nhiệm ít nhất đã hai lần bị công an thành phố xông vào lục xét. Và cứ sau một lần như vậy, không phát hiện được gì thì Thành Ủy đã lại đứng ra xin lỗi coi đó chỉ là hành động sai trái của thuộc cấp. Sự giải thích ấy thật ra chỉ là hai bản mặt của chế độ.

Tới năm 1984, đã ngoài tuổi 70, sau hơn 40 năm cầm dao mổ, sống tận tụy với người bệnh và các thế hệ môn sinh, thầy Tâm đột ngột phải nghỉ hưu vì một cơn tai biến mạch máu não. Lúc ấy tôi đã qua Mỹ, đoàn tụ với gia đình xa cách đã tám năm. Vừa chữa bệnh lao phổi vừa chuẩn bị đi học lại. Như truyền thống tốt đẹp của gia đình y khoa, các bạn bè qua trước đã đem tới cho tôi những thùng sách và cả textbooks; các bạn ấy đều đã đậu các kỳ thi, có người trước đó 3-4 năm nhưng vẫn chờ để được nhận vào chương trình nội trú trước khi có thể lấy lại bằng hành nghề.

Tôi đã phạm một lầm lẫn lúc đó, vội vàng học rồi thi FLEX/ ECFMG tuy đậu nhưng với số điểm không cao, có nghĩa là vào giai đoạn "đóng cửa" ấy rất ít hy vọng được nhận vào bất cứ một chương trình thực tập bệnh viện nào. Con đường trở lại y nghiệp xa vời vợi. Một giáo sư UCLA giới thiệu tôi vào chương trình MPH/ Master of Public Health, đây có thể là một cánh cửa khác, với cấp bằng Y Tế Công Cộng, tôi hy vọng có thể làm việc với WHO / Tổ chức Y tế Thế giới của Liên Hiệp Quốc tại các nước vùng Đông Nam Á hoặc Phi Châu.

Cũng lúc đó tôi được gặp lại giáo sư Hoàng Tiến Bảo và luôn luôn được thầy Bảo khuyến khích nên trở lại với y nghiệp. Thầy Bảo sáng nào cũng từ nhà đi xe bus tới nhà thờ dự lễ trước khi tới USC/ University of Southern California. Mỗi ngày hai thầy trò đều đặn vào

Norris Medical Library, trên đường Zonal ngồi học, chờ ngày thi lại; cùng với Thầy đi làm *clinical fellow* không lương ở Department of Medicine / Hypertension Service với các Gs DeQuattro, Gs Barndt – không gì hơn để có được *letters of recommendation* của các giáo sư Mỹ, đồng thời làm quen thêm với môi trường bệnh viện bên này. Cho dù trước 1975 Thầy Bảo cũng đã du học về Orthopaedics ở Mỹ và tôi thì cũng đã có một thời gian tu nghiệp về Rehab ở San Francisco.

Hệ thống Y khoa Mỹ lạnh lùng và tàn nhẫn với bất cứ một bác sĩ ngoại quốc nào tới Mỹ theo diện di dân muốn hành nghề trở lại, cách đối xử khác xa với thành phần du học nếu sau đó trở về nước. Nhưng cũng có một nhận định khác cho rằng đó là sự tuyển chọn rất công bằng chỉ có ở nước Mỹ. Không là ngoại lệ, cả hai thầy trò phải đi lại từ bước đầu; trong khi đó ai cũng biết Thầy Bảo xứng đáng ở cương vị một giáo sư chỉnh trực giỏi của một trường đại học Y khoa. Sau này, có thời gian làm việc tại các bệnh viện New York, tôi cũng đã chứng kiến hoàn cảnh vị giáo sư ObGyn đáng kính người Ba Lan phải đi làm EKG technician, rồi một bác sĩ giải phẫu người Nga thì làm công việc của một respiratory therapist. Họ là thế hệ thứ nhất tới Mỹ với tuổi tác không thể đi học lại từ đầu nên chấp nhận hy sinh lót đường cho thế hệ thứ hai vươn lên.

Thầy Bảo chỉ chú tâm lo cho học trò nhiều hơn là cho chính Thầy. Thầy đã từng đích thân đi xe bus tới nhà khuyên một học trò của Thầy nên tiếp tục học thay vì bỏ cuộc. Cho dù sắp tới ngày thi cử, thầy Bảo cũng vẫn dẫn một phái đoàn lên Medical Board trên Sacramento tranh đấu cho các học trò của Thầy ra trường sau 1975 được công nhận là tương đương và quyền trở lại y nghiệp.

Rồi cũng là một kết thúc có hậu. Thầy Bảo thi đậu dễ dàng rồi hoàn tất năm nội trú và có bằng hành nghề trở lại ở California. Riêng tôi thì phải khá vất vả thi lại hai ngày FMGEMS với score phải khá hơn trên 80 để có thể được các chương trình Residency nhận đơn và cho phỏng vấn. Vào tháng Ba 1988 qua ngả *National Resident Matching Program/ NRMP*, tôi được nhận vào một chương trình nội khoa của các bệnh viện Đại học ở New York. Cũng thầy Bảo là người đầu tiên chia vui với tin tưởng là học trò của Thầy cũng sẽ qua được chặng đường thử thách 3 năm trước mặt. Thầy Hoàng Tiến Bảo thì nay cũng đã mất (20/01/2008), tôi và cả rất nhiều học trò khác không bao giờ quên ơn và nhớ mãi tấm gương sáng với tấm lòng quảng đại và đầy nhân hậu của Thầy Bảo.

## GẶP LẠI THẦY CŨ GIÁO SƯ PHẠM BIỂU TÂM

Trở lại làm nội trú bệnh viện muộn màng ở cái tuổi 47, từ New York qua bạn đồng môn Đường Thiện Đồng, tôi được tin thầy Phạm Biểu Tâm mới cùng gia đình đi đoàn tụ và sống với các con ở Mỹ 1989 – cũng đã 5 năm kể từ ngày Thầy bị tai biến mạch máu não. Có được địa chỉ của Thầy ở Santa Ana, California, tôi viết thơ thăm thầy Tâm và được Thầy hồi âm bằng lá thư viết tay. Nét chữ của Thầy còn rất đẹp. Tôi nhớ là thầy Tâm thuận tay phải và đoán chừng Thầy chỉ bị liệt nửa người bên trái.

*(1) Santa Ana, 25-8-1989. Anh Vinh, tôi đã nhận được thiếp bưu điện anh gửi thăm tôi và gia đình. Thấy lại nét chữ lại nhớ lại hình ảnh của anh từ lúc anh còn ở Saigon. Sau này tôi có dịp trở lại chỗ anh làm việc cũ mà anh không ngờ, đó là Trung tâm Chỉnh Hình ở*

Gs Hoàng Tiến Bảo (phải) tới thăm Gs Phạm Biểu Tâm tại Tustin, Quận Cam, Nam California *(tư liệu TSYS Canada)*

*Bà Huyện Thanh Quan và Hiền Vương vì lúc ấy tôi đã sang giai đoạn vật lý trị liệu đều đều vì bệnh mới của tôi. Các cô tập cho tôi ở đây hỏi tôi có biết BS Vinh không? Tôi đã giả lời "Biết lắm chứ!" Rồi tôi nhớ lại tập sách anh viết và gởi cho xem lúc anh còn ở trong quân đội một thời gian…*

Khoảng 1971-72 tôi có cơ duyên được đi học về Rehabilitation Medicine ở Letterman General Hospital, Presidio San Francisco, nên sau này với chuyên môn ấy, tôi có một thời gian giảng dạy và làm việc ở Trung tâm Y khoa Phục Hồi, 70 Bà Huyện Thanh Quan, Sài Gòn. Một số các cô chuyên viên Vật Lý Trị Liệu được tôi đào tạo trong các khóa học này. Và thật không thể ngờ, ở một tình huống quá đặc biệt, trong nghiệp vụ thường nhật, các cô học trò cũ ấy lại được vinh dự chăm sóc một vị danh sư và cũng chính là bậc thầy của "thầy dạy các cô".

Hình như Gs Phạm Biểu Tâm và Gs Nguyễn Hữu đã sang thăm đất nước Mỹ rất sớm. Khi nhận được một Postcard tôi gửi từ New York, thầy Tâm viết: *"Anh Vinh làm tôi nhớ lại lần đầu tiên tôi đã đặt chân xuống thành phố New York năm 1951 cách đây non một nửa thế kỷ rồi! Lúc ấy còn là thời kỳ đi xem Empire State Building và Rockefeller Center là lúc thấy cái nào cũng ngẩng cổ lên mà đếm từng lầu. Cũng chả đếm hết được, rồi cảm giác đi "Ascenseur Tàu Suốt" một mạch được luôn mấy từng. Bây giờ đỡ thèm đi trở lại nhiều – thời nào cũng có cái thú của thời ấy."*

Qua một năm nội trú, từ New York với mùa đông giá lạnh ngập tuyết bước sang mùa hè nóng ẩm quá độ, nay tôi mới lại có dịp trở về vùng California nắng ấm để thăm thầy Tâm. Trong cảnh tha hương, cảm động và mừng tủi biết bao nhiêu khi được gặp lại Thầy, trên một lục địa mới ở một nơi xa quê nhà hơn nửa vòng trái đất. Được cầm bàn tay ấm áp và mềm mại của thầy Tâm trong bàn tay mình, rồi như từ trong tiềm thức của một hướng đạo sinh ngày nào, tôi siết nhẹ bàn tay trái của Thầy và chỉ có thể nói với Thầy một câu thật bâng khuâng *"… đôi bàn tay này Thầy đã cứu sống biết bao nhiêu người." "Có gì đâu Vinh."* Thầy xúc động và nghẹn ngào nói thêm một câu gì đó mà

Gs Phạm Biểu Tâm và môn sinh Ngô Thế Vinh tại nhà riêng của Thầy, thành phố Tustin, Santa Ana 1990 *(photo by Đường Thiện Đồng)*

tôi không nghe rõ. Tôi hiểu rằng sau tai biến mạch máu não, người bệnh đều ít nhiều trải qua những biến đổi sâu xa về mọi phương diện ngoài thương tật thể chất, còn có những thay đổi về xúc động tình cảm và tâm lý. Và tôi nhận thấy được sự thay đổi nơi Thầy, từ một con người rất trầm tĩnh nay trở thành dễ bị xúc động về sau này.

## MỘT DỰ ÁN LỊCH SỬ Y KHOA DỞ DANG

Thầy Tâm còn rất minh mẫn, trí nhớ hầu như nguyên vẹn khi Thầy nhắc về những ngày ở bệnh viện Phủ Doãn Hà Nội cho tới bệnh viện Bình Dân và trường Y Nha Dược ở Sài Gòn. Hồi ức ấy nếu được ghi lại, đây sẽ là những trang tài liệu vô giá nếu không muốn nói là độc nhất vô nhị cho bộ sách Lịch sử Trường Y Khoa Hà Nội - Sài Gòn.

Tôi mạn phép đề nghị đem tới Thầy một *tape recorder* thật gọn nhẹ để được Thầy đọc và ghi âm về những điều Thầy còn nhớ về

Trường Y Khoa và sau đó tôi hứa sẽ làm công việc transcript. Nhưng tôi được thầy Tâm trấn an ngay: *"Vinh đừng lo, công việc ấy đã có anh Nguyễn Đức Nguyên đảm trách và anh ấy sẽ làm chu đáo."* Tôi cảm thấy yên tâm vì được biết anh Nguyên trước đó cũng đã hoàn tất bộ sách rất công phu: *Bibliographie des Thèses de Médecine (Tome I: Hanoi 1935-1954, Saigon 1947-1970; Tome II: Saigon 1971-1972, Hue 1967-1972).*

Khi tôi trở lại New York, Thầy còn viết thư để tôi có thể liên lạc với anh Nguyễn Đức Nguyên, lúc ấy đang sống ở tiểu bang Maryland.

(2) Santa Ana 12-8-1990. Anh Vinh, cảm ơn anh đã dành thì giờ và tìm đến thăm tôi và cũng để cho tôi thăm lại anh. Trước hết xin phép trả nợ đã. Chép cho anh địa chỉ anh Nguyên như sau:

N. D. NGUYÊN c/o Kathy Nguyên
11616 Stewart Lane Apt # 302
Silver Spring, MD 20904

*Thế là khỏi quên. Mong anh sẽ gặp lại được người làm đúng cái*

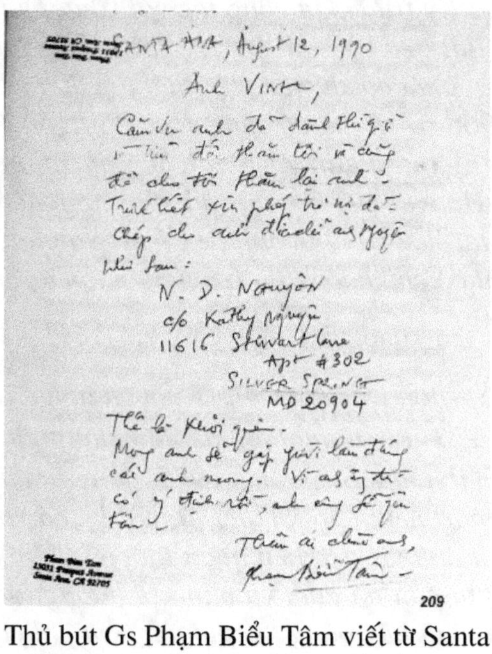
SANTA ANA, August 12, 1990

Anh VINH,

N. D. Nguyên
c/o Kathy Nguyên
11616 Stewart lane
Apt #302
SILVER SPRING
MD 20904

209

Thủ bút Gs Phạm Biểu Tâm viết từ Santa Ana 12.08.1990 *(tư liệu Ngô Thế Vinh)*

*anh mong. Vì anh ấy đã có ý định rồi, anh cũng sẽ yên tâm. Thân ái chào anh, Phạm Biểu Tâm.*

Giã từ New York sau 3 năm "cải tạo tự nguyện" – đây là ngôn từ của Vũ Văn Dzi, hành nghề ở Oklahoma VA là bạn đồng môn đã qua Mỹ trước từ 1979. Tôi trở về California năm 1991, làm việc trong một bệnh viện VA ở Long Beach mà bệnh nhân đa số là các cựu chiến binh Mỹ trở về từ Việt Nam. Thời gian này, tôi vẫn giữ liên lạc khá thường xuyên với anh Nguyễn Đức Nguyên và được theo dõi từng bước về công trình của anh.

*(3) Silver Spring, Feb 11, 1994. Anh Vinh thân mến, Anh có nhắc "Lịch sử Trường Y khoa Hà Nội – Sài Gòn" ở trang đề tựa khiến tôi thích thú bội phần; tôi vẫn nhớ anh khuyến khích tôi viết tập sách này từ lâu. Có thể nói phần đầu tới 1945 coi là xong rồi; phần Trường Y về ta tới 1954 và đến khi vào Sài Gòn cho tới khi có Hoa Kỳ giúp chính phủ Ngô Đình Diệm cải tổ giáo dục – nhất là giáo dục y khoa – thì còn thiếu một số tài liệu cần thiết: tôi đã nhờ một cô Mỹ trước làm với USOM Sài Gòn kiếm giùm; tôi cũng viết thư cho mấy người bác sĩ Hoa Kỳ trước kia cộng tác với Chương trình Trung tâm Y khoa để mượn tài liệu và hình ảnh. Archives của State Department rộng mênh mông, phải có chuyên viên mới tìm được. Sau khi AMA ký contract năm 1966-67 thì đã có cuốn sách "Saigon Medical School: An Experiment in International Medical Education" của các ông Ruhe, Singer & Hoover viết khá đầy đủ, chắc anh đã đọc rồi chứ? Sở dĩ lâu là vì chờ tài liệu và hình ảnh để bổ túc và cho sách thêm phần hấp dẫn; nếu chỉ có chữ không thì ít người muốn đọc…*

Trong một thư khác, anh Nguyên viết:

*(4) Silver Spring, Dec 28, 1995. Cảm ơn anh đã hỏi thăm về tập Lịch sử Trường Y. Tài liệu thu thập đầy đủ cho phần đầu (Hà Nội – 1954). Còn phần thứ hai (Sài Gòn – 1975) đang tìm thêm ở Bộ Ngoại Giao / State Department cho đủ viết từ thời kỳ có viện trợ Mỹ. Tiện đây tôi muốn hỏi anh về việc liên quan tới xuất bản sách ở bên này: nhà xuất bản lo từ đầu tới cuối và mình sẽ hưởng tác quyền như thế nào? Nếu mình trình bày bằng "computer" và chỉ cần đưa in thì họ sẽ tính thế nào? Tôi dự tính sang chơi California trước Tết ta, nếu đi*

*được sẽ tin để anh biết và có thể hẹn gặp nhau ở đâu nói chuyện dài về sách vở. Thân, Nguyễn Đức Nguyên.*

Khi được anh Nguyên hỏi về việc xuất bản sách ở hải ngoại, tôi lạc quan nghĩ rằng tác phẩm *"Lịch sử Trường Y khoa Hà Nội – Sài Gòn"* của anh đã bước vào giai đoạn hoàn tất. Anh Nguyên thì cầu toàn, muốn có một tác phẩm thật ưng ý mới cho ra mắt. Riêng tôi thì lại có mối quan tâm khác. Bởi vì anh Nguyên cũng đã bước qua khá xa tuổi "cổ lai hy" và điều gì cũng có thể xảy ra. Tôi nhớ đã có lần bày tỏ với anh Nguyên là chờ một tác phẩm toàn hảo thì không biết đến bao giờ và đề nghị với anh cứ cho xuất bản những gì anh đã hoàn tất, sau đó anh vẫn có thời gian và cơ hội để hoàn chỉnh.

Nhưng rồi rất tiếc là sau đó tôi mất liên lạc với anh Nguyễn Đức Nguyên, anh đã đổi địa chỉ, số phone và cả email. Được biết Anh Nguyên cũng gần tuổi với Gs Trần Ngọc Ninh (1923), cũng bước qua tuổi thượng thọ 90 rồi. Tôi cầu mong công trình của anh sẽ không bị thất lạc, rồi ra tác phẩm sẽ được ra mắt như sự tin cậy và mong đợi của giáo sư Phạm Biểu Tâm từ mấy thập niên của thế kỷ trước.

## TRĂM NĂM CÒN LẠI TẤM LÒNG TỪ BI

Ngày 13 tháng 12 năm 2013, nhân 100 năm ngày sinh của giáo sư Phạm Biểu Tâm 1913-2013, các thế hệ sau nhìn lại để thấy rằng

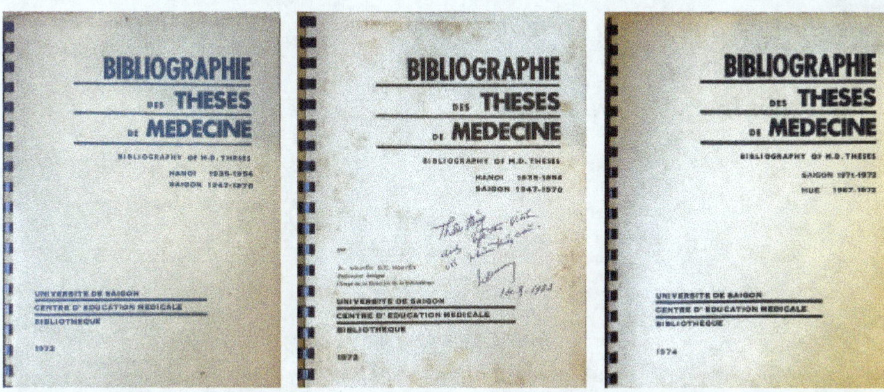


*Bibliographie des Thèses de Médecine*; Tome I: Hanoi 1935-1954, Saigon 1947-1970; Tome II: Saigon 1971-1972, Hue 1967-1972
*(tư liệu Ngô Thế Vinh)*

thầy Tâm là người đã dày công xây dựng một trường Đại học Y khoa có truyền thống, cùng với một ban giảng huấn đầy khả năng và thành phần sinh viên được tuyển chọn công bằng và nghiêm khắc, dù trong chiến tranh, ngôi trường ấy vẫn có tiềm lực vươn tới một Trung tâm Y Khoa hiện đại với *đẳng cấp thế giới / world-class;* vậy mà từ sau 1975 cả một nền tảng tốt đẹp ấy đã bị chế độ cộng sản hoàn toàn làm cho băng hoại.

Nhớ lại khoảng thời gian được gần gũi với Thầy Tâm, với tôi, Thầy như một biểu tượng sống động cho lời thề Hippocrates, luôn luôn là tấm gương sáng cho các thế hệ y khoa, không chỉ về tài năng chuyên môn mà cả về đạo đức nghề nghiệp; Thầy vẫn cứ mãi mãi là hình ảnh "sẵn sàng dấn thân" của một Tráng Sinh Bạch Mã Lên Đường.

Giáo sư Phạm Biểu Tâm mất tại Hoa Kỳ ngày 11 tháng 12 năm 1999 trong sự thương tiếc của gia đình, các môn sinh và toàn thể y giới Việt Nam tại hải ngoại và cả trong nước, thương tiếc một vị danh sư đã để lại những dấu ấn lâu dài trong Ngành Y của Việt Nam từ thế kỷ trước.

Nhớ Thầy Phạm Biểu Tâm, đọc lại bài thơ thiền của Thầy, để tìm được nguồn an ủi:

*Trăm năm trước thì ta chưa có*
*Trăm năm sau có cũng như không*
*Cuộc đời sắc sắc không không*
*Trăm năm còn lại tấm lòng từ bi…*

*California, 20.07.2017*

# NHỮNG NĂM ẢO VỌNG
# GIÁO SƯ PHẠM HOÀNG HỘ
# VÀ BỘ SÁCH CÂY CỎ VIỆT NAM

Chân dung Giáo Sư Phạm Hoàng Hộ
*(nguồn: Bìa lưng bộ sách Cây Cỏ Việt Nam)*

Peter Shaw Ashton, Giáo Sư Charles Bullard, ngành Lâm Học, Đại Học Harvard, viết:

*"Với những ghi chú bằng tiếng Anh, cùng với những nét minh họa tinh vi của hơn 10.500 chủng loại, bộ sách Họa Hình Cây Cỏ Việt Nam / Illustrated Flora of Vietnam của Giáo sư Phạm Hoàng Hộ đã cung cấp cho giới độc giả tiếng Anh lần đầu tiên và cập nhật*

*một tài liệu tham khảo thấu đáo mà chúng tôi ít biết đến. Công trình này sẽ đứng như một tượng đài của sự quyết tâm, cống hiến, và uyên bác với lòng can đảm của tác giả. Giáo sư Phạm Hoàng Hộ hầu như đơn độc hình thành một công trình sinh học thực vật có tầm vóc hàn lâm/ academic tại Đại Học Sài Gòn giữa những năm tháng khó khăn. Trong hoàn cảnh cực kỳ thử thách ấy, giáo sư Hộ đã sưu tập được những chất liệu cho bộ sách đặc sắc này và cả những chuyến du khảo nhằm thu thập những mẫu vật để minh họa. Và nay công trình được xuất bản, đó sẽ là nguồn khích lệ cho các nhà sinh học trẻ ở Việt Nam và cả ở hải ngoại.*

*"Cây cỏ Việt Nam có thể lên tới 12.000 chủng loại. Bởi vì xứ sở này nằm sát bờ Thái Bình Dương Á Châu nhiệt đới, đó là hành lang cho những chuyển dịch theo chu kỳ bắc-nam / periodic north-south migration của thảm thực vật vô cùng phong phú từ phía nam Trung Hoa và phong phú hơn nữa là thảm thực vật xích đạo Mã Lai / equatorial flora of Malaysia. Trên các rặng núi vẫn còn lưu lại những chủng loại tùng bách / conifer và thực vật có hoa / angiosperm taxa có tầm quan trọng vô song, trong khi các vùng bình nguyên mang dấu ấn của quá khứ có liên hệ tới các vùng hải đảo Phi Luật Tân và Borneo Nam Dương. Đến nay sự phong phú này hầu như tiêu vong. Những nỗ lực của chính phủ Việt Nam trong chiến lược trồng cây tái sinh và bảo tồn sẽ được hỗ trợ bởi công trình của Giáo sư Phạm Hoàng Hộ như một hồ sơ theo dõi các thảm thực vật đến nay còn tồn tại."*

## TIỂU SỬ:

GS Phạm Hoàng Hộ, trên giấy tờ ngày sinh là 3 tháng 8 năm 1931 tại An Bình, Cần Thơ. Nhưng theo cáo phó mới đây của gia đình, GS Hộ sinh năm Kỷ Tỵ 1929, mất ngày 29 tháng Giêng năm 2017 tại Montréal, Canada hưởng thọ 89 tuổi. Anh Phạm Hoàng Dũng, con trai GS Phạm Hoàng Hộ xác nhận là "Ba tôi sinh năm Kỷ Tỵ 1929, nhưng theo lệ ngày xưa thì lâu sau đó mới khai sinh, là năm 1931".

*Văn Bằng:*

-- 1953: Cử nhân Khoa học, Thủ khoa Thực vật học, Paris

-- 1955: Cao học Vạn vật học, Paris
-- 1956: Thạc sĩ / Agrégé Vạn vật học
-- 1962: Tiến sĩ Khoa học / Vạn vật học, Paris

*Chức Vụ:*

-- 1957-1984: Trưởng phòng Thực vật Đại học Khoa học Sài Gòn
-- 1965-1984: Giáo sư Thực vật học Đại học Khoa học Sài Gòn
-- 1962-1966: Giám đốc Hải học viện Nha Trang
-- 1963-1963: Khoa trưởng Đại học Sư phạm Sài Gòn
-- 1963: Tổng trưởng Quốc gia Giáo dục
-- 1966-1970: Viện trưởng sáng lập Viện Đại học Cần Thơ
-- 1978-1984: Chủ bút tuần báo Khoa học Phổ thông Sài Gòn
-- 1984-1989: Giáo sư Khảo cứu tại Viện bảo tàng Thiên nhiên Quốc gia Paris

*Hội Viên Khoa Học:*

-- 1956: Hội viên Hội Thực vật học Pháp
-- 1963: Hội viên Hội Tảo học Quốc tế (International Phycological Society)
-- 1964: Hội viên Sáng lập Hội Sinh học Việt Nam
-- 1965: Phó Chủ tịch Ủy ban Danh từ Việt Nam
-- 1967: Hội viên Hội Viện trưởng Đại học Quốc tế (APU)
-- 1969: Sáng lập viên Niên san Đại học Cần Thơ
-- 1971: Hội viên Ủy ban Thẩm định hậu quả chất Da cam tại Nam Việt Nam, Viện Hàn lâm Khoa học Quốc gia, Hoa Kỳ.
-- 1973: Cố vấn Môi sinh Ủy ban Quốc Tế Sông Mekong (MRC)

*Ấn Phẩm:*

-- 1960: *Cây Cỏ Miền Nam Việt Nam* (Flore Illustrée du Sud Vietnam)
Bộ Giáo dục Việt Nam: 1 vol., 803 pp., 275 pls.
-- 1964: *Sinh Học Thực Vật*
Bộ Giáo dục Việt Nam: 1 vol., 861 pp., nhiều hình
-- 1968: *Hiển Hoa Bí Tử*

Trung tâm Học liệu, Bộ Giáo dục Việt Nam: 506 pp., 264 pls.
-- 1969: *Rong Biển Việt Nam*
Trung tâm Học liệu, Bộ Giáo dục Việt Nam: 558 pp., 493 figs.
-- 1970: *Cây Cỏ Miền Nam Việt Nam*, in kỳ 2, quyển I
Trung tâm Học liệu, Bộ Giáo dục Việt Nam: 1115 pp., figs. 2787
-- 1972: *Cây Cỏ Miền Nam Việt Nam*, in kỳ 2, quyển II
Trung tâm Học liệu, Bộ Giáo dục Việt Nam: 1139 pp., figs. 5272

*Cây cỏ Việt Nam: An illustrated Flora of Vietnam*

-- 1991, Tập 1 Quyển I: Khuyết Thực Vật. Lõa Tử. Hoa-cánh-rời đến Tiliaceae.
-- 1992, Tập 1 Quyển II: Hoa-cánh-rời từ Elaeagnaceae đến Apiaceae
-- 1993, Tập 1 Quyển III: Từ Smilacaceae... Cyperaceae... Poaceae... đến Orchidaceae.
-- 1991, Tập 2 Quyển I: Hoa-cánh-rời từ Sterculiaceae đến Fabaceae.
-- 1993, Tập 2 Quyển II: Từ Daphniphyllum ... Fagaceae… Apocynaceae... đến Scrophulariaceae
-- 1993, Tập 2 Quyển III: Từ Smilacaceae... Cyperaceae... Poaceae... đến Orchidaceae
-- 1998: *Cây cỏ có vị thuốc ở Việt Nam*
Nxb Trẻ, TP Hồ Chí Minh: 860 pp.,
Mô tả 2149 loài có vị thuốc gặp ở Việt Nam

Vẫn trong bản Tóm lược sự nghiệp Khoa học, GS Phạm Hoàng Hộ tâm sự: *"Có lẽ vì lúc còn rất nhỏ tôi đã sống ở nơi vườn tược, ruộng đồng xanh um vùng châu thổ sông Cửu Long, nên từ nhỏ tôi đã thích cây cỏ. Tôi không bao giờ quên được hình ảnh của bông Súng ở ruộng hay ao, lộng lẫy dưới ánh mặt trời ban mai, hay hình ảnh của bông Nhãn lồng phơi mình dựa bờ ruộng. Nên Thực vật học và Sinh học Nhiệt đới đã hấp dẫn tôi lúc đi du học. Và lúc học ở Đại học Khoa học Paris, tôi đã bắt đầu tìm hiểu Cây cỏ Đông Dương. Tiếp xúc đầu tiên một cách khoa học với Cây cỏ ấy, tôi thực hiện ở Viện Bảo tàng Thiên nhiên Quốc gia Paris. Lúc mới học Vạn vật, tôi đã vào nhà kiếng của Viện này để tìm coi có loại nào ở nước nhà hay không. Và một số loài đã được vẽ từ lúc ấy! Tôi nhớ một số Lan đã được vẽ từ năm 1950, trong nhà kiếng ấy. Đó là những hình "xưa" nhất của bộ Cây cỏ của tôi. Sau này khi làm luận án Cao học, cũng ở Viện ấy, tôi mới có dịp vào Thảo Tập, và nhiều hình, nhất là của giống Ficus, khó, vì chưa nhiều loài đã được vẽ vì ngại sự khó khăn ấy về sau khi về bên nhà mà tài liệu thật là khó kiếm. Thật ra lúc ấy tham vọng của tôi vô cùng khiêm tốn, là sau này được biết các loại Ficus Việt Nam mà thôi! Cũng đã quá sung sướng rồi.*

*Sau khi thi đậu Thạc sĩ / Agrégation hạng sáu, trên 300 thí sinh, và chỉ có 30 đậu, năm 1956 tôi về nước.*

(* Ghi chú của người viết: cần phân biệt với bằng Thạc sĩ hiện nay ở Việt Nam tương đương với cao học / master, trong khi Thạc sĩ / Agrégé ở Pháp là học vị về sư phạm, trải qua kỳ thi tuyển khó khăn, nếu thi đậu sẽ trở thành giáo sư thực thụ / professeur titulaire từ bậc trung học / lycée tới các trường cao đẳng / enseignement supérieur thuộc các ngành Khoa học, Y dược, Luật khoa)

*Giáo sư Hộ viết tiếp: "Lúc ấy tham vọng của tôi chỉ là về dạy học ở một trường Trung học, và lúc rảnh rang sẽ tìm hiểu cây cỏ của vùng Lục tỉnh mà thôi, nhưng Viện Đại học Sài Gòn và Hải học viện Nha Trang "kéo" tôi về giảng dạy và trông nom Hải học viện. Khi làm việc ở Nha Trang tôi khảo cứu Rong biển, như là một phận sự. Và sau vài năm khảo cứu dưới sự hướng dẫn của Giáo sư J. Feldmann, tôi hoàn thành luận án Tiến sĩ mà tôi trình ở Đại học Paris, năm 1961. Công trình này được đăng trong Niên san Khoa học Đại học đường Sài Gòn, và trong quyển* Rong biển Việt Nam, *cũng như một số ấn phẩm trong vài tạp chí khoa học.*

*Ở Sài Gòn, phận sự chính của tôi là giảng dạy Thực vật và Sinh học Thực vật (thay thế Giáo sư Pháp Roger, một nhà chuyên môn về nấm gây bệnh cây) cho sinh viên dự bị và chuyên khoa. Chính vì muốn giảng dạy tốt, thích nghi vào điều kiện nhiệt đới Việt Nam, các môn ấy mà tôi lục lạo và sau đó cho ra đời công trình mà sau này sẽ là công trình của đời tôi là* Cây cỏ Việt Nam. *(trích dẫn tư liệu gia đình GS. Phạm Hoàng Hộ:* Văn Bằng, Sự Nghiệp Khoa Học của Phạm Hoàng Hộ, Giáo sư Thực vật học*).*

1959-1960, tôi / người viết bài này mới chỉ là sinh viên lớp dự bị Y khoa PCB / *Physique Chimie Biologie* tại Đại học Khoa học Sài Gòn và được học Thầy Hộ mới tốt nghiệp Thạc sĩ ở Pháp về, dạy môn Sinh Học Thực vật. Tuy chỉ được học Thầy một năm, nhưng Thầy đã để lại cho đám sinh viên và riêng tôi một niềm cảm hứng với những dấu ấn rất khó phai mờ. Vào trường Y khoa rồi, không còn được học Thầy Hộ nhưng tôi vẫn mang lòng ngưỡng mộ và cả theo dõi những bước đi và sưu tập những bộ sách công trình nghiên cứu khoa học của Thầy.

Bộ sách *Cây Cỏ Miền Nam Việt Nam* gồm 2 quyển, do Trung tâm Học Liệu, Bộ Giáo Dục VNCH xuất bản 1970 *(nguồn: internet Sách Xưa)*

Vào đầu thập niên 1990, giới khoa học trong nước và hải ngoại rất đỗi vui mừng khi bộ sách *Cây Cỏ Việt Nam* của GS. Phạm Hoàng Hộ được lần lượt xuất bản. Theo GS Thái Công Tụng, hiện định cư tại Montréal thì các sách của GS. Phạm Hoàng Hộ hiện có đầy đủ ở Bibliothèque Jardin Botanique Montréal, Canada, và dĩ nhiên là có trong nhiều thư viện lớn trên thế giới.

Trọn bộ *Cây Cỏ Việt Nam* gồm hai Tập, mỗi Tập 3 Quyển, tổng cộng khoảng 3600 trang, chưa kể Phần Từ Vựng tên Việt Nam và Từ Vựng tên Khoa học các Giống (Chi) bao gồm thêm cả công trình của những năm tháng giáo sư rời quê hương Việt Nam sang Pháp, vẫn tiếp tục cặm cụi làm việc.

Riêng tôi / người viết đã sớm có được trọn bộ 6 Quyển *Cây Cỏ Việt Nam* xuất bản ở hải ngoại do bác sĩ Phạm Văn Hoàng, bào đệ của GS Phạm Hoàng Hộ, nguyên Giám đốc Trung Tâm Phục Hồi Cần Thơ, một đàn anh trong Y khoa gửi tặng.

Tưởng cũng nên ghi lại ở đây, là trước 1975, Giáo sư Phạm Hoàng Hộ đã từng là *Cố vấn Môi sinh Ủy ban Sông Mekong / Mekong River Committee* và khoảng năm 1974 hai Giáo sư Phạm Hoàng Hộ và Thái Công Tụng đã có một nghiên cứu chung về Môi sinh Đồng Bằng Sông Cửu Long: *The Mekong Delta, Its environment, Its Problems;* (do Bộ Canh Nông VNCH xuất bản, Sài Gòn 1974); khi tìm kiếm tới tài liệu có tính cách lịch sử ấy, tôi được GS Thái Công Tụng bùi ngùi cho biết là đã mất hết sau cơn binh lửa...

Để tìm hiểu thêm tại sao các tác phẩm khoa học của Giáo Sư Phạm Hoàng Hộ lại được ưu tiên xuất bản bằng tiếng Việt cho dù ngôn ngữ chính thông thạo của GS. Hộ trong suốt quá trình đào tạo và giảng dạy là tiếng Pháp.

*Trong lời mở đầu quyển* Rong Biển Việt Nam *xuất bản năm 1969, GS. Phạm Hoàng Hộ viết: "Lúc đầu, quyển sách này được thảo bằng ngoại ngữ, khi làm việc ở Hải học viện Nha Trang và ở Museum, và tôi có hoài bão được xuất bản trong ngoại ngữ ấy để công bố công trình khảo cứu của mình ra bốn phương, như lời hứa ngầm lúc trình luận án.*

*Song nay tôi đã đổi ý và cho xuất bản bằng tiếng Việt Nam. Đó là để chứng minh rằng ngôn ngữ nào, miễn được chăm sóc, đều có thể diễn tả kiến thức ở mọi trình độ. Tôi biết có nhiều người cho rằng không ấn hành trong một ngôn ngữ quốc tế là phí công, giới khảo cứu làm sao biết đến. Nhưng tôi thấy chẳng cần đến việc ấy. Được mấy mươi triệu người Việt Nam biết và dùng, có giá trị hơn là được vài ngàn học giả chuyên môn thưởng thức. Tôi đã bỏ cái tự hào sai là tranh đua cùng người ngoài để tự tạo lấy thanh danh, "làm thơm lây dân Việt". Tôi tin rằng cái tự hào ấy không thực tế, vì một người Việt Nam hay, không bằng nhiều người Việt Nam khá: cầm đuốc soi thành phố người có vẻ không thức thời trong khi nước nhà còn u ám. Cái tự hào trên thật ra chỉ để che đậy sự trốn trách nhiệm, sự bỏ phận sự trước con cháu chúng ta một cách không tha thứ được.*

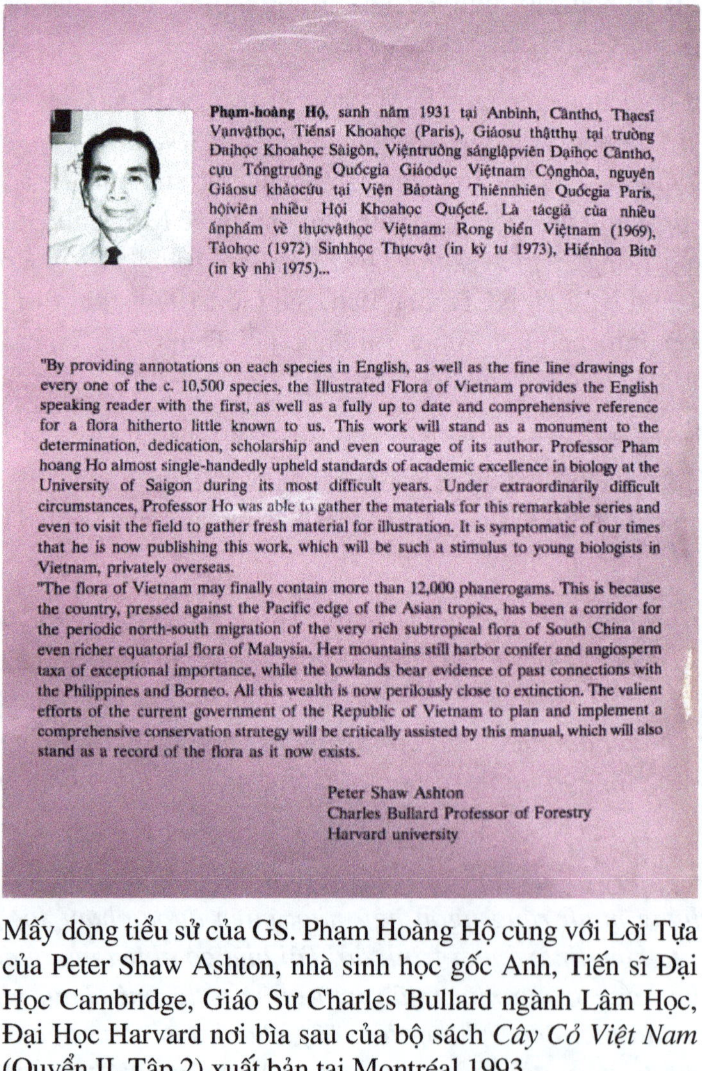

**Phạm-hoàng Hộ**, sanh năm 1931 tại Anbình, Cântho, Thạcsĩ Vạnvậthọc, Tiếnsĩ Khoahọc (Paris), Giáosu thậtthụ tại truòng Daịhọc Khoahọc Sàigòn, Việntruòng sánglậpviên Dạihọc Cântho, cựu Tổngtruòng Quốcgia Giáodục Việtnam Cộnghòa, nguyên Giáosu khảocứu tại Viện Bảotàng Thiênnhiên Quốcgia Paris, hộiviên nhiều Hội Khoahọc Quốcté. Là tácgiả của nhiều ấnphẩm về thựcvậthọc Việtnam: Rong biển Việtnam (1969), Tảohọc (1972) Sinhhọc Thựcvật (in kỳ tư 1973), Hiểnhoa Bítử (in kỳ nhì 1975)...

"By providing annotations on each species in English, as well as the fine line drawings for every one of the c. 10,500 species, the Illustrated Flora of Vietnam provides the English speaking reader with the first, as well as a fully up to date and comprehensive reference for a flora hitherto little known to us. This work will stand as a monument to the determination, dedication, scholarship and even courage of its author. Professor Pham hoang Ho almost single-handedly upheld standards of academic excellence in biology at the University of Saigon during its most difficult years. Under extraordinarily difficult circumstances, Professor Ho was able to gather the materials for this remarkable series and even to visit the field to gather fresh material for illustration. It is symptomatic of our times that he is now publishing this work, which will be such a stimulus to young biologists in Vietnam, privately overseas.

"The flora of Vietnam may finally contain more than 12,000 phanerogams. This is because the country, pressed against the Pacific edge of the Asian tropics, has been a corridor for the periodic north-south migration of the very rich subtropical flora of South China and even richer equatorial flora of Malaysia. Her mountains still harbor conifer and angiosperm taxa of exceptional importance, while the lowlands bear evidence of past connections with the Philippines and Borneo. All this wealth is now perilously close to extinction. The valient efforts of the current government of the Republic of Vietnam to plan and implement a comprehensive conservation strategy will be critically assisted by this manual, which will also stand as a record of the flora as it now exists.

Peter Shaw Ashton
Charles Bullard Professor of Forestry
Harvard university

Mấy dòng tiểu sử của GS. Phạm Hoàng Hộ cùng với Lời Tựa của Peter Shaw Ashton, nhà sinh học gốc Anh, Tiến sĩ Đại Học Cambridge, Giáo Sư Charles Bullard ngành Lâm Học, Đại Học Harvard nơi bìa sau của bộ sách *Cây Cỏ Việt Nam* (Quyển II, Tập 2) xuất bản tại Montréal 1993

*Tạo ra cho chúng ta một nền văn chương khoa học là một công trình rất bao la. Vì thấy nó quá to tát nên nhiều học giả chấp nhận giải pháp dễ nhất: học ngay trong văn chương khoa học ngoại ngữ vô cùng phong phú, dồi dào. Cái học như vậy sẽ cho ta những người giỏi, nhưng ta không quên rằng nền văn minh bây giờ là văn minh của đại chúng chứ không phải của vài người được nữa. Ta đừng để cho sự phong phú của văn hóa nước ngoài đè bẹp ta. Người Nhật, cách đây một thế kỷ, há đã không hoảng sợ trước sự hùng mạnh của khoa học nước ngoài sao? Mà nay họ đã tự tạo được một nền văn chương khoa học riêng biệt đã đến lúc gần hay hơn cả những nước ấy!*

*Hơn lúc nào hết, câu của Nguyễn Văn Vĩnh vẫn còn vẳng bên tai: "Nước Việt Nam ta sau này hay hay dở là ở chữ quốc ngữ". Trong thế giới tương lai, sự lệ thuộc về văn hóa, nhất là về văn hóa khoa học sẽ là sự lệ thuộc chánh."* (Lời Mở Đầu của quyển *Rong Biển Việt Nam*; Trung Tâm Học Liệu, Bộ Giáo Dục xuất bản 1969)

Một số hình bìa bộ sách đồ sộ *Cây Cỏ Việt Nam* gồm 6 Quyển 2 Tập của Giáo Sư Phạm Hoàng Hộ xuất bản tại hải ngoại *(nguồn: Ngô Thế Vinh)*

## CHẶNG ĐƯỜNG ĐAU KHỔ

Hình ảnh một Giáo sư Phạm Hoàng Hộ những năm sau 1975, là một tấm gương và cũng là một trải nghiệm đau đớn cho cả một thế hệ trí thức Miền Nam mà Giáo sư Phạm Hoàng Hộ là một biểu tượng.

Theo Giáo sư Phạm Hoàng Hộ thì bộ sách *Cây Cỏ Việt Nam* đã được thực hiện qua 4 giai đoạn:

-- *Nghiên cứu giai đoạn một*: Hợp tác với GS Nguyễn Văn Dương về phần dược tính, *Cây Cỏ Miền Nam Việt Nam*, do Bộ Quốc gia Giáo dục ấn hành năm 1960 mô tả 1650 loài thông thường của Miền Nam, "Đó là giai đoạn còn mò mẫm, học hỏi một thực-vật-chúng chưa quen thuộc đối với một sinh viên vừa tốt nghiệp từ vùng xa lạ mới về.

**--** *Nghiên cứu giai đoạn hai*: Kỳ tái bản lần hai 1970 bộ *Cây Cỏ Miền Nam Việt Nam,* số loài lên được 5328. "Đó là giai đoạn mà tôi xem như vàng son của một nhà thực vật học Việt Nam chúng ta. So với bây giờ, lúc ấy tôi yên ổn làm việc, có nhiều phương tiện cá nhân cũng như của non nước và nhất là được sự khuyến khích của mọi giới, bạn bè cũng như chính quyền.

-- *Nghiên cứu giai đoạn ba*: Tiếp tục công việc nghiên cứu sau 1975, đưa thêm được vào bộ sách *Cây Cỏ Miền Nam Việt Nam* 2500 loài và bộ được nới rộng cho toàn cõi Việt Nam.

Sau biến cố 1975, Giáo sư Phạm Hoàng Hộ cũng như người bạn đồng hành trí tuệ của ông là Giáo sư Nguyễn Duy Xuân đã cùng chọn ở lại để xây dựng đất nước sau chiến tranh và thống nhất, nhưng với cái giá rất đắt mà sau này được GS Hộ ghi lại là: *"thời kỳ sống trong ảo vọng là sẽ thấy đất nước đi lên. Giai đoạn đi xe đạp, ăn gạo hẩm, tưởng hoa sẽ nở trên đường Quê hương."*

Tuy Giáo sư Phạm Hoàng Hộ vẫn còn chức danh là Hiệu phó (phó Khoa trưởng) Đại học Khoa học, nhưng chính quyền mới chỉ sử dụng trí thức cũ như ông chủ yếu là "làm kiểng", không có vai trò tương xứng trong giáo dục. Vì không là đảng viên, nên khi có vấn đề gì thì Đảng bộ họp riêng và quyết định, có việc ông không bao giờ được biết. Năm 1977 sau trải nghiệm những ngày học chính trị, một lớp học kéo dài mười tám tháng về "Chủ nghĩa xã hội khoa học" dành riêng cho các trí thức Miền Nam tổ chức tại TP Hồ Chí Minh; từ rất sớm, Giáo sư Phạm Hoàng Hộ đã phản đối cách đào tạo đưa thời gian học chính trị quá nhiều vào chương trình. Ông cảnh báo: "Nếu chính trị can dự quá mạnh, các nhà khoa học sẽ mất căn bản." *(Huy Đức, Bên Thắng Cuộc)*

Rồi phải chứng kiến một thiểu số trí thức cũ xu thời, mau chóng hợp tác toàn diện với chế độ mới, bất chấp sự liêm khiết, sẵn sàng cống hiến những công trình mệnh danh khoa học theo phong trào để mừng các ngày lễ hội 3-2 hay 19-5 như các bài báo chứng minh "ăn mấy ký khoai mì bổ bằng một ký thịt bò" hoặc là "ăn bo bo nhiều dinh dưỡng hơn cả gạo"... những công trình "giả khoa học / pseudoscience" ấy đã mau chóng trở thành giai thoại đầy mỉa mai được lan truyền trong các trại tù cải tạo, nơi mà đám tù nhân Miền Nam đang bị thiếu ăn suy dinh dưỡng với thực phẩm cung cấp chủ yếu là gạo hẩm "đại mễ" của Trung Quốc cùng với với bo bo và khoai mì / ngoài Bắc gọi là sắn.

Giáo sư Phạm Hoàng Hộ, cũng như số trí thức cũ khẳng khái của Miền Nam còn ở lại, thấy không thể tiếp tục sống trong một xã hội giả dối và suy đồi đến như thế, việc ông đi tới quyết định phải chấm dứt những năm "ảo vọng" và lãng phí ấy, là điều không thể tránh. Và rồi dịp ấy đã tới, năm 1984 khi được chính phủ Pháp mời sang làm giáo sư thỉnh giảng, Giáo sư Phạm Hoàng Hộ đã quyết định chọn cuộc sống lưu vong và ở lại Pháp.

-- *Nghiên cứu giai đoạn bốn*: Một giai đoạn mà giáo sư Phạm Hoàng Hộ gọi là *"vừa hiếm có vừa đau khổ nhất."* Giáo sư Hộ viết tiếp: *"Đau khổ vì rời quê hương mà không hy vọng trở lại. Đau khổ vì xa gia đình thân yêu, vĩnh biệt mẹ hiền đã trọn đời hy sinh cho các con. Đau khổ vì thấy đất nước thân yêu đang ở trong một nỗi khổ khôn lường, một sự nghèo khôn tả, một sự tuyệt vọng thương tâm."*

Nhưng rồi với hùng tâm, ông cũng vượt lên trên sự khổ đau khôn lường ấy. Giáo sư Hộ đã kiên nhẫn đằm mình trong Viện Bảo Tàng Thiên nhiên Quốc gia Paris, cật lực làm việc ròng rã suốt sáu năm. Viện Bảo Tàng Thiên nhiên Quốc gia ở Paris / *Muséum National d'Histoire Naturelle* (MNHN) thuộc hệ thống Đại học Sorbonne, bên tả ngạn Sông Seine, được thành lập từ thế kỷ XVIII thời kỳ Cách Mạng Pháp.

Giáo sư Phạm Hoàng Hộ cho rằng: *"Hiếm có một nhà Thực vật học, nhất là người Việt Nam, đã lục lạo cây cỏ ở nước nhà, lại được ở lại nghiên cứu tại Viện Bảo Tàng Thiên nhiên Quốc gia Pháp, chứa một thảo tập phong phú vào bậc nhất thế giới, với 8 tới 10 triệu mẫu vật cây cỏ. Ít nhất cho Việt Nam, nó là kho tàng duy nhất, vì chứa hơn 10 ngàn loài thu được ở nước ta. Trong sáu năm làm việc ở Viện ấy, không một ngày nào mà khi chiều ra về, dù trời đông âm u lạnh lẽo, hay chiều hè vắng vẻ nóng khô, mà tôi không thốt ra câu "Thật là một ngày tuyệt" vì đã biết thêm cho Việt Nam ít nhất là một loài hiếm, lạ hay mới!"* Trong giai đoạn chót này, ông bổ túc thêm cho bộ Cây Cỏ được trên 3000 loài. Số loài mô tả khoảng 10.500.

Viện Bảo Tàng Thiên nhiên Quốc gia Pháp, Paris nơi Giáo sư Phạm Hoàng Hộ đơn độc làm việc ròng rã suốt sáu năm để hoàn tất bộ sách *Cây Cỏ Việt Nam. (nguồn: internet)*

Tại Pháp khi gặp lại người học trò cũ, nay đã là thành viên trong ban giảng huấn Đại học Khoa học Sài Gòn, cũng đang làm việc tại Viện Bảo Tàng Thiên nhiên Quốc gia Pháp nghiên cứu về Cá / Laboratoire d'Ichtyologie, Giáo sư Phạm Hoàng Hộ đã tâm sự:

*"Tôi ráng làm càng nhiều càng tốt. Bộ sưu tập của Pháp rất dồi dào, đúng phương pháp khoa học. Do được sưu tập từ mấy mươi năm trước, các mẫu vật đã cũ, mình không làm gấp e sẽ hư hỏng thì uổng quá... Nhiều người Trung Quốc từ đại lục và cả từ Đài Loan, Singapore đã đến tìm học các bộ sưu tập thực vật Đông Dương của Pháp. Tôi không biết họ có chủ trương gì đó không. Tài nguyên nước mình, mình phải biết. Mình không biết mà người ta biết thì người ta xài hết của dân mình. Lãnh vực nào cũng vậy riết rồi người ta áp chế mình, ăn trên ngồi trước còn mình cắm đầu dưới đất, tiếng là có độc lập mà còn thua hồi thuộc Pháp!"* (4)

Sau khi hoàn tất bộ sách *Cây Cỏ Việt Nam*, Giáo sư Phạm Hoàng Hộ đã bày tỏ lòng tri ân sâu xa đối với Viện Bảo Tàng Thiên nhiên Quốc gia Paris và các bạn đồng sự Pháp, ông đã rất chân thành tâm sự: *"thực hiện những điều mà lúc nhỏ dù điên rồ tới đâu tôi cũng không dám mơ ước: nô lệ của một thuộc địa, học ở một trường thường, ở một tỉnh nhỏ, bao giờ dám nghĩ đến tạo một quyển sách dù nhỏ bé, mê cây cỏ xung quanh nhưng bao giờ nghĩ đến biết cây cỏ cả nước!"*

Người "trí thức đau khổ" Phạm Hoàng Hộ đã vươn lên và hoàn tất được "giấc mơ điên rồ" tưởng như không thể được ấy và trở thành cây "đại thụ" trong Khoa học Thực vật của Việt Nam và cả thế giới.

## CHÚT GIAI THOẠI VĂN HỌC

Trong cuốn *Bông Hồng Tạ Ơn*, khi viết về bộ sách của Giáo sư Phạm Hoàng Hộ, nhà văn Nguyễn Đình Toàn nhớ lại: "Các năm trước 1975, bộ sách của giáo sư Phạm Hoàng Hộ còn mang tên là *Cây Cỏ Miền Nam*. Cuộc chia cắt đất nước đã giới hạn tầm mức của cuốn sách. Thế nhưng công trình của giáo sư Phạm Hoàng Hộ không phải chỉ được coi là quý đối với các nhà chuyên môn về thực vật học, mà theo nhà văn Võ Phiến có kể lại trong bộ sách Văn Học Miền Nam soạn thảo tại hải ngoại sau 75, thì đã có nhiều nhà văn, (trong số đó có Nguyễn Đình Toàn) đã tìm đọc cuốn *Cây Cỏ Miền Nam* để biết thêm về một vài loại cây cỏ quanh mình, để khi cần, có thể đưa vào tác phẩm". Giai thoại văn học này có lẽ chính Giáo sư Phạm Hoàng Hộ không hề biết tới.

## SÁNG LẬP VIỆN ĐẠI HỌC CẦN THƠ

Khoảng thập niên 1960s, do sự vận động của các nhân sĩ trí thức Cần Thơ, với hai tên tuổi hàng đầu là Giáo sư Phạm Hoàng Hộ và bác sĩ Lê Văn Thuấn, Viện Đại học Cần Thơ được phép thành lập vào ngày 31.03.1966 và cũng là Đại học đầu tiên của vùng Đồng Bằng Sông Cửu Long (ĐBSCL). Giáo sư Phạm Hoàng Hộ là Viện trưởng đầu tiên của Đại học Cần Thơ từ 1966 tới 1970.

Với uy tín lớn về thành tích khoa học và cả về nhân cách, Giáo sư Phạm Hoàng Hộ đã quy tụ được rất nhiều "chất xám" tinh hoa của Miền Nam thời bấy giờ; chỉ riêng trong lãnh vực Nông Nghiệp có thể kể tới sự hợp tác của những tên tuổi như GS Tôn Thất Trình, GS Thái Công Tụng, TS Nguyễn Viết Trương, TS Trần Đăng Hồng với công lao bước đầu đưa giống Lúa Thần Nông/ HYV / High Yield Variety vào ĐBSCL.

Rồi phải kể tới một đội ngũ giảng huấn đầy khả năng khiến Đại Học Cần Thơ mau chóng trở thành một trung tâm giáo dục và khoa học có tầm cỡ, đáp ứng nhu cầu trí tuệ của một vùng châu thổ rộng lớn rất giàu nguồn tài nguyên thiên nhiên nhưng chưa được khai thác. Để có thể thấy được thành quả bước đầu của Viện Đại học Cần Thơ, đó là các lớp sinh viên đầu tiên trưởng thành và tốt nghiệp 4 năm sau đó.

Giáo sư Đỗ Bá Khê trong "think tank" của Giáo sư Phạm Hoàng Hộ, cũng đến từ Đại học Khoa học Sài Gòn, cách đây 47 năm, trong bài diễn văn "xuất trường" của Viện Đại Học Cần Thơ, đã có một tầm nhìn rất xa về vai trò của Viện Đại Học này đối với tương lai vùng Đồng Bằng Châu Thổ:

*"Ngày nay (19/12/1970) trong Thời Đại Khoa Học Kỹ Thuật, các tỉnh ĐBSCL đang trông chờ nơi ánh sáng soi đường của Viện Đại*

*Học Cần Thơ và ước mơ một chân trời mới, tô điểm bằng những cành lúa vàng nặng trĩu, những mảnh vườn hoa quả oằn cây, dân cư thơ thới, một cộng đồng trù phú trong một xã hội công bằng.”*

## NGƯỜI BẠN ĐỒNG HÀNH GS NGUYỄN DUY XUÂN

Đến năm 1970, bước đầu xây dựng được một Đại học Cần Thơ vững vàng, để có thể trở về Sài Gòn tiếp tục các công trình nghiên cứu khoa học và giảng dạy, Giáo sư Phạm Hoàng Hộ chính thức mời Giáo sư Nguyễn Duy Xuân về thay ông, làm Viện trưởng thứ hai của Viện Đại Học Cần Thơ.

Giáo sư Nguyễn Duy Xuân cũng là người Cần Thơ, sinh năm 1925 hơn Giáo sư Phạm Hoàng Hộ 4 tuổi, tốt nghiệp Tiến sĩ Kinh tế tại Đại học Vanderbilt Hoa Kỳ, trở về Việt Nam 1963, giáo sư Luật. Nhận chức Viện trưởng từ Giáo sư Phạm Hoàng Hộ, Giáo sư Nguyễn Duy Xuân đã nỗ lực phát triển Viện Đại học Cần Thơ trên mọi lãnh vực từ chương trình giảng dạy, đào tạo ban giảng huấn, xây cất thêm giảng đường, phòng thí nghiệm, thiết lập ký túc xá như hệ thống campus cho sinh viên đến từ các tỉnh xa Miền Tây. Ông là người tiên phong thực hiện giáo dục đại học theo tín chỉ/ credits (thay vì chứng chỉ, certificat như trước đây); giống như mô hình hệ thống Đại học Hoa Kỳ. Ông còn gửi cả một đội ngũ giảng viên trẻ đi du học, điển hình như anh Trần Phước Đường đi Mỹ tốt nghiệp tiến sĩ tại Đại học Michigan, sau đó trở về trường phục vụ ngành Sinh học. Giáo sư Trần Phước Đường sau này trở thành Viện trưởng Đại học Cần Thơ từ 1989 tới 1997.

Năm 1972, ông cũng đích thân mời nhà nông học trẻ Võ Tòng Xuân khi ấy đang công tác ở Viện Nghiên cứu Lúa gạo Quốc tế Los Banos Philippines về trường giảng dạy. Sau này anh Võ Tòng Xuân kể lại, khi nhận được thư của GS Nguyễn Duy Xuân: “Anh Nguyễn Duy Xuân nói ĐBSCL là cái vựa của lúa gạo nên rất cần những nhà khoa học về nông nghiệp. Chiến tranh rồi có ngày hòa bình, đất nước sẽ cần những người như tôi. Đó là một trong những lý do tôi về công tác ở Đại học Cần Thơ.” TS Võ Tòng Xuân sau này trở thành một

Giáo sư Nông học danh tiếng, *"Doctor Rice"*, tên tuổi anh VTX gắn liền với sự phát triển của cây Lúa Thần Nông và sau đó anh là Viện trưởng Đại học An Giang là Đại học lớn thứ hai của ĐBSCL sau Viện Đại học Cần Thơ.

Chỉ trong vòng 9 năm (1966 - 1975) với công lao xây dựng của hai Viện trưởng tiền nhiệm: GS Phạm Hoàng Hộ, GS Nguyễn Duy Xuân, Viện Đại Học Cần Thơ như một Ngọn Hải Đăng Miền Tây, trở thành một trung tâm đào tạo và nghiên cứu khoa học, đặc biệt bước đầu ưu tiên phát triển hai lãnh vực Sư phạm và Nông nghiệp, vững vàng sánh bước với các Viện Đại học lâu đời khác của Miền Nam, đóng góp cho sự thăng tiến của vùng ĐBSCL.

## TỪ ẢO VỌNG TỚI THẢM KỊCH

Chỉ mấy ngày trước biến cố 30 tháng 4, 1975, cũng như GS Phạm Hoàng Hộ, GS Nguyễn Duy Xuân như một trí thức dấn thân, quyết định ở lại và giữa cảnh dầu sôi lửa bỏng, ông vẫn can đảm nhận chức Tổng trưởng Bộ Văn hóa Giáo dục cuối cùng của Việt Nam Cộng Hòa. Giữ chức vụ đó chưa đầy một tuần lễ thì chính quyền Miền Nam sụp đổ, TT Dương Văn Minh tuyên bố đầu hàng.

GS Nguyễn Duy Xuân bị đưa vào trại tù cải tạo, sau đó bị đưa ra Bắc, giam trong trại tù Hà Nam Ninh, hầu như không có ngày về. Vẫn theo anh Võ Tòng Xuân (VTX), năm 1983, trong một lần ra Hà Nội dự họp, anh đã vô trại Ba Sao để thăm lại vị Viện trưởng của mình khi còn ở Viện Đại học Cần Thơ. Gặp lại đồng nghiệp, GS Nguyễn Duy Xuân rất mừng, và dù đang trong nghịch cảnh tù đày, ông vẫn đau đáu quan tâm hỏi han tới hiện trạng của Đại học Cần Thơ, nơi mà ông và GS Phạm Hoàng Hộ đã dầy công xây dựng.

Tôi, người viết bài này, không thể không tự hỏi nếu không có 11 năm giam hãm đầy đọa độc ác và vô ích của những người Cộng sản thắng cuộc, nếu GS Nguyễn Duy Xuân, một Tiến sĩ Kinh tế tài ba và giàu lòng yêu nước, vẫn tiếp tục ở lại xây dựng Viện Đại học Cần Thơ với nhịp độ 1966-1975, không biết Viện Đại học Cần Thơ sẽ tiến xa tới đâu?

Năm 1983 là lần gặp gỡ đầu tiên của hai Giáo sư cùng tên Xuân sau 1975 ở trại Ba Sao và cũng là cuối cùng GS VTX được gặp lại GS Nguyễn Duy Xuân. Tiếp tục bị đầy ải thêm 3 năm nữa tổng cộng 11 năm, GS Nguyễn Duy Xuân đã chết trong tù cải tạo Hà Nam Ninh ngày 10 tháng 11 năm 1986 trong đói khát và bệnh tật không thuốc men. Xác của ông được vùi nông trong nghĩa địa tù cải tạo trên triền núi phía sau trại tù Ba Sao.

Trại tù Ba Sao Hà Nam Ninh, Miền Bắc Việt Nam, nơi triền núi phía sau trại tù là nghĩa địa chôn vùi xác nhiều tù nhân cải tạo có gốc từ Miền Nam sau 1975.

Phải mãi đến tháng 4 năm 2015, gần 30 năm sau, di cốt của GS Nguyễn Duy Xuân, mới được người con gái là bà Nguyễn Thị Nguyệt Nga từ Pháp về bốc mộ đưa từ nghĩa địa trại tù Ba Sao Hà Nam Ninh về Chùa Thiên Hưng, Quận Bình Thạnh, Sài Gòn để lưu giữ tại đây. (5) Trong buổi lễ cầu siêu, ngoài các thành viên của gia đình cố Viện trưởng Nguyễn Duy Xuân, còn có một số cựu giảng huấn và các cựu sinh viên tốt nghiệp Đại học Cần Thơ trước 1975 như GS Võ Tòng Xuân, TS Nguyễn Tăng Tôn (cựu SV), TS Nguyễn Văn Mận (Cựu SV), KS Minh (Cựu SV), Ông Hòa (nhân viên hành chánh), đến tham dự buổi lễ.

Từ trái, GS Võ Tòng Xuân, bà Nguyễn Thị Nguyệt Nga con gái GS Nguyễn Duy Xuân, ôm bình tro cốt của cha, bạn trai Alan và một thân hữu *(tư liệu Võ Tòng Xuân)*

## VIỆN ĐẠI HỌC CẦN THƠ SAU 1975

Thay thế Giáo sư Viện trưởng Nguyễn Duy Xuân là ông Phạm Sơn Khai, gốc Miền Nam tập kết là đảng viên Cộng sản, với học vị *"Chuyên Ngành Lịch Sử Đảng"*, ông Khai được đề cử giữ chức Viện trưởng và lãnh đạo Đại học Cần Thơ trong suốt 13 năm từ 1976 tới 1989.

Kể từ sau 1975, chính quyền mới với chủ trương một nền giáo dục "hồng hơn chuyên" nên học trình của Đại học Cần Thơ, cũng như toàn hệ thống các Đại học Miền Nam đã có thêm môn học chính trị cưỡng bách *"Chủ nghĩa Mác Lê và Tư Tưởng Hồ Chí Minh"*, một môn học mà "thầy không muốn dạy, trò không muốn học" nhưng vẫn cứ được duy trì cho đến ngày hôm nay. Ngót nửa thế kỷ, 42 năm sau ngày thống nhất đất nước, trên toàn cõi Việt Nam vẫn chưa có được một nền "tự trị đại học". Quá sớm để nói tới dân chủ hóa đất nước, khi mà các Đại Học như những "Think Tank" vẫn còn bị chi phối lãnh đạo bởi những Chi bộ Đảng Cộng Sản.

Qua một eMail, anh Võ Tòng Xuân kể lại: "Tôi nhớ mãi GS Hộ trong chuyến đi đó, ông rất kỹ về vấn đề ăn uống, đem theo đồ ăn và bình ton đựng nước uống riêng".

GS Võ Tòng Xuân mời GS Phạm Hoàng Hộ tham gia chuyến khảo sát Đồng Tháp Mười của Đại học Cần Thơ, tháng 3, 1981. Từ trái: TS Trần Thượng Tuấn, TS Nguyễn Thị Thu Cúc (bị che), ThS Đỗ Thanh Ren, GS Võ-Tòng Xuân, GS Trần Phước Đường, một cán bộ Phân Viện Quy Hoạch, GS Phạm Hoàng Hộ, một cán bộ tỉnh Đồng Tháp.
*(tư liệu Võ Tòng Xuân)*

Những Hiệu trưởng Viện Đại học Cần Thơ từ ngày thành lập tới nay; từ trái: 1. GS Phạm Hoàng Hộ, 1966-1970; 2. GS Nguyễn Duy Xuân, 1970-1975; 3. Ông Phạm Sơn Khai, 1976-1989; 4. GS Trần Phước Đường, 1989-1997; 5. TS Trần Thượng Tuấn, 1997-2002; 6. TS Lê Quang Minh, 2002-2006; 7. GS Nguyễn Anh Tuấn, 2007-2012; 8. TS Hà Thanh Toàn, 2013 đến nay.
*(tư liệu Lê Anh Tuấn)*

GS. Phạm Hoàng Hộ bên bức tượng bán thân do một điêu khắc gia người Canada là bác sĩ Megerditch Tarakdjian thực hiện nhân dịp sinh nhật thứ 80 do một số môn sinh tổ chức tại Montréal, Canada.

## GS PHẠM HOÀNG HỘ SINH NHẬT 80

Tháng 7 năm 2009, một số môn sinh đã tổ chức tại Montréal một lễ mừng sinh nhật 80 tuổi của GS Phạm Hoàng Hộ, cùng với một bức tượng được đem tới tặng Thầy với phát biểu đầy xúc động của một môn sinh: *"Bức tượng không phải chỉ là hình ảnh của một giáo sư Thực Vật đáng kính mà còn là biểu tượng của người trí thức Miền Nam, đã hiến trọn đời mình cho khoa học, hết sức khiêm tốn so với tài năng của mình và nhất là hết lòng yêu quê hương đất nước."*

Cũng rất ý nghĩa, trong buổi họp sinh nhật ấy, bác sĩ Tăng Quang Kiệt đã đọc lời chúc của Giáo sư Phùng Trung Ngân, định cư tại California, người sáng lập ra Bộ Môn Sinh Môi Học/ Ecology Department cũng là Khoa trưởng Đại Học Khoa Học Saigon từ 1973-1975, là bạn đồng môn và cùng tuổi với GS Phạm Hoàng Hộ:

*"Anh Hộ thân mến, Tôi thành thật cám ơn Anh Chị và gia đình đã cho phép tôi gởi bài phát biểu trong buổi lễ long trọng này. Với 80 tuổi đời, Anh đã đóng góp một công trình đồ sộ về Cây Cỏ Việt Nam đồng thời với việc hướng dẫn sinh viên yêu Thực vật và Thiên nhiên Việt Nam. Là người cộng tác gần gũi với Anh trong công tác giáo dục*

*sinh vật cho lớp trẻ VN tôi đã thấy sự tận tụy với nghề nghiệp của Anh và lòng hăng say nghiên cứu của Anh. Kết quả là công trình nghiên cứu vĩ đại về Cây Cỏ Nam Việt Nam và nhứt là công trình bổ sung đầy đủ Cây cỏ toàn bộ VN với các mẫu cây quý báu đang bị bỏ quên trong Viện Thảo Tập ở Paris. Trước năm 1975 Anh và tôi thường dẫn sinh viên đi thực tập ở Lâm Đồng-Đà Lạt, cho các em leo lên đỉnh Lâm Viên, một trong những ngọn núi cao khoảng 2000m ở miền Nam, chúng ta thường ước mong khi hòa bình trở lại sẽ cùng nhau ra miền Bắc khảo sát Cây cỏ Đỉnh Fan Xi Pan cao hơn 3000m ở Hoàng Liên Sơn. Rất tiếc đến ngày hôm nay ước mong của chúng ta chắc không bao giờ thực hiện được. Tuy nhiên Anh đã tự mình tiếp xúc với đỉnh Fan Xi Pan qua các mẫu cây còn lưu trữ tại Viện Thảo Tập Paris và cũng từ đó hình thành bộ công trình* Cây Cỏ Việt Nam *cho Khoa học. Tôi rất may mắn là cộng tác viên thân cận của Anh trong nhiều năm nên đã học được tính chu đáo trong nghiên cứu, sự tận tụy trong giảng dạy và lòng say mê nghiên cứu Thiên nhiên Việt Nam."* (3)

## DI CHÚC GIỮ XANH ĐẤT MẸ

Trong Quyển cuối cùng của bộ sách *Cây Cỏ Việt Nam* (Quyển III, Tập 2) xuất bản tại Montréal 1993, chỉ với hai trang *Thay Lời Tựa*, GS Phạm Hoàng Hộ đã để lại một Thông điệp; cũng có thể coi như một Di Chúc cho Việt Nam.

*"Thực-vật-chúng Việt Nam có lẽ gồm vào 12.000 loài. Đó là chỉ kể các cây có mạch, nghĩa là không kể các Rong, Rêu, Nấm.*

*Đó là một trong những thực-vật-chúng phong phú nhất thế giới. Sự phong phú ấy là một diễm phúc cho dân tộc Việt Nam. Vì như tôi đã viết từ 1968, Hiển hoa là ân nhân vô giá của loài người. Hiển hoa cho ta nguồn thức ăn căn bản hàng ngày; Hiển hoa cung cấp cho ta, nhất là người Việt Nam, nơi sinh sống an khang. Biết bao cuộc tình duyên êm đẹp khởi đầu bằng một miếng Trầu, một miếng Cau. Bao nhiêu chúng ta đã không chào đời bằng một mảnh Tre để cắt rún, rời nhau? Lúc đầy nguồn sống, lúc nhàn rỗi, chính Hiển hoa cung cấp cho loài Người thức uống ngon lành để say sưa cùng vũ trụ. Lúc ốm đau, cũng chính Cây cỏ giúp cho ta dược thảo hiệu linh.*

*Các điều ấy rất đúng hơn với chúng ta, người Việt Nam, mà ở rất nhiều nơi còn sống với một nền văn minh dựa trên thực vật.*

*Nhưng ân nhân ấy của chúng ta đang bị hiểm họa biến mất, tuyệt chủng, vì rừng nước ta đã bị đẩy lùi dưới mức độ an toàn, đất màu mỡ đã bị xoi mòn mất ở một diện tích lớn, và cảnh sa mạc đang bành trướng mau lẹ. Đã đến lúc, theo tiếng nhạc của một bài ca, ta có thể hát: "Thần dân nghe chăng? Sơn hà nguy biến. Rừng dày nào còn, Xoi mòn đang tiến... Đâu còn muôn cây làm êm ấm núi sông."* (Ghi chú của người viết: bài ca Hội nghị Diên Hồng, nhạc của Lưu Hữu Phước, lời: Huỳnh Văn Tiểng - Mai Văn Bộ - Lưu Hữu Phước).

*Kho tàng thực vật ấy chúng ta có phận sự bảo tồn. Sự bảo tồn và phục hồi thiên nhiên ở nước ta rất là cấp bách. Chúng ta có thể tự thực hiện, vì mỗi người của chúng ta, dù lớn dù nhỏ đều có thể góp phần vào sự bảo tồn ấy. Bằng những cử chỉ nhỏ nhặt hàng ngày, sự đóng góp của chúng ta quan trọng không kém.*

*Không quăng bậy một tia lửa, một tàn thuốc, là ta góp phần tránh nạn cháy rừng. Không đốn bậy một cây, là ta bảo vệ thiên nhiên của ta. Trồng cây là phận sự của chính quyền hay của các Công ty gầy rừng. Nhưng quanh nhà chúng ta, chúng ta có thể tìm trồng một cây lạ, đặc biệt, hiếm của vùng hay chỉ có ở Việt Nam. Dân ta yêu cây hoa-kiểng, nhưng những ai nhàn rỗi có thể trồng cây lạ, đặc biệt, cũng là một thú tiêu khiển không kém hay đẹp. Các thị xã nên có một công viên hay vườn bách thảo, không lớn thì nhỏ để khoe các cây hay của vùng, không bắt buộc là cây hữu ích hay đẹp. Cây Dó đâu có gì lạ? Nhưng nó là niềm tự hào cho dân tộc vì từ Hồng Bàng, dân ta đã biết lấy trầm từ nó. Cả ngàn loài cây khác chỉ có ở Việt Nam mà thôi! Các cây này có thể trồng như cây che bóng mát dựa lộ. Các làng, các quận, các tỉnh nên tạo phong trào trồng nhiều loài lý thú như vậy. Ta không cần đợi các lâm viên, khu dự trữ để bảo vệ tài nguyên quý báu cho thế hệ sau, mà ta cũng có thể chính mình góp phần vào sự bảo vệ ấy. Trồng các cây lạ, đặc biệt ấy còn là một yếu tố quến (chữ GS Phạm Hoàng Hộ theo cái nghĩa quyến rũ) du khách quan trọng: Lan Thủy tiên hường (Dendrobium amabile) của ta, chỉ có một Vườn Bách thảo ngoại quốc trồng được và họ tự hào đến đỗi đã ghi trong "Sách ghi quán quân thế giới 1988."*

*Hàng năm ta có thể tuyên dương nhà nào đã trồng cây hay, lạ. Tất nhiên là công với nước nhà mới trông không bằng những ai đã đem Rhizobium vào để tăng năng suất đậu nành, đã trồng được cây Dó tạo trầm, đã du nhập lúa Thần nông hay Nho. Nhưng nếu cả ngàn người, cả triệu người đóng góp cho non nước những "nhỏ-nhen" (chữ GS Phạm Hoàng Hộ theo cái nghĩa nhỏ nhặt), cả triệu cái nhỏ-nhen chắc chắn trở nên một khối đồ sộ.*

*Đóng góp lớn, tôi vẫn cho là việc khó. Tôi quý các đóng góp nhỏ, hằng ngày mà ai cũng làm được. Nó hay hơn. Kẻ sĩ, theo tôi, không phải chỉ là những kẻ đã làm được những chuyện lớn. Đóng góp những chuyện nhỏ hàng ngày cũng là hành động của một kẻ sĩ, kẻ sĩ vô danh. Kẻ sĩ vô danh cao quý không kém. Với những đóng góp nhỏ ấy, chắc chắn bạn không làm buồn lòng cho Tổ Quốc và không thẹn với Non Sông.* (Lược dẫn Thay Lời Tựa, bộ sách *Cây Cỏ Việt Nam*; Quyển III, Tập 2)

Qua "Di Chúc" ấy của GS Phạm Hoàng Hộ, từ nay môn Sinh Học Thực Vật không còn là lý thuyết mà đã đi vào đời sống; *Giữ Xanh Đất Mẹ* phải là kim chỉ nam cho mọi trình độ giáo dục từ Tiểu học tới Đại học, cả trong công dân giáo dục, là giá trị phổ quát và xuyên suốt cho mọi thể chế chính trị và cả trên tầm vóc toàn cầu là *Giữ Xanh Trái Đất* này / Keep This Planet Green.

## THAY CHO MỘT KẾT TỪ

Giáo sư Phạm Hoàng Hộ đã xem bộ sách *"Cây Cỏ Việt Nam là công trình của đời tôi"* và Giáo sư đã đề tặng toàn sự nghiệp ấy cho:

*"Những ai còn sống hay đã chết trong tù vì tháng Tư năm 1975 đã quyết định ở lại để tiếp tục dâng góp cho đất nước.*

*Tặng giáo sư Nguyễn Duy Xuân, nguyên viện trưởng Đại Học Cần Thơ, mất ngày 10/XI/1986 tại trại Cải Tạo Hà-Nam-Ninh.*

*Tặng hương hồn những ai trên biển Đông đã chết nghẹn ngào."*

Xin gửi tới hương linh Giáo sư Phạm Hoàng Hộ, một nhà khoa học lớn, một nhân cách lớn, một kẻ sĩ khí phách biểu tượng của trí thức đã đi hết chặng đường đau khổ với trọn đời cống hiến trong một giai đoạn vô cùng đen tối của đất nước. Bài viết ngắn vội này trong nỗi xúc động, như một nén nhang của một môn sinh tưởng nhớ Thầy với câu thơ của thi hào Nguyễn Du: *Thác là thể phách còn là tinh anh.* Và cũng với ước mong một ngày nào đó *"hoa sẽ nở trên đường quê hương,"* sẽ có một tượng đài của Thầy trên đỉnh Fan Xi Pan cao hơn 3000m ở Hoàng Liên Sơn để các thế hệ môn sinh tiếp tục được Thầy hướng dẫn tới đó khảo sát Cây Cỏ và hoàn tất *Giấc Mơ Việt Nam* của Thầy.

*California, ngày 05 tháng 02 năm 2017*

# THAY KẾT TỪ

Đây là một công trình mang tính *anthology* hay 'hợp tuyển tác giả' vừa công phu vừa mang tính sử của nhà văn Ngô Thế Vinh. Mười sáu văn nghệ sĩ và hai nhà văn hóa được giới thiệu trong sách là những nhân vật lừng danh trong nền văn học và văn hóa miền Nam trước 1975 và ở hải ngoại sau năm 1975. Qua công trình này, bạn đọc sẽ "gặp" những tác giả nổi tiếng, những người đã có những đóng góp mang tính định hình cho nền văn học miền Nam trước 1975. Công trình này, tự nó, là một đóng góp quan trọng và có ý nghĩa vào công việc lâu dài nhằm gìn giữ những tinh hoa của văn học nghệ thuật miền Nam cho các thế hệ mai sau.

Mặc dù nhà văn Ngô Thế Vinh sắp xếp tác giả theo năm sinh, nhưng tôi nghĩ cuộc đời, những tác phẩm, và hành trình sáng tác của các tác giả trong hợp tuyển này phác họa một trình tự khác. Đó là trình tự theo dòng lịch sử gồm 4 giai đoạn: *bối cảnh văn học miền Nam trước 1975, tù đày, vượt biển,* và *sống sót*.

Về bối cảnh văn nghệ trước 1975, tôi chắc rằng cuốn sách của tác giả sẽ làm cho bạn đọc cảm thấy tiếc nuối cho một thời văn học được hình thành trong một chế độ chính trị chỉ tồn tại vỏn vẹn 20 năm. Đó là một môi trường văn học tự do, phóng khoáng và giàu tính nhân văn. Rất nhiều tác phẩm có giá trị cùng những quan điểm nhân sinh được giới thiệu, trình bày và quảng bá ngay trong những năm chiến tranh. Nhiều phong trào văn học nở rộ, như nhóm *Văn Hóa Ngày Nay* của Nhất Linh, nhóm *Quan Điểm* của Mặc Đỗ, nhóm *Sáng Tạo* của Mai Thảo, nhóm *Tiểu Thuyết Mới*... Những phong trào văn học không chỉ cho ra đời những sáng tác để đời nhưng còn có những tác phẩm dịch thuật mà ngày nay chúng ta vẫn còn đọc. Nhà văn Võ Phiến nhận xét rằng "*Trước và sau thời 1954-1975, không thấy ở nơi nào khác trên đất nước ta, văn học được phát triển trong tinh thần tự do và cởi mở như vậy*." Nhiều người, kể cả người viết bài này, sống trong môi trường như thế không thấy trân quý nó cho đến khi đánh mất nó sau một cơn biến động lịch sử.

Có lẽ môi trường tự do học thuật và phóng khoáng đó đã phát hiện và phát huy những văn tài sáng giá. Chính phủ Trần Trọng Kim tồn tại chưa tròn nửa năm, nhưng đã để lại một di sản giáo dục mà chúng ta còn sử dụng mãi đến ngày hôm nay. Việt Nam Cộng Hòa (VNCH) tồn tại được 20 năm, nhưng các thiết chế văn hóa thời đó đã tạo dựng được một cộng đồng văn học nghệ thuật với một gia tài đồ sộ mà ngày nay những bậc thức giả nhìn lại cảm thấy luyến tiếc. Chỉ hai mươi năm sau 1954, miền Nam đã có được một cộng đồng tác giả thuộc nhiều lĩnh vực như văn, thơ, kịch, ký, họa. Tuy nhiên, sau cơn tai biến lịch sử năm 1975, họ trở thành những nạn nhân của một cuộc đổi đời. Họ biến mất khỏi văn đàn Việt Nam. Nhưng cùng thời gian đó một cộng đồng văn học được hình thành ở hải ngoại với những văn nghệ sĩ mới.

Qua cuốn sách, bạn đọc sẽ "gặp" những văn nghệ sĩ lừng danh như Võ Phiến, Mai Thảo, Dương Nghiễm Mậu, Nhật Tiến, Nguyễn Đình Toàn, Thanh Tâm Tuyền, Mặc Đỗ, Linh Bảo... Bạn đọc sẽ biết đến những đóng góp của những người trẻ tuổi hơn sau 1975 ở hải ngoại như Cao Xuân Huy và Phùng Nguyễn. Nhưng qua những văn nghệ sĩ này, bạn đọc còn "gặp" những Phạm Duy, Vũ Hoàng Chương, Trần Ngọc Ninh, Cung Trầm Tưởng, Tô Thùy Yên, Nguyên Sa, Cung Tiến, Trần Phong Giao, Lê Ngộ Châu, Nguiễn Ngu Í, Nguyễn Mộng Giác, Tạ Chí Đại Trường, v.v... Có thể nói đó là những tinh hoa trong các thiết chế văn hóa - xã hội - giáo dục miền Nam.

Hai nhà giáo và cũng là nhà văn hóa được nhắc đến trong sách là Giáo sư Phạm Biểu Tâm và Giáo sư Phạm Hoàng Hộ. Có lẽ đối với đa số sinh viên ngày nay, lịch sử trường Y Sài Gòn bắt đầu từ năm 1975, nhưng qua chương viết về Giáo sư Phạm Biểu Tâm, một danh y của Việt Nam, các bạn ấy sẽ biết rằng trường Y Sài Gòn có một bề dày lịch sử từ trước 1955 tức hơn nửa thế kỷ trước. Nhờ vào chương trình đào tạo tiên tiến, ngôi trường đó đã đào tạo rất nhiều bác sĩ tài ba, khi ra hải ngoại họ dễ dàng trở thành bác sĩ trong dòng chính ở Bắc Mỹ, Úc Châu, Pháp và có người đã trở thành giáo sư y khoa danh tiếng ở Mỹ. Qua chương viết về Giáo sư Phạm Hoàng Hộ, bạn đọc cũng sẽ biết thêm về bối cảnh và hành trình gian nan để thành lập Đại học Cần Thơ, nơi áp dụng hệ thống tín chỉ đầu tiên ở Việt Nam. Ngày nay, các giới chức giáo dục Việt Nam hay bàn đến vấn đề làm thế nào để nền giáo dục Việt Nam hội nhập quốc tế, nhưng họ có lẽ quên rằng nửa thế kỷ trước, hệ thống giáo dục miền Nam đã hòa nhập vào cộng đồng giáo dục thế giới.

Nhưng biến cố lịch sử 1975 đã làm thay đổi tất cả. Các văn nghệ sĩ là nạn nhân trực tiếp và đầu tiên của biến cố đó. Trong khi các văn nghệ sĩ bị đi tù "cải tạo", thì các tác phẩm của họ bị săn lùng, thu hồi, hủy diệt, kể cả đốt sách. Trong quyển hợp tuyển này, bạn đọc sẽ đọc được những trải nghiệm đau khổ của thi sĩ Thanh Tâm Tuyền trong trại cải tạo và suy tư của ông:

"*Họ đưa chúng tôi ra Bắc, tới những cánh rừng già cô lập với thế giới bên ngoài, bỏ mặc tôi với thiên nhiên, tự do với "mục tiêu đi đốn gỗ mỗi ngày," tôi đã tập leo và trượt núi chờ cơ hội đào thoát. Nhưng rồi mỗi ngày tôi chỉ tìm thấy con đường trở về trại.*

[...]

Làm thơ trong trại tù cải tạo, cũng là trở về với thi ca truyền thống dân gian. Chế độ làm việc trong trại là một ngày căng thẳng tám tiếng, không có cuối tuần; mỗi tù nhân có một vũ trụ riêng: một manh chiếu, năm sáu chục tù nhân trên dưới hai tầng giường, khoảng hơn trăm người trong một lán dưới một mái che. Viết là một xa xỉ: một chỗ ngồi, thời gian viết. Với nhịp độ áp đặt trên đám tù nhân trong rét lạnh, đói... ai còn dám nghĩ tới sáng tạo? Ngay cả một thiên tài, một năng lực siêu nhiên cũng không thể vượt qua được những 'ức chế' như vậy."

Những trải nghiệm như thế không phải là đặc thù, mà là một nét chung của tù cải tạo đã được các văn nghệ sĩ khác thuật lại. Một trong những nhà văn cũng từng ở tù cải tạo là nhà văn Cao Xuân Huy, tác giả của cuốn hồi ký nổi tiếng "*Tháng Ba Gãy Súng*". Nhà văn Nguyễn-Xuân Hoàng nhận xét rằng qua *Tháng Ba Gãy Súng* Cao Xuân Huy đã "*vẽ lại cơn hồng thủy của một cuộc chiến không thương tiếc, phủ chụp lên số phận của cả một dân tộc.*"

Trong cơn hồng thủy đó, có nhiều người đã bỏ mạng trong tù đày, đã vùi xác trong các trại cải tạo ở rừng sâu nước độc. Một trong những người đó là Giáo sư Nguyễn Duy Xuân, Viện trưởng thứ hai của Đại học Cần Thơ. Trong chương viết về Giáo sư Phạm Hoàng Hộ (một nhà thực vật học nổi tiếng và tác giả của bộ sách để đời "*Cây Cỏ Miền Nam*"), chúng ta được biết Giáo sư Nguyễn Duy Xuân đã bị giam cầm trong trại cải tạo Hà Nam Ninh suốt 11 năm, và ông đã chết trong trại sau những ngày tháng đói khát, bệnh tật, và khổ sai.

Và, cũng có người may mắn sống sót. Hai trong số những người may mắn đó là thi sĩ Thanh Tâm Tuyền và nhà báo kỳ cựu Như Phong Lê Văn Tiến sau này định cư ở Mỹ. Khi ra tù, tuyệt đại đa số văn nghệ sĩ không thể nào sáng tác dưới chế độ mới, và cũng như hàng triệu người dân miền Nam, họ đi tìm tự do, một số cũng trở thành "*Thuyền Nhân*".

Hiện tượng "Thuyền Nhân" sau 1975 là một thực tế lịch sử, nhưng chưa bao giờ được "chính sử" Việt Nam ở trong nước ghi nhận đúng đắn. Trong hợp tuyển này, bạn đọc sẽ chia sẻ cùng các tác giả "Thuyền Nhân" trong hành trình vượt biển. Nhà văn Mai Thảo, phải trải qua hai lần vượt biên mới thoát khỏi Việt Nam. Thời gian ông tìm đường vượt biển cũng là lúc thân phụ ông qua đời, và ông chỉ có thể đến thăm mộ vào lúc ban đêm. Mai Thảo kể:

"*Trên biển cả, tôi có cảm giác được phóng thả. Tôi đã là một con người tự do. Đó là một đêm tối đen không trăng. Chúng tôi ra được biển khơi nhưng lại có một cơn bão thổi tới từ Phi Luật Tân, vật vã con tàu nhỏ, bắt buộc chúng tôi phải quay lại bờ. Vài ngày sau tôi được tin cha tôi chết ở tuổi 82. [...] May mắn là tôi đã bí mật tới thăm mộ cha tôi, đọc lời nguyện tỏ lòng tưởng nhớ và điều ấy đã làm dịu nỗi đau.*

*[...]*

*Trên tàu gồm những người tỵ nạn chính trị, sinh viên học sinh, người già, các gia đình với trẻ thơ. Chúng tôi trải qua 6 ngày đêm. Mọi người đều đói và khát, một số ngã bệnh. Khi chúng tôi tới gần Mã Lai, biển lặng, trời trong, và mọi người bắt đầu cất tiếng hát. Họ yêu cầu tôi ngâm một bài thơ. Tôi đọc bài thơ của một người bạn nói về một người đàn ông rời nhà ra đi mà không có một ai tới nói lời giã từ.*"

Một nhà văn lớn khác của miền Nam là Nhật Tiến cũng từng trải qua những ngày tháng kinh hoàng trên đảo Koh Kra, nơi có hàng trăm người Việt tị nạn đã bị bạo hành và chết dưới tay những tên hải tặc Thái Lan. Sau khi đến trại tị nạn Songkhla, nhà văn Nhật Tiến cùng hai nhà báo Dương Phục và Vũ Thanh Thủy soạn một bản cáo trạng về thảm cảnh trên Biển Đông, và bản cáo trạng đã làm cho cả thế giới bàng hoàng về thảm nạn của người tị nạn Việt Nam. Đóng góp của Nhật Tiến đã làm tiền đề cho sự hình thành *Ủy Ban Báo Nguy Giúp Người Vượt Biển* ở San Diego, California.

Đối với giới quan sát thế giới, người Việt Nam là một "dân tộc sống sót" (survival people), với hàm ý rằng người Việt có thể vươn lên từ nghịch cảnh. Một trong những người sống sót tiêu biểu đó là nhà văn Phùng Nguyễn. Anh là một tác giả đặc biệt và đáng nể. Phùng Nguyễn đến Mỹ năm 1984, và lúc đó anh đã 34 tuổi. Người gốc Quảng Nam này, 18 tuổi đã nhập ngũ và bị thương, chưa từng tốt nghiệp trung học ở Việt Nam, nhưng chỉ một thời gian ngắn ở Mỹ, anh đã trở thành một sinh viên xuất sắc, tốt nghiệp cử nhân ngành khoa học máy tính với hạng tối ưu. Sau đó, anh lại tốt nghiệp Cao học Quản trị Kinh Doanh (MBA) và trở thành giám đốc IT cho một công ty dầu khí ở California. Nhưng nghề IT chỉ là cái "xác", chứ từ tâm tưởng thì Phùng Nguyễn chọn nghiệp văn chương. Anh trở thành nhà văn và trước khi đột ngột qua đời năm 2015, Phùng Nguyễn đã để lại vài tác phẩm đặc sắc được các nhà văn khen hết lời. Nhà văn Nguyễn Mộng Giác nhận xét về tác phẩm "*Tháp Ký Ức*" như sau: "*Truyện ngắn đầu tay của Phùng Nguyễn vượt lên trên những sáng tác của những người ra đi tị nạn cộng sản từ Miền Nam thuộc thế hệ trước anh hay cùng thế hệ của anh, những sáng tác làm nòng cốt cho văn chương hải ngoại. Phùng Nguyễn ôn chuyện cũ như một kỷ niệm đẹp, nhưng anh không dừng ở đó. Anh nâng tấm ảnh cũ lên thành một suy niệm về nhân sinh.*" Phùng Nguyễn là một trường hợp tiêu biểu những tác giả trẻ ở hải ngoại. Họ là những chuyên gia khoa học và công nghệ trong xã hội, nhưng cũng là những nhà văn trên văn đàn Việt.

Không chỉ sống sót trên quê người, họ còn có công gìn giữ và phát huy nền văn học miền Nam ở hải ngoại trong điều kiện thiếu thốn. Ít ai biết rằng một nhà văn như Võ Phiến khi sang Mỹ ông làm công chức văn phòng cho quận hạt Los Angeles, và ông soạn bộ sách *Văn học Miền Nam* trong thời gian này tại một căn nhà chật hẹp. Bạn đọc sẽ kinh ngạc và cảm phục sự dấn thân của nhà văn Mai Thảo, người chủ trương tạp chí *Văn* trong nhiều năm liền nơi một căn gác nhỏ phía sau nhà hàng Song Long ở khu Little Saigon, California.

Đã chọn nghiệp văn chương thì ở đâu cũng "vương vấn" văn nghiệp. Đó là trường hợp của nhà văn Linh Bảo, một trong những nhà văn nữ hiếm hoi trong cộng đồng văn học miền Nam. Bà đã thành danh từ thập niên 1950s, sống và làm việc ở Hồng Kông và sau này ở Mỹ. Tác phẩm *Gió Bấc* của bà đã nhận được nhiều lời khen tặng từ các nhà văn kỳ cựu như Nhất Linh, Bình Nguyên Lộc, Võ Phiến. Võ Phiến nhận xét rằng nhà văn gốc Huế này là một cây bút "*có tài quan sát, lại có tài diễn tả một cách thông minh những điều mình quan sát.*"

Nhưng cuộc đời lưu vong thường buồn. Đọc những dòng tâm sự của Mai Thảo về cuộc sống ở Mỹ dù được tự do nhưng mất phần hồn, và những hy vọng mà ông không bao giờ thực hiện được làm cho chúng ta ngậm ngùi: "*Có lẽ một ngày nào đó Việt Nam sẽ tự do và tôi có thể trở về. Tôi đang hạnh phúc ở đây nhưng nội tâm thì rất buồn bã. Buồn cho dân tộc tôi. Tôi không biết liệu chúng tôi có còn một tương lai. Xa rời quê hương, thật khó mà duy trì truyền thống của chúng tôi. Chúng tôi cảm thấy như bị đánh mất phần hồn.*"

Trong hợp tuyển này, bạn đọc sẽ tìm thấy những ưu tư, những trăn trở của các nhân vật được phác họa qua một văn phong nghiêm chỉnh và cẩn trọng. Bạn đọc sẽ ngạc nhiên biết được những thói quen rất độc đáo của các nhà văn như Mai Thảo và Mặc Đỗ. Nhà văn Mai Thảo cho đến những năm trong thế kỷ 21 vẫn không dùng máy điện toán; ông vẫn cần mẫn viết tay tất cả thư từ và bài vở đến các tác giả. Ngay cả địa chỉ trên bao thư tạp chí Văn gửi cho bạn đọc ông cũng viết bằng tay! Một nhân vật độc đáo khác là nhà văn Mặc Đỗ, ông chỉ dùng máy đánh chữ cổ điển để viết văn, chứ không dùng máy vi *tính*!

Để biên soạn cuốn hợp tuyển tác giả này, nhà văn Ngô Thế Vinh đã bỏ ra nhiều năm và công sức. Tác giả là một người rất thận trọng với dữ liệu và chữ nghĩa. Người viết bài này có cơ duyên quen biết với tác giả hơn 15 năm qua, và đã ra công làm cầu nối cho những bài viết của tác giả trên không gian mạng. Có những bài viết anh liên tục chỉnh sửa chăm chút đến từng chi tiết, thái độ và cách làm đó thể hiện một sự tôn trọng độc giả rất cao.

Bạn đọc không chỉ gặp những nhân vật tài hoa với từng nhân cách đặc biệt, mà còn có dịp điểm qua những chứng từ quý hiếm mà tác giả đã dày công sưu tập. Mỗi chương sách, tính trung bình, có khoảng 12 hình ảnh, và 18 chương sách có hơn 200 hình ảnh và hiện vật. Bạn đọc sẽ chiêm ngưỡng những thủ bút, hiện vật, những bìa sách cách đây gần nửa thế kỷ. Mỗi nhân vật được tác giả phác họa bằng một tiểu sử, những tác phẩm, thành tựu của họ, và những tâm tình đằng sau những tác phẩm. Bạn đọc sẽ biết những nhân vật chính trong những sáng tác của Nguyễn Đình Toàn "*không phải là những nhân vật được nhắc tới trong trang sách mà chính là Thành phố Hà Nội.*" Bạn đọc sẽ cảm thấy xúc động khi biết họa sĩ Nghiêu Đề, người mà tác giả gọi là "người bạn tấm cám", vẽ bức tranh sơn dầu về con gái út Bé Sài Gòn khi ông đang nằm trên giường bệnh và qua đời khi tác phẩm còn dang dở.

Quyển hợp tuyển này là một đóng góp có ý nghĩa cho sự gìn giữ một nền văn học tự do, phóng khoáng và giàu tính nhân văn. Ngày nay, nếu hỏi ngẫu nhiên một sinh viên đại học hay thậm chí hỏi một giáo sư đại học, về những tác giả nổi danh trong nền văn học miền Nam trước 1975, xác suất rất cao là họ không biết hay chưa nghe đến. Điều này cũng dễ hiểu, bởi vì nền văn học đó chưa được ghi nhận một cách đứng đắn, và những tác giả thời đó cũng chưa được giới thiệu một cách có hệ thống trong các đại học và văn đàn sau 1975. Tình trạng này đã được nhà văn Võ Phiến nhận xét từ những hai thập niên trước: "*Nền văn học 1954-75 ở Miền Nam Việt Nam trong thời gian qua bị ém giấu, xuyên tạc. Nó gặp một chủ trương hủy hoại, gặp những bỉ báng hồ đồ. Nó chưa được mấy ai lưu tâm tìm hiểu, phán đoán cách đứng đắn, tử tế.*" Cuốn hợp tuyển này sẽ giúp bạn đọc tìm lại một mảng văn học bị lãng quên, và có tư liệu để đánh giá nền văn học đó. Nếu các bạn muốn có những dữ liệu mới và đáng tin cậy cho việc khảo cứu nền văn học miền Nam trước 1975 thì quyển hợp tuyển này là một nguồn tham khảo cần thiết.

GS NGUYỄN VĂN TUẤN
*Sydney, Australia 08.2017*

# ĐIỂM SÁCH

## Trịnh Y Thư, nhà thơ

Mười sáu chân dung văn học nghệ thuật và hai chân dung văn hóa, qua giọng văn đầy thân ái và nhân hậu của nhà văn Ngô Thế Vinh, là một công trình biên soạn phong phú tư liệu, một tập hợp quý hiếm quy tụ những khuôn mặt văn nghệ và văn hóa tiêu biểu của một thời đại vốn được xem là nhiễu nhương nhất của dân tộc, suốt nửa sau thế kỷ XX cho đến nay. Ngô Thế Vinh không khoác áo nhà phê bình, ông không làm kẻ đứng trên bục giảng nghiêm khắc phê phán tác phẩm hay sự nghiệp của mỗi văn nghệ sĩ được nhắc đến. Ông không làm thế, bởi họ chẳng phải ai xa lạ mà chính là những bằng hữu văn nghệ, những vóc dáng tài năng, gần như trọn đời người, đã cùng ông dấn thân trên những chặng đường trắc trở nhất, trong những điều kiện ngặt nghèo nhất, để xây dựng một nền văn nghệ nhân bản đích thực và có giá trị nghệ thuật cao cho dân tộc. Ông mượn tác phẩm của họ như cái cớ để ngồi xuống nhẩn nha lần giở từng trang ký ức bộn bề, len lỏi vào từng ngõ ngách tâm hồn dưới lớp bụi dày thời gian, cố tìm lại những cung bậc hoài niệm mù tăm để làm nên những trang viết thật đẹp, thật ấm áp tình bằng hữu, thật chan chứa tình người. Tất cả những gì ông viết trong cuốn sách gần như chỉ là những nét phác họa đại cương về con người, khung cảnh sống, hoàn cảnh sáng tạo của những văn nghệ sĩ, mà chính ông cũng là một thành viên. Đan xen vào đấy là những không gian và thời gian kỷ niệm, đầy ắp kỷ niệm, kỷ niệm nào cũng được nâng niu, trân quý như món bảo vật khó tìm. Tuy thế, đọc kỹ hơn, chúng ta có thể cảm nhận ra một điều, là bên dưới lớp sắc màu tương đối hiền hòa, dịu êm ấy là niềm xác tín chắc nịch, một cái nhìn quả quyết cộng thêm chút tự hào, về một nền văn nghệ, văn hóa miền Nam Việt Nam tự do thời kỳ 54-75 và, trong chừng mực nào đó, vẫn tiếp nối ở hải ngoại, mà sự đột phá về các mặt tư tưởng, nghệ thuật, nhân sinh, tưởng như chưa thời nào qua mặt nổi.

## Phạm Phú Minh, nhà văn

Thời gian bắt đầu thế kỷ 21, tác giả Long Ân trong một bài nhận định về cuốn sách mới nhất của Ngô Thế Vinh hồi đó, đã viết:

*"Ở cuốn sách mới nhất của anh 'Cửu Long Cạn Dòng Biển* Đông *Dậy Sóng', người* đọc đã *thấy những hóa thân Ngô Thế Vinh biến thái liên tục theo từng trang mở rộng. Ngô Thế Vinh con người xanh của môi sinh, Ngô Thế Vinh con người chính trị nhân bản, Ngô Thế Vinh con người phiêu lưu trong khu rừng già* địa *lý chính trị, Ngô Thế Vinh con người tiên tri lịch sử..."*

Đây là một nhận định rất tinh tế và chính xác về con người viết lách của bác sĩ Ngô Thế Vinh, cho đến thời điểm 2001. Mười sáu năm sau, 2017, chúng ta có thể thêm vào các dòng chữ trên: *Ngô Thế Vinh con người của văn học nghệ thuật và tình cảm bạn hữu.* Ít ra, đây sẽ là những đặc tính mà người đọc sẽ tìm thấy khi đọc cuốn sách mới nhất của anh: Tuyển Tập Chân Dung Văn Học Nghệ Thuật & Văn Hóa.

Năm 2001, nhà văn Long Ân đã nhìn thấy một Ngô Thế Vinh trên "tầm vóc vĩ mô" của những vấn đề lớn như địa lý chính trị, số phận của một dòng sông dài chảy qua nhiều nước, những vận động đa quốc gia để giữ gìn sinh thái cho cả một vùng Đông Nam Á v.v... với một tài năng sắc bén, một hùng tâm không bao giờ lùi bước và một tấm lòng thiết tha không lay chuyển. Năm 2017, với tác phẩm mới nhất của mình, có thể nói Ngô Thế Vinh đã lần đầu tiên đưa ngòi bút vào lãnh vực "vi mô": chân dung văn học nghệ thuật và văn hóa của từng con người cụ thể với tất cả các nét tế vi của lãnh vực này. Đây là một cuốn sách nghiên cứu nghiêm túc, nhưng cũng là một cuốn truyện kể đầy nghệ thuật; thể loại viết này tôi cho là rất mới, giúp bạn đọc nhìn rõ "chân dung" của một số nhân vật, tô đậm nét quyến rũ của những tư liệu quý hiếm mà Ngô Thế Vinh có được.

## Hà Ngọc Thuần, bác sĩ

Bỗng nhiên tôi được Bạn Ngô Thế Vinh gửi tặng một món quà rất quý. Một món quà thơm ngát tình quê và mặn nồng tình bạn. Bỗng nhiên tôi thấy tôi đương ở nơi đất nước mình, đất nước Việt Nam yêu dấu. Tuy xa cách đã nhiều năm nhưng tôi không chút nào thấy xa lạ. Tôi thấy tôi đương dạo chơi trên đường phố Sài Gòn. Tuy xa cách đã nhiều năm nhưng không lạc lối. Tôi đương sống giữa những người Việt, với những người Việt, như tôi vẫn là người Việt.

Đây là một cuộc viếng thăm những người Bạn của Ngô Thế Vinh, những người viết văn, làm thơ, vẽ tranh mà Ngô Thế Vinh đã cùng sống, cùng chia sẻ những tâm tư những hoài bão những vinh lụy trong năm mươi năm cuộc đời với văn nghiệp. Những người thuộc lớp trước, thuộc lớp sau, tất cả đã đem tâm huyết và tâm tình - có khi cả tâm sự riêng tư - để sáng tạo, cho người Việt Nam, cho tiếng Việt Nam, và cho nước Việt Nam.

Cuối năm 1963 khi Miền Nam đã có một đổi thay về chính trị, có một chút đổi mới, có những nhận thức mới, có những niềm hy vọng mới, một nhóm anh em sinh viên Y khoa đã tụ họp để chủ trương một tờ báo sinh viên. Tờ báo lấy tên là "Tình Thương", xuất bản và phát hành hàng tháng, được sự chấp-nhận và đón nhận của các Thầy, các bạn trong trường, các bạn thuộc các phân khoa khác và có lẽ một thành phần nào đó của đại chúng, của chính quyền và chính giới trong nước. Tôi được quen biết Ngô Thế Vinh từ những ngày tháng đó. Từ những ngày đó, có thể là từ trước đó, Ngô Thế Vinh đã khoác thêm sứ mạng văn nghệ cùng với y nghiệp, và đã được biết đến như một nhà văn.

Ngô Thế Vinh giới thiệu với chúng ta trong Tuyển Tập này mười sáu người Bạn đã quen biết trong cuộc đời, những người Anh đã có những quan hệ đặc biệt hay là có những kỷ niệm thật là đáng ghi nhớ. Cho đến năm 1954 "Văn Học Miền Nam" xuất hiện và trưởng thành, và tạm gián đoạn năm 1975. Sau 1975 văn học Việt Nam tại hải ngoại cũng đã thật là phong phú với hơn bốn mươi năm tích lũy. Tuyển tập của Anh có nhuốm một chút trang trọng, một chút bùi ngùi, như Đông Hồ trong một bài đề từ đã viết:

*"Dâu chìm bể nổi đã đòi phen*
*Ngọc sót vàng rơi giở trước đèn..."*

## Đỗ Hồng Ngọc, bác sĩ

Ngô Thế Vinh là một thầy thuốc, một bác sĩ y khoa. Nên dù là một nhà văn, nhà báo, nổi tiếng với nhiều tác phẩm, đặc biệt những cuốn sách viết về Mekong gần đây của anh, thì người ta vẫn thấy thấp thoáng bóng blouse trắng. Anh luôn nhìn con người như một tổng thể, thân tâm nhất như. Cho nên những bài viết của anh về các văn nghệ sĩ và các nhà văn hóa trong cuốn tuyển tập này luôn có những chi tiết, những góc nhìn của người thầy thuốc, lấp lánh *tình người.* Tài "chẩn đoán" của Ngô Thế Vinh hẳn là chính xác: một Võ Phiến "nhà văn lưu đày", một Đinh Cường "đốn ngộ"...

Những ai từng đọc Võ Phiến, từng đọc "Đất nước quê hương" của ông với nào áo dài, bánh tráng, tô cháo, chén chè, rụp rụp... thì coi bộ khi phải rời xa những thứ quấn quít đó của quê nhà, Võ Phiến đã khốn khổ thế nào! *Xưa từng có xóm có làng / Bà con cô bác họ hàng gần xa / Con trâu, con chó, con gà / Đàn cò, lũ sẻ, đều là cố tri...* rồi bây giờ: *Thân tàn đất lạ chơi vơi / Trông lên chỉ gặp bầu trời là quen.* (*Mộc Mạc,* Võ Phiến). Một người như thế thì đúng là một kẻ bị lưu đày. Lưu đày tự trong tâm khảm. Cho nên Ngô Thế Vinh chính xác, chỉ cần với một dấu chứng (sign): "*... bữa* ăn *ở nhà* ông *bà Võ Phiến với bánh tráng thuần túy Bình* Định *nhúng nước, chấm nước mắm nhỉ chanh ớt đỏ au...*" Rồi anh cho biết thêm: chanh, ớt đều hái ở vườn nhà, ngay tại Mỹ quốc!

Còn về Đinh Cường, Ngô Thế Vinh cho biết có lúc Đinh Cường muốn loại bỏ mô thể / forme của sự vật để chỉ còn giữ lại cái chất liệu

/ matière thuần túy của sơn dầu nhưng rồi cuối cùng anh vẫn trở về với hội họa tạo hình! *Sắc tức thị không / không tức thị sắc* rồi đó thôi! Ngô Thế Vinh nói đúng: giờ đây không cần ký tên dưới bức tranh, người ta vẫn nhận ra tranh Đinh Cường. Huỳnh Hữu Ủy cũng từng nhận xét về tranh *Đinh* Cường*: "Không rực rỡ, không lạc điệu, một chất màu ủ và quánh mà vẫn nhẹ nhàng và reo ca như vàng kim. Một thứ dạ kim với bao nhiêu hào quang quay trở vào bên trong"*. Quay trở vào bên trong: một *Đinh* Cường *đốn* ngộ!

Về "Người bạn tấm cám," Ngô Thế Vinh cho biết: đó là *"một người bạn không ham muốn sở hữu một thứ gì. Sự nghiệp của anh chỉ là những dấu chân chim trên cát, mau chóng bị xóa nhòa bởi lớp sóng thời gian"*. Cho nên bài viết của Ngô Thế Vinh không chỉ đầy đủ tiểu sử, quan niệm sống, quan niệm sáng tác mà còn sưu tập được một số hình ảnh tranh, mẫu bìa sách, bìa báo quý giá của Nghiêu Đề.

Tôi thật sự giật mình khi được xem bức Bố Cục Sen của Nghiêu Đề, vẽ năm 1986 khi anh đến Mỹ. Sen chỉ là cái cớ. Từ những làn sóng cuồn cuộn xô bồ vươn lên những búp sen e ấp rồi đột ngột tách ra, vút lên trời cao, một đóa sen vừa nở: *thiếu nữ*! Nhưng thiếu nữ cũng chẳng phải thiếu nữ. *Đô*i mắt to để nhìn rõ nhân gian, một tay nâng cành dương liễu, một tay rưới giọt cam lồ: Quán Thế Âm Bồ-tát đó!

Khi viết về người Thầy của chúng tôi ở Y khoa đại học Saigon thời đó, Giáo sư Phạm Biểu Tâm - anh đã vẽ nên nhân cách của vị thầy, một trí thức chân chính, bằng những hồi ức cảm động. Viết về Thầy nhưng cũng là đoạn hồi ký của chính anh, chính tôi, những ngày gian khó dưới mái trường Y uy nghiêm và lý tưởng.

*Chân dung Văn học nghệ thuật & Văn hóa* là một Tuyển tập viết hay. Tư liệu phong phú. Nhận *định* sắc bén mà *đầy* ắp tình người. *Đúng* là Ngô Thế Vinh.

## Trịnh Cung, họa sĩ

Sau khi đọc 18 bài viết về 18 khuôn mặt văn nghệ sĩ và văn hóa Việt Nam do Ngô Thế Vinh, tác giả từng nổi tiếng với tiểu thuyết

"Vòng Đai Xanh" trước 1975 và hiện là tác giả vừa đoạt giải của Văn Đoàn Độc Lập với hai tác phẩm viết về thảm họa môi trường cho Việt Nam, "Cửu Long Cạn Dòng, Biển Đông Dậy Sóng" và "Mekong - Dòng Sông Nghẽn Mạch", tôi phải cám ơn anh thật nhiều về những thông tin quý giá trong mỗi bài viết về từng tác giả, những nhà văn và nghệ sĩ rất tài năng mà tôi từng ngưỡng mộ, trong số họ có cả những bạn thân của tôi.

Dù hiển nhiên đây là một sự chọn lựa có nhiều phần thuộc về tình cảm, thân hữu, nhưng cách viết, cách nhìn của anh về từng nhân vật là rất tinh tế và rất đáng tin cậy, nói đúng hơn là nó có giá trị lịch sử. Đây là chỗ rất khó vì ai trong số họ đều là *"người của công chúng"*, nên những dữ liệu phải thật xác đáng, những thông tin phải đáng được tin cậy, điều này tôi đã nhận được sự bổ sung rất nhiều giúp cho việc lấp đi những lỗ trống hiểu biết từ lâu nay về một số nhân vật như Linh Bảo, Như Phong, Mặc Đỗ...

Mặc khác, với tôi, đây là một việc làm hiếm hoi, công việc của người vén màn lịch sử văn học và nghệ thuật của một đất nước đã bị xóa sổ, một hiện tượng "Mekong" đối với những gì đang xảy ra cho nền văn hóa Việt Nam Cộng Hòa.

Riêng về giới cầm cọ, cá nhân tôi xin cám ơn nhà văn Ngô Thế Vinh đã có một tình bạn thân thiết mà anh đã dành cho hội họa từ thủa còn rất trẻ, những người bạn "tấm cám", nhất là vào lúc này.

# THAM KHẢO CHÂN DUNG


MẶC ĐỖ

1/ Con Đường Mặc Đỗ, từ Hà Nội Sài Gòn tới Trưa Trên Đảo San Hô. Ngô Thế Vinh. Diễn Đàn Thế Kỷ http://www.diendantheky.net/2015/06/ngo-vinh-con-uong-mac-o-tu-ha-noi-sai.html#more

2/ Tưởng Niệm Ngày Giỗ Đầu Nhà Văn Mặc Đỗ. Ngô Thế Vinh. Diễn Đàn Thế Kỷ http://www.diendantheky.net/2016/09/ngo-vinh-tuong-niem-ngay-gio-au-nha-van.html#more

VÕ PHIẾN

1/ Văn Học Miền Nam Tổng Quan. Lời Nói đầu. Võ Phiến. Nxb Văn Nghệ 1986. http://www.tienve.org/home/literature/viewLiterature.do?action=viewArtwork&artworkId=3056

2/ Lần trò chuyện cuối cùng với Mai Thảo. Thụy Khuê 07/1997 http://hopluu.net/a1153/noi-chuyen-voi-nha-van-mai-thao-va-tran-vu

3/ Lê Thị Huệ. Võ Phiến, Văn Chương Mất Trí Nhớ. 11-2012 http://www.gio-o.com/Chung/LeThiHueVoPhien.htm

4/ Lê Quỳnh Mai phỏng vấn nhà văn Võ Phiến. Tác giả, với chúng ta. Nxb Khôi Nguyên, Montréal, Canada 2004.

5/ Ngô Thế Vinh, Bốn Mươi Năm Dương Nghiễm Mậu và Tự Truyện Nguyễn Du http://damau.org/archives/35745

6/ John C. Schafer. Võ Phiến and the sadness of exile. Southeast Asia Publications, Center for Southeast Asian Studies, Northern Illinois University, Mar 1, 2006

7/ Johann Wolfgang von Goethe. All theory, dear friend, is gray, but the golden tree of life springs evergreen. Faust pt.1 (1808) 'Studierzimmer'

** *Ghi chú: anh chị Võ Phiến ở căn nhà đường Baltimore, L.A. 23 năm (1980-2003), trước khi dọn về Santa Ana, sống tại đây 12 năm cho tới khi anh mất 25.09.2015.*

MAI THẢO

1/ Jane Katz, Artists in Exile, American Odyssey; Stein & Day Publishers, NY 1983

2/ Nguyễn Xuân-Hoàng, Nhớ Mai Thảo; Văn số đặc biệt Tưởng Mộ Mai Thảo, 2/1998

3/ Mai Thảo, Chân dung mười lăm nhà văn nhà thơ Việt Nam, Nxb Văn Khoa 1985

4/ Nguyễn Đăng Khánh, Mai Thảo Anh Tôi; Văn số đặc biệt Tưởng Mộ Mai Thảo, 2/1998

5/ Nguyễn Hưng Quốc, Vài ghi nhận về Mai Thảo; VOA 12.01.2011 http://www.voatiengviet.com/a/ghi-nhan-ve-mai-thao-2-01-12-2011-113379499/892744.html

6/ Phạm Trọng Lệ, Bảng Thư Mục Tác Phẩm của Mai Thảo; Văn số đặc biệt Tưởng Mộ Mai Thảo, tháng 2/1998

THANH TÂM TUYỀN

1/ 003708225: La part d'exil (Texte imprimé): littérature vietnamienne / textes réunis et traduits par Le Huu Khoa; préface de Geneviève Mouillaud-Fraisse; posface de Trinh Van Thao / Aix-en-Provence: Publication de l'Université de Provence, 1995

2/ Nguyễn-Xuân Hoàng; Văn bộ mới số đặc biệt Tưởng niệm Thanh Tâm Tuyền 1936-2006: số đôi 113 & 114 tháng Năm & Sáu, 2006. California

3/ Đặng Tiến: Thanh Tâm Tuyền http://elib.quancoconline.com/ui/viewcontent.aspx?g=42728

4/ Giai phẩm Văn chủ đề Thanh Tâm Tuyền, tháng 10 năm 1973 Phụ bản đặc biệt của Thư Quán Bản Thảo, Trần Hoài Thư tranhoaithu16@gmail.com

5/ Ngô Thế Vinh, Bốn Mươi Năm Dương Nghiễm Mậu và Tự Truyện Nguyễn Du; http://damau.org/archives/35745

6/ Jane Katz Phỏng vấn nhà văn Mai Thảo; Bản tiếng Việt của Tâm Bình Artists in Exile, American Odyssey; Stein and Day Publishers, NY 1983 http://hopluu.net/p131a2396/mai-thao-jane-katz

NGUYỄN XUÂN HOÀNG

1/ Nguyễn-Xuân Hoàng trên con dốc Tử Sinh. Ngô Thế Vinh. Diễn Đàn Thế Kỷ 16.06.2014 http://www.diendantheky.net/2014/06/ngo-vinh-nguyen-xuan-hoang-tren-con-doc.html,

2/ Tanaka Aki - nhà văn Nguyễn-Xuân Hoàng. Diễn Đàn Thế Kỷ 13.09.2015 http://www.diendantheky.net/2015/09/tanaka-aki-nha-van-nguyen-xuan-hoang.html

3/ Nguyễn-Xuân Hoàng. Đời sống vẫn không ngừng chảy. Phan Nhiên Hạo thực hiện. Talawas 27.04.2005 http://talawas.org/talaDB/showFile.php?res=4371&rb=0307

4/ Ngô Thế Vinh. Tạp chí Bách Khoa đàm thoại với Ngô Thế Vinh: từ Vòng Đai Xanh tới Mặt Trận ở Sài Gòn. Talawas 01.12.2007 http://talawas.org/talaDB/showFile.php?res=11606&rb=0105

PHÙNG NGUYỄN

1/ Phùng Nguyễn, Như Chưa hề Giã Biệt, Ngô Thế Vinh. Diễn Đàn Thế Kỷ http://www.diendantheky.net/2015/12/ngo-vinh-phung-nguyen-nhu-chua-he-gia.html#more

2/ Lê Ngộ Châu. Tạp chí Bách Khoa đàm thoại với Ngô Thế Vinh: từ Vòng Đai Xanh tới Mặt trận ở Sài Gòn. http://www.talawas.org/talaDB/showFile.php?res=11606&rb=0102

3/ Ngô Thế Vinh. Nguyệt San Tình Thương 1963 - 1967; Một Thời Nhân Bản. Tập san Y Sĩ, số 184, 01.2010. Diễn đàn Cựu Sinh viên Quân Y. http://www.svqy.org

4/ Nguyễn Văn Trung. Đôi điều trao đổi với nhà văn Mai Kim Ngọc. Văn Học số 124, Hoa Kỳ, trang 68; Gs. Nguyễn Văn Trung kể lại: "Tôi vẫn còn giữ một danh sách của đội quyết tử cảnh cáo một số sinh viên thuộc các phân khoa như Ngô Thế Vinh, Y khoa".

PHẠM BIỂU TÂM

1/ Trần Ngọc Ninh. Một Hình Bóng, Một Con Người, Giáo Sư Bác Sĩ Phạm Biểu Tâm. Tập San Y Sĩ, số 201, 05.2014

2/ Nghiêm Đạo Đại. Nhìn Lại Trường Y Khoa Đại Học Sài Gòn với Giáo

Sư Phạm Biểu Tâm. Tập San Y Sĩ, số 201, 05.2014

3/ Hà Ngọc Thuần. Tiểu sử Giáo sư Phạm Biểu Tâm (1913-1999). Tập San Y Sĩ, số 201, 05.2014

4/ Thân Trọng An. Giáo Sư Phạm Biểu Tâm, Biểu Tượng của Y Đạo, Y Học, Y Thuật. Tập San Y Sĩ, số 201, 05.2014

5/ Ngô Thế Vinh. Tìm Lại Thời Gian Đã Mất, Tưởng Nhớ Thầy Phạm Biểu Tâm. Tập San Y Sĩ, số 201, 05.2014

* *Ghi Chú: Một số hình ảnh hiếm quý trong bài viết được trích từ Album gia đình Giáo Sư Phạm Biểu Tâm. Cám ơn Anh Phạm Biểu Trung, đã scan các hình ảnh và gửi cho chúng tôi.*

PHẠM HOÀNG HỘ

1/ GS. Phạm Hoàng Hộ & GS. Nguyễn Duy Xuân đối với việc hình thành và phát triển Viện Đại học Cần Thơ (1966 - 1975); Phạm Đức Thuận; Tập San Xưa và Nay số 439 tháng 11 năm 2013. http://www.cantholib.org.vn/Database/Content/1188.pdf

2/ Vị Tổng Trưởng quyết không rời Quê hương. Trung Hiếu; Báo Thanh Niên 28.04.2015; http://thanhnien.vn/thoi-su/giu-huyet-mach-cho-hon-ngoc-vien-dong-ky-6-vi-tong-truong-quyet-khong-roi-que-huong-556577.html

3/ Anh Chị Thủy - Thu Vân thăm Thầy Phạm Hoàng Hộ http://truongxuabancu.fpb.yuku.com/topic/118/Anh-Ch-ThuThu-Vn-thm-Thy-Phm-Hong-H#.WJNVUxTcdwg

4/ Giáo sư Phạm Hoàng Hộ, một người thầy của tôi. Lê Học Lãnh Vân; Một Thế Giới.VN 02.02.2017 http://motthegioi.vn/giao-duc-c-69/cau-chuyen-giao-duc-c-108/giao-su-pham-hoang-ho-mot-nguoi-thay-cua-toi-55462.html

# SÁCH DẪN

## C

# D

## Đ

# I

## J



## K



## L

## M

## N

## O



## P

## T

## W



## X



## Y

www.ingramcontent.com/pod-product-compliance
Lightning Source LLC
LaVergne TN
LVHW010638051026
849532LV00001B/108